கு. அழகிரிசாமி கதைகள்

உள் அட்டையில் காணும் சிற்பக் காட்சியில், பகவான் புத்தரின் அன்னை மாயாதேவி கண்ட கனவின் பலனை மன்னர் சுத்தோதனருக்கு நிமித்திகர் மூவர் விளக்குகின்றனர். அவர்களுக்குக் கீழே அமர்ந்து அந்த விளக்கத்தை எழுதுகிறார் ஓர் எழுத்தர். எழுதும் கலையைச் சித்தரிக்கும் முதல் இந்தியச் சிற்பம் இதுவாகவே இருக்கலாம்.

நாகார்ஜுன மலைச்சிற்பம் கி.பி. இரண்டாம் நூற்றாண்டு.
(படஉதவி: நேஷனல் மியூசியம், புது தில்லி)

கு. அழகிரிசாமி கதைகள்

தொகுப்பாசிரியர்
கி. ராஜநாராயணன்

சாகித்திய அகாதெமி

Ku. Azhagirisami Kathaigal: Anthology of Ku. Azhagirisami's stories selected and compiled by Ki. Rajanarayanan, Sahitya Akademi, New Delhi, (4th Reprint 2025), Rs. 620/-

உரிமை © சாகித்திய அகாதெமி		Copyright: @Sahitya Akademi	
தொகுப்பாசிரியர்	: கி இராஜநாராயணன் (1923-2021)	Compiler	: Ki. Rajanarayanan (1923-2021)
இலக்கியநடை	: சிறுகதைகள்	Genre	: Short Stories
பதிப்பாளர்	: சாகித்திய அகாதெமி	Publisher	: Sahitya Akademi
முதற் பதிப்பு	: 2012	1st Edition	: 2012
3வது மறுபதிப்பு	: 2025	3rd Reprint	: 2025

ISBN : 978-81-260-1490-3
விலை : ரூ. 620/-

All rights reserved. No part of this book may be reproduced or utilized in any form or by any means, electronic or mechanical including photocopying, recording or by any information storage and retrival system, without permission in writing from Sahitya Akademi.

 சாகித்திய அகாதெமி

தலைமை அலுவலகம்	: இரவீந்திர பவன், 35, பெரோஸ்ஷா சாலை, புது தில்லி 110 001. secretary@sahitya-akademi.gov.in | 011-23386626/27/28.
விற்பனை அலுவலகம்	'ஸ்வாதி' மந்திர் சாலை, புது தில்லி 110 001 sales@sahitya-akademi.gov.in | 011-23745297, 23364204.
கொல்கத்தா	4, டி.எல். கான் சாலை, கொல்கத்தா 700 025 rs.rok@sahitya-akademi.gov.in | 033-24191683/24191706.
சென்னை	குணா வளாகம், 443, இரண்டாம் தளம், அண்ணா சாலை, தேனாம்பேட்டை, சென்னை 600 018. chennaioffice@sahitya-akademi.gov.in 044-24311741 | 24354815
மும்பை	172, மும்பை மராத்தி கிரந்த சங்கிரகாலய சாலை, தாதர், மும்பை 400 014 rs.rom@sahitya-akademi.gov.in 022-24135744 | 24131948.
பெங்களூரு	மத்தியக் கல்லூரி வளாகம், பல்கலைக்கழக நூலக கட்டிடம், டாக்டர் அம்பேத்கர் வீதி, பெங்களூரு 560 001 rs.rob@sahitya-akademi.gov.in. 080-22245152, 22130870.

அச்சகம் : M/s. Mani Offset, Chennai-600 077
அட்டை : Spectrum Graphic Studio, Chennai - 600017
ஒளி அச்சு : Image Digital, Chennai
Visit our website at http://www.sahitya-akademi.gov.in

பொருளடக்கம்

	முன்னுரை	9
1.	அன்பளிப்பு	17
2.	இரண்டு பெண்கள்	36
3.	இரண்டு ஆண்கள்	54
4.	"ராஜா வந்திருக்கிறார்"	64
5.	அழகம்மாள்	80
6.	சாப்பிட்ட கடன்	96
7.	ஞாபகார்த்தம்	107
8.	அக்கினி கவசம்	119
9.	காற்று	130
10.	திருவொற்றியூர் வல்லி	139
11.	கற்பக விருட்சம்	151
12.	சிங்கப்பூர் சென்ற மகன்	163
13.	பெரிய மனுஷி	174
14.	சிரிக்கவில்லை	180
15.	திரிபுரம்	193
16.	வெறும் நாய்	205
17.	பாலம்மாள் கதை	230
18.	சுயரூபம்	239
19.	குமாரபுரம் ஸ்டேஷன்	249
20.	தம்பி ராமையா	266
21.	பேதைமை	276
22.	இருவர் கண்ட ஒரே கனவு	282
23.	புன்னகை	290
24.	கண்ணம்மா	302

25.	பங்கஜத்தின் தற்கொலை	318
26.	தவப் பயன்	344
27.	தகப்பனும் மகளும்	352
28.	வாத்தியாரம்மாள்	367
29.	புது உலகம்	381
30.	காடாறுமாதம்	387
31.	மூலகாரணம்	396
32.	ஆண் மகன்	406
33.	வரப்பிரசாதம்	418
34.	போலி	440
35.	ஒருவன் இருக்கிறான்	449
36.	தியாகம்	461
37.	அழுகின் விலை	471
38.	ஒரு மாத லீவ்	495
39.	விட்ட குறையைத் தொட்ட குறை	508
40.	இரு சகோதரர்கள்	524
41.	இரண்டு கணக்குகள்	539
42.	நல்லவள்	545
43.	சந்திப்பு	554
44.	தரிசனம்	566
45.	முருங்கைமர மோகினி	575
46.	உலகம் யாருக்கு?	582
47.	கிழவியின் லட்சியம்	593
48.	தர்ம ராஜ்யம்	609
49.	மனப்பால்	616
50.	கல்யாண கிருஷ்ணன்	627
51.	தேவையும் தெய்வமும்	636
52.	இரவு	646
53.	சுப்பையாத் தேவரின் கனவு	652
54.	மற்றொரு பயிற்சி	661

55.	மாறுதல்	685
56.	ஏமாற்றம்	702
57.	எங்கிருந்தோ வந்தார்	709
58.	தேவ ஜீவனம்	734
59.	அபார ஞாபகம்	749
60.	செவிசாய்க்க ஒருவன்	760
61.	புத்தி	768
62.	தன்னையறிந்தவர்	782
63.	சிறுமைக் கதை	799
64.	முகக் களை	809
65.	திரிவேணி	825

முன்னுரை

முப்பது ஆண்டுகளுக்கும் மேலாகி விட்டது, கு. அழகிரிசாமி மறைந்து அப்போது சிறுகதைகளுக்காக விருது அளித்த சாகித்திய அகாதெமி இப்போது இவருடைய தேர்ந்த சிறுகதைகளைக் கொண்ட ஒரு தொகுப்பைப் புத்தகமாகக் கொண்டுவரும்படி என்னைக் கேட்டுக் கொண்டது.

மொத்தம் எழுதிய கதைகளிலிருந்து 65 சிறுகதைகளைக்கொண்ட ஒரு நல்ல தொகுப்பு இது. இதுவரை அச்சில் வந்தவை 101 கதைகள் என்று தெரிகிறது.

முதல் தொகுதியே "அழகிரிசாமி கதைகள்" என்ற பெயரில்தான் 1953இல் வந்தது. சக்தி பதிப்பகத்தார் கொண்டு வந்தார்கள். அதன் பிறகு தமிழ்ப் புத்தகாலய வெளியீடுகளாகவும், பிறகு தேன்மழை வெளியீடுகளாகவும் வந்தன. இப்படி மொத்தம் 12 தொகுதிகள் கு.அ.வின் சிறுகதைகள் கீழ்க்கண்ட தலைப்புகளில் வந்தன.

அன்பளிப்பு	சிரிக்கவில்லை
தவப்பயன்	தெய்வம் பிறந்தது
வரப்பிரசாதம்	காலகண்டி
கற்பகவிருட்சம்	இரு சகோதரர்கள்
கவியும் காதலும்	செவிசாய்க்க ஒருவன்
புதிய ரோஜா	துறவு

முதலில் வெளிவந்த "அழகிரிசாமியின் கதைகள் தொகுதியே ஒன்றிரண்டு கதைகள் மாற்றத்துடன்" 'அன்பளிப்பு' எனும் பெயரில் வந்தது. இந்த "அன்பளிப்பு" (1967) தொகுதிக்குத்தான் சாகித்திய அகாதெமி விருது கிடைத்தது 1970ல். மேலே சொல்லப்பட்டுள்ள கதைத் தொகுதிகள் வெளிவந்த ஆண்டுகளை மட்டும் நாம் அதன் பதிப்பகத்தார் தரும் குறிப்புகளிலிருந்து தெரிந்து கொள்ளலாமே தவிர, அந்தக் கதைகள் வெளிவந்த ஆண்டையோ வந்த இதழ்களின்

பெயர்களை தெரிந்துகொள்ள தேர்ந்த ஆய்வாளர் ஒருவர் முயன்றால் தான் முடியும். காரணம், அக்காலத்தில் அப்படி ஒரு வழக்கம் கிடையாது. இப்போதைக்கு இக்கதைகள் எழுதப்பட்ட காலம் 1942ல் இருந்து 1970 வரை என்று மட்டும் சொல்லலாம்.

தமிழ்ச் சிறுகதை இலக்கியத்தில் அழகிரிசாமி பதித்த தடம் வித்தியாசமானது, சிறப்பானது.

"மணிக்கொடி" காலத்துக்குப் பிறகு "சக்தி"* இதழ் வந்து ஒரு தடம் பதித்தது. அதை இரண்டாம் தலைமுறை என்று சொல்லலாம். (கு. அழகிரிசாமி, ரகுநாதன், தி. ஜானகிராமன் போன்ற இவர்களை இரண்டாம் தலைமுறையினர் என்று சொல்லலாம்).

இதற்கு அடுத்து "சரஸ்வதி" காலம், ஜெயகாந்தன், சுந்தர ராமசாமி, கி. ராஜநாராயணன் மற்றும் பலர் வந்து மூன்றாம் தலைமுறையை ஆரம்பித்து வைத்திருக்கிறார்கள்.

* * *

சிறிய வயதில் அழகிரிசாமிக்கு என்று சில தனித்த குணபாகங்கள் அமைந்திருந்தன என்பதை அவனுடைய பக்கத்து வீட்டுக்காரன், பிள்ளை விளையாட்டுத் தோழன் என்ற முறையில் நான் அவனிடம் கவனித்திருக்கிறேன். முக்கியமாக இரண்டு விஷயங்கள் என்னிலிருந்து வேறுபட்டவை அவை.

படம் வரைவது,

பாடல்கள் இட்டுக்கட்டுவது.

எங்கள் ஊர் பஜனைக்கூடத்தில் சனிக்கிழமைகள் முன் இரவு தோறும் பஜனைப் பாடல்கள் பாடப்படும். மார்கழி மாசம் பூராவும் அதிகாலை நேரத்தில் பஜனைப் பாடல்கள் பாடிக்கொண்டே தெரு சுற்றி வருவோம். அப்படி ஒரு வழக்கம் அப்போது இருந்து வந்தது.

எங்களை அங்கே முதலில் ஈர்த்தது சுவையான சுண்டலும் அஸ்கா சர்க்கரைத் தூள் கலந்த நெல் அவலும்தான். பிறகு பிறகு கொஞ்சங் கொஞ்சமாக பஜனையில் ஐக்கியம் ஆகிவிட்டோம்;

---

* "சக்தி": வை. கோவிந்தன் அவர்கள் பதிப்பாசிரியராகயிருந்து நடத்திய இதழ்.

சேர்ந்து பாட ஆரம்பித்தோம். சுருதியோடு சேர்ந்து கோவிந்தநாம சங்கீர்த்தனம் சொன்னோம். அதில் ஒரு லயிப்பு ஏற்பட்டது.

பள்ளி விடுமுறை நாட்களில், அழகிரிசாமியின் வீட்டில் எங்கள் விளையாட்டுகளில் பஜனையும் இடம் பெற்றது. அப்போது, கோவிலில் பாடப்பட்ட பாடல்களோடு இங்கே சொந்தமாக இட்டுக்கட்டியும் பாடுகிறது என்ற ஏற்பட்டது. இட்டுக்கட்டுகிறது அவ்வளவு சுலப மல்ல. கண்டபடி தோணுகிறதெல்லாத்தையும் சேர்த்துப் பாடினோம்! அழகிரி சாமிக்கு, "சந்திரிகிரி" என்று அழைக்கப்பட்ட ஒரு மாமனார் இருந்தார். ரசமான மனுசன்! தியாகராஜரின் தெலுங்கு பஜனைப் பாடல்களை இவர் நையாண்டிக்காகவே - எங்களை சிரிக்க வைக்க - மாற்றிப் பாடுவார்!

முதல் அடியை ஒழுங்காகப் பாடுவார். அடுத்த அடி பாடும் போது சுற்றிலும் பக்கத்தில் யாரும் இருக்கிறார்களா என்று பார்த்து விட்டு, சொந்தச் சரக்கைச் சேர்த்துப் பாடிச்சிரிக்க வைப்பார்.

அவருடைய இந்தச் செயல்தான் முதலில் எங்களை பாடல் களோடு மற்றதுகளையும் சேர்த்துப்பாடிச் சிரித்துவிட்டு, பிறகு அது சரியில்லை என்று வேறு வேறு சொற்களைப் போட்டுப்பாடி, சரி செய்ய வைத்தது. இதில் அழகிரிசாமி மிகத் தேர்ச்சியாகத் தெரிந்தான்.

அந்தக் காலத்தில் வெங்கடேஸ்வர கர்த்தா என்று ஒரு பாடகர்; நாடக நடிகரும் கூட பாடல்கள் இயற்றிப் பாடுவதில் மகாகில்லாடி. அவரைப் பற்றி அழகிரிசாமியின் மாமனார்கள் வெகுவாக எங்களுக்குச் சொல்லியிருக்கிறார்கள். ஒரு பாடலை சமயோசிதத்திற்கு ஏற்ப அதே வினாடியில் மாற்றி அமைத்துப் பாடுவதில் வல்லவர் என்று இப்படி ஒரு விஷயத்தைக் கேள்விப்படும் சிறுவர்களுக்கு "நாமும் அப்படி செய்து பார்க்கணும்" என்று தோன்றுவதும் உண்டல்லவா.

* * *

அக்காலத்தில் திருமணம் போன்ற விசேடங்களை வீட்டில் வைத்து செய்வதற்கு முன்பு, வீட்டைப் புதுப்பிப்பார்கள். அப்போது அந்த வீட்டின் சுவர்களில் படங்களை வரைவது என்பது இருந்தது. அழகிரிசாமி இரண்டு மூன்று வீடுகளில் படம் வரைந்தது நினைவுக்கு வருகிறது. ரொம்ப நாள்வரை அந்தப் படங்கள் இருந்தன.

நான் சிறிய பையனாக இருந்த போது ஒருநாள் மத்தியானம் யாரோ ஒரு பாதசாரி எங்கள் வீட்டுப்படியேறி வீட்டுக்குள் வந்தார்.

வேலைக்காலம் ஆதலால் நானும் பாட்டியும் மட்டுமே வீட்டில் இருந்தோம். வந்தவர், "ரொம்பத் தாகமா இருக்கு குடிக்க ஏதாவது தாங்கோ' ' என்றார்.

பாட்டி அக்கால வழக்கப்படி என்ன வர்ணம் என்று அவரைப் பார்த்துக் கேட்டதும் வந்தவர் பதில் சொன்னார். பாட்டி அவரைத் திண்ணையில் உட்காரச் சொன்னாள். உட்கார்ந்தார். மோரும் கருப்பட்டியும் கொண்டு வந்து பாட்டி தந்தாள். முகம் மலர "நல்லா இருக்கணும்" என்று அவர் சொல்லிவிட்டு, கருப்பட்டியைக் கடித்துக் கொண்டு மோர் சாப்பிட்டார். செம்பு மோர் முழுவதையும் குடித்து முடித்து, திரும்பவும் ஒரு தடவை "மாராசி நல்லா இருக்கணும்" என்று வாழ்த்தினார்.

ஓய்வாக சாய்ந்து கொண்டு மடியை அவிழ்த்து வெற்றிலை போட ஆரம்பித்தார். சுண்ணாம்பு கட்டிதட்டிப் போயிருந்தது. பாட்டி எழுந்து வீட்டினுள் போய் பதமான சுண்ணாம்பும் பாக்கு வெற்றிலையும் கொண்டு வந்து அவர் முன் வைத்தாள். அவரையே பார்த்துக் கொண்டிருந்த என்னைப் பார்த்து அவர் ஒரு புன்னகை செய்தார். "பள்ளிக் கூடம் போகலையா," என்று கேட்டார். பாட்டி பதில் சொன்னார்: "அவனுக்கு ரொம்ப நாளா உடம்புக்கு சரியில்ல. காய்ச்சல்ல படுத்துக்கிடந்து இப்பதாம் எந்திரிச்சிருக்கான். அடிக்கடி ஏதாவது இப்பிடி வந்துருது" அவர் போட்டுக் கொண்டது போக மீதி வெற்றிலையை ஒரு பென்சில் கனத்தில் சுருட்டினார். "அம்மா இந்தச் சுவரில ஒரு படம் வரையிரென்" என்று சொல்லிவிட்டு, எழுந்து அங்கே கிடந்த பெருக்குமாரை எடுத்து சுவரில் தட்டி சுத்தப்படுத்தி விட்டு வரைய ஆரம்பித்தார்.

கொஞ்ச நேரத்தில், சுவாமி அனுமார் எங்கள் வீட்டுக்கு சஞ்சீவி பச்சிலைகள் அடங்கிய மலையைத் தூக்கிக் கொண்டு பறந்து வந்து விட்டார்!

அதைப் பார்த்ததும் பாட்டிக்குப் பரவசம் வந்துவிட்டது. இரண்டு கைகளாலும் சேவித்துத் தலைக்குமேல் வைத்துக் கொண்டாள். சஞ் சீவி மலையே எங்கள் வீட்டுக்குள் வந்த பிறகு இனி மேல் நோய் நொடி அண்டாதல்லவா!

சாய்ந்திரம் பள்ளிக்கூடம் விட்டு தெருவழியாகப் பிள்ளைகள் போய்க் கொண்டிருந்தார்கள். அதில் அழகிரிசாமியும் வந்து கொண்டிருந்தான். அவனை மட்டும் கூட்டிக் கொண்டு வந்து

அனுமார் படத்தைக் காட்டினேன். பார்த்துக் கொண்டே இருந்தவன் சிலேட்டை எடுத்துத் துடைத்துவிட்டு அதேபோல் படம் வரைந்தான். சிலேட்டை வாங்கிக் கொண்டுபோய், "இன்னார் வரைந்தது பார்" என் பாட்டியிடம் காட்டினேன். பக்கத்தில் அழகிரிசாமியும் இருந்தான். பாட்டி அவனுடைய நாடியைத் தொட்டுப் பாராட்டி "ஒனக்கு ஒரு குறை வச்ச பகவான் மறு குறை வைக்கலைப்பா; நல்லா இரு" என்று வாழ்த்தினாள்.

கிராமவாசிகளிடம் இப்படி ஒரு குணம்; நல்லதை மட்டும் சொல்லிப் பாராட்டுவதோடு விடமாட்டார்கள், அவனிடமுள்ள உடல் ஊனத்தையும் சொல்லிக் காட்டுவார்கள்.

முதல் பார்வையின் போதுதான் ஊனம் மனச்சங்கடத்தைத் தரும். பிறகு பழகிவிடும். அவனுக்கானது பிறவி ஊனமல்ல; இடையில் ஏற்பட்டது தான். பின் நாளில் என்னிடம் சொல்லியிருக்கிறான்; "இந்தக் கை ஊனம் எனக்கு அதிர்ஷ்டத்தைத்தான் தந்திருக்கிறது" என்று அதுவும் உண்மைதான்.

ஊர் மடத்தில் எப்பவாவது அடை மழைக்காலத்தில் - பல பேச்சுக்கள் வரும். நம்ம ஊரில் யாரெல்லாம் திறமைசாலிகள் என்று பட்டியலிடுவார்கள். அப்போது அழகிரிசாமியின் பெயர் முதலில் வரும்; ஊருக்குப் பேர் வாங்கித் தந்தவர்கள் என்று கிராமத்தார் பாராட்டியதெல்லாம் அவனுடைய பள்ளிப் படிப்பின் திறனை, ஆங்கிலத்திலுள்ள கோர்ட் ஜட்ஜ்மெண்டுகளை மடமடவென்று வாசித்து தமிழில் சொல்லும் அழகை, சிறுவயதில் கல்யாண வீடுகளில் படம் வரைந்ததை, கவிதை கட்டும் திறமையை, அவனுடைய சிறுகதை எழுதும் திறமையை - தமிழ் இலக்கிய உலகம் போற்றும் இந்தத் திறமையை - அறிந்து பாராட்ட அவர்களுக்குத் தெரியாமலே போய் விட்டது!

* * *

இந்தத் தொகுப்பில் உள்ள 65 கதைகளும் எழுதிய காலம் மேலே - முன்பு சொன்னபடி 1942ஆவது ஆண்டிலிருந்து 1970 வரை. இப்போது வெளிவருகிற பிற தொகுதிகளிலோ தொகுப்பிலோ ஒவ்வொரு கதையின் முடிவின் கீழும் கதை வெளிவந்த ஆண்டும் கதையை வெளியிட்ட இதழின் பெயரும் இருக்கும்; ஆய்வாளர்களுக்கும் விமர்சனம் செய்கிறவர்களுக்கும் பயன்தரும் என்பதாக.

இதில், கதை வெளிவந்த ஆண்டை மட்டும் தெரிந்து கொள்ளலாம் கதையை எழுதி முடித்த நாள் தெரிந்து கொள்ள முடியாது. அதற்கு நாம் கதையின் அசல் கையெழுத்துப் பிரதியைத் தேட வேண்டும். அதில் சிலர் எழுதி முடித்த நேரம் உட்படக் குறித்திருப்பார்கள். நகல் எடுக்கும் போது இவையெல்லாம் விட்டுப் போய்விடும். இவைகளைக் குறித்தாலும் பத்திரிகை ஆசிரியர்களுக்கு இவை லட்சியமில்லை.

அதோடு அந்தக் காலத்திலெல்லாம் கதைகளைச் சுருக்கியோ வெட்டியோ தான் வெளியிடுவார்கள். இதழாசிரியர் என்கிற "மாமியார்" வைத்தது தான் வரிசை. சிற்றிதழ்களில் அனேகமாக இந்துப் பாதகம் இல்லை என்றே சொல்லலாம்.

இந்தத் தொகுப்பிலுள்ள ஒவ்வொரு கதையும் எப்பொழுது எழுதி முடித்தது என்று சரியாகக் குறிக்க முடியாமல் போனது இவ்வகைக் காரணங்களினால்தான்.

கு.அ. வாழ்ந்த காலத்தில் எங்களிடம் அவன் எழுதி, வாசித்துக் காட்டிய பல கதைகள் அதன் பிறகு என்ன ஆயிற்று என்றே தெரியவில்லை (இது அவன் மலேசியா போவதற்கு முன்பு) அவனுடைய கவிதைகள் - தொலைந்து போனதுபோல தொலைந்து போய்விட்டனவா, தெரிய வில்லை.

அழகிரிசாமியின் கதைகள் வெளிவர ஆரம்பித்த காலத்தில் தமிழ் உரைநடை - சிறுகதை - இலக்கியம் புதிய கதாபாத்திரங்களையும் புதிய களத்தையும், இதுவரை கேள்விப்பட்டிராத விஷயங்களையும் வைத்து, எழுதிய சிறுகதைகளை வாசிக்க நேர்ந்தது வாசகர்களுக்குப் புதிய அனுபவம். தான் பிறந்த இடத்திலிருந்து மண் எடுத்துப் பிசைந்து செய்த பொம்மைகள் அவனுக்கு நூற்றுக்கு நூறு வெற்றியைத் தந்தன.

அவன் அம்மாவுக்கு அவன் பேரில் அப்படி ஒரு பிரியம். "ராஜா வந்திருக்கிறார்" கதையில் தனது தாயார் தாயம்மாவுக்கு ஒரு கோயிலே கட்டியிருக்கிறான். அந்தக் கதையை இப்போது படிக்க நேர்ந்தாலும் கண்கள் ஈரமாகிவிடும் எனக்கு. "பாலம்மாவின் கதை"யும் அவனுடைய அம்மாவின் கதைதான். "அழகம்மாள்" கதையிலும் அவரைப் பார்க்கலாம். அழகிரிசாமியின் வீட்டில் எப்போதும் கலகலப்புதான். தலைவாசலின் இரண்டு பக்கம் இரண்டு உள்ளத்திண்ணைகள் அகலமானவை விசாலமானவை. இரண்டு பக்கமும் ஆபரணத் தொழில்கள் நடந்த வண்ணமிருக்கும். அவனுக்கு மாமனார்களுக்குப்

பஞ்சமில்லை; வீடு நிறைந்த மாமனார்கள். கொரு பேசுவதில் சமர்த்தர்கள். நகைச்சுவைப் பிரவாகம் கரைபுரண்டு ஓடும் எப்போதும். இந்த மாமனார்களில் ஒருவர்தான் "இரண்டு ஆண்கள்" கதையில் கிட்டத்தட்ட அப்படியே வருகிறார்.

தங்கள் குலத்தொழில் பற்றி அவனுக்கு என்ன வருத்தமோ, அதை வைத்து கதை பண்ணியதாகத் தெரியவில்லை.

மக்கள் எப்போதுமே தங்கள் தொழில் பற்றி குறைபட்டுக் கொண்டே இருப்பார்கள். சம்சாரி (விவசாயத்)த் தொழில் பற்றி "ஏர் எழுபதி" ல் கம்பர் தான் ஆஹா ஓஹோ என்று வானளாவப் புகழ்ந்து பாடியிருக்கிறாரே தவிர, எந்த விவசாயி இடம் போய்க் கேட்டாலும் "சம்சாரி பொளைப்பும் ஒரு பொளைப்பா, நாய்ப்பொளைப்பு' என்பான். "சன்யாசி ராஜா; சம்சாரி நாய்" என்று செலவடையே இருக்கே.

லளித கலைகளின் பேரில் சிறு வயது முதலே ஈடுபாடும் பற்றும் கொண்ட அழகிரிசாமிக்கு இசையில் மிகுந்த லயிப்பு இருந்ததில் வியப்பில்லை. கர்நாடக இசையை முறையாகத் தெரிந்து கொள்ள வேண்டுமே என்று ஆசையும் ஓரளவு நிறைவேறியது.

சற்குரு தியாகராஜர் பேரிலும் அவருடைய கீர்த்தனைகள் பேரிலும் அப்படி ஒரு கிறுக்கு அவனுக்கு. அவருடைய கீர்த்தனை களில் ஏதாவது ஒன்றை முனங்கிக் கொண்டே இருப்பான். அந்தக் கீர்த்தனைகளிலிருந்தே அவருடைய வாழ்க்கை சரிதத்தை எழுத வேண்டு மென்று சொல்லிக் கொண்டே இருந்தான். அதன் விளைவு தான் அவனுடைய "திரிவேணி" என்ற கதை.

எப்பவாவது திடீரென்று கேட்பான்: "எப்ப நாம திருவையாறு போறது?" என்று; "திருநாளைப் போவார்" போல. அந்த ஆசை நிறைவேறாமலே போய்விட்டது.

அவன் பிறந்த மண்ணையும் அவனோடு வாழ்ந்த மக்களையும் அந்தச் சூழலையும் வைத்து எழுதிய கிட்டத்தட்ட 35 கதைகளைத் 'தனி'யாக ஒரு தொகுப்பாகக் கொண்டு வர ஆசை இருந்தது எனக்கு.

இப்போது அந்தக் கதைகளோடு மற்ற கதைகளும் சேர்ந்து ஒரு சிறந்த தொகுப்பாக சாகித்திய அகாதெமி கொண்டுவந்து விட்டது ரொம்ப நிறைவான விஷயம். இந்தக் கதைகள் தமிழகத்தின் ஒரு குறிப்பிட்ட பகுதி மக்களின் ஒரு முப்பது ஆண்டுகால வாழ்க்கை நிலையை உள்ளபடியே பதிவு செய்திருக்கின்றன. அவன் வாழ்ந்த

காலத்தில் யாரும் நினைத்துப் பார்க்காத அபூர்வ விஷயங்களை வைத்து இவனைப் போல கதைகள் எழுதியது யாரும் கிடையாது.

நினைத்து நினைத்து பெருமைப்படத்தக்க சிறுகதைப் படைப்பாளி இவன்.

O - 4, அரசு வீடுகள்,
லாஸ் பேட்டை,
புதுவை - 8.

கி. ராஜநாராயணன்

1
அன்பளிப்பு

மறுநாள் ஞாயிற்றுக் கிழமைதாமே என்று, இரவு வெகுநேரம் வரையில் கண் விழித்துப் படித்துக் கொண்டிருந்து விட்டேன். சனிக்கிழமை இரவு படுத்துக் கொள்ளும் போது மணி இரண்டிருக்கும் எவ்வளவு காலதாமத மாகித் தூங்கப் போனாலும், தூக்கம் வருவதற்கு மேற்கொண்டு ஒரு அரைமணி நேரமாவது எனக்கு ஆகும். ஆகவே, இரண்டரைக்குத்தான் தூங்க ஆரம்பித்திருப்பேன். சுகமாகத் தூங்கிக் கொண்டிருக்கும்போது, முதுகில் நாலைந்து கைகள் வந்து பலமாக அடிக்க ஆரம்பித்து விட்டன. அடிகளால் ஏற்பட்ட வலியைவிட, அவற்றால் ஏற்பட்ட ஓசை மிகப் பெரிதாக இருந்தது. தூக்கம் கலைந்து கண் விழிப்பதற்குள், வலது புஜத்தில் எறும்பு கடிப்பதுபோல இருந்தது.

"தூங்கு மூஞ்சி மாமா!…"

"மணி ஏழரையாகிவிட்டது…."

"எழுந்திருக்கிறீர்களா, பலமாகக் கிள்ளவா."

"முகத்தில் ஜலத்தைக் கொண்டுவந்து தெளித்துவிடுவோம். இன்னும் இரண்டு நிமிஷத்துக்குள் எழுந்துவிட வேண்டும்"….

இப்படியே -பல குரல்கள் பேசிக் கொண்டிருந்தன. பேச்சின் நடுவே இரண்டு அல்லது மூன்று பேர் சேர்ந்து 'சிரிடா சிரி' என்று சிரித்தார்கள். கண் விழித்துவிட்டேன்.

"யார் அது? உம்! இதோ வருகிறேன். தூக்கத்திலே வந்து…" என்று தேட்டிக் கொண்டே எழுந்து உட்கார்ந்தேன். ஒரு பையனைத் தவிர, அதாவது சாரங்கராஜனைத் தவிர, மற்ற எல்லாக் குழந்தைகளும் விழுந்து விழுந்து சிரிக்க ஆரம்பித்துவிட்டார்கள்.

"கடிகாரத்தைப் பாருங்கோ மாமா! மணி எட்டு ஆகப் போகிறது! இன்னும் தூங்கு மூஞ்சி மாதிரி தூங்கிக் கொண்டு" என்று சொல்லி விட்டுச் சிரித்தாள். சித்ரா. "அது இருக்கட்டும், விடிந்ததும் எங்கே இப்படிப் பட்டாளம் 'மார்ச்' பண்ண ஆரம்பித்து விட்டார்கள்.

"கடிகாரத்தைப் பாருங்கோ மாமா! மணி எட்டு ஆகப் போகிறது! இன்னும் தூங்கி மூஞ்சி மாதிரி தூங்கிக் கொண்டு…" என்று சொல்லி விட்டுச் சிரித்தாள் சித்திரா. "அது இருக்கட்டும்,

விடிந்ததும் எங்கே இப்படிப் பட்டாளம் 'மார்ச்' பண்ண ஆரம்பித்து விட்டது?" என்று கேட்டேன்.

"இரவில் வெகு நேரம் கண் விழித்தால் உடம்புக்குக் கெடுதல் என்று எங்கள் பாடப் புத்தகத்தில் போட்டிருக்கிறது, மாமா" என்றான். இதுவரையிலும் மௌனமாக இருந்த சாரங்கராஜன்.

"நான் படித்த பாடப் புத்தகத்திலும் அப்படித்தான் போட்டிருந்தது! என்ன செய்வது?" என்று எனக்கு நானே சொல்லிக் கொண்டேன். ஆனால் சிறுவன் சாரங்கனிடம் அவ்விதம் சொல்லாமல், "நாளை முதல் சீக்கிரமாகவே தூங்கி விடுகிறேன். கண் விழிக்கவில்லை" என்றேன். அவனுக்குப் பரம சந்தோஷம். அவன் சொன்னதை அப்படியே ஏற்றுக் கொண்டதற்காக.

மறு நிமிஷத்தில், எல்லோருமாகச் சேர்ந்து ஒருமிக்க, "என்ன புத்தகம் கொண்டு வந்திருக்கிறீர்கள்?" என்று கேட்டார்கள்.

"ஒரு புத்தகமும் கொண்டு வரவில்லை!"

"பொய், பொய், சும்மா சொல்கிறீர்கள்!"

"நிஜமாக, ஒரு புத்தகமும் கொண்டு வரவில்லை."

"நேற்று புத்தகம் கொண்டு வருவதாகச் சொன்னீர்களே!"

"நேற்று சொன்னே..."

"அப்புறம் ஏன் கொண்டு வரவில்லை?"

"புத்தகங்கள் ஒன்றும் வரவில்லை. வந்திருந்தால் தான் கொண்டு வந்திருப்பேனே."

"பிருந்தா! மாமா பொய் சொல்கிறார்; கொண்டு வந்து எங்கேயாவது ஒளித்து வைத்திருப்பார். வாருங்கள் தேடிப் பார்க்கலாம்" என்றாள் சித்ரா.

அவ்வளவுதான், என்னுடைய அறை முழுவதும் திமிலோகப் பட்டது. ஒரே களேபரம். சித்ரா மேஜையைத் திறந்து உள்ளே கிடக்கும் பெரிய காகிதங்களையும், துண்டுக் காகிதங்களையும், கடிதங்களையும் எடுத்து வெளியே எறிந்தாள். துழாவித் துழாவிப் பார்த்தாள். மேஜையில் புத்தகம் எதுவும் இல்லாது போகவே, அதிலிருந்து சாவிக்கொத்தை எடுத்துப் பெட்டியைத் திறந்து ஆதே ஆரம்பித்துவிட்டாள்.

பிருந்தாவும், சுந்தரராஜனும் பீரோவைத் திறந்து புத்தகங்களை எடுத்துக் கண்டபடி கீழே போட்டார்கள்.

சின்னஞ்சிறு குழந்தையான கீதா கீழே உட்கார்ந்து, இறைந்து கிடக்கும் ஆங்கிலப் புத்தகங்களை அர்த்தமில்லாமல் திறந்து பார்த்துக் கொண்டிருந்தாள்.

சித்ரா பெட்டியில் உள்ள சலவைத் துணிகளை எடுத்து வெளியே போட்டாள். என்னுடைய பழைய டைரிகள், எனக்கு வந்த பழைய கடிதங்கள், இரண்டொரு புத்தகங்கள் - எல்லாம் ஒரே குப்பையாக வந்து வெளியே விழுந்தன.

பீரோவைச் சோதனை போட்ட பிருந்தாவும் சுந்தரராஜனும் ஜன்னல்களில் அடுக்கியிருந்த புத்தகங்களை ஒவ்வொன்றாக எடுத்துக் கீழே போட்டார்கள்.

சாரங்கன் ஒருவன்தான் என்னோடு அமைதியாக உட்கார்ந்து கொண்டிருந்தான். அவன் எப்பொழுதுமே குறும்பு பண்ண மாட்டான்; விளையாட மாட்டான். மற்றக் குழந்தைகள் எல்லாரும் ஒரு விதம்; அவன் ஒரு விதம். என்னிடத்தில் பயபக்தியோடு நடந்து கொள்ளும் சிறுவன் அவன் ஒருவன் தான்.

ஜன்னலில் இருந்த புத்தகங்கள் ஒவ்வொன்றாக வந்து விழும் போது, ஒரே சந்தடியும் இரைச்சலுமாய்ப் போய் விடவே, சமையற் கட்டிலிருந்து என் தாயார் ஓடிவந்தாள். வந்து பார்த்தால் எல்லாம் ஒரே சுந்தர் கோளமாகக் கிடந்தது.

“என்னடா இது, இந்தக் குழந்தைகள் இப்படி அமர்க்களம் பண்ணுகிறார்கள், நீ பேசாமல் பார்த்துக் கொண்டிருக்கிறாயே!” என்று என்னைப் பார்ததுக் கோபித்துக் கொண்டாள்.

“நீ வீட்டுக்குள் போ அம்மா. இது எங்கள் விவகாரம். நீ எதற்கு வேலையைப்போட்டுவிட்டு இங்கே வந்து நின்றுகொண்டிருக்கிறாய்?” சொல்லி விட்டுச் சிரித்தேன்.

“இவ்வளவு வயதாகியும் இன்னும் குழந்தைகளோடு குழந்தையாய் விளையாடிக் கொண்டிருப்பது ரொம்ப அழகாகத் தான் இருக்கிறது!” என்று சொல்லிக்கொண்டே அம்மா உள்ளே போய்விட்டாள். பாதி தூரம் போனதும் அங்கே நின்ற வாக்கிலேயே, “ஏண்டா நீ எப்போது ஸ்நானம் பண்ணப் போகிறாய்?” என்று இரைந்து கேட்டாள்.

“இரண்டு நிமிஷத்தில் வந்து விடுகிறேன்” என்று அம்மாவுக்குப் பதில் குரல் கொடுத்துவிட்டு இந்தப் பக்கம் திரும்பும் போது, ஜன்னலிலிருந்து பத்துப் பதினாறு கனமான புத்தகங்கள் ‘தட தட’ என்று அருவிமாதிரி கீழே விழுந்தன. ஒரு பழைய தமிழ் அகராதி அட்டைவேறு புத்தகம் வேறாகப் போய் விழுந்தது. குப்புற விழுந்த சில புத்தகங்கள் மீது சில கனமான புத்தகங்கள் விழுந்து அமுக்கவே கீழே அகப்பட்ட புத்தகங்கள் வளைந்து, ஒடிந்து, உருக்குலைந்து விட்டன. புத்தகங்கள் ஒரே மொத்தமாகக் கீழே விழுந்து விட்டதைக் கண்டு எல்லாக் குழந்தைகளும் பயந்து

விட்டார்கள். கீழே கிடக்கும் புத்தகங்களையும் என்னையும் திரும்பத் திரும்பப் பார்த்தார்கள். கீழே விழுந்தவை மொத்தம் அறுபது புத்தகங்களாவது இருக்கும். குழந்தைகளின் முகத்தில் பயத்தின் சாயல்படர ஆரம்பித்து விட்டது. நான் என்ன சொல்லப் போகிறேனோ என்று எதிர்பார்த்துக் கொண்டு கண்ணிமைக்காமல் என் முகத்தையே பார்த்தார்கள். மற்றக் குழந்தைகளின் பயத்தைப் பார்த்த ஐந்து வயது நிரம்பாத கீதாவும் பயந்து போய் என்னைப் பார்த்தாள். நான் வேண்டுமென்றே மௌனமாக இருந்தேன். மௌனம் நீடித்தது. ஒரு நிமிஷம், இரண்டு நிமிஷம், மூன்று நிமிஷம்... குழந்தைகளுக்கு என் மௌனம் சித்திரவதையாக இருந்தது. ஒவ்வொரு குழந்தையும் மூச்சுப் பேச்சிழந்துவிட்டது. சித்ராவின் முகத்தில் வியர்க்க ஆரம்பித்துவிட்டது. பயம் அறியாத சித்தராவே பயந்து விட்டாள். என்னை ஒட்டி உட்கார்ந்து கொண்டிருந்த சாரங்கன் நாலு அங்குலம் நகர்ந்து உட்கார்ந்து கொண்டான். என்னைத் தொடவே அவனுக்குப் பயமாகி விட்டது. அவனுடைய சலனத்தால் தூண்டப்பெற்று, “நான் வீட்டுக்குப் போகிறேன்” என்று கிளம்பிவிட்டாள் பிருந்தா.

“பிருந்தா! இங்கே வா” என்று யாதொரு உணர்ச்சிப் பிரதி பலிப்பும் இல்லாமல் சொன்னேன்.

நான் சொன்னபடி அவள் உள்ளே வந்தாள். இதற்கு மேல் குழந்தைகளைப் பயமுறுத்த நான் விரும்பவில்லை.

எழுந்து நின்றேன். என் அறையின் மற்றொரு ஜன்னல் பக்கம் சென்றேன். அங்குள்ள புத்தகங்களில் கை வைத்தேன். என் ஒவ்வொரு அசைவையும் குழந்தைகளின் கண்கள் சர்வ ஜாக்கிரதையுடன் கவனித்துக் கொண்டிருந்தன. புத்தகங்களின் நடுவில் பெரிய புத்தகங்களுக்குக் கீழே இருந்த பதின்மூன்று கதைப் புத்தகங்களை எடுத்துக் கொண்டு திரும்பினேன். கட்டிலில் வந்து உட்கார்ந்து கொண்டு “தோற்றுப் போய் விட்டீர்களா? நீங்கள் தேடு தேடு என்று தேடினார்களே, புத்தகங்கள் உங்களுக்குத் தட்டுப்பட்டதா? வாருங்கள், வாருங்கள்” என்று ஒரே உற்சாகத்துடன் சொன்னேன். குழந்தைகளுக்கு உயிர் வந்துவிட்டது. என்னைப் பார்த்து ஓடோடியும் வந்தன. சாரங்கன் என் பக்கம் நெருங்கி உட்கார்ந்தான். என் இடது கையில் சாய்ந்தும் உட்கார்ந்து கொண்டான். சித்ராவுக்கு ஏனோ என்மேல் கோபம் வந்துவிட்டது. வெகுநேரம் மௌனமாக இருந்து அவர்களைப் பயத்தில் ஆழத்தி வைத்ததை எண்ணிக் கோபப் பட்டாளோ? அல்லது தான் பயந்ததற்காக வெட்கப்பட்டு, தான் பயப்படவில்லை என்பதாகக் காட்டிக்கொள்ளுவதற்கும், அதன் மூலம் வெட்கத்தை மறைப்பதற்குமாகக் கோபப்பட்டாளோ? ‘விறு

விறு" என்று கட்டிலில் ஏறினாள். எனக்குப் பின்புறமாக வந்து, "பொய்தானே சொன்னீர்கள், புத்தகங்கள் கொண்டு வரவில்லை என்று? உம், இனிமேல் பொய் சொல்லாதீர்கள். சொல்லவில்லை என்று சொல்லுங்கள்" என்று சொல்லிவிட்டு, "சொல்லுங்கள். சொல்லுங்கள்" என்று எச்சரித்துக் கொண்டே முதுகில் தன் பலங் கொண்ட மட்டும் அடித்தாள்.

"ஐயோ! ஐயோ! பொய் சொல்லவில்லை! இனி மேல் பொய் சொல்லவில்லை!" என்று வேதனையோடு சொல்கிறவன் மாதிரி சொன்னேன். குழந்தைகள் எல்லோரும் சிரித்தார்கள்.

சுந்தரராஜன் வந்து, "சாரங்கா, அந்தப் பக்கம் நகர்ந்துகோடா" என்று சொல்லி அவனைத் தள்ளிவிட்டு எனக்கும் அவனுக்கும் நடுவில் வந்து உட்கார்ந்தான். என் கையிலுள்ள அத்தனை புத்தகங்களையும் 'வெடு'க்கென்று பிடுங்கிக் கொண்டு 'விறுவிறு' என்று ஒவ்வொன்றின் பெயரையும் உரக்க வாசித்தான். கடைசிப் புத்தகத்தின் பெயரை வாசித்ததும் 'பளிச்' சென்று எழுந்து "இத்தனையும் எனக்குத்தான்" என்று சொல்லிக் கொண்டே வெளியே கிளம்பிவிட்டான்.

குழந்தைகள் உடனே அழுவதற்கு ஆயத்தமாகி விட்டன. அப்பொழுது மௌனமாக இருந்தவன் சாரங்கன்தான்.

"சுந்தர்! இதோ பார். இந்தப் புத்தகங்களை எடுத்துக் கொண்டு ஓடினால் அப்புறம் உனக்குப் புத்தகங்களே கொண்டு வர மாட்டேன்" என்றேன்.

அவன் 'கடகட'வென்று சிரித்துக்கொண்டே, "பாவம். மாமா பயந்து விட்டார்!" என்றுகூறிக் கொண்டு உள்ளே வந்தான்.

புத்தகங்களை என் கையில் வாங்கி ஏழு புத்தகங்களில், "என் பிரியமுள்ள சித்ராவுக்கு அன்பளிப்பு" என்று எழுதி என் கையெழுத்தையும் போட்டுச் சித்ராவிடம் கொடுத்தேன். மீதியுள்ள ஆறு புத்தகங்களிலும், என் "பிரியமுள்ள சுந்தரராஜனுக்கு அன்பளிப்பு" என்று எழுதி அவ்விதமாகவே கையெழுத்திட்டுச் சுந்தரராஜனிடம் கொடுத்தேன்.

பிருந்தாவும் தேவகியும் "எனக்கு?" என்று ஏககாலத்தில் கேட்டனர்.

"சித்ராவிடமும் சுந்தரரிடமும் வாங்கிப் படித்துக் கொள்ளுங்கள். இதுவரையிலும் நீங்கள் மற்றப் புத்தகங்களை எப்படி வாங்கிப் படித்தீர்களோ, அப்படியே இப்பொழுதும் வாங்கிப் படித்துக் கொள்ளுங்கள்" என்றேன்.

அந்த இரண்டு பெண்களும் நான் சொன்னதை ஆட்சேபமின்றி ஏற்றுக் கொண்டு விட்டார்கள்.

"மத்தியானத்துக்குள் இந்த ஏழு புத்தகங்களையும் படித்து விடுவேன். படித்து முடித்த பிறகு வருகிறேன், மாமா" என்று கூறி விட்டுப் புறப்பட்டு விட்டாள் சித்ரா. அவளைத் தொடர்ந்து, சாரங்கனைத் தவிர எல்லோரும் எழுந்து தத்தம் வீடுகளுக்குக் கிளம்பினார்கள். சாரங்கன் இரண்டொரு தடவை என் முகத்தையே ஏறிட்டுப் பார்த்தான். அவன் ஒன்றும் பேசவில்லை. அவன் என்ன நினைத்துக் கொண்டிருக்கிறான் என்பதை அறிவிக்கும் சலனமும் முகத்தில் இல்லை. அப்பொழுது அவன் அவ்வாறு பார்த்தற்கு ஒரு முக்கியத்துவமோ, ஒரு அர்த்தமோ இருந்ததாக நான் கருதவும் இல்லை. நான் எழுந்து குப்பையாகக் கிடக்கும் புத்தகங்களையும் துணிமணிகளையும் எடுத்து அவையவை இருக்க வேண்டிய இடத்தில் வைக்க ஆரம்பித்தேன். சுருண்டு நசுங்கிக் கிடந்த புத்தகங்களை நிமிர்த்துச் சரி பண்ணினேன். அவற்றின் மீது பெரிய புத்தகங்களைப் பாரமாகத் தூக்கி வைத்தேன். இந்த வேலைகளைச் செய்யும்போது சாரங்கன் நான் எதிர்பாராமலே எனக்கு உதவி செய்து கொண்டிருந்தான்.

"எந்த வகுப்பு பாஸ் பண்ணினால் இந்தப் புத்தகத்தைக் கஷ்டமில்லாமல் படிக்கலாம்?" என்று புத்தகத்தை எடுத்து வைத்துக் கொண்டு கேட்டான் சாரங்கன். அவன் குரலில், மூச்சைத் திணற வைக்கும் சங்கோஜம் நிறைந்திருந்தது. அது மட்டு மின்றி, பயந்தவனைப் போல, முயற்சியில் தோல்வியடைந்து புண்பட்டவனைப் போல, அவன் பேசினான்.

"சாரங்கா! நீ கெட்டிக்காரப் பையன், உன் வயதில் நான் இவ்வளவு கெட்டிக்காரனாக இருந்ததில்லை. அதனால் நீ எஸ்.எஸ். எல்.ஸி. வகுப்புக்கு வந்ததும் இந்தப் புத்தகத்தைச் சிரமமில்லாமல் படித்துப் புரிந்து கொள்ளலாம்" என்று பரிவோடு சொன்னேன்.

அவன் கையில் வைத்துக் கொண்டிருந்தது வால்ட் விட்மனின் கவித் தொகுதி.

"அப்படியானால் இன்னும் இரண்டு வருஷம் இருக்கிறது" என்று அவன் தனக்குத்தானே சொல்லிக் கொண்டான். பிறகு கையிலுள்ள புத்தகத்தை ஜன்னலில் கொண்டுபோய் வைத்துவிட்டு வந்து உட்கார்ந்தான்.

என் தாயார் கோபமாக என்னென்னவோ சொல்லிக் கொண்டு அங்கே வந்தாள். "ஏண்டா, நான் எத்தனை தடவை உனக்குச் சொல்லுகிறது? வெந்நீர் ஆறி அலர்ந்து ஜில்லிட்டுப் போய்விட்டது"

என்று சொல்லிவிட்டு "இந்தப் பொல்லாத குட்டிகளை இப்படி அமர்க்களம் பண்ண விடலாமா? என்ன பிரியமோ இது? ஊரார் குழந்தைகளுக்கு இத்தனை சலுகை காட்டுகிறவர்களை நான் பார்த்ததே இல்லை... நீ ஸ்நானம் பண்ணப் போடா, நான் எடுத்து வைக்கிறேன்" என்று வந்தாள் அம்மா.

"அம்மா! உனக்குப் புத்தகங்களை இனம்பிரித்து அடுக்கத் தெரியாது. நீ போ, நான் ஒரு நிமிஷத்தில் வந்து விடுகிறேன்."

"இன்றைக்கு அடுக்கி வைக்கவேண்டியது; நாளைக்கு அவர்கள் வந்து குப்பையாக்க வேண்டியது; அப்புறம் பழையபடியும் அடுக்கி வைக்க வேண்டியது. உனக்கு வேறு வேலை என்ன?" என்று சொல்லி விட்டு அவள் சமையற் கூடத்துக்குச் சென்றுவிட்டாள்.

நானும் வெகு சீக்கிரத்திலேயே ஸ்நானம் பண்ணக் கிளம்பி விட்டேன். அப்பொழுது என்னோடு நடுக்கூடம் வரையில் நடந்து வந்தான் சாரங்கன். அப்புறம் பளிச்சென்று மறு பக்கமாகத் திரும்பி, "போய்விட்டு வருகிறேன்" என்று சொல்லிவிட்டுப் போய்விட்டான்.

"அம்மா! குழந்தைகளை இப்படிக் கோபித்துக் கொள்ளுகிறாயே! அதுகள் ஒவ்வொன்றும் ஒரு பொக்கிஷம்!" என்று சொல்லிவிட்டு ஸ்நான அறைக்குள் சென்றேன். நான் சொன்னது புகை மூட்டிய அடுப்பங்க கரையில் திக்குமுக்காடும் அம்மாவுக்குக் கேட்டதோ என்னவோ?

* * *

ஒவ்வொரு குழந்தையும் ஒரு பொக்கிஷந்தான். மாம்பலத்துக்கு வீடு மாற்றிவந்ததை என் பாக்கியம் என்றே நான் கருதினேன். இங்கே வந்திரா விட்டால் இந்தப் பொக்கிஷங்களை நான் சந்தித்திருக்க முடியுமா? இங்கு வந்து நான்கு வருஷங்களாகின்றன. வீட்டில் நானும் என் தாயாருந்தான். ஒரு பெரிய வீட்டின் ஒரு பகுதியிலே தான் எங்கள் குடித்தனம். வந்து ஆறு மாதங்களாகும் வரையில் இந்தக் குழந்தைகளின் நட்பு எனக்கு ஏற்படவே இல்லை. ஒரு நாள் திடீரென்று இரண்டு குழந்தைகள் சுந்தரராஜனும் சித்ராவும் வந்தார்கள். அன்று வந்தது போலவே தினமும் வந்தார்கள். சில நாட்களுக்குள் சம்பிரதாய மரியாதைகள், நாசூக்குகள் எல்லாம் மறைந்தன. உண்மையான மனப்பாசம் கொள்ளத் தொடங்கினோம். ஒன்றாக உட்கார்ந்து கதைகள் படிப்பது, பத்திரிகைகள் வாசிப்பது, கதைகள் சொல்லுவது, செஸ் விளையாடுவது - இப்படிப் பொழுது போக்கினோம். நான் வேலை செய்யும் பத்திரிகாலயத்துக்கு மதிப்புரைக்கு வரும் புத்தகங்கள் சிலவற்றை எடுத்து விமர்சனம் எழுதும்படி தலைமையாசிரியர் என்னிடம் கொடுப்பார். அப்படி

மதிப்புரைக்காக வந்த புத்தகங்கள் என்னிடம் ஏராளமாக இருந்தன. குழந்தைகளுக்கு அவை நல் விருந்தாக இருந்தன. ஒரே ஆவலோடு ஒருசில தினங்கக்குச் அத்தனை புத்ததகங்களையும் சுந்தரராஜனும் சித்ராவும் படித்துத் தீர்த்து விட்டார்கள். அவர்களுடைய புத்தகத் தேவையை என் மதிப்புரைப் புத்தகங்களைக் கொண்டு ஈடு செய்ய முடியவில்லை. இதனால் அவ்வப்போது சில குழந்தைப் புத்தகங்களை விலைக்கு வாங்கிக் கொண்டு வந்து கொடுப்பேன். அதனால், அவர்கள் தினந்தோறும் நான் காரியாலயம் போகும்போது, "இன்று ஞாபகமாகப் புத்தகங்கள் கொண்டு வரவேண்டும்" என்று சொல்லியனுப்புவார்கள். சாயங்காலத்தில் வெறுங்கையோடு வீடு திரும்பினால் ஒரே கலாட்டாதான்.

சுந்தரராஜனும் சித்ராவும் நான் குடியிருக்கும் வீட்டுக்குப் பக்கத்து வீட்டுக் குழந்தைகள்; பணக்காரக் குழந்தைகள் குழந்தை என்று சொன்னாலும் சுந்தரராஜனுக்குப் பதின்மூன்று வயது; சித்ராவுக்கு ஒன்பது வயது. இந்த இருவரின் புத்திசாலித்தனம், களை நிறைந்த தோற்றம், எல்லாவற்றையும் விடச் சீரிய மனப்பாங்கு - எல்லாம் சேர்ந்து என்னை வசீகரித்தன; என்னை ஆட்கொண்டு விட்டன. அவர்கள் மேல் நான் வைத்திருந்த அன்பு இம்மட்டு அம்மட்டு என்றில்லை. தினந்தோறும் அவர்களுக்கு ஏதேனும் ஒரு பரிசு கொடுக்க வேண்டும். தினந்தோறும் அவர்களுக்குப் புதிய தொரு மகிழ்ச்சியை உண்டாக்க வேண்டும் என்றெல்லாம் என் மனம் துடித்துக் கொண்டிருக்கும் இவர்களுடைய நட்பு தொடங்கி சில வாரங்கள் ஆவதற்குள்ளாக மற்றக் குழந்தைகளின் பரிச்சயமும் எனக்கு ஏற்பட்டது. பிருந்தா, தேவகி, கீதா, சாரங்கராஜன் ஆகியவர்களும் வர ஆரம்பித்தார்கள். பிருந்தாவும் தேவகியும் சித்ராவுடன் ஒரே வகுப்பில் படிக்கும் சம வயதுக் குழந்தைகள். கீதா, தேவகியின் தங்கை. சாரங்கராஜன் சுந்தரராஜனுடைய பள்ளித் தோழன். எல்லோருடைய வீடுகளும் ஒன்றையடுத்து ஒன்றாக இருந்தன. இவர்களில் சாரங்கனுடைய வீட்டார் தான் வாடகை வீட்டில் குடியிருப்பவர்கள். மற்றக் குழந்தைகள் சொந்த வீடு உள்ள பணக்காரக் குழந்தைகள்.

எல்லோரிடத்திலும் நான் ஒன்று போலவே அன்பாக இருந்தேன். சுந்தரராஜனும் சித்ராவும் எனக்கு முதலில் பரிச்சயமானவர்கள் என்பதற்காகவோ என்னவோ அவர்களிடத்தில் எனக்கு ஒரு அலாதிப் பிரியம் இருந்தது. ஆனால் வெளிப்படையான பேச்சிலும் நடவடிக்கைகளிலும் ஒரு குழந்தைகக்கும் மற்றொரு குழந்தைக்கும் நான் வித்தியாசயம் காட்டி நடந்து கொள்ளவில்லை. உள்ளன்பிலும் வேற்றுமை காட்டவில்லை. முன்னால் சொன்னதுபோல ஏதோ ஒரு

◆ அன்பளிப்பு ◆

அலாதிப் பிரியம் சித்ராவிடமும் அவளுடைய அண்ணனிடமும் ஏற்பட்டிருந்தது. ஆனால் குழந்தைகளோ என்னை ஒரே மாதிரி நேசித்தன. அவர்களுடைய பிரியத்தில் வேற்றுமை இல்லை. ஒவ்வொரு குழந்தையும் தனக்காகவே இந்த உலகத்தில் பிறந்த நண்பன் என்று என்னை நினைத்தது. ஒவ்வொன்றும் ஒரு மகத்தான நம்பிக்கையாக, ஒரு பெரிய ஆறுதலாக, ஒரு நல்ல வழிகாட்டியாக என்னைக் கருதியது. எந்த விதத்திலும் தனக்குச் சமதையான ஜீவன் என்று என்னைக் கருதியது. குழந்தைகள் என்னைப் பெரிய மனித பீடத்தில் தூக்கி வைக்காமல், நட்பு முறையில் கைகோத்துக் கொள்ள வந்தார்கள். இவர்கள் என்னோடு விளையாடினார்கள்; என்னோடு சண்டை போட்டார்கள்; என்னை அடித்தார்கள்; என்னைக் கண்டித்தார்கள்; என்னை மன்னித்தார்கள்; என்னை நேசித்தார்கள்.

உலகத்தில், எல்லோரும் குழந்தைகளைக் கண்டால் பிரியமாக நடந்து கொள்ளுவதும், அல்லது விளையாடுவதுமாக இருக்கிறார்கள். ஆனால், அவர்களுடைய அன்பில் ஒரு விளையாட்டுணர்ச்சியும், ஒரு நடிப்பும் கலந்திருக்கின்றன. குழந்தையைப் போலப் பேசி, குழந்தையைப் போல் ஆடிப்பாடி, குழந்தையை விளையாட்டுப் பொம்மையாகக் ருதி அதற்குத் தக்கவாறு நடந்து கொள்ளுகிறார்கள். ஆனால் அந்தச் சூதுவாதறியாத குழந்தைகளோ அப்படி நடிப்ப தில்லை; அவர்களுடைய அன்பில் அந்த விளையாட்டுணர்ச்சி கலக்கவில்லை. அவர்கள் உண்மையிலேயே அன்பு காட்டுகிறார்கள். இந்த உண்மை எனக்கு என்றோ, ஏதோ ஒரு சந்தப்பத்தில் மனத்தில் தைத்தது. அன்று முதல் நான் அவர்களைக் குழந்தைகளாக நடத்த வில்லை. நண்பர்களாக நேசித்தேன். உற்ற துணைவர்களாக மதித்தேன். உள்ளன்பு என்ற அந்தஸ்தில் அவர்களும் நானும் சம உயிர்களாக மாறினோம். மாம்பலத்தில் எனக்கு இவர்கள் தான் நண்பர்கள். குழந்தைகளுடன் இம்மாதிரிப் பழகுவதும் இம்மாதிரி விளையாடுவதும் அம்மாவுக்கு அவ்வளவாகப் பிடிக்கவில்லை. ஐம்பது வயதுத் தாயாருக்குத் தன் மகனை மனைவி மக்களுடன் குடித்தனம் செய்யும் தகப்பனாகக் காணத்தான் பிடிக்குமே தவிர, குழந்தைகளுடன் குழந்தையாக விளையாடிக் கொண்டும் சண்டை போட்டுக் கொண்டும் இருப்பதைக் காணப் பிடிக்குமா?

பதின்மூன்று புத்தகங்களை எடுத்துக் கொடுத்த அந்தத் தினம், அந்த ஞாயிற்றுக்கிழமை கழிந்து இரண்டு வாரங்கள் ஆகி யிருக்கும். பிருந்தா ஜுரத்தோடு படுத்துவிட்டாள். அவளுடைய பெற்றோர்களை எனக்கு நேரில் தெரியாது. அதனால் அவளைப் போய்ப் பார்த்துவிட்டு வர எனக்கு சங்கோஜமாக இருந்தது.

ஆனால் மற்றக் குழந்தைகளிடத்தில், "பிருந்தாவின் உடம்பு எப்படி இருக்கிறது?" என்று தினமும் விசாரித்துக் கொண்டிருந்தேன். குழந்தைகள் அதற்கு எப்படிப் பதில் சொல்லும்! ஜுரம் அதிகமாக இருக்கிறதா, குறைந்திருக்கிறதா என்று அவர்களுக்குச் சொல்லத் தெரியவில்லை. "பிருந்தா எப்போது பார்த்தாலும் படுத்துக் கொண்டே இருக்கிறாள்" என்று மட்டும் தெரிவித்தார்கள்.

ஒரு நாள் இரவு எட்டு மணி இருக்கும். வீட்டு முற்றத்தில் ஈஸிச்சேரைப் போட்டுக் காற்றாட நிலா வெளிச்சத்தில் படுத்துக் கொண்டிருந்தேன். அப்போது தெரு வழியாகப் போய்க் கொண்டிருந்த பிருந்தாவின் வீட்டு வேலைக்காரனை அழைத்து, "பிருந்தாவின் உடம்பு எப்படி இருக்கிறது? ஜுரம் குறைந்திருக்கிறதா" என்று கேட்டான்.

"இல்லை ஸார், நாளுக்கு நாள் அதிகமாகிக் கொண்டு தான் இருக்கிறது. எதுவும் சாப்பிடுவதில்லை. இந்த நான்கு நாட்களில் குழந்தை துரும்பாக மெலிந்து போய்விட்டது. தூக்கத்தில் உங்களை நினைத்துத்தான் என்னென்னவோ புலம்பிக் கொண்டிருக்கிறாள்" என்றான் வேலைக்காரன்.

"என்னை நினைத்துப் புலம்புகிறாளா!" என்று ஆச்சரியத்துடன் கேட்டேன்.

"ஆமாம் சார். நேற்று ராத்திரிகூட 'மாமா புத்தகம்,' 'மாமா புத்தகம்' என்று என்னென்னவோ சொல்லிக் கொண்டிருந்தாள்" என்றான்.

எனக்குத் தூக்கி வாரிப் போட்டது. இந்த குழந்தையைப் போய்ப் பார்க்காமல் இருந்ததற்காக மிகவும் வருத்தப்பட்டேன். என் சங்கோஜத்தை மூட்டை கட்டி வைத்து விட்டு மறுநாள் காலையில் அவசியம் போய்ப் பார்த்து விட்டு வரவேண்டுமென்று தீர்மானம் செய்து கொண்டேன். "போய்வா" என்று வேலைக்காரனை அனுப்பி விட்டு, தனியாகப் படுத்து என்னென்னவோ யோசித்துக் கொண்டிருந்தேன். சிறிது நேரத்தில் என் மனம் அவசரப்பட ஆரம்பித்துவிட்டது. மறுநாள் காலை வரையில் என்னால் பொறுத்துக் கொண்டிருக்க முடியாது என்ற நிலைமை வந்துவிட்டது. அவ்வளவுதான், உடனே எழுந்து வீட்டுக்குள்போய் சட்டையை மாட்டிக் கொண்டு 'விறு விறு' என்று பிருந்தாவின் வீட்டுக்குச் சென்றேன். அவளுடைய பெற்றோர்கள் என்னை உள்ளே வரும்படி சொன்னார்கள். பிருந்தா படுத்துக் கொண்டிருந்தாள். அவளுக்குப் பக்கத்தில் கிடந்த நாற்காலியில் உட்கார்ந்து கொண்டேன். அவள் கண்களை வெறுமனே மூடிக் கொண்டிருந்தாள்.

"பிருந்தா!" என்றேன்.

கண் விழித்து என்னைப் பார்த்தாள். அப்போது அவளுடைய முகத்தில் யாதொரு மாறுதலும் ஏற்படவில்லை. அப்புறம் ஒருமுறை கண்களை மூடித் திறந்து என்னை நன்றாக உற்றுப் பார்த்தாள். ஒரு நிமிஷம் இப்படியே பார்த்துவிட்டு, திடீரென்று 'மாமா!' என்று உறக்கக் கூவினாள்; அப்படியே எழுந்து உட்கார்ந்து விட்டாள்.

"பிருந்தா! படுத்துக்கொள் அம்மா" என்று சொன்னேன்.

அவள் கேட்கவில்லை. எழுந்து என் பக்கம் வந்தாள். என்னைக் கட்டிக் கொண்டு, என்தோள் மீது முகத்தைப் புதைத்துக் கொண்டாள். அவளுடைய உடம்பு அனலாகச் சுட்டது. அவளைத் தட்டிக்கொடுத்து, படுக்கையில் கொண்டு போய் படுக்க வைத்தேன்.

"எந்நேரமும் உங்கள் நினைப்புத்தான்" என்றாள் பிருந்தாவின் தாயார்.

என்னால் ஒன்றும் பேச முடியவில்லை. வாய் அடைத்து விட்டது. மௌனமாக உட்கார்ந்து கொண்டிருந்தேன். சுமார் ஒரு மணிநேரம் அவள் பக்கத்தில் உட்கார்ந்திருந்து விட்டு, வீட்டுக்கு வருவதற்காகப் புறப்பட்டு விட்டேன்.

"போக வேண்டாம். இங்கேயே இருங்கள் மாமா!" என்று பிடிவாதம் பிடித்தாள், பிருந்தா. அப்புறம் அவளைப் பலவிதமாகச் சமாதானப்படுத்தி, "நாளைக் கலையில் வருகிறேன்" என்று சொல்லி விட்டு வந்தேன்.

அவ்விதமே மறுநாள் காலையில் சென்றேன். வெகு நேரம் அங்கேயே இருந்தேன். அவள் ஜுரத்தினால் கஷ்டப்படுகிறவள் மாதிரியே இல்லை. என்னோடு பேசிக்கொண்டு தான் இருந்தாள். ஆபீசுக்கு நேரமாகி விட்டதென்று அவளிடம் கூறிவிட்டு வெளியே எழுந்து வந்தேன. தெருவோடு வந்து கொண்டிருக்கும்போது சாரங்கன் தன் வீட்டு ஜன்னல் வழியாக என்னைப் பார்த்துக் கொண்டிருந்தான். அங்கிருந்த வாக்கிலேயே, "மாமா" என்று கூப்பிட்டான். நான் திரும்பிப் பார்ப்பதற்குள்ளாகத் தெருவுக்கு ஓடி வந்து விட்டான்.

"எங்கள் வீட்டுக்கும் வாருங்கள்" என்று கையைப் பிடித்து இழுத்தான்.

"உங்கள் வீட்டுக்கு எதற்கு?"

"பிருந்தா வீட்டுக்கு மட்டும்..."

"பிருந்தாவுக்கு ஜுரம். அதனால் போய்ப் பார்த்து விட்டு வந்தேன்."

"ஊஹூம், எங்கள் வீட்டுக்கும் வரவேண்டும். ஆமாம்."

"சாரங்கா! இன்னொரு நாளைக்கு வருகிறேன். கையைவிடு. எனக்கு ஆபீசுக்கு நேரமாகி விட்டது."

நான் சொன்னபடியே கையை விட்டுவிட்டான். தன் இடது கையில் வைத்திருந்த இரண்டு நெல்லிக் காய்களில் ஒன்றை எடுத்து "இந்தாருங்கள்" என்று எனக்குக் கொடுத்தான். நான் சிரித்து விட்டேன். "வேண்டாம், நீயே வைத்துக்கொள்" என்றேன். அவனோ கட்டாயப்படுத்தி என்னிடம் கொடுத்தான். நான் என்ன சொல்லியும் கேட்கவில்லை. அந்த நெல்லிக்காயை வாங்கிக் கொள்ளாவிட்டால் அவன் என் சிநேகிதத்தையே உதறித் தள்ளி விடுவான் போல் இருந்தது. அதனால் ஒன்றும் சொல்லாமல் வாங்கிக் கொண்டேன். அவனுக்கு அப்பொழுது சொல்ல முடியாத ஆனந்தம்.

நான் புறப்படும்போது, "எப்போது எங்கள் வீட்டுக்கு வருவீர்கள்?" என்று கேட்டுக்கொண்டே என்னைத் தொடர்ந்து நடந்து வந்தான்.

"அடுத்த ஞாயிற்றுக்கிழமை" என்று பேச்சுக்குச் சொல்லி வைத்தேன்.

"கட்டாயம் வரவேண்டும்"

"சரி."

அவன் வீட்டுக்குப் போய்விட்டான்.

அதற்குப் பிறகு நான் பிருந்தாவின் வீட்டுக்குப் போகும் போதெல்லாம், "ஞாயிற்றுக்கிழமை வரவேண்டும்; கட்டாயம் வர வேண்டும்" என்று எனக்கு ஞாபகமூட்டிக் கொண்டே இருந்தான்.

பிருந்தாவுக்கு மூன்று நாட்களில் ஜுரம் குணமாகி விட்டது. ஓர் ஆச்சரியமாகவே இருந்தது. நான் தினமும் அவள் வீட்டுக்குப் போய் வந்தது தான் அவளுக்கு மருந்தாக இருந்தது என்று அவளுடைய தகப்பனார் என்னிடம் கூறினார். நான் போய் வந்ததன் காரணமாக ஒரு குழந்தையின் நோய் குணமாகிவிட்டது என்று அவர் சொன்னதைக் கேட்க எனக்கு எப்படியோ இருந்தது. "எப்படியாவது உடம்பு குணமாயிற்றே, அது போதும்" என்றேன். அப்புறம், அவர் சொன்னது ஒரு வேளை உண்மையாக இருக்கலாமோ என்றுகூட எனக்குத் தோன்றியது.

சனிக்கிழமையன்று குழந்தைகளுக்கு விடுமுறை. பிருந்தா உட்பட எல்லாக் குழந்தைகளும் என் வீட்டுக்கு வந்தவிட்டார்கள். புது வருஷம் பிறந்து இரண்டு மூன்று தினங்களே ஆகியிருந்தன. நான் வாக்களித்திருந்த படி சுந்தரராஜனுக்கும் சித்ராவுக்கும் இரண்டு டைரிகள் வாங்கிக் கொண்டு வந்திருந்தேன். அவற்றில் வழக்கம் போல "அன்பளிப்பு" என்று எழுதி அந்த இருவர் கையிலும்

கொடுத்தேன். மற்றக் குழந்தைகள் தமக்கு டைரி வேண்டுமென்று என்னிடம் கேட்கவில்லை. நான் எத்தனை புத்தகங்கள் கொண்டு வந்தாலும், என்ன பரிசு கொடுத்தாலும் சுந்தரராஜனுக்கும் சித்ராவுக்கும் தான் கொடுப்பேன் என்று ஒவ்வொரு குழந்தைக்கும் தெரியும். அவர்கள் இருவர்தான் இப்படிப்பட்ட அன்பளிப்புக்குத் தகுதியானவர்கள், அவர்களுக்குக் கொடுப்பதுதான் நியாயம் என்று எல்லாக் குழந்தைகளும் ஒப்புக் கொண்டுவிட்ட பாவனையில் பேசாமல் இருந்தன. முதல் நட்பு என்ற காரணத்தினால் தானோ என்னவோ, ஒரு அலாதிப் பிரியத்துடன் அவர்களுக்கு மட்டும் நான் புத்தகங்களைக் கொடுப்பது வழக்கமாகி விட்டது. இந்த நெடுநாளைய வழக்கம் மற்றக் குழநதைகளுக்கப் பழகியும் போய் விட்டது.

டைரிகளை வாங்கிக்கொண்டு அந்த இருவரும் சாப்பிடப் போய் விட்டார்கள். அவர்கள் போன பிறகு மற்றவர்களும் புறப்பட்டார்கள். ஆனால் அன்று சாரங்கன் மட்டும் போகவில்லை. எல்லோரும் போக பிறகும்கூட அவன் உட்கார்ந்து கொண்டுதான் இருந்தான். என்னிடத்தில் அந்தரங்கமாக, “மாமா! நாளைக்கு எங்கள் வீட்டுக்கு வருவீர்களா? நாளைக்குத்தான் ஞாயிற்றுக்கிழமை” என்றான்.

“சரி சாரங்கா, எத்தனை தடவை சொல்லுகிறது? ஒரு தடவை சொன்னால் ஞாபகமிருக்காதா?” என்றேன்.

அவன் எழுந்து, வால்ட் விட்மனின் கவித் தொகுதியைக் கையில் எடுத்தான்.

“இந்தப் புத்தகத்தை எனக்குத் தருவீர்களா?” என்று கெஞ் சுதலாகக் கேட்டான். எனக்கு அது வேடிக்கையாக இருந்தது. சிரித்துக்கொண்டே, “இந்தப் புத்தகம் உனக்கு எதற்கு? அது உனக்கு இப்பொழுது புரியாது. நான் அன்றைக்கே சொல்லவில்லையா? நீ எஸ்.எஸ்.எல்.ஸி. வகுப்புக்கு வந்ததும் கேள்; தருகிறேன்” என்றேன்.

நான் சொன்னதை அவன் கேட்கவில்லை. பதின்மூன்று வயதுப் பையன் ஐந்து வயதுக் குழந்தையைப் போல முரண்டு பண்ணிக்கொண்டு, அந்தப் புத்தகத்தை அவசியம் கொடுத்தாக வேண்டும் என்று பிடிவாதம் பிடித்தான்.

“சாரங்கா! உனக்குப் புரியாது. சொன்னால் கேள்” என்று சொன்னேன். அப்புறம் அவன் கையிலிருந்து புத்தகத்தை வாங்கி ஜன்னலில் கொண்டு போய் வைத்தேன்.

சாரங்கனின் முகம் ஏமாற்றத்தினால் வெளிறிப் போய் விட்டது. வறண்ட பார்வையோடு என்னைப் பார்த்தான். ஒன்றுமே சொல்லாமல் எழுந்து வாசல் பக்கம் போனான். சரி, வீட்டுக்குப் போகிறான் என்று நினைத்து, நான் என் வேலையைக் கவனிக்கலானேன். இரண்டு

நிமிஷ நேரத்துக்குப் பிறகு, திடீரென்று ஒரு அழுகைக் குரல் கேட்டது. அழுதது சாரங்கன்தான். "சாரங்கா! ஏன் அழுகிறாய்? சேச்சே, அழாதே ராஜா" என் சொல்லிக் கொண்டே அவன் பக்கத்தில் எழுந்து சென்றேன். ஆனால், நான் போகும் வரையில் அவன் அங்கே நிற்கவில்லை, அழுகையை நிறுத்தினான். என்னைத் திரும்பிப் பார்த்துப் பெருமூச்சு விட்டன். அவனுடைய வயிறு அசாதாரணமாக குழிந்து புடைத்தது. அப்பொழுது முகம் ரத்தம் போலச் சிவந்துவிட்டது. இதெல்லாம் எதற்கென்றே எனக்குப் புரிய வில்லை. அவனுக்கு வெட்கமாகப் போய்விட்டது. நான போய் கையை எட்டிப் பிடிப்பதற்குள் ஒரே ஓட்டமாக ஓடிவிட்டான்.

"சாரங்கா!... சாரங்கா!"

அவன் ஓடியே விட்டான். அன்று அவன் நடந்து கொண்ட விதம் எனக்கு ஒரு புதிராக இருந்தது. எப்பொழுதும் அவன் பிடிவாதம் பண்ணமாட்டான்... என்னிடத்தில் பேசுவதற்கே கூசுவான். அப்படிப்பட்ட பையன் எதற்காகப் பிடிவாதம் பிடித்தான்? எதற்காக அப்படி அழுதான்? எதற்காகத்தான் அழுதானோ? அவனைப் பின்தொடர்ந்து சென்று, அழுத காரணத்தைக் கேட்காவிட்டால் என் நெஞ்சு வெடித்துவிடும் போல இருந்தது. ஆனால், அவன் வீட்டுக்குப் போகவும் என்னால் இயலவில்லை. அவனுடைய பெற்றோர்கள், பிற பெற்றோர்களைப் போலவே எனக்குப் பரிச்சய மில்லாதவர்கள்.

பாவம்! ஏங்கி ஏங்கி அழுதான், அவமானப்பட்டவன் போல் அழுதான். பிற்பகலில் குழந்தைகள் என் அறைக்கு வந்தால், அவர்களை அனுப்பி அவனை அழைத்துவர வேண்டுமென்று தீர்மானித்தேன். மூன்று மணிக்கெல்லாம் முதல் ஆளாக சுந்தரராஜன் வந்து சேர்ந்தான். அவனைச் சாரங்கனிடம் அனுபவித்தேன். சாரங்கன் தூங்கிக் கொண்டிருப்பதாக சுந்தரராஜன் என்னிடம் வந்து தெரிவித்தான். அதற்குப் பிறகு அவனை வரவழைக்கும் முயற்சியை நிறுத்தினேன். மறுநாள் காலையில் அவன் வந்தால் பார்க்கிறது, இல்லையென்றால் நானே அவன் வீட்டுக்குப் போவது. இதே தீர்மானத்துடன் மற்றக் குழந்தைகளுடன் அன்றைய மாலைப் பொழுதைப் போக்கினேன்.

இரவில் சாப்பிட்டுவிட்டுப் படுத்துக்கொண்ட பிறகு தான் என் மனம் மிகமிகக் கஷ்டப்பட்டது. பக்கத்தில் யாருமில்லாத அந்தத் தனிமையில் மனத் துயரம் பெரிதாகிக் கொண்டே இருந்தது. உள்ளத்தில் எத்தனையோ துயரம் படிந்த சிந்தனைகள்; 'ஏன் அழுதான்? நான் அவனை ஒன்றும் சொல்லவில்லையே! எல்லாக் குழந்தைகளையும் போலவே அவனையும் என் கண்ணுக்குக்

கண்ணாக வைத்துக் கொண்டிருக்கிறேன். வால்ட் விட்மன் கவித் தொகுதியைக் கேட்டான், அது அவனுக்குப் புரியாது என்று வாங்கி வைத்துவிட்டேன், இதற்காகவா அவன் அழுதிருப்பான்? அவன் விபரம் தெரிந்த பையன். எப்போதும் நான் சொல்வதை மறுதலிக்காமல் ஏற்றுக்கொள்ளுபவன். அப்படிப்பட்ட பையன் புத்தகத்தை நான் திருப்பி வாங்கிக் கொண்டதற்காக இப்படி அழுதிருக்க முடியாது, நான் திரும்பி வாங்கிக்கொண்ட காரியம், விம்மிவிம்மி அழத்தக்க மன வேதனையைத் தர நியாயமில்லை! சாரங்கா! எதற்காக அழுதாய்? எதற்காக அழுதாயடா"

ஞாயிற்றுக் கிழமை.

நேற்று பிற்பகலில் அவன் வராமல் இருந்து விட்டதால் இன்றும் வரமாட்டான் என்றே எண்ணியிருந்தேன். சப்தரிஷி மண்டலம் போன்ற எங்கள் கூட்டத்தில் இந்த ஒரு நக்ஷத்திரம் மறைந்து நிற்பதை மற்றக் குழந்தைகள் பொருட்படுத்தவில்லை. அத்துடன் அவர்கள் கவலைப்படுவதற்கும் இங்கே என்ன இருக்கிறது? ஒரு நாள் பிற்பகலில் அவன் வராமல் இருந்தது அவர்களுக்கு ஒரு பிரிவாகத் தோன்ற நியாயமில்லை. எனக்கும் மற்றச் சமயங்களில் இது கவனத்தைக் கவரத்தக்க விஷயமாக இல்லாமல், சகஜமான காரியமாக இருந்திருக்கும். ஆனால், அவன் நேற்று எந்த நிலையில் என்னைப் பிரிந்து சென்றான். எந்த நிலையில் என்னை விட்டுவிட்டுச் சென்றான் என்ற விபரங்கள் எனக்கல்லவா தெரியும்?

காலை பத்து மணி இருக்கும் ஞாயிற்றுக்கிழமையானதால் சாப்பாட்டைப் பகல் ஒரு மணிக்கு ஒத்திப் போட்டுவிட்டு, காலையில் பலகாரம் பண்ணி நானும் என் தாயாரும் சாப்பிட்டோம். அப்புறம் நான் என் அறைக்கு வந்து ஏதாவது படிக்கலாம் என்று உட்கார்ந்தேன். மனம் என்னவோ அந்த வால்ட் விட்மனின் கவித் தொகுதியைத் தான் படிக்க விரும்பியது. அதைக் கையில் எடுத்து விரித்ததும் என் கண்களுக்குக் கவிதா வாசகங்கள் தென்படவில்லை; சாரங்கன் தான் காட்சியளித்தான்; அவனுடைய கண்ணீரும் ஏக்கமும்தான் காட்சியளித்தன. இது சோதனையாக இருக்கிறதே! அவனாவது இங்கு வரக் கூடாதா? அல்லது வேறு குழந்தைகளாவது வரக் கூடாதா" என்று மறுகிக்கொண்டு கிடந்தேன்.

சிறிது நேரத்திற்குப் பிறகு பிருந்தா வந்தாள். பாக்கிய தேவதை என ஒரு தெய்வ மகள் உண்மையிலேயே இருந்து, ஒரு தரித்திரனின் வீட்டில் அடியெடுத்து வைத்ததுபோல இருந்தது பிருந்தாவின் வரவு.

"வா பிருந்தா! பிருந்தா என்ற பெயரை மாற்றி 'பிரியதர்சினி' என்று பெயர் வைத்தால் உனக்குப் பொருத்தமாக இருக்கும் பிருந்தா!" என்றேன்.

என் பரவசம் அவள் உள்ளத்தைத் தொடவில்லை. என் சொற்கள் அவள் செவிக்கு எட்டவும் இல்லை.

"சுந்தரராஜனும் சித்ராவும் சினிமாவுக்குப் போய் விட்டார்கள்" என்று காரண காரியமில்லாமல் சொன்னாள் பிருந்தா.

"சாரங்கன்?" என்று ஆவலோடு கேட்டேன்.

"நான் பார்க்கவில்லை" என்று சொல்லிவிட்டாள்.

மேற்கொண்டு நான் சாரங்கனைப் பற்றி விசாரிக்கத் தொடங்கும்போது, பிருந்தாவின் வீட்டு வேலைக்காரன் வந்து, "அம்மா கூப்பிடுகிறார்கள்" என்று சொல்லி அவளை அழைத்தான். பிருந்தா உடனே, "போய் வருகிறேன்" என்று சொல்லிக் கிளம்பி விட்டாள். அவள் போன பிறகு பழையபடியும் அந்தக் கவித் தொகுதியை எடுத்து விரித்தேன். அப்போது பிருந்தா வெகுவேகமாக ஓடிவந்தாள். வந்து, "சாரங்கன் வருகிறான்" என்று சொல்லிவிட்டு அந்த க்ஷணத்திலேயே தன் வீட்டை நோக்கி ஓடிவிட்டாள்.

என் இதயம் 'படபட' என்று அடித்துக் கொண்டது. அதிவேகமாக வால்ட் விட்மனின் புத்தகத்தை மறைத்து வைத்து விட்டேன். அதைப் பார்த்தால் சாரங்கனுக்குப் பழையபடியும் அழுகை வந்துவிடுமோ என்று எனக்குப் பயம்.

சாரங்கன் வந்துவிட்டான்.

"சாரங்கா..."

"உம்."

"ஏன் நீ இவ்வளவு நேரம் வரையிலும் வரவிலலை? நேற்றும் வரவிலலை?"

அவன் அதற்குப் பதில் சொல்லவில்லை, அவன் முகத்தில் துயரமோ, வேறு விதமான ஆழ்ந்த உணர்ச்சிகளோ பிரதிபலிக்கவில்லை. ஒரே சந்தோஷமாகத்தான் இருந்தான். இது மகிழ்ச்சிக்குரிய மாறுதல்தான் என்று நான் நினைத்துக் கொண்டேன்.

"எங்கள் வீட்டுக்குப் போவோமா?"

"உங்கள் வீட்டுக்கா?"

"ஆம். நீங்கள் வருவதாக அன்றே சொல்லவில்லையா?"

"சும்மா வேடிக்கைக்குச் சொன்னேன், சாரங்கா! உங்கள் வீட்டுக்கு எதற்கு?"

"எதற்கோ? நீங்கள் வாருங்கள்" என்று இரண்டு கைகளாலும் என் கையைப் பிடித்து இழுத்தான்.

அவனுடைய வேண்டுகோள் எனக்கு ஒரு பிரச்சனையாக மாறிவிட்டது. அன்று பிருந்தாவின் வீட்டிலிருந்து வரும்போது

அவனுடைய கட்டாயத்தைப் பார்த்து, "ஞாயிற்றுக்கிழமை வருகிறேன்" என்று சொல்லி வைத்தேன். அந்த விஷயத்தை அவன் இவ்வளவு தூரம் வற்புறுத்துவான் என்று தெரிந்திருந்தால் அப்படிச் சொல்லியிருக்கவே மாட்டேன். இந்தச் சிறுவனின் வேண்டுகோளுக்காக வேற்றார் வீட்டுக்குப்போவது எப்படி? போவதற்குக் காரணமும் வேண்டுமே! பிருந்தா வீட்டுக்குப் போனதற்காவது அவளுடைய தேக அசௌக்கியம் காரணமாக இருந்தது. இங்கே போவது எதற்காக? இவனுடைய அப்பாவை வீதியிலும் பஸ் ஸ்டாண்டிலும் ஆயிரம் தடவைகள் பார்த்திருக்கிறேன். ஒரு தடவைகூட நாங்கள் பேசிக் கொண்டதில்லை. ஒருவருக்கு ஒருவர் அறிமுகமானவர்கள் என்று எவ்வித சைகை ஜாடையின் மூலமாகக்கூடக் காட்டிக் கொண்டதில்லை. அப்படியிருக்க அங்கு நான் எப்படிப் போவது?

சாரங்கன் மிகவும் அதிகமாக வற்புறுத்தத் தொடங்கினான். அவசரப்படவும் ஆரம்பித்தான். எனக்கு அது ஒரு தொந்தரவாகவே ஆகிவிட்டது. "இத்தனை நாளும் இவன் வாய்மூடி மௌனியாக இருந்தது போதும், இன்று பாடாய்ப் படுத்துவதும் போதும்' என்று சலித்துக்கொண்டேன்.

"வாருங்கள் மாமா. சொல்லிவிட்டு மாட்டேன் என்கிறீர்களே?" என்று கெஞ்சினான்.

"சாரங்கா! நீ சிறு பிள்ளை. உன் பேச்சைக் கேட்டுக் கொண்டு நான் வருவது எப்படி? இந்த நாசூக்கு எல்லாம் உனக்குப் புரியாது. என்னை விட்டுவிடு" என்று பொறுமையிழந்து சொன்னேன்.

"ஏன் வரமாட்டேன் என்கிறீர்கள்?" என்று என் முகத்தைக் கூர்ந்து பார்த்துக்கொண்டு ஏக்கத்துடன் கேட்டான்.

"அங்கே எதற்கு?"

"அதென்னமோ, கட்டாயம் வரத்தான் வேண்டும்."

நான் கோபப்பட்டவன்போல் நடித்து, "என்னால் வரமுடியாது. எனக்கு அவசரமான வேலை இருக்கிறது. இன்னொரு நாளைக்கு வேண்டுமானால் பார்த்துக்கொள்வோம்" என்று சொல்லிவிட்டு மறுபுறம் திரும்பிக் கொண்டேன். ஏதோ ஒரு புத்தகத்தைத் தேடுபவன் போல் மேஜையைத் துழாவிக் கொண்டிருந்தேன்.

சாரங்கன் ஒன்றும் சொல்லாமல் மௌனமாக இருந்தான்.

ஒரு நிமிஷம் கழிந்திருக்கும். அவனை ஒருமுறை திரும்பிப் பார்த்தேன். நான் பார்த்தமாத்திரத்தில் அவனும் ஒருமுறை பெருமூச்சு விட்டுக்கொண்டு, "வரமாட்டீர்களா" என்று தடுமாறும் குரலில் கேட்டான்.

அவனுடைய இந்தக் கடைசி முயற்சியைத் தகர்த்து விட்டால், பழையபடியும் அழ ஆரம்பித்து விடுவான் என்பதற்குரிய அடையாளம் அவன் முகத்தில் தென்பட்டது. சாரங்கனைத் திரும்பத் திரும்ப அழவைத்துப் பார்க்க எனக்கு இஷ்டமில்லை. 'தங்கமான பையனை ஏன் இப்படிக் கஷ்டத்துக்கு ஆளாக்க வேண்டும்? போய்விட்டுத் தான் வருவோமே! நம்மை வரவேண்டாமென்றா சொல்லப் போகிறார்கள்? அப்படியிருக்க ஒருமுறை போய் வருவதில் என்ன நஷ்டம்?" என்று அதிசீக்கிரமாக யோசித்து முடிவு கட்டினேன். அவன் கண்ணீர் சொரிவதற்குள் என் சம்மதத்தை தெரிவித்துவிட்டேன்.

"சாரங்கா! வா! உன் வீட்டுக்கே போகலாம்."

இருவரும் கைகோத்துக்கொண்டே சென்றோம். அவன் வீட்டுக்கு முன்னால் போனதும், என் கையை விட்டுவிட்டு வீட்டுக் குள்ளே வேகமாக ஓடினான். அப்புறம் வெளியில் வந்து வாசல் பக்கத்திலுள்ள அறையைத் திறந்து, "வாருங்கள், வாருங்கள்" என்று படபடப்பாக இரைந்து சொன்னான்... என்னுடைய தயக்கத்தையும், என்னுடைய சங்கோஜத்தையும் அளவிட்டுச் சொல்ல முடியாது. வேறு வழியில்லாமல் அந்த அறைக்குள் சென்றேன். அறையின் சூழ்நிலையைக் கொண்டே சாரங்கனின் பெற்றோர்கள் ஏழைகள் என்று எளிதில் தீர்மானிக்க முடிந்தது. நாற்காலியில் உட்கார்ந்து கொண்டு, பக்கத்தில் கிடந்த அவனுடைய சரித்திரப் புத்தகத்தை எடுத்துப் புரட்டிக் கொண்டிருந்தேன். சாரங்கன் வீட்டுக்குள்ளே ஓடிவிட்டான். அப்போது வெளியிலிருந்து வந்த அவனுடைய தகப்பனார், அறைக்குள் எட்டிப் பார்த்தார். என்னைப் பார்த்து "வாருங்கள்" என்று சொல்லிவிட்டு, உள்ளே போய்விட்டார். "என்ன விசேஷம்?" என்று என்னை அவர் விசாரிக்காமல் விட்டது எனக்கு ராஜமரியாதை செய்ததுபோல இருந்தது.

சாரங்கன் திரும்பி வரும்போது, ஒரு தட்டில் உப்புமாவும், ஒரு டம்ளரில் காபியுமாக வந்து சேர்ந்தான். நான் திடுக்கிட்டு விட்டேன்; என் சுவாசம் அப்படியே நின்று விட்டது.

"ஐயோ! இதெல்லாம் எதற்கு? நான் இப்போது தானே சாப்பிட்டேன்?"

சந்தோஷப் படபடப்பில் ஒன்றுமே சொல்லாமல் வந்து அவன் என் வலது கையைப் பிடித்து இழுத்து உப்புமாத்தட்டில் கொண்டுபோய் வைத்தான். சாரங்கன் ரொம்பவும் சிறுபிள்ளையாக இருக்கிறான். இனிமேல் இவனிடம் கொஞ்சம் கண்டிப்பாகத்தான் நடந்து கொள்ளவேண்டும். இன்று மட்டும் ஏதோ கசப்பு மருந்தைச் சாப்பிடுவோம். வேறு வழியில்லை என்று எண்ணிக்கொண்டே

௸ அன்பளிப்பு ௸ 35

சாப்பிட ஆரம்பித்தேன். சிறு பையன் பேச்சைக் கேட்டு விருந்தாட வந்த என்னைப்பற்றி அவனுடைய பெற்றோர்கள் என்ன நினைப்பார்களோ என்ற பயம் ஒவ்வொரு நிமிஷமும் எனக்கு அதிர்ச்சி கொடுத்த வண்ணமாக இருந்தது.

ஒரு வழியாகச் சாப்பிட்டு முடிந்தது. தட்டையும் டம்ளரையும் உள்ளே கொண்டுபோய் வைக்கப் போனான் சாரங்கன்.

'இந்தப் பையனுக்கு எதற்கு என்மேல் இவ்வளவு அன்பு? இவன் அன்பு என்னைத் திணற அடிக்கிறதே! இது தாங்கமுடியாத அன்பு! தாங்க முடியாத பேதைமை! இரண்டும் சேர்ந்து என்னைக் குரங்காட்டம் ஆட்டுகின்றன... ஆனால் இவனைக் கோபிக்கக் கூடாது. இவன் இப்போது எனக்குக் கொடுக்கும் தொந்தரவே இவனுடைய அன்பை அளந்து காட்டுகிறது. ஏதோ ஒருநாள் என்னைக் கஷ்டப்படுத்துவதனாலாவது, இவன் திருப்தியடையட்டும். என்னுடைய முயற்சி எதுவும் இல்லாமல், என்னால் மட்டுமே ஓர் உயிர் சந்தோஷமும், திருப்தியும் கொள்ள முடிகிறது என்றால், அதை எந்தச் சமயத்திலும் தடுக்கக் கூடாது, தடுக்க முயலுவது அமானுஷிகம்' என்று எண்ணித் தேற்றிக்கொண்டேன்.

சாரங்கன் வெளியே வந்தான். மேஜையைத் திறந்து ஒரு பவுண்டன் பேனாவை எடுத்தான். என் முகத்துக்கு எதிரில் நிற்காமல் என் முதுகுப் புறமாக வந்து நின்று கொண்டான். அங்கே நின்ற வாக்கிலேயே, நான் கையில் வைத்திருந்த சரித்திரப் புத்தகத்தை மெதுவாகப் பிடித்து இழுத்துத் தூரத்தில் வைத்தான். தூங்கும் குழந்தையின் கையிலிருக்கும் கிலுகிலுப்பையை எவ்வளவு ஜாக்கிரதையாகத் தனியே எடுத்து அப்புறப்படுத்துகிறோமோ, அது போல அதை அப்புறப்படுத்தினான். பிறகு அவன் வலது கையால் தன்கால் சட்டையின் பையில் கையை விட்டு எதையோ எடுப்பதுபோல் எனக்கு ஜாடையாகத் தெரிந்தது. அதை என் முன்பாக மேஜைமேல் வைத்தான்.

அது ஒரு டைரி. நான் சுந்தரராஜனுக்கும் சித்ராவுக்கும் அன்பளிப்பாகக் கொடுத்து டைரிகளைப் போன்ற ஒரு டைரி. அதே கம்பெனியில் செய்தது; அதே நிறமுடையது. அப்புறம் பேனாவை என் கையில் கொடுத்து "எழுதுங்கள்" என்றான்

எனக்கு ஒன்றுமே புரியவில்லை. "என்ன எழுத?" என்று கேட்டேன்.

'என் பிரியமுள்ள சாரங்கனுக்கு அன்பளிப்பு' என்று எழுதுங்கள்.

௸

2
இரண்டு பெண்கள்

எனக்குக் கல்யாணமாகாதிருந்த சமயத்தில் நடந்த பல ரசமான நிகழ்ச்சிகளில் இதுவும் ஒன்று. பிரம்மச்சாரியின் வாழ்க்கையில் ரசமான நிகழ்ச்சி என்றால், அது ஒரு பெண்ணைப் பற்றிய நிகழ்ச்சியாகத் தான் இருக்கும் என்று இதற்குள் நீங்கள் ஊகித்திருக்கலாம். ஆனால், உங்கள் ஊகத்தில் உண்மை பாதிதான் இருக்கிறது. ஏனென்றால் இது ஒரு பெண்ணைப்பற்றிய ரசமான நிகழ்ச்சியல்ல; இரண்டு பெண்களைப் பற்றியரசமான நிகழ்ச்சியாகும்.

மதுரையிலிருந்து திடீரென்று என்னைச் சென்னைக்கு மாற்றி விட்டார்கள். மனித வாழ்க்கைக்கு மதுரையென்றாலும் ஒன்றுதான், சென்னையென்றாலும் ஒன்றுதான். இரண்டும் ஒன்றுபோலவே மோசமாக இருக்கும் போது எங்கே இருந்தால் என்ன? மதுரையிலும் வீட்டு வாடகை அதிகம்; சென்னையிலும் வீட்டு வாடகை அதிகம். மதுரையிலும் பொறாமைக்காரர்கள் உண்டு; சென்னையிலும் பொறாமைக்காரர்கள் உண்டு; மதுரையிலும் அயல் வீட்டுப் பெண்களோடு பிரம்மச்சாரிகள் பேசக்கூடாது. சென்னையிலும் அயல் வீட்டுப் பெண்களோடு பிரம்மச்சாரிகள் பேசக் கூடாது. அதே சமயத்தில், மதுரையிலும் காதலிக்க வேண்டு மென்று விரும்பாத ஆண்கள் இல்லை சென்னையிலும் காதலிக்க வேண்டுமென்று விரும்பாத ஆண்கள் இல்லை. ஆகவே மதுரையைப் போலவே பல வகைகளிலும் மோசமாக இலங்கும் சென்னைக்கு வந்து சிரமத்துக்கு மேலே சிரமப்பட்டு, சிபாரிசுக்கு மேல் சிபாரிசு வைத்து, அப்புறம் சிபாரிசு செய்தவர்களினால் ஏற்பட்ட சிரமங் களையும் சகித்துக் கொண்டு எப்படியோ மயிலாப்பூரில் ஓர் அறையை வாடகைக்குப் பிடித்து விட்டேன். நல்ல அறைதான். அந்த அறையை ஒரு பகுதியாகக் கொண்ட அந்த வீடு ஒரு தனி வீடாகும்; ஒரு வளைவுக்குள்ளே ஒரே ஒரு குழாய், ஒரே ஒரு முற்றம், ஒரே ஒரு வாசல் -ஆனால் பத்து வீடுகள், நூறு ஆட்கள், ஆயிரம் சண்டைகள் என்ற கணக்கில் கட்டப்பட்ட இருட்டுக் கொட்டடிகளில் ஒன்றல்ல அந்த வீடு. வீட்டுக்காரர் தங்கமானவர். சென்னைக்கு வந்து வெகு காலம் வரையிலும் எனக்கும் அவருக்கும் பேச்சு வார்த்தையும் கிடையாது; சண்டையும் கிடையாது. இதிலிருந்து, அடுத்தவர்கள் விவகாரத்தில் அவர் தலையிடுவதில்லை என்பது தெளிவு. இதற்கு உதாரணமாக மற்றொரு நிகழ்ச்சியைச் சொல்லி, கதையை மேற்கொண்டு சொல்லத் தொடங்கலாம். அதாவது, நான்

போய்க் குடியேறுவதற்குச் சுமார் ஏழு வருஷங்களுக்கு முன், இதே அறையையும் இதற்குப் பக்கத்து அறையையும் சேர்த்து ஒருவர் வாடகைக்குப் பிடித்துத் தாமும் தம் மனைவியுமாக வந்து குடியேறி வசித்து வந்தாராம். அப்புறம் சில மாதங்களுக்குப்பின் அந்தக் குடித்தனக்காரர் இரவு பத்து மணிக்குத் திடீரென்று செத்துப் போய்விடவே, அவருடைய மனைவி வேறு துணையின்றி அழுது கொண்டே இரவைக் கழித்தாளாம். ஆனால், அழுகைச் சத்தம் காதில் விழுந்தும் வேலைக்காரன் வந்து மரணச் செய்தியை அறிவித்தும்கூட, வீட்டுக்காரர் தம் குடும்ப சகிதமாக மாடியிலேயே உட்கார்ந்து ரேடியோவில் இந்துஸ்தானி இசைத்தட்டுகளைத் தான் கேட்டுக் கொண்டிருந்தாரே ஒழிய, "என்ன? ஏது?" என்று விசாரித்துக் கொண்டு கீழே இறங்கி வரவில்லையாம். அடுத்தவர்கள் விஷயத்தில் அவர் தலையிடாததற்கு இதையே நான் தக்க உதாரணமாகப் பலரிடமும் கூறி வந்திருக்கிறேன். இப்படிப்பட்ட வீட்டுக்காரர் கிடைத்தது ஒரு வகையில் மகிழ்ச்சிக்குரிய விஷயமேயானாலும், வேறொரு வகையில் அவ்வளவாக விரும்பத்தக்கதொரு விஷயமாக எனக்குத் தோன்றவில்லை. நான் தனிக்கட்டை; பேச்சுத் துணைக்கு ஆளில்லை. அந்தத் தெருவில் எதிர் வரிசை வீடுகளிலும், பக்கத்து வீடுகளிலும் உள்ள வாலிபர்கள் என் சிநேகிதத்தையே விரும்பாதவர்கள் போல என்னைக் கண்டதும் முகத்தை மறுபக்க மாகத் திருப்பிக் கொள்ளுவார்கள். நானும் உடனே இந்துப் பக்கமாக முகத்தைத் திருப்பிக் கொள்ளுவேன். வாலிபர்களை விட்டால் அப்புறம் இரண்டொரு கிழவர்கள், இவர்கள் என் சிநேகிதத்தை விரும்பினாலும் நான் அவர்கள் சிநேகிதத்தை விரும்பவில்லை. அவர்களோடு சிநேகம் பண்ணிக் கொண்டால் அதனால் ஏற்படும் முதல் அபாயம், எனக்குக் கல்யாணமாகாதிருக்கும் காரணத்தைச் சொல்லித் தீர்க்கவேண்டிய நிர்ப்பந்தமே. இரண்டாவது அபாயம் என்னவென்றால், என் பூர்வோத்தரங்களையெல்லாம் நான் ஞாபகப்படுத்திச் சொல்லும்படி மனப்பாடப் பயிற்சி கொடுத்து விடுவார்கள். கிழவர்களை விட்டுவிட்டால், எஞ்சிய வர்கள் கிழவிகளும், வாலிபப் பெண்களும் தான். பிரம்மச்சாரி, கிழவியோடு பேசினாலும், வாலிபப் பெண்ணோடு பேசினாலும் இந்த உலகம் ஒன்று போலவே சந்தேகப்படும் என்பதை நான் என் மதுரை அனுபவத்திலிருந்து (அது ஒரு ரசமான அனுபவம்) அறிந்து கொண்டிருப்பதால், கிழவிகளையும் ஒதுக்கித் தள்ளினேன்; வாலிபப் பெண்களையும் ஒதுக்கித் தள்ளினேன். அத்துடன் நிற்காமல், அயல் வீட்டுச் சிறுவர்களைக்கூட என் அறைக்கு வரவிடவில்லை. அவர்கள் வந்து போய்க் கொண்டிருந்தால், ஊர்க்காரர்கள் என்னை உடனே யாரென்று விசாரிப்பார்கள். ஆசாமி கல்யாணமாகாதவன்

என்று தெரிந்து கொண்டால் என் வீட்டுக்கு வரும் ஒவ்வொரு சிறுவனும் தன் தன் அக்காளுடைய காதல் கடிதத்தைக் கொண்டு வருவதாகவே உறுதியோடு கருதி மேல் நடவடிக்கை எடுக்க ஆரம்பிப்பார்கள். அந்த நடவடிக்கை குடியைக் கிளப்புவதிலோ, அல்லது பலவந்தக் கல்யாணத்திலோ அல்லது இந்த இரண்டையும் விடக் குறைந்த அபாயத்திலோ முடியும் என்பதை நான் சொல்லித் தெரியவேண்டியதில்லை.

நான் இப்படியாக ஆறுமாத காலத்தை ஏகாந்த வாழ்வில் கழித்தேன். ஆறு மாதங்களுக்குப் பிறகு, அந்தத் தெருவில் வசிப்பவர்களில் ஒருவர் முதல் முதலாக என்னிடம் தொடர்பு ஏற்படுத்திக்கொள்ள ஆரம்பித்தார். அவர்தான் என் எதிர் வீட்டுக்காரர். ஒருநாள் மாலையில் மழை பலமாகப் பிடித்துக்கொண்டது. அது இருக்க இருக்க அதிகமாகிக் கொண்டிருந்ததே ஒழியக் குறையும் வழியைக் காணோம். மணி எட்டாயிற்று; ஒன்பதாயிற்று. இனி எத்தனை மணியானால் என்ன? ஒன்பது மணிக்கெல்லாம் சாப்பாட்டுக் கடை நாற்காலிகள் மேஜையேறிவிடும். அதனால் ஒன்பது மணிக்கு அப்பால் பெய்த மழையை நான் பொருட் படுத்தவில்லை. என்னிடம்குடை இல்லாததால் வெளியே போக முடியவில்லை. அன்று இரவு பட்டினியோடு படுத்துக் கொண்டேன். மறுநாள் காலையில் எழுந்து நான் வாசல் பக்கம் வந்து நின்ற போது, எதிர் வீட்டுக்காரர் நம் வீட்டு வாசலுக்கு வந்தார். அப்புறம் பேசவும் ஆரம்பித்தார். சென்னைப் "படிப்பாளி"களைப் போலவே முக்கால்வாசித் தப்பு ஆங்கிலத்தைக் கலந்தே பேசினார். அதை "என் பாஷை"யில் உங்களுக்குச் சொல்லுகிறேன்.

"என்ன ஸார்! ராத்திரி ஒரே மழை! நீங்கள் சாப்பிடக் கூடப் போகவில்லை போலிருககிறதே!"

"ஆமாம்... போயிருப்பேன், ஆனால் பசியில்லை. சாயங்காலம் ஏராளமாகப் பலகாரம் சாப்பிட்டு விட்டேன். அதனால்..."

"என்ன இருந்தாலும் ராப்பட்டினி கூடாது ஸார். கொஞ்சம் நனைந்தாலும் பரவாயில்லையென்று குடையை எடுத்துக்கொண்டு கிளம்பிவிட வேண்டும். மழைக்காகப் பார்த்தோமானால்..."

நான் முட்டாள் தனமாகக் 'குடை என்னிடம் கிடையாது' என்று சொல்லும் நோக்கத்துடன், "குடை" என்ற சொல்லை உச்சரித்து விட்டேன். பிறகு எப்படியோ அதை மறைத்து, "குடை இந்த மழையைத் தாங்குமோ?" என்று சொல்லி மழுப்பிவிட்டுத் தெருவோடு வந்த கொண்டிருந்த பத்திரிகைப் பையனை ஏறிட்டுப் பார்த்தேன். அவன் காலைப் பத்திரிகையை என்னிடம்

கொடுத்துவிட்டுப் போனான். அதை வாங்கிக் கொண்டு அறையை நோக்கி நடக்கலானேன். அதற்குள் எதிர் வீட்டுக்காரர், "ராத்திரியே உங்களைக் கூப்பிட்டு, 'போய்ச் சாப்பிட்டு வாருங்கள்' என்று சொல்லலாம் என்று இருந்தேன்..." என்றார். ஆனால், அவர் ஆரம்பித்த தோரணை, "ராத்திரியே உங்களைக் கூப்பிட்டுச் சாப்பிடச் சொல்லலாம் என்று இருந்தேன்" என்று சொல்ல வருவது போல இருந்தது. நான் எதிர்பார்த்தது, வேறு விதமாக மாறி விடவே அவரை மனத்திற்குள் கோபித்துக்கொண்டு அறைக்குள் நுழைந்தேன். அவரோ என்னைப் பின்தொடர்ந்து வந்து விட்டார். "அறை சௌகரியமாக இருக்கிறதா?" "வாடகை என்ன?" என்று இரண்டு கேள்விகள் கேட்டார். நான் தக்க பதில்களைக் கூறினேன். அப்புறம் என் அறையில் குப்பையாகக் கிடக்கும் பத்திரிகைகளையும் புத்தகங்களையும் பார்த்து, "அடே! எவ்வளவு புத்தகங்கள் வைத்திருக்கிறீர்கள்?" என்று ஒரு பேராச்சரியத்தைத் தெரிவித்துக் கொண்டார். அப்புறம், "உங்களிடம் வந்து பத்திரிகை வாங்கிப் படிக்க வேண்டுமென்று நம் பையனுக்கு மிகவும் ஆசை. ஆனால், வருவதற்கு சங்கோஜம்" என்றார். நான் மறுவினாடியே பின்வரும் கேள்வியைக் கேட்டேன்:

"என்னிடம் பத்திரிகைகள் இருக்கின்றனவென்று உங்கள் பையனுக்கு எப்படித் தெரியும்?"

"எப்படியோ தெரிந்து கொண்டிருக்கின்றான்! நம் வீட்டு ஜன்னல் வழியாக எட்டிப் பார்த்திருப்பான்..."

அப்புறம் என்னென்னவோ பேசிக்கொண்டிருந்து விட்டு ஒரு கட்டு பத்திரிகைகளுடன் கிளம்பினார் எதிர் வீட்டுக்காரர். நான் கையிலிருந்த தினசரிப் பத்திரிகையைக் கீழே போட்டு விட்டுச் சிந்தனையில் ஆழ்ந்தேன்.

"ஜன்னல் வழியாக எட்டிப் பார்க்கிறானாம் பையன். ஆனால், பையன்எட்டிப் பார்ப்பதை நான் பார்த்ததே இல்லை. சுமார் பதினேழு வயதுள்ள ஒரு பெண் எட்டிப் பார்ப்பதையே நான் பார்த்திருக்கிறேன். அவள்தான் என் அறையில் பத்திரிகைகள் இருப்பதையும் பார்த்து, அவற்றைப் படிக்க விரும்பித் தம்பி மூலமாகத் தகப்பனாரை ஏவி விட்டிருக்கிறாள். பையனுக்கு என் அறைக்கு வர சங்கோஜமாவது பின்னொன்றாவது. பெண்ணுக்குத்தான் சங்கோஜம் என்பதில் துளிகூட சந்தேகம் கிடையாது. மொத்தத்தில் ஜன்னல் வழியாக அவள் என் அறையைப் பார்க்கிறாள் என்று ஆகிறது! பார்க்கா விட்டாலும் பார்க்கச் சாத்தியம் இருக்கிறது என்று ஆகிறது. இப்படி ஒரு பெண்ணின் கவனத்திற்கு ஆளாகி யிருக்கிறோம் என்பதை முட்டாள்தனமாகக் கவனிக்காமல் இருந்து விட்டோமே!

"ஐயோ, நான் தலைவாரிக் கொள்ளாமலும், முகக்ஷவரம் செய்து கொள்ளாமலும் தெரு வழியாகச் சில தடவைகள் நடந்த வந்ததை அவள் பார்த்திருப்பாள் அல்லவா? இதற்கு என்ன செய்யலாம்?" என்று எண்ணி மறுகி, இனிமேல் அழகாகக் காட்சியளிக்க வேண்டு மென்று தீர்மானித்தேன். அன்று மாலையிலேயே குடை வாங்கி விட்டேன். பழைய செருப்பைக் கழற்றி அறைக்குள் எறிந்துவிட்டு, புதுச்செருப்பு வாங்கினேன். முகப்பவுடர், ஸ்னோ கிரீம், செண்ட் முதலியவையும் வாங்கிக் கொண்டேன். அதன் பிறகு தினந்தோறும் எதிர்வீட்டுப் பெண்ணுக்கும், எந்த வீட்டுப் பெண்ணுக்கும் நான் சுந்தர புருஷனாகக் காட்சியளிப்பதில் பெரிதும் கவனம் செலுத்தி வரலானேன்.

சுமார் ஒரு மாதம் கழிந்தது. இந்த ஒரு மாதகாலத்தில் எத்தனையோ முறை எதிர் வீட்டுக்காரர் என் அறைக்கு வந்து இரவலாகப் புத்தகங்களும், பத்திரிகைகளும் வாங்கிச் சென்றார். எதிர்வீட்டுச் சிறுவன் காரணகாரியமில்லாமல் வருவதும் போவதுமாக இருந்தான். அவனால் எனக்கு ஏற்பட்ட ஒரே ஒரு பிரயோஜனம் என்னவென்றால், என் புத்தகங்களும் பத்திரிகைகளும் அந்தத் தெருவில் பல வீடுகளையும் சுற்றிவிட்டே என் கைக்குத் திரும்புகின்றன என்ற விவரம் எனக்கு தெரிய வந்ததுதான். இதைக் கேட்டதும் நான் அடைந்த மகிழ்ச்சிக்கு எல்லையே இல்லை. எப்படியும் நம் பெயர் பிரபலமடையட்டும் என்றிருந்தேன்.

ஒரு ஞாயிற்றுக்கழிமையன்று திடீரென்று என்னுடைய அறைக்கதவை ஒருவர் தட்டினார். திறந்து பார்த்தேன். வந்து நின்றவர் எங்கள் ஊர்க்காரர். அவருக்குச் சுமார் மூன்று வருஷ காலமாகச் சென்னையில் உத்தியோகம்; ஒரு பத்திரிகையில் உதவியாசிரியர் வேலை. ஊரில் எங்கள் இருவருக்கும் நெருங்கிய நட்பும் கிடையாது; சாதாரண நட்பும் கிடையாது. ஒருவரை ஒருவர் பார்த்தால் அடையாளம் கண்டு கொள்ளக்கூடிய அளவில் தான் தொடர்பு உண்டு. அதனால் அவர் வந்தது எனக்கு ஆச்சரியத்தையே உண்டு பண்ணியது.

உள்ளே வந்தார். அவரும் எதிர் வீட்டுக்காரரைப் போல் என்னிடம் ஏராளமாக இருக்கும் பத்திரிகைகளையும் புத்தகங் களையும் கண்டு பிரமித்தார். இவ்வளவு படித்திருந்தும் நான் கதை எழுதாமல் இருப்பதைக் கண்டு அதிகமாகப் பிரமித்தார். பைத்தியக்காரர்! நான் புத்தகம் படிப்பது துணைக்கு ஆளில்லாத காரணத்தினாலும் விரைவில் தூக்கம் வருவதற்காகவும் என்பதும், கதை எழுதுவதற்கு இந்தக் காலத்தில் எவ்விதப் படிப்பும் தேவை யில்லை என்பதும் அவருக்குத் தெரியாத சமாசாரங்கள்...

என் தகப்பனார் சமீபத்தில் இந்த ஆசிரிய நண்பருக்கு ஒரு கடிதத்தின் மூலம் என் விலாசத்தைத் தெரிவித்து என்னை வந்து பார்க்கும்படி எழுதியிருந்ததாகச் சொன்னார் ஆசிரிய நண்பர். நான் சந்தோஷத்தை வாய்மொழி மூலமாகவும், ஒரு வேளைச் சிற்றுண்டி மூலமாகவும் தெரிவித்து அவருடைய விலாசத்தை வாங்கிக் கொண்டு வழியனுப்பி வைத்தேன். அப்புறம் நான் காசு செலவழித்துப் புத்தகங்களோ பத்திரிகைகளோ வாங்குவதை நிறுத்தி, என் ஆசிரிய நண்பர் வீட்டில் போய், தேவையான புத்தகங்களை இரவல் வாங்கிக்கொண்டு வந்து, நான் படித்தாலும் படிக்காவிட்டாலும் எதிர் வீட்டுக்காரர்களுக்கும், அவர்கள் மூலம் பக்கத்து வீட்டுக்காரர்களுக்கும் இரவல் கொடுத்து வந்தேன். எனக்கு ஒரு பத்திரிகை ஆசிரியருடைய நட்பு உண்டு என்பது சில நாட்களுக்குள் வீதியில் பிரசித்தமாகிவிட்டது. என் நண்பரும் அடிக்கடி வந்து போய்க் கொண்டிருந்தார். என் "பெருமை"யைத் துடைக்கு துடைவை அதிகப்படுத்திக் கொண்டிருந்தது என் நண்பரின் வரவு.

நான் எண்ணில் அடங்காத புத்தகங்களை இரவல் வாங்கி இரவல் கொடுத்தும், அதிகப்படியாக பிரயோஜனம் எதையும் காண வில்லை. எதிர் வீட்டு நபர்களைத் தவிர, வேறு எந்தப் வீட்டு நபர்களும் என்னிடம் புத்தகங்களோ பத்திரிகைகளோ கேட்க வரவில்லை. அதே சமயத்தில் பக்கத்து வீட்டுக்காரர்கள் எதிர் வீட்டுக்குப் போய்த் தவறாமல் என் புத்தகங்களை வாங்கிச் சென்ற கொண்டிருந்தார்கள். சிரமப்படுவதெல்லாம் நான்; பெருமையைத் தட்டிக் கொள்ளுவதெல்லாம் எதிர் வீட்டு இரவல் பேர்வழிகள்! எனக்குக் கோபம் வந்துவிட்டது. அதே தெருவில் உள்ள கோடி வீட்டுப் பையன் ஒருவன் எதிர் வீட்டுக்குப் போய் என் புத்தகங்களை வாங்கிச் செல்லும்போது எனக்கு வரும் கோபம் இம்மட்டு அம்மட்டு என்றில்லை. கோடி வீட்டில் ஓர் அழகான பெண் இருந்தாள். அவளுடைய தம்பிதான் எதிர்வீட்டுக்கு வந்து போகிறவன். அந்தப் பெண்ணைப் போன்ற அழகிகள், பதினான்கு லக்ஷம் ஜனத்தொகை உள்ள சென்னையில் மொத்தம் பத்துப்பேர் இருந்தால் அதுவே ஜாஸ்தீ. என் வாழ்நாளில் அப்படிப்பட்ட சௌந்தர்யவதியை நான் பார்த்ததே இல்லை. நம்மைப்பற்றி அவள் ஒருமுறை மனதில் நினைத்து விட்டாலே போதும், நாமும் அவளைப் போல அழகின் லட்சியங்களாக மாறிவிடுவோம். அப்பேர்ப்பட்ட தெய்வ கன்னிகை அந்தக் கோடி வீட்டுக் கனக விக்கிரகம். அவள்.. அவள் கண்கள்.. அவள் மலர் வதனம்... ஐயோ... அவள் சாயல்... அவள் நடையழகு... அவள் மேனியில் கனக வர்ணம்...

கனக விக்கிரகத்தின் தம்பியை ஒருநாள் நான் வாய்விட்டு அழைத்தேன்; கெஞ்சினேன்; கும்பிடாத குறையாக வேண்டினேன். ஆனால் அவனோ என் அறைக்கு வரவே இல்லை. அவன் என் இருப்பிடத்திற்கு வந்தால், என் கனகவிக்கிரகம் ஏதோ ஒரு ரூபத்தில் என்னிடம் வந்து சென்றதற்குச் சமானம் எனவும் கருதினேன். ஆனால் அவன் வரவில்லை. அவன் வராமல் ஓடிவிட்டது எதிர் வீட்டுக்காரர்களின் மீது எனக்கிருந்த கோபத்தை அதிகப்படுத்தியது. அப்புறம் மனமில்லாமல் தான் அவர்களுக்குப் புத்தகங்கள் கொடுத்து வந்தேன். எதிர் விட்டுப் பெண்ணைப் பற்றிய நினைவோ என் உள்ளத்தை விட்டே அகன்று விட்டது. 'ஆரமுது உண்ணுதற்கு ஆசை கொண்டார் கள்ளில் அறிவைச் செலுத்துவாரோ?'

புது வருஷம் பிறந்தது. இந்த வருஷத் தொடக்கத்தில் தான் நான் ஆரம்பத்தில் குறிப்பிட்ட ரசமான நிகழ்ச்சி நடைபெற்றது.

எதிர்வீட்டுப் பெண்ணுக்கு ஒரு வியாபார என்னுடைய நிலையத்தில் 'டைப்பிஸ்ட்' வேலை கிடைத்தது. அவளுடைய காரியாலயமும் என்னுடைய காரியாலயமும் பக்கம்பக்கமாக இல்லாவிட்டாலும், ஒரு பஸ்ஸில் பிரயாணம் செய்து தான் இரண்டுக்கும் போக முடியும். காலையில் பத்து மணிக்கெல்லாம் அவள் காரியாலயத்துக்குக் கிளம்பி விடுவாள். நான் அப்பொழுது பஸ் ஸ்டாண்டில் பஸ்ஸுக்கும் அவளுக்குமாகக் காத்துக் கொண்டிருப்பேன். அவளைப் பாக்காதவன் மாதிரி பஸ்ஸில் ஏறிக் கொள்ளுவேன். பிறகு அவளைப் பாக்காதவன் மாதிரியே என் காரியாலயத்திற்கு முன்பாகப் பஸ்ஸை விட்டு இறங்கிக் கொள்ளுவேன். திரும்பி வரும்போது மட்டும் ஒரே பஸ்ஸில் வருவது சாத்தியப்படவில்லை. ஏதோ வாரத்துக்கு ஒருநாள் தான் இவ்விதம் ஒரு பஸ்ஸில் சந்தர்ப்பமாகச் சந்தித்துக் கொள்ளுவோம். நான் அவள் சம்பந்தப்பட்ட மட்டில் எப்படி நடந்து கொள்ளுகிறேன் என்று எனக்கும் தெரியாது; அவளுக்கும் தெரியாது. ஏதோ தெரிந்த பெண்ணும் நாமும் ஒரே பஸ்ஸில் பிரயாணம் செய்கிறோம் என்று எனக்கு ஒரு மகிழ்ச்சி; அவ்வளவுதான். மனம் எல்லாம் அந்தக் கோடி வீட்டுக் கனக விக்கிரகத்தின் காலடியில் தான்தவம் கிடந்தது. இந்த வீட்டுப் பெண்ணுக்காகப் பஸ் ஸ்டாண்டில் தான் காத்திருந்த போதிலும், இவளை உத்தேசித்தே நான் பவுடருக்கும் ஸ்னோவுக்கும் பணம் செலவழித்து வந்தபோதிலும், இவள் என் உள்ளத்தைக் கவரவில்லை. ஒருவேளை கோடி வீட்டுப் பெண் இல்லாதிருந்திருந்தால் இவளே என் இதயராணியாகியிருப்பாள். இவளை அவளோடு ஒப்பிடாமல், தனியாக நிறுத்திப் பார்த்தாலும் இவள் அழகான பெண் அல்ல. வீட்டுக்குள்ளேயிருந்து ஜன்னல்

வழியாகக் காட்சி தரும்போது ஏதோ அழகாகத்தான் எனக்குத் தோன்றியது. ஆனால் வீதியில், வெளிச்சத்தில், பக்கத்தில் நின்று பார்க்கும்போது கேவலம் என்னைப் போன்றவர்களின் காதலியா வதற்குக் கூடத் தகுதியில்லாதவளாகத்தான் இருந்தாள். பவுடர் பூச்சையும் ஊடுருவிக் கொண்டு தெரியும்படியான கருப்புமேனி; குறு விழிகள்; உயரமும் உடல் மெலிவும் ஒன்றுக்கொன்று பொருத்த மில்லாமல் வேறு இருந்தன. இப்படியே பலவிதமான குறைபாடுகள் என்னை அவள்மீது ஈடுபாடு கொள்ளவிடாமல் தடுத்தன. ஆனாலும் அவள் ஒரு பெண் என்ற காரணமும்; நான் ஒரு பிரம்மச்சாரி என்ற காரணமும் சேர்ந்து மணிக்கணக்கில் அவளுக்காக என்னை பஸ் ஸ்டாண்டில் காத்திருக்கும்படி செய்தன.

காரியாலயத்திலிருந்து ஒருநாள் மாலை நான் திரும்பி வந்து கொண்டிருந்தேன். அவளும் அதே பஸ்ஸில் வந்து கொண்டிருந்தாள். அவள் உட்கார்ந்திருந்த இடத்தின் பக்கம் ஓர் ஆள் உட்காரப் போதுமான இடம் இருந்தது. கண்டக்டர் என்னை அங்கே உட்காரச் சொன்னான். உட்கார்ந்தேன். முகத்தை வேறு பக்கமாக திருப்பிக்கொண்டு அவள் எந்தப் பக்கமாக முகத்தத் திருப்பிக் கொண்டிருக்கிறாள் என்பதைக் கடைக் கண்களால் கவனித்துக் கொண்டிருந்தேன். அவள் இதை எப்படியோ பார்த்துக் கொண்டாள். மயிலார்ப்பூர்க் குளத்தருகில் இருவரும் இறங்கினோம். நான் வேகமாக முன்னால் நடந்தேன். அவள் உடனே பேச ஆரம்பித்தாள்.

“நேற்றுச் சாயங்காலம் உங்களைக் காணவில்லையே!” என்று பிள்ளையார் சுழி போட்டாள்.

நான் ஒன்றும் அறியாதவன் போல மேலே நடந்தேன்.

“நேற்றுச் சாயங்காலம்...”

“ஓ! நீங்களா!” என்று சொல்லிக் கொண்டே திரும்பினேன்.

“அப்பா உங்களைப் பார்க்க வேண்டுமென்று சொன்னார்” என்றாள்.

“ஏன்? என்ன விசேஷம்?” என்று புன்னகையோடு கேட்டேன்.

“தெரியவில்லை. இன்று உங்களிடம் வருவார்” என்று சொல்லி விட்டு என் முகத்தையே பார்த்தாள். அப்புறம் “ஏன், நீங்களே வீட்டுக்கு வாருங்களேன்!” என்றாள். நான் மனமகிழ்ச்சியை வெளிக்குக் காட்டிக் கொள்ளாமல், “அவசரமானால் வருகிறேன்” என்றேன். மேற்கொண்டு அவளோடு பேசுவதற்கு இல்லாமல், அசந்தர்ப்பம் குறுக்கிட்டது. எங்கள் தெருவைச் சேர்ந்த ஒரு வாலிபன் அங்கே ஒரு வெற்றிலை பாக்குக் கடை முன்னால் நின்று கொண்டிருந்தான். அதனால், நான் தன்னந்தனியாகத் தெருவோடு

நடந்து செல்லுபவனைப்போல நடித்து, அபாயக் கட்டத்தைத் தாண்டினேன். சித்திரக்குளம் பக்கத்தில் வரும்போது இருவரும் மிகவும் நெருங்கி நடந்து வந்தோம்.

"நீங்களே இன்று வீட்டுக்கு வாருங்கள். அப்பாவும் வீட்டில் இருப்பார்" என்று கனிவாகச் சொன்னாள்.

"நீங்கள் சொல்லும் தோரணையைப் பார்த்தால், என்னை அழைக்கும் காரியம் என்ன என்று உங்களுக்கும் தெரியும் என்றே தோன்றுகிறது!" என்று கூறிவிட்டுச் சிரித்தேன். அவளும் சிரித்தாள். அழகில்லாவிட்டாலும் ஒரு கன்னிப் பெண்ணோடு தெருவில் சிரித்துப் பேசிக் கொண்டு வருவது ஒரு சுகமான அனுபவம் என்பது எனக்கு அன்றுதான் தெரிந்தது. வீடு நெருங்கி விட்டது. இனியும் ஜோடி போட்டுச் செல்வது தப்பு என்று உஷாராகி, "நீங்கள் போங்கள். நான் கடைக்குப் போய் வரவேண்டும்" என்று சாக்குச் சொல்லித் தப்பித்தேன்.

"அப்படியானால் நீங்கள் கட்டாயம் வருவீர்கள்?"

"ஓ!"

பதினைந்து நிமிஷங்கள் இங்கும் அங்கும் உலவிவிட்டு அறைக்குப் போனேன். ஐந்து நிமிஷ நேரத்திற்குள் முகம் கழுவி, தலைவாரி, பவுடர் போட்டுத் தயாராக இருந்தேன். எதிர் வீட்டுப் பையன் வந்தான். அவன் முன்னே செல்ல, நான் பின்னே சென்றேன். தயாராகப் போடப்பட்டிருந்த நாற்காலியில் உட்கார்ந்தேன். சம்பிரதாயப் பேச்சுகள் முடிந்தபின், எதிர் வீட்டுக்காரர் விஷயத்தைச் சொல்லத் தொடங்கினார். அவர் சொன்னதன் சாராம்சம் என்ன வென்றால், என்னுடன் ஒரே பஸ்ஸில் பிரயாணம் செய்யும் அந்தப் பெண் சிறு கதைகள் எழுதி வைத்திருக்கிறாளாம்! என் ஆசிரிய நண்பரிடம் சொல்லி அவற்றை வெளியிட வேண்டுமாம். இந்த விஷயத்தை என்னிடம் வந்து சொல்லும்படி பல நாட்களாக அவள் அவரை வற்புறுத்திக் கொண்டிருந்தாளாம். பற்பல வேலைகளினால் அவருக்கு அவகாசம் கிடைக்கவில்லையாம்.

நான் கதைகளை வாங்கிக் கொண்டேன். அப்புறம் முடிந்த மட்டும் பேச்சை வளர்த்துக் கொண்டு அங்கேயே உட்கார்ந்திருந்தேன். பெண் ஏதோ வேலையாக வீட்டுக்குள் போகவே, நானும் "ஏதோ வேலையாக" என் அறைக்கு வந்துவிட்டேன்.

அடுத்த ஞாயிற்றுக்கிழமை என் ஆசிரிய நண்பரைச் சந்தித்து, அழுத்தமான சிபாரிசுடன் கதைகளை ஒப்படைத்தேன். "கதை எழுத விரும்பாத பெண் கிடையாது போலிருக்கிறதே!" என்று சொல்லி விட்டு, "பார்க்கிறேன்" என்றார் நண்பர். "நாங்களும் பார்க்கிறோம்.

அதாவது கதை வெளிவரும் பத்திரிகையை" என்று சிரித்துக் கொண்டே நான் சொன்னேன்.

"பிரம்மச்சாரியாக இருந்து கொண்டு, பெண்களின் முன்னேற்றத்துக்கு இப்படிப் பாடுபடக்கூடாது, சார்" என்று சொல்லி விட்டு, விடை கொடுத்தனுப்பினார் ஆசிரிய நண்பர்.

மறு மாதத்தில் கதை வெளி வந்துவிட்டது. எதிர் வீடு திமிலோகப் பட்டது. வீட்டு வாசலில் வாழை நட்டு, தோரணம் கட்டாத குறைதான். எனக்கு நான்கு நாட்களுக்கு முன்பே கதை வெளிவரப் போகிறது என்று தெரிந்திருந்தும், வெளியே சொல்லி விடவில்லை. திடீரென்று அவர்களை ஆச்சரியத்தில் மூழ்கடிக்க விரும்பினேன். என் ஆவல் நிறைவேறிவிட்டது. எதிர்வீட்டுக்காரர் பத்திரிகையும் கையுமாக வந்து, "பார்த்தீர்களா சார்?" என்று சொல்லி என்னிடம் பத்திரிகையைக் கொடுத்தார். நானும் ஒன்றும் அறியாதவன் போல் அதை வாங்கிப் பார்த்து, "ஆச்சரியத்தில் ஆழ்ந்து விட்டேன்!'" அதற்குப் பிறகு என் அறையும் எதிர்வீடும், சண்டை போடாத சம்பந்தி வீடுகளாகிவிட்டன. அவ்வளவு உறவு; அவ்வளவு. அந்யோன்யம். இனி என்ன ஆனாலும் சரிதான் என்ற துணிவோடு சர்வ சாதாரணமாக எதிர்வீட்டுக்குப் போவேன்; வருவேன். கடிகாரத்தில் மணி பார்ப்பதிலிருந்து எத்தனையோ அற்பகாரியங்களையும் எதிர்வீட்டுக்குப்போயே சாதித்துக் கொண்டு வந்தேன். தைரியமாக அவளும் நானும் ஒன்றாகக் காரியாலயத்திலிருந்த திரும்பி வருவோம். ஆனால் வீட்டை நெருங்கும்போது மட்டும் நாங்கள் பேசிக்கொள்ள மாட்டோம். அந்நியர்களைப் போல நடந்து வருவோம். இது நித்தியானுஷ்டானமாகப் போனதுடன் நிற்காமல், தெருவுக்கெல்லலாம் வேறு பிரசித்தமாகிவிட்டது. நான் எதிர்வீட்டுக்குப் போய்ப் பேசிக் கொண்டிருந்துவிட்டு வருவதைக் கண்ணால் பார்க்காதவர்கள் அந்தத் தெருவில் கிடையாது. எதிர் வீட்டுப் பையன் பரீக்ஷைக்குப் படிக்கும்போது சுமார் ஐந்து நாட்கள் அவனுக்கு ராப்பாட்டம் சொல்லித் தரப்போனேன். இரவு பத்து மணி வரையிலும் அங்கே நான் பாடம் சொல்லிக் கொடுப்பது வீதியில் உள்ளவர்களுக்குத் தெரியாத விஷயமல்ல. எல்லாவற்றிற்கும் சிகரம் வைத்தாற்போல், ஒருநாள் காரியாலயத்திலிருந்து திரும்பும்போது பலமாக மழை பிடித்துக் கொண்டு விடவே, என்னுடைய குடையின் கீழ் அவளுக்குப் பாதுகாப்பளித்து வீடு வரையிலும் கொண்டு வந்து விட்டேன். இதை யாரும் பார்க்கவில்லை. ஆனால் என் வீட்டுச் சொந்தக்காரர் பார்த்துக்கொண்டார். அவர் என்னை அன்றுதான் முதல் முதலாகத் தனியாக அழைத்து, "சார்' உங்களைப் பற்றி எங்களுக்கு நல்ல அபிப்பிராயந்தான். தெருவிலுள்ளவர்கள் எல்லாம்

விசேஷமாகச் சொல்லுகிறார்கள். ஏதோ மழை என்றுதான் அந்தப் பெண்ண அழைத்துக்கொண்டு வந்தீர்கள். ஆபத்துக்குப் பாவ மில்லை; இருந்தாலும் பார்க்கிறவர்களுக்கு ஒரு மாதிரி இருக்கக் கூடாது அவ்வளவு தான் உங்களுக்குச் சொல்லுவேன்" என்று இனிமையாகச் சொன்னார். அவர் சொன்னதில் தப்பு எதுவும் இருப்பதாக எனக்குத் தோன்றவில்லை. அதனால் ஒருவகையாகச் சமாளித்துக் கொண்டு அவர்மீது போகப்படாமல் என்ற அறைக்கு வந்தேன்.

மறுநாள் விடிந்த பிறகுதான் நான் செய்தது எவ்வளவு பயங்கரமான தவறு என்பதை உணர்ந்தேன். இதக் கண்ணாரக் கண்டும்கூட, என் நடத்தையைப் பற்றிச் சந்தேகிக்காமல், பெருந் தன்மையாகக் கூப்பிட்டுப் புத்தி சொன்னதற்காக வீட்டுக்காரன் மனத்திற்குள்ளேயே எவ்வளவோ புகழ்நதேன்.

ஒரு குடைக்கீழ் இருவர் நடந்து வந்த அந்த நாள் முதல், காதல் என்ற தொடர்பு மட்டும் இல்லாமல், என் அறைக்கும் எதிர் வீட்டுக்கும் வழக்கம்போல உறவு இருந்து வந்தது.

அந்தத் தெருவில் பேரன் பேத்தி எடுத்த கிழவர்கள் இருந்தார்கள்; கிழவிகளும் இருந்தார்கள். வாலிபப் பெண்களைக் கல்யாணம் செய்து கொள்ள வேண்டுமென்று விரும்பிய குடுகுடு கிழவர்களும் இருந்தார்கள். உடைகளில் எல்லாம் செண்டைக் கொட்டிக்கொள்ளும் ஐம்பது வயதுத் தாய்மார்களும் இருந்தார்கள். சினிமாவில் சேரவேண்டுமென்று ஆசைப்படும் கௌரவமான குடும்பப் பெண்களும் இருந்தார்கள். கதை எழுத விரும்பி, இல்லாத பொல்லாத காதல் கற்பனைகளை எல்லாம் கட்டிவிட்டு எழுதும் ஆற்றல் வாய்ந்த வாலிபப் பெண்களும் இருந்தார்கள். இத்தனை பேரில் ஒருவராவது என்னைப்பற்றியோ எதிர் வீட்டுப் பெண்ணைப்பற்றியோ யாதொரு சந்தேகமும் கொள்ளவில்லை அல்லது சந்தேகம் கொண்டதாக எனக்குத் தெரியவில்லை. இது உலகத்தில் காணமுடியாத ஒரு அதிசயமாகக் கூட இருந்தது. சமூகம் இவ்வளவு சுதந்திரம் கொடுத்தும்கூட, நாங்கள் மட்டும் எல்லை கடந்து விடவில்லை. இருவரும் ஒன்றாகக் காரியாலயத்திலிருந்து வருவதுபோல் வீட்டிலிருந்து ஒன்றாகக் காரியாலயத்துக்குப் புறப் படத் துணியவில்லை. எந்த ஓர் அவசியத்தை முன்னிட்டும் எதிர் வீட்டுப் பெண் என் இருப்பிடத்துக்கு வரவுமில்லை. ஆனால்... நான் மட்டும், யாராவது ஒருவர் என் அறையின் கதவைத் தட்டினால், எதிர்வீட்டுப் பெண்தான் வந்து தட்டுகிறாளோ என்று நினைத்து, கதவைத் திறந்து, அப்புறம் ஏமாற்றத்திற்கு ஆளானது உண்டு.

இப்படி இருக்கும்போது, எதிர்வீட்டுப் பெண்ணின் இரண்டாவது கதை என் நண்பருடைய பத்திரிகையில் வெளிவந்தது. இது வெளிவந்து ஒருவாரம் கழியும் முன்பே, முதலில் குறிப்பிட்ட ரசமான நிழ்ச்சி நடந்து விட்டது.

ஒருநாள்; அன்று விடுமுறை சாப்பிட்டு வந்து என் அறைக்குள் உட்கார்ந்து நாவல் படித்துக் கொண்டிருந்தேன். சுமார் மூன்று மணியிருக்கும், இலேசாகத் தூக்கம் வந்தது. ஈஸிச்சேரிலேயே அறிதுயில் ஆழ்ந்தபோது, என் அறைக் கதவை யாரோ தட்டினார்கள். வழக்கம் போல், "அந்த மாதிரி" எதிர்பார்த்துக் கொண்டே கதவைத் திறந்தேன். ஆனால் வந்து நின்றவன் கோடி வீட்டுக் கனக விக்கிரகத்தின் தம்பி.

"வா தம்பி."

இந்த இரண்டு சொற்களைச் சொல்லும்போது என் நாக்குத் தழுதழுத்தது; பேச முடியாமல் திக்கு முக்காடினேன்.

"உட்கார் ராஜா."

ஏதோ ஓர் அழகான பறவை மரக் கொம்பில் உட்கார்ந்து ஊசலாடாமல் குப்பைமேட்டில் போய்ப்படுத்துக் கொள்வது போல, நாற்காலியில் உட்காராமல் பத்திரிகைக் குவியலின் பக்கம் போய் உட்கார்ந்தான். நான் உடனே எழுந்து, அவனை இழுத்துக்கொண்டு வந்து நாற்காலியில் உட்கார வைத்தேன். மிகமிக நாசூக்கான பதப் பிரயோகத்துடனும், பணிவு நிறைந்த குரலிலும் அவன் சொன்னான்:

"உங்கள் டைப்ரைட்டிங் மிஷினைக் கொஞ்சம் கொடுத்து உதவ முடியுமா? கொஞ்சம் அவசரமாக வேண்டியிருக்கிறது."

"பேஷாகத் தருகிறேன். யாருக்கு? உனக்கா? உங்கள்... உங்கள் அப்பாவுக்கா?"

"அப்பாதான் கேட்டுவிட்டு வரச் சொன்னார். சிரமத்திற்கு மன்னிக்க வேண்டும்."

"இதில் என்ன சிரமம்? தருகிறேன். உங்கள் அப்பா கேட்டு விடவேண்டுமென்ற அவசியம் கூட இல்லை. "நீ" கேட்டாலும் தருகிறேன் ராஜா."

பையனால் டைப்ரைட்டரைத் தூக்க முடியாமல் போனது. ஒரு சகாப்தத்தையே ஆரம்பித்து வைக்கக்கூடிய பெரிய காரியம் போல எனக்குத் தோன்றியது. நானே முன்வந்து, அவனுக்காக டைப்ரைட்டரைத் தூக்கிக் கொண்டு அரை பர்லாங் தூரத்திற்கு அப்பால் உள்ள கோடி வீட்டுக்குப் போனேன்! ஐயோ! அன்று என்ன மரியாதை! என்ன சுகமாக சூழ்நிலை! வீட்டுக்குள்ளே போகும் போது ரோஜாச் செடியின் குச்சியைப்போலப் போனேன். வெளியே

வரும்போது பூத்துக்குலுங்கும் ரோஜாச் செடியாக வந்தேன்.

“நாளைக்கு வந்து வாங்கிக் கொள்ளுகிறேன். நான் போய் வரட்டுமா?”

இந்த வார்த்தைகளைச் சொல்லிவிட்டு வெளியே வந்தேன்.

மறுநாள் அவரே என்னிடம் டைப் ரைட்டரைக் கொண்டு வந்து கொடுத்து விடுவாரோ என்று பயந்து நானே அதிசீக்கிரத்தில் கோடி வீட்டுக்குப் போய் விட்டேன். நான் அந்த வீட்டில் நுழையும்போது, என்னைப் பார்த்த ஒரு சிலரில் என் வீட்டுச் சொந்தக்காரரும் ஒருவர். அத்துடன் எதிர் வீட்டுக்காரரும் பார்த்துக் கொண்டார். நான் உங்களுக்கு அறிமுகப்படுத்தாத, அந்த தெருவாசிகளில் சிலரும் பார்த்தனர். அங்குப் போனவன் ஒரு மணி நேரத்திற்குப் பிறகுதான் திரும்பினேன். அதுவரையிலும் தன் அப்பாவுக்காக வேண்டி அந்தக் கனக விக்கிரகம் என் யந்திரத்தில் தன் கைகளால், தன் மலர்க்கைகளால், தன் கைவிரல்களால் டைப் அடித்துக் கொண்டிருந்தாள். அப்பா பத்திரிகையைப் படித்துக் கொண்டிருந்தார். அப்புறம் தூங்கி விட்டார். தூங்காமல் இருந்தவர்கள் நான். கனக விக்கிரகம், அவள் தம்பி ஆகிய மூவரே, டைப் அடித்து முடிந்ததும் மிஷினை எடுத்து என்னிடம் கொடுத்தவள் என் இதயராணியே. நான் தட்டுத் தடங்கல் இல்லாமல் வெளியே வருவதற்குச் சௌகரியமாக இருக்கும் பொருட்டு, வாசல் கதவை அவளே ஓடிவந்து திறந்தாள். இதுபோல, நான் உள்ளே வருவதற்கும் அவளை ஓடிவந்து கதவைத் திறக்கும் இன்பகரமான நாட்களைக் கற்பனை பண்ணிக்கொண்டே வெளியே வந்தேன். ஆனால், அந்த தெருவில் இருந்த அற்ப பத்திக்காரர்களால், அந்தக் கனவு இன்று வரையும் நிறைவேறாமலே போய் விட்டது.

என் அறைக்கு வந்தேன். டைப்ரைட்டிங் மிஷினை மூடி வைக்காமல், ஒரு வெள்ளைக் காகிதத்தை அதில் வைத்து என் பெயரையே மாறி மாறி டைப் அடித்துக் கொண்டிருந்தேன். யந்திரத்தில் புதிதாக ஒரு காந்த சக்தி குடியேறி விட்டது போலத் தோன்றியது. அப்புறம் காரியாலயத்துக்குப் போக நேரமாகி விட்டதென்று அதிவேக மாகத் தலையை ஒருமுறை வாரிக்கொண்டு, அதற்கேற்ற உடையும் அணிந்து கிளம்பினேன். அன்று பஸ் ஸ்டாண்டில் எதிர்வீட்டுப் பெண்ணுக்காகக் காத்திருக்கவில்லை. அவள் ஞாபகமே அப்போது தலைகாட்டவில்லை. சாயங்காலமானதும் நேரே என் இருப்பிடத்தை நோக்கித் திரும்பினேன். சினிமாவுக்குப் போகவேண்டுமென்று, என் நண்பர்கள் வற்புறுத்தியதையும் நான் மறுத்துவிட்டேன். ஏனோ, என் அறைக்கு வரவேண்டும் போல இருந்தது. வந்து, உடைமாற்றி, முகம்

கழுவி, பவுடர் போட்டுக் கொண்டிருந்தபோது என் வீட்டுச் சொந்தக்காரர் வந்தார்.

"வாருங்கள்" என்றேன். வந்தவர் உட்காராமலே கடுகடுப்பாகப் பேச ஆரம்பித்து விட்டார். அவர் முகத்தில் எள்ளும் கொள்ளும் வெடித்து.

'ஸார்! தயவு செய்து அறையை நாளைக் காலிபண்ணி விடுங்கள்... போதும் உங்கள் குடித்தனம்" என்றார். எனக்குத் தூக்கி வாரிப்போட்டது. பவுடரைத் துடைத்துக் கொண்டு, அவரைப் பார்த்துத் திரும்பினேன்.

"என்ன? ஏன் இப்படி?" என்று நான் விசாரிக்கும் போதே அவர் இடைமறித்து, "உங்களை ஏதோ நல்லவர் என்று நினைத்துத்தான் அறையை வாடகைக் விட்டேன். இப்படிப்பட்டவர் என்று எனக்கு அப்பொழுதே தெரியாமல் போய்விட்டது" என்றார்.

நான் பயந்து நடுங்கினாலும், எப்படியோ சமாளித்துக் கொண்டு, "விஷயம் என்னவென்று சொல்லுங்கள்" என்றேன்.

"ஸார்! அதிகமாகப் பேச்சு வேண்டாம். உங்கள் நடத்தை எனக்குப் பிடிக்கவில்லை."

எனக்குக் கோபம் வந்துவிட்டது.

"ஏன் பிடிக்கவில்லை?"

"கோடி வீட்டில் உங்களுக்கு என்ன வேலை?"

"டைப் ரைட்டிங் மிஷின்..."

"எல்லாம் எனக்குத் தெரியும். நீங்கள் நாளைக் காலையிலேயே வீட்டைக் காலி பண்ணினால் நல்லது இல்லாவிட்டால், இந்தத் தெருவுக்கே நான் ஆகாதவனாகப் போய்விடுவேன்."

"நீங்கள் சந்தேகப்படுவது தப்பு. தப்பாக ஒன்றும் இங்கே நடந்து விட வில்லை."

"நான் மட்டுமா சந்தேகப்படுகிறேன்? எழுந்து போய்ப் பக்கத்து வீட்டுக்காரர்களிடம் கேட்டுப் பாருங்கள். எல்லோரும் என்னைத் திட்டுகிறார்கள். 'இப்படிப்பட்டவருக்கா வீட்டை விட்டாய்?' என்று கேட்கிறார்கள்; எதிர் வீட்டுக்காரர் என்னோடு சண்டைக்கே வந்து விட்டார். அடுத்த வீட்டுப் பிள்ளையாண்டான் (அவனுக்கு வநது இருபத்தாறு) இவ்வளவு நேரம் வரை என்னிடம் புகார் பண்ணி விட்டுப் போனான்."

"என்மேல் தப்பு எதுவும் இல்லை. வீண் சந்தேகங்களுக்கு நான் என்ன செய்வது? நான் செய்த தப்பு என்ன வென்றாவது சொல்ல வேண்டும்."

"என்ன சார், ஒன்றும் தெரியாதவர் மாதிரிப் பேசுகிறீர்கள்? இளம்பெண் இருக்கும் வீட்டுக்கு உங்களுக்கு என்ன போக்குவரத்து? உங்கள் வீட்டில் இப்படித்தான் ஊர்ப் பயல்களை வரவிடுவீர்களோ?"

...நான் 'ஊர்ப்பயல்' ஆகிவிட்டேன்.

வீட்டுக்காரர் மேலும் சொன்னார்: "நீங்கள் கோடி வீட்டுக்குப் போவது யாருக்கும் பிடிக்கவில்லை. உங்களிடம் அந்யோன்யமாக இருந்த எதிர் வீட்டுக்காரருக்கே பிடிக்கவில்லை என்றால் பார்த்துக் கொள்ளுங்கள். இது கௌரவமானவர்கள் வசிக்கும் வீதி. அதனால் உங்களை இங்கே வைத்துக் கொண்டிருப்பது சரிப்படாது. கோடி வீடு எப்பேர்ப்பட்ட பெரிய மனிதர்களின் வீடு என்று உங்களுக்குத் தெரியாது. என் தாக்ஷண்யம் இல்லா விட்டால், இதற்குள் இந்தத் தெருப்பையன்கள் உங்களை என்னவெல்லாமோ செய்திருப்பார்கள். அதனால், உள்ள மரியாதையைக் காப்பாற்றிக் கொண்டு கிளம்பி விடுங்கள்."

இவ்வாறு கூறிவிட்டு, ஒரு நிமிஷம்கூடத் தாமதிக்காமல் அவர் மாடிக்குப் போய்விட்டார். அவர் போன சிறிது நேரத்திற்கெல்லாம், எதிர் வீட்டுப் பையன் வந்தான். சுமக்கமுடியாமல் புத்தகங்களைச் சுமந்து கொண்டு வந்தான். அவ்வளவும் என்னிடம் இரவலாக வாங்கிச் சென்ற புத்தகங்கள்.

"இந்தாருங்கள், உங்கள் புத்தகங்கள் எல்லாவற்றையும் கொடுத்தாய் விட்டது" என்று சொல்லிவிட்டுக் கிளம்பினான். எனக்கு முகத்தில் அறைந்ததுபோல் இருந்தது.

"எல்லாவற்றையும் படித்தாயிற்றா?" என்று ஒரு கேள்வியைப் போட்டேன்.

"அதென்னவோ, எங்கள் அப்பா கொடுத்துவிட்டு வரச் சொன்னார்" என்று சொல்லிவிட்டு அறைக்கு வெளியே போய் விட்டான் பையன். நான் ஒரு புதுப் புத்தகத்தை எடுத்துக் கொண்டு பின்னாலேயே சென்று, "தம்பி! இந்தா, இந்துப் புத்தகத்தைக் கொண்டு போ" என்று, வேண்டிக் கொண்டேன். அவனோ வேகமாக ஓடி எதிர் வீட்டுப் படியில் ஏறிவிட்டான், அங்கே நின்ற அவனுடைய தகப்பனார், "சார்! நீங்கள் புத்ததகம் கொடுத்ததும் போதும் நாங்கள் படித்ததும் போதும்" என்று என்னிடம் சொல்லி விட்டு, தம் மகனைப் பார்த்து, 'போடா வீட்டுக்குள்ளே! முட்டாள் பயல்! அங்கே போகாதே, போகாதே என்று ஆயிரம் தடவை செருப்பால் அடித்தாலும், நாய் மாதிரி ஓடுகிறான். போ வீட்டுக்குள்ளே!" என்று அதட்டினார்.

'முட்டாள் பயல்!'

'செருப்பால் அடித்தாலும்!'
'நாய் மாதிரி!'

அவமானம் தாங்காமல் அறைக்குள் வந்தேன். அவ்வளவுதான், இனிமேல் அந்தத் தெருவில் குடியிருக்க முடியாது என்று மூட்டை முடிச்சுகளைக் கட்ட ஆரம்பித்தேன்.

அன்றிரவு எனக்குத் தூக்கமே வரவில்லை. எத்தனையோ சிந்தனைகள்:

'எதிர் வீட்டுக் கருப்புப் பெண்ணுடன் சகஜமாகப் பழகினேன். மாதக் கணக்கில் பழகினேன். இது தெருவறிந்த செய்தி. இரவு தவறாமல் எதிர் வீட்டுக்குப் போய்ப் பேசிக் கொண்டிருந்து விட்டும் வந்தேன். ஒரே பஸ்ஸில் அவளோடு பிரயாணம் செய்தேன். என் சிரிபாரிசினால் அவளுடைய சிறு கதைகள் பத்திரிகையில் வெளியா யிற்று. இந்த விஷயங்கள் எல்லோருக்கும் தெரியும். கடைசியில், ஒரு குடையின்கீழ் அவளை இரவு நேரத்தில் அழைத்துக் கொண்டு வந்தேன். இது என் வீட்டுச் சொந்தக்காரருக்குத் தெரியும். இவ்வளவு நெருக்கமாக அவளோடு, அந்தக் கருப்புப் பெண்ணோடு நான் பழகியதைப் பார்த்தும், ஒருவர்கூட ஏன் அந்தப் பெண்ணின் தகப்பனார் கூட, என்னைக் கண்டிக்கவில்லை. ஆனால்...

'கோடி வீட்டுக்கு இரண்டு நாட்கள் போய் வந்தது பெரிய குற்றமாகப் போவானேன்? இரண்டும் கௌரவமான வீடுகளே. எந்த ஓர் அந்தஸ்திலும் ஒன்றுக்கொன்று உயர்ந்தவை அல்ல. ஆனால் ஊர்க்காரர்கள் இப்பொழுது தடி எடுத்துக்கொண்டு வருவானேன்? கருப்புப் பெண்ணின் வீட்டுக்குப் போய்க் குலாவிவிட்டு வந்தது தப்பில்லை; அழகான பெண்ணின் வீட்டுக்கு வெறுமனேபோய் வந்தது பெரும் குற்றம். இது என்ன விசித்திரமடா! எதிர் வீட்டுக் காரரும் என்னைத் திட்டுகிறார். தம்முடைய மகளுடன் நெருங்கிப் பழகியதைக் கூடக் கண்டிக்காத மனிதர், கோடி வீட்டுக்கு ஏதோ இரண்டு நாட்கள் நான் போய் வந்ததைக் கண்டு என்னைத் திட்டுவானேன்? என் வீட்டுக்காரர் என்னைக் காலிபண்ணச் சொல்வானேன்? தெருவிலுள்ள வாலிபப் பைன்கள் என்னை என்ன வெல்லாமோ செய்ய நினைப்பானேன்? மொத்தத்தில் தெரு வாசிகள் யாவரும் ஒன்று கூடிக்கொண்டு எனப் பழிப்பானேன்? இரண்டு வீடுகளுக்கும் வித்தியாசம் இல்லையே! ஒரு வீட்டுப் பெண் அழகில்லை; மற்றொரு வீட்டுப்பெண் அழகி, இதுதானே வித்தியாசம்...'

மேற்கொண்டும் பலவிதமான மூளையைக் குழப்பிக் கொண்டே படுத்திருந்தேன். பிறகு தூங்கிவிட்டேன். மறுநாள் விடிந்து சிறிது நேரத்திற்கெல்லாம் ரிக்ஷாவை அழைத்து வந்த, வீட்டுக்காரரிடமும்

விடை பெற்றுக் கொண்டு புறப்பட்டேன். மயிலாப்பூர் வாசம் முடிந்தது. என் ஆசிரிய நண்பர் குடியிருக்கும் வீட்டுக்குப் போக வேண்டுமென்று திருவல்லிக்கேணியை நோக்கிச் சென்றேன். எதிர்பாராத விதமாக நான் மூட்டை முடிச்சுகளுடன் போய் நிற்பதைக் கண்ட என் நண்பர் ஒரேயடியாகத் திகைத்துவிட்டார். கதை முழுவதையும் அவரிடம் சொன்னேன். அவர் நடுவிலேயே, "நான் அப்பொழுதே சொன்னேன் அல்லவா? பெண்களுக்காகப் பிரம்மச்சாரிகள் பாடுபடுவது தப்பு என்று. நான் சொன்ன ஞாபகம் இருக்கிறதா?" என்றார்.

"அப்படிப் பாடுபட்டதில் தப்பு ஒன்றும் வரவில்லயே! எதிர் வீட்டுப் பெண்ணுக்காக நான் பாடுபட்டதால், இந்த அனர்த்தம் விளையவில்லையே! வெறுமனே ஒருவர் வீட்டுக்குப் போய் வந்தது தானே குடியைக் கிளப்பி விட்டது" என்று சொல்லிவிட்டு என் கதையைக் கடைசி வரை சொல்லி முடித்தேன். அங்கங்கே விளக்கத் திற்காகச் சில கேள்விகள் கேட்டுக் கொண்டே, என் கதை முழுவதையும் நண்பர் காது கொடுத்துக் கேட்டார். அவருக்கு அடக்க முடியாதபடி சிரிப்பு வந்துவிட்டது. என் பரிதாபக் கதை யைக் கேட்டுவிட்டு அவர் சிரிப்பது எனக்குக் கொஞ்சம் கூடப் பிடிக்கவில்லை.

"எனக்குச் சீக்கிரமாக ஓர் அறை பாருங்கள்" என்று கூறி அவர் சிரிப்பை நிறுத்தினேன். அப்புறம் எனக்கும் சிரிப்பு வந்தது. "ஒரு வீட்டுக்குப் போவதை ஊர் தப்பாக நினைக்கவில்லை; ஆனால் மற்றொரு வீட்டுக்குப் போவதைக் கண்டு ஏன் இப்படிக் குற்றம் சாட்ட வேண்டும்? இது விசித்திரமாக இல்லையா?" என்றேன்.

"விசித்திரம் என்றால் இது சாமான்யப்பட்ட விசித்திரமாக? நீங்கள் என்னைப் போலக் கதாசிரியராக இருந்தால், இந்த விசித்திரத்தின் உட்பொருள் என்னவென்று தெரிந்திருக்கும்" என்று நண்பர் மேதாவித் தனத்துடன் சொன்னார்.

"என்னவென்றுதான் சொல்லுங்களேன்."

"சார்! நீங்கள் இருந்த அந்தத் தெருவில் உள்ள அத்தனை பேருக்கும் உங்கள் மீது பொறாமை சார், பொறாமை!"

"அது எப்படி?"

"எப்படியா? அழகில்லாத பெண்ணை ஒரு பயலும் விரும்ப வில்லை. அதனால் அவளோடு நீங்கள் கும்மாளம் போடுவதைக்கூட அவர்கள் பொருட்படுத்தவில்லை. ஆனால் அழகான பெண்ணின் மீது எல்லோருக்கும் கண். அப்படியிருக்கும்போது அவள் வீட்டுக்கு நீங்கள் போய் வருவதை அவர்களால் பார்த்துக்கொண்டிருக்க

முடியுமா? அதனால்தான் எதிர்வீட்டுப் பெண்ணுடன் குலாவியும் கூட நீங்கள் ஒழுக்க சீலராக இருக்க முடிந்தது; கோடி வீட்டுக்குப் போன மாத்திரத்தில் ஒழுக்கம் கெட்டவராக மாறும்படி நேர்ந்தது.

"தன் மனம் களங்கத்தோடு இருக்கும்போது அடுத்தவனைக் குற்றம் சாட்டலாமா?" என்று கேட்டேன்.

"களங்கமில்லையென்றால் குற்றம் சாட்டத் தோன்றாதே ஸார்! நீங்கள் குடியிருந்த வீட்டுக்காரரும், உங்கள் எதிர் வீட்டுக்காரரும், அந்தத் தெருவில் இருக்கும் அத்தனை பேரும் அந்த அழகான பெண் மீது ஒரே வெறியோடு இருக்கிறார்கள் என்று நான் உறுதியாகச் சொல்லுவேன். சந்தர்ப்பம் கிடைத்தால், எவனுமே அந்த பெண்ணைக் கெடுக்கத் தயங்கமாட்டான்" என்று கூறினார் ஆசிரிய நண்பர்.

"அட அயோக்கியப் பயல்களா! இந்த லக்ஷணத்திலா அடுத்தவனைக் குறை சொன்னீர்கள்?" என்று நான் சொன்னதும், நண்பர் சிரித்துக் கொண்டே என்னை ஸ்நானம் பண்ணச் சொன்னார், அத்துடன், "இனி மேலாவது கொஞ்சம் ஜாக்கிரதையாக இருந்து கொள்ளுங்கள்" என்று எச்சரித்தார்.

மறு வருஷமே எனக்குக் கல்யாணமாகிவிட்டது. இனிமேல் ஜாக்கிரதை எதற்கு? இந்த உலகத்தில் நல்லொழுக்கம் சம்பந்தமான தடையுத்தரவுகளெல்லாம் பிரம்மச்சாரிக்குத்தானே! இப்போது மூன்று குழந்தைகளும் இருக்கிறார்கள். என்றாலும், அந்தப் பழைய நிகழ்ச்சி என் மனத்தை விட்டு அகலவே இல்லை. நினைத்தாலும் சிரிப்பு வருகிறது. உற்ற நண்பர்களிடமெல்லாம் அந்த நிகழ்ச்சியைச் சொல்லி, "சுத்தப் பொறாமைக்காரப் பயல்கள் ஸார்" என்ற முத்தாய்ப்புடன் முடிக்கிறேன்.

3

இரண்டு ஆண்கள்

என் மாமா ஒரு 'அல்கா' பேர்வழி. சோம்பேறித்தனம், போக்கிரித்தனம், அயோக்கியத்தனம் என்பன போன்ற குணங்களெல்லாம் அவரிடம் வகைக்குக் கொஞ்சம் உண்டு. காரண காரியமில்லாமலே தம்முடைய மோசமான குணங்களில் ஒன்றைக் காட்ட ஆரம்பித்து விடுவார். எவனாவது ஒருவனுடன் வீண் சண்டை போடாவிட்டால் அன்று அவருக்கு என்னவோ போல் இருக்கும்.

மாமாவுக்கு வயது இருபத்தெட்டு; என்னைவிட நான்கு வயது மூத்தவர். அவருக்கு ஏதோ கொஞ்சம் எழுதப் படிக்கத் தெரியும். வேலை எதுவும் கிடையாது. சாப்பிட வேண்டியது, ஊர் சுற்ற வேண்டியது, மடத்தில் துண்டை விரித்துத் தூங்க வேண்டியது. இவரைப் போன்ற ஒரு வேலையற்றவனோடு உட்கார்ந்து தாயம் விளையாட வேண்டியது- இப்படியாக அவர் காலத்தை ஓட்டிக் கொண்டிருந்தார். ஆனால் இந்த மாதிரி வாழ்க்கை நடத்துவதற்குப் பெற்ற தகப்பனோ, அல்லது முப்பாட்டனோ கப்பல் வியாபாரியாக இருந்திருக்க வேண்டும். ஆனால் என் மாமாவின் தகப்பனாரோ கப்பல் வியாபாரியுமல்ல; கத்திரிக்காய் வியாபாரியுமல்ல; எட்டு ஏக்கர் கரிசல் மண்ணுக்கு அதிபதி; அவ்வளவுதான். இந்த மாதிரியான மகனை வைத்துக் காப்பாற்ற அவரால் முடியவில்லை. அவன் தவமிருந்து பெற்ற ஏசு புத்திரன் தான் என்றாலும், தண்டச் சோறு போடுவது கையை கடித்துவிட்டது. ஒருநாள் அவர் மிகுந்த கோபாவேசத்துடன் அடிக்கக் கூடாத ஒரு சாமானை எடுத்து என் மாமாவின் முகத்தில் எறிந்துவிட்டார். அதனால் வலி ஏற்படாவிட்டாலும் நிச்சயம் அவமானம் ஏற்படும். ஆனால், என் மாமாவுக்கோ இரண்டுமே ஏற்படவில்லை. பெரியவர் பார்த்தார். அதற்கு மறுநாளே சாப்பாடு போட முடியாதென்று பிடரியைப் பிடித்து வெளியே தள்ளிவிட்டார். உடனே மாமா தம் தமக்கை வீட்டுக்கு, அதாவது எங்கள் வீட்டுக்கு வந்து சேர்ந்தார். என் தாயர் ஒரு பைத்தியம்; தகப்பனாரோ, ஆஸ்பத்திரியில் சேர்க்க வேண்டிய பைத்தியம். அதனோல், "ஐயோ பாவம்!" என்று என் மாமா மீது இரக்கம் காட்டி சாப்பாடு போட்டுக் கொண்டிருந்தார்கள். மாமா எங்கள் வீட்டில் எழுந்தருளியிருந்த இந்தச் சந்தர்ப்பத்தில்தான், நான் தூத்துக்குடியிலிருந்து வந்து சேர்ந்தேன். ஒரு கலியாணத்துக்காக நான் தூத்துக்குடிக்குப் போயிருந்தேன்.

மாமா எங்கள் வீட்டில் வந்து மாதக் கணக்கில் முகாம் போட்ட பிறகுதான், என் தகப்பனாருக்கு ஞானோதயம் பிறந்தது. ஒருநாள் பக்கத்து வீட்டுக் கிழவருடன் பேசிக் கொண்டிருந்தபோது, என் தகப்பனார், “எனக்கு மகன் பிறந்ததற்குப் பதிலாக, மகள் பிறந்திருக்கக்கூடாதா? என் வீட்டில் விருந்து சாப்பிடும் மைத்துனனுக்குக் கட்டிக்கொடுத்து அவனை வீட்டோடு வைத்துக் கொள்வேனே. அப்புறம் மைத்துனப்பிள்ளை மாதக்கணக்கில் அல்ல, வருஷக் கணக்கிலேயே என் வீட்டில் இருக்கலாமே! ஆனால், எனக்குப் பிறந்த குழந்தை ஆண் குழந்தையாகப் போய்விட்டதே!” என்றார்.

இந்தச் சொற்கள் காதில் விழுந்தால் மற்றவர்கள் உயிர் வைத்துக் கொண்டிருக்க மாட்டார்கள். ஆனால் என் மாமாவுக்கோ, இந்தச் சொற்களால் ஒரு பெரிய உண்மை மட்டும் புலப்படலாயிற்று. அதாவது, இனிமேல் எங்கள் வீட்டில் சாப்பிட்டுக்கொண்டு ஊர் சுற்றுவது நடக்காத காரியம் என்று கண்டுபிடித்து கொண்டார். அதனால் அன்று முதல், என் தாயாரின் கையால் சாதம் வாங்கிச் சாப்பிட வெட்கப்பட்டு, வீட்டில் என்னைத் தவிர வேறு யாரும் இல்லாத சமயம் பார்த்து, தமக்குத் தாமே சாதத்தை எடுத்துப் போட்டுக்கொண்டு சாப்பிடத்தொடங்கினார். நான் அவரை ஒன்றும் சொல்லமாட்டேன். எனக்கு அவர் மீது ஏதோ ஒரு பிரியம். என் மீது அவருக்கு உண்மையிலேயே அளவு கடந்த அன்பு. அவர் வேடிக்கையாக பேசுவதும் வேடிக்கை என்று நினைத்துக் கொண்டு அசட்டுத்தனமாக உளறுவதும், மணிக்கு ஒரு தினுசாகக் கோணிக் கோணி நடப்பதும், பெரிய மனிதனைப் போல எனக்குப் புத்திமதி சொல்லுவதும் எனக்குப் பிடித்துப் போய் விட்டன.

சில நாட்களாயிற்று. ஒருநாள் எங்கள் ஊரில் உள்ள ஒரு கன்னிப் பெண்ணைப் பார்த்து, “உனக்குக் கல்யாணமாகவில்லை. எனக்கும் கல்யாணம் ஆகவில்லை. நம் இரண்டு பேருக்கும் எப்பொழுது கல்யாணம் ஆகப் போகிறதோ!” என்று சிலேடைப் பொருளில் சொல்லியிருக்கிறார். இது ஒரு பெரிய சண்டையையே இழுத்துக் கொண்டு வந்துவிட்டது. பெண்ணின் தாயார், ஆவுடையம்மாள் என்ற பெயருடையவள், எங்கள் வீட்டு முற்றத்தில் வந்து நின்று உடம்பெல்லாம் வாயாகக் கத்தினாள். என் மாமாவோ மிகவும் கம்பீரமாக எழுந்து வந்து, “ஏய் பெரிய மனுஷி! வாயை ‘மூடு;’ உன் மகளைப் பார்த்து நான் என்ன சொன்னேன்? நம் இரண்டு பேருக்கும் எப்பொழுது கல்யாணம் ஆகப் போகிறதோ என்று தானே சொன்னேன்? இரண்டு தனித் தனிக் கலியாணங்களைத்தான் நான் சொன்னேனே ஒழிய ஒரு

கலியாணத்தைச் சொல்லவில்லை" என்று சொல்லிவிட்டு அத்துடன் நிறுத்திக் கொள்ளாமல், "அப்படியே சொன்னேன் என்று வைத்துக் கொள்வோம்; என்னை விட உயர்ந்த மாப்பிள்ளை உன் மகளுக்கு வந்து விடப் போகிறானோ? நானும் பார்க்கத்தானே போகிறேன்" என்று அழுத்திச் சொன்னார்.

பெண்ணைப் பெற்ற வயிற்றில் தீப்பிடித்துக் கொண்டது. ஆவுடையம்மாள் கோபத்தினால் பேசிய பேச்சை இம்மட்டு அம்மட்டு என்று சொல்ல முடியாது. அன்று எப்படியோ சண்டை ஓய்ந்தது.

இரவு படுத்துக்கொள்ளப் போகும் போது மாமா என்னை ரகசியமாக அழைத்து, "ஏண்டா, நான் இன்று போட்டபோடு எப்படி!" என்றார்.

"ஆஹா!" என்றேன் நான். நான் பாராட்டுகிறேன் என்று நினைத்து அவர் பூரித்துப் போனார்.

மறுநாள் விடிந்ததும், என் தகப்பனார் மாமாவை அழைத்து, "ஐயா! நீ மகராசனாய் இருப்பாய்! என் மேலே கொஞ்சம் இரக்கம் வைத்து என் வீட்டை விட்டுக் கிளம்பி விடு அப்பா!" என்று சொல்லிக் கையெடுத்துக் கும்பிட்டார், அம்மா என்னவோ சொல்லிக் கொண்டு குறுக்கிட்டாள். நானும்கூட அப்பாவைத் தடுத்தேன். ஆனால் ஒன்றும் பலிக்கவில்லை.

மாமா வீட்டை விட்டுக் கிளம்பி விட்டார். அப்புறம் அவர் ஊரை விட்டே கிளம்பி விட்டார் என்று மாலையில் தெரியவந்தது. நான் மிகவும் வருத்தப்பட்டேன். அவர் எங்கே போனார் என்று தெரியவில்லை. அவருடைய பிரிவுக்காக நானும் என் தாயாரும் வருந்தாமல் இருக்க அவர் ஒரு தந்திரம் செய்துவிட்டுப் போய் விட்டார். அது என்னவென்றால் பக்கதது ஊரில் எங்களுக்கு ஒருவர் ஆறு ரூபாய் கடன்தர வேண்டும். அங்கே போய் என் தாயார் கேட்டதாகச் சொல்லி, பணத்தக் கேட்டு வாங்கிக் கொண்டு, மாமா கம்பி நீட்டி விட்டார். இந்தக் காரியத்தைச் செய்த பிறகு அவர் பிரிவுக்காக நானும் என் தாயாரும் வருந்துவதற்கு வழியில்லாமல் போய் விட்டது.

மூன்று மாதங்களாகி விட்டன. ஒருநாள் எனக்கு ஒரு கவர் வந்தது. வாங்கி உடைத்துப் பார்த்தேன். மாமா எழுதிய கடிதம் தான் அது. அதில் அவர் எழுதியிருந்ததில் சில பகுதிகளை அப்படியே கீழே கொடுத்திருக்கிறேன்.

> "என் அருமை மறுமகனாகிய செல்லையாவுக்கு, நானாகிய மாமா எழுதிக் கொள்வது என்னவென்றால்...

"நான் இப்போ மிலிட்டரில் சேர்ந்திட்டேன். மாசம் சோறு துணிமணிபோக 18 ரூபாய் சம்பளம்...

மாசா மாசம் உன் தாயார் பேருக்கு ரூவாய் அனுப்பு கிறேன். சேர்த்து வைக்கவும். எனக்கும் கலியாணம் காச்சி என்று ஆகணுமல்லவோ?" எனக்கு நம் தமிளப் பெண் பிடித்த மில்லே. எதுக்கும் நான் வந்த பிறகு கலியாணத்தை ஓசித்துக் கொள்வோம். அடிக்கடி கடிதம் போடு. நான் மூணு மாசத்துக்கப் பிறம் லீவில் வருவேன்...."

நான் பதில் கடிதம் போட்டேன். அவரும் கடிதம் போட்டார். இப்படியே கடிதப் போக்குவரத்து ஒழுங்காக நடந்து கொண்டு வந்தது.

மூன்று மாதத்துக்குப் பிறகு அவர் எழுதியிருந்த ஒரு கடிதத்தில், "நான அடுத்த வாரம் வருகிறேன்" என்று எழுதியிருந்தார்.

நான் அவர் வருகையை ஆவலோடு எதிர்பார்த்துக் கொண்டே இருந்தேன்.

அன்று ஏதோ ஒரு கிழமை. உத்தியோகம் பார்க்காமல் நாட்டுப் புறத்தில் இருப்பவனுக்குக் கிழமையைப் பற்றிக் கவலை எதற்கு? நல்ல வெயில், நான் வாசல் திண்ணையில் படுத்துக்கொண்டு பத்திரிகை படித்துக் கொண்டிருந்தேன். திடீரென்று வீதி முனையில் சிறுவர்களின் ஆரவாரம் கேட்டது. ஒரு நாலைந்து நாய்கள் சேர்ந்து கன்னாபின்னா'வென்று குரைக்கத் தொடங்கி விட்டன. ஊருக்குள் கரடியோ புலியோ நுழைந்து விட்டது போல ஒரே கூப்பாடு. நான் திண்ணையைவிட்டுக் கீழே குதித்து எட்டிப் பார்த்தேன். வீதியில் இரு மருங்கிலுமுள்ள வீட்டு வாசல்களில் ஆண்களும் பெண்களுமாக நின்று வீதி முனையைப் பார்த்துக் கொண்டிருந்தார்கள். சிறுவர்கள் பின்னே வர, நாய்கள் முன்னே குரைக்க, இரண்டு சிறுவர்கள் ஆசையின் காரணமாகப் பெட்டி படுக்கைகளைத் தங்கள் தலைமேல் சுமந்து வர, என் மாமா காக்கி உடையோடு, வலது கையில் சிகரெட் டப்பாவும், இடது கையில் கொளுத்திய சிகரெட்டுமாக புகை ஊதிக்கொண்டு, ராஜநடை போட்டு இருபுறமும் பார்த்துக்கொண்டே நடந்து வந்தார். நான் எதிர் கொண்டழைக்கச் சென்றேன்.

என்னைப் பார்த்ததும் "க்யாரே, கைரியத்தோ ஹை? க்யா கர்ரஹே ஹோ?" என்று கேட்டார்.

அவர் பேசியது எனக்கு விளங்கவில்லை. "என்ன சொல்லு கிறீர்கள்?" என்று கேட்டேன்.

“சௌக்கியமாக இருக்கிறாயா என்று கேட்டேன். நீ பி.ஏ. படித்தும் இந்துஸ்தானி தெரியவில்லையே! முஜே தேக்கோ, மைம் கிஸ்தாஹ் போல்தா ஹூம்!” என்று மிடுக்காகச் சொன்னார்.

“கர்மே அம்மா சௌக்கியமா! எனக்குத் தமிழ் மறந்து போச்சு!” என்று சிரித்துக் கொண்டே பெருமையோடு சொன்னார்.

தெருவில் உள்ளவர்களில் பாதிப்பேர், நின்ற இடத்தில் நின்று இந்தக் கண்காட்சியை அனுபவித்துக் கொண்டிருந்தார்கள். மீதி யுள்ளவர்கள் வேடிக்கை பார்ப்பதற்காக எங்கள் வீட்டுக்கே வந்து விட்டார்கள். மொத்தத்தில் வீடு பிடிககாத கூட்டம் முதல் முதலில் எங்கள் ஊரில் ராணுவத்துக்குப் போய்த் திரும்பியவர் இவர்தான். அதனால் ஒவ்வொருவரும் குழந்தைகளைத் தூக்கிக் கொண்டுவந்து என் மாமாவைப் பார்த்த வண்ணம் நின்று கொண்டிருந்தார்கள். சிலர் குடும்ப சகிதமாகவே வந்துவிட்டார்கள். அநேக சிறுவர்கள் அன்று மத்தியானம் பள்ளிக்கூடத்துக்குப் போகவில்லை.

ஒரு கிழவர் வந்து என் மாமாவிடம், “தம்பி இப்போது எந்த ஊரிலிருந்து வருகிறது?” என்று கேட்டார் ‘வருகிறாய்’ என்று கேட்க அவருக்கு வாய் வரவில்லை.

“சிட்டகாங்கிலிருந்து வருகிறேன், தாத்தா.”

“அது எங்கே இருக்கிறது? மதுரைக்கு வடக்கே தானே?” என்றார் கிழவர்.

என் மாமா அமர்க்களமாகச் சிரித்துக்கொண்டு, “மதுரையா? பழைய காலத்துப் பைத்தியங்கள்! சிட்டகாங் இங்கிருந்து இருபதினா யிரத்து முந்நூறு மைல்!” என்று ஒருபோடு போட்டார்.

“அடேயப்பா!” என்று ஏககாலத்தில் சுமார் பத்துப் பேர்வரை பிரமித்தார்கள்.

அந்தக் கிழவர், “தம்பி மதுரைக்கு வடக்கேயெல்லாம் போய்ப் பார்த்துவிட்டு வந்துவிட்டதே!” என்று பல தடவைகள் திரும்பத் திரும்பச் சொல்லி ஆச்சரியப்பட்டார்.

மாமா ஒரு சிகரெட்டை எடுத்துக் கொளுத்தினார்.

ஒரு பெண், ‘சிட்டகாங்கிலிருந்து இங்கே வர எத்தனை நாள் பிடிக்கும்!” என்று கேட்டாள்.

“ஒன்றரை மாதம்!”

“ரயிலில்தானே வரவேண்டும்?”

“ரயிலில் முப்பது நாள்; கப்பலில் முப்பது நாள்!”

என்னால் தாங்கவே முடியவில்லை. அந்த இடத்தில் அவருடைய அபிப்பிராயத்தை எதிர்த்துச் சொன்னால், அந்த ஊர்க்கூட்டம் முழுவதும் என் மேல் பாய்ந்துவிடும். எல்லோரும் மாமாவின் வாக்கை வேத வாக்காக ஏற்றுக் கொண்டிருந்தார்கள்.

அங்கே ஒரு அம்மாள் இடுப்பில் வைத்துக் கொண்டிருந்த குழந்தையை வாங்கிக்கொண்டு அதனோடு இந்துஸ்தானியில் பேச ஆரம்பித்துவிட்டார் மாமா. இதைப் பார்த்து மகிழ்ச்சி பெருக்குடன் எல்லாரும் சிரித்தார்கள்.

கிழவர் வாயைத் திறந்து, "சிட்டகாங்கு, சீமைக்கு அந்தப் பக்கமா? இந்தப் பக்கமா?" என்று தன் கடைசிச் சந்தேகத்தைக் கேட்டார்.

நான் குறுக்கே தலையிட்டு, "இந்தியாவில்தான் சிட்டகாங் இருக்கிறது" என்றேன்.

"போடா பூல்! இந்தியா எங்கே? சிட்டகாங் எங்கே? பி.ஏ. படித்து விட்டானாம் பி.ஏ.! உன்னைப்போலப் படித்தவனெல்லாம் மிலிட்டரியில் ஆயிரம் இரண்டாயிரம் என்று சம்பளம் வாங்கு கிறான்; நீ என்னடா என்றால் பட்டிக்காட்டில் உட்கார்ந்து வாயளப்பு அளந்து கொண்டிருக்கிறாய்!" என்றார்.

அத்தனை கூட்டமும் என்னை மிக ஏளனத்தோடு பார்த்தது. என் எண்சாணுடம்பு ஒரு சாணாகக் குறுகிவிட்டது. மூச்சுப் பேச்சில்லாமல் வீட்டுக்குள்ளே வந்துவிட்டேன்.

சிறிது நேரத்தில் என் தகப்பனார் தோட்டத்திலிருந்து வந்து சேர்ந்ததால் இந்த வேடிக்கைக்கூத்து முடிவடைந்தது. எல்லோரும் அவரவர் வீடு போய்ச் சேர்ந்தனர். மாமா என் தகப்பனாருடன் ஏகதேசமாக இந்துஸ்தானியில் பேசத் தொடங்கினார். தனப்பனாருக்குக் கோபம் வந்து விடவே அவரைக் கொஞ்சம் மட்டம் தட்டி விட்டார். அப்புறம்தான் மாமாவுக்குப் புத்தி வந்தது.

மாமா குளித்துச் சாப்பிட்டார். பிறகு என்னோடு வந்து வாசல் திண்ணையில் உட்கார்ந்து கொண்டு, ஆங்கில தினசரிப் பத்திரிகையை எடுத்துப் 'படிக்க' ஆரம்பித்தார்.

தகப்பனார் மாமாவை எரிச்சலோடு பார்த்தார். "ஐயா! முதலில் தமிழ்ப் பேப்பர் வாசிக்கப் படி! அப்புறம் இங்கிலீஷ் பேப்பர் வாசிக்கலாம்!" என்று ஒரு சூடு கொடுத்தார். மாமா பெட்டிப் பாம்பாக ஒடுங்கி விட்டார். சிறிது நேரத்தில் அவருடைய பெற்றோர்கள் வந்து வற்புறுத்தி அழைத்ததன் பேரில் தம் வீட்டுக்குச் சென்றார் மாமா.

அன்று மாலை நாங்கள் இருவரும் உலாவக் கிளம்பினோம். மாமா தம் விகாரமான கிராப்பை மேலும் அதிகமாக விகாரப் படுத்தினார்; அதாவது தலைவாரினார். முன் பக்கத்தில் சாண் நீள மயிரும், பின் பக்கத்தில் முழு க்ஷவரமுமாகக் கத்தரித்து விடப்பட்ட அந்தக் கிராப்பும், அவர் வைத்திருந்த கில்லாடி மீசையும், இரண்டு காதுகளிலும் இரண்டு அரை ரூபாய் நாணயங்களைச் செருகி வைத்துக் கொண்டதும், வலது காதில் சிகரெட் கட்டையும், முகத்தில் துலாம்பரமாகத் தெரியும் பவுடருமாகப் பவனி கிளம்பினார் மாமா. எனக்கு அவர் கூடப் போகவே அவமானமாக இருந்தது. இருவரும் ஊர் மந்தையை நோக்கி நடந்தோம்.

எங்கள் ஊரில் உள்ள பெரிய மனிதர்கள், பஞ்சாயத்துக்காரர்கள், பணக்காரர்கள் - அத்தனை பேரும் மாமாவைப் பார்த்து மரியாதை செய்தனர். சில கல்யாணமான பெண்கள் ஏற்கெனவே தமக்குக் கல்யாணமாகி விட்டதற்காக வருத்தப்படுகிறவர்கள் போல என் மாமாவிடம் நடந்து கொண்டார்கள். கல்யாண மாதாதவர்கள் அன்பு ததும்பப் பேசினார்கள். முன்னால் இவரைப் பார்த்து, 'சீ சீ!' 'தூதூ!' என்றவர்களெல்லாம் இவருக்கு ராஜமரியாதை கொடுத்தார்கள். இவையெல்லாம் எனக்கு நம்ப முடியாத அதிசயங்களாக இருந்தன.

ஊரைவிட்டுத் தனியாக ஓரிடத்தில் வந்து உட்கார்ந்தோம்.

"வேற்று ஆண்களோடு பேசியறியாத பெண்கள் கூட உங்களோடு பிரியமாகப் பேசுகிறார்களே!"

"பூ, இது என்ன பிரமாதம்! சிட்டகாங்கில் ஆனானப்பட்ட வெள்ளைக் காரிகளெல்லாம் என் காலைக் கட்டிக்கொண்டு கிடப்பார்கள்; தெரியுமா?" என்றார் மாமா.

எனக்கு அவர்மீது உண்மையிலேயே வெறுப்பு உண்டாகி விட்டது. அதற்கப்புறம் நான் அவரிடம் அதிகமாகப் பேசவில்லை. அரைதணி நேரத்துக்குள்ளேயே வீட்டுக்குத் திரும்பிவிட்டோம்.

* * *

மாமா ஊருக்கு வந்து பதினைந்து நாட்களாகி விட்டன. பழையபடியும் சிட்டகாங்குக்குப் புறப்பட்டார். போகும்போது, எனக்கு ஒரு பெல்ட். ஒரு பவுடர் டப்பா, தந்தத்தினால் செய்த ஒரு சிகரெட் பெட்டி ஆகியவற்றைக் கொடுத்துவிட்டுச் சென்றார்.

இவர் விடுமுறையில் வந்து போனது ஊருக்குள் சில மாறுதல்களை உண்டாக்கிவிட்டது. அவையாவன: எங்கள் ஊரில் மூன்று வாலிபர்கள் ஒரு சில நாட்களில் ராணுவத்தில் சேர்ந்து விட்டார்கள். முன்னால் சண்டைக்கு வந்த ஆவுடையம்மாள் தன் மகளை என் மாமாவுக்கே கல்யாணம் செய்து கொடுக்க முயற்சி

செய்து கொண்டிருந்தாள். எனக்கு ஊரிலுள்ள பெரியவர்களின் மீதும், பெண்கள் மீதும் இருந்த மதிப்பு அடியோடு போய்விட்டது.

ஒரு காலத்தில் ஊரோடு என் மாமாவைக் 'காலிப்பயல்' என்று பழிதூற்றிவிட்டு இன்று ஒவ்வொருவரும் அவரை மரியாதை செய்ததும், உத்தமமான குணம் படைத்த இளம் பெண்கள்கூட அவரை வளைய வளைய வந்ததும் எனக்கு விபரீதமாகத் தோன்றின, "காலித்தனமாக நடந்து கொள்கிறவனுக்குத்தான் காதலோ, கண்ணியமோ கிட்டும் போலிருக்கிறது" என்று கருதத் தலைப்பட்டேன். இதனால் என் மனப்போக்குத் தலை கீழா மாறி விட்டது.

* * *

சுமார் ஒரு மாதந்தான் கழிந்திருக்கும். என் புத்தியில் கறைபிடிக்க ஆரம்பித்து விட்டது. நான் அப்போது இருபத்து நான்கு வயது வாலிபன். படித்துப் பட்டம் பெற்றவனானதால், கண்ணியமாக நடந்து கொள்ளுவேன். பெரிய மனிதர்களிடந்தான் பேசுவேன்; பெண்களைக் கண்ணெடுத்தும் பார்க்கமாட்டேன். யார் வீட்டுக்காவது போனால், ஆண்களும் பெண்களும் படித்தவன் என்பதற்காக என்னை மரியாதையோடு வரவேற்பார்கள். நானும் அதற்குத் தக்கபடி நடந்து கொள்ளுவேன். ஆனால் மாமா வந்து சென்ற பிறகு என் பண்புகளை நானாகவே மாற்றிக் கொண்டேன்.

"மாமாவைவிட நான் நல்லவன்; அவரைவிட நான் அழகானவன்; அவர் படிக்காத முட்டாள்; நான் பட்டதாரி. ஆனால் ஊரில் உள்ள அழகான பெண்கள் அவரைத்தான் காதலிக்க விரும்புகிறார்கள்; தாய்மார்கள் அவருக்குத்தான் பெண் கொடுக்க விரும்புகிறார்கள். நான் சொத்து சுகமுடையவன் என்பதையும், அவர் மாதம் பதினெட்டு ரூபாய்ச் சம்பளக்காரன் என்பதையும் தெரிந்துகொண்டே பெண்கள் அவரை மோகிப்பது ஏன்? நான் கல்யாணம் செய்து கொள்ள விரும்பி, அந்தத் தெற்குத் தெருப் பெண்ணை நெடுநாள் நேசித்து வந்தும் அவள் என் காதலை இன்று வரையிலும் பொருட்படுத்தாத காரணம் என்ன?" - இப்படி யெல்லாம் யோசித்தேன் கடைசியில் 'நல்லவனுக்குக் கால மில்லை; நாமும் போக்கிரியைப் போல நடந்துகொள்ள வேண்டியதுதான்' என்று துணிந்தேன். அவ்வளவுதான்; அதன் பிறகு என் மாமாவை அப்படியே பின்பற்ற ஆரம்பித்தான். அவரைப் போல விகாரமாகக் கிராப்பைக் கத்தரித்துவிட்டு, அரை மீசையும் வைத்துக்கொண்டேன். சிகரெட் பிடிக்கப் பழகினேன். அவரைப் போலவே வாயைக் கோணிக் கொண்டு பேசவும் தொடங்கினேன். காக்கி உடை மீசையும் வைத்துக் கொண்டேன். சிகரெட் பிடிக்கப் பழகினேன். அவரைப் போலவே

வாயைக் கோணிக் கொண்டு பேசவும் தொடங்கினேன். காக்கி உடை ஒன்றைத் தவிர மற்ற அம்சங்களில் எனக்கும் மாமாவுக்கும் தோற்றத்தில் வித்தியாசமில்லை. ஆனால் அவரைப்போல ஊர்ப் பெண்களோடு பேசும் துணிவுமட்டும் எனக்கு ஏற்படவில்லை. இதற்காக நான் மிகவும் வருத்தப்பட்டேன்.

என் புதிய கோலத்தை என் தகப்பனார் வெறுத்தார்; ஊர்க்காரர்களும் வெறுத்தார்கள். நான் எதிர்பார்த்தது போல் அவர்கள் எனக்கு மரியாதை செய்யவில்லை. பெண்களும் என்னோடு பிரியமாகப் பேச வரவில்லை. அதற்குப் பதிலாக ஊருக்குள் நேர் விரோதமான வரவேற்புத்தான் எனக்குக் கிடைத்தது.

சிலர் என்னைக் கூப்பிட்டுப் புத்திமதி சொன்னார்கள். உடனொத்த வாலிபர்கள் என்னைப் 'போக்கிரிப் பயல்' என்றார்கள். பெண்களோ என்னைப் பார்த்ததும், வேறுபுறமாகத் திரும்பிக் காரித்துப்பிவிட்டுச் சென்றார்கள். ஒரு சில தினங்களுக்குள்ளேயே இரண்டொருவர் என் தகப்பனாரைச் சந்தித்து, "பையனைக் கொஞ்சம் கண்டித்து வையுங்கள். தங்கமான பிள்ளையாக இருந்தவன், இப்படிக் குட்டிச்சுவராகப் போய்விட்டான். காலாகாலத்தில் நாம் கண்டிக்காவிட்டால், பையன் காலிப்பயலாக மாறிவிடுவான்" என்று சொலலிவிட்டுச் சென்றார்கள்.

"ஒரு நாள், ஒரு பெண்ணைப் பார்த்து, பணம் கொடுக்கல் வாங்கல் சம்பந்தமாக ஏதோ கேட்க வேண்டியிருந்தது; கேட்டேன். உடனே அவள் கடுங் கோபத்துடன், "போக்கிரிப் பயலே! கல்யாண மாகாத பெண்ணோடு உனக்கு என்னடா பேச்சு! இனிமேல் ஏதாவது பேசினால் நாக்கை ஒட்ட அறுத்துவிடுவேன்" என்று சீறினாள். எனக்கு உயிரே போய்விட்டது. செத்த பிணம் போல ஊர் வந்து சேர்ந்தேன். அன்றிரவு சாப்பிடவே முடியவில்லை. அவமானத்தினால் உறக்கமும் வரவில்லை. என் பரிதாப நிலைக்காக நான் கண்ணீர் சிந்தி அழுதுவிட்டேன். இப்படிப்பட்ட அவமானங்களைத் தாங்கிக் கொள்ளும் தனிப் பெரும் சக்தி இந்த உலகத்திலேயே என் மாமா ஒருவருக்குத்தான் உண்டு- நானே ஊரை விட்டே கிளம்பத் திட்ட மிட்டு விட்டேன்.

இரவெல்லாம் ஒரே மன உளைச்சல்; ஒரே சிந்தனை; 'இது என்ன புதிர் என்று புரியவில்லையே! மாமாவும் ஆண்தான்; நானும் ஆண்தான். ஆனால் அவருடைய அல்காத்தனத்தை மோகிக்கிறார்கள்! என் அல்காத்தனத்தை வெறுக்கிறார்கள்!' இவ்வாறு என்னென்னவோ யோசித்துக் கொண்டிருந்தேன். உறங்குவதற்கு முன்பு, 'அல்காப் பேர்வழிகளைக் காதலிக்க விரும்பும் பெண்களும்கூட, நல்லவன்

அல்காத் தனமாக மாறுவதை வெறுப்பார்கள் போலிருக்கிறது!' என்று நினைத்துக் கொண்டேன். உண்மையும் அதுதான் என்று பின்னால் விளங்கிவிட்டது.

அடுத்து நாள் முதல் அந்த ஊரிலேயே எனக்கு இருக்கப் பிடிக்கவில்லை. வெகு சீக்கிரத்தில் ராணுவத்தில் சேர்ந்து விட்டேன். பெற்றோர்கள் தடுப்பார்கள் என்ற பயத்தினால் ஒருவரிடமும் சொல்லிக் கொள்ளாமல் போய் நல்ல உத்தியோகத்தில் சேர்ந்து கொண்டேன். ரயிலேறிய தினத்துக்கு முதல் நாள் இரவு என் தினசரிக் குறிப்புப் புத்தகத்தில் பின்வருமாறு எழுதி வைத்தேன்.

"நான் பிறந்த இந்த ஊரைவிட்டு நாளைக் காலையில் பிரியாத மனத்தோடு பிரியப்போகிறேன். எப்பேர்ப்பட்ட ஊர்! எவ்வளவு நல்ல மனிதர்கள்! நான் கெட்டுப் போகக் கூடாது என்பதில் இவர்களுக்கு எவ்வளவு அக்கறை! ஆனால், இந்தப் பெண்கள் எதற்காக என் மாமாவை நேசித்தார்கள். காரணம் இதுவாகத்தான் இருக்க முடியும்; பிறந்த நாளிலிருந்து வெளியுலகத்தை அறியாத பெண்கள் இவர்கள்; அத்துடன் ஆடம்பரச் செலவு செய்யவோ, ஆடம்பரங்களைக் கண்ணாரக் காணவோ முடியாத ஏழைகள். இப்படிப்பட்ட வாழ்க்கை நிலையில் வளர்ந்தவர்களானதால் வெளியுலகத்திலிருந்து வந்து சேர்ந்த ஒரு சாதாரணப்பகட்டுக்கூட இவர்களின் புத்தியைப் பறிகொண்டுவிட்டது. நல்லொழுக்கத்தை உயிரைப்போலப் பாதுகாத்து வந்து, அடுத்தவனின் நல்லொழுக்கத்தில் கூடக் கண்ணும் கருத்துமாக இருந்த இந்த இளம் பெண்களின் தூய உள்ளம் கேவலம் ராணுவ உடையையும், சோப்புப் பவுடரையும், நாலைந்து பிற மொழிச் சொற்களையும் ஒருவனுடைய நெடுந்தூர ரயில் பிரயாணத்தையும் கண்டு மிரண்டு விட்டது. அதனால்தான் போக்கிரியின் மீதுகூட இவர்களுக்கு மோகம் பிறந்தது. இந்தக் கிராமத்திலும், இதுபோன்ற லட்சக் கணக்கான கிராமங்களிலும் மனித வாழ்க்கை எவ்வளவு பரிதாபகரமாக இருக்கிறது என்பதற்கு இதுவும் ஒரு சான்று. இல்லையென்றால், அற்பமான பொருள்களும், அற்பத்தனமான ஆடம்பரமும் இவர்களின் உன்னதமான பண்புகளை, உயர்ந்த ஒழுக்கத்தை, இவ்வளவு எளிதில் தகர்த்திருக்க முடியுமா? பாவம்! அப்பாவிப் பெண்கள்! ஆனால், நல்ல பெண்கள்! ஆம், மிக மிக நல்ல பெண்கள்!"

4

"ராஜா வந்திருக்கிறார்"

"எனக்கு சில்க் சட்டை இருக்கே! உனக்கு இருக்கா!" என்று கெட்டிக்காரத் தனமாகக் கேட்டான் ராமசாமி.

செல்லையா பதில் சொல்லத் தெரியாமல் விழித்துக் கொண்டிருந்தான்; தம்பையா ஆகாயத்தைப் பார்த்து யோசனை செய்தான்; மங்கம்மாள் மூக்கின் மேல் ஆள்காட்டி விரலை வைத்துக் கொண்டும் கண்ணை இலேசாக மூடிக் கொண்டும் யோசனை செய்தாள். அந்த மூவரும் ராமசாமியின் கேள்விக்கு என்ன பதில் சொல்லப்போகிறார்கள் என்று ஆவலோடு எதிர்பார்த்துக் கொண்டிருந்தார்கள் மற்றப் பிள்ளைகள்.

அன்று பள்ளிக்கூடத்திலிருக்கும்போது ராமசாமிக்கும் செல்லையா வுக்கும் இடையே ஒரு போட்டி நடந்தது. ராமசாமி தன் 'ஐந்தாம் வகுப்பிற்குரிய இந்திய தேச சரித்திரப்புத்தகத்தை எடுத்து வைத்துக் கொண்டான். செல்லையா அந்த வருஷம் இந்திய தேச சரித்திரம் வாங்கவில்லை; அதனால் தன்னிடமுள்ள ஒரு சிவிக்ஸ் புத்தகத்தை எடுத்து வைத்துக் கொண்டான். இருவரும் 'படப் போட்டி'யை ஆரம்பித்து விட்டார்கள்.

ராமசாமி தன் புத்தகத்தை முதலிலிருந்து ஒவ்வொரு தாளாகத் திருப்புவான்; படம் இருக்கும் பக்கத்தைச் செல்லையா வுக்குக் காட்டி, "இதோ, இந்தப் படத்துக்குப் பதில் படம்காட்டு" என்பான். செல்லையா தன் புத்தகத்தைத் திறந்து அதில் உள்ள ஒரு படத்தைக்காட்டுவான்; பிறகு, இருவருமே புத்தகத்தைப் பக்கம் பக்கமாகப் புரட்டுவார்கள். யாராவது ஒருவருடைய புத்தகத்தில் அடுத்தபடியாகப் படம் வரும்; உடனே, அந்தப் படத்துக்கு அடுத்தவன் பதில் படம் காட்டவேண்டும். இவ்விதமாகப் பதிலுக்குப் பதில் படம்டகாட்டிய வண்ணம் புத்தகம் முழுவதையும் புரட்டுவார்கள். எவன் புத்தகத்தில் அதிகப் படங்கள் இருக்கின்றனவோ, அவன் ஜெயித்து விடுவான்; மற்றவன் தோற்றுப் போவான். உடனே ஜெயித்தவன், "எனக்குப் படம்காட்ட முடியல்லே! தோத்துப் போயிட்டயா!" என்று பரிகாசம் செய்வான். இந்த மாதிரியான படப் போட்டிதான் அன்றும் நடந்து கொண்டிருந்தது.

போட்டி பாதியில் நிற்கிறது. அந்தச் சமயத்தில் ஐந்தாம் வகுப்புக்குக் கணக்கு வாத்தியார் வந்துவிட்டார். அந்தக் கணக்கு வாத்தியார் மிகவும் கெடுபிடியானவர். அவர் வகுப்பில் பையன்கள் வெளியே தெரியாமல் விளையாடிக் கொண்டிருக்க முடியாது. தவிரவும் கணக்குப் போடும்போது, பென்ஸிலும் கையுமாக இருக்க

இருக்க வேண்டும். இதில், "படப்போட்டி" நடத்துவது எப்படி?

வாத்தியார் வந்ததும இருவருடைய போட்டியும் நின்று விட்டது. கடைசியில், சாயங்காலம் பள்ளிக்கூடம் விட்டு வெளியே. வந்த பிறகு, ஒரு வேப்பமத்தின் அடியில் நின்று இருவரும் அந்தப் போட்டியை நடத்தினார்கள்.

ராமசாமியின் சரித்திரப் புத்தகத்தில் பாதிதான் தாண்டி யிருக்கும்; ஆனால் செல்லையாவின் சிவிக்ஸ் புத்தகம் முடிந்து விட்டது. செல்லையா தோற்றுப் போய் விட்டான். பக்கத்தில் நின்ற பிள்ளைகள் அவனைக் கேலி செய்தார்கள். தங்கள் அண்ணன் தோற்றுப் போனதைக் கண்டு, தம்பையாவுக்கும் மங்கம்மாளுக்கும் சொல்ல முடியாத வருத்தம்.

அந்த இடத்தை விட்டு எல்லோரும் வீட்டுக்குப் போகப் புறப்பட்டார்கள். நடந்து செல்லும்போதே, படப் போட்டி வேறொரு அவதாரம் எடுக்கத் தொடங்கியது. 'எங்கள் வீட்டில் அது இருக்கே, உங்கள் வீட்டில் இருக்கா?" என்று இருவரும் ஒருவரிடம் ஒருவர் கேட்க ஆரம்பித்தனர். இந்தப் புதுப் போட்டியின் கடைசிப் பகுதி யில்தான் ராமசாமி, "எனக்கு சில்க் சட்டை இருக்கே உனக்கு இருக்கா?" என்று கேட்டான்.

வேப்ப மரத்தைவிட்டு? அரை பர்லாங் தூரத்திலுள்ள பார்வதியம்மன் கோவில் பக்கமாக வந்தாய்விட்டது. இன்னும் செல்லையாவோ தம்பையாவோ ராமசாமிக்குப் பதில் சொல்ல வில்லை. ஆனால், மங்கம்மாள் திடீரென்று எல்லோரையும் இடித்துத் தள்ளிக்கொண்டு, ராமசாமியின் முன்னால் வந்து நின்றாள். குழந்தைகள் எல்லோரும் மங்கம்மாளையே கவனித்துக் கொண்டிருந்தார்கள்.

அவள், ரேகை சாஸ்திரியிடம் காட்டுவது போலக் கையை வைத்துக் கொண்டு, "ஐயோ! சில்க் சட்டை எதுக்காம்? ஹூம், லேசாச் சருகு மாதிரி இருக்கும். சீக்கிரம் கிழிஞ்சு போகும். (செல்லையாவின் சட்டையைக் காட்டி) இதுதான் கனமாயிருக்க. ரொம்ப நாளைக்குக் கிழியாமெ இருக்கும். நல்லாப் பாரு!" என்று மிகமிகப் பரிகாசமாகச் சொல்லிவிட்டு செல்லையாவின் பக்கத்தில் வந்து நின்றாள்.

ராமசாமி திகைத்து நின்றுவிட்டான். முதல் வகுப்பில் படிக்கும்மங்கம்மாள், ஐந்தாம் வகுப்பில் படிக்கும் தன்னை இப்படித் தோற்கடித்து விட்டாளே என்று சங்கடப்பட்டான். பிள்ளைகள் ராமசாமியைப் பார்த்து, "தோத்துப் போயிட்டாயா!" என்று ஏளனம் பண்ணினார்கள்.

மங்கம்மாள் செல்லையாவின் சட்டையைப் பிடித்துக் கொண்டு, அவனை ஒட்டி உரசி நின்று கொண்டாள். நடக்கும்போது அப்படியே நடந்து வந்தாள். அவள் மனத்திற்குள்ளே ஒரு பெருமிதம்.

ராமசாமி அடுத்த கேள்வியைப் போட்டான்: "எங்கள் வீட்டிலே ஆறு பசு இருக்கு; உங்க வீட்டிலே இருக்கா?"

இதற்குச் செல்லையா பதில் சொல்லவில்லை; மங்கம்மாளும் பதில் சொல்லவில்லை. தம்பையா, "இவுஹ தான் பணக்காரராம்! அதுதான் ரொம்பப் பெருமை. ஹும்... பெருமை பீத்தக் கலயம்...!" என்று சொல்லி நிலைமையைச் சமாளிக்க முயன்றான். அது முடியவில்லை. அந்தச் சமயத்தில் செல்லையா, "அது சரி, எங்க வீட்டிலே ஒன்பது கோழி இருக்கு, உங்க வீட்டிலே இருக்கா?" என்று ஒரு போடு போட்டான்.

ராமசாமியும் தயங்கவில்லை: "நாங்கள் உங்களைப் போலக் கோழி அடிக்கச் சாப்பிட மாட்டோம். நாங்க எதுக்குக் கோழி வளக்கணும்? அது தான் எங்க வீட்டிலே கோழி இல்லே" என்றான்.

"அதெல்லாம் சும்மா. ஒன்பது கோழி இருக்கா, இல்லையா?" என்று ஒரே பிடிவாதமாகக் கேட்டான் செல்லையா?

ராமசாமிக்குப் பதில் சொல்ல முடியவில்லையே என்று கூட வருத்தமில்லை. மற்றப் பிள்ளைகள் எல்லோரும் ஒன்று கூடிக் கொண்டு அவனைப் பரிகாசம் செய்வதை அவனால் தாங்க முடியவில்லை அழுகை வரும் போல இருந்தது. அதனால் எல்லோரையும்விட வேகமாக நடக்க ஆரம்பித்தான். மற்றப் பிள்ளைகளும் அதே வேகத்தில் நடந்தார்கள். சிறு குழந்தையாக இருக்கும் மங்கம்மாள் அரே வேகத்தில் நடக்க முடியாது. அதனால் ஓடினாள்.

சிற்சில குழந்தைகள் தங்கள் தங்கள் வீட்டுக்கு நேராக வந்த மாத்திரத்தில் கூட்டத்திலிருந்து விலகி வீட்டுக்குப் போய் விட்டார்கள். கூட்டம் குறையக் குறைய ராமசாமியின் அவமானமும் குறைந்துகொண்டு வந்தது.

மேலத் தெருவுக்குள் நுழையும்போது, ராமசாமியும் அவனுடைய எதிர்க்கட்சியைச் சேர்ந்த மூவரும்தான் மிஞ்சினார்கள். ஏனென்றால், அந்தக் குக்கிராமத்துப் பள்ளிப் பிள்ளைகளில், இவர்களுடைய வீடுகள்தான் மேலத் தெருவில் இருந்தன.

ராமசாமியின் வீடு முதலாவதாக வந்தது. 'தப்பினோம் பிழைத்தோம். என்று வீட்டுக்குள்ளே பாய்ந்தான் ராமசாமி. உடனே, வீதியில், நின்ற அந்த மூவரும், "தோத்தோ நாயே!" என்று திருப்பித் திருப்பிச் சொல்லிக் கொண்டும், கையால் சொடக்குப் போட்டுக் கொண்டும் நின்றார்கள்.

அப்போது வீட்டுக்குள்ளிருந்து ஒரு மீசைக்காரன் தலைப்பாக கட்டுடன் வெளியே வந்தான். அவன் ராமசாமியின் வீட்டு வேலைக்காரர்களில் ஒருவன். குழந்தைகள் மூவரும் கிழிந்துபோன அழுக்குத் துணியுடனும், பறட்டைத் தலையுடனும் தெருவில் நின்று, ஒரே குரலில் "தோத்தோ நாயே!" என்று சொல்வதைப் பார்த்து, "சீ, கழுதைகளா! போறீகளா, என்னமும், வேணுமா?" என்று அதட்டினான். மூன்று வேரும் நாலுகால் பாய்ச்சலில் ஓடி விட்டார்கள். அவர்கள் போன பிறகு, "பிச்சைக்காரக் கழுதை! தோத்தோ!.. நாயே?"... கழுதை!" என்று தனக்குத் தானே எகத்தாளமாச் சொல்லிக் கொண்டு, தன் வேலையைக் கவனிக்கப் போனான்.

செல்லையா, தம்பையா, மங்கம்மாள் - மூன்று பேரும் நெஞ் சோடு புத்தகக் கட்டுக்களை அணைத்துக்கொண்டு வீடு சேரும் போது, அவர்களுடைய தாயார் தாயம்மாள் வாசல் பெருக்கித் தண்ணீர் தெளித்துக் கொண்டிருந்தாள்.

மங்கம்மாள் ஒரே ஓட்டமாக ஓடி, "அம்மா...!" என்று தாயம்மாளைப் பின்புறமாகக் கட்டிக்கொண்டாள். குனிந்து வாசல் தெளித்துக் கொண்டிருந்த தாய் செல்லமாக, "ஐயோ!... இது என்னடா இது!" என்று முகத்தைச் சுளித்துக் கொண்டு அழுவது போலச் சிரித்தாள்! அம்மா 'அழுவ'தைக் கண்டு மங்கம்மாளுக்கு அடக்க முடியாதபடி சிரிப்பு வந்தது!

"ஐயா வந்துட்டாரா அம்மா?" என்று தம்பையா கேட்டான். அப்பாவைத் தான் ஐயா என்று அந்தக் கிராமத்துப் பிள்ளைகள் குறிப்பிடுவார்கள்.

"வரலையே!" என்று பொய் சொல்லிவிட்டு, பொய்ச் சிரிப்பும் சிரித்தாள் தாயம்மாள்.

"நிஜம்மா?" என்று கேட்டான் தம்பையா.

"நிஜம்ம்ம்மாதான்!" என்று சொன்னாள் தாயம்மாள். அப்புறம் சிரித்தாள்.

மங்கம்மாள் விறுவிறு என்று அம்மாவுக்கு முன்னால் வந்து நின்றாள். வலது கையிலிருந்த புத்தகக்கட்டை இடது கையில் இடுக்கிக் கொண்டாள். வலது கையின் ஆள்காட்டி விரலை மூக்கின் மேலும், புருவங்களுக்கு மத்தியிலும் வைத்துக்கொண்டு, முகத்தையும் ஒரு பக்கமாகத் திருப்பிக்கொண்டு, "அம்மா! எனக்குத் தெரிஞ்சு போச்சு!... நீ பொய் சொல்றே! ஐயா வந்துட்டாரு!" என்று நீட்டி நீட்டிச் சொன்னாள்.

தாயம்மாளுக்கு ஆனந்தம் தாங்க முடியவில்லை. பல்லை இறுகக் கட்டிக்கொண்டு, "போக்கிரிப் பொண்ணு!" என்று மங்கம்மாளின் கன்னத்தைக் கிள்ளினாள்.

செல்லையா மிகவும் ஆழமான குரலில், "ஐயா வரல்லையாம்மா?" என்று கேட்டான். அவன் குரலில் சோகம் ததும்பி, ஏமாற்றம் இழையோடியிருந்தது.

தாயம்மாள் வீட்டுக்குள் நுழைந்தாள். மூலையிலிருந்த ஒரு ஜாதிக்காய்ப் பெட்டியைச் சுட்டிக்காட்டி, "அந்தப் பெட்டியைத் திறந்து பாரு, மங்கம்மா" என்றாள்.

மூவருமே ஓடிப்போய்ப் பெட்டியைத் திறந்தனர்.

பெட்டிக்குள்ளே இருந்த ஜவுளிப் பொட்டணத்தை வெளியே எடுத்து அவிழ்த்துப் பார்த்தனர். மறுநாள் விடிந்த பிறகு ஆரம்ப மாகும் தீபாவளி, குழந்தைகளுக்கு அப்பொழுதே ஆரம்பித்து விட்டது. ஒரே குதூகலம்! ஒவ்வொரு துணியாக எடுத்து, 'இது யாருக்கு, இது யாருக்கு' என்று இனம் பிரித்துப் பார்த்துக் கொண்டிருந்தனர்.

பொட்டணத்தில் இரண்டு மல் பனியன்களும், இரண்டு கால் சட்டைகளும், ஒரு பாவாடையும், ஒரு பச்சை நிறமான சட்டையும், ஒரு நான்கு முழ ஈரிழைச் சிட்டைத் துண்டும் இருந்தன.

துண்டைத் தவிர மற்ற உருப்படிகள் இன்னின்னாருக்குத்தான் என்று குழந்தைகளே பங்கு போட்டுவிட்டார்கள். துண்டு யாரைச் சேருவது என்று தெரியவில்லை. உடனே செல்லையா கேட்டான். "துண்டு யாருக்கம்மா?"

"ஐயாவுக்கு" என்றாள் தாயம்மாள்.

"அப்படீன்னா உனக்கு?" என்று மங்கம்மாள் கேட்டாள்.

தாயம்மாள் சிரித்துக் கொண்டு, "எனக்குத்தான் ரெண்டு சீலை இருக்கே. இன்னும் எதுக்கு? எல்லோருக்கும் புதுத்துணி எடுக்க நாம் என்ன பணக்காரரா?"

"ஐயாவுக்கு மட்டும் பிறகு புதுத்துண்டு எதுக்காம்?" என்றாள் மங்கம்மா.

"வாயாடி! வாயாடி! ஐயாவுக்கு ஒரு துண்டுகூட இல்லே. துணடு இல்லாமே எத்தனை நாளைக்குப் பழைய வேட்டியை உடம்பிலே போட்டுக் கிட்டு அலையறது?" என்று சொல்லிவிட்டு, மங்கம்மாளைத் தூக்கி மடியில் வைத்துக் கொண்டாள் தாய்.

அந்தி மயங்கி, இருட்டத் தொடங்கியது. விளக்கேற்றுவதற்காகத் தாயம்மாள் எழுந்தாள்.

விளக்கேற்றிவிட்டுக் குழந்தைகளை வெந்நீரில் குளிப்பாட்டி விட்டாள். ஐப்பசி மாதமானதால் அநேகமாக நாள் தவறாமல் மழை பெய்திருந்தது. பூமி குளிர்ந்து ஜில்லிட்டு விட்டது. காற்றும் ஈரக்காற்று. இதனால் வெந்நீரில் குளிர்த்துவிட்டு வந்த குழந்தைகளை ஈருவாடை அதிக வேகத்துடன் தாக்கியது. எல்லோரும் "குடுகுடு

என்று முற்றத்திலிருந்து வீட்டுக்குள்ளே ஓடி வந்து விட்டார்கள்.

குழந்தைகள் சாப்பிடும்போதுதான், அவர்களுடைய அப்பா பக்கத்துக் கிராமத்துக்கு ஒரு தூர பந்துவின் திடீர் மரணத்தை முன்னிட்டு சென்றிருப்பதாகவும், மறுநாள் மத்தியானத்துக்குள் வந்து விடுவார் என்றும், வரும்வரை காத்திருக்காமல் குழந்தைகளோடு தீபாவளி கொண்டாடி விட வேண்டும் என்று அவர் சொல்லி விட்டுப் போயிருக்கிறார் என்றும் தாய் தெரிவித்தாள்.

சாப்பாடு முடிந்தது. ராப் பாடம் படிக்க மாடக்குழியில் இருந்த அகல் விளக்கைத் தூண்டிவிட்டுக் கொண்டு அதன் முன்னால் மூன்று பேரும் உட்கார்ந்தார்கள்.

தாயம்மாள் சாப்பிட்டுவிட்டு, எச்சில் கும்பாக்களைக் கழுவ முற்றத்துக்கு வந்தாள். முற்றத்தின் மூலையில் கொஞ்ச தூரத்துக்கு அப்பால் ஒரு முருங்கை மரம் உண்டு. அதன் நிழலில் கருப்பாக ஓர் உருவம் தெரிந்தது. பக்கத்து வீட்டு நாயாக இருக்கும் என்று நினைத்து உள்ளே வந்து விட்டாள்.

மண் தரையில் முந்தானையை விரித்து ஒருக்களித்துப் படுத்துக் கொண்டு, குழந்தைகள் உரக்கச் சத்தம்போட்டுப் பாடம் படிப்பதைக் கேட்டுக் கொண்டிருந்தாள் தாய். சிறிது நேரத்தில், "தரை என்னமாக் குளிருது! ராத்திரி எப்படிப் படுத்துக்கிறது?" என்று தனக்குத்தானே சொல்லிக் கொண்டே எழுந்து உட்கார்ந்தாள். அவளுடைய உடம்பு அவளுடைய ஸ்பரிசத்துக்கே 'ஜில்' லென்றிருந்தது.

தம்பையா, அண்ணனைப் பார்த்து, "துணைக்கு வர்ரயா?" என்று கூப்பிட்டான். இருட்டானதால் வீட்டு முற்றத்துக்குப் போய் ஒன்றுக்குப் போய்விட்டுவர அவனுக்குப் பயம். செல்லையா துணைக்குப் போனான். இந்தச் சிறுவர்களின் கண்ணிலும் முருங்கை மரத்தடியில் இருந்தகருப்பு உருவம் தென்பட்டது. அதைப் பார்த்துப் பயந்து போகாமல் இவர்கள் தைரியமாக நின்றதற்குக் காரணம், ராமசாமியின் வீட்டை நோக்கிப் போகும் இரண்டு பேர் இரண்டு 'பெட்ரோமாக்ஸ்' விளக்குகளைக் கையில் எடுத்துக் கொண்டு போனதுதான். ஆள் நடமாட்டமும் விளக்கு வெளிச்சமும் சேர்ந்து தைரியம் கொடுத்தன. இருவரும் கருப்பு உருவத்தைக் கூர்ந்து பார்த்தார்கள்.

அது இவர்களைப் போன்ற ஒரு சிறுவனுடைய உருவம்தான்.

உடனே, இருவரும் பக்கத்தில் போனார்கள். அப்பொழுது மழை இலேசாகத் தூற ஆரம்பித்தது. அதனால் முருங்கை மரத்துக்குக் கீழாகப் போய் நின்று கொண்டு, அந்தச் சிறுவனுடைய நடவடிக்கைகளைக் கவனித்துக் கொண்டிருந்தார்கள்.

அவனுக்கு வயது எட்டு அல்லது ஒன்பது இருக்கும். அவன் உடம்பில் அழுக்கந்த கௌபீனம் ஒன்றைத் தவிர, வேறு உடைகள் கிடையாது. தரையில் உட்கார்ந்தால் குளிரும் என்று, பாதங்கள் மட்டும் தரையில் படும் படியாக அவன் குந்திக்கொண்டிருந்தான். அவனுக்கு முனனால் மூன்று எச்சில் இலைகள். கிராமத்தில் வெண்கலக் கும்பாவில் சாப்பிடாமல், இலை போட்டுச் சாப்பிடுகிற வீடு ராமசாமியின் வீடுதான். அந்த வீட்டின் வாசலிலிருந்துதான் அந்த எச்சில் இலைகளை எடுத்துக் கொண்டு வந்து, அவற்றில் ஒட்டிக்கொண்டிருந்த பருக்கைகளையும் கறி வகைகளையும் எடுத்து வாயில் போட்டுக் கொண்டிருந்தான்.

செல்லையாவோ தம்பையாவோ ஒன்றும் சொல்லாமல் பார்த்துக் கொண்டே நின்றார்கள்.

ஏற்கெனவே யாரோ கடித்துச் சுவைத்துத் துப்பிய முருங்கைக் காய்ச் சக்கைகளில் ஒன்றை இலையிலிருந்து எடுத்தான் சிறுவன். அதை இரண்டாம் தடவையாகக் கடிக்க ஆரம்பித்தான்.

"சீ! எச்சீ!... ஆய்..." என்று சொல்லிவிட்டுக் கீழே 'தூ' என்று துப்பினான் தம்மையா.

சிறுவன் ஏறிட்டுப் பார்த்துவிட்டுப் பழையபடிக்கும் குனிந்து கொண்டான். செல்லையாவுக்குத் திடீரென்று ஏதோ உதயமானது போல், "டேய்! ஏண்டா எங்க வீட்டு வாசலிலே வந்து உட்கார்ந்திருக்கே? போடா..." என்று அதட்டினான்.

சிறுவன் போகாவிட்டாலும் பயந்துவிட்டான்; அதனால் இடது கையால் தலையைச் சொரிந்துகொண்டு, அதிவேகமாக இலையை வழித்தாள்.

"உங்க வீட்டுக்குப் போயேன்" என்றான் தம்பையா.

மழை பலமாகப் பிடித்து விடும்போல இருந்தது. அதற்குள்ளாக அவனை விரட்டிவிட்டு, வீட்டுக்குள் ஓடிவிடவேண்டும் என்று செல்லையாவும் தம்பையாவும் முடிவு கட்டினார்கள்.

"போ.. இல்லாட்டி உன் மேலே துப்புவேன்" என்றான் தம்பையா.

சிறுவன் எழுந்திருக்கும் வழியைக் காணோம்.

அவனைக் காலால் மிதிக்க வேண்டுமென்று தம்பையா தீர்மானித்தான்.

மழை 'சடசட' வென்று பெய்ய ஆரம்பித்துவிட்டது.

வெளியே போன குழந்தைகள் மழையில் என்ன செய்து கொண்டிருக்கிறார்கள் என்ற திகைப்புடன் தாயம்மாள் ஓடிவந்து, "செல்லையா!..." என்று கூப்பிட்டாள்.

"ம்ம்" என்று பதில் வந்தது.

"இருட்டிலே அங்கே என்ன பண்நீங்க?" என்று சொல்லிக் கொண்டே மரத்தின்பக்கமாக வந்துவிட்டாள். அங்கே வந்து, நின்று யோசிப்பதற்கு நேரமில்லை. மழை ஆகவே, மூன்று பேரையும் அவசர அவசரமாக வீட்டுக்குள்ளே அழைத்துக் கொண்டு ஓடிவந்தாள்.

சிறுவன் விளக்கு வெளிச்சத்தில் வந்து நின்றான். அவனுடைய உடம்பெல்லாம் ஒரே சிரங்கு. தலையில் பொடுகு வெடித்துப் பாம்புச் சட்டை மாதிரி தோல் பெயர்ந்திருந்தது. பக்கத்தில் வந்து நின்றால், ஒரு மாதிரி துர்வாடை. இந்தக் கோலத்தில் நின்றான் சிறுவன்.

"இது யாரம்மா?" என்று மங்கம்மாள் திகைப்போடு கேட்டாள்.

"யாரோ? யார் பெத்த பிள்ளையோ?" என்று சொல்லிவிட்டு, மழையில் நனைந்த குழந்தைகளைத் துவட்டப் பழையதுணியை எடுக்கப் போனாள். அவள் மறுபக்கம் திரும்பியதும், தம்பையா அம்மாவுக்குக் கேட்காமல், வாய்க்குள்ளேயே "போடா" என்று பயமுறுத்தினான்.

செல்லையா, 'போ' என்று அவனைப் பிடித்துத் தள்ளினான்.

இவர்கள் இருவரையும் பார்த்து மங்கம்மாளும் அர்த்த மில்லாமல் 'போயேன்' என்று சிணுங்கிக்கொண்டே சொன்னாள்.

அவ்வளவுதான், திடீரென்று மடை திறந்த மாதிரி 'கோ' வென்று அழுது விட்டான். விஷயம் என்னவென்று தெரியாமல் பதைபதைப்புடன் ஓடி வந்தாள் தாயம்மாள்.

"ஏண்டா அழுகிறே? சும்மா இரு அவனை என்ன சொன்னீக நீங்க?" என்று தன் குழந்தைகளைக் கேட்டாள்.

"அவன் போன்னா, போகமாட்டேங்கிறான்" என்று புகார் பண்ணுவதைப் போலச் சொன்னாள் மங்கம்மாள்.

"சீ, அப்படி எல்லாம் சொல்லக்கூடாது! நீ சும்மா இரு. அழாதேப்பா" என்று சொல்லிச் சிறுவனைத் தேற்றினாள்.

சிறுவன் அழுகையை அப்படியே நிறுத்திவிட்டான். ஆனால், பெருமூச்சு விடுவதை மட்டும் அவனால் நிறுத்த முடியவில்லை.

"சும்மா இரு தம்பி!... அழாதே!" என்று இரண்டாவது தடவை யும் தாயம்மாள் சொன்னாள்.

பழைய துணியைக் கொண்டு செல்லையாவும் தம்பையாவும் உடம்பைத் துடைத்துக்கொண்டார்கள். உடனே மங்கம்மாள் தம்மையா வைப் பார்த்து, "பாவம்! அவனுக்கும் குடு!" என்றாள்.

தம்பையா துணியைக் கொடுத்தான்.

"நீ சாப்பிட்டாயா?" என்று தாயம்மாள் அவனைப் பார்த்துக் கேட்டாள்.

"அவன் எச்சியைச் சாப்பிடுறான், அம்மா ராமசாமி வீட்டி லிருந்து எச்சிலை எடுத்துவந்து சாப்பிடுறான். அசிங்கம்!" என்று முகத்தைச் சுளித்துக்கொண்டு சொன்னான் தம்பையா. குழந்தைகள் எல்லோரும் சிரித்தார்கள். 'இந்தா தம்பையா! இனிமே அப்படிச் சொல்லாதே!" என்று அதட்டிவிட்டு, "நீ யாரப்பா? உனக்கு எந்த ஊரு?" என்று தாயம்மாள் சிறுவனை விசாரித்தாள்.

"விளாத்திக்குளம்" என்றான் சிறுவன்.

"உனக்குத் தாய் தகப்பன் இல்லையா?"

"இல்லை."

"இல்லையா?" என்று அழுத்திக் கேட்டாள் தாயம்மாள்.

"உம்... செத்துப் போயிட்டாக."

"எப்போ, தம்பி?"

"போன வருசம் அம்மா செத்துப் போயிட்டா. ஐயா, நான் சின்னப்பிள்ளையாயிருக்கும் போதே செத்துப் போயிட்டாராம்."

"உனக்கு அண்ணா தம்பி ஒருத்தரும் இல்லையா?"

"இல்லை."

உடனே தம்பையா கேட்டான்:

"தங்கச்சியும் இல்லையா?"

"இல்லை."

"பாவம்" என்று சொல்லிவிட்டுத் தம்பையா நிறுத்திக் கொண்டான்.

"இங்கே எதுக்கு வந்தே?" என்று தாயம்மாள் கேட்டாள்.

"கழுகுமலைக்குப் போறேன்."

"அங்கே ஆரு இருக்கா?"

"அத்தை" என்று பதில் சொன்னான் சிறுவன். அவன் விளாத்திக்குளத்திலிருந்து கால்நடையாகவே நடந்து அந்தக் கிராமம் வரையிலும் வந்திருக்கிறான். இந்த இருபது மைல் பிரயாணத்துக்கு நான்கு நாட்களாகி விட்டன. நான்காவது தினத்தில் தான் இந்தக் கிராமத்தில் வந்து தங்க நேர்ந்தது. அதுவும் பொழுது இருட்டி விட்டதனாலும் பசியும் இருந்ததனாலும் தான். மறுநாள் விடிந்த பிறகு, எட்டு மைல் தூரம் நடந்து கழுகுமலைக்குப் போனால், அவனுடைய அத்தை தன் வீட்டில் அவனை வைத்துக் கொள்ளுவாளா, விரட்டி விடுவாளா என்பது அவனுக்குத் தெரியாது. அத்தையையும்,

அவன் பார்த்ததில்லை. எப்படியோ, ஒரு வழியில் அவனுக்கு அவள் அத்தை என்றும், 'அங்கே போ' என்றும் யாரோ சொல்ல, அதை நம்பிக்கொண்டு அந்தச் சிறுவன் விளாத்திகுளத்திலிருந்து கால்நடையாகவே நடந்து வந்திருக்கிறான்.

மேற்கண்ட விவரங்களை எல்லாம் சிறுவனுடைய வாய்மொழி மூலமாகவே தாயம்மாள் அறிந்து கொண்டாள்.

"உன் பேரு என்ன?" என்று கடைசியாகக் கேட்டாள் தாயம்மாள்.

"ராஜா" என்றான் சிறுவன்.

அப்புறம் அவனுக்குச் சாப்பாடு போட்டாள். அவன் சாப்பிட்ட பிறகு, குழந்தைகளுக்குப் படுக்கையை எடுத்து விரித்தாள். மண் தரை ஈரச் சதசதப்புடன் இருந்ததால், வெறும் ஓலைப்பாயை விரித்துப் படுப்பதற்கு இயலாமல் இருந்தது. அதனால், கிழிந்து போய்க் கிடந்த மூன்று கோணிப் பைகளை எடுத்து உதறி விரித்து, அதன் மேல் வீட்டிலிருந்த இரண்டு ஓலைப் பாய்களையும் பக்கம் பக்கமாக விரித்தாள். ராஜா தெற்குக் கோடியில் படுத்துக் கொண்டான். அவனுக்குப் பக்கமாகச் செல்லையாவும் அப்புறம் தம்பையாவும் படுத்துக்கொண்டார்கள். தம்பையாவின் உடம்பு இரண்டு பாய்களிலுமே பாதி பாதி படிந்திருந்தது. வடகோடியில் தாயம்மாளும் மங்கம்மாளும் படுத்துக் கொண்டார்கள்.

எங்கோ தூரத்தில், ஒரு வீட்டில் சீனிவெடி வெடிக்கும் சப்தம் கேட்டது. தீபாவளி மறுநாளானாலும், யாரோ ஒரு துறுதுறுத்த பையன் அப்பொழுதே வேட்டுப் போட ஆரம்பித்துவிட்டான்.

வேட்டுச் சப்தம் கேட்டதும், "எனக்கு மத்தாப்பு..." என்றாள் மங்கம்மாள்.

"எனக்கும்..." என்றான் தம்பையா.

"நம்ம கிட்டே அதுக்கெல்லாம் பணம் ஏது மங்கம்மா? ராமசாமி பணக்காரன். அவனுக்குச் சரி, எவ்வளவு வேட்டுன்னாலும் போடுவான்..."

"ஊஹூம். எனக்கு மத்தாப்பு...." என்று முரண்டு பண்ணினாள் மங்கம்மாள்.

"வம்பு பண்ணாதே. சொன்னாக் கேளு. மத்தாப்பு கொளுத்தினா வயிறு நிறையுதா? காலையிலே உனக்கு தோசை சுட்டுத் தாரேன். நிறையச் சாப்பிடு மத்தாப்பு எதுக்கு?"

மங்கம்மாள் தன் முரண்டை நிறுத்தவில்லை; அழுவது போல் சிணுங்க ஆரம்பித்தாள்.

செல்லையா தூங்கிவிட்டான்.

அப்போது தெருவில் ஆட்கள் நடந்து செல்லும் சந்தடி கேட்டது.

'சமீன் வந்து இறங்குறதுன்னா லேசா?" என்று தாயம்மாள் தனக்குள்ளாகவே சொல்லிக்கொண்டு, 'மங்கம்மா! நீ நல்ல பிள்ளை! பிடிவாதம் பண்ணாதே. அடுத்த வருசம் நிறைய மத்தாப்பு வாங்குவோம். இந்த வருசம் நாம் எவ்வளவு சங்கடப் பட்டோம்னு உனக்குத் தெரியாதா?" என்றாள். அப்புறம் அவளால் சரியாகப் பேச முடியவில்லை. வாய் குழறியது. மங்கம்மாளைப் பார்த்துத்தான் அவள் பேசினாள். ஆனால் அவள் உண்மையில் தன்னுடைய தாயாரிடத்திலோ, தன்னை உயிருக்கு உயிராகப் பேணி வளர்த்த ஒரு கிழவியிடத்திலோ, தான் வருஷக் கணக்கில் அனுபவித்த துயரங்களைக் கண்ணீரும் கம்பலையுமாகச் சொல்லுவது போலவே பேசினாள். ஒரு நீண்ட பெருமூச்சுடன், "மங்கம்மாள்!... நீ கூட ஒரு நாள் சாப்பாடு இல்லாமெ பள்ளிக்கூடம் போனியே கண்ணு. உன் வயித்துககுக் கூட அன்னிக்கு ஒருவாய்க் கூளு கெடைக்கல்லையே! (அவளுக்குக் கண்ணீர் வந்துவிட்டது) சாப்பாட்டுக்கே கஷ்டப்படும் போது நீ மத்தாப்புக் கேக்கலாமா, கண்ணு? பேசாமப் படுத்துத் தூங்கு" என்று தேற்றினாள், மங்கம்மாளைப் பரிவோடு தடவிக் கொடுத்தாள்.

"ஒரு மத்தாப்பாவது வாங்கித் தா" என்றாள் மங்கம்மாள்.

அழுகையுடனும் துயரச் சிரிப்புடனும் தாயம்மாள் சொன்னாள்: "நீ தானே இப்படிப் பிடிவாதம் பண்றே? அந்தப் பையனைப் பாரு. அவன் மத்தாப்பு கேக்கிறானா.. சோறு கிடைக்காமே, எச்சிலைக்கூட எடுத்துத் திங்கிறான்.. அவன் சோறு வேணும்னு கூட அழலல்லே; நீ மத்தாப்பு வேணும்னு அழறே மங்கம்மா!..."

மங்கம்மாளுக்கு அவன் மேல் கோபம் வந்துவிட்டது. அவனைப் புகழ்ந்து, தன் கோரிக்கையைத் தாயார் புறக்கணித்துக் கொண்டு வருவது அவளுக்குப் பிடிக்கவில்லை உடனே, "அவனுக்கு ஒரே சிரங்கு!" என்று திட்டுவது போலக் கடுமையாகச் சொன்னாள்.

"அவனுக்குத் தாய் தகப்பன் இருந்தா அப்படி இருப்பானா? தாயில்லாப் பிள்ளைன்னா யாரு கவனிப்பா? அவனோட அம்மா, முன்னாலே, அவனுக்குத் தீவாளிக்குப் புதுவேட்டி, புதுச்சட்டை எல்லாம் வாங்கிக் குடுத்திருப்பா! மத்தாப்பும் வாங்கிக் குடுத்திருப்பா. இப்போ, அவன் அதை எல்லாம் நினைச்சுக் கேக்கிறானா பாரு."

"இப்போ அவன் தூங்கிட்டான். காலையில் கேப்பான்" என்று சொல்லி விட்டு மங்கம்மாள் சிணுங்கினாள்.

தாயம்மாளுக்குச் சிரிப்பு வந்துவிட்டது. "வாயாடி!" என்று சொல்லி மங்கம்மாளின் கன்னத்தைச் செல்லமாகக் கிள்ளினாள்.

தாயம்மாளுக்குத் திகைப்பாக இருந்தது. "எதை மூடிக்கிடுறது? உம்?" என்று ஒரு கணம் யோசித்தாள். அப்புறம், "என் பிள்ளைகளை விடவா அந்தப் பீத்தல் பெரிசு?" என்று சொல்லிக்கொண்டே எழுந்து போய், மறுநாள் கட்டிக்கொள்ளுவதற்காக துவைத்து உலர்த்தி மடித்து வைத்திருந்த உண்மையில் 'பீத்தல்' இல்லாத நாட்டுச் சேலையை எடுத்துக்கொண்டு வந்து ராஜா உட்பட எல்லோருக்கும் சேர்த்துப் போர்த்தினாள்.

மங்கம்மாளைப் பார்த்து, 'சரி, படுத்துக்கோ காலையிலே எப்படியும் வாங்கித் தாரேன்" என்று சொல்லி அவளை உறங்கப் பண்ணுவதற்கு முயன்றாள்.

மூன்றாவது தடவையாகவும் சீனிவெடியின் சப்தம் கேட்டது.

தாயம்மாள் தனக்குத்தானே சொல்லிக்கொண்டாள்: "இன்னிக்கு அங்கே யாரும் தூங்கமாட்டாஹ போலிருக்கு! உம், அரமனைக் காரியம்! ஆளு போறதும் வாரதுமா இருக்கும். ராமசாமியும் தூங்காம வேட்டுப போடுறான்!"

ராமசாமியின் அக்காளைக் கல்யாணம் பண்ணிக் கொண்டவன் ஒரு ஜமீன்தாரின் மகன். அந்த வருஷம் தலைத் தீபாவளிக்காக அவளை அன்று மாலையில் அழைத்து வந்திருந்தார் ராமசாமியின் தகப்பனார். அந்த ஊரில் மட்டுமல்லாமல் அந்த வட்டாரத்திலேயே அவர்தான் பெரிய மிராசுதார். ஜமீன்தார் வீட்டு மாப்பிள்ளையை எதிர்கால ஜமீன்தாரை, மிகவும் கோலாகலமாக அழைத்து வந்து தீபாவளி நடத்த அநேக தினங்களாகவே அவர் வீட்டில் ஏற்பாடுகள் நடந்து வந்தன. தீபாவளிக்கு முதல் நாள்தான் மாப்பிள்ளை வந்து இறங்கினான். அதற்கு முன் பத்துப் பதினைந்து நாட்களாக ஒரு நிமிஷத்திற்கு ஒன்பது தடவை, "ராஜா வர்ரார், சிறப்பாச் செய்யணும்; ராஜா வர்ரார், சிறப்பாச் செய்யணும்" என்று அவர் சொல்லிக் கொண்டே இருந்தார். உண்மையில் வெகு சிறப்பாகத் தான் ஏற்பாடுகள் நடந்து கொண்டிருந்தன.

"மங்கம்மா!"

பதில் இல்லை; தூங்கிவிட்டாள்.

தாயம்மாளும் அகல் விளக்கை அணைத்துவிட்டுத் தலையைச் சாய்த்தாள்.

* * *

முதல் கோழி கூப்பிட்டதும் தாயம்மாள் கண்விழித்து விட்டாள். அப்போது மணி நாலு ஆகவில்லை. நல்ல வேளையாக மழை அப்போதுதான் நின்றிருந்தது. சிறு தூவானம் மட்டும் ஓலைக் கூரையில் விழுவது, ஒரே நிதானத்துடன் சோளம் பொரிவது போலக்

கேட்டுக் கொண்டிருந்தது. அந்தத் தெருவில் வேறு சில வீடுகளில் ஏற்கெனவே எழுந்து தீபாவளிப் பண்டிகையைக் கொண்டாடத் தொடங்கி விட்டதற்கு அடையாளமாக வேட்டுச் சப்தமும், வேட்டுச் சப்தத்தைக் கேட்டுப் பயந்து நாய்கள் குரைக்கும் சப்தமும் கேட்டுக் கொண்டிருந்தன.

தாயம்மாள் எழுந்து விளக்கை ஏற்றினாள். பழைய படியும் மழை பிடித்து விடக்கூடாதே என்று அவளுக்குப் பயம். அதனால் குழந்தைகளை எழுப்பி, விறுவிறு என்று குளிப்பாட்டிவிட்டு, மற்ற வேலைகளைக் கவனிக்கலாம் என்று திட்டம் செய்தாள். குழந்தைகளுக்குப் படுக்கையை விட்டு எழுந்திருக்க மனமில்லை. கடைசியில் முனகிக் கொண்டும், புரண்டு படுத்துக்கொண்டும் ஒருவழியாக எழுந்து விட்டார்கள். அவள் ஒவ்வொரு குழந்தையாக எண்ணெய் தேய்த்து விட்டாள். ஆனால் ராஜா மட்டும் எண்ணெய் தேய்த்துக் கொள்ள முடியாது என்று சொல்லித் தூரத்தில் போய் உட்கார்ந்து கொண்டான். தீபாவளிக்கு எண்ணெய் தேய்த்துக் குளிக்காவிட்டால் தோஷம் என்று சொன்னாள் தாயம்மாள். ராஜாவுக்கோ என்ன சொன்னாலும் காதில் ஏறவில்லை.

"அரப்புக் காந்தும்; நான் மாட்டேன்" என்று பிடிவாதமாகச் சொன்னான் ராஜா.

"அரப்புப் போடல்லே; சீயக்காய் போட்டுக் குளிப்பாட்டுறேன். குளிர்ச்சியாயிருக்கும்."

"ஊஹூம்."

"தம்பி, சொன்னாக் கேளுடா. என்னை உன் அம்மான்னு நெனைச்சுக்கோ, உனக்குக் காந்தும்படியாக நான் தேய்ப்பானா?... வா, எண்ணெய் தேய்ச்சிக் குளி. இந்தத் தீபாவளியோட பீடை எல்லாம் விட்டுப் போகும். குளிக்காம இருக்கக்கூடாதுப்பா" - இப்படி வெகுநேரம் கெஞ்சிய பிறகுதான் அவன் வேறு வழி இல்லாமல் சம்மதித்தான்.

ராஜா எழுந்து வந்து மணையில் உட்கார்ந்தான். "அது தான் நல்ல பிள்ளைக்கு அடையாளம் ஒரு பிள்ளைக்குத் தேச்சி, ஒரு பிள்ளைக்கு தேய்க்காமல் விடலாமா? என் பிள்ளை குட்டியும் நல்லா இருக்கணு மில்லப்பா!.." என்று மற்றவர்களுக்குச் சொல்லு வது போலத் தனக்குத் தானே சொல்லிக்கொண்டே எண்ணெய் தேய்த்தாள். தாயில்லாக் குழந்தைன்னா இந்தக் கோலம் தான். நான் மூணாம் வருசம் காய்ச்சலோட படுத்திருந்தேனே. அப்போ கண்ணை மூடியிருந்தா என் குழந்தைகளுக்கும் இந்தக் கதிதானே? அதுகளும் தெருவிலேதானே நிண்ணிருக்கும்.' -இப்படி என்னென்னவோ மனதுக்குள் நினைத்துக்கொண்டு அவசர அவசரமாகக் குழந்தை களைக் குளிப்பாட்டினாள். ஆனால், தாயம்மாள் பயபத்திரமாகச்

சீயக்காய்த் தூளைப் போட்டுத் தேய்த்த போதிலும், ராஜா பல தடவைகள் 'ஐயோ, ஐயோ' என்று அழுதுவிட்டான். அவன் அழும் போதெல்லாம் அவள் 'இன்னிக்கோடே உன் சிரங்கு குணமாயிரும்' என்று மட்டும் மாறி மாறிச் சொல்லிக்கொண்டே இருந்தாள்.

'யாரோ எவரோ? மழைன்னு வந்து விட்டிலே ஒதுங்கிட்டான் அவனைச் போகச் சொல்ல முடியுமா! அவன் வந்த நேரம், தீபாவளியாப் போச்சு. குழந்தைகளுக்குள்ளே வஞ்சகம் செய்யலாமா? பார்க்கிறவுகளுக்கு நான் செய்றதெல்லாம் கேலியாயிருக்கும். அவுஹ் கேலி செய்தாச் செய்துட்டுப் போகட்டும். எனக்கும் என் குழந்தை களுக்கும் பகவான் துணை செய்வான்..."

அவள் தோசை சுட்டுக் கொடுத்தாள். அவளுடைய குழந்தைகள் புதுத் துணி உடுத்திக்கொள்ள வேண்டும் என்ற ஆவலினால் அவசர அவசரமாகச் சாப்பிட்டார்கள். தம்பையா கடைசித் தோசை யைப் பாதியிலேயே வைத்து விட்டு எழுந்துவிட்டான். அவனால் மேற்கொண்டும் இரண்டு தோசைகள் சாப்பிட முடியும். இருந்தாலும் அவசரம்.

தெருவில் ஜன நடமாட்டம் தொடங்கிவிட்டது. மழையும் பரிபூரணமாக நின்றுவிட்டது. உதயத்தின் ஒளி சல்லாத் துணியைப் போல அவ்வளவு மெல்லியதாக ஊரையும் உலகத்தையும் போர்த்தியது.

புதுத் துணிகளுக்கு மஞ்சள் வைத்துச் செல்லையாவும் உடுத்துக் கொண்டான்; தம்பையாவும் உடுத்துக் கொண்டான். மங்கம்மாளும் பாவாடையையும் சட்டையையும் போட்டுக் கொண்டாள்.

ராஜா...

அவன் கௌபீனத்தோடுதான் நின்றான்.

தாயம்மாளுக்குப் 'பகீர்' என்றது. இத்தனையும் செய்தும் புண்ணியமில்லாமல் போய்விட்டதே என்று கலங்கினாள். இந்த மாதிரியான ஒரு கட்டத்தை அவள் எதிர்பார்க்கவே இல்லை. சிட்டைத் துண்டை எடுத்துக் கொடுப்பதா, கொடுக்காமல் இருப்பதா? அவள் மனதுக்குள்ளே வேதனை மிக்க போராட்டம். மாதக் கணக்கில் ஒரு ரூபாய்த துணடு இல்லாமல் அவளுடைய கணவன் பட்ட கஷ்டத்தையும், வீதிவழிப் போவதற்குக் கூசியதையும், "ஒரு துண்டு வாங்க வழியில்லையே!" என்று கணவன் துயரத்துடன் வாய்விட்டுப் புலம்பியதையும் நினைத்துப் பார்த்தாள். இந்தத் துயரத்தின் எதிர்ப்புறத்தில், ஒன்றும் சொல்லாமல், ஒன்றும் செய்யாமல், மௌனமாக நின்று கொண்டிருந்தான் ராஜா.

தாயம்மாளுக்குத் திக்குத் திசை தெரியவில்லை; ராஜாவின் முகத்தை எதற்கோ ஒரு முறை ஏறிட்டுப் பார்த்தாள். ராஜாவோ

வெகுநேரமாகக் கண்கொட்டாமல் அவளையே பார்த்த வண்ணம் நின்று கொண்டிருந்தான்.

"என்னைச் சோதிக்கத்தான் வந்திருக்கேடா நீ!" என்று மனக் கசப்புடன் சொல்லுவது போலச் சொன்னாள் தாயம்மாள். ஆனால், அவளுக்கும் மனக்கசப்புக்கும் வெகுதூரம். மனதுக்குள் ஏற்பட்ட சிக்கல்களை விடுவிக்கவே இப்படிப்பட்ட ஒரு வாசகத்தை அவள் தூக்கிப் போட்டாளே ஒழிய, அவள் சொற்களில் மனக்கசப்பின் நிழல் கூடப் படியவில்லை.

அப்போது மங்கம்மாள் எழுந்துவந்து அம்மாவின் கன்னங் களில் தன் உள்ளங்கைகளை வைத்து, தன் முகத்துக்கு நேராக அவளுடைய முகத்தைத் திருப்பினாள்; அப்புறம் ஏதோ ரகசியத் தைச் சொல்லுவதுபோலச் சொன்னாள்.

"பாவம்! அவனுக்கு அந்தத் துண்டைக் குடு அம்மா!"

குழந்தை இந்த வார்த்தைகளைச் சொல்லி நிறுத்தினாள். ஒரு நிமிஷம் மௌனம் நிலவியது- பிறகு, திடீரென்று தாயம்மாளின் முகம் கோரமாக மாறியது. முந்தானையால் முகத்தை மூடிக்கொண்டு கேவிக் கேவி அழுதாள். அவளுடைய பெருமூச்சும் விம்மலும் வீட்டை அடைத்துக் கொண்டு கேட்டன.

குழந்தைகளுக்கு விஷயம் விளங்கவில்லை. மங்கம்மாள், தான் அப்படிச் சொன்னதற்காகத்தான் அம்மா அழுகிறாள் என்று பயந்து விட்டாள்.

தாய், தன் பலத்தை எல்லாம் பிரயோகித்து அழுகையைத் தொண்டைக் குழியில் அழுத்தினாள், அவள் நெஞ்சு வெடித்து விடும்போல் விம்மியது. குரலும் அந்த ஒரு நிமிஷத்தில் ஜலதோஷம் பிடித்ததுபோலக் கம்மலாகி விட்டது.

பிறகு தழுதழுத்துக் கொண்டே சொன்னாள்:

"தம்பையா!"

"எம்மம்மா!"

"ஹூம் ராஜாவுக்கு அந்தத் துண்டை எடுத்துக்குடு."

* * *

வீட்டு முற்றத்தில் காலை வெயில் அடித்துக்கொண்டிருந்தது. அந்தப் பொன்னொளியில் மஞ்சள் பூசிய முகத்துடன் புத்தாடை தரித்துக்கொண்டு நிற்கும் மங்கம்மாள், அப்போது எதையோ பார்த்துக் கொண்டிருந்தாள். ஈரம் காய்வதற்காக இறுக்கமின்றித் 'தொள தொள' என்று சடை போடப் பட்டிருந்தால், கூந்தல், இரண்டு காதுகளையும், கன்னங்களில் பாதியையும் மறைத்துக் கொண்டிருந்தது. பாவலாகக் கிடக்கும். கூந்தலின் நடுவே இளங்

◆ "ராஜா வந்திருக்கிறார்" ◆

காற்றுப் புகுந்து சிலுசிலுக்கும்போது, சுகமும் கூச்சமும் தாங்க முடியாமல் சிரித்துக் கொண்டே இமைகளைக் குவித்தாள் மங்கம்மாள்.

வெகு நேரமாக, தாயம்மாள் அவளையே பார்த்துக் கொண்டிருந்தாள். சந்தர்ப்பவசமாக, அவளுக்கு நேராக மங்கம்மாள் முகத்தைத் திருப்பினாள்.

"என் ராஜாத்தி, மகாலக்ஷ்மி மாதிரி இருக்கா!" என்று தன்னை மறந்து இன்பத்துடன் சொல்லிவிட்டாள் தாய். அவ்வளவுதான். குழந்தையின் கையைப் பிடித்து வெகுவேகமாக வீட்டுக்குள்ளே இழுத்துக்கொண்டு வந்து, திருஷ்டி பரிகாரமாக அவளுடைய கன்னத்தில் துலாம்பரமாகச் சாந்துப் பொட்டை எடுத்து வைத்தாள்.

அப்புறம் மங்கம்மாள் வீதிக்கு ஓடிவிட்டாள். ராமசாமியின் வீட்டுப் பக்கம் எச்சில் இலைகள் ஏராளமாகக் கிடந்தன. அங்கே நாலைந்து பேர் நின்று பேசிக் கொண்டும், வெற்றிலை பாக்குப் போட்டுத் துப்பிக் கொண்டும் இருந்தார்கள். ராமசாமி நீல நிறமான கால்சட்டையும், அந்த ஊருக்கே புதிய புஷ்கோட்டும் போட்டுக்கொண்டு நின்றான். மங்கம்மாளைப் பார்த்ததும் அவன் பக்கத்தில் ஓடிவந்தான்; மங்கம்மாளும் அவனைப் பார்த்து நடந்தாள். இருவரும் பாதி வழியில் சந்தித்துக் கொண்டனர். சந்தித்த மாத்திரத்தில், மிகவும் சந்தோஷத்துடன் ராமசாமி சொன்னான்.

"எங்க வீட்டுக்கு ராஜா வந்திருக்கிறார்!"

ஊர்க்காரர்களைப் போல அவனும் தன் அக்காள் புருஷனை ராஜா என்று சொன்னான். ஆனால் அவன் சொன்னதற்குக் காரணம் சந்தோஷம் தானே ஒழிய மங்கம்மாளைப் போட்டிக்கு அழைப்பதற்காக அல்ல. ஆனால், அவளோ வேறுவிதமாக நினைத்துவிட்டாள். முதல் நாள் பள்ளிக்கூடத்திலிருந்து வந்த போது நடந்த போட்டிதான் அவள் ஞாபகத்தில் இருந்தது. அவன் சொன்னதற்குப் பதில் சொல்லி அவனுடைய 'பெருமை'யை மட்டம் தட்டவேண்டும் என்று அவள் மனம் துடித்தது. அதனால் ஒரு அரை அடி முன்னால் நகர்ந்துவந்து நின்றாள். யாதொரு திகைப்பும், தயக்கமும் இல்லாமல் ராமசாமியைப் பார்த்து, ரேகை சாஸ்திரி யிடம் காட்டுவது போலக் கையை வைத்துக் கொண்டு, மிக மிக ஏளனமாகச் சொன்னாள்.

"ஐயோ! உங்க வீட்டுக்குத்தானா ராஜா வந்திருக்கிறார்? எங்க வீட்டுக்கும் தான் ராஜா வந்திருக்கிறான். வேணும்'னா வந்து பாரு."

☯

5
அழகம்மாள்

அழகம்மாள் இரண்டாவது தடவையாக இலையில் சாதத்தை வைப்பதற்காகக் குனிந்தாள். ஆனால், அதற்குள்ளாகக் கிருஷ்ணக் கோனார், "போதும்" என்று கையால் தடுத்துவிட்டு எழுந்து விட்டார்.

"இது என்ன, ஒரு உருண்டைச் சாதம்கூடச் சரியாகச் சாப்பிடல்லியே, அதுக்குள்ளே எழுந்திட்டீங்க!" என்று சொல்லி உண்மையாகவே அங்கலாய்த்தாள் அழகம்மாள். கோனார் அன்று வழக்கம் போலத்தான் சாப்பிட்டு எழுந்தார். ஆனால், அது அழகம்மாளுக்கு ஓர் உருண்டையாகப் பட்டது; அத்தோடு நாலைந்து நாட்களாகவே கோனார் சரியாக சாப்பிடவில்லை என்று அவளுடைய எண்ணம்; ஒன்றும் தோன்றாமல் சாதத்தைக் கையில் ஏந்தியவாறு நின்றாள்.

"கை களுவத் தண்ணி கொண்டா" என்று சொல்லி விட்டு இடது கையைப் பக்கத்திலிருந்த கதவில் ஊன்றிக் கொண்டு நின்றார் கிருஷ்ணக் கோனார். அழகம்மாள் மௌனமாகத் தண்ணீரை கொண்டு வந்து கொடுத்தாள்.

"உடம்புக்கு ஏதாச்சுதும் செய்தாச் சொல்லுங்களேன்" என்று சொல்லி விட்டுக் கவலையோடு அவருடைய முகத்தைப் பார்த்தாள். கோனார், "உடம்புக்கு என்ன? ஒண்ணுமில்லை" என்று சொல்லி விட்டு இடதுகையால் தண்ணீரை வாங்கிக்கொண்டு வெளியே வந்து கையைக் கழுவினார்.

கோனார் வாசல் திண்ணையில் போய்ப் படுப்பதற்காகப் பாயை விரித்தார். மிகவும் அலுப்போடு ஒரு பழைய தலையணையை எடுத்துப் போட்டுக்கொண்டு சாய்ந்தார். 'எம்பெருமானே' என்று தீனமான குரலில் சொல்லிவிட்டு, தலையணையைச் சரிப்படுத்தித் தலைக்குத் தாங்கிக் கொண்டார்! பகலில் உடம்பை முறித்து வேலை செய்த களைப்பு கண்ணிமைகளை மூடியது. உடம்பு வலி தாங்காமல் காலையும் கையையும் உதறிக்கொண்டு கிடந்தார் கோனார். இந்தச் சமயத்தில் உள்ளேயிருந்து, "கொஞ்சம் இஞ்சிச்சாறு சாப்பிட்டு விட்டுப் படுக்கிறீர்களா? உடம்பு வலிக்குத் தேவலை" என்று அழகம்மாள் பரிவோடு கேட்டாள்.

"கொஞ்சம் சீக்கிரம் போட்டுக்கொண்டா. தூக்கம் கண்ணைச் சொக்குது" என்று சொல்லிவிட்டுப் புரண்டு படுத்தார் கோனார்.

அன்றிவு இஞ்சிச் சாற்றைக் கோனார் சாப்பிட்ட பின்தான் அழகம்மாள் சாப்பிட உட்கார்ந்தாள். அவளுக்கு அன்று சாப்பாட்டில் கவனமில்லை. "வயசாகுது. மனுஷன் உடம்பு வேலைக்குத் தாங்கல்லை. அதிலும் சாப்பிடாமே இப்படிக் கிடந்தா உடம்பு என்னத்துக்காகும்?" என்ற சிந்தனையிலே மனசை அலட்டிக் கொண்டிருந்தாள் அழகம்மாள். ஏதோ இரண்டு கவளம் சோற்றை வாயில் போட்டுக்கொண்டு, முந்தானையை விரித்துப் படுத்து விட்டாள்.

* * *

அழகம்மாள் படுத்த கொஞ்ச நேரத்துக்கெல்லாம் வீட்டுக் கதவை யாரோ தட்டுவது கேட்டது. வாசல் திண்ணையில் படுத்திருந்த கோனார் தூங்கிப் போய்விட்டார். அதனால், அழகம்மாள் யாரென்று கேட்டுக் கொண்டே வெளியே ஓடிவந்து கதவைத் திறந்தாள். திறந்ததும் கோபால் உள்ளே நுழைந்தான். "என்ன கோபாலு, இப்போதான் வர்ரயா?" என்று ஆவலோடு கேட்டுக் கொண்டு அவனது வலது கையிலிருந்த பையை வாங்கினாள் அழகம்மாள்.

கோபால், "ஒன்பதரைப் பஸ்ஸுக்கு வர்ரேன். என்ன அதுக்குள்ளே கதவயடைச்சுத் தூங்கிட்டீங்களே?" என்றான்.

"இப்போதுதான் கொஞ்சம் கண் அசந்தேன். சாப்பிட்டாச்சு, வேறே வேலை என்ன, தூங்காமே?" என்று சொல்லி வீட்டுக்குள்ளே வந்து விளக்கேற்றினாள் அழகம்மாள்.

கோபால் இந்தத் தம்பதிகளின் ஏகபுத்திரன். வயது இருபதாகிறது. மதுரை காலேஜிலிருந்து கிறிஸ்துமஸ் லீவுக்காக ஊருக்கு அன்று வந்திருக்கிறான்.

அவன் கோனாருடைய எதிர்கால நம்பிக்கைக்கு ஒரு சின்னமாக இருந்தான். தாயினுடைய வாழ்க்கையிலும் அவனால் ஏற்பட்ட மாறுதல்கள் பல. இருவருக்கும் பையன் மேல் இருந்த பாசம் இவ்வளவு என்று சொல்லுவதற்கில்லை. அவன் சென்ற தசரா விடுமுறையில் ஊருக்கே வராமல் இருந்துவிட்டான். ஏன் வரவில்லை என்பதற்குக் கடிதம்கூடப் போடவில்லை. இப்போது அநேக நாட்கள் கழித்து மகனைத் தாய் பார்த்துக் கொள்ளுவதும் தாயைத் தனயன் பார்த்துக் கொள்ளுவதும் உருக்கமாக இருந்தன.

"அப்பாவை எழுப்பட்டுமா? நல்லாத் தூங்குறாப் போல இருக்கு. இப்போதான் தூங்கினாரா அம்மா?" என்று சொல்லிக்கொண்டே, "அப்பா அப்பா" என்று தட்டி எழுப்பினான் கோபால்.

அயர்ந்து உறங்கிய கிருஷ்ணக் கோனார் மிரண்டு போய் எழுந்து உட்கார்ந்தார். அதற்குள், "என்ன தூக்கமா?" என்று கோபால் சிரித்துக் கொண்டே கேட்டான். கோனார் கண்களைத் துடைத்துக்கொண்டே "கோபாலு" என்ற ஒரே வார்த்தையைச் சொன்னார். அதற்குள் அவர் தொண்டை அடைத்துக்கொண்டது. தகப்பனாரின் பக்கத்திலே கோபால் உட்கார்ந்தான். இதற்குள் வீட்டுக்குள் போன அழகம்மாள் விளக்கெண்ணெய் விளக்கைக் காற்றில் அணைந்துவிடாதபடி முந்தானையால் மறைத்து எடுத்துக் கொண்டு வாசல் திண்ணைக்கு வந்தாள்.

வெளிச்சம் முகத்தில் பட்டதும் கோனார், முகத்தை வேறு பக்கமாகத் திருப்பிக்கொண்டார். கோபாலும் அழகம்மாளும் ஒன்றும் புரியாமல் தினைத்தார்கள். சிறிது நேரத்தில் கோனாரின் உடம்பு விம்மி விம்மித் துடித்தது. முகத்தைத் திருப்பி அவர் அழுது கொண்டிருந்தார். கோபால் திடுக்கிட்டு, "அப்பா, என்ன?" என்று கேட்டுக்கொண்டே அவருடைய முதுகைத் தொட்டான். கோனார் ஒன்றும் சொல்லாமல் ஏங்கி ஏங்கி அழுதார். அழகம்மாள் கண்கலங்க நின்று கொண்டிருந்தாள். சிறிது நேரத்தில் கோனார் முகத்தைத் துடைத்துக் கொண்டு கோபாலைப் பார்த்து, "ஒண்ணுமில்லை" என்று சொல்லி விட்டுத் தலையைக் குனிந்து கொண்டார். அவர் கண்ணில் ரத்தம் கொதிப்பது போல ஒரே சிவப்பு.

அவர் அழுத காரணத்தை மேலும் மேலும் கேட்டும் பிரயோஜனம் இல்லாமல் போய்விட்டது. அழகம்மாள் தனக்குத் தெரிந்து ஒரு காரணத்தை வேண்டுமென்றே சிருஷ்டித்துக் கொண்டு, "கோபால், நீ இத்தனை நாளாகக் காயிதம் கூடப் போடாமல் இருக்கலாமா? என்னமோ ஏதோன்னு நாங்கள் தூக்க மில்லாமல் இங்கே கிடக்கிறோம்" என்று சொல்லி வைத்தாள். இதைக் கேட்டதும், "ஹூம்" என்று சொல்லிச் செருமினார் கோனார். கோபாலும் அழுகைக்குக் காரணமாக ஏதோ ஒன்றை ஊகித்துக்கொண்டான். மூன்று பேரும் சேர்ந்து மூன்று பேருக்கும், தெரிந்த ஒன்றை ஒருவருக்குத் தெரியாமல் ஒருவர் மறைத்துக் கொண்டு ஏதேதோ பேசினார்கள். மறைந்து நிற்கும் ரகசியம் மூன்று பேரையும் பேச்சுக்கு நடுவில் வந்து முள்ளைப் போல குத்திக் கொண்டிருந்தது. சிறிது நேரத்தில் தூங்கப்போகிற சாக்கில் மூவருமே எழுந்தனர். கோபாலன் கொண்டு வந்த மலைப் பழங்களில் ஆளுக்கு இரண்டை வாயில் போட்டுக் கொண்டு ஒவ்வொருவரும் ஒவ்வொரு மூலையில் போய்ப் படுத்தார்கள்.

அந்த இரவு மிகவும் விசித்திரமான இரவு. தனித் தனியாகப் பிறரை நோகாத நிலையில் வேதனைப்படும் மூன்று ஜீவன்கள்,

படுக்கையில் புரண்டு கொண்டிருந்தன. மூவரும் செய்யாது மூவராலும் உண்டான ஒரு தீவினை அந்த மூவரை மாத்திரம் நெஞ்சைப் பிசைந்து கொண்டிருந்தது. யார் யாரை எப்போது தூக்கம் தழுவியதோ அன்று?

படுக்கையில் படுத்த கோபாலுக்கு, "இப்போதும் கூட ஏன் ஊருக்கு வந்தோம்? தசரா விடுமுறையின்போது பெரியப்பா வீட்டிலேயே மதுரையில் இருந்துவிட்டது போல, ஏதாவது சாக்குப் போக்குச் சொல்லி ஊருக்குக் கடிதம் எழுதிவிட்டு இப்போதும் இருந்துவிட்டிருக்கக் கூடாதா?" என்று இருந்தது. போன முறை அவன் வராமல் இருந்ததற்கு, இன்று போலவே அன்றும் வேதனை தரும் காரணம் இருந்தது. சென்ற இரண்டு வருஷங்களில் அவன் ஊருக்கு வரும்போதெல்லாம் தன் பெற்றோர்கள் நடந்துகொள்ளும் சுபாவம் அவனுக்குச் சகிக்கக்கூடாமல் இருந்தது. கோனார் மீது அழகம்மாள் எரிந்து எரிந்து விழுவாள். சாந்தமாக இருந்த அவள் எதற்கு இப்படிச் சீறுகிறாள் என்று வருந்துவான் கோபால். அம்மாவை இரண்டொரு தடவை மறைமுகமாகக் கண்டித்தும் பார்த்தான். ஆனால் இவனுடைய கண்டிப்புக்களால் அவளுடைய கோபம் இரட்டிப்பாகிக் கொண்டுதான் வருமே ஒழியத் தணியாது.

ஒரு தடவை கோபால் சற்று ரோஷம் வரும்படியாகவே கடிந்து கொண்டான். ஒரு மகன் சொல்ல வேண்டிய முறையில் இல்லாமல் சற்றுக் காரமாகவே இருந்தது அவன் சொன்னது. தன் தாயாரைப் பார்த்து, "இப்படி அவர் மேலே வெறுப்பு இருக்குமானால் அந்தக் காலத்திலேயே அவருக்குத் தாலிகட்டத் தலையைச் சாய்த்திருக்க வேண்டாமே?" என்று கேட்டுவிட்டான். அவ்வளவுதான். அன்றும் அதற்கு மறுநாளும் சாப்பிடாமல் இருந்து அழுதாள்; வெறும் மண் தரையில் படுத்துக்கொண்டு பகலையும் இரவையும் கழித்தாள், அழகம்மாள். 'நீயும் கூடவா இப்படி என்னைக் கேட்கணும்?' என்பது தான், அவனுக்கு அவள் மனம் கொதித்துச் சொன்ன பதில், அவனாலும் தன் துயரத்துக்கு ஓர் எல்லை காண முடியவில்லையே என்ற ஏமாற்றம் அவள் கண்களில் பெருக்கெடுத்ததே ஒழிய, அவன் கேட்டு விட்டானே என்ற ரோஷத்தின் கண்ணீரல்ல அவள் பெருக்கியது. பாவம், அந்த வார்த்தையைச் சொல்லிவிட்டுக் கோபால் தனியே போய் அழுதது அழகம்மாளுக்குத் தெரியுமா?

அதற்குப் பிறகு, அவன் அப்படிப்பட்ட - ஏன் இலேசான அபிப்பிராய வேற்றுமைக்குக் காரணமான சொற்களைக் கூடச் சொன்னதே இல்லை. ஒன்றையும் கவனியாமல், லீவில் ஊருக்கு வந்தால் தாயையும் தந்தையையும் வளைய வளைய வருவான். வீட்டிலே பெற்றோர்களோடு கொஞ்ச, அந்த இருபது வயதுக்

குழந்தையைத் தவிர வேறு யாருமில்லை. மதுரையிலே, எத்தனையோ புதுப் புதுப்பெயர்களைக் கொண்ட பட்சணங்களைத் தின்று தெவிட்டிய குழந்தைக்கு, பொரியுருண்டையையும், பணியாரத்தையும் அபூர்வமாகச் செய்து கொடுப்பாள் அழகம்மாள். அப்போது சமையலுக்கு ஒத்தாசை செய்யும் கிருஷ்ணக் கோனாரின் முகத்தில் சீதேவி தாண்டவமாடுவாள்.

இப்படிச் சந்தோஷமாக இருக்கும்போதே, அழகம்மாளுக்குக் கோனார் மேல் ஒருசிறிய தவறுதலுக்கும் கூடப் பிரமானதமான கோபம் வந்துவிடும். பணியாரத்துக்கு மாவைச் சரியாகக் கட்டி வைத்திருக்கமாட்டார் கோனார். கோபம் அவள் முகத்தில் செக்கர் வர்ணத்தைத் தீட்டும். எரித்து விடுபவள் போல் புருஷனை ஒரு பார்வை பார்த்து விட்டு, கோபால் வீட்டிலிருப்பதால் அவர் மேல் சீறி விழுவதற்கு அஞ்சி, "போதும் வேலை செய்தது. எந்திரியுங்கள்" என்று சொல்லிவிட்டு முகத்தைத் திருப்பிக் கொள்வாள். கிருஷ்ணக் கோனார் மாவைத் தட்டி வைக்கும் முறத்தை அவள் 'சரட் என்று தன் பக்கம் இழுத்துக் கொண்ட பிறகு அவருக்கு அங்கு வேறு என்ன வேலை? பேசாமல் எழுந்திருப்பார். அடிபட்டு வரும் அவமானத்தினால் அவர் மனம் கலங்கும்.

சீறிக் கனல் கக்கும் எரிமலை இப்போது உள்ளேயே பயங்கரமாகப் புதைந்து வந்தது கோபாலுக்குத் தெரிந்தது. 'தகப்பனார் மேல் இப்படி என்ன வெறுப்பு அம்மாவுக்கு? இவர்கள் எப்படிக் காலமெல்லாம் ஒரு வீட்டில் இருக்கிறார்கள்? அதுவும் சமீபத்தில் தானே இந்தச் 'சனியன்' குடும்பத்துள் நுழைந்திருக்கிறது. இதற்குக் காரணம்?" என்று கோபால் யோசித்து யோசித்து மனம் உடைந்துபோய் விட்டான். நாளாவட்டத்தில் அவன் உள்ளத்தில் ஒரு பயமும் குடிகொண்டுவிட்டது. என்றைக்காவது தன்மன வெறுப்பினால் அழகம்மாள் கோனாருக்குச் சாப்பாட்டிலே விஷம் வைத்தாலும் வைத்து விடுவாள் என்று பயந்தான். அல்லது அவளே கிணற்றிலோ, குளத்திலோ விழுந்து உயிரை மாய்த்துக் கொண்டால்...?

கடந்த இரண்டு வருஷங்களாக இந்தத் துன்பானுபவம் அவன் எங்கிருந்தாலும் அவனை வதைக்கத் தவறவில்லை. 'அம்மாவின் எரிமலை என்று, எந்தச் சந்தர்ப்பத்தில் எப்படி வெடிக்கப்போகிறதோ? யார் யார் அந்தத் தீக்குழம்பில் பலியாக வேண்டியிருக்கிறதோ?" என்று ஒவ்வொரு சமயத்தில் அவன் 'சடக்' என்று நின்று சிறிது யோசிப்பான். ஆனால் கூட வரும் கூட்டாளிகளுக்குத் தன் மன விவகாரங்ளைக் காட்டிக் கொள்ளாமல் மேலே நடந்து செல்வான்.

போன கோடைவிடுமுறைக்கு அவன் தன் நண்பனோடு ஊருக்கு வந்ததுதான். அப்புறம் இந்தக் கிறிஸ்துமஸுக்குத்தான் வந்திருக்கிறான்... முன்னால் அவனோடு விடுமுறைக்கு ஊருக்கு வந்து, சில நாட்கள் அவனோடு தங்கியிருந்தவன் ஒரு ஜமீன்தார் வீட்டுப் பையன்.

தூக்கம் வராதது கோபாலுக்குச் சிரமமாகவே இருந்தது. பக்கத்தில் அலுத்து உறங்கும் கோனாரின் குறட்டைச் சப்தம் கேட்டது. புஜத்திலே முகத்தைத் தேய்த்துக் கொண்டே கோபால் என்னென்னவோ மனஉளைச்சலில் வதைப்பட்டுக் கொண்டிருந்தான் அன்றிரவு.

விடிந்தது. வழக்கம்போல அதிகாலையிலேயே எழுந்து விட்டார். கோனார். பிறருடைய பண்ணையில் கூலிக்கு உழைக்கும் மனிதனுடைய நித்திய நியமங்களின் படி, கோனாருடைய காலைக் கருமங்கள் நிறைவேறின. வீட்டுக்குத் தெற்கே பருத்தி மார் படலின் மறைவிலுள்ள தண்ணீர்க் குடங்களின் பக்கமாகப் போய், ஒரு செங்கல் துண்டுக் 'கரகர' என்று கல்லில் தேய்த்துக் கரடு முரடான தூளைக் கொண்டு பல்லில் இரண்டு இழுப்பு இழுத்து வாயைக் கொப்பளித்தார். வீட்டிலே உள்ள பழைய சாதத்தை வாயில் போட்டுக்கொண்டு, கொஞ்சம் சாதத்தை ஒரு பாத்திரத்தில் எடுத்துக் கொண்டு தள்ளாடிக் கொண்டே போனார். பழுதுபட்ட யந்திரம் வேலை செய்யாமல் கிடக்கையில், பழுது பார்ப்பவன் அதை வந்து ஓட்டிப் பார்க்கும்போது மூலைக்கு ஓர் இடத்தில் இலேசாக அசைவது போல இருந்தது கோனாரின் நடை. நாற்பத்தைந்து வயதில் அதற்கு இரட்டிப்பு வயதின் பலஹீனம் ஏற்பட்டிருந்தது.

* * *

நேரங்கழித்துப் படுக்கையை விட்டு எழுந்தான் கோபால். இரவு நேரத்தில் நடந்ததைக் கோபாலும் பிறரும் மறந்துவிட்டார்கள். வேண்டுமானால் மறதி துயரத்திற்குத் தற்காலிகமாகத் திரை போடுமே ஒழிய, அடியோடு மாசு தெரியாமல் அதை அழித்து விடுமா? துயரத்தின் பின்னணியிலேயே தாயும் மகனும் பரஸ்பரம் உற்சாகத்தை நடித்துக் கொண்டிருந்தனர்.

ஏழெட்டு மாதங்களாக வராமல், கடிதம் கூடப் போடாமல் இருந்த மகன் இப்போது வந்திருக்கும்போது தாயின் மனம் கொள்ளும் பெருமகிழ்ச்சிக்கு எல்லை ஏது? அழகம்மாள் கூலி வேலை செய்து தன் கையில் சேர்த்து வைத்திருந்த காசுகளை அன்று தான் அவிழ்த்தாள். அந்த சொற்பக்காசுகள் மகனுடைய உபசார விருந்துக்குச் சரியாய்ப் போகும். வருஷத்துக்கு ஒரு தடவை தானே

விருந்து செய்யப் போகிறாள்!

அழகம்மாள் ஏதோ "அபூர்வமான" பலகாரங்களைத் தயார் செய்து கொண்டிருந்தாள். கோபால் ஸ்நானம் செய்து விட்டு அழகான உடைகளை எடுத்து அணிந்து கொண்டான். தலையை நன்றாக வாரிவிட்டுக் கொண்டு, வாசல் திண்ணையில் பாயை விரித்து உட்கார்ந்து ஒரு புஸ்தகத்தைப் புரட்டிக் கொண்டிருந்தான்.

வெளியூரில் மேல்படிப்புப் படிக்கும் இளைஞர்கள் கிராமத்துக்கு வரும்போது அவர்களுக்குக் கிராமத்திலுள்ள இரண்டொரு படிப்பாளிகள், சோதிடர்கள், வைத்தியர்கள் முதலிய எல்லோரிடத்திலும் ஒரு சிநேகிதம் ஏற்படாமல் தீராது. எல்லோரும் வந்து தங்கள் தங்கள் சந்தேகங்களைக் கேட்பார்கள். "பேப்பர் சமாச்சாரம் எப்படி இருக்கிறது" "கம்பராமாயணப் பாட்டு வில்லி பாரதத்தை விட நயமில்லையா, ஐயா?" "மதுரையில் சோதிட அலங்காரம் கிடைக்குமா?" - இப்படிக் கதம்பக் கேள்விகளுக்குப் பதிலளிக்கும் யோக்கியதையில்லாதவர்கள் சர்வ கலாசாலைக்குப் பட்டதாரிகளானாலும், கிராமத்திலே படித்தவன் என்ற பெயர் வாங்க முடியாது. கோபால் உண்மையிலேயே ஒரு 'கிராமத்துப் பட்டதாரி தான். அதோடு அவன் மேல் ஊராருக்கும் நல்ல பிரியம்.

அன்று அவன் உட்கார்ந்து படித்துக் கொண்டிருக்கும் போது அந்த ஊர்ப் பெரிய பண்ணையாரே வந்து விட்டார். அந்தப் பண்ணையாரின் தம்பி வீட்டிலேதான் கிருஷ்ணக் கோனார் வேலை செய்கிறார். சட்டபூர்வமான அதிகாரமில்லாமல். சட்ட பூர்வமான அதிகாரங்களை விட அதிக அதிகாரத்துடன் ஊரைப் பரிபாலனம் செய்யும் ஒரு பெரியவர், ஏழைக் குடிசையில் அன்று அடியெடுத்து வைத்தது கோபாலுக்கே ஆச்சரியமாக இருந்தது. வந்தவர், தம் மகனை மதுரையில் படிக்க அனுப்பும் விஷயமாகக் கோபாலுடைய ஆலோசனையைக் கேட்கலானார். பேச்சு அவ்வளவில் நிற்காமல் இருவரும் உலக சமாச்சாரங்களைப் பற்றிப் பேசிக் கொண்டிருந்தார்கள். இதை வீட்டுக்குள்ளிருந்து கேட்டுக் கொண்டிருந்த அழகம்மாளின் மனம் சந்தோஷத்தினால் பூரித்தது. இந்த இரண்டு குடும்பங்களின் அந்தஸ்துகளுக்கு நடுவே உள்ளது எட்டாத பெருந்தூரம். கோனாரின் குடும்பத்தை விடத் தாழ்ந்த குடும்பமோ, பண்ணையாரைவிட உயர்ந்தவர்களோ அந்த ஊரில் இல்லை.

மகனுடைய படிப்பு எவ்வளவு பெரிய ராஜவைபவத்துடன் தன் வீட்டில் கால் வைத்திருக்கிறது என்பதை அழகம்மாள் இரண்டு வருஷங்களுக்கு முன்னாலேயே அறிந்து கொண்டாள். அவள் அறிந்து கொண்டதனால் தான்...

கிருஷ்ணக் கோனாருடைய வாலிபப் பருவத்தின் சுட்டித் தனங்களில் ஒன்று கூட இப்போது எஞ்சவில்லை என்பது உண்மைதான். ஆனால் அந்தப் பருவத்தில் இருப்புப் பாதத்தால் மிதிபட்டு அவருடைய சதையும் எலும்பும் நொறுங்கி, மனசோடு உடைந்துபோன காட்சி இன்றும் மாறவில்லை. அப்போது, அந்த இருபத்து நாலு இருபத்து ஐந்தாவது வயதில், அவருடைய சகவாசங்களும், ஆட்டபாட்டங்களும் எவருடைய சாமபேத தான தண்டங்களுக்கும் அடங்காமல் தறிகெட்டுக் கூத்தாடின. நான்கு தடவைகள் வீட்டிலிருந்து பணத்தைத் திருடிக் கொண்டு போயிருக்கிறார். ஆயிரக் கணக்கான ரூபாய் வெள்ளத்தில் போனது போல, அவரால் இரண்டு வருஷங்களுக்குள்ளாகக் குடும்பத்தில் பெருத்த நஷ்டம் ஏற்பட்டது. ஒரு சமயம் அவர் மதுரையில் ஒரு தாசி வீட்டின் வாசல் படியிலேயே, சூரியோதயம் ஆகி வெயிலடிப்பது கூடத் தெரியாமல் படுத்துக் கிடந்தார். அதற்கு மறுநாளே குடும்பத்தில் பாகப்பிரிவினை செய்யும்படி ஏற்பட்டது. கிருஷ்ணக் கோனாருக்கு ஒரே தமையன். இருக்கிற பூர்வீகச் சொத்தும், வயிற்றுப் பாட்டுக்கே போதாமல் இருந்தது. வரவும் செலவும் ஒன்றை மற்றொன்று விழுங்கிக் கொண்டிருக்கும் அற்ப ஆஸ்திதான். அதிலே கிருஷ்ணக் கோனாரால் ஏற்பட்ட கடனை அவரே பொறுக்க வேண்டியது என்றும் ஏற்பட்டது. பாகப்பிரிவினையானதும் மூத்தவர் தம் சொத்துக்களை யெல்லாம் விற்றுவிட்டு மதுரைக்குப் போய்விட்டார். அதற்கு அப்புறமும் கிருஷ்ணக் கோனார் வழிக்கு வந்தாரில்லை.

இந்தச் சந்தர்ப்பத்தில் கிருஷ்ணக் கோனாரை நல்லவனாக்குவதற்கென்று, கல்யாண உபாயத்தைக் கண்டு பிடித்தார்கள். ஆனால் ஒரு பெரிய பிரச்சனை குறுக்கிட்டது. அதாவது அவருக்கு யாரும் பெண் கொடுக்கத் தயாரில்லை. காரணம் மனுஷனின் நிலைமை ஆட்டத்தில் இருக்கிறது என்பதோடு மட்டுமல்ல; அவருக்கு வலது கண் ஊனம்; சிறு வயதில் அம்மை வார்த்ததன் துன்பக் குறி அது.

பெரியவர்கள் கஷ்டப்பட்டார்கள். இந்தச் சமயத்திலே கிருஷ்ணக் கோனாரின் தகப்பனாருடன் பிறந்த அம்மாளின் இளைய மகளை - அழகம்மாளை - 'முறை.' கொண்டாடி மணம் முடிக்க வேண்டியதாய் விட்டது. அழகம்மாளுக்கு அப்போது வயது பதினாறு இருக்கும். அவளுடைய குடும்பம் சுகமாகப் பிழைத்து வந்தது. அவளுடைய தமக்கை பக்கத்து ஊரில் தான் ஒரு நல்ல குடும்பத்தில் வாழ்க்கைப்பட்டிருந்தாள். இவளுக்கும் எதிர்காலம் ஒரு நல்ல இடத்தைத் தேடிக் கொடுத்திருக்கும் என்பதில் சந்தேகம் இல்லை. ஏனென்றால், அழகம்மாள் பெயருக்கு ஏற்றபடி அப்படி அழகாக இருந்தாள்.

ஆனால், அவளுடைய தலைவிதி வேறுவிதமாக இருந்தது. அவளைப் பிற்காலத்தில் அந்த இரண்டுங்கெட்டான் நிலையில் நிறுத்தியவை, அவளுடைய இளகிய மனமும், படித்தவர்கள் சொல்லுகிற அந்தத் தியாக பக்தியும்தான். கிருஷ்ணக் கோனாரின் மானம் ஊரறிய அம்பலத்தில் இழுபடுவது அந்த ஊரைவிட்டுப் பக்கத்து ஊரிலிருந்த அவள் வீட்டையும், அதோடு அவளையும் கூடப்பிடித்து அசைத்து விட்டது. வெளியே தலை காட்ட முடியாது கஷ்டப்படும் அதே சமயத்தில் அழகம்மாளுக்குக் கோனாரின் மேல் ஓர் இரக்கம் கூட பிறந்தது. காரணம் அவருடைய கண்ணின் ஊனம்தான். அவருக்காக, இத்தனை குறைகளோடு இருக்கும் அந்த ஊதாரிக்காக, எவனும் பெண் கொடுக்கமாட்டான் என்பதை அவள் மன உருக்கத்துடன் எண்ணிப் பார்த்தாள். பரம்பரையாகக் கௌரவத்துடன் இருந்த ஒரு குடும்பத்தின் மானத்தைக் காக்க அன்று யாராவது ஒருவர் தங்களைக் களப்பலி கொடுக்காமல் தீராது என்று நிச்சயிப்பதற்கு, அழகம்மாளுக்குக் கடைசிச் சமயத்தில் வந்து ஒத்தாசையும் செய்தாள் அவள் தாயார். துரதிருஷ்டச் சீட்டு அழகம்மாள் பேருக்கே விழுந்தது. அவள் தான் அந்தச் சீட்டை உருவிக் கொண்டாள். அவளுடைய இரக்கப்பட்ட உள்ளம் தியாகத்தின் வளர்பாரத்தை அன்று தாங்கிக்கொள்ள முடியும் என்று நினைத்தது. கல்யாணத்திற்குச் சம்மதித்தாள். கல்யாணமும் நடந்தது.

அழகம்மாள் கிருஷ்ணக் கோனாரின் வீட்டுக்கு வந்து விளக்கேற்றும் போது வீட்டில் சூனியம்தான் பரவிக்கிடந்தது. குடும்ப வாழ்வின் லக்ஷ்மீகரம் எங்கோ குடிபோய் விட்டது. அழகம்மாளின் உருவில்தான் அந்த வீட்டில் உயிர்க்களை இங்கும் அங்கும் அலையடித்துக் கொண்டிருந்தது. சிறிது நாட்களில் ஜீவனாம்சத்துக்கான எல்லாமே அவளுடைய வீட்டிலிருந்துதான் வந்தாக வேண்டியிருந்தது. ஆனால், வருஷம் தவறாமல் பெய்யும் மழையும் தினசரி பெய்வது கிடையாதே!

கோனாரின் ஆட்ட பாட்டம் அடங்கி ஓய்ந்தது. உயிரோடு நின்ற சந்தன மரம் ஒடிந்து விழுந்து கட்டையானாலும் சந்தனத்தின் வாசம் போகாததுபோல் கிருஷ்ணக் கோனாரிடத்திலே கொஞ்சம் உயிரும் மனுஷத் தன்மையும் எஞ்சியிருந்தன. அவற்றைக் கொண்டு வாழ்க்கையில் பழைய படியும் துளிர்த்து மலர அவர் ஆசைப்பட வில்லை. அழகம்மாளும் அவரும் ஒடிந்து விழுந்த சந்தனக் கட்டை காலத்தினால் உளுத்துப் போகாமல் இருக்க மட்டுமே பிரார்த்தித்தார்கள்.

அழகம்மாள் அதிகமாகப் படித்தவள், அல்ல. தியாகத்தின் பெருமையை நினைத்து நினைத்துப் புளகிப்பதற்கு அவள் தியாகத்தின் பெருமையும் மறந்தாள்; துயரத்தையும் மறந்துவிட்டாள். "சொத்துச் சுகமிழந்த கூலிக்கார மனிதனும், அவனுக்குச் சமைத்துப் போடும் மனைவியும்"- இப்படிச் சாதாரணமான ஒரு கதையிருந்தால் எப்படி யிருக்கும்? அந்தக் கதைதான் அவர்களுடைய வாழ்க்கையும், ஆனால் சம்சாரப் பாதையில் அவ்வப்போதும் குத்தும் முட்களை அழகம்மாள் வேதனையோடு பிடுங்கி எறிந்திருக்கிறாள். அந்தப் பாதையில் செல்லும் போது, கோனாரைக் கோபித்த நாட்களும் இல்லாமல் இல்லை.

கல்யாணமான மறு வருஷத்தில்தான் கோபால் பிறந்தான். அவன் பிறந்ததும், தகர்ந்துபோன கோட்டையில் குடியிருக்கும் அவருடைய ஏழை ஆத்மா தன் எல்லையில் பழுத்துக் குலுங்கப் போகும் ஒரு பழச்செடி முளை விட்டதைக் கண்டு தன் வாழ்க்கையே அந்தச் செடியின் மேல் பாரமாகப் போட்டுவிட்டது. அவன் பிறந்த நாளன்றுதான் அழகம்மாள், உலகத்திலே பெண்கள் கல்யாணத்தில் பெறும் இன்பத்தைப் பெற்றான்.

இவர்களுடைய நம்பிக்கை கோபால் உருவில் வளர்ந்தது. 'வட்டியிலும் தொட்டிலிலும் மார்மேலும் தோள் மேலும்' பையன் வளர்ந்து வந்தான். கிராமத்திலே கொஞ்சம் படித்தான். அந்தச் சமயத்தில் மதுரையில் பிள்ளையில்லாமல் இருக்கும் அவனுடைய பெரியப்பா வந்து அவனைத் தம்மோடு அழைத்துக் கொண்டு போனார். யார் யாரையோ பிடித்து, அவன் இனாமாகப் படிக்க 'ஸ்காலர்ஷிப்' வாங்கிக் கொடுத்தார். ஹோட்டல்களுக்கு வாடிக்கைப் பால் விட்டு வரும் சொற்ப வரும்படியைக் கொண்டு கோபாலுக்குச் செய்யாததெல்லாம் செய்தார்.

அப்படிப் படித்த கோபால் இந்த வருஷம் பி.ஏ. வகுப்புக்கு வந்திருக்கிறான். அவனுடைய சுபாவமும் ஞானமும் சாந்தமும் எல்லோரையும் வசீகரித்தன. பையன் தன் தாயையொட்டி, பார்ப்பதற்குக்கூட நன்றாக இருந்தான்.

அவன் ஊருக்கு வரும்போதெல்லாம் அந்தஸ்திலுள்ளவர்கள் கோபலைப் பார்ப்பதற்கு வருவார்கள். ஒரு நாள் ஒரு ஜமீன்தார் வீட்டுப் பையனும் வந்திருந்தான். 'சமூகத்தில் இப்படி உயர்ந்த அந்தஸ்திலுள்ளவர்கள் தன் வீட்டுக்கு வருகிறார்கள். அவர்களுக் கேற்றபடி நடந்து கொள்ள வேண்டுமே' என்ற எண்ணத்துடன் தான் அழகம்மாள் சென்ற ஒரு வருஷமாகக் கன்னிப் பெண்ணைப் போலத் தன்னை அலங்கரித்துக் கொண்டு அழகு பார்த்துக் கொண்டிருந்தாள் என்று நிச்சயமாகச் சொல்ல முடியாது. ஏதோ

அவளைத் தூண்டியது. அவள் செய்தாள். அவ்வளவுதான். கோபாலுக்குக் கூட அழகம்மாளின் நடவடிக்கையில் ஏற்பட்ட இந்த மாறுதல் அதிசயத்தைக் கொடுத்தது. அப்படியிருக்க ஊராருக்குச் சொல்ல வேண்டுமா?

கல்யாணத்துக்கு முந்தியிருந்த அழகம்மாள், இருபது வருஷங்களுக்குப் பிறகு அதே சரீரத்தில் புனர் ஜன்மம் எடுத்தது போலக் காணப்பட்டாள். இலையுதிர் காலத்துக்குப் பின் பிறந்த வசந்தத்தின் சோபை போலக் காணப்பட்டன. அவளுடைய உடை அலங்காரங்கள். அவள் ஒரு மனிதக்காகத் தன் வாழ்க்கையைத் தியாகம் செய்தவள். ஆனால், அவளால் அந்தத் தியாகத்தைத் தாங்க முடியவில்லை. நல்வாழ்க்கையை இழந்த அவளுக்கு இப்பொழுது வாழ்க்கையின் மீது திடீரென்று ஆசை பிறந்தது. பாவம், அந்த வாழ்க்கையினால்தான் தன் புருஷனது கஷ்ட ஜீவனத்தையும் பொருட்படுத்தாது. சாதாரணமாக வாங்குவதைவிட இரட்டிப்புப் பங்கு விலையுள்ள புடவைகளை வாங்குவாள். இப்போது அவற்றை மாசுபடாமல் உடுத்திக் கொள்வது வழக்கம். இருபது வருஷமாகப் புழுதியில், தூசி தும்பில், நடமாடிக் கூலிக்காரியாக வாழ்ந்தவள் நிமிஷத்துக்கு ஒரு தடவை தன் ஆடையில் ஒட்டிய மாசை இரண்டு விரல்களால் சுண்டித் தட்டிவிட்டுக் கொள்வது ஊர்ப் பெண்களின் கண்களுக்குப் படாமல் போகவில்லை. முகத்தைக் கழுவுவது ஒரு நாளைக்கு இத்தனை தடவையென்றில்லை. வெற்றிலை, வெற்றிலை ஓயாமல் வெற்றிலைதான். சிவந்த வாயில் அனாயாசமாக வெற்றிலை மெல்லும் தோற்றம் கவர்ச்சியளிக்கத்தான் செய்யும் என்றாலும் இப்போது அவளுக்குப் பிராயம் தவறி விட்டது. ஆனால், அழகு செய்து கொள்ளவேண்டுமென்று நினைக்கும்போது சரீர லக்ஷணங்களை யார்தான் கவனிக்கிறார்கள்? இவளுடைய புதிய போக்கைச் சூழ்ந்து அபவாதத்தைச் சிருஷ்டிக்க முயன்ற ஊர்ப் பெண்களின் வாயை, அழகம்மாளின் பரிசுத்தமான நடத்தை மூடிவிட்டது. ஆனால், ஒரு நாள் மதுரையிலிருந்து வந்த கோபாலின் கண்களுக்கு இந்தத் தோற்றம் எப்படியோ தான் இருந்தது. இருந்தாலும் தன் நவநாகரிகமான நிலைக்கேற்பத் தாயும் தன்னைத் திருத்திக் கொண்டால் அதில் என்ன குற்றம் என்று சமாதானம் செய்து கொண்டான்.

ஒரு நாள் வீட்டுக்கு ஒரு புடவை வியாபாரி வந்தான். விலை உயர்ந்த புடவைகள். கோபாலும் அப்போது ஊருக்கு வந்திருந்தான். அழகம்மாளின் குடும்ப நிலைக்கு அப்படிப்பட்ட சேலைகளை வாங்கக் கனவுகூடக் காணமுடியாது. ஆனால் அவற்றை வாங்கத்தான் வேண்டும் என்று பிடிவாதம் பிடித்தாள், விவரம் அறியாத சிறு பெண் மாதிரி. கோபாலுக்கு என்னவென்றே

புரியவில்லை. புடவை வியாபாரியின் பக்கத்தில் உட்கார்ந்து கொண்டிருந்த கோபாலை வீட்டுக்குள்ளே வரும்படி அழைத்தாள் அழகம்மாள். கோபால் போய் நின்றதும் அழகம்மாள் மிகவும் ரகசியம் போலவும், பரிதாபகரமன குரலிலும், "கோபால் அவர் வேஷ்டியெடுக்க வேண்டுமென்று நாலு ரூபாய் வச்சிருந்தார். அதை எடுத்துக் கிட்டேன். என்கிட்டே மூணேகால் ரூபாய் இருக்கும். சேலைக்கு இன்னும் அஞ்சு ரூபாய் வேணம். உன்கிட்டே இருக்கா?" என்றாள்.

கோபாலுக்குத் திடுக்கிட்டு விட்டது. இதுவரைக்கும் தாயார் தன்னிடம் பணம் கேட்டதே இல்லை. தவிரவும், அவன் சம்பாதிக்கிறானா என்ன? அது மட்டுமின்றி கந்தலை உடுத்திக் கொண்டிருக்கும் கோனாரைக் கவனியாமல், போன மாதத்தில்தான் ஒரு விலையுயர்ந்த புடவையை எடுத்து விட்டு, இப்பொழுது திரும்பவும் எடுக்கவேண்டும் என்று கேட்டால் அதற்கு என்ன அர்த்தம்? அத்தோடு விலை குறைந்த புடவைகள் இருந்தும் இப்படி பணத்தைக் கரியாக்க நினைப்பானேன்?

"என் கிட்டே ஏதம்மா பணம்?" என்றான் கோபால்.

"இல்லையாக்கும். உன்கிட்டே இல்லாவிட்டால் பண்ணையாரிடத்தில் கேளேன். அவர்தான் உன்னிடத்திலே பார்த்த இடத்திலெல்லாம் பிரியமாயிருக்கிறார் என்று ஊரெல்லாம் சொல்லுகிறார்களே" என்றாள்.

கோபால் உண்மையிலேயே அதிர்ச்சியிலேயே அதிர்ச்சியடைந்தான் 'பண்ணையாரிடம் கடன் கேட்கவா? இவ்வளவு மதிப்புக் குறைந்த காரியத்தைச் செய்ய அழகம்மாளும் தூண்டி விடுவதா?" என்று நினைத்துத் திகைத்தான். யாரிடத்திலும் எந்தத் தயவையும் எதிர்பாராது மானத்துடன் வாழவேண்டுமென்று எத்தனையோ கஷ்டமான சந்தர்ப்பங்களிலும் சமாளித்த அழகம்மாள் இப்போது தன்னைப் பண்ணையார் வீட்டில் கடன் கேட்கத் தூண்டுவதா? கோபாலுக்குக் கோபம்கூட வந்தது. உடனே, "போன மாதம் தானே ஒரு சேலை எடுத்தாற்போலிருக்கிறது. அதற்குள் என்ன? அப்பாவின் வேஷ்டியைப் பார்த்தாயா?" என்றான். அவ்வளவு தான், அழகம்மாள் அழுது விட்டாள். அவளுடைய விம்மலும், பெருமூச்சும் வீட்டு வாசலுக்குக் கேட்டன. நெஞ்சிலே பற்றி எரியும் நெருப்பை இந்தப் பெருமூச்சு ஒன்றே பக்குவமாக ஊதிவிட்டது.

அழகம்மாள், தன் நல்வாழ்வுக்குக் கிருஷ்ணக் கோனார் தடங்கலாக நின்றார் என்பதை எண்ணிச் சில சந்தர்ப்பங்களில் மனதுக்குள்ளே வருந்தியதுண்டு. ஆனால் அழவில்லை. இன்றுதான்

முதல் முதலாக அழுதாள். ஒரு பெரிய பந்தலைச் சாய்க்க ஒரு தூணைச் சாய்த்தாலே போதும். இந்தப் புடவை விஷயம், வருஷக் கணக்காகத் தெரியாமல் அடங்கியிருந்த அவள் துயரம், அழுகை மூலம் வெளிப்படக்காரண பூதமாயிருந்தது.

என்ன தேறுதல் மொழியைச் சொல்லுவதென்றே கோபாலுக்குத் தோன்றவில்லை. கண்ணில் கலங்கிய கண்ணீர் கீழே உருண்டு விழாதபடி முகத்தை மேல் நோக்கித் திருப்பிக் கொண்டான். அன்று புடவை வியாபாரியைப் போகச் சொல்லிவிட்டுக் கோபாலும் வெளியே போய்விட்டான். அதே அலங்காரப் பைத்தியம் இன்று விடுமுறையில் கோபால் வந்திருக்கும் இந்தச் சந்தர்ப்பத்திலும் தலைவிரித்தாடத் தொடங்கிவிட்டது.

பண்ணையார் விடைபெற்றுக்கொண்டு வெளியே போய் விட்டார். கோபால் வீட்டுக்குள்ளே வரும்போது அழகம்மாள் வாரி முடித்த தலையுடன் தண்ணீர்ப் பானையில் முகத்தைப் பார்த்துக்கொண்டு குங்குமத்தை அழித்து அழித்து வைத்துக்கொண்டிருந்தாள். கோபால் உள்ளே போனதும், திரும்பிப் பார்த்தபோது அழகம்மாள் முகத்தில் காலணா அகலத்தில் இருந்தது குங்குமம்; உதடோ ரத்தச் சிவப்பு - வெற்றிலைக் காவியினால் பக்கத்தில் உள்ள பாதரசத் துளிகள் சிறிதே தொட்ட மாத்திரத்தில் பளிச்சென்று ஒன்றாகக் கலந்து விடுவதைப் போல, இந்த இரண்டு சிவப்புக்களும் எட்டிப்போய் ஒன்றாகக் கலந்து முகமெங்கும் சிவப்பு வண்ணம் ஆகும் படி செய்துவிட்டன. கோபாலுக்கு வெட்கமாகக்கூட இருந்தது என்ன சொல்லுவது?

மாலைக் கருக்கலில் ஓய்ந்து போய்த் தள்ளாடிக் கொண்டு வீடு வந்து சேர்ந்தார் கோனார். அவர் குளிப்பதற்காகத் தினந்தோறும் வெந்நீர் போட்டுத் தயராக வைத்திருக்கும் அழகம்மாள் அன்று தன் அலங்காரத்திலேயே நேரத்தைப் போக்கிவிட்டாள்.

அதனால், கோனார், "வெந்நீர் இருக்கா?" என்று கேட்டதற்கு வெடுக்கென்று, "என்னாலே ஒண்ணும் ஆகல்லே ஐயா... எல்லா வேலையையும் செய்துவிட்டு வெந்நீரையும் போட்டு வைக்க எனக்கு நாலு கையில்லே" என்றாள்.

கோனாருக்கு இந்த வர்ம-அடிகள் சகஜம்தான்; ஆனால் கோபால் வரும்போதுதான் தனக்கு இந்த அவஸ்தையென்பது அவருக்குத் தெளிவாகத் தெரிந்த விஷயம். நேற்று இஞ்சிச் சாறு சாப்பிடச் சொல்லிப் பரிவோடு சொன்ன அதே வாயில்தான் இந்தச் சுடு சொற்களும் கிளம்பின. அப்படியே பருத்திமார்ப்படலின் மறைவில் ஜில்லிட்டுக் கிடக்கும் மண்பானைத் தண்ணீரை எடுத்து

உடம்பில் கொட்டிக்கொண்டார்.

கோபால் ஒன்றையும் கவனியாதவன்போல இருந்தான். இந்தச் சந்தர்ப்பத்தில் தான் கோழிக் குஞ்சைக் காணோம் என்று தேடிக்கொண்டு வந்த பக்கத்து வீட்டு அம்மாள் கோபாலிடம் ஏதோ பேச்சுக் கொடுத்தாள். அப்போது அவள் வெளியே வந்த அழகம்மாளையும் அவளுடைய 'அலங்கார'த்தையும் பார்த்து, "மகன் வர்ரபோதெல்லாம் அம்மாவுக்குச் சந்தோஷம் பொறுக்க முடியல்லே. நேத்தெல்லாம் - எதுக்கு இந்த ஒரு வருஷமா அவளுடைய குங்குமும் வெத்திலையும் எங்கே போச்சோ? இப்போ மகன் வந்ததும் எல்லாம் வந்து விட்டது!" என்று சொல்லிச் சிரித்தாள். கோனாரைத் தவிர்த்து மற்ற இருவரும் சிரித்துக் கொண்டார்கள். ஆனால் கோனார் சிரிக்காததற்கும், அழகம்மாளும் கோபாலும் சிரித்ததற்கும் பொருள் ஒன்றுதான்.

இரவு தகப்பனும் மகனும் பக்கத்தில் உட்கார்ந்து சாப்பிட்டார்கள். சாப்பாட்டின் நடுவே, "கோபாலு கொஞ்சம் கறி விட்டுச் சாப்பிடேன்" என்றார் கோனார். இதைக் காதில் கேட்டதும் அழகம்மாள், "அவனுக்குக் கறி விடுவதற்கு எனக்குத் தெரியாதா? நீங்க சொல்லித் தான் அவனை இதுவரைக்கும் நான் வளர்த்தேனா?" என்றாள். ஆனால், அத்தோடு நிறுத்தவில்லை. அதற்கு மேலாகவும் போய், "நான் செய்ததும் செய்யாததும் அந்த அவிஞ்சகண்ணுக்குத் தெரியப்போகிறதா?" என்றும் சொல்லிவிட்டாள்.

எல்லா விஷயங்களுமே இன்றுதான் உச்சத்தில் வந்து சென்றன. சாப்பாட்டை அப்படியே வைத்துவிட்டு எழுந்து வாசலுக்குப் போய் விட்டார் கோனார். அழகம்மாள் இதைச் சட்டை செய்யவே இல்லை; திகைத்துப் போய் உட்கார்ந்திருக்கும் கோபாலின் எச்சிற் கையில் சாதம் உலர்ந்து பிசுபிசுத்தது.

கோனாரின் அழுகையொலி திடீரென்று வாள் உரசுவது போல ஒரே தடவைதான் கேட்டது. அதற்கு மேல் சத்தம் கேளாமல் அழுகையை அடக்கிக் கொண்டார். கோபால் எழுந்து வாசலுக்கு வந்தான். அவன் எவ்வளவு தேற்றியும் அவர் அழுகை நிற்கவே இல்லை.

இந்தத் துயர நாடகம் நாளுக்கு நாள் சோகத்தை அதிகரித்துக் கொண்டு போனால் அதன் முடிவுதான் என்ன? கோபால் மனம் கலங்கினான். தான் வரும்போது மட்டும் தாயார் அவரிடம் இவ்வளவு மூர்க்கமாக நடந்து கொள்ளவும் அத்தோடு அதிசயமாக அலங்காரம் செய்து கொள்ளவும் காரணம்? குடும்பத்தில் கஷ்ட நஷ்டங்களைக் கவனியாமல், ஈவிரக்கமற்ற ராக்ஷஸியைப் போன்றிருந்தாள்

அழகம்மாள். 'இப்போது ஏன் மதுரையை விட்டு வந்தோம்' என்ற ஒரே உணர்ச்சிதான் அவனுக்கு ஏற்பட்டது. கடைசியில் கோனாரை ஒருவாறு தேற்றி விட்டுப் படுத்தான். முந்தின நாள் இரவைவிட இந்த இரவு மகா கொடூரமாக இருந்தது. கோபால் முள்ளில் தான் புரண்டான் அன்று.

நடுராத்திரி ஆகிவிட்டது. கோனாரின் குறட்டைச் சப்தம் கேட்டது. இந்தச் சந்தர்ப்பத்தில், கொஞ்ச நேரத்துக்கு முன்புதான் கண்ணயர்ந்த கோபால் எப்படியோ தூக்கம் கலைந்து எழுந்தான். வீட்டுக்குப் பின்னால் சிலவண்டுகள் இரைந்து கொண்டிருந்தன. அதே சுருதியில் வீட்டுக் குள்ளிருந்து அழகம்மாள் அழுவதும் ஈனஸ்வரத்தில் கேட்டது.

இந்த மெல்லொலிகளின் மூலம் இரவு பயங்கரமாக மாறியது. மெல்ல எழுந்தான். நெஞ்சு 'திக் திக்' கென்று அடித்துக்கொளள், கோபால் கதவின் பக்கமாக வந்து இடுக்கு வழியே உள்ளே பார்த்த போது, 'மினுக் மினுக்' கென்று எரியும் அகல் விளக்கின் மங்கிய ஒளியில் விரிந்த கூந்தல் கன்னங்களை மறைக்கும்படியாகக் குனிந்து கொண்டு அழகம்மாள் ஒப்பாரி வைத்துக் கொண்டிருந்தாள். குளறு கின்ற சொல்லில்,

"சேனை தளத்தோட - உன்னை

சேர்ந்திருக்கக் கிட்டலையே..."

என்று மாறி மாறிச் சொல்லிக் கொண்டிருந்தாள். பைத்தியம் தான் பிடித்து விட்டதா அழகம்மாளுக்கு? கோபால் பயந்து போய் விட்டான். அவன் உடம்பு நடுங்கியது. கதவை ஓங்கி ஒரு குத்துக் குத்தி "அம்மா!" என்று அலறினான். அவ்வளவுதான், உடனே எழுந்துவந்து கதவைத் திறந்தாள் அழகம்மாள். "அம்மா, என்ன அம்மா?" என்று அவள் கைகளைப் பிடித்தான். பயத்தினால் கோபாலின் விழிகள் வெளியே பிதுங்கியிருந்தன. அழகம்மாளின் முகத்தையே கூர்ந்து பார்த்தான். சிறிது நேரம் கழித்து அவள் தன் கண்களைத் துடைத்து விட்டு, "ஒன்றுமில்லை, எங்க அப்பா நினைவு வந்தது. அவரை நினைச்சு அழறேன். கோபாலு" என்றாள்.

"பத்து வருஷங்களுக்கு முன்னாலே செத்தவருக்கு இப்போ என்ன அழுகை - இந்த ராத்திரியில்?" என்று சொல்லிவிட்டுத் தாயின் பதிலை எதிர்பார்த்தான் கோபால். அவள் பேசாமல் நின்றாள்.

"அவரை நினைச்சு அழுகிறேன்" என்று பழையபடியும் சொன்னாள். பெரியப்பா ஒரு சில மாதங்களுக்குத் தன் தாயாரைப் பராமரிக்கச் சம்மதித்தால் பி.ஏ. பரிக்ஷை முடியும் வரை, படிக்கலாம். கிருஷ்ணக் கோனாரோ கிராமத்திலேயே இருந்து தன் வாழ்நாளைக்

கழிக்க வேண்டியதுதான்!' என்று திட்டமிட்டான் கோபால்.

'தகப்பனார் ஊரில் தங்கிவிட்டால் அவருக்குச் சமைத்துப் போடுவது, யார்? இந்த வயோதிகத்தில் அவர் தனியே எப்படிக் காலந் தள்ளுவார்?... சிக்கல் அவிழும்போதே, புதிய சிக்கல் விழுந்தது போல் இருந்தது அவனுக்கு. மனத்தில் சமாதானம் ஏற்படாமல் தூங்குவது எப்படி? நாளை விடிந்தால் அந்தத் தேதியிலிருந்து தொடங்கும் எதிர்காலத்தில் வாழ்க்கை நடத்துவது தான் எப்படி?

கடைசியில் கோபாலுககு ஒரு யோசனை உதயமானது. அதன் படி நடக்குமா நடக்காதா என்றாலும், மனோராஜ்யம் மனச் சாந்திக்கு வழிகாட்டத்தான் செய்தது.

தன் பாட்டியின் ஊருக்கு - அழகம்மாளின் பிறந்தகத்துக்கு - அப்பாவை அனுப்பி விடுவது; அங்கே அவர் நில புலன்களைக் கண்காணித்துக் கொள்ளவும், வேண்டிய வேலைகளைச் செய்யவும் மாட்டாரா? நல்லகாலம் பிறந்த அன்றைக்குத் தகப்பனாரைத் தன்னிடம் அழைத்துக் கொள்ளுவது...

இருபது வருஷக்காலத்துக்குப் பிறகு தலைவிரித்தாடிய பிசாசு அலுத்துப் போன பாவனையில், மூவரும் அன்று படுத்திருந்தார்கள். ஆனால் தூங்கவில்லை; விழித்துக் கொண்டுதான் இருந்தார்கள்.

☯

6

சாப்பிட்ட கடன்

கோமதிநாயகத்துக்கு வயது முப்பத்தைந்து. கல்யாணமாகி ஐந்து குழந்தைகளும் இருக்கிறார்கள். கோமதி நாயகத்தின் தகப்பனார் காலமாகி நான்கு ஆண்டுகள் ஆகின்றன. தகப்பனார் காலமானதும் குடும்பச் சொத்துக்கு கோமதிநாயகமே முதலாளியாகி விட்டார்ன். அவனுக்கு உடன்பிறந்த தம்பியோ அண்ணனோ கிடையாது. சுமார் ஐம்பதினாயிரம் பெறுமதியுள்ள சொத்துக்கு இவன் அதிபதியானதும் தம் வாழ்வில் எத்தனையோ மாறுதல்கள் நிகழ்வதைக் கண்டான். முன்னால், 'என்னப்பா, கோமதிநாயகம்!" என்று சொல்லித் தோளில் கைபோட்டுப் பேசியவர்கள், இப்போது அவனை முதலாளி என்று கூப்பிட ஆரம்பித்தார்கள். வயது சென்ற கிழவர்கள் கூட ஏக வசனத்தில் பேசுவதை நிறுத்தி, 'நீங்கள் நாங்கள்' என்று பேசினார்கள். ஏழை எளியவர்களும் நடுத்தர நிலையில் உள்ளவர்களும் என்றோ ஒருநாள் சகாயம் கிடைக்கும் என்று நம்பி அவனை மட்டற்ற மரியாதையோடு நடத்தினார்கள். வெற்றிலை பாக்குக் கடைக்காரன் வலியக் கூப்பிட்டு ஓசி வெற்றிலை கொடுக்கத் தொடங்கினான். பலகாரக் கடைக்காரனோ, இப்பொழுது கடனுக்குப் பலகாரம் கொடுப்பதுடன், கொடுத்த கடனைக் கேட்பதும் இல்லை. முதலாளி பணம் நம்ம பணம்; எந்த நேரத்தில் போய்க் கேட்டாலும் வட்டியில்லாமல் கிடைக்கும் என்று பெருமையோடு சொல்லிக் கொண்டான். கிராமத்திலுள்ள அத்தனை பேரும் இப்படித் திடீரென்று மாறுதல் அடைந்ததை கோமதிநாயகம் நன்கு கவனித்துக் கொண்டான்.

குடும்பச் சொத்துக்கு ஏகச்சக்ராதிபதியான மறுவருஷம், கோமதி நாயகம் சுமார் முப்பது மைல் தூரமுள்ள ஒரு கிராமத்துக்கு ஒரு காரியார்த்தமாய்ப் போயிருந்தான். அந்த ஊரில் இரண்டொரு வீட்டுககாரர்களுக்கும் கோமதி நாயகத்தின் தகப்பனாருக்கும் சுமாரான அறிமுகம் உண்டு. உண்டென்றாலும் இதற்கு முன்னால் அவன் அந்த ஊருக்குப் போகும் போதெல்லாம் அவனை எங்காவது தெருவில் சந்தித்தால் 'வாருங்கள்' என்று அவர்கள் ஒரு தடவை உபசாரத்துக்குச் சொல்லி விட்டுத் தங்கள் வேலையைக் கவனிக்கப் போய்விடுவார்கள். ஆனால், இந்தத் தடவை அவன் போனபோது, அந்த இரண்டு வீட்டுக்காரர்களும் போட்டிபோட்டு விருந்து வைத்தார்கள்; தீபாவளி மாப்பிள்ளை மாதிரி சுமார் ஒருவாரம்

நன்றாக இருந்து சாப்பிட்டான் கோமதிநாயகம்; அப்புறம் தன் காரியத்தையும் கவனித்துக் கொண்டு ஊர் திரும்பினான்.

சொந்த ஊரிலும் ராஜமரியாதை. முப்பது மைலுக்கு அப்பால் உள்ள ஊரிலும் அதே ராஜமரியாதை; கோமதி நாயகத்துக்குச் சந்தோஷம் ஏற்படாமல் இருக்க முடியது. சந்தோஷப்பட்டான். தான் ஒரு முதலாளி என்ற நினைப்பை மனத்துக்குள் பயிர் செய்து வளர்த்தான். அதற்குத் தக்கபடி நடந்து கொள்ளவும் ஆரம்பித்தான், முன்னால் 'நீங்கள்' என்று யாரைப் பார்த்துச் சொல்லுவானோ அவர்கள் இப்போது 'நீர்' என்றும் 'நீர்' என்று சொன்னவர்களைப் பார்த்து 'நீ' என்றும் சொல்லத் தொடங்கினான்.

முதலாளியாகி ஒரு வருஷம் பூர்த்தியாகிவிட்டது. தனக்குப் புதிதாகச் செய்யப்படும் மரியாதைகளைத் தக்க முறையில் பயன் படுத்தி, அந்த மரியாதைகள் நாளுக்கு நாள் அதிகரிக்கும்படியான நிலையையும் சிருஷ்டிக்க வேண்டும் என்று விரும்பினான் கோமதி நாயகம். இந்த யோசனையைத் தீர்மானமாகவும், அப்புறம் லட்சிய மாகவும் உருவாக்கினான். அவ்வளவு தான். அப்புறம் உபசாரம் தன்னைத் தேடி வரவேண்டும் என்று காத்திராமல், தானே உபசாரத்தைத் தேடிப் போனான், யார் யார் தன்னைத் தெருவிலோ, வழியிலோ கண்டு அதிகமாக மரியாதை செய்கிறார்கள் என்று கவனித்துக் கொண்டான். அவர்கள் ஏழைகளாக இருந்தாலும், சுமாரான நிலையில் இருப்பவர்களாக இருந்தாலும், காப்பி சாப்பிடும் நேரத்தில் அவர்கள் வீடுகளுக்குப் போய் உட்கார்ந்து கொள்ளுவான்; கிராமத்தில் காலையில் ஒன்பது மணிக்குத் தேநீர் போட்டுச் சாப்பிடுவார்கள். கோமதி நாயகத்தைக் காலை ஒன்பது மணிக்கு அவனுடைய வீட்டில் பார்க்கமுடியாது. அதே சமயத்தில் எந்த வீட்டில் இருப்பான் என்றும் சொல்லமுடியாது. ஆனால் யாரோ ஒருவர் வீட்டில் நிச்சயம் இருப்பான். எதிர்கால சகாயத்தை மனதில் வைத்துக்கொண்டு, யாராவது ஒருவர் கோமதிநாயகத்துக்கு செய்யாத உபசாரம் செய்து, பலகாரம் சாப்பிடச் சொல்லுவார். அவன் அதே வீட்டுக்குத் தினந்தோறும் அதே நேரத்தில் போவான்; தீபாவளி, பொங்கல் போன்ற பண்டிகை நாட்களில் காலை நேரத்தில் மட்டுமின்றி, மத்தியானச் சாப்பாட்டு நேரத்திலும் போவான். வராத விருந்து வந்துவிட்டது என்று மகிழ்ந்து சில வீட்டுக்காரர்கள் அவனைத் தாங்கித் தடுக்கிச் சாப்பிடச் செய்வார்கள். ஊரில் கால்வாசி வீடுகளுக்கு மாப்பிள்ளை மாதிரி ஆகிவிட்டான் கோமதி நாயகம். சில ஏழைகள், காப்பியைத் தங்கள் குழந்தைகளுக்குக்கூடக் கொடுக்காமல், கோமதிநாயகத்துக்குக் கொடுத்த சந்தர்ப்பங்களும் உண்டு. இந்த விஷயம் அவனுக்கும் தெரியும். ஆனால் அதை

வெளியில் காட்டிக் கொள்ளாமல், யாதொரு தயக்கமும் இல்லாமல் ஏழைகளின் சாப்பாட்டைப் பங்கு போட்டுச் சாப்பிட்டு வந்தான். தாங்கள் பட்டினி கிடந்தாலும், தங்கள் குழந்தை குட்டிகள் ஏக்கத்தினால் முகம் வீங்கிச் செத்தாலும் அதற்காகக் கவலப்படாமல், அவனை உபசரிப்பதை பூர்வ ஜன்ம புண்ணியத்தினால் கிடைத்த பாக்கியமாகச் சில ஏழைக் குடும்பஸ்தர்கள் கருதினார்கள். இப்படியெல்லாம் இருந்தும், சம்பிரதாயத்தை முன்னிட்டுககூட கோமதிநாயகம் பிறர் பொருட்டுக் காலணா செலவழித்தது கிடையாது. 'பைத்தியக்காரர்கள் நமக்குச் செய்கிறமட்டும் செய்யட்டும்; செய்வதை நிறுத்திக் கொண்டால், நாம் அங்கு போவதை நிறுத்திக் கொள்ளலாம்' என்று மனதிற்குள்ளேயே திட்டம் செய்திருந்தான்.

இரண்டு வருஷங்களுக்குப் பிறகு, வைக்கோல் வாங்குவதற்காகத் தெற்கே கயத்தாரை அடுத்த தென்கலம் என்ற கிராமத்துக்குப் போனான் கோமதிநயாகம். கோமதிநாயகத்தின் ஊரில் பிறந்த ஒரு பெண் தென் கலத்தில் வாழ்க்கைப்பட்டிருந்தாள். அவள் கணவர் நல்ல சம்சாரி; நாணயஸ்தர். அவருடைய உதவியைக் கொண்டே மலிவான விலைக்குத் தனக்குத் தேவையான அளவு வைக்கோலை வாங்கிக்கொண்டான்; போனதற்கு மறுநாளே காரியம் முடிந்து விட்டது. ஆனாலும் தென்கலத்து ஆசாமி, தன் மனைவியின்மூலம் கோமதிநாயகத்தின் குடும்ப அந்தஸ்தைக் கேள்விப்பட்டு, அவனுக்கு விருந்து செய்து அனுப்பவேண்டுமென்று தீர்மானித்தார். மூன்று நாட்களாவது இருந்துவிட்டுத்தான் போகவேண்டும் என்று அவர் கட்டாயப்படுத்தவே கோமதி நாயகமும் சம்மதித்தான். இருவருக்கும் முன்பின் அறிமுகம் கிடையாது. தன் மனைவியின் ஊரில் அவன் ஒரு பெரிய விவசாயி என்பதற்காகவே இத்தனை மரியாதைகளும் செய்தார், தென்கலத்து ஆசாமி.

ஒரு நாளைக்கு இரண்டு வேளை வெந்நீர் குளிப்பு; தாகம் எடுக்கும் போது ஒவ்வொரு இளநீர்; தாகம் எடுக்காத போதும் ஒவ்வொரு இளநீர், நாலுவகைக் கறியுடன் வகையான சாப்பாடு. வீட்டில் சாப்பிடும் பலகாரம் போதாதென்று கடைப்பலகாரம் வேறு. இலவசமாகக் கிடைக்கிற தென்பதற்காக எந்நேரமும் வெற்றிலை. வெற்றிலை போடாதபோது சிகரெட். குற்றேவல்களை நிறைவேற்ற எந்நேரமும் பக்கத்தில் ஓர் ஆள். இவ்விதமாக மூன்று நாட்கள் விருந்தாளியாக இருந்தான். நான்காவது நாள் கோமதி நாயகம் பிரியா விடைபெற்றுப்புறப்படும்போது தென்கலத்துத் தம்பதிகளைப் பார்த்து, "அண்ணாச்சி! நம்ம ஊருக்கு எப்ப வாறீக? வந்து ஒரு பத்து நாளாவது நம்ம வீட்டிலே இருந்துட்டுத்தான் இங்கே வரணும். இல்லேன்னா உங்களை யார் வீடரா? தங்கச்சி!

அப்போ நான் வரட்டுமா? போய்ட்டு வாரேன்" என்றெல்லாம் பல உபசார மொழிகளைச் சொல்லி விட்டுக் கிளம்பினான். வைக்கோல் வண்டியில் ஒரு மூட்டை நெல்லிக்காயை இனாமாகப் போட்டு அனுப்பினார்கள் தென்கலத்துத் தம்பதிகள்.

தென்கலம் ஆசாமி, கோமதிநாயகத்தின் பேச்சையும், பாவனை களையும் பார்த்து மயங்கி, "பெரிய வீட்டுப் பிள்ளை பெரிய வீட்டுப் பிள்ளைதான்" என்று தம் மனைவியிடம் ஒரேயடியாகச் சிலாகித்துச் சொன்னார். "எப்பேர்ப்பட்ட குடும்பம்! எங்க ஊரிலேயே அந்த வீடு ஒரு தினுசுதான்! அந்த வீட்டு ஆட்களும் ஒரு தினுசு தான்!" என்று பெருமையோடு சொன்னாள் அவள்.

சுமார் மூன்று மாதங்களுக்குப் பிறகு தென்கலம் சம்சாரி, கோமதி நாயகத்தின் ஊருக்கு வந்தார். அவர் வருவதற்குள்ளாக, இங்கே பல மாறுதல்கள் நடந்து விட்டன. கோமதி நாயகத்திற்கு ஊர்க்காரர்கள் செய்யும் உபசாரம் வேறு உருவத்தை அடைந்து விட்டது. பெரும்பாலான வீடுகளில், இவன் போகும் நேரத்தில் உபசரித்துக் காப்பி கொடுப்பது போய், அப்புறம் கேட்டால் மாத்திரம் கொடுப்பது என்று ஆகி, அதன் பின் கண்ணால் பார்த்துக் கொண்டால் மட்டும் கொடுப்பது என்று மாறி, கடைசியாகக் கண்ணாலும் பார்த்து, வாயாலும் பல முகஸ்துதிகள் செய்த பிறகே ஒரு சின்னஞ்சிறு தம்ளரில் காப்பி கொடுப்பது என்ற கட்டத்தை அடைந்து விட்டது. இவனுடைய காலடி ஓசையைக் கேட்ட மாத்திரத்தில் அநேக வீடுகளில் வெண்கலப் பாத்திரங்கள் கலகலக்கும்; கூட்டுக்காரர்கள் அதிவேகமாகக் காப்பியையோ பலகாரங்களையோ மறைக்கும்போது ஏற்படும் ஓசை தான் அது. இதைக் கோமதி நாயகம் தெரிந்து கொள்ளாமல் இல்லை. இருந்தாலும் பலிக்கிற மட்டும் பலிக்கட்டும் என்று துணிந்து, "என்ன சித்தி! உன் பிள்ளைக்குக் காப்பி வச்சிருக்கையா, மறந்திட்டயா? பிள்ளையை அம்மா நெனைக்கல்லேன்னா வேறே யாரு நெனைப்பா?" என்றும், "என்ன மருமகப் பிள்ளை! மாமா வந்திருக்கிறாங்களேங்கிற கவனமே இல்லையா! 'மாமன் ஒருத்தன் வந்திருக்கிறானே, ஒரு காப்பி போட்டுக் கொடுப்போம், ஒரு பலகாரத்தைச் சாப்பிடச் சொல்லுவோம், ஒரு வெத்திலை பாக்கு போடச் சொல்லுவோம்' என்கிற நெனைப்பு இருக்கா?" என்றும் விளையாட்டாக ஆரம்பித்தான். இவனுடைய விளையாட்டு, வீட்டுக்காரருக்கு வினையாக மாறிக்கொண்டு வந்தது. ஆனால், 'சீபோ' என்று சொல்லவும் துணிவு மட்டும் யாருக்கும் வரவில்லை. அதே நேரத்தில் அவனிடத்தில் மரியாதை காட்டுவதும், அவன் இல்லாத இடத்திலும்கூட அவனைப் பற்றிச் சிலாகித்துப் பேசிக்கொள்ளுவதும் நிற்கவில்லை. இதற்குக் காரணம்

கோமதிநாயகம் சொத்து சுகமுள்ளவனாக இருந்ததுதான்.

வீடுகளில் பலகாரத்தையும், வெற்றிலை பாக்கையும் கண்ணிமைப் பொழுதிலோ, கைந்நொடிப் பொழுதிலோ ஒளித்து விடச் சாத்தியம் உண்டு. ஆனால், கடைக்காரன் அப்படி ஒளித்தால் வியாபாரம் ஆகுமா? இதனால், கோமதி நாயகம் வந்து ஓசி வெற்றிலை கேட்கும்போது, என்ன செய்வதென்று தெரியாமல் விழித்தான் கடைக்காரன். கொடுக்கமுடியாது என்று சொல்ல அவனால் முடியவில்லை. என்ன இருந்தாலும் கோமதி நாயகத்தின் தொடர்பு தேவை என்றே அவனுக்குப் பட்டது. காரணம் கோமதி நாயகத்தின் கை 'பசை' இருந்ததுதான்.

ஊருக்குள் இப்படிப்பட்ட சிக்கலான நிலை. இந்தச் சந்தர்ப்பத்தில் தான் தென்கலம் ஆசாமி வந்து சேர்ந்தார். தன் மாமனார் வீட்டுக்குப் போனார். மத்தியானம் போல கோமதி நாயகத்தின் வீட்டுக்கு' மெள்ள' வந்தார். கோமதி நாயகமும் வரவேற்று இனிய மொழிகள் பேசினான். பேச்சு நீண்டுகொண்டே போயிற்று. நடுவில் ஒரு தம்ளர் காப்பியோ, ஒரு நேரத்து வெற்றிலைபாக்கோ வந்து தலை காட்டவே இல்லை. மணி பன்னிரண்டு கோமதி நாயகத்தின் மகன் வந்து சாப்பிடக் கூப்பிட்டான். 'வருகிறேன்' என்று சொல்லிவிட்டுப் பேச்சில் ஈடுபட்டான் கோமதிநாயகம். மகன் திரும்பவந்து அழைத்தான். 'போ வருகிறேன்' என்று சொல்லிவிட்டுப் பேச்சிலேயே கவனம் செலுத்தினான். தென்கலத்துக் காரருக்கோ பசி. தம்முடைய மாமா வீட்டுக்கும் பசி நேரத்தில் பேக முடியவில்லையே, பெரிய மனிதன் பேசிக்கொண்டிருக்கும் போது எப்படி நடுவில் எழுந்து போவது என்று தத்தளித்துக் கொண்டிருந்தார். ஒரு மணி சுமாருக்கு கோமதிநாயகத்தின் மனைவி வந்தாள். 'எப்போ சாப்பிட வரப்போறீக? வரவர நேரம் ஆனதுகூடத் தெரியாமல் போகுது, எந்திரிங்க' என்று கொஞ்சம் சடைவாகச் சொன்னாள்.

"நீ போ! பேசிக்கிட்டிருக்கும்போது வந்து தொண தொணக்கிறயே! போ உள்ளே" என்று சீறினான் கோமதி நாயகம். மனைவி உள்ளே போய்விட்டாள்.

மணி ஒன்றரையாகி விட்டது. தென்கலத்துக்காரரைத் தேடி ஆள் வந்தது. அவருடைய மாமனார் வீட்டு ஆள். இருவருக்கும் அவன் வந்ததனால் ஒரே மாதிரி ஆனந்தம்.

"அண்ணாச்சி! போய்ச் சாப்பிட்டு வந்திருங்க! அங்கேயும் காத்துக்கிட்டு இருக்கிறகளில்லே! போய்ச் சாப்பிட்டு வாங்க. பெறகு சாவகாசமாகப் பேசலாம்" என்று விடை கொடுத்தனுப்பினான் கோமதிநாயகம். தென் கலத்துக்காரருக்கு அப்பொழுதே இருளடித்து விட்டது. 'எமகாதகன், ஒரு வார்த்தை சாப்பிடுன்னு சொன்னானா?"

என்று நினைத்துக் கொண்டார்.

மாமனார் வீட்டுக்குப் போய்ச் சாப்பிட்டுவிட்டு உட்கார்ந்திருக்கும்போது, கோமதி நாயகத்தைப்பற்றி விசாரித்தார் தென்கலம் மாப்பிள்ளை. மாமனார், மனப்பூர்வமாக அவனைப் பற்றிப் பெருமையாகவே சொன்னார். 'பெரிய வீட்டுப் பிள்ளை தங்கமான குணம்' என்ற முறையிலேயே சொன்னார். 'அப்படியும் இருக்கலாம்; ஒரு மனிதனை ஒரு நாளில் அளந்துவிட முடியுமா' என்று எண்ணிக் கொண்டார், தென்கலம் மாப்பிள்ளை.

மறுநாளும் அவர் அவன் வீட்டுக்குப் போனார். போகும் போது கோமதி நாயகம் காப்பி சாப்பிட்டுக் கொண்டிருந்தான். ஆளைப் பார்த்தான். அதிர்ச்சியை மறைத்துக்கொண்டு, 'அண்ணாச்சி வாங்க, அண்ணாச்சி வாங்க, அப்படி உட்காருங்க' என்று கையைக் காட்டி விட்டுக் காப்பியைச் சாப்பிட்டான். அப்புறம் அவரோடு உட்கார்ந்து பேசினான். பிறகு முதல் நாளையக் கதை தான்! அன்று மாலை கோமதிநாயகம் தென்கலத்துக் காரருடைய மாமனாரைப் பார்த்து, "தென்கலம் அண்ணாச்சிப் பார்த்துச் சாப்பிடச் சொல்லணும்னு நெனப்பு. ஆனா, அது அவ்வளவா எனக்குப் பிடிக்கல்லே. மாமனார் வீட்டுக்கு வந்த மாப்பிள்ளையை வழியை மறிச்சி நம்ம வீட்டுக்குக் கூப்பிடப்பிடாதுன்னு இருந்துட்டேன்" என்றான். அதை அவர் கல்மிஷமில்லாமல் ஆமோதித்தார்.

தென்கலம் ஆசாமி அதே சமயத்தில், அதே மாலை வேளையில், வெற்றிலைப் பக்குக் கடையில் சுருட்டுப் பற்ற வைத்துக் கொண்டு நின்றார். அப்போது, மனம் பொறுக்காமல் கடக்காரனைப் பார்த்து, "இந்த ஊர்க்காரங்க ரொம்பக் கெட்டிக்காரங்க ஐயா! தவிச்ச வாய்க்குத் தண்ணி குடுக்காத ஊராவில்லே இருக்கு" என்று உள்ளடக்கிடக்கையை வெளியிட்டு, கோமதி நாயகம் தம் வீட்டுக்கு வந்து விருந்தாடி விட்டுப்போன செய்தியிலிருந்து சகல செய்திகளையும் சொல்லிவிட்டார். கடைக்காரன் கோமதி நாயகத்துக்கு ஓசி கொடுத்து அலுத்த விவரங்களை வெளியே சொல்லச் சந்தர்ப்பம் கிடைக்காமல் தவித்துக் கொண்டிருந்த சமயம் அது, உடனே, 'சமயம் கிடைத்தது' என்று ஒரே வெறியோடு எரிமலையைக் கக்க ஆரம்பித்தான். கோமதிநாயகம் ஊரை எத்திக் கொண்டு அலைவதைப் பற்றி சாங்கோபாங்கமாக கூறினான். அவன் பேசுவது சில சமயங்களில் தென்கலத்துக்காரரை அடிக்கப் போவது போலவும் தோன்றியது. நெடுநாளைய மனக்கொதிப்பு ஒரே சமயத்தில் வெளிப்படுகிறது அல்லவா?

அப்புறம் தென்கலத்துக்காரர் தென்கலத்துக்குப் போய்விட்டார். அதற்கு மறுமாதத்தில் அவ்வூருக்கு - கோமதிநாயகத்தின் ஊருக்கு - வந்து சேர்ந்தான் காளியப்பன். காளிப்பனுக்குப் பூர்வீகம்

இந்தக் கிராமமே, ஆனால் சிறு வயதிலே தன் பெற்றோர்களுடன் பிழைப்புக்காகப் பர்மாவுக்குப் போய்விட்டான். யுத்தத்தின் காரணமாக, பர்மாவிலிருந்து கால் நடையாகச் சொந்த கிராமங் களுக்கு வந்து சேர்ந்த பல குடும்பங்களில் காளியப்பன் குடும்பமும் ஒன்று. அவன், அவன் மனைவி, அவனுடைய பத்து வயதுப் பையன், அப்புறம் அவனுடைய தாயார் - இந்த நான்கு பேரும் தங்கள் பூர்வீகக் கிராமத்துக்கு வந்து சேர்ந்தார்கள். கையில் கொண்டு வந்திருந்த சொற்பப் பணத்தை வைத்து ஒரு பலகாரக்கடை வைத்தான் காளியப்பன். அத்துடன் வெற்றிலை, பாக்கு, சிகரெட் போன்ற சரக்குகளையும் சுருக்கமாக வாங்கி வைத்துக்கொண்டான். குடும்பச் செலவுக்குத் தேவையான வருமானம் கடையிலிருந்து கிடைத்து வந்தது. காளியப்பனோடு சிநேகம் பிடித்து விட்டான் கோமதிநாயகம். ஊர்க்காரர்கள் எல்லோரும் இப்பொழுது விழித்துக் கொண்டார்கள். ஆனால் காளியப்பனுக்கு ஊர்ப் புதிது ஆனதால், கோமதிநாயகத்தைப் பற்றிய விவரங்கள் தெரியாது. ஆகவே, அவனும் விழிப்படைகிற வரையில், தன் காரியத்தைச் சாதித்துக் கொள்ளலாம் என்று தீர்மானித்த கோமதிநாயகம், மச்சான் முறை கொண்டாடிப் பழக ஆரம்பித்தான், இவன் 'மச்சான்' என்று அழைக்கவும், காளியப்பன் 'அத்தான்' என்று கூப்பிடவும் உறவு மிகவும் நெருக்கமாக இருந்து வந்தது.

புதிய ஊரில், செயலான குடும்பத்தைச் சேர்ந்த கோமதி நாயகத்தின் பழக்கம் இருப்பது தனக்கு ஒரு பெரிய ஆதரவு, ஒரு பெரிய மதிப்பு என்று கருதிய காளியப்பன் அவ்வப்போது சிறிது சிறிது நஷ்டத்திற்கு ஆளாகி வந்தான். இரண்டொரு மாதங் களுக்குப் பிறகு அவனுக்கும் சலிப்புத் தட்ட ஆரம்பித்தது. இருந்தாலும் அந்தரங்கத்தை வெளியே காட்டிக் கொள்ளப் பயந்து, மறைமுகமாகச் சிலபேரிடம் பேச்சுக்கொடுக்க ஆரம்பித்தான். ஆனால் ஒருவனாவது கோமதிநாயகத்தைப் பற்றிய உண்மை விவரங்களை வெளியே சொல்லவில்லை. அதற்குப் பதிலாக ஒவ்வொருவனும் அவனைப் புகழவே செய்தான். காளியப்பனும் பேச்சு முடிவில், "ஆமா ஆமா" "பெரிய வீட்டுப் பிள்ளை பெரிய வீட்டுப் பிள்ளைதான்!" என்று உண்மைக்கு மாறாக முத்தாய்ப்பு வைத்துக் கொண்டு வந்தான். ஆனாலும், வெற்றிலை பாக்குக் கடைக்காரன் மூலம் காளியப்பனுக்கு ஒரு நாள் உண்மை விவரம் தெரிந்து விட்டது. அதே வெற்றிலை பாக்குக் கடைக்காரன் தான் தென்கலம் ஆசாமிக்கும் உண்மையைத் தெரிவித்தவன். காளியப்பன் உஷாராகி விட்டான். வெற்றிலை பாக்குக் கடைக்காரனைப் பார்த்து, "அண்ணாச்சி! நான் பர்மாக்காரன். இந்த ஊர்க்காரர்களைப் போல நான் பயப்படக்கூடிவனில்லை. பர்மாவிலே பெரிய பெரிய

போக்கிரிகளையெல்லாம் கண்ணிலே வெரலைவிட்டு ஆட்டி யிருக்கேன். என் பேரைச் சொன்னாலே பயக பயந்து சாவாங்க. இந்த கோமதிநாயகம் பயலையும் மடக்குகிற விதமா மடக்குகிறேன். இவனை நடுத்தெருவில் வச்சிச் செருப்பாலடிச்சிக் காட்டலேன்னா, என் பேரு காளியப்பனில்லை" என்று சபதம் போட்டுக் கொண்டு வீடு போய்ச் சேர்ந்தான்.

மறுநாளும் கோமதிநாயகம் வந்தான். "அத்தான் வாங்க! அத்தான் வாங்க!" என்று என்றுமில்லாத விதமாக உபசரித்து வரவேற்றான் காளியப்பன். கோமதி நாயகத்துக்கு இவ்வளவு சொன்னால் போதாதா? சம்மணம் போட்டு உட்கார்ந்து விட்டான்.

காளியப்பன் மகனைக் கூப்பிட்டு, "டேய்! என்னடா பேசாம இருக்கே? உங்க மாமா வந்திருக்காரு. பேசாம இருக்கயே! இட்டிலி கொண்டு வந்து வை" என்றான்.

மகன் ஆறு இட்டிலியைக் கொண்டு வந்து வைத்தான், அதைச் சாப்பிட்டு முடித்ததும், இரண்டு தோசையும் இரண்டு சுசியன்களும் கொண்டு வந்து வைத்தான் காளியப்பன். கோமதி நாயகம் என்றும் போல, "வேண்டாம், பசியில்லை" என்று சொல்லிக் கொண்டே, அவ்வளவையும் சாப்பிட்டுத் தீர்த்தான், அவன் எழுந்திருந்து கையைக் கழுவியதும், அரை டஜன் கதலிப் பழங்களைப் பிய்த்துக் கொடுத்தான் காளியப்பன்.

"ஐயோ ஐயோ, என்ன மச்சான், வயிறு ஒண்ணு தானே இருக்கு? வேண்டாம்" என்று கையால் தடுத்தான் கோமதிநாயகம்.

"நல்லாச் சொன்னீங்க அத்தான்! இந்த வயசிலே கல்லைத் தின்னாலும் ஜீரணிச்சிரணுமே!" என்று கூறி பழங்களைக் கோமதி நாயகத்தின் கையில் திணித்தான் காளியப்பன். அவன் அதையும் வாங்கிச் சாப்பிட்டு விட்டான். அப்புறம் வெற்றிலை பாக்கு மரியாதை. என்றுமில்லாதவாறு இன்று அதிகப்படியான உபசாரம் நடப்பதைப் பார்த்துக்கொண்டே நின்றான் காளியப்பனின் குமாரன். உடனே அவனைப் பார்த்துக் காளியப்பன் சிரித்துக் கொண்டே சொன்னான், "ஏண்டா, மாமா எவ்வளவுக்குச் சாப்பிட்டார்னு கணக்குப் போடுறியா? பைத்தியக்காரப் பயல்! சீக்கிரம் கூட்டிப் பார்த்து எழுதேண்டா கணக்கை! அப்புறம் அதை மாமா தலையிலே கட்டு!"

இதைக் கேட்டு பூரிப்புடன் சிரித்தான் கோமதி நாயகம். "மருமகப் பிள்ளை மாமன் தலையிலே கட்டுவானா? என் மருமகன் எப்பேர்ப்பட்ட பிள்ளை!" என்றும் சொன்னான்.

இவ்வாறாக அன்றையத்தினம் அஸ்தமித்தது. அதிலிருந்து, கோமதி நாயகம் அடிக்கடி அங்கு வர ஆரம்பித்தான். காளியப்பன்

இட்டிலியென்றும், தோசையென்றும், பழமென்றும் காப்பியென்றும், படைத்து மரியாதை செய்தான். 'அகப்பட்டாண்டா பைத்தியக்காரன்' என்று எண்ணி மகிழ்ந்தான் கோமதிநாயகம். சில நாட்கள் சென்றபின் காளியப்பன் அவனுக்குச் சாப்பாடும் போட்டான். அவன் தெருவழியே தன்பாட்டில் போய்க் கொண்டிருந்தாலும் வலிய அழைத்து விருந்து செய்தான். நல்ல நாட்களில் ஆள்விட்டு வரவழைத்தும் விருந்திட்டான். கோமதிநாயகம் வந்து சாப்பிடும் போதெல்லாம், காளியப்பன் தன் மகனைப் பார்த்து, "ஏண்டா, மாமா சாப்பிடுவதைக் கவனி. கணக்குத் தப்பில்லாம எழுதணும்' என்று தவறாமல் சொன்னான். அப்புறம் சிரித்தான். கோமதிநாயகமும் சிரித்துக் கொண்டு, "மருமகனே! அப்பா கேலியாகச் சொலறாரு. கணக்கு எழுதிராதே" என்று கூறினான். ஆனால் சிறுவனோ கோமதிநாயகம் சாப்பிடுவதை ஒன்று விடாமல் கணக்குப் பார்த்துச் சிட்டைப் புத்தகத்தில் பதிவு செய்து கொண்டே வந்தான். இப்படியாக ஒரு மாதம் கழிந்தது. அப்புறம் ஒருநாள் கோமதி நாயகத்தைப் பார்த்துச் சிறுவன் பாக்கியைக் கேட்டான். கோமதிநாயகமோ வழக்கம் போலச் சிரித்தான். காளியப்பன் சிரித்துக்கொண்டே மகனைப் பார்த்து, "விடாதே! மாமாவை விடாதே! கழுத்திலே துண்டைப் போட்டுக் காசை வாங்கு" என்றான். கோமதி நாயகமும் சிரித்துக் கொண்டே பேசிவிட்டு வந்தான். பலநாட்கள் இப்படியே நடந்துவந்தது. பத்துப்பேர் முன்னிலையிலும் சிறுவன் பாக்கி கேட்கத் தயங்கவில்லை. இதைக் காளியப்பன் கொஞ்சம் கண்டிப்பான் என்று எதிர்பார்த்தான் கோமதிநாயகம். அவனோ கண்டிப்பதற்குப் பதிலாகச் சிரித்துக்கொண்டே தூண்டிவிட்டுக் கொண்டிருந்தான். கோமதிநாயகத்துக்கு மிகவும் மனச்சங்கடம். 'பார்த்தால் நாலுபேர் என்ன நினைத்துக் கொள்ளுவார்கள்? நான் கடனுக்குச் சாப்பிட்டு விட்டுப் பாக்கி கொடுக்காதது போல அல்லவா அவர்கள் நினைப்பார்கள்! உபசாரம் பண்ணுவதும் விருந்து செய்வதும் கேலி செய்வதும் சிநேகிதத்துக்குப் பொருத்தமான காரியங்கள் தான். ஆனால் கேலி செய்வது பார்க்கிறவர்களுக்குத் தப்பாகத் தோன்றும் அளவுக்குப் போகலாமா?" இவ்வாறு கோமதி நாயகம் சங்கடப்பட்டான். ஆனால், காளியப்பனோ அவன் மகனோ வழக்கம்போல விருந்து செய்யவும், வழக்கம்போல பாக்கி கேட்கவுமாக இருந்தார்கள். கோமதிநாயகத்துக்கு அவமானமாக இருந்தது. 'கேலி செய்வதற்கு நேரம் காலம் கிடையாதா?" என்று அலுத்துக்கொண்டு ஒருநாள் தன் வீட்டுக்குத் திரும்பினான். மறுநாளி லிருந்து காளியப்பனுடைய கடைக்குப் போவதை நிறுத்தினான்.

காளியப்பன் தக்க சமயத்தை எதிர்நோக்கிக் கொண்டிருந்தான். சுமார் பத்து நாட்கள் கழிந்திருக்கும். ஒரு நாள் ஊர் மடத்தில்

பத்துப் பெரிய மனிதர்களுடனும், பணக்காரர்களுடனும் இன்னும் குடிஜனங்களில் ஒரு ஐம்பது பேருடனும் கோமதிநாயகம் உட்கார்ந்து கொண்டிருந்தான். ஏதோ பொதுவான ஒரு ஊர்க் காரியத்தைப் பற்றி எல்லோரும் கலந்து பேசிக் கொண்டிருந்தார்கள். வேண்டுமென்றே அந்தச் சமயம் பார்த்து அங்கு வந்தான் காளியப்பன். கூட்டத்தின் நடுவில் இருக்கும் கோமதி நாயகத்தைத் தனியே அழைத்து, பாக்கியைக் கேட்டான். இதைக் கேலி என்று நினைத்து, "என்ன மச்சான்! எப்போதும் விளையாட்டுத்தானா?" என்று கூறினான் கோமதிநாயகம்.

"விளையாட்டும் இல்லை, ஒண்ணுமில்லை, பாக்கியைத்தான் கேக்கிறேன்."

"என்ன பாக்கி?"

"என்ன பாக்கியா? திண்ண பாக்கிதான்."

கோமதிநாயகம், "சரி சரி, அப்புறம் உட்கார்ந்து பேசுவோம். பெரிய மனுஷாளுக்கு மத்தியிலே நாம் விளையாடக் கூடாது" என்று சொல்லி விட்டுக் கூட்டத்தில் வந்து உட்கார்ந்து கொண்டான், காளியப்பன் ஒரே வெறியுடன் பெரிய மனிதர்களின் பக்கம் போனான். அம்பலத்தில் முறையிட ஆரம்பித்தான்.

"என்ன ஐயா! பெரியமனுஷாளுக்கு இது சரியா இருந்தாச் சரிதான். என் கடையிலே சாப்பிட்ட பாக்கியைக் கேட்டா, கோமதிநாயகம் தரமாட்டேங்கிறார். நான் கடனைக் கேட்டால் அவருக்குக் கேலியா இருக்காம். கடைக்கும் பத்து நாளா வர்ரதில்லை. இப்படிப்பட்ட ஆட்களே இப்படிச் செய்தா நான் எப்படிப் பொழைக்கிறது? நீங்களே சொல்லுங்க."

கோமதி நாயகம் திடுக்கிட்டு விட்டான்.

காளியப்பன் மேலும் சொன்னான்; "என் சக்திக்கு ரூ. 48-12-0 வரையிலும் கடன் குடுத்தாக் கட்டுமா? ஏதோ பெரிய வீட்டுப் பிள்ளைன்னு குடுத்தேன்..."

கோமதிநாயகம் இடைமறித்து, "அப்போ நீங்க உபசாரம் பண்ணிப் பலகாரம் கொடுத்ததும், சாப்பாடு போட்டதும், விருந்து வச்சதும் கடனுக்கா?" என்று கேட்டான். பிறகு, "நல்லா இருந்ததையா உங்க விருந்துபசாரம்!" என்று முடித்தான்.

"விருந்தா? விருந்து வைக்க என் கடையென்ன கல்யாண வீடாய்யா? இல்லை, நீங்க என் மகளைக் கட்டின மாப்பிள்ளையா? விருந்துன்னு சொல்லிப் பலகாரக்கடைக்காரன் வாயிலே மண்ணைப் போடலாம்னு நினைச்சிகளா? எந்த ஊரிலேய்யா பலகாரக்கடைக்காரன் ஊர்க்காரங்களைக் கூப்பிட்டு விருந்து வச்சிருக்கான்?" என்று இரைச்சல் போட்டான்.

ஒரு பெரிய மனிதர் காளியப்பனை அமர்த்திவிட்டுக் கோமதி நாயகத்தைப் பார்த்து, "தம்பி! இவ்வளவு தூரத்துக்கு வச்சிக் கிடலாமா? என்ன பாக்கியுண்டோ அதைக் கணக்குப் பார்த்துக் குடுத்திர வேண்டாமோ?" என்று புத்தமதி சொன்னார்.

"இல்லை பெரியப்பா! இது பெரிய மோசமாயிருக்கு! சிரிச்சிக் கிட்டே கழுத்தை அறுக்கிற கதையாயில்லே இருக்கு!" என்றான் கோமதிநாயகம்.

காளியப்பன் ஒரே வெறியோடு அலறினான். "யார் கழுத்தை யார் அறுக்கிறா? மூளையிருந்தா இப்படிப் பேசுவீரா? சாப்பிட்ட கடனைக் கேட்டால், கழுத்தை அறுக்கிறேனாம்! இந்தப் பெரிய மனுஷாளுக்காகப் பார்க்கிறேன். இல்லேன்னா நான் வசூல் பண்ற விதமா வசூல் பண்ணுவேன்."

அந்தக் கூட்டத்தில் கோமதிநாயகத்துக்கு விருந்திட்டு அலுத்து, கடுப்பேறிய பேர்வழிகள் சிலர் இருந்தனர். அவர்கள் காளியப்பன் கட்சியில் சேர்ந்தார்கள். ஒருவன், கோமதிநாயகத்துக்குப் பரிந்து பேசுகிறவனைப் போல், "கோமதிநயாகம்! உனக்கு இது அழகில்லை. நாப்பத்தெட்டே முக்கால் தானே? கொண்டாந்து விட்டெறிஞ்சிடு. சீ, மானக்கேடு! பலகாரக் கடைக்காரன் வந்து இவ்வளவு தூரம் பேசும்படி நடந்து கொள்ளலாமா? போ, போய் ரூபாயைக் கொண்டுவா" என்றான். இப்படிச் சொன்னவன்மீது கோமதி நாயகத்துக்குக் கோபம் கோபமாக வந்தது. இருந்தாலும் ஒன்றும் செய்வதற்கில்லை.

காளியப்பன் கடைசி முழக்கமாக முழங்கினான். 'பெரிய மனுஷாள் என்னை என்ன சொன்னாலும் சொல்லட்டும். அப்புறம் அவங்க காலிலேயே விழுந்து மன்னிப்புக் கேட்டுக்கிறேன். இப்போ என் வயிறு எரியுது. கோமதி நாயகம்! உனக்கு மானமிருந்தா இப்பவே காசைக் கொண்டு வந்து கீழே வை! இல்லை. சாப்பிடவே இல்லைன்னு ஒரு வார்த்தை சொல்லு. நான் எள்ளுந்தண்ணியும் எறைச்சிட்டுப் போயிடறேன். என்ன சொல்றே?

அரைமணி நேரத்தில் ரூபாய் நாற்பத்தெட்டே முக்காலும் வந்து விட்டது. வெற்றிலைபாக்குக் கடைக்காரன் காளியப்பனைத் தனியாகச் சந்தித்து "அண்ணாச்சி, பொல்லாத ஆளா இருக்கீங்களே!" என்று மெச்சினான்.

"பிறகு என்ன தம்பி! நான் பர்மாக்காரன். இந்த ஊர்க்காரங்க மாதிரி பயந்து சாகமாட்டேன். பாருங்க, அந்தக் கோமதிநாயகம் பயல், இனிமே, கல்யாண வீட்டிலே சாப்பிடக் கூப்பிட்டாலும் யோசனை பண்ணித்தான் போகணும்!" என்றான் காளியப்பன்.

7

ஞாபகார்த்தம்

நிருபமா கோவிந்தராஜன் வீட்டுக்கு வரும்போது இரவு ஏழரை மணியிருக்கும். அப்பொழுது அவன், வாசல் பக்கமுள்ள அறையில் தாறுமாறாக இறைந்துகிடந்த புத்தகங்களை எடுத்து ஒழுங்காக அடுக்கி வைத்துக் கொண்டிருந்தான்; கொஞ்சம் நச்சுப் பிடித்த வேலையானதால், வெகுசீக்கிரத்திலேயே அவனுக்கு அலுப்புத் தட்டிவிட்டது. அதனால் உடம்பெல்லாம் வியர்வை. கழுத்துக்குக் கீழாக மார்பில் ஓடும் மூன்று செவ்விய ரேகைகள் வியர்வை கட்டிப்போய் மூன்று வெள்ளிக் கம்பிகளைப் போல விளக்கொளியில் மின்னிக் கொண்டிருந்தன.

சாளரத்தின் வழியாகச் சிறிதே பூங்காற்று வீசியது. அறையில் கொளுத்தி வைக்கப்பட்டிருந்த கஸ்தூரி பத்திகளின் புகைக் கொடிகளைக் 'கிசுகிசு' மூட்டியது காற்று. புகைக் கொடிகளும் கூச்சம் பொறுக்கமாட்டாமல் ஒரு துள்ளுத் துள்ளிவிட்டு நாலா பக்கமும் அதி வேகமாகப் பாய்ந்து பரவின. கோவிந்தராஜனின் வியர்த்த உடம்புக்கும் அந்த மென்காற்று சுகம் கொடுத்தது. ஆனந்த பரவசத்துடன் ஜன்னல் வழியாக வெளியே எட்டிப் பார்த்தான். முற்றத்தில் 'நைப்பேறிய' பால் நிலவு. நிலவின் மயக்கத்தில் பவழ மல்லிகை மரங்கள் மூர்ச்சித்துக் கிடந்தன. அவ்வப்போது காற்றினால் மெய் சிலிர்க்கும் அந்த மரங்கள் நறுமணத்தோடு உயிர்த்துக் கொண்டிருந்தன.

'இந்த நச்சுப்பிடித்த வேலையை விட்டுவிட்டு முற்றத்தில் போய், கட்டிலைப் போட்டுப் படுத்துக் கொண்டாலும் தேவலை' என்று நினைக்கும் போதுதான், காம்பவுண்டுக் கதவைத் திறந்துகொண்டு நிருபமா உள்ளே வந்தாள். நிலவமிர்தம் அவளுடைய இளமேனியை மஞ்சனமாட்டியது. உடம்பெல்லாம் பாலாக, பாற்கடலிலிருந்து எழுந்த லக்ஷ்மி தேவியைப் போலக் காட்சியளித்தாள் நிருபமா. அவளுடைய உடம்பே, ஏதோ மதுரமான ஒரு திரவ பதார்த்தம் அப்பொழுதுதான் திட்பமடைந்து உருவாகச் சமைந்தது போலிருந்தது. அவளுடைய நெய்த் திரண்ட அளக பாரத்தில் படிந்த நிலவின் பிரதிபலிப்பு, கருநிறக் கோப்பையில் பால் வார்த்து வைத்திருந்தது போல இருந்தது. யௌவனம் ததும்பும் மேனி வளத்தோடு மெல்லென நடந்துவரும் அந்தக் கன்னி மகளின் திருக்கோலத்தில் கோவிந்தராஜனின் கண்கள் படிந்து அப்படியே போய் ஒட்டிக்கொண்டு விட்டன. இரு கண்களாலும் அந்த 'அமிழ்தின் இயன்ற' உடல் நலத்தைப் பருகத் துடித்தான் அவன்.

நிருபமா அவன் அறைக்குள் வந்துவிட்டாள். அவன் இடுப்பில் ஒரு வேஷ்டியை மட்டும் கட்டிக்கொண்டு வெற்றுடம்புடன் நின்றதும், அவன் உடம்பில் வியர்வை ஊற்றிக் கொண்டிருந்ததும், அவனுடைய களைப்படைந்த முகத்தோற்றமும் சேர்ந்து, வெகு நேரமாக அவன் ஏதோ ஒரு கஷ்டமான வேலையில் ஈடுபட்டிருக் கிறான் என்பதை அவளுக்குச் சுட்டிக் காட்டியது. மறு கணத்தில் அவன் செய்து கொண்டிருந்த வேலையை ஊகித்தறிந்து விட்டாள்.

அவன் அவளைப் பார்த்து 'வா' என்று வரவேற்கவில்லை. ஒன்றும் பேசாமல் அவள் கண்களையே பார்த்துக்கொண்டு நின்றான். நிருபமாவின் விழிகள் கூசின. சூரியனைப் பார்த்துக் கொண்டிருப்பதைவிட மனிதனின் கண்களைப் பார்த்துக் கொண்டிருப்பது மிகவும் கஷ்டமான காரியம். முகத்தை வேறு பக்கமாகத் திருப்பினாள். அப்பொழுது அவளுக்கு வலது கைப்புறமாக மேஜை மீதிருந்த ஒரு சின்னஞ்சிறு புத்தகம், காற்றடித்ததனால் 'சடசட' வென்று அடித்துக் கொண்டது. அதை எடுத்து வேறோரிடத்தில் வைத்துவிட்டு அவனை ஏறிட்டுப் பார்த்தாள். ஆனால் அந்தப் புத்தகம் பழையபடியும் காற்றினால் சலசலத்தது. நிருபமா உதடு அசையாத புன்னகையோடு, தன் உள்ளங்கையால் பொத்தி அந்தப் புத்தகத்தை வாயமர்த்தினாள்.

"உங்களிடம் ஒரு சாமான் இரவல் கேட்க வந்திருக்கிறேன். சிரமமில்லையென்றால் கொடுக்கலாம்" என்றாள் நிருபமா. அவள் பேசிய தோரணை முன்னால் செய்த ஏதோ ஒரு குற்றத்துக்கு மன்னிப்புக் கேட்பது போல இருந்தது.

அதற்கு கோவிந்தராஜன் ஒரு பதிலும் சொல்லாமல், அவள் கண்களையே பார்த்துக் கொண்டு நின்றான். அவனுடைய விழிகளில் மயக்கமும் கனவுகளும் தேங்கியிருந்தன. இதைக் கவனித்துக் கொண்டாள் நிருபமா. அபபுறம் அவளால் தாராளமாகப் பேச முடியவில்லை. அவனுக்கு ஏற்பட்ட பரவசம் அவளையும் பற்றிக் கொண்டது. நிருபமாவின் உடம்பே நடுங்கத் தொடங்கி விட்டது. புத்தகத்தின்மேல் ஊன்றியிருந்த அவளுடைய கை நடுங்கியதை அவன் பார்த்தான்.

'புத்தகத்தன் படபடப்பை உன் கை நிறுத்தியது. உன் கையின் படபடப்பை...' -இவ்வாறு எண்ணிய அவன் தனக்குள் சிரித்துக் கொண்டான்.

கெஞ்சுவது போல, "கொடுக்க முடியுமா?" என்று தன் கோரிக்கையைத் தெரிவித்துக் கொண்டாள் நிருபமா.

"என்ன வேண்டும்?"

"உங்களிடம் உள்ள புதுத் தோல்பையைக் கொஞ்சம் இரவலாகத் தர முடியுமா? நாளை நாங்கள் உல்லாசப் பிரயாணம் போகிறோம். அதற்கு வேண்டியிருக்கிறது. மூன்றே நாட்களில் பத்திரமாகத் திருப்பித் தந்து விடுகிறேன்."

"யார் யார் போகிறீர்கள்?"

"எங்கள் வீட்டில், எங்கள் பாட்டியைத் தவிர எல்லோரும் போகிறோம். இதற்கென்றே திருச்சியிலிருந்து எங்கள் பந்துக்கள் சிலர் வந்திருக்கிறார்கள்."

"ஆமாம், நான் கூட காலையில் அந்த வழியாக வரும்போது பார்த்தேன். உங்கள் வீட்டு வாசலில் சில புது ஆட்கள் உட்கார்ந்து பேசிக் கொண்டிருந்தார்கள்.

"தர முடியுமா?"

நிருபமா அவசரப்பட்டாள். அவளால் சமாளித்துக் கொண்டு அங்கே நிற்க முடியவில்லை.

கோவிந்தராஜன் அவள் கேட்ட கேள்விக்குப் பதில் சொல்ல வில்லை. அதற்குப் பதிலாக, "எந்த ஊருக்கு உல்லாசப் பிரயாணம்?" என்று கேட்டான்.

"மகாபலிபுரத்துக்குப் போகிறோம். அப்புறம் காஞ்சீபுரம்."

"எனக்குக் கூட காஞ்சீபுரத்துக்குப் போய் வரவேண்டுமென்று ஆசை தான். ஆனால் அதற்கெல்லாம்..."

"வீட்டில் முக்கியஸ்தர்கள் யாருமே இல்லை என்று தெரிந்ததும், நிருபமா பயந்துவிட்டாள். "ஏன் வந்தோம்?" என்று கூட இருந்தது. உடனே, "நான் அவசரமாகப் போகவேண்டும்; நீங்களோ வேலையாக இருக்கிறீர்கள். நாளைக்காலையில் வந்து வாங்கிக்கொள்ளுகிறேன்" என்று சொல்லிவிட்டுப் புறப்பட்டாள்.

"இல்லை இல்லை கொஞ்சம் இருங்கள். இப்பொழுதே எடுத்துத் தருகிறேன். இவ்வளவு நேரம் தாமதிக்க வைத்ததற்கு மன்னியுங்கள்" என்று சொல்லிவிட்டு, அவளுடைய கண்களைத் திரும்பவும் கூர்ந்து பார்த்தான். இலேசாகச் சிரித்துக்கொண்டே வீட்டுக்குள்ளே சென்றான்.

நிருபமாவுக்கு ஒவ்வொரு வினாடியும் ஒரு புதிய பாரம் போலே உள்ளத்தை அழுத்தியது. காலம் உடம்பை உரசிக் கொண்டு நகர்ந்தது. கடிகாரத்தை ஏறிட்டுப் பார்த்தாள். மணி ஏழே முக்காலாகி இருந்தது. "நான் வந்து பத்து நிமிஷத்திற்கு மேலாகிவிட்டதா!... இவர் வேண்டுமென்றே பேச்சை வளர்க்கிறார்! இவருக்கு இந்தத் துணிவு எங்கிருந்து வந்தது?" என்று தனக்குள்ளாக ஆச்சரியத்துடன் சொல்லிக் கொண்டாள்.

உள்ளே சென்ற கோவிந்தராஜன் பையை எடுத்து, சுத்தமாகத் துடைத்தான். அப்புறம் அவனுக்கு என்ன தோன்றிற்றோ, அதை அப்படியே வைத்து விட்டு, பின்வாசல் பக்கம் சென்று, துளசிமாடத்தின் அருகில் உள்ள முல்லைச்செடியில் சிறிது நேரத்துக்குமுன் பூத்திருந்த முல்லைப் பூக்களைக் கைநிறையப் பறித்து எடுத்துக் கொண்டு வீட்டுக்குள்ளே ஓடி வந்தான். பைக்குள்ளே அத்தனை பூக்களையும் போட்டு மூடினான். பையை எடுத்துக்கொண்டு வெளி அறைக்கு வந்து அவள் கையில் கொடுத்தான்.

கொடுக்கும்போது அவன் கைகள் நடுங்கின; வாங்கும் போது அவள் கைகள் நடுங்கின.

"மூன்று நாளில் தந்துவிடுகிறேன்" என்று சொல்லிக் கொண்டே அதிவேகமாகப் புறப்பட்டுப் போனாள் நிருபமா.

"எப்பொழுது வேண்டுமானாலும் தரலாம்" இந்தப் பதிலைக் கூறிவிட்டு, அவள் நடந்து சென்றதைப் பார்த்துக்கொண்டே நின்றான் கோவிந்தராஜன். கண் பார்வையிலிருந்து அவள் மறைந்ததும், ஒரு பெருமூச்சுடன் அறைக்குள் நுழைந்தான். முன்னால் செய்த வேலையை அவன் இப்போது தொடர்ந்து செய்ய முற்படவில்லை. அதற்குப் பதிலாக ஈஸிச்சேரை எடுத்துக் கொண்டு வந்து முற்றத்தில் போட்டுச் சாய்ந்து கொண்டான்.

"இன்று இம்மட்டாவது எனக்குத் துணிச்சல் பிறந்ததே!" என்று தனக்குள் ஒருமுறை சொல்லிக் கொண்டான். தன் துணிச்சலை நினைக்க நினைக்க அவனுக்குச் சந்தோஷமாக இருந்தது. உள்ளம் தன்னை மறந்து களிக்கூத்தாடியது.

'நான் உண்மையில் ஒரு கோழைதான். என்னைப் போன்ற ஒரு வாலிபன், நிருபமாவைப் போன்று பழகும் ஒரு பெண்ணிடம் தன் அந்தரங்க அபிலாஷைகளைத் தெரிவிக்க இப்படித் தயங்கியிருக்க மாட்டான்; இவ்வளவு காலம் தாமதித்திருக்கவும் மாட்டான். என் பயந்தாங்கொள்ளித்தனத்தால், எத்தனையோ அருமையான சந்தர்ப்பங்கள் பாழாகிவிட்டன...

'இன்று அவளுக்குக்கொடுத்த தோல் பையில் புஷ்பங்களைப் பறித்துப் போட்டுக் கொடுத்தனுப்பியது, உலகத்திற்குப் பைத்தியக் காரத்தனமாகத் தோன்றலாம். ஆனால், எனக்கு இது ஒரு பராக்கிரம சாதனை; இது என் புருஷத்துவத்தின் முதல் சின்னம். இந்த அளவில் எனக்குத் தைரியம் வந்தது எப்படி என்று எனக்கே தெரியவில்லை.'

இந்த எண்ணங்களின் முடிவில், நிருபமா தன்னிடம் வந்து திரும்பும் வரையில் என்னென்ன சொன்னாள், எப்படி எப்படி நடந்து கொண்டாள், பேசும் போது உதடுகள் எப்படி அசைந்தன, அவசரப்படும் போது புருவங்களில் எப்படி சுருக்கம் விழுந்தது

என்றெல்லாம் திரும்பத் திரும்ப மனத்தில் கற்பனை செய்து பார்த்துக் கொண்டிருந்தான்.

சிறிது நேரம் ஆயிற்று. திடீரென்று சந்தோஷப் பரபரப்பெல்லாம் மறைந்து, அவன் உள்ளத்தில் கலவரம் குடிகொண்டு விட்டது. 'தோல்பைக்குள் கிடக்கும் புஷ்பங்களை நிருபமாவைத் தவிர வேறு யாராவது பார்த்து விட்டால்? பார்த்தவர்கள் அதற்கு என்ன அர்த்தம் செய்து கொள்ளுவார்கள்? ஏன், நிருபமாவே என்ன நினைப்பாள்? என் குறும்புத் தனத்தைப் பார்த்துச் சிரிப்பாளா? இல்லை, என்னைக் கெட்டவன் என்று தன் பெற்றோரிடம் சொல்லுவாளா? அப்படி அவள் சொல்லிவிட்டால்? நான் என்ன காரணத்தைச் சொல்லியும் இந்தக் குற்றத்திலிருந்து தப்பிக்க முடியாது. சந்தர்ப்பவசமாக எப்போதோ வாசனைக்காகப் போட்டுவைத்த புஷ்பங்கள் அவை என்று சொல்லவும் இயலாது. எல்லாம் அப்பொழுது தான் பறித்தவை என்பது பார்த்தமாத்திரத்திலேயே தெரிந்துவிடும்...''

இருக்க இருக்க அவனுக்குப் பயம் அதிகமாகிவிட்டது. அதனால் வேறு மாதிரியான சில காட்சிகள் அவன் மனக் கண்முன் வந்து நின்றன...

நிருபமாவின் தகப்பனார் தன் வீட்டு வாசலில் வந்து நிற்கிறார். அவர் தோல் பையைக் கொண்டுவந்து வீசி எறிந்துவிட்டு, "பெரிய மனிதர்கள், நல்ல மனிதர்கள் என்று மதித்து சகஜமாய்ப் பழகியதற்கு எங்களுக்கு நல்ல பாடம் கற்பித்து விட்டீர்கள். வாலிபப் பெண்ணுக்குப் புஷ்பங்களைக் கொடுத்தால் என்ன அர்த்தம்? இப்படிப்பட்ட எண்ணம் படைத்தவர்கள் என்று எனக்கு அப்பொழுதே தெரியாமல் போய்விட்டது! நல்ல வேளையாக வேறு எதுவும் செய்து என் வீட்டு மானத்தை வாங்காமல் இம்மட்டில் நிறுத்திக் கொண்டீர்களே, இதற்காக என் நன்றியைத் தெரிவித்துக் கொள்ளுகிறேன். நான் போய் வருகிறேன்" என்று சொல்லிவிட்டுப் புறப்படுகிறார்.

தன்பெற்றோர்கள் தன்னைத் திட்டுகிறார்கள்; கண்டிக் கிறார்கள். அதே சமயத்தில், நிருபமாவின் வீட்டிலிருந்து அவளுடைய தாயாரின் கூக்குரல் கேட்கிறது. சுற்றிச் சூழ வசிப்பவர்கள் என்ன ஏதென்று தெரியாமல் தங்கள் தங்கள் வீட்டு வாசலில் நின்று பார்த்துக் கொண்டிருக்கிறார்கள்.

கோவிந்தராஜனைப் பயம் ஒரேயடிகாக உலுக்கிவிட்டது. நிருபமாவின் பெற்றோர்கள் தன்னிடம் உரிமையோடு, அருமை பெருமையோடு, பழகிய நாட்களையெல்லாம் நினைத்துப் பார்த்தான். அவள் தாயாரும், தன் தாயாரும் ஒன்றாகவே பாட்டுக் கச்சேரிக்கும், கதா காலக்ஷேபத்திற்கும் போய் வந்ததை எண்ணிப்பார்த்தான்.

இரண்டு வீடுகளும் பரஸ்பரம் பால், மோர் கொடுத்து உதவிக் கொள்ளுவது, பண்டிகை நாட்களில் பக்ஷணங்களை அனுப்பிக் கொள்ளுவது இப்படி ஒவ்வொன்றும் அவன் ஞாபகத்திற்கு வந்து அவனுக்குப் பீதியை உண்டாக்கியது.

சிறிது நேரம் சென்றபின் அவனுடைய அத்தை வந்து வாசற்படியில் உட்கார்ந்தாள். உட்காரும்போதே, "ஏண்டா, செங்கல்பட்டு வரதாச்சாரி பிள்ளைக்கு இந்த ஆவணியில் கல்யாணமாமே. உனக்குத் தெரியுமோ? பூந்தமல்லியிலிருந்து காலை யில் விஜயராகவன் வந்திருந்தான் சொன்னான்..." என்று ஏதோ ஊர்ப்பேச்சைப் பேச ஆரம்பித்தாள்.

கோவிந்தராஜனுக்கும் தன் மன அவஸ்தையை மறக்க ஒரு மருந்து வேண்டியிருந்தது அதனால் எப்போதும் ஊர் சமாச்சாரங்களைப் பேசாதவன் கூட, அப்போது, "ஆனால் பெண் கொஞ்சம் கருப்பாம்..." என்று பேச்சில் கலந்து கொண்டான்.

இவர்களுடைய பேச்சு முடிவதற்குள் சினிமாவுக்குப் போனவர்கள் வந்து விட்டார்கள். எல்லோரும் ஒன்றாக உட்கார்ந்து சாப்பிட்டார்கள். அப்புறம் அவரவர்கள் தங்கள் தங்கள் படுக்கையை விரித்துப் படுத்துக் கொண்டார்கள்.

கோவிந்தராஜன் அதே அறையில்தான் படுத்துக் கொண்டான். அவனுடைய மனவாதை வீட்டில் யாருக்குமே தெரியாது. யாருடைய ஆறுதலையும் பெற இயலாதவனாகத் தனியே படுத்துக் கொண்டு வெகுநேரம் தத்தளித்தான். நள்ளிரவிருக்கும். தனக்குள் பரிதாபகரமாய் பின்வருமாறு சொல்லிக்கொண்டான்.

'நிருபமா கடந்த ஒரு வருஷ காலமாக உன்னை எனக்குத் தெரியும். பார்த்த நாளிலேயே என்னை உனக்கு அர்ப்பணித்து விட்டேன். சில மாதங்களுக்குப் பின் நம் வீடுகளுக்கிடையே நெருங்கிய நட்புற ஏற்பட்டது. நீயும் எங்கள் வீட்டுக் குழந்தைபோல இங்குப் பழகினாய். எனக்காக எத்தனை தடவை நீ பக்ஷணங்களைச் சுமந்து வந்திருக்கிறாய்! என்னைப் பார்க்கும் போதெல்லாம் உன் முகம் நாணத்தினால் சிவப்பதையும் நான் பார்த்திருக்கிறேன்.

'நான் ஏதாவது கேட்டால், நீ கட்டிப்போன குரலில் நடுக்கத்துடன் பதில் சொல்லுவாய். கடைசியில் வீட்டுக்குச் செல்லும் போது ஒரு தடவையாவது என்னைத் திரும்பிப் பார்க்காமல் போகமாட்டாய். இதையெல்லாம் பார்த்தபின் நான் உனக்கு அடிமையானேன். உனக்காக நான எந்தத் தியாகமும் செய்யத் தயாரானேன். உன் காதலுக்குப் பாத்திரமானாலும் சரி, உன் சாபத்துக்கு இலக்கானாலும் சரி, எனக்கு இரண்டுமே சுவர்க்க போகங்களைப் போலத்தான். உனக்காக இத்தனை தியாகம்

செய்ததற்கு நான் உன்னிடம் எதிர்பார்ப்பது ஒன்றே ஒன்றுதான். நீ என்னிடம் அன்போடு இருந்தாலும் இல்லாவிட்டாலும், நான் உன்னிடம் அன்பு கொள்ள எனக்கு அனுமதி தரவேண்டும். இன்று நான் உனக்கு மலர்களைக் கொடுத்ததும் கூட, என் பரிசுத்தமான அன்பைத் தெரிவிக்கத் தான். முல்லை மலர்களைப் போல என் அன்பும் பரிசுத்தமானது; முல்லை மலர்களைப் போல் என் உள்ளமும் அவ்வளவு மெல்லியது. இந்த மெல்லிய இதய மலரை நீ கசக்கி எறிந்துவிடாதே! மலரைச் சூடிக்கொள்ள மனமில்லையென்றால் செடியில் இருக்கும் படியாவது விட்டு வைத்துவிடு. நிருபமா! அதைக் கசக்கி எறிய வேண்டாம்.'

* * *

மறுநாள் உரியகாலத்தில் தன் வீட்டாருடனும் பந்துக்களுடனும் மஹாபலிபுரத்துக்குப் போய்விட்டாள் நிருபமா. அவள் புறப்பட்டுப் போவதை தன் வீட்டு முற்றத்தில் நின்று கவனித்துக் கொண்டிருந்தான் கோவிந்தராஜன். முதலில் அவளும் அவளுடைய தாயாரும் கோவிந்தராஜன் வீட்டுக்கு வந்தார்கள். அவனுடைய பெற்றோர்களிடமும் அவனிடமும் சிரித்த முகத்தோடு விடைபெற்றுக் கொண்டார்கள். அவன் நிருபமாவையே கூர்ந்து பார்த்துக் கொண்டிருந்தான். அவள் முகம் சூதுவாதின்றி கலகலப்பாக இருந்தது. வீட்டுக்குப் போகும்போது அவள் ஒரு முறை இலசாகத் திரும்பிப் பார்த்தாள். ஆனால் கோவிந்தராஜன் நிற்கும் திசை வரையில் அவளால் முகத்தைத் திருப்ப முடியவில்லை. ஆகவே, அவனைப் பார்க்காமலேயே தன் வீட்டுக்குப் போய்க் காரில் ஏறிக் கொண்டுவிட்டாள். கார் தெரு மூலை திரும்பியது.

கோவிந்தராஜனின் பயம் நீங்கிவிட்டது; அத்துடன் உள்ளத்தில் மட்டற்ற மகிழ்ச்சியும் பொங்கிவிட்டது. 'என் நிருபமா என்னைக் காட்டிக் கொடுக்கவில்லை. என் அன்புப் பரிசை ஏற்றுக்கொண்டு விட்டாள். ஒரு வேளை நேற்றிரவு அந்தப் புஷ்பங்களைத் தன் தலையில் சூடிக்கொண்டே படுத்து உறங்கியிருக்கக் கூடும்; இல்லை என்றால் தன் பெட்டிக்குள் அந்தரங்கமாக ஓரிடத்தில் போட்டு மூடி வைத்திருக்கக் கூடும் என்ன செய்திருந்தாலும், அந்தப் பூவின் காரணமாக அவள் என்னைக் கோபிக்கவில்லை; என்னை வெறுக்கவில்லை. இது நிச்சயம். நிருபமாதேவி! அந்த மலர்கள் உன் தலையலங்காரத்துக்குக் கொடுத்த பரிசல்ல; உன் பாதசேவைக்காகச் சமர்ப்பித்த காணிக்கை. அந்த மலர்களோடு என் உள்ளமும், என் வாழ்க்கையும், என் இன்ப துன்பங்களும் நான் வாழ்ந்த பலனும், வாழ வேண்டிய காரணமும் இரண்டறக் கலந்து ஒட்டிக் கொண்டிருக்கின்றன. நிருபமா!'

அன்று முழுவதும் இப்படியே மானஸீகமாக நிருபமாவுடன் என்னென்னவோ பேசினான். மணிக்கணக்கில் அவள் நினைவில் ஆழ்ந்து உட்கார்ந்து கொண்டிருந்தான். இந்த மானஸ சல்லாபம் அவனுடைய ஊனுறக்கத்தைக் கூட மறக்கடித்து விட்டது. அன்று இரவு படுத்துறங்கு முன் நான் செய்த காரியம் என் புருஷத்துவத்தின் முதல் முயற்சி மட்டுமல்ல; முதல் வெற்றியுங்கூட. பெண்ணுக்கு அவளையறியாமல் புஷ்பங்களைக் கொடுத்தது கோபத்தைச் சிருஷ்டிக்கவேண்டும்; இல்லை என்றால் காதலைத் தான் சிருஷ்டிக்க வேண்டும். இந்த இரண்டுக்கும் இடையில் வேறு எதையும் சிருஷ்டிக்க முடியாது. இன்று நிருபமா கோபப்படவில்லை. சிரித்த முகத்தோடு வந்தாள்; சிரித்த முகத்தோடு போனாள். அப்படி யென்றால் இது என் புருஷத்துவத்தின் முதல் வெற்றி என்று நான் தார்பர்யம் செய்து கொள்ளுவதில் தவறு ஒன்றும் இல்லையே! என்று உறுதியோடு சொல்லிக் கொண்டான்.

அதற்கு அடுத்த தினத்தன்று கோவிந்தராஜனுக்குப் பிரிவு வேதனையே உண்டாகிவிட்டது. அவளுடைய வரவுக்காக, அவன் மனம் ஏங்கியது. அன்று அவனுக்கு உண்மையிலேயே சாப்பிட முடியவில்லை. ஆயிரம் தடவைகள் நிருபமாவின் வீட்டு வாசல் வழியாகத் தெருவோடு நடந்து சென்றிருப்பான். அவளுடைய பிரிவைப் பற்றி யாரிடமாவது ஏதேனும் வாய்விட்டுச் சொன்னாலொழிய, அடுத்த வினாடியைத் தள்ளுவது சாத்தியமில்லை என்றாகிவிட்டது. தன் தாயாரிடமே வந்து சொன்னான்.

"அம்மா, நிருபமாவின் வீட்டில் ஒருவருமே இல்லாதது, இந்த ஊரே குடிபோனது போலிருக்கிறது!" என்று சிரித்துக் கொண்டே சொன்னேன்.

"ஆமாம், வீடு நிறைய ஆட்கள் இருந்துவிட்டு, இன்று திடீரென்று வெளியூருக்குப் போய்விட்டால் 'வெறிச்' சென்று தான் இருக்கும்" என்று சாதாரணமாகப் பதில் சொல்லி விட்டுத் தன் வேலையைக் கவனிக்காலானாள் அவன் தாயார்.

அன்று கோவிந்தராஜனின் முகத்தில் உயிர்க்களையே இல்லை. பயந்தவனைப் போல அரண்டு போயிருந்தான். பேசினால், குரல் அடித் தொண்டையிலிருந்து கிளம்பியது. இந்தப் பலவீனங்களை செவிக்குத் தெரியாமல் மறைக்க விரும்பி, கொஞ்சம் சிரிக்க முயன்றாலும், கொஞ்சம் வேகமாக நடக்க முயன்றாலும் அவன் உடம்பெல்லாம் வேதனைக்குள்ளானது. சுமக்க முடியாத பாராங் கல்லை ஒரு நோயாளி தூக்க முயன்றால் எப்படிக் கஷ்டப் படுவானோ, அப்படிக் கஷ்டப்பட்டான் கோவிந்தராஜன்.

மூன்றாம் நாள். அன்று அவன் உள்ள நிலை வேறு மாதிரியாக மாறி விட்டது. அன்று பிரிவின் வேதனை இல்லை 'நாளை வந்து விடுவாள்' என்ற துணிவு அன்று காலையிலேயே அவனுக்கு உண்டாகி விட்டது. அவள் வந்த பிறகு அவளிடம் நடந்து கொள்ளவேண்டிய முறையைப் பற்றி அவன் திட்டமிட்டுக் கொண்டிருந்தான். அன்றோடு தன் கோழைத் தனத்தை அடியோடு ஒழித்து விடவேண்டும் என்று கங்கணம் கட்டிக் கொண்டான். ஏதாவது ஒரு சந்தர்ப்பத்தை உண்டு பண்ணி, தன் காதலை அவளுக்கு எந்த விதத்திலாவது தெரிவித்து விடவேண்டுமென்று விரதம் பூண்டு விட்டான்.

"நாளை இரவே பையைத் திருப்பிக் கொடுக்க வருவாள். ஒரு பெண் இரவு நேரத்தில் கூட என்னிடம் தைரியமாக வருகிறாள். ஊரார் அவதூறு சொல்லுவார்கள் என்ற எண்ணம் கூட அவளுக்கு உண்டாகவில்லை. அப்படிப்பட்ட ஒரு துணிவு அவனுக்கு ஏற்படாதது வெட்கப்படத் தக்க விஷயம், அதிலும் வீடுதேடி வந்து இன்முகத்தோடு பேசும் ஒரு யுவதியிடம், தன் அந்தரங்கக் காதலை வெளியிடத் திராணியில்லாதவன், அப்புறம் வாழ்க்கையில் இன்பத்தை அடைய ஆசைப்படுவதில் அர்த்தம் உண்டா?" இவ்வாறு நினைத்த கோவிந்தராஜன் தன்னைத்தானே கண்டித்துக் கொண்டான்.

* * *

கோவிந்தராஜன் எதிர்பார்த்த தினத்தன்று நிருபமா வந்தது உண்மைதான். ஆனால் அவள் இரவில் வரவில்லை; பகலில்தான் வந்தாள்.

"சுற்றுப் பிரயாண முகத்தோடு காலை பத்துமணிக்கெல்லாம் காரில் வந்து இறங்கினாள் நிருபமா. உடம்பில் பிரயாணத்தின் காரணமாகச் சிறிதே நிறவேற்றுமையும் வாட்டமும் காணப்பட்டன. முகமும் கருத்திருந்தது. வீட்டுக்கு வந்து குளித்து, உடை மாற்றி, வேண்டிய அலங்காரங்கள் செய்து கொண்ட போதிலும், பிரயாணக் களை மட்டும் அப்படியே மேனியில் படிந்திருந்தது.

அன்று விடுமுறை தினமானதால் மத்தியானம் ஒரு மணிக்குக் கோவிந்தராஜன் வீட்டில் எல்லோரும் படுத்து உறங்கிக் கொண்டிருந்தார்கள். கோவிந்தராஜன் மட்டும் தூங்கவில்லை. வாசல் பக்கமுள்ள அந்த அறையில் உட்கார்ந்து கொண்டு நிமிஷத்துக்கு ஒரு தடவை வெளியே எட்டிப் பார்த்துக் கொண்டே இருந்தான். நிருபமா இரவில்தான் வருவாள் என்பது அவனுடைய காரணமில்லாத யூகம். ஆனாலும், வெளியே எட்டி எட்டிப் பார்ப்பதில் காரணமில்லாத ஒரு நம்பிக்கை.

வீட்டு முற்றத்தில் அன்றுபோல இப்பொழுது நிலவு சிந்திக் கிடைக்கவில்லை. அதற்குப் பதிலாக சுட்டுப் பொசுக்கும் வெயில். மரம் மட்டைகளெல்லாம் துவண்டு போய்க் கிடந்தன. அந்த உயிரற்ற சூழ்நிலையில், பவழ மல்லிகை மரம் ஒன்றில் உட்கார்ந்து ஒரு காகம் கூவிக் கொண்டிருந்ததுதான் உள்ளத்துக்கு நம்பிக்கையையும் உயிர்த் தன்மையையும் கொடுத்துக் கொண்டிருந்தது.

எப்படியோ நிருபமா வந்துவிட்டாள். 'என்னைத் தேடி நிலவிலும் வருவாள்; வெயிலிலும் வருவாள்!' என்று தனக்குள் உற்சாகமாகச் சொல்லிக் கொண்டான். 'விறுவிறு' என்று எழுந்து வந்து வாசல் அறையைத் திறந்தான். இவன் ஆவலோடு ஓடி வந்து எதிர் கொண்டழைப்பதைப் பார்த்த நிருபமாவுக்கு மேற்கொண்டு அடியெடுத்து வைக்கச் சக்தியில்லை. தன்னைச் சமாளித்துக் கொள்ளுவதற்காக, "அம்மா எங்கே?" என்று பயந்துபோன குரலில் கேட்டாள்.

"எல்லோரும் தூங்குகிறார்கள், இப்பொழுதுதான் தூங்கினார்கள், உள்ளே வாயேன்... வாருங்களேன்" என்றான் கோவிந்தராஜன்.

அவள் ஒன்றும் சொல்லாமல் படியேறி அந்த அறைப் பக்கம் போனாள்.

"ஏன் முகமெல்லாம் இப்படிக் கருத்துப் போய் விட்டது?"

"வெளியூர் போய் வந்தது..."

அதற்குமேல் அவளால் பேசமுடியவில்லை.

"அதுதான் காரணமாக இருக்கமுடியும். மற்றபடி உன் பொன்னிறத்தைத் திருடவா முடியும்?"

வாழ்நாளிலேயே அவன் இப்பொழுதுதான் இந்த மாதிரி வாசகத்தை இவ்வளவு துணிவோடு சொல்லி விட்டுச் சிரித்திருக் கிறான். அவன் துணிவை அவளால் தாங்க முடியவில்லை.

"இருந்தாருங்கள் ரொம்பவும் உதவியாக இருந்தது, தேங்க்ஸ்!" என்று அதிவேகமாகச் சொல்லிக்கொண்டே, பையைத் திருப்பிக் கொடுத்துவிட்டு ஓடினாள். அவள் படியை விட்டு இறங்குவதற்குள், "நிருபமா! வந்ததும் அம்மாவைத் தேடினாய். இப்பொழுது பார்க்காமலே போகிறாயே? கொஞ்சம் இரேன். அம்மாவை எழுப்புகிறேன்" என்றான் அவன்.

நிருபமா மிகவும் பயந்துபோய், "ஐயோ! வேண்டவே வேண்டாம் நான் போகிறேன்" என்று சொல்லிவிட்டு ஓடிவிட்டாள். கோவிந்தராஜனுக்கு அன்று ஏற்பட்டது போன்ற துணிச்சல் என்றும் ஏற்பட்டதில்லை! நிருபமாவுக்கு அன்று ஏற்பட்டது போன்ற பயம்

என்றும் ஏற்படட்டதில்லை.

“நிருபமா என் கைக்கு அகப்பட்டாமல் ஓடிவிட்டாள்!” என்று வருத்தத்துடன் சொல்லிக்கொண்டு, தன் அறைக்கு வந்தான். கதவை சாத்திக் கொண்டு, பையை அவசர அவசரமாகத் திறந்து பார்த்தான். அவன் ஆசை ஏமாற்றம் அடையவில்லை; பையின் ஒரு மூலையில் ஒரு காகிதத் துண்டு, எட்டாக மடிக்கப்பட்டு, வியர்வையினால் நனைந்து பதமாகிக் கிடந்தது. அதை எடுத்து வாசிக்கத் தொடங்கு முன்பே அவன் இருதயம் ‘படபட’ வென்று துடிக்கத் தொடங்கிவிட்டது. மறுகணம் இருதயத்துடிப்பே நின்றுவிட்டது போலவும் தோன்றியது. ஒரே திகைப்பு; ஒரே ஆச்சரியம். கடிதத்தை மற்றொரு முறை படித்துவிட்டு, அவசரமாக அலமாரியைப் போய்த் திறந்தான். பெர்னாட்ஷாவின் நாடகத் தொகுதியை எடுத்து உதறினான். ஒவ்வொரு ஏடாகத் திருப்பிப் பார்த்தான்; கடைசியில் புத்தகத்தை விரித்து இரண்டு அட்டைகளையும் பிடித்துக் கொண்டு உதறினான். அவன் தேடிய வஸ்து புத்தகத்தில் இல்லை. எப்படி இருக்க முடியும்? அந்தப் புத்தகத்தை அதற்கப்புறம் எத்தனையோ பேர் இரவல் வாங்கிக்கொண்டு போயிருக்கிறார்கள். அது யார் கையிலாவது அகப்பட்டிருக்க வேண்டும். இல்லையென்றால் எங்காவது தவறி விழுந்திருக்க வேண்டும். கோவிந்தராஜனுக்கு ஏற்பட்ட ஏமாற்றத்துக்கு அளவே இல்லை. வேறு வழியில்லாமல் திரும்பி வந்து உட்கார்ந்து, அதே கடிதத்தைப் பல முறை திருப்பித் திருப்பிப் பார்த்தான். கண்ணில் ஒற்றிக்கொண்டான்; மார்பில் வைத்து அழுத்திக் கொண்டான். சந்தோஷ மிகுதியினால் என்னதான் செய்வது என்று தெரியாமல் தத்தளித்தான். ஒவ்வொரு கணமும் ஒவ்வொரு புது இன்பம் பிறந்தது. அந்த இன்பத்தை அந்தக் கணத்திலேயே மனம் மறந்து கொண்டும் இருந்தது. இன்பத்தின் மிகுதியானது, நினைவு, மறதி என்று சிறு விவகாரங்களையெல்லாம் இருக்கும் இடம் தெரியாமல் ஓட்டிவிட்டது, கடிதத்தில் எழுதப் பட்டிருந்த விஷயம் இதுதான்:

“நீங்கள் கொடுத்த புஷ்பங்களை எடுத்து வைத்துக் கொண்டேன். மிகவும் நன்றி. ஊர்ப் பிரயாணத்துக்குப் போகிறவர்களுக்கு வெற்றிலை பாக்கும் பணமும் கொடுப்பதுதான் வழக்கம். ஆனால் உங்கள் வழக்கமே ஒரு தனி தினுசுதானே? நீங்கள் கொடுத்த புஷ்பங்கள் வாடிச் சருகாகிற வரையிலும் நன்றாக மணம் கொடுத்துக் கொண்டிருந்தன.

“நீங்கள் அனாவசியமாகப் பயங்கொள்ளுகிறவர்கள் என்று நான் சொன்னால் கோபித்துக் கொள்ள மாட்டீர்களே! ஆனால் இப்பொழுது நீங்கள் உங்கள் பயத்தை உதறி விட்டீர்கள். இதற்காக நான் மிகவும் சந்தோஷப் படுகிறேன், ஆச்சரியமும் கொள்ளுகிறேன்.

ஒரு நல்ல நாளில், அழகான கைக்குட்டை ஒன்றைப் பரிசளித்ததற்கு நன்றி தெரிவிக்கக்கூடப் பயந்து கொண்டிருந்த இவர் தானா, அன்று மலர்களைக் கொடுத்தார் என்று நான் ஆச்சரியப்படுகிறேன். உங்களுக்கு ஞாபகம் இருக்குமோ என்னவோ? மூன்று மாதங்களுக்கு முன் உங்கள் மாமா பிள்ளையிடம் உங்களுடைய புத்தகம் ஒன்றைத் திருப்பிக்கொடுத்தனுப்பினேன்,பெர்னாட்ஷாவின் நாடகத் தொகுதி அது. அதில்தான் 'பொங்கல் பரிசு' என்று தைத்து அழகாகப் பின்னால் வேலை செய்த பட்டுக் கைக்குட்டை ஒன்றை வைத்துக் கொடுத்தனுப்பினேன். அன்று மாலையில் உங்கள் வீட்டுக்கு நான் வந்தேன். நீங்கள் எனக்கு நன்றி கூறாததோடு மட்டுமல்லாமல், என் எதிரிலேயே வரவில்லை. இதெல்லாம் உங்களுக்கு ஞாபகமில்லாமல் இராது.

"மறுபடியும் என் சந்தோஷத்தைத் தெரிவித்துக் கொள்ளு கிறேன். இனி மேல் அப்படிப் பயப்பட மாட்டீர்களே!"

மனதின் படப்படப்பு சற்று தணிந்ததும், 'கைக்குட்டை யார் கையில் அகப்பட்டுக் கொண்டதோ? அது திரும்பக் கிடைப்பதானால் என்ன விலை கொடுத்தும் வாங்கிக் கொள்ளுவேன்' என்று எண்ணி எண்ணி மறுகினான். மிக மிக வருத்தத்துடன், 'என் வாழ்நாள் முழுவதும் என்னிடம் விலை மதிப்பைக் கடந்த ஞாபகார்த்தமாக இருக்க வேண்டிய வஸ்து எங்கே போய் விட்டதோ? என்று சொல்லி சொல்லி பரிதவித்தான்.

அன்று நிருபமா அவன் வீட்டுக்கு வரவில்லை. மறுநாளும் மூன்றாம் நாளும் கூட வரவில்லை. நான்காம் நாள் வந்திருந்தபோது அவளைத் தனிமையில் சந்திக்க அவனுக்கு ஏழு நிமிஷ அவகாசம் தான் கிடைத்தது. அப்பொழுது அவசர அவசரமாகக் கண்ணீர் ததும்பக் குளறிக்குளறிப் பின்வரும் வார்த்தைகளைச் சொன்னான் கோவிந்தராஜன்.

"நிருபமா! வீடெல்லாம் தேடி விட்டேன்! அந்தக் கைக்குட்டையைக் காணவில்லை. அது என் துர்ப்பாக்கியம். ஒரு அபூர்வமான ஞாபகார்த்த வஸ்து தொலைந்து போய் விட்டது... போகட்டும்... உன் ஞாபகார்த்தமாக எனக்கு நீயே இருக்கிறாய், நிருபமா! உன் நிலைவைப் பேணுவதற்கு உன்னை விடச் சிறந்த ஒன்று உலகத்தில் இருக்கமுடியுமா?"

நிருபமாவின் கண்களிலும் கண்ணீர் பொங்கியது.

இருவரும் கண்ணீர் சிந்தினர் - புன்னகை செய்து கொண்டே கண்ணீர் சிந்தினர்.

8

அக்கினி கவசம்

தலைவன் குறிச்சி ரணவீர முத்துமாரியம்மன் கோவில் ஒரு முப்பது மைல் வட்டாரத்துக்கு மிகவும் பிரசித்தி பெற்றது. ஐந்து வயதுக் குழந்தைகளுக்கும் அம்மனின் மகிமைகள் காதலபாடமாகத் தெரியும். அந்தப் பக்கத்து கிராமங்களுக்கெல்லாம் அந்த முத்துமாரி ஒரு தெய்வம் மட்டுமல்ல. வழக்குத் தீர்க்கும் நீதிபதியும், நோய் தீர்க்கும் வைத்தியரும், திருடனைப் பிடித்துக் கொடுக்கும் உளவதிகாரியும்கூட அவள்தான். இப்படிப் பலவிதமான கைங்கரியங்களைக் கிராமவாசிகளுக்குச் செய்து வந்ததோடு மற்ற ஊர் மாரியம்மன்களைப் போலப் பருவ காலத்தில் மழை பெய்யச் செய்வது, மழையை நிறுத்தி, மக்கள் கைவிட்ட பக்தியை மீண்டும் கைகொள்ளச் செய்வது, கனவில் வந்து சிறிசில காரியங்களைச் செய் அல்லது செய்யாதே என்று சொல்லுவது போன்ற மாமூல் காரியங்களையும் செய்து வந்தாள்.

தீராத கரும நோய்களெல்லாம் அம்மனுடைய கோவிலுக்கு வந்து பிரார்த்தனை செலுத்தியதும் தீர்ந்திருக்கிறதாம். கண் போனவனுக்குக் கண் கொடுத்தது, பிள்ளையில்லாதவனுக்குப் பிள்ளை கொடுத்தது போன்ற வாங்களெல்லாம் இந்த அம்மனைப் பொறுத்த வரையிலும் அப்படி ஒன்றும் பிரமாதமான காரியங்களல்ல. வெட்டிய கை முளைத்தது, செத்தவன் பிழைத்தான் என்பன போன்ற செய்திகளே உண்டு. இவையெல்லாம் வைத்திய சாதனைகள். இவ்வளவு கருணைக் கடலான முத்துமாரி, கோபம் வந்துவிட்டாலோ தன் பெயருக்குத் தக்கபடி ரணவீர முத்துமாரியாகவே மாறிவிடுவாள். ஈவிரக்கம் காட்டவே மாட்டாள். ஆட்டையோ கோழியையோ பலி கொடுத்துத் தப்பித்து விடுவதென்பது இவளிடத்தில் நடக்காத காரியம். கேவலம், ஒரு ரூபாயை மோசம் செய்ததற்காக அம்மன் சந்நிதியில் பொய்ச் சத்தியம் செய்திருந்தாலும், குடும்பத்தோடு காவு கொடுத்தாக வேண்டும். அம்மனுக்கு அபசாரம் செய்து கண் இழந்தவர்கள் பலர்; வாய் பேச முடியாமல் ஊமையானவர்கள் பலர்; வைசூரியால் மாண்டவர்கள் பற்பலர். சிற்சில குடும்பங்களில் பரம்பரையாகப் பைத்தியம் பிடித்தவர்கள் பிறப்பதற்கும் அம்மனின் கோபமே காரணம். அதனால் அம்மன் முன்னிலையில் கற்பூரத்தை அணைத்துப் பொய்ச் சத்தியம் செய்வதற்குப் பதிலாக, திருடிய ஒரு ரூபாயைக் கொடுத்துவிடுவது மேல்; கொடுக்க மனம் வரா விட்டால், தானாக ஆற்றிலோ குளத்திலோ குதித்து சீவனைப் போக்கிக்கொள்ளலாம். அம்மனின் கோபத்துக்கு மட்டும் ஆளாகி விடக்கூடாது.

இவ்வளவு மகாசக்தி வாய்ந்த துடியான தேவதையை கற்றுக் கிராம வாசிகள் எல்லோரும் தொட்டதற்கெல்லாம் நினைத்துக் கொள்ளுவார்கள்; அற்ப உதவிகளையெல்லா செய்யும்படி கோரி மானசீகமாகப் பிரார்த்திப்பார்கள். எதிரிகளைப் பயமுறுத்தும் போது, "தலைவன் குறிச்சி முத்து மாரியம்மன் இருக்கிறாள்டா, அவள் பார்த்துக்கிடுவாள். ஒன்னை நான் ஒண்ணும் செய்யலேண்ணு நெனைச்சிக்கிட்டு ஆட்டம் போடாதே" என்று எச்சரிப்பார்கள். இப்படி, கண்கண்ட கடவுளாக, கலியுகப் பிரசன்னமாக விளங்கும் அம்மனுக்கும்கூட உள்ளூர் வாசிகள் அந்த வருஷம் பொங்கலிட்டுக் கொடை நடத்தத் தவறிவிட்டார்கள். ஆடு வெட்டு, புதுப்பானைப் பொங்கல், வில்லடி, கரக ஆட்டம், பம்பை மேளம், சேற்றாண்டி வேஷம், முளைப்பாரி, மஞ்சள் நீராட்டம் இப்படி விமரிசையாக ஆண்டாண்டுக் காலமாக நடை பெற்று வந்த ஊர்ச்சாத்திரை என்றும், கொடை என்றும், பொங்கல் என்றும் சொல்கிற திருவிழா அந்த வருஷம் நடை பெறவில்லை. ஊருக்குள் கட்சிப் போராட்டங்கள் தீவிரமாகி, சாமியை மறந்துவிட்டார்கள். கட்சி என்றால் அரசியல் கட்சியல்ல. தெற்குத் தெருவாசிகளுக்கும் வடக்குத் தெரு வாசிகளுக்கும் இடையே ஒரு கட்சி. ஒரு பெண் விஷயமாக மூண்ட சண்டை, இரண்டு குடும்பங்களின் கலகமாக வளர்ந்து, கடைசியில் ஊரை இரண்டாக்கும் கட்சிப் போராட்டமாக விஸ்வரூபம் எடுத்துவிட்டது. ஆடியில் மேல்காற்று கிளம்பியதும் மூலைக்கு மூலை வீடுகளிலும் மாட்டுத் தீவனப் படப்புகளிலும் தீ வைத்தார்கள். பக்கத்து ஊர்க்காரர்கள் கேலியாகப் பேசிக் கொண்டது போல், 'செவலைக் காளை' மேய ஆரம்பித்தது. அநேக வீடுகள் கரிக் கோட்டையாகி குட்டிச் சுவர்களாக நின்றன. காற்றுக் காலம் முடிந்த பின், காய்ப்புப் பருவத்தில் இருந்த மிளகாய்ச் செடிகளை வேரோடு பிடுங்கி எறிந்து, பல தோட்டங்களைப் பாழ்படுத்தினார்கள். காட்டு வேலைக்குப் பெண்கள் தனியாகப் போகமுடியவில்லை, ஆண்களும் ஆயுதங்கள் சகிதம்தான் தெருவிலேயே நடமாட முடிந்தது. திடீரென்று 'தீ' என்றோ, 'கொலை' என்றோ கூப்பாடு கேட்கும். எந்த நேரத்தில் என்ன நடக்கும் என்று சொல்ல முடியாது; மாதத்தில் இருபது நாள் ஊருக்குள் போலீஸ் நடமாட்டம். இப்படி ஊர் கந்தர்கோளமாகி, வயது முதிர்ந்தவர்கள் சொல்லியபடி 'கழுதை புரண்ட களமான பிறகு, ஊரெல்லாம் ஒன்றுகூடுவது எங்கே? அம்மனுக்குப் பொங்கல் இடுவது எங்கே? பொங்கல் நின்றுவிட்டது. அதற்கு முன்னாலேயே சில மாதங்களாக நித்தியப்படி பூசையும்கூட தடுமாறிப் போய் விட்டது. பூசாரி ஆறுமுகப் பண்டாரம், ஊராரிடம் அமுதுபடி (அரிசி) வாங்கி அம்மனுக்கு அன்றாடம் நைவேத்தியம் படைத்து, தம் மனைவி மக்களையும் காப்பாற்றி வந்தார். ஊர் இப்படி

ஆனபிறகு, அவர் எதை வைத்துப் படைப்பார்? ஆகவே, குறித்த காலத்தில் மணி ஆட்டுவதுதான் பூஜை என்று ஆகிவிட்டது. நாளடைவில் விபூதி வாங்கிக் கொள்ளக் கோவிலுக்கு யாரும் வராமல் போகவே பூசாரி மணியாட்டுவதையும் நிறுத்திவிட்டார். கோவில் கதவு அடைக்கப்பட்டுவிடட்து. பண்டாரம் கொஞ்ச நாள் ஊரில் இருந்தார். சோற்றுக்கு வழியில்லை. பிள்ளை குட்டிகள் கஞ்சிக்குப் பறந்தன. என்ன செய்வது என்று தெரியாமல் இடிந்து போயிருந்த நேரத்தில், அரச மரத்தைப் பிடித்த சனி பிள்ளையாரையும் சேர்த்துப் பிடித்தது. ஒரு கட்சியிலும் சேராமல் ஊருக்குப் பொதுவாக இருந்த பூசாரிப் பண்டாரத்தைப் பற்றி வடக்குத் தெருக்கட்சிக்காரர்களிடையே அகஸ்மாத்தாகச் சந்தேகம் உண்டாகி விடவே, அவரைத் தெற்குத் தெருவாசிகளின் கையாள் என்று எப்படியோ முடிவு செய்துவிட்டார்கள். நல்ல வேளையாக அந்தச் செய்தி அன்றே பூசாரிக்குத் தெரிந்துவிட்டது. ஒருநாள் தாமதித்திருந்தாலும் ஆறுமுகப் பண்டாரம் பலியாகி இருப்பார். அன்றிரவே வீட்டில் கூடச் சொல்லிக் கொள்ளாமல் பூசாரி எங்கோ ஓடி விட்டார். திட்டமிட்டு ஆயுதபாணிகளாக மறுநாள் காலையில் அவர் வீட்டுக்கள் நுழைந்த நாலைந்து பேர் வெறுங்கையுடன் திரும்பினார்கள். வந்ததற்கு மனச்சாந்தியாக இருக்கட்டும் என்று பூசாரியின் மனைவியையும் பிள்ளைகளையும் அடித்து மிதித்துப் படுகக் வைத்து விட்டு வெளியே வந்தார்கள்.

கலகத்துக்கு முக்கிய காரணஸ்தர்களாக விளங்கிய சுமார் அறுபது பேரைப் போலீஸார் கைது செய்தனர். பத்துப் பன்னிரண்டு பேர் தலைமறைவாகிவிட்டனர். ஊரிலும் ஐந்து கொலைகளுக்குமேல் நடைபெறவில்லை. ஊர் கட்டுககடங்கி விட்டது.

மாரியம்மன்கோவில் திருவிழா நின்றாலும் நின்றது; பருவமழை பெய்வதும் நின்றுவிட்டது. காடு கரைகளில் விதைப்பதற்கு மழை பெய்யவில்லை. போதாக்குறைக்கு ஊருக்குள் வைசூரி வேறு புகுந்துவிட்டது. பாதி வீட்டுக் கூரைகளில் வேப்பில்லை முடிச்சுக்கள். வாரத்துக்கு சராசரி இரண்டு பிரேதங்கள் தகனம், அக்கம் பக்கத்து ஊர்கள் இரண்டொன்றிலும் இதே கதைதான். கிழக்கே உள்ள கிராமத்துக்காரர்கள் பார்த்தார்கள்; தலைவன் குறிச்சி மாரியம்மனுக்குத் திருவிழா நடத்தாதது ஒன்றே இத்தனை கஷ்டங்களுக்கும் காரணம் என்று முடிவு கட்டினார்கள். உடனே ஐந்தாறு பெரியமனிதர்கள் அங்கிருந்து கிளம்பி தலைவன் குறிச்சிக்கு வந்து இங்குள்ள ஐந்தாறு கிழவர்களைக் கண்டு, "அம்மனுக்கு எப்போது பொங்கல் நடத்துவதாக உத்தேசம்?" என்று கேட்டார்கள்.

"பொங்கலாவது பூசையாவது! ஊர் இருக்கிற இருப்பில் பொங்கல் நடத்துற மாதிரியா இருக்கு?" என்று கைவிரித்தார்கள் தலைவன் குறிச்சிக் கிழவர்கள்.

"நீங்க என்ன இப்படிப் பேசுறீக? கால மழை பெய்யல்லே; ஊருக்குள்ளே பெரியம்மை வந்து காவு வாங்கிக்கிட்டிருக்கு. இதை யெல்லாம் கண்ணாலே பார்த்துக் கிட்ட பிறகும், மாரியம்மனை நெனைக்க மாட்டேங்கிறீகளே, இதுக்கு என்ன அர்த்தம்? காலா காலத்திலே பொங்கல் வச்சிருந்தா இத்தனையும் வந்திருக்குமா?" என்று கீழூர் முக்கியஸ்தர்கள் கேட்டார்கள்.

உடனே தலைவன் குறிச்சிக் கிழவர்கள், "நீங்க சொல்றது வாஸ்தவம் தான் ஐயா, வாஸ்தவம்தான். ஆனா, ஊர் ஒண்ணு சேர்ந்தில்லே பொங்கல் வைக்கணும்! விடிஞ்சதும் ஒவ்வொருத்தனுக் கும் கோட்டுக் கச்சேரிக்குப் போகவே நேரம் சரியாயிருக்கே. இதிலே பொங்கல் வைக்கிறது எப்படி? நீங்களே சொல்லுங்க" என்றார்கள்.

கொலைக் கேஸ்களுக்கெல்லாம் தீர்ப்புச் சொல்லப்பட்டு, ஊரும் திருந்தி ஒரு ஒழுங்குக்கு வந்தாலொழிய அவர்கள் பொங்கல் வைக்கப் போவதில்லை என்பது கீழூர்க்காரர்களுக்குத் தெரிந்து விட்டது, அப்படியானால் பொங்கல் நின்றுவிடுவதா? அம்மனுக்கு இன்னும் கோபாவேசத்தை அதிகமாக்குவதா? தலைவன் குறிச்சிக்காரர்கள் செய்த தவறுக்காக, சுற்றுப் பக்கத்து ஊர்களும் பஞ்சத்தையும் நோயையும் அனுபவிப்பதா?

கீழூர்க்காரர்களுக்கு ஒரு யோசனை தோன்றியது. ஒரு பெரியவர் தலைவன் குறிச்சிக் கிழவர்களைப் பார்த்துச் சொன்னார். "சரி, நீங்க பொங்கல் நடத்த வேண்டாம்; நாங்க நடத்துறோம். நீங்க என்ன சொல்றீக?"

தலைவன் குறிச்சிக்காரர்களுக்கு ரோஷம் வந்து விட்டது. உடனே ஒரு பெரியவர், "என்ன ஐயா இது, ஒங்களுக்குத்தான் பேசத் தெரியும்னு நெனைச்சிப் பேசுறீகளா?" என்று கேட்டார்.

"கோவிச்சுக்காதீங்க. எப்படியும் சாமி காரியம் நடக்கட்டும்னு தான் சொல்றோம்!"

"சாமி காரியமாவது, சாத்தா காரியமாவது! ஊர் விட்டு ஊர் வந்து யாராவது எந்தக் காலத்திலாவது பொங்கல் நடத்தினது உண்டா, ஐயா? தலைவன் குறிச்சிக்காரங்க பைத்தியக்காரங்கண்ணு நெனைச்சித்தானே பேசுறீக? நீங்க பொங்கல் நடத்துறதாம், உள்ளூர்க் காரங்க பார்த்துக்கிட்டு நிக்கிறதாம்! சரி சரி, இந்தச் சமாசாரத்தை இன்னொரு தடவை சொல்லாதீங்க. போய்ட்டு வாங்க" என்று எழுந்து விட்டார் தலைவன் குறிச்சிப் பெரியவர் ஒருவர். எவ்வளவு

சமாதானப்படுத்தியும் அவரை உட்கார வைக்க முடியவில்லை. சந்திப்பும் பேச்சும் முடிந்தன. கீழூர்க்காரர்கள், 'ஓங்க இஷ்டம்' என்று சொல்லிவிட்டு, மாரியம்மன் கோவிலுக்குப் போனார்கள். அம்மனை வணங்கினார்கள்.

"தாயே! நீதான் கண்ணு தெறக்கணும். இப்படி மழை தண்ணி இல்லாம அடிச்சா, நாங்க என்ன பண்ணுவோம்? ஒனக்கு நாங்க என்னகொறை வெச்சோம்? ஒண்ணுமில்லையே! எங்களை ஏன் இப்படிச் சோதிக்கிறே! ஊரே பேதலிச்சுப் போயிருக்கு" என்றெல்லாம் சொல்லி, வைசூரியை நிறுத்தி, மழை பெய்விக்க வேண்டுமென்று வேண்டிக்கொண்டு கீழூர்க்காரர்கள் போய் விட்டார்கள்.

* * *

மழையில்லாததால் தலைவன் குறிச்சியிலும் சுற்றுக் கிராமங்களிலும் விவசாயம் நடைபெறவில்லை. கூலி ஜனங்கள் சோற்றுக்கு வழியின்றித் தத்தளித்தார்கள். சிலர் குடி கிளம்பி தூரப்பகுதிகளுக்குச் சென்றார்கள். வைசூரியோடு வேறு பல நோய்களும் ஊருக்குள் புகுந்து விட்டன. மனிதர்களும் செத்தார்கள்; தீவனம் இல்லாமல் ஆடுமாடுகளும் செத்தன. இரு நூறு வீடுகளில் ஒரு நாலைந்து வீடுகளில்தான் நாள் தவறாமல் அடுப்புப் புகைந்தது. மற்ற வீடுகளில் உலை ஏற்றுவது, என்று எப்பொழுது என்ற நிச்சயமில்லை. இத்தனை கஷ்டங்களுக்கும் இடையில் ஒரே ஒரு பிரச்சனை மட்டும் தீர்ந்துவிட்டன. அதாவது கோர்ட் வழக்குகள் யாவும் பைசலாகிவிட்டன. மூவருக்குத் தூக்குத்தண்டனையும் ஐந்து பேருக்கு ஜன்ம தண்டனையும் விதிக்கப்பட்டன. மற்றவர்களில் சிலருக்கு வெவ்வேறு கால அளவில் சிறைவாசங்கள். சிலர் விடுதலையானார்கள்.

ஊருக்குள் ஒரு புதுவிதமான சூழ்நிலை நிலவியது. அதாவது தெற்குத் தெருவுக்கும் வடக்குத் தெருவுக்கும் இடையே பகைமையும் இல்லை; சமாதானமும் இல்லை, அந்தத் தெரு அதுபாட்டுக்கு இருந்தது, இந்தத் தெரு இதுபாட்டுக்கு இருந்தது. விரோதங்களைப் பற்றி நினைக்காமல், பஞ்சத்தையும் நோய்களையும் சமாளித்து உயிர் பிழைப்பதிலேயே அனைவரும் குறியாக இருந்தார்கள்.

ஏறக்குறைய ஒரு வருஷம் கழிந்து விட்டது. அடுத்த பொங்கல் தினத்துக்கு ஒரு மாதம் ஒன்றரை மாதம் இருக்கும் போதே ஊரில் உள்ள சில கிழவர்கள் சேர்ந்து, எப்படியும் இந்த வருஷம் மாரியம்மன் கோவில் திருவிழாவை நடத்தியே தீர வேண்டும் என்று கங்கணம் கட்டினார்கள். இந்த வருஷமும் அம்மனைப் பட்டினி போட்டு விட்டால், ஊர் அடியோடு நாசமாகிவிடும் என்று சொல்லி

எல்லோரையும் எச்சரித்தார்கள். இவர்களுடைய பிரயத்தனத்தினாலும், மழையின்மையாலும், ஊர் ஜனங்களின் பயத்தினாலும் திருவிழா நடத்த ஏற்பாடாயிற்று. முந்திய வருஷங்களை விடச் சிறப்பாகவே ஏற்பாடுகள் செய்யத் தொடங்கினார்கள். இவர்களுக்கு வேண்டிய பொருளுதவி செய்யவும், சரீரப் பிரயாசைப் படவும் பக்கத்து ஊர்கள் போட்டியிட்டுக் கொண்டு முன் வந்தன. விழா விமரிசையாக நடை பெறுவதற்குக் கேட்பானேன்?

* * *

பொங்கல் திருவிழாவுக்குச் சில தினங்கள் முன்னதாக மாரியம்மன் கோவிலை வெள்ளையடிப்பதற்காகத் திறந்தார்கள். திறந்து பார்த்தால்...? சொல்லமுடியாத பயங்கரம்! எல்லோரும் அதிர்ச்சி அடைந்து நின்று விட்டார்கள். அம்மன் சிலை சிங்க வாகனத்தில் என்றும் போலவேதான் அமர்ந்திருந்தது. ஆனால் அம்மனின் புடவையைக் காணோம். எண்ணெய்ப் பிசுக்கும், கருப்பு மெழுகும் படிந்து நிறம் மங்கித் தோன்றும் ஒரு சிவப்புப் புடவையுடனேயே அம்மன் காட்சி தருவது வழக்கம். எப்பொழுதோ யாரோ கும்பிட்டுச் சாத்திய சிவப்புச் சிற்றாடை அது. அதைக் காணவில்லை.

கோவிலுக்குள் புகுந்து யாரும் திருடியிருப்பார்கள் என்று நினைப்பதற்கும் இடமில்லை. மாரியம்மன் கோவிலில் திருட வேண்டுமென்று நினைத்து எமதர்ம ராஜா புகுந்திருந்தாலும் அவனுக்கு அங்கேயே நிச்சயம் கண் அவிந்திருக்கும். நாக்குத் தள்ளிச் செத்திருப்பான். அப்படியே யாரும் திருடித் தப்பித்து விட்டதாக வைத்துக் கொண்டாலும், அந்தப் புடவை யாரும் கட்டுவதற்கு லாயக்கற்ற கண்டாங்கி; சின்னஞ் சிறு துணி. பத்து வயதுப் பெண்ணுக்கும்கூட தாராளமாக விட்டு உடுத்தப் பற்றாது. மேலும், அந்த எண்ணெய்ப் பிசுக்கையும் மெழுகையும் போக்குவது என்பதும் சாமான்யமான காரியமல்ல. இத்யாதி காரணங்களைக் கருதி, திருட்டுப் போனதாக யாரும் சந்தேகிக்கவில்லை. அம்மன்தான் ஊர்க்காரர்கள் பூஜை போடாமல் விட்ட கோபத்தினால் ஏதோ செய்திருக்கிறாள் என்றும், அதன் மர்மம் அவளுக்குத் தான் தெரியும் என்றும் பேசிக்கொண்டார்கள். இருந்தாலும் ஓடிப்போன ஆறுமுகப் பண்டாரத்தின் மூத்த மகனை அழைத்து, "அம்மனோட சீலை எங்கடா? ஒனக்குத் தெரியுமா?" என்று கேட்டார்கள்.

"தெரியாது" என்று அவன் தலையைக் குலுக்கி விட்டான்.

"அவனை ஏன் கேக்கிறீக? நான் அப்பவே சொல்லல்லே, அம்மன் தான் என்னமோ செய்திருக்கிறாள். போனது போகட்டும். ஆகவேண்டிய காரியத்தைப் பாருங்க" என்றார் ஒரு பெரியவர்.

கோவிலை வெள்ளையடிப்பதில் முனைந்தார்கள்.

சேலை காணாமல் போன செய்தி ஊரெல்லாம் பரவி விட்டது. 'இது என்ன துர்க்குறியோ? ஊருக்கு இன்னும் என்னென்ன கேடுகளோ?' என்றெல்லாம் எண்ணி எல்லோரும் கதி கலங்கிப் போனார்கள். அதனால் பொங்கலைச் சிறப்பாகச் செய்து அம்மனின் கோபத்தைத் தணித்து அவள் மனசைக் குளிர்விப்பது என்று தீர்மானித்தவர்களாய் அவரவர் பங்கை முழுமூச்சோடு நிறைவேற்றிக் கொண்டிருந்தார்கள்.

சேலை காணாமல் போனதற்குக் காரணம் அந்த ஊரில் யாருக்கும் தெரியாது என்று சொல்ல முடியாது. இரண்டு பேருக்கு நிச்சயமாகத் தெரியும். மற்றொருத்திக்குச் சந்தேகாஸ்பகமாகத் தெரியும்.

பூசாரி ஆறுமுகப் பண்டாரத்தின் மனைவி ஒரு நாள் சொல்லி, அவளுடைய மூத்த மகன் நள்ளிரவில் ரகசியமாகப் போய்க் கோவிலைத் திறந்து அம்மனின் சேலையை எடுத்துக் கொண்டு வந்து அவளிடம் கொடுத்தான். அதை வாங்கி அவள் மானத்தைக் காப்பாற்றிக் கொண்டாள். எட்டாத துணியை எப்படியோ சுற்றிக் கொண்டாள். எண்ணெய்ப் பிசுக்கு போவதற்காக அதை அவள் வீட்டுக்குள்ளேயே துவைத்தபோது சாயம் போய் விட்டது. 'அதுவும் ஒருவகைக்கு நல்லதுதான்; யாருக்கும் அடையாளம் தெரியாது' என்று நினைத்து, உலர்த்தி உடுத்துக் கொண்டாள். அன்றிலிருந்து 'அம்மனுக்குச் செய்திருக்கும் இந்த அபசாரத்தினால் நமக்கு என்னென்ன கஷ்டங்கள் வருமோ? என்று இரவும் பகலும் திகில்பட்டுக் கொண்டும் இருந்தாள். தூக்கத்தில் பல நாட்கள் புலம்பியிருக்கிறாள். வயிற்றுப்பசி, பிள்ளைகளின் பட்டினி, இவற்றோடு இந்தப் பயம் வேறு. கணவன் எங்கே போனான் என்று தெரியவில்லை. யாராவது ரகசியமாகக் கொலை செய்து புதைத் திருக்கலாம் என்றுநினைத்து அழுது துடித்தாள். ஆனாலும், 'காணாதவன் தாலி கழுத்திலே' என்ற கணக்கில் மஞ்சள் கயிற்றைப் போட்டுக் கொண்டு இருந்தாள். வறுமை அவளை அணு அணுவாக மென்று தின்றது. உயிர் மட்டும் போகவில்லை.

பூசாரியின் மனைவி சுற்றிக்கொண்டிருப்பது அம்மனின் சேலையாக இருக்கக்கூடும் என்று, கோவில் திறக்கப்பட்ட நாளிலிருந்து அவ்வூர்ச் சலவைக்காரி காளிக்குச் சந்தேகம். ஊர்ப்புடவைகள் எல்லாமே எப்படி இருக்கும் என்று அவளுக்குத் தெரியும். அத்தனையையும் வெளுத்து, இனம் பார்த்து ஒவ்வொருவருக்கும் கொடுத்தவள். அவள் கைபடாத புடவை பூசாரியின் மனைவி கட்டி யிருப்பது ஒன்றுதான். ஒருநாள் பேச்சுவாக்கில், "நீங்க என்ன

இந்தச் சித்தாடையைக் கட்டிக்கிட்டுத் திரியிறீக?" என்று அவள் கேட்டுவிட்டாள்.

பூசாரியின் மனைவிக்குத் தூக்கி வாரிப் போட்டது. சமாளித்துக் கொண்டு, "எனக்கு இப்போ அது ஒண்ணு தான் கொறை! பேசாமல் போ. ஏன் என் வயித்தெரிச்சலைக் கிண்டுறே!" என்று சொல்லிவிட்டு மடமடவென்று அதிவேகமாக வீட்டுக்குள்ளே போய்விட்டாள்.

காளியின் சந்தேகம் ஊர்ஜிதமாகிவிட்டது. இதை வெளியிடுவது எப்படி? சலவைக்காரியாக இருந்து கொண்டு இந்த விவரத்தை நாலு பேரிடம் சொன்னால், பூசாரியின் மனைவி இத்தனை நாள் உயிரோடு இருந்திருக்க முடியாது. திருடியும் உயிரோடு இருக்கிறாள் என்றால், அம்மன் அப்புறம் வெறும் கற்சிலைதானே தவிர கிராம தேவதையல்ல. வெறும் சிலையாக மட்டும் அம்மன் இருந்திருந்தால், இந்த இரண்டு வருஷமும் மழையை நிறுத்தியிருப்பாளா? மாரியாத்தா வந்து குட்டி குறுமான்களை யெல்லாம் வாரிக் கொண்டு போயிருப்பாளா? என்றெல்லாம் சொல்லி, காளியின் முகத்தில் கரி பூசி அனுப்பிவிடுவார்கள். ஆனாலும் உண்மையை, முக்கியமாக ரகசியத்தை, வெளிப்படுத்தியாக வேண்டுமே! காளி தவித்தாள். சரி, பொங்கல் தினத்தன்று ஆவேசம் வந்து ஆடும்போது, மாரியம்மனாக மாறி உண்மையைக் கக்கிவிடுவது என்று மனசைச் சமாதானப்படுத்திக் கொண்டாள்.

திருவிழா கோலாகலமாக என்றும் காணாத விமரிசைகளோடு கொண்டாடப்பட்டது. மேள தாளங்கள், வில்லுப்பாட்டு, கரக ஆட்டங்கள்... இப்படி ஒரே கும்மாளம், சந்நிதி வாசலில் ஆயிரக் கணக்கான பானைகள் பொங்கி வழிந்தன. மூலைக்கு மூலை திடீர் திடீரென்று சிலருக்கு மாரியம்மன் சன்னதமாகி பம்பை மேளத்துக்கு இசைய ஆடினார்கள். மஞ்சள் பாலையும், பானகத்தையும் வாங்கி வாங்கிக் குடித்தார்கள். அக்கினிச் சட்டிகளோ எண்ணில் அடங்காதவை.

யார் யாரோ சாமியாடும்போது, ஒவ்வொரு வருஷத் திருவிழா வின் போதும் தவறாமல் ஆடும் காளிக்குச் சன்னதமாகாமல் இருக்குமா? வீட்டில் சாப்பிட்டுக் கொண்டிருந்தவள் திடீரென்று குரவையிட்டுக் கொண்டு விரித்த தலையோடு கோவிலைப் பார்த்து ஓடினாள்.

"காளி வந்துட்டாடோய்" என்று எல்லோரும், எதிர்பார்த்தது நடந்து விட்டதைக் காணும் உணர்ச்சியோடு ஆர்ப்பரித்தார்கள்.

"காளிக்குச் சாமி வராமல் இராரே, இவ்வளவு நேரமும் அவளைக் காணமேன்னு நினைச்சிக்கிட்டே இருந்தேன். வந்துட்டா"

என்றும் ஒருவர் சொன்னார்.

மஞ்சளும் வேப்பிலையும் போட்டுக் கரைத்த ஒரு குடம் பச்சைத் தண்ணீரைக் காளியின் தலையில் கொட்டினார்கள். மட்டுக்கு மீறி ஆவேசத்தோடு செந்தூள் பறக்க ஆடினாள் காளி. கூட்டத்தில் பெரும் பகுதி எல்லாத் தமாஷ்களையும் விட்டு, இந்தப் பக்கம் சாய்ந்துவிட்டது. மஞ்சள் பாலைக் குடித்தபின் ஆவேசம் சற்றுத் தணிந்து, ஆட்டத்தில் சாவதானம் பிறந்தது. சுற்றிச் சுற்றி வந்தாள் காளி.

ஒரு பெரியதனக்காரர் கும்பிட்டு கையோடு காளியைப் பார்த்து, “மாரியம்மா, எங்களை இப்படிச் சோதிச்சிட்டயே! இந்த வருச மாவது மழை பெய்யணும், மாரித்தாயே!” என்று வேண்டினார்.

உடனே காளி படபடத்து, “மழையா? மழையா? மழையா?” என்று சீறினாள்; “கண்ணைக் குத்திருவேன், கண்ணைக் குத்திருவேன், கண்ணைக் குத்திருவேன்” என்று உறுமினாள்.

“தாயே, செஞ்ச குத்தத்தை மறந்துறணும். ஒனக்கு நாங்க ஒரு எதிரியா? எங்களுக்கு நல்லாப் புத்தி குடுத்திட்டே. இனி ஒனக்கு ஒரு குறையும் வைக்கமாட்டோம். ஒன் மக்களைக் காப்பாத்திக் குடு” என்று அவர் கும்பிட்டார்.

“பேசுறியா நீ? பேசுறியா?” என்று ஆத்திரத்தோடு சொன்ன காளி, அங்கிருந்து திரும்பி மறுதிசையில் ஓடினாள். ஒடனே திரும்பி வந்தாள். அப்புறம் பழையபடி வேறிடத்துக்கு ஓடும்போது, கூட்டத்தோடு கூட்டமாய் நிற்கும் பூசாரியின் மனைவியைப் பார்த்துக் கொண்டாள். உடனே அங்கேயே நின்றுவிட்டாள்.

“ஏய்! நிக்கிறியா நீ? எதிரே நிக்கிறயா?” என்று அவளை நோக்கிப் பாய்ந்தாள். கூட்டம் வழி விலகிக் கொடுத்தது.

பூசாரியின் மனைவியும் காளியும் எதிர் எதிராய் நின்றார்கள். ஊரார் அனைவரும் ஆச்சரியப்பட்டுக் கண் இமைக்காமல் பார்த்துக் கொண்டிருந்தார்கள்.

பூசாரி மனைவியின் புடவையைக் காளி கையால் பிடித்துக் கொண்டு, “என் கிட்டே திருடி நீ தப்பவா? என் சேலையைக் கட்டி அசிங்கம் பண்ணின ஒன்னை இங்கேயே பெலி வாங்குவேன்; இங்கேயே பெலி வாங்குவேன்...” என்று சொல்லவே, ஜனங்களுக்கெல்லாம் ஆவேசம் பிறந்துவிட்டது. ஒவ்வொருவரும் ஒவ்வொரு பத்திரகாளியாக மாறி, மொத்தமாகப் பூசாரி மனைவியைப் பார்த்துப் பாய்ந்தார்கள். அவள் செய்த அபசாரத்தினால் தான் ஊருக்கு இத்தனை கேடுகள் விளைந்தன என்று எண்ணி, அவளை அங்கேயே, அம்மன் சந்நிதியிலேயே

ரத்தப் பலி கொடுத்து ஊருக்கு நன்மை தேட வேண்டும் என்று துடித்தார்கள். இத்தனை கூட்டத்திலும், தெய்வத்தை மறக்காத ஒருவர் இருந்தார். அவர் கூட்டத்தைத் தடுத்து நிறுத்தி, “ஏய், என்னடா இது? சாமி குடுக்காத தெண்டனையா நீங்க குடுக்கப் போறீக? அம்மனே வந்து கையுங்களவுமாய்ப் புடிச்சாச்சி; இனி நீங்க எதுக்குடா குறுக்கே பாய்றீக? அவபாடு; அம்மன் பாடு” என்றார்.

வேறொருவர், “ஆமப்பா, அம்மன் பொறுப்பிலேயே விட்டிருங்க. எதையாவது செஞ்சி வச்சி, இன்னும் ஊரைக் கொண்டு போய் கோட்டுலே நிறுத்த வேண்டாம். கோட்டுக்குப் போனோமோ, குடியும் கெட்டதோ” என்று எதார்த்தபூர்வமாக எச்சரித்தார்.

அதனால் அலை கரை கடக்கவில்லை, மூர்த்தண்யம் கட்டுக்கு அடங்கி நின்றது.

பூசாரி மனைவி நடுங்கிவிட்டாள். காளியை சலவைக் காரியாக நினைக்காமல் மாரியம்மனாகவே அவளும் நினைத்தாள். அம்மன் பலி வாங்காமல் விடவே மாட்டாள்; அவள் விட்டாலும் ஊர் விடாது; எப்படியும் இனி உயிரோடு வீடு திரும்பமுடியாது என்பது உறுதியாகி விட்டது. அப்போது ஒரு கணம், ‘வீடு திரும்பித்தான் என்னத்தை அனுபவிக்கப் போகிறோம்?’ என்று நினைத்தாள். மறு கணம் ‘கோயில் வாசலிலேயே உயிர் போகட்டும்’ என்று முடிவு செய்தாள். அவ்வளவுதான், சில நிமிஷங்களுக்குள் பயமெல்லாம் போய், கோபமும் ஆங்காரமும் பிறந்துவிட்டன. பய நடுக்கம், கோபப் படபடப்பாக மாறியது. வலிய வந்த மாரியம்மனை சும்மா விடக் கூடாது என்று , ‘மாரியம்மா! ஒனக்குக் கண் அவிஞ்சி போச்சா? நீ சாமியா? இல்லே குத்துக்கல்லா?” என்று இடிமாதிரி முாங்கினாள் பூசாரி மனைவி.

ஊரே இந்தத் துணிச்சலைக் கண்டு அதிர்ந்து போனது.

காளி மட்டும் நிலை கலங்காமல் “என்ன சொன்னே?” என்று கேட்டாள்.

“சொன்னே, சோத்துக்கு உப்பில்லேன்னு...”

“கண்ணைக் குத்திருவேன்...”

“குத்து குத்து. அதுக்கெல்லாம் பயந்தவுக ஒருத்தரும் இல்லை. ஒனக்குக் காலமெல்லாம் பூசைபண்ணின என் புருசனைக் காப்பாத்திக் குடுக்க ஒனக்குச் சக்தியில்லே; நான் புள்ளைக் குட்டிகளை வச்சிக்கிட்டு ராப்பட்டினி கெடக்கிறதைக் கண்ணாலே பார்க்கல்லே; கடைசியிலே ஒரு முழத்துணிகூட இல்லாமே அடிச் சிட்டே; இப்ப என்னடான்னா கண்ணைத் குத்துறேன் மூக்கைக் குத்துறேன்னு உறுமுறே! செய், உனக்குத் தெரிஞ்சதை எல்லாம் செய், இனிமே என்ன?”

"என் சீலையை நீ கெட்டலாமா?"

"வேறு என்னத்தைக் கெட்டுவேன்? சாமி கிட்டே திருடுற கதிக்கு எங்களை ஆளாக்கியிருக்கிறயே, நான் வேறே என்னத்தைக் கெட்டுவேன்? சொல்லு."

பூசாரி மனைவி எதற்கும் பயப்படாமல் எதிர்த்துப் பேசுவது. காளிக்குப் பெரிய மலைப்பை உண்டு பண்ணிவிட்டது. ஊரறிய அவமானப்பட அவள் விரும்பவில்லை. உடனே தலைவிரிகோலமாக பூமியதிரக் குதித்துப் பெருங்கூச்சல் போட்டாள்.

அம்மனின் கோபாவேசத்தைக் கண்டு ஊர் நடுங்கிக் கொண்டிருந்தது.

"ஏண்டி என் சீலையைக் கெட்டினே? ஒன்னே இங்கேயே, பலி வாங்குறேன், பாரு" என்று காளி கத்தவே. "எனக்கு வேறு சீலையில்லே. அதுனாலேதான் கெட்டினேன்" என்றாள் பூசாரி மனைவி.

இவ்வளவு காலமும் அவளைச் சுட்டெரித்த வறுமைத் தீ இப்பொழுது சாமி உட்பட அண்டியவர்களையெல்லாம் நோக்கி ஜ்வாலை வீசியது. மற்றவர்களின் கோபாஸ்திரங்கள் எல்லாம் பாய முடியாதவாறு அவளுக்கு அந்த அக்கினியே கவசமாக இருந்து உதவ ஆரம்பித்து விட்டது!

காளி ஓடிவந்து அவள் மீது பாய முயன்றபோது, பூசாரி மனைவி அவ்விடத்தை விட்டு ஒரே ஓட்டமாக ஓடி விட்டாள். அவளுடைய பிள்ளைகளும் அலறிக்கொண்டே அம்மாவைப் பின் தொடர்ந்து ஓடின. ஓடியவர்கள் ஓடியவர்கள் தான். அப்புறம் ஊர் திரும்பவே இலை.

காளிக்கு மானம் பிழைத்தது. ஊராரும் அம்மனை வேண்டி, கோபத்தைத் தணிக்கச் சொல்லி, ஒரு செம்பு மஞ்சள் பாலைக் கொடுத்து நெஞ்சைக் குளிர்வித்தார்கள்.

சாலி மலையேறிவிட்டது. காளி, வெறும் சலவைக்காரி காளியாக மாறி, மூச்சு வாங்கிக்கொண்டே ஒரு ஓரத்தில் போய் உட்கார்ந்து விட்டாள்.

ஓடிப்போன பூசாரி மனைவி ஒரு சில தினங்களுக்குள் தூரத்து ஊரில் தன் கணவனைச் சந்தித்துவிட்டாள். அப்புறம், மாரியம்மனுக்குச் செய்த அபசாரத்தை எண்ணித் திரும்பவும் பயப்பட ஆரம்பித்தாள். பயம் முற்றி பைத்தியம் கூடப் பிடித்து விடும்போல் இருந்தது. பூசாரி ஆறுமுகப் பண்டாரம் ஒரு வருஷம் கழித்து தலைவன் குறிச்சிக்குத் திரும்பி வந்தார். வந்து மாரியம்மனுக்கு ஒரு செம்பட்டுச் சாத்திய பிறகுதான், அவளுக்குப் பயம் நீங்கியது.

9

காற்று

அந்தத் தெருவில் நூறு வீடுகள் இருக்கும். ஆனால் ஒரே ஒரு வீட்டில்தான் தெருத் திண்ணை இருந்தது. மற்ற வீடுகள் சிலவற்றில் திண்ணை இருந்த போதிலும் அது கம்பிக் கதவுக்கு உட்புறமாக இருந்தபடியால், அதைக் கணக்கில் சேர்க்க முடியாது. பெரும்பாலான வீடுகள் திண்ணையில்லாத நவநாகரிக மோஸ்தரிலேயே கட்டப்பட்டவையாகும்.

மேற்படி வீட்டின் தெருத் திண்ணை அக்கம் பக்கங்களில் வசிக்கும் குழந்தைகளுக்கு ஒரு பாலைவனச் சோலையாக இருந்தது. அவர்கள் தங்கள் தங்கள் வீடுகளை விட்டு வெளியே வந்தால், ஒரு முக்கால் மைல் வட்டாரத்தில் அந்தத் திண்ணையைத் தவிர வேறு எங்கும் ஒதுங்க முடியாது. இதனால் எப்பொழுது பார்த்தாலும் திண்ணையில் ஐந்தாறு குழந்தைகள் விளையாடிக் கொண்டிருக்கும். விளையாட்டு என்றால் கூச்சல் இல்லாமல் இருக்குமா? உற்சாகம் மீறியதும், கூச்சலும் கும்மாளமும் அதிகமாகி விடும். உடனே வீட்டின் உள்ளேயிருந்து ஒருவன் ஓடி வருவான். தினந்தோறும் விரட்டியடித்தும்கூட, குழந்தைகள் திரும்பத் திரும்ப வந்து அமர்க்களம் பண்ணுவதைக் கண்டு அவனுக்குக் கோபம் சிரசை முட்டிக்கொண்டிருந்தது. அதனால் கைக்கு எட்டிய குழந்தைகளை அடித்து விரட்டுவான்; எட்டாத குழந்தைகளை வாய்க்கு வந்தபடி திட்டி விரட்டுவான். ஒருவழியாகத் திண்ணை காலியாகும். ஆனால், இது எவ்வளவு நேரத்துக்கு? அவன் தலை மறைந்தால் போதும், பழையபடியும் திண்ணைக்குக் குழந்தைகள் ஓடி வந்துவிடுவார்கள். அடியையும் மிரட்டலையும் வசவையும் ஒரு பொருட்டாகவே அவர்கள் கருதவில்லை. அதற்குப் பதிலாகத் தங்கள் விளையாட்டின் ஒரு பகுதியாகவே நினைத்துவிட்டார்கள் போல் தோன்றியது.

வீட்டுக்குள் வாடகை கொடுத்துக் குடியிருக்கும் ஆசாமி, குழந்தைகளை நிரந்தரமாக ஒழித்துக்கட்டுவதற்குச் சமயம் பார்த்துக் கொண்டிருந்தான். ஒரு குழந்தையையாவது பயங்கரமாகக் கீழே இழுத்துப் போட்டு மூச்சுப் பேச்சு அற்றுப்போகும் வரையில் மிதித்துத் துவைக்க வேண்டுமென்பது அவனது நீண்டநாள் திட்டம். அவ்வாறு செய்தால், தன் கோபமும் தணிந்து சற்று ஆறுதல் பிறக்கும்; நாலைந்து நாட்களுக்காவது குழந்தைகள் அந்தப் பக்கம் தலைக்காட்டாமல் இருப்பார்கள் என்று நினைத்தான்.

ஒரு நாள் அவனுக்கு வேலையில்லை. அதனால் வெளியே போக வேண்டிய அவசியமில்லாமல், வீட்டுக்குள்ளேயே உட்கார்ந்து கொண்டிருந்தான். சும்மா உட்கார்ந்திருக்கவில்லை; குழந்தைகள்

எப்போது வரும் என்று ஆவலோடு எதிர்பார்த்துக்கொண்டுதான் உட்கார்ந்திருந்தான்.

உரிய காலத்தில் குழந்தைகள் வந்துவிட்டார்கள். வெறுமனே கைவீசிக் கொண்டு வந்தவர்கள் நான்கு பேர், இரண்டு சிறுமிகள் இரண்டு கைக் குழந்தைகளையும் தூக்கிக்கொண்டு வந்தார்கள். குழந்தைகளைத் திண்ணையில் ஒரு மூலையில் விட்டார்கள். உடனே விளையாட்டும் ஆரம்பமாகி விட்டது. அவர்கள் உலகத்தையே மறந்து விட்டனர். சொல்ல முடியாத உற்சாகம். அவ்வப்போது தெருவே எதிரொலிக்கும்படியான சிரிப்பு, கைத்தட்டல். இப்படித் தம்மை மறந்து ஆனந்தமாக விளையாடிக் கொண்டிருந்த சமயத்தில், சமயம் பார்த்துக் காத்திருந்த ஆசாமி புலிப் பாய்ச்சலாகப் பாய்ந்து வெளியே வந்தான். வந்த வேகத்தில் ஒரு சிறுவனை இடுப்பில் மிதித்துத் தெருவில் போய் விழும்படி தள்ளினான். ஒரு பெண் குழந்தையின் தலைமுடியை வலது கையால் எட்டிப் பிடித்தான். இதைப் பார்த்த மற்றக் குழந்தைகள் ஒரே ஓட்டமாக ஓடி மறைந்து விட்டன. தெருவில் விழுந்த சிறுவன் அழுது கூப்பாடு போட்டுக் கொண்டே எழுந்து, நொண்டி நொண்டி நடந்து கொண்டு தன் வீட்டுக்குப் போய்ச் சேர்ந்தான்.

குடித்தனக்கார ஆசாமி, அந்தச் சிறுமியின் கூந்தலை வலது கையிலிருந்து இடது கைக்கு மாற்றினான். 'இனி மேல் இங்கே வராதே!" "இனிமேல் இங்கே வராதே!" பத்துப் பதினைந்து தடவையாவது சொல்லியிருப்பான். ஒவ்வொரு தடவையும் குழந்தையின் கன்னத்தில் பொறி பறக்கும்படி அறை விழுந்துகொண்டிருந்தது. அந்த ஐந்து வயதுக் குழந்தை புத்தி பேதலித்துப்போய், அழக்கூடப் பிரக்ஞை யின்றி முகத்தை ஒருமாதிரி கோரமாக வைத்துக்கொண்டு நின்றது. தெருவோடு சென்ற ஒருவன் விலக்கியிராவிட்டால், குழந்தையின் மூச்சு நிற்கும் வரையிலும் அடி விழுந்திருக்கும்.

விடுதலை பெற்றுத் தன் வீட்டை நோக்கி அடி எடுத்து வைத்த போது தான் அதற்கு அடிவாங்கியிருக்கிறோம் என்ற ஞாபகம் வந்தது. அதைத் தொடர்ந்து கன்னம் எரியவும் ஆரம்பித்தது. உடனே 'கோ' வென்று அழுது கொண்டு நாலைந்து வீடுகள் தள்ளியிருக்கும் தன் வீட்டுக்குச் சென்றாள். அதற்குள், சிவந்து தடிப்பேறியிருந்த இடது கன்னம் வீங்கி, இடது கண்ணும் தீக்கங்கு மாதிரி சிவந்துவிட்டது. அவளுடைய அழுகுரலைக் கேட்டு எதிரே ஓடிவந்து, 'என்ன? ஏது?" என்று விசாரித்த தாயிடம் அவள் விஷயத்தைச் சொல்லவில்லை. சொல்வதற்கு வார்த்தைகளே உருவாகவில்லை. அடியினால் ஏற்பட்ட அதிர்ச்சியும், அனுமதியில்லாமல் விளையாடப் போனதற்காக அம்மாவும் அடிப்பாள் என்ற பயமும் சேர்ந்து அவள் நாவைக் கட்டிவிட்டன. அவளால் அப்போது அழத்தான் முடிந்தது.

"சனியன்! சொன்னாலும் நிற்காமல் தெருவுக்கு ஓடி ஓடிப் போகுதே!... உனக்கு இதுவும் வேணும்; இன்னும் வேணும்!" என்றாள் அம்மா.

கூட விளையாடும் சிறுவர்களில் எவனாவது அடித்திருப்பான் என்பது அவள் எண்ணம். விஷயத்தைத் தெரிந்து கொள்ளலாம் என்று அவள் தெருவுக்கு வந்து இரண்டு பக்கமும் திரும்பிப் பார்த்தாள். அவளால் எதையுமே தெரிந்துகொள்ள முடியவில்லை. தெரு வழக்கம்போலவே இருந்தது. உள்ளே திரும்பி வந்து, "என்ன சனியனே! எங்கே போய் அடி வாங்கிக்கினு வாறே? சொல்லித் தொலையேன்" என்று சீறினாள்.

அப்பொழுதும் சிறுமியால் பேச முடியவில்லை.

"அப்பா வரட்டும். உன்னைத் தூணோடு சேர்த்துக் கட்டி வைக்கச் சொல்றேன். அப்போத்தான் நீ வூட்டிலே கெடப்பே" என்று சொல்லிக் கொண்டு, தன் வலதுகையால் குழந்தையின் கூச்தலைப் பிடித்துத் தரதரவென்று உள்பக்கம் இழுத்துக்கொண்டு சென்றாள். உள்ளே கொண்டு போய், கைக்குழந்தையின் பக்கம் தள்ளிவிட்டு, சமையற்கூடத்தின் புகைக்குள் மறைந்து விட்டாள் அம்மா. அவ்வளவில் சிறுமியின் பயமும் தெளிந்து விட்டது; அழுகையையும் நிறுத்திவிட்டாள். அப்புறம் கைக்குழந்தைதான் புகை எரிச்சல் தாங்க முடியாமல் அழுது கொண்டிருந்தது. சிறுமி அதற்கு விளையாட்டு காட்டி, அழுகையை நிறுத்த வேண்டுமென்றுதான். ஆசைப்பட்டாள், முயற்சியும் செய்தாள். ஆனால் குழந்தை அக்காளின் விளையாட்டு கண்டு ஏமாந்துவிடவில்லை. அதற்கு உடம்பில் என்னென்னவோ கோளாறு. அப்புறம் இந்த ஆளை மறைக்கும் புகை வேறு. கண்கள் எரிந்து, மூச்சும் திணறியது. வீட்டுக்குள்ளேயே சுற்றிச் சுழன்று சுழன்று வரும் புகைக்கு, அந்தத் தாய், அந்தச் சிறுமி, அந்தக் கைக்குழந்தை ஆகிய மூவருடைய நாசித் துவாரங்களைத் தவிர வேறு போக்கிடம் இல்லை. விளையாட்டு காட்ட முயன்ற சிறுமியும் புகையால் திணறினாள். தெருவுக்கு எப்பொழுது ஓடுவோம் என்றிருந்தது. இனி ஓடினால், அம்மா கழுத்தை முறித்து அடுப்பில் திணித்து விடுவாள் என்று எண்ணி, அறையின் வாசல் பக்கத்துக்குக் குழந்தையை இழுத்துக் கொண்டு வந்து கொஞ்சம் தாராளமாகச் சுவாசிக்க முயன்றாள். அங்கே பக்கத்துக் குடித்தனத்திலிருந்து புகை வந்து கொண்டிருந்து- என்றாலும், அவ்வளவு கனத்த புகையல்ல. சிறுமிக்கும் கொஞ்சம் ஆசுவாசமாக இருந்தது. அந்தச் சின்னஞ் சிறு முற்றவெளிக்கு மேலாகத் தெரியும் வானத்தை ஏக்கத்தோடு பார்த்துக்கொண்டு அப்படியே உட்கார்ந்துவிட்டாள். அப்பொழுது அவள் மனம் உண்மையில் வானவெளியை நினைத்து ஏங்கவில்லை; திண்ணையை நினைத்துத்தான் ஏங்கியது! போனால் கன்னம் வீங்கும்படியாக அடி வாங்க வேண்டுமே! வீடு திரும்பினால் அம்மா

அடிப்பாளே! இனி என்ன செய்வது? எப்படி உயிர் வாழ்வ?" என்று அந்த தன் ஐந்தாவது பிராயத்திலேயே எதிர்காலத்தை எண்ணி அவள் கவலைப் பட்டுக்கொண்டிருந்தாள். திண்ணை என்றால், அவள் நடக்கத் தெரிந்த நாளிலிருந்து அவளுக்குக் காற்றும் வெளிச்சமும் கொடுத்து வாழ்க்கை இன்பத்தை அளித்து வந்த திண்ணை அது. இப்பொழுது அதுவும் போய்விட்டது. இனி திண்ணையும் இல்லை; காற்றும் இல்லை; வாழ்க்கையில் சந்தோஷம் என்பதுவும் இருக்க முடியாது... அவளுக்கு ஒரு சமயம், தன்வீட்டில் ஏன் தெருத்திண்ணை வைத்துக் கட்டவில்லை என்றும் தோன்றியது. தன் வீடு எதற்காகத் தெருவிலிருந்து வெகு தூரம் உள்ளே தள்ளி ஒரு மூலையில் இருக்க வெண்டுமென்று தன்னையே கேட்டுக் கொண்டாள். திண்ணை வைத்துக் கட்டாதற்காக அப்பாவிடம் அவளுக்குக் கோபமும் வந்தது. அப்பா வீட்டுக்குச் சாப்பிட வரும்போது, அவரிடமே இதைக் கேட்பது, அழுது முரண்படுபண்ணித் திண்ணை கட்டச் சொல்லுவது என்று நினைத்தாள். தன்னிடம் பிரியமாக இருக்கும் அப்பன், தன் சொல்லைத் தட்டமாட்டான் என்று அவளுக்கு நம்பிக்கையும் பிறந்தது. அதனால் புகையைத் 'தாற்காலிகமாக'ச் சகித்துக் கொண்டு உட்கார்ந்திருந்தாள்.

கற்பகத்தின் தகப்பன் வேதகிரி வாயையும் வயிற்றையும் கட்டிப் பழகியவன் தானே ஒழிய, எந்தக் காலத்திலும் திண்ணை கட்டியவனல்ல. வருஷம் முழுவதுமே தினந் தவறாமல் ஒருவேளை சாப்பிடாமல் அரைப் பட்டினி கிடக்கிறான். பதினான்கு வருஷ சேவைக்குப் பிறகு இப்பொழுது அவன் வாங்கும் சம்பளம் நாற்பத்தெட்டு ரூபாய். மந்தைவெளியின் ஒரு கோடியில் தன் வீட்டுக்கு மூன்று பர்லாங் தூரத்திலேயே ஒரு சிறு ஜவுளிக் கடையில் ஒரு சிப்பந்தியாக வேலை செய்து வருகிறான். சம்பளத்தில் பத்து ரூபாய் வீட்டு வாடகைக்குப் போய் விடும், ஆம், பத்து ரூபாய் வாடகை! சென்னை மாநகரத்தில் அந்த வாடகைக்கு ஒரு வீடும், அந்த வீட்டில் ஒரு குடித்தனமும் இருக்கிறது என்றால், வீட்டையும் வாழ்க்கையையும் பற்றி அதிகம் சொல்ல வேண்டாம். ஒரே ஒரு அறைதான் வீடு. அதற்குள்ளேயே சமையல் பகுதி மழை காலத்தில் ஒழுகாத பகுதி பார்த்து கூட்டிச் சுருட்டிப் படுத்திருக்க வேண்டும். வீட்டில் முகட்டில் நாழி ஓடுகளிலிருந்து வெயில் காலத்தில் 'தொப்புத் தொப்பு' என்று தேள் விழுவதும் உண்டு. வீட்டுக்கு வாசல்தான் ஜன்னல், முற்றத்தில் குழாயிருந்தால் எப்பொழுது பார்த்தாலும் அங்கே ஈரமாக இருக்கும். அந்த வீட்டுக்குள்ளேயே ஐந்தாறு பகுதிகளில் பத்தும் பதினைந்தும் கொடுத்துக் குடியிருப்பவர்கள் அத்தனை பேருக்கும் குழாயும் முற்றமும் பொது. எந்த வீட்டுச் சப்தமும் எல்லா வீடுகளுக்கும் கேட்கும். எந்த வீட்டுப் புகையும் எல்லா வீடுகளுக்கும் பரவி, சுவாசத்திலும் வானத்திலும் கலக்கும்.

இப்படிப்பட்ட இடத்தில் வேதகிரியின் மனைவி, கற்பகத்தையும் மேலும் நான்கு குழந்தைகளையும் பிரசிவித்திருக்கிறாள். அவற்றுள் கற்பகத்தையும் கைக்குழந்தையையும் தவிர, மற்றக் குழந்தைகள் செத்துப் போய்விட்டன. அவள் மட்டும் அந்த உடம்பை வைத்துக் கொண்டு இன்னும் சாகாமல் சமாளித்துக் கொண்டு வருகிறாள்.

வேதகிரி கல்யாணம் பண்ணிக்கொண்டு அந்த வீட்டுக்குக் குடித்தனம் வந்தபோது நிலைமை இவ்வளவு மோசமாக இல்லை. இப்பொழுது குடியிருக்கும் பகுதியோடு, மேலும் ஒரு சிறு அறையையும் சேர்த்தே பத்து ரூபாய் வாடகைக்குப் பிடித்தான். ஆனால், மந்தைவெளியைச் சுற்றி மாட மாளிகைகளுடன் புது நகரம் ஒன்று ராக்ஷஸ நாகம்போல் வளைத்துக்கொண்டு கிளம்பவே, அவன் குடியிருந்த பகுதிக்கு விலை மதிப்பு உயர்ந்து விட்டது. ஒவ்வொரு வீட்டின் மதிப்பும் ஆறு மடங்கு ஏழு மடங்காகக் கூடிவிடவே வாடகையும் உயர்ந்தது. வேதகிரி பத்து ரூபாய்க்குமேல் கொடுக்கத் தனக்குச் சக்தியில்லை என்றான். அப்படியானால் சமையல் பகுதியை மட்டும்தான் பத்து ரூபாய்க்கு விடமுடியும் என்று வீட்டுக்காரன் சொன்னான். வெளியே விரட்டாமல், அம்மட்டுக்காவது இடம் கொடுத்தானே என்று தன் குடித்தனத்தைச் சமையற் கூடத்துக்குள்ளே ஒடுக்கிக்கொண்டு, பக்கத்து அறையைக் காலி செய்து கொடுத்தான். அதன்பின் கற்பகம் பிறந்தாள். பிறந்த நாளிலிருந்து அவள் சமையற் கூடத்தைத்தான் பார்த்திருக்கிறாளே ஒழிய திண்ணையை, தெருவாசலை, மரத்தை, மைதானத்தை அனுபவிக்கவில்லை. ஊரின் சுற்றுப்புறம் அழகிய நகரமாக விரிவடைந்ததும், சென்னையின் ஜனத்தொகை பெருகியதும் அவளுக்குப் பெருங்கேடாக முடிந்தன. அவள் அந்த இருட்டறைக்குள் வசிப்பதற்கு நகரமும், நகரில் வசிக்கும் அத்தனை பேருமே காரணங்கள் என்று சொல்லலாம்போல் இருந்தது.

* * *

வேதகிரி மத்தியானச் சாப்பாட்டுக்கு ஜவுளிக் கடையிலிருந்து வீட்டுக்கு வந்து சேர்ந்தான், வந்ததும் வராததுமாக அவனிடம், கற்பகம் அடிவாங்கி வந்த கதையைச் சொன்னாள் அவன் மனைவி. அதைக் கேட்டதும் அவன் குழந்தையை வெளியே முற்ற வெளிக்கு அழைத்து வந்து வெளிச்சத்தில் நிறுத்திப் பார்த்தான். வீங்கிச் சிவந்த கன்னத்தைப் பார்த்ததும் அவன் கண்கள் கலங்கி விட்டன.

“இந்தச் சனியன் ஒரு நிமிஷம் வீடு தங்கமாட்டேங்குது. ‘குழந்தையைப் பார்த்துக்கோ’ன்னு விட்டுட்டு அந்தப் பக்கம் திரும்பினேன் அவ்வளவுதான், மாயமா மறைஞ்சிட்டா. இவளை உசிரோடே வச்சிக் கொளுத்தினால்தான் என் மனசு ஆறும்.” என்று அவள் சொல்லிக் கொண்டிருக்கும்போது,

“போதும்...! போய் வேலையைப் பார்” என்று அவள் வாயை அடைத்து விட்டு, கற்பகத்தைத் தூக்கிக்கொண்டு வீட்டுக்குள்ளே போனான் வேதகிரி. யார் அடிச்சது?” என்று அவளை அன்பாதர வுடன் கேட்டான்.

திண்ணையில் நடந்த நிகழ்ச்சியை அப்படியே சொன்னாள் கற்பகம்.

அடித்தவனை என்ன செய்ய முடியும்? அவன் வீட்டுத் திண்ணை. அங்கே போய் விளையாடினால் அவன் எதுவும் செய்வான். யார் கேட்க முடியும்? அதற்காகக் குழந்தையை மனைவி சொல்வதுபோல வீட்டுக்குள்ளே கட்டிப் போடுவதா? ‘என்ன பாவம் பண்ணினயோ, எனக்குக் குழந்தையாப் பிறந்தே!’ என்று மகளைப் பார்த்து நொந்து கொண்டே அவளையும் கூட உட்கார வைத்துக் கொண்டு சாப்பிட்டான். வாரத்துக்கு ஒருநாள் விடுமுறை தினத்தன்று தன்னால் சேர்ந்தாற்போல் ஒரு மணி நேரம்கூட அந்த வீட்டுக்குள் உட்கார்ந்திருக்க முடியாதிருக்கும்போது, கற்பகம் வருஷம் முழுவதும் அங்கேயே எப்படி அடைபட்டுக் கிடப்பாள் என்று நினைத்தான். மகளுக்கு எந்த வகையில் விடுதலை அளிக்க முடியும் என்று யோசித்து யோசித்துப் பார்த்தும் அவனுக்கு ஒரு வழியும் புலப்படவில்லை. ஏதோ அற்ப சாந்தியாகவாவது இருக்கட்டும் என்று கடைக்குத் திரும்பும்போது கற்பகத்தையும் அழைத்துக்கொண்டு போய், ஒரு டீக்கடையில் ஒரு அணாவுக்கு பக்கடாப் பொட்டலம் வாங்கிக் கொடுத்து வீட்டுக்கு அனுப்பினான். கற்பகம் வீட்டை நோக்கி வந்து கொண்டிருந்தாள். அந்தத் திண்ணையில் குழந்தைகள் வழக்கம்போல் விளையாடிக் கொண்டிருப்பதைப் பார்த்தாள். ஆனால், தானும் போய் விளையாட வேண்டுமென்று அவள் நினைக்கவில்லை; நேரே வீட்டுக்கு வந்து விட்டாள்.

அன்றிலிருந்து கற்பகத்தின் சிறைவாசம் ஆரம்பமாகி விட்டது. வீட்டை விட்டு எங்கும் போகக்கூடாது என்று தாய் கண்டிப்பாகச் சொல்லித்தடுத்து நிறுத்திவிட்டாள். மிஞ்சிப்போனால், தெரு வாசலுக்கு வந்து சிறிது நேரம் நிற்கலாம்; அதற்கு மேல் அடியெடுத்து வைக்க அனுமதிக்கவில்லை. யாருக்கும் சொந்தமில்லாத தெருவுக்குக்கூட அவள் போய் விளையாட முடியவில்லை. அந்தச் சின்ன தெருவிலும் கார், டாக்ஸி, சைக்கிள் முதலிய வாகனங்களின் போக்குவரத்து அதிகமாக இருந்ததால், அங்கேயும் போகக்கூடாதென்று அம்மா எச்சரித்திருந்தாள்.

கற்பகத்துக்கு இரவும் பகலும் திண்ணையைப் பற்றிய கனவுதான். தன் வீட்டில் தெருவைப் பார்த்து ஒரு திண்ணை இருக்க வேண்டும். அப்பா எப்பொழுது கட்டிக் கொடுப்பார்? அப்பாவிடம் கேட்டதற்கு அவர் ஒரு பதிலும் சொல்லாமல்

சிரித்தார். வற்புறுத்திக் கேட்ட பிறகு, "குழந்தே! உனக்கு என்ன தெரியும்? திண்ணை கட்டவும் வீடு கட்டவும் சக்தி இருந்தால் நாம் ஏன் இப்படி இருக்கிறோம்?" என்று 'அர்த்தமில்லாமல் ஏதேதோ சொல்லுகிறார். அவளுக்கு ஒன்றுமே புரியவில்லை. நாலைந்து நாட்களுக்குப் பிறகு, அடி பட்டாலும் பரவாயில்லை, பழைய திண்ணைக்கே போய் விளையாடலாம் என்றும் ஒரு ஆசை பிறந்தது. ஆனால், அந்த அற்ப ஆசை நீடிக்கவில்லை. பயம் ஆசையைக் கருக்கிவிட்டது. கடைசியில் வீடே கதி என்று காற்றும் வெளிச்சமும் இல்லாத அறையில் புகை மூட்டத்துக்கு நடுவில் திக்குமுக்காடிக் கொண்டு கிடந்து தவித்தாள். சோற்றுக்குத் தரித்திரம் ஏற்படுவது போய், காற்றுக்குமே தரித்திரம் ஏற்பட்டு விட்டது. சரியான ஆகார மின்றி காற்றடைத்த பையாக அலைந்து திரிந்த கற்பகம், இப்போது காற்றுக்கும் வழியின்றித் திணறினாள்.

நாட்கள் செல்லச் செல்ல, அவள் முகத்தில் இருள் படர்ந்தது. கண்கள் ஆழத்தில் அமுங்கிக்கொண்டிருந்தன. உடம்பும் மெலிந்தது. சரியாகச் சாப்பிடக்கூட அவளால் முடியவில்லை. தன்னை வீட்டுக்குள் போட்டு அடைக்கும் அம்மாவும், எந்நேரமும் நச்சுநச்சென்று அழுதுகொண்டிருக்கும் தம்பியும், திண்ணை கட்டித் தராமல் சால்ஜாப்புச் சொல்லும் தந்தையும் தன்னைக் கொல்ல வந்த எமன்களாகவே அவளுக்குக் காட்சியளித்தார்கள். அவளுடைய பொறுமை எல்லை கடந்துவிட்டது. பயந்த சுபாவம் மாறி, திமிற ஆரம்பித்தாள். ஒருநாள் அம்மாவுக்குத் தெரியாமல் பழைய திண்ணைக்கே ஓடிவிட்டாள்.

* * *

நாள் கணக்கில் யோசித்த வேதகிரிக்கு ஒருநாள் திடீரென்று மார்க்கம் புலப்பட்டது. அதனால் பரம சந்தோஷத்தோடு கடையிலிருந்து வீட்டுக்குத் திரும்பினான். ஒரு நல்ல நாள் பார்த்து, கற்பகத்தைப் பக்கத்துத் தெருப்பள்ளிக்கூடத்தில் சேர்த்துவிட முடிவு செய்தான். ஒரு பிரதான சாலையைக் கடந்து செல்லவேண்டும் என்பதைத் தவிர, பள்ளிக்கூடம் அருகாமையிலேயே இருந்தது. மத்தியானம் தர்மச் சோறும் போடுகிறார்கள். கற்பகத்துக்கு நல்லகாலம் பிறந்துவிட்டது என்று எண்ணிச் சந்தோஷப்பட்டவனாய், மனைவியிடமும் விஷயத்தைச் சொன்னான். 'மகளின் ஓடு காலித்தனத்தை ஒடுக்குவதற்கு அது ஒரு நல்ல உபாயந்தான் என்ற நினைப்பில்' வேதகிரி சொன்னதை அவள் ஆமோதித்தாள்.

"பள்ளிக்கூடத்துக்கு அனுப்பினால்தான் இவளுடைய கொட்டம் ஒடுங்கும். எந்த நேரமும் இதுக்கு யாரால் காவல் காக்க முடியும்? அப்படியாவது தொலையட்டும்" என்றாள் மனைவி.

நல்ல நாளில் கற்பகத்தைப் பள்ளிக்கூடத்துக்கு அழைத்துக் கொண்டு போனான் வேதகிரி. கற்பகத்தை ஒரு மாணவியாகச் சேர்த்துக் கொண்டார்கள். பிரவேசக்கட்டணத்துக்காக ஒரு ரூபாய் செலவாயிற்று; வேறு செலவில்லை. நாலைந்து நாளில் புத்தகம் வாங்கித்தருவதாக ஆசிரியரிடம் சொன்னான் வேதகிரி. அப்புறம், கற்பகத்தைப் பார்த்து, "பள்ளிக் கூடம் விட்டதும் நேரே வீட்டுக்கு, வரணும். பக்கத்து வீட்டுப் பசங்களோடு வந்துடு. ரோட்டிலே கார், பஸ் போகும்; பார்தது வரணும், கற்பகம்" என்று சொல்லிவிட்டுக் கடைக்குப் போய்ச் சேர்ந்தான்.

கற்பத்தின் வாழ்வின் உண்மையிலேயே ஒரு புது யுகம் ஆரம்பமாகி விட்டது. விடுமுறை நாட்களில்கூட பள்ளிக்கூடம் போனால் தேவலை என்று நினைத்தாள். வீட்டில் திண்ணையில்லாத குறை அவளுக்கு அப்பொழுது குறையாகவே படவில்லை. குறித்த நேரத்தில் பள்ளிக் கூடம் போய், குறித்த நேரத்தில் வீட்டுக்கு வந்து கொண்டிருந்தாள். ஒரு பெரிய பிரச்சனை தீர்ந்தது என்று தாயும் தகப்பனும் மூச்சு விட்டார்கள்.

புதிதாகக் கிடைத்த விடுதலையினால் கற்பகத்தின் உற்சாகம் பொங்கி வழிந்தது. பள்ளிக்கூடம் போவது என்பது அவளுக்கு ஒரு இன்ப போதையாகவே இருந்தது. ஐந்து மணிக்குப் பள்ளிக்கூடம் விட்டதும் நேரே வீட்டுக்கு வராமல் எங்காவது தெருவில் சுற்றித் திரியலாம் என்று தினமும் ஆசைப்படுவாள். கஷ்டத்திலிருந்து நீங்கிச் சுகம் பெற்றதும், சுகத்தை மேன் மேலும் பெருக்குவதற்கே அவள் உள்ளம் விரும்பியது. இந்த நிலையில் ஒரு நாள் அவளுக்குப் பழைய ஞாபகம் ஒன்று வந்தது. ஏழெட்டு மாதங்களுக்கு முன், தன் அப்பாவும் அம்மாவும் சந்தோம் கடற்கரைக்கு அழைத்துச் சென்றதையும், ஓடியாடி விளையாடுவதற்கு அங்கே கண்ணுக்கு எட்டிய தூரம் வரையிலும் இடம் இருந்ததையும் 'குளு குளு' என்று காற்று வீசிக் கொண்டிருந்ததையும் நினைவு கூர்ந்தாள். அவளுக்குத் தெரிந்த வரையில் சாந்தோம் கடற்கரை ஒன்றுதான் வாழ்க்கைக்கு ஏற்ற லட்சிய உறைவிடமாக இருந்தது. அங்கே குறுக்குச் சுவர்கள் இல்லை. எவ்வளவு தூரம் போனாலும் எங்கே விளையாடினாலும் அடிப்பாரும் தடுப்பாரும் இல்லை. புகை என்பதோ அறவே கிடையாது. அதற்குப் பதிலாகக் காற்றும் சுகமும் வேண்டிய மட்டும் இருந்தன. இதையெல்லாம் எண்ணிப் பார்த்த கற்பகம், பள்ளிக்கூடம் எப்பொழுது விடும் என்று ஆவலோடு காத்துக்கொண்டிருந்தாள். மணிச் சத்தம் கேட்டதோ இல்லையோ, முதல் குழந்தையாகப் புத்தகப் பையுடன் வெளியே ஓடி வந்தாள். பக்கத்து வீட்டுக்கு குழந்தைகளுக்குத் தெரியாத வண்ணம், தெருவில் இறங்கி, பிரதான சாலையைப் பார்த்து அதிவேகமாக நடந்தாள். சாலைக்கு வந்து சேர்ந்ததும், மூலை திரும்பி, கடற்கரையை லட்சியமாகக் கொண்டு

நடக்கத் தொடங்கினாள். தன்னை யாரும் பார்க்கவில்லை என்ற துணிவு ஒருபுறம்; சாலையின் இருமருங்கிலும் கண்ணுக்கு இனிய கட்டடங்கள் நின்ற அழகு ஒருபுறம். இதனால் சாவதானமாக நடந்து, தெருக்காட்சியை அணுஅணுவாக ரஸித்துக் கொண்டு சென்றாள். கண்ணில் பட்ட ஒவ்வொன்றுமே அழகாக, கவர்ச்சியாக, அதிசயமாக இருந்தது. எத்தனை மாடி வீடுகள்! எத்தனை மரங்கள்! எத்தனை பூஞ்செடிகள்; பிரம்மாண்டமானவையாக ஓடும் பஸ்கள் தான் எத்தனை! இந்தக் கண்காட்சியைத் தன் பெற்றோர் தினமும் தன்னை அழைத்து வந்து காட்டாததற்காக அவர்களைக் கடிந்து கொண்டாள். தனக்கு அப்பாவோ அம்மாவோ இல்லாமல் இருந்தால் தன்னிச்சையாகச் சாலையில் சுற்றித் திரியலாம் அல்லவா என்றும் நினைத்தாள்.

நிதானமாக நடந்து போய்க் கொண்டிருந்தாள் கற்பகம். ஒரு பங்களாவின் வாசலில் பூத்து, வேலிக்கம்பியின் இடைவெளி வழியாகத் தெரிந்த செந்நிறப் பூ ஒன்றைக் கையை விட்டுப் பறித்தாள். சொல்ல முடியாத ஆனந்தம். அவளுக்கு அந்தச் சாலை முழுவதுமே சொந்தமாகி விட்டது போன்ற உணர்ச்சி பிறந்தது. உலகம் என்ற ஒன்றைப் பற்றி அவளுக்குத் தெரியாது. தெரிந்திருந்தால் அதுவும் தனக்குச் சொந்தம் என்றே கருதியிருப்பாள்.

கற்பகம் நடந்து கொண்டே இருந்தாள். நாலு திசைகளையும் அவள் கண்கள் துழாவிக் கொண்டிருந்தன. இதனால் எதிரிலோ, பக்கத்திலோ வரும் யாரையும் எதையும் அவள் கவனிக்கவில்லை.

அரை பர்லாங் தூரம் நடந்துவிட்டாள். அப்பொழுது தான் எதிரே பசுவையும் கன்றையும் ஓட்டிக்கொண்டு வந்த ஒரு பால்காரனின் அதட்டலைக் கேட்டுத் திடுக்கிட்டுத் திரும்பினாள். பசுவுக்கு வழி விலகிக் கொடுத்து விட்டு, பழையபடியும் பூரண சுதந்திரத்துடன் நடக்கலானாள்.

அப்புறம் அவள் அரை பர்லாங் தூரத்தைக் கடக்கவில்லை. அதற்குள்ளேயே கற்பகத்தின் நடைநின்றுவிட்டது. நடை மட்டு மல்லாமல் மூச்சும் நின்றுவிட்டது.

ஒரு பெரிய லாரியில் அடிபட்டு, அந்த க்ஷணத்திலேயே செத்து விட்டாள். உருச்சிதைந்து நடுச்சாலையில் ரத்தத்திலே கிடந்தாள் கற்பகம், சுற்றிலும் கூட்டம் கூடி விட்டது; வாகனப் போக்குவரத்தும் ஸ்தம்பித்துவிட்டது. எல்லோரும் கற்பகத்தின் பிணத்தைப் பார்த்துத் துக்கித்தார்கள்; இரக்கப் பட்டார்கள். கேவலம், அவள் பிணமாகிவிட்டதைத்தான் அவர்களால் பார்க்க முடிந்தது. அதே சமயத்தில் அவள்தன் வாழ்நாளெல்லாம் ஆசைப் பட்ட காற்றாகவும் ஆகிவிட்டாள் என்பது யாருக்குத் தெரியும்?

10

திருவொற்றியூர் வல்லி

திருவொற்றியூர் சதுரானன பண்டிதர் மடத்தில் அன்று சில விசேஷ அலங்காரங்கள் செய்யப்பட்டன. வாசலில் மாவிலைத் தோரணங்கள் கட்டினார்கள். வாழை மரங்களை வெட்டிக் கொண்டுவந்து இருபுறமும் நிறுத்தினார்கள். மடத்தின் முற்றத்தில் சிறு பந்தலும் போடப்பட்டு உள்ளே விதானங்கள் கட்டி, இளநீர், தென்னம் பாளைகள் முதலியனவும் தொங்க விடப்பட்டன. அன்றைய தினம் ஒரு பண்டிகை நாளும் அல்ல. ஏன் இந்த விசேஷ அலங்காரங்கள் என்று ஊர் ஜனங்கள் திகைத்தார்கள். மடத்தில் கல்வி பயிலும் ஒரு மாணாக்கனை விசாரித்தபோதுதான் விஷயம் இன்னது என்று தெரிந்தது.

அன்று கவிச் சக்கரவர்த்தி கம்பர் அந்த மடத்துக்கு விஜயம் செய்வதை முன்னிட்டுத்தான் இத்தனை ஏற்பாடுகளும் செய்யப் பட்டன. வாரங்கலில் காகதீய மன்னன் பிரதாப ருத்திரனின் ஆஸ்தானத்தில் பல நாட்கள் தங்கியிருந்த கம்பர் தமிழ்நாட்டுககுத் திரும்பி வந்துகொண்டிருந்தார். தமிழகத்தில் பிரவேசித்தபின் கூவம் ஆற்றின் கரையிலுள்ள தியாகசமுத்திரம் கிராமவாசிகள் அவருடைய வருகையை எப்படியோ கேள்விப்பட்டு, ஊரோடு திரண்டு சென்று கவிஞர் பெருமானை எதிர் கொண்டழைத்தார்கள். தங்கள் கிராமத்துக்கு எழுந்தருள வேண்டும் என்று வணங்கிக் கேட்டுக்கொண்டார்கள். அவர்கள் வேண்டுகோளுக்கு இணங்க வழிவிலகி அங்கே சென்ற கம்பர், மறுநாளே திருவோற்றியூருக்கு வந்தார்.

திருவொற்றியூர் மடத்து வாசலில் கம்பரின் சிவிகை வந்து நிற்கும் போது சரியான நண்பகல், அந்த வெய்யிலிலும் பெருங்கூட்டம் அவரை வரவேற்கக் காத்திருந்தது. ஊர்வாசிகளின் வரவேற்புக்கும் சந்தோஷ ஆரவாரத்துக்கும் பிறகு, சதுரானன பண்டிதர் அவரை மடத்துக்குள் அழைத்துச் சென்றார்.

பண்டிதரின் மாணவர்கள் ஆளுக்கு ஒரு பணிவிடையைச் செய்து கம்பரை உபசரித்துக்கொண்டிருந்தார்கள்; அவர்களோடு ஒரு பெண்ணும் பணி செய்வதைக் கம்பர் கவனித்தார். 'மடத்தில் இப்படி ஒரு பெண்ணுக்கு என்ன வேலை?' என்றுகூட அவர் யோசித்தார்.

பெண்ணுக்கு இருபத்தைந்து வயது இருக்கக்கூடும். அழகியாக இருந்தாள். அதிலும் எதிர்பாராத ஓரிடத்திலே தோற்றம் அளித்த அழகானதால் பன்மடங்கு விகசித்தது. அதோடு மட்டுமல்ல; அவள் எவ்வித ஆபரணங்களும் உயர்ந்த பட்டும் உடுத்தாமல், துவைத்து

உலர்த்திய ஒரு பழைய வெண்ணிறப் புடவையோடு தபஸ்வினியைப் போல் எளிமைக் கோலம் பூண்டிருந்தது, அழகை வரம்பின்னி வளரவும் வியாபிக்கவும் செய்து விட்டது.

கம்பர் இரண்டாவது முறை அவளைக் கவனிக்கும் போது அவள் தன் இரு கரங்களிலும் அவருடைய பாதுகைகளைச் சுமந்து கொண்டு முற்றத்தின் ஒரு மூலையை நோக்கிச் சென்றாள். ஏதோ ஓர் ஓரத்தில் பிடித்துத் தூக்காமல், கைநிறைய மலர்களைக் கொண்டு செல்வது போல் அவ்வளவு பயபக்தியுடன் அவள் அவற்றை எடுத்துச் சென்றாள்.

ஒரு மூலையில் போய் உட்கார்ந்த பெண் தன் மடியில் அந்த இரண்டு பாதுகைகளையும் வைத்துக்கொண்டாள். ஒன்றை முதலில் எடுத்துத் தனது முந்தானையால் துடைத்தாள். இதைப் பார்த்த கம்பர், சதுரானன பண்டிதரைப் பார்த்து, "அந்தப் பெண்ணை இங்கே கூப்பிடுங்கள். என் கால் செருப்புகளை அவள் மடியில் வைத்துத் துடைக்கிறாள். இதைக் காண எனக்குப் பிடிக்கவில்லை" என்று படபடப்போடு சொன்னார். பண்டிதரும் ஒரு மாணாக்கனைத் திரும்பிப் பார்த்து முகக் குறிப்பால் கட்டளையிட்டார். அவன் போய் அவளை அழைத்துக்கொண்டு வந்தான்.

"அம்மா! யார் நீ? என்ன வேலை செய்கிறாய்? செருப்புக்களை இப்படி வைத்துவிடு. இப்படி வேலைகளை நீயாகவும் செய்யாதே; யார் சொன்னாலும் செய்யாதே" என்று கூறினார் கம்பர்.

அவள் ஒன்றும் பேசாமல் தலைகுனிந்த வண்ணமே ஒரு படிக்கட்டின் மேல் பிரதிஷ்டை செய்வது போலச் செருப்புக்கள் இரண்டையும் வைத்து விட்டு, அடுத்த கணமே அங்கே நிற்கத் துணிவின்றி வேகமாக ஒதுங்கிச் சென்று மடத்தின் ஒரு பகுதிக்குள் போய் மறைந்தாள்.

"பண்டிதரவர்களே! யார் இந்தப் பெண்? எந்த மடத்திலும் ஓர் இளம் மங்கை வந்து கல்வி பயின்றதாக நான் கேள்விப்பட்டதுகூட இல்லை. இங்கே இவளைக் காண்பது எனக்கு ஒரு புதுமையாகவே இருக்கிறது" என்றார் கம்பர்.

"எங்களுக்கும் இது ஒரு புதுமைதான் கவிச் சக்கரவர்த்தி! எங்கிருந்தோ வந்தாள். மடத்தில் அடைக்கலம் தர வேண்டும் என்று கும்பிட்டாள். நான் மறுக்கவில்லை, ஏறக்குறைய ஓர் ஆண்டும் ஆகிவிட்டது. இங்கே நாங்கள் சொல்லாமலே எல்லாப் பணிகளையும் செய்கிறாள். நாங்கள் கொடுக்கும் உணவை உண்டு, இந்த ஊர்க் காளிகோவில் பூசாரியின் வீட்டில் போய் அவன் வீட்டுப் பெண்களோடு இரவில் தங்கிவிட்டு வருகிறாள். இவள் எந்த ஊர்

என்பதும் எங்களுக்குத் தெரியாது. இவளுடைய பெயரையும் இவள் சொல்ல மறுத்துவிட்டாள்."

"ஊரையும் பெயரையும் சொல்ல ஏன் மறுக்கவேண்டும்?" என்று கம்பர் யோசித்தார்.

அப்போது கம்பருக்குப் பகலுணவு படைப்பதற்காக மாணாக்கர்கள் கைகட்டியவண்ணம் வந்து ஓர் ஓரத்தில் நின்றார்கள்.

"கவிச் சக்கரவர்த்தியவர்களே! எழுந்து முதலில் அமுது செய்ய வேண்டும்" என்று பண்டிதர் பணிவோடு கூறிக் கம்பரை அழைத்துச் சென்றார்.

மடத்தின் வேறொரு பகுதியில் மாணாக்கர்கள் கவிச் சக்கரவர்த்திக்கு உணவு பரிமாறினார்கள். அப்போது, கம்பரின் பிரயாணத்தையும், காகதீய மன்னனையும், ஆந்திர நாட்டின் வளப்பங் களையும் பற்றிப் பண்டிதர் ஏதேதோ கேட்டுக் கொண்டிருந்தார். சாப்பாடு முடிந்து அவர்கள் வெளியே வரும் போது, வேறொரு வாசல் வழியாகச் சாப்பாட்டு இடத்தை நோக்கி அந்த இளம்பெண் சென்றாள். அனைவருமே அவளைப் பார்த்தார்கள்.

எல்லோரும் வந்து உட்கார்ந்த பிறகு சதுரானன பண்டிதர் கம்பருக்கு அருகில் வந்து மிகவும் பணிவோடு அமர்ந்துகொண்டார்.

"கவிச் சக்கரவர்த்தியவர்களே! தெய்வ தரிசனத்துக்குக் காத்திருப்பது போல் தங்களுக்காகக் காத்திருந்தோம். எங்கள் மண்ணுலக வாழ்க்கையில் நாங்கள் அடையக்கூடிய அழியாத பேரின்பம், தங்கள் திவ்விய தரிசனத்தைத் தவிர வேறு இருக்க முடியாது. கவிச் சக்கரவர்த்தி இந்தச் சிறு மடத்தினுள் தம் மலர்ப் பாதங்களால் நடந்து, இதைத் தெய்வத் தலமாக மாற்ற வருகிறார் என்று எண்ணி எண்ணிக் களித்தோம். தங்கள் திருவாயால் பாடும் அமுத மயமான கவிகளைக் கேட்டு ஜன்ம சாபல்யம் பெறத் துடிக்கிறோம். ஆனால் தாங்கள் உண்ட களைப்போடு இருக்கிறீர்கள். சற்றுச் சிரமபரிகாரம் செய்து கொள்ளுங்கள். நான் தங்களிடம் உத்தரவு பெற்றுச் சிறிது வெளியே போய்வர எண்ணுகிறேன்" என்று சொல்லிக்கொண்டு எழுந்தார் சதுரானன பண்டிதர்.

கம்பரும் அவருக்கு விடை கொடுத்து அனுப்பினார். பிறகு பஞ்சணையில் சாய்ந்துகொண்டார் கவிஞர் பெருமான். மாணாக்கர் இருவர் அவருக்கு விசிறியால் வீசிக்கொண்டிருந்தார்கள்.

* * *

"பிற்பகலின் உக்கிரம் தணிந்து மாலை நெருங்கிக் கொண்டிருக்கும் போது பண்டிதர் வந்தார். அப்போது கம்பர் மாணாக்கர்களுடன் பேசிக் கொண்டிருந்தார். பண்டிதரும்

அமர்ந்து உரையாடலில் கலந்து கொண்டார். வெய்யில் நன்றாகத் தணிந்தபின் அவர்கள் கடற்கரைக்கு உலாவச் சென்றார்கள். கடற்கரை மணலிலும் இரண்டு நாழிகைப் பொழுது அமர்ந்து உரையாடினார்கள். சதுரானன பண்டிதரின் பெரும் புலமையையும் அடக்கத்தையும் கண்டு அவரைப் பெரிதும் பாராட்டினார் கம்பர். மடத்தின் நிலைமை, அதன் வருவாய்த் துறைகள், மாணாக்கர் களுக்குக் கற்பிக்கும் நூல் விவரங்கள், எல்லாவற்றையும் கம்பர் விசாரித்து அறிந்தார். பண்டிதரின் சமயப் பணியும், தமிழ்ப் பணியும் கம்பருடைய உள்ளத்தைப் பெரிதும் கவர்ந்தன.

* * *

அந்தி மயங்கி இரவு வந்தது. நிலவொளியில் அவர்கள் மடத்தை நோக்கித் திரும்பி வந்தார்கள். வரும் வழியில் தியாகராஜப் பெருமானின் ஆலயத்துக்குச் சென்று வழிபாடு செய்தார்கள். கடைசியில் மடத்துக்குத் திரும்பினார்கள். இரவு உணவும் ஆயிற்று. மடத்து முற்றத்தில் நிலவில் அமர்ந்த கவிச்சக்கரவர்த்தியுடன் பண்டிதர் உரையாடிக் கொண்டிருக்க, மாணாக்கர்கள் அகமகிழ்ந்து கேட்டுக் கொண்டிருந்தார்கள். அப்போது அந்தப் பெண் ஒரு பெரிய தட்டில் பாலும் பழங்களும் எடுத்துக் கொண்டு வந்து, சற்றுத் தூரத்தில், ஆனால் அனைவர் கண்ணிலும் படும்படியாக நின்றாள். ஒரு மாணவன் எழுந்து சென்று தட்டை வாங்கிக்கொண்டு வந்து பண்டிதருக்கும் கம்பருக்கும் நடுவே வைத்தான்.

தட்டிலே வாழை, பலா, மா என்ற மூவகைக் கனிகளும் இருந்தன. ஒரு பாத்திரத்தில் பால் இருந்தது. கம்பரைச் சாப்பிடும் படிக் கேட்டுக்கொண்ட பண்டிதர், முப்பழங்களும் அன்று மடத்துக்கு எப்படிக் கிடைத்தன என்று ஆச்சரியப்பட்டார். ஆனால் ஆச்சரியத்தை வெளியேகாட்டிக்கொள்ளவில்லை. அதே சமயத்தில் கம்பரும் அந்த மூவகைக் கனிகளைக் கண்டு வியந்தார். ஆனால் அவரது வியப்பில் சோகமும் கலந்திருந்தது. தேன் கலந்த பாலைப் பருகியபோது கம்பரால் சிறிது நேரம் எதுவுமே பேச முடியவில்லை. ஒரு நீண்ட பெருமூச்சுவிட்டார். “பண்டிதரே! இந்தக் கனிகளும் இந்தத் தேன்கலந்த பாலும் எனக்குப் பழைய நாட்களையெல்லாம் நினைவுக்குக் கொணர்கின்றன. திருவெண்ணெய் நல்லூரில்... சடையப்ப வள்ளல் இரவு தோறும் எனக்கு அன்போடு படைப்பவை மூவகைப் பழங்களும் தேன்கலந்த பாலும்தான். இங்கும் அவ் வண்ணமே செய்து என்னை உபசரிக்கிறீர்கள். அமரராகிவிட்ட என்னுடைய ரட்சகர் சடையப்ப வள்ளலை இப்போது தங்கள் வடிவில் காண்கிறேன்” என்று உணர்ச்சி பொங்கச் சொன்னார் கம்பர்.

உடனே பண்டிதர் அதை மறுத்துப் பேசினார். "கவிச் சக்கரவர்த்தியவர்களே! இந்தச் சிறியேனுக்கு அவ்வளவு ஏற்றம் கொடுப்பது பொருந்தாது. அவையடக்கமாக நான் சொல்லவில்லை. உண்மையைக் கூறுகிறேன். இவ்வாறு தங்களுக்குக் கனி விருந்து செய்ய நான் எண்ணியவனே அல்ல. (பணிப் பெண்ணின் ஏற்பாடு என்று சொல்ல விரும்பாமல்) தெய்வ சங்கல்பமாக இவ்வாறு நடந்திருக்கிறது."

"இல்லை. தாங்கள் என்னதான் மறுத்தாலும் நான் ஒப்ப மாட்டேன்... எப்படி வேண்டுமானாலும் இருக்கட்டும்; என் வள்ளலை இந்த நேரத்தில் எண்ணும்படி தாங்கள் செய்தது, ஒரு மாபெரும் புண்ணிய கைங்கரியம்..."

பணிப்பெண்ணைப் பற்றிப் பிரஸ்தாபிக்க வேண்டிய கட்டம் நெருங்குகிறதே என்று வருந்திய பண்டிதர், "கவிஞர் பெருமான் இரண்டொரு பாடல்களையாவது நாங்கள் செவிகளாரப் பருகப் பாடியருள வேண்டும்" என்று விண்ணப்பித்தார்.

"பாடுவதா? பண்டிதரே, என்னை மன்னியுங்கள். இன்று, அதுவும் இனிமேல், நான் பாடுவது இயலாத காரியம். வெண்ணெய் நல்லூர் வள்ளலைப் பற்றிச் சிந்திக்கத் தொடங்கியபின் பாடுவது எங்கே? மிகவும் கடினம்... தங்கள் மாணாக்கர்களையே பாடச் சொல்லுங்கள் நாம் இருவருமே கேட்போம். சிறுவர்களே! உங்களுக்கு உங்கள் ஆசிரியர் இசைப் பயிற்சியும் செய்வித்திருப்பார் என்றே எண்ணுகிறேன்" என்றார் கம்பர்.

"சிவஞானம்! நீயும் காளத்திநாதனும் சேர்ந்து கவிச்சக்கரவர்த்தி யின் பாடல்களையே பாடுங்கள். அவர்கள் கேட்டு ஆசீர்வதிக்கட்டும். கிடைத்தற்கரிய பாக்கியம் இன்று உங்களுக்குக் கிடைத்திருக்கிறது" என்று பணித்தார் ஆசிரியர்.

கம்பராமாயணப் பாட்டுக்களை மாணாக்கர்கள் இசையோடு பாடினார்கள். இரண்டு பாட்டுக்களைப் பாடி முடித்து மூன்றாவது பாட்டைத் தொடங்கும்போது சற்று எட்டுத் தூண் மறைவில் நின்றுகொண்டிருந்த அந்த இளம்பெண் திடீரென்று அழத் தொடங்கி விட்டாள். அழுகையும் விம்மலும் எல்லோருக்கும் கேட்டன. உடனே தூண் இருக்கும் பக்கம் திரும்பிப் பார்த்தார்கள். "யாரோ அழும் குரல் அல்லவா?" என்று கம்பர் கேட்டார்.

"ஆம், கவிஞர் பெருமானே!" என்று கூறிய ஆசிரியர், "காளத்தி! போய்ப் பார்!" என்றார்.

காளத்திநாதன் எழுந்து சென்று பார்த்துவிட்டு வந்தான். "பணிப்பெண்."

"பணிப்பெண்ணா? அவளை இங்கே கூப்பிடு" என்றார் பண்டிதர். காளத்திநாதன் போய் அவளை அழைத்து வந்தான்.

"அம்மா! ஏன் அழுகிறாய்?" என்று கம்பர் கேட்டார்.

பேச முடியாமல் தலைகுனிந்து நின்றவள் சில வினாடிகளில் விக்கி விக்கிப் பேசினாள்.

"சுவாமி! இந்த அடிமையை மன்னிக்க வேண்டும். தங்கள் உரையாடலுக்கு இடையூறு செய்த மகா பாவி நான். நான் போகிறேன். போய்வருகிறேன்...."

"வேண்டாம். நீ போகவேண்டாம். இங்கே அருகில் வந்து, அழுத காரணத்தைச் சொல்" என்றார் கம்பர்.

"என்னை மன்னித்துவிடுங்கள், சுவாமி! தங்களோடு நின்று பேசக்கூடத் தகுதியற்றவள் நான். தெய்வ சந்நிதியில் வந்து நான் நிற்பதே பாவம்! போய் விடுகிறேன். என் முகத்தைப் பார்க்காதீர்கள்..."

கம்பருக்குத் திகைப்புக்கு மேல் திகைப்பாக இருந்தது. திடீரென்று உறுதியும் திண்மையும் நிறைந்த குரலில் அவர் பேசலானார். "அருகில் வா. ஆம், நீ இப்படி வர வேண்டும்."

பணிப்பெண் வந்தாள்.

"எதற்காக அழுதாய்?"

"சுவாமி! இந்தப் பாவ ஜன்மத்தையும் ஒரு பொருட்டாகக் கருதிப் பேசுகிறீர்கள் என்பதை எண்ணும்போது என் மனமே என்னைக் கொல்கிறது. ஆனாலும் தெய்வத்தைப் போன்ற தங்கள் கட்டளையை என்னால் மீறவும் முடியவில்லை! தாங்கள் அருளிய இந்தக் கவிதைகள் இந்த அடிமைக்கும் பாடம் உண்டு..."

"என்ன? உனக்குக் கம்பராமாயணம் தெரியுமா?" என்று ஆச்சரியத்தோடு கேட்டார் பண்டிதர்.

"என் அன்னை இசையோடு எனக்குச் சிறு வயதில் கற்பித்தாள்... என் அன்னை கற்பித்த இந்தப் பாடல்களை நான் மனம் தோய்ந்து விதம் விதமாய்ப் பாடி மகிழ்வேன். சிறுமியாக இருந்த அந்த நாட்களும் என் அன்னையின் முகமும் நினைவுக்கு வந்தன..."

"இப்போது நீ ஒரு பாட்டையேனும் பாடு. பாடினால் தான் நீ சொல்வதை உண்மை என்று ஒப்புக்கொள்ள முடியும்" என்றார் பண்டிதர்.

"பாடு!" என்று கம்பரும் கூறினார்.

அவள் கண்ணீரைத் துடைத்துக்கொண்டிருக்கும் போதே, "உட்கார். உட்கார்ந்தே பாடு" என்று கம்பர் கூறியும் அவள் உட்கார

வில்லை. நின்ற வண்ணமே தியானம் செய்பவள் போன்று கண்களை மூடிக்கொண்டாள். கரங்களைக் கூப்பினாள். பாடினாள்.

முதலில் பாடிய பாட்டில் அவளுடைய இசைத் திறமையும் குரலினிமையும் நூற்றில் ஒரு பங்குகூட வெளிப்படவில்லை. ஆனால் அதுவே கம்பரையும், பண்டிதரையும், மாணாக்கர்களையும் மெய் மறக்கச் செய்து விட்டது. அப்புறம் இரண்டாவது பாட்டு: அதைத் தொடர்ந்து வேறு பாட்டுக்கள். ஐந்தாவது பாட்டில் அங்கே கந்தர்வ லோகமே வந்து இறங்கியது போல் இருந்தது.

அப்படிப்பட்ட தீஞ்சுவைக் கானத்தைப் பண்டிதர் அதற்கு முன் எங்குமே கேட்டதில்லை. ராஜ சபைகளில் புகழ்பெற்ற காயகச் செல்வர்கள் பாடியதை யெல்லாம் கேட்டவரான கம்பரும், பணிப் பெண்ணின் இன்னிசைக்கு ஒப்புவமை கூறுவது கடினம் என்றே கருதினார்.

ஒவ்வொருசொல்லிலும்பொருளும்,உணர்ச்சியும்ஒலித்தன என்பது பெரிதல்ல, இம்மை மறுமையைத் தொடுவது போலவும், மண்ணுலகம் வானுலகத்தைத் தீண்டுவது போலவும், மனிதன் தெய்வத்தோடு கைகோப்பது போலவும் கம்பருடைய இலக்கியத்தோடு உறவாடியது அவளுடைய இசை. அந்த இலக்கியமும் அந்த இசையும் மேலே மேலே உயர்ந்தன.

சுவர்க்கத்துக்கு இரண்டு ஏணிகள் போட்டதுபோல் இருந்தது.

அவளாகப் பாடுவதை நிறுத்தும் வரை அவர்கள் கேட்டுக் கொண்டிருந்தார்கள்.

பாட்டு முடிந்தது.

கம்பர் பேசத் தொடங்கினார்.

"இனி நீ யார் என்பதையும் சொல்லிவிட வேண்டும். இது என் கட்டளை என்று வேண்டுமானாலும் நினைத்துக் கொள்."

"சுவாமி! எனக்குப் பூர்வத்தில் இதே ஊர்தான்..."

"இதே ஊரா?" என்று பண்டிதரும் மாணாக்கர்களும் திகைத்தார்கள்.

"என் தாய் இசையையும் நடனத்தையும் குலத்தொழிலாகக் கொண்டவள். அவள் இந்தக் கலைகளில் மேலும் அதிகப் பாண்டித்தியம் பெற விரும்பி, சோழ மண்டலத்துக்குச் சென்றாள். அங்கே தக்க ஆசான்களிடம் பல ஆண்டுகள் பயின்றாள். பிற்காலத்தில் எனக்கும் கற்பித்தாள்."

"சோழ மண்டலத்தில் எந்த ஊரில் இருந்தீர்கள்?" என்று கம்பர் கேட்டார்.

“தஞ்சையிலும் திருக்கடவூரிலும் இருந்தோம். இறுதியில் என் அன்னை காலமான ஊரும், நான் சோழ மண்டலத்தை விட்டு இங்கே புறப்பட்டு வந்த ஊரும் திருவெண்ணெய்நல்லூர்.”

கம்பரால் ஆச்சரியத்தைத் தாங்கவே முடியவில்லை.

“திருவெண்ணெய் நல்லூரா! அப்படியானால், சடையப்ப வள்ளலைத் தெரியுமா?” என்று படபடப்போடு கேட்டார் கம்பர்.

“சுவாமி! எனக்கு அவரைத் தெரியும் என்றோ, என்னை அவருக்குத் தெரியும் என்றோ சொன்னால் என் நாக்கு அழுகிவிடும். பாவத்தின் அவதாரமான நான், தரும தேவதையின் எதிரில் நின்றிருந்தால், என்றோ எரிந்து சாம்பலாகியிருப்பேன்...”

“இப்படியெல்லாம் ஏன் மனம் நொந்து பேசுகிறாய்? உன் இசையினால் ஏழு உலகையும் வெல்லும் பேராற்றல் படைத்த உனக்கு என்ன குறை?”

“எனக்கு என்ன குறை என்றா கேட்கிறீர்கள், சுவாமி?” என்று சொல்லிச் சற்று முகம் தூக்கிப் பார்த்தாள்; பெருமூச்சுடன் கண்ணீர் விட்டாள்.

“நான்வேறு, குறை வேறா? நானே ஒரு குறைதான், சுவாமி!”

“அது இருக்கட்டும், நீ ஏன் திருவெண்ணெய் நல்லூரை விட்டு இங்கே வந்தாய்? உன்னை யார் அங்கிருந்து போகச் சொன்னார்கள்?”

“என்னை யாருமே போகச் சொல்லவில்லை. தெய்வம் தான் போகச் சொன்னது; வள்ளல் இருக்கும்படிதான் சொன்னார். இருப்பினும் தெய்வ சித்தமே வென்றது. ஒருநாள் இரவு கடுமையான புயல் மழையும் அருவியாய்க் கொட்டியது. எங்கள் வீட்டுக் கூரை சரிந்து விழுந்து வெள்ளத்தில் போய்விட்டது. எங்களுடைய அற்ப சொற்பமான உடைமைகளையும் இழந்தோம். காலையில் வெறும் சுவர்களுக்கு நடுவே திசை தெரியாமல் தவித்துக் கொண்டு நாங்கள் நின்றபோது, திடீரென்று சடையப்ப வள்ளல் வீட்டிலிருந்து சிலர் வந்தனர். அவர்களைத் தொடர்ந்து ஒரு வண்டியில் நாணற் புல் வந்தது. வந்தவர்கள் சுவர்களில் ஏறிக் கூரை வேய்ந்தார்கள். இந்த வேலை நடந்து கொண்டிருக்கும்போதே, வள்ளல் வீட்டுக் காரியஸ்தர் வந்து எங்களுக்கு ஆடைகளும், உணவுப் பொருள்களும், பணமும் கொடுத்தார். அவ்வளவு வஸ்திரங்களும், அவ்வளவு உணவுப் பொருள்களும் அதற்கு முன் எங்கள் வீட்டில் ஒரே சமயத்தில் இருந்ததில்லை. எங்கள் ஜீவனத்தைப் பற்றிக் கவலைப்படாமல் இருக்க வழிசெய்தார். அந்த வள்ளல் நாங்கள் பொதுமாதர்கள். இந்த அற்ப ஜந்துக்களால் அவருடைய அறத்துக்கும் அவருடைய கீர்த்திக்கும் மாசு ஏற்படுமோ என்று பயந்தோம். பொதுமகளிராக

இருந்த எங்கள் வாழ்க்கை அன்றோடு முடிந்தது. என் தாயோ, உயிர் வாழக்கூட மனமில்லாமல் சில மாதங்களில் இறந்து விட்டாள். நான் ஊரை விட்டே வந்துவிட்டேன்..."

கம்பர் அவளுடைய கதையைக் கேட்டுக்கொண்டிருந்தார்; கண்களில் நீர் துளிக்கக் கேட்டுக்கொண்டிருந்தார்.

"ஒரு பெருமகனின் உதவி, இவளையும்கூட தபஸ்வினியாக்கி விட்டது" என்றார் பண்டிதா.

'அது தவறு! வள்ளல் செய்தது உதவியே அல்ல. உதவி, பாத்திரம் அறிந்து செய்யப்படுவது. அவர் அளித்தது பொருளும் அல்ல. வெறும் பொருள் மட்டும் மனிதாத்மாக்களை உயர்த்தி விடுவதில்லை. அவர் செய்தது அறம். அதன் பலன்தான் இந்தப் புனிதமான இடத்தில் கொண்டுவந்து இந்த வல்லியை.." என்று கம்பர் சொல்லிக் கொண்டிருக்கும்போதே...

"ஆ!" என்று உள்ளடங்கிய குரலில் அவள் கத்தினாள்.

வல்லி என்ற பெயரைக் கம்பர் சொன்னதும் பண்டிதரும் சீடர்களும் திகைத்தனர்.

"வல்லீ! இப்பொழுது நீ யார் என்பதை அறிந்து கொண்டேன். பொதுமாதர் வீட்டைச் சடையப்ப வள்ளல் வேய்ந்ததை நான் அப்பொழுதே புகழ்ந்து பாடினேன். அன்று நான் வள்ளல் வீட்டில் தான் இருந்தேன்" என்றார் கம்பர்.

"தாங்கள் இருந்தீர்கள் என்பதும் எனக்குத் தெரியும், சுவாமீ."

"வல்லீ! அப்போது நீ சிறுகுழந்தையாக இருந்திருப்பாய்..."

"என் பெயரை மட்டும் சொல்லவேண்டாம், சுவாமி" வேதனை யோடு கூறினாள் வல்லி.

"உன் பெயரில் உனக்கு ஏன் வெறுப்பு? அப்படியானால் வேறு பெயர் வைத்துக்கொண்டிருக்கலாமே?" என்றார் கம்பர்.

அவள் உள்ளக் கருத்தை இப்போது பூரணமாக உணர்ந்து கொண்டார் கம்பர்.

"சுவாமி? பெயரை ஒழிக்கலாம்; பிறப்பை ஒழிப்பது எப்படி? குலுத்தை மாற்றுவது முடிகிற காரியமா?"

"வல்லீ! இறைவனுக்குத் தொண்டு செய்யப் புகுந்த அன்றே, ஒருவனுடைய பண்டைக் குலம் அழிந்துபடுகிறது என்பார்கள் பெரியவர்கள். தொண்டக் குலத்தில் பிறப்பினால் வரும் உயர்வு தாழ்வுகள் இருக்க முடியாது. சதுரானன பண்டிதருக்குப் பணி செய்யும் நீ இப்போது தொண்டக் குலம். உன் பழைமை ஒழிந்தது.

உன் பெயரையும் நீ அழித்துவிட்டாய். 'நான்' என்ற தன்மையைக் கூட அறவே ஒழித்துவிட்டாய். அது முனிவர்களுக்கும் கூட சாமான்யத்தில் சித்தியாகாத ஒரு பெருஞ் சாதனை. செயற்கரிய செய்த நீ, துன்பத்தை வைத்துக் கொண்டிருப்பது அறியாமை, வள்ளலின் அறச் செயல் உன் வாழ்க்கையை மாற்றியதோடு உயர்த்தியும் விட்டது. வல்லீ!"

"காவிய பாத்திரங்களையும், வள்ளல் பெருமானைப் போன்ற மனித தெய்வங்களையும் பற்றிப்பேசும் தங்கள் திருவாயினால் என் பெயரை உச்சரிக்க வேண்டாம்" என்று வணங்கிக் கேட்டுக் கொண்டாள் அவள்.

"பெண்ணே! 'நான்' என்ற அகங்காரத்தைக் கொல்ல முயல்வதன் மூலமே, அதை நீ மேலும் வளர்த்துக் கொண்டு இருக்கிறாய்! உச்சரிப்பவர்களின் தூய்மையையும் கெடுத்துவிடக்கூடிய அவ்வளவு பெரிய சக்தி உன் பெயருக்கு இருப்பதாக நினைக்கிறாயே உன் பெயர் என்னை சுட்டுவிடாது!" என்றார் கம்பர்; இலேசாகச் சிரித்தார். வல்லி உடனே கவிச் சக்கரவர்த்தியை நோக்கிக் கீழே விழுந்து வணங்கினாள்.

"நான் ஒன்றும் அறியாதவள், சுவாமி. என் புத்திக்குத் தோய்றிய தைச் சொன்னேன். குற்றம் இருந்தால் மன்னிக்கவேண்டும்."

"பண்டிதர் அவர்களே! வல்லியின் பெயரை உங்களால் இனி மறக்க முடியுமா? என்னால் முடியாது. வள்ளலின் அறம் இவளுக்குக் குலம் தந்து, ஆன்மீகச் செல்வமும் தந்துவிட்டது. வல்லீ! உனக்கு இனி யாரும் வழி காட்ட வேண்டாம். உன்னை நீயே காத்துக் கொள்வாய். ஆனால், உனது இப்பிறப்புக்குத் துன்ப உணர்வு எதுவுமே ஆகாது. இதை மட்டும் நீ மறந்து விடாதே" என்றும் கம்பர் அவளுக்கு அறிவுரை கூறினார்.

"மறக்கமாட்டேன், சுவாமி! ஆனால் தாங்கள் என்னை மறந்து விடுங்கள். கவி உள்ளத்தில் இடம் பெறுவதை நினைக்கும்போதே என் உள்ளமும் உடம்பும் கூசுகின்றன." இவைதான் வல்லி அன்றிரவு பேசிய கடைசி வார்த்தைகள். அதற்கு மேல் கம்பர் அவளைப் பேச விடவில்லை.

"நீ உன் இருப்பிடத்துக்கு போ. அகாலமாகிவிட்டது" என்று கம்பர் கட்டளையிட்டார். பூசாரியின் வீட்டை நோக்கி வல்லி புறப்பட்டுச் சென்றாள்.

அவள் போனபின் கம்பர் மறுபுறம் திரும்பி ஞாபகமாகக் கேட்டார்.

◈ திருவொற்றியூர் வல்லி ◈ 149

"சதுரானன பண்டிதரே! எனக்கு மூவகைக் கனிகளும் தேனும் பாலும் மிகவும் பிடிக்கும் என்று தங்களுக்கு எப்படித் தெரிந்தது? வள்ளல் செய்வதைப் போன்றே தாங்களும் செய்த விதம் எப்படி?"

"கவிச் சக்கரவர்த்தி அவர்களே! இங்கே இரவில் நாங்கள் வாழைப்பழங்கள் மட்டும்தான் உண்பது வழக்கம். மடத்தில் பாலும் தேனும் மற்றப் பழங்கும் கிடையாது. வல்லிதான் எங்கிருந்தோ சேகரம் செய்துகொண்டு வந்திருக்கிறாள். அவள் தட்டில் கொண்டு வந்ததும் நான் ஆச்சரியப்பட்டேன்" என்று பண்டிதர் விடை பகர்ந்தார்.

"எனக்கு என்ன பிடிக்கும் என்பதைக்கூட இந்தப் பெண் அறிந்து வைத்திருக்கிறாள்! திருவெண்ணய்நல்லூரில் எனக்கு இப்படி ஒரு ரஸிகை, என்னைப் பற்றி எல்லா விவரங்களையும் நுட்பமாகவும் ஆவலாகவும் விசாரித்தறிந்துள்ள ஒரு ரஸிகை இருந்தது, அப்போது எனக்குத் தெரியாது. தெரிந்திருந்தால், வள்ளலிடம் கூறியிருப்பேன். அவர் எனக்குச் செய்த மரியாதைகளையெல்லாம் இவளுக்கும் செய்திருப்பார் என்பதில் ஐயமே இல்லை."

அதற்குமேல் அவர்கள் பேசவில்லை. படுத்துறங்கப் போய் விட்டார்கள்.

* * *

மறுநாள் காலையில் உணவு உண்டபின் கம்பர் பயணமானார். சதுரானன பண்டிதரிடம் விடைபெற்றுக் கொண்டார். காலில் விழுந்து வணங்கிய மாணாக்கர்களுக்கு ஆசி கூறினார். ஊர் மக்களுக்குச் சுபிட்சம் உண்டாக வேண்டும் என்று வாழ்த்தினார். அங்கே அதுவரையிலும் இல்லாத வல்லி, திடீரென்று வந்தாள். தன் இரு கைகளிலும் கம்பரின் பாதுகைகளை ஏந்திக் கொண்டு வந்தாள். கவிச் சக்கரவர்த்தியின் முன்னால் முழந்தாளிட்டு அவர் திருவடிகளின் பக்கம் பாதுகைகளை ஏந்தினாள்.

"கீழே வைத்துவிடு" என்றார் கம்பர்.

"இது நான் கோரும் வரம். இதை அருளாமல் என் தெய்வத்தை விட மாட்டேன். என் கைகளில் இருக்கும் பாதுகைகளைத்தான் தங்கள் திருப்பாதங்கள் சூடவேண்டும்" -குனிந்த தலை நிமிராமல் இந்த வார்த்தைகளைச் சொன்னாள் வல்லி.

கம்பர் சிரித்தார். அவருடைய சிரிப்பில் காணப்பட்ட உருக்கம் அனைவர் கண்களையும் கலங்கச் செய்துவிட்டது.

பாதுகைகளைக் காலில் தரித்துக்கொண்டார் கம்பர். மறுமுறையும் விடை பெற்றுக்கொண்டார்.

வல்லி அதிவேகமாக அவ்விடத்தைவிட்டு மடத்தினுள் செல்வதற்காகத் திரும்பினாள். அவளால் அங்கு நிற்கவே முடிய வில்லை.

கம்பர் அவளை அழைத்தார்.

அவளும் அருகில் வந்தாள்.

"நீ என் கல் பார்வையிலிருந்துதான் மறைய முடியும். என் உள்ளத்திலிருந்து மறைய முடியாது. சதுரானன பண்டிதரின் மடத்தில் இருக்கும் திருவொற்றியூர் வல்லி இனி என் மனத்திலும் இருப்பாள். தேய்வம் உனக்குத் துணை செய்யும்."

வல்லியை ஆசீர்வதித்துவிட்டுக் கம்பர் சிவிகையில் ஏறிக் கொண்டார். உடனே, அவருடைய பாதங்கள் பட்ட மண் தரை யைத் தொட்டு வணங்கினாள் வல்லி. அவளைப் பின்பற்றி அதே இடத்தைச் சதுரானன பண்டிதரும் தொட்டு வணங்கினார். கூடி யிருந்த மக்கள் திரள் உச்சி மேல் கரம் கூப்பித் தொழுது கவிச் சக்கரவர்த்தியை வழியனுப்பியது.

11

கற்பக விருட்சம்

மாலை ஐந்து மணி அடிப்பதற்கு முன்பே சைதாப்பேட்டை ரயில்வே ஸ்டேஷனில் வந்து உட்கார்ந்துவிட்டான் ஸ்ரீனிவாசன். கையில் ஒரு காசு கூடக் கிடையாது. இருந்ததெல்லாம் ஒரு மலிவு விலைப் ஃபவுண்டன் பேனா, ஒரு வேஷ்டி, ஒரு சட்டை, சட்டையில் இரண்டு பிளாஸ்டிக் பித்தான்கள், அன்று மாலைப் பதிப்பாக வெளிவந்த ஒரு தமிழ் தினசரி, சந்தேகத் தெளிவுக்காக வாங்கிய ஓர் ஆங்கில தினசரிப் பத்திரிகை - இவ்வளவுதான். பிளாட்பாரத்தின் கோடியில் கிடந்த ஒரு பெஞ்சில் தனியாளாக ஒரு மணி நேரத்துக்கு மேலேயே உட்கார்ந்து கொண்டிருந்து விட்டான். இவனுக்கு முன்னும் பின்னும் இரண்டொரு பிரயாணிகளும், ஏகதேசமாக ஒரு ரயில்வே ஊழியரும், ஒரே ஒரு தடவை மட்டும் முதுகுக்குப் பின்புறமாக ஒரு போலீஸ்காரரும் நடந்து சென்றார்கள். அடிக்கடி குறித்த காலத்தில் மின்சார வண்டிகள் வருவதும் புறப் படுவதுமாக இருந்தன.

ஸ்ரீனிவாசன் பெஞ்சில் சாய்ந்துகொண்டு யாரையும் எதையும் பார்க்காமல், வானத்தையே பார்த்துக்கொண்டிருந்தான். விதி விலக்காக மின்சார வண்டிகளை மட்டும் இரண்டொரு தடவைகள் பார்த்துவிட்டு முகத்தை மேல் நோக்கித் திருப்பிக்கொண்டான். வானத்துக்கும் இவனுக்கும் இடையே வெகுநேரம் வரைக்கும் ஒரு துளி கண்ணீர் திரை போட்டு மறைத்துக் கொண்டிருந்தது. கண்ணுக்குத் தெரியும் வானக் காட்சி மனசைப் போலவே கலங்கிப் போயிருந்தது. துயரத்தின் போது, வெளியிலும் தெளிவில்லை; உள்ளேயும் தெளிவில்லை. தெளிந்து, தீர்மானத்துடன், துணிவுடன் வந்த ஸ்ரீனிவாசனைத் துயரம் திடீர் திடீர் என்று பொங்கி எழுந்து கலக்கி அலைக்கழித்துக் கொண்டிருந்தது.

பயப்பட வேண்டியதற்கே பயப்படாமல் வந்தாகி விட்டது. அப்புறம் வேறு எதற்குப் பயப்படுவதிலும் அர்த்தமில்லை. இதனால் தான் டிக்கெட் இல்லாமலும் காசு இல்லாமலும் ஸ்டேஷன் பிளாட்பாரத்துக்கு உள்ளே வேகமாக வந்துவிட்டான். வீட்டுக்கு வெளியே உட்காருவதற்கு அது ஒன்று தான் அவனுக்கு இடமாகப் பட்டது. வந்து சுற்றுமுற்றும் பார்த்துவிட்டு, பெஞ்சில் அமர்ந்தான். முன்பின் தெரியாத பிரயாணிகளைத் தவிர வேறு யாரும் இல்லை; இது கொஞ்சம் ஆறுதலாக இருந்தது.

மாலை ஐந்து மணி அடித்தது. இருட்டுவதற்கு இன்னும் ஒன்றரை மணி நேரம் ஆகும். அதுவரை அங்கேயே உட்கார்ந்திருப்பது என்ற முடிவு; உட்கார்ந்து கொண்டிருந்தான்.

வேகமாக ரயில் வண்டிகள் வந்து போயின. ஓட்டமும் நடையுமாக வந்து வண்டிகளில் தொற்றிக்கொண்டிருந்தார்கள் பிரயாணிகள். சூழ்நிலை முழுவதுமே ஓட்டமும் பரபரப்புமாக இருந்தது. ஆனால் ஓட்டமின்றி சாவ தானமாக வேலை செய்து கொண்டிருந்தது கடிகாரம் ஒன்றுதான். அரை மணி கழிந்திருக்கும் என்று ஏறிட்டுப் பார்த்தால், ஐந்து நிமிஷம் கூட ஆகியிராது. இது அவனுடைய துன்பத்தைப் பெரிதாக்கிக் கொண்டிருந்தது. எத்தனைப் பேரைப் பற்றிய நினைவுகள், எத்தனை வருஷத்துச் செய்திகள், எத்தனைவித அனுபவங்கள் - எல்லாவற்றையும் மாறி மாறி ஒன்றுக்குப் பல தடவையாக நினைத்துப் பார்த்து, பெருமூச்சு விட்டு, சில சமயங்களில் தன்னுணர்வையும் இழந்து, கடைசியில் திரும்பிப் பார்த்தாலும், கடிகாரம் ஒரு சில நிமிஷங்களுக்கு மேல் தாண்டியிராது.

ஒரு விஷயத்தில் தவறு செய்து விட்டோம் என்றே ஸ்ரீனிவாசனுக்குத் தோன்றியது. தெருக்களில் சுற்றி அலைந்திருந்தால், நேரம் வேகமாகக் கழிந்திருக்கும். ஒரு மணி நேரம் கால் போன போக்கில் திரிந்துவிட்டு அப்புறம் ஸ்டேஷனுக்கு வந்திருக்கலாம். எடுத்த எடுப்பிலேயே இங்கே வந்து உட்கார்ந்து, காலத்தை ஓட்ட முடியாமல் அவதிப்படுவதற்குத் தன்னுடைய முட்டாள் தனமே காரணம் என்று நினைத்து வருந்தினான். இனி என்ன செய்வது? என்ன செய்ய முடியும்? டிக்கெட் இல்லாமல் ஸ்டேஷனை விட்டு வெளியே போகமுடியாது. எனவே தானே புகுந்த சிறைக் கூடத்தில், இருக்க வேண்டிய காலத்தை இருந்தே தீர்ப்பதைத் தவிர வேறு வழியில்லாமல் போய்விட்டது.

இப்படிச் சிரமப்பட்டுத் திக்குமுக்காடிக் கொண்டிருந்த ஸ்ரீனிவாசனைத் திடீரென்று ஒருவன் தன் வாய்ச்சொல்லால் தட்டி எழுப்பினான். அவன் ஸ்டேஷனைச் சேர்ந்த ஒரு சிப்பந்தி. அவன் கவனித்த வரையில் மூன்று வண்டிகள் வந்து போயும்கூட ஸ்ரீனிவாசன் ஒரு வண்டியிலும் ஏறாமல் உட்கார்ந்திருந்ததால் அருகில் வந்தான். “யாரப்பா? ஏன் இங்கே உட்கார்ந்திருக்கிறாய்?” என்று கேட்டான். உடனே, “எங்கே போகவேண்டும்?” என்றும் கேட்டான்.

ஸ்ரீனிவாசனுக்கு உலகப் பிரக்ஞை வந்தது. ஒரு பதிலும் சொல்லாமல் எழுந்து நின்றான்.

"எங்கே போகவேண்டும்" -திரும்பவும் கேட்டான் ரயில்வே சிப்பந்தி.

ஸ்ரீனிவாசன் தன்னைச் சமாளித்துக்கொண்டு, "எழும்பூருக்கு" என்றான்.

"சரியாய்ப் போச்சு, போ! எழும்பூருக்கு அந்தப் பக்கமாகப் போய் நில். இங்கே தாம்பரம் வண்டிதான் நிற்கும்" என்று சொல்லி ஸ்ரீனிவாசனை அவன் கிளப்பி விட்டான்.

"நல்லவேளை" என்று ஸ்ரீனிவாசன் எழுந்து எதிர்ப்பக்கப் பிளாட்பாரத்தை நோக்கி நடந்தான். சிப்பந்தி தன் வேலையைக் கவனிக்கப் போய் விடவே, இவன் அந்தப் பிளாட்பாரத்தில் ஒரு மூலையைத் தேடிப் பிடித்து உட்கார்ந்தான். அப்பொழுதிலிருந்து தான் அவனுக்குப் பய உணர்ச்சி தோன்ற ஆரம்பித்தது. அந்த அளவுக்குத் துயர நினைவுகள் குறையலாயின. சில சமயங்களில் பயம் தாழ்ந்து, துயரம் பொங்கும். இந்த இரண்டும் இரண்டு அலைகளாக அவன் மனத்தில் எழுவதும் விழுவதுமாக இருந்தன.

ஒவ்வோர் ஆளைப் பார்க்கும்போதும் ஒரு சந்தேகம், ஒரு பயம்-அவன் ரயில்வே சிப்பந்தியாக இருக்கலாமோ என்று. அவன் பார்த்து விட்டால், இவனை முழுக்க முழுக்கச் சந்தேகித்து, 'டிக்கெட் இருக்கிறதா?' என்று கேட்பான். 'இல்லை' என்று பதில் சொன்னால் மறுகணமே ஸ்டேஷன் மாஸ்டர் முன்னிலையில் போய் நிற்க வேண்டிய வரும் அப்புறம், தன் மீது குற்றம் சாட்டப்படும். அதைத் தொடர்ந்து வீட்டுக்குக் கொண்டு வரப்பட்டு... அதன்பின் என்ன நடந்தால் என்ன? வீட்டுக்குத் திரும்பி விட்டால் அப்பாவைப் பார்க்க வேண்டும்; அம்மாவைப் பார்க்கவேண்டும்; தங்கையைப் பார்க்க வேண்டும்; மூவருடைய கண்ணீரையும், கசப்பையும், சிதைந்த கனவையும் பார்க்கவேண்டும். ஒரு மனிதனுக்கு இத்தனையுமே அதிகம். ஆனால் ஸ்ரீனிவாசனோ இவற்றையும் தாண்டி, சுகன்யாவையும் வேறு பார்க்க வேண்டியிருந்தது. அவளைப் பார்ப்பது என்றால் தன் அவமானத்தையே கண்ணெதிரே பார்ப்பது என்றுதான் அர்த்தம். 'உனக்கு இனி உய்வில்லை, வாழ்க்கையில்லை' என்று சொல்லாமல் சொல்லும் ஒரு கொடிய விதியைக் கண்ணெதிரே காண்பதற்கும் அதற்கும் வித்தியாசம் இல்லை. இவற்றைப் பார்ப்பதை விட, மரணத் தைப் பார்ப்பது எவ்வளவு சுலபம்! எவ்வளவு இதமானது! -இப்படித் தோன்றிவிட்டது அவனுக்கு. இந்த யோசனையுடனேயே ஸ்டேஷனை நோக்கிப் பத்திரிகையும் கையுமாக வந்தான். பத்திரிகை யில் அன்று மாலை எஸ்.எஸ்.எல்.சி. பரீட்சை முடிவுகள் வெளியாகி யிருந்தன. தமிழ்ப் பத்திரிகையிலும் அவனுடைய நம்பர் இல்லை; ஆங்கிலப் பத்திரிகையிலும் இல்லை.

* * *

கிருஷ்ணசாமி ஐயங்கார் தம் மகனுடைய எஸ்.எஸ்.எல்.சி. படிப்பை ஒரு கற்பக விருட்சமாகவே கருதியிருந்தார். அவன் படித்துப் பாஸ் பண்ணி விட்டால், கற்பக விருட்சம் விரும்பியதையெல்லாம் கொடுக்கவிட்டாலும், ஓய்ந்து உட்காருவதற்கு நிழலாவது கொடுக்கும் என்பது அவர் நம்பிக்கை. வாழ்நாளெல்லாம் பட்ட துன்பங்களுக்கு ஒரு முடிவும் உண்டு. தமக்கு ஒரு விடிவுகாலமும் உண்டு என்று அவர் அசைக்க முடியாத நம்பிக்கை வைத்து, நிகழ் காலத்தைத் தள்ளிக்கொண்டு வந்தார்.

அவருடைய குடும்பம் அப்படி ஒன்றும் பெரியதல்ல. மனைவி, மகன், மகள், அப்புறம் அவர் - இந்த நான்கு பேர்தான். ஏகாங்கியேயானாலும் போதிய வருமானமில்லாவிட்டால், தரித்திரத்தி லிருந்து தப்புவது எப்படி? அவருக்குத் தொழில், பெருமாள் கோவில் பூஜை செய்து. கோவிலோ அரைப் போன்றே ஏழ்மை நிலையில் இருந்தது. அந்தப் பகுதியில் வசித்து வந்த ஒரு குறிப்பிட்ட ஜாதியாருக்கு அந்தப் பெருமாள், குலதெய்வம் பூஜித்துக் கொண்டாட வேண்டியவர்களில் பெரும்பாலோர் வசதியான நிலையில் இல்லாததால், தெய்வத்துக்குச் சிறப்பும் பூசனையும் இல்லாது போய் விட்டது. பெரும்பாலும் இரண்டொரு பணக்கார வியாபாரிகளின் தயவில் தான் கோவிலும், கோவிலை நம்பிய கிருஷ்ணசாமி ஐயங்கார் குடும்பமும் நிலைபெற்று வந்தன. மாதம் ஐம்பது அறுபதுக்குள்ளாகவே வருமானம். இதில் வாடகை, பள்ளிச் செலவு போக மீதி முப்பது முப்பத்தைந்து வைத்துத்தான் உண்ணவும் உடுத்தவும் வேண்டும். இப்படி வருஷக் கணக்கில் ஜீவனம். பையன் எஸ்.எஸ்.எல்.சி. பாஸ் செய்துவிட்டு வரட்டும், ஏதாவது ஒரு வழி செய்யலாம் என்று கோவில் பக்தர்களில் ஒருவரான பணக்கார வியாபாரி ஒருவர் ஐயங்காரிடம் உறுதியளித்திருந்தார். மிஞ்சிப் போனால் தம் கடையிலேயே தாற்காலிகமாக வேலக்கு வைத்துக் கொண்டு, அவன் டைப்பும் சுருக்கெழுத்தும் படித்தபின் வேறு நல்ல வேலையில் சேர்ப்பதற்கு ஏற்பாடு செய்வதாக அவர் சொல்லியிருந்தார். எனவே, முழு நம்பிக்கையோடு காத்திருந்தார் ஐயங்கார். மகனுடைய படிப்பின் மீது தம் எதிர்காலச் சுமையைத் தூக்கி வைத்துவிடலாம் என்றே அவர் கோட்டை கட்டினார்.

ஸ்ரீனிவாசனின் தாயார் தன் பங்குக்கும் சுமை ஏற்றத் தவற வில்லை. மகனுடைய படிப்பை அஸ்திவாரமாகக் கொண்டு அவள் கட்டிய மனக் கோட்டைகள் பல. அவன் உத்தியோகம் பார்த்துச் சம்பாதிப்பதைச் சேர்த்து வைத்து மகளுக்குக் கல்யாணம் பண்ணி விடவேண்டும்; அப்புறம், இரண்டு அறைகள் உள்ள ஒரு வீட்டைப் பார்த்து வாடகைக்குப் பிடிக்கவேண்டும்; மகனுக்கும் கல்யாணம் ஆகவேண்டும்; பேரன் பேத்தி எடுத்துப் பார்க்க வேண்டும்...

◈ கற்பக விருட்சம் ◈

இப்படிப் பெற்றோர் இருவருமே அந்தக் கற்பக விருட்சத்தின் அடியில் போய்ப் புகலிடம் தேடக் காத்திருந்தனர். இது ஸ்ரீனிவாசனுக்குத் தெரியும். தன்னுள்ளே தான் வளர்க்கும் கற்பகக் கன்று வாடிவிடக்கூடாது என்று அதற்கு அல்லும் பகலும் உரமிட்டு வளர்க்கும் முறையில், அரும்பாடுபட்டுப் படித்தான். செடியைத் தண்ணீர் விட்டோ, கண்ணீர் விட்டோ, ரத்தத்தைச் சிந்தியோகூட வளர்த்துவிடலாம். ஆனால் செடி முளை விடுவதற்கு ஒரு சாண் அகலக் கொல்லையாவது வேண்டாமா?

ஸ்ரீனிவாசனுக்கு நிம்மதியாக இருந்து படிக்க வீட்டில் இடமில்லை. ஒட்டுக் குடித்தனமாக இருக்கும் ஒரே அறைதான் வீடு. இதனால் புத்தகமும் கையுமாகப் பொருள் கோவிலுக்கே போய் விடுவான். பள்ளிக்கூடம் போகும் வரை படிப்பான். அப்புறம் பள்ளி முடிந்து வந்து இருட்டும் வரையில் அங்கே உட்கார்ந்து படிப்பான். விடுமுறை நாட்களில் பகல் முழுதும் அங்கேதான். கோவிலில் சில சமயங்களில் வழிப்போக்கர்கள் சிலர் தூங்குவார்கள்; பிச்சைக்காரர்கள் குறட்டை விடுவார்கள்; குழந்தைகள் ஓடி விளையாடுவார்கள்; குழந்தைகள் ஓடி விளையாடுவார்கள்; வீண் பேச்சுப் பேசிக்கொண்டிருப்பார்கள் சில ஆசாமிகள்... இந்தச் சூழ்நிலையில் ஸ்ரீனிவாசன் கற்பகக் கன்றை வளர்த்து வந்தான்.

ஆனால் ரத்தத்தை விட்டு வளர்த்த செடியும் பரிதாபகரமாகக் கருகி விட்டது. இதற்கு யாரை நொந்துகொள்வது? உலகத்தில் காரணம் தெரியாத துன்பங்களுக்குப் பஞ்சமா என்ன? தேனினும் இனிய குரல் படைத்திருந்த எவனோ ஒரு பாடகனுக்குத் தொண்டையில் புற்றுநோய் வந்ததாமே, அதற்கு என்ன காரணம்?

பரீட்சையில் தேறவில்லை என்பது தெரிந்ததும் ஸ்ரீனிவாசனுக்கு இந்த உலகமே காலடியிலிருந்து நழுவிவிட்டது. கடையில் பத்திரிகையை வாங்கிப் படித்தவன், ஆவலோடு காத்திருக்கும் பெற்றோர்களை நோக்கி வராமல் ஸ்டேஷனைப் பார்த்து வெறி கொண்டவன் போல் நடந்தான். அப்பொழுது பெற்றோரின் நினைவும், கல்யாணத்துக்குக் காத்திருக்கும் தங்கையின் நினைவும் வந்திருந்தால் வெறும் வேதனையாக மட்டும் இருந்திருக்கும். ஆனால் சுகன்யாவின் முகம் மனக்கண்முன் வந்து நின்றுவிடவே, வேதனையோடு அவமானமும் கலந்தது. தன்னைத் தானே வெறுத்தான்.

தன்னை ஒரு மனிதப் பிறவி என்று மதிக்கவே அவனால் முடியவில்லை. தான் இந்த உலகத்துக்கு ஒரு களங்கமாக, அசிங்கமாக இருப்பது போலவே அவனுக்குத் தோன்றியது. இந்தக் களங்கத்தைப் போக்கினால் தான் தன் அருவருப்பு உணர்ச்சி நீங்கும். சேற்றிலே நிற்பது போல் அவன் உடம்பிலே உயிர் நின்று தத்தளித்தது. சீக்கிரத்

தில் இந்தச் சாக்கடையை விட்டு வெளியேறிவிடவேண்டும் என்று வேகமாக ஸ்டேஷன் நோக்கி வந்தான்.

இருட்டும் வரையில் அங்கே உட்கார்ந்திருக்க வேண்டும்; இருட்டிய பிறகு எழுந்து சிறிது தூரம் நடக்கவேண்டும்; அப்புறம் ஓடும் ரயில் முன்னால் விழுந்து உயிரைப் போக்கிக்கொள்ள வேண்டும். இதுதான் அவன் செய்திருந்த முடிவு.

* * *

நேரம் ஆகஆக ஸ்ரீனிவாசன் பெற்றோரையும், அவர்கள் வைத்திருந்த நம்பிக்கையையும், பரீட்சை தேறாமல் போனதையும் கூட மறந்துவிட்டான். அந்த நினைவுகளுடன் சம்பந்தப்பட்ட உணர்ச்சிகளெல்லாம் கோரக் கூத்தாடி விட்டு ஓய்ந்து விழுந்து விட்டன. மிஞ்சி நின்ற நினைவு, அனைத்தையும் விடச் சக்தி வாய்ந்ததாக இருந்த நினைவு, சுகன்யாவைப் பற்றிய நினைவு தான்.

சுகன்யா பரீட்சையில் தேறிவிட்டாள். அவளுடைய நம்பர் பத்திரிகையில் இருக்கிறது; இரண்டு பத்திரிகைகளிலுமே இருக்கிறது. இதை நினைக்கும் போது அவனுக்கு அவமானமாக இருந்த நிலை மாறி, அவள்மேல் கோபம் கொள்ளும் ஒரு விசித்திரமான நிலையும் ஏற்பட்டது. எதற்காகக் கோபம்? எதற்காகவுமே கோபம்தான். அவள் ஏன் பரீட்சையில் தேறினாள்? ஏன் ஒரு பெண்ணாகப் பிறந்தாள்? எதற்காக எதிர்வீட்டுக்கு அப்பா அம்மாவோடு குடியிருக்க வந்தாள்? பரீட்சை நெருங்கும் சமயத்தில் ஏன் அடிக்கடி தன்னிடம் வந்து, தெரியாததையெல்லாம் கேட்டுத் தெரிந்து கொண்டாள்? அவள் செய்த காரியங்கள் அனைத்துமே அவனுடைய கோபத்துக்குக் காரணங்களாகி விட்டன.

சுகன்யா மீது இப்படிக் கோபமும் ஆத்திரமும் பிறக்கும் ஒரு கட்டம் வரும் என்று அவன் எதிர்பார்த்ததே இல்லை. அதனால இப்போது கோபம் வருவதைக் கண்டு, தனக்கு மூளைக் கோளாறு ஏற்பட்டுவிட்டதோ என்று கூட ஒரு கணம் பயந்தான். உள்ளமும் உடம்பும் கொதித்தன. தன் நெருப்பு தன்னையே சுட்டது. வெப்புத் தாங்கமுடியாமல், "சுகன்யா!" என்று வாய் விட்டே சொல்லி அனல் வீசும் சுவாசத்தை வெளியே விட்டான். 'சுகன்யா! எதற்காக நீ எதிர்வீட்டுக்கு வந்தாய்? ஏன் என்னிடம் வந்து பாடம் படித்தாய்? எதற்காக நீ பரீட்சையில் பாஸ் பண்ணினாய்?'

* * *

ஸ்ரீனிவாசன் குடியிருந்த வீட்டுக்கு எதிர்வீடு ஒரு வருஷத்துக்கு முன் காலியாயிற்று. யாரோ ஒரு சர்க்கார் உத்தியோகஸ்தர் மனைவி யோடும் மகளோடும் அங்கே குடிவந்தார். மகள் பள்ளிக்கூடம்

போகிறவளாக இருந்தாள். எந்தப் பள்ளிக்கூடம், என்ன வகுப்பு என்பவற்றையெல்லாம் சிரத்தை எடுத்துக் கண்டு பிடித்துவிட்டான் ஸ்ரீனிவாசன். தன்னைப் போலவே எஸ்.எஸ்.எல்.சி. படிப்பவள். வயதிலும்கூடத் தனக்குச் சமமாக இருக்கக் கூடும் என்று நினைத்தான். முதலில் அவனுக்கு இது ஆச்சரியமாகக்கூட இருந்தது. ஏனென்றால் அவன் படிக்கும் வகுப்பில் அவன்தான் அசாதாரணமாக மூத்தவன். இருபது வயதுப் பையன். தனக்கு அடுத்த வயது மாணவன், நான்கு வயது குறைந்தவனாகவே இருந்தான். இடையிடையே பணக் கஷ்டம் வந்து, அந்தந்த வருஷத்துப் படிப்பைப் பாழடித்தது. ஒரு தடவை நோய்வாய்ப்பட்டு மாதக்கணக்கில் கிடந்தான். இத்தனை தடங்கல்களையும் தாண்ட வேண்டிய நிர்ப்பந்தத்தினால், இந்த வயதில் இந்த வகுப்புப் படிக்கவேண்டியிருக்கிறது? ஆனால் சுகன்யாவுக்கு என்ன தடங்கல்கள் ஏற்பட்டிருக்கமுடியும்? வசதியான குடும்பத்தில் பிறந்து ஏகபுத்திரியாக இருக்கும் அவள், இப்போது கல்லூரியில் அல்லவா படிக்க வேண்டும்? இந்தத் திகைப்பு அவனுக்குப் பல மாதங்கள் வரை நீங்கவில்லை.

சுகன்யா அழகாக இருந்தாள். நிமிர்ந்து பார்த்தாலும் யாரையும் பார்க்காத ஒரு பார்வை. முகத்தில் சிரிப்புக் களையை ஒருநாள்கூட அவன் பார்த்தவனல்ல. எதிர்ப்பட்ட சமயங்களிலெல்லாம் பார்க்காதவள் போல் தன்னைக் கடந்து செல்வாள். மிகவும் கர்வம் பிடித்தவளாக இருக்க வேண்டும் என்று நினைத்தான். இது அவனுக்குப் பிடிக்கவில்லை. ஆனால் அவள் அழகு பிடித்திருந்தது; அவள் எதிர்வீட்டில் குடியிருந்தது பிடித்திருந்தது; ஒரு நாளைக்கு ஒரு தடவையாவது அவளைப் பார்ப்பதும் அவனுக்குப் பிடித்திருந்தது.

பரீட்சை நெருங்கிக் கொண்டிருந்த சமயத்தில் சுகன்யா வீட்டுக்கு ஒரு டியூஷன் வாத்தியார் வர ஆரம்பித்தார், எந்நேரமும் அவள் புத்தகமும் கையுமாக இருந்தபடியால் முன்போல் தினந்தவறாமல் அவளுடைய தரிசனம் கிடைக்கவில்லை. கண்ணாரக் கண்டால், அதைப் பற்றி எண்ணி இன்ப உணர்ச்சி பெறுவது சிறிது நேரமே நீடிக்கும்; காணாத தினத்திலோ, ஏமாற்ற உணர்ச்சி நாளெல்லாம் நீடித்திருக்கும். இதற்காக அவன் படிப்பில் அசிரத்தையாக இருந்து விடவில்லை. பெருமாள் கோவிலில் உட்கார்ந்து மனப்பாடமாக இருந்த பாடங்களையும் கூடத் திரும்பத் திரும்பப் படித்துக் கொண்டு தான் இருந்தான்.

ஒருநாள் மாலையில் நன்றாக இருட்டியதும் புத்தகக்கட்டுடன் வீட்டுக்குத் திரும்பினான் ஸ்ரீனிவாசன்; நல்ல பசி. காலையில் சாப்பிட்டது. மத்தியானம் வெறும் காபிதான், வீட்டுக்கு வந்து பார்த்தால் சாப்பாடு இன்னும் தயாராகவில்லை. சோர்ந்து துவண்டு

ஒரு மூலையில் படுத்து விட்டான். சிறிது நேரத்துக்கெல்லாம் எதிர் பாராதவிதமாக வீட்டுக்குள்ளே வந்தாள் சுகன்யா.

ஸ்ரீனிவாசனின் தாயார் புரியாமல் விழித்துப் பார்த்தாள். அவனுக்கோ ஒன்றுமே விளங்கவில்லை. சுகன்யா தனது வீட்டுக்கு வருவதா?

வீட்டுக்கு மட்டும் அவள் வரவில்லை; அவன் அருகிலும் வந்தாள். அவள் கையில் ஆங்கிலப் புத்தகம் இருந்தது. அவன் எழுந்தான். குறிப்பிட்ட ஒரு பக்கத்தைத் திறந்து அவனிடம் காட்டிச் சில சந்தேகங்களைக் கேட்டாள். அவை மிகமிக எளிமையான பகுதிகள், அவனைப் பொறுத்த வரையிலும் சந்தேகங்களைப் போக்கினான்– நின்றுகொண்டேதான். அப்பொழுது அவள் கேட்ட இரண்டொரு கேள்விகள், அவளுடைய கல்வித் தரத்தை எடுத்துக் காட்டுவனபோல் இருந்தன. ஆனால், அதைப்பற்றி அவன் அப்போது நினைக்கவில்லை. அவள் வந்ததும், நின்றதும், சில வார்த்தைகள் பேசி விட்டுப் போனதும் தான் அவன் மனசில் பதிந்திருந்தன. அவள் தன்னைத் தேடி வந்துவிட்டாள்; தன்னிடமும் உதவி கோரி வந்துவிட்டாள். தனக்கும் ஒரு முக்கியத்துவம் இருக்கிறது. இந்தக் காரணங்களெல்லாம் சேர்ந்து, சிறிது நேரத்துக்கு அவன் பசியைக் கூட மறக்கடித்து விட்டன. தாங்க முடியாத சந்தோஷம்.

இரவு சாப்பிட்டுப் படுத்த பிறகு, அவள் தனக்கு ‘நன்றி’ சொல்லாமல் போனது ஞாபகம் வந்தது, சர்வ சாதாரணமாக எளிய பகுதிகளைக்கூடப் புரிந்து கொள்ளாத மோசமான கல்வித்தரம் நினைவுக்கு வந்தது. நிச்சயம், பல வகுப்புக்களில் பெயிலாகியிருப்பாள் என்று நினைத்தான். அவள் தனக்குச் சமமான பிராயத்தில் இந்த வகுப்புப் படிப்புதான் காரணம் இப்போது புலனாகி விட்டது, அவனுக்கு.

அழகாக இருந்தாலும் புத்திக்கூர்மை இல்லை. அத்துடன் நன்றி உணர்ச்சியும் இல்லை. எது இல்லாமல் போனால்தான் என்ன? அழகு இருந்தது. அப்புறம், இல்லாத எதைப்பற்றித்தான் கவலை?

ஸ்ரீனிவாசன் விழுந்து விழுந்து படிப்பதற்குக் குடும்பத்தின் எதிர்கால க்ஷேமம் மட்டும் காரணமல்ல; சுகன்யாவின் கண்முன் தான் ஓர் அறிவாளியாக, வீரனாக விளங்கவேண்டுமென்ற வேட்கை யும் உண்டாகிவிட்டது.

அந்தப் பெண் இரண்டு வாரங்களுக்குப் பின் மற்றொரு முறையும் வந்தாள் பரீட்சை தொடங்குவதற்கு முன்மேலும் இரண்டு தடவைகள் அவள் வந்துவிட்டாள்.

ஒரு சந்தர்ப்பத்தில் கூட அவள் உட்காரவில்லை. தன் சந்தேகங் களைக் கேட்பதைத் தவிர வேறு எதைப்பற்றியும் பேசவில்லை. ‘தாங்க்ஸ்’ - அதை உச்சரிக்கக்கூட இல்லை.

ஒருநாள் தெருவில் கண்ணுக்கு எதிரே அவளைப் பார்த்த போது, பழகிய பெண் என்பதால் ஸ்ரீனிவாசன் இலேசாகப் புன்னகை செய்தான். அவள் பதிலுக்குச் சிரிக்கவுமில்லை; அவனைப் பார்க்கவு மில்லை. கவனியாமலே போய்விட்டாள்.

உரிய நாளில் அவர்கள் இருவரும் பரீட்சை எழுதினார்கள்.

அவள் தேறிவிட்டாள்.

அவன் தேறவில்லை.

* * *

நன்றாக இருட்டிவிட்டது. ஸ்டேஷனில் ஒன்று பாக்கி யில்லாமல் எல்லா விளக்குகளும் ஏற்றப்பட்டு விட்டன. தான் குறித்திருந்த நேரமும் வந்துவிட்டது. இனியும் அங்கே உட்கார்ந் திருப்பதில் அர்த்தமில்லை. இவ்வளவு நேரமும், ஸ்டேஷன் சிப்பந்தி களிடம் அகப்படாமல் இருகக வேண்டும் என்ற பயத்துடன் இருந்தாகிவிட்டது. எப்படியோ தப்பி விட்டோம். கடைசி நேரத்தில் அகப்பட்டு விடக்கூடாதே என்று ஸ்ரீனிவாசன் நெரிசல் மிகுந்த ஒரு சமயத்தில் ஸ்டேஷனை விட்டு வெற்றிகரமாக நழுவி வெளியே வந்துவிட்டான்.

வெளிப்புறமாகத் தண்டவாளத்தை ஒட்டிச் செல்லும் நடை பாதையை நோக்கி நடந்தான், சற்று முன்பு கண்ணீர்த் திலை யினால் பரந்த வானம் மங்கியதைப்போல், ரயில்வே சிப்பந்தியிடம் கொண்ட பயத்தினால் மங்கி மறைந்திருந்த மரண பயம் இப்போது முழுமையாக, தெளிவாக எதிரே வந்து விட்டது.

‘சும்மா நடந்து போகவில்லை; சாவதற்காக நடந்து போகிறோம்.”

-இதை நினைத்துப் பார்த்தான் ஸ்ரீனிவாசன். நடை நிற்கா விட்டாலும் மனம் ஸ்தம்பித்துவிட்டது. முன்புறம் மரணம்; பின்புறம் வாழ்க்கை. இரண்டுமே நினைக்க முடியாத பயங்கரங்களாக இருந்தன. எதை ஏற்பது? எதை உதறுவது - அவனால் முடிவுகட்ட முடியவில்லை. நடந்து செல்லும் கால்களே முடிவுகட்டட்டும் என்று விட்டுவிட்டவனைப்போல் போய்க் கொண்டிருந்தான். அவனுடைய உயிர் அந்தக் கால்களிலேயே தஞ்சம் புகுந்து விட்டது. அவை விட்டவழி விடட்டும்...

மாம்பலம் ஸ்டேஷனை நோக்கி நடக்கும்போது, ஒரு நிமிஷம் மரணத்தைப் பற்றிய சிந்தனை; மறு நிமிஷம் வீட்டைப் பற்றிய நினைவு.

ஒரு கட்டத்தில் சாவைப் பற்றி எண்ணாமல், 'சாவுக்குப் பின் என்ன?' என்பதைப் பற்றிச் சிந்திக்கத் தொடங்கி விட்டான். அந்தச் சிந்தனை வளர்ந்து கொண்டே போயிற்று.

செத்தபிறகு, தாயும் தந்தையும் தங்கையும் கதறித் துடிப்பார்கள். மூவரில் ஒருவருக்காவது பைத்தியம் பிடிக்கும்; ஒருவருக்குத் தன்னைப்போலவே தற்கொலை எண்ணம் பிறக்கும்; மற்றொருவர், இரண்டையும்விட பயங்கரமான ஒரு நிலையில் அகப்பட்டுக் கொண்டு தத்தளிப்பது நிச்சயம். தான் உயிரோடு இருந்தால், இத்தனையும் நிகழாமல் தடுத்துவிடலாம். வேறு கஷ்டங்கள் ஏற்பட்டால் சமாளிக்கமுடியும். இந்த மாதிரியான எண்ணம் பிறந்த பிறகும்கூட அவன் திரும்பி விடவில்லை. நடந்து கொண்டுதான் இருந்தான், தான் நினைத்த காரியத்தை ஒரு சில நிமிஷங்களுக்குள் முடித்துவிடும் உறுதியோடும் இருந்தான்.

"வீட்டாரின் தத்தளிப்பையும் பொருட்படுத்தாமல் சாவை அரவணைக்கத் தன்னைத் தூண்டுவது, அவமான உணர்ச்சிதான் என்பதில் என்ன சந்தேகம்? அந்த உணர்ச்சிக்குக் காரணம், சுகன்யா! பாஸ் பண்ணிய சுகன்யா! அந்த சுகன்யாவுக்காகத்தான் சாகப் போகிறோம்.'"

ஸ்ரீனிவாசன் அப்படியே பிரமை பிடித்தவன்போல் நின்று விட்டான்.

அவளுக்குத்தான் சாவு என்றால், அந்த மரணத்துக்கு என்ன மதிப்பு? சாகிறவனுக்குத்தான் என்ன மதிப்பு? அவள் தன்னைக் காதலிக்கவில்லை; தானும் அவளைக் காதலிக்கவில்லை.

அவள் எதில் சிறந்தவள்? - படிப்பிலா? நன்றி உணர்ச்சியிலா? அரிய குணங்களிலா? அவளைப் போன்ற கர்வியை, மக்குத் தனமானவளை, நன்றி உணர்ச்சியற்றவளை இதுவரை பார்த்ததுகூட இல்லை. அவளிடம் இருப்பதெல்லாம் அழகு ஒன்று தான். அதை விட்டால், பாஸ் பண்ணி விட்டாள் என்ற ஒரு பெருமிதம் இருக்கிறது. இந்த இரண்டுக்காகவும் சாவதென்றால், ஊரில் இருக்கிற ஒவ்வொரு அழகிக்காகவும், ஒவ்வொரு பாஸ் பண்ணி பெண்ணுக்காகவும் சாகவேண்டும்.

அர்த்தமில்லாமல் முட்டாள்தனமாக இந்த முடிவு எடுத்து விட்டோம் என்று கருதினான். தன் பிணத்தைப் பார்த்து அவள் அழுவது ஒரு புறம் இருக்கட்டும்; அருவருப்பில்லாமலாவது பிணத்தைப் பார்ப்பாளா?

தன் முட்டாள் தனத்துக்கு, தன் தலையிலேயே கல்லை எடுத்து ரத்தம் வரும் வரையில் இடித்துக்கொள்ளலாம் போல் இருந்தது.

மிகுந்த ஆவேசத்துடன் கையிலிருந்த பத்திரிகைகளைத் துண்டு துண்டாகக் கிழித்தெறிந்தான் ஸ்ரீனிவாசன். வந்த வழியே அவன் திரும்பி விட்டான்.

* * *

கிருஷ்ணசாமி ஐயங்காரும் தெரிந்த கடை ஒன்றில் பத்திரிகையை எடுத்துப் பார்த்தார். பையனுடைய நம்பர் வரவில்லை என்று கண்டதும் ரத்த ஓட்டம் நின்று விட்டது. வெகு சிரமப்பட்டு மனத்தைக் கட்டுப் படுத்தினார். பல்லைக் கடித்துக்கொண்டு நிதானமாக வீட்டை நோக்கி நடந்து வந்தார். அப்புறம் அரைமணி நேரம் வீடு முழுதுமே மௌனம் நிலவியது. ஆகாயக்கோட்டை கட்டிய ஒவ்வொருவருக்கும் மற்றவருடைய முகத்தைப் பார்க்கவும், பார்த்துப் பேசவும் வெட்கமாக இருந்தது. இடிந்து போய் ஆளுக்கு ஒரு பக்கம் ஒதுங்கினார்கள்.

அரை மணி நேர மௌனத்துக்குப் பிறகு, வீடு அல்லோல கல்லோலப்பட்டது. ஸ்ரீனிவாசன் வீட்டுக்கு வராமல் இருப்பது ஏன்? எங்கே போயிருப்பான்? எங்கே போனான்?

ஐயங்கார் திகிலோடு எழுந்து போய் மகனைத் தேடினார். கோவில், பள்ளிக்கூடம், வாசகசாலை, சிநேகிதர்களின் வீடுகள்... அரைமணி நேரம் சுற்றிப் பார்ப்பது; பிறகு வீட்டுக்கு வந்து, ‘வந்து விட்டானா?’ என்று பார்த்து விட்டு, பழையபடியும் வெளியே போவது; ஆறு தடவை வந்து பார்த்துவிட்டார். ஆறு தடவைகளிலும் வீட்டில் ஆறு இடிகள் விழுந்தன.

இந்தக் கலவரங்கள் எதிர்வீட்டுக்கு எட்டியதும் சுகன்யா வந்தாள். ஸ்ரீனிவாசனின் தாயாரும் தங்கையும் அவளைப் பார்த்து, கோ வென்று அழுதார்கள். அவளுக்கும் கண்ணீர் வந்துவிட்டது. “ஒருவேளை, நம்பர் விட்டுப் போயிருக்கும். நாளை பேப்பரையும் பார்க்கவேண்டும்” என்று சொல்லி ஆறுதல் அளிக்க முயன்றாள் சுகன்யா.

அப்போது வீட்டில் யாருக்குமே நம்பர்களைப் பற்றிய கவலை இல்லை. நம்பர்கள் நாளை வந்தாலும் வரட்டும், அல்லது வராமலே போகட்டும், ஸ்ரீனிவாசன் வந்தால் போதும் என்ற நிலையில் இருந்தார்கள்.

இதற்கு அந்தப் பெண் என்ன ஆறுதல் அளிக்கமுடியும்? ஒன்றும் பேசாமல் இருந்துவிட்டுத் தன் வீட்டுக்குத் திரும்பிவிட்டாள்.

ஏழாவது தடவையாக அலைந்துவிட்டு வந்த கிருஷ்ணசாமி ஐயங்கார், யாரிடமும் எதுவும் பேசாமல் ஓர் ஓரமாகச் சுவரில் சாய்ந்து உட்கார்ந்து விட்டார். மனைவியும் மகளும் கேட்ட கேள்வி

களுக்கு அவர் பதில் ஒன்றும் சொல்லவில்லை.

அப்புறம் அந்த வீட்டுக்குச் சுகன்யாவின் அம்மா வந்தாள். தன் மகள் சாப்பிடாமல் அழுதுகொண்டு படுத்திருக்கிறாள் என்ற செய்தியையும் சொல்லிவிட்டு ஸ்ரீனிவாசனைப் பற்றி விசாரித்தாள்.

மனமில்லாமலும் தெம்பில்லாமலும் கண்ணீரும் கம்பலையுமாக ஐயங்காரின் மனைவி பதில் சொல்லிக்கொண்டிருக்கும் சமயம்....

ஸ்ரீனிவாசன் வந்துவிட்டான்!

"சீனா!" என்று ஒரு பெரிய கூப்பாடு போட்டுவிட்டு, அவனைக் கட்டிக் கொண்டு அழுதாள் தாய். தங்கையும் வந்து, "எங்கே போனே சீனு?" என்று கேட்டுவிட்டுக் கேவிக் கேவி அழுதாள். ஐயங்கார் நிமிர்ந்து உட்கார்ந்தார். முழங்கால்களைக் கட்டிக்கொண்டு வெறித்த பார்வையோடு மகனையும் மற்றவர்களையும் பார்த்தார்.

அவன் வந்துவிட்ட செய்தியறிந்த சுகன்யா ஒரே பாய்ச்சலாகப் பாய்ந்து ஓடிவந்தாள். வந்து அவனுடைய குனிந்த தலையை, வைத்த கண் வாங்காமல் பார்த்துக் கொண்டிருந்தாள்.

"சீனு!" என்று சுகன்யா அவனை அழைத்தாள். பெயர் சொல்லி அழைத்தாள்.

ஸ்ரீனிவாசன் முகத்தைத் தூக்கிச் சுகன்யாவின் கண்களைப் பார்த்தான்.

அந்த இரு கண்களிலும் கண்ணீர் ததும்பியிருந்தது. கண்ணீரையும் பார்த்தான். அப்போது, அந்தக் கண்ணீரில் வேறொரு கற்பகக் கன்று தளிர்த்தது.

அவனுடைய கண்ணீருக்கும் ரத்தத்துக்கும் வளராமல் கருகிய கற்பகத்துக்குப் பதில் மற்றொரு கற்பகத்துக்குக் கண்களால் நீர் வார்க்கும் தரும தேவதையைப் பார்ப்பது போல சுகன்யாவைப் பார்த்தான் ஸ்ரீனிவாசன்.

* * *

'**சு**கன்யா! உன்னை வெறுத்ததால் நான் சாகாமல் வாழ நினைத்தேன்; இப்போது உன்னுடைய அன்பால் (உன்னிடம் கொண்ட அன்பால் என்று நினைக்கச் சங்கோஜமாக இருந்தது) சாகாமல் வாழ நினைக்கிறேன்! நீ எப்போதுமே என்னைச் சாக விட மாட்டாய்! அப்படித்தானே?' -ஆனந்தக் கண்ணீரைத் தலையணையில் ஒற்றிக் கொண்டான் ஸ்ரீனிவாசன்.

12

சிங்கப்பூர் சென்ற மகன்

கழுகுமலை பலசரக்குக் கடை சங்கரன் செட்டியார் வீட்டுக்குக் காவேரிப் பாட்டி வந்து சேர்ந்தபோது மாலை ஐந்து மணிக்கு மேலேயே இருக்கும். அப்போது வீட்டில் செட்டியார் இல்லை. அவருடைய மனைவியும் மகளும் தான் இருந்தார்கள். இருவருமே பாட்டியைப் பார்த்ததும் ஆவலோ வெறுப்போ இன்றி, "வா, பாட்டி. எங்கிருந்து வர்ரே?" என்று வரவேற்றார்கள்.

"ஊரிலே இருந்துதான் வர்ரேன், மீனாச்சி!" என்று கூறிவிட்டு, "முருகா..." என்று சொல்லிக்கொண்டே ஒரு மூலையில் உட்கார்ந்தாள் பாட்டி. உட்கார்ந்ததுமே, "நாளைக்கு மாசி மகமாச்சே, முருகனைப் போய்ச் சேவிச்சட்டு வருவோம்னு வந்தேன். அடுத்த மகத்துக்கு இருக்கப் போறேனோ என்னவோ!" என்றும் சொன்னாள்.

அவளுக்குப் பயம், "ஏன், வருஷம் தவறாமல் எங்கள் வீட்டுக்கு வருகிறாய்? உன்னை யார் இங்கே வெற்றிலை பாக்கு வைத்து அழைக்கிறார்கள்?" என்று கேட்டுவிட்டுவார்களோ என்று." அதனால், தான் வந்த காரணத்தை முன் கூட்டியே அவசரம் அவசரமாகச் சொல்லி முடித்தாள்.

செட்டியாரின் மனைவி தனக்குள் சிரித்துக்கொண்டாள். 'வரும் போதெல்லாம் அசைக்கமுடியாத ஒரு காரணத்தையும் கண்டு பிடித்துக் கொண்டு வருகிறாளே!' என்பதை நினைக்கும்போது மீனாக்ஷியம்மாளுக்குச் சிரிப்புத் தான் வந்தது.

அப்போது வடபக்கத்துச் சுவரில் சாய்ந்துகொண்டு நிறைமாத கர்ப்பிணியாகக் கோமதி உட்கார்ந்திருந்தது, பாட்டியின் கவனத் தைக் கவர்ந்தது.

"கோமதி எப்போ வந்தா, மீனாச்சி?" என்று காவேரிப் பாட்டி கேட்டாள்.

"ஏழாவம் மாசத்திலேயே கூட்டியாந்திட்டோம், பாட்டி. இது தான் மாசம்" என்றாள் மீனாக்ஷியம்மாள்.

"வாம்மா கோமதி. வா, வந்து இப்படிப் பக்கத்திலே உக்காரு" என்று அவளை அழைத்து வைத்துக்கொண்டு, அவளுடைய கணவன் வீட்டு க்ஷேமலாபங்களை அக்கறையோடு பாட்டி விசாரிக்கலானாள். கோமதியைக் கர்ப்பிணியாகப் பார்த்ததில் பாட்டிக்கு ஒரே சந்தோஷம். அவளுடைய பிள்ளைப் பேறு சமயத்தில் ஒத்தாசையாக இருக்கும் சாக்கில் கழுகுமலையில் இரண்டு மாதங்களாவது தங்கி யிருக்கலாம் என்று பாட்டிக்கு நம்பிக்கை பிறந்தது.

சிறிது நேரம் சென்றதும், ஏதோ ஒரு நல்ல விஷயம் ஞாபகத்துக்கு வந்து விட்டதைப் போல் ஒரே சந்தோஷ முழக்கத்துடன், "வைகாசி மாசத்திலே வர்ரதாச் சொல்லி ஆறுமுகம் காயிதம் போட்டிருக்கான், மீனாச்சி. முந்தா நாள்தான் காயிதம் வந்தது!" என்று காவேரிப் பாட்டி சொன்னாள்.

மீனாக்ஷியம்மாள் இந்தச் செய்தியைக் கேட்டதும் ஆவலோடு, "என்ன, ஏது" என்று விசாரிப்பாளென்று பாட்டி எதிர்பார்த்தாள். ஆனால் அந்த அம்மாளோ அதைக் காதில் வாங்காதவள் போல் ஒரு பக்கம் பராக்குப் பார்த்துக் கொண்டு உட்கார்ந்திருந்தாள்.

பாட்டி தன் முழக்கத்தை நிறுத்தவில்லை. "அம்மட்டுக்கும் நல்ல சமயத்திலே தான் வர்ரான். வைகாசிக்கு, கோமதியோட பிள்ளை மணுமாசக் குழந்தையாக இருப்பான்... ஆமா, முருகன் கிருபையிலே பேரன்தான் பிறக்கப் போறான், என் வாக்குப் பலிக்குதா இல்லையா பாரு மீனாச்சி! பேரனுக்கு ரெண்டு பவுன்லே அரணாக் கொடி செஞ்சிக்கிட்டு வாடான்னு ஆறுமுகத்துக்குக் காயிதம் போடப் போறேன்."

அப்பொழுதும் மீனாக்ஷியம்மாள் எதுவும் பேசவில்லை. மறுமுறையும் உள்ளுக்குள் சிரித்துக்கொள்ளத்தான் செய்தாள். ஆறுமுகத்தையும், தங்க அரைஞாணையும் பற்றி எதுவுமே பிரஸ்தாபிக்காமல், "பாட்டி வாக்குப் பலிக்கட்டும்! பேரன் பிறக்கட்டும்!" என்று மட்டும் சொன்னாள்.

தன் மகனுடைய வருகைக்கு இன்னும் அழுத்தம் கொடுத்து, மீனாக்ஷியம்மாளின் ஆவலை எப்படியாவது தூண்டிவிடவேண்டும் என்ற முயற்சியில் முழுமூச்சாக இறங்கிவிட்டாள் பாட்டி.

'போன வருசமே வந்திருப்பான். அப்போ கடை முதலாளியும் அனுப்பி வைக்கிறதாத்தான் சொன்னாராம். ஆனா, கப்பலுக்குப் பொறப்படுறபோது, 'அவசர வேலை இருக்கு, ஆறுமுகம்; நீ இல்லாமே இங்கே என்ன காரியம் நடக்கும்? இருந்து, அடுத்து வருசம் ஊருக்குப் போகலாம்'னு சொல்லிப் பயணத்தை நிறுத்திப் போட்டாராம். கடைசி கடைசின்னு பத்து வருசத்துக்குப் பிறகு இந்த வைகாசியிலே பயணம் வச்சிருக்கான்... ஹூம், இந்தப் பத்து வருசமும் நான் பட்டபாடு எனக்குத் தெரியும்; அந்த முருகனுக்குத் தெரியும்."

கண்களில் கசிந்திருந்த கண்ணீரைப் பாட்டி விரலால் துடைத்துச் சுண்டினாள்."

சிறிது நேரம் யாரும் எதுவும் பேசாமல் மௌனமாக இருந்தார்கள். பிறகு மீனாக்ஷியம்மாள் எழுந்து, "இரு பாட்டி, கோமதி கிட்டே பேசிக்கிட்டு இரு. விளக்கேத்திட்டு வர்ரேன்" என்று சொல்லி

விட்டு அப்பால் போனாள்.

இரவு எட்டு மணிக்கெல்லாம் சங்கரன் செட்டியார் கடையைச் சாத்திக் கொண்டு வீட்டுக்கு வந்து சேர்ந்தார், காவேரிப் பாட்டி வந்திருப்பதைப் பார்த்து, "வா, பாட்டி, சௌக்கியமா?" என்று கேட்டார்.

பாட்டி அவரிடமும் தன் வாய்ப்பாட்டை ஒப்பித்தாள்: "கழுகுமலைக்கு வந்ததற்குக் காரணம் மாசிமகத் திருநாள் தான்... ஆறுமுகம் வைகாசியில் சிங்கப்பூரிலிருந்து வரப்போகிறான்... பேரனுக்கு இரண்டு பவுனில் அரைஞாண் கொடி முந்தாநாள் கடிதம் வந்தது..." என்று பாட்டி சொல்லிக் கொண்டே போகும்போது, செட்டியார் குறுக்கிட்டு, "காயிதம் வேறே போட்டிருக்கானா?" என்று கேட்டார்.

"ஆமா சங்கரா, முந்தா நாள்தான் வந்தது" என்று அழுத்தம் திருத்தமாகப் பாட்டி சொன்னாள்.

"அப்படியா!" என்று ஒரு மாதிரியாகச் சொல்லி விட்டு, சங்கரன் செட்டியார் கிணற்றடிக்குப் போய் விட்டார்.

கிழவிக்கு மனக்கஷ்டம் தாங்கவே முடியவில்லை. இரவு எல்லோரும் சாப்பிட்டுப் படுத்துத் தூங்கிய பிறகும் காவேரிப் பாட்டிக்குத் தூக்கம் வரவில்லை. பத்து வருஷங்களுக்குப் பிறகு ஏராளமான சம்பாத்தியத்துடன் மகன் திரும்பி வருகிறான் என்றும், செட்டியாருடைய பேரனுக்கு இரண்டு பவுன் அரைஞாண் கொடியைக் கொண்டுவந்து கொடுக்கப் போகிறான் என்றும் சொல்லியும் கூட, அவர்கள் அதை வேண்டுமென்றே காதில் வாங்கிக் கொள்ளாமல் அப்பால் நழுவுவதை நினைக்கும் போது அவளுக்கு அவமானமாகவும் இருந்தது; பயமாகவும் இருந்தது.

ஆறுமுகம் வருவான் என்று அவர்கள் நம்பவில்லை என்பதை அவள் உணர்ந்துகொண்டாள். 'நம்பாததற்குக் காரணம்? அவன் தாயைத் தேடிவரக் கூடிய சற்புத்திரன் அல்ல என்று நினைத்தார்களா? இல்லையென்றால்...? -கிழவிக்குப் பயத்தினால் நெஞ்சு 'திக்திக்' என்று அடித்துக் கொண்டது.

"முருகா! இந்த வயசிலே நான் இப்படி ஊர் ஊரா அலைஞ்சி திரியறது கூட உனக்குப் பொறுக்கல்லையா? இந்தப் பொழைப்பிலும் மண் விழணுமா? நான் யாருக்கு என்ன கெடுதல் பண்ணினேன்?" என்று கடவுளிடம் தன் குறையைச் சொல்லி அழுதாள். 'மாசி மகம் திருநாள் முடிந்ததுமே கழுகு மலையை விட்டுப் போய்விடலாமா? இல்லையென்றால் துணிந்து கோமதியின் பிரசவம் வரைக்கும் இருந்துவிட்டுப் போவதா?" - இந்த இரண்டில் எதைச் செய்வது

என்பதைத் தீர்மானிப்பதற்கு வெகுநேரம் வரையில் மனசோடு போராடினாள். கடைசியில், 'ஒரு முடிவுக்கும் வர முடியாமலே எப்படியோ தூங்கவிட்டாள்.

காவேரிப் பாட்டி அவள் சொன்னதுபோல் ஊர் ஊராய் அலைந்து ஜீவனம் பண்ண ஆரம்பித்துப் பத்து வருஷங்கள் ஆகி விட்டன. பத்து வருஷங்களுக்கு முன்பு அவளுடைய ஏகபுத்திரன் ஆறுமுகம் திடீரென்று ஒருநாள் காணாமல் போய்விட்டான். அவன் அப்படி சொல்லாமல் கொள்ளாமல் ஊரை விட்டுப் போனதற்கு அவனுடைய சோம்பேறித் தனத்தைத் தவிர வேறு காரணம் எதுவும் கிடையாது, பலகாரம் விற்று அன்றாடம் அரையும் காலும் சம்பாதித்துக் கொண்டிருந்த தகப்பனார் காலமாகி விட்டார். தாயாருக்குச் சுயமாகப் பலகாரம் போட்டுவிற்கும் திறமை கிடையாது. அவனுக்கோ வயது இருபத்திரண்டு ஆகியும் எந்த வேலையைச் செய்வதற்கும் சாமர்த்தியம் இல்லை; மனமும் இல்லை. சோம்பேறியாகவே இருந்து பழகிவிட்டான். போதும் போதாதற்குக் கெட்ட சகவாசங்கள் வேறு. இந்த நிலையில்தான் அவன் ஊரை விட்டுப் போய்விட்டான். எங்கே போனான். என்ன ஆனான் என்று யாருக்குமே தெரியாது. காவேரிப் பாட்டி பிள்ளைப் பாசத்தினால் அந்தச் சோம்பேறி மகனையும் தேடிக்கொண்டு, உற்றார் உறவினர் வாழும் ஊர்களுக்கெல்லாம் ஒருமுறை போய்விட்டு ஏமாற்றத்துடன் திரும்பி வந்தாள்.

வருஷம் ஒன்றாயிற்று; இரண்டாயிற்று. அதுவரையிலும் காவேரிப் பாட்டி மகனை நினைத்துக் கவலைப்பட்டுக் கொண்டிருந்து போய், தன்னை நினைத்தே கவலைபபடவேண்டியதாகி விட்டது. ஐம்பத்தைந்து வயதுக்கு மேல் கை முதல் எதுவுமில்லாமல் தனி வாழ்க்கை வாழ்வது எப்படி? கிழவிக்கு ஒன்றுமே புரியவில்லை. இந்தச் சமயத்தில் பத்துப் பன்னிரண்டு மைல் தூரத்திலுள்ள கடம்பூரில் தன் உறவினர் ஒருவர் வீட்டுக் கல்யாணத்துக்குப் போயிருந்தாள். போன இடத்தில் பாட்டிக்கு எதிர்பாராத விதமாக ஆறுமுகத்தைப் பற்றிய செய்தி தெரிய வந்தது. சிங்கப்பூரிலிருந்து சுமார் ஒரு மாதத்துக்கு முன் திரும்பி வந்திருந்த அவ்வூர் க்ஷவரத் தொழிலாளி சுப்பையா, காவேரிப் பாட்டியின் மகன் ஆறுமுகத்தைப் பற்றி ஒரு சமயம் அந்தக் கல்யாண வீட்டுக்காரரிடம் பிரஸ்தாபித்திருக்கிறான். சிங்கப்பூருக்கு வந்தவர்களில் நல்ல விதமாகச் சம்பாதித்துப் பணத்தோடு ஊர் திரும்பியவர்களும் உண்டு, ஒன்றும் சம்பாதிக்காமலே குடித்துவிட்டுப் பாழாயப் போகிறவர்களும் உண்டு என்று சொல்லி, அப்படிச் சீரழியும் ஆசாமிகளில் செட்டிகுறிஞ்சி கிராமத்தைச் சேர்ந்த ஆறுமுகம்

என்பவரும் ஒருவர் என்று அவன் ஆறுமுகத்தை உதாரணம் காட்டி யிருக்கிறான். உடனே சுப்பையாவிடம் ஆறுமுகத்தைப் பற்றித் தீர விசாரித்துத் தெரிந்துகொண்ட கல்யாண வீட்டுக்காரர், அதை ஞாபகம் வைத்திருந்து, பாட்டி வந்ததும் அவளிடம் விஷயத்தைச் சொன்னார். அந்த நிமிஷமே சுப்பையாவைத் தேடிப் போனாள் பாட்டி மகனைப் பற்றி விசாரித்தாள். கடல்தாண்டிப் போயும் மகன் திருந்தாததற்காக ஒரு மூச்சு அழுதாள். அப்புறம், "சுப்பையா! நீ எனக்குப் பெத்த பிள்ளை மாதிரி. நீ போய் அவனுக்குப் புத்தி சொல்லு. நாலு பேரைப் போலச் சம்பாதிச்சு நல்லபடியா ஊர் வந்து சேர ஒரு வழி பண்ணிக் குடு. உனக்குக் கோடி புண்ணியம். உன் புள்ளை குட்டி நல்லா இருக்கும்" என்று கெஞ்சினாள். சிங்கப்பூருக்குப் போய்த் தனக்கு மறக்காமல் கடிதம் எழுதவேண்டும் என்றும் கேட்டுக்கொண்டாள். தன்னால் ஆனதைச் செய்வதாகச் சுப்பையா வாக்குக் கொடுத்த பின்பு, கல்யாண வீட்டுக்குத் திரும்பினாள்.

கல்யாணம் முடிந்ததும் சொந்த ஊருக்கு வந்த சேர்ந்த பாட்டி, வெகு சீக்கிரத்திலேயே தன் மீதி வாழ்நாளையும் தள்ளுவது எப்படி என்பதைப் பற்றி யோசிக்க ஆரம்பித்தாள்.

நாள் கணக்கில் தீவிரமாக ஆலோசித்த பிறகு ஒரு முடிவுக்கு வந்தாள்.

சுமார் இருபது மைல் வட்டாரத்துக்குள் இருக்கும் ஏழெட்டு ஊர்களில் அவளுக்குப் பந்துக்கள் இருந்தார்கள். யாருடைய வீட்டிலாவது போய் ஏதாவது வேலை செய்து பிழைக்கலாம் என்று தோன்றியது. அதன் பிரகாரம் முதலில் ஒரு கிராமத்துக்குப் போனாள். போய் இரண்டு மூன்று நாட்கள் இருந்த பிறகுதான் தன் திட்டம் நிறைவேறக்கூடிய திட்டமல்ல என்று தெரிந்தது. பந்துக்களில் சாப்பாடு போட்டு வேலைக்காரி வைத்துக்கொள்ளக் கூடிய சக்தி படைத்த குடும்பங்கள் இரண்டொன்றுதான் இருந்தன. அவர்களுக்கும் அந்தச் சக்திதான் இருந்ததே ஒழிய, அவசியம் எதுவும் இல்லை. வேலைக்காரி இல்லாமலே அவர்கள் சமாளித்துக் கொள்ளக் கூடியவர்களாக இருந்தார்கள். மற்றக் குடும்பத்தினர் பாட்டியைப் போலவே ஏழைகள். அதனால் நிரந்தரமாக எந்தக் குடும்பத்துடனும் அவளால் தங்க முடியவில்லை. இதை உத்தேசித்து ஒவ்வொரு ஊரிலும் ஒரு மாதமோ இரண்டு மாதங்களோ இருப்பது, வீட்டு வேலை செய்யமுடிந்த இடங்களில் வீட்டு வேலை செய்வது என்ற முடிவு செய்தாள். அன்றிலிருந்து பாட்டியின் முடிவில்லாத யாத்திரை ஆரம்பமாகி விட்டது.

ஊருக்கு ஒரு மாதம் இரண்டு மாதங்கள்; அப்புறம் அடுத்த ஊர். இப்படியே அந்த இருபது மைல் வட்டாரத்துக்குள் சுற்றிக் கொண்டிருந்தாள் காவேரிப் பாட்டி. போகிற ஊர்களில் தன்னைப் பஞ்சம் பிழைக்க வந்த அனாதையாக நினைத்து இழிவாக நடத்தக் கூடாது என்பதற்காகவும் தன் கௌரவத்தக் காப்பாற்றிக் கொள்ளுவதற்காகவும் சிங்கப்பூரில் தன் மகன் ஒரு பெரிய கடையில் கணக்கப்பிள்ளையாக இருக்கிறான் என்றும், கொள்ளை கொள்ளையாகச் சம்பாதிக்கிறான் என்றும், சீக்கிரம் ஊருக்கு வந்து விடுவான் என்றும் சொன்னாள். சில ஊர்களில் இந்தக் கட்டுக் கதையை நம்பவும் செய்தார்கள். சிறிது காலம் சென்றபின், இக்கட்டுக் கதையைத் தன் சுயகௌரவத்துக்காக மட்டுமல்லாமல், ஒரு தந்திரமாகவும் சொல்லத் தொடங்கிவிட்டாள். வசதியாக வாழும் பந்துக்களின் வீடுகளிலுள்ள சிறுவர் சிறுமியரிடம், ‘உங்கள் மாமன் சிங்கப்பூரிலிருந்து வரும்போது உங்களுக்கு நகை செய்துகொண்டு வருவான்; பட்டு வாங்கிக்கொண்டு வருவான்’ என்றெல்லாம் சொல்லுவாள். ஏழை உறவினரின் குழந்தைகளிடம், ‘பாவம், இந்த வயதில் இப்படிக் கஷ்டப்படும்படி ஆகியிருக்கிறது. உங்கள் தலை எழுத்து. உம், ஏதோ இன்னும் கொஞ்ச காலம் பல்லைக்கடித்துக் கொண்டு இருங்கள். அவன் சீக்கிரத்திலேயே சிங்கப்பூரிலிருந்து வந்து விடுவான். வந்தால் உங்களை இப்படிக் கண்கலங்க விடமாட்டான்’ என்று நம்பிக்கை ஊட்டுவாள். இப்படி ஆசை வார்த்தை சொல்லியே அவள் ஒவ்வோர் ஊரிலும் முகாம் போட்டு வந்தாள்.

இந்தப் பத்து வருஷ காலத்திலும் ஓர் ஊரிலும் கூட அவளை யாரும் வெறுத்து விரட்டவில்லை. ஆறுமுகத்தின் சம்பாத்தியத்தில் தங்களுக்கும் பங்கு கிடைக்கும் என்று நம்பிக்கை வைக்காமலே அவர்கள் பாட்டிக்கு நிழல் கொடுத்தார்கள். ஆரம்ப காலத்தில் இரண்டொருவர் தங்கள் தரித்திரத்தின் காரணமாக அம்மாதிரி ஆசைப் பட்டிருந்தாலும், அவளுக்குப் புகலிடம் கொடுத்து வந்ததற்கு அது காரணமல்ல. அவளால் யாருக்கும் எவ்வித நஷ்டமும் ஏற்படாமல் இருந்ததுதான் உண்மையான காரணம். பாட்டி தன் வயிற்றுப் பாட்டுக்குச் செய்யவேண்டிய வேலையைவிட அதிகமாகவே ஒவ்வொரு வீட்டிலும் செய்து வந்தாள். நோய் நொடி, பிரசவம் போன்ற பல கஷ்டமான சமயங்களிலும் அவள் உதவியாக இருந்தாள். அத்துடன், அவளுடைய உதவியால் சில கல்யாணங்களும் கூட நடந்தேறின. குறிப்பிட்ட பெண்ணுக்கு எந்தெந்த ஊர்களில் நல்ல மாப்பிள்ளைகள் கிடைப்பார்கள் என்றும் அதேபோல் குறிப்பிட்ட பையனுக்கு எங்கெங்கே பெண் கொடுப்பார்கள் என்றும் அவள் சொன்ன தகவலை ஆதாரமாக

வைத்துக் கொண்டு, சிலர் காரியத்தில் இறங்கி வெற்றியும் கண்டிருக்கிறார்கள். இப்படி அபூர்வமான பல கைங்கரியங்களைச் செய்து வந்ததால் அவள் வருகையை யாரும் வெறுக்கவில்லை; அவளை ஒரு சுமையாகவும் நினைக்கவில்லை. வருஷத்துக்கு ஒரு தடவை தவறாமல் வந்து தங்கினாலும் அன்போடு இடம் கொடுத்து மரியாதையாக நடத்தினார்கள். ஆனால் பாட்டியோ தனக்குக் கிடைத்த அன்புக்கும் மரியாதைக்கும் தன்னையும் தன் உழைப்பையும் காரணமாக நினைக்காமல், தன் மகன் பெயரைச் சொல்லி ஆசை காட்டியதையே காரணமாக நினைத்துவிட்டாள். அதனால் சதா காலமும் மகனுடைய கதையை ஒவ்வொரு ஊரிலும் மறவாமல் சொல்லிக் கொண்டு வந்தாள்.

பாட்டியின் யாத்திரை மார்க்கத்தில் உள்ள ஊர்களில் கடம்பூரும் ஒன்று. க்ஷவரத் தொழிலாளி சுப்பையாவின் வீட்டுக்குச் சென்று அவனுடைய தகப்பனாரிடம், “சுப்பையா காயிதம் போட்டிருக்கானா? ஆறுமுகத்தைப் பத்தி எழுதியிருக்கானா?” என்று விசாரிப்பதற்காகவே அவள் கடம்பூருக்குப் போவாள். பாட்டி மிகவும் வைதீகமானவளாதலால் வேறு எங்கும் சாப்பிட மாட்டாள் என்று சுப்பையாவின் தகப்பனார் ஒரு நாலணாவை அவள் கையில் கொடுப்பார். போனதற்கு இதுதான் மிச்சமாக இருக்குமே ஒழிய, மகனைப் பற்றிய தகவல் கிடைக்காது. கடைசியில் மூன்று வருஷங்களுக்கு முன் பாட்டியின் சொந்த ஊருக்கு அவளுடைய பெயருக்கே சுப்பையாவிடமிருந்து ஒரு கடிதம் வந்தது. ஆளில்லாத வீட்டில் தபால்காரரால் எறியப்பட்டுக் கிடந்த அந்தக் கடிதத்தை, வாங்கி, “அன்புள்ள காவேரிப் பெரியம்மாளுக்கு, சுப்பையா வணக்கத்துடன் எழுதிக் கொண்டது...” என்று வாசிக்கத் தொடங்கியதும், “சுப்பையாவா? சுப்பையா காயிதமா?” என்று சொல்லிக் கொண்டே பாட்டி சுற்றுமுற்றும் ஒரு தடவை பார்த்தாள். தன் மகனைப்பற்றிச் சுப்பையா ஏதாவது மோசமான தகவலை எழுதியிருக்கக் கூடும் என்றும், அதை யாராவது கேட்டுக்கொண்டு விடுவார்களோ என்றும் அவள் பயந்தாள். வாத்தியாரைத் தவிர வீட்டில் வேறுயாருமே இல்லை என்பதைக் கண்டு பாட்டி சந்தோஷப் பட்டுக்கொண்டாள். ஆனால் சுவருக்கு அந்தப்புறத்தில் வாத்தியாரின் மனைவி இருப்பாளே என்பதை அவள் அப்போது நினைக்கவில்லை; நினைக்கத் தோன்றவில்லை.

வாத்தியார் கடிதம் முழுவதையும் வாசித்துக் காட்டினார். ஆறுமுகத்தைப் பற்றி மோசமான தகவல்தான் அந்தக் கடிதத்தில் எழுதப்பட்டிருந்தது. அதைக் கேட்டுக் கிழவி அழுததும், புரண்டதும், அலறித் துடித்ததும்... அது பழைய கதை.

* * *

கழுகுமலையில் மாசிமகத் திருநாளுக்கு வழக்கம் போல் பல்லாயிரக் கணக்கான மக்கள் பல ஊர்களிலிருந்தும் வந்திருந்தார்கள். ஊரேகொள்ளாத ஜனக்கூட்டம். சங்கரன் செட்டியாருக்கும் காவேரிப் பாட்டிக்கும் உறவான ஒரு குடும்பமும் விழாப் பார்ப்பதற்காகக் குழந்தை குட்டிகளோடு அன்று எட்டய புரத்திலிருந்து வந்திருந்தது.

அது ஓர் ஏழைக்குடும்பம், செட்டியார் வீட்டின் சார்பிலும், தன் சார்பிலும் பாட்டியே அவர்களை எதிர்கொண்டழைத்தாள். அந்தக் குழந்தை குட்டிகளை எடுத்துக் 'கண்ணே, ராசா!' என்றெல்லாம் கொஞ்சினாள். குழந்தைகளுக்குப் பாட்டி நான்கு பரிச்சயமானவள். முந்திய வருஷம் அவர்கள் ஊருக்கும் பாட்டி சென்று ஒரு மாதம் தங்கிவிட்டு வந்திருக்கிறாள்.

சாயங்காலமானதும் சங்கரன் செட்டியாரின் மனைவியும், எட்டயபுரத்துப் பெண்ணும், அவள் குழந்தைகளும், பாட்டியும் கலகலப்பாகப் பேசிக்கொண்டே முருகன் கோவிலுக்குப் பூஜாதிரயிங் களுடன் சென்றார்கள், பிரகாரம் சுற்றி முடிந்ததும், பாட்டி பயபக்தியோடு தன் முந்தியில் முடிந்து வைத்திருந்த காசுகளில் இரண்டணாவை எடுத்தாள். கர்ப்பக் கிருஹத்தைப் பார்த்துத் திரும்பி, இரண்டு கைகளையும் கூப்பிக்கொண்டு, "முருகா என் மகன் சௌக்கியமா ஊர் வந்து சேரணும்! வைகாசி விசாகத்துக்குத் தாயும் புள்ளையுமா நாங்க வந்து உன்னைச் சேவிக்கணும்" என்றும் சொன்னாள். கூப்பிய கைகளைத் தலைக்குமேல் தூக்கினாள். அந்தச் சமயத்தில் அவளுடைய உதடுகள் பேச முடியாமல் துடித்தன. கண்கள் நனைந்தன. உண்டியலில் காசைப் போட்டு விட்டுப் புடவை முந்தானையால் கண்களைத் துடைத்துக் கொண்டாள். அப்புறம் எல்லோரும் வீடு திரும்பினார்கள். கலகலப்பாகப் பேசிக்கொண்டே கோவிலுக்குப் போனவர்கள், திரும்பி வரும்போது சொல்லி வைத்தாற் போல் பாட்டியிடம் எதுவுமே பேசவில்லை. உண்டியலில் காசு போடும்போது, ஆறுமுகத்தைப் பற்றி அவள் பிரஸ்தாபித்தது தான் காரணமாகப் போய்விட்டது, பாட்டியை மறந்துவிட்டு அவர்கள் தங்களுக்குள்ளேயே எதை எதையோ பேசிக்கொண்டு வந்தார்கள்.

காவேரிப் பாட்டி பழையபடியும் மனக்கஷ்டத்துக்குள்ளானாள். 'அவன் பேரைச் சொன்னாலே இப்படி ஏன் ஒதுங்கிப் போகிறார்கள்?' என்று திகைத்தாள். தன் மனசுக்கு ஆறுதல் தேடும் முறையில் அந்த ஏழைக் குடும்பத்தின் ஆறு வயதுச் சிறுவன் ஒருவனைத் தன் கையில் பிடித்துக் கொண்டு, "கோயிலுக்கு ஒவ்வொரு குழந்தையும் எப்படி எப்படியெல்லாம் நகைநட்டுப் போட்டுக்கிட்டு வந்திருக்கு! பாவம், உனக்கு நல்ல நாளும் பொழுதுமா ஒரு பட்டுச்

சட்டைகூடக் கொடுத்து வைக்கல்லையேடா. ராசா! அத்தனை பேருக்கும் நடுவிலே உன்னை இந்தக் கோலத்தில் பார்க்க எனக்குச் சகிக்கல்லேடா, கண்ணு!" என்று எல்லோருக்கும் கேட்கும்படியாகச் சொன்னாள். இந்த வார்த்தைகள் காதில் விழுந்ததுதான் தாமதம், அந்தப் பையனுடைய தாயார் சினந்த பார்வையோடு பாட்டியைத் திரும்பிப் பார்த்தாள்.

பாட்டி இன்னும் கொஞ்சம் உரத்த குரலில், "அவன் இருந்திருந்தா உன்னை இப்படிக் கோயிலுக்குப்போக விட்டிருப் பானா? உனக்குக் கெண்டைத் துண்டு வாங்கிக் கட்டி..." என்று சொல்லிக் கொண்டிருக்கும் போதே,

"ஏ, கிழவி! மூடு வாயை!" என்று சீறினாள் சிறுவனுடைய தாய், எல்லோரும் திடுக்கிட்டு நின்றுவிட்டார்கள்.

"என்ன கிழவி, ஒரேயடியா நீட்டி முழக்குறே! வாய்கொழுப்பா உனக்கு?" எட்டயபுரத்துப் பெண் நெருப்பையே கக்கினாள்.

கிழவி பயந்து நடுங்கிக்கொண்டே, "நான் என்ன சொன்னேன்? குத்தமா ஒண்ணும் சொல்லலையோ!" என்றாள்.

"குத்தமா ஒண்ணும் சொல்லலையா? நாங்க என்னமோ கஞ்சிக்குத் திண்டாடுற மாதிரியும், நீயும் உன் மகனும் எங்களுக்குப் படியளக்கிவுக மாதிரியுமில்லே பேசுறே! அவன் செத்து, அவனைப் பொதைச்ச இடத்திலே புல்லும் முளைச்சுப் போச்சு. நீ என்னடான்னா, செத்தவன் பேரைச் சொல்லி எங்களை ஏமாத்திப் பிழைக்கிறதோட நிக்காமே, எங்களுக்குமில்லே பிச்சைக்காரப் பட்டம் கட்டுறே?" என்று எட்டயபுரம் பெண் சீறினாள்.

"முருகா! முருகா!" என்று தெருவே எதிரொலிக்கும் படி கத்தித் தலையில் அடித்துக்கொண்டாள் கிழவி.

"அநியாயமாகச் சொல்லாதே! நாக்கு அழுகிப் போகும்! எனக்கு இருக்கிறது ஒத்தைக்கு ஒரு பிள்ளை..."

நடுத்தெருவில், திருவிழாக் கூட்டத்துக்கு மத்தியில், கிழவி தலையில் அடித்துக்கொண்டு கூப்பாடு போடுவதைக் கண்ட மீனாக்ஷியம்மாளுக்கு என்ன செய்வதென்றே தெரியவில்லை. "பாட்டி, பேசாமலிரு. சத்தம் போடாதே" என்று அவள் கையை இழுத்தாள்.

ஆனால் கிழவி தன் கூப்பாட்டை நிறுத்தவில்லை; அந்த இடத்தை விட்டு நகரவுமில்லை தெருவில் நிற்பவர்களோ, "என்ன, ஏது?" என்று கேட்டுக் கொண்டே வந்தனர்.

"ஐயையோ! மானம் போகுதே! நடுத்தெருவில் கிழவி இந்த ஆட்டம் ஆடுறாளே!" என்று மீனாக்ஷியம்மாள் கைவிரல்களைச்

சொடுக்கினாள். இரண்டு காதுகளையும் பொத்திக்கொண்டு கிழவியையும் மற்றவர்களையும் அப்படியே விட்டுவிட்டு, அதிவேகமாகத் தன் வீட்டுக்கு ஓடி வந்துவிட்டாள்.

"இந்தக் கிழவியை இனி வீட்டுக்குள்ளே விடுறதே தப்பு. கோமதி! அவளுக்குப் புத்தி சுவாதீனமே இல்லை. நடுத்தெருவிலே வெறி பிடிச்சவ மாதிரி கத்துறா" என்று மீனாக்ஷியம்மள் தன் மகளிடம் கதையைச் சொல்லத் தொடங்கியதும், காவேரிப் பாட்டியும் எட்டயபுரத்துப் பெண்ணும், குழந்தைகளும் வந்துவிட்டார்கள். பாட்டி அழுகையும் கூக்குரலுமாகவே வந்தாள்.

தெருவில் நடந்த நிகழ்ச்சியைக்கேட்ட செட்டியார் திடுக்கிட்டு, "அட, பாவமே! கிழவியிடத்திலேயே அந்தச் சமாசாரத்தைப் போய் ஏன் சொன்னீங்க? இந்த வயசு காலத்திலே..." என்று சொல்லிக் கொண்டிருக்கும்போதே எட்டயபுரத்துப் பெண் தணியாத ஆத்திரத்துடன், "இந்தக் கிழவி என்னையும் என் பிள்ளைகளையும் நடுத் தெருவிலே இவ்வளவு கேவலமாப் பேசலாமா, அண்ணாச்சி? ஊருக்கு வர்ர போதுதான் இப்படி அவமானப் பேசுறான்னு பார்த்தா, நாங்க வந்த எடத்திலேயுமடா பேசுறது?" என்றாள்.

"என் பிள்ளை சாகல்லே, சங்கரா! உசுரோட இருக்கிறான். முருகன் பேரிலே சத்தியமாச் சொல்றேன், அவன் உசுரோடதான் இருக்கிறான். அநியாயமாய்ப் பேசுற இவள் விளங்கமாட்டாள்" என்றாள் பாட்டி ஆவேசத்துடன்,

"சத்தியம் வேறயா பண்றே! சத்தியம் பண்ணிட்டா, மூணு வருசத்துக்கு முன்னாலே செத்தவன் உசுரோட வந்திருவான்னு நினைப்பா?" என்றாள் எட்டயபுரத்துப் பெண்.

"நீ சும்மா இரு" என்று அவள் வாயை அடக்கினார் அவர் கணவர்.

சங்கரன் செட்டியார் மிகவும் இரக்கமான குரலில், "எத்தனை நாளைக்குத்தான் மூடி வைக்கமுடியும்? பாட்டி! நான் சொல்றதை நம்பு உன் பிள்ளை சமாசாரம் எனக்கு அப்பவே தெரியும் எனக்கு மட்டுமில்லே, இன்னும் யார் யாருக்கெல்லாமோ தெரியும். வயசு காலத்திலே அதை உனக்குச் செல்ல வேண்டாம்ணுதான் எல்லோரும் இத்தனை நாளும் மூடி மறைச்சு வச்சாலும், ஒரு சமயம் இல்லாட்டா ஒரு சமயம் வெளியாகாமப் போகாது. மனசை அடக்கிக்கோ" என் ஆறுதல் அளிக்க முயன்றார்.

ஆனால் யார் சொன்னாலும் பாட்டி ஒப்புக்கொள்ளத் தயாராக இல்லை. தான் இதுவரையிலும் ஏமாற்றிப் பிழைத்ததாக நினைத்துவிடுவார்களே, மற்ற உறவினர்களுக்கும் விஷயம் எட்டித்

◈ சிங்கப்பூர் சென்ற மகன் ◈

தன்னைக் கேவலமாகப் பேசுவார்களே, எங்கும் தலைகாட்ட முடியாதே என்ற பயமும் அதிர்ச்சியும் அவளுடைய புத்தியைப் பேதலிக்கச் செய்து விட்டன. உயிரைக் கொடுத்தாவது தனக்கு ஏற்பட்டுள்ள அவமானத்திலிருந்து மீளவேண்டும், மகன் உயிரோடு இருப்பதாக நிரூபித்துவிட வேண்டும் என்று துடித்தாள்.

முழுக்க முழுக்க சுவாதீனத்தை இழந்து, "சங்கரா! நீ கூட வா அப்படிச் சொல்றே! நான் சொல்றது நிசமா, பொய்யா என்கிறதை முந்தா நாள் வந்த இந்தக் காயிதத்தைப் பார்த்தாவது தெரிஞ்சுக்கோ" என்று கூறித் தன் புடவையில் முடிந்திருந்த வெள்ளைக் காகிதத்தை எடுத்து எதிரே வீசினாள். விசிய மாத்திரத்தில் கிழவி அப்படியே கீழே சரிந்தாள்.

செட்டியாருக்கோ அவள் விழுந்ததைக் கூடப் பொருட்படுத்தத் தோன்றவில்லை. நம்பமுடியாத ஆச்சரியத்துக்குள்ளான அவர், கசங்கியிருந்த கடிதத்தைத் தான் அவசரமாகப் பிரித்து வாசித்தார். முந்தாநாள் ஆறுமுகத்திடமிருந்து வந்ததாகக் கிழவி சொன்ன அந்தக் கடிதத்தில், மூன்று வருஷங்களுக்கு முந்திய தேதியிடப்பட்டு, பின்வருமாறு எழுதியிருந்தது:

"அன்புள்ள காவேரி பெரியம்மாளுக்கு, சுப்பையா வணக்கமாய் எழுதிக் கொண்டது.

"இப்பவும் உங்கள் மகன் சில நாட்களாய்ச் சீக்காய்க் கிடந்து நேத்து ராத்திரி சிவலோக பதவி அடைந்துவிட்டார். அளவில்லாமல் குடித்து, கண் காணாத இடத்தில் இப்படிச் சாகும்படி அவர் தலை விதி இருந்திருக்கிறது. எல்லாம் கடவுள் செயல். நாங்கள் ஐந்தாறு பேர்கள் சேர்ந்து எடுத்துக் கொண்டு போய் அடக்கம் பண்ணினோம். கடவுளை நினைச்சு மனசைத் தேற்றிக் கொள்ளுங்கள். தலை எழுத்தை நம்மால் மாற்றமுடியாது.

ரா. சுப்பையா
சிங்கப்பூர்."

๑

13

பெரிய மனுஷி

கண்ணன் வழக்கம் போல ராஜத்தைப் பார்த்து வரலாம் என்று மதுரைக்குப் புறப்பட்டான். அதற்காக ஞாயிற்றுக் கிழமையை ஒட்டி மேற்கொண்டு இரண்டு நாள் லீவு போட்டிருந்தான். ராஜத்தைப் பார்த்து ஒரு மாதமாகி விட்டது. தவிரவும், வாரத்துக்கு ஒரு கடிதம் தவறாமல் எழுதி வந்தவள் சென்ற மூன்று வாரங்களாகத் தன் க்ஷேம லாபத்தைப் பற்றி ஒரு கார்டு கூடப் போகவில்லை. மிகவும் நீண்டதாக இரண்டு கடிதங்கள் கூட எழுதியிருந்தான், கண்ணன். அவற்றிற்கும் பதில் கிடையாது. எனவே, அவசர அவசரமாகச் சனிக்கிழமை மத்தியானம் மெயிலுக்குக் கிளம்பினான்.

ராஜம் தலைக் குழந்தைப் பிரசவத்துக்காக மதுரைக்குத் தன் தாய் வீட்டுக்குப்போயிருக்கிறாள். போய் நாலைந்து மாதங்கள் இருக்கும். இணை பிரியாதிருந்த இந்தக் 'குழந்தைத் தம்பதிக'ளால் கல்யாணமான ஆறாவது மாதத்திலேயே நேர்ந்த இந்தப் பிரிவைச் சகிக்க முடியவில்லை. ஆரம்பத்தில் ஒரு ஞாயிற்றுக் கிழமை விட்டு ஒரு ஞாயிற்றுக் கிழமை கண்ணன் மதுரைக்குப் போய் வந்தான். வாரம் தவறாமல் இருவரும் கடிதம் எழுதிக் கொள்ளுவார்கள். இப்போது ராஜத்தின் மனதைச் சோதிப்பது போல, வழக்கம் போல போவதை நிறுத்தி, ஒரு மாதத்துக்குப் பிறகு புறப்படலாம் என்று கண்ணன் திட்டம் செய்திருக்க, ராஜமோ கடிதம் எழுதுவதையே நிறுத்தி விட்டாள்.

இதை நினைக்கும்போது ராஜத்தின் மேல் கோபம் கோபமாக வந்தது, கண்ணனுக்கு. என்னென்வோ கிறுக்கிப் பைத்தியம் போல இரண்டு நீண்ட கடிதங்களை எழுதியதற்கு, ஏனென்று கேட்காமல் இருக்கிறாள், ராஜம். 'என்ன கர்வம்' வந்து விட்டதாம் திடீரென்று? ஏதாவது ஒன்று தன்னிஷ்டப்படி நடக்காவிட்டால் மட்டும் கோபம் முன்னே வந்து நிற்கிறது. ஆனால், மற்றவர்களுக்கும் இருதயமும், இன்ப துன்பமும் இருக்கிறதென்ற நினைப்பு வேண்டாமா?

ரயிலில் உட்கார்ந்து கொண்டிருக்கும் கண்ணனுக்குக் கோபம் பிரமாதமாய் வந்தது. இதற்கு முன்னால் இவன் ராஜத்தைப் பார்க்கப் போகும் போது தன் வீட்டுக்குத் தெரியாமல் நல்ல பழங்கள், அவளுக்குப் பிடித்தமான அருமையான புதுப் புத்தகங்கள் - இவைகள் சகிதமாகத் தான் கிளம்புவான். உள்ளத்தில் ஆனந்தம் தாங்காது.

ஆனால், இப்போது மேற்படி சாமான்கள் ஒன்றுமே வாங்கிக் கொள்ளவில்லை. ராஜத்தின் எதிரில் போய், ஒன்று, பாராமுகமாய் அலட்சியமாக நடந்து கொள்ளவேண்டும்; இல்லாவிட்டால், வெட்டு ஒன்று துண்டு இரண்டாக நாலு வார்த்தைகள் பேசிவிட்டுச் 'சுட்புட்' என்று ஊருக்குத் திரும்பிவிட வேண்டும் என்று தீர்மானம் செய்து கொண்டான்.

ரயில் ஏறக்குறையப் பாதி தூரத்துக்கு மேலேயே போய் விட்டது. கண்ணன் எப்டியோ தன் ஸ்வாரஸ்யமான கோபத்தை மறந்து விட்டான். இப்போது ராஜத்தைப் பற்றிய கவர்ச்சியான நினைவு அவன் மனத்தில் துருதுருவென்று குருத்து விட்டது. உள்ளத்தில் இன்பத்தின் அரிப்புத் தாங்க முடியவில்லை. இப்போது அவனுக்கு எதைத் தொட்டாலும் மனத்துக்குக் கூச்சமாக இருந்தது. சரியாக உட்கார முடியாமல் தவித்துக் கொண்டிருந்தான்.

சிந்தனையை இப்படிப் புரண்டு பாய்வதற்குக் காரணம் இருந்தது. ராஜம் மதுரைக்குப் போய் எவ்வளவு நாட்களாகின்றன என்று கண்ணன் யோசித்தான். தினம் தினமும் அவன் இப்படி யோசிப்பதுதான். நாள் கணக்குக் கூட ஞாபகம் இருக்கும் என்றாலும் ஒரு பிடித்தமான ராகத்தை மாறி மாறிப் பாடி ரசிப்பதில்லையா? அதுபோல ராஜத்தின் பிரிவை நாள் கணக்கில் எண்ணிக்கை போட்டுப் பார்த்துக்கொள்வதில் அவனுக்கு ஒரு ருசி தட்டுப்பட்டது. இதுதான் அவளுக்கு மாதமாக இருக்கும்! இதுவேதான்.. இந்த இடத்தில் அவன் சிந்தனையோட்டம் சற்று நின்றது. பாய கோபத்தின் சாயையும் அதன் பின் படிந்த இன்ப நிழலும் இப்போது மறைந்துவிட்டன. மனம் சற்றுக் கவலையில் தோய்ந்தது.

ராஜம்- இன்னும் பதினைந்து வயது நிரம்பாத சிறு குழந்தை உகலமே இன்னதெனத் தெரியாது. வாழ்க்கையின் இன்ப துன்பங் களில் பட்டு நசுங்காதபடி, இதுவரையும் தாய் வீட்டிலும், கணவன் வீட்டிலும் செல்லமாக வளர்ந்து வந்தவள். கண்ணனுக்குச் சற்றுக் கவலையைத் தந்தது ராஜத்தின் இப்போதைய நிலை. அவனுடைய தாயார் இந்தச் சிறு குழந்தையின் பிரசவத்தை எண்ணி ஏகதேசமாக வருத்துப்பட்டுக் கொண்டது, அவனுக்கு இப்போது புரிந்தது. மதுரை மீனாட்சியம்மனை மனதுக்குள்ளேயே நன்றாகப் பிரார்த்தனை செய்து கொண்டான். வேறு வழியில் அவன் மனம் செல்லாமல் இருக்க, இந்தப் பிரார்த்தனை உதவியது.

இன்னும் கொஞ்ச தூரந்தான் இருக்கும். கண்ணன் நிலை கொள்ளாமல் தவித்தான். ரயில் போய்க் கொண்டிருந்தது.

* * *

காலை பத்து மணி ராஜத்தின் வீட்டில் என்றுமில்லாத பரபரப்பு. ஒன்றும் விளங்காமல் இருந்த ராஜத்துக்கு இதைக் காணப் பயமாக இருந்தது. இந்தப் பரப்பின் காரணம் கொஞ்சம் நேரம் கழித்து அவளுக்குத் தானே விளங்க ஆரம்பித்து விட்டது; வாழ்க்கையை விளையாட்டுப் பொம்மையாக வைத்து விளையாடிய குழந்தைக்கு இந்தப் புது அனுபவத்தைப் பொறுத்துக்கொள்ள முடிய வில்லை.

வீட்டுக்கும் வாசலுக்கும் ஒரே ஓட்டமாக ஓடிக் கொண்டிருந்தாள்; ராஜத்தின் தாயார். பக்கத்து வீட்டுக் கிழவியும் மருத்துவச்சியும் வந்து அவளருகில் இருந்து தேற்றிக் கொண்டிருந்தனர். ராஜம் மிரள மிரள விழித்தாள். தாய் தந்தையர்களும் பக்கத்தில் இருப்பவர்களும் தனக்காகத் தன் கஷ்டத்தைப் பகிர்ந்து அனுபவிக்க மாட்டார்களா என்று இருந்தது அவளுக்கு. உலகம் தோன்றியதிலிருந்து என்றுமே கண்டறியாத ஒரு புதுத் துன்பத்தில் தான் மட்டும் முதல் முதலில் அகப்பட்டுக் கொண்டதைப் போல் நினைத்துக் கஷ்டப்பட்டாள்.

ஏறக்குறைய ஒன்றரை மணி நேரம் இப்படியே எதுவும் சொல்ல முடியாமல் இருந்தது. இப்படி எத்தனையோ அனுபவங் களைக் கண்ட மருத்துவச்சி கூடச் சற்று மனம் சோர்ந்தாள். அவள் முகத்தையே ராஜம் உட்பட எல்லோரும் பார்த்துக் கொண்டிருந் தார்கள். திடீரென்று, விறுவிறுவென்று வாசலுக்கு ஓடினாள் ராஜத்தின் தாய். வெளியே உட்கார்ந்திருந்த நாலைந்து ஆடவர்கள் ஒரு முகமாய்த் திரும்பிப் பார்த்தனர். உள்ளேயிருந்து ஒவ்வொரு பெண்ணும் வரும்போது நற்செய்தி கிடைக்காதா என்று எல்லோரும் எத்தனையோ தடவை திரும்பிப் பார்த்து விட்டார்கள். இப்போதும் அவர்களுக்கு ஆறுதல் அளிக்க ஒரு வார்த்தையும் சொல்லுவதற்கில்லை. ஆஸ்பத்திரிக்குப் போய் லேடி டாக்டரை அழைத்து வர வேண்டியதுதான் எனத் தெரிவித்தாள் ராஜத்தின் தாயார். உடனே அவளுடைய வீட்டுக்காரர் எழுந்து ஓடினார். வழி நெடுக மீனாக்ஷியைப் பிரார்த்தித்துக் கொண்டு கையையும் காலையும் உதறியவண்ணம் நடந்து சென்றார்.

ஆஸ்பத்திரிக்குப்போய் டாக்டரையும் நர்ஸையும் அழைத்து அவர்களைக் காரில் அனுப்பி விட்டுத் தபாலாபீசுக்குப் போய்க் கண்ணனை உடனே புறப்பட்டு வரும்படி தந்தி கொடுத்து விட்டுத் திரும்பினார் அவர். கொஞ்ச நேரத்தில் வீட்டிற்கு வந்தார். இவர் வருவதற்கு முன்பாகவே வீட்டில் வாசல் திண்ணையில் வந்து குற்றவாளியைப்போல் தலையைக் குனிந்த வண்ணம் முழங்காலைக் கட்டிக்கொண்டு உட்கார்ந்திருந்தான், கண்ணன். அவனைப் பார்த்ததும் வரவேற்கும் தோரணையில் தலையை மட்டும்

அசைத்தார் மாமனார். அவர் குரல் வெளிவரும்போதே விக்கிக் கொண்டது. கண்ணனும் பதிலுக்குத் தலையசைத்தான்.

அப்போது, பக்கத்துத் தெருவில் குடியிருக்கும் சுப்ரமண்யப் பண்டாரத்தை யாரோ போய் அழைத்து வந்திருந்தார்கள். அவர் தம் விபூதிச் சம்புடத்தை எடுத்து உள்ளங்கையில் சிறிது விபூதியைக் கொட்டி ஏதோ மந்திரித்துக் கொடுத்தார் ராஜத்தின் தாயாரிடம். அவள் அதை வாங்கிக்கொண்டு வீட்டுக்குள்ளே ஓடினாள்.

விபூதியைக் கொடுத்து விட்டு மாப்பிள்ளையை ஏற இறங்கப் பார்த்தார் பண்டாரம். மாப்பிள்ளைக்கே வயது இருபத்தொன்றுக் குள்ளாக இருக்கும்போது பெண்ணுக்கு என்ன வயது இருக்கும் என்று யோசித்தார். தம் சந்தேகத்தைப் பக்கத்திலிருப்பவர்களிடம் கேட்டார். உடனே யாரோ ஒருவர் இன்னும் பதினைந்து வயது நிரம்பியிருக்காது என்றார்கள். பண்டாரம் சிரித்தார். அவர் சிரித்தது உலக மாயைகளின் ஆட்ட பாட்டத்தைக் கண்டு ஒரு ஞானி சிரிப்பது போல இருந்தது.

அவர் சிரித்ததைக் கண்டு ராஜத்தின் தகப்பனார் மிகவும் கலவரமடைந்தார். கொஞ்ச நஞ்சம் தைரியத்துடனிருந்த கண்ணனு டைய மனமும் கவலையில் மூழ்கியது. பதினைந்து வயதுச் சிறுமி, ஒரு சிறு குழந்தை, இந்தக் கஷ்டம் அனுபவிக்க நேர்ந்ததற்குத் தன்னையே குற்றம் சாட்டிக் கொண்டான், கண்ணன். அவனுடைய நண்பர்கள் அவனுக்குக் கல்யாணமான புதிதில் விளையாட்டாக ராஜத்தின் சிறு வயதையும் இந்திய நாட்டு ஜனத் தொகையையும் சுட்டிக்காட்டி இரண்டு மூன்று வருஷங்களுக்குக் கர்ப்பத்தடை உபாயங்களைக் கையாளும்படி சொன்ன கேலி வார்த்தைகள் சாரம் நிறைந்தனவாகக் கண்ணனுக்குத் தோன்றின. ஒரே விளையாட்டாக வாழ்க்கை இன்பத்தில் மிதந்து வரும்போது இந்த மாதிரி ஒரு சந்தர்ப்பம் குறுக்கிடுமென்று அவன் ஆரம்பத்தில் கனவுகூடக் காணவில்லை. ராஜத்தைப் போலவே குழந்தையுள்ளம் படைத்த கண்ணனுக்கு எந்த ஆறுதலும் புலப்படவில்லை. யாராவது தாயைப் போல் வந்து, சிறு பிள்ளையை ஏமாற்றித் தேற்றுவது மாதிரித் தனக்கு ஆறுதல் சொல்ல மாட்டார்களா என்றிருந்தது அவனுக்கு. ராஜத்தை விடச் சிறு குழந்தையாகி விட்டான், கண்ணன்.

உள்ளேயிருந்து வந்த நர்ஸ் ராஜத்துக்கு ஆண் குழந்தை பிறந்த செய்தியைச் சொன்னாள். திடீரென்று மின்சார விளக்குகள் போட்ட மாதிரி எல்லோருடைய உள்ளங்களும் ஒளி பெற்றன. கண்ணன் தன் மகிழ்ச்சியை எப்படித் தெரிவிப்பான்? உடனே ராஜத்தைப் போய்ப் பார்க்க வேண்டும் என்று அவன் துடியாய்த் துடித்தான். உள்ளே குழந்தை அழுவதும் இலேசாக வெளியில் கேட்டது.

* * *

மாலை ஆறு மணியிருக்கும். வீட்டில் விளக்கின் முன்னே தனியாகப் பெருமிதத்தோடு உட்கார்ந்து கொண்டிருந்தான், கண்ணன். முதல் முதலாக ஒரு குழந்தைக்குத் தந்தையாகப் போய் விட்டோம் என்று நினைக்கும் போது தான் உள்ளத்தில் என்ன பெருமிதம் எழுகிறது! அந்த அறையில் வேறு எவருமே இல்லை. அவனுடைய மாமனார் எங்கோ வெளியே போயிருந்தார். வீட்டின் மற்றொரு கோடியில் ஏகதேசமாகக் குழந்தை அழும் குரலும், ராஜத்தின் தாயார் இங்கும் அங்கும் நடந்து செல்லும் ஓசையும் கேட்டது. கண்ணன் ராஜத்தைப் பார்க்க ஒவ்வொரு நிமிஷமும் துடித்தான். தான் போய்ப் பார்க்கும்போது யாரும் வந்து விடுவார்களோ என்ற வெட்கத்தினால் பேசாமல் உட்கார்ந்து கொண்டிருந்தான். வெண்ணிலாவின் கிரணங்கள் ஜன்னல் வழியாக உள்ளே விழுந்து கொண்டிருந்ததால், விளக்கை அணைத்து விட்டு, நிலவைப் பார்த்துக் கொண்டே, என்னென்னவோ எண்ண மிட்டான், கண்ணன்.

தான் ஓர் ஆண் பிள்ளை; வயதும் இருபத்தொன்று ஆகியிருக்கிறது ஏதோ தனக்கு உலகத்தின் கஷ்ட நஷ்டங்கள் இன்னதென்று தெரியும்; அவற்றைச் சகித்துக் கொள்ளவும் சகித்துக்கொள்ள வேண்டியது அவசியம் என்பதும் தெரியும். ஆனால் ராஜம்? ஒரு சிறு கஷ்டத்திற்கும் பீதியடைகிறவளுக்கு, இன்று அனுபவித்த கஷ்டம் என்ன பாடம் கற்பித்திருக்கும்? உலகத்தில் இது சகஜம் என்பது அவளுக்குத் தெரியுமா? அதிலும் என் துரதிர்ஷ்டம், இந்த முதல் பிரசவத்திலேயே அவளுக்கு ஓர் எச்சரிக்கை மாதிரி இப்படிக் கஷ்டம் நேர வேண்டுமா?

இனி, தான் அவள் கண் முன்பாகப் போய் நின்றால், அவளுக்குப் பயம்நடுக்கமெடுத்து விடும். தன்னைப் பார்த்தால் அவளுக்கு எப்படிப் பயங்கரமாகத் தோன்றப் போகிறதோ? இனி எப்படி அவளுடைய வார்த்தைகளில் முன போலப் பால் சுருக்கப் போகிறது? அன்பின் நைப்பு அவளுடைய சொற்களில் இனியும் பசையைப் போல் ஒட்டிக் கொண்டிருக்குமா? எத்தனை கஷ்டங்கள் வந்தாலும், அவளுடைய நினைப்பு தனக்கு ஓர் இன்பத்தேனாக மனதில் ஊறிப் பொங்கியது. ஆனால், இதே மனப்பாங்கு அவளுக்கும் இருக்க வேண்டுமென்று பாடமா கற்பிப்பது?

யாரோ அறையின் கதவை இலேசாகத் திறந்தார்கள். ராஜத்தின் தாயார்தான். கண்ணனும் விளக்கைப் போட்டு விட்டு எழுந்தான். ஏதோ சில பழங்களைத் தட்டில் எடுத்து வைத்துக் கொண்டு வந்து வைத்து விட்டு, அவனுடைய கண்ணெதிரிலேயே, ‘வீட்டைப் பூட்டிக் கொள்ளுங்கள்!’ என்று சொல்லாமல் தெரிவித்த மாதிரி வெளியே

ஏதோ வேலையாகச் சென்று விட்டாள். அவள் போகும்போது கதவை இழுத்துப் பூட்டிக்கொண்டு போனது, அவள் திரும்பி வரச் சற்று நேரமாகும் என்பதைக் கண்ணனுக்குத் தெரிவித்தது. சிந்தனையற்ற ஓர் ஆரஞ்சுப் பழத்தைக் கையிலெடுத்தான். சிறிது நேரம்கழித்துப் பழைய படியும் அதைத் தட்டிலேயே வைத்து விட்டான். தலையைக் குனிந்த வண்ணம் யோசனையில் ஆழ்ந்தவனாக எழுந்து விளக்கை அணைத்துவிட்டு வெளியே வந்தான். வாசற்கதவையும் போய்த் தாழிட்டு விட்டு அங்கிருந்த விளக்கையும் அணைத்தான்.

ராஜத்தின் அறையில் இருந்த விளக்கு வெளிச்சம் கதவிடுக்கு வழியாகக் கோடு போட்ட மாதிரித் தெரிந்தது. கொஞ்சம் போயித்து நின்றான். கடைசியில் தாழிட்டுப் பூட்டிய வீட்டை ஒரு முறை சுற்று முற்றும் திரும்பிப் பார்த்துவிட்டு, ராஜத்தின் அறையைப் பார்த்து நடந்தான்.

கதவை மெதுவாகத்திறந்து உள்ளே தலையை நீட்டும்போது, ராஜம் தலையணையில் தலையைச் சாய்த்தவாறு, சிறிது வலது பக்கமாக வாசலுக்கு நேராகத் திரும்பிப் பார்த்தாள். எதிரில் வந்து நின்றான், கண்ணன். புன்சிரிப்பை வரவழைக்க முயன்றும் முடியாமல் கஷ்டப்பட்டுக் கொண்டு நின்றான். அவன் முகத்தில் நவரசங்களின் இலக்கணத்துக்கும் அடங்காத ஒரு தனித்த பாவம் குடி கொண்டிருந்தது.

ராஜம் திடீரென்று புருவத்தை உயர்த்தி நுனி நாக்கை இலேசாகக் கடித்துக்கொண்டு, 'என்ன போக்கிரித்தனம் இது!' என்று சொல்வதைப் போல் முறுவல் செய்தாள். கண்ணனுக்குக் கொஞ்சம் உயிர் வந்தது. என்றாலும் எதற்கோ பயந்தவனாய்ப் பக்கத்தில் அண்டாமல் தனியே நின்றான். கொழுகொழு என்று சதை பிடித்த குழந்தை ராஜத்தின் பக்கத்தில் உறங்கிக் கொண்டிருந்தது.

கண்ணன் ஒன்றும் பேசாமல் ராஜத்தின் முகத்தைப் பார்த்தான். பயந்து போன 'குழந்தை'க்கு முன், தான் ஒரு பயங்கர ஆசாமியாகப் போய் நிற்பதாகக் கண்ணன் மனத்துக்குள் பாவித்துக் கொண்டான். ஆனால் 'குழந்தை' உலகத்தின் அநுபவத்தை யெல்லாம் கண்டு தெளிந்த ஒரு பெரிய மனுஷியைப் போலச் சிரித்தாள்.

கண்ணனுக்குப் புரியவில்லை. அவனுடைய பழைய பயமும் விடவில்லை.

"ஏன், பக்கத்தில் வந்தால் தீட்டுப் பட்டு விடுமா?" என்று சொல்லிக் கொண்டே, இந்தக் 'குழந்தை'யைப் பார்த்துக் கைகளை நீட்டினாள், ராஜம்.

14
சிரிக்கவில்லை

மத்தியானம் இரண்டு மணி இருக்கும். ராஜாராமன் வீட்டுக்குள்ளே தனியாகப் படுத்துக்கொண்டிருந்தான். பன்னிரண்டு மணிக்குப் படுத்தவனாதலால் இரண்டு மணிக்கெல்லாம் தூக்கம் கலைந்து விட்டது. நன்றாகத் தூங்கிய பிறகும், ஒரு பத்துப் பதினைந்து நிமிஷம் தூக்கமும் இல்லாமல் விழிப்பும் இல்லாமல், படுக்கையிலேயே படுத்துக்கொண்டிருப்பது ஒரு சுகமான அனுபவம். அவனுடைய தாயார் எப்போதும் இரண்டு மணிக்கெல்லாம் காப்பி போட்டு வைத்திருப்பாள். அன்று அவளைக் காணவில்லை. ஆகவே விழித்துப் பார்த்ததும் சிறிது நேரத்தில் கண்களை இலேசாக மூடிக்கொண்டு பழையபடியும் படுத்துக்கொண்டான். மறுபடியும் தூக்கம் புது அத்தியாயத்தை ஆரம்பித்தது. இப்போது முக்கால்வாசித் தூக்கம் என்றுகூடச் சொல்லிவிடலாம். அந்தச் சந்தர்ப்பத்தில் வாசலில் வெயிலுக்கு மறைவாகக் கட்டியிருந்த படுதாவில் ஒரு நிழல் தெரிந்தது. அம்மதான் வருகிறாள் என்று நினைத்துக்கொண்டு அக்கறையில்லாமல் திரும்பிப் படுத்துக் கொண்டான். ஒரு நிமிஷம் கழிந்தது; இரண்டு நிமிஷம் கழிந்தது; ஐந்து நிமிஷம்கூட ஆனது. அம்மா வரவில்லை.

'அப்படியானால் யார் அது?' என்று எட்டிப் பார்த்தான் ராஜாராமன். நிழலை இப்போது காணவில்லை. உடனே எழுந்தான். வாசலில் திரையை விலக்கிக்கொண்டு பார்த்தான். வெளி யாரையும் காணவில்லை. வெயில் தான் தகித்துக் கொண்டிருந்தது. தூங்கி விழித்த அவன் கண்கள் கூசின; நெருப்பாக எரிந்தன. வெயில் கொடுமை, கண் எரிச்சல், தாயார் காப்பி போடாமல் எங்கோ போய்விட்டது, வாசலில் வந்து எட்டிப் பார்த்துவிட்டுப் போன ஆள் இன்னாரென்று தெரியாமல் போனது - எல்லாம் சேர்ந்து அவனுக்கு எரிச்சலை உண்டாக்கி விட்டன. கண்ணைக் கசக்கிக் கொண்டே வந்து குப்புறப் படுத்துவிட்டான். அந்தச் சந்தர்ப்பத்தில் தலையணையில் நெற்றியைத் தேய்த்துக் கொள்வது மிகவும் சுகமாக இருந்தது. சாணையிலே கத்தியைத் தீட்டுவதுபோல, தலையை இந்தப் பக்கமும் அந்தப் பக்கமும் இழுத்து நெற்றியைத் தேய்த்துக் கொண்டே இருந்தான். கொஞ்ச நேரத்தில் பழையபடியும் படுதாவில் நிழல் தெரிந்தது. படுதாவில் உள்ள சிறு துவாரத்தின் வழியே அந்த நிழலின் கண் எட்டிப் பார்த்தது. கண் மட்டும் நிழலில்லை; உண்மை யான கண்தான். பிறகு கொஞ்ச நேரத்தில், அந்த நிழல் பதினாறு வயதுப் பெண்ணாக மாறி வீட்டுக்குள்ளேயே வந்து விட்டது.

குப்புறப் படுத்துக்கொண்டிருந்த ராஜாராமனுடைய சட்டை போடாத முதுகையும், பிரிடரியின் மடிப்புகளையும், திரண்டு உருண்ட புஜங்களையும் பார்த்துக்கொண்டே நின்றது நிழல் - அதாவது அந்தப் பெண். பிறகு, அங்கே ஜன்னலிலிருந்த கண்ணாடியை எடுத்து நேராக நிமிர்த்தி வைத்துப் பக்கத்தில் கிடந்த ஒரு புதுச் சீப்பினால் தன் தலையைப் பட்டும் படாமல் இலேசாக இழுத்துக் கொண்டாள். தலை ஏற்கனவே வாரப்பட்டிருந்தது.

அந்தக் கண்ணாடி ஒரு பொய்க்கால் குதிரை. அதன் பின்னால் அதைத் தாங்கிக் கொண்டிருக்கும் இரும்பு வளையம் காற்றடித்தாலும் 'டப்'பென்று படுத்துக்கொள்ளும். அப்படியிருக்க சிப்பு பலமாகத் தட்டியதைப் பொறுக்குமா? கண்ணாடி திடீரென்று எதிர்பாராத விதமாகச் சாய்ந்து விட்டது. 'டபார்' என்று சப்தமும் கேட்டது.

இவ்வளவு நேரமும் மட்டித் தூக்கம் தூங்கிய ராஜாராமன் சப்தத்தைக் கேட்டதும் 'பளிச்' சென்று திரும்பிப் பார்த்தான்.

பாப்பம்மாள் பரக்கப் பரக்க விழித்துக் கொண்டு நின்றாள். ஒன்றுமே ஓடவில்லை. இலேசாகச் சிரிப்போமா என்று கூட முயற்சி செய்தாள். சிரிப்பு வரவில்லை.

ராஜாராமனோ, "என்ன சப்தம்?" என்று கேட்கவில்லை.

"எப்போ வந்தே?" என்றுதான் இனிமையாகக் கேட்டான்.

தான் கண்ணாடியைத் தாராளமாக எடுத்து உபயோகப் படுத்திய குற்றத்தைக் கண்டு, "என்ன சப்தம்?" என்று அவன் கேட்டால் சிரித்து மழுப்பிவிட நினைத்தாள். ராஜாராமன் இந்தக் குற்றத்தைப் பொருட்படுத்தாமல் வேறு கேள்வியைப் போட்டதனால் பாப்பம்மாள் சிரிப்பதற்கு அவசியம் நேரவில்லை. உடனே அப்பாவிப் பெண் போல முகத்தை வைத்துக் கொண்டு, "இப்பத்தான் வந்தேன்," என்றாள்.

"என்ன விஷயம்?"

"சும்மா வந்தேன்." என்றாள் பாப்பம்மாள்.

"எப்பக் கேட்டாலும் சும்மா தானா?"

ராஜாராமன் சிரித்தான். பாப்பம்மாள் சிரிக்கவில்லை. அவசியம் இல்லாமலே, "நான் வீட்டுக்குப் போகிறேன்," என்று சொல்லி விட்டுப் போய் விட்டாள்.

"பாப்பம்மா!" என்று உரத்த குரலில், ஆனால் ரகசியம் போலக் கூப்பிட்டான் ராஜாராமன்.

அவள், "நான் போகிறேன்," என்று சொல்லிவிட்டுப் போய் விட்டாள்.

பாப்பம்மாள் இப்படித் தினமும் நாலுதடவை ராஜாராமன் வீட்டுக்குச் 'சும்மா' வருவாள். ராஜாராமன் வீட்டிலிருந்தாலும் இல்லாவிட்டாலும், அவனுடைய தாயார் சமையல் செய்யும்போது மிகவும் அக்கறையாக உட்கார்ந்து அவளுக்கு ஒத்தாசை செய்வாள். அவள் சொல்லாமலே பாப்பம்மாள் காய்கறிகளை எடுத்து நறுக்கத் தொடங்கி விடுவாள். வீட்டிலே இருப்பது ராஜாராமனும் அவனுடைய தாயாருமாக மொத்தம் இரண்டு உருப்படிகள் தான். பாப்பம்மாளோ ஒரு கல்யாணத்துக்குக் காய்கறி நறுக்குவது போல வீட்டில் வாங்கி வைத்த காய்கறிகளையெல்லாம் நறுக்கி அம்பாரமாகக் குவித்து வைத்து விடுவாள். இப் பார்த்ததும் ராஜா ராமனுடைய தாயார் ஓடிவந்து, "என்ன வேலை இது பாப்பம்மா! சும்மாயிருன்னாலும் இருக்கியா? இவ்வளவையும் ஒரேயடியாக நறுக்கச் சொன்னது யாரு? எந்திரி. நல்ல வேலை செய்தே, பொம்பிளை!" என்று அங்கலாய்ப்பாள்.

மிகவும் மன வருத்தத்துடன் முகத்தைக் கோண வைத்துக் கொண்டு எழுந்திருப்பாள் பாப்பம்மாள். அப்படியே தன் வீட்டுக்குப் போய்விட மாட்டாள். எழுந்து இப்படியும் அப்படியும் உலாத்திவிட்டுப் புழக்கடையிலே கொடியில் காய்ந்து கொண்டிருக்கும் ராஜாராமனுடைய வேஷ்டி சட்டைகளை எடுத்துக் கொண்டு வந்து வீட்டுக்குள்ளே போடுவாள். இதைப் பார்த்தால் ராஜா ராமனுடைய தாயாருக்குக் குலை நடுக்கம் எடுத்துவிடும்.

"இதென்னடா அறியாயமாயிருக்கு! பார்க்கிறவங்களுக்கு இது எப்படி இருக்கும்? வீட்டுக்கு வந்த மருமக மாதிரி, இப்படி வேட்டி சட்டையைத் தூக்கிக்கிட்டு அலையறா இந்தப் பொண்ணு!" என்று சத்தம் போட்டுச் சொல்லிவிட்டு. "அம்மா! பாப்பம்மா! ஒன்னைத் தானே!' ஒங்க அம்மா கூப்பிடறாளாம். போய் என்னான்னு கேளு!" என்று ஒரு பொய்யைச் சொல்லி அனுப்புவாள்.

பாப்பம்மா போகும் போது வழக்கம்போலவே, "நான் வீட்டுக்குப் போகிறேன்!' என்று யாரையும் எதிர்பாராமல் தனக்குத் தானே சொல்லிக் கொண்டு போய்விடுவாள்.

1

ராஜாராமனுக்கு ரயில்வேயில் புக்கிங் கிளார்க் வேலை; இந்த ஊருக்கு மாற்றி வந்து ஒரு வருஷமாகிறது. இந்த ஊர் ஒரு குட்டி டவுன். அங்கே ஹோட்டல் சாப்பாடு பிடிக்காமல் தன் தாயாரை ஊரிலிருந்து அழைத்துக் கொண்டு வந்து விட்டான். ஸ்டேஷனுக்கு அருகாமையிலேயே சுமார் ஒரு பர்லாங்கு தூரத்தில் ரயில்வே உத்தியோகஸ்தர்களின் வீட்டு வரிசை இருக்கிறது. அந்த

வரிசையில் இரண்டாவது வீடுதான் ராஜாராமன் வீடு. அந்த ரயில்வே கம்பெனி வீடுகளுக்கு அடுத்தாற்போல ஓர் ஏழெட்டு வீடுகள் இருக்கின்றன. அந்த வீடுகளில் ஒரு வீட்டைச் சேர்ந்தவள் பாப்பம்மாள். அவளுடைய அப்பாவுக்கு ஒரு பலசரக்குக் கடையில் கணக்கு வேலை. அந்தக் கிழவரை ஞாயிற்றுக்கிழமை தவிர மற்ற நாட்களில் வீட்டில் பார்க்க முடியாது. சாப்பாட்டு நேரம் போக மீதி நேரமெல்லாம் கடையில்தான் பெட்டியடியில் கிடப்பார். ஆகவே வீட்டில் பாப்பம்மாளும் அவளுடைய தாயாரும் தான் இருப்பார்கள். நாளெல்லாம் வீட்டிலேயே இருப்பது பாப்பம்மாளுக்குச் சங்கடமாக இருக்கும். அதனால் பக்கத்து வீட்டுப் பெண் ஒருத்தியோடு போய்ப் பல்லாங்குழி விளையாடிக் கொண்டிருப்பாள். அந்தப் பக்கத்து வீட்டுப் பெண் போன மாதம் கல்யாணமாகிப் புருஷன் வீட்டுக்குப் போய் விட்டாள். அதனால், பாப்பம்மாள் இப்போது ராஜாராமன் வீட்டுக்கு முன்போல ஏகதேசமாக வராமல் ஓயாமல் வந்து கொண்டிருந்தாள்; வரும் போதெல்லாம் 'சும்மா' தான் வருவது!

ராஜாராமனுக்கு இன்னும் கல்யாணம் ஆகவில்லை. நல்ல வாட்டசாட்டமான உடம்பு. மா நிறமானாலும் பூசி மெழுகி விட்டது போன்ற பளபளப்பான மேனி. கண்களில் ஈரம் படிந்து குளுகுளு என்றிருக்கும். ஒரு வார்த்தை பேசுவதென்றால் ஆயிரம் பொன் கேட்கும் அடக்கமான பேர்வழி. எடுத்ததற்கெல்லாம் சிரிப்பான், ஆனால் வாய் விட்டுச் சிரிக்க மாட்டான்.

சோம்பேறித்தனம் அவனுக்கு ஒரு சுக போகம். அதிலும் இப்போது ரயில்வேயில் வேலையான பிறகு, ஒரு வாரம் ராத்திரி வேலையும் ஒரு வாரம் பகல் வேலையுமாகப் போய் விட்டதனால், ராத்திரி வேலை நாட்களில் பகலெல்லாம் உறங்குவான். பகல் வேலை நாட்களிலோ இரவில் உறங்குவதோடு நின்று விடுவது கிடையாது. பகலிலும் தூக்கம் வரும். எப்படிப்பட்ட காரியத்துக்குச் சந்தர்ப்பம் கிடைத்தாலும், அந்தச் சந்தர்ப்பத்தைத் தூங்குவதற்குத்தான் பயன் படுத்துவான். பகலிலும் இரவிலும் கண்கள் செருகிப்போய் ஒரு மயக்க நிலையிலேயே இருப்பான் ராஜாராமன். அப்படி இருப்பதில் ஒரு கவர்ச்சி இருக்கும். சிலர் எப்படி இருந்தபோதிலும் கூடக் கவர்ச்சி மட்டும் அவர்களை விட்டுப் போகாமலே இருந்து விடுகிறது அல்லவா?

2

பாப்பம்மாள் கண்ணாடியைக் கீழே தள்ளிய நாள் போய்ச் சுமார் பதினைந்து நாட்கள் ஆகியிருக்கும். நடுவிலே ஏதோ ஒரு நாள் ராஜாராமனுடைய தாயார்- அந்தப் பெரியம்மாள்-

அரிக்கன் லாந்தரின் மூடியைக் கழற்ற முடியாமல் கஷ்டப்பட்டுக் கொண்டிருந்தாள். அப்போது ராஜாராமனும் வீட்டில் இல்லை. சந்தர்ப்பவசமாக வந்த பாப்பம்மாள் தான் கழற்றுவதாகச் சொன்னாள். பெரியம்மாளுக்கோ லாந்தரைக் கொடுக்க இஷ்ட மில்லை; ஆனால் பிடிவாதம் பிடித்துக்கொண்டு பாப்பம்மாள் பெரியம்மாளின் கையிலிருந்த லாந்தரைப் பிடித்து இழுத்தாள். உடனே அவள் சிமினியைப் பத்திரமாகக் கழற்றிக் கொண்டு லாந்தரைப் பாப்பம்மாள் கையில் கொடுத்தாள். அதை வாங்கிப் பல்லைக் கடித்துக் கொண்டு மூடியைக் கழற்ற முயன்றாள், முடியவில்லை. உடனே தன் சேலை முந்தியை விரலில் சுற்றிக்கொண்டு திருகினாள். எவ்வளவோ நேரம் கழித்து மூடி 'படார்' என்று திறந்தது. ஆனால் திறந்ததோடு விவகாரம் நின்றுவிடவில்லை. லாந்தரில் கொஞ்சம் நஞ்சம் இருந்த மண்ணெண்ணெய் இருவர் மேலும் தெறித்துப் பக்கத்தில் கிடந்த பாயிலும் கொட்டி விட்டது.

"அப்போதே சொன்னேன், கேட்டாயா? கொண்டா கொண்டான்னு லாந்தரைப் பிடுங்கிக்கிட்டே!" என்று எப்போதும் இல்லாதவாறு மிகவும் அதிகமாகக் கோபித்துக்கொண்டாள் பெரியம்மாள்.

பாப்பம்மாள் மிகவும் பயந்து போனாள். அன்று முதல் அவள் ராஜா ராமன் வீட்டுக்குச் சரியாக வருவதே இல்லை. அந்தத் தெரு வழியாக மட்டும் பத்துத் தடவை போய்வருவாள். வாசலில் ஈஸிசேரில் படுத்துக் கொண்டு பேப்பர் படிக்கும் ராஜாராமனைப் போகும் போது ஒரு தடவையும் வரும்போது ஒரு தடவையுமாகக் கடைக் கண்ணால் பார்ப்பாள். ராஜாராமன் சிரித்தால் சிரிப்பாள். இல்லாவிட்டால், புருவத்தை இடுக்கிக் கொண்டு, முகத்தையும் 'உம்' மென்று வைத்துக்கொண்டு போய் விடுவாள்.

ஒரு நாள் பாப்பம்மாளுக்கு ஒரே சந்தோஷம் வந்து விட்டது. அவள் வீட்டில் பசு கன்று போட்டு விட்டது. இந்த அதிசயமான செய்தியைச் சொல்லுவதற்கு ராஜாராமன் வீட்டுக்கு ஓடோடியும் வந்தாள். ராஜாராமன் வாசலில் உட்கார்ந்திருந்தான். அதை அவள் லட்சியம் பண்ணவே இல்லை. விறுவிறு என்று வீட்டுக்குள்ளே போய், வேர்த்துவிறுவிறுக்க, பசு கன்று போட்ட செய்தியைச் சொன்னாள். இது வெளியிலிருந்த ராஜாராமனுக்குத் தெளிவாகக் கேட்டது. உடனே ஜன்னல் வழியாக உள்ளே திரும்பி, "கன்னுக்குட்டிக்கு கொம்பு ரெண்டா, நாலா?" என்று கேட்டான்.

"ஆமா, எட்டிருக்கும், ஒங்க காலத்திலே!"

"அப்படியானால் ரெண்டு கொம்புதானா? அடேடே, இதுக்குத் தானா இப்படி ஓடி வரணும்?"

பெரியம்மாள் சிரித்தாள். பாப்பம்மாள் வேகமாக வெளியில் வந்து ராஜாராமனுக்கு எதிரே நின்று கொண்டாள். ஆள்வந்ததும் ராஜா ராமனுடைய ஹாஸ்யம் காற்றில் பறந்துவிட்டது. பேசாமல் தலை குனிந்து கொண்டான்.

“ஒங்களுக்கு இனிமேல் பால் கொண்டு வரட்டுமா? இந்தா பாருங்கோ...” என்று ராஜாராமனின் குனிந்த தலையை வாயச் சொல்லாலேயே நிமிர்த்த முயன்றாள் பாப்பம்மாள்.

ராஜாராமன் ஒன்றும் சொல்லவில்லை. ஆகவே, பழையபடியும், “பால் வேண்டாமா? உம்?” என்று ரகசியம் போல் ‘குசுகுசு’ வென்று சொன்னாள். எந்த விஷயத்தையும் ரகசியம் போலச் சொன்னால், அதில் ஒரு கவர்ச்சி ஏற்பட்டவிடும். ராஜாராமனுக்குப் பாப்பம்மாள் பேசப் பேச மிகவும் சுகமாக இருந்தது.

“ம் ம்... பால் கொண்டு வா.”

“சரி, நான் வீட்டுக்குப் போகிறேன்,” என்று புறப்பட்டாள் பாப்பம்மாள்.

“இந்தா, இன்னிக்கு கொண்டு வந்துடாதே! நாலுநாள் போகட்டும்!” என்று அவன் எச்சரித்தான். அவன் சொன்னதைப் பாப்பம்மாள் கேட்டாளோ இல்லையோ?

மறுவாரம் ராஜாராமனுக்குப் பகல் வேலை. காலையில் கொஞ்ச நேரமும் அப்புறம் சாப்பாட்டுக்காக வரும் நேரமும் தவிர, மீதி நேரமெல்லாம் அவனுக்கு ஆபீசில் வேலை இருந்தது. அதனால் அந்த வாரத்தில் பாப்பம்மாள் வந்து போனது ராஜாராமனுக்கு தெரியாது. பால் மட்டும் வீட்டுக்கு ஒழுங்காக வந்து கொண்டிருக்கிறது என்பதைத் தெரிந்து கொண்டான்.

அதற்கு அடுத்த வாரம் இரவு வேலை வந்தது. பகலில் பாயும் படுக்கையுமாகத்தான் வழக்கம்போல் வீட்டோடு கிடந்தான் ராஜாராமன். சாயங்காலக் காப்பிக்காகச் சுமார் நாலரை மணிக்கெல்லாம் பால்கொண்டு வந்துவிடுவாள் பாப்பம்மாள். ராஜாராமனுடைய தாயார், மத்தியானம் இரண்டு மணிக்கு வீட்டு வேலையை ஒதுங்கவைத்துவிட்டு வெளியே போனால், அப்புறம் திரும்பி வர மணி ஐந்தாவிடும். எங்காவது பக்கத்து வீட்டுப் பெண்களுடன் போய் பேசிக் கொண்டிருப்பாள்.’ இந்த நித்திய நியதி ராஜாராமனுக்குத் தெரியும். பாப்பம்மாளுக்கும் தெரியும். அதனால்தான் அவள் நாலரைக்குப் பதிலாக நாலுமணிக்கே பால் கொண்டு வரத் தொடங்கினாள். பாலை ஜன்னலில் வைத்துவிட்டு வந்து ராஜாராமன் தூங்கி விட்டானா என்று எட்டிப் பார்ப்பாள். அவன் முன்பெல்லாம் இந்த நேரத்துக்குத் தான் தூங்கச் செல்வான்;

இப்போதோ தூங்குவதெல்லாம் வெறும் பாசாங்கு!

ஒரு நாள் நாலு மணிக்குப் பாப்பம்மாள் வந்தாள். அனறு அவள் புதுப் புடவை கட்டிக்கொண்டு, புது ரவிக்கையும் போட்டுக் கொண்டு வந்தாள். புடவை அலங்காரத்துக்குப் பொருத்தமாக முகத்தைக் கழுவிச் சாந்துப் பொட்டு வைத்துக்கொண்டு, தலையிலே பூவும் முடித்துக் கொண்டு வந்து விட்டாள். அன்று அவளுக்கு ஒரே குதூகலம்.

ராஜாராமன் பொய்த் தூக்கத்தில் குறட்டை விட்டுக் கொண்டிருந்தான். கொஞ்ச நேரத்தில் அவன் தானாகவே எழுந்து விடுவது வழக்கம். அன்று அவன் விழிக்கும் வரையிலும் பாப்பம்மாள் சும்மா இருக்கவில்லை. கண்ணாடியை எடுத்துப் பார்த்தாள். சீப்பு இருந்தால் இன்னும் கொஞ்சம் படிய வாரிக் கொள்ளலாம் போல இருந்தது. சீப்பைக் காணவில்லை. ‘சரி, காணோம்; எங்கே இருக்கோ?’ என்று மனதுக்குள்ளேயே சொல்லிக் கொண்டாள்.

ராஜாராமனை எழுப்ப வேண்டும் என்று அவளுக்குத் தோன்றியது. எப்படி எழுப்புவது? அவனுடைய தாயார் “ராசா” என்று அவனை அழைப்பது வழக்கம். பாப்பம்மாள் கொஞ்சம் யோசித்தாள். அப்புறம் தூங்குகிறவனுக்குக் கேட்கவா போகிறது என்று நினைத்து, விளையாட்டாக, “ராசா!” என்றாள்.

ராஜாராமனுக்குச் சிரிப்பு வந்தது; அடக்கிக் கொண்டான்.

“ராசா!” என்று கொஞ்சம் உரக்கச் சொன்னாள். அதுவும் விளையாட்டாகவும் ரகசியம் போலவும் இருந்தது.

சிறிது நேரம் கழிந்தது.

நிமிர்ந்து நின்று கொண்டு, புத்தகத்தைப் பார்த்துப் படிப்பது போல, குரலில் ஏற்ற இறக்கமின்றி, “ஏ, ராசா! ஏ, ராசா!” என்று மூன்று தடவை சொன்னாள்.

ராஜாராமனால் சிரிப்பை அடக்க முடியவில்லை. எழுந்து நின்று இலேசாகத் தலை குனிந்து கொண்டு, கண்களை மேல் நோக்கித் திருப்பிப் பாப்பம்மாளைப் பார்த்தான். தன் கீழுதட்டைக் கடித்தான். கீழுதடு நனைந்து பளபளத்தது. சீப்பால் தலையைக் கோதுவது போலப் பல்லால் நாலு தடவை மாறி மாறிக் கீழுதட்டைக் கோதிக் கொடுத்தான்.

‘பளிச்’ சென்று பாம்பம்மாளின் கையைப் பிடித்து விட்டான். அவள் கையைப் பிடிப்போம் என்று அவன் எழுந்து நிற்கும் வரையிலும் நினைத்தது கிடையாது. பின்னால் செய்யப் போகிற காரியங்களையும் அவன் நினைத்தவனில்லை; இங்கே தலைகீழ் நியாயமாகச் செயலைப் பின்பற்றித்தான் யோசனையும் திட்டங்களும் உதயமாயின.

பாம்பம்மாள் ராஜாராமனின் புஜங்களினிடையில் சிக்கினாள். அவன் அவளுடைய முகத்தைத் தன் முகத்துக்கு நேராகத் திரும்பினான்; அவளுடைய கண்களை ஒரு நிமிஷம் கூர்ந்து பார்த்தான். திடீரென்று அவளை முத்தமிட்டு விட்டான்.

ராஜாராமனுக்கு முத்தத்தில் சுகானுபவம் பொதிந்திருந்தது. பாப்பம்மாளுக்கோ முத்தம் குஷியாகத்தான் இருந்தது. அவளைப் பொறுத்த மட்டிலும் முத்தத்திற்காகத்தான் முத்தம்; வேறு எதற்காக வும் அல்ல.'

சந்தர்ப்பங்கள் மாறின. பாப்பம்மாள் வெளியே வந்தாள். வெளியே சொல்லக் கூடாது என்ற ஜாக்கிரதைதான் பாப்பம்மாளுக்கு இருந்ததே ஒழிய, முத்தத்தில் தன்னை மறந்த உணர்ச்சியோ, பெரிய பயமோ ஏற்படாது போய்விட்டன.

எதிர்ப்பாராத விதமாக வீட்டுக்குள்ளே வந்த ராஜாராமனின் தாயாரிடம் பாப்பம்மாள் கொஞ்சங்கூடக் கல்மிஷம் இல்லாமல், "பால் கொண்டு வந்து வச்சுட்டேன்!" என்று சொல்லி விட்டு வாசல் படியில் காலெடுத்து வைத்தாள். அப்புறம் தெருவில் இறங்கிப் போகும்போது அவள் தனக்குத் தானே, "நான் வீட்டுக்குப் போறேன்," என்று சொல்லிக் கொண்டாள்.

அது நிலாக் காலம். அன்றிரவு பாப்பம்மாள் ஜன்னலோரத்தில் கட்டிலைப் போட்டுப் படுத்துக் கொண்டாள். ஜன்னல் கம்பி சந்திரனின் மத்திய பாகத்தில் விழும்படியாக முகத்தைத் தள்ளி வைத்துக்கொண்டாள். இரண்டு கண்களையும் குவித்து, ஜன்னல் கம்பியைப் பார்த்தாள். ஆகாயத்தில் இரண்டு சந்திரன்கள் இருப்பது போல் தோன்றியது. பளிச்சென்று வானத்தை ஏறிட்டுப் பார்த்தாலோ ஒரே சந்திரன்தான். சந்திரனை இரண்டாக்குவதும் பழையபடியும் ஒன்றாக்குவதுமாகப் படுத்துக் கொண்டிருந்தாள், பாப்பம்மாள். அப்போது அவளுக்கு எதிர்பாராத விதமாக உறக்கம் வந்துவிட்டது. சரி, தூங்கணும் என்று திரும்பிப் படுத்துக் கொண்டாள். மேலே பார்த்தவாக்கில் வெறும் வெளியை இரண்டு மூன்று தடவை முத்தமிட்டாள். மிகவும் குதூகலமாக இருந்தது அவளுக்கு. 'ரொம்ப நேரமாய் விட்டதே! தூங்கணுமே!" என்று ஜாக்கிரதைப் படுத்திக் கொண்டு கண்களை மூடினாள்; கொஞ்ச நேரத்தில் தூக்கமும் வந்து விட்டது.

வழக்கம் போலவே அவள் தினமும் பால் கொண்டு வந்து வைத்துக் கொண்டிருந்தாள். மறுவாரம் ராஜாராமனுக்குப் பகல் வேலை. அதனால், அவன் வீட்டிலே இல்லை. பாப்பம்மாளுக்கு அது ஓர் ஏமாற்றமாகவும் இல்லை. 'அவர் இருந்தால் முத்தமிடுவார்' என்று மட்டும் எப்போதோ ஒரு தடவை சொல்லிக் கொண்டாள்.

3

பத்துப் பதினைந்து நாட்கள்தான் கழிந்திருக்கும். ஒரு நாள் திடீரென்று பாப்பம்மாளுக்குக் காய்ச்சல் வந்தது. சாதாரணக் காய்ச்சலைப் போலத்தான் ஆரம்பத்தில் இருந்தது. பிறகு அந்தக் காய்ச்சலே பலத்து விட்டது. படுத்த படுக்கையாகி விட்டாள் பாப்பம்மாள். அவளுடைய தாயார் தான் பால் கொண்டு வர வேண்டியதாய் விட்டது. பாப்பம்மாள் நாளுக்கு நாள் மெலிந்து கொண்டு வருகிறாள் என்றும், சரியாச் சாப்பிடாமல் இருக்கிறாள் என்றும், அவளுடைய தாய் சொன்னாள். ஒரு நாள் பாப்பம்மாளைப் பார்க்கப் போனாள், ராஜாராமனுடைய தாயார். ராஜாராமனுக்கும் போகலாம் என்று ஆசைதான். கொஞ்ச நாட்களுக்கு முன் என்றால் தாராளமாகப் போயிருப்பான். இப்போது அவன் மனத்தில் ஏதோ ஒரு திருட்டு உணர்ச்சி ஊசலாடிக் கொண்டிருந்தது. தான் முத்த மிட்டதன் காரணமாகப் பாப்பம்மாளைப் பார்க்கப் போனால், ஊரார் என்ன நினைப்பார்களோ என்று காரணமில்லாமல் பயம் தட்டுப்பட்டது அவனுக்கு. கடைசியில் அவன் போகவில்லை.

முத்தமிட்ட விஷயம் இன்னும் கொஞ்சம் அழுத்தம் பெறுவதற்கு வேறொரு காரணமும் இருந்தது. அந்தத் தினத்திற்குப் பின் நாலைந்து நாட்களில் ராஜாராமனுக்குக் கல்யாணம் செய்ய ஏற்பாடு செய்து விட்டார்கள். ஊரிலிருந்து அவனுடைய சிற்றப்பா கடிதம் எழுதியிருந்தார். தகப்பனார் காலமாகி விட்டதால், சிற்றப்பா தான் தகப்பனார் ஸ்தானத்தில் இருந்து ஒரு பெண்ணை ஏற்பாடு செய்திருந்தார். அந்தப் பெண் ராஜாராமனுக்குத் தெரியும். நல்ல பெண்தான். கட்டிக்கொள்ளலாம் இஷ்டம்தான். ஒரு மாதத்துக் குள்ளாகவே கல்யாணத்தை நடத்த ஏற்பாடாகி விட்டது.

கல்யாணம் ஏற்பாடானதும், பாப்பம்மாள் அந்நியப் பெண் என்றும், யாருக்கோ மனைவியாகப் போகிறவள் என்றும், ராஜா ராமனுக்குத் தோன்றியது. ஒரு கன்னிப் பெண்ணை முத்தமிட்டது பிசகு என்றும் அவனுக்குத் தோன்றியது. ஆகவே பாப்பம்மாள் சம்பந்தப்பட்ட எந்தக் காரியத்தைச் செய்யவும் அவனுக்குக் கொஞ்சம் அச்சம்தான்.

ராஜாராமனுடைய கல்யாண சமாச்சாரம் தெரிந்தது, பாப்பம்மாளுக்கு. உடனே அவளுக்குச் சந்தோஷம் வந்து விட்டது. கல்யாண வீட்டின் கோலாகலம் அவள் கண்முன் வந்து நின்றது. கொஞ்ச நேரத்தில் அவளுக்கு வேறொரு அபிப்பிராயமும் தோன்றியது. அவரை நான் கல்யாணம் பண்ணிக் கொள்ளட்டுமா!" என்று நினைத்தாள். நினைத்தால் உடனே நடந்து விடக் கூடிய

சர்வ சாதாரணமான காரியமாகத்தான் பாப்பம்மாளுக்குப் பட்டது. ஆனால், அந்த யோசனையும் திடீரென்று மாறி விட்டது. 'அதெப்படி முடியும்? அவர் வேற சாதி; நான் வேறே சாதி. கல்யாணம் செய்து கொள்ளமுடியாதே' என்று நினைத்துக்கொண்டாள். அப்புறம், 'கல்யாணத்துக்கு நான் புதுச்சீலை கட்டி, புது ரவிக்கை போட்டுக் கிட்டுப்போகணும். அதுவரைக்கும், அந்தப் புதுச் சீலை யையும் ரவிக்கையையும் அழுக்காக்கிறக்கூடாது. என் உடம்பும் அதுக்குள்ளே தேவலையாகிப் போகணும், கடவுளே!' என்று கடவுளைக் கும்பிட்டாள்.

4

ராஜாராமனுடைய சொந்த ஊரிலேயே கல்யாணம் நடந்ததால், புதுப்புடையும் அது ரவிக்கையும் இருந்தும் பாப்பம்மாள் கல்யாணத்துக்குப் போக முடியவில்லை. உடம்பெல்லாம் குணமாகிப் பழையபடியும் வீட்டிலே நில்லாமல் இங்கும் அங்கும் போய்க் கொண்டிருந்தாள்.

சில தினங்களில் ராஜாராமன் தன் மனைவியோடு உத்தியோக ஸ்தலத்துக்கு வந்து விட்டான். வந்த தினத்தன்று பாப்பம்மாள் வீட்டுக்குப் பலகாரப் பண்டங்களெல்லாம் கொடுத்தனுப்பினாள், பெரியம்மாள்.

பாபபம்மாள் ராஜாராமன் வீட்டுக்கு வருவதற்கு இடையூறாக இப்போது இரண்டு தடங்கல்கள் இருந்தன. ஒன்று யாரோ ஒரு புதுப் பெண் வந்து விட்டது. அவள் இருக்கும்போது பாப்பம்மாளுக்கு அந்த வீட்டில் நடமாடுவது அவ்வளவு உற்சாகமாயில்லை; தவிரவும் அந்த வீட்டில் தான் செய்த வேலைகளை எல்லாம் அந்தப் புதுப் பெண்ணே செய்து வந்தாள். அங்கே போய்ச் சும்மா உட்கார்ந்து கொண்டு இருப்பது எப்படி?

அடுத்தபடியாகப் பாப்பம்மாளின் தாயார், "இனிமேல் நீ அங்கே அடிக்கடி போகக்கூடாது." என்று பாப்பம்மாளிடம் சொன்னாள்.

பாப்பம்மாளுக்குக் கொஞ்சம் கஷ்டமாகவே இருந்தது. ஆனாலும் ஏகதேசமாக நாலைந்து நாட்களுக்கு ஒரு தடவை வந்து ராஜாராமன் மனைவியிடம் பூவோ, ரிப்பனோ கொண்டு போவாள்; தான் பூ வாங்கினாலும் அவளுக்குக் கொண்டு வந்து கொடுப்பாள். சில நாட்களில் அவனுடைய மனைவியிடம் அவளுக்குப் பிரியம் உண்டாகிவிட்டது. தன் தாயாரிடம் எப்போதும் ராஜாராமன் மனைவி யைப் பற்றி ஏதாவது சிலாகித்துச் சொல்லிக் கொண்டிருப்பாள் அவளைப் பற்றிப் பேசாவிட்டால் பாப்பம்மாளுக்கு நெஞ்சு வெடித்து விடும்.

இப்போது பாப்பம்மாளோ அவளுடைய தாயாரோ யாராவது ஓர் ஆள் பால் கொண்டு வருவது வழக்கம். சில நாட்களில் பசுவின் பால்வற்றி விட்டது. கன்றுக் குட்டிக்கே அவ்வளவு பாலையும் விட்டு விட்டார்கள். பால் விவகாரம் நின்றுவிட்டது.

இப்போது ராஜாராமன் வீட்டுக்குப் பாப்பம்மாள் போவ தென்றால், பழைய படியும் 'சும்மா' தான் போகவேண்டியதாய் விட்டது. ராஜாராமன் தன் மனைவியைப் பக்கத்தில் வைத்துக் கொண்டே, பாப்பம்மாளைப் பார்த்துக் குறும்பாக ஏதாவது சொல்லுவான். புருஷனும் மனைவியும் சிரிப்பார்கள். இது பாப்பம்மாள் மனதுக்குச் சந்தோஷமாக இருக்கும். சில சமயங்களில் ராஜாராமனின் முன்னிலையிலேயே பாப்பம்மாள் அவன் மனைவியை அதட்டுவது உண்டு. 'அப்படிச் செய்யலாமா? இப்படிச் செய்யலாமா?' என்று ஏதாவது சொல்லுவாள். ஒரு நாள் ராஜாராமனின் வேஷ்டி கொடியி லிருந்து விழுந்து தரையில் கிடந்ததைக் காட்டி, 'இதை எடுத்து வைக்கவில்லையே?' என்று அவனுடைய மனைவியைக் குற்றம் சாட்டுவது போலச் சொன்னாள். பிறகு அவளே போய் எடுத்து வைத்தாள்.

ராஜாராமதன் தனக்குள்ளாகவே நினைத்துக் கொண்டான்.

'அவளுக்கில்லாத அக்கறையா பாப்பம்மாளுக்கு? நான் கண்டிப்பதைப் போல அல்லவா பாப்பம்மாள் அவளைக் கண்டிக் கிறாள்! என் விஷயத்தில் எவ்வளவு அக்கறை!

5

ஏழெட்டு மாதங்களுக்கு மேலாகிவிட்டன. பாப்பம்மாள் தெருவோடு போகும்போது, நாள்தோறும் ஒன்று போல ராஜாராமனைப் பார்த்துச் சிரிப்பதும், அவன் பதிலுக்குச் சிரிப்பதும், ஏகதேசமாக அவனுடைய வீட்டுக்கு வந்து உரிமையுடன் நடந்து கொள்வதும் நிற்கவில்லை; வழக்கம் போல நடந்து கொண்டுதான் இருந்தது. இந்தச் சமயத்தில் ராஜாராமனின் மனைவி கர்ப்பிணியாக இருந்தாள். அவள் ஊருக்குப் போய் ஒரு மாதத்திற்கு மேலாகி விட்டது. அடுத்த மாதம் தான் அவளுக்கு மாதம். பிறகு இரண்டு மாதங்களில் அவள் குழந்தையை எடுத்துக் கொண்டு வருவாள் என்று ஒரு நாளைக்கு நூறு தடவை மனதுக்குள்ளேயே மாறி மாறிச் சொல்லிக் கொண்டிருந்தான் ராஜாராமன். அவனுக்குக் கனவும் நனவும் அதுதான். பத்துப் பதினைந்து நாட்களுக்கு ஒரு தடவை போய் மனைவியைப் பார்த்து விட்டு வருவதும் வாரத்துக்கு ஒரு தடவை கடிதம் எழுதுவதுமாக இருந்தான்.

அடுத்த மாதத்திலேயே குழந்தை பிறந்தது. ஆண் குழந்தை இந்தச் செய்தியைப் பாப்பம்மாள் கேள்விப்பட்டாள். அப்பொழுதுகூட அவளிடம் ஒரு மாறுதலும் ஏற்படவில்லை. ஆனால், குழந்தையை எடுத்துக்கொண்டு ராஜாராமனுடைய மனைவி வந்ததும் கதை எல்லாம் தலைகீழாக மாறிவிட்டது. பாப்பம்மாளுக்கு உலகமே புரண்டது போலிருந்தது.

ஒரு நல்ல நாளன்று குழந்தையோடு வந்து சேர்ந்தாள், ராஜாராமனின் மனைவி. அவள் வந்த சிறிது நேரத்திற்குள் மிகவும் உற்சாகத்துடன் ஓடோடியும் வந்தாள், பாப்பம்மாள். வந்து ஆவலோடு குழந்தையைப் பார்த்தாள். ராஜாராமனுடைய சாயலிலேயே இருந்தது குழந்தை. அதிலும் குழந்தையின் புன்சிரிப்பு, ராஜாராமனின் புன்சிரிப்பேதான். தாமரை இதழ்களின் பெளிவரிசையும், உள் வரிசையும் உருவத்தில் பெரியதும் சிறியதுமாக இருந்தாலும், அமைப்பு ஒன்று போலவே இருப்பது மாதிரி இருந்தன, அந்த இரண்டு பேரின புன்னகைகளும்!

இதைப் பார்க்கும்போது பாப்பம்மாளுக்கு என்னவோ போலிருந்தது. அவளுடைய ஏதோ ஒரு நம்பிக்கை அடிப்படையோடு சாய்ந்து விழுந்து விட்டது. ராஜாராமன் அவன் மனைவிக்குத்தான் சொந்தம் என்பதைக் குழந்தை ஒவ்வொரு கணமும் சிரித்துச் சிரித்து நிரூபித்தது.

ராஜாராமனால் தான் அவள் குழந்தை பெற்றாள். குழந்தையோ அவன் குழந்தை. ஆனால், பிறந்தது அவள் வயிற்றில். கல்யாணமானால் இப்படிக் குழந்தை பிறக்கத்தான் செய்யும் என்பதைப் பாப்பம்மாள் முன்பு நினைத்ததாகத் தோன்றவில்லை. நினைக்காதது போலவும் தோன்றவில்லை. எப்படியும் குழந்தை பிறந்து விட்டது. அப்படியானால் அவன் அவளுக்கு எப்போதோ சொந்தமாகி விட்டான். இப்போது பாப்பம்மாள் யார்? குழந்தை பெறாத பாப்பம்மாள் யார்?

எழுந்து வெளியே வந்தாள். ஒருவரோடும் ஒன்றும் பேசவில்லை. வழக்கம் போல, 'நான் வீட்டுக்குப் போகிறேன்' என்றும் அவள் சொல்லவில்லை. மிகவும் வேகமாகத் தன் வீட்டை நோக்கி நடந்தாள். வீட்டுக்குப் போய், படுக்கையில் விழுந்ததும் அவளுக்கு அழுகை வந்துவிட்டது. "மூஸ் மூஸ்' என்று நாலைந்து தடவை அழுதாள்; விம்மினாள். ஒரு நிமிஷத்திற்குள் அழுகை நின்றுவிட்டது. ஆனால், பழையபடியும் மறு நிமிஷத்தில் அழுகை வந்துவிட்டது. இப்படியே நிறுத்தி நிறுத்தி நாலைந்து தடவைகள் அழுது விட்டாள்.

அவளுடைய மானசீகப் பற்று வரவுக் கணக்கில் ஒரு பெரிய தப்பு விழுந்து விட்டது. பற்று வரவுக் கலங்களில் வரவு வைக்க

வேண்டியதைப் பற்று என்றோ, பற்று என்று எழுத வேண்டியதை வரவு என்றோ, பதிவு செய்துவிட்டாள். கணக்குப் பார்த்தால் மாறி மாறித் தப்பு விழுந்து கொண்டிருந்தது.

மறுநாள் - மறுநாள் என்ன, எல்லா நாட்களும் தான் - ராஜாராமனை அவள் பார்க்கத்தான் செய்தாள். ஆனால், முன் போல் சிரிக்கவில்லை. ராஜாராமன் சிரித்தாலும், அவள் சிரிக்க வில்லை. அவனைப் பார்த்தால், அவளுக்கு ஐந்தாறு தடவை இமை கொட்டும். முகத்தையும் 'உம்' என்று வைத்துக் கொள்வாள். 'டூ' விட்டுக் கொண்ட குழந்தை போல, வேண்டுமென்றே கோபித்துக் கொண்டு தன் வீட்டுக்கு வந்து விடுவாள், பாப்பம்மாள்.

15
திரிபுரம்

பஞ்சம் வந்து விட்டது. பஞ்சம் வந்து விட்டால் என்ன? மக்கள் பட்டினி கிடப்பதோடு மட்டுமல்லாமல், மற்றொரு பரிதாபகரமான காரியத்தையும் செய்வார்கள். அதாவது ஒரு பஞ்சப் பிரதேசத்தை விட்டு அதை விடக் கொடுமையான மற்றொரு பஞ்சப் பிரதேசத் திற்குக் குடிபெயர்ந்து செல்லுவார்கள். பட்டினிப் பட்டாளங்கள் ஏதோ நம்பிக்கையுடன் ஒரு சாலையில் எதிர் எதிர்த்திசையில் பிரயாணம் செய்வது பஞ்சத்தின் கோரமான அலைக்கழிவுகளில் ஒன்று.

கோவில்பட்டிப் பிராந்தியத்திலிருந்து பல ஏழைகள் 'கூடை தலை மேலே குடி வாழ்க்கை கானகத்தில்' என்று குடும்பத்துடன் வடக்கு நோக்கி நடந்தனர். வடக்கே இருந்து அதிசயம் போலே அதே கோவில்பட்டியை நோக்கிப் புறப்பட்டுச் சென்றனர், ஆந்திர தேசத்து ஏழைகள் இருவர். அந்த இருவர் தான் நரசம்மாவும், அவளுடைய ஏக புத்திரியும் சுயரார்ஜிதச் சொத்துமான வெங்கட்டம் மாவும், நரசம்மாவின் கணவன் பட்டினியினால் செத்தான் என்பது உண்மை; ஆனால் காலராவினால் செத்தான் என்று மானத்துக்கு அஞ்சி நரசம்மா பொய் சொன்னாள். பட்டினி கிடந்து செத்தான் என்று சொல்லுவது அவமானம் அல்லவா?

கணவன் செத்தான். குடும்பத்தின் தாங்க முடியாத ஒரு சுமை குறைந்தது. மனிதப் பிண்டம் எவ்வளவு பெரிய சுமை என்பதை நிறுத்துக் கண்டறியப் பஞ்சப் பிரதேசத்திற்குச் செல்ல வேண்டும். மற்ற இடங்களில் நம் அபிப்பிராயத்தராக பொய்சொல்லிவிடும். நெடுமூச்சுவிட்டாள் நரசம்மா. அவள் வாழ்க்கையில் பாதி விமோசனம் பிறந்தது- உழைத்துச் சம்பாதிக்கும் தைரியம் கொண்ட தன் கணவனை மணந்தபோது; முழு விமோசனமும் பிறந்தது - அவன் செத்தபோதுதான். பட்டினியும் நோயும் வாட்டி வதைக்கும் கணவனை, பட்டினி கிடக்கும் மனைவியும் மகளும், கண்ணாரப் பார்த்துக் கொண்டு, எத்தனை நாட்களைத்தான் தள்ள முடியும்? பரஸ்பரம் எதுவும் செய்து சமாளித்துக் கொள்ளமுடியாத நரசம்மா வின் குடும்பத்துக்கு, அது எவ்வளவோ பெரிய சுமையாக இருந்தது. பிறருக்குத் தெரியாமல் தனியே பட்டினி கிடந்தால் வேதனையாகத் தான் இருக்கும். பரஸ்பரம் தெரியும் படியாகப் பலர் பட்டினி கிடந்தால்

ஒவ்வொருவருக்கும் தாங்க முடியாத படி அவமானமாக அல்லவா இருக்கிறது!

கடைசியில் அவன் ஒருவழியாகச் செத்தான். நரசம்மா அழுதாள்; வெங்கட்டம்மா பரிதவித்தாள். விரைவில் இருவருக்கும் ஞானோதயம் பிறந்தது. பட்டினி கிடப்பவன் உயிரோடிருக்கும் போது அழுதால் அர்த்தம் உண்டு; செத்த பிறகு அழுவது கேலிக் கூத்தல்லவா? அழுகையை நிறுத்தினார்கள்; செத்தவனை அடக்கம் செய்தார்கள். நரசம்மா விதவைக் கோலம் பூண்டாள். அதாவது கழுத்தில் கிடந்த வெறும் மஞ்சள் கயிற்றை அறுத்துப் போட்டாள். அதில் இருந்த தங்கத் தாலி, கணவன் உயிரோடிருக்கும்போதே, அடகு வைக்கப்பட்டு, பிறகு விற்கப்பட்டு, அரிசி புளியாக மாறி விட்டது. ஆகவே, விதவைக் கோலம் பூண்பதில் யாதொரு சிரமமோ, பிரயத்தனமோ அவசியப்படவில்லை.

பரம்பரை பரம்பரையாக மானத்தோடு வாழ்ந்து வந்த குடும்பம்; ஆகவே, வீட்டு வாசலுக்கு அமீனா வந்து நிற்கும் வரையில் காலம் கடத்தாமல், வீட்டைக் கடன்காரர்களுக்கு விட்டு விட்டார்கள். கூலி வேலை செய்து பிழைப்பதற்குக் கூட இடமில்லாது போன ஊரை விட்டு? நாற்பத்தைந்து வயது ஸ்திரீயும், பதினேழு வயதுக் கன்னியும் வெளியேறினார்கள். அவர்கள் புறப்பட்ட கதையும், அதிசயம் போலச் சென்னைக்கு வந்து சேர்ந்த கதையும் பெரிய பாரதம்.

அவர்கள் வந்த சமயத்தில் சென்னையில் ஸ்திரீகள் இரண்டு வகையான வாழ்க்கையைத்தான் கௌரவமாக நடத்த முடியும் போல இருந்தது. ஒன்று, சீமாட்டியாக இருக்கலாம்; அல்லது கக்கூஸ் சுத்தம் செய்யும் குப்பைக்காரியாக இருக்கலாம். இந்த அபலைகளுக்கு இந்த இரண்டும் ஒத்து வரவில்லை. அவர்கள் சென்னைக்கு வந்த புதிதில் அவர்கள் செவிக்கு எட்டிய தகவல் கக்கூஸ் சுத்தம் செய்யும் வேலைக்கு ஆட்கள் தேவை என்பது தான். ஏனென்றால் அப்போது தோட்டிகளின் வேலை நிறுத்தம் நடந்து வந்தது. வேலைக்கு வராத தோட்டிகளுக்குப் பிரதியாக ஆட்கள் தேவை இருந்தது. ஆனால், தாயும் மகளும் இந்த வேலை செய்ய இஷ்டப்படவில்லை. பிறந்த ஜாதி, வாழ்ந்த அந்தஸ்து எல்லாம் நினைவுக்கு வந்துவிட்டன.

சீமாட்டியாகவோ குப்பைக்காரியாகவோ இல்லாமல், நடுத்தரப் பிழைப்புப் பிழைக்க இருவருக்கும் வசதி கிடைக்கவில்லை. ஊர் ஊராக அலைந்தது போலவே, தெருத் தெருவாக அலைந்தார்கள். ஜீவானம்சத்துக்கு ஒரு தொழிலும் கிடைக்கவில்லை. யாரிடத்திலும் போய்ப் பேசுவதற்குக்கூட இயலாது போய்விட்டது. இந்த ஆந்திரப் பெண்களுக்கு. சென்னைப் பட்டணம் எங்களுக்குத்தான் என்று

தெலுங்கர்கள் தம் மகாநாட்டில் தீர்மானம் நிறைவேற்றி விட்டால், சென்னைவாசிகளுக்குத் தெலுங்கு புரிந்துவிட வேண்டுமென்று கட்டாயம் இல்லையே! அறியாத ஊர், அறியாத பாஷை, இன்னும் அறியாத பல விஷயங்கள் -இந்த லட்சணத்தில் காட்சியளிக்கும் சென்னையில் ஏதோ இரண்டொரு தினங்கள் இருந்தார்கள், தாயும் மகளும்.

வெங்கட்டம்மாவின் தண்ணீர் கண்டறியாத புடவை புழுங்கி நாறியது. படுக்கை, போர்வை, புடவை இத்தனையுமாக இருந்து உதவிய அந்தக் கந்தல் துணியை இடுப்பில் சுற்றிக் கொள்வது முள்வேலியை எடுத்துச் சுற்றிக் கொள்வது போல இருந்தது. அழுக்கும் சீலைப் பேனும் நிறைந்த அந்தப் புடவை வெங்கட்டம்மாவின் உயிரோடு போட்டி போட்டுக் கொண்டு ஒவ்வொரு நாளும் அந்திம காலத்தை நெருங்கிக்கொண்டிருந்தது. பதினேழு வயதுப் பெண் இந்தக் கந்தல் துணியோடு தெரு வழியே நடமாடினாள். மற்றவர்களுடைய வறுமையின் அஸ்திவாரத்தில் சுகபோகம் துய்க்கும் இந்த உலகத்தில், ஒரு பெண்ணில் கந்தல் துணியைப் பார்த்து இரக்கப்படுகிறவர்கள் அபூர்வம். கந்தலின் வழியாக வெங்கட்டம்மாவின் சரீரக் கட்டைத்தான் கக்கண் போட்டு எட்டிப் பார்த்தது மனித சமூகம். நரசம்மா பார்த்தாள். தான் ‘கிழவி’ யானதால் எப்படியும் அலையலாம். தான் கந்தல் துணியைக் கட்டிக் கொண்டாலும், ஊரார் தன்னைக் கூர்ந்து பார்க்க மாட்டார்கள் என்ற நினைப்புடன், தன்னுடைய புடவையை வெங்கட்டம்மாவுக்குக் கொடுத்து விட்டு, அவளுடைய கந்தலைத் தான் வாங்கிச் சுற்றிக் கொண்டாள். இந்த மன ஆறுதலுடன் அன்றையப் பொழுது அஸ்தமித்தது. மறுநாள் சென்னையை விட்டுப் புறப்படச் சித்தமாகி விட்டனர்.

மறுநாள் பொழுது விடிந்ததும், வாழ்க்கையிலேயே முதல் முதலாகப் பிச்சை எடுத்துச் சாப்பிட்டதும், சந்தர்ப்ப வசமாக எழும்பூர் ரயில்வே ஸ்டேஷனைச் சாயங்காலத்துக்குள்ளாகக் கண்டு பிடித்ததும், அசாதாரணமான துணிச்சலுடன் டிக்கெட் வாங்காமல் ரயில் ஏறியதும், முதல் நாள் அவர்கள் படுக்கும்போது கற்பனை பண்ணிப் பார்க்காத காரியங்கள். டிக்கெட் பரிசோதகர் வந்து எட்டிப் பார்க்காமல் இருந்தவரையில் அதாவது விருது நகர் ஸ்டேஷன் வரையில், நரசம்மாவும் மகளும் மனக் கலவரத்துடனாவது பிரயாணம் செய்ய முடிந்தது. விருதுநகரில் கலவரம் ஓய்ந்தது. டிக்கெட் பரிசோதகர் வந்து இருவரையும் கீழே இறக்கி விட்டார். மற்றபடி அவர் பேசிய பேச்சுக்கள்- அவை தெலுங்கு நாட்டுக்காரிகளான இருவருக்கும் புரியவில்லை. அம்மட்டிற்கு

க்ஷேமமாகப் போய்விட்டது.

விருதுநகரில் வேலை கிடைக்காவிட்டாலும் பிச்சை கிடைத்தது. ஆனால், பிச்சை எடுத்துப் பிழைக்கவேண்டும் என்று இவர்கள் புறப்படவில்லை. வேலை தேடிப் புறப்பட்டவர்கள் அல்லவா? ஆகவே, இன்னும் தெற்கே நோக்கிப் புறப்பட்டனர். தென்கோடியில் ஏதோ குபேரப்பட்டணம் இருப்பதாக அவர்களுடைய நினைப்பு. கோவில்பட்டிப் பிராந்தியத்தில் பஞ்ச நிலை என்ற செய்தியை அரைகுறையாகத் தெரிந்து கொள்ளக் கூட அவர்களுக்குச் சந்தர்ப்பம் கிடைக்கவில்லை. பத்திரிகை படிப்பவர்களுக்குக் கூட பாலஸ்தீன விவகாரம் தெரியுமே அல்லாமல், தாய் நாட்டில் பஞ்சம் என்ற விவரம் தெரியாதபோது, படிப்பு வாசனையற்றவர்களுக்கு எப்படித் தெரியும்?

சாலையில் வழியாக நடையைக் கட்டினார்கள். எதிரே நடந்து வரக் கூடிய மற்றொரு பட்டாளத்தையும் சந்தித்தார்கள். இந்த இரண்டு கோஷ்டியினருடைய பிரயாண லட்சியம் என்னவென்று, இரண்டு கோஷ்டியினருக்குமே தெரியாது. பரஸ்பரம் ஒருவரோடு ஒருவர் பேசிக்கொள்ளவில்லை. வடக்கு நோக்கி நடப்பவர்கள் வடக்கே போனார்கள். தெற்கு நோக்கி நடப்பவர்கள் தெற்கே போனார்கள்.

சாத்தூர்...

நரசம்மாவும் வெங்கட்டம்மாவும் இந்த ஊருக்கு வரும்போது பிற்பகல் இரண்டு மணி. வெயில் முதுகைச் சுட்டது. ஊரைச் சுற்றிலும் பயிர் பச்சையற்ற கரிசல் நிலத்தில் அனல் அலை அடித்துக் கொண்டிருந்தது. சப்பாத்தியும், பனை மரங்களும் கூட வாடித் துவளும்படியாக நீர்ச் சாரம் அற்றுப் போன கரிசல் பூமியில் கால் ஊன்றி நடப்பது நரக வேதனையாக இருந்தது. வயிற்றிலோ அதை விட வெப்பம்; தீயாகச் சுட்டது பசி. நெஞ்சோ என்றோ எரிந்து சாம்பலகி விட்டது.

விருதுநகரும் சென்னையும், அவர்கள் பயந்து ஒதுக்கி விட்டுப் புறப்பட்ட அவர்களுடைய சொந்த ஊரும் சொர்க்கங்களாக மாறியது, அவர்கள் சாத்தூரைப் பார்த்த பிறகுதான். சாத்தூரில் பிச்சை போடுவார் இல்லை. குடிப்பதற்குத் தண்ணீர் எங்கே கிடைக்கும். என்று கூடத் தெரியவில்லை. தெருவிலே கிடந்த புழு அரித்த ஒரு சொத்தை வெள்ளரிக்காயை நரசம்மா கையில் எடுத்தாள்; அரை குறையாகக் கடிக்கப்பட்டிருந்த அந்த வெள்ளரிக்காயில் ஒட்டிய புழுதியை ஊதினாள். தின்போமா என்ற நினைப்பு கட்டுப்பாட்டை மீறி விட்டது. ஆனால், வெங்கட்டம்மாவின் கண்முன்பாக அதைத்

தின்ன நரசம்மாவுக்கு வெட்கமாக இருந்தது. ஆகவே எடுத்த வள்ளரிக்காயைத் தூர எறிந்து விட நினைத்தாள். அப்படியானால், அதை ஏன் எடுத்தோம் என்ற காரணத்தைச் சொல்ல வேண்டுமே என்று தோன்றியது, நரம்மாவுக்கு. ஆகவே, "இது என்ன காய் என்று தெரியவில்லையே!" என்று வெங்கட்டம்மாவிடம் கேட்டாள். வெங்கட்டம்மாவுக்குக் கோபம் வந்து விட்டது. வயிற்றுப்பசி பிடுங்கித் தின்னும்போது, அம்மா விளையாடுகிறாளே என்று நினைத்தாள் அந்த அப்பாவிப் பெண்.

"சீ, சும்மா இரு," என்று அம்மா மீது எரிந்து விழுந்தாள்.

எச்சில் வெள்ளரிக்காயைத் தின்பதைவிட வெங்கட்டம்மாவின் சுடு சொற்களைக் கேட்க மிகவும் அவமானமாக இருந்தது. தன்னுடைய அவமானத்தை மறைக்க ஒரு காரணத்தைச் சிருஷ்டித்துச் சொல்லும்போது, அதை உண்மை என்று உலகம் ஏற்றுக் கொண்டு விட்டால் நிம்மதியாகப் போய்விடும். அந்தக் காரணத்தைப் பொய் என்று சொன்னாலும், அல்லது அதைக் காது கொடுத்துக் கேட்கா விட்டாலும் அவமானம் தான் கண்ட பலனாக இருக்கும்.

நரசம்மமாவுக்கு மிகவும் வெட்கமாக இருந்தது; மகள் மீது கோபமும் வந்தது; பசி கொடுமையால் உலகத்தின் மீதேற்படும் கசப்பு முழுவதும் வெங்கட்டம்மாவிள் மீது பாய்ந்தது. யாரையாவது ஒருவரை வெறுத்துச் சபிப்பது அந்த நிலையில் ஒரு பெரிய ஆறுதலாக இருந்தது. தான் அனுபவிக்கும் கொடுமைக்காகப் பழி வாங்க, நரசம்மாவுக்குக் கிடைத்த ஜீவன், பாவம், அவள் மகளேதான். மகளைக் கண்டபடி திட்டினாள். மகள் பிறந்த பிறகு தான் வீட்டில் துரதிர்ஷ்டமும் தரித்திரமும் தாண்டவமாடியதாகவும் இப்போது இப்படி அலைக்கழிய நேரிட்டதாகவும் வசை கூறினாள். கடைசியில் அழுதாள். கையில் இருந்த வெள்ளரிக்காயைப் பார்த்ததும், அவளுக்குக் கோபம் பொத்துக் கொண்டு வந்தது. அதை அப்படியே தெருவில் வீசி எறிந்தாள். இருவரும் அந்த இடத்த விட்டுப் புறப்பட்டனர். ஊருக்குத் தென்புறம் இருக்கும் ஆற்றங்கரையில் ஒரு வண்டி நின்றது. அதன் கீழாக நிழலுக்கு ஒதுங்கினர்.

ஆற்றிலே தண்ணீர் இல்லை. சில இடங்களில் மணலில் ஆழமாகக் குழி தோண்டி, அதிலிருந்து ஊறும் தண்ணீரை ஹோட்டலில் வேலை செய்யும் பையன்கள் வாளியில் மொண்டு கொண்டிருந்தார்கள். அவர்களுக்குப் பக்கத்தில் ஓர் ஒற்றை மாட்டு வண்டி இருந்தது. அதிலுள்ள ஒரு பீப்பாயில் வாளியில் மொண்ட தண்ணீரை ஊற்றி நிரப்பிக் கொண்டிருந்தார்கள். ஒரே ஓட்டமாக ஓடி, அந்தப் பையன்களிடம் கேட்டு, ஒரு வாளியில் தண்ணீர் வாங்கி இருவரும் குடித்தார்கள்.

பசியினால் காய்ந்து போன வயிற்றில் தண்ணீர் பட்டதும் வயிறு தகித்தது; ‘சுள்’ என்று நோவெடுத்தது. வெங்கட்டம்மா இடுப்பில் இரண்டு கைகளையும் வைத்து அமுக்கிக் கொண்டு நெளிந்தாள். ‘அம்மா’ என்று இரண்டொரு தடவை முனகினாள். அப்படியே சுடுமணலில் உட்கார்ந்து விட்டாள்.

நரசம்மா பயந்து போய்விட்டாள். மகளை ஆதரவோடு அணைத்துப் பிடித்துக் கொண்டு, “என்ன, என்ன செய்கிறது, வெங்கட்டம்மா?” என்று தெலுங்கில் கேட்டாள். ஹோட்டல் பையன்களுக்கு இந்தத் தெலுங்கு வார்த்தைகள் அரை குறையாகப் புரிந்தன. ஆகவே, அவர்களில் ஒருவன் தெலுங்கிலேயே, அவர்களுக்கு எந்த ஊர், என்ன சமாச்சாரம் என்று விசாரித்தான். ஆனால், இந்தத் தெலுங்கும் ஆந்திரவாசிகளுக்கு அரைகுறையாகத்தான் புரிந்தது. நரசம்மா வெட்கம் இல்லாமல், “பசி தாங்காமல் இவள் துடிக்கிறாள்!” என்று சொல்லி விட்டாள்.

பையன்கள் பார்த்தார்கள். தாயாருக்குப் பசி என்றாலும் பேசாமல் போய் விடலாம்; பதினேழு வயதுக் கன்னிப் பெண்ணுக்குப் பசி என்றால், அதைக்கேட்டு விட்டுப் பேசாமல் போக, அவர்களுக்கு மனம் வரவில்லை. அடுத்த தடவை தண்ணீர் எடுக்க வரும்போது சாப்பாடு தருவதாக எல்லாப் பையன்களும் ஏகோபித்துச் சொன்னார்கள்.

நரசம்மாவுக்கு உயிர் வந்தது; கைத் தாங்கலாக மகளை அழைத்துக் கொண்டு, அந்த வண்டியின் நிழலுக்குப் பழையபடியும் வந்தாள். மகள் பேசாமல் மணலில் படுத்து விட்டாள்.

ஹோட்டல்காரப் பையன்கள் - உண்மையில் நல்ல வாலிபம் வந்த இளைஞர்கள் - விறுசிறு என்று வண்டியை ஓட்டிக் கொண்டு போனார்கள்.

* * *

பிற்பகல் மூன்று மணிக்கு ஹோட்டல் பையன்கள் கொடுதத் பழைய இட்லிகள் ஐந்தாறையும், இரண்டொரு பஜ்ஜிகளையும் சாப்பிட்டார்கள். ஆனால் சூரியாஸ்தமனத்தின் போது பழைய படியும் பசி எடுத்தது. இனி யார் இந்த மாதிரி இருக்குமிடம் தேடிப் பசிக்கு அன்னம் கொண்டு வருவார்கள்? தவிரவும் இரவில் தங்குவதற்கும் இடம் வேண்டும். இந்தக் கவலைகள் வந்து பற்றின. வெங்கட்டம்மா பழையபடியும் மணலில் படுத்து விட்டாள். நரசரம்மா உட்கார்ந்து கொண்டிருந்தாள். யாதொரு கவலையும் இல்லாமல் மகள் படுத்து விட்டதைக் கண்டு அவளுக்குக் கோபம் வந்தது. ஆனாலும் ஒன்றும் சொல்லவில்லை. அருமை பெருமையாக வளர்த்த தன் ஒற்றைக்கொரு

மகளை அன்று அனாவசியமாகக் கடிந்த கோபித்துக் கொண்டதை நினைத்து மிகவும் கஷ்டப்பட்டாள். அவளுடைய மனம் என்ன என்னவோ நினைத்துச் சஞ்சலப்பட்டது. இரண்டு கைகளாலும் உழைத்து ஜீவித்தது போய், இப்போது பிச்சை எடுத்தும் சாப்பிட்டாய் விட்டது. ஏனென்று கேட்பாரில்லாமல், ஊர் மந்தையில் மணலில் வந்து அனாதைகளாகக் கிடக்கிறார்கள். கணவன் பட்டினி கிடந்து செத்தான் என்று சொல்ல நாணி, காலராவினால் செத்தான் என்று பொய் சொல்லி, மானத்தைப் பேணிய நரசம்மா, நடுத் தெருவில் கையை நீட்டி யாசகம் வாங்கி விட்டாள். பட்டணத்திலாவது தோட்டி வேலை கிடைக்கும் என்று சொன்னார்கள். சாத்தூரில் அந்த வேலை கிடப்பதாகப் பிரஸ்தாபம் கூடக் கிடையாது. வயிற்றுப் பசி அதிகமாக அதிகமாக, 'பட்டணத்தில் தோட்டி வேலையாவது செய்தோமா? அனாவசியமாக இவ்வளவு தூரம் வந்து விட்டோமே!' என்று தோன்றியது, நரசம்மாவுக்கு. இந்த நினைப்பைத் தொடர்ந்து கண்ணீரும் வந்தது. கண்ணீர் பொங்கும் விழிகளால் மகளை ஏறிட்டுப் பார்த்தாள். வெங்கட்டம்மா நிம்மதியாக மணலில் படுத்து உறங்கிக் கொண்டிருந்தாள். அலைந்து அலைந்து அலுத்துப் போன சரீரம் தன்னை மறந்து ஓய்வெடுத்தது. வாயிலிருந்து எச்சில் ஒழுகி மணலை நனைத்தது. அவ்வளவு தன்னை மறந்த தூக்கம்.

மகள் தூங்குவதை நரசம்மா பார்த்தாள். அவ்வளவு தான், அரவமில்லாமல் எழுந்தாள். அவளைக் கொலை செய்யப் போவதானால், எவ்வளவு நிசப்தமும் ஜாக்கிரதையும் அவசியமோ, அவ்வளவு நிசப்தத்துடனும் ஜாக்கிரதையுடனும் எழுந்து சுற்று முற்றும் பார்த்தாள். மனிதப் பூண்டே தென்படவில்லை. அந்தி மயங்கி இருட்டத் தொடங்கி விட்டது. தூரத்தே ஊருக்குள் ஏற்படும் சந்தடிதான் கேட்டதே ஒழிய, பக்கத்தில் யாதொரு சப்தமும் நடமாட்டமும் இல்லை. கலைந்து விலகிக் கிடந்த வெங்கட்டம்மாவின் புடவையைக்கூட எடுத்துச் சரியாகப் போட நரசம்மாவுக்கு மனம் துணியவில்லை. அப்படிச் செய்தால் வெங்கட்டம்மா எழுந்து விடலாம் என்ற பயம். ஆகவே, ஒன்றும் செய்யாமல் பொத்திப் பொத்தி நடந்து ஆற்றங்கரையை விட்டு ஊருக்குள் பிரவேசித்தாள். அக்கம் பக்கம் பார்க்காமல், யாரோ அறிந்தவர்களின் வீட்டை நோக்கி அவசர வேலையாகச் செல்லுவதைப் போல, அவ்வளவு வேகமாகச் சென்றாள். பழைய படியும் அந்தச் சொத்தை வெள்ளரிக்காய் கிடந்த இடத்துக்கே வந்து சேர்ந்தாள். வெள்ளரிக்காய் அங்கு தான் கிடந்தது. ஆனால், இப்போது ஒரு வித்தியாசம் என்ன வென்றால், யாரோ ஒருவரின் காலால் மிதிபட்டு, ஓர் ஓரத்தில் நசுங்கிப் போயிருந்தது. அதை எடுத்தாள். பக்கத்தில் யாரும் நிற்பார்களோ

என்று வெட்கப்படவில்லை. அவள் இப்போது வெட்கப்படுவது வெங்கட்டம்மாவின் முன்னிலையில்தானே ஒழிய, உலகத்தின் முன்னிலையில் அல்ல; மனித லக்ஷணமே தன்னுடைய மகளின் உருவத்தில்தான் நரசம்மாவுக்குக் காட்சியளித்தது.

வெள்ளரிக்காயை ஊதினாள்; கடைசியில் தின்றே விட்டாள். ஒரு மட்டும் அவளுக்கு நிம்மதி பிறந்தது. ஏதோ இனி யுகக் கணக்கில் பசியில்லாமல் இருக்கலாம் போல அவளுக்குத் தோன்றியது. சந்தோஷத்துடன் அவ்விடத்தை விட்டுப் புறப்பட்டாள்.

வாழ்க்கையின் ‘எதார்த்த நிலை’யை ஏறக்குறைய எட்டிப் பிடித்தாய் விட்டது. பழைய கற்பனைகள், பழைய மயக்கங்கள், பழைய திருப்திகள், பழைய மான அவமானங்கள் எல்லாம் நொறுங்கிச் சிதறி விட்டன. ஆனால் பழைய கட்டுகளை அறுத்தா லும் புது உலகத்தில் அடி எடுத்து வைக்க நரசம்மாவுக்கு இன்னும் சக்தி வரவில்லை. நிரந்தரமாகத் தெருப் பொறுக்கியோ, எச்சிலையை வழித்தோ, பிச்சை எடுத்தோ சாப்பிடலாம் என்ற தீர்மானத்துக்கு அவள் வந்துவிட முடியவில்லை. இரண்டும் கெட்டுத் திரிசங்கு நிலையில் தவித்த அவளுக்குத் தன்னைவாட்டிய மான அவமானத்தைக் கொன்று தனக்கென்று சொந்தமாக ஒரு மான அவமானத்தை, ஒரு மரபை, ஓர் ஒழுங்கை ஏற்படுத்திக் கொள்ள ஆற்றல் பிறக்கவில்லை. அந்த நிலையைப் பெற ஏதேனும் ஒரு பற்றுக்கோடு, ஒரு கொழுகொம்பு, ஓர் ஆதரவு கிடைக்காதா என்று அவள் உள்ளம் மறுகியது. ஆனால், தன் உள்ளம் ஏன் மறுகுகிறது என்ற ரகசியம் நரசம்மாவுக்குத் தெரியவில்லை. பேசாமல் ஆற்றங் கரையை நோக்கி நடந்து வந்து கொண்டிருந்தாள்.

அங்கே இருந்த ஒரு பெரிய ஹோட்டலைக் கடந்து சில அடிதூரம் வந்திருப்பாள். அவளைத் தொடர்ந்து ஒரு இளைஞன் வந்தான். மிகவும் வேகமாக வந்தான். பின்னும் இரண்டு கஜ தூரம்கூட நரசம்மா போயிருக்க மாட்டாள்; அதற்குள்ளாக அவளை முந்தி விட்டான் இளைஞன். இரவு நேரமானதால் விளக்கு வெளிச்சம் இருந்தும், அந்த இளைஞனை யார் என்று அடையாளம் கண்டுகொள்ள முடியவில்லை. “மத்தியானம் பலகாரம் கொண்டு வந்து கொடுத்தது நான்தான்!” என்று தெரிவித்து விட்டு, “இராத்திரி என்ன சாப்பிப் போகிறீர்கள்? எங்கே எடுத்துத் தூங்குவீர்கள்?” என்றும் அவன் கேட்டான்அது நரசம்மாவுக்குத்தான் தெரியுமா?

தெருவிலே சினிமாவுக்குப் போகிறவர்கள், கடைகளுக்குச் சாமான் வாங்கப் போகிறவர்கள், நடுநடுவோ பிரயாணிகளை ஏற்றிச் செல்லும் பஸ்கள், அத்துடன் சைக்கிள் மணி, பத்திரிகை விற்பவனின் குரல், ஹோட்டல்களில் போட்டி போட்டுக்

கொண்டு அசுரத்தனமாகக் கத்தும் ரேடியோக்கள்- இந்த ஜன நெருக்கத்தினிடையில், இந்தச் சந்தடியினிடையில், இரண்டு மனிதக் குரல்கள் அந்தரங்கமாகப் பேரம் பேசிக் கொண்டிருந்தன.

பாதி தூரம்கடந்தாய் விட்டது. பிறகுதான் அவள் இணங்கினாள். மறுநாள் விடிந்ததும் நரசம்மாவின் கையில் பத்து ரூபாய் இருக்கும்; ஒரு பழைய புடவையும் அதிகப்படியாக இருக்கும்; இன்று இரவு ஜாகைக்கு ஓர் அறையும் கிடைக்கும்... வாலிபன் திரும்பிப் போய் விட்டான்.

வெங்கட்டம்மா அப்போதும் தூங்கிக் கொண்டுதான் இருந்தாள். வந்து நரசம்மா எழுப்பினாள். "எழுந்திரு, அங்கே ஓரிடத்தில் சாப்பாடு போடுகிறார்கள்!" என்று சொன்னாள். சிறிது நேரத்தில் வெங்கட்டம்மாவும் எழுந்தாள். சாப்பாடு வேண்டாம், இன்னும் கொஞ்சம் தூங்கினால் நல்லது என்றுதான் அப்போது அவளுக்குத் தோன்றியது. அடித்துப் போட்டது மாதிரி உடம்பு வலித்தது. ஆனால் தாயாருடன் 'சாப்பாட்டுக்கே' கிளம்பி விட்டாள். இவர்கள் புறப்பட்ட இரண்டொரு நிமிஷங்களுக்குள்ளாக அதே வாலிபன் வந்தான். அவனுக்கு இப்போதே வெங்கட்டம்மாவின் கையைப் பிடித்து அழைத்துக் கொண்டுபோக ஆசை. ஆனாலும் தெரு வழியாக அப்படிப் போவது எப்படி என்ற பயம். அவன் முன்னும் பின்னும் தெரிந்தவனைப் போல நரசம்மாவிடம் பேசியதைக் கண்டு வெங்கட்டம்மாவுக்கு ஒரே வியப்பு; அதைவிடப் பெரிய வியப்பு, அவன் தன் கையால் ஏதோ ஒன்றை நரசம்மாவிடம் கொடுத்ததும், நரசம்மா பத்திரமாக வாங்கிக் கொண்டதும். ஒன்றும் புரியவில்லை.

"என்னம்மா?" என்று கேட்டாள் வெங்கட்டம்மா.

"ஒன்றுமில்லை."

"என்ன ஒன்றுமில்லை? கையிலே என்னது?"

"ரூபாய்."

"ரூபாயா?"

"ஆமாம்."

புரியாத வெங்கட்டம்மாவுக்கு விஷயத்தை விளக்குவதற்கு அது இடமில்லை. பேசாமல் அவளை அழைத்துக் கொண்டுமட்டும் போனாள். வாலிபன் சுபாவமாகத் தெருவோடு செல்லுகிறவனைப் போல, இவர்களுக்கு முன்பாக நடந்து சென்று கொண்டிருந்தான். இவர்களை அவன் எங்கோ அழைத்துக் கொண்டு போனான். ஒரே இருட்டாக இருந்த ஒரு சந்தின் வழியாகச் சென்று ஓர்

இருட்டறையில் கொண்டு போய் இருவரையும் உட்கார வைத்தான். இரவு பத்து மணிக்கு மேல், ஹோட்டல் அடைத்த பிறகு, வருவதாக நரசம்மாவிடம் சொல்லி விட்டுப் போய்விட்டான்.

கொஞ்சம் கொஞ்சமாக விஷயத்தை விளக்கினாள் நரசம்மா. பத்து ரூபாய், ஒரு பழைய புடவை-இந்தச் சம்பத்து சாமான்யத்தில் கிடைக்குமா? இதைச் சம்பாதிக்க உலகத்தில் ஒவ்வொருவர் படும் கஷ்டங்கள் எத்தனை? ஆனால் இவ்வளவு சுலபமாக இரண்டு வாலிபர்களிடம் ஒரு நாள் இரவுப் பொழுதுக்கள்ளாக இந்தப் பணத்தை வாங்கி விட முடியும் என்றால் அது எப்படிப்பட்ட அதிர்ஷ்டம்? நரசம்மா தன் மகளிடம் ஒன்றா சொன்னாள்?

வெங்கட்டம்மா அழுது அழுது தொண்டை கட்டி விட்டது. வெளி எழுந்து ஓட முயன்றாள். ஆனால் தாய் ராக்ஷஸ பலத்தோடு-கையைப் பற்றி வீட்டுக்குள் இழுத்துப் போட்டுக் கதவைத் தழிட்டு விட்டாள்.

"மானம் போகுதடி! அழாதே! யாரும் கேட்டால் நம் கதி என்ன? கூட்டம்கூடி விட்டால் எப்படிப் பதில் சொல்லப் போகிறோம்? கிடைத்த பணத்தில் மண்ணைப் போட்டு விடாதே!" என்று காதோடு காதாகச் சொன்னாள். ஆனால் வெங்கட்டம்மா பழையபடியும் கதவைத் திறந்து கொண்டு ஓடவே முயற்சி செய்தாள்.

நரசம்மாவுக்குக் கோபம் வந்து விட்டது. பத்ரகாளி போல எழுந்தாள். வெங்கட்டம்மாவைக் கொன்றுவிட வேண்டும் என்றே தீர்மானித்து விட்டாள்.

"சண்டாளி! கைக்கெட்டியதை வாய்க்கெட்டாமல் செய்து விடுவாய் போலிருக்கிறதே! உன்னைக் கொன்றால்தான் எனக்கு மனசு ஆறும்!" என்று குரல்வளையைப் பிடித்து விட்டாள்.

வெங்கட்டம்மா அசுரத்தனமாகத் தாயின் கையைக் கிள்ளினாள். கிள்ளியதில் ரத்தமும் வந்து விட்டது. ஓங்கி அவள் முகத்தில் குத்தினாள். தலையை இங்கும் அங்கும் ஆட்டி சரசம்மாவின் கைப்பிடியிலிருந்து தப்பிக்க முயன்றாள். அது முடியவில்லை. அடக்க முடியாத கோபத்துடன் தாயின் மூக்கில் ஓங்கிக் குத்தினாள். அவளும் தன் கைப்பிடியை விட்டாள்; தொப்பென்று கீழே விழுந்தாள்.அவள் மூக்கில் ரத்தம் ஒழுகியது. ஆனால் அது இருட்டில் இருவருக்குமே தெரியவில்லை. நரசம்மா ஒன்றும் பேசவில்லை. குப்புறப்படுத்து விட்டாள். வெங்கட்டம்மா நூறு தடவை 'அம்மா! அம்மா!' என்று அழைத்துப் பார்த்தாள். பதில் இல்லை. ஆனால் நரசம்மா பெருமூச்சு விடுவது தெளிவாகக் கேட்டது. பிறகு தாயாரை இப்படிக் கொடுமைப் படுத்தியதை நினைத்து அழுதாள் வெங்கட்டம்மா.

"அம்மா! பத்து ரூபாய்க்குக் குறையாமல் கிடைக்குமா?" என் அழுது கொண்டே கேட்டாள். படுத்துக் கிடந்த நரசம்மா எழுந்து மகளின் கழுத்தைக் கட்டிக்கொண்டு அழுதாள்; இருவரும் அழுதார்கள். அழுகை ஒலி தெருவுக்குக் கேட்காதவாறு அவ்வளவு ரகசியமாக அழுதார்கள்.

இரவு பத்து மணிக்கு மேல் வருவதாகச் சொன்னவன் பத்து மணிக்கு முன்பாகவே வந்து விட்டான். அவன் நரசம்மாவிடம் பேசிக் கொண்டபடியே தன் கூட்டாளியையும் அழைத்துக் கொண்டு வந்தான்.

திடீரென்று, "பசியாக இருக்கிறது!" என்று சொன்னாள் வெங்கட்டம்மா. தாயாரும், "ஆம், பசிக்கு ஏதாவது முதலில் வாங்கி வாருங்கள்!" என்றாள். ஒருவன் மனமில்லாமல் போனான். போய்ச் சினிமா கொட்டகையை அடுத்திருந்த ஒரு கடையில் கொஞ்சம் பலகாரம் வாங்கிக் கொண்டு வந்தான்.

பலகாரத்தைத் தாயும் மகளும் சாப்பிட்டார்கள்: சாப்பிட்ட பிறகு தாகத்திற்குத் தண்ணீர் இல்லை. அந்த நேரத்திற்குப் பிறகு தண்ணீர் கிடைத்தாலும், தண்ணீர் கொண்டு வரப் பாத்திரத்திற்கு எங்கே போவது? அதனால் தண்ணீர் விவகாரத்தைக் கைவிட வேண்டியதாயிற்று.

ஜன்னல் இல்லாத ஒரே இருட்டறை. இருட்டுதான் அந்தரங்கச் சூழலை உண்டாக்கிக் கொடுத்தது.

தாயின் சம்மதம் பெற்று, தாயின் கண் முன்பாகவே, பசியின் காரணமாக, ஒரு கன்னிப் பெண் தன் கற்பை விற்கும் கோர நாடகம், அந்த இரவில், அந்தப் பரிதாபகரமான இரவில் நடந்தேறியது.

* * *

சூரியோதயத்துக்கு முன்பே அறைக் காலி செய்துவிட்டுத் தாயும் மகளும் ரயில்வே ஸ்டேஷனுக்கு வந்து விட்டார்கள். அங்கே வந்து ஏதோ பலகாரத்தை வாங்கிச் சாப்பிட்டு விட்டு இருவரும் படுத்தார்கள். நரசம்மா பத்து மணிக்கெல்லாம் எழுந்து விட்டாள். வெங்கட்டம்மா பிற்பகல் இரண்டு மணிக்குத்தான் எழுந்தாள். தூங்கியதனால் உடம்புக்குக் கொஞ்சம் சுளுவாக இருந்தது. பழையபடியும் பலகாரம் வாங்கிச் சாப்பிடப் போனார்கள். அம்மா பத்து ரூபாய் நோட்டை எடுத்து, அதைப் பழையபடியும் மடியில்வைத்து விட்டு, ஒரு ரூபாய் நோட்டு ஒன்றை எடுத்துகள் கொடுத்து, கடையில் பலகாரம் வாங்கினாள். இதைப் பார்த்தாள் வெங்கட்டம்மா. பத்து ரூபாய் நோட்டும் சில்லரையும்... நேற்று இதே நேரத்தில், கையில் தம்பிடி இல்லாமல், பட்டினி கிடந்ததற்கும், இப்போது

பத்து ரூபாயும் சில்லரையும் இருப்பதற்கும் உள்ள வித்தியாசத்தைக் கண்டதும், வெங்கட்டம்மாவினால் நிலை கொள்ள முடியவில்லை. அம்மா கூடமையை விட்டு அப்பால் நகர்ந்ததும், அம்மாவிடமிருந்து அவ்வளவு பணத்தையும் வாங்கினாள். வலது கையிலிருந்து இடது கையில் பணத்தைப் போட்டாள். இடது கையிலிருந்து வலது கையில் போட்டாள். வியந்து வியந்து பார்த்த வண்ணம் பணத்தைக் கையில் போட்டுக் குலுக்கினாள். எவ்வளவு எளிதாக இவ்வளவு பெரிய தொகை கிடைத்து விட்டது என்பதை நினைக்கும்போது, அவளால் சிரிக்காமல் இருக்க முடியவில்லை. உரக்கச் சிரித்தாள். விட்டு விட்டுப் பலமுறை சிரித்து விட்டாள். அந்தச் சிரிப்பு எதற்கு என்று அவளுக்கே புரியவில்லை. பாண்டியனிடம் சிவபிரான் வாங்கிய பொற் பிரம்படியைப் போல், அவள் சிரித்த சிரிப்பு எங்கெல்லாம் பிரதிபலிக்க இருந்ததோ, அவளுக்கே தெரியாது. அவள் மனிதன் கட்டிய ஒழுக்கத்தை நோக்கிச் சிரித்தாள்: ஒழுக்கக் கேட்டை நோக்கிச் சிரித்தாள். நாகரிகத்தையும் அநாகரிகத்தையும் பார்த்துச் சிரித்தாள். பணக்காரர்களை, ஏழைகளை, ஆண்களை, பெண்களை, பஞ்சத்தை இப்படி எத்தனையோ அங்கிய உலகத்தையே நோக்கிச் சிரித்தாள். இது நரசம்மாவுக்குத் தெரியுமோ என்னவோ?

சிவன் சிரித்துத் திரிபுரத்தை எரித்தான்: இவள் சிரிப்பு என்ன செய்யப்போகிறதோ? அதை இப்போது யார் தான் அறிவார்கள்? அந்தக் காலத்துப் புத்திமான்களும் கூட ஏழை அழுத கண்ணீருக்குத் தான் வாளை உபமானமாகச் சொன்னார்களே ஒழிய, ஏழை சிரித்த சிரிப்பைப் பற்றிப் பிரஸ்தாபிக்கவில்லையே!

16
வெறும் நாய்

டாக்டர் வீட்டுக்கு வடக்கே ஒரு பெரிய தென்னந்தோப்பு இருக்கிறது. டாக்டர் வீட்டுக்குக் கிழக்கே ஒரு பெரிய வீடும், அப்புறம் பல பெரிய வீடுகளும் இருக்கின்றன. டாக்டர் வீட்டுக்குத் தெற்கேயும் வீடுகள்தான்: மேற்கில், அதாவது முன்புறத்தில் ஒரு பெரிய ரோடு.

டாக்டர் ஒரு பெரிய பணக்காரர்: தொழிலில் கெட்டிக்காரர்: பணத்தையும் கெட்டிக்காரத் தனத்தையும் விட அவருக்கு இருக்கும் செல்வாக்கு அதிகம். அவருக்கு ஏதாவது ஒன்று என்றால் ஊரே திரண்டு வந்துவிடும். காரணம் என்னவென்றால்...

அவர் கொடுக்கும் உடல் நிலை நற்சாட்சிப் பத்திரத்தை வைத்துத் தான் அந்த ஊரில் உள்ள பலரும் உத்தியோகத்தில் சேர்ந்திருக்கிறார்கள்: இன்று பெரிய உத்தியோகங்களை வகிக்கிறார்கள். உத்தியோக காலத்தில் நினைத்த நேரத்தில் லீவு வாங்கவும், அபாயகரமான உத்தியோகத்திலிருப்பவர்கள் பென்ஷன் சகாப்தத்தைத் தாங்கள் இஷ்டப்பட்ட வருஷத்திற்கு முன்னுக்கு இழுத்துக்கொள்ளவும் அந்த டாக்டர் சர்டிபிகேட் கொடுத்தாக வேண்டும். ஆகவே உத்தியோக வட்டாரத்தில் டாக்டருக்கு எப்படிப்பட்ட மரியாதை இருக்கும் என்று சொல்லத் தேவை இல்லை.

பல பணக்காரர் வீடுகளின் அந்தரங்கங்கள் தொழில் முறையில் டாக்டருக்குத் தெரிந்திருந்தன. இதனால் அந்தரங்கம் அவருடைய மனத்தை விட்டு வெளியே போகாமல் இருக்க, பல நாம ரூபங்களில் அவ்வப்போது சன்மானங்களும் செய்வார்கள் பணக்காரர்கள். தேவைக்கு அதிகமான மரியாதையும் காட்டுவார்கள். உத்தியோகஸ்தர்களும் பணக்காரர்களும் மரியாதை காட்டக்கூடிய ஒரு மனிதனுக்கு மற்ற ஜனங்களிடத்தில் தானாகவே மரியாதையும் செல்வாக்கும் ஏற்படாமல் வேறு என்ன செய்யும்?

இப்படிப்பட்ட பெரிய டாக்டருக்கு ஒரு பணக்காரர் ஓர் அருமையான நாயை இனாமாகக் கொடுத்திருந்தார். அது ஒரு ஜாதி நாய். என்னவோ ஒரு நல்ல ஊர் வர்க்கம். ரூபாய் ஆயிரம் கொடுத்தாலும் அப்படிப்பட்ட உத்தம குணம் உள்ளதாகக் கிடைக்காது என்றும் டாக்டர் தம் தரத்துக்கு ஒப்பான பெரிய மனிதர்களிடம் அடிக்கடி சொல்லிக் கொண்டே இருப்பார்.

இப்படிப்பட்ட உத்தம குணமுள்ள ஜாதி நாய் ஒரு நாள் திடீரென்று வாசல் திண்ணையில் நின்று குரைத்தது: குரைத்துக்

கொண்டே முற்றத்தில் குதித்தது: குதித்ததை மறக்க வைத்து விட்டது அதன் நாலு கால் பாய்ச்சல். காம்பவுண்டு வேலியில் நுழைந்து வீட்டிற்கு எதிரே உள்ள ரோட்டில் பிரவேசித்தது. இத்தனை ஆட்ட பாட்டங்களுக்கு மூல காரணமாக இருந்து ஆட்டி வைத்தது தெருவோடு போய்க் கொண்டிருந்த ஒரு நாய்தான். அது ஜாதி நாய் அன்று: கேவலம், வெறும் நாய்தான்.

ஜாதி நாயும் வெறும் நாயும் பல்லும் ஈறும் வெளியே தெரியும்படியாக வாயை வைத்துக்கொண்டு உறுமின: அப்பொழுது வாய்களைப் பார்க்கப் பயமாக இருந்தது. பிறகு 'விஸில்' கொடுத்துப் பாயச் சொன்னது போல, இரண்டும் 'டபக்'கென்று பாய்ந்தன. குரைக்கிற முழக்கம் ஊரைத் தூக்கி விட்டது. டாக்டர் சாப்பிட்டுக் கொண்டிருந்ததால் தம்முடைய சொந்த நாய் தான் திக்கு விஜயார்த்தமாகப் போய் இப்படிக் குரைத்துக் கொண்டிருக்கிறது என்பதை அறிய முடியாமல் போய்விட்டது.

சில நிமஷச் சண்டையிலேயே ஜாதி நாய்க்கு ஆறு இடங் களிலும் வெறும் நாய்க்கு நான்கு இடங்களிலும் பல் பட்டுப் படுகாயமாகி விட்டது. ரத்தமும் ஒழுகத் தொடங்கியது. இரண்டு நாய்களுக்கும் மேற்கொண்டு தலா இரண்டு காயங்களும் ஏற்படக் கூடிய சந்தர்ப்பத்தில் டாக்டர் வந்து விட்டார். அவருக்கு வந்த கோபத்துக்கு இக்கரை தான் உண்டே தவிர, அக்கரை கிடையாது. "அந்த அயோக்கியப் பயலை நான் எத்தனை தடவை எச்சரிக்கை பண்றது? ராஸ்கேல்..." என்று சொல்லிக்கொண்டே சுற்று முற்றும் தேடினார்: கல் அகப்படவில்லை.

இதனால் கோபம் பின்னும் அதிகமாகி விட்டது.

அப்புறம், அவருடைய நாய் வாலை மடக்கிக்கொண்டு திரும்ப ஓடி வருவதையும், அதைத் துரத்திக் கொண்டு வெறும் நாய் ஓடி வருவதையும் பார்த்தார்.

"இனி அந்தப் பயலிடத்தில் சொல்லி ஆகப் போறது என்ன! இந்த நாயைச் சுட்டுப் பொசுக்கிடறேன்: அப்புறம் எவன் வந்து என்னைக் கேட்பான்னு பார்ப்போம்."

இப்படி டாக்டர் சொன்னது வாஸ்தவம்: ஆனால் அது முழுப் பொய். ஏனென்றால் அவரிடம் ரிவால்வரோ, துப்பாக்கியோ, தீவட்டியோகூடக் கிடையாது - சுடுவதற்கு. அத்துடன், கேவலம் ஒரு கல்கூடப் 'பளிச்' சென்று அகப்படவில்லை. கடைசியில், வாடாமல்லிகைச் செடிக்குத் தண்ணீர் விடும் இடத்தில், தண்ணீர் குழி பறிக்காமல் இருப்பதற்காக ஒரு சிறு சதுரக்கல் பதிக்கப்பட்டிருந்தது. அது இலை மறைவு கல் மறைவாக டாக்டருக்குத் தென்பட்டது.

கை சேறானாலும் பரவாயில்லை என்று கல்லை எடுத்தார். இத்தனை காரியங்களும் கண் மூடிக் கண் திறப்பதற்குள்ளேயே நடந்து விட்டது.

கல்லைக் கையிலெடுத்தார்: குறி பார்த்தார்: குறி சரியாக இருக்கிறது என்று நினைத்துக் கொண்டார்: "போ கழுதை!" என்று ஆத்திரத்தோடு கூறிக்கொண்டு வெறும் நாயைப் பார்த்து எறிந்தார். தனக்கு ஏழு கஜ தூரத்துக்கப்பால் தான் கல் விழும் என்று தெளிவாகத் தெரிந்திருந்தும், அந்த வெறும் நாய் முட்டாள் தனமாக இயல்பான வேகத்தைவிட அதிக வேகத்தில் ஓடத் தொடங்கியது. 'தப்பிப் பிழைத்தது, வெறும் நாய்.

அது அங்கேயே நின்று, தன் உடம்பில் கல்லெறியையும் தாங்கிக் கொண்டு, அப்படியே செத்துப் போகாமல் ஓடி விட்டதைக் கண்டார் டாக்டர்.

அவருடைய கோபம் பின்னும் அதிகரித்தது. அதிகரிக்காமல் இருக்க முடியாது.

உடனே அதி வேகமாக வட புறத்திலுள்ள தென்னந் தோப்புக்குள் நுழைந்தார். டாக்டர் எந்த ஆசாமியைத் தேடிப் போனாரோ, அந்த ஆசாமி குடிசையிலேயே இருந்தான்.

"ஏய் முனிசாமி, உன் நாயை இன்னிக்காவது கட்டிப் போறயா, இல்லை அதைச்சுட்டுப் போடட்டுமா?" என்று ஒரு போடு போட்டார் டாக்டர்.

முனிசாமிக்குக் கிலியடித்துவிட்டது. நாய் சுடப்படும் என்பதற்காக அல்ல: டாக்டரின் கோபத்துக்கு ஆளானதற்காகத்தான்.

முனிசாமி அஞ்சி ஒடுங்கி, "தெரியாம நடந்துட்டதுங்க. நாளைக்கு அந்த நாயைக் கொண்டு போய் ஊரிலே என் மச்சான் ஊட்டிலே விட்டுட்டு வந்துடறேனுங்க... இந்த வாட்டி மன்னிச்சுக்கணுங்க!" என்று கும்பிட்டான்.

"மன்னிக்கவா? ஸ்டுபிட் பெலோ! உனக்கு எத்தனை தடவை நான் சொல்றதுடா!" என்று 'டா' போட்டுப் பேசினார்.

சரி, டாக்டருக்குக் கோபம் அதிகமாக இருக்கிறது என்று ஊகித்துக் கொண்ட முனிசாமி, "நாயை இப்பவே கட்டிப் போறேனுங்க!" என்று சொல்லி விட்டுச் சும்மா இருக்காமல், "நாய உங்களைக் கடிச்சிட்டதா?" என்று கேட்டு விட்டான்.

டாக்டரின் கோபம் ஒரேயடியாக அதிகரித்தது. ஏனென்றால் நாய் அவரைக் கடிக்காதது ஒன்று. கடிக்காத வரைக்கும் முனிசாமி தன்னை நிரபராதி என்று நினைத்தது ஒன்று: எல்லாவற்றையும்

விட, அவன் தன்னைப் பார்த்து விசாரித்துக் கொண்டிருப்பது ஒன்று.

"இன்னிக்கே சுட்டுப் போடறேன். உனக்கும் புத்தி புகட்டு கிறேன்!" என்று சொல்லிவிட்டு டாக்டர் திரும்பி விட்டார்.

முனிசாமி பின்னால் ஓடி வந்தான். "கோவிச்சுக்காதிங்க! கோவிச்சுக்காதிங்க!" என்று கெஞ்சினான். பிறகு நாயைப் பிடித்துக் கட்ட டாக்டருக்கு முன்னாக ஓடினான். அவனுடைய கட்டு மஸ்தான வஜ்ஜிர தேகம் வேர்த்து, வெயிலில் பளபளத்தது. டாக்டருக்கும் வேர்த்து விட்டது. மிகவும் அலுப்போடு தம் பங்களாவை நோக்கி வந்து கொண்டிருந்தார். நாயைத் தேடிக் கண்டு பிடிக்க முனிசாமி ரோட்டில் பிரவேசித்தான்.

2

'**எ**ன்னாங்கோ, துட்டுக்காரங்க ஊட்டிலே கட்டிப் போடற மாதிரி, நாயைக் கட்டிப் போட்டிருக்கீங்களே! அதுக்குச் சாப்பாடு போடறது எப்படியாம்? என்ன மச்சான்...?" என்று முனுசாமியின் மனைவி சிரித்துக் கொண்டே கேட்டாள்.

முனிசாமிக்கு ஞானோதயம் ஆகிவிட்டது. "ஆமா குட்டி, நீ சொல்வது உண்மைதான்!" என்று ஒப்புக் கொண்டு விட்டான்.

பெண்டாட்டி விழுந்து விழுந்து சிரித்தாள்.

முனுசாமி நடந்த கதையை விடாமல் சொன்னான். டாக்டர் "சுட்டு விடுவேன்!" என்று இரண்டு மூன்று முறைதான் சொன்னார். ஆனால், முனிசாமியோ, அவர் ஆயிரம் தடவை சொன்னது போலச் சொன்னான்.

முனிசாமியின் மனைவியும் பயந்துவிட்டாள். இருந்தாலும், "டாக்டர் அவரு ஊட்டு நாயைக் கட்டிப் போட்டிருந்தா, இது அதைக் கடிச்சிருக்குமா? அவரும் நாயைக் கட்டிப் போடலே: நாமளும் கட்டிப்போடலே, ரெண்டும் கடிச்சுக்கிச்சு: காயமும் ஆறிப்போச்சு. நம்மளை மட்டும் டாக்டரு எப்படிக் குத்தம் சொல்லலாம்?" என்று கேட்டாள்.

"என்ன புள்ளே, ஒரேடியாக அளக்கிறே! அவங்க யாரு, நம்ம யாரு? இரண்டும் ஒண்ணு ஆயிடுமா? நாம்ப தான் நம்ப நாயைக் கட்டிப் போடணும். வெவரம் இல்லாமப் பேசறே!" என்று எகத்தாளமாகச் சிரித்துக் கொண்டே சொன்னான் முனிசாமி.

"அப்படின்னா, சாப்பாடு போட்டு வளருங்கோ!" என்று சொல்லி விட்டு அப்பால் போய் விட்டாள் பெண்டாட்டி.

◈ வெறும் நாய் ◈

முனிசாமிக்குப் பெரிய புதிராகி விட்டது. அதனால் கூட்டாலோசனை செய்து புதிரை விடுவிப்பதற்காகக் குடிசைக்குள் நுழையும் மனைவியை மர நிழலுக்குப் பழையபடியும் அழைத்தான்.

"என்னாங்கோ?"

"அப்படின்னா, நாயை அவுத்து விட்டிற வேண்டியது தான். என்ன சொல்றே?"

"அப்புறம் டாக்டர்?"

"அப்படின்னா நீ என்னதான் செய்யச் சொல்றே புள்ளே?"

"ஒண்ணும் செய்யச் சொல்லல்லே."

பெண்டாட்டி சிரித்தாள்.

முனிசாமிக்குக் கோபம் வந்து விட்டது. இருந்தாலும் புதுப் பெண்டாட்டியை வெளிப்படையாகக் கோபித்துக் கொள்ள இஷ்டம் இல்லை. அதனால், தலையைக் குனிந்து கொண்டு யோசித்தான். பிறகு தூங்கி எழுந்தவனைப் போலத் தலையைத் தூக்கி ஏறிட்டுப் பார்த்து, "வெத்திலை பாககை எடுத்து வா, போ!" என்று சொன்னான்.

பெண்டாட்டி வெற்றிலை பாக்கைக் கொண்டு வரும்போது, முனிசாமியின் முகத்தில் சந்தோஷக் குறி தென்பட்டது.

"யோசனை பண்ணிப்புட்டேன், புள்ளே. நம்மமோட்டுக் குப்பம் கபாலி போன வருஷம் 'வளர்க்கிறதுக்கு நாய்க் குட்டி கிடைக்குமா?ன்னு கேட்டுக்கினு இருந்தான். அவனுக்குக் குடுத்துடலாம்னு யோசனை பண்ணிப் புட்டேன்."

"அவரு குட்டிதானே கேட்டாரு? இம்மாத்தப் பெரிசு நாயா கேட்டாரு?"

"அதுக்கென்ன புள்ளே? இது குட்டி போடாதா?"

குட்டி போட்டாலும் போடா விட்டாலும் நாயை வாங்கிக் கொள்ள யாதொரு மறுப்பும் சொல்லவில்லை மோட்டுக் குப்பம் கபாலி. அவன் அதே தெருவில் அரை மைல் தூரம் வடக்கே தள்ளி முனிசாமியைப் போலவே ஒரு குடிசையில் வசித்து வந்தான். நாயைக் கட்டிப் போட்டு வளர்க்க வேண்டும் என்று சொல்ல வாயெடுத்த முனிசாமி, அந்தப் புத்திமதியைச் சொல்லாமல் உள்ளே அமுக்கிக் கொண்டான். கட்டிப்போட்டு, சாப்பாடு போட்டு வளர்க்கத் தன்னால் இயலாது என்று அவன் சொல்லி விடுவானோ என்று முனிசாமிக்குப் பயம்.

டாக்டர் 'சுட்டுப் போடுவேன்' என்று சொன்னதற்கு மறுநாள் தான் இந்த நாய்த் தானம் நடந்தேறியது.

அதிலிருந்து டாக்டர் சம்பந்தப்பட்ட மட்டில் முனிசாமி புது மாதிரியாக நடந்து கொள்ள ஆரம்பித்தான். அதற்கு முன்னால் டாக்டரைப் பற்றி அவன் சிந்தித்ததுகூடக் கிடையாது. டாக்டர் என்றென்றும் தன் மீது கோபத்துடன் தான் இருப்பார் என்றும், அவருடைய கோபத்தைத் தணித்து அவரிடத்தில் நல்ல பிள்ளை என்று பெயர் வாங்குவதில்தான் தன் பிழைப்பே அடங்கியிருக்கிறது என்றும் நினைத்து விட்டான்.

டாக்டர் வீட்டு வாசலுக்கு நேரே போகும்போது, அங்காளம்மன் கோவிலுக்கு நேரே போவது போல, அத்தனை பய பக்தியுடன் போவான். அவனை இரண்டொரு முறை பார்த்த டாக்டர், அவன் எதிர்பார்த்தபடி அபாயகரமாக எதுவும் செய்யவில்லை. அதனால் டாக்டரிடத்தில் அவனுக்கு ஒரு மதிப்பு ஏற்பட்ட விட்டது. ஒரு நாள் டாக்டரின் கண்களும் அவனுடைய கண்களும் சந்தித்து விட்டன. டாக்டர் எதையோ நினைத்துக்கொண்டு உற்றுப் பார்த்தார். உடனே முனிசாமி, 'சமயம், சமயம்' என்று பக்கத்தில் ஓடி, "நாயை விட்டுக் கடாசிட்டேங்க. மோட்டுக் குப்பம் கபாலிக்குக் கொடுத்துட்டேன்!" என்று சொன்னான்.

டாக்டர் ஒன்றும் சொல்லாமல், அவன் சொன்னதையும் காதில் வாங்கிக் கொள்ளாமல், உள்ளே போய் விட்டார்.

"ஐயாவுக்கு இன்னும் கோபம் தணியல்லே!" தனக்குத் தானே சொல்லிக் கொண்டு வந்தான் முனிசாமி.

ஒரு நாள் அவன் டாக்டர் வீட்டுக்கு முன்பாக நடந்து வந்து கொண்டிருந்தான். தன்னுடைய பழைய நாய் அங்கே சுற்றிக் கொண்டிருந்ததைப் பார்த்தான்: திடுக்கிட்டுப் போய்விட்டான்.

'இது எங்கே வந்தது? கபாலிகிட்டேயிருந்து டபாசிகினு வந்துட்டதா?' என்று யோசித்துக் கொண்டிருக்கும் போது, நாய் ஓடி வந்து அவன் மேல் காலைத் தூக்கிப் போட்டது.

"சீ, கயிதை!" என்று அதைத் தள்ளிவிட்டு நடந்தான். நாய் பின் தொடர்ந்தது. விரட்டினாலும் போகாமல் தொடர்ந்து வந்தது.

குடிசைக்குப் போன முனிசாமி மனைவியை அழைத்து, "இந்தக் கயிதை ஓடியாந்திரிச்சு, புள்ளே!" என்று வியாகூலத்துடன் சொன்னான்.

"அதுக்கு நாம்ப என்னா பண்றது?" என்றாள் மனைவி. அதைச் சரி என்று ஏற்றுக் கொண்டு, "ஆமா, நாம்ப என்னா பண்றது?" என்று முனிசாமியும் சொன்னான்.

அன்றிரவு சாப்பிடாமல் கொள்ளாமல், நாய் அவன் குடிசைக்கு முன்னாலேயே படுத்துக் கொண்டது. விரட்டி விரட்டிப் பார்த்தும்

பயனில்லாமல் போய்விட்டது.

மறுநாள் இளநீர்க் காய்களைக் கூடையில் வைத்துக்கொண்டு, முதன் முதலாக வியாபாரத்துக்குக் கிளம்பினான் முனிசாமி. டாக்டர் வீட்டுக்கு முன் வந்ததும் அவனுக்குத் திடீரென்று ஒரு யோசனை தோன்றியது. நாய் பழையபடியும் வந்து விட்டதற்குத் தான் ஜவாப்தாரி அல்ல என்று காட்டிக் கொள்வதற்கு, தன் மேல் கோபம் கொள்ளாமல், தன்னை நல்லவன் என்று டாக்டரும் கருதும்படி செய்வதற்கு ஒரே உபாயமாக அவனுக்குத் தோன்றிய யோசனை தான் அது.

டாக்டர் வீட்டுக்குள் நுழைந்தான். வாசலில் ஈஸிசேரில் படுத்திருக்கும் டாக்டரைப் பார்த்தான்.

"சாமி!" என்று குரல் கொடுத்தான்.

டாக்டர் வலது பக்கம் திரும்பிப் பார்த்தார். அவர் சமாச்சாரம் என்னவென்று கேட்பதற்கு முன்பாகவே, "இளநி சாப்பிடுங்க சாமி-நல்ல-இளநி!" என்றான் முனிசாமி.

டாக்டர் வாயைத் திறக்கவில்லை.

முனிசாமி, "இன்னிக்குத்தான் மொதல் மொதல்லே யாவாரம் பண்ணப் போறேன். நீங்க ஒங்க கையாலே போணி பண்ணணும். ஒண்ணு சாப்பிடுங்க.." என்று சொல்லிக் கொண்டே இளநீர்க் காயை எடுத்து வெட்டத் தொடங்கி விட்டான்.

டாக்டர் சிரித்தார்.

முனிசாமி சந்தோஷப் பட்டான்.

"இன்னிக்குத்தான் யாபாரமாப்பா? என்ன கிடைக்கும் ஒரு நாளைக்கு?" என்று கேட்டார் டாக்டர்.

"அன்னாடம் முக்கால் ரூபா கெடச்சாப் போதும் சாமி!" என்று சொல்லி விட்டு, இளநீரை டாக்டர் கையில் நீட்டினான்.

டாக்டர் வாங்கிச் சாப்பிட்டார்.

முனீசாமிக்குக் குழி பிறந்து விட்டது.

"எப்படிங்க இளநி?" என்று கொஞ்சம் சம்பிரமமாகவே கேட்டான்.

"இருக்குது!" என்று அழுத்தலாகப் பதில் சொல்லி விட்டு, டாக்டர் வீட்டுக்குள்ளே போனார். பழையபடியும் வெளியே வந்து, இரண்டணாவை முனிசாமிக்கு முன்பாகக் கீழே போட்டு விட்டு, ஈஸிசேரில் படுத்து வேறு பக்கமாகத் திரும்பிக் கொண்டார்.

"காசு எதுக்குங்க? வேண்டாமுங்க!" என்று முனிசாமி காசை எடுத்துத் திண்ணையில் வைத்தான்.

"கொண்டு போப்பா... மொதல் மொதல்லே யாவாரம் பண்ணப் போறவன்..."

"நீங்க சாப்பிட்டதே எனக்கு ராசிதானுங்க. காசை எடுத்து வெச்சுக்குங்க!" என்று சொல்லிக் கொண்டு நின்றான்.

டாக்டர் எழுந்து இரண்டணாவை எடுத்துக் கொண்டு உள்ளே போனார். "சொந்தச் செலவு இரண்டணா!" என்று நான்கு கணக்குப் புத்தகங்களில் எழுதி வைத்திருந்ததை ஒவ்வொன்றாக அடித்தார்.

'கூட ஒரு அணா கேட்பான்னு நினைச்சதுக்குப் பயல் காசே வேண்டானுட்டான்!" என்று மனசுக்குள்ளேயே மகிழ்ந்து கொண்டு பழையபடியும் வாசல் பக்கம் வந்தார்.

முனிசாமி "போய்ட்டு வரவேனுங்க," என்று சொல்லிக் கும்பிட்டு விட்டுக் கூடையைத் தூக்கினான்: வெளியே போய் விட்டான்.

முனிசாமியின் மனம் அன்று சந்தோஷத்தில் மிதந்தது.

3

காலை பத்து மணி இருக்கும். டாக்டர் ஆஸ்பத்திரிக்கும் போய் விட்டார். அவர் மனைவியும் ஏக புத்திரியும் தான் வீட்டு மாடியில் உட்கார்ந்து சதுரங்கம் ஆடிக் கொண்டிருந்தார்கள்.

தோட்டக்காரன் வேலையை எல்லாம் செய்து முடித்து விட்டு வீட்டுக்குப் போய்விட்டான். சமையல்காரனும்கூட டாக்டரின் மனைவி கொடுத்தனுப்பிய ஒரு கடிதத்தைக் கொண்டு போய்ச் சேர்ப்பதற்காக மாம்பலத்துக்குப் போயிருந்தான். ஆகவே, வீட்டில் எஞ்சியிருப்பவை மேற்படி பெண் ஜீவன்கள் இரண்டும், வாயில்லா ஜீவனாகிய ஜாதி நாய் ஒன்றுதான்.

சதுரங்க விளையாட்டில் ஆழ்ந்த கவனத்தைச் செலுத்தி இரண்டு பேரும் விளையாடிக் கொண்டிருந்தார்கள். அப்பொழுது சந்தர்ப்ப வசமாக வலது பக்கம் திரும்பிப் பார்த்தாள் டாக்டரின் மனைவி. கீழே இருந்து மாடிக்குப் புகை வந்து கொண்டிருப்பதைப் பார்த்துக் கொண்டாள்.

புகை போக்கி வீட்டின் பின்புறத்தில் தூரத் தள்ளி இருந்தது. அதனால் அந்த இடத்தில் புகை வரக் காரணமில்லையே என்று ஒரு நிமினும் யோசித்தாள் அந்த அம்மாள். அப்புறம் தன் மகளைக் கூப்பிட்டு, "கோமளா! அங்கே என்ன புகை வருகிறது?" என்று திகைப்போடு கேட்டாள்.

கோமளாவும் திரும்பிப் பார்த்தாள். அவ்வளவு தான். விளையாட்டை அப்படியே நிறுத்திவிட்டு, "ஐயோ! இது என்ன வென்று தெரியவில்லை!" என்று கூவிக் கொண்டு கீழே இறங்கி

ஓடி வந்தார்கள்.

வீட்டின் சமையல் அறையிலும் அதை ஒட்டியிருந்த உக்கிராண அறையிலும் தீப்பிடித்து விட்டது. இருவரும் தன்னை மறந்து விட்டார்கள். உதவிக்குச் சமையல்காரன் கூட இல்லை.

பக்கத்து வீட்டுக்காரர்கள் 'மெட்ராஸ்காரர்'களான படியால் உதவிக்கு வருவார்களா என்பது யோசித்துப் பார்க்க வேண்டிய விஷயம். அத்துடன் அவர்கள், தீ இவ்வளவு தூரம் பற்றிக் கொழுந்து விட்டு எரிந்தும், வாசம் பட்டாவது அதைக் கண்டு பிடித்துக் கொண்டதாகத் தெரியவில்லை. வீட்டில் உள்ளவர்க்கே தெரியாமல் போனது ஆச்சரியப்படத்தக்க விஷயம் இல்லை தான்.

கோமளா தீயணைக்கும் படையினருக்குப் போன் செய்தாள். அப்புறம் இரண்டு பேரும் தெருவுக்கு வந்து கத்தினார்கள்.

டாக்டரின் மனைவி இடையிடையே சமையல்காரனைத் திட்டுவதற்கும் மறந்து விடவில்லை.

அதி சீக்கிரத்திலேயே கூட்டம் கூடி விட்டது. வந்தவர்களில் பெரும்பான்மியோர் எதுவும் செய்யாமல் நின்று கொண்டிருந்தது போதாதென்று, "தீ எப்படிப் பிடித்தது?"... தீப்பிடிக்கக் காரணமே இல்லையே!" "ஒரு ஐந்து நிமிஷத்துக்கு முன்னால் கூட ஒன்று மில்லையே!" என்று பலவாறாக ஆழ்ந்த அனுதாபத்துடன் பேசிக் கொண்டிருந்தார்கள்.

தோட்டக்காரன், வேலைக்காரன், கக்கூஸ்காரன், கத்தரிக்காய் வியாபாரி இந்த வர்க்கத்தில் சேர்ந்த ஆசாமிகள் அந்தக் கூட்டத்தில் சிறுபான்மையோராக இருந்தார்கள். இந்தச் சிறுபான்மையோரிலும் சிறுபான்மையோர் வீட்டுக்குள் பாய்ந்து நெருப்பை அணைக்க முயன்றார்கள்.

அப்பொழுது பக்கத்துப் பங்களாக்காரர், டாக்டரின் மனைவி யைப் பார்த்து, "உள்ளே போன பயல்கள் வெளியே வரும்போது ஜாக்கிரதையாகக் கவனிக்க வேண்டும். எதையாவது திருடிக் கொண்டு போய் விமுடுவார்கள்!" என்று ஆங்கிலத்தில் சொல்லி எச்சரித்தார். அப்புறம் அங்கே எஞ்சி நின்ற மேற்சொன்ன சிறுபான்மையோரைப் பார்த்து, "என்னப்பா, பேசாமப் பார்த்துக் கொண்டு நிற்கிறீர்கள்? வேடிக்கை பார்க்கிறீர்களா? போய் நெருப்பை அணைப்பதுதானே?" என்று இரைந்து சொன்னார்.

அவ்வளவில் இரண்டொருவர் வீட்டுக்குள் ஓடினார்கள். கோமளா, "ஐயோ! அது போய் விட்டதே! இது போய் விட்டதே!" இது போய் விட்டதே!" என்று புலம்பிக் கொண்டே இருந்தாள். தீக்கொழுந்து தெருவுக்குத் தெரிய ஆரம்பித்து விட்டது.

உள்ளே போன ஒருவன் வெளியே ஓடிவந்து, “ஏன் சாமி, எல்லோரும் வந்து சாமானை ஒதுங்க வையுங்களேன்!” என்று கூவினான்.

உடனே பக்கத்துப் பங்களாக்காரர், “போங்கப்பா” சமயத்தில் ஒத்தாசை செய்யக் கூடாதா?” என்று சிறுபான்மையோரைப் பார்த்து வேண்டிக் கொண்டார்.

அவரைத் தொடர்ந்து வேறு சில பங்களாவாசிகள் அவ்வண்ணமே சொல்லி தாங்கள் பேசிக்கொண்டிருந்த விஷயத்தைப் பழைய படியும் பேச ஆரம்பித்து விட்டார்கள். ஓர் ஆபீஸர், “சார்! நான் மெஜுராவில் இருந்த போது, இப்படித்தான் திடீரென்று...” என்று தம் அனுபவத்தை அல்லது கட்டுக்கதையை ஆரம்பித்தார்.

மற்றொரு பங்களாக்காரர், “எப்படித் தீப்பிடிக்க முடியும்? தீப்பிடிக்கக் காரணமே இல்லையே!” என்று திகைப்போடும் திரும்பத் திரும்பவும் சொல்லிக் கொண்டிருந்தார்.

வெகு நேரமாக அவர் இப்படியே சொல்லிக் கொண்டிருப்பதைப் பார்த்த ஒரு வாலிபப் பையன், “ஏன் சாமி, காரணம் இல்லாமே தீப்பிடிச்சிருக்குமா? ‘காரணம் இல்லையே, காரணம் இல்லையே’ என்று சும்மா சொல்லிக்கினே இருக்கீங்களே!” என்று சொல்லி விட்டுச் சிரித்தான்.

அவருக்குக் கோபம் வந்துவிட்டது. ஆனாலும், எதுவும் செய்ய முடியவில்லையே என்று வருந்தி, வாயை மூடிக் கொண்டார்.

ஆனால், பக்கத்தில் நின்ற மூன்று மாடிப் பங்களாக்காரருக்குப் படு கோபம் வந்து விட்டது. “ஏன்டா ஃபூல், எல்லாரோடும் போய் நெருப்பை அணைக்கிறதுக்குத் துப்பில்லை. வாய்ப் பேச்சு பேசுகிறான் வாய்ப்பேச்சு!” என்று அந்த வாலிபப் பையன் மீது சீறி விழுந்தார்.

அவன் ஒரு மாதிரி ஆசாமி. உடனே துடுக்காகப் பதில் சொல்ல ஆரம்பித்து விட்டான். “நீங்களும் போய் நெருப்பை அணைக்கிறதுதானே? உங்களுக்கு என்ன உடம்பிலே பலமில்லையா? இல்லேன்னா, டாக்டர் உங்களுக்கு ஆகாதவரா? அவர் காலமெல்லாம் உங்களுக்கு வைத்தியம் பார்த்தாரா? எங்களுக்கு வைத்தியம் பார்த்தாரா?” இவ்வாறு அவன் தமிழில் சொல்ல, அவர் அவனை இங்கிலீஷில் திட்ட, ஒரு சண்டையே ஆரம்பித்து விட்டது. இந்தக் களேபரத்தில்—

முனிசாமி எங்கோ இருந்து அங்கு வந்து சேர்ந்தான். “நம்ம டாக்டர் ஐயா ஊட்டில்லே!” என்று சொல்லிக் கொண்டே வீட்டுக்குள்ளே பாய்ந்தான். மறு நிமிஷத்தில் தீயணைக்கும் படையினரும் டாக்டரும் வந்து சேர்ந்தார்கள். நாலா பக்கங்களி

விருந்தும் ரப்பர் குழாய்கள் மூலம் தண்ணீரை உள்ளே பீச்சினார்கள்.

டாக்டர் மிகுந்த கோபாவேசத்துடன் சமையல்காரனைத் திட்டினார். அவர் திட்டுவதைப் பார்த்து, அது வரையிலும் மெல்லிய குரலில் சமையல்காரனைத் திட்டிக் கொண்டிருந்த அவர் மனைவி உரத்த குரலில் திட்டத் தொடங்கினாள்.

யாராவது ஒருவர் திட்டினால் போதும் என்று எண்ணியவர் போல, வீட்டுக்குள்ளே நுழைந்தார் டாக்டர். தீயணைக்கும் படையினரின் தண்ணீர் தம் மேல் படாதவாறு, ஓர் இடத்தில் நின்று கொண்டு, டாக்டர் காரியாதிகளைக் கவனித்துக் கொண்டிருந்தார்.

வெளியாட்களில் முனிசாமி ஒருவன்தான் உள்ளேயிருக்கும் எல்லாச் சாமான்களையும் அப்புறப்படுத்த வேண்டும் என்று முயற்சி செய்து கொண்டிருந்தான். தீயணைக்கும் படையினரில் இரண்டொருவனின் ஒத்தாசையுடன், அரிசி மூட்டைகளை வராந்தாவில் கொண்டு வந்து போட்டான். அவன் உடம்பெல்லாம் தண்ணீரும் புகையுமாக இருந்தது. 'வெளியே வாப்பா!' என்று டாக்டர் இரண்டொரு முறை சொல்லியும் அவன் வராமல் சாமான் களை எடுத்துப் பத்திரப்படுத்திக் கொண்டே இருந்தான்.

கடைசியில் ஒரு மட்டும் தீயை அணைத்தாய் விட்டது. தீயணைக்கும் பயின் தலைவர் டாக்டருக்கு முன்னால் நின்ற முனிசாமியைச் சுட்டிக் காட்டி, "உங்கள் வேலக்காரன் சரியான ஆசாமி, அவன் ஒத்தாசை இல்லாவிட்டால் இவ்வளவு சீக்கிரத்தில் நெருப்பை அணைத்திருக்க முடியாது!" என்று ஆங்கிலத்தில் சொன்னார்.

டாக்டர் உடனே அதை மறுத்து, "இவன் என் வேலைக் காரனல்ல!" என்றார்.

தலைவர் திகைத்து, "அப்படியானால் இவன் யார்?" என்று கேட்டார்.

பக்கத்தில் உள்ள தோப்பில் குடியிருக்கும் முனிசாமி என்று டாக்டர் சொல்லியிருக்கலாம். ஆனால் முனிசாமியைப் போன்ற ஒரு சாதாரணமான ஆளைப் பற்றி அவ்வளவு விவரமாகத் தெரிந்திருப்பதை வெளியே காட்டிக்கொள்ளுவது தம்முடைய அந்தஸ்துக்கு ஏற்றதாக டாக்டருக்குத் தோன்றவில்லை. அதனால், "எவனோ ஒருவன், என் வேலைக்காரனல்ல!" என்று ஆங்கிலத்தில் பதில் சொன்னார்.

முனிசாமிக்கு எதுவும் புரியவில்லை. டாக்டரையும் அந்த உத்தியோகஸ்தரையும் மாறி மாறிப் பார்த்துப் புன்னகை செய்து கொண்டே நின்றான். அவனுக்கு ஏனோ ஒரு பூரிப்பு.

எல்லாக் குரல்களும் அடங்கி விட்டன. அமைதியோடு எல்லோரும் வீடு திரும்பும் சமயம். ஆனால் நான்கே நான்கு குரல்கள் மட்டும் அடங்கவில்லை. இரண்டு மனிதக் குரல்கள்: மீதி இரண்டும் நாய்க் குரல்கள்.

மனிதக் குரலில் ஒன்று:

"ராஸ்கேல், அவன் பேசுவதைப் பார்த்தீர்களா? இல்லிட்டரேட் ப்ரூட்! செருப்பாலடி, இடியட்!"

அதற்குப் பதில் குரல்.

"சாமி, உங்களுக்குத்தான் இங்கிலீஷ் தெரியும்னு நீட்டாதீங்கோ, மருவாதைக்குப் பாத்துக்கினு இருக்கேன். எனக்கும் பேசத் தெரியும்."

குரல் வந்த இடத்தைச் சூழ்ந்து எல்லோரும் கூடி விட்டார்கள். இங்கிலீஷ் வார்த்தைகளைக் கலந்து திட்டியவர், முன்னால் குறிப்பிட்ட மூன்று மாடிப் பங்களாக்காரர். இங்கிலீஷ் வார்த்தைகளைக் கலக்காமலும், திட்டாமலும், ஆனால் திட்டுவதற்கு ஆசைப்பட்டுக் கொண்டும் பேசியவன் அந்த வாலிபப் பையன். இந்த இருவர் சண்டையும் அதுவரையிலும் தொடர்ந்து நடைபெற்றுக் கொண்டுதான் இருந்தது என்று விவரம் அப்பொழுது தான் எல்லோருக்கும் தெரிய வந்தது. பலருடைய பிரம்மப் பிரயத்தனத்தின் பேரில் சண்டை நின்றது. அவரவர் தத்தம் இருப்பிடத்தை நோக்கிப் புறப்பட்டுப் போய்விட்டார்கள்.

டாக்டர், அவர் மனைவி, கோமளா, அவர் வீட்டு நாய், முனிசாமி, அவனுடைய மனைவி, அவன் வீட்டில் வளர்ந்த வெறும் நாய்-இந்தக் கூட்டம் தான் இப்பொழுது அங்கே நின்றது. நாய்கள் இரண்டும் வெகு நேரமாகச் சொல்-சண்டை போட்டு முடித்து, பிறகு வாய்ச்சண்டை போட்டு வந்ததைக் கவனிப்பதற்கு அப்பொழுது தான் சமயம் வந்தது.

டாக்டர் கோபத்துடன் திரும்பிப் பார்த்தார். தெருவில் காலடி எடுத்து வைப்பதற்குள் முனிசாமி ஒரே வேகமாக வெளியே வந்து ஒரு கல்லை எடுத்து வெறும் நாய் மீது எறிந்தான். கல் பட்ட நாய்க்குக் கால் ஒடிந்து விட்டது. ஒடிந்த காலுடன் நாய் கத்திக்கொண்டே ஓடி மறைந்தது.

முனிசாமி பயத்துடன் திரும்பி வந்து, பயத்தைப் போக்கிக் கொள்ளுவதற்காக, டாக்டரைப் பார்த்து, "அந்தச் சனியனை மோட்டுக் குப்பத்துக்குத் தேர்த்தினாலும் இங்கேயே ஓடி ஓடி வந்துடுதுசாமி. இனி என்னத்தைப் பண்றது?" என்றான்.

டாக்டர் ஒரு பதிலும் சொல்லவில்லை. அவர் தம் மனைவி யோடும் மகளோடும் வீட்டுக்குள் புகுந்தார்.

தேடுவாரில்லாமல் முனிசாமியும், அவன் மனைவியும் அங்கேயே அனாவசியமாக நின்று கொண்டிருந்தார்கள். முனிசாமியின் மனைவி கோபத்துடன் அவனைப் பார்த்து ஏன் மச்சான், உனக்கு மான ஈனம் கெடையாது? 'போய் வாப்பா'ன்னு கூடச் சொல்லாமே அவரு ஊட்டுக்குள்ளே போயிட்டாரு. நீ இங்கேயே ஏன் நின்று சாகிறே? டாக்டரு உனக்குச் சாப்பாடு போடப் போறாரா?" என்று வெடுக் கென்று கேட்டாள்.

மனைவி பயமில்லாமல் இப்படிப் பேசுவது முனிசாமிக்குப் பிடிக்கவில்லை. இருந்தாலும் அதற்காக அவளைக் கண்டிக்கவில்லை.

இருவரும் குடிசைக்கு வந்து சேர்ந்தார்கள். டாக்டருக்கு உதவி செய்ய ஒரு நல்ல சந்தர்ப்பம் கிடைத்ததை நினைத்துச் சந்தோஷத்தில் ஆழ்ந்தான் முனிசாமி.

4

ஒரு மாதம் கழிந்து விட்டது. வெறும் நாய், கபாலி வீட்டில் அரைக்கணம் கூடத் தங்காமல், முனிசாமியின் குடிசையையும், சுற்றுப் பக்கத்தையுமே வட்டம் போட்டுக் கொண்டிருந்தது.

அது எங்கு சாப்பிடுகிறதென்று யாருக்கும் தெரியாது. ஏகதேசமாக, டாக்டர் காரை விட்டு இறங்கி வீட்டுக்குள் நுழையும் போது, அது மகா பயங்கரமாகக் குரைத்துக் கொண்டும் இருந்தது. மூன்று மாதங்களுக்கு முன் தன் மேல் படாதவாறு டாக்டர் கல்லை விட்டெறிந்ததை அது இன்னும் மறக்கவே இல்லை.

டாக்டர் வெளியே வர மாட்டாரா, அவர் வீட்டு ஜாதி நாயாவது தப்பித் தவறி வெளியே வராதா என்று எதிர்பார்த்துக் கொண்டிருக்கும் பாவனையில், அது அந்த வீதியையும், வார்டையும் சுற்றிக் கொண்டிருந்தது.

வெளியூரிலிருந்து புதிதாக அங்கு வந்து சுமார் ஒரு வாரம் தங்கி விட்டுச் செல்லும் எந்த ஒரு நபருக்கும் அந்த வார்டில் உள்ள பிரமுகர்களையும், பெரிய மனிதர்களையும் விட, வெறும் நாய்தான் அதிகமாக அறிமுகமாகியிருந்தது. அப்படியானால், நாய் முனிசாமி வீட்டிலும் இல்லாமல், கபாலி வீட்டிலும் இல்லாமல், 'தெருவாசத்தையே நம்பிக் காலம் கழித்துக் கொண்டிருந்தது என்பது தானே விளங்கும். கபாலி 'வா', என்றால் வராமலும், முனிசாமி 'போ' என்றால் போகாமலுமாக இருந்து வந்தது வெறும் நாய்.

அப்போது முனிசாமியின் மனைவிக்குத் திடீரென்று கண்ணில் ஏதோ கோளாறு ஏற்பட்டுத் தீயாக எரியத் தொடங்கியது. இதற்குக் காலாகாலத்தில் ஒழுங்காக எண்ணெய் ஸ்நானம்

செய்து கொள்ளாததே காரணமாக இருக்கும் என்று முதலில் நினைத்தார்கள். ஆனால், இரண்டொரு நாட்களில் பார்வையே சிறிது மங்க ஆரம்பித்து விட்டது போலத் தோன்றியது. கண்ணை நன்றாக விழித்துப் பார்க்கவும் முடியவில்லை. இதைக் கண்டு அவளும் முனிசாமியும் பயந்து விட்டார்கள். பக்கத்துக் குடிசைக்காரர்களிடம் போய் விஷயத்தைத் தெரிவித்தார்கள். எல்லோரும் ஒருமிக்க, "ஆஸ்பத்திரிக்கு இட்டுண்டு போப்பா!" என்று சொன்னார்கள். அப்படியே செய்வதென்று முடிவு கட்டி இருவரும் குடிசை வந்து சேர்ந்தனர். உட்கார்ந்து ஒரு முறை வெற்றிலை போட்டான் முனிசாமி. உடனே அவனுக்கு ஒரு யோசனை தோன்றியது. தர்ம ஆஸ்பத்திரிக்குப் போனால், ஏழைகளைக் கவனிக்க மாட்டார்கள். கவனித்தாலும் உண்மையான மருந்து கொடுக்க மாட்டார்கள் என்று கருதிப் பக்கத்திலே குடியிருக்கும் டாக்டரிடம் அழைத்துச் செல்வதே உசிதம் என்று தீர்மானித்தான்.

அந்த டாக்டர் தான் முனிசாமியின் வெறும் நாயைச் சுட்டு விடுவதாகப் பயமுறுத்தியவர்; அந்த டாக்டரின் வீடு தீப்பற்றிக் கொண்டபோதுதான் முனிசாமி ஓடிப்போய் உதவி செய்தது.

மனைவியைக் கூப்பிட்டான். டாக்டர் வீட்டுக்குப் போகும்படி கூறினான். அவள் முதலில் தயங்கினாள். "அப்படியானால் ஆஸ்பத்திரிக்குப் போ!" என்றான். அந்த டாக்டரின் ஆஸ்பத்திரிக்குத் தான். அதற்கும் அவள் தயங்கினாள்.

ஆனால் முனிசாமியோ நம்பிக்கையும் சந்தோஷமும் தொனிக்கின்ற குரலில், "நீ போ. போய் நான் அனுப்பியதாகச் சொல்லு. எல்லாக் காரியங்களும் தன்னாலே நடக்கிறதா இல்லையான்னு பாரு!" என்றான்.

அவன் வேலைக்குப் போக வேண்டியிருந்ததால், அவளோடு ஆஸ்பத்திரிக்குப் போய் வர முடியவில்லை. கடைசியில் அவள் மட்டுமே தனியாக ஆஸ்பத்திரிக்குப் போகும்படி நேரிட்டது. பாட்டிலும் கையுமாக அங்கே போய்ச் சேர்ந்தாள்.

ஆஸ்பத்திரி வாசலில் பத்துப் பன்னிரண்டு புதுக்கார்கள் நின்று கொண்டிருந்தன. வராந்தாவில் கிடந்த அத்தனை நாற்காலிகளிலும் ஆண்களும் பெண்களுமாக அநேகர் உட்கார்ந்து கொண்டிருந்தார்கள். அவர்களில் எந்த ஒரு பெண்ணின் ஆடையாபரணங்களைக் கழற்றி விற்றாலும், முனிசாமியின் குடும்பத்தைப் போல, ஒரு குடும்பம் வாழ்நாள் முழுவதுமே செளகரியமாகச் சாப்பிட வழி செய்து கொள்ளலாம். அப்படியானால் அந்தப் பெண்களும், அந்தப் பெண்களோடு வந்தவர்களும் பெரிய பணக்காரர்கள் என்பதை

எளிதில் ஊகித்துக் கொள்ளலாம்.

இந்தக் கூட்டத்தைக் கண்டதும், முனிசாமியின் மனைவிக்கு மேற்கொண்டு அடியெடுத்து வைக்கத் தோன்றவில்லை. இவ்வளவு பெரிய பணக்காரர்களுக்கு மத்தியில், தன்னைப் போன்ற ஒருத்தியை டாக்டர் கவனிப்பாரா என்று சந்தேகப்பட்டாள்.

ஆஸ்பத்திரிக்குப் போவதை முன்னிட்டுத்தான், தன் கல்யாணத்துக்கு வாங்கிய புடவையை எடுத்து உடுத்தி, தலையில் எண்ணெய் தடவி, வாரி விட்டு, நெற்றியில் குங்குமப் பொட்டு இட்டுக் கொண்டு, கோவிலுக்குப் போவது போல, அவ்வளவு பவித்திர மாக வந்தாள்.

அவளுடைய சிங்காரம், இந்தப் பணக்காரர்களின் அலங்காரத் துக்கு முன் களையிழந்து விட்டது. இதனால், அவளுக்கு ஓர் ஏமாற்றம்; ஓர் அவமான உணர்ச்சி, இருந்தாலும் மனதைச் சரிப்படுத்திக் கொண்டு, தைரியமாக ஒரு மரத்தடியில் ஒதுங்கி நின்றாள்; அதாவது, காத்துக் கொண்டு நின்றாள்.

'டாக்டர் மருந்து போடுவாரா? கையிலே காலணாக் கூடக் கொண்டு வரவில்லையே! வீட்டிலேகூடக் காலணா இல்லையே! முந்தா நாள் வேர்க்கடலை வாங்கித் தின்றது வம்பாகப் போய்விட்டது. அந்தக் காசு இருந்தால்... உம், அந்தக் காசு இருந்தாலும் மருந்துக்குச் சரியாகப் போகுமா! அதனால் வேர்கக்டலை வாங்கித் தின்றதில் தப்பில்லைதான்... நம்ம மச்சான் டாக்டருக்கு எவ்வளவோ செய்திருக் கிறாரே. அன்றைய தினம் தீப்பிடித்துக் கொணடபோது இவர் போய் அரிசி மூட்டைகளை நகர்த்தா விட்டால் அவ்வளவு அரிசி யும் பாழாகியிருக்கும். டாக்டருக்கு எவ்வளவு பணம் மிச்சம்! இது செய்ததற்கு ஒரு வேளை மருந்து கூடவா போடமாட்டார்? அதுவும் நான் காசு கொடுக்க முடியாத ஏழை என்று தெரிந்த பிறகு? இவர்கள் நம்மைப் போல நன்றி கெட்டவர்களாக இருக்க மாட்டார்கள். பெரிய மனுஷர்களுக்குப் பெரிய மனசு இருக்கும். கட்டாயம் மருந்து போட்டுக் கொண்டுதான் வீட்டுக்குப் போகப் போகிறோம். அதோ, அந்த நாற்காலியில் உட்கார்ந்திருப்பவர் அன்று தீப்பிடித்துக் கொண்டபோது அங்கு வந்து நின்று கொண்டிருந்தது போலத் தோன்றுகிறதே! ஆமாம், இவரேதான். இவர் தான் மூன்று மாடிப் பங்களாக்காரர். இங்கிலீஷிலே திட்டிக் கொண்டு ஒரு வாலிபப் பையனுடன் சண்டை போட்டவர். "நீங்கள் போய்த் தீயை அணைப்பது தானே?" என்று சொன்னதற்கு, இவருக்கு எப்படிப் பொல்லாத கோபம் வந்து விட்டது! இதே ஆள்-சமயத்தில் ஓடிப் போய் டாக்டருக்கு உதவி செய்யாத இதே ஆள், எப்படி இப்பொழுது டாக்டரின் முகத்தில் தைரியமாக விழிக்கிறார்! வேடிக்கைதான்!

இருந்தாலும் நம்மைப் போன்ற ஆட்களுக்கு இப்படித் தைரியம் வராதம்மா! இப்படித் தைரியம் வராது...!'

இப்படியே முனிசாமியின் மனைவி யோசனை செய்து கொண்டிருக்கும் போது டாக்டர் கைகளைத் துடைத்துக் கொண்டு வராந்தாவுக்கு வந்தார். எல்லோரும் அவரைத் திரும்பிப் பார்த்தார்கள். முனிசாமியின் மனைவிக்கு நெஞ்சு 'திக் திக்'என்று அடித்துக்கொண்டது. மனப் படபடப்பைக் குறைக்க, ஒரு அரை அடி தள்ளி நின்று கொண்டாள்.

முனிசாமியின் மனைவியைத் தவிர, எல்லோரையும் 'வாருங்கள்' என்று உபசரித்து விட்டு, வலதுபுறம் திரும்பினார் டாக்டர். அங்கே உட்கார்ந்து கொண்டிருந்த மூன்று மாடிப் பங்களாக்காரரைப் பார்த்ததுதான் தாமதம், உடனே, "அடேடே! வாருங்கள், வாருங்கள்! நான் கவனிக்காமல் இருந்து விட்டேனே! வெகுநேரம் ஆகிவிட்டதா? ஏன் நேரே உள்ளே வருவதுதானே உடம்பு எப்படியிருக்கிறது?" என்று அன்பு ததும்ப உபசரித்தார்.

முனிசாமியின் மனைவிக்குத் தூக்கிவாரிப் போட்டது. தன் வீட்டுக்கு விபத்து நேர்ந்தபோது கையைக் கட்டிக் கொண்டு நின்றவரையா டாக்டர் இப்படி உபசரிக்கிறார். ஒரு வேளை அது டாக்டரின் பெருந்தன்மையாக இருக்கும் அது சரி, ஆனால் இந்த மூன்று மாடிப் பங்களாக்காரருக்கு உடம்புக்கு ஒன்றும் ஏற்பட்டதாகத் தெரியவில்லையே! ஏன் டாக்டரிடம் வந்திருக்கிறார்? இவ்வா றெல்லாம் அவள் யோசித்தாள்; திகைத்தாள். நாலைந்து நாட்களாகச் சரியாகத் தூக்கம் வராமல் மூன்று மாடிக்காரர் எவ்வளவு கஷ்டப்படுகிறார் என்று அவளுக்குத் தெரியாது. அதனால் தான் திகைப்பு.

டாக்டர் அதி சீக்கிரத்தில் எல்லா 'நோயாளிகளின் நோய்களை யும்' பரிக்ஷை செய்து பார்த்தார். அப்புறம் அவரவர்களின் அந்தஸ்துக்குத் தக்கபடி மருந்து கொடுத்தார். அதன்பின் அவசர அவசரமாக எல்லோரிடமும் விடை பெற்றுக் கொண்டு வெளியே புறப்பட்டு விட்டார். வெளியே என்றால் வீட்டுக்குத்தான். அவர் வாசல் முற்றத்தில் நிற்கும் காரை நோக்கி நடந்து வரும்போது மற்றவர்களும் பின்னால் நடந்து வந்தார்கள்.

டாக்டர் காரில் ஏறப்போகும் தருணம். முனிசாமியின் மனைவிக்கு டாக்டரின் பக்கத்தில் போகவே பயமாக இருந்தது. இருந்தாலும், ஒருவாறு சமாளித்துக்கொண்டு எப்படியோ பக்கத்தில் போய் விட்டாள். டாக்டரின் முகத்தை ஏறிட்டுப் பார்க்க முடியாதவாறு, ஒரு வெட்கமும் ஒரு பயமும் குறுக்கிட்டன. கண்

கோளாறினால் கண்ணீரில் நீர் கொட்டியது போதாதென்று, இந்தப் 'பய'த்தின் காரணமாகவும் அவளுடைய கண்களில் அதிகமாகக் கண்ணீர் பொங்கத் தொடங்கியது.

என்ன செய்வது, என்ன சொல்லுவது என்ற விஷயங்களையே அவள் மறந்து விட்டாள். கன்னத்தில் அடி வாங்கிய முகம் போல அவளுடைய முகம் சிவந்து விகாரமாகி விட்டது; வாய் கோணியது; வார்த்தைகள் குழறின. தப்பிப்பதற்கு ஒரே உபாயம் தலையைக் குனிந்து கொள்ளுவது தான். அவளும் அதைத்தான் செய்தாள்.

டாக்டர் முகத்தைச் சுளித்துக் கொண்டு பேசினார்; காலில் முள் தைத்து விட்டால் முகத்தில் எப்படிப்பட்ட மாறுதல் ஏற்படுமோ, அப்படிப்பட்ட மாறுதல் ஏற்பட்டது டாக்டரின் முகத்தில்.

மிகவும் எரிச்சலாகப் பேசுவது போல், "நீ யாரு புள்ளே? ஏன் இங்கே வந்து நிற்கிறே?" என்று கேட்டார். அங்கிருந்த கூட்டத்தில் பெரும்பாலோர் டாக்டரையும் அவளையும் மாறி மாறிப் பார்த்துக் கொண்டிருந்தார்கள்.

அவளால் பதில் சொல்ல முடியவில்லை.

எரிந்து விழுவது போல், "ஏன் இங்கே வந்ததே?" என்று இரண்டாவது தடவையும் கேட்டார் டாக்டர்.

அவள் பதில் சொல்ல முயன்று கொண்டிருக்கும் போது, ஒரு பங்களாக்காரர், "டாக்டர்! குட் பை! அப்போ நான் நாளை பார்க்கிறேன். குட் பை! குட் பை!" என்று விடைபெற்றுக் கொண்டு போய் விட்டார்.

டாக்டர், எரிச்சல் நிறைந்த தம் முகபாவத்தை மாற்றி, அதே முகத்தைத் தாமரைப் பூ மாதிரி மலரச் செய்து, அந்த மனிதருக்குக் கூப்பிய கரங்களுடன் விடை கொடுத்தனுப்பினார்.

உடனே மறுபுறம் திரும்பி, "அவாளை எங்கே காணல்லே?" என்று தேடினார். 'அவாள்,' "கமிங், கமிங், டாக்டர்," என்று சொல்லிக் கொண்டே, கூட்டத்தைப் பிளந்து கொண்டு வந்து சேர்ந்தார். அவர்தான், டாக்டரின் வீடு தீப்பிடித்துக் கொண்டபோது, அணைக்கப் போகாமல், வாலிபனுடன் இங்கிலீஷில் சண்டை போட்டுக் கொண்டிருந்த மூன்று மாடிக்காரர். டாக்டரின் பெருமதிப்புக்கு ஆளானவரும், அந்தக் கூட்டத்திலேயே பெரும் பணக்காரரும் அவரே. டாக்டரின் வேண்டுகோளுக்கிணங்கி, அவருடைய காரிலேயே ஏறித் தம் வீட்டுக்குப் போகத் தீர்மானித்தார் அந்த மனிதர்.

அந்த மனிதருக்கு இப்படி ராஜ மரியாதை செய்வதைக் கண்டு இப்பொழுது அவள் வருத்தப்படவில்லை. டாக்டர் கேட்டதற்குப் பதில் சொல்ல முடியவில்லையே என்று வருத்தம் ஒன்றுதான். டாக்டர் மிகுந்த கோபத்துடன் அவளைத் திரும்பிப் பார்த்தார்.

“விஷயம் என்னவென்று சொல்றயா? கழுத்தப் பிடித்து வெளியே தள்ளச் சொல்லவா?” என்று வெட்டு ஒன்று துண்டு இரண்டாகக் கேட்டார்.

இப்பொழுதுதான் அவளுக்குத் துணிவு வந்தது. “கண் வலிங்கோ!” என்று சொல்லி இலேசாக ஏறிட்டுப் பார்த்தாள்.

“கண் வலியா? கண் நல்லாத்தான் இருக்குது. வேணும்னா ஜெனரல் ஆஸ்பத்திரிக்குப் போ!” என்று சொல்லி விட்டு டிரைவரைப் பார்த்துத் திரும்பினார். டிரைவர் அவளையே கூர்ந்து பார்த்துக் கொண்டிருந்தால், டாக்டரின் சமிக்கைஞயைக் கண்டு காரைத் திடீரென்று ஓட்டிவிடவில்லை.

“முனிசாமியோட வீட்டுக்காரிங்க நான். அவருதான் அனுப்பி வச்சார். நாலு நாளாக் கண்வலி. கண்ணு கூடச் சரியாத் தெரியலே!” என்று நடுங்கிக் கொண்டே சொன்னாள். தான் முனிசாமியின் மனைவி என்று சொல்லிவிட்டால் அங்கே ராஜ மரியாதை நடக்கு மென்று அவளும் கூட எதிர் பார்த்தாள்.

டாக்டருக்குக் கோபம் வந்து விட்டது. “எந்த முனிசாமி?” என்று ஒரு கேள்வியைப் போட்டார்.

அவளும் ஒரு வழியாக, “உங்க வீட்டுப் பக்கம் தென்னந் தோப்பிலே குடியிருக்கிற முனிசாமிங்க. அன்னிக்குத் தீப்பிடிச்சிட்ட போது வந்து...” என்று சொல்லி முடிக்கு முன்பே, டாக்டர் கதவை ‘டப்’பென்று இழுத்துச் சாத்திக் கொண்டு, “விடு காரை!” என்று டிரைவருக்கு உத்தரவு போட்டார்.

மறு நிமிஷம் கார் புறப்பட்டுப் போய் விட்டது. கார் நின்ற இடத்தில் புழுதிதான் பறந்தது. கண்ணில் மருந்து போட்டுக் கொண்டு வரச் சென்றாள்- ஆனால் மருந்துக்குப் பதிலாக மண் தான் வந்து விழுந்தது. முந்தானையால் கண்களைத் துடைத்துக் கொண்டே அவ்விடத்தை விட்டு நகர்ந்தாள். அவள் குடிசை போய்ச் சேரும்போது மணி பதினொன்று ஆகிவிட்டது.

5

ஊரறிய அவமானப் படுத்தப்பட்டவள் போல மன வேதனைக்கு ஆளானாள் முனிசாமியின் மனைவி. ‘நான் அனுப்பினேன்னு டாக்டர்கிட்டே சொல்லு, புள்ளே!” என்று

முனிசாமி நம்பிக்கையோடு சொல்லியனுப்பியதும், இவளும் நம்பிக்கையோடு போனதும்... கடைசியில் என்னவாயிற்று? டாக்டருடைய கார் புழுதியை வாரிப் போட்டது.

டாக்டருக்கோ அவள் அத்தனை பெரிய மனிதர்களுக்கு மத்தியில் முனிசாமியின் மனைவி என்று தன்னை அறிமுகப்படுத்திக் கொள்ளலாமா? அதன் மூலம் முனிசாமி என்ற ஒரு சாதாரண மனிதன், டாக்டரின் ஞாபகத்தில் இடம் பெறக் கூடிய அந்தஸ்துடைய வனாகி விடுவான் அல்லவா? அதன் மூலம் முனிசாமியின் அந்தஸ்து உயருவதற்குப் பதிலாக, டாக்டரின் அந்தஸ்து குறைந்து விடும் அல்லவா?

இதெல்லாம் அவளுக்குத் தெரியாது. அவளுக்கு ஏற்பட்ட அவமானத்தை விட, டாக்டருக்கு ஏற்பட்ட அவமானம் அதிகம் என்பது அவளுக்கு எப்படித் தெரியும்?

'முனிசாமி! இடியட்! அவன் என்ன பெரிய பிரபுவோ?' இப்படி ஒரே குமட்டலும் அருவருப்புமாக டாக்டர் மனதிற்குள் திட்டிக்கொண்டே போனது அவளுக்குத் தெரியவே தெரியாது. அவள் கோபப்படுவதற்கு இதெல்லாம் தெரிய வேண்டுமென்ற அவசியமே இல்லை.

கோவிலுக்குப் போகிறவர்களைப் போல, தகுந்த உடை உடுத்தி, பக்தி சிரத்தையோடு, பக்கத்து வீட்டு டாக்டர் என்ற முறையிலும் சற்று உறவுப் பான்மையுடன் ஆஸ்பத்திரிக்குப் போனவள் தேடுவாரற்று, கவனிப்பாரற்று, அவமானத்துக்கும் ஆளாகி, வீடு திரும்ப நேர்ந்ததை நினைத்து, அவள் மனம் கொதிப்படைந்தது. கொதிப்பும் கோபமும் முனிசாமியின் மீதுதான்; டாக்டரின் மீதல்ல. நல்ல வேளையாக அப்பொழுது முனிசாமி அங்கில்லை. இருந்திருந்தால் என்ன நடந்திருக்கும் என்று ஊகிக்கக்கூட முடியாது.

சாப்பிடாமலே ஒரு பாயில் போய்ப் படுத்தாள். கண்வலி அதிகமாகிக் கொண்டே இருந்தது. கசக்கிக் கசக்கிக் கண் சிவந்து விட்டது. முனிசாமியை நினைக்கும்போதெல்லாம் அவள் மனம் ஒரு பத்து நிமிஷம் படபடவென்று அடித்துக் கொள்ளும்.

அவன் அடிக்கடி டாக்டரைப் புகழுவதுண்டு. அவளுடைய கீர்த்தியைப் பாராட்டிப் பாராட்டி, அவளும் அப்படிப் பாராட்ட வேண்டும் என்று எதிர் பார்ப்பதும் உண்டு. நாளாரம்பத்தில் அவளும் முனிசாமியுடன் சேர்ந்து டாக்டரைப் பாராட்டலானாள்.

டாக்டர் வீடு தீப்பற்றிக் கொண்டபோது, அவன் முன்னேறிப் போய் ஒத்தாசைகள் செய்வதைக் கண்டு அவள் மனம் பூரித்தது உண்மையே. ஆனால், இவ்வளவுக்கும் பிறகு, டாக்டரோ, அவர்

மனைவியோ, அவர் மகளோ அன்பாக ஒரு வார்த்தை பேசவில்லை. அவனிடமும் பேசவில்லை; அவளிடமும் பேசவில்லை.

அதனால் அன்று கணவன் மீது கோபத்துடன் சீறி விழுந்தாள். ஆனாலும் மறுநாள் விடிந்ததும் அந்தக் கோபம் மாறி விட்டது. டாக்டர் வீட்டு ஆட்களின் தரிசனம் தேவ தரிசனமாக இந்தக் குடிசைத் தம்பதிகளுக்குத் தெரியத் தொடங்கியது.

'இவர் பேச்சைக் கேட்டுக்கினு, நான்கூட டாக்டரைத் தர்மப் பிரபுன்னு நெனைச்சேனே!' என்று தன்னையே கடிந்து கொண்டாள். இவருக்கு முனிசாமின்னா யாருன்னு தெரியாதோ! அன்னிக்கு அவரு ஊட்டு நாயை நம்ப நாய் கடிச்சிட்டப்போ மட்டும், நம்ம குடிசை தேடி வந்து, நாம்பதான் நாய்க்குச் சொந்தக்காரர்னும் தெரிஞ்சு, பேர் சொல்லிக் கூப்பிட்டுச் சண்டை போடாரே, அன்னிக்கு எப்படித் தெரிஞ்சுதாம்?

'பார்க்கப் போனா கண் வலிக்கு மருந்து, நாம்ப யாருன்னு தெரியாமப் போனாலும் தருமத்துக்காகச் செய்யலாம். ஆபத்துக்கு உதவிய முனிசாமியோட சம்ஸாரத்துக்கு மருந்து கிடையாது; தீப்பிடிச்சு எரியறதை வேடிக்கை பார்த்துக்கினு இருந்தவருக்கு மருந்து! காரிலே இடம்! மருவாதை!...

'என்ன இருந்தாலும் அவங்க வேறே. நாம்ப வேறே தான். ஒட்ட வச்சாலும் ஒட்டுமா? இது தெரிஞ்சக்காமே என்னை அனுப்பி வைச்சாரே, இவரைச் சொல்லணும்..."

நிம்மதியடைந்த மனதில் முனிசாமியின் ஞாபகம் வரவே, பழையபடி கொதிப்பும் படபடப்பும் ஏற்பட்டன. அவளுக்குப் பேச்சுத் துணைக்குக்கூட ஆள் அகப்படவில்லை.

பக்கத்துக் குடிசைக்காரர்கள் கூட வேலையில் நிமித்தம் வெளியே போய் விட்டார்கள். தூரத்தில் ஒரு மரத்தடியில் நாலைந்து பையன்கள் கௌபீண தாரிகளாக விளையாடிக் கொண்டிருந்தார்கள். இரண்டுகைக்குழந்தைகள் கவனிப்பாரற்றுப் புழுதியில் புரண்டு கொண்டும், அழுது கொண்டும் இருந்தன.

முனிசாமி சாப்பிட வரும் நேரமாயிற்றென்று வெளியே வந்து எட்டிப் பார்த்தாள். முனிசாமி வரவில்லை.

ஆனால், இவளைப் பார்த்த மாத்திரத்தில், வெறும் நாய் எங்கோ இருந்து ஓட்டமாக ஓடி வந்தது. இவளுடைய மன நிலையோ எதைப் பார்த்தாலும் வெறுப்புக் கொள்ளத்தக்க நிலையில் இருந்தது. அதனால் நாய் அதிவேகமாகத் தன்னை நோக்கி ஓடி வருவதைப் பார்த்ததும், "என்னத்தைப் பார்த்து வாரியாம்? சீ, போ!" என்று விரட்டினாள்.

நாய் போகவில்லை. அவளுக்குச் சிறிது நேரத்தில் மனம் மாறியது போலத் தோன்றியது. நாயை விரட்டாமலே வீட்டுக்குள்ளே போய் விட்டாள். நாயும் பின் தொடர்ந்து சென்று அவளுக்குப் பக்கத்திலேயே உட்கார்ந்து கொண்டது.

சுமார் இருபது நிமிஷம் கழிந்திருக்கும். முனிசாமி வந்து விட்டான். வந்ததும் வராததுமாக அவன் பார்வை வெறும் நாயின் மீதுதான் விழுந்தது. உடனே, 'சீ கயிதை! போ வெளியே!' என்று ஒரு கல்லை எடுத்து எறிந்தான். நாய் அங்கெடுத்த ஓட்டத்தை எங்கு போய் நிறுத்தியதோ தெரியாது.

6

இரவு மணி ஒன்பது. டாக்டரின் பங்களா இருந்த பகுதியில் அமைதி நிலவியிருந்தது. மழைக்காலமானதால் ஒரே குளிர் வாடை அடித்துக் கொண்டிருந்தது. எல்லோரும் வாசல் கதவுகளையும், ஜன்னல் கதவுகளையும் பூட்டிக் கொண்டு அவரவர்களின் வீட்டுக் குள்ளே இருந்தார்கள்.

ஒரே நிசப்தம். ரேடியோவில் அது செய்தி நேரமானதால் ஒரு வீட்டில் கூட ரேடியோ சப்தம் கேட்கவில்லை. இரவு பத்து மணி வரையிலுமே ஒருவரும் ரேடியோவைத் திறக்க மாட்டார்கள். அப்புறம்தான் இந்துஸ்தானி சங்கீதம் வீதி எங்கும் முழங்கும். ஈரக் காற்றின் காரணமாக ஒருவரும் தெருவில் நடமாடவில்லை.

டாக்டர் மட்டும் தற்செயலாக வெளியே வந்தார். அவரைப் பின் தொடர்ந்து ஜாதி நாயும் வந்தது. பெரிய உத்தியோகஸ்தனுக்குப் பின்னால் சின்ன உத்தியோகஸ்தன் வருவதைப் போல அர்த்த மில்லாமல் தொடர்ந்து வந்து கொண்டிருந்தது. ஜாதி நாய். டாக்டர் காம்பவுண்டை விட்டு, வெளியே வீதிக்கு வந்து விட்டார்.

நாய் மட்டும் உள்ளே எதையோ மோப்பம் பிடித்துக் கொண்டு, சத்தம் கேட்கும்படியாக மூச்சை உள்ளே இழுத்த வண்ணம் இங்கு மங்கும் சுற்றிக் கொண்டே இருந்தது. அது தெருவுக்கு வரவில்லை.

டாக்டர் வெளியே வந்து ஒரு முறை நாலா பக்கமும் பார்த்தார். மறு நிமிஷத்தில்-

காம்பவுண்டுக்குள் இருக்கும் ஜாதி நாய் 'உர்ர்ர்' என்று உறுமியது. இருட்டில் அடையாளம் தெரியாமல் தம்மைப் பார்த்து மிரட்டுவதாக நினைத்துக் கொண்டு, நாயைப் பெயர் சொல்லி அழைத்தார். அந்த ஜாதி நாய் அப்புறமும் சும்மா இருக்கவில்லை. டாக்டர் தெருவில் நிற்கிறார் என்ற தைரியத்துடன் ஒரே பாய்ச்சலாகப் பாய்ந்தது; குரைக்கும் சந்தம் வானைப் பிளந்தது.

அப்பொழுது எதிர்த் திசையிலிருந்து கோஷம் கொடுத்துக் கொண்டே முன்னேறி வந்தது வெறும் நாய்; முனிசாமியின் முன்னாளைய நாய். அன்று அதற்குச் சரியாகச் சாப்பாடு கிடைக்காததால், அதன் குரல் கிளம்பும் போது பல ஸ்வரங்களில் கிளம்பியது.

முழு மூச்சுடன் இரண்டும் சொல் யுத்தம் நடத்த ஆரம்பித்தன. வெறும் நாய் மீது டாக்டருக்கு வெகு நாளாகக் கோபம் என்பது இங்கு சொல்லாமலே தெரிந்து கொள்ளக் கூடிய செய்தியாகும். ஆனால் வெறும் நாய்க்கோ டாக்டர் மீது அதைவிட அதிகக் கோபம் என்று டாக்டருக்கும் தெரியாது; முனிசாமிக்கும் தெரியாது.

இப்போது டாக்டரும் ஜாதி நாயும் சேர்ந்து தன்னை மிரட்டுவதனாலும், தனக்கு அன்று சாப்பாடு கிடைக்காத விசனத்தினாலும், அது உயிரை வெறுத்துக் குரைத்தது; டாக்டரை நோக்கிப் பாய்ந்தது.

டாக்டர் கல்லை எடுக்கக் குனிந்தார். அந்த ஒரு க்ஷண நேரத்திற்குள் வெறும் நாய் புலிப் பாய்ச்சலாகப் பாய்ந்து டாக்டரின் முழங்காலுக்குக் கீழாகத் தன் பற்கள் அத்தனையும் பதியும்படி கடித்து இழுத்து விட்டது.

டாக்டரின் கூக்குரல், நாய்கள் குரைக்கும் சப்தத்தை அமுக்கி விட்டது. வெறும் நாய் இதற்கெல்லாம் அஞ்சவில்லை. இரண்டாவது தடவையாகவும் கடிப்பதற்காக மிகவும் முயற்சி செத்து.

ஆனால் டாக்டர் கல்லால் அடிப்பது போல வெறுங்கையை வீச, வெறுங்கையைக் கண்டு விஷயம் தெரியாமல், வெறும் நாய் பயந்தோட, டாக்டரும் வாயு வேகத்தில் காம்பவுண்டுக்குள் பாய்ந்து கதவை மூடிக் கொண்டார்.

டாக்டர் வலி தாங்க முடியாமல் துடித்தார். தகுந்த சிகிச்சை செய்வதற்காக மற்றொரு டாக்டருக்குப் போன் பண்ணினார். மனைவியும் கோமளாவும் வெறும் நாயைச் சபித்துக் கொண்டும், முனிசாமியை வாய்க்கு வந்தபடி திட்டிக் கொண்டும் இருந்தனர்.

சமையல்காரன் வெகு வேகமாக ஓடி வந்து வீட்டு வாசலில் குரைத்துக் கொண்டு நிற்கும் நாயை விரட்டினான். வெறும் நாய் என்ன நினைத்ததோ, ஒன்றும் செய்யாமல் அப்பால் போய்விட்டது.

* * *

முனிசாமி சாப்பிட்டு விட்டான். அப்பொழுது தான் ஒரு வழியாகத் தன் சொல்லம்பை நிறுத்தியிருந்தாள் அவன் மனைவி. அவளுடைய சொல்லம்புகளைப் புடம்போட்டு எடுத்தால், கீழ்க் கண்ட வாசகங்கள் மிஞ்சும்.

"நீயும் ஒரு மனுஷன்தானா? (நீயும் என்பது முனிசாமியை) உனக்கு மானம், வெட்கம் இருக்கிறதா? டாக்டரிடம் நல்ல பிள்ளை என்று பெயர் வாங்கினால் சுவர்க்கமா கிடைக்கிறது? அவர் வீட்டில் 'கிளுக்'கென்று சத்தம் கேட்கு முன்னால் என்னவோ ஏதோ என் ஏன் ஓடுகிறாய்?

"உனக்குக் கிடைத்தது என்ன? இளநீர் வியாபாரம் செய்யும் போது தினமும் ஒரு இளநீர் இனாமாகக் கொடுத்து வந்தாய். வெள்ளரிக்காய் வியாபாரம் செய்யும் போது தினமும் ஒரு வெள்ளரிக்காய் கொடுத்தாய்! அவர்கள் வேண்டாம் வேண்டாம் என்று சொல்லியும் நீ ஓடி ஓடிக் கொண்டு போய்க் கொடுத்தாய்.

"அப்புறம் வியாபாரத்துக்குக் கையில் பணம் இல்லாமல், கூலி வேலைக்குப் போனாய். டாக்டர் வீட்டில் வேலை செய்த போது காசு வாங்காமலே வந்தாய். டாக்டர் வைக்கோல் வாங்கும்போது, ஏழை வைக்கோல் வண்டிக்காரன் வாயில் மண்ணைப் போட்டுக் குறைந்த விலைக்கு டாக்டருக்கு வைக்கோல் வாங்கி அடுக்கினாய்.

"இது மட்டுமா? அன்று தீப்பிடித்துக் கொண்டபோது ஏன் அப்படிப் பாய்ந்து பாய்ந்து வேலை செய்ய வேண்டும்? இவ்வளவுக்கும் ஒரு வாய்ப் பச்சைத் தண்ணீர் உண்டா? தாகத்துக்குச் சாப்பிடு என்று ஒரு தம்ளர் தண்ணீர் கொடுத்திருக்கிறார்களா என்று கேட்கிறேன்.

"நம்ம டாக்டர் தங்கமான டாக்டர் தர்மப் பிரபு என்றெல்லாம், நாட்டுப் புறத்திலிருந்து வந்தவர்களிடம் பெருமையாகச் சொல்லிக் கொண்டு வந்தாய். எதற்கப்பா இதெல்லாம்? இல்லை, டாக்டராலே உனக்கு ஆக வேண்டியதென்ன? உன் பெண்டாட்டி கண்ணுக்குத்தான் அவர் மருந்து போட மாட்டேன் என்று சொல்லி விட்டார். முகம் கொடுத்தாவது ஒரு வார்த்தை பேசட்டுமே!

"என்னவோ ஒருநாள் இங்கே வந்து பயமுறுத்தினார். நாம் நாயைக் கட்டிப் போடவில்லை என்றால் சுட்டு விடுவதாகப் பயமுறுத்தினார். நீ உடனே ஓப் போய் நாயைக் கபாலிக்குக் கொடுத்து விட்டு வந்தாய்.

"அப்பொழுது பயப்பட்டதை என்னவோ ஏதோ என்று விட்டுவிட்டேன். நீ அத்துடன் நின்றாயோ? டாக்டர் கழுத்தை வெட்டி விடுவார் என்று பயந்தாயோ என்னவோ, அவரிடம் நல்ல பிள்ளையாக நடக்க ஆரம்பித்தாய். அதையும் நான் பொருட்படுத்த வில்லை.

"அப்புறம் என்னடா என்றால் அவருக்கு வலியப்போய் அடிமையாகி விட்டாய். ஒருநாள் வந்து பயமுறுத்தியதற்கா

இவ்வளவும்? நீயும் ஒரு ஆண் பிள்ளைதானா? அவர் என்ன செய்து விடுவாராம்? நமக்கு ஆயிரம் இரண்டாயிரம் என்று சொத்து இருந்தாலாவது பயப்பட வேண்டும். சொத்துக்கு ஆபத்து வந்து விடுமே என்று பயப்படுவதில் நியாயம் உண்டு.

“நாமோ நாயினும் கேடாகப் பிழைக்கிறோம். நாம் ஏன் பயப்பட வேண்டும்?... இல்லை’ டாக்டருக்கு அடிமை செய்தால் நம் வயிறு நிறைகிறதா? உன் பெண்டாட்டிக்கு ஒரு வேளை மருந்து போட மாட்டேன் என்று சொன்னதைக் கொஞ்சம் யோசித்துப் பார்.

“என்ன இருந்தாலும் அவர் வேறு, நாம் வேறு என்று உனக்கு ஏன் தெரியாமல் போய் விட்டது? அவ்வளவுக்குப் புத்தி வேண்டாம், மனுஷன் என்று இருந்தால்? நீ...”

மேற்கொண்டும் அவள் சொல்லம்புகள் தொடுத்துக் கொண்டு தான் இருந்தாள். முனிசாமி அவமானம் தாங்காமல் குடிசையை விட்டு வெியே வந்தான். அப்பொழுதுதான் டாக்டரைக் கடித்து விட்ட நாய் அதிக வேகமாக முனிசாமியைப் பார்த்து ஓடி வந்தது. வந்து, வழக்கம் போலச் சுற்றிச் சுற்றி வந்து கொண்டும் வாலையாட்டிக் கொண்டும் இருந்தது.

முனிசாமி ‘சீ’ என்று சொல்லி நாயை விரட்டப் பார்த்தான். அதற்குள் டாக்டர் வீட்டுச் சமையல்காரன் ஓடி வந்து, நாய் டாக்டரைக் கடித்து விட்ட விவரத்தைச் சொல்லி என்னென்னவோ திட்டினான்.

“நான் என்ன செய்வேன்? நான் எப்பொழுதோ நாயைக் கபாலிக்குக் கொடுத்து விட்டேன். அது விரட்டினாலும் போகாமல் இங்கே வந்து கொண்டிருக்கிறது!” என்று பரிதாபமாகச் சொன்னான் முனிசாமி.

பயம் அவன் இருதயத்தில் பேயறைந்தது போல் அறைந்து விடட்து. இதற்குள் முனிசாமியின் மனைவி வெளியே வந்தாள். சமையல்காரன் ‘டாக்டர் தேடுவாரே’ என்று திரும்பிப் போய் விட்டான்.

விஷயம் என்னவென்று கேட்டாள் மனைவி. முனிசாமி நடுங்கிக் கொண்டே சொன்னான். அவள் சொன்னாள்: “ஏன் இன்னும் பயந்து சாகிறே? நாயைப் பார்த்தாவது உனக்கு ஆண்மையும் மனுஷத்தனமும் வரட்டும். ஒருநாள் கல்லால் எறிந்து விரட்டியதற்கு அது பழி வாங்கி விட்டது. நீயோ...”

தன் வயிற்றெரிச்சல் தீர நாய்க்கு அன்று சோறு போட்டாள் முனிசாமியின் மனைவி. முனிசாமி ஒன்றுமே பேசவில்லை. இரவு

பத்தரை மணிக்கெல்லாம் படுத்து விட்டார்கள். நாயும் அந்தக் குடிசையிலேயே படுத்துக் கொண்டது. வெளியே மழை பெய்து கொண்டிருந்ததால், நாய் வெளியே போகவோ, நாயை வெளியே விரட்டவோ வசதி இல்லாமல் இருந்தது.

மனைவி நன்றாகத் தூங்கி விட்டாள். முனிசாமிக்குத் தூக்கம் வரவில்லை. ஒரு முறை தன் மனைவியைப் பார்த்துக்கொண்டான். அப்புறம் தூங்கிக் கொண்டிருக்கும் நாயின் பக்கமாகப் போய் உட்கார்ந்து தடவிக் கொடுத்தான். 'நாய் என்றால் இதுவல்லவா நாய்!' என்று சொல்லுவது போல இருந்தது அவன் தடவிக் கொடுத்தது.

வெறும் நாய் ஆனந்த மிகுதியுடன் எழுந்து முனிசாமியின் புஜங்களின் மீது கால்களைப் போட்டு விளையாட ஆரம்பித்தது; மனுஷனுக்குத்தான் ஜாதிப் புத்தி போகுமென்றால் நாய்க்கும் போய் விடுமா?

17

பாலம்மாள் கதை

பாலம்மாளைக் காட்டிலும் இரண்டு வயது இளையவள் தங்கம்மாள். இவர்களுக்குச் செல்லத்துரை என்று ஒரு தம்பி உண்டு. தகப்பனார் உள்ள நாளையிலேயே பாலம்மாளுக்குக் கல்யாணம் ஆகிவிட்டது. உள்ளூரில் தாய் மாமனுக்கு வாழ்க்கைப் பட்டிருந்தாள்.

தாய் மாமன் குடும்பமும் சரி, அவள் குடும்பமும் சரி - இரண்டும் கூலி வேலை செய்து பிழைக்கும் ஏழைக் குடும்பங்கள் தான். பணக் கஷ்டத்தை உத்தேசித்துப் பெருமாள் கோவிலில் கல்யாணத்தை நடத்தினார்கள். கல்யாணச் செலவு மொத்தம் இருபத்தைந்து ரூபாய் தான். தாலியைத் தவிரப் பெண்ணுக்கு வேறு நகை கிடையாது.

கல்யாணத்தை முன்னிட்டு ஒரு ஜோடி சிவப்புக் கம்மல்களை இரவல் வாங்கிப் பெண்ணுக்குப் போட்டிருந்தாரகள். பாலம்மாள், கணவன் வீட்டுக்குப் போன மறுவருஷத்திலேயே, அவளுடைய தகப்பனார் செத்துப் போய் விட்டார். குடும்பத்தில் மீதி இருப்பவர்கள் தங்கம்மாள், செல்லத்துரை, இவர்களுடைய தாயார் ஆகிய மூவர்தான்.

ஏற்கெனவே வறுமையின் அடி பாதாளத்தில் திக்கு முக்காடும் குடும்பமாதலால், பெரியவரின் மரணம் பொருளாதார ரீதியில் குடும்பத்தைப் பாதிக்கவில்லை. ஒரு நாள் வரும்படி நின்றது; ஆள் சாப்பாட்டுச் செலவும் நின்றது. அவ்வளவுதான்.

செல்லத்துரைக்கு வயது பத்துக்குள்ளாகத்தான் இருக்கும். அவனால் முரட்டு வேலைகள் செய்ய முடியாது. ஆகவே, அந்த ஊரில் ஒரு “பணக்காரர்” வீட்டில் மாதம் ஒரு ரூபாயச் சம்பளத்துக்கு ஆறு எருமைகளை மேய்த்துக் கொண்டிருந்தான்.

தங்கம்மாளும், அவள் தாயாரும் தங்கள் வயிற்றுப் பாட்டுக்கு வழக்கம் போலக் களையெடுப்பு, பருத்தி எடுத்தல், பருத்தி மார் பிடுங்குதல், கதிர் அறுத்தல் போன்ற கூலி வேலைகளை செய்து வந்தார்கள். ஏதாவது ஒரு நாள் மழை பிடித்துக் கொண்டால் மறுநாள் காட்டு வேலைக்குப் போக முடியாது.

அதனால், அதற்கு அடுத்த நாள் சாப்பாட்டுக்கு வழியின்றிக் கடன் வாங்கியாக வேண்டும். செல்லத்துரை மாதம் மாதம் கொண்டு

வரும் ஒரு ரூபாய்ச் சம்பளத்தைப் பத்திரமாகச் சேமித்து வைத்துத்தான் தாயும் மகளும் துணி வாங்கிக் கட்டிக் கொண்டார்கள்.

தங்கம்மாளுக்கு வயது இருபதாய் விட்டது. கல்யாண வயதுதான். உள்ளூரில் மாப்பிள்ளை இல்லை. இதனால் பாலம்மாளின் கணவனுக்கே இரண்டாம் தாரமாகக் கொடுக்கலாம் என்ற ஒரு உத்தேசம் இருந்தது.

தங்கம்மாளைக் கல்யாணம் செய்து கொள்ளுவதில் பாலம்மாளுக்கோ அவள் கணவன் மாடசாமிக்கோ தடை எதுவும் இல்லை.

என்றாலும் மாடசாமி பொறுப்புத் தெரிந்தவன். தன்னைவிடக் கொஞ்சம் நல்ல நிலையில் உள்ள ஒருவனுக்குத் தங்கம்மாள் வாழ்க்கைப் பட்டால், சிறு வயதிலிருந்து பட்ட கஷ்டங்களுக்கு ஒரு பரிகாரமாக இருக்குமே, தனக்கு வாழ்க்கைப் பட்டால் என்றும் போல அரைவயிற்றுக் கஞ்சிதானே கிடைக்கும் என்று கருதி. கல்யாண விஷயத்தை மறு வருஷத்தில் யோசித்துக் கொள்ளலாம் என்று சொல்லி விட்டான்.

தங்கம்மாள் அழகான பெண்; நல்ல நிறம்; வறுமையில் உழன்ற வளானாலும் முக வாட்டம் என்பது கிடையாது. வீடு நிறைந்த நாச்சியார்; எந்நேரமும் ஒரு கலகலப்பு. இப்படிப்பட்ட பெண்ணுக்கு மாப்பிள்ளை கிடைப்பது அரிதில்லை.

ஆனால், ஏதோ சாப்பாட்டுக்காவது கவலையில்லாத ஓரிடம் அகப்பட வேண்டுமென்று விரும்பினான் மாடசாமி. தங்கம்மாளுக்கு வயது இருபத்திரண்டு நிரம்பியதும், அவளுடைய வாழ்க்கையில் ஒரு பெரிய மாறுதல் ஏற்பட்டு விட்டது. அந்த ஊரில் நடந்த ஒரு கல்யாணத்துக்காக வந்திருந்த ஒருவர், தங்கம்மாள் வீட்டுக்குத் தூரத்து உறவு. அவர் மூலம் தங்கம்மாளின் கல்யாணம் நிச்சயமாகி விட்டது.

ஏழாயிரம் பண்ணைஎன்ற ஊரில் செல்வமும் செல்வாக்குமாக வாழும் ஒரு வாலிபனுக்கு எப்படியோ தங்கம்மாளைக் கல்யாணம் செய்து வைத்து விட்டார் அந்த மனிதர். மாப்பிள்ளை வந்து பெண்ணைப் பார்த்தான்; மறு பேச்சுச் சொல்லாமல் ஒப்புக்கொண்டு விட்டான்.

விமரிசையாகக் கல்யாணம் நடந்தது. பாலம்மாளும், மாடசாமியும் அடைந்த மகிழ்ச்சிக்கு எல்லையில்லை. பிறந்த வீட்டின் வறுமையானது, மறுவீட்டுக் கல்யாணம், தலைத் தீபாவளி அழைப்பு போன்ற மரியாதைகளுக்கு இடம் தரவில்லை. அதைப்பற்றி ஏழாயிரம் பண்ணை மாப்பிள்ளையும் கவலைப்படவில்லை.

அதற்குப் பதிலாக அவன் தன் மாமியாரையும் (தங்கம்மாளின் தாயார்), மைத்துனன் செல்லத்துரையையும் தன் வீட்டுக்கு அழைத்து வைத்துக் கொண்டான். பெரிய பண்ணை. இவர்கள் போனதனால் அங்கே நஷ்டம் எதுவும் ஏற்படப்போவதில்லை. எல்லோரும் அங்கே யாதொரு மனக் குறைவுமின்றிச் சௌக்கியமாக இருந்து வந்தார்கள்.

பாலம்மாளுக்கு ஒரு குழந்தை பிறந்தது. பிறந்து மறு மாதத்தில் செத்துப் போய் விட்டது. இதை முன்னிட்டு ஏழாயிரம் பண்ணையிலிருந்து மாப்பிள்ளை உட்பட எல்லோரும் வந்து போனார்கள்.

அந்தச் சமயம் கால மழை பெய்யாததால் நல்ல விளைச்ச லில்லாமல் ஊரே பஞ்சத்தில் அமிர்ந்து கிடந்தது. இதை அறிந்த ஏழாயிரம் பண்ணை மாப்பிள்ளை மாடசாமியையும் பாலம்மாளையும் விருந்துக்கு அழைப்பது போலத் தன் ஊருக்கு அழைததான்.

கட்டாயத்தின் பேரில் அவன் விருப்பத்திற்கு இணங்கினார்கள். அங்கே போய் மூன்று நாட்கள் கழிந்த பிறகு மாடசாமி மனைவி யோடு ஊருக்குப் புறப்பட்டான்.

அதற்கு ஏழாயிரம் பண்ணைப் பிள்ளையாண்டான், "அண்ணாச்சி! ஊரிலே இப்போது என்ன அவசரம்? அங்கேதான் மழை தண்ணீ கிடையாதுன்னு சொல்றீகளே! காலம் செழிச்ச பிறகு போனாப்போச்சு. இங்கேயே ரெண்டு பேரும் இருங்க. இது யாரு வீடு? உங்க தம்பி வீடுதானே?" என்று அன்போடு சொன்னான்.

அதற்கு மாடசாமி சம்மதிக்கவில்லை. தனக்குச் சகலனாக வாய்த்தவன் நல்லவன்தான் என்றாலும், சகலன் வீட்டில் பிழைப்புக்காக வந்து மனைவியோடு உட்கார்ந்திருக்க அவனுக்குப் பிடிக்கவில்லை.

பாலம்மாளின் அபிப்பிராயமும் அப்படியேதான் இருந்தது. அதனால் தம்பதிகள் ஒரேயடியாகத் தலையைக் குலுக்கி விட்டு அன்று மாலையிலேயே சொந்த ஊருக்குக் கிளம்பி விட்டார்கள்.

புறப்படும்போது, மிக மிகக் கட்டாயப்படுத்தி, நான்கு மூட்டை கம்பும், இரண்டு மூட்டை நெல்லும் வண்டியில் போட்டு அனுப்பினான் ஏழாயிரம் பண்ணை மாப்பிள்ளை.

தங்கம்மாள் தன் அக்காளுக்கு ஒரு ஜோடி புஷ்பராகக் கம்மல் போட்டு அனுப்பினாள். ரூபாய்க்கு ஏழு படி அரிசி விற்கும் அந்தக் காலத்தில், அந்தக் கம்மல் குறைந்தது நாற்பது ரூபாய் பெறும்.

ஊருக்கு வந்த அந்த வருஷத்தை ஓரளவு கவலையில்லாமல் கழித்தார்கள் மாடசாமியும் அவன் மனைவியும். அடுத்த வருஷம் வழக்கம்

போலக் கஷ்டம் தான். என்றாலும் ஒரு சிறு கடனுக்காகக்கூட மாடசாமி தன் சகலன் வீட்டுக்குப் போகவில்லை.

கடனுக்காகப் போகாததுடன், உறவு முறையை ஒட்டிச் சாதாரணமாகப் போய் வருவதும் கிடையாது. பணக்காரன் வீட்டுக்குச் சும்மா போனாலும், தயவை நாடிப் போனது போலவே உலகத்தார் நினைப்பார்கள் என்ற கருத்துடன் வருஷக் கணக்கில் ஏழாயிரம் பண்ணைக்குப் போகாமலிருந்தான் மாடசாமி.

இரண்டு வருஷங்களுக்குப் பிறகு பாலம்மாளுக்கு ஒரு மகன் பிறந்தான்; அதே வருஷத்தில் தங்கம்மாளுக்கும் ஒரு மகன் பிறந்தான். பிள்ளையைப் பார்த்து விட்டு வருவதற்காக மாடசாமியும் பாலம் மாளும் சென்றனர்.

ஏழாயிரம் பண்ணைக்காரன் வழக்கம் போலப் பிரியமாகவே வரவேற்றான்.

"அடிக்கடி வருவதுகூட இல்லை. ஏதோ என்னைத் தள்ளி வைத்து விட்டீர்கள் போலிருக்கிறது!" என்று கூடச் சொன்னான். அவன் என்றும் போல இருந்தாலும் தங்கம்மாளின் குணம் மட்டும் மாறி விட்டது. பணக்காரனுக்கு வாழ்க்கை பட்டிருக்கிறோம் என்ற செருக்கு வந்து விட்டது. அவளுடைய பேச்சுத் தோரணை, குரல், நடை எல்லாமே மாறிவிட்டன.

அக்காளை அக்கா என்று கூப்பிட்டாலும், மாடசாமியை, தன் தாய் மாமனை, 'மாமா' என்று அழைக்க வெட்கப்பட்டாள்.

ஒரு சந்தர்ப்பத்தில் அக்காளைப் பார்த்து, "கம்மல் எங்கே அக்கா? என்று கேட்டாள். பாலம்மாள் தலை குனிந்தாள். வெகு நேரத்திற்குப் பிறகு, "ஊரில் இருக்கிறது!" என்றாள்.

"ஊரில் இருந்தால் காதில் போட்டுக் கொள்வதற்கு என்ன?" என்று கேட்டாள் தங்கம்மாள்.

பாலம்மாள் உண்மையைச் சொல்லிவிட்டாள். போன வருஷம் குடும்பச் செலவுக்காகப் பத்து ரூபாய்க்குக் கம்மல் அடகு வைக்கப் பட்டது. மாதம் ஒன்றுக்கு ரூபாய்க்கு ஒரு அணா வட்டி.

இந்தச் செய்தியறிந்து தங்கம்மள் மிகவும் கோபப்பட்டாள். தான் இனாமாகக் கொடுத்த கம்மலை, அருமை தெரியாமல் அடகு வைத்து விட்டதாக மனதிற்குள் கடிந்து கொண்டாள்.

பிறகு, "அக்கா! அதிர்ஷ்டம் கிடைத்தாலும், அதை ஆளக் கொடுத்து வைக்க வேண்டும்," என்று குத்தலாகச் சொன்னாள்.

இதை உணராத பாலம்மாள், "நீ சொல்வது வாஸ்தவம், தங்கம்!" என்று சொன்னாள். ஊருக்குக் கிளம்பும்போது கம்மலை

மீட்டுக்கொள்ளப் பத்து ரூபாய் கொடுத்தனுப்பினாள் தங்கம்மாள்.

அப்படியே ஊருக்கு வந்ததும், பாலம்மாள் கம்மலை மீட்டினாள். ஆனால், இரண்டு மாதங்களில் அதைப் பழையபடியும் அடகு வைக்கும்படி நேர்ந்தது.

பாலம்மாள் குடியிருந்த கூரை வீடு அடைமழையினால் சரிந்து விழுந்து விட்டது. அதைப் பழையபடியும் கட்டிக் கூரை போடுவதற்காக முப்பது ரூபாய்க்கு அதே ஓர் அணா வட்டிக்கு வேறொரு ஆள் வசம் அடகு வைத்தார்கள்.

அப்பொழுது அவளுக்குக் கண்ணீர் வந்தது. ஒரு வருஷம்கூடத் தொடர்ந்து காதில் போட்டுக் கொள்ளமுடியாத தன் நிலையை எண்ணி வேதனைப்பட்டாள்.

சில பக்கத்து வீட்டுக்காரர்கள் இதைக் கண்டு கேலி செய்தனர். “குடிக்கக் கஞ்சியில்லை; காதுக்குப் புஷ்பராகக் கம்மல் கேட்கிறதாக்கும்! இரண்டு மாதம் காதில் போட்டுக் குலுக்கினாள். இரண்டு மாத வாழ்வுதான். பிறகு பழைய குருடி கதவைத் திறடி” என்று பலவாறாகப் பேசிக் கொண்டார்கள்.

பாலம்மாளின் காதில் சுமார் மூன்று மாத காலம் கூடத் தொடர்ந்தாற் போல் கம்மல் போட்டுக் கொள்ள முடியாது போய் விட்டது. குடும்பத்தின் வறுமை ஒவ்வொரு வருஷமும் ஒன்று போலவே இருந்தது. சீர்படுவதற்கு வழியில்லை. இதைவிடக் கீழான நிலை அடையவும் வழியில்லை. இதைவிடக் கீழான நிலை ஒன்று இருந்தால்தானே?

வருஷங்கள் பல சென்றன. பாலம்மாளுக்கு வயது நாற்பதாகி விட்டது. பாலம்மாளின் மூத்த மகனுக்கு இப்பொழுது வயது பதின்மூன்று; இவனைத் தவிர ஆணும் பெண்ணுமாக ஐந்து குழந்தைகள் இருந்தார்கள்.

குடும்பத்தைக் காப்பாற்ற இரவும் பகலும் ஓய்வு ஒழிச்சல் இல்லாமல் பாலம்மாளும் மாடசாமியும் வேலை செய்து வந்தார்கள்.

கம்மல் இப்பொழுதும் ஓரிடத்தில் அடகு வைக்கப்பட்டிருந்தது. அகவிலைகள் ஏறி விட்டன. குழந்தை குட்டிகள் அதிகமாகி விட்டதால், அரை வயிற்றுக்கஞ்சி கூட, ஒரு நாள் கிடைத்தது போல ஒரு நாள் கிடைப்பதற்கு வழியில்லாமல் போய் விட்டது.

பாலம்மாளின் தாயாரும் செத்துப் போய் விட்டாள். ஏழாயிரம் பண்ணைக்கு இவர்கள் போய் வருவது நின்று, ஏழெட்டு வருஷங்களுக்கு மேலாகின்றன.

◈ பாலம்மாள் கதை ◈

செல்லத்துரை வாலிபனாகி விட்டான். ஒரு பண்ணை வீட்டில் சம்பளத்துக்கு வேலை பார்த்து அங்கேயே தன் சாப்பாடு முதலியவற்றையும் கவனித்துக் கொண்டான்.

இப்படியாக இருந்து வரும்போது, ஊரில் கிராம தேவதைக்குத் திருநாள் கொண்டாட ஏற்பாடுகள் நடந்து கொண்டிருந்தன. திருநாளுக்காவது கம்மல் போட்டுக் கொள்ள வேண்டுமென்று பாலம்மாளுக்கு ஆசை. ஆனால் மீட்பதற்குக் கையில் தம்பிடிகூட இல்லை. அத்துடன் திருநாளின்போது செலவுக்கு ஒரு ஐந்து ரூபாயாவது வேண்டும். என்ன செய்வது என்று திகைத்துக் கொண்டிருந்தாள். சில சமயங்களில் கண்ணீர் விட்டும் அழுது புலம்பினாள்.

ஆசை தீரக் கம்மல் வைத்துக்கொள்ள அதிர்ஷ்டம் இல்லையே! காதில் நகை இல்லாமல் இரண்டொரு கல்யாணங்களுக்குக்கூட வெளியூர் செல்ல முடியாமல் போய் விட்டது. 'நல்ல நாள் வருகிறது. நான் மூளியாக இருக்க வேண்டியிருக்கிறது. கம்மல்தான் போய்விட்டதே' என்...'

இதற்கு மேல் அவளால் நினைக்கக்கூட முடியவில்லை. விஷயம் என்னவென்றால் அவள் கழுத்தில் இப்போது தாலி கூட இல்லை. தாலித் தங்கத்தையும் சாப்பாட்டுக்காக ஒரு சமயம் விற்று விட்டார்கள். வெறும் மஞ்சள் கயிறுதான் புடவையின் மறைவில் கிடந்தது.

பாலம்மாள் பரிதாபமாக அழுதாள். மறுநாள் விடிந்ததும் தம்பி செல்லத்துரையிடம் போனாள். அவனால் முப்பது நாற்பது ரூபாய் என்று கொடுக்க இயலாது. அவன் சம்பாத்தியம் அவன் வயிற்றுக்குத் தான் சரியாக இருந்தது. இருந்தாலும் யாரிடமோ ஓர் ஐந்து ரூபாய் மட்டும் கைமாற்று வாங்கித் திருநாள் செலவுக்காக அக்காவிடம் கொடுத்தான்.

அதை வாங்கிக் கொண்டு வரும் வழியில், கம்மல் அடகு வைக்கப்பட்டிருந்த வீட்டுக்குப் போய், திருநாளுக்கு மட்டும் காதில் வைத்துக் கொள்ளுவதற்காகக் கம்மலைக் கொடுத்து வாங்க வேண்டுமென்று கேட்டுக் கொண்டாள். அவள் வேண்டுகோள் கைகூடி விட்டது.

கம்மலை வாங்கி இரண்டு நாள் காதில் வைத்திருந்தாள்; திருநாளும் முடிந்தது. மூன்றாம் நாள் கம்மலைக் கேட்க ஆள் வந்து விட்டது. தூக்கில் போடப்போகும் மகனைக் கடைசிக் காலத்தில் கட்டித் தழுவி விட்டு, வழியனுப்புவது போல், அவ்வளவு துயரத்துடன், மூச்சுப் பேச்சில்லாமல் கம்மலைக்கழற்றிக் கொடுத்தனுப்பினாள். அப்புறம் இரண்டு வருஷ காலத்துக்குள் கம்மலை மீட்டு

விட்டார்கள். ஆனால்,

பாலம்மாளின் மூத்த மகன் ஒரு தடவை குப்பை வண்டி ஓட்டிக் கொண்டு போகும்போது, வண்டி குடை சாய்ந்து விட்டதால், கீழே விழுந்து கையை ஒடித்துக் கொண்டான். அவனுக்குச் சிகிச்சை செய்வதற்காகக் கம்மல் ஐம்பது ரூபாய்க்கு அடகு வைக்கப்பட்டது.

அப்புறம் அவனுக்குக் கை சரிப்பட்டு விட்டது; ஆனால் கம்மல் மட்டும் வருஷக் கணக்கில் மீட்கப்படாமலே இருந்தது. வட்டியும் வளர்ந்து கொண்டே வந்தது.

பாலாம்மாளின் மூத்த மகனுக்கு வாலிபம் வந்தது. பாலம்மாளின் மகளுக்குக் கல்யாணமாகி இரு குழந்தைகளும் இருக்கிறார்கள். மாடசாமி கிழவனாகி விட்டான். ஆனால், கம்பு ஊன்றி விடவில்லை. ஒரு நாள் கூட ஓய்ந்து உட்காராமல் வேலை செய்து வந்தான். "என் கட்டை உள்ள மட்டும் எனக்குப் பாடுபடச் சக்தி உண்டு. அடுத்தவன் உழைப்பிலே ஒரு வேளை கஞ்சி கூட இந்த மாடசாமியால் குடிக்க முடியாது. பாடுபடச் சக்தி இல்லாவிட்டால் செத்துப் போகலாமே. அப்புறம் இந்தக் கட்டையால் என்னடா பிரயோஜனம்?" என்று சொல்லிக் கொண்டே வாலிபனைப் போல வேலை செய்து வந்தான்.

இந்தச் சமயத்தில் பாலம்மாளின் மகன் பட்டாளத்தில் சேர்ந்தான். மாதா மாதம் பணமும் அனுப்பி வந்தான். அதை வைத்துக் கொண்டு குடும்பம் சற்றுக் கவலையில்லாமல் காலம் தள்ளியது. அவன் ஒரு முறை லீவில் வருவதாகக் கடிதம் எழுதி யிருந்தான். அதே சமயத்தில் தங்கம்மாளின் பேத்திக்குக் கல்யாணம் என்று கடிதம் வந்தது. கல்யாணத்திற்குப் போய்வர வேண்டுமென்று இங்கே தீர்மானம் செய்தார்கள்.

தக்க சமயத்தில் மகனும் லீவில் வந்தான். வரும்போது நூற்றைம்பது ரூபாயும் கொண்டு வந்தான். தாயாருக்குச் சேலை, தகப்பனாருக்கு வேட்டி, மற்றவர்களுக்கும் துணி மணிகள், இவ்வளவுக்கும் ஐம்பது ரூபாய் வரையில் செலவாகி விட்டது. கடைசியில் கம்மலை மீட்கவும் தீர்மானித்தார்கள். பத்து வருஷ காலம் அடகில் கிடந்த கம்மல் வட்டியும் முதலுமாகச் சுமார் எழுபத்தைந்து ரூபாயைச் சுமந்து கொண்டிருந்தது. பரவாயில்லை என்று ரூபாயைக் கொடுத்து மீட்டு விட்டார்கள்.

பாலம்மாளுக்கு இப்பொழுது சரியாக அறுபது வயது. புதுப் புடவை உடுத்திக் கம்மலையும் வைத்துக்கொண்டு கல்யாணத்துக்குக் கிளம்பினாள். இந்த முதுமையில் அந்த வெள்ளைக் கம்மல் அவ்வளவு பொருத்தமாகத் தோன்றவில்லை. பார்ப்பதற்குச் சற்று

விகாரமாகக்கூட இருந்தது. இருந்தாலும் அதை அவள் பொருட் படுத்தவில்லை.

கல்யாணத்திற்குப் போனார்கள். தங்கம்மாளும் கிழவியாக மாறி விட்டாள். வயதுக் காலத்தில் தனக்கு வைரக் கம்மல் எதற்கு என்று சிவப்புக் கல் கம்மல் வைத்துக் கொண்டிருந்தாள். இதைப் பார்த்ததும் பாலம்மாளுக்கு அதிசயமாகக் கூட இருந்தது.

கல்யாணம் முடிந்து ஊருக்கு வந்தார்கள். பாலம்மாளுக்கு வெள்ளைக் கல் கம்மலைப் போட்டுக் கொள்ள மனமில்லை. தாயாரைப் பார்க்க மகனுக்கே விகாரமாக இருந்தது. நகரவாசிகள் என்றால் விகாரமாக இருநதிராது. ஆனால் பழைய கால முறைப் படியே வாழ்க்கை நடந்து வரும் கிராமச் சூழ்நிலையில் அறுபது வயதுக்கிழவி புஷ்பராகக் கம்மல் வைத்துக் கொண்டிருப்பது பார்க்கிறவர்களுக்குக் கொஞ்சம் கூடச் சகிக்கவில்லை.

“கிழவிக்கு ஆசையைப் பார்த்தாயா? பாட்டி! நல்ல வாலிப மாப்பிள்ளை ஒருவன் இருக்கிறான். கல்யாணம் பண்ணிக் கொள்கிறாயா?” என்று சில இளம் பெண்கள் கேலி செய்தார்கள். சில பெண்கள், “பாட்டி! உன் காலம் போய்விட்டது. இனி வீட்டுக்கு வரும் மருமகளுக்குக் கம்மல் போட்டுப் பார்க்க வேண்டுமே ஒழிய, நீ போட்டுக் கொள்வது அழகாயில்லை!” என்று சொன்னார்கள். கம்மலைப் பணம் கொடுத்து மீட்டிய மகனுக்கே, அம்மாவைக் கம்மலோடு பார்க்கப் பிடிக்கவில்லை.

ஒருநாள் அயல் வீட்டில் போய் உட்கார்ந்து பேசிக் கொண்டிருந்தாள், பாலம்மாள். அப்புறம் வீட்டுக்கு வரும்போது, வேறொரு வீட்டுக்கு ஒரு காரியமாகப் போனாள். இவள் வீட்டுக்குள் நுழையும்போது, உள்ளே இவளைப் பற்றியே பேச்சு நடந்து கொண்டிருந்ததால், அங்கே நின்று கவனித்துக் கேட்டாள். உள்ளே பேசிக் கொண்டிருந்தவர்கள் எல்லோரும் பெண்களே. பேச்சின் நடுவில் ஒருத்தி, “பாலம்மாக் கிழவி வெள்ளைக் கம்மலோடு அலைவதைப் பார்த்தால், தேவடியாள் வீட்டுக் கிழவி மாதிரி இருக்கிறது, இல்லையா? தேவடியாள் வீட்டுக் கிழவிதான் வாலிபப் பெண்ணைப் போல நகை போட்டுக் குலுக்குவாள்!” என்று சொல்ல, எல்லோரும் சிரித்தார்கள்.

மார்பில் அம்பு தைத்தது போலிருந்தது பாலம்மாளுக்கு. நேராக வீட்டை நோக்கி வந்தாள். விறுவிறு என்று உள்ளே போய்க் கம்மலைக் கழற்றி அடுக்களைப் பானைக்குள் வைத்தாள். வைத்துவிட்டு வெளியே வரும்போது, மகன் எதிரே வந்தான். அம்மாவைப் பார்த்ததும் அவனுக்குத் திகைப்பு உண்டாகி விட்டது.

ஒரு வினாடி மௌனமாக இருந்தான். பிறகு ஒரு மாதிரி வலுக் கட்டாயமாகச் சிரித்துக் கொண்டு, "கம்மல் எங்கே அம்மா?" என்று கேட்டான்.

பாலம்மாளும் வலுக்கட்டாயமாகச் சிரித்துக் கொண்டு, பேச்சை ஆரம்பித்தாள். "கம்மல் எனக்கு எதற்கடா இனி? உனக்குப் பெண்டாட்டியாய் வருகிறவளுக்குப் பத்திரமாய் வைத்திருக்கிறேன். எனக்கு இந்தவயதுக் காலத்தில் கம்மல் எதற்கு? உன் பெண்டாட்டிக்காக வைத்திருக்கிறேன். உன் பெண்டாட்டிக்காக..."

பாலம்மாவால் தொடர்ந்து பேச முடியவில்லை. என்ன முயற்சி செய்தும் பொய்ச் சிரிப்புச் சிரிக்க முடியவில்லை. உதடுகள் துடித்தன. சுவரைப் பார்த்துத் திரும்பிக் கொண்டு, மேல் மூச்சு கீழ் மூச்சு வாங்க, கொதிக்கின்ற கண்ணீரைச் சிந்தினாள். மறு நிமிஷமே முகத்தைத் துடைத்துக் கொண்டு, மகனைப் பார்த்துத் திரும்பி, 'சிரமப்பட்டுப் புன்னகை செய்து கொண்டு, "எனக்கு எதற்கு இனிக் கம்மல்? உன் பெண்டாட்டிக்குத்தான்டா அது!" என்று சொன்னாள் பாலம்மாள்.

மகன் தனியே இருக்கும்போது, "பாவம்! அம்மா ஒரு வருஷம் கூடத் தொடர்ந்தாற்போலக் கம்மல் வைத்துக் கொள்ள ஆசையில்லாமல் போய்விட்டது!" என்று ஒரு முறை தனக்குத் தானே சொல்லிக் கொண்டான்.

☯

18

சுயரூபம்

வேப்பங்குளம் கிராமத்தில் இருநூறு வீடுகள் உண்டு. ஒவ்வொரு வீட்டுக்கும் ஒவ்வொரு பழம்பெருமையும் உண்டு. இப்போது சில வருஷங்களாகப் பருவ மழைகள் சரிவரப் பெய்யாமலும், வேலை வெட்டிகள் கிடைக்காமலும் போய், அகவிலைகளும் தாறுமாறாக ஏறிக்கொண்டு விடவே, அந்தக் கிராமத்தின் பெரும்பாலான வீடுகளில் 'உண்டு! என்று சொல்லுவதற்கு அந்தப் பழம்பெருமை ஒன்றுதான் மிஞ்சியிருந்தது.

பழம்பெருமை படைத்த இகர்ஜித்தார்ந்த வேப்பங்குளத்தில் பிறந்த எத்தனையோ பேரில், தற்சமயம் ஐம்பதாம் வயதைத் தாண்டிய வீசு. மாடசாமித் தேவரும் ஒருவர். அப்படிச் சொல்லிக் கொள்ளுவதில்தான் அவருக்குப் பிரியம் அதிகம். தாத்தா வீரப்பத் தேவரின் அரிய சாதனைகளையும், ஒரு கடுஞ்சொல்லுக்கு ஒன்பது தலைகளைச் சீவி எறியும் மகா தீரத்தையும், உடன் பிறந்த தங்கை ஏதோ ஒரு சமயம் அவரை லட்சியம் செய்யாமல் இருந்ததற்காக அவளுடைய மூத்த மகன் கல்யாணத்தின்போது யார் யாரோ தாங்கியும் கட்டாயப்படுத்தியும் அழுதும் இன்னும் என்ன என்ன விதமாகவோ கும்பிட்டுக் கூத்தாடியும் கை நனைக்காமலே (சாப்பிடாமலே) வந்துவிட்ட வைராக்கியத்தையும் மாடச்சாமித் தேவர் தம் வாழ்நாளில் சந்தித்த ஒவ்வோர் இரண்டு கால் பிறவியிடத்திலும் சொல்லிப் பெருமைப்பட்டிருக்கிறார். அப்பேர்ப் பட்ட வீரப்பத் தேவரின் பேரர், காலனும் அஞ்சும் கந்தசாமித் தேவரின் ஏகபுத்திரர், வீ.சு. மாடசாமித் தேவர் என்னும் பெயர் கொண்ட அந்த வேப்பங்குளம் வாசி, அன்றொரு நாள் அதிகாலையில் எழுந்து, காலைக் கடன்களை முடித்து, ஊருக்குக் கிழக்கே உள்ள யாரோ ஒருவருடைய மிளகாய்த் தோட்டத்தின் கிணற்றடியில் நின்று பொடி மணலை எடுத்து தந்தசுத்தி பண்ணிக் கொண்டிருந்தபோது, முத்தையாத் தேவர் என்ற ஒருவர் எதிர்பாராத விதமாக அங்கே திடீரென்று பிரசன்னமாகி, "என்ன பெரிய தேவரே இன்னும் எத்தனை நாளைக்குத்தான் என்னை மாதாந்தரம் நடக்கச் சொல்லலாம்னு நெனைச்சிக்கிட்டிருக்கிறீரு? இல்லே, நாள் காணாதா? காலேயரைக்கால் ரூவாக் காசுக்கு ஆயிரம் நடை நடந்தாச்சு நீரும் வாய்ச் சலிக்காமல் ஆயிரம் சால்ஜாப்பும் சொல்லியாச்சு!" என்று கர்ஜித்தார்.

கிணற்றில் தண்ணீர் இறைத்துக்கொண்டிருந்த ஒரு வேற்று ஜாதிக்காரரின் முன்னிலையில் தம்மை இப்படியெல்லாம் பேசிப் பாக்கியைக் கேட்கும் முத்தையாத் தேவருக்குச் சரியான புத்தி புகட்டவேண்டுமென்று நினைத்த மாடசாமித் தேவர், "நான் என்ன, உமக்குப் பயந்து ஒளிஞ்சுக்கிட்டு அலையறேன்னு சொல்லுறீரா? இல்லே, எதிரே வந்தாத் தலையைச் சீவிருவீரா? தெரியாமத்தான் கேட்கிறேன்" என்றார்.

"ஒளிஞ்சிக்கிட்டு அலையல்லேன்னா வீட்டிலே இருக்கணு மில்லே?"

"ஆமாம், நீர் வருவீர்னு சொல்லி உமக்காக வேலை வெட்டியைப் போட்டுட்டு நான் வீட்டிலேயே உட்கார்ந்துக்கிட்டு இருக்கணும்!"

"இந்த வெவகாரமெல்லாம் எதுக்கையா? எனக்குக் குடுக்க வேண்டியதை விட்டெறிஞ்சிட்டீர்னா, நீர் வீட்டிலே இருந்தாத் தேவலையா, காட்டிலே இருந்தாத் தேவலையா? பெறகு நான் எதற்கு உம்மைத் தேடுகிறேன்?"

"காசுதானே கேட்கிறீர்?" என்று நிமிர்ந்து நின்று கொண்டு ஒரு கேள்வியைப் போட்டார், மாடசாமித் தேவர்.

"வேறு என்னத்தைக் கேக்கிறேன்? அதுகூடவா சந்தேகம்?"

"முத்தையாத் தேவரே! ரொம்பத் தூரம் பேச்சு வச்சிக்கிட வேண்டாம், மத்தியானம் காசு வந்து சேருது, பாரும். உம்ம பாட்டிலே என்னென்னத்தயோ..."

மீதிப் பேச்சைக் காதில் வாங்கிக்கொள்ளாமலே முத்தையாத் தேவர் அப்பால் நகர்ந்துவிட்டார். அங்கே நின்றுதான் என்ன செய்யப் போகிறார்?

மாடசாமித் தேவரும், வாயில் கொப்புளித் வாய்க்கால் தண்ணீரைத் 'தூ'வென்று துப்பிவிட்டு, கிழக்கே மங்கம்மாள் சாலையை நோக்கி நடக்கத் தொடங்கினார்.

மங்கம்மாள் சாலை என்பது இந்நாள் டிரங்க் ரோடாகும். சென்னை மாநகரிலிருந்து கன்னியாகுமரி வரையிலும் செல்லும் அந்தச் சாலையில் கோவில்பட்டிக்கும் கயத்தாற்றுக்கும் நடுவில் ஒரு விலக்குப் பாதை பிரிகிறது. அரை மைலுக்கு மேற்கில் இருக்கும் வேப்பங்குளத்துக்குச் செல்லும் அந்தப் பாதையும் மங்கம்மாள் சாலயும் சந்திக்கும் இடத்தில், முருகேசம் பிள்ளையின் பலகாரக் கடை என்ற ஒற்றைத் தனிக் குடிறை ஒன்று இருக்கிறது. பஸ்ஸுக்காகப் புளியமரத்து நிழலில் வந்து காத்திருக்கும் பிரயாணி களையும், தெற்கு நோக்கியும் வடக்கு நோக்கியும் செல்லும் மாட்டு

வண்டிகளையும், மற்றும் பாதசாரிகளையும் நம்பி அவ்விடத்தில் இருபது வருஷங்களுக்குமுன் நிறுவப்பட்ட அந்தக் கடை, முருகேசம் பிள்ளைக்கு ஐந்தாறு ஏக்கர் புன்செய் நிலத்தையும், சிமிண்டுத் தளம் போட்ட ஓர் ஓட்டு வீட்டையும் சம்பாதித்துக் கொடுத்ததுமல்லாமல், அவருடைய மூன்று பெண்களுக்குக் கல்யாணமும் செய்து வைத்திருக்கிறது. அந்தக் கடைக்குத் தேவர் போய்ச் சேர்ந்தபோது முருகேசம் பிள்ளை சிலருக்குப் பலகாரம் எடுத்து வைத்துக்கொண்டிருந்தார்.

முருகேசம் பிள்ளையவர்கள், மாடசாமித் தேவரவர்கள் வந்ததைக் கவனிக்கவில்லை என்று சொல்ல முடியாது; கவனிக்க விரும்பவில்லை என்பதுதான் சரி. பஸ்ஸுக்கு வந்த பிரயாணிகளுக்குப் பலகாரங்களைக் கொடுத்துக் காசாக்குவதிலேயே பிள்ளை கண்ணும் கருத்துமாக இருந்தார். தேவரோ, தாம் வந்ததைத் தெரிவிப்பதற்காக இடையிடையே ஏதேதோ பேச்சுக் கொடுத்துப் பார்த்தார். அது 'புல்லர்க்கு நல்லோர் சொன்ன பொரு'ளைப் போலவும், தாடகையின் மார்பில் பாய்ந்த ராமபாணம் போலவும் இந்தப் பக்கமாகப் புகுந்து அந்தப் பக்கமாகப் பறந்துவிட்டது.

அப்போது சாப்பிட்டுக் கொண்டிருந்தவர்களில் ஒருவன் வேப்பங்குளத்துக்காரன், அவனையும் சேர்த்து, 'ஐயா,' 'ராசா' என்று உபசரித்தார், முருகேசம் பிள்ளை. அதைப் பார்த்த தேவர், 'நாலு காசு சேர்ந்துட்டனுன்னா கழுதை களவாணிப் பயல்களைக் கூட முருகேசம் பிள்ளை தாங்குவாரு!' என்று இகழ்ச்சியாக எண்ணிக் கொண்டு ஒரு மூலையில் உட்கார்ந்தார்.

எல்லோரும் சாப்பிட்டுப் போய்விட்டார்கள். 'செல் விருந்து ஓம்பிய' பிள்ளை, வருவிருந்தைப் பார்த்திருக்கலானார். ஆனால், அப்போது பரிதாபகரமாக மாடசாமித் தேவர்தான் வந்த விருந்தாகக் காத்துக் கொண்டிருந்தார். ஆள் இல்லாத இந்தச் சமயம் பார்த்து, கோட்டையைப் பிடிப்பதற்காகத் தமது முஸ்தீப்பைத் தொடங்கினார் தேவர்.

"என்ன அண்ணாச்சி, ஆளு ஒரு மாதிரி எளைச்சமாதிரி இருக்கிகளே, என்ன சங்கதி?" என்று ஆரம்பித்தார்.

"எளைப்பு என்ன எளைப்பு! எண்ணைக்கும் போலத்தான் இருக்கிறேன்" என்று அலட்சியமாகக் கடைக்கண்ணால் பார்த்துக் கொண்டே பதில் சொன்னார் பிள்ளை.

தேவரிடமிருந்து அடுத்த கேள்வி கிளம்பவில்லை.

பஸ் வந்தது. அதிலிருந்து ஒரே ஒரு பிரயாணி மட்டும் இறங்கினான். அவனை வரவேற்றுச் சாப்பிட அழைத்தார் பிள்ளை.

அவன் 'பசி இல்லை' என்று சொல்லி அவரிடமிருந்து தப்பித்துக் கொள்ள முயன்றான். அகப்பட்டுக் கொண்டால் அரை ரூபாயோ முக்கால் ரூபாயோ கணக்காகிவிடும் என்று அவனுக்குப் பயம்; ஆனால் பிள்ளையா விடுகிறவர்? ஓடிப் போய் அவன் கையைப் பிடித்து இழுத்தார்.

"கையை விடுமையா! பசிச்சா வரமாட்டான், மனுஷன்? கடன்காரன் மாதிரி வந்து கையைப் பிடிச்சு இழுக்கிறீரே!" என்று கோபமாகச் சொல்லி, கையையும் உதறி விட்டு அவன் ஊரைப் பார்த்து நடந்தான்.

முருகேசம் பிள்ளைக்கு இது அவமானமாக இருந்தது. அதை மறைப்தற்காக மாடசாமித் தேவரிடம் வலிய வந்து பேச்சுக் கொடுத்தார். தப்பி ஓடியவனைத் தமக்கு மிகவும் வேண்டியவனைப் போலக்குறிப்பிட்டுப் பேசினார். வேண்டியவன் இப்படியெல்லாம் முகத்தை முறித்தாற்போல் பேசுவது அவமானப்படத்தக்க விஷயமல்ல என்ற தேவர் நினைத்துக் கொள்ள வேண்டும் என்பதற்காக அவர் கையாண்ட தந்திரம் அது.

பிள்ளையவர்கள் தம்மையும் ஒரு பொருட்டாகக் கருதி பேச ஆரம்பித்ததை எண்ணி மகிழ்ச்சியும் நம்பிக்கையும் கொள்ளத் தொடங்கிய மாடசாமித் தேவர், "என்ன இருந்தாலும் இந்தக் காலத்துப் பிள்ளைகளுக்கு மனுஷாளோட தராதரம் தெரிகிறதில்லை, அண்ணாச்சி" என்றார்.

"ஆனா, இவன் அப்படியில்லை! தங்கமான பிள்ளை."

"பய போறான், அண்ணாச்சி. பேச்சை விடுங்க. இப்போ யாவாரம் எப்படி?" என்று விசாரித்தார் தேவர்.

"என்னமோ, அச்சில்லாமத் தேரு ஓடுது. போட்ட மொதலைக் கூடக் கண்ணாலே பார்க்க முடியல்லை."

"நல்ல யாராவரமின்னுல்லே சொன்னாக?"

"சொல்வாக, சொல்வாக. சொல்றவுகளுக்கு என்ன? முருகேசம் பிள்ளை, கொள்ளைடிச்சு கொள்ளையடிச்சு மூட்டை மூட்டையாகக் கட்டி வச்சிருக்கான்னுகூடச் சொல்வாக. என் கண்முழி பிதுங்குறது எனக்கில்லே தெரியும்? பாருங்க, என் மக மாங்கண்ணு (அவர் மூன்றாவது மகளின் செல்லப் பெயர்) ஆடிக்கு வந்தவ இன்னும் இங்கேயே இருந்துக்கிட்டிருக்கறா. அவளுக்கு நாலுவடத்திலே ஒரு மாலையைப் போட்டு அனுப்பி வச்சிரணும்னு பார்க்கிறேன். அதுக்கு ரெண்டு பவுன் கைசேர மாட்டேங்குது" என்று வருத்தத்தோடு சொன்னார்.

◈ சுயரூபம் ◈

தேவர், மிகப் பெரிய பசியேப்பத்தை விட்டுவிட்டு, பிள்ளையின் துயரத்துக்கு அனுதாபம் காட்டுவதுபோல் நடித்துக் கொண்டு, "ரெண்டு பவுன் போதுமா, நாலுவடம் முத்துமாலைக்கு?" என்று குழந்தையைப் போலக் கேட்டார்.

"சரியாப்போச்சு போங்க! கையிலே பத்து பவுன் இருக்கு தம்பி; பன்னிரண்டு பவுனாப் பண்ணிப்பிடணும்னு பாக்கிறேன்."

"ஆமா, அண்ணாச்சி! செய்றதை நால்லாத்தான் செய்யணும்! யாருக்குச் செய்றோம்? நம்ம குழந்தைக்குத் தானே செய்றோம்?" என்று அனுதாபத்தைப் பூரணமாக வெளிப்படுத்தினார்.

'ஐயாவுக்கு ரொம்பக் கவலை!' என்று தமக்குள்ளேயே சொல்லிக் கொண்டார் பிள்ளை.

அப்போது தேவர் தமக்குள் சொல்லிக் கொண்டது பின் வருமாறு:

'இவன் மகளுக்குச் சங்கிலி போலேன்னுதான் இந்த வீரப்பத் தேவர் பேரனுக்குக் கவலை! நம்ம தலையெழுத்து, இப்படிப்பட்ட அற்பப் பயல்களுக்கெல்லாம் எரக்கம் காட்டிப் பேச வச்சிருக்கு. அவனவன் அரைவயித்துக் கூழுக்கு அலையிறான், இந்தப் பய மகளுக்கு என்னடான்னா, முத்து மாலை பண்ணிப் போணுமாம், நாலு வடத்திலே! கும்பி கூளுக்கு அழுததாம்; கொண்டை பூவுக்கு அழுததாம்!'

'அற்பப் பயலுக்கு அனுதாபம் காட்டுவது தேவருக்கும், 'வெறும் பயல்' அனுதாபம் காட்டுவது பிள்ளைக்கும் அடியோடு பிடிக்கவில்லை.

முருகேசம் பிள்ளை பேசவிரும்பாமல் சிறிது நேரம் மௌனமாக இருந்தார். ரோட்டின் தென்கோடியையும் வலது கோடியையும் ஒருமுறை எட்டிப்பார்த்து விட்டு, காலை உணவு உட்கொள்ள உட்கார்ந்தார்.

பிள்ளையவர்கள் இட்லிகளையும் வடைகளையும் எடுத்து வைத்துக் கொண்டு தேங்காய்ச் சட்னியைத் தொட்டுச் சாப்பிடும் காட்சியைக் கண்ட தேவருக்கு நெஞ்சு படபடவென்று அடித்தது. முந்தாநாள் சரியாகச் சாப்பிடாமலும், நேற்று அறவே சாப்பிடாமலும், இன்று வெறும் ஆசாரத்துக்காகவே பல்தேய்த்து விட்டுப் பசியேப்பம் விட்டுக் கொண்டு இருக்கும் ஒரு மனிதன் பக்கத்திலிருந்து பார்த்துக் கொண்டிருக்கிறானே என்ற உணர்ச்சி கூட இல்லாமல் பிள்ளை சாப்பிட்டுக் கொண்டிருந்தார்.

“நமக்கும் நாலு இட்டிலி வையுங்க, அண்ணாச்சி” என்று தம்மை மறந்த நிலையில் கேட்டுவிடுவதற்குத் தேவர் வாயைத் திறந்து விட்டார். நல்ல வேளையாக, திறந்த வாயில் பேச்சு வெளிவராமல், மற்றொரு பசியேப்பமே வந்தது. கேட்டிருந்தால் என்ன ஆகியிருக்கும்? முருகேசம்பிள்ளை கடன் கொடுக்கக் கண்டிப்பாக மறுத்திருப்பார். அத்துடன் தேவரின் நம்பிக்கையும் தகர்ந்திருக்கும். கேட்காமல் இருந்தாலோ, சாயங்காலம் வரையிலாவது நம்பிக்கையை நீட்டலாம். இதை உணர்ந்து பிள்ளையவர்கள் மெள்ள மெள்ள வசப்படுத்தி, கடைசியில் தமது காரியத்தைச் சாதிப்பதற்கான உபாயங்களையும் மார்க்கங்களையுமே தேடலானார், தேவர்.

சிறிது நேரத்தில் அடுத்த பஸ் வடக்கேயிருந்து வந்தது. அதிலிருந்து மூன்று பேர் இறங்கினார்கள். மூவரும் உள்ளூர்க்காரர்கள். அவர்கள் சாப்பிட வரமாட்டார்கள் என்பது பிள்ளையவர்களுக்குத் தெரியு மாதலால் அவர்களை வீணாகக் கூப்பிடவில்லை.

“இப்படி வர்ரவுகளெல்லாமப் கடைக்கு வராமப் போனா அண்ணாச்சி சொன்னமாதிரி, யாவாரந்தான் எப்படி நடக்கும்?” என்று வாயைத் திறந்தார், மாடசாமித் தேவர்.

“செடி வச்சவன் தண்ணி ஊத்துவான். நீர் ஏன் கவலைப்படுறீரு?” என்று பதில் சொல்லிவிட்டுப் பிள்ளை திரும்பி உட்கார்ந்து கொண்டார்.

மத்தியானம் ஆயிற்று. வயிற்றுச்சோற்றுக்கு முருகேசம் பிள்ளை வீட்டில் எடுபிடி வேலை செய்து உயிரைப் பேணிக் கொண்டிருக்கும் ஒரு சிறுவன் வீட்டிலிருந்து அவருக்கு மத்தியானச் சாப்பாடு கொண்டு வந்தான். காரணம் இல்லாமலே, நித்திய வழக்கப்படி அவன் மீது ஒரு வசைபுராணம் பாடி முடித்தார் பிள்ளை. பிள்ளையவர்களைச் ‘சண்டாளன்’ என்று மனதுக்குள் திட்டிக் கொண்டு, அதே சமயத்தில் அவருடைய கட்சியிலேயே சேர்ந்து கொண்டு, அந்தச் சிறுவனை மாடசாமித் தேவரும் கடிந்து கொண்டார். இது பிள்ளையவர்களுக்குப் பிடிக்கவில்லை.

“தேவரே, இவன் என்ன, அனாதைப் பயல்னு பார்த்தீரா? நான் தான் திட்டுறேன்னா, நீரும் எதுக்குப் பின்பாட்டுப் பாடுறீரு?” என்று ஒரு போடு போட்டார்.

தேவருக்கு முகத்தில் அறைந்தாற்போல் இருந்தது. பல்லைப் பல்லைக் காட்டிக் கொண்டு, “நான் அப்படி என்ன் சொன்னேன்?... அவனுக்குப் புத்திதானே சொன்னேன்?” என்று பரிதாபகரமாகச் சொன்னார்.

பையன், தேவரைச் சிம்மப் பார்வை ஒன்று பார்த்து விட்டுப் போனான்.

காலையிலிருந்து முருகேசம் பிள்ளையோடு வளர்த்த நட்பு இப்படி ஒரு நிமிஷத்தில் தகர்ந்து தரைமட்டமாகி விட்டதே என்று தேவருக்கு ஏமாற்றம். பழையபடியும் அவரோடு சிநேகமாகி விடுவதற்குத் தக்கதருணத்தை எதிர்பார்த்தவராய் அந்த இடத்தில் இருந்தபடியே இருந்து கொண்டிருந்தார்.

இரவு ஏழு மணிக்குமேல் ஆகிவிட்டது. திருநெல்வேலியிலிருந்தும் கோவில்பட்டியிலிருந்தும் எத்தனையோ பஸ்கள் வந்து போயின. எத்தனையோ பேர் முருகேசம் பிள்ளையின் கடைக்கு வந்து சாப்பிட்டுவிட்டுப் போனார்கள். அவர்களில் சிலருடன் பிள்யைவர்கள் 'ஹாய்யா'கப் பேசிய போது, தேவர் சிரித்தார்; சிலருடன் கோபமாகப் பேசியபொழுது, தேவர் அடி எடுத்துக் கொடுத்தார்; துயரமாகப் பேசியபொழுது, அழாக்குறையாகத் துக்கப் பட்டார். வயிற்றுக் கொடுமை அவரை இப்படியெல்லாம் ஆட்டி வைத்தது. உட்கார்ந்த இடத்தில் கரையான் புற்று வளர்ந்து அவரை மூடாதது ஒன்றுதான் பாக்கி. அந்த மாதிரி அங்கே கிடையாகக் கிடந்தார்.

பிள்ளையவர்களுக்கு அன்று வியாபாரம் சரிவர நடைபெற வில்லை. பத்துப் பன்னிரண்டு இட்டிலிகளும், சில தோசைகளும் மிஞ்சிவிட்டன. அரைப் பானை காபியும் மிஞ்சியது என்றாலும் பிள்ளையவர்கள். தேற்காகக் கவலைப்படவில்லை. எப்போதும் அவர் அதற்காகக் கவலைப்பட்டதும் இல்லை. அந்தப் பானை ஒரு வற்றாத சமுத்திரம். காலையில் அடுப்பில் வைத்துக் கொஞ்சம் கருப்பட்டியையும் காபித் தூளையும் உள்ளே போட்டுக் கொதிக்க வைத்தால், அப்புறம் அது விற்பனை ஆகஆகப் பானையில் தண்ணீரை விட்டே நிரப்பிக் காபியாக மாற்றிக் கொண்டிருப்பார், பிள்ளை.

இரவு ஒன்பது மணிக்குக் கடைசி பஸ்ஸும் போய்விட்டது. அதற்கு மேல் அங்கே வியாபாரம் நடக்காது என்பதோடு மட்டு மின்றி, கடையைத் திறந்து வைத்துக் கொண்டு அவ்விடத்தில் உட்கார்ந்திருப்பதும் தப்பு. ஏகாந்தமான இடம்; நடுக்காது. அங்கே எவனும் வந்து அடித்துப் பிடுங்கினாலும் கேள்வியில்லை. அதனால் வழக்கம் போல் பிள்ளையவர்கள் கடையைக் கட்டிக்கொண்டு வீட்டுக்குப் புறப்படத் தயாரானார். காபிப் பானையை எடுத்து வழக்கம்போலவே கடைக்குப் பின்புறத்தில் கொண்டு போய்க் கொட்டினார். மிஞ்சிய பலகாரங்களை எடுத்து ஒரு கூடைக்குள் போட்டார். "அந்த விடியாமூஞ்சி வந்து சனீசுரன் மாதிரி கடை

வாசலில் உக்காந்திருந்தா யாவாரம் எங்கே ஆகும்?" என்று முணுமுணுத்துக் கொண்டார்.

தேவர், அந்தச் சமயத்தில் மற்றொருமுறை கடனுக்கு நாலு இட்லிகளைக் கேட்க வேண்டுமென்று துடித்தார். ஆனால், அப்போது அவருக்கு வாய் வரவில்லை. பிள்ளை 'இல்லை' என்று சொல்லிவிட்டால் என்ன செய்வது என்றே அதே பயம்தான்.

முருகேசம் பிள்ளை தம் தளவாடங்களைத் தலையில் தூக்கி வைத்துக் கொண்டு, வெறும் கடையை இழுத்துப் பூட்டி விட்டு, நிலா வெளிச்சத்தில் விலக்குப் பாதை வழியாக மேற்கே நோக்கி நடக்கத் தொடங்கினார். தேவரை அவர் தம்மோடு புறப்படும்படி சொல்லவில்லை. அவரிடம் வேறுவார்த்தையும் பேசவில்லை. தேவருக்கு ஏற்பட்ட அவமானத்தைச் சொல்லிமுடியாது. அன்று பகல் முழுவதும் பிள்ளையவர்களின் இன்பதுன்பங்களில் முழுப் பங்கெடுத்துங்கூடத் தம்மை ஒரு மனிதனாக அவர் நினைக்கவில்லை என்பதற்காகத் தேவர் புண்பட்டு வருந்தினார். ஒரே பசி; எழுந்திருக்க முடியாத சோர்வு; போதாக் குறைக்கு அவமானம் வேறு. என்றாலும் அவர் பிள்ளையவர்களைப் பின்பற்றி நடந்தார். ஒரு வார்த்தை, வாய் திறந்து கேட்டிருக்கலாம் கேட்காமல் இருந்துவிட்டோம். வாயுள்ள பிள்ளைதான் பிழைக்கும்' என்று எண்ணியவராக நடுவழியில் பிள்ளையவர்களைப் பார்த்து, "அண்ணாச்சி, ஒரு காரிய மில்லே..." என்று ஆரம்பித்தார்.

"என்ன சமாசாரம்?" என்று கேட்டார் முருகேசம் பிள்ளை.

"இல்லே, மிஞ்சிப்போன அந்த இட்லியை எடுத்துக் குடுங்களேன், நாளைக்குக் காலையிலே காசைக் கொண்டாந்து குடுத்திடுறேன்" என்று துணிந்து கேட்டார்.

"இதுக்குத்தான் நீ இவ்வளவு நேரமும் வலைவீசினீரா? சரி தான், சரிதான்! ஐயா, நம்மகிட்டே கடன்கிடன் என்கிற பேச்சே கிடையாது" என்று சொல்லி, சற்று வேகமாக நடந்தார்.

"நீங்க கடன் குடுக்காமலா இருக்கிறீக?"

"குடுப்பேன் ஐயா, குடுப்பேன்; குடுக்கிறவுகளுக்குக் குடுப்பேன்; உமக்குக் குடுத்துப்போட்டு நான் எங்கே போய்க் காசை வசூல் பண்றது?"

"என்ன அப்படிச் சொல்லிப்போட்டீக, அண்ணாச்சி? இந்த வீரப்பத் தேவர் பேரன் அப்படிப்பட்டவன் இல்லை."

"ஆமாமா! உமக்குக் கடன் குடுத்திட்டு, அப்புறம் வசூல் பண்ண வீரப்பத் தேவருகிட்டப் போகவேண்டியது தான்."

"சத்தியமாச் சொல்றேன்; வாங்கினக் கடனைக் குடுக்காம நான் ஏமாத்தமாட்டேன். ஊசிப்போன பலகாரத்தைத் தான் நான் கேக்கிறேன். அதைக் கூடக் குடுக்கமாட்டேங்கிறீர்களே!" என்று கெஞ்சினார்.

பிள்ளைக்குக் கோபம் வந்துவிட்டது. "ஊசிப்போன பலகாரந் தானே? அதை நீர் எதுக்குக் கேக்கிறீரு? வீட்டுக்குப் போய்ச் சுடச் சுடத் தோசை சுட்டுக் சாப்பிடுமே; யார் வேண்டாங்கிறா!"

"கோவிச்சுக்காதீங்க. நான் இப்படியெல்லாம் கேக்கிறவனில்லே, ஏதோ இன்னைக்குக் கேக்கிறேன். என் பாட்டன் பூட்டன் காலத்திலே கூட இப்படி எங்க குடும்பத்திலே யாரும் கெஞ்சினது கிடையாது. எங்க பாட்டனாரு, ஒரு கோவத்திலே சொந்தத் தங்கச்சி வீட்டிலேகூடச் சாப்பிடமாட்டேன்னு வந்தவரு..."

"ஐயா நீர் பொழைச்ச பொழைப்பும், ஒம்ம பாட்டன் பொழைச்ச பொழைப்பும் எனக்குத் தெரியும், சும்மா ஆளைப்போட்டுப் பிடுங்காதீங்க."

பாட்டனாரைப் பற்றி அலட்சியமாகப் பேசிய அந்த வாத்தைகளுக்காகவே தேவரின் எரிமலை வெடிப்பதற்குக் காத்திருந்தது போலும்! "என்னடா சொன்னே?" என்று இடிமுழக்கம்போல் குரலெழுப்பிக் கொண்டு முருகேசம் பிள்ளைமீது புலிப் பாய்ச்சலாகப் பாய்ந்தார், மாடசாமித் தேவர். இந்தத் தாக்குதலால், பிள்ளையின் தலையில் இருந்த தளவாடங்கள் கீழே விழுந்து சிதறின. உடனே இருவரும் கைகலந்துவிட்டார்கள். திட்டிய திட்டுகளும், பேசிய பேச்சுக்களும் அது வேறு பாஷை. பலம்கொண்ட மட்டும் ஒருவரை யொருவர் ஓங்கிக் குத்தினார்கள். ஒருவரைக் கொல்லா விட்டால் மற்றொருவர் உயிரோடு மீள முடியாது என்பதும் உறுதியாகிவிட்டது. அந்தப் பேயறைகளும், பேய்க் கூப்பாடுகளும் கேட்பாரற்ற ஓசைகளாகக் காற்றில் கலந்து கொண்டிருந்தன. சண்டையை விலக்குவதற்குச் சுற்றுமுற்றும் ஒரு 'சுடு குஞ்சும்' கிடையாது. கை ஓயக் குத்தினார்கள். கையை விட்டால் அப்புறம் பல்தான் ஆயுதம். பல்லையும் பகவான் கொடுத்திருக்கிறாரே!... அடியோடு கடியும் சேர்ந்தது. உடம்பெல்லாம் ரத்தக் கோரைகள்...

நடுக் காட்டில் சில நிமிஷ நேரம் இந்தப் பயங்கரப் போர் நடந்தது- முடிவில் மாடசாமித் தேவரே சோர்ந்து விழுந்தார். வயிற்றுப்பசியை வைத்துக் கொண்டு அவர் தான் எப்படித் தாக்குப் பிடிப்பார்? வீசி எறிந்த கோணிப்பை மாதிரி பாதையோரத்தில் சுருண்டு விழுந்தார், தேவர். முருகேசம் பிள்ளை வாய்க்கு வந்தபடி திட்டிக்கொண்டே தம் தளவாடங்களைக் கம்பீரமாகப் பொறுக்கி

ஒன்று சேர்த்துக் கொண்டிருந்தார். தேவர் கிடந்த இடத்தில் மூச்சுப் பேச்சே இல்லை. ஒரே மௌனந்தான் நிலவியது.

முருகேசம் பிள்ளை புறப்படவிருந்த சமயத்தில், மாடசாமித் தேவர் சுய உணர்வு இல்லாத நிலையில், 'அண்ணாச்சி, இன்னுங்கூட ஒங்க மனசு எரங்கலையா? வயித்துப் பசியிலே புத்தியைப் பறி கொடுத்திட்டேன், அண்ணாச்சி" என்று மன்னிப்பையும் இட்டிலியையும் ஏககாலத்தில் கேட்டார்.

முருகேசம் பிள்ளையின் மனமா இரங்கும்? அதற்குப் பதிலாகப் பன்மடங்கு கோபமே வந்தது. "இந்தா, திண்ணுத்தொலை. இப்படி மானங்கெட்ட தீனி திண்ணு உடம்பை வளக்கலேன்னா என்னலாம்?" என்று சொல்லிக் கொண்டே கூடையின் வாய்க்கட்டை அவித்து இட்லியை எடுத்துக் கொடுக்கப்போனார்.

"இந்தப் பயகிட்டே நான் பிச்சை வாங்கித் திங்கவா?" என்று வீறாப்புடன் சொல்லிக் கொண்டு தமது முழுப்பலத்தையும் பிரயோகித்துப் பிள்ளை மீது மறுமுறையும் பாய்ந்தார், தேவர். பாய்ந்த வேகத்திலேயே அடி வயிற்றில் ஒரு பலமான குத்து வாங்கிக் கொண்டு கீழே விழுந்தார். உடம்பில் மூலைக்கு மூலை பரல் கற்கள் குத்தின. திரும்ப எழுந்து சண்டை போடுவதற்குத் தேவரிடம் சக்தி இல்லை.

அப்போதும் முருகேசம் பிள்ளை, "உம்மை விருதாவாக்கொலை பண்ணிட்டுத் தூக்குமேடையில் ஏறுவானேன்று பார்க்கிறேன். இல்லேன்னா, நடக்கிற கதைவேறே" என்று கடைசி உறுமலாக உறுமிவிட்டுப் போய்விட்டார்.

அடிபட்டுக் கிடந்த மாடசாமித் தேவருக்கு, என்னென்னவோ பயங்களெல்லாம் வந்து உள்ளத்தில் புகுந்து கொண்டன. முருகேசம் பிள்ளை ஊருக்குள் போய் நடந்த சங்கதியைச் சொன்னால்?.. வீரப்பத் தேவரின் பேரன் வழிப்பறியடித்துப் பசி தீர்க்க முயன்றதாகக் கதை கட்டினால்...? பிறகு, போலீஸ்காரர்கள் வந்து தம்மை ஊரார் முன்னிலையில் கைதியாகக் கூட்டிக்கொண்டு போனால்?...

அவர் தம்முடைய பயங்களை ஒருவழியாக உதறுவதற்கு வெகு நேரம் ஆயிற்று.

'இனி என்ன கஷ்டம் வந்தாலும் வரட்டும். என்ன தான் வந்துவிடும்? தலைக்கு மிஞ்சின ஆக்கினையா? கோவணத்துக்கு மிஞ்சின தரித்திரமா? இந்த அற்பப் பயல் யாசகமாகக் கொடுத்த இட்டிலியை வாங்கி நாய்த்தீனி தின்னாமல் இருந்தோமே, இந்தக் கடும்பசியிலும் - அது போதும்; மற்றக் கேவலம் எது வந்தாலும் வரட்டும்' என்று தமக்குத்தாமே ஆறுதல் தேடிக் கொண்டு தள்ளாடித் தள்ளாடி வீட்டை நோக்கி நடந்து வந்தார், மாடசாமித் தேவர்.

19

குமாரபுரம் ஸ்டேஷன்

குமாரபுரம் என்பது ஒரு காட்டு ஸ்டேஷன். அரை மைல் சுற்றளவுக்கு எந்த ஊரும் கிடையாது. ஆனாலும், ஸ்டேஷன் என்று கட்டிவிட்டால் பெயர் வைக்காமல் முடியுமா? இடுகுறிப் பெயரையாவது வைத்துவிடத்தானே வேண்டும்? அந்தக் கணக்கில்தான் குமாரபுரம் என்ற பெயரை வைத்திருக்கிறார்களே ஒழிய, மற்றபடி கிழக்கே ஒரு மைலுக்கும் அப்பால் உள்ள குமாரபுரம் என்ற கிராமம் முக்கால் நூற்றாண்டாக ஸ்டேஷனை பகிஷ்காரம் செய்து கொண்டுதானிருக்கிறது. தாது வருஷப் பஞ்சத்தின்போது, ஜனங்களுக்கு நிவாரணம் அளிக்கும் நோக்கத்துடன் திருச்சியிலிருந்து திருநெல்வேலி வரையிலும் ரயில் பாதை போடப்பட்டதாகச் சொல்லுவார்கள். அந்தப் பாதையில் கோவில்பட்டிக்குத் தெற்கே ஏழாவது மைலில் இருக்கிறது. இந்த ஸ்டேஷன். சுற்றுக்கிராமவாசிகள் வாழ்நாளில் ஒருமுறையோ, இருமுறையோதான் கோவில், குளம் என்று யாத்திரை கிளம்புவார்கள். பத்துமைல் தூரத்தில் ஒரு மாரியம்மன் கோவிலோ, பன்னிரண்டு மைல் தூரத்தில் ஒரு காளியம்மன் கோவிலோ இருக்கும். அதற்குப் போய்ப் பொங்கலிட்டுவிட்டு வருவது வழக்கம். இந்த க்ஷேத்திராடனத்துக்கு ரயிலும் வேண்டாம்; மோட்டாரும் வேண்டாம். பெரும்பாலான சமயங்களில் அவர்கள் போகவேண்டிய ஊர் ஸ்டேஷனை விடவும் அருகில் இருக்கும். நேரே ஊருக்கு நடந்து போகாமல் ஸ்டேஷனுக்கு வந்து யாரும் ரயில் ஏறுவார்களா?

இந்த ஸ்டேஷனின் வரலாற்றில் முதன் முதலாக வந்து இறங்கிய முக்கியஸ்தர் சுப்பராம ஐயர் என்றுதான் சொல்ல வேண்டும். கோவில் பட்டியிலிருந்து அவர் மூன்று நாட்களுக்கு முன் வந்திருந்தார். புதிதாக மாற்றுதலாகி வந்திருக்கும் ஸ்டேஷன் மாஸ்டருக்கு அவர் பால்யநண்பர். சிறிது காலம் வரை பள்ளித் தோழர். சற்று எட்டிய உறவும்கூட. ஸ்டேஷன் மாஸ்டர் தன் நண்பருக்கு இந்தக் காட்டு ஸ்டேஷனில் வரவேற்பு அளித்து விருந்துபசாரம் செய்ய இப்போது ஒரு சந்தர்ப்பம் கிடைத்தது. அவருடைய பிள்ளைக்கு ஆறாம் ஆண்டு நிறைவு வந்தது. அதை ஒரு சாக்காக வைத்து நண்பரை அழைத்தார். சுப்பராம ஐயரும் அமைதியான சூழ்நிலையில் நண்பரோடு நிம்மதியாக பொழுது போக்கலாம் என்று வந்து சேர்ந்தார்.

ஆண்டு நிறைவு வைபவத்துக்கு வந்த ஒரே விருந்தினர் சுப்பராம ஐயர்தான். பால்ய நண்பர்கள் இருவரும் தத்தம் வாழ்க்கை வரலாறுகளையும், ஊர் விட்டு ஊர் மாற்றுதலாகிப்போன கதைகளையும், குடும்பச் செய்திகளையும் பற்றி விஸ்தாரமாக இரவெல்லாம் பேசிக்கொண்டிருந்தார்கள். கோவில்பட்டியில் வசதிகள் எப்படி என்று ஸ்டேஷன் மாஸ்டர் கேட்டார். குமாரபுரம் ஸ்டேஷனில் எப்படி நாட்களைத் தள்ள முடிகிறது என்று சுப்பராம ஐயர் கேட்டார்... ஒருநாள் கழிந்தது.

மறுநாள் ஸ்டேஷன் மாஸ்டர் அடிக்கொரு தடவை தம் வேலையைக் கவனிப்பதற்காக அவரிடம் விடைபெற்றுப் போய்க் கொண்டிருந்தார். முற்பகலில் ஸ்டேஷன் மாஸ்டர் இல்லாத சமயங்களில், அவருடைய பையனோடு உட்கார்ந்து தமாஷாகப் பேசிக்கொண்டிருந்தார் சுப்பராம ஐயர். பையன்களோடு விளையாடுவதோ, பையன்களின் கூட்டுறவால் குதூகலம் அடைவதோ அவருக்கு வழக்கமில்லை. அவருடைய தொழில்தான் அதற்கு காரணமோ என்னவோ! இருந்தாலும் பேச்சுத்துணைக்கு அங்கே அந்தச் சிறுவன்தானே இருக்கிறான்? அவனோடு ஒரு தினுசாக மத்தியானம்வரை பொழுதைக் கழித்தார். சாப்பாட்டுக்குப் பிறகு இரண்டு மணி நேரம் படுத்துத் தூங்கினார். மூன்று மூன்றரைக் கெல்லாம் எழுந்து, தாம் கையோடு கொண்டு வந்திருந்த ஒரு புத்தகத்தை எடுத்துக் கொண்டு ஸ்டேஷனுக்கு வந்துவிட்டார்.

பிளாட்பாரத்தில் ஐந்தாறு வேப்ப மரங்கள் இருந்தன. கோடை காலமானதால் நன்றாகப் பூத்துத் தரையில் படிக்கணக்கில் பூக்களை உதிர்த்திருந்தன. அடர்த்தியாகத் தளிர்த்திருந்த அந்த மரங்களிலிருந்து குளிர்ந்த காற்று சிறிது மலர் மணத்தோடு ஸ்டேஷனை நோக்கி வீசிக் கொண்டிருந்தது. அதனால் ஸ்டேஷன் கட்டடத்தில் காற்றுவரும் பக்கத்தில் ஒரு பெஞ்சில் உட்கார்ந்து கொண்டு புத்தகத்தை விரித்துப் படிக்க ஆரம்பித்தார்.

சிறிது நேரத்தில் தெற்கேயிலிருந்து வந்து ஒரு எக்ஸ்பிரஸ் வண்டி வழக்கம் போல் அந்த ஸ்டேஷனில் நிற்காமல் போய்விட்டது. இனி மாலை ஆறு மணிக்குமேல் தான் அங்கே வண்டிகள் வரும். ஆகவே ஸ்டேஷன் மாஸ்டர் நண்பரின் பக்கத்தில் வந்து உட்கார்ந்தார். புத்தகத்தை மூடிக் கீழே வைத்த சுப்பராம ஐயர், "இந்த ஸ்டேஷனுக்குப் பிராணிகளும் வருவதுண்டல்லவா?" என்று சிரித்துக் கொண்டே கேட்டார்.

"வராமல் என்ன? நேற்றுக்கூட ஒரு பிரயாணி வந்து இறங்கினாரே?" என்றார் ஸ்டேஷன் மாஸ்டர்.

சுப்பராம ஐயர் உரக்கச் சிரித்தார். நேற்று வந்து இறங்கிய பிரயாணி அவரேதான்.

"இப்படி இன்னும் பத்து ஸ்டேஷன்கள் இருந்தால் போதும், ரயில்வே பட்ஜெட்டில் வருஷம் தவறினாலும் துண்டு விழுவது தவறாது" என்று அவரே கணச் சிரிப்போடு சொல்லிப் பேச்சையும் சிரிப்பையும் ஏககாலத்தில் நிறுத்தினார் சுப்பராம ஐயர்.

"அப்படியும் சொல்லிவிடுவதற்கில்லை. நாளை திங்கட்கிழமை கோவில்பட்டியில் சந்தை. பத்து டிக்கெட்டுகளுக்காவது ஆள் வந்து சேரும்."

இருவரும் சிரித்தார்கள். அப்போது போர்ட்டர் கருப்பையா வந்து ஒரு மூலையில் நின்று, இவர்கள் பேசுவதை ரசித்துக் கேட்டுக் கொண்டிருந்தான்.

எதற்காகத்தான் இந்த ஸ்டேஷனைக் கட்டிப் போட்டானோ? இது இல்லையென்று எவன் அழுதான்?"

"இந்த ஸ்டேஷன் சுற்றுக் கிராமவாசிகளுக்கு வேறோரு வகையில் மிகவும் பிரயோஜனப்பட்டு வருகிறது. இப்படியும் ஸ்டேஷனால் ஒரு நன்மை இருக்க முடியும் என்பதை இங்கு மாற்றுதலாகி வந்த பிறகுதான் பார்த்தேன்."

சுப்பராம ஐயர் ஒன்றும் சொல்லாமல் கேட்டுக் கொண்டிருந்தார். ஸ்டேஷன் மாஸ்டர் தொடர்ந்து சொன்னார்:

"இது கோடை காலமாக இருப்பதனால்தான் சுற்றிலும் உள்ள இந்தப் புன்செய் நிலங்கள் இப்படிப் பயிர் பச்சையில்லாமல் வறண்டு கிடக்கின்றன. மற்றச் சமயங்களில் இப்படி இராது. நவதானியங்களும் விளையும் செழுமையான பூமிதான். நிலத்தில் வேலை செய்பவர்கள் குடிதண்ணீர் பிடிப்பதற்கு மண் கலயங்களோடு இங்கே வருவார்கள். இருபது கலயம் தண்ணீராவது தினமும் தேவைப்படும். அந்த வகையில் இந்த ஸ்டேஷன் பிரயோஜனப்பட்டு வருகிறது."

"அப்படியானால் தண்ணீர்ப் பந்தல் கட்டவேண்டிய இடத்தில் ஸ்டேஷனைக் கட்டியிருக்கிறான் என்று சொல்லுங்கள்!"

ஸ்டேஷன் மாஸ்டர் இப்போது தமாஷை நிறுத்தி விட்டு மனப்பூர்வமாகவே பேச ஆரம்பித்தார்.

"இப்படித்தான் ஒன்று இருக்க வேண்டிய இடத்தில் மற்றொன்றைக் கொண்டுபோய்க் கட்டுகிறான் மனிதன். ஒரு காரியத்துக்கென்று உண்டாக்கப்பட்டது, மற்றொரு காரியத்துக்குப் பிரயோஜனப்படுகிறது. நியாயமாகச் செய்த செலவு தண்டச் செலவாக மாறிக்கொண்டு வருகிறது. உலகமே அப்படி இருக்கும் போது

இந்தக் குமாரபுரம் ஸ்டேஷனை மட்டும் பழித்துப் பேசு வானேன்?"

சுப்பராம ஐயர் பரிகாசமாகச் சிரித்துக் கொண்டு, "உலகத்தையே உங்கள் ஸ்டேஷன் ஜன்னல் வழியாகப் பார்க்கிறீர்கள்! ஆறு மாதங்களுக்குள் இந்தக் கல் கட்டடத்தின் மேல் உங்களுக்கு இவ்வளவு பாசம் ஏற்பட்டு விட்டது ஆச்சரியமாகத்தான் இருக்கிறது" என்றார்.

ஸ்டேஷன் மாஸ்டர் சற்று ஆவேசமாகவே பேச ஆரம்பித்தார்:

"கோவில்பட்டியில் பள்ளிக்கூடம் கட்டியிருக்கிறானே, எதற் காகக் கட்டியிருக்கிறான்? சொல்லுங்கள், பார்ப்போம்!"

"எதற்காகப் பள்ளிக்கூடம் கட்டுவான்? நூறு குழந்தைகள் படிப்பதற்காகத்தான் கட்டுவான்!"

"சரி, ஒப்புக்கொள்ளுகிறேன்! நூறு குழந்தைகளும் எதற்காகப் படிக்கிறார்கள்?" என் கேட்டார் ஸ்டேஷன் மாஸ்டர்.

"இப்படியெல்லாம் ஏன் கேள்வி போடுகிறீர்கள்?"

"காரியமாகத்தான் உங்களைக் கேட்கிறேன். பதில் சொல்லுங்கள்."

"... ..."

"பிள்ளைகள் அறிவு வளர்ச்சிக்காகப் படிக்கிறார்கள் என்று தானே சொல்கிறீர்கள்?"

"நீங்கள் வேறு என்ன காரணத்தைச் சொல்லப் போகிறீர்கள்?"

"எந்தப் பைத்தியக்காரனும் அறிவு வளர்ச்சிக்காகப் பிள்ளை களைப் பள்ளிக்கு அனுப்புவதில்லை. நீங்களும் நானும் அறிவு வளர்ச்சிக்காகவா படித்தோம்? படிக்காதவனுக்கும் உத்தியோகம் உண்டு என்று சட்டம் செய்யப்பட்டும், எவனாவது மழைக்குக்கூடப் பள்ளிக்கூடத்தில் வந்து ஒதுங்குகிறானா என்று பார்க்கிறேன்" என்று சவால் விட்டார் ஸ்டேஷன் மாஸ்டர்.

சுப்பராம ஐயர் சிரிக்கும்போது போர்ட்டரும் சேர்ந்து சிரித்தான். அவனை வைத்துக்கொண்டு தமாஷ் பேச்சுப் பேசுவது மரியாதை இல்லை என்று நினைத்தோ என்னவோ, சுப்பராம ஐயர் மேற்கொண்டு எதுவும் பேசாமல் புத்தகத்தைக் கையில் எடுத்துக் கொண்டார்.

"என்ன, பேசாமல் இருக்கிறீர்கள்?" என்று கிண்டினார் ஸ்டேஷன் மாஸ்டர்.

"உங்களிடத்தில் பேசி ஜெயிக்கவா? குமாரபுரம் ஸ்டேஷன் சந்திர சூரியர்கள் உள்ளவரை நிலைத்திருக்கட்டும், எனக்கு ஒரு நஷ்டமும்

இல்லை” என்று சொல்லிவிட்டு ஐயர், ஏதோ ஒரு பக்கத்தைத் தேடியவராய்ப் புத்தகத்தைப் புரட்டினார்.

ஸ்டேஷன் மாஸ்டர் போர்ட்டரை அழைத்து, “வீட்டுக்குப் போய்க் காபி போடச் சொல், கருப்பையா” என்று சொல்லி அனுப்பினார்.

‘நாமும் போகலாமே!’ என்றார் ஐயர்.

சிறிது நேரத்தில், இருவரும் எழுந்து ஸ்டேஷனை அடுத்திருந்த வீட்டை நோக்கிப் புறப்பட்டார்கள்.

மூன்றாம் நாள் காலையில் எட்டு மணிக்கெல்லாம் வடக்கே போகும் பாஸஞ்சர் வண்டி ஒன்று இருந்தது. அன்று திங்கட்கிழமை. கோவில்பட்டிச் சந்தைக்குச் செல்லும் பிரயாணிகள் நாலைந்து பேர் ஏழு மணிக்கு முன்னதாகவே சாக்குப் பைகள் சகிதம் ஸ்டேஷனுக்கு வந்து உட்கார்ந்து வெற்றிலை பாக்குப் போட்டவண்ணம் ஏதேதோ பேசிக் கொண்டிருநதார்கள். ஏழேகால் மணிக்கெல்லாம், சுப்பராம ஐயரும் பலகாரம் சாப்பிட்டு வந்து பிளாட்பாரத்தில் உள்ள வேப்பமரங்களின் கீழே கிடக்கும் ஒரு பெஞ்சியில் உட்கார்ந்து முந்தியநாள் கையில் வைத்துக் கொண்டிருந்த புத்தகத்தை எடுத்து, விட்ட இடத்திலிருந்து படிக்க ஆரம்பித்தார்; ஆனால் நாட்டுப்புறப் பிரயாணிகளின் சுபாவமான உரத்த சம்பாஷணைகளால் அவரால் நிம்மதியாகப் படிக்க முடியவில்லை. சுகந்தமான வேப்பங்காற்றும் அவருடைய கவனத்தைத் திருப்பிக் கொண்டிருந்தது.

‘இந்தப் பாலைவனத்திலும் இப்பேர்ப்பட்ட ஒரு நறுமணம்! இந்த மாதிரியான ஓர் இளங்காற்று! பார்த்தால் ஒரே கருப்பு மண்ணாக இருக்கிறது. இங்கே இப்படிச் சில மரங்கள் முளைத்து, இப்படி ஒரு திவ்யமான வாசனையைக் காற்றில் கலந்து கொண்டிருக்கிறது. இந்த வாசனைக் கூட இந்த மண்ணில் தான் உற்பத்தியாகியிருக்கிறது.’

அவர் கண்கள் தூரத்தில் தெரியும் கிராமங்களை ஏறிட்டு நோக்கின.

‘இந்த ஊர்களில் வசிக்கும் நூற்றுக்கணக்கான ஆண்களும் பெண்களும் இந்த மண்ணை நம்பித்தான் வாழ்கிறார்கள். இந்தக் கரிசல் மண்ணிலிருந்து மணமும் கிடைக்கிறது; உயிரும் கிடைக் கிறது...’

அவருடைய சிந்தனைகளெல்லாம், அவர் படித்துக் கொண்டிருந்த புத்தகத்தின் வசனங்களைப் போல் சுவை பெற்றிருந்தன. தொடர்ந்து படிப்பது போலவே எதிர்பாராத சிந்தனைகள் ஓடிக்கொண்டிருந்தன. அப்போது மேற்கே சுமார்

அரைமைல் தூரத்தில் நாலைந்து பேர் அவசரம் அவசரமாக ஸ்டேஷனை நோக்கி ஓட்டமும் நடையுமாக வந்து கொண்டிருப்பது தெரிந்தது.

'வண்டிக்கு நேரம் இருக்கிறது. இப்படி வேர்க்க விறுவிறுக்க ஓடி வருவானேன்?' என்று ஐயர் நினைத்தார். அதைவிட அப்பா வித்தனமாக இருந்தது, சிலர் ஒரு மணி நேரத்துக்கு முன்னதாகவே வந்து ஸ்டேஷனில் காத்துக் கொண்டிருந்தது.

'சூதுவாதில்லாத ஜனங்கள்' என்று ஒருமுறை அவர் தமக்குத் தாமே சொல்லிக் கொண்டார்.

வேப்பங் காற்று இருக்க இருக்கச் சுகம் ஏற்றிக் கொண்டிருந்தது– இந்தக் காற்றுக்காகவே அங்கே கோடைகாலத்தைக் கழித்துவிடலாம் போல் அவருக்குத் தோன்றியது. இந்த அடிப்படையில், சுற்றிலும் உள்ள மண்ணிலும், புல்லிலும், புல் நடுவே பூத்துக் குலுங்கும் காட்டு மலர்களிலும், சாம்பல் நிறக் கற்றாழைகளிலும் அவருக்கு ஒரு அன்பும் அனுதாபமும் பிறந்தன. சிறிது நேரத்தில் ரயில் ஏறிவிடப் போகிறோம் என்ற நினைப்பில் அந்த அன்பும், அனுதாபமும் சற்று அழுத்தம் பெறவும் செய்தன.

'மனிதர்கள் எங்கெல்லாம் வாழ்கிறார்கள்! மனிதர்களாகவும் வாழ்கிறார்கள்!'

இரண்டு மூன்று பேர் பிளாட்பாரத்துக்கு வந்து கைகாட்டி மரத்தை ஒருமுறை ஏறிட்டுப் பார்த்துவிட்டு அங்கேயே ஒரு பக்கத்தில் ஒதுங்கி நின்றார்கள். எப்போதோ மாடு வாங்கிய செய்தியை ஓர் ஆசாமி கதையாகச் சொல்ல, மற்றவர்கள் கவனமாக 'உம்' போட்டுக் கேட்டுக் கொண்டிருந்தார்கள்.

சுப்பரா ஐயர் அவர்கள் பேச்சை உற்றுக் கேட்டார். அந்தப் பேச்சில் உண்மை மட்டுமல்ல, அர்த்தமும் சுவாரஸ்யமுமே இருப்பது போல் அவருக்குத் தோன்றியது. அவர்களை அழைத்து வைத்துக் கொண்டு அவர்களுடைய வாழ்க்கை வரலாறுகளை யெல்லாம் ஆதியோடு அந்தமாகக் கேட்டுத் தெரிந்து கொள்ளக்கூட அவர் ஆசைப்பட்டார்!

அரைமைல் தூரத்தில் வெள்ளை வேஷ்டிகளாகக் காட்சியளித்துக் கொண்டு ஓடிவந்தார்கள், நான்கு சிறுவர்களும் ஒரு பெரியவருமாக இனம் காட்டிக் கொண்டு ஸ்டேஷனுக்கு வந்து சேர்ந்தார்கள். வந்ததும் வராததுமாக, "டிக்கெட் குடுத்தாச்சா?" என்று கேட்டார் ஓடிவந்த பெரியவர்.

பேசிக்கொண்டு நின்றவர்களில் ஒருவர், "இல்லை, இல்லை" என்றார்.

எல்லோரும் ஒரு மூச்சு விட்டுக்கொண்டார்கள். அந்த நான்கு சிறுவர்களின் கண்களும் ஏககாலத்தில் வேப்பமரத்தடியில் பெஞ்சியில் உட்கார்ந்து கொண்டிருந்த சுப்பராம ஐயரைத்தான் பார்த்தன. பார்த்த மாத்திரத்தில் மிகுந்த மரியாதை கொடுத்து, மூச்சு விடுவதைக்கூடக் கொஞ்சம் மட்டுப்படுத்தினார்கள். இப்படிப்பட்ட ஒருவரை அவர்கள் வருஷத்தில் ஒரு தடவை காண்பதே அபூர்வம். அவர்களுடைய பள்ளிக்கூடத்துக்கு எப்போதாவது வரும் பெரிய இன்ஸ்பெக்டரைப்போல் காலில் பூட்ஸ் போட்டுக் கொண்டு குளோஸ் கோட்டும் ஜரிகை அங்கவஸ்திரமுமாகக் காட்சி அளித்தார் ஐயர். தலையில் விழுந்திருந்த வழுக்கையும் அவருடைய கௌரவத்தை உயர்த்திக் காட்டியது. இமை கொட்டாமல் பார்த்துக் கொண்டு நின்ற சிறுவர்களை ஐயரும் பார்த்துக்கொண்டார். நான்கு சிறுவர்களும் ஏறக்குறைய ஒரே பிராயமுடையவர்களாக இருந்தார்கள். பன்னிரண்டிலிருந்து பதினைந்து வயது வரையிலும் மதிக்கலாம். ஒவ்வொருவருனுடைய கையிலும் இரண்டொரு புத்தகங்களும், சில வெள்ளைக் காகிதங்களும் இருந்தன. சட்டைப் பைகளில் சீவித் தயாராக வைத்திருந்த பென்ஸில்கள், பள்ளி மாணவர்கள் என்பதை சொல்லாமலே தெரிவித்தன.

சிறுவர்களோ, ஐயரோ பரஸ்பரம் பார்த்துக் கொண்டிருந்தாலும் பேசுவதற்கு முயற்சி செய்யவில்லை. இந்தச் சமயத்தில் கை இறக்கப்பட்டது. ஸ்டேஷன் மாஸ்டரும் ஐயரிடம் டிக்கெட்டோடு வந்தார்.

"இந்த இடம் உங்களுக்கு ரொம்பவும் பிடித்திருக்கிறது போலிருக்கிறதே; இங்கேயே உட்கார்ந்து கொண்டிருக்கிறீர்கள்!"

"நல்ல காற்று!" என்றார் ஐயர். டிக்கெட்டையும் வாங்கிக் கொண்டார்.

"அப்படியானால் அடுத்த லீவுக்கு வந்து விடுங்கள். இந்த மாதிரி மூன்று நாட்களில் புறப்பட்டுவிடாமல் சேர்ந்தாற்போல், ஒரு பத்து நாட்களாவது இருந்துவிட்டுப் போகலாம்..."

"அப்படியே செய்யலாம்! பத்து நாட்கள்தானே? ராமன் பதினாலு வருஷம் வனவாசம் செய்திருக்கிறபோது நாம் பத்து நாட்கள் இங்கே இருக்க முடியாமலா போய் விடப்போகிறது?"

"அந்த வனவாசத்தில்தான், ராமன்தன் உயிர்த் துணைவர்களை யெல்லாம் சம்பாதித்துக் கொண்டான். அவனை ராமனாக்கியதே அந்த வனவாசம்தான்" என்று சொன்னார் ஸ்டேஷன் மாஸ்டர்.

"பள்ளிக்கூடத்தைவிட்டு பிறகு புராணங்களையெல்லாம் நன்றாக ஆராய்ச்சி செய்திருக்கிறீர்கள் போலிருக்கிறது!" என்ற சுப்பராமையர்

தமாஷாகச் சொன்னார். ஆனாலும் நண்பரின் வார்த்தைகளில் ஏதோ ஒரு சுகமும் உண்மையும் இருப்பதுபோலவே அவருக்குத் தோன்றியது.

மேற்கொண்டு சாவகாசமாகப் பேசச் சந்தர்ப்பம் இல்லை. வண்டி வரும் நெருங்கிக் கொண்டிருந்ததால், காரியார்த்தமாக ஸ்டேஷனுக்குள் போய்விட்டார் ஸ்டேஷன் மாஸ்டர். சிறுவர்களை நிறுத்தி விட்டுப் பெரியவர் போய் டிக்கெட் வாங்கிக் கொண்டு வந்தார். எல்லாப் பிராணிகளுமே டிக்கெட்டோடு பிளாட்பாரத்துக்கு வந்து தயாராக நின்றார்கள்.

உரிய காலத்தில் வண்டியும் வந்துவிட்டது. ஐயர் ஏறிய பெட்டியிலேயே கிராமத்துப் பெரியவரும், அவரோடு வந்த சிறுவர்களும் ஒருவருக்குப் பின் ஒருவராக ஏறினார்கள். வண்டியில் நிறைக் காலியிடம் இருந்தது. ஒரு ஜன்னலோரத்தில் போய் உட்கார்ந்தார் ஐயர். அவருக்கு எதிர் வரிசைப் பெஞ்சியில் நிறைய இடம் இருந்த படியால் சிறுவர்கள் அங்கேயே உட்கார்ந்து விட்டார்கள். பெரியவர் ஐயருக்கு வலது கைப்பக்கத்தில் வந்து அமர்ந்தார். பெரியவருக்கு வலதுபுறத்தில் பூதாகரமான ஆகிருதி படைத்த ஒருவர் ஏராளமான சாமான்களோடு உட்கார்ந்திருந்தார். அவருக்கு எதிரே ஜன்னலை ஒட்டி, அவருடைய கனத்தில் முக்கால்வாசியாவது இருக்கும், ஒரு அம்மாள் இருந்தாள். அம்மாளின் பக்கத்திலும் என்னென்னவோ மூட்டை முடிச்சுகள், பண்ட பாத்திரங்கள்...

குமாரபுரம் ஸ்டேஷனை விட்டு வண்டி நகர்ந்து விட்டது. பையன்கள் இரண்டு பக்கத்து ஜன்னல்கள் வழியாகவும், மரம் மட்டைகள் எதிர்த்திசையில் ஓடத் தொடங்கியதை ரசித்துப் பார்த்துக் கொண்டிருந்தார்கள். அவர்கள் முகத்தில் தோன்றிய ஆச்சரியத்தையும், அங்கே தாண்டவமாடிய ஆனந்தத்தையும் பார்த்த சுப்பராம ஐயருக்கு, அந்தப் பையன்கள் வாழ்க்கையிலேயே அன்று தான் முதல்முதலாக ரயில் பிரயாணம் செய்கிறார்களோ என்று நினைக்கத் தோன்றியது. அவர்களோடு ஏதாவது பேச வேண்டுமென்று ஆசை; அப்படியெல்லாம் அவரைப் போன்ற வர்களால் சுலபமாகப் பேசிவிட முடிகிறதா? அவருக்கு அது கொஞ்சம் கஷ்டமாகவே இருந்தது.

சில நிமிஷங்கள் கழிந்தபின், பையன்களைப் பார்த்து முதலில் பேச ஆரம்பித்தவர், மேற்குப்புற ஜன்னல் பக்கம் இருந்த பூதாகரமான மனிதர் தான். எடுத்த எடுப்பிலேயே சௌஜன்யமாகப் பேச ஆரம்பித்தார்.

"ஏண்டா, எங்கே பிரயாணம்?" என் கேட்டார். அவருடைய குரதல் அவருடைய உருவத்தைவிடக் கனமாக இருந்தது.

பையன்களுக்கு அதற்குப் பதில் சொல்லவே தோன்றவில்லை.

அவர்கள் சார்பில் பெரியவர்தான் பேசினார்:

"கோவில்பட்டிக்குப் பெரிய பள்ளிக்கூடத்திலே சேரப்போறாக."

பையன்கள் அவரை மேலும் கீழும் பார்த்தார்கள். அவருடைய வைரக் கடுக்கன், வைர மோதிரம், தங்கப் பொத்தான்கள், உள்ளங்கை அகலக் கைக்கடிகாரம் இத்தனையும் மாறிமாறி அவர்களுடைய கவனத்தைக் கவர்ந்து கொண்டிருந்தன.

"எந்தக் கிளாஸில் சேரப் போறாங்க?"

"நம்ம ஊரிலே ஆறு பாஸ் பண்ணியிருக்கிறாக. அங்கே ஏழிலே கொண்டு போய்ச் சேர்க்கணும்."

"எந்த ஊர்ப் பையன்கள்?"

"இடைசெவல் கிராமம்."

"இடைசெவலா? அங்கே ஏழாம் வகுப்பு இல்லையோ?" "இல்லை; 'சர்க்கார் சாங்ஸ்'னுக்கு எழுதிப் போட்டிருக்காக."

"பாஸ் பண்ணினதுக்குச் சர்டிபிகேட் இருக்கா?"

"இருக்கு."

"இருந்தாலும் பரீக்ஷை வெச்சுத்தான் சேர்ப்பாங்க."

"அதுக்காகத்தான் பெரிய வாத்தியாரு ஒரு மாசமா வீட்டிலே வச்சிப் பாடம் சொல்லிக் குடுத்தாரு" என்றார் பெரியவர்.

பூதாகரமான ஆசாமி, ஒரு பையப் பார்த்து, "டேய் நான் மூணு கேள்வி கேட்கிறேன். நீ பதில் சொல்லிட்டா உன்னை ஏழிலே எடுத்துக்குவான்" என்றார். உடனடியாக, "வாட்டீஸ் யுவர் நேம்?" என்று கேட்டார்.

"மை நேம் ஈஸ் ஶ்ரீனிவாசன்" என்றான் ஒரு பையன்.

"வாட்டீஸ் யுவர் ஃபாதர் நேம்?" - இது அவருடைய அடுத்த கேள்வி.

"மை ஃபாதர்ஸ் நேம் ஈஸ் ராமசாமி நாயுடு."

"வாட் கிளாஸ் யூ பாஸ்?" என் அவர் மூன்றாவது கேள்வியைக் கேட்டார்.

அவர் தப்பும் தவறுமாக ஆங்கிலம் பேசுவதைப் பார்த்துச் சுப்பராமையர் வாய்க்குள்ளேயே சிரித்தார்.

"ஸிக்ஸ்த் கிளாஸ்" என்று அடக்கமாகப் பதில் சொன்னான் ஸ்ரீனிவாசன்.

"போதும்டா! கெட்டிக்காரப் பையனா இருக்கே. இப்படி தான் 'டக் டக்'னு பதில் சொல்லணும். நிச்சயம் நீ ஏழாம் வகுப்புத்தான்."

பையனுக்கு ஒரே சந்தோஷம்.

பெரியவர், அந்த ஆசாமியைப் பார்த்து, "மத்தப் பையன்களையும் ஏதாவது கேளுங்க" என்று கேட்டுக் கொண்டார்.

"நம்ப இங்கிலீஸ் அவ்வளவுதான்! அதுக்குமேலே எங்க வாத்தியார் கத்துக் குடுக்கல்லே!" என்று சொல்லி விட்டுத் தொப்பை வயிறு குலுங்கச் சிரித்தார்.

எதிரே உட்கார்ந்திருந்த அவருடைய மனைவியும் சுப்பராமையரும் இலேசாகச் சிரித்தார்கள்.

"நமக்கு எந்த ஊரோ?" என்று அவரை விசாரித்தார் கிராமத்துப் பெரியவர்.

"திருநெல்வேலி ஜங்ஷனிலே பங்கஜ விலாஸ் காபி கிளப் இருக்கில்லே, அது நம்ம கடைதான். பார்த்திருப்பேளே?"

"திருநெல்வேலிக்குச் சின்னப் பிள்ளையிலே ஒருதரம் வந்தது தான்…"

"அது நம் கடைதான். இந்தப் பையன்களைப்போல் ஆயிரம் பையன்கள் நம்ப கடையிலே சாப்பிட்டுக் கொண்டு படிச்சிருக்கான்கள். ஜங்ஷனிலே நம்ப 'கடையை விட்டுக் காலேஜ் பையன்கள் வேறே எங்கேயும் போகமாட்டான்கள். இருபத்தஞ்சு வருஷமாய் பார்த்துண்டு வர்ரேன்."

"நல்ல கடையைவிட்டு யார்தான் போவாக!"

அவர் பையன்களைப் பார்த்துத் திரும்பி, "டேய்! நீங்களும் காலேஜுக்கு வரப்போ நம்ம கடைக்குத் தாண்டா சாப்பாட்டுக்கு வரணும்…" என்றார்.

பையன்களுக்குச் சந்தோஷம் தாங்க முடியவில்லை. ஒரு நகரவாசி தங்களிடம் இவ்வளவு அன்பாகப் பேசுவது அவர்களுக்கு ராஜோபசாரமாக இருந்தது.

"நமக்குப் பிள்ளைகள் எத்தனையோ?" என்று நாட்டுப் புறப்பாங்கில் விசாரித்தார் பெரியவர்.

"நம்ம கடையிலே சாப்பிட்டவன்களும், சாப்பிடப் போறவன்களும் நம்ப பிள்ளைகள்தான்" என்றார் அவர்.

பெரியவருக்கு அது விளங்கவில்லை. இதை ஹோட்டல்காரர் கவனித்துக் கொண்டார். இருந்தாலும் அவருடைய திகைப்பைப்

போக்க முயற்சி செய்யாமல், "சொந்துப் பிள்ளைகளுக்குப் பணம் வாங்கிண்டா சாப்பாடு போடுவான்னு நீங்க நினைக்கலாம். என்ன செய்யறது! ஹோட்டல்காரன் தர்மம் பண்ணமுடியாது. ஆனால், என்னாலே முடிஞ்சு தர்மத்தைப் பண்ணாமல் இல்லை. எத்தனையோ பேருக்கு ஸ்கூல் பீஸ் கட்டப் பணம் கொடுத்திருக்கிறேன். அதிலே திருப்பி வாங்கினதும் உண்டு; வாங்காததும் உண்டு" என்று திருப்தியோடு சொன்னார். அடுத்த நிமிஷம் மனைவியைப் பார்த்துப் பலகாரங்களை எடுத்து வைக்கச் சொன்னார் - அவர் சாப்பிடுவதற்குத்தான்.

"ரொம்பத் தூரப் பிரயாணமோ?" என்று கிராமத்துப் பெரியவர் கேட்டார்.

"மதுரை வரைக்கும் போகிறோம். ஒரு கல்யாணம்."

திரும்பவும் அந்தப் பெரியவர், "நமக்கு எத்தனை குழந்தைகளோ?" என்று அதே கேள்வியைக் கேட்டார்.

"நான்தான் சொன்னேனே, எல்லாக் குழந்தைகளும் நம்ப குழந்தைகள் தான்னு. பெத்தால்தான் குழந்தையா? இந்த நாலு பையன்களும் என் குழந்தைகள்தான். என்ன சொல்றீங்க?"

பெரியவருக்கு ஒருவாறு புரிந்துவிட்டது. அதைக் காட்டிக் கொள்ளும் முறையில், "குழந்தைகள் இல்லைபோலிருக்கு! அதுக் கென்ன, ஐயா சொன்னாப்லே உலகத்திலே உள்ள குழந்தைக ளெல்லாம் நம்ம குழந்தைகள் தான். இப்போ பாருங்க, இதில் ஒருத்தன் தான் என் பேரன். மத்த மூணு பேரும் கூடப் படிக்கிற பையன்கள்தான். எல்லாரையும் சொந்தப் பிள்ளைகள் மாதிரி நான்தான் கோவில்பட்டிக்குக் கூட்டிக்கிட்டுப் போகிறேன. அந்தக் கடைசிப் பையன் குடும்பம் கொஞ்சம் ஏழைக் குடும்பம். எப்படிப் படிக்கவைக்கிறதுன்னு அவனோட அப்பன் கொஞ்சம் யோசனை பண்ணினான். பையன்களோட பையனாகப் படிக்கட்டும், இப்போ ஆகிற செலவை நான் தாறேன், பின்னாலே பார்த்துக்கிடலாம்னு நான் தான் தைரியம் சொல்லிக் கூட்டியாறேன். அவனுக்குப் படிப்பிலே அக்கறை. மேலே படிக்கப் போகணும்னு மூணு நாளாச் சாப்பிடாம அழுதிருக்கான்..." என்று கூறிக் கொண்டே போனார்.

ஹோட்டல் முதலாளியின் மனைவி பலகாரப் பாத்திரத்தைத் திறந்தாள். அதனுள் இருந்த பக்ஷணங்கள் ஒரு கல்யாணத்துக்கே போதும்போல் இருந்தன. அவர் சொல்லாமலே அந்த அம்மாள் ஒரு பெரிய இலையை ஐந்தாறு துண்டுகளாகக் கிழித்துப் பையன் களுக்கும் பெரியவருக்கும் சேர்த்து என்னென்னவோ பலகாரங்களை எடுத்து வைத்துக் கொடுத்தாள். பையன்கள் வாங்கிக் கொள்ளத்

தயங்கினார்கள்.

“டேய்! வயத்துக்கு வஞ்சகம் பண்ணாதீங்கடா. வாங்கிச் சாப்பிடுங்க” என்றார் ஹோட்டல் முதலாளி.

“உம். வாங்கிக்கோங்க” என்று பெரியவரும் சொன்னார்.

பையன்கள் கை நீட்டி அவற்றைவாங்கிக் கொண்டார்கள்.

ஹோட்டல்காரர் மற்றொரு இலையைச் சுப்பராமையர் பக்கம் நீட்டினார். அவர் நாசூக்காக, “இப்போதான் காபி சாப்பிட்டேன். வேண்டாம், நீங்க சாப்பிடுங்கோ” என்று சொல்லி விட்டுக் கோட்டுப் பையிலிருந்து புத்தகத்தை வெளியே எடுத்தார்.

ஹோட்டல் முதலாளி விடவில்லை. கட்டாயப்படுத்தி ஒரு டம்ளர் காபியைக் குடிக்க வைத்துவிட்டார்.

எல்லோரும் பலகாரம் சாப்பிட்டுக் கொண்டிருக்கும் போது, வண்டி நாலாட்டின்புத்தூர் ஸ்டேஷனில் வந்து நின்று அதையும் விட்டுப புறப்பட்டு விட்டது.

சுப்பராமையர் புத்தகத்தை விரித்துப் படித்துக் கொண்டிருந்தார். பையன்களும் எழுந்து போய்க் கையைக் கழுவி விட்டு வந்து உட்கார்ந்தார்கள். சுப்பராமையரின் கையிலிருந்த புத்தகத்தின் பெயரை எழுத்துக் கூட்டி, “அன்னாகரேனினா, லியோ டால்ஸ்டாய்” என்று மெல்லிய குரலில் வாசித்தான் ஒரு பையன். அது ஐயர் காதில் விழுந்தது.

“டால்ஸ்டாய்! அதுவும் சரிதான்! சொல்லிக் கொடுக்காத வரையில் யாருக்கும் டால்ஸ்டாய் தானே ஒழிய டால்ஸ்டாய் எப்படி ஆகமுடியும்? என்று நினைத்துக் கொண்டார்.

“என்னடா அது?” என்று கேட்டார் ஹோட்டல்காரர்.

“எங்கள் ஹெட்மாஸ்டர் எழுதிப் போட்டது?”

“என்ன எழுதிப் போட்டிருக்கிறார்?”

ஒரு பையன் சொன்னான்: “பசுவைப் பற்றி இங்கிலீஷில் ஒரு வியாசம். ‘நரியும் திராக்ஷையும்’ கதை. ‘ஓநாயும் ஆட்டுக்குட்டிகளும்’ கதை. நண்பனுக்கு ஒரு கடிதம்.”

“எல்லாம் இங்கிலீஷில்தான். பெரிய வாத்தியார் ரொம்பப் படிச்சவரு. நல்ல மனுஷன். பெத்த தகப்பன் மாதிரி இவங்களுக்குப் பாடம் சொல்லிக்கொடுத்து எழுதிப் போட்டிருக்காரு” என்றார் பெரியவர்.

“நன்னாப் படிங்கடா. இப்படித்தான் ஏதாவது எழுதச் சொல்லிப் பரீட்சை வைப்பாங்க” என்றார். ஹோட்டல்காரர்.

♦ குமாரபுரம் ஸ்டேஷன் ♦

புத்தகத்தைப் படிப்பதுபோல் பாவனை செய்துகொண்டு, பேச்சுக்களைக் கவனமாகக் கேட்டுக்கொண்டிருந்தார் சுப்பராமையர்.

ஹோட்டல்காரர் காபியைச் சாப்பிட்டுவிட்டு, "பையன்கள் நன்னாப் படிக்கக்கூடிய பையன்கள்'னு தோணுதுʼ என்று பெரிய வரிடம் சொன்னார்.

"பட்டிக்காட்டுப் புள்ளைகளானாலும் படிப்பு நல்ல படிப்புத் தான். வாத்தியாரு அப்படி. அந்த மாதிரி ஒரு தகப்பன்கூடப் புள்ளைக மேலே பிரியமா இருக்கமாட்டான்னு சொல்றேன்னே!" என்றார் பெரியவர்.

"அது சரிதான். வாத்தியாரும் ஒரு தகப்பன் தானே?" என்றார் ஹோட்டல்காரர்.

இதைக் கேட்டதும் சுப்பராமையரின் உடம்பு சிலிர்த்தது. பெரியவர், "அதில் சந்தேகம் வேறேயா? இந்தப் பையன்கள் படிப்பிலே மட்டுமில்லே, வேலையிலும் சூட்டிகை தான்" என்றார்.

"வேலையா?"

"ஆமா; வேலை செய்யாம எப்படி? பள்ளிக்கூடம் போக முன்னாலே, மாட்டைப் பத்திக்கிட்டுப் போய் மேய்ப்பாக. பருத்திக் கொட்டை ஆட்டுவாக. இப்படி வீட்டு வேலைகளைச் செஞ்சிட்டுத் தான் பள்ளிக்கூடம் போறது..."

"பேஷ்! அப்படித்தான் இருக்கணும். பொழைக்கிறவனுக்கு அதுதான் லட்சணம்! அழுக்குப் படாத படிப்பு படிப்பிலே சேர்த்தியா? அவனாலே ஊருக்குப் பிரயோசனம் உண்டோ? அவனுக்குத்தான் என்ன பிரயோசனமாயிருக்கு? என்னை எடுத்துக்கோங்க... நான் இரண்டாம் கிளாஸுக்கு மேலே படிச்சதில்லே. பி.ஏ., எம்.ஏ., படிச்சிருந்தா உத்தியோகம் பாத்திருப்பேன். பார்த்திருந்தா, இத்தனை வருஷமாப் பள்ளிப் பிள்ளைகளுக்குப் பண்ணிவந்த உபகாரத்தைப் பண்ணியிருக்க முடியுமா? நாலு பேருக்கு உகாரமா இருந்தாத்தான் படிப்பிலே சேர்த்தி, ஊர்க்காரனை மெரட்டுற படிப்பு வேண்டவே வேண்டாம். நான் சொல்றது எப்படி?"

"அதிலே சந்தேகம் வேறயா?" என்றார் பெரியவர். இப்படியே பேசிக் கொண்டிருந்தார்கள். வண்டி கோவில்பட்டிக்கு வந்துவிட்டது. வாசிப்பது போல் விரித்து வைத்துக் கொண்டிருந்த புத்தகத்தை மூடிப் பழையபடியும் கோட்டுப் பைக்குள் வைத்தார் சுப்பராமையர். எல்லோரும் இறங்குவதற்கு ஆயத்தமானார்கள்.

"தைரியமாய்ப் பரீக்ஷை எழுதுங்கடா! நான் வயசானவன். ஆசீர்வாசதம் பண்ணறேன்; எல்லாரும் பாஸ்! போய்ட்டு வாருங்க.

திருநெல்வேலியிலே படிக்க வரப்போ, பங்கஜ விலாஸை மறந்துட வேண்டாம். தெரிஞ்சதா?" என்று சொல்லி வழியனுப்பினார் ஹோட்டல் முதலாளி.

வண்டியை விட்டுச் சுப்பராமையரும், அந்தப் பையன்களும், பெரியவரும் இறங்கினார்கள். போகும் போது ஐயர், ஹோட்டல் முதலாளியைப் பார்த்துப் புன்னகை ததும்பும் முகத்தோடு வணங்கி விடைபெற்றுக் கொண்டார். அவரைப் பின்தொடர்ந்து நடந்தார்கள் பையன்கள். முன்னே நடக்க ஒருவிதத் தயக்கம். அவ்வளவு தூரத்துக்கு அவரிடம் மரியாதை பிறந்துவிட்டது.

ஸ்டேஷனை விட்டு வெளியே வந்ததும், குதிரை வண்டியை எதிர்பார்த்துக் கொண்டு நின்றார் சுப்பராமையர். கோவில்பட்டி ஸ்டேஷனில் போர்ட்டர் வேலை செய்யும் ஒருவன், அன்று தனக்கு இரவு வேலையானதால், வெளியே ஓரிடத்தில் நின்று கொண்டிருந்தான். பெரியவரையும், சிறுவர்களையும் பார்த்து, "வாங்க வாங்க" என்று சொல்லிக் கொண்டே வந்தான். அவர்கள் வந்த காரியத்தையும் விசாரித்துத் தெரிந்து கொண்டான். அவனும் இடைசெவல் கிராமத்தைச் சேர்ந்தவன்தான் என்பதைப் பேச்சி லிருந்து சுப்பராமையர் ஊகித்துவிட்டார்.

பையன்களையும், பெரியவரையும், தன் வீட்டுக்கு அந்தப் போர்ட்டர் பலகாரம் சாப்பிட அழைத்ததோடு, அன்றிரவு தங்கி விட்டு மறுநாள் ஊருக்குப் போகலாம் என்றும் சொன்னான்.

சுப்பராமையருக்குக் குதிரை வண்டி கிடைத்துவிட்டது. அதில் ஏறிக்கொண்டு, வண்டி மூலை திரும்பும் வரையில் சிறுவர்களையே பார்த்துக் கொண்டு சென்றார். குமாரபுரம் ஸ்டேஷன், ஸ்டேஷன் மாஸ்டரின் தர்க்கங்கள், வேப்பம்பூ மணத்தோடு வீசிய காற்று, கரிசல் மண் மணமும் உயிரும் கொடுப்பது, ஹோட்டல்காரரின் தர்ம குணம், படிப்புக்கு அவரும் ஸ்டேஷன் மாஸ்டரும் கொடுத்த விளக்கம், கிராமத் தலைமையாசிரியர் தந்தையைப்போல் சிறுவர்களை நடத்தியது, டால்ஸ்டா 'டோல்ஸ்டோய்' என்று வாசித்த 'அறிவு,' ஏழைப் போர்ட்டரின் விருந்துபசார அழைப்பு இப்படி, எல்லாமே அவருக்கு ஞாபகத்துக்கு வந்துகொண்டிருந்தன. இருபது நிமிஷ ரயில் பிரயாணத்தில், இருபது வருஷங்கள் படித்தாலும் தெரிந்துகொள்ள முடியாத எத்தனையோ அரிய விஷயங்களைத் தெரிந்து கொண்டது போன்ற ஆனந்த பரவசம்... கிராமத்து ஹெட்மாஸ்டரையும் ஹோட்டல் முதலாளியையும், போர்ட்டரையும்விடப் பெரிய வாத்தியார்கள் இந்த உலகில் இருக்க முடியுமா என்று அவருக்கு ஒரு நிமிஷம் தோன்றியது. அவர்களிடம் படிக்காத படிப்பையா இந்தச் சிறுவர்கள் இனிமேல் படிக்கப்

போகிறார்கள் என்று தமக்குள் சொல்லிக் கொண்டார். 'குமாரபுரம் ஸ்டேஷனுக்குப் பிரயாணிகள் வராததைவிடப் பெரிய கேலிக்கூத்து, மேல்படிப்புக்காக இவர்கள் இந்தப் பள்ளிக்கூடத்துக்கு வருவது! அந்த ஸ்டேஷனுக்காவது தண்ணீர்ப்பந்தல் என்ற மதிப்பு உண்டு. ஆனால்...

சுப்பராமையர் குதிரை வண்டியில் வீடுபோய்ச் சேர்ந்தார்.

பெரியவரையும், பையன்களையும் அந்தப் போர்ட்டர் தன் வீட்டுக்கு அழைத்துச் சென்றான். ஊரிலேயே காலை ஆகாரம் பண்ணிக்கொண்டு வந்தவர்களானதால் அங்கே அவர்கள் ஒன்றும் சாப்பிடவில்லை. போர்ட்டருடைய கட்டாயத்துக்காகக் காபியை மட்டும் வாங்கிக் குடித்தார்கள்; மத்தியானம் சாப்பிட வருவதற்கும் சம்தித்தார்கள். அப்புறம் எல்லோருமாக - போர்ட்டர் உட்பட - பள்ளிக்கூடத்துக்குப் போனார்கள். பள்ளிக்கூட வராண்டாவில் மற்றவர்களை நிறுத்திவிட்டுப் போர்ட்டர் மட்டும் நேரே தலைமையாசிரியரின் அறையை விசாரித்துத் தெரிந்து கொண்டு அங்கே போனான். இடைசெவல் கிராமத்திலிருந்து ஆறாவது வகுப்புத் தேறிய நான்கு பையன்கள் ஏழாம் வகுப்பில் சேரவந்திருக்கும் செய்தியை அவரிடம் தெரிவித்தான். அவர் உடனே ஓர் ஆசிரியரை வரவழைத்து, அவரிடம் இரண்டு மூன்று கேள்வித்தாள்களை எடுத்துக் கொடுத்து, அந்தக் கிராமத்துப் பையன்கள் ஏழாம் வகுப்புக்குத் தகுதி உடையவர்கள்தானா என்பதைச் சோதித்துப் பார்க்கும்படி சொல்லி அனுப்பினார்.

ஓர் அறையில் நான்கு சிறுவர்களும் தனித்தனியே உட்கார வைக்கப்பட்டார்கள். கேள்வித்தாளில் உள்ள கேள்விகளை எழுதிக் கொள்ளும் படி சொல்லி உதவி ஆசிரியர் வாசித்தார். எல்லாம் ஆங்கிலக் கேள்விகள். பையன்கள் எழுதிக்கொண்டார்கள். ஒரு மணி நேரத்துக்குள் பதில்களை எழுதிவிடவேண்டுமென்றும் சொன்னார் ஆசிரியர். பையன்களும் எழுதத் தொடங்கினார்கள்.

போர்ட்டரும் பெரியவரும் பள்ளியைவிட்டு வெளியே வந்து, ஒரு புளியமரத்து நிழலில் உட்கார்ந்து ஊர்ச் சமாச்சாரங்களைப் பற்றிப் பேசிக் கொண்டிருந்தார்கள்.

பத்தரை மணிக்கெல்லாம் ஆங்கிலப் பரீக்ஷை முடிந்தது. அப்புறம் கணக்கு, தமிழ் பொது அறிவு ஆகியவை சம்பந்தப்பட்ட பரீக்ஷைகள். எல்லாமே பன்னிரண்டு மணிக்குள் முடிந்துவிட்டன. பள்ளிக்கூடம் விட்டு எல்லாப் பையன்களும் மத்தியானச் சாப்பாட்டுக்காக வீடுகளுக்குப் போனார்கள். அவர்கள் நான்கு சிறுவர்களும் மிரள மிரள விழித்துக் கொண்டு பார்த்தார்கள். உதவி ஆசியிரியர் அவர்களை அந்த அறையிலேயே உட்கார வைத்துக் கொண்டு விடைத் தாள்களை வேகமாகத் திருத்தி மார்க்குப்

போட்டார். பிறகு எழுந்து தலைமை ஆசிரியரின் அறைக்குப் போனார். அப்போது பெரியவரும் போர்ட்டரும் அங்கே வந்து சேர்ந்தார்கள்.

"பரீக்ஷை நல்லா எழுதியிருக்கீங்களா?" என்று கேட்டான் போட்டர்.

"கணக்குத்தான் கஷ்டமாக இருந்தது."

"இங்கிலீஷ்?"

"ரொம்ப லேசு."

"ஊரிலே ஹெட்டாஸ்டர் எழுதிப்போட்ட கேள்விகள்தான். ஒரு நொடியில் பதில் எழுதிவிட்டேன்" என்றான் ஒருவன். மற்றவர் களும் அப்படியே சொன்னார்கள்.

"இங்கிலீஷ் நல்லா எழுதினால் பாஸ்தான்" என்று போர்ட்டர் சொல்லிக் கொண்டிருக்கும்போதே, பெரியவர், "ஊர் வாத்தியார் வாத்தியார்தான்! எப்பேர்ப்பட்ட மனுசன்! இங்கே என்ன கேப்பாங்கன்னு அங்கேயே தெரிஞ்சி சொல்லிக் கொடுத்திருக்கிறாரே, அதில்லே மூளை!" என்று இடைசெவல் கிராமத்துத் தலைமை ஆசிரியரை வானளாவப் புகழத் தொடங்கினார்.

"கெட்டிக்கார வாத்தியார் போலிருக்கு!"

"கெட்டிக்காரருன்னா, அப்படி இப்படியா! அதுக்கு ஏத்தாப்பலே கொணமும் அமைஞ்சுதே தம்பி, அதைச் சொல்லு. இப்படி ஒரு வாத்தியார் நம்ம ஊருக்கு வந்ததே இல்லே. பிள்ளைகள் கிட்டே பெத்த தகப்பன்கூட அவ்வளவு பிரியமா இருக்கமாட்டான்னா, அப்புறம் பார்த்துக்கோயேன்" என்றார் பெரியவர் பூரிப்புடன்.

எல்லோரும் வெற்றியை எதிர் நோக்கிக்கொண்டு கோலாகல மாகப் பேசிக்கொண்டிருந்தார்கள்.

சிறிது நேரத்துக்குள்ளே, பரீக்ஷை வைத்த உதவி ஆசிரியர் வந்து, சிறுவர்களையும், பெரியவரையும், போர்ட்டரையும் தலைமை ஆசிரியரிடம் அழைத்துக் கொண்டு போனார். அப்போதுதான் அவர்களுடைய மனம் கோலாகலத்தை இழந்து, 'திக்திக்' என்று அடித்துக் கொள்ளத் தொடங்கியது.

"இப்படி வாருங்கள்" என்று அவர்களை ஓர் அறைக்குள் அழைத்துச் சென்றார் உதவி ஆசிரியர்.

எல்லோரும் உள்ளே போனார்கள். தலைமை ஆசிரியரைப் பார்த்ததும், போர்ட்டர் கும்பிட்டான். பெரியவருக்கோ கும்பிடப் போன கைகள் குவியாமல் நடுங்கின. பையன்கள் எதுவுமே செய்யாமல், அப்படியே நின்றுவிட்டார்கள். ஆச்சரியத்தினால் அவர்

களுடைய கண்கள் அகல விரிந்துவிட்டன. மூடியிருந்த வாய்கள் தாமாகத் திறந்து கொண்டன. ஒவ்வொரு கையிலும் விரல்களை விரல்கள் பிசைந்து கொண்டிருந்தன.

குமாரபுரம் ஸ்டேஷனிலிருந்து டால்ஸ்டாய் புத்தகமும் கையுமாக அவர்களோடு பிரயாணம் செய்த அதே பிரமுகர் தான் இங்கே தலைமை ஆசிரியராக உட்கார்ந்து கொண்டிருந்தார்! இதைப் பையன்கள் எப்படி எதிர்பார்த்திருக்க முடியும்?

"வாருங்கோ" என்று சிரித்துக்கொண்டே அவர் வரவேற்றார்.

"பெரிய வாத்தியாரைக் கும்பிடுங்க" என்று போட்டர் சொன்ன பிறகு தான், பையன்களும். பெரியவரும் வணக்கம் செய்தார்கள்.

"கேள்விகளெல்லாம் கஷ்டமாக இருந்ததா?" என்று கேட்டு விட்டு மறுமுறையும் சிரித்தார் சுப்பராமையர். அந்தச் சிரிப்பில் இருந்த அழகும், கவர்ச்சியும், அன்புப் பெருக்கும் ஒரு பையனுடைய கண்களில் கண்ணீரையே வரவழைத்து விட்டன.

அவருடைய கேள்விக்குப் பதில் சொல்லாமல் எல்லோரும் வாயடைத்துப் போய்த் திகைத்து நின்றார்கள்.

அடுத்தாற்போல், "உங்கள் பெயர்களைச் சொல்லுங்கள்" என்றார்.

"நாராயணசாமி," "ஸ்ரீனிவாசன்,' "சுப்பையா," "திருப்பதி."

"எல்லோரும் பாஸ்!" என்றார் சுப்பராமையர். பையன்கள் நால்வருக்கும் ஆனந்தக் கண்ணீர் பொங்கிவிட்டது.

"எல்லோரும் ஏழாம் வகுப்பில் சேர்ந்துகொள்ளுங்கள். நன்றாகப் படியுங்கள். ஒவ்வொரு பரீக்ஷயிலும் நல்ல மார்க் வாங்கவேண்டும்" என்று கூறிவிட்டு, "உங்கள் ஊர் வாத்தியார் மட்டுமல்ல, இந்த ஊர் வாத்தியருமே தகப்பனாரைப் போன்றவர்தான். பெரியவரே! நான் சொல்லுவது சரிதானே?" என்று சிரிப்பும் பரவசமுமாகக் கேட்டார் தலைமை ஆசிரியர்.

"அதிலே சந்தேகம் வேறயா?" என்று கிராமியப் பாணியில் சத்தம் போட்டுச் சொல்லிவிட்டு ஒருமுறை கும்பிட்டார் பெரியவர்.

சுப்பராமையர் மூன்றாவது தடவையும் அழகாகச் சிரித்தார்.

"போய்வாருங்கள்" என்று விடை அளித்து அவர்களை அனுப்பிய பின், குமாரபுரம் ஸ்டேஷன்தான் அவர் மனக்கண்ணில் காட்சியளித்தது.

வாய்க்குள்ளேயே, 'அது பெரிய பள்ளிக்கூடம்!' என்று ஒருமுறை சொல்லிக் கொண்டார் சுப்பராமையர்.

20

தம்பி ராமையா

மத்தியானம், பன்னிரண்டு மணி. வெய்யில் கடுமையாக அடித்துக் கொண்டிருந்தது. அப்போதுதான் சுந்தரம் ரயிலடிக்குப் புறப்பட்டான். அந்தக் கிராமத்திலிருந்து மதுரைக்குச் செல்ல அதுதான் கடைசி வண்டி. அதற்குப் பிறகு அவ்வூர் ஸ்டேஷனில் நிற்காத எக்ஸ்பிரஸ் வண்டிகளும், இரவில் அகாலத்தில் வரும் ஒரு பாஸஞ்சர் வண்டியுமே இருந்தன. காலை எட்டு மணிக்கும் ஒரு வண்டி இருந்தது. அவன் வேண்டுமென்றேதான் அந்த வண்டிக்குப் போகாமல் இந்த மத்தியான வண்டிக்குப் புறப்பட்டான்.

அவனை வழியனுப்புவதற்காக அவனுடைய தகப்பனார் பூர்ணலிங்கம் பிள்ளை, தாயார் வடிவம்மாள், பன்னிரண்டு வயதுத் தங்கை கோமதி அவளுக்கு ஒரு வயது இளையவளான துளசி, ஏழு வயதுத் தம்பி ராமையா ஆகிய இத்தனை பேரும் வழக்கம்போல் சுந்தரத்துடன் ஸ்டேஷனுக்குப் புறப்பட்டார்கள். வெய்யிலைச் சாக்கு வைத்து அவர்களைத் தன்னோடு வரவிடாமல் தடுத்துவிட வேண்டும் என்று திட்டம்போட்டிருந்த சுந்தரம், எல்லோரையும் பார்த்துக்கொண்டு, "எதற்காக நீங்கள் இந்த உச்சி வெய்யிலில் ஸ்டேஷனுக்கு வருகிறீர்கள்? அப்புறம் இந்த வெய்யிலிலேயே திரும்பியும் வரவேண்டும். பேசாமல் வீட்டில் இருங்கள். நான் போய் வருகிறேன்" என்று சொன்னான்.

அவன் இப்படிச் சொல்வான் என்று யாருமே எதிர்பார்க்க வில்லை. வடிவம்மாள் ஒரேயடியாகத் திகைத்துப் போனாள். "ஏன் இப்படிச் சொல்றே சுந்தரம்!" என்று திகில் அடைந்துபோய்க் கேட்டாள். கோமதியும் துளசியும் ஓடிப்போய் ஆளுக்கு ஒரு பக்கமாக நின்று சுந்தரத்தின் கைகளைக் கெட்டியாகப் பிடித்துக் கொண்டார்கள். அப்போது மௌனமாகவும், திகைக்காமலும் இருந்தவர்கள் சுதந்தரத்தின் தகப்பனாரும், தம்பி ராமையாவும் தான். தன் தம்பியின் முகத்தைச் சுந்தரம் இமைக்காமல் கூர்ந்து பார்த்தான்.

"ராமையா, நான் போய்ட்டு வரட்டுமா?" என்று சுந்தரம் கேட்டான்.

"சரி" என்று சொல்லிவிட்டுக் கவலையில்லாமல் உட்கார்ந்து கொண்டிருந்தான் ராமையா.

வடிவம்மாளுக்கு இது விபரீதமாகவே இருந்தது. சுந்தரம் லீவில் வரும்போதெல்லாம், அவனோடு ரயிலில் போகவேண்டுமென்று ஒரே பிடிவாதமாக அழுது போராடும் ராமையா, இன்று உடகார்ந்த இடத்தைவிட்டு அசையாமல் அண்ணனுக்கு விடை கொடுப்பதைக்கண்டு அவளுக்கு என்ன நினைப்பது, எதை யூகிப்பது என்றே புரியவில்லை. "அப்படிச் சொல்லக் கூடாது, ராமையா. நாம் எல்லோரும் ஸ்டேஷனுக்குப்போய் அண்ணனை வழியனுப்ப வேண்டாமா? எழுந்திரு, பேகாலாம்" என்றாள் வடிவம்மாள்.

ராமையா அப்பொழுதும் அசையவில்லை. அவனுக்கு அண்ணனை வழியனுப்புவதில் இன்று கொஞ்சங்கூட அக்கறை யில்லை. அண்ணனின் முகத்தில் விழிக்கக்கூட இஷ்டமில்லை என்பது அவன் முகபாவத்திலிருந்து தெளிவாகத் தெரிந்தது.

பெண்கள் இருவரும் அவன் பக்கம் வந்து அவனுடைய கைகளைப் பிடித்து இழுத்துக் கிளப்பப் பார்த்தார்கள்; அவன் அவர்களுடைய கையை உதறிவிட்டு வீட்டுக்குள் ஓடி விட்டான். பெண்களும் பின்தொடர்ந்து ஓடினார்கள். அவனை வெளியே கொண்டு வருவதற்காகக் கோமதியும் துளசியும் முழுப் பலத்தையும் பிரயோகித்துப் போராடுவதும், ராமையா அவர்களை எதிர்த்துப் போராடுவதும் கூச்சலும் சந்தடியுமாக வெளியே கேட்டுக் கொண்டிருந்தன.

"சுந்தரம்! அவனை என்ன சொன்னான்? அடித்தாயா? இப்படி அடம் பண்ணுகிறானே எதற்கு?" என்று கேட்டாள் வடிவம்மாள்.

சுந்தரம் ஒரு பதிலும் சொல்லவில்லை. 'அவனை நான் அடிப்பானேன்? நான் அடிக்காமலே அவன் வாங்கியிருக்கும் அடி ஏழு ஜன்மத்துக்கும் போதுமே, அம்மா' என்று தன் மனசுக்குள்ளேயே தாயாருக்குப் பதில் சொன்னான்.

வடிவம்மாளும் உள்ளே போனாள்.

சுந்தரமும் அவன் தகப்பனாரும் ஒருமுறை ஏறிட்டுப் பார்த்துக் கொண்டார்கள். இருவர் முகத்திலும் உயிரோட்டம் இல்லை. சுந்தரம் தலையைத் தொங்கப் போட்டுக் கொண்டான்.

இப்போது தாயாரும் வந்து கட்டாயப்படுத்தவே, ராமையா அழத் தொடங்கிவிட்டான்.

'எதற்காக அவனை இப்படிக் கட்டாயப்படுத்துகிறார்கள்? அவனுக்கு வர இஷ்டமில்லை. வந்தாலும் எனக்கு இஷ்டமில்லை. இந்த அம்மாள் சொன்னால் கேட்கிறாளா?'... இப்படிச் சுந்தரம் மனசுக்குள் நினைத்து வேதனைப்படும்போது, அவன் தகப்பனார் 'விறுவிறு' என்று வீட்டுக்குள்ளே போனார். அவருக்குப்

பொறுமையே இல்லை. பயங்கரமாக ஒரு அதட்டுப் போட்டார். உடனே சிறுவன் 'கப்சிப்' என்று ஒடுங்கிவிட்டான். மறுநிமிஷம் அவன் கையைப் பிடித்துப் 'பரபர'வென்று வெளியே இழுத்து வந்தார். "புறப்படுங்கள்" என்று கோபத்தோடு ஒரு கட்டளை பிறப்பித்தார். எல்லோரும் மௌனமாக வீட்டிலிருந்து வெளியே வந்தார்கள். 'எதற்காகத்தான் என்னை இப்படித் திரும்பத் திரும்ப வழியனுப்பிக் கொண்டிருக்கிறார்களோ? உண்மையில் கடைசித் தடவையாக என்னை வழியனுப்பிப் பத்தொன்பது வருஷங்கள் ஆகிவிட்டன; அதற்குப் பிறகும் அதே காரியத்தைத் தொடர்ந்து செய்து கொண்டிருந்தால், அது கடமையாகவோ காரியமாகவோ இருக்க முடியுமா? நாடகமாகத்தான் இருக்கிறது. சிரிப்புக்குப் பதிலாகத் துயரத்தை உண்டுபண்ணும் வேடிக்கை நாடகம் இது. ராமையா, உனக்குப் புரிந்துவிட்ட இந்த மர்மம் மற்றவர்களுக்கு ஏன் விளங்கவில்லை?...'

சுந்தரம் இப்படி என்னென்னவோ நினைத்துக்கொண்டு, ரயில்வே ஸ்டேஷனை நோக்கிக் காட்டுவழியாக ஒற்றையடிப் பாதையில் நடந்து சென்றான். அவனைப் பின்தொடர்ந்து தாயாரும், தங்கைகளும், தம்பியும் வந்தார்கள். எல்லோருக்கும் பின்னால் வெகுதூரத்தில் நடந்து வந்து கொண்டிருந்தார் தந்தை பூர்ணலிங்கம் பிள்ளை.

பூமியில் அனல் பறந்தது. கோடைக்காலம் காட்டில் பயிர்பச்சைகளும் இல்லை. எட்டுத் திசைகளிலும் மனிதப் பூண்டே தென்படவில்லை. ஒருவர் காலிலும் செருப்புக் கிடையாது. அது சுந்தரத்துக்குத்தான் கஷ்டமாக இருந்ததே ஒழிய, மற்றவர்களை எதுவும் செய்யவில்லை. சுந்தரத்துக்குக் காலும் சுட்டது; மனசும் சுட்டது. 'இந்தக் கோடை வெய்யிலில் இவர்களை இழுத்தடிக்கிறேனே! நான் காலையிலேயே புறப்பட்டிருக்கவேண்டும். இல்லை யென்றால் சொல்லிக் கொள்ளாமலாவது வந்திருக்க வேண்டும். பெரிய தப்புப் பண்ணிவிட்டேன்' என்று நினைத்துத் தன்னையே கடிந்து கொண்டான்.

ஏதோ நிலவில் நடந்து வருபவர்களைப்போல் ஒரே உற்சாகத் துடன் வந்து கொண்டிருந்த கோமதியும், துளசியும் அடுத்த தடவை தங்கள் அண்ணன் மதுரையிலிருந்து வரும் போது என்னென்ன வாங்கிக்கொண்டு வருவான் என்பதைப் பற்றி யோசிக்க ஆரம்பித்து விட்டார்கள்; ராமையாவின் முகத்தில் ஒரு தடவையாவது சந்தோஷக் களையை உண்டு பண்ணிவிட வேண்டும் என்பதற்காக வடிவம்மாள் அவனுக்கு என்னென்னவோ ஆசை வார்த்தைகளெல்லாம் சொல்லிப் பார்த்தாள். ஒன்றுமே அவனிடம் பலிக்கவில்லை.

ஒரு கட்டத்தில் வடிவம்மாள் அவனைத் தன் பக்கம் நிர்ப்பந்தமாக இழுத்து வைத்துக்கொண்டு, நாமும் அண்ணனோடு ரயிலில் போவோமா ராமையா? ரயிலில் ஏறி மதுரைக்குப் போவோம். நீ அங்கேயே படிக்கலாம்...' என்று சொல்லும்போது, “நானும் வருவேன்” என்று இரண்டு பெண்களும் ஏககாலத்தில் சொன்னார்கள்.

“எல்லோரும் தான் போகவேண்டும் போய், மதுரையில் ஒரு வீடு பிடித்துககொண்டு அங்கேயே இருப்போம். அம்மா சமைத்துப் போடுவேன். ராமையாவுக்கு அண்ணன் நிறையச் சட்டைகள் வாங்கிக் கொடுப்பான். ராமையா பள்ளிக்கூடம் போகும் போதெல்லாம் பலகாரம் வாங்கிச் சாப்பிடக் காசு கொடுப்பான். நான் தினமும் மீனாட்சியம்மன் கோவிலுக்குப் போவேன். ராமையாவையும் கூடவே அழைத்துக்கொண்டு போவேன்; அப்போது பெரிய பெரிய கடைகளைப் பார்க்கலாம். சித்திரை மாதம் திருவிழா வரும். அப்போது ராமையாவுக்கு விளையாட்டுச் சாமான், கோமதிக்கும் துளசிக்கும் பொம்மை, அம்மாவுக்கு வெண்கல பாத்திரங்கள்... எல்லாம் வாங்குவோம்...”

வடிவம்மாள் இப்படியெல்லாம் பேசிக்கொண்டு வருவது சுந்தரத்துக்குப் பிடிக்கவில்லை. ‘அம்மா, ஒரு டிக்கெட்டுக்கு மேல் அரை டிக்கெட் வாங்கக்கூட என்னிடம் பணமில்லை. உங்களை நான் மதுரைக்கு அழைத்துப் போவது எங்கே? உங்களுடைய ஆசைக் கனவுகளையெல்லாம் நிறைவேற்றுவது எங்கே? இப்படி ஏன் குழந்தைகளுக்கு ஆசை காட்டுகிறாய்?' என்று தனக்குள்ளே சொல்லி நெடுமூச்சு விட்டான் சுந்தரம்.

அந்தச் சமயத்தில் வடிவம்மாள் அவனுக்குத் தாங்கமுடியாத அதிர்ச்சியைக் கொடுப்பதுபோல், “அடுத்த வருஷம் அண்ணனுக்குக் கல்யாணம் செய்வோம்...” என்றாள்.

அண்ணனுக்குக் கல்யாணம் என்றதும் பெண்கள் சந்தோஷ மிகுதியால் துள்ளிக் குதித்தார்கள். மூத்த பெண் கைகளைப் படபட வென்று தட்டினாள். அம்மாவின் இந்த உற்சாகம் நிறைந்த பேச்சைச் சுந்தரத்தினால் தாங்கவே முடியவில்லை.

அவள் பேசுவது காதில் விழாமல் இருக்கவேண்டும் என்பதற்காக அதிவேகமாக முன்நோக்கி நடந்தான். இத்தனைக்கும் நடுவில், ஒரு வார்த்தையும் பேசாமல் நடந்து வந்து கொண்டிருந்தான் அந்த ஏழு வயதுச் சிறுவன் ராமையா-சுந்தரத்தின் தம்பி.

பத்தொன்பது வருஷங்களுக்குப்பின் சுந்தரத்துக்கும் ஏழு வயதுதான். வீட்டில் செய்யும் சுட்டித்தனங்களையும் அட்டகாசங்

களையும் பொறுக்க முடியாமல் குழந்தைகளைப் பள்ளிக்கூடத்துக்கு அனுப்பும் கிராமத்துப் பெற்றோர்களைப் போல் சுந்தரத்தை அவன் தகப்பனார் பள்ளிக்கு அனுப்பவில்லை; ஒரு லட்சியத்தோடுதான் அனுப்பினார். அந்த விஷயத்தில் அவரிடத்தில் தெள்ளத் தெளிவாக வகுத்து வரையறுத்த ஒரு திட்டமும் இருந்தது.

அவ்வூரின் தெற்குத் தெரு வாசியான கிருஷ்ணப்பநாயுடு தன் மகனைப் பள்ளிக்கு அனுப்பிப் பலனும் கண்டது, பூர்ணலிங்கம் பிள்ளைக்கு ஒரு முன்மாதிரியாக இருந்தது. நாயுடுவின் புதல்வன் அந்தக் காலத்தில் எட்டாவது வகுப்புவரை படித்துமுடித்து, ஆசிரியர் பயிற்சிப் பரீட்சையிலும் தேறி, ஜில்லா போர்டு பள்ளிக் கூடத்தில் வேலை பார்க்க ஆரம்பித்தான். பதினெட்டு ரூபாய்ச் சம்பளத்தில் ஏழு ரூபாயை யாதொரு சிரமமும் இல்லாமல் மாதா மாதம் மிச்சப் படுத்தித் தகப்பனாருக்கு அனுப்பிக் கொண்டிருந்தான். அந்தப் பணம் கிருஷ்ணப்ப நாயுடுவுக்குப் பெரிய உபரி வருமானமாக இருந்தது. ஒவ்வொரு மாதமும் மணியார்டரில் வரும் ஏழு ரூபாயைச் சேர்த்து வைத்து மாடுகன்றுகளாகவும், வேறு சில வளரும் சொத்துக்களாகவும் அவர் மாற்றிக்கொண்டிருந்தார். இதை யெல்லாம் பார்த்த பூர்ணலிங்கம் பிள்ளை, சுந்தரத்துக்கு ஏழு வயதானதும் அவனைப் பள்ளிக் கூடத்துக்கு அனுப்பினார். என்ன கஷ்டப்பட்டாலும் சுந்தரத்தைப் பத்தாவது வகுப்புவரை படிக்க வைத்து விடுவது என்று அன்றே முடிவு செய்துவிட்டார்.

பத்தொன்பது வருஷங்களுக்கு முன் தன்னைப் பள்ளிக்கு அனுப்பிய தினத்தில்தான் வாழ்நாளுக்கெல்லாம் சேர்த்து ஒரே மொத்தமாகத் தன் வீடும், தான் பிறந்த ஊரும் தன்னை வழியனுப்பி விட்டதாகச் சுந்தரம், இன்று காலையிலிருந்து நினைத்துக்கொண்டிருக்கிறான். அதன் பிறகு இன்றுவரை நடந்த வழியனுப்பு வைபவங்களெல்லாம் பொருளற்ற சம்பிரதாயங்களாகத்தான் அவனுக்குத் தோன்றின.

நான்காவது வகுப்புப் பாஸ் பண்ணி, சாத்தூருக்குப் படிக்கப் போனதிலிருந்து வருஷத்துக்கு மூன்று நான்கு தடவைகள் லீவில் ஊருக்கு வருவான்; அப்புறம் திரும்பிச் செல்வான்; அவனை வழியனுப்புவார்கள். ஒவ்வொரு தடவையிலும் பிரிவாற்றாமையினால் வருந்துவதுண்டு; அதே சமயத்தில் ஆசைக் கனவுகளில் இன்பம் துய்ப்பதும் உண்டு.

ஐந்து, ஆறு, ஏழு, எட்டு என்ற நான்கு வகுப்புக்களையும் நான்கு வருஷங்களில் கடந்து விட்டான் சுந்தரம். பதினாறாவது வயதில் ஹைஸ்கூல் படியேறினான். படிப்பில் கிருஷ்ணப்ப நாயுடுவின் குமாரனையும் தாண்டி மேலே போயாகிவிட்டது. பூர்ணலிங்கம் பிள்ளைக்கு அப்போது ஏற்பட்ட மனப்பூரிப்பு அவருடைய வாய்ச்

சொல்லில் வெளிப்படாவிட்டாலும், செயலில் பிரதிபலிப்பது. அகவிலைகள் ஏறி ஊரே கஷ்டப்பட்டுக்கொண்டிருந்த அந்தச் சமயத்தில் மகனுடைய படிப்புக்காகத் தமது நில உடைமையில் பாதியை விற்றுவிட்டார். விற்கும்போது, அதைப்போல் நான்கு பங்கு நிலத்தை வாங்குவது போன்ற உணர்ச்சிதான் அவருக்கு இருந்தது.

ஹைஸ்கூல் படிப்பை முடித்துச் சுந்ரம் ஊருக்கு வந்த மறு வருஷத்தில் தான் ராமையா பிறந்தான். ஆண்பிள்ளை; சுந்தரத்துக்கு ஒரே தம்பி; பெற்றோருக்குக் கடைக்குட்டிப்பிள்ளை. வீட்டில் எல்லோருக்கும் அவன் தான் உயிர். 'என் சக்திக்கு இயன்ற வரையில் சுந்தரத்தப் படிக்க வைத்து விட்டேன்; இனி ராமையாவை அதை விடப் பெரிய படிப்புக்கு அனுப்ப வேண்டியது சுந்தரத்தின் பொறுப்பு' என்று நினைத்தார் பூர்ணலிங்கம் பிள்ளை. அதை அவன் தவறாமல் நிறைவேற்றுவான் என்றும் நம்பினார்.

ஒரு வருஷம் ஆயிற்று. சுந்தரம் வீட்டுடோடுதான் இருந்தான். இரண்டு வருஷங்களும் ஆகிவிட்டன. அவன் எத்தனையோ இடங்களுக்கு வேலைக்கு எழுதிப் போட்டான். அவ்வளவு சீக்கிரத் தில் வேலை கிடைத்துவிடாது என்று அவனுக்குத் தெரியும். ஆனால் பூர்ணலிங்கம் பிள்ளைக்கு அது தெரியாது. 'இன்னும் உத்தியோகம் கிடைக்காமல் இருப்பதற்கு என்ன காரணம்?' என்றுதான் அவர் திகைத்தான். 'அது அதுக்கு நேரமும் காலமும் வரவேண்டாமா? நம் கையிலா இருக்கிறது?' என்று நினைத்துச் சமாதானம் அடைந்தாள் வடிவம்மாள்.

மூன்றாவது வருஷமும் பிறந்துவிட்டது. படித்துவிட்டு வேலையில்லாமல் இருநதால் தன் வீட்டிலேயே தான் வேண்டா விருந்தாளியாக மாறிவிடும் விபரீதமான உண்மையைக் கண்டறிந்தான் சுந்தரம். படிப்பினால் உத்தியோகஸ்தானம் கிடைப்ப தற்குப் பதிலாகப் பிறந்த வீட்டில் மனித ஸ்தானமே போய் விட்டது. பெற்றோர்கள் அவன் மீது குடும்ப பாரத்தைச் சுமத்த விரும்பியதற்கு, அவனே குடும்பத்துக்குப் பாரமாக ஆகிவிட்டான். அவனுக்கு என்ன செய்வ தென்று தெரியவில்லை.

கிருஷ்ணப்ப நாயுடுவின் மகன் படித்த காலம் வேறு, இந்தக் காலம் வேறு என்பது பூர்ணலிங்கம் பிள்ளைக்கு விளங்கிவிட்டது. மகனைப் படிக்கவைத்தது பெரியமுட்டாள்தனம் என்று அவர் கருதியதை, ஒருநாள் பலகாரக்கடை ஐயரிடம் அவர் கூறிய வார்த்தைகள் எடுத்துக்காட்டின. ஐயர் தம் மகனையும் வெளியூர்ப் படிப்புக்கு அனுப்ப எண்ணினார். அதைப்பற்றிப் பூர்ணலிங்கம் பிள்ளையிடம் அவர் சொல்லிக்கொண்டிருந்தபோது, அவரை எச்சரித்தார் பிள்ளை. படிக்கவைத்து மகனுடைய பிழைப்பையும்,

குடும்பத்தின் பிழைப்பையும் கெடுத்துவிட வேண்டாம் என்று கூறித் தடுத்தார். தம் குடும்பம் படும்பாட்டை உதாரணமாகக் காட்டினார். ஆனால், ஐயர் அதைக் கேட்டு மனம்மாறி விடவில்லை என்பதைப் பிள்ளை கண்டு கொண்டார்.

“மேல்படிப்புப் படிக்காமலேயே நீங்கள் கடை வைத்துச் சம்பாதித்துக் கவலையில்லாமல் குடும்பம் நடத்துகிறீர்கள். நீங்கள் படித்த அளவுக்கு உங்கள் மகனும் இப்போது படித்திருக்கிறான். அவனையும் உங்களோடு வைத்துக்கொண்டு கடை நடத்தினால், இன்னும் சௌக்கியமாகக் காலம் தள்ளலாம். நீங்களோ இதை விட்டுவிட்டுப் படிக்க அனுப்ப வேண்டும் என்று நினைக்கிறீர்கள். என்ன லாபத்தைக் கருதியோ? அந்தக் காலத்தில், படித்தால் படிப்பாளி என்ற பெயராவது இருந்தது. இப்போது அது பிழைப்பையே கெடுக்கிற காரியமாக அல்லவா இருக்கிறது...?”

இப்படிப் பூர்ணலிங்கம் என்னென்னவோ சொல்லி ஐயரை மிரட்டிக் கொண்டிருந்தார்... அது வேறு கதை.

சுந்தரம் நான்கு வருஷங்கள் வேலை கிடைக்காமல் பசி பட்டினிகளையெல்லாம் அனுபவித்து, பெற்றோரின் முகத்தில் விழிப்பதற்கே கூசிக் கொண்டிருந்த சமயத்தில் மதுரையிலுள்ள பள்ளித் தோழன் ஒருவன் கை கொடுத்துக் கரையேற்றுவதுபோல அவனுக்குப் பதில் கடிதம் எழுதியிருந்தான். மறுநாளே செலவுக்குக் கொஞ்சம் பணம் சமாளித்துக்கொண்டு சுந்தரம் மதுரைக்குப் புறப்பட்டுப் போனான். சில வாரங்களில் நண்பனின் உதவியால் அறுபது ரூபாய் சம்பளத்தில் வேலை கிடைத்தது.

சுந்தரத்துக்குக் கடைசியில் உத்தியோகம் கிடைத்துவிட்டது.

ராமையாவைப் படிக்க வைப்பதைப் பற்றி ஒருநாள் வடிவம்மாள் சொல்லிக் கொண்டிருந்தாள். “படிப்பும் வேண்டாம்; ஒன்றும் வேண்டாம்” என்றார் பூர்ணலிங்கம் பிள்ளை. அவனைப் படிக்க வைக்கத்தான் வேண்டும் என்று வற்புறுத்திச் சொன்னான் சுந்தரம். அப்போது அவன் மதுரையிலிருந்து லீவில் வந்திருந்தான். அவன் உத்தியோகம் பார்க்கத் தொடங்கி இரண்டு வருஷங்களாகி விட்டன. மொத்தம் மூன்று தடவைகள் சொந்த ஊருக்கு லீவில் வந்திருக்கிறான். வரும்போதெல்லாம் தங்கைகளுக்கும் தம்பிக்கும் இருபது ரூபாய்க்குத் துணிமணிகளும், வேறு சாமான்களும் வாங்கிக் கொண்டு வருவான். தகப்பனார் கையில் ரொக்கமாக முப்பதோ நாற்பதோ கொடுப்பான். இவ்வளவுதான் அவனுடைய ஒரு வருஷச் சம்பாத்தியம்! அது காலமெல்லாம் இருண்டு கிடக்கும் வீட்டில் மூன்றே முக்கால் நாழிகை மத்தாப்புக் கொளுத்துவதற்குத்தான்

பயன்பட்டது.

ராமையாவுக்கு அப்போது நான்கு வயது. சுந்தரம் தன் அண்ணன் என்பது அவனுக்கு அந்த வயதில் சரிவர விளங்காவிட்டாலும், தனக்கு மிகமிக வேண்டிய ஒருவன் என்பது தெரிந்தது. அவன் காலமெல்லாம் தன்னோடு இருந்தால் நல்ல சாப்பாடு சாப்பிடலாம், நல்ல தின்பண்டங்கள் கிடைத்துக்கொண்டே இருக்கும், தினந் தோறும் விளையாட்டுச் சாமான்கள் வாங்கிக் கொடுத்துத் தன்னோடு விளையாடிக் கொண்டிருப்பான் என்றெல்லாம் அவன் நினைத்தான். இந்தத் தடவை சுந்தரம் லீவு முடிந்து மதுரைக்குப் போகும்போது 'போகக் கூடாது' என்று சொல்லி அழுதான். அவன் கழுத்தைக் கட்டிக்கொண்டு பெருங் கூப்பாடு போட்டான். அவனை என்ன சொல்லியும் சமாதானப்படுத்த முடியவில்லை. பெரும்பாடு பட்டுத்தான் அவனைச் சுந்தரத்தினிடமிருந்து பிரிக்க முடிந்தது.

சுந்தரம் மதுரைக்குப் போய்விட்டான். மத்தாப்பு வெளிச்சம் மறைந்து விட்டது. சுந்தரம் வந்து இருந்தபோது தினந்தோறும் 'விருந்துச் சாப்பாடு' சாப்பிட்டுக் கொண்டிருந்த ராமையாவுக்குப் பழையபடியும் கஞ்சியும் கூழுமே கிடைத்து வந்தன. தன்னை அநியாயமாக அண்ணன் தவிக்க விட்டுவிட்டுப் போய் விட்டதாக நினைத்தான். ஏக்கத்தால் வாடிய அவன் முகத்தில் பிரகாசம் தென்படப் பல நாட்கள் ஆகிவிட்டன.

சுந்தரத்துக்குச் சம்பளம் உயரவே இல்லை. அதிகச் சம்பளத்தில் வேறு வேலையும் கிடைக்கவில்லை. அதே வேலை; அதே சம்பளம்; அதே சேமிப்பு-மாதம் ஐந்து ரூபாய். அவனுடைய வாழ்க்கையில் ஏற்பட்ட ஒரே மாறுதல் இதுதான். அவனோடு ஒரே வீட்டில் தங்கியிருந்த நண்பர்கள் நான்கு பேரும் ஒவ்வொருவராகக் கல்யாணம் பண்ணிக்கொண்டு, அவனைத் தனியாக விட்டு விட்டுப் போய் விட்டனர். அந்த வீட்டில் குடியிருக்க வேறு பிரம்மச்சாரிகள் யாரும் வரவில்லை. அவனால் முழு வாடகையையும் கொடுக்க முடியவில்லை. அதனால் அதைவிட்டு வேறோர் அறைக்குப் போனான். இங்கே ஐந்து ரூபாய் அதிக வாடகை கொடுக்க வேண்டி யிருந்தது. இந்த மாறுதல், இந்தத் துன்பயமான மாறுதல் ஏற்பட்டு இரண்டு வருஷங்கள் ஆகிவிட்டன.

சுந்தரத்தின் நம்பிக்கைகளெல்லாம் தகர்ந்துவிட்டன. தாயாரை யும் தம்பி தங்கைகளையும் மதுரைக்கு அழைத்துக் கொண்டு வந்து, அவர்களுக்குப் பசியாமல் சாப்பாடு போடுவது எந்தக் காலம்? தம்பியைப் படிக்க வைப்பது எப்படி? வாழ்க்கைச் செலவுகள் அதிகமாகி மாதா மாதம் ஐந்து ரூபாய் மிச்சம் பிடிப்பதே அசாத்தியமான காரியமாகி விட்டது. இந்த நிலையில்தான் முந்திய தடவை அவன்

ஊருக்கு வந்தது. அது போன வருஷம். அப்பொழுதும் அவனைப் பிரிய மனம் இல்லாமல் ராமையா அழுதான். மதுரைக்குத் தானும் வருவதாகப் பிடிவாதம் செய்தான். அதற்குரிய காரணத்தையும் தெரிவித்தான்; "நீ போன பிறகு எனக்கு அம்மா கஞ்சிதான் ஊற்றுவாள், அண்ணா" என்றான்.

சுந்தரத்தின் கண்களில் நீர் துளித்தது. அம்மா வேண்டுமென்றா அவனுக்குக் கஞ்சி ஊற்றுகிறாள்!

ராமையாவை ஏமாற்றிவிட்டு அவன் இல்லாத சமயம் பார்த்து ரயிலுக்கு ஓடிவந்தான் சுந்தரம்.

தன்னுடைய அண்ணன் தினந்தோறும் பலகாரங்களும், உயர்ந்த சாப்பாடும் கிடைக்கும் மதுரைக்குத் தன்னை அழைத்துச் செல்லாமல் தான் மட்டும் சௌக்கியமாக இருப்பதற்குச் சென்று விட்டான் என்று நினைத்தபோது ராமையாவுக்கு அவன் மீது ஒரு மாதிரி வெறுப்பு ஏற்பட்டது. 'ஈவிரக்கம் இல்லாத கல் நெஞ்ச'னை ராமையா வெறுக்காமல் இருப்பது எப்படி?

அந்த வெறுப்பு அவன் உள்ளத்தில் வளர்ந்து கொண்டே வந்தது. அம்மா பாரபக்ஷம் காட்டி அவனுக்கு நல்ல நல்ல பலகாரங்களெல்லாம் செய்து போடுவது ராமையாவுக்குப் பிடிக்கவில்லை. அண்ணன் ஆயிரம் ஆயிரமாகக் கொட்டினாலும் அவனுக்குப் பச்சைத் தண்ணீர் கூடக் கொடுக்கக்கூடாது என்பதுபோல நினைத்தான் ராமையா. ஏழு வயதில் தன் உடன்பிறந்தவனிடம் அவனுக்கு இப்படியெல்லாம் வெறுப்பு ஏற்பட்டது. இந்த நிலையில், அவன் சுந்தரத்தோடு மதுரைக்குப் போகவேண்டுமென்று ஆசைப் படாததில் ஆச்சரியம் என்ன?

ரயில்வண்டி திருமங்கலத்தைத் தாண்டிவிட்டது. அது நூறாவது தடவையோ, நூற்றுப்பத்தாவது தடவையோ -திரும்பவும் தம்பியின் முகத்தை நினைவு படுத்திப் பார்த்தான். எவ்விதச் சாயலும், எவ்விதச் சலனமும் இல்லாமல் அவன் தன்னைப் பார்த்துக் கொண்டிருந்ததும், அவனிடம் பலமுறையும் சொல்லிக் கொண்டு தான் விடை பெற்றதும் ஞாபகத்துக்கு வந்தன. ரயில் நகர்ந்தபோது ராமையா முன் தடவைகளைப் போல் கையை அசைக்கவும் இல்லை.

'ராமையா! நான் உன்னை நடுக்காட்டில் தவிக்க விட்டு விட்டு இன்பலோகத்துக்கு வந்துவிடவில்லையடா. நான் வேறொரு நடுக்காட்டுக்குத் தான் போய்க் கொண்டிருக்கிறேன்... நீயாவது என்னை வெறுப்பதன் மூலம் ஆறுதலைத் தேடிக்கொண்டு விட்டாய். எனக்கோ எந்த ஆறுதலும் இல்லை. தினம் தினமும் உன்னையும், உன் ஏக்கத்தையும், இப்போது உன் வெறுப்பையும் எண்ணி எண்ணித்

துயரப்படுவதற்குத்தான் மதுரைக்குப் போய்க்கொண்டிருக்கிறேன். நீ நினைப்பது போல் நான் ஈவு இரக்கமற்ற பாவியில்லை.

'என்னைக் காப்பாற்றிக் கொள்ளத்தான் என் படிப்புப் பயன்பட்டது. படிப்பா இது? காப்பாற்றுவதற்கும் சோறு போடுவதற்கும்தான் படிப்பா? என்ன முட்டாள் தனம்!... ராமையா, எனக்கு ஒரு வருஷ அவகாசம் கொடு. நீ நினைக்கிறபடியெல்லாம் உன்னை வைத்துக் காப்பாற்றுகிறேன்; இல்லையென்றால் என்னை மட்டும் காப்பாற்றும் இந்தச் சுய நலத்துக்கு முற்றுப்புள்ளி வைத்து விட்டு உன்னிடமே வந்து விடுகிறேன்; என் படிப்பின் பலத்தைப் பிரிக்ஷை செய்து பார்ப்பதற்கு ஒரு வருஷத் தவணை கொடுத்தால் போதும். இதில் தோல்வி கண்டால், நான் மனம் ஒடிந்து உட்கார்ந்து விடமாட்டேன். என்னிடம் வேறொரு பலமும் இருக்கிறது; மனித பலம். அதற்குத் தோல்வியே கிடையாது; ராமையா...!'

சிறிது நேரத்தில் ரயில் மதுரைக்கு வந்துவிட்டது. சுந்தரம் வண்டியை விட்டு இறங்கினான். வண்டி நின்றதும், அவன் நடக்க ஆரம்பித்ததும் ஏதோ சங்கேதங்களைப் போல் இருந்தன.

21

பேதைமை

அதற்குமேல், எனக்கென்ன என்று என்னால் பார்த்துக் கொண்டிருக்க முடியவில்லை. எனக்கும் பிள்ளைகள் இருக்கிறார்கள்; நானும் பிள்ளையாக இருந்தவன். தண்டனை கொடுக்க வேண்டியதுதான் என்றாலும், இப்படியா மிருகத்தனமாகக் கை ஓயாமல் அடிப்பது? அதுவரையிலும் சும்மா உட்கார்ந்திருந்தவன், துள்ளி எழுந்து, கையிலிருந்த மாதப் பத்திரிகையைத் தூர எறிந்து விட்டுத் தெருவில் குதித்தேன். ஓடிப் போய், குறுக்கே விழுந்து, அடிப்பவனையும், அடிப்பட்ட சிறுவர்களையும் விலக்கினேன். அவனிடமிருந்து அவர்களை விடுவித்தது எமனிடமிருந்து உயிர்களை மீட்டதுபோல் இருந்தது. நல்லவேளையாக அவன் என் சக்தியை மீறிக்கொண்டு குழந்தைகள் மீது பாய வரவில்லை. அது மட்டுமல்ல, அச்சிறுவர்களின் குடிசை எங்கே இருக்கிறது என்பதையும்கூட அவன் எனக்குத் தெரிவித்தான். அதற்காக அவனுக்கு நன்றி தெரிவிக்கலாம் என்று கூடத் தோன்றியது.

அடிபட்டவர்களில் மூத்தவன்-ஒன்பது வயதுப் பையன் - பெருங் கூப்பாடு போட்டான். சின்னவன்-ஆறு வயது இருக்கலாம்-அழுவதற்குக்கூடப் பயந்து, வெடவெட என்று நடுங்கிக் கொண்டு நின்றான். கண்ணில் விழியை மறைத்துக் கொண்டு பயம் தேங்கி இருந்தது. இருவரையும் குனிந்து பார்த்தேன்; தடவிக் கொடுத்தேன். இருவர் முதுகிலும் கட்டைவிரல் பருமனுக்குத் தடிப்புகள். கன்னங்கள் வீங்கியிருந்தது அந்தத் தெருவிளக்கின் வெளிச்சத்திலும் தெளிவாகத் தெரிந்தது. ‘இப்படியா அடிப்பது?’ என்று ஒரு வார்த்தைதான் சொன்னேன். மேற்கொண்டு என்னால் பேசமுடியவில்லை.

“அடிக்கவா? கொன்றிருக்க வேண்டும்” என்று நெருப்பைக் கக்கினான் அடித்தவன். அப்பொழுதுகூட அவனுடைய ஆத்திரம் தீரவில்லை.

சிறுவர்களை அணைத்துப் பிடித்துக்கொண்டு, அவர்களுடைய குடிசையை நோக்கி நடந்தேன். தெருவில் வேடிக்கை பார்த்துக் கொண்டு நின்ற இரண்டொரு குடித்தனக்காரர்கள் உள்ளேபோய்க் கதவைத் தாழிட்டுக் கொண்டார்கள்.

சிறுவர்களை வீட்டில் கொண்டுபோய்ச் சேர்க்கவேண்டும். முன்பின் தெரியாத இடத்தில் நானாக ஏற்றுக்கொண்ட கடமை

அது. ஒரு வருஷத்துக்குப் பிறகு அன்று தான் நுங்கம்பாக்கத்திற்குப் போயிருந்தேன். இரவு ஏழரை மணிக்கெல்லாம் நண்பரின் வீட்டில் சாப்பிட்டு விட்டுத் தெருப்பக்கமாகத் தாழ்வாரத்தில் வந்து உட்கார்ந்து கொண்டிருக்கும்போது தான் அந்தச் சம்பவம் நடந்தது. நான் உட்கார்ந்து அரைமணிநேரம் ஆனபின் இரண்டு வீடு தள்ளி வெற்றிலை பாக்குக் கடைப் பக்கத்திலிருந்து அடி விழும் சப்தம் கேட்டது. ஐந்து நிமிஷங்களுக்கு முன் நானே அந்தச் சிறுவர்களைப் பிடித்து அடிக்க நினைத்தேன். என் கையில் அவர்கள் சிக்கமாட்டார்கள் என்பதனால், யாதொரு கவலையும் இல்லாதவனைப்போல் சாய்வு நாற்காலியில் சாய்ந்து கொண்டிருந்தேன்.

நடந்த விஷயம், உண்மையிலேயே மனித உள்ளம் படைத்தவனால் சகித்துக்கொள்ள முடியாத ஒன்று. வீடு வீடாகப் போய்ப் பிச்சை வாங்கித் தகரக் குவளையை நிரப்பிக் கொண்டு தெருவோடு தன் இருப்பிடத்தை நோக்கிப் போன ஒரு குருட்டுக் கிழவனின் சோற்றில், அந்த இரண்டு சிறுவர்களும் மண்ணை அள்ளிப்போட்டுவிட்டுச் சிரித்துக்கொண்டு நின்றார்கள். அதை நானும் கண்ணாரக் கண்டேன். “அட பாவிகளா?” என்று கிழவன் ஓலமிட்டான். உடனே கடைக்காரன் சிறுவர்களைப் பிடிப்பதற்காக எழுந்து ஓடினான். சிறுவர்கள் பக்கத்துச் சந்து ஒன்றில் ஓடி ஒளியப் பார்த்தார்கள். விடாமல் துரத்திக்கொண்டு ஓடினான் கடைக்காரன். கிழவன் சிறிது நேரம் அங்கேயே நின்று என்னென்னவோ புலம்பினான். வயிற்றெரிச்சல் தீர மண் விழுந்த அந்த ஒரு குவளைச் சாதத்தையும் கீழே கொட்டினான். இரண்டாவது தடவை பிச்சைக்குப் போவது எப்படி? தன் தலையெழுத்தை நொந்து கொண்டே வெறும் குவளையோடும் வெறும் வயிற்றோடும் நடந்து போய்விட்டான்.

வெகுநேரம் மறுக்காட்டி ஓடி, மிகவும் களைத்துப்போன பிறகு சிறுவர்களை மடக்கிப் பிடித்து இழுத்துக்கொண்டு அதே இடத்துக்கு வந்து சேர்ந்தான் கடைக்காரன். வந்ததும் வராததுமாகக் கண் மூக்குப் பாக்காமல் அடித்தான். அவர்கள் உடம்பில் ஒரு இடம் பாக்கியின்றி அடி விழுந்து கொண்டிருந்தது. அவர்கள் தப்பி ஓடும்போதெல்லாம், பறட்டை மயிரைப் பிடித்துத் தரையில் இழுத்துப் போட்டுப் பந்தாடினான். நின்றால் அடியும், குனிந்தால் மிதியுமாக இருந்தது. ஓர் அளவு வரையிலும், ‘இவ்வளவும் தகும்’ என்று தான் நினைத்தேன். இருந்த இடத்தை விட்டு நான் அசையாமல் இருந்தேன். ஆனால், தண்டனை எல்லையைத் தாண்டிவிட்டது. இரண்டு சிறுவர்களும் செத்தாலும்கூடக் கடைக்காரன் அடியை நிறுத்த மாட்டான்போல் தோன்றியது. என்னைப் போலப் பக்கத்து வீடுகளிலிருந்து வேடிக்கை பார்த்துக் கொண்டு நின்றவர்களும்,

அடிப்பவனைத் தடுத்து நிறுத்துவார்கள் என்று தோன்றவில்லை. இருக்க இருக்க அடி பலமாக விழுந்தது. வீறிட்டு அலறும் குரல், அபயம் கோரிக் கதறியது. ஒன்பது வயதும், ஆறு வயதும் ஆன இளம் உயிர்களுக்கு இதற்கு மேலுமா தண்டனை? என்னால் பொறுக்க முடியவில்லை. அடுத்த ஞாயிற்றுக்கிழமை, அடுத்த ஞாயிற்றுக்கிழமை என்று தள்ளிப்போட்டுக் கொண்டே வந்து, ஒரு வருஷத்திற்குப் பிறகு நண்பரின் வீட்டில் சாப்பிடுவதற்கும் உல்லாசமாகப் பொழுது போக்குவற்குமாகத் திருவல்லிக்கேணியைவிட்டு நுங்கம்பாக்கத்துக்கு வந்த எனக்கு இன்பகரமான பகல் பொழுதின் முடிவில் இப்படிப் பட்ட மனவேதனை தரும் இரவா வந்து சேரவேண்டும்? ஒவ்வொன்றுமே சகிக்க முடியாத துயரமாக, சகிக்க முடியாத வேதனையாக இருந்தது. கண் இழந்த மூப்பில் பிச்சை எடுத்துப் பிழைக்க வேண்டிய பரிதாபம், பிச்சைச் சோற்றில் மண் அள்ளிப் போட்டுக் கைதட்டிச் சிரிக்கும் சிறுபிள்ளைத்தனம், இளம் உயிர்களைச் சித்திரவதை செய்து அத்திரத்தைத் தீர்த்துக்கொள்ளும் தர்ம நியாயம், இதையெல்லாம் ஏதோ கண்காட்சியைப் பார்ப்பதுபோல் பார்த்துக்கொண்டு நிற்கும் உலகம்... இன்னும் என்ன வேண்டும்?

குழந்தைகள் அழுதுகொண்டு என்னோடு நடந்து வந்தார்கள். சின்னவனால் நடக்க முடியவில்லை என்பதைக் கண்டு கொண்டேன். ஆனால் அவனைத் தூக்குவதற்கு மனம் வரவில்லை. அழுக்கடைந்திருந்த அவனுடைய பிறந்த மேனியைத் தூக்குவதற்கு அருவருப்பாக இருந்தது மட்டும் காரணமல்ல; வெளியே சென்ற என் நண்பர் - என்னை வரவழைத்து விருந்திட்டு உபசரித்த நண்பர் - எதிரே வந்து விட்டால் என்ன செய்வது என்று சங்கோஜ உணர்ச்சியும் அவனைத் தூக்கி வைத்துக் கொள்ள விடாமல் தடுத்தது. இரக்கம் காட்டுவதற்கு வேண்டிய மனவலிமை எனக்குப் பூரணமாக இல்லை என்பதைத் தெரிந்துகொண்டு, அப்படியே அவனை அணைத்துப் பிடித்தவாறே நடந்து சென்றேன்.

சிறுவர்கள் அழுதார்கள். அவர்களால் வேதனையைத் தாங்க முடியவில்லை. நான் அடைக்கலம் கொடுத்ததும் அவர்களுடைய பயம் நீங்கவில்லை. அவர்களுக்கு அன்பும் அனுதாபமும் காட்ட வேண்டும். ஆனால், அவர்கள் அதற்குரிய பாத்திரங்கள்தானா? அவர்கள் செய்த குற்றம் எப்படிப்பட்டது? அதற்காக அவர்களை அப்படித் தண்டிப்பதா? தண்டித்தவனும் நியாயத்துக்குப் புறம்பாக நடந்து கொள்ளவில்லையே? எவன்தான் அந்தச் சிறுவர்களை மன்னிப்பான்? அப்படியிருந்தும் அவர்களுக்கு அடைக்கலம் கொடுத்துக் காப்பாற்றத் தூண்டுகிறதே மனம்? சிறுவர்களைப் பற்றி என்னால் எந்தவிதமான அபிப்பிராயமும் கொள்ள

முடியவில்லை. சிறுவர்களாக, பாம்புக் குட்டிகளா என்பதுகூடத் தெரியவில்லை. அடிபடாமல் ஓடி இருந்தால் பாம்புக்குட்டிகள் என்றே நினைத்திருப்பேன்.ஆனால், இத்தனைக்கும் பிறகு அப்படி நினைப்பது எப்படி?

தெருக்கோடிக்கு வந்துவிட்டேன். அப்புறம் பள்ளமான ஒரு நிலப்பரப்பு. அதில் நூற்றுக்கணக்கான குடிசைகள் இருந்தன. எந்தக் குடிசை என்று தேடிக் கண்டிபிடித்து அவர்களைக் கொண்டுபோய்ச் சேர்ப்பது?

“உங்கள் வீடு எங்கேடா?” -இந்த கேள்வியைப் பத்துத் தடவையாவது கேட்டிருப்பேன். ஒவ்வொரு தடவையும் அழுகையைத் தவிர வேறு பதில் வரவில்லை.

குடிசையின் பக்கமாக நெருங்கி வந்து கொண்டிருந்தபோது, சின்னவனால் கொஞ்சங்கூட நடக்கமுடியவில்லை. யாருமில்லாத இருட்டு. அதனால் தைரியமாக அவனைத் தூக்கிக் கொண்டேன். உடனே இருவரும் அழுகையை நிறுத்தினர். நான் உதவி செய்ய வந்தவன் என்பது அப்போதுதான் அவர்களுக்கு நிச்சயமாகத் தெரிந்தது போலிருக்கிறது!

என் கேள்வியைத் திரும்பவும் கேட்டேன். பெரியவன் கையை நீட்டி ஏதோ ஒரு இடத்தைக் காட்டி, அங்கே இருக்கிறது தங்கள் குடிசை என்று தெரிவித்தான். அவன்தான் வழிகாட்டினான். நான் பின்தொடர்ந்து நடந்தேன். சீக்கிரத்திலேயே குடிசைக்குப் போய்ச் சேர்ந்துவிட்டோம். சிறுவனைக் கீழே இறக்கிவிட்டேன். என் உள்ளத்தில், எதிர்பாராதவிதமாகப் பயம் வந்து புகுந்து கொண்டது. அதற்குமேல் என்னென்ன நடக்குமோ? உதவி செய்ய வந்தவனே குற்றவாளியாவதற்கு இந்த உலகத்தில் எவ்வளவு நேரமாகும்? அது எப்படிப்பட்ட வீடோ? அந்த வீட்டின் ரகசியங்களும், அந்த வீட்டோடு பின்னிக் கிடக்கும் வலைகளும் எப்படிப்பட்டவையோ? எதில் போய் நாம் சக்கிக்கொள்ள நேருமோ? இப்படி என்னென்னவோ பயங்கள்...

குடிசைக்குள் எரிந்த தகர விளக்கின் வெளிச்சத்தில், நோய் கண்டவள்போல் வாடி மெலிந்த நடுத்தர வயதுடைய ஒருத்தி இருமிக்கொண்டே வெளியே வந்தாள். அவளைக் கண்டதும் என் பயம் சற்றுத் தெளிந்தது என்றாலும், சீக்கிரத்திலேயே அவ்விடத்தை விட்டுத் தப்ப வழி பார்க்கவேண்டும் என்று நான் அவசரப்பட்டுக் கொண்டிருந்தேன், அந்தச் சமயத்தில் சிறுவர்கள் திடீரென்று ‘அம்மா’ என்று அழ ஆரம்பித்துவிட்டார்கள்.

"என்னடா? என்னடா?" என்று கேட்டுக்கொண்டே அவள் புரியாத பயத்தோடு அருகில் வந்தபோது, நான், "இவர்கள் உன் பிள்ளைகளா?" என்று கேட்டேன். "ஆமா, சாமி..." என்று அவள் சொல்லி முடிப்பதற்குள், நான் நடந்த விஷயத்தைச் சொன்னேன்.

"ஒரு குருட்டுப் பிச்சைக்காரனின் சோற்றுக் குவளையில் மண்ணை அள்ளிப் போட்டுவிட்டார்கள். அதைப் பார்த்த ஒரு கடைக்காரன் இவர்களைப் பலமாக அடித்துவிட்டான். நான் போய் விலக்கி இவர்களை இங்கே அழைத்துக்கொண்டு வந்தேன்" என்று வேகமாகச் சொல்லி முடித்தேன்.

"அட பாவிகளா! உங்களை நான் என்ன செய்யட்டும்?" என்று தலையில் அடித்துக் கொண்டாள் தாய். இந்தப் பரபரப்புத் தாங்க முடியாமல் அவளுக்குத் தொடர்ந்தாற்போல் இருமல் வந்தது. சிறுவர்களின் கூப்பாட்டையும், அவளுடைய குரலையும், என்னுடைய புதுக் குரலையும் கேட்டுப் பக்கத்துக் குடிசைகளிலிருந்து நாலைந்து பேர் ஓடி வந்தார்கள். அவர்களிடமும் கதையைச் சொன்னேன். நான் தப்பிக்க வேண்டுமே!

அப்பொழுது ஒருவன், சில தினங்களுக்குமுன் இதே சிறுவர்கள் அந்தத் தெருவில் ஓடி விளையாடும்போது, தண்ணீர் தூக்கிக் கொண்டு வந்த ஒரு பெண்ணின்மீது விழுந்ததனால், அவள் குடத்தோடு கீழே விழுந்ததையும், எவ்வளவு அடித்தாலும் அடங்காமல் அவர்கள் விளையாடுவதற்காக வீட்டைவிட்டு அந்தத் தெருவுக்கு ஓடி ஓடிப் போவதையும் பற்றிச் சொன்னான். சொன்னதோடு, அவன் தனக்குத் தானே உரிமை அளித்துக் கொண்டு, அந்தச் சிறுவர்களை அடிக்கவும் வந்தான். அவர்களுக்குச் சூடு போட வேண்டும் என்று வேறொருவன் யோசனை சொன்னான்.

அந்த வீட்டுக்குள் இருக்க முடியாமல் தெருவுக்கு ஓடுவது ஒரு குற்றமா? அதற்குள் யாரால்தான் இருக்க முடியும்? மேற்கொண்டும் அவர்களுடைய உடம்பு அடியைத் தாங்குமா? பக்கத்துக் குடிசைக்காரனை மல்யுத்தம் செய்தே விலக்க வேண்டியிருந்தது.

சிறுவர்கள் செய்த பெருங்குற்றத்தைக் கேள்விப்பட்ட மாத்திரத்தில், ஒவ்வொருவருக்கும் ஆத்திரம் மூண்டது. எனக்கு மூளையில்லையா? ஆனால், எல்லோரும் சேர்ந்து அந்தச் சிறுவர்களை வதைக்கத் தயாராக இருந்தபோது, எனக்கு மட்டும் அவர்கள்மீது அனுதாபமும் அன்பும் பிறந்தன. அவர்கள் செய்த பெரிய குற்றம், அவர்களுடைய பெரிய பேதைமையைத்தான் எனக்கு எடுத்துக் காட்டியது. பேதைமை என்றால் இது சாமான்யமான பேதைமையா? குருடன் சோற்றில் மண் அள்ளிப் போட்டுச் சிரித்த பயங்கரப்

பேதைமை. 'குழந்தைகளே! நீங்கள் இப்படியா வளர வேண்டும்?' என்று எனக்குள்ளேயே துயரத்தோடு சொல்லிக் கொண்டேன்.

ஒருவழியாக, நான் வந்த காரியம் முடிந்தது. அங்கிருந்து புறப்படலாம் என்று நினைத்துக் கொண்டிருந்த போது, இருளோடு இருளாக ஒருவன் அதே குடிசையை நோக்கி நடந்துவந்தான். வெளிச்சத்துக்கு வந்ததும், அவனை நன்றாகக் கவனித்துப் பார்த்தேன்.

அவனும் ஒரு குருடனாக, ஒரு பிச்சைக்காரனாக இருந்தான். மண் விழுந்த சோற்றைக் கொட்டிவிட்டுப் போன அந்தக் குருட்டுக் கிழவனிடம் இருந்தது போலவே, இவனுடைய இடதுகையிலும் ஒரு சோற்றுக் குவளை; வலது கையில் ஒரு தடி.

தடியை ஊன்றிக்கொண்டே குடிசை வாசலுக்கு வந்தான். சுற்றிலும் நின்றவர்களுடைய பேச்சின் மூலம் அவன் யார் என்பதையும் உடனே தெரிந்து கொண்டேன். அப்புறம் என்னால் அங்கே நிற்கவே முடியவில்லை. சிறுவர்களின் பேதைமை நிச்யமாக என் நெஞ்சை உடைத்துவிடும்போல் இருந்தது. ஒன்று; சிறுவர்களைக் கொல்ல வேண்டும், இல்லையென்றால் எங்காவது ஒரு மறைவிடத்துக்கு ஓடிப்போய் அவர்களுக்காக வாய்விட்டு அலறி அழ வேண்டும் என்று ஆகிவிட்டது என் நிலை.

என்னால் சொல்லக்கூட முடியவில்லை! குடிசைக்கு வந்த அந்தக் குருட்டுப் பிச்சைக்காரன் வேறு யாருமல்ல; அந்தச் சிறுவர்களைப் பெற்ற தகப்பன்தான்! குருடன் பிள்ளைகள்தான், குருடன் சோற்றில் மண் அள்ளிப் போட்டுச் சிரித்தவர்கள்!

'குழந்தைகளே...!'

22
இருவர் கண்ட ஒரே கனவு

வெள்ளையம்மாள் ஐந்தாறு நாட்களாகக் கூலி வேலைக்குப் போகவில்லை; போக முடியவில்லை. குளிர்காய்ச்சலோடு படுத்துக் கிடந்தாள் என்பது இங்கே ஒரு காரணமாகாது. உடம்பு சரியாக இருந்தாலும் அவளால் வேலைக்குப் போயிருக்க முடியாது என்பதுதான் உண்மை நிலை. அதனால், வேலைக்குப் போகாததற்குக் காரணம், உடுத்திக்கொள்ளத் துணி இல்லாமல் போனதுதான்.

சிற்சில வருஷங்களில், வேலை கிடைக்கும் காலத்தில் கிராமத்துக்கு நாலைந்து விதவைகள் இதேபோல் துணியில்லாமல் வீட்டை அடைத்துக் கொண்டு அரைப் பட்டினியோ, முழுப் பட்டினியோ கிடப்பது சகஜம் என்பது வெள்ளையம்மாளுக்கும் தெரியும். அதனால், மானத்தை மறைக்க முடியாத பரிதாபத்தை நினைத்து அவள் அதிகமாகக் கவலைப்பட்டுவிடவில்லை. அவளுடைய கவலையெல்லாம், தான் உழைக்காவிட்டால் குழந்தைகள் பட்டினி கிடக்கவேண்டுமே என்பதுதான். இந்தச் சமயத்தில் குளிர் ஜுரமும் வந்து அவளைப் படாதபாடு படுத்திக் கொண்டிருந்தது.

அவள் படுத்திருக்கும் தாழ்வாரம் ஒரு மாட்டுத்தொழு. ஐந்தாறு ஓலைகளை வைத்துக்கட்டிய மறைவுக்கு இந்தப்புறம் மாடுகளும், அந்தப்புறம் வெள்ளையம்மாளும் அவளுடைய குழந்தைகளுமாக வசித்து வந்தார்கள். வீடில்லாத ஏழைகள் மாட்டுத் தொழுவில் குடியிருக்க இடம் கேட்டால், அந்தக் காலத்தில் வாடகை கேட்காமலே அனுமதிக்கும் மனிதர்கள் இருந்தார்கள். இப்போது காலம் மாறிவிட்டது. அதனால், வாடகை கொடுக்காவிட்டாலும், அதற்குப் பதிலாகத் தொழுவின் சொந்தக்காரருடைய வீட்டில் - முதலாளி வீட்டில் - அவ்வப்போது வெள்ளையம்மாள் இலவசமாக வேலை செய்து வரவேண்டியிருந்தது. அப்படி ஊழியம் செய்வதற்கு முதலாளி வீட்டிலிருந்து அழைப்பு வரும் தினத்தில் அவள் கூலி கிடைக்கும் வேலைக்கும் போகக்கூடாது. விடிந்ததும் முதலாளி வீட்டுக்குப் போய் விளக்கு வைக்கும் நேரம் வரை கலக்கணக்கில் நெல்லைக் குத்திவிட்டு, ஆழாக்கு உமிகூட இல்லாமல் தொழுவுக்குத் திரும்புவாள். இப்போது இந்த ஐந்தாறு தினங்களாக இந்த ஊழியத்துக்கு அழைப்பு வத்தும் அவளால் போக முடியவில்லை.

அதனால் அவள் தொழுவை விட்டு உடனே கிளம்பிவிட வேண்டும் என்று முதலாளியம்மாள் காலையும் மாலையும் ஆள் விட்டு விரட்டிக் கொண்டிருந்தாள். நல்ல வேளையாக இந்தத் தொல்லை இப்போது இரண்டு நாட்களாக இல்லை; முதலாளியம்மாள் அக்கம்பக்கதில் உள்ளவர்களிடம், “பாவம், வெள்ளை, இருந்துட்டு போறா போங்க. வெளியிலே புடிச்சித் தள்ளினா எங்கே போவா?” ஏதோ, நம்ம வீடே அடைக்கலம்னு வந்து சேந்துட்டா. என்ன பண்றது?” என்று சொல்லிக் கொண்டிருந்தாள். இவ்வளவு தூரம் அவள் உள்ளம் விசாலமாகிவிட்டதற்குக் காரணம், வெள்ளையம்மாள் இன்றோ நாளையோ செத்துப் போய்விடுவாள் என்று அவளுக்கு நம்பகமான தகவல் கிடைத்ததுதான். அவளுடைய சாவை முதலாளியம்மாள் ஆவலோடு எதிர்பார்த்துக் கொண்டிருந்த சமயத்தில்...

வெள்ளையம்மாள் குளிர்காய்ச்சலில் வெடவெடத்துக் கொண்டு தன்னுணர்வில்லாமல் தொழுவில் கிடந்தாள். ஆறு வயதும், ஐந்து வயதும் ஆன அவளுடைய குழந்தைகள் இரண்டும் அப்போது அங்கே இல்லை. அதுவரையிலும் பசி பொறுக்க மாட்டாமல் அம்மாவைப் பிய்த்துப் பிடுங்கி விட்டு அப்பொழுதுதான் வெளியே போயிருந்தன. அந்த இரண்டு சிறுவர்களும் தெருவுக்குப் போய், வேலப்பன் வீட்டு வாசலுக்கு அருகில் முழங்கால்களைக் கட்டிக்கொண்டும், முழங்கால்களுக்கு நடுவில் முகத்தைப் புதைத்துக்கொண்டும் ஆளுக்கு ஒரு பக்கமாகக் குந்திக் கொண்டிருந்தார்கள். சிறிது நேரத்துக்கு முன்புதான் முதலாளி வீட்டு மாடுகளைத் தொழுவில் கொண்டுபோய்க் கட்டிவிட்டு வந்து, மத்தியானக் கஞ்சி குடித்த வேலப்பன், வாயையும் மீசையையும் துடைத்துக் கொண்டு வெளியே வந்தான். வாசலுக்கு அருகில் அந்த இரண்டு சிறுவர்களும் குந்திக் கொண்டிருந்த கோலத்தைப் பார்த்தான். பார்த்ததும், “என்னடா, ஆக்கங்கெட்ட கழுதைகளா! ஏன் முழங்காலக் கட்டிக்கிட்டு நடுத் தெருவிலே உக்கார்ந்துக்கிட்டிருக்கீங்க?” என்று கேட்டான்.

அவனுடைய பேச்சுக்குரல் கேட்டு, சிறுவர்கள் இருவரும் தலையைத் தூக்கிப் பார்த்தார்கள். இருவருடைய கண்களும் சிவந்திருந்தன. வெகுநேரமாக அவர்கள் பசியினால் அழுதிருக் கிறார்கள் என்பது வேலப்பனுக்குத் தெரியாது.

“உங்க அம்மா எங்கடா?” என்று அவன் கேட்டான்.

சிறுவர்கள் பதில் சொல்லவில்லை; சொல்வதற்குத் தெம்பும் இல்லை.

“உங்க அம்மாவுக்கு உடம்பு தேவலையாயிட்டதா?”

இந்தக் கேள்விக்கு அர்த்தம் தெரியாமல் சிறுவர்கள் விழித் தார்கள். ஆகவே, அதற்கும் மௌனமாகவே இருந்தார்கள்.

மூன்று நாட்களுக்குமுன் மாடு கட்டுவதற்குத் தொழுவுக்குப் போன வேலப்பன், போகிற போக்கில் சந்தர்ப்பவசமாக வெள்ளையம்மாளின் இருப்பிடத்தைத் திரும்பிப் பார்த்தான். அவள் கந்தலைப் போர்த்திக்கொண்டு படுத்துக்கிடந்ததைப் பார்த்துவிட்டு, "உடம்புக்கு என்ன பண்ணுது?" என்று, மாடு முரட்டுத் தனமாகத் தன்னை இழுத்துக்கொண்டு போகும் சிரமத்துக்கு இடையே, ஒரு கேள்வி கேட்டான். வெள்ளையம்மாள் ஈனஸ்வரத்தில் பதில் சொன்னது அவன் காதில் விழவில்லை. அவனும் அவள் பதிலுக்காகக் காத்துக் கொண்டு நிற்கவில்லை. அவள் உடம்புக்கு ஒன்றும் இல்லாமலே சும்மா படுத்துக் கொண்டும் இருக்கலாம் என்று நினைத்துக்கொண்டு, மாட்டைக் கொண்டுபோய்க் கட்டிவிட்டுத் தன் வீட்டுக்குப் போனான். அவளுக்கு உடம்பு சரியில்லாமல் இருக்குமோ என்று அப்பொழுது ஏற்பட்ட சந்தேகம் இப்போது திரும்பவும் ஞாபகத்துக்கு வரவே மேற்படி கேள்வியைக் கேட்டான் வேலப்பன். தண்ணீர் காணாத பயிர்களைப்போல வாடித் துவளும் சிறுவர்கள் மௌனமாக இருப்பதையும், அவர்களுடைய கண்கள் சிவந்திருப்பதையும் பார்த்து, "கஞ்சி குடிச்சீங்களாடா?" என்று அவன் விசாரித்தான்.

அப்போது தான் சிறுவர்கள் பதில் சொன்னார்கள்.

"இல்லே."

"கஞ்சின்னாத்தான் பயக வாயைத் திறப்பாங்க போலிருக்கு!" என்று ஒரு தடவை தமாஷாகச் சொன்னான் வேலப்பன். உடனே, "எந்திரிச்சி உள்ளே வாங்கடா" என்று இருவரையும் கூப்பிட்டான்.

சிறுவர் எழுந்து உள்ளே போனார்கள்.

வேலப்பன் தன் மனைவியை அழைத்து, சிறுவர்களுக்குக் கஞ்சி ஊற்றும்படி சொன்னான். அவளும் சோளச் சோற்றை மோர் விட்டுக் கரைத்து ஒரு பெரிய மண்சட்டியில் ஊற்றி, சட்டியின் மேலேயே பருப்புத் துவயலையும் அப்பி வைத்துக் கொண்டு அடுப்படியிலிருந்து வெளியே வந்தாள்; கஞ்சிச் சட்டியைச் சிறுவர் களிடம் கொடுத்தாள்.

இளையவன் ஆவலோடும் அவசரத்தோடும் சட்டியைக் கை நீட்டி வாங்கிக்கொண்டான்.

மூத்தவன், "வேண்டாம்" என்று ஒரு வார்த்தை சொன்னான்.

"வேண்டாமா! வாங்கிக்கோ நாயே!" என்று ஒரு அதட்டுப் போட்டான் வேலப்பன்.

“இங்கேயே வச்சிக் குடிச்சுட்டுப் போங்களேண்டா” என்றாள் வேலப்பனின் மனைவி.

“இல்லை இல்லை, கொண்டுபோகட்டும். இவுக ஆத்தாளும் அங்கே வயித்துக்கு இல்லாமத்தான் கெடப்பா. இல்லேன்னா, இதுகள் எதுக்கு இப்படிக் காயுது? அங்கே கொண்டு போனா, அவளும் ஒருவாய் குடிச்சுக்கிடுவா” என்று அவன் சொன்னான்.

சிறுவர்கள் தொழுவுக்கு நடந்து வரும்போதே, “சீ! ஊரார் வீட்டிலே கஞ்சி வாங்கிக்கிட்டு வாறே!” இரு, அம்மா கிட்டச் சொல்றேன்” என்றான் மூத்தவன்.

பசி என்பதற்காக அடுத்த வீட்டில் கஞ்சி வாங்கிக் குடிப்பது கேவலம் என்று அவர்களுக்கு அம்மா சொல்லி வந்திருக்கிறாள். அந்த நிலையில் இப்போது கஞ்சிச் சட்டியோடு போனால் அம்மா அடிப்பாள் என்று சின்னவனுக்கும் தெரியும். இருந்தாலும், இரண்டு நாளையப் பசி அவனுக்குப் பதிலாக அவனுடைய ஸ்தானத்தில் நின்று அண்ணனையும் அம்மாவின் உபதேசத்தையும் எதிர்த்து முழுப் பலத்தோடு போராடியது.

“அம்மாவுக்குச் சொல்லாதே, உனக்கும் கஞ்சிதாறேன்” என்று ஆசை காட்டினான் தம்பி.

“சீ! நான் குடிக்கவே மாட்டேன்” என்றான் அண்ணன்.

மேற்கொண்டு விவகாரம் பண்ணுவதற்குத் தம்பியின் உடம்பில் ஆவி இல்லை. ஒன்றும் பேசாமல் அங்கேயே நின்று கஞ்சியைக் குடிக்க ஆரம்பித்து விட்டான். “கேவலம், கேவலம்” என்று சொல்லிக் கொண்டு சின்னவனை அடித்தான் பெரியவன். தம்பி ஒரு மடக்குத் தான் குடித்திருந்தான். அதற்குள் முதுகில் பலமாக அடி விழவே, ஒரு கையால் சட்டியை இடுக்கிக்கொண்டு மறுகையால் அண்ணனைத் திரும்பி அடித்தான் தம்பி. சண்டை முற்றிவிட்டது. கைகளால் அடித்தும், நகங்களால் பிறாண்டியும், பல்லால் கடித்தும் சண்டை போட்டதன் பலனாகக் கஞ்சிச்சட்டி கீழே விழுந்து உடைந்துவிட்டது. கஞ்சியெல்லாம் தெருப்புழுதியோடு ஐக்கியமாகி விட்டது.

ஏமாற்றத்தோடும் பயத்தோடும் அதைப் பார்த்தான் தம்பி.

அண்ணனும் பார்த்தான். மண்ணில் கொட்டியதை இனிமேல் எடுத்துக் குடிக்கமுடியதே என்ற ஏமாற்றத்தினால் அவன் விட்ட பெருமூச்சில் அவனுடைய உயிரே வெளிவந்து திரும்பியது. பெருமூச்சைத் தொடர்ந்து அடக்கமுடியாத அழுகை வந்தது; அழுது விட்டான்.

'அடுத்த வீட்டிலே வாங்கிச் சாப்பிடுவது கேவலம்' என்று அம்மா சொல்லி வந்ததற்கு என்ன அர்த்தம் என்று தெரியாமலே, தானும் அப்படியே சொல்லி அதைப் பிடிவாதமாக நிலைநாட்ட முயன்றபோது, இப்படிப்பட்ட ஒரு பெரு நஷ்டம் ஏற்படும் என்று அவன் எதிர்பார்க்கவே இல்லை. அவனுக்குப் பசி மும்மடங்காகி விட்டது. அர்த்தமில்லாத உபதேசம் செய்து, அதன் மூலம் இப்போது கைக்கு எட்டியதை வாய்க்கு எட்டாமல் செய்துவிட்ட அம்மாவின் மீது அண்ணனுக்குக் கோபம் சண்டாளமாக வந்தது.

இருவரும் தொழுவை நோக்கி ஓடிவந்தார்கள். அம்மாவிடம் வந்து பரஸ்பரம் ஒருவனை ஒருவன் குற்றம் சொல்ல வேண்டும் என்பதுதான் அப்படி ஓடிவந்ததன் நோக்கம்.

அம்மா முன்போலவே கிழிந்துபோன பழைய கோணியின் கந்தலைப் பார்த்துக்கெண்டு கிடந்தாள். வாய் ஒரு புறம் கோணித் திறந்திருந்தது. கண்கள் பாதி மூடியிருந்தன. உடம்பிலே அசைவே இல்லை.

இப்படியெல்லாம் அம்மா எத்தனையோ தடவை செத்துப் போகும் விளையாட்டை ஆடியிருக்கிறாள். அப்போதெல்லாம் அம்மாவின் மேல் விழுந்து, "செத்துப்போக வேண்டாம்" என்று இருவரும் கூச்சல் போடுவார்கள். இப்போதும் அதே மாதிரி கூச்சல் போட்டார்கள்; அம்மாவை அடித்தார்கள்.

சிறிது நேரத்துக்கெல்லாம் சிரித்துக்கொண்டே, "நான் செத்துப் போகவில்லை" என்று சொல்லியவண்ணம் கண்களை முழுக்கத் திறப்பதுபோல அம்மா இன்று திறக்கவில்லை. அதனால் சிறுவர் களுக்குக் கடுங்கோபம் வந்துவிட்டது. பிணத்தைப்போட்டு அடி அடி என்று அடித்தார்கள். "அம்மா, செத்துப்போகாதே! செத்துப் போகாதே, அம்மா!" என்று கதறிக்கொண்டு அவளைக் கிள்ளிக் கிழித்தார்கள். சின்னவன் அவள் மீது கிடந்த கந்தல் கோணியையும் கோபத்தோடு இழுத்துத் தூரப்போட்டான். அம்மா முழு நிர்வாணமாகக் கிடந்தாள்.

எப்படியும் அம்மாவை எழுப்பிவிடுவது என்ற உறுதியோடு சிறுவர்கள் உயிரைக் கொடுத்துப் போராடிக்கொண்டிருந்தார்கள். எவ்வளவு நேரம்தான் அடிக்க முடியும்? கை ஓய்ந்துபோன தம்பி அம்மாவின் மேல் விழுந்து, "செத்துப்போகாதே அம்மா!" என்று ஓலமிட ஆரம்பித்து விட்டான். அவன் அழுவதைப் பார்த்த பெரியவனும், அம்மாவின் மேல் விழுந்து அழுதான்.

மாலையில் வெள்ளையம்மாளின் பிணத்தை எடுத்துத் தகனம் செய்வதற்காகச் சிலர் வந்து சேர்ந்தார்கள். நாலு பச்சைக்

கட்டைகளையும், ஐந்தாறு தென்னை ஓலைகளையும் வைத்து ஒரு பாடை கட்டினார்கள். பிணத்துக்கு உடுத்துவதற்காக ஒரு கிழவர் புதிதாக வெள்ளைச் சேலை ஒன்று வாங்கிக்கொண்டு வந்து தர்மமாகக் கொடுத்தார். தாயார் வெள்ளை வெளேர் என்று புதுச்சேலை கட்டியிருப்பதைச் சிறுவர்கள் அன்றுதான் முதன்முதலாகப் பார்த்தார்கள். ஆச்சரியத்தினால் அழுகையை ஒரு நிமிஷம் நிறுத்தினார்கள். அவர்களுக்கு ஏதோ ஒருவிதமான ஆனந்தம் கூட ஏற்பட்டது; மறுநிமிஷம் தங்களுக்கும் அப்படி ஒரு புதுச்சேலை கிடைக்காதா என்று ஏங்கினார்கள். ஆனால், அம்மா செத்துப்போனது ஞாபகம் வந்து, பழையபடியும் ஆழத் தொடங்கினார்கள்.

வெள்ளையம்மாளின் பிணம் சுடுகாட்டுக்குப் போய்ச் சாம்பலாகி விட்டது. இதையும் சிறுவர்கள் பார்க்கும்படி ஊரார் விடவில்லை. பார்த்திருந்தால் அம்மா மட்டுமல்லாமல் அழகான புதுப் புடவையும் சேர்ந்து தீயில் எரிந்ததற்காகச் சிறுவர்கள் அழுதிருக்கக்கூடும். பிணத்தைப் பாடையில் கொண்டுவந்து வைப்பதற்கு முன்பே வேலப்பன் சிறுவர்களுக்கு முறுக்கு வாங்கிக் கொடுத்துத் தன் வீட்டுக்கு அழைத்துச் சென்றுவிட்டான். அங்கே இருவரும் வயிராறரச் சாப்பிட்டார்கள். வயிறு நிறைந்த பிறகுதான் அம்மாவின் நினைவு முழுவேகத்தோடு வந்து சிறுவர்களின் நெஞ்சில் அடித்தது. வேலப்பனின் மனைவி, "உங்க அம்மா வந்துரு வாடா. அழாதீங்க. பேசாமல் இங்கேயே விளையாடிக்கிட்டிருங்க" என்று சொல்லி அவர்களுடைய துயரத்தை மறக்க வைக்க முயன்றாள்.

இரவு வந்ததும் அவள் விளக்கு ஏற்றினாள். வேலப்பனும் வீடு வந்து சேர்ந்தான். சிறுவர்களுக்குச் சுடுசாதம் போட்டார்கள். அதன்பின் ஒரு பாயை விரித்து அதில் அவர்களைப் படுக்க வைத்தார்கள். சாக்குப் படுதாவிலேயே பிறந்த நாள் முதல் படுத்து உறங்கிய சிறுவர்களுக்குப் பாய்ப்படுக்கை சொல்ல முடியாத பேரானந்தத்தை அளித்தது. இந்தப் பாயில் அம்மாவும் தங்களோடு படுத்துக்கொண்டால் இன்னும் ஆனந்தமாக இருக்குமே என்று நினைத்து, "அம்மா, அம்மா" என்று பழையபடியும் அழத் தொடங்கினான் சின்னவன். வேலப்பன் அவர்களைத் தூங்கும்படி நயமாகவும் இரக்கத்தோடும் சொன்னான். அவர்கள் இருவருக்கும் சேர்த்து ஒரு பழைய வேஷ்டியைக் கொண்டு வந்து போர்த்துவிட்டு, அரிக்கன் விளக்கின் வெளிச்சத்தைக் குறைத்து வைத்துவிட்டு' தானும் பக்கத்திலேயே ஒரு பாயை விரித்துப் படுத்து விட்டான்.

வயிறு பூரணமாக நிறைந்துவிட்டது. படுக்கையும் வழக்கம்போல அரித்துப் பிடுங்கும் கோணியல்ல. அதே போலப் போர்வையும்

கோணியாகவோ கந்தலாகவோ இல்லாமல் வேஷ்டியாக இருந்தது. இத்தனை வசதிகளும் ஒரு சேர அமைந்துவிட்டதால் சிறுவர்கள் சுகமாகத் தூங்கிவிட்டார்கள்.

அதற்கு அப்புறமும் இரண்டு மணி நேரம் ஆகிவிட்டது. ஒரே நிசப்தம்; தாங்கமுடியாத குளிர்; மழையாகக் கொட்டிக் கொண்டிருந்தது. தை மாதப் பனி. போர்வையாகக் கிடந்த வேஷ்டி, அவர்கள் தாறுமாறாக உருண்டு புரண்டதால் தனியே விலகி, சுருண்டுபோய் ஒரு பக்கத்தில் கிடந்தது.

சந்தர்ப்பவசமாகத் தூக்கத்திலிருந்து விழித்துக்கொண்ட வேலப்பன் சிறுவர்களைத் திரும்பிப் பார்த்தான். வெறுங் கோவணத் தோடு குளிரில் நடுங்கிக்கொண்டு கிடந்த சிறுவர்களின் மீது மீண்டும் வேஷ்டியை எடுத்துப் போர்த்தினான். அப்போது அவன் கொஞ்சங்கூட எதிர்பாராதவாறு சிறுவர்கள் இருவரும் ஏகாலத்தில் ஒரே குரலில், "அம்மா" என்று வீடே அலறும்படி கத்தினார்கள்.

வேலப்பனுக் குரத்த ஓட்டமே நின்றுவிட்டது போல் இருந்தது. அதிர்ச்சியால் வாயடைத்துப்போய் நின்றான். அவன் மனைவி தூக்கத்திலிருந்து துள்ளி விழுந்து எழுந்தாள். என்னவோ ஏதோ என்று அவசர அவசரமாக விளக்கைத் தூண்டினாள். அதற்கு சிறுவர்களும் எழுந்து உட்கார்ந்து விட்டார்கள்.

தைரியசாலியான வேலப்பனுக்கு அதிர்ச்சி நீங்கியது. "கடவுளே! இந்தக் குழந்தைகள் என்ன பாவம் பண்ணிச்சி, இதுகளை இப்படிப் போட்டுச் சோதிக்கிறயே!" என்று வாய் விட்டுப் புலம்பினான்.

கணவனும் மனைவியும் வெகுநேரம் வரை என்னனென்னவோ சொல்லிச் சமாதானப்படுத்தியும் சிறுவர்கள் அம்மாவை அழைப்ப தையோ, சுற்றுமுற்றும் திரும்பிப் பார்த்து அம்மாவைத் தேடுவ தையோ நிறுத்தவில்லை. அவள் கதவு மறைவிலோ, சுவர் மறைவிலோ நிச்சயமாக ஒளிந்து கொண்டிருப்பதாகவே நினைத்துப் பயங்கரமாகக் கூப்பாடு போட்டு அழைத்தார்கள்.

"ரெண்டும் ஏதாச்சும் கனாக் கண்டிருக்குமோ?" என்றாள் வேலப்பன் மனைவி.

"என்னான்னு தெரியலையே!" என்று சொல்லிவிட்டுத் தலை யில் கைவைத்த வண்ணம் அப்படியே ஒரு சுவரில் சாய்ந்து உட்கார்ந்து விட்டான் வேலப்பன்.

அவள் நினைத்ததுபோலக் குழந்தைகள் கனவு கண்டது உண்மைதான். ஆனால், இரண்டு சிறுவர்களும் ஒரே சமயத்தில் ஒரே கனவைக் கண்டார்கள் என்பதை நிச்சயமாக அவளால் நினைத்திருக்க முடியாது. யாரால்தான் முடியும்?

சிறுவர்கள் தூங்கும்போது, கனவில் அவர்களுடைய அம்மா வந்தாள். குழந்தைகள் இருவரையும் தனித்தனியாக வாரி எடுத்து முத்தமிட்டாள். அம்மாவின் புதுச் சேலையைக் குழந்தைகள் ஆசை யோடு தொட்டுத் தொட்டுப் பார்த்தார்கள்.

"என் கண்ணுகளா, இந்தச் சீலை இனி உங்களுக்குத்தான். உங்களுக்குக் கொடுக்கத்தான் அம்மா வந்திருக்கிறேன். நான் செத்துப் போகவில்லை" என்றாள் தாய். பிறகு குழந்தைகளைப் படுக்க வைத்தாள். அதன்பின் தான் உடுத்திருக்கும் புதுச் சேலையை அவர்களுக்குப் போர்த்திவிட்டு, பிறந்த மேனியுடன் வெளியே நடந்தாள். அம்மா தங்களை விட்டு விட்டு எங்கோ போகிறாள் என்பதைப் பார்த்தபோதுதான் சிறுவர்கள் வீடே அலறும்படியாக "அம்மா" என்று கத்தினார்கள். அவ்வளவில் அவர்களுடைய தூக்கமும் கலைந்து விட்டது. எழுந்து கண்களைத் திறந்து பார்க்கும் போது எதிரே அம்மாவும் இல்லை; சுடுகாட்டுக்குப் போன பிறகும் அம்மா வீடு தேடி வந்து அவர்களுக்குப் போர்த்திய அந்த வெள்ளைப் புடவையும் இல்லை; வேலப்பன்தான் நின்று கொண்டிருந்தான்.

23

புன்னகை

ராமலிங்கத்தின் வீட்டில் அன்றிரவு ஒரு பத்துப் பேருக்குச் சாப்பாடு. ஆபீஸ் சகாக்கள் மூவரையும், சபா நண்பர்கள் ஏழெட்டுப் பேரையும் அழைத்திருந்தான். மத்தியானம் மதுரையிலிருந்து வந்த நண்பன் சிதம்பரத்தின் விஜயத்தை முன்னிட்டுத்தான் இந்த விருந்து ஏற்பாடு. கல்யாணத்துக்கு வாங்குவது போல் ஏராளமான சாமான்களை வாங்கிக் குவித்திருந்தான் ராமலிங்கம். அவன் மனைவி மீனா இரண்டு வயதுக் குழந்தையையும் வைத்துக் கொண்டு தன்னந்தனியாகச் சமையல் வேலையில் ஈடுபட்டிருந்தாள்.

சிதம்பரம் அப்போது அங்கே இல்லை. ஆறு ஆறரை மணிக்குத் திரும்பி விடுவதாகச் சொல்லி விட்டுச் சொந்தக் காரியங்களைக் கவனிக்க ஊருக்குள் போயிருந்தான். அவன் வருவதற்குள் தானும் வெளியே போய்த் தன் நண்பர்களுக்கெல்லாம் நினைவூட்டிவிட்டுத் திரும்பிவிட ராமலிங்கம் நினைத்தான். மணி ஐந்து அடித்ததும் மனைவியிடம் சொல்லி விட்டுவீட்டை விட்டுப் புறப்பட்டான்.

ராமலிங்கமும் சிதம்பரமும் பள்ளித் தோழர்கள். இன்று சிதம்பரம் மதுரையில் ஒர்க்ஷாப் வைத்துப் பெரிய செல்வந்தனாக இருக்கிறான். அடிக்கடி பிஸினஸ் விஷயமாய் கோவை வருவான். ஒரு தடவை மதுரை சென்றிருந்த ராமலிங்கம் அங்கு நண்பன் சிதம்பரத்தின் வீட்டில் கிடைத்த ஆசார உபசாரத்தில் மயங்கிப் பரவசமாகிப் போனான். அவனோடு ஒப்பிடத் தான் தகுதியற்றவன் என்ற நினைப்பிலே மயங்கி இருந்தான் ராமலிங்கம்.

வேலைகளையெல்லாம் முடித்துக் கொண்டு சிதம்பரம் வந்து சேர மணி ஏழாகிவிட்டது. சிறிது நேரத்தில் பெட்ரோல் பங்க் உரிமையாளரும் மற்றும் இரண்டு நண்பர்களும் வந்தார்கள். அவர்களைத் தொடர்ந்து மற்றவர்களும் சீக்கிரத்திலேயே வந்து விட்டார்கள். பக்கத்து வீட்டில் இரவல் வாங்கிய ஜமக்காளங்களையும் தன் வீட்டு விரிப்புக்களையும் திண்ணையில் போட்டுத் தன் நண்பர்கள் ஒன்பது பேரையும் சிதம்பரத்தையும் உட்கார வைத்து ஒவ்வொருவரையும் அவனுக்கு அறிமுகம் செய்து வைத்தான் ராமலிங்கம்.

எட்டு மணிக்கு எல்லோரும் சாப்பிட உட்கார்ந்தார்கள். விருந்தின் தடபுடல் எல்லோரையுமே பிரமிக்க வைத்துவிட்டது. இந்த ஒருநாள் விருந்தில் ராமலிங்கம் தன் சம்பளத்தில் பாதியைச்

செலவழித்திருப்பான் என்று நினைக்கும்படி இருந்தது-

பத்துமணிக்கெல்லாம் எல்லோரும் விடைபெற்றுப்போய் விட்டார்கள். சிதம்பரம் ஒரு சிகரெட்டைப் எடுத்துப் பற்ற வைத்துக் கொண்டு, பெட்ரோல் பங்க் உரிமையாளரைக் குறிப்பிட்டு, "பெரிய பெரிய இடங்களிலெல்லாம் சிநேகம் பிடிச்சிருக்கீங்களே!" என்றான்.

அதைக் கேட்டதும் ராமலிங்கத்துக்குச் சந்தனம் பூசியதுபோல் இருந்தது. உடம்பு சிலிர்த்தது; பிறகு பூரித்தது. "எல்லோருமே எனக்கு ரொம்ப வேண்டிய சிநேகிதர்கள்-உங்களைப் போல!" என்று வாய்கொள்ளாமல் சொன்னான்.

சிதம்பரம் புன்னைகையோடு அவன் சொல்வதைக் கேட்டுக் கொண்டிருந்தான். ராமலிங்கத்திற்கு அதிலும் ஒரு பூரிப்பு ஏற்பட்டது.

மறுநாளே சிதம்பரம் மதுரைக்குத் திரும்பி விட்டான்.

சரியாக இரண்டு மாதங்கள் கழிந்த பிறகு ராமலிங்கத்துக்குக் குடும்பத்தோடு குற்றாலம் சீசனுக்குப் போய் வரவேண்டும் என்று ஓர் ஆசை எழுந்தது. முன்பு சேமிப்பில் போட்டு வைத்திருந்த இரண்டு மாத போனஸ் பணமும் இருந்தது. தன் குடும்பத்துடன் மட்டுமின்றி, சிதம்பரத்தையும் குடும்பத்தோடு அழைத்துக் கொண்டு குற்றாலத்துக்குப் போக வேண்டும் என்று அவன் எழுதியிருந்தான். அதற்கு உடனே பதிலும் வந்தது. ஆனால் தன் மனைவி மக்களை அழைத்துக் கொண்டு வருவது பற்றி நிச்சயமாக எதுவும் சொல்வதற்கில்லை என்றும், தான் மட்டும் எப்படியும் வர முயல்வதாகவும் சிதம்பரம் எழுதியிருந்தான். இது ராமலிங்கத்துக்குக் கொஞ்சம் ஏமாற்றம் அளித்தாலும், நேரில் போய் வற்புறுத்தினால் சிதம்பரம் கட்டாயம் தன் குடும்பத்தோடு வருவான் என்று நம்பிக்கையும் ஆறுதலும் பெற்றான்.

குற்றாலத்தில் சீசன் தொடங்கி விட்டதாகப் பத்திரிகைகளில் செய்தி வெளிவந்தது. உடனே அவன் காலதாமதம் செய்யாமல் ஆபீசில் பதினைந்து நாட்கள் லீவு வாங்கினான். அவன் ஏற்கனவே கேட்டுக் கொண்டதற்கிணங்கப் பெட்ரோல் பங்க் உரிமையாளர் தம்முடைய கார் ஒன்றையும் அவனுக்குக் கொடுத்து உதவினார். தன் செலவில் பெட்ரோல் போட்டுக் கொள்வதுடன், டிரைவருக்கும் அன்றாடச் செலவுக்குப் பணம் கொடுத்து விடுவதாக அவன் சொன்ன போது, அவர், "ஏகப்பட்ட செலவாகுமே! உங்களுக்குக் கட்டுப்படியாகுமா? பார்த்துக்கோங்க!" என்று சொன்னார். தன்னால் சமாளித்துக் கொள்ள முடியும் என்று அவன் சொல்லவே, அவர் காரைக் கொடுத்து விட்டார்.

ராமலிங்கம் இந்தப் பிரயாணத்தை முன்னிட்டு, மனைவிக்கு விலை உயர்ந்த ஒரு புடவையும், குழந்தைக்குச் சில நவீன உடைகளும் வாங்கினான். மற்றும் புதுப்பெட்டிகள், புதுப்படுக்கை, அலங்காரப் பொருள்கள், மிட்டாய் டின்கள், பிஸ்கட் டப்பாக்கள் போன்றவற்றையும் வாங்கிக் காரில் போட்டுக் கொண்டான். கணவன் செய்யும் செலவுகளைப் பார்த்து மீனாவுக்குப் பயமே உண்டாகிவிட்டது. தனக்கு அந்த உயர்ந்த விலைப் புடவையை வாங்கியிருக்க வேண்டியதில்லை என்று கூட ஒரு தடவை வாய் விட்டுச் சொன்னாள்.

"மீனா! நாம்ப சிதம்பரத்தோட வீட்டுக்குப் போகிறோம் என்கிறதை மறந்துட்டே! அப்பேர்ப்பட்ட லட்சாதிபதிகள் வீட்டிலே நாம்ப தரித்திரக் கோலத்திலே போய் இறங்கினா, நமக்குத்தான் என்ன மதிப்பு? அவங்களுக்குத்தான் என்ன மதிப்பு? ஏதோ, ஆயுசிலே ஒரு நாள் இப்படிச் செலவழிக்கிறோம். ஒரு நாள் ஒரு பொழுதாவது நல்லா உடுத்தி, நல்லாச் சாப்பிடாவிட்டால், அப்புறம் இந்த ஜன்மம் எடுத்து என்ன பிரயோஜனம், மீனா?" என்று கேட்டான் ராமலிங்கம்.

"நம்ம சக்தியையும் பார்த்துக்கிடணுமில்லே" என்றாள் மீனா. ஆனால் அப்புறம் எதுவும் பேசவில்லை.

மாலையில்மதுரை வந்து சேர்ந்தார்கள் சிதம்பரத்தின் வீட்டுக்கு முன்னால் கார் போய் நின்றது. எல்லோரும் இறங்கினார்கள். டிரைவரும் இறங்கி, சற்று எட்டப் போய் நின்று கொண்டான். ராமலிங்கம் தன்னந் தனியனாகப் பெட்டி, படுக்கை, கூடை முதலியவற்றை இறக்கி, ஒவ்வொன்றாக வீட்டுக்குள்ளே கொண்டு போய் வைக்கத் தொடங்கிய போது சிதம்பரத்தின் தாயாரும், மனைவியும், குழந்தைகளும், சமையற்காரனும் வாசலில் வந்து நின்றார்கள்.

"வாருங்கோ!" என்று சொல்லி வரவேற்றாள் தாயார்.

சாமான்களையெல்லாம் எடுத்து உள்ளே கொண்டு போய் வைத்தபின், "சிதம்பரம் எங்கே?" என்று கேட்டான் ராமலிங்கம். சிதம்பரத்தின் அப்பாவையும் எங்கே என்று கேட்டான்.

"அவன் ஒர்க்ஷாப்பிலிருந்து வீடு திரும்ப ஆறுமணியாகும். அவர் வழக்கம்போல் எட்டரை மணிக்குத் தான் வருவார்" என்றாள் அந்த அம்மாள். பிறகு, "உட்காருங்கோ" என்று சொல்லிவிட்டு உள்ளே போனாள். அவளைத் தொடர்ந்து மருமகளும் போய்விட்டாள்; பேரன் பேத்திகளும் போய் விட்டார்கள். போனவர்கள் வெகுநேரம் வரையில் கூடத்துக்குத் திரும்பவில்லை. மீனாவுக்கு என்னவோ போல் இருந்தது. முன்பின் தெரியாத ஓர் ஊரில் ரயில்வே ஸ்டேஷன்

பிளாட்பாரத்தில் பெட்டி படுக்கைகளுடன் உட்கார்ந்திருப்பது போன்ற ஓர் உணர்ச்சியே அவளுக்கு ஏற்பட்டது. மெல்லவும் முடியாமல் விழுங்கவும் முடியாமல் அவள் தவித்தபோது, ராமலிங்கம் எழுந்து நின்றான். அதே நேரத்தில் சமையற்காரன் அவர்களுக்குக் காப்பி கொண்டு வந்து வைத்தான். அந்தக் காப்பியோடு உயிருமே வந்தது போலிருந்தது மீனாவுக்கு.

"குழந்தைகள் எங்கே?" என்ற சமையற்காரனைப் பார்த்து ராமலிங்கம் கேட்டான்.

"எல்லாம் மாடிக்குப் போயிட்டது."

"கூப்பிடுங்களேன்..."

அப்போது சிதம்பரத்தின் தயாரும் அங்கே வந்து விட்டாள்.

ராமலிக்ம் அவளைப் பார்த்து, "குழந்தைகள் கையிலே குடுங்க" என்று சொல்லி, மிட்டாய், பிஸ்கட், பழக்கூடை முதலியவற்றைத் தனியாக எடுத்து வைத்தபோது, அந்த அம்மாள், "இவ்வளவு வாங்கி வந்திருக்கீங்களே! எதுக்கு?" என்று சொல்லி விட்டு, மேலே பார்த்து, "டேய், பிரகாஷ்! டே, ஜெயராஜ்! அடியே, மாலினி!" என்று ஒவ்வொருவரையும் பெயர் சொல்லி அழைத்தாள். மூன்று பேரும் போட்டி போட்டுக் கொண்டு கீழே ஓடி வந்தார்கள்.

அப்புறம் மீனாவின் பிறந்த ஊரைப் பற்றியும், பெற்றோர்களைப் பற்றியும், உடன் பிறந்தவர்களைப் பற்றியும் அந்த அம்மாள் விசாரித்துக் கொண்டிருந்தபோது, பழனியப்பபிள்ளை- சிதம்பரத்தின் தந்தை - வழக்கத்துக்கு மாறாக அப்போதே வீட்டுக்கு வந்து விட்டார். வந்ததும் வராததுமாக ராமலிங்கத்தை ஒரு வார்த்தையில் வரவேற்று விட்டு, "வாசலிலே கார் நிற்குதே!" என்றார், முகத்தில் பெருந்திகைப்போடு.

ராமலிங்கம் சிரித்துக் கொண்டே, "ஆமாம்; நான் தான் கொண்டு வந்திருக்கிறேன். நம்ம சிநேகிதரோட கார்! என்றான்.

"ஓஹோ!"... சிதம்பரம் இன்னும் வரல்லியா?" என்று அவர் கேட்டார்.

"வரல்லியே!"

"வந்துடுவான். வர்ற நேரம்தான்!" என்று சொல்லிவிட்டு அவர் உள்ளே போனார். அப்பொழுதுதான் அந்த அம்மாவும் மீனாவை உள்ளே அழைத்துக் கொண்டு போனாள்.

சிறிது நேரத்தில் சிதம்பரம் வந்துவிட்டான். அவனும் ராமலிங்கத்தை வரவேற்ற மாத்திரத்தில் அந்தக் காரைப் பற்றித்தான் கேட்டான். பிறகு புதுப் பெட்டிகளையும், புதுப் படுக்கையையும்

ஒருமுறை ஆராய்ந்தான். அவன் முகத்தில் உடனே சிரிப்பு மலர்ந்தது. உள்ளே போய்ச் சாவியை எடுத்துக் கொண்டு வந்து, கூடத்தை ஒட்டியிருந்த ஓர் அறையைத் திறந்து அதில் பெட்டி படுக்கைகளை வைக்கச் சொல்லி ராமலிங்கத்தையும் குளிப்பதற்கு அழைத்துக் கொண்டு போனான்.

இரவு எட்டு மணிக்குச் சாப்பாடு முடிந்த பின் நண்பர்கள் கூடத்துக்கு வந்து பேசிக் கொண்டிருந்தார்கள். அப்பொழுது, சிதம்பரம் "நாளை என்னாலே குத்தாலத்துக்குப் புறப்பட முடியாது! கொஞ்சம் வேலை இருக்கு. நாளைக் கழிச்சுப் போவோம்" என்று சொல்லவே, ராமலிங்கமும், "நானும் அப்படித்தான் நினைச்சேன். நாளை மீனாட்சியம்மனைத் தரிசனம் பண்ணிட்டு, அழகர் கோயிலுக்கும் திருப்பரங்குன்றத்துக்கும் மீனாவைக் கூட்டிக்கிட்டுப் போகணும்னு யோசனை. அவள் பார்த்ததே இல்லை" என்றான்.

"அப்படியே செய்யுங்க. காரோட வந்திருக்கிறீங்க! போய்ப் பார்க்க எவ்வளவு நேரம் ஆகும்? அது சரிதான்!... குத்தாலப் பிரயாணம் பண்ணி முடிய ஏகப்பட்ட செலவாயிடும் போல் இருக்கே! ஏது இப்படிப் பெரிய பிளானா போட்டுட்டீங்க?"

"என்னமோ, வாழ்நாளிலே ஒரு தடவையாவது கொஞ்சம் தாராளமாகச் செலவு பண்ணி இப்படி ஒரு பிரயாணம் போயிட்டு வரலாமேன்னு வந்தேன்."

"அப்படியா!" என்று கேட்டு விட்டுப் புன்னகை செய்தான் சிதம்பரம்.

"என்னைப் போல் உள்ளவங்க கணக்குப்பார்த்தால், குற்றாலப் பிரயாணம் கட்டிவராத சங்கதிதான். ஏன், வயிறு நிறையச் சாப்பிடக் கூட முடியாதுதான். அதனாலேதான் ஆகிற செலவு ஆகட்டும்னு துணிஞ்சிட்டேன்!"

சிதம்பரத்தின் புன்னகை நிற்கவேயில்லை.

2

மதுரையில் மறுநாள் இரவும் தங்கினார்கள். பார்க்க வேண்டிய இடங்களையும் பார்த்து முடித்து விட்டார்கள். அன்றிரவு சிதம்பரத்தைப் பார்த்துப் பழனியப்பபிள்ளை, "ராமலிங்கத்துக்கு இப்போ என்ன சம்பளம்?" என்று கேட்டார். அது அறைக்குள் உட்கார்ந்திருந்த ராமலிங்கத்துக்குத் தெளிவாகக் கேட்டது.

"இரு நூற்று நாற்பது!" என்று சொன்ன சிதம்பரம், "அவ்வளவு தான்!" என்று ஒரு வார்த்தையைச் சேர்த்தும் சொன்னான்.

“அந்தச் சம்பளத்திலே இப்படிச் செலவு பண்ணறானே! அவன் பொஞ்சாதி உடுத்தியிருக்கிற சீலையைப் பார்த்தியோ? பெரிய செலவாளியாயிருப்பான்’ போலிருக்கே!”

“வாழ்நாளிலே ஒருதடவையாவது தாராளமாகச் செலவழிச்சு சந்தோஷமா இருக்கணும்னு சொல்றார்!”

‘அதுக்குக் காசைக் கரியாக்கிறதா... என்ன சந்தோஷம் இதிலே?” என்று ஏளனமாகச் சொன்னார் பழனியப்பபிள்ளை.

அடுத்த நாள் காலையில் பயணமாகுமுன் மீனாவும் ராமலிங்கமும் சில நிமிஷ நேரம் தனியாகச் சந்திக்கும் வாய்ப்புக் கிடைத்தது. அப்போது அவள் கேட்டாள்: “இங்கே யாருமே கலகலப்பாய்ப் பேசமாட்டேங்கிறாங்களே நாம்பதான் வலிய வலியப் போய்ப் பேச வேண்டியிருக்கு. பத்து வார்த்தைக்கு ஒரு வார்த்தை பதில் சொல்லிவிட்டுக் கம்முன்னு இருக்கிறாங்க.”

“அவங்க சுபாவம். சில பேர் சில மாதிரி இருப்பாங்க.”

“இன்னும் ஒரு சங்கதி. நீங்க போனமாசம் இங்கே வந்திருந்தப்போ தடபுடலாச் சாப்பாடு போட்டதாச் சொன்னீங்க. இப்போ அப்படிப் போட்டாலும், நாம்ப தினமும் சாப்பிடுகிற மாதிரிகூட இல்லையே! ரொம்பச் சிக்கனக் காரங்களோ?

“நானும் கவனிச்சேன். வீட்டிலே என்ன அசந்தர்ப்பமோ?...

காலை ஆறரை மணிக்குக் கார் குற்றாலத்தை நோக்கிப் புறப்பட்டது. ராமலிங்கம் எவ்வளவோ வற்புறுத்தியும் சிதம்பரம் தன் குடும்பத்தை அழைத்து வரவில்லை. தனியாகவே வந்தான். முன் சீட்டில் டிரைவரின் அருகே உட்கார்ந்து கொண்டான்.

“மூணு நாளிலே திரும்பிடு. வேலை கெடக்கு” என்று மகனுக்கு ஞாபகமூட்டினார் பழனியப்பபிள்ளை.

ராமலிங்கம் திகைத்துப் போய்விட்டான். கார் ஊரை விட்டு வெளியே வந்ததும், “மூணு நாளிலே எப்படித் திரும்பிடுவீங்க? பத்து நாள் குத்தாலத்திலே இருக்கணும்னு எழுதியிருந்தேனே?” என்று கேட்டான்.

கொஞ்சம் அவசர வேலைகள் இருக்கு. இல்லேன்னா அப்பா அப்படிச் சொல்லமாட்டார். ஏன், நீங்க பத்து நாட்கள் இருந்து விட்டு வாருங்க! நான் மூணு நாளிலே திரும்பி வந்துடறேன்.”

ராமலிங்கம் மிகவும் கஷ்டப்பட்டான். மூன்று நாள் தங்கலுக்கா இத்தனை ஏற்பாடுகள், இவ்வளவு தூரப் பிரயாணம்?

“ஒரு வாரமாவது இருப்போம்” என்று சொல்லிப் பார்த்தான்.

"ஊஹூம். அப்பா சொல்லி விட்டால் அதுக்கு அப்பீலே கிடையாது. நீங்க இருந்துட்டு வாருங்கன்னு சொல்றேனே!"

"நீங்க திரும்பிட்டா நாங்களும் திரும்பிட வேண்டியது தான்" என்று ராமலிங்கம் சொன்னதற்கு அவன் எதுவும் சொல்லவில்லை.

கார் விருதுநகரை அடைந்தது. ஒரு ஹோட்டலில் இறங்கிச் சாப்பிட்டார்கள். "நான் தான் குடுப்பேன். நீங்க என் விருந்தினர்' என்று சொல்லி ஐந்து ரூபாய் பில்லையும் ராமலிங்கமே கொடுத்தான். வெளியே வந்து பீடாக்களை வாங்கி விநியோகித்தான். நண்பனுக்கு ஒரு சிகரெட் பாக்கெட்டும் வாங்கிக் கொடுத்தான்.

மத்தியானம் ஸ்ரீ வில்லிப்புத்தூரில் சாப்பிடுவதாக இருந்தது. ஆனால் சிதம்பரமோ ராஜபாளையத்துக்குப் போய்விடலாம் என்றும் அங்கேதான் நல்ல சாப்பாடு கிடைக்கும் என்றும் சொல்லவே, நேரே அங்கே போனார்கள். அங்கும் சிதம்பரமே விருந்தினராக இருந்தான்.

மாலையில் தென்காசிக்குப் போய்ச் சேர்ந்தார்கள். காப்பிக்கு அங்கே நிற்காமல் நேரே குற்றாலத்தை நோக்கி வண்டியை விட்டார்கள். சிற்றாற்றின் ஆனைப்பலத்தைத் தாண்டிப் போய்க் கொண்டிருந்தது. அப்போது மணி ஐந்து இருக்கும். மேலகரத்தை நெருங்கிக் கொண்டிருக்கும்போது திடீரென்று காரின் வேகம் குறையத் தொடங்கியது. அப்போது டிரைவரின் முகத்தில் ஒரு திகைப்புக் குறியும் தென்பட்டது. எல்லோருமே திகைத்து நோக்கினார்கள். அவன் நிறுத்தினானோ, தானாக நின்றதோ வண்டி மேற்கொண்டு நகரவில்லை.

டிரைவர் பத்துப் பதினைந்து நிமிஷங்கள் பரிசோதனை செய்து விட்டு, "காயில் கெட்டுப் போச்சுங்க" என்றான்.

ராமலிங்கம் அதிர்ச்சிக்குள்ளாகி, "பெரிய ரிப்பேரா?" என்று புரியாமல் கேட்டான்.

"வேறே 'காயில்' போட்டால் போதுங்க என்றான் டிரைவர்.

"அது போடல்லேன்னா வண்டி போகதாதோ?"

அவன் அறியாமையைக் கடிந்துகொள்பவனைப் போல், "போகாது" என்று கொஞ்சம் கோபத்துடனேயே சொன்னான் டிரைவர்.

இந்தச் சமயத்தில் சிதம்பரம் சிரிக்கத் தொடங்கி விட்டான். அதைப் பார்த்து ராமலிங்கம் மிகவும் கஷ்டப்பட்டான்.

"இப்ப என்ன பண்ணறது?" என்று கேட்டான் ராமலிங்கம் டிரைவரை நோக்கி.

"புதுக் காயில் வாங்கிப் போடணும். இருபது ரூபாய் ஆகும்."

"தென்காசியில் கிடைக்குமோ?"

"போய்த்தான் கேட்கணும்."

"சரி, அப்படின்னா போய் வாங்கிட்டு வந்துடுங்க" என்று சொல்லி அவன் கையில் முப்பது ரூபாயை எடுத்துக் கொடுத்தான். அவனும் கால்நடையாகத் தென்காசியை நோக்கிச் சென்றான்.

"நீங்க சொன்னது போல் ரயிலிலேயே வந்திருக்கலாம் போலே இருக்கு!"

"அதுதான் சரி... அதிலேயும் இது இன்னொருத்தரோட காருன்னும் சொல்றீங்க! கோளாறு பெரிசா இருந்தால் நாம்பதானே சுமக்கணும்!"

"நல்ல வேளை முப்பதோட போச்சு. முந்நூறு நானூறுன்னா எங்கே போறது?"

இப்படிச் சொன்னானே ஒழிய, அவனுக்கு உள்ளூரக் கவலை பெரிதாகிக் கொண்டுதான் வந்தது. மீனாவும் கலங்கிப் போய் விட்டாள். இருவரும் செயலற்று நின்ற இந்தச் சமயத்தில் குழந்தை அழுதது. அவளைப் பக்கத்தில் உள்ள ஒரு கடைக்குத் தூக்கிக் கொண்டு போனான் ராமலிங்கம். இருபது காசுக்கு மிட்டாய் வாங்கிக் கொண்டு, ஒரு ரூபாய் நோட்டை கடைக்காரனிடம் நீட்டினான். அவனிடம் சில்லறை இல்லை. குழந்தை அதற்குள் ஒரு மிட்டாயை எடுத்து வாயில் போட்டுக் கொண்டு விட்டது. எனவே, சில்லறைக்காகச் சிதம்பரத்திடம் வந்து நின்றான் ராமலிங்கம். அவன் அப்பொழுதும் சிரித்தான்; ஆனால் புன்சிரிப்புத்தான்.

"ஒரு ரூபாய்க்காக கடையில் சில்லறை இல்லை?" என்று கேலியாகச் சொல்லிவிட்டு ராமலிங்கத்திடமிருந்து நோட்டை வாங்கிக் கொண்டு பல்வேறு காசுகளாகச் சில்லறையைக் கொடுத்து அனுப்பினான்.

டிரைவர் ஆறரை மணிக்கு ஒரு மெக்கானிக்கையும் அழைத்துக் கொண்டு காயிலோடு வந்து சேர்ந்தான். சீக்கிரத்திலேயே காரைக் கிளப்புவது சாத்தியமாகிவிட்டது. மெக்கானிக் ஐந்து ரூபாயை வாங்கிக் கொண்டு போய்விட்டான்.

குற்றாலம் போய்ச் சேருமுன்பே ராமலிங்கத்துக்குக் குற்றாலப் பிரயாணம் முக்கால் வாசி சலித்துவிட்டது. நாள் ஒன்றுக்கு இருபது ரூபாய் வாடகையில் ஓர் அறையை எடுத்தார்கள். அருவியில் குளித்து விட்டுச் சாப்பிட்டார்கள். விளக்கு எரிந்து கொண்டிருக்கும் போதே களைப்பின் மிகுதியால் மீனாவும் நிர்மலாவும் தூங்கிவிட்டார்கள்.

சிதம்பரம் ஒரு பக்கத்தில் குறட்டை விட்டுத் தூங்கினான். தூக்கம் வராமல் உட்கார்ந்து கொண்டிருந்தவன் ராமலிங்கம் ஒருவன்தான். அவனும் சும்மா உட்கார்ந்திராமல் கையில் உள்ள பணத்தையெல்லாம் முன்னால் போட்டுக்கொண்டு எண்ணினான். பிறகு இதுவரையில் செய்த செலவுகளையும் இனிமேல் செய்ய வேண்டிய செலவுகளையும் ஒரு காகிதத்தில் எழுதிக் கூட்டிப் பார்த்தான்.

வாடகை மட்டுமே ஒரு நாளைக்கு இருபது ரூபாய். மற்றச் செலவுகளுக்கும் அன்றாடம் அவ்வளவு ரூபாய் வேண்டும். இந்த விகிதத்தில் செலவழித்தால் நான்கு நாட்களில் கையில் உள்ளதெல்லாம் காலியாகி விடும். சிதம்பரமோ மூன்று நாட்களில் திரும்பிவிடுவான். கூட ஒரு வாராமல் தங்கினால், பற்றாக்குறைக்கு அவன் கையை எதிர்பார்க்கலாம். இந்தப் பிரயாணத்துக்குத் திட்டம் போட்டதே, அவனுடைய நியாயமான பங்கையும் எதிர்பார்த்துத்தான். அவன் மூன்று நாட்களில் கிளம்பிவிட்டால் மீதி நாட்களுக்குப் பணம் கொடுத்து விட்டுப் போவானா? கொடுக்காவிட்டால் அவனை எப்படிக் கேட்பது?

ராமலிங்கம் நீள யோசித்தான். நண்பன் திரும்பும் போது கூடவே திரும்பி விடுவதுதான் மரியாதை என்று முடிவு கட்டிவிட்டு படுத்தான்.

அவன் போட்ட கணக்கு சரியாகவே இருந்தது. நான்காம் நாள் ஜாகை வாடகையைக் கொடுத்துவிட்டுக் குற்றாலத்திலிருந்து கிளம்பும்போது அவன் கையில் மிஞ்சியிருந்தது பதினைந்து ரூபாய் தான்.

"திடீர்னு பிளானை மாத்திப்பிட்டு என்கூடக் கிளம்பிட்டீங்களே!" என்று சிதம்பரம் புன்னகை பூத்தபோது, நீங்க இல்லேன்னா சுவாரசியப்படாது" என்று ராமலிங்கமும் புன்னகை பூத்தான்.

சூரியோதயத்துக்கு முன்பே குற்றாலத்தை விட்டுப் புறப்பட்ட கார், மத்தியானத்துக்குள் மதுரைக்கு வந்து விட்டது. நடுவில் ஸ்ரீவில்லிப்புத்தூரில் காப்பி சாப்பிட அரைமணி நேரம் நிறுத்தியது தான். மதுரைக்கு வந்து சேரும் போது ராமலிங்கத்தின் கையில் பத்து ரூபாய்தான் இருந்தது. மத்தியானம் சாப்பிட்டதுமே கோயமுத்தூருக்குப் பயணமாகிவிட அவன் தீர்மானித்தான். 'அது தான் நல்லது' என்று அவன் மனைவியும் ஆமோதித்தாள்.

கோயமுத்தூருக்குச் செல்லக் காரில் ஏறப்போகும் தருணம். அப்போது ராமலிங்கத்துக்கு ஒரு திகைப்பும், ஒரு யோசனையும், அதைத் தொடர்ந்து ஒரு தயக்கமும் கடைசியில் ஒரு துணிவும்

ஏற்பட்டன. 'வேறு வழியில்லை' என்று முடிவு செய்து கொண்டு சிதம்பரத்தை ஒரு நிமிஷம் தனியே அழைத்தான். இருவரும் வெளியே தெருவில் இறங்கி, ஒரு பக்கம் ஒதுங்கிப்போய் நின்றார்கள்.

"சிதம்பரம், ஒரு சின்ன உதவி: இப்போ என் கையிலே பத்து ரூபாய்தான் இருக்கு. கோயமுத்தூர் போய்ச் சேருகிறதற்குள்ளே ஒரு தடவை பெட்ரோல் போட வேண்டியிருக்கும்னு நினைக்கிறேன். அதோட கார் பழையபடியும் ஏதாவது தகராறு பண்ணினால் இருபது முப்பதுன்னு செலவாகலாம். எனக்கு இப்போ நீங்கதான் குடுத்து உதவணும். ஒரு அம்பது ரூபா குடுத்தீங்கன்னா போதும். கோயமுத்தூர் போனதும் அனுப்பிடறேன்" என்றான் ராமலிங்கம்.

"சரி" என்று சிதம்பரம் வீட்டுக்குள்ளே போய், அடுத்த நிமிஷமே திரும்பி வந்தான்; ஐந்து பத்து ரூபாய் நோட்டுக்களையும் ராமலிங்கத்தின் கையில் கொடுத்தான். அவன் சந்தோஷமாகப் பணத்தை வாங்கிக் கொண்டு எல்லோரிடமும் விடைபெற்றுக் கொண்டதும் காரும் புறப்பட்டு விட்டது.

3

கோயமுத்தூருக்குத் திரும்பிய ராமலிங்கம் தனது லீவில் மீதியிருந்த நாட்களை ரத்துச் செய்துவிட்டு மறுநாளே ஆபீசுக்குப் போய் விட்டான். சிதம்பரத்துக்கு ஐம்பது ரூபாயை உடனே அனுப்பி விடுவதா, இல்லை, முதல் தேதி சம்பளம் வாங்கி அனுப்பலாமா என்று யோசிக்க வேண்டியதாகி விட்டது. அன்றே ஒரு முடிவுக்கு வர முடியவில்லை. மறுநாளும் யோசித்தான். அன்றும் அதே கதைதான். யோசனையிலேயே மூன்று நாட்கள் ஓடி விட்டான். அதனால், வந்து சேர்ந்ததாகச் சிதம்பரத்துக்குக் கடிதம் எழுதக்கூடத் தோன்றவில்லை.

நான்காம் நாள் மீனாவிடமே ராமலிங்கம் யோசனை கேட்டான்.

அவள் எடுத்த எடுப்பிலேயே சொன்னாள்: "என்னைக் கேட்டால், உடனே பணத்தை அனுப்பிச்சிப் போடணும். நாம்ப வேணும்னா பட்டினி கிடப்போம். பணத்தை அனுப்ப மாட்டோமோன்னு அவங்க சந்தேகப் படறாப்லே வச்சிக்கிடக் கூடாது."

"நீ சொல்றது வாஸ்தவம்தான் மீனா, ஆனால் இப்போ கையிலே அவ்வளவு இல்லையேன்னு பார்க்கிறேன். பாங்கிலே போட்டிருந்ததையும் எடுத்துச் செலவு பண்ணிவிட்டோம்."

என்ன செய்வீங்களோ, எனக்குத் தெரியாது. அவங்களை நினைச்சாலே எனக்குப் பிடிக்கல்லை. ஆயுசிலே ஒரு நாள் நாம்ப சுகமா சந்தோஷமா இருக்கிறதைக்கூட அவங்களாலே பொறுக்க

முடியவில்லை.

"நீ யாரைச் சொல்கிறே?"

"யாரைச் சொல்கிறேன்? சொல்கிறவங்களைத்தான் சொல்றேன்! அவங்க பார்வையும்! அவங்க சிரிப்பும்! என்னமோ பைத்தியக் காரங்களைப் பார்த்துச் சிரிக்கிற மாதிரியில்லே ஒவ்வொருத்தரும் சிரிக்கிறாங்க? அவங்க பிள்ளைகளுக்குப் பழமும், மிட்டாயும், பிஸ்கோத்தும் வாங்கிக் கொடுக்கிறதைப் பார்த்தே சிரிக்கிறாங்க, தெரியுமா...?"

அவள் பெருமூச்சு விட்டாள். அவன் ஏதோ பேச வாய் எடுத்தான். அதற்குள் அவள் தொடர்ந்து பேசினாள்:

"என் புடவையைப் பார்த்து எத்தனை கேள்வி? 'உனக்கு இந்தப் புடவையா? உங்களுக்குக் குத்தாலப் பயணமா? உங்களுக்கு ஸ்பெஷல் காரா?' -அந்தமாதிரி நினைச்சுச் சிரிக்கிற சிரிப்பாக்கும் அது! உங்க சிநேகிதரும் வழியெல்லாம் சிரிச்சுக்கிட்டு வந்தாரே, உங்க மணி பர்ஸையும் ஆளும் பார்த்துக்கிட்டு! பார்க்கலையா நீங்க?"

மனைவி பேசுவதை அவனால் கேட்டுக் கொண்டு நிற்க முடியவில்லை. கோபம்கூட வந்துவிட்டது. "நீ அர்த்தமில்லாமல் படபடக்கிறே, மீனா! அவங்களை உனக்குத் தெரியாது சும்மா கிட. நான் எவ்வளவு காலம் உசுருக்கு உசுராப் பழகின சிநேகிதன்!... போ, போ" என்று மிகவும் கடிந்து கொண்டான்.

அப்பொழுதே, அந்த இடத்திலேயே அவன் சிதம்பரத்துக்குக் கடிதம் எழுத உட்கார்ந்துவிட்டான். தற்சமயம் கையில் பணம் கொஞ்சம் தட்டுப் பாடாக இருக்கிறது என்றும், இன்னும் ஆறே நாட்களில், - அதாவது முதல் தேதியன்று சம்பளம் வாங்கியதும் அனுப்பி விடுவதாகவும் எழுதினான். கடிதத்தைக்கையோடு தபாலில் சேர்த்துவிட்டுத்தான் ஆபீசுக்குப் போனான்.

மூன்று நாட்களாகக் குழம்பிக் கொண்டிருந்த அவனுக்கு அன்றுதான் மனம் நிம்மதி அடைந்தது.

சாயங்காலமானதும் வெளியே எங்கும் போகாமல் நேரே வீட்டுக்கு வந்தான். அவன் வந்ததுமே ஒரு தபால் கார்டைக் கொண்டுவந்து நீட்டினாள் மீனா. "மத்தியானம் வந்தது" என்றும் சொன்னாள். "ஒரு தடவைக்கு இரண்டு தடவை வாசியுங்க!" என்று கூறிவிட்டு முகத்தைத் திருப்பிக் கொண்டு உள்ளே போய்விட்டாள்.

கடிதத்தில் ஒரு சில வரிகளுக்குமேல் இல்லை. ராமலிங்கம் வாசித்தான்:

"அன்புள்ள நண்பர் ராமலிங்கத்துக்கு,

வணக்கம். சௌக்கியமாகப் போய்ச் சேர்ந்திருப்பீர்கள் என்று நம்புகிறேன். நாங்கள் வீட்டோட ஆடிச் சுக்கிர வாரத்துக்குத் திருச்செந்தூருக்குப் போகிறோம். அதை முன்னிட்டு நிறையச் செலவுகள் இருப்பதால் இந்தக் கடிதத்தை அவசரமாக எழுதுகிறேன். தாங்கள் என்னிடம் வாங்கிச் சென்ற ஐம்பது ரூபாயை இக்கடிதம் கண்டதும் உடனடியாக அனுப்பி வைத்தால் பெரிய உதவியாக இருக்கும் என்று தெரிவித்துக்கொள்கிறேன். சிரமத்துக்கு மன்னிக்கவும்.

தங்கள் அன்பு மறவாத

ப. சிதம்பரம்."

24
கண்ணம்மா

முதன் முதலாகக் கோலாலம்பூருக்குப் போன நாளிலிருந்தே நான் அவளைத் தேடிக் கொண்டிருந்தேன். இன்னும் சொல்லப் போனால், பினாங்குத் துறைமுகத்தில் நான் கப்பலை விட்டு இறங்கும் போதே, பிரயாணிகளை வரவேற்க வந்திருக்கும் கூட்டத்தில் அவளும் தன் பெற்றோர்களுடன் யாரையாவது எதிர்பார்த்துக் கொண்டு நிற்கக் கூடுமோ என்று சுற்றுமுற்றும் துழாவிப் பார்த்தேன். சென்னையில் கப்பல் ஏறும் போது எனக்கு அவள் ஞாபகம்தான் முதலில் வந்தது. மலாயாவில் எனக்குத் தெரிந்தவர்களாக அப்போது இருந்தவர்கள் அவளும், அவளுடைய தமையனும், பெற்றோர்களும் தான். இருபத்திரண்டு ஆண்டுகளுக்கு முன்பே அவர்கள் மலாயாவுக்குப்போய் நிரந்தரமாகக் குடியேறி விட்டார்கள். அப்புறம் நான் அவர்களைப் பார்க்கவுமில்லை; அவர்கள் எந்த விலாசத்தில் இருக்கிறார்கள் என்ன செய்கிறார்கள், என்பதைக் கேள்விப்படவும் இல்லை. அப்போது எனக்கு எட்டு வயது. கண்ணம்மாவுக்கும் எட்டு வயது. ஏறக்குறைய ஒரு தலைமுறைக் காலம் கழிந்துவிட்டது.

அவர்களை என்னால் அடையாளம் கண்டுகொள்ள முடியுமா, என்னைப் பார்த்ததும் இன்னான் என்று அவர்கள் தெரிந்து கொள்வார்களோ, அப்படியே தெரிந்து கொண்டாலும் எனக்குள்ள ஆசையும் பாசமும் அவர்களுக்கு இருக்குமா என்றெல்லாம் எனக்குச் சில சந்தேகங்கள் இருந்தன. என்றாவது ஒரு நாள் சந்திக்க நேர்ந்தது, என்னை அவர்கள் பொருட்படுத்தாமல் போய் விட்டாலும் சரி, நான் சின்னஞ்சி சிறு வயதில் சேர்ந்து விளையாடிய கண்ணம்மாவும் பெருமாளும் இப்பொழுது எப்படி இருக்கிறார்கள் என்பதை ஒரு முறையாவது பார்த்துவிட வேண்டும் என்று நான் ஆசைப்பட்டேன்.

கோலாலம்பூரில் எனக்கு ஒரு லாயர் ஆபீசில் வேலை கிடைத்தது. செந்தூலைச் சேர்ந்த காசிப் பிள்ளை கம்பம் என்ற குடியிருப்புப் பகுதியில் வீடு பிடித்து ஜாகை அமர்த்திக்கொண்டேன். ஏறக்குறைய ஒரு வருஷம் அங்கே வாசம் செய்துவிட்டு, நவீன வசதிகளோடு கூடிய ஒரு புது வீட்டுக்கு மாற்றிப் போனேன். அது, நகரைவிட்டு ஒரு மைல் தள்ளி, ஈப்போ ரோட் நாலாங்கட்டையில் (மைலில்) இருந்தது. பிரதான சாலைக்கு இடதுபுறத்தில் கால் பர்லாங்க தூரத்துக்குள் ஒரு சீனர் புதிதாகக் கட்டியிருந்த நான்கு

வீடுகளில் இரண்டாவது வீடு அது. என் வீட்டுக்கு முன்புறம் சாலை வரையிலும் பல வீடுகள் இருந்தன. அதே போல் பின்புறத்திலும் தகரமும் அத்தாப்புக் (நாணல்) கூரையும் வேய்ந்த வீடுகளைக் கொண்ட ஜன நெருக்கடியான ஒரு பகுதி இருந்தது. அங்கே பெரும்பாலும் சீனர்களே வசித்து வந்தார்கள். ஏதோ ஒரு குக்கிராமத்தின் நடுவே பங்களாவில் வசிப்பது போன்ற ஓர் உணர்ச்சி ஏற்பட்டது எனக்கு. வாழ்நாளில் பெரும் பகுதியைக் கிராமத்திலேயே கழித்த எனக்கும் என் மனைவிக்கும் இந்தச் சூழ்நிலை மிகவும் பிடித்துப் போய்விட்டது.

கோலாலம்பூர் நகரில் அந்த ஓர வருஷ காலமும் நான் கண்ணம்மாவைத் தேடிக்கொண்டுதான் இருந்தேன். அதற்காக இதுவே வேலையாக அலைந்தேன் என்று அர்த்தமல்ல, எங்கே போனாலும், யாரைப் பார்த்தாலும் அவளை நினைத்து ஒரு பார்வை பார்ப்பேன். இது நித்திய வழக்கமாக ஆகி விட்டது. ஈப்போ ரோட் நாலாங்கட்டைக்குக் குடித்தனம் வந்த பிறகும் இதுதான் நிலை. இப்படி அன்றாடம் கண்ணும் கருத்துமாகக் கவனம் செலுத்தி வந்த இந்த விஷயத்தைப் பற்றி என் மனைவியிடம் நான் ஒரு வார்த்தை கூடச் சொன்னதில்லை. வெளியே சொல்லிவிட்டால், காற்றுப் பட்ட மாத்திரத்திலேயே அந்த விஷயம் சுவையற்று, பொருளற்று, வாழ்வும் அற்றுப் போய்விடுமோ என்று எனக்கு ஒரு பயம்.

புது இடத்துக்கு வந்து சுமார் இருபது நாட்கள்தாம் ஆகியிருக்கும். அதற்குள்ளாகவே அவளை நேரில் காண வாய்ப்புக் கிடைக்கும் என்று நான் கனவில்கூட நினைத்ததில்லை. சாயங்காலம் ஆபீஸிலிருந்து திரும்பி, பஸ்ஸை விட்டு இறங்கினேன். ஈப்போ ரோடிலிருந்து என் வீட்டுக்குச் செல்ல இடதுபுறம் திரும்பினேன். திரும்பும்போது எப்பொழுதும் போல் ஏதேச்சையாக வலது பக்கம் சாலையை நோக்கியுள்ள சீனர் கடையை ஏறிட்டுப் பார்த்தேன். அப்போது கடை வாசலில் இரண்டு சீனர் சிறுவர்களும் ஒரு தமிழ்ப் பெண்ணும் நின்று சாமான் வாங்கிக் கொண்டிருந்தார்கள். இரண்டு அடி நெருங்கி வந்ததும் நான் ஆச்சரியத்தால் ஸ்தம்பித்து நின்றுவிட்டேன். அந்தப் பெண்ணுடைய முகத்தின் பக்கத் தோற்றத்தையே என்னால் பார்க்க முடிநத்து என்றாலும், அதே மூக்கு; அதே வாய் அமைப்பு; கண்களால் பார்க்கும் அலாதித் தோணையும் அப்படியே இருந்தது. இருபத்திரண்டு வருஷங்களுக்குப் பிறகும் முகத் தோற்றத்தில் யாதொரு மாறுதலும் இன்றி, இப்படியே பார்த்த மாத்திரத்தில் அடையாளம் கண்டுகொள்ளக் கூடியவாறு இருக்க முடியுமா? இவள் கண்ணம்மாதானா என்று நான் சந்தேகிப்பது, தெளிவதுமாகக் குழம்பிக் கொண்டு நின்றேன்.

அவள் கடைக்காரனிடமிருந்து இரண்டொரு பொட்டலங்களை வாங்கிக் கொண்டு திரும்பினாள்; என்னை நோக்கித் திரும்பினாள் அப்போது அவள் முகத்தைப் பூரணமாகப் பார்க்க முடிந்தது. அரை முகத்தினால் காட்டிய அடையாளத்தை முழு முகத்தினால் ஊர்ஜிதமே செய்தாள். கதையா இது என்று திகைத்தேன்.

ஒரு கணம் எங்கள் கண்கள் சந்தித்தன. ஒருவரை ஒருவர் பார்த்தோம். ஆனால் நான்தான் அவளுடைய முகத் தோற்றத்தில் கண்ணம்மாவைப் பார்த்தேனே ஒழிய, என்னுடைய தோற்றம் அவளுக்கு எந்தவித நினைவையும் உண்டு பண்ணியதாகத் தெரிய வில்லை. வலப்பக்கமாகத் திரும்பினாள்; பாதை வழியாக நடக்கத் தொடங்கி விட்டாள். அவளுடைய பின் தோற்றத்தைப் பார்த்துக் கொண்டே நானும் நடந்தேன்.

மிகவும் மலிவான, மிகவும் பழைய, மிகவும் அழுக்கடைந்த ஒரு புடவையை அவள் உடுத்தியிருந்தாள். கழுத்திலோ கைகளிலோ ஒரு பொட்டுத் தங்கம்கூட இல்லை. கொண்டை போட்டிருந்த கூந்தல் வறண்டிருந்தது. காலில் செருப்பு இல்லை என்பதையும் கவனித்தேன்.

கண்ணம்மா இந்த நிலையில் இருப்பாள் என்று என்னால் நினைக்க முடியவில்லை. ஏனென்றால், ஊரில் எவ்வளவோ நல்ல நிலையில் இருந்தவர்கள் மலாயாவுக்கு வந்து அதைவிடப் பன்மடங்கு உயர்ந்த நிலையில் இருப்பார்கள் என்பதுதான் சகஜமாக எதிர்பார்க்கக் கூடிய விஷயம். தாழ்ந்திருந்தாலும் இந்த அளவுக்குத் தாழ்ந்திருக்க முடியாது... இவள் கண்ணம்மாவாக இருக்க முடியுமா?

சற்று வேகமாகச் சென்று விசாரித்து விடுவோமா என்றுகூட ஒரு சமயம் தோன்றியது. ஆனால் அவ்வாறு செய்ய என்னால் முடியவில்லை. என் நிலைக்கும் அவள் நிலைக்கும் இடையே தூரம் அப்படி. அவள் உடன் பிறந்த சகோதரியாக இருந்தாலும் பகிரங்கமாகப் பலர் முன்னிலையில் அதைக் காட்டிக் கொள்ளக் கூசும் அளவுக்கு அவள் பஞ்சையாக இருந்தாள். 'பார்ப்போம்; இந்தப் பகுதியில்தான் இவளும் குடியிருப்பதாகத் தெரிகிறது. மறைமுகமாக மற்றவர்களை விசாரித்துத் தெரிந்து கொண்டு, அப்புறம் அவசியமானால் இவளோடு பேசலாம்' என்று நினைத்த படி வீடு வந்து சேர்ந்தேன்.

அவளைப் பார்த்த செய்தியைச் சரஸ்வதியிடம் - என் மனைவி யிடம் - நான் சொல்லவில்லை.

மறுநாள் மாலையிலும் அதே இடத்தில் பஸ்ஸை விட்டு இறங்கினேன். சீனர் கடையையும் திரும்பிப் பார்த்தேன். சாலையி

லிருந்து என் வீட்டுக்குப் பிரியும் நடை பாதையிலும் தேடினேன். எங்கும் அவள் தென்படவில்லை. பேசாமல் வீட்டுக்கு வந்தேன். அன்றும் சரஸ்வதியிடம் அவளைப் பற்றிச் சொல்லவில்லை.

அதற்கு மறுநாள் ஞாயிற்றுக் கிழமை. ஒரு பகல் முழுவதையும் கண்ணம்மாவுக்குகாக நான் செலவழிக்க முடியும். வீட்டில் வேறு வேலையும் இல்லை.

மத்தியானச் சாப்பாட்டுக்குப் பிறகு, "சரஸ்வதி இப்போ ஒரு சமாசாரம் சொல்லப் போகிறேன். உனக்கு ஆச்சரியமாயிருக்கும். சொல்லட்டுமா: கடல் கடந்து ஆயிரத்தைந்நூறு மைல்களுக்கு அப்பால் நாம்ப குடியிருக்கிற இந்தப் பகுதியிலேயே என் சிநேகிதி ஒருத்தி இருக்கிறா! இருபத்திரண்டு வருஷங்களுக்கு முன்னாலே என் சொந்த ஊரிலே என்னோடு சேர்ந்து விளையாட பக்கத்து வீட்டுச் சிநேகிதி! சொல்லப் போனா, எட்டு வயசு வரையிலே நாங்க இணை பிரிஞ்சதே கிடையாது..."

"இங்கே இருக்கிறாளா?" என்று ஆச்சரியத்தோடு கேட்டாள் சரஸ்வதி.

"இங்கேயே தான் இருக்கிறாள்.. முந்தாநாள் சாயங்காலம் தான் அவளைப் பார்த்தேன்! ஆனா... பேசல்லை!"

"ஏன்?"

"திடீர்னு பேசிற முடியுமா? எவ்வளவோ காலத்துக்குப் பிறகு பார்க்கிறோம்!"

"பேசுறதிலே என்ன தப்பு?"

"தப்பு ஒண்ணுமில்லே. பேச வாய் வரல்லே. அவ்வளவுதான். அதோட ஒரு சின்னச் சந்தேகம். அவள் வேறு யாராவது ஒரு பெண்ணா இருந்துட்டால் என்ன பண்றது?... ரொம்ப ஏழையாயும் இருந்தாள்."

"அது இருக்கட்டும். அவளை எங்கே-பார்த்தீர்கள்?" என்று கேட்டாள் சரஸ்வதி.

"இங்கே இந்தச் சீனன் வாசல் கடையிலே நம்ப வீட்டைத் தாண்டித்தான். நடந்து போனா, அதே ஜாடை, அதே மூக்கு, அதே நடை...."

"அட பாவமே! நீங்கள் பேசியே பார்த்திருக்கலாம்."

"என்ன அவசரம்? இன்னிக்குச் சாயங்காலத்துக்குள்ளே இன்னொரு தடவை அவளைப் பார்த்துட முடியும்னு நினைக்கிறேன். இந்த வழியாத் தானே அவள் கடை கண்ணிக்குப்போகணும்...?"

"பார்த்தால் என்னைக் கூப்பிடுங்க. போய்ப் பேசறேன். இங்கேயே கூட்டிக் கிட்டு வர்றேன். உங்க பேர் அவளுக்கு ஞாபகம் இருக்குமோ?"

"என் பேர் மட்டுமில்லை. என்னையே அவளுக்கு ஞாபகம் இருக்கிற மாதிரித் தெரியல்லை. என்னைப் பார்த்துட்டு அவபாட்டிலே போயிட்டா!"

"அப்படின்னா அது வேற யாரோ? நல்ல வேளை! நீங்க திடீர்னு கூப்பிட்டுப் பேசாம வந்தீங்க. அவ எப்படிப்பட்டவள்னும் தெரியாது. அவ புருஷன் எப்படிப்பட்டவன் என்கிறதும் தெரியாது. ஆசாமி தண்ணி போடுறவனாயிருந்தா, பெரிய வம்பு!"

எனக்குச் சிரிப்பு வந்தாலும் சங்கடமாக இருந்தது. கண்ணம்மாவைச் சுற்றி எப்படிப்பட்ட மோசமான விஷயங்களை யெல்லாம் நினைக்க வேண்டியிருக்கிறது என்று கஷ்டப்பட்டேன். தாங்கமுடியாத வறுமை, குடிகாரக் கணவன், அவளும் எப்படிப் பட்டவளாக இருப்பாளோ என்ற ஒரு சந்தேகம்... அழகான சித்திரத்தில் தூசியும் ஒட்டடையும் படிந்து, முன்பக்கம் ஒரு சிலந்திக் கூடும். பின்பக்கம் ஒரு தேளும் இருக்க வேண்டுமா என்று வருந்தினேன்.

மணி நான்கு அடித்தது.

காப்பியைக் குடித்துவிட்டு வாசலில் சிமெண்ட் தளத்தில் ஒரு ஈசிச் சேரைப் போட்டு உட்கார்ந்து கொண்டேன். மேலே கட்டுமானம் இருந்ததால் அங்கே வெப்பமில்லை. நடைபாதையில் பார்வையைச் செலுத்தியவனாக உட்கார்ந்து கொண்டிருந்தேன்.

ஆறு மணி சுமாருக்குக் கண்ணம்மா–அப்படித்தானே சொல்ல வேண்டும்? காட்சி தந்தாள்! பிரதான சாலையை நோக்கிப் போய்க் கொண்டிருந்தாள். நான் அவசர அவசரமாக, "சரஸ்வதி!" என்று கூவி அழைத்தேன். அவளும் உடனே ஓடி வந்து நின்றாள்.

"அதோ!"

கையை நீட்டிக் காட்டினேன்.

சரஸ்வதி பார்த்தாள். பார்த்துவிட்டு என்னை நோக்கித் திரும்பினாள். ஒரு நிமிஷம் என்னையே கூர்ந்து பார்த்துக் கொண்டிருந்தாள். அவளுக்கு அடக்க முடியாமல் சிரிப்புவருவது போல் தெரிந்தது.

"என்ன சரஸ்வதி?"

உடனே அவள் முகத்தில் சிரிப்பின் சாயல் மறைந்தது,

"கடவுளே! கடவுளே! எழுந்து உள்ளே வாருங்கோ!" என்றாள் தலையில் அடித்துக்கொள்ளாத குறையாக.

திகைத்துப் போய் நான் உள்ளே எழுந்து சென்றேன்.

சரஸ்வதி கேட்டாள்: "இவளைத் தான் சொன்னீர்களா! நிஜமா இவள்தான் நீங்க சொன்ன கண்ணம்மாவா?"

"இவளேதான். ஆனால், இப்பவும் எனக்கு நிச்சயமில்லை" என்று தடுமாறிக் கொண்டே சொன்னேன்.

"நிச்சயமில்லாமலே இருக்கட்டும். இவள்ள கண்ணம்மா இல்லேன்னா ரொம்ப ரொம்ப நல்லது" என்று சொன்னாள். அப்பொழுதுதான் இலேசாகச் சிரித்தாள்.

"அதுதான் என் ஆசையும்கூட. என் கண்ணம்மா இந்த ஸ்திதி யில் இருக்கக் கூடாது."

"திரும்பியே பார்க்காதீங்க ஆமாம்."

"ஏன்?"

"சரஸ்வதி, நீ என்ன சொனன்னாலும் சரி, அவ யாராயிருந்தாலும் சரி, இவ்வளவு காலம் நான் ஆவலோடு தேடின தோஷத்துக்கு, ஒரு வார்த்தையாவது அவளோடு பேசினாத்தான் என் மனசு ஆறும்."

"பேசுங்கோ. ஒரு பத்து வெள்ளி நோட்டையும் தயாரா எடுத்துக் கையிலே வைச்சுக்குங்கோ. ஏன்னா, பின்னாலேயே அவ புருஷன் வருவான்-கடன் கேட்கிறதுக்கு!"

"நீ என்ன சொல்றே?"

"தெரிஞ்சுதான் சொல்றேன். இங்கே வந்து இருபது நாளைக் குள்ளேயே அவரோட கீர்த்தி என் காதுக்கு எட்டிட்டதுன்னா, அவர் எப்படிப் பிரபலமான ஆசாமின்னு பார்த்துக்கோங்க."

"நீ என்ன கேள்விப்பட்டே? விவரமாச் சொல்லு" என்று சரஸ்வதியை வற்புறுத்திக் கேட்டேன்.

அவள் சுருக்கமாகத்தான் சொன்னாள். ஆனால் அவளுக்குத் தெரிந்ததையெல்லாம் சொல்லி விட்டாள்.

'கண்ணம்மா'வின் கணவன் ஊரெல்லாம் கடன் வாங்குகிறவன் ,ஒரு வேலையும் இல்லாத பரம தரித்திரம், வாங்கிய கடனைக் கொடுக்கச் சக்தியில்லாமல் ஒவ்வொரு பகுதியிலும் வீட்டைக் காலி செய்து கொண்டு வேறு எங்காவது ஓடி விடுகிறவன் என்றெல்லாம் சொன்னாள். கடன்காரர்கள் வந்து தினமும் அவன் வீட்டில் கூச்சல் போட்டுவிட்டுப் போவார்களாம். இந்தத் தகவல்களையெல்லாம் எங்கள் வீட்டு வேலைக்காரி சொன்னதாகவும் கூறினாள். என் வீட்டுக்குப் பின்புறத்தின், பக்கத்திலேயே உள்ள ஓர் அத்தாப்பு வீட்டில் "கண்ணம்மா"வின் குடும்பம் ஒரு வருஷமாகக் குடியிருந்து

வருவதாவும் இறுதியில் தெரிவித்தாள்.

என் நிலைமை தர்மசங்கடமாகிவிட்டது. கணவன் எப்படிப் பட்டவனாக இருந்தாலும் அவள் கஷ்டத்தில் உழல்கிறாள் என்பது உண்மை. அவன் மோசமானவன் என்பதற்காக அவளுடைய கஷ்டத்தைப் பற்றிக் கவலைப்படாமல் இருப்பது நியாயமா? அவள் கண்ணம்மா அல்ல, வேறொருத்திதான் என்று நினைக்கும் போதும் என் தர்ம சங்கடம் தீரவில்லை.

சரஸ்வதியோ, "தப்பித் தவறிப் பேச்சுக் குடுத்திடாதீங்க!" என்று கடைசி எச்சரிக்கையையும் விடுத்தாள்.

2

அதற்குப் பிறகு நான் பல முறை 'கண்ணம்மா'வைப் பார்த்து விட்டேன். நிச்சயமாக அவள் கண்ணம்மா அல்ல என்பதும் நிச்சயமாகி விட்டது. அவள் அவளாக இல்லாதது அவளுக்கும் எனக்கும் நடுவே ஒரு வேலியாக இருந்து தடுப்பது போன்ற ஓர் உணர்ச்சியும் ஏற்பட்டது. இந்தக் கண்ணம்மாவிடத்திலும் என்னையறியாமல் இன்னதென்று புரியாத ஓர் அக்கறையும் பாசமும் வளர ஆரம்பித்தன.

ஏழெட்டு வாரங்களுக்குப் பிறகு ஒரு ஞாயிற்றுக் கிழமையன்று காலை எட்டு மணிக்கெல்லாம் கண்ணம்மாவின் வீடு இருக்கும் திசையிலிருந்து ஒரு கூச்சல் கேட்டது. அப்போது சரஸ்வதி ஒரு வெற்றிப் பெருமிதத்துடனும், ஒரு பரிகாசத்துடன் என்னிடம் ஓடி வந்து, "கேட்குதா? கண்ணம்மாவின் வீட்டிலேதான் இடி முழங்குது! நான் தினம் கேட்கிற முழக்கம் இது. இன்னிக்கு நீங்க வீட்டிலே இருக்கிறதனாலே கேட்கிறீங்க" என்று சொல்லிப் பின் பக்கத்துச் சுவரின் ஜன்னல் அருகே என்னை அழைத்துச் சென்றாள். அப்போது அந்தக் கூச்சல் சந்தர்ப்பவசமாகத் திடீரென்று நின்று விட்டது.

"யார் முழக்கம் தெரியுமா? நம்ப மளிகைக்கடைக்காரர் முழக்கம்! இப்படிப் பேசாத பேச்செல்லாம் பேசிப் பார்க்கிறார். பாக்கி வசூல் ஆவேசான்கிறது!"

சரஸ்வதியின் பரிகாசப் பேச்சு எனக்குப் பிடிக்கவில்லை.

நாங்கள் பேசிக் கொண்டிருக்கும் போதே மளிகைக் கடைக்காரர் அந்தப் பாதை வழியாக நடந்து வந்தார். என்னையும் பார்த்தார். உடனே நான் முன் பின் யோசிக்காமல் அவரை அழைத்தேன். அவர் முகத்தில் கோபக் குறியை வைத்துக்கொண்டு, அதே சமயத்தில் எனக்காக ஒரு புன்னகையையும் வரவழைத்தவராக

என்னை நோக்கி வந்தார்.

"உள்ளே வாருங்களேன்!" என்று அழைத்தேன் சம்பிரதாய மாகத்தான்.

"இல்லே சார், வேலை கெடக்கு" என்று சொன்னவர், அப்படியே பேசாமல், புறவாசல் வழியாக என்னோடு என் வீட்டுக்குள்ளே வந்தார். முன்பக்கம் கூடத்துக்கு அவரை அழைத்துச் சென்றேன். உட்கார வைத்தேன். இதுதான் சமயம்' என்று ஒவ்வொன்றாக விசாரித்தேன்.

"இந்தக் குபேர நாட்டிலேயும் இப்படி வாங்கின கடனைக் குடுக்க முடியாதவங்க இருக்கிறாங்க என்கிறது எனக்கு ஆச்சரியமா யிருக்கு!" என்று ஆரம்பித்தேன்.

"தரித்திரப் பயல்கள் எங்கேயும் தான் உண்டு. இவன், கையிலே இருந்தாலுமே குடுக்க மாட்டான். எத்தன்! இப்போ இல்லவும் இல்லே."

"ஏன்?"

"வேலைவெட்டி கெடையாது. பயலுக்குச் சதாநோக்காடு. ஒரு மாதிரி இழுப்பு...!"

"இழுப்புன்னா!"

"காசமா இருக்கும்... வேலையில்லாமல் இப்படிக் கடன் வாங்கியே காலத்தைத் தள்ளிக்கிட்டு வர்றான்."

"இந்த ஊர்தானா?"

"எந்த ஊரோ? இங்கேதான் ஒரு வருஷமா இருக்கிறான். எப்பவோ -எஸ்டேட்டில் கிராணி (குமாஸ்தா) வேலை பார்த்திருக் கிறானாம். நெஜமோ?" பொய்யோ?"

"அந்தப் பொம்பிளைதான் வேலை வெட்டி செஞ்சி குடும்பத் தைக் காப்பாத்தணும் போலிருக்கு?"

"அப்படித்தான். நாலு வீட்டிலே துணி தொவைச்சுப் போடறா. நல்ல குணந்தான். இவனுக்கு வாக்கப்பட்டுட்டு அவ கெடந்து சீரழியறா."

நான் அவள் பெயரைத் தெரிந்துகொள்ள வேண்டும் என்பதற்காக, "நம்ப வீட்டிலேயும் அவளை வேலை செய்யச் சொல்லலாமே! இங்கேயும் ஆள் தேவைதான்" என்று சொல்லி விட்டு, "அவ பேரு?" என்று பேச்சோடு பேச்சாகக் கேட்டு வைத்தேன்.

உடனே அவர் சிரித்தார். "தங்கம்! தங்கம்மா! எப்படி! பித்தளைப் பானைக்கே வழியில்லே! பேரு தங்கம்!"

தங்கம்!

தங்கம்மா!

மளிகைக் கடைக்காரருடன் அப்புறம் நான் அதிக நேரம் உட்கார்ந்து பேசவில்லை. அவரை அனுப்பி விட்டேன்.

தங்கம்மா! கண்ணம்மா அல்ல! ஆனாலும் பெயர் மட்டுமே மாறியிருக்கிறது என்று எனக்கு ஒரு பிரமை!

"சரஸ்வதி! கேட்டியோ, கடைக்காரர் சொன்னதை? பேரும் தங்கமாம்; குணமும் தங்கமாம்!"

"அது இருக்கட்டும். இங்கே வேலைக்கு ஆள் தேவைன்னு சொன்னீங்களே, எதுக்கு?"

"சும்மா சொல்லி வச்சேன்."

"அவ நாளைக்கு வந்து நின்னா?"

"அப்படியெல்லாம் வந்துட மாட்டா. நீ பயப்படாதே!"

"நான் அவளுக்குப் பயப்படல்லியே! அவ புருஷனுக்கில்லே பயப்படுறேன்!"

மளிகைக் கடைக்காரர் அப்புறம் எனக்குத் தெரிய இரண்டாவது தடவையும் கூச்சல் போட்டு விட்டார்.

"அதன்பின் மூன்று நாட்கள் கழிவதற்குள்ளாகவே, நான் தங்கம்மாவின் வீட்டுக்குப் போக வேண்டிய-அதுவும் இரவு நேரத்தில் ஊர் அடங்கின பின் ஓடிப் போக வேண்டிய ஒரு சந்தர்ப்பம் ஏற்பட்டு விட்டது.

அன்று நிசப்தமான நிசி வேளையில் தங்கம்மாவும் அவள் குழந்தைகளும் திடீரென்று, 'குய்யோ முறையோ' என்று கூப்பாடு போட்டார்கள்.

உடனே சரஸ்வதியை எழுப்பினேன். "நான் போய்ப் பார்த்துட்டு வர்றேன். இந்தப் பக்கத்திலே நாம்பதான் தமிழாட்களா இருக்கிறோம். நாம்ப போய் எட்டிப் பார்க்கலேன்னா, அது... அது நல்லா இல்லே!" என்று சொல்லி விட்டு ஓடினேன்.

"என்ன விஷயம்" என்று கேட்டேன்.

கணவன் படுத்திருக்கும் இடத்தைக் கையால சுட்டிக் காட்டினாள். அவன் பேச்சு மூச்சில்லாமல் எலும்பும் தோலுமாக ஒரு பாயில் படுத்துக் கிடந்தான்.

"என்ன இவருக்கு?"

"ஆஸ்துமா இழுப்பு" என்று சொல்லி விட்டு அவள் மீண்டும் அழலானாள்.

நான் அவனைத் தொட்டுப் பார்த்தேன். உயிர் இருக்கிறது என்பதைத் தெரிந்து கொண்டு, "அழாதீங்க... இப்போ என்ன செய்யணும்? வழக்கமா என்ன செய்வீங்க?" என்று அவளைக் கேட்டேன்.

"இப்படி ஒரு நாளும் ஆனதில்லையே!... கடவுளே!" என்று தலையில் அடித்துக் கொண்டு அழுதாள்.

"அப்படியெல்லாம் நடந்துடாது. பயப்படாதே!"

இன்னும் சில நிமிஷங்களில் அவன் செத்துப் போய்விடுவான் என்று நினைத்து விட்டவனைப் போல அவள் அழுதாள். எனக்குமே அப்படித்தான் நினைக்கத் தோன்றியது.

"சரி, இப்பவே ஆஸ்பத்திரிக்குக் கொண்டு போயிறணும்... கொஞ்சம் இருங்க. நான் வர்றேன். அழாதீங்க" என்று சொல்லிவிட்டு வெளியே ஓடி வந்தேன்.

அங்கிருந்து மூன்று மைல் தூரத்துக்கு அப்பால் பஹாங் ரோடில் உள்ள அரசாங்க ஆஸ்பத்திரிக்கு அவனைக் கொண்டுபோக வேண்டும். ஆனால் அது டாக்ஸி கிடைக்காத இடம். ஏறக்குறைய காட்டுப்பகுதி. எனக்குத் திடீரென்று அப்போது ஒரு யோசனை உதயமாயிற்று. நான் முன்பின் பேசியறியாத என் பக்கத்து வீட்டுச் சீனனிடம் போய்க் கார் கேட்டால் என்ன என்று நினைத்தேன். தைரியமாகப் போய் அவன் வீட்டுக் கதவைத் தட்டி விட்டேன். "தவுக்கே!" (ஐயா, ஐயா) என்று கூப்பிட்டேன். அவனுக்குப் பதிலாக அவன் மனைவிதான் எழுந்து வாசல் விளக்கைப் போட்டு ஜன்னலைத் திறந்து என்னைப் பார்த்தாள்.

"என்ன?" என்று மலாய் மொழியில் அதட்டலாகக் கேட்டாள்.

நான் பக்கத்து வீட்டில் தான் குடியிருக்கிறேன்."

"தயவு பண்ணி உங்க காரைக் கொஞ்சம் இரவல் கொடுக்க முடியுமா? ஆஸ்பத்திரி வரைக்கும் போகணும்."

"டிரைவர் இல்லையே! என் புருஷன் படுத்துத் தூங்கறார். நல்லாக் குடிச்சிருக்கிறார். இப்போ அவராலே கார் ஓட்ட முடியாது."

"அபபடியா?... அர்ஜண்ட் கேஸ்!"

"யாருக்கு?"

"இங்கே ஒருத்தர் பிரக்ஞையில்லாமல் கிடக்கிறார்."

"உங்க அண்ணனா? என்று எதற்கோ ஓர் உறவைக் கற்பித்துக் கொண்டு அவள் கேட்டாள்.

நான் உடனே “ஆம்!” என்று சொல்லி விட்டேன்.

அவள் தன் மூத்த மகனை எழுப்பிக் காரை எடுக்கச் சொன்னாள். அவனும் மறு பேச்சுப் பேசாமல் வந்து சிகரெட்டைப் பற்ற வைத்துக் கொண்டு காரைத் திறந்தான்.

பத்துப் பதினைந்து நிமிஷங்களுக்குள், ‘கண்ணம்மா’வின்- இல்லை, தங்கம்மாவின் கணவனைக் காரில் ஏற்றி விட்டோம். அவளும் குழந்தைகளோடு ஆஸ்பத்திரிக்கு வர விரும்பினாள். எங்களைக் கெஞ்சிக் கேட்டுக்கொள்ளவும் செய்தாள். எல்லோரும் காரில் ஏறிக் கொண்டு ஆஸ்பத்திரிக்குப் பறந்தோம்.

உடனடியாகவே அவனை ‘அட்மிட்’ பண்ணி விட்டேன். அத்துடன் நான் வீட்டுக்குத் திரும்பி விடாமல், அவனுக்குச் செய்யப் படும் முதல் சிகிச்சைகளைக் கவனித்துக் கொண்டிருந்தேன், அரை மணி நேரத்துக்குப் பிறகு டாக்டரைப் பார்த்து, “நிலைமை எப்படி? ஆபத்து ஒன்றுமில்லையே?” என்று ஆங்கிலத்தில் கேட்டேன்.

“அதெல்லாம் ஒன்றுமில்லை. இரண்டு வாரம் இங்கேயே இருந்து சிகிச்சை செய்து கொள்ள வேண்டும்” என்றார் அவர்.

தங்கம்மாவுக்கு விஷயத்தைச் சொன்னேன். அவளும் ஆறுதல் பெற்றாள். ஆனால் வீட்டுக்குப் போகலாம் என்று அழைத்த போது வர மறுத்துவிட்டாள். விடியும் வரையில் அங்கேயே இருக்கப் போவதாக அவள் சொன்னாள். கடைசியில் நான் மட்டும்தான் வெளியில் வந்தேன். அந்த நேரத்தில் ஒரு டாக்ஸி அகப்பட வேண்டுமே என்று கவலைப்பட்டுக் கொண்டு வந்த நான், வெளியே நின்ற காரைப் பார்த்ததும் ஆச்சரியத்துக்குள்ளானேன். அந்தச் சீனப் பையன் இன்னும் அங்கேயே காரோடு காத்திருந்தான். இதை நான் எதிர்பார்க்கவேயில்லை.

இருவரும் காரில் ஏறி வீடு வந்து சேர்ந்தோம். அப்போது இரவு மணி இரண்டு.

சரஸ்வதி அப்போது கோபமாக இருப்பாள் என்று நினைத்தேன். ஆனால் “இப்போ எப்படி இருக்கிறார்?” என்று மட்டுமே அவள் கேட்டாள்.

“ஆசாமி பிழைச்சுக்கிட்டான். இனி பயமில்லை. ஆனா, ஆஸ்பத்திரிக்குக் கொண்டு போகாமல் இருந்திருந்தால், அவனை உசிரோட பார்த்திருக்க முடியாது. ஏதோ நம்மாலே ஆன தர்மம். இதுகூடச் செய்யலேன்னா எப்படி? நம்ம இனம்; நம்ப தமிழ் ஜாதி..”

இந்தச் சமாதானமெல்லாம் தேவையில்லை என்று நினைத்த வளைப் போல், “சரி, சரி படுங்கோ. நாளை ஆபீசுக்குப் போகணும்” என்று சொல்லி நிறுத்திக் கொண்டாள் சரஸ்வதி.

3

மறுநாள் நான் வேலைக்குப்புறப்படும் நேரம். அப்போது தங்கம்மா தன் குழந்தைகளோடு என் வீட்டுக்கு வந்துவிட்டாள். கணவன் பிரக்ஞையடைந்து சௌக்கியமாக இருக்கும் தகவலைக் கூறினாள். "சந்தோஷம்" என்று நான் சொல்லி வாய் மூடு முன்பே, அவள் கண்ணீரை உகுத்துக் கொண்டு, "நீங்கதான் எனக்குக் கடவுள். இந்த மஞ்ச நூலு உங்களாலே தான் பிழைச்சது" என்று சொல்லிக் கும்பிட்டாள்.

அப்போது திடீரென்று என் நெஞ்சில் ஒரு மின்னல் தாக்கியது- தங்கம்மாவுக்கு பதிலாக அங்கே கண்ணம்மாவே நின்று கண்ணீர் விட்டுக் கொண்டு கும்பிடுவது போல் ஒரு தோற்றம். என்னால் அங்கே நிற்க முடியவில்லை.

"இது என்ன பிரமாதம்?" என்று சொல்லிவிட்டு மேற்கொண்டு பேசாமல் ரோடைப் பார்த்து நடந்தேன். என் கண்கள் நனைந்ததை அவளும் பார்க்கவில்லை; சரஸ்வதியும் பார்க்கவில்லை.

தங்கம்மாவின் கணவன் பழனி மூன்று வாரங்களுக்குப் பிறகு ஆஸ்பத்திரியிலிருந்து குணமாகி வந்தான். நேரே என் வீட்டுக்குத்தான் வந்தான். வந்தவன் என் கால்களில் நெடுஞ்சாண்கிடையாக விழுந்தான். இதை நான் நன்றியறிவிப்பாகக் கருதாமல், அடைக்கலம் புகும் ஒரு செயலாகவே நினைத்து விட்டேன். அவனுடைய- என்னை விட வயதில் மூத்தவன்- அவருடைய குடும்பத்துக்கு ஒரு எதிர்கால ஏற்பாடு செய்து வைத்துவிட நான் ஆசைப்பட்டேன். செத்துக் கொண்டிருப்பவனைப் பிழைக்க வைத்தால், அவன் ஒரு வருஷமாவது உயிரோடு வாழும்படி செய்யவேண்டும்; ஒரு மாதத்தில் திரும்பவும் சாவதற்காக ஒருவனை பிழைக்க வைப்பது அர்த்தமில்லாத காரியமாக மட்டுமல்ல, கொடுமையான காரியமாகவும் எனக்குத் தோன்றியது. பழனியை விசாரித்தேன். இந்த ஆஸ்த்துமா நோய்க் கொடுமையால்தான் முன்பு வேலையை இழந்தாகவும், தமக்கு ஆங்கிலமும் டைப்ரைட்டிங்கும் தெரியும் என்றும் சொன்னார். இரண்டே மாதங்களில் என்னுடைய காரியாலயத்திலேயே அவருக்கு வேலை பண்ணி வைத்து முந்நூறு வெள்ளி சம்பளம் கிடைக்கவும் வழி செய்து விட்டேன்.

4

ஒவ்வொரு வருஷமாக இரண்டு வருஷங்கள் ஓடிவிட்டன. எனக்கும் ஒருபையன் பிறந்து விட்டான். பழனியின் குடும்பம் நான் குடியிருந்த வீட்டு வரிசையிலேயே கடைசி வீட்டுக்கு, நூற்றியிருபது வெள்ளி சேவாய் (வாடகை) பேசிக் குடிவந்துவிட்டது. அவர் இப்போது

நானூறு வெள்ளிக்கு மேல் சம்பாதிக்கிறார்!

இந்த இரண்டு வருஷங்களில் என்றோ ஒரு நாள் என் பால்ய சிநேகிதி கண்ணம்மாவைப் பற்றி என் மனைவி ஒரு ஹாஸ்யக் கதை மாதிரி தங்கம்மாவிடம் சிரித்துச் சிரித்துச் சொன்னாளாம். நான் யாரோ ஒரு பெண்ணிடம் கொண்டுள்ள அன்பை அவளுடைய ஜாடையில் இருக்கும் தன்னிடம் சொரிந்ததைப் பற்றிக் கேள்விப் பட்டதும் தங்கம்மா உணர்ச்சி வெள்ளத்தில் மூழ்கி, "அப்படியா?" என்று கேட்டாளாம். கடைசியில் ஆகாயத்தை நோக்கிக் கைகூப்பி, "அந்தப் புண்ணியவாட்டி யாரோ?... தாயே! நீ நல்லா இருக்கணும்! உன் புண்ணியத்திலே என் குடும்பம் இன்னிக்குப் பசியாமல் சாப்பிடுது, தாயே!" என்று சொல்லித் தொழுதாளாம்.

கண்ணம்மாவின் கதை எப்படியெல்லாம் சுற்றி, எந்தெந்த விதமாக வெல்லாம் வடிவெடுத்துக் கொண்டு போகிறது என்று வியந்து கொண்டிருந்த நான் சீக்கிரத்திலேயே அந்தக் கதையை முடித்து விடுவதற்கும் எனக்குச் சந்தர்ப்பங்கள் துணை செய்தன. 'அந்தப் புண்ணியவாட்டியை' நான் நேரிலேயே பார்த்து விட்டேன். அதுவும் ஒரு வருஷத்துக்குள்ளேயே!

அவளைப் பார்க்க நேர்ந்தது சாதாரணமாக நம்ப முடியாத ஒரு சந்தர்ப்ப விசித்திரம்தான்.

தைப்பூச உற்சவத்திற்காக நானும் சில நண்பர்களும் பினாங்குக்குப் போயிருந்தோம். உற்சவக் கூட்டத்தில் நான் கண்ணம்மாவைத் தேடினேன் என்று சொல்லத் தேவையில்லை. அவளுடைய அப்பாவின் பெயரைச் சொல்லி ஒரு கடையில் விசாரித்துப் பார்க்கவும் செய்தேன். மறுநாள் எங்கள் கோஷ்டியைச் சேர்ந்த ஒரு நண்பர் சொந்தக் காரியமாகச் சுங்குரும்பைக்குப் போக விரும்பினார். நாங்களும் அவருடன் போனோம். பினாங்கில் விசாரித்தது போவே சுருங்குரும்பையிலும், "இந்த ஊரிலே கோவில் பட்டிக்காரர் ஒருவர் இருக்கிறாராமே! துரைசாமி என்கிறவர்?" என்று கேட்டு வைத்தேன்.

நான் எதிர்பாராதவிதமாக அவர், "ஆமா, இருக்கிறார். சோத்துக் கடை துரைசாமியைத்தானே கேட்கிறீங்க?" என்று கேட்டார்.

என் ஆச்சரியத்தை மறைத்துக்கொண்டு. "சோத்துக் கடையா வச்சிருக்கிறார்?" என்று ஒரு கேள்வியைப் போட்டுவிட்டு, அவருக்கு இரண்டு பிள்ளைகள் உண்டு..." என்றேன்.

"இருக்காங்க, மகன் தைப்பிங்கிலே கடை வச்சிருக்கிறான். மக இங்கே தான் இருக்கிறா."

"கல்யாணமாயிட்டுதா - மகளுக்கு?"

"கல்யாணமா?.." என்று இழுத்தார். உடனே சிரிக்கவும் செய்தார்.

"ஏன்? என்ன விஷயம்?"

'வேறே ஒண்ணுமில்லை... அது சரி, அவங்க உங்களுக்குச் சொந்தமா?"

"சொந்தமில்லே. நம்ப ஊரு."

"அதுக்கு வயசு முப்பது முப்பத்தஞ்சி இருக்கும் போலே இருக்கு. கல்யாணம் எங்கே ஆகிறது?"

"அவரைப் பார்க்கணும்" என்று சொல்லிவிட்டு எழுந்தேன். அவரிடமே வழி கேட்டுத் தெரிந்துகொண்டு, நேரே கடைக்குப் போனேன். துரைசாமி அப்போது கடையிலேயே இருந்தார். தலையும் மீசையும் நரைத்து, வயது முதிர்ந்து காணப்பட்டாலும் ஆள் மிகவும் கனத்து ஆஜானுபாகுவாகக் காட்சி அளித்தார். என்னை அவரால் அடையாளம் கண்டுகொள்ள முடியவில்லை. நான்தான் சொன்னேன். உடனே அவர் ஆவலோடு எழுந்து என் கையைப் பிடித்தார். அவருடைய மகிழ்ச்சி முகமெல்லாம் பொங்கித் ததும்பியது. நான் மலாயாவுக்கு வந்ததையும் உத்தியோகம் குடும்ப நிலை போன்ற விவரங்களையும், என் பெற்றோரின் சௌக்கியங் களையும் விசாரித்தார். பிறகு தம்முடைய காரிலேயே என்னை வீட்டுக்கு அழைத்துச் சென்றார்.

அவருடைய மனைவி எதிரே வந்து என்னை அன்போடு வரவேற்றாள்.

கண்ணம்மா அப்போது வீட்டில் இல்லை. அரைமணி நேரத்துக்குப் பிறகு தான் வெளியிலிருந்து வந்தாள்.

எட்டு வயதில் பார்த்த கண்ணம்மாவை, அப்போது முப்பத்து நான்கு வயதுப் பெண்ணாக பார்த்தேன். ஆனால், அவள் எப்படி யெல்லாம் இருப்பாள் என்று நான் கற்பனை பண்ணியிருந்தேனோ அப்படி இல்லாமல், நேர் மாறாகக் காட்சியளித்தாள். அந்த மூக்கும், அந்த வாயமைப்பும், ஏறக்குறைய அந்தப் பார்வையுமே மாறாமல் அப்படியேதான் இருந்தன. ஆனால் நெட்டையாக - சற்று விகாரமகவே- வளர்ந்து ஒல்லியாக இருந்தாள். உச்சியிலிருந்து உள்ளங்கால் வரை எத்தனையோ வித நவநாகரிக ஒப்பனைகள். அவளுடைய தோற்றத்தையும் கோலத்தையும் பார்த்துக் கொஞ்சம் ஏமாற்றமும் அடைந்தேன்.

என்னை அவளுக்கு அறிமுகம் செய்த வைத்தார் துரைசாமி.

"ஓ! ஐ ஸீ!" என்று சொல்லிவிட்டுச் சாயம் பூசிய உதடுகளால் ஒரு சிரிப்புச் சிரித்தாள். பிறகு என் எதிரே உட்கார்ந்தாள். என்னைப்

பார்த்து ஏதாவது கேட்பாள் என்று எதிர்பார்த்தேன். ஆனால் நான்தான் பேச்சைத் தொடங்கும்படி ஆயிற்று. பேசினேன். "சின்ன வயசிலே ஒண்ணா விளையாடினோம்!..."

"யெஸ்!" - ஒரு புன்னகை.

"அதெல்லாம் ஞாபகம் இருக்கா?"

"உம்..." என்று ஒரு வித உணர்ச்சிப் பரபரப்புமின்றிப் பதில் சொன்னாள். பரவசத்தோடும் இளமைப் பிராய நினைவின் இன்ப லயிப்போடும் அவள் வாயிலிருந்து வெளி வராதா என்று ஏங்கினேன். அவளோ எதுவும் பேசாமல் மௌனமாகவே உட்கார்ந்திருந்தாள்.

என்னால் அப்புறம் அங்கே இருக்க முடியவில்லை. டீ வந்ததும் குடித்து விட்டுக் கிளம்பிவிட்டேன். துரைசாமியும் அந்த அம்மாவும் விடை கொடுக்கும் போது, குடும்பத்தோடு ஒரு தடவை நான் வரவேண்டும் என்று கேட்டுக் கொண்டார்கள். அவளோ, கையை அசைத்ததோடு சரி.

கோலாலம்பூருக்குத் திரும்பும்போது என் நஷ்டத்தை எண்ணி எண்ணிப் பெருமூச்செறிந்தேன்.

கண்ணாம்மாவைப் பார்த்து பற்றி எவ்வளவு முடியுமோ அவ்வளவு கசப்போடும் வெறுப்போடும் என் மனைவியிடம் சொன்னேன்.

"உங்களுக்கு இப்படிக் கோபம் வருவானேன்? அவள் உங்களுக்கு என்ன கெடுதல் பண்ணினா?..." என்று சரஸ்வதி என்னைப் பரிகாசம் செய்தாள்.

நானும் பேச்சை நிறுத்திவிட்டேன்.

கண்ணம்மாவை நான் வெறுத்துப் பேசிய வார்த்தைகளை அடுத்த நாள் என் மனைவி மூலம் கேள்விப்பட்ட தங்கம்மாள், உடனே என்னிடம் ஓடி வந்தாள். வந்ததும் பதைபதைப்போடு பேசினாள்:

"அந்தப் புண்ணியவாட்டியை நீங்கள் திட்டினீங்களாமே? ஐயோ, உங்க வாயாலே அப்படிப் பேச வேண்டாம். எங்களுக்காக வாச்சியும் நீங்க திட்டக் கூடாது. இன்னிக்கு நாங்க சாப்பிடறது அவ சாப்பாடு."

எனக்குச் சிரிப்புத்தான் வந்தது.

அப்பொழுது சரஸ்வதி, உங்களுக்குக் கண்ணம்மா பேரிலே பழைய படியும் பிரியம் வரணும்மா இனி ஒரே ஒரு வழிதான் இருக்கு! அது என்னன்னு உங்களுக்குத் தெரியுமோ?" என்று கேட்டு விட்டுச் சிரித்தாள். பிறகு அவளே சொன்னாள்: "அவள் தங்கம்மா

ஜாடையிலே இருக்கிறாள்னு நினைச்சுக்கோங்க! பிரியம் தானாவரும்! தங்கம்மாவையே கண்ணம்மா ஆக்கிட்ட பிற்பாடு, கண்ணம்மாவை தங்கம்மா ஆக்க முடியாதா என்ன? பிரியத்தைக் காட்டித்தான் யாரையும் மாத்த முடியும். வெறுப்பைக் காட்டி மாத்த முடியாது."

சரஸ்வதி பேசும் போது நான் மெய் மறந்துவிட்டேன். உள்ளத்தினுள் ஒரு சிரிப்பும் ஏற்பட்டது.

அப்பொழுது எனக்கும் அவளைப் போலவே தத்துவமாகப் பேச எப்படியோ தோன்றிவிட்டது; எப்படியோ தெரிந்தும் விட்டது. நான் சொன்னேன்:

"சரஸ்வதி, உண்மை. நம்மிடத்தில் பிரியம் இருந்தால், உலகத்திலே உள்ள அத்தனை பெண்களையுமே கூடக் கண்ணம்மா ஆக்கிவிடலாம். ஒவ்வொரு பெண்ணோட முகத்திலும் கண்ணம்மா வோட ஜாடை இராது தான். ஆனால் மனசிலே இருக்கும். அது அப்போ தெரியும். இல்லையா சரஸ்வதி?"

கண்ணம்மாவின் கதை திடீரென்று ஒரு புதுத் திருப்பத்தில் திரும்பி, புது வடிவமும் பெற்றதே ஒழிய இந்தக் கட்டத்திலும் முடிவடையவில்லை.

25

பங்கஜத்தின் தற்கொலை

ரமேஷ் அன்று காலையில்தான் ஜெர்மனியிலிருந்து திரும்பியிருந்தான். வெளிநாட்டுப் பயணம் அவனுக்குப் புது அனுபமல்ல. சென்ற வருஷந்தான் அமெரிக்காவுக்குப் போய் விட்டு ஒரு மாதம் கழித்து வந்தான். அதற்கு முந்திய வருஷம் ஜப்பானுக்கும், அப்புறம் போர்ச்சுக்கல், ஸ்பெய்ன் ஆகிய இரண்டு நாடுகளைத் தவிர மற்ற எல்லா மேற்கு ஐரோப்பிய நாடுகளுக்கும் போய்விட்டு இரண்டு மாதங்கள் கழித்துத் திரும்பி வந்தான். ஆனால், இப்போது ஜெர்மனிக்குப் போய்விட்டுத் திரும்ப ஆறு மாதங்கள் ஆகிவிட்டன. ஒரு தொழில் நுட்பப் பயிற்சிக்காகப் போயிருந்தான். திட்டமிட்டபடி ஆறு மாதங்கள் ஜெர்மனியில் தங்கிவிட்டு வந்தான்.

ரமேஷின் வருகை இயல்பாகவே வீட்டில் உள்ள அனைவரையும் இன்பத்தில் ஆழ்த்தியது. அவனிடம் படிந்திருந்த, இன்னும் புதுமை மாறாத மேற்கத்திய நாகரிகத்தின் பளபளப்பை மட்டுமன்றி, அவனைச் சுற்றிச் சூழ்ந்து சூட்சமமாகக் கமழ்ந்து கொண்டிருந்த மேற்கத்திய மணத்தையும் சசி தன்னை மறந்து அனுபவித்தாள். அவள் அவனைவிட இரண்டு வயது இளையவளான முதல் தங்கை. அவனைப் போலவே அவளும் ஒரு பட்டதாரி. தனக்குக் கல்யாணம் ஆனதுமே தேனிலவு கழிக்க மேற்கத்திய நாடுகளுக்குப் போய்வர வேண்டும் என்று வெகு காலமாக அந்தரங்க ஆசையை வளர்த்து வருபவள். அங்கே போகும்போது கடைப்பிடிக்க வேண்டிய மேற்கத்திய குசலப்பிரச்னப் பாணிகளையும், மேஜை - மரியாதைகளையும், மற்றும் உள்ள பல்வேறு நடைமுறைகளையும், சம்பிரதாயங்களையும் அதி நுணுக்கமாகத் தன் தமையனிடமிருந்தே தெரிந்து கொண்டு தன்னைத் தயார்ப்படுத்திக் கொண்டும் இருப்பவள்.

ஆறு மாதங்களுக்குப் பிறகு இந்தியச் சாப்பாடு சாப்பிடும் ரமேஷுக்கு முள்ளும் கரண்டியும் இல்லாமல் கையால் சாப்பிடுவது மிகவும் கஷ்டமாக இருந்தது. விரல்கள் வளையவில்லை; சரியாக பிசைவது எப்படி என்று தெரியவில்லை. சாதமும், சாம்பாரும் தாமரை இலைத் தண்ணீர் போல் ஒன்றோடு ஒன்று ஒட்டாமலே கலந்திருந்தது. அதை வளையாத விரல்களால் எடுத்து அவன் வாயில் போடுவது சசிக்கு ஓர் இனிய காட்சியாக இருந்தது. 'ஆறு மாசத்திலே சாப்பிடுறது எப்படி என்கிறதைக் கூட மறந்திட்டயே, ரமேஷ்!" என்று அவள் சொன்னது, ஒரு கேலியாகவோ, அங்கலாய்ப்பாகவோ

இல்லாமல், அபரிமிதமான பாராட்டுரையைப் போலவே ஒலித்தது. அதைக் கேட்டுத் தயார் ருக்மிணியம்மாளும், தங்கை இந்திராவும் பூரித்துப் போனார்கள்.

சகோதரன் திரும்பி வந்த நாளைச் சந்தோஷமாகக் கொண்டாடிய சசி, அதைச் சந்தோஷகரமாகவே பூர்த்தி செய்ய விரும்பினாள். அதற்கு என்ன செய்வது? பல பொழுதுபோக்குகளை யோசித்தாள்:

கடற்கரைக்குப் போகலாம். ஆனால் இது சாதாரணமான ஓர் அனுபவமே. எல்லோருக்குமே சுலப சாத்தியமாகக் கிட்டும் ஓர் அனுபவம் தான்.

காரை எடுத்துக்கொண்டு சென்னையை விட்டு வெளியே வெகுதூரம் போய் வரலாம். ஆனால் அருமையான நீண்ட பிரயாணத்திலிருந்து திரும்பியவனை இந்தச் சிறு பிரயாணம் கவரவும் கவராது; அவனுக்குக் களைப்பையும் உண்டு பண்ணும்.

ஹோட்டல் சோபியாவுக்குப் போய் ஐரோப்பிய சங்கீதம் கேட்டுக் கொண்டே மெழுகுவர்த்தி வெளிச்சத்தில் உட்கார்ந்து கத்தி கரண்டிகளை உபயோகித்துச் சாப்பிடலாம். அப்புறம் அங்கேயே 'காபரட்' நடனங்களையும் பார்த்து விட்டு வரலாம். இதற்கு முன் எந்த நாட்டியக் காரியம் செய்யாத அளவுக்கு அதிக அளவில் உடைகளைக் குறைத்து ஆடும் புது அழகிகள் வேறு வந்திருக்கிறார்கள். இந்த இடத்தில் சசியின் சிந்தனை திடீரென்று தடைப்பட்டது. ரமேஷும் தானும் சேர்ந்து இப்படி நடனங்களைப் பார்க்க முடியாது என்று தோன்றிவிட்டது...

எந்த விதமாய் பொழுது போக்குவது?

எல்லோருடனும் கலந்து பேசினாள். அம்மாவுடன் கூடக் கலகலப்பாகச் சில வார்த்தைகளை வாய்தவறிப் பேசியதுபோல் பேசிவிட்டாள். சந்தோஷ மிகுதியில் அவளுக்கு நினைவும்கூடத் தவறியிருந்ததுதான் அதற்குக் காரணம். நீண்ட நேரம் யோசித்த பின், ஒரு முடிவுக்கு வந்தார்கள். எல்லோருமே முதலில் கடற்கரைக்குப் போவது; அப்புறம் புதிதாக வந்திருக்கும் ஒரு ஹிந்திப் படம் பார்ப்பது - 'ஆங்கிலப்படம் வேண்டாம்' என் ரமேஷ் சொல்லிவிட்டான். ஜர்மனியில் நிறைய மேல்நாட்டுப் படங்கள் பார்த்திருப்பதாகவும், ஒரு மாறுதலாகத் தமிழ்ப்படமோ, ஹிந்திப் படமோ பார்க்கலாம் என்றும் அவன் சொன்னான். ஆனால் தமிழ்ப் படத்தை அம்மாவைத் தவிர வேறு யாரும் விரும்பவில்லை. அதற்குக் காரணம் தமிழ்ப் படங்களின் தரம் மட்டம் என் கருதியல்ல; அதைப்பற்றி அவர்கள் கருதவே இல்லை. வீட்டிலேயே பரஸ்பரம் ஆங்கிலத்தில் பேசிக்

கொண்டிருக்கும் போது, மூன்று மணிநேரம் தமிழ்ச் சொற்களை இடைவிடாமல் கேட்டுக் கொண்டிருப்பது முடியவே முடியாத காரியம் என்பதுதான் காரணம்.

ஹிந்திப்படம் பார்த்துவிட்டு, ஹோட்டல் சோபியாவுக்கே போவது, சாப்பிடுவது, நடனங்கள் பார்க்காமலே திரும்பிவிடுவது. இப்பொழுது சில வருஷங்களாக இப்படிப்பட்ட ஹோட்டல்களுக்குப் போவதற்கு ருக்மிணியம்மாள் ஆக்ஷேபம் ஒன்றும் சொல்லவில்லை. அசைவ உணவுகளும் தயாராகும் ஹோட்டல்கள் என்பதால் ஒரு காலத்தில் அவள் ஆக்ஷேபித்தது உண்டு. அப்புறம் ஐஸ்கிரீமில் முட்டையைக் கலக்கிறார்கள் என்று யாரோ சொல்லக் கேட்டு ஒரு சமயம் அருவருப்பைக் காட்டியிருக்கிறாள். ஆனால் ரமேஷ் அவளுக்கு எடுத்துரைத்த பல சமாதானங்கள் அவளைத் திருப்தி செய்து விட்டன. மேல் நாடுகளில் அசைவ உணவு தயாரித்துச் சாப்பிடுகிறவர்கள்தான் தினந்தினமும் நாம் சாப்பிடும் உயர்ந்த ரக பிஸ்கட்டுகளையும் தயாரித்து அனுப்புகிறார்கள். முட்டை கலந்திருக்கிறதே என்பதற்காக ஓவல் டின்னையோ, ரொட்டியையோ நாம் தொடாமல் இருந்ததில்லை. அத்துடன் நாம் சாப்பிட்டிருக்கும் லிவர் எக்ஸ்ட்ராக்ட்டுகள், காட்லிவர் ஆயில்கள் முதலியவையெல்லாம் சைவமருந்துகளா? அப்படியிருக்க, ஐஸ்கிரீமைச் சாப்பிட்டால் என்ன?

கடற்கரைக்குப் போகும் போது ரமேஷ் ஜெர்மனியிலிருந்து வாங்கி வந்திருந்த புது டிரான்சிஸ்டர், புது தொலைநோக்கிக் கண்ணாடி, சாண் நீளத்திற்கு ஒரு தடித்த பவுண்டன் பேனா போன்றிருக்கும் ஒரு சிலை உயர்ந்த காமரா ஆகியவற்றுடனேயே சென்றார்கள். 'லிஸ்னர்ஸ் சாயிஸ்' (ஆங்கிலப் பாடல்களின் நேயர்விருப்ப நிகழ்ச்சி) கேட்பதிலும், மாலை வெயிலில் போட்டோப் பிடிப்பதிலும், தொலை நோக்கியால் சுற்றுப் புறத்தைப் பார்ப்பதிலும் உற்சாகமாகப் பொழுது கழிந்தது. அப்புறம் படம் பார்க்கப் போனார்கள்.

சினிமாப் படம் அவர்களுக்கு உற்சாகம் அளிக்கவில்லை. படம் முடிந்து வரும்போது 'ஏன் இதைப் பார்த்துத் தொலைத்தோம்?' என்று ஒவ்வொருவருக்குமே எரிச்சல். நடிப்பு, சங்கீதம், ரைக்ஷன் போன்ற எந்த அம்சத்திலும் அவர்கள் எவ்விதக் குறையும் காணவில்லை. படக்கதைதான் அவர்களுக்கு அடியோடு பிடிக்கவில்லை. காதலில் தோல்வி கண்ட - அதாவது இரு சார்பிலும் பெற்றோர்களால் பலவந்தமாகவும் மூர்க்கத்தனமாகவும், தடுத்து நிறுத்தப்பட்ட - காதலர்கள் தனித்தனி சந்தர்ப்பங்களிலோ, அல்லது ஜோடியாகச் சேர்ந்தோ தற்கொலை செய்து கொள்ளவுமில்லை; பெற்றோருக்குத்

தெரியாமல் ஓடிப்போய்க் கண்காணாத இடத்தில் பதிவுத் திருமணம் செய்துகொள்ளவுமில்லை. ஒரு சில வருஷங்களுக்குப் பிறகு வெவ்வேறு இடங்களில் அவர்கள் கவலைப்படாமல் கல்யாணம் செய்து கொண்டதாகக் கதை முடிந்திருந்தது.

"இந்தப் படம் மூன்று நாள் கூட ஓடாது" என்று சசியும் இந்திராவும் சொன்னார்கள்.

"சினிமாத் துறையில் இந்தியா முன்னேற இன்னும் எத்தனையோ நூற்றாண்டுகள் ஆகும்' என்றான் ரமேஷ்.

"கதை சரியா இல்லையே! இதை யார் பார்ப்பா?" என்று தன் பெண்களின் அபிப்பிராயத்தை ஒட்டியே, ஆனால் தமிழில் பேசி விமர்சனம் செய்தாள் ருக்மணியம்மாள்.

ஹோட்டல் சோபியாவுக்குப் போய் ஆங்கில சங்கீதம் கேட்டபின் சினிமாவைப் பற்றிய கண்டன உரைகள் ஒரு முடிவுக்கு வந்தன.

ஹோட்டல் மானேஜரிலிருந்து சிப்பந்திகள் வரை அனைவரும் ரமேஷை முகமன் கூறி வரவேற்றார்கள்.

சாப்பிட்டுக் கொண்டிருக்கும்போது ரமேஷின் அருகில் வந்து காதோடு காதாக ஒரு பரிசாரகன் ஏதோ கேட்டான். அதை அப்படிக் கேட்பதுதான் மரியாதை.

"இன்றைக்கு வேண்டாம்" என்று ஆங்கிலத்திலேயே சொன்னான் ரமேஷ்.

இன்றைக்கு எது வேண்டாம்?

'காபரே' நனடங்களா?

மேல்நாட்டு மது வகைகளா?

மாமிச உணவுகளா?

சசிக்கு எதுவென்று நிச்சயமாகத் தெரியவில்லை. அவனையே கேட்டாள். "ஒன்றுமில்லை" என்று அவன் சாதாரணமாகச் சொல்லித் தட்டிக் கழித்து விட்டான்.

சாப்பிட்டுவிட்டு வீட்டுக்கு வரும்போது மணி பத்துக்குமேல் ஆகிவிட்டது. மொத்தம் ஏறக்குறைய ஐந்து மணி நேரம் நால்வரும் ஒன்றாக இருந்து பொழுதைக் கழித்திருக்கிறார்கள். பரஸ்பரம் எவ்வளவோ பேசியிருக்கிறார்கள். அதுவரையிலும் ரமேஷுக்கு அம்மாவின் பேச்சிலோ, சசியின் உரையாடல்களிலோ யாதொரு கடுப்பும், கோணலும், ஆத்திரமும் இருப்பதாகத் தென்படவே இல்லை உண்மையில் அந்த மூன்றும் அப்போது அங்கே தலை

காட்டவும் இல்லை. சினிமாக்கதை எல்லோரையும் ஏகோபித்த கருத்துடையவர்களாக மாற்றிவிட்டது. அந்த நிலையில் வேறு குரோதங்களுக்கு இடமில்லாமல் போய்விட்டது.

வீட்டுக்குத் திரும்பி வந்தபோது, வழக்கம் போல் ரமேஷின் தகப்பனார் உள இயல் பேராசிரியர் வி.சி. சேகர் தம்முடைய அறையில் புத்தக அடுக்குகளின் மறைவில் புதைந்து கிடந்தார். எதிரே ஐந்தாறு பெரிய புத்தகங்கள் நடுநடுவே அடையாளங்கள் வைக்கப்பட்டுக் கிடந்தன. இரண்டு மிகப்பெரிய புத்தகங்கள் மேஜை யில் விரிந்து கிடந்தன. மற்றொரு மிகப் பெரிய புத்தகம் அவர் கையில் இருந்தது.

ஜெர்மனியிலிருந்து திரும்பிய மகனைப் பார்த்து நாலு வார்த்தைகள் பேசுவதற்கு அன்று முழுவதும் அவருக்கு நேரம் கிடைக்கவில்லை. எனவே அவர்கள் படம் பார்த்துவிட்டு வந்ததும், சம்பிரதாயத்துக்குப் பதினைந்து நிமிஷங்கள் எல்லோருடனும் உட்கார்ந்து பேசிக்கொண்டிருந்து விட்டுப் பழையபடியும் தம்முடைய படிப்பறைக்கே திரும்பலாம் என்ற உத்தேசத்துடன் அவர் எழுந்து வந்தார்.

ஹாலில் வட்டமேஜையைச் சுற்றிப் போடப்பட்டிருந்த சோபாக்களில் எல்லோரும் வந்து அமர்ந்தார்கள். சசிக்கும் இந்திராவுக்குமிடையே கிடந்த ஒரு காலி சோபாவில் பேராசிரியர் உட்கார்ந்தார்.

ஏதாவது பேசவேண்டுமே என்பதற்காக "எங்கெங்கே போனீர்கள்?" என்று ஆங்கிலத்திலேயே கேட்டார் தந்தை.

அப்போது அவருடைய கவனம் முழுவதும் இரண்டு விஷயங்களை நோக்கி ஓடிக்கொண்டிருந்தன. ஒன்று, அவர் அப்பொழுதுதான் வாசித்து விட்டுப் பாதியிலேயே வைத்து விட்டு வந்த புத்தகத்தின் பகுதி. மற்றொன்று தம்முடைய பெண்களிட மிருந்து வந்து கொண்டிருந்த ஒரு புதிய 'சென்ட்;' வாடை. (ஜெர்மனியிலிருந்து சகோதரிகளுக்கென்று ரமேஷ் வாங்கி வந்த சென்ட் அது. அதன் மணம் மட்டுமல்ல, பெயருமே சசியின் உள்ளத்தைக் கொள்ளை கொண்டது. "என் வெட்கமின்மை" என்று அதற்குப் பெயர் என்று ஜெர்மன் பெயரை அவன்தான் மொழி பெயர்த்துச் சொன்னான்.)

"ஒரு உதவாக்கறைப் படம் பார்க்கப் போனோம். ஒரு ஹிந்திக் குப்பை" என்று சொன்னாள் சசி-சந்ததிகள் மூவரிலும் அவள் அவருக்குச் செல்லக் குழந்தை மாதிரி:

"ஹிந்திப் படமா?" என்று பேராசிரியர் கேட்டார்.

"ஆமாம். ரமேஷுக்காகப் போனோம், உருப்படி இல்லாத கதை."

"என்ன கதை?" என்று அவர் கேட்டார். இவர்களுடைய ஆங்கில உரையாடல்களைப் புரிந்துகொள்ளாத ருக்மிணியம்மாள், தனக்குத் தோன்றிய ஒரு விஷயத்தைப் பேசித் தானும் சம்பாஷணை யில் கலந்து கொள்ளலாம் என்ற நோக்கத்துடன் "இன்னிக்கு ஒரு ஹிந்திப் படம் பார்க்கப் போனோம்" என்று ஆரம்பித்தாள்.

"அதைத்தான் நாங்கள் இவ்வளவு நேரமாகப் பேசிக் கிட்டிருக்கிறோம்" என்று இந்திரா சொன்னாளோ இல்லையோ, அந்த அம்மாளையும், பேராசிரியரையும் தவிர எல்லோரும் 'கொல்' என்று சிரித்தார்கள். அவர் ஒரு மரியாதைக்காக இலேசாகப் புன்னகை செய்தார். மக்கள் ஆங்கிலத்திலேயே பேசிக்கொள்வதற்காக எப்பொழுதும் பெருமைப்பட்டுக் கொள்ளும் ருக்மணியம்மாள், அன்று மட்டும் - அதுவும் அவர்கள் சிரித்த பிறகு - உள்ளுக்குள் ஆத்திரம் கொண்டாள்; எல்லோருடைய கண்களிலும் படும்படியாக ஆத்திரத்தை தன் முகத்திலும் காட்டிக்கொண்டாள். அதற்கு சசியும் சேர்ந்து சிரித்தது ஒரு முக்கியமான காரணம்.

பேராசிரியர் தமிழிலேயே பேசத்தொடங்கினார். "கதை சரியா இல்லேன்னா அப்படித்தான். என்ன கதையோ?"

ருக்மிணியம்மாள் முந்திக்கொண்டு கதைச் சுருக்கத்தைச் சொன்னாள். "மகாமோசம். இந்தக் கதை யாருக்குத்தான் பிடிக்கும்? ஒரு பையனும் பொண்ணும் பிரியமா, நெருக்கமாப் பழகுறாங்க. கல்யாணம் பண்ணிக்கிறதாவும் இரண்டு பேருக்கும் அபிப்பிராயம் உண்டாயிட்டது. அப்புறம். அப்புறம் அது நடக்கல்லே..."

"ஏன் நடக்கல்லே?" என்று கேட்டார் பேராசிரியர்.

"அவங்க அவங்க வீடுகளிலே எதிர்ப்பு. ஒரு பக்கத்திலே தடுத்தாலே காரியம் நடக்காது. ரெண்டு பக்கத்திலேயும் தடுத்தால்? கடைசியிலே இவங்க காதல் அரோகரான்னு போயிட்டது. ஆனா, அப்புறம் கொஞ்ச காலத்திலே அவனும் எவளோ ஒருத்தியைக் கல்யாணம் பண்ணிக்கிட்டான்; அவளும் எவனோ ஒருத்தனைக் கல்யாணம் பண்ணிக்கிட்டாள். அதுவும் எப்படி! கொஞ்சம் கூடக் கவலைப்படாமே! மனுஷா மனசு அப்படியா ஆயிடும்? இந்த அபத்தம் இதோட நிற்கல்லே. அப்புறம் கொஞ்ச காலம் கழிச்சு அந்த ரெண்டு ஜோடியும் ஒரு ரயில் பிரயாணத்திலே சந்திச்சுது. அப்பவாவது மனசு கலங்கணுமே! 'போடா பைத்தியக்காரா!' என்கிற மாதிரி அவள் அவனைப் பார்த்துட்டுத் திரும்பிக்கிறா. அவனும் 'நீ யாரோ? நான் யாரோ?' என்கிற மாதிரி அலட்சியமாச் சிகரெட்டை

ஊதிக்கிட்டிருக்கிறான்! கர்மம்! இதுவும் ஒரு கதை...”

“அவங்க ரெண்டு பேரும் என்ன செய்யணும்னு நீ சொல்றே?” என்று மனைவியைக் கேட்டார் பேராசிரியர்.

“அவங்க என்னமும் செய்யட்டும். எப்படியும் போகட்டும்.”

அப்போது இந்திரா சொன்னாள்: “காதலிலே தோல்வி அடைஞ்சவங்க மனசு உடைஞ்சு போய் உசிரையே விட்டுவிடுவாங்க. எத்தனை படம் பார்த்திருக்கிறோம்! இது என்னடான்னா ஒரே அபத்தக் களஞ்சியமாக இருக்கு.”

“இனிமே ஹிந்திப்படம் பககத்திலே தலை வச்சே படுக்கப் படாது. ஆயிரமானாலும் தமிழ்ப்படம் தமிழ்ப்படம்தான்” என்றாள் ருக்மணி அம்மாள்.

அப்போது பேராசிரியர் எழுந்துவிட்டார். ‘அவங்க மனசு உடைஞ்சி சாகறதிலே உங்களுக்கு என்ன திருப்தியோ அவங்க உசிரோட இருக்கிறது உங்களுக்குப் பிடிக்கல்லே!” என்று சொல்லி விட்டு நகர்ந்தவர், “அந்த ரெண்டு பேரும் ஏழைக் குடும்பமா? பணக்காரங்களா? என்று ஒரு சந்தேகம் கேட்டார்.

“நல்ல பணக்கார வீட்டுப் பிள்ளைகள்தான்” என்றான் ரமேஷ்.

“அப்புறம் என்ன?” என்று சொல்லிவிட்டு பேராசிரியர் தமது அறைக்குத் திரும்பிவிட்டார்.

அவர் “அப்புறம் என்ன?” என்று கேட்தன் பொருள் யாருக்கும் விளங்கவில்லை. “அப்பா என்ன சொல்றார்?” என்று கேட்டாள் சசி.

“என்னவோ சொல்றார். வழக்கம்போல ஞாபகம் ஒரு இடத்திலே, பேச்சு ஒரு இடத்திலேன்னு பேசுறார்! இன்னிக்கு இவ்வளவு பேசினதும், ரமேஷ் வந்திருக்கிறான் என்கிறதனாலேதான். இல்லேன்னா இதுகூடப் பேசி இருக்கமாட்டார். ‘ஆமா,’ ‘தெரியும்,’ ‘சரி,’ ‘பார்ப்போம்,‘ ‘உம்-இப்படி ஏதாவது ஒண்ணை மட்டும் சொல்லிவிட்டு வாயைக் ‘கப்’ புன்னுமூடிக்குவார். நாம்ப மணிக் கணக்காகப் பேசினதுக்கும் அந்த ‘உம்’ ஒண்ணுதான் பதில்!”

ருக்மிணியம்மாள் இவ்வாறு சொல்லவே எல்லோரும் சிரித்தார்கள். மணி பத்தே முக்கால் ஆகிவிட்டது.

2

மறுநாள் விடிந்ததும் ரமேஷிடம் சசி-அஷோக் காதல் விவகாரத்தைச் சொல்ல சமயத்தை எதிர்பார்த்துக் காத்துக் கொண்டிருந்தாள் ருக்மணியம்மாள். பேராசிரியர் சர்வகலா சாலைக்குப் போகவேண்டும். சசியையும் ரமேஷையும் ஏதாவது ஒரு

சந்தர்ப்பத்தை உண்டுபண்ணி தனித் தனியாக பிரித்து ரமேஷை மட்டும் அழைத்துக் கொண்டுபோய் ஓரிடத்தில் உட்கார வைத்து அந்தரங்கமாக விஷயத்தைச் சொல்ல வேண்டும். இப்படி திட்டம் போட்டு அந்த அம்மாள் காத்துக்கொண்டிருந்தாள். மத்தியானம் ஒரு மணி வரயிலும் கூட அதற்குச் சமயம் வாய்க்கவில்லை. அப்புறம் திடீரென்று சேகரின் தம்பியிடமிருந்து ரமேஷுக்குப் போன் வந்தது. அவர் தம்முடைய பங்களாவிற்கு அவனை வரும்படி அழைத்தார். "சித்தப்பா கூப்பிடுறார்மா. போயிட்டு வந்துடுறேன். இப்பத்தான் டில்லியிலிருந்து வந்தாராம்" என்று சொல்லிவிட்டு ரமேஷ் காரை எடுத்துக்கொண்டு புறப்பட்டு விட்டான்.

சேகரின் தம்பி ராமகிருஷ்ணன்தான் அவனை ஜெர்மனிக்கு அனுப்பி வைத்தவர். அவர்தான் தமையனுடைய சொத்துக் களையும் தம்முடைய சொத்துக்களையும் விற்று தொழில் துறையில் ஈடுபட்டு ஆளுக்குச் சம பங்காகச் சொத்துக்களை அமோகமாகப் பெருக்கியவர். இருவருக்கும் சொந்தமான மூன்று தொழிற்சாலைகளுக்கும் அவர்தான் நிர்வாகி. தமையன் தொழில் துறையில் அக்கறை கொள்ளாமல், "வாத்தியார் வேலை" பார்ப்பதில் அவருக்குக் கொஞ்சம்கூட இஷ்டமில்லை. ஒரு வேலையும் இல்லாமல் சும்மா இருந்தாலாவது கௌரவமாக இருக்கும் என்று எண்ணி, அவர் எவ்வளவோ சொல்லிப் பார்த்தும், பேராசிரியருக்கு மனம் மாறவே இல்லை. இன்று வரையிலும் "பார்ப்போம்" "பார்ப்போம்" என்றே சொல்லிக்கொண்டு தமது பழைய வேலையையே செய்து வருகிறார். அவர் முன்னுக்கு வராவிட்டாலும், அவருடைய பையனையாவது முன்னுக்குக் கொண்டு வந்துவிட்டால் தமக்கு உதவியாக இருக்கும் என்று எண்ணி ரமேஷை அவர் உருவாக்கினார். அவர் நினைத்தபடியே ரமேஷ் தயாராகிவிட்டான். அவனைச் சீர்திருத்துவதோடு மட்டும் அவர் நின்றுவிடவில்லை. பெண்களுக்கு அப்பாவைப் போல் 'மிடில்கிளாஸ் மென்டாலிட்டி, (நடுத்தர வர்க்க மனப்பான்மை) உண்டாகி விடக்கூடாது என்று அதற்கான காரியங்களையும் செய்து முடித்தார். மிகப் பெரிய பங்களாவைக் கட்டி அதில் தமையன் குடும்பத்தைக் குடியேற்றியது, பெண்களுக்கென்றே பிரத்தியேகமாக ஒரு பெரிய காரை வாங்கிக் கொடுத்தது, வீட்டில் மேல் நாட்டு நாகரிகச் சூழ்நிலையைப் புகுத்தியது, பெரிய இடத்துத் தொடர்புகளை உண்டு பண்ணியது – எல்லாம் ராமகிருஷ்ணனின் சாதனைகளே. அவருக்கும் பேராசிரியருக்குமிடையே நிலவிய சகோதர பாசம் ஒன்று மட்டும் அவருடைய நவீன சீர்திருத்தங்களினால் பாதிக்கப்படாமல் புராண கால வளமைப்படி நீடித்து வந்தது.

ரமேஷ் சிற்றப்பாவைப் போய்ப் பார்த்துவிட்டு அரைமணி நேரத்திலேயே திரும்பி விட்டான். காரை நிறுத்திவிட்டு அவன் உள்ளே வரும்போதே, அவனை வழிமறித்து நிறுத்தி, மாடிக்குப் போகாமல், கீழேயே பின்பக்க அறை ஒன்றிற்கு அழைத்துச் சென்றாள் தயாராகக் காத்திருந்த ருக்மிணியம்மாள்.

"ரமேஷ்! சசி மாடியிலே தூங்குறா. இப்போ நீ அங்கே போய் அவளை எழுப்பிடவேண்டாம். ஒரு முக்கியமான சமாச்சாரத்தை உனக்குச் சொல்லணும்னு இங்கே கூட்டி வந்தேன்" என்று ஆரம்பித்தாள் தாயார்.

ரமேஷின் கல்லூரித் தோழனும், பேராசிரியரின் பழைய மாணவனும் ஆன அஷோக்கும் சசியும் காதல் கொண்டிருப்பதாகவும், அவனைச் சிநேகிதன் என்று நினைத்து வீட்டுக்குள் விட்டதே முட்டாள்தனம் என்றும் அந்த அம்மாள் சொன்னபோது ரமேஷுக்குத் தூக்கி வாரிப்போட்டது.

"வீட்டுக்குள்ளே நம்பி விட்டதுக்கே என்ன வேலை செஞ் சிட்டான் பார்த்தியா? தன்னோட வாத்தியார் பொண்ணேன்னு கூட அவன் பார்க்கல்லே."

"என்னாலே நம்பவே முடியவில்லையேம்மா" என்றான் ரமேஷ்.

"காலம் அந்த மாதிரி மாறிப்போச்சு, ரமேஷ். நாம்ப தான் எச்சரிக்கையா இருக்கணும். ஒருத்தனை நம்பறது என்கிற வேலையை இந்தக் காலத்திலேயே வச்சிக்கப்படாது தெரியுமா?"

"இப்படிப்பட்டவன்னு தெரிஞ்சிருந்தா நான் அவனோட சிநேகம் பண்ணியிருக்கவே மாட்டேன். நம்ப வீட்டுக்கு அழைச்சிக் கிட்டு வந்திருக்கவும் மாட்டேன்" என்றான் ரமேஷ்.

"அது கூடத் தப்பில்லே. நீ சிநேகிதனா நினைச்சி அழைச்சி வந்ததிலே என்ன தப்பு? அவனோட இவள் சிரிச்சிச் சிரிச்சிப் பேசினது தான் தப்பு. ஏன் பேசணும்? அப்படிப் பேசப் போய்த்தானே அவனும் துணிஞ்சிட்டான்? இல்லேன்னா ஒரு தரித்திரப் பயலுக்கு இந்தத் துணிச்சல் சாமான்யத்திலே வருமான்னு கேட்கிறேன்."

"அம்மா! நீ சொல்றதெல்லாம் சரி. ஆனால், அவனைத் தரித்திரப்பயல்னு லேசாச் சொல்லி அலட்சியப்படுத்திப்பிட முடியாது. அவனுக்குப் பணபலம் இருக்கு..."

"என்ன பணபலம்? இன்னிக்கெல்லாம் இருந்தா ஒரு லட்ச ரூபா வச்சிருப்பானா அவனோட அப்பன்? மாம்பலத்திலே ஒரு வீடு வச்சிருக்கிறானாம்! அப்புறம் அந்த மருந்துக்கடை அவ்வளவுதானே? அதுக்கு மேலே என்னன்னு கேட்கிறேன். அவனைப் பெரிய

குபேரன்னு சொல்ல வந்திட்டயே!"

"நான் அப்படிச் சொல்லலேம்மா. அவனைப் புகழ்றதுக்குச் சொன்னதா நினைச்சி நீ ஏன் பேசறே? பண பலம் ஓரளவு இருக்கிறதனாலே, அவனை ஒழிச்சுக் கட்டுறது கொஞ்சம் தந்திர மாகச் செய்யவேண்டிய காரியம்னு சொல்றேன்..."

"மண்ணாங்கட்டி! இவனை ஒழிக்கிறதுக்கு தந்திரம் எதுக்கு? மந்திரம் எதுக்கு? உங்க சித்தப்பாகிட்டே சொன்னால் ஒரு நிமிஷத்திலே அவனைப் பொசுக்கிப் புகை எழுப்பிப்பிடுவார். நான் வேணும்னே இந்தச் சமாச்சாரத்தை இன்னும் அவர் காதிலே போடல்லே. ஒரு வார்த்தை சொன்னால் போதும், அப்பவே அவனைத் தொலைக்கப் பார்ப்பார். தொலைச்சும் போடுவார். இந்தக் கழுதை என்னமும் பண்ணிப்புட்டா என்ன பண்றதுன்னுதான் எனக்குப் பயம். என்னத்தையாவது தின்னு வச்சிடுவாளே, ரமேஷ்! அதுக்குப் பயந்து தான் வாயை மூடிக்கிட்டிருக்கிறேன்."

அம்மா இவ்வாறு சொல்லவே ரமேஷ் சற்று ஆழ்ந்து யோசித்தான். "அயோக்கிய ராஸ்கல்!" என்று தனக்குத் தானே கடுகடுத்துச் சொல்லிக் கொண்டு, "நான் ஜெர்மனிக்குப் போக முன்னாலே இப்படி ஒண்ணும் நடக்கலையே! இந்த ஆறு மாசத்துக்குள்ளே கதை ஆரம்பிச்சு, இவ்வளவு முத்தியும் போயிருக்கு. அது சரி, இப்போ என்ன நிலைமை? அந்த 'ரோக்' இப்பவும் வீட்டுக்கு வர்றானா?" என்று கேட்டான்.

'வரவாவது? ஒருநாள் நான் குடுத்த கொடையிலே அடிபட்ட நாய் மாதிரி ஓடியே போயிட்டான். இவளையும் நான் வெளியே தனியா விடுறதில்லே, இந்திராவைக் காவல் வச்சிப்பிட்டேன். போனிலேகூட அவனோட பேசவிடல்லே."

"அப்படியே இருக்கட்டும். பார்க்கலாம். அவனைச் சரியான விதத்திலே ஒழிச்சுக் கட்டுறேன்" என்று சொல்லி விட்டு ரமேஷ் மாடிக்குப் போய் விட்டான்.

சசி தூங்குவாள் என்று நினைத்து இந்திராவைத் தேடினான். அடுத்த நிமிஷம் சசியே கையில் ஒரு ஆங்கில சினிமாச் சஞ்சிகை யுடன் அவன் அருகில் வந்தாள்.

"என்ன ரமேஷ்! இன்று என்ன புரோகிராம்?" என்று உல்லாசமாக ஆங்கிலத்தில் ஆரம்பித்தாள் சசி.

"இன்னிக்கு ஒரு புரோகிராமும் கிடையாது. ஆபீசிலே ஒரு அவசர வேலை இருக்கு. சித்தப்பா உத்தரவு போட்டுட்டார்" என்று ரமேஷ் தமிழில் சொன்னான்.

"அந்த வேலையை நாளைக்குப் பார்க்கிறது. ஜெர்மனியிலிருந்து வந்ததும் வராததுமான உனக்கு வேலையை சுமத்திவிட்டார் சிற்றப்பா!" என்று சசி ஆங்கிலத்திலேயே பேசினாள்.

"வந்ததும் வராததுமான வேலையை ஏன் கவனிக்க முடியாது? நான் என்ன ஜெர்மனியில் இருந்து நடந்தா வந்தேன்? பிளேனிலே தானே வந்திருக்கிறேன்!"

அவன் எரிச்சலை அடக்கிக்கொண்டு சொன்னதை நகைச்சுவைப் பேச்சாக எடுத்துக்கொண்டு சசி கையிலிலுள்ள சஞ்சிகையை ஒரு சோபாவில் வீசிவிட்டுச் சிரித்தாள்.

ஆனால் அவன் சிரிக்கவில்லை. அதைச் சசி கவனித்தாள். அவன் தமிழிலேயே பேசுவதும் அவளுக்கு விபரீதமாகப்பட்டது.

"ரமேஷ்?"

"சசி! நாளைக்கு சாயங்காலம் நாம் வெளியே போகலாம். இப்போது கொஞ்சம் ஓய்வெடுத்துக் கொள்ளப்போகிறேன்." என்று அவன் ஆங்கிலத்தில் பேசிய பிறகு தான் அவளுக்கு நிம்மதி பிறந்தது.

"பாவம், களைத்துப் போயிருக்கிறான்!" என்று சொல்லிக் கொண்டு சினிமாச் சஞ்சிகையைத் திரும்பவும் அவள் கையில் எடுத்தாள்.

3

"ஹலோ! ரமேஷ் பேசுகிறேன்."

"நமஸ்காரம், ரமேஷ். நான் அஷோக் பேசுகிறேன்."

"என்ன விஷயம்?"

நீ ஜெர்மனியில் இருந்து வந்து ஐந்து நாட்கள் ஆகி விட்டதாமே. இன்று காலையில் தான் உன் ஆபீசுக்குப் போன் பண்ணித் தெரிந்து கொண்டேன்..."

"அது இருக்கட்டும். சமாச்சாரத்தைச் சொல்."

"உன்னைப் பார்க்க விரும்புகிறேன். உன்னோடு நிறையப் பேச வேண்டியிருக்கிறது."

அவனை அயோக்கியன் என்று போனில் திட்டுவதற்கு ரமேஷுக்கு வாய் துடித்தது. இருந்தாலும், அது விவேகமல்ல என்று அடக்கிக் கொண்டான். அத்துடன், அவனுக்குப் பதில் நமஸ்காரம் கூடச் சொல்லாமல் கடுமையான குரலில் பதில் சொன்னதும் தவறு என்று நினைத்தான். இந்தத் தவறுகளையெல்லாம் சரி செய்யும் நோக்கத்துடன் குரலில் வியப்பேற்றிக் கொண்டு பேசத் தொடங்கினான்.

"யார்? ஜே. அஷோக்கா பேசுகிறது? அடடா, நான் யாரோ என்று நினைத்துக்கொண்டேன். என்ன, சௌக்கியமா? மன்னிக்க வேண்டும், அஷோக்."

"வேண்டாம், வேண்டாம். மன்னிப்பு எதற்கு...?"

"என்ன சமாச்சாரம் சொல். அவசர வேலையாக இருக்கிறேன்...."

"வேறொன்றும் இல்லை. உன்னை சீக்கிரமாக சந்திக்க விரும்பு கிறேன். உன்னோடு கொஞ்சம் பேச வேண்டியிருக்கிறது. எப்போது பார்க்கலாம்?"

"அஷோக்! இப்போது எனக்கு நிறைய வேலைகள். ஜெர்மனிக்குப் போய்விட்டதால் இங்கே வேலைகள் மலையாக குவிந்துவிட்டன. இரண்டு வாரங்களுக்கு எனக்கு மூச்சுவிட நேரமில்லை. அப்புறம் பார்ப்போம். உனக்கு நானே போன் பண்ணிக் கூப்பிடுகிறேன். இல்லை, நானே வருகிறேன்!..."

"அப்படியா,"

"ஆம். இப்போது நேரமே இல்லை. பார்ப்போம். என்ன?"

"சரி!..."

"வெரிகுட்! போனை வைக்கிறேன்!"

ரமேஷ் ரிஸீவரை வைத்துவிட்டுப் பற்களை நறநறவென்று கடித்தான். அருவருப்பான நெடிக்குச் சுருங்குவது போல் அவன் முகம் விகாரம் அடைந்தது. 'பளிச்' சென்று அந்த ஞாபகத்தை உதறிவிட்டு வேலைகளைக் கவனித்தான். சிறிது நேரம் கழித்து அவனுக்குத் திடீரென்று மற்றொரு விஷயம் ஞாபகத்திற்கு வந்தது. 'அவனும் அவன் இங்கிலீஷும்! டர்ட்டி இண்டியன் அக்ஸெண்ட் (ஆபாசமான இந்திய பாணி உச்சரிப்பு)' என்று மானசீகமாகக் காறித்துப்பினான்.

அன்று மாலையில் அவன் வீடு திரும்பிய பின் அஷோக்குடன் போனில் பேசியதை அம்மாவிடம் சொல்லவில்லை, அதைப் பிரஸ்தாபிக்கவே குமட்டலாக இருந்தது. சசியிடம் வழக்கம் போலவே பேசினான். பேசும் போது அனாவசியமாக நடுநடுவே சிரித்துக்கொண்டான். தனக்கு எதுவுமே தெரியாதது போல் சசியிடம் அவன் நடித்த நடிப்பில் அந்தச் சிரிப்பு ஒரு முக்கியமான அம்சம்.

அவனும் சகோதரிகளும் மூன்று நாட்களுக்குப் பிறகு மற்றொரு தடவை கடற்கரைக்குப் போய் வந்துவிட்டார்கள். ஹோட்டல் சோபியாவுக்கு அவன் தனியாக இரண்டு தடவைகள் போய் வந்துவிட்டான். சசியும் சரி, அவனும் சரி தத்தமக்குள்

ஒரு ரகசியத்தை மறைத்து வைத்திருப்பதை ஜாடை மாடையாகக் கூட வெளிப்படுத்திக் கொள்ளவில்லை. இந்திராவும் அம்மாவின் சொல்லுக்குக் கட்டுப்பட்டு வாயைத் திறக்கவில்லை.

ரமேஷ் சென்னைக்குத் திரும்பிச் சரியாக எட்டு நாட்கள் கழிந்து விட்டன.

அன்று செவ்வாய்க்கிழமை. காலையில் வெளிவந்த ஓர் ஆங்கிலப் பத்திரிகையில் கீழ்க்கண்ட செய்தித் துணுக்கு ஒரு மூலை யில் பிரசுரமாகியிருந்தது.

"சென்னை, ஜூலை 23

நேற்று மாலை பட்டதாரியான ஓர் இளம் பெண்தன் உடம்பில் மண்ணெண்ணெயை ஊற்றி நெருப்பு வைத்துக்கொண்டு தற்கொலை செய்து கொண்டதாகத் தெரிகிறது. திருவல்லிக்கேணி கிருஷ்ணாம் பேட்டையில் தன் பெற்றோர்களுடன் வசித்து வந்த பங்கஜம் என்ற அந்த 25 வயதுப் பெண் ஒரு கடிதம் எழுதி வைத்திருப்பதாகவும், போலீஸார் அந்தக் கடிதத்தை எடுத்து வைத்திருப்பதாகவும் கூறப் படுகிறது. புலன் விசாரணை நடை பெறுகிறது. (ந.நி.)

இந்தச் செய்தியைப் படித்ததும் பங்கஜம் யார் என்பதை உடனே தெரிந்து கொண்ட பேராசிரியர் வீட்டில் அவரைத் தவிர எல்லோருமே அதிர்ச்சி அடைந்தனர். அவர் மனத்துக்குள் துக்கம் தெரிவித்துக்கொண்டதோடு நிறுத்திக்கொண்டார். சசியோ 'ஆ' வென்று அலறிவிட்டாள். இந்திரா மௌனமாக இருந்தாலும், அவள் உதடுகள் துடித்தன; கண்ணீரும் பெருக்கினாள். ரமேஷ் தன் இரு உதடுகளையும் உள்ளே மடித்துப் பற்களால் அதுக்கிக்கொண்டு துயர முகத்தோட சோபாவில் சாய்ந்து விட்டான்.

ருக்மிணியம்மாள் "சீ! இதுவும் ஒரு பெண் ஜென்மமா?" என்று செத்தவளைப் பழித்து ஆத்திரத்தைக் கொட்டினாள்.

பேராசிரியர் மௌனமாக எழுந்து குளிப்பதற்காக உள்ளே போய் விட்டார்.

தாயாரின் ஆத்திரத்திற்கு யாரும் எதிரொலி எழுப்பவில்லை. அந்த அம்மாள் அதிக ஆத்திரத்துடன், "இந்தப் பழாப் போனவாளை பி.ஏ. வரையிலும் படிக்கவச்சது இதுக்குத்தானா? பெத்தவங்க வாயிலே மண்ணப் போடுறதுக்குன்னே இந்தச் சனியன் ஜனிச்சிருக்கு. தொலையட்டும். இதுகள் தொலைஞ்சாத்தான் லோகத்துக்கே க்ஷேமம்..." என்று பொரியத் தொடங்கி விட்டாள்.

இந்திரா அதைப் பொறுக்காமல், "ஏம்மா, செத்தவளை இப்படிப் பேசுறே?" என்றாள்.

"போடி போ! உனக்கு என்னடி தெரியும்? அவ என் பொண்ணா இருந்திருந்தா, பொணத்தை ஒரு மாசம் அழுகப்போட்டு அப்புறம் தான் கொண்டுபோய்ப் பொதைப்பேன். அந்த ஏழை மனுஷன் பியூன் வேலைப் பார்த்து வயித்தைக் கட்டி வாயைக்கட்டி அவளைப் படிக்க வச்சதுக்கு இப்படி வேலை செய்யலாமாடி?..."

சசி சினந்த பார்வையோடு அம்மாவைத் திரும்பிப் பார்த்தாள். அவள் உள்ளம் எரிமலையாகக் குமுறிக்கொண்டிருந்தது.

அம்மா இரண்டாவது 'சீ' சொன்ன பிறகு, "அவளா செத்தாள்? அவளை அப்பன் கொலை பண்ணிப்பிட்டான். படுபாவி! அவனுக்கு இது சரியான பாடம்! வேணும்" என்றாள் சசி.

"என்ன, மண்ணாங்கட்டிப் பாடம்! அக்கம்பக்கத்திலே காறித் துப்புறாப்லே செத்தவள் பாடம் கற்பிக்கிறாளாம், பாடம்!"

"சாகாமல் என்ன செய்வாள்! அவளை அப்பன் எப்படியெல்லாம் சித்திரவதை பண்ணினான் என்கிறது எனக்குத் தெரியும். ஒரு நாள் பூராவும் மகளைப் பட்டினிபோட்டு ரூமிலே தள்ளிப் பூட்டிவச்சவன் அவன் தானே? ஏன்? எதுக்குன்னு கேட்கிறேன்? அவள் யாரைக் காதலிச்சாத் தேவலை? யாரைக் கல்யாணம் பண்ணிக்கிட்டாத் தேவலை? இவருக்கு என்ன வந்தது?"

சசியின் கோபாவேசத்தைப் பார்த்த ருக்மிணியம்மாளுக்கு சினம் பொங்கி எழுந்தது.

பொண்ணைப் பெத்து வளர்த்துப் படிக்க வச்சிட்டு அவள் யாரைக் காதலிச்சால் என்னன்னு எந்தத் தகப்பன் இருப்பான்? என்ன, மண்ணாங்கட்டிக் காதல் வாழுது!"

"இப்போ என்ன வாழ்ந்தது? அவள் வாழ்ந்துட்டாளா? இல்லை. இவர் வாழ்ந்துடப் போறாரா? இப்போ எந்த ரூமிலே தள்ளிப் பூட்டுவார்ன்னு கேட்கிறேன். அவள் எழுதி வச்ச லட்டர் இவரை ஜெயிலிலே தள்ளிப் பூட்டணும். அப்படி அந்த லட்டரை எழுதியிருந்தால் எனக்கு இந்தத் துக்க மெல்லாம் ஆறிப்போகும்... ஒரு அளவுக்குத்தான் தடை போடலாம். "ஓவ்'ராப் போயிட்டால்? இது தான் பலன். பங்கஜம் அப்பனுக்கு மட்டுமில்லே, இந்த உலகத்துக்கே பாடம் கற்பிச்சுட்டுப் போயிட்டாள்..."

ருக்மிணியம்மாள் தன் குடும்ப அந்தஸ்து, பிரபுத்துவத்தோணை போன்ற நிலைகளையெல்லாம் விட்டுத் தன்னை மறந்து கீழே இறங்கி விட்டாள். குழாயடிச் சண்டைக்காரிபோல் முகத்தை வலித்துக்கொண்டு, "ஐயே! இவள் பாடம் கற்பிச்சிட்டாள்; உலகம் இனி தலை கீழாத் திரும்பிடும்! அப்பன்காரங்க எல்லாம் இனிமேல் பொண்ணோட காதல் கடுதாசியைக் கொண்டு போய்க் காதலன்

கையிலே குடுத்துப் பதில் கடுதாசியையும் வாங்கிக்கிட்டு வரப் போறாங்க!...” என்று எகத்தாளமாகக் கையலைத்து, உடம்பெல்லாம் அலைத்துப் பேசினாள்.

ரமேஷ் அப்போது வாயைத் திறந்தான். “அம்மா! போதும். எதுககு நமக்குள்ளே சண்டை? பேச்சை விடு... சசி, பேசாமல் போ...”

“அம்மா பேசுறது உனக்கே நல்லா இருக்கா, ரமேஷ்!” என்று கேட்டாள் சசி.

“சசி!” பேச்சை விட்டுடு. உன் நிலைமை எனக்குப் புரியிது. பங்கஜம் உனக்கு சிநேகிதி; காலேஜ் மேட்’ உயிருக்குயிராப் பழகிப்பிட்டே, அவளைப் பத்திப் பேசுறதை உன்னாலே பொறுக்க முடியாதுதான்...”

“என் சிநேகிதி என்கிறதுக்காகக் கூடச் சொல்லல்லே, ரமேஷ். யாராக இருக்கட்டும்...”

“போதும், பேசப்பேச வளரும்..” என்று சொல்லி விட்டு ரமேஷ் அப்பால் போய்விட்டான்.

சசியும் கோபத்தோடு எழுந்து முகத்தை ஒரு திருப்புத் திருப்பிக் கொண்டு தன் அறைக்குள் போய்ப் படுக்கையில் விழுந்தாள். நாலைந்து தடவை பெருமூச்சு விட்டாள்.

பேராசிரியர் சாப்பிட்டுவிட்டுக் கல்லூரிக்குப் போகும் வரையி லும் வீட்டில் ஒரே மௌனமே நிலவியது.

அன்றைய தினத்திற்குப் பிறகு சசியும் அம்மாவும் பேசவே இல்லை; முகத்தை கூடப் பரஸ்பரம் நிமிர்ந்து பார்ப்பது கிடையாது.

ருக்மணியம்மாள் அன்றிரவு கணவரிடம் அந்தரங்கமாக, பங்கஜத்தின் தற்கொலை பற்றி சசி எப்படியெல்லாம் பேசினாள் என்பதையும், அவளுடைய மனப்பான்மையைப் பார்க்கப் பயமாக இருக்கிறது என்றும், அவளுடைய காதலைத் தடுத்தால் அவளும் பங்கஜத்தைப் பின்தொடரக்கூடும், தடுக்கா விட்டால் அந்த “தரித்திரப் பயல்” அஷோக்கைப் பார்த்து ஓடி விடுவாள் என்றும் சொன்னாள். உடனடியாக ஏதாவது செய்து மகளை வழிக்கு கொண்டு வந்துவிடவேண்டும் என்றும் அவரை நெருக்கினாள். அவ்வளவையும் அவர் பொறுமையாகக் கேட்டுக் கொண்டிருந்துவிட்டு, “பார்ப்போம்” என்று ஒரே வார்த்தையில் பதில் சொன்னார். பிறகு ஒரு தடிப் புத்தகத்தைக் கையில் எடுத்தார்.

“எப்போ பார்த்தாலும், ‘பார்ப்போம் பார்ப்போம்னு’ சொல்லிக்கிட்டிருக்கீங்க. எப்போ பார்க்கிறது? தலைக்கு மிஞ்சி வெள்ளம் போயிட்டப்புறம் என்ன செய்ய முடியும்’.... இதைக்

கொஞ்சம் யோசனை பண்ணுங்க... நீங்க தலையிட்டால்தான் ஒரு வழி பிறக்கும்... நான் சொல்றதைக் கேளுங்க... பாராமுகமாக இருந்தால் எப்படி?... இது அடுத்த வீட்டு விவகாரமா?... நம்ப கஷ்டந்தானே?... நான் வயித்திலே நெருப்பைக் கட்டிக்கிட்டு இருக்கிறேன்... இது உங்களுக்கு ஏதாச்சும் தெரிகிறதா?... நீங்க உண்டு, உங்க காலேஜ் உண்டுன்னு இருந்துட்டால் எப்படி?..."

ருக்மணியம்மாள் முடிவில்லாமல் புலம்பிக்கொண்டிருந்தாள். கடைசியில் வாய் அலுத்து, காலும் சலித்துப்போன பிறகுதான் வாயை மூடினாள். பேராசிரியர் ஒன்றுமே பேசவில்லை. அவள் கோபத்தோடு முகத்தைத் திருப்பிக்கொண்டு அறையை விட்டு வெளியே சென்றாள். பேராசிரியர் அதையும் ஏறிட்டுப் பார்க்கவில்லை.

4

ரமேஷ் சொன்னபடி இரண்டு வாரங்களில் அஷாக்குக்குப் போன் பண்ணவில்லை.

நாட்களை எண்ணிக்கொண்டிருந்த அஷோக் சரியாகப் பதினைந்தாவது நாளில் ரமேஷின் ஆபீசுக்குப் போன் பண்ணினான். அவன் அங்கு இல்லாததால் வீட்டுக்கு 'டயல்' செய்தான். ரமேஷ் அப்போது வீட்டிலும் இல்லை.

போனை எடுத்தவள் சசி.

"ஹலோ! நான் அஷோக் பேசுகிறேன்..." சசி சுற்று முற்றும் பார்த்தாள். போன் ரிசீவரைக் கொண்டே வாயைப் பொத்திக் கொண்டு குரலையும் தாழ்த்தி, "அஷோக்!... ரமேஷ் வீட்டில் இல்லையே!...." என்றாள் ஆங்கிலத்தில்

"யார் பேசுறது?"

"தெரியல்லையா?"

அஷோக் ஆங்கிலத்தில் குழைந்தான்: "சசி என் அன்புள்ள சசி!"

"என் பெயர் உனக்கு இன்னும் ஞாபகமிருக்கிறதா அஷோக்? நிஜமாகச் சொல்."

"சசி! உன் ஞாபகத்தைத் தவிர வேறு எனக்கு என்ன ஞாபகம் இருக்க முடியும்?"

"பொய்! முழுப் பொய்!"

"சத்தியமாகச் சொல்கிறேன், உன் பெயரைச் சொல்லிப் புலம்பிக் கொண்டே இருக்கிறேன். ஒரு வேலையிலும் மனம் செல்லாமல் பிரமை பிடித்துப் போய் உட்கார்ந்திருக்கிறேன். என் அன்புள்ள சசி! கொஞ்ச நாளில் எனக்குப் பயித்தியமே பிடித்துவிடும்..."

மாடிப் படியில் காலடியோசை இலேசாகக் கேட்டது.

சசி சுற்றுமுற்றும் திரும்பிப் பார்க்கும் போது கண்கள் தான் வேலை செய்தன; காதுகளால் வேலை செய்ய முடியவில்லை.

"அஷோக்! ஏன் உன் குரல் இப்படித் தழு தழுக்கிறது?..."

"நீதான் என்னை மறந்து விட்டாய், சசி..."

"அது இந்த ஜன்மத்தில் இல்லை, அஷோக்."

"எவ்வளவு காலம் என்னை இப்படியே இருக்கச் சொல்கிறாய்? நீயும் எவ்வளவு காலம் காத்திருக்கப் போகிறாய்?"

"அவசியம் ஏற்பட்டால் என் வாழ்நாள் முழுவதுமே காத்திருப்பேன்- நீ நம்பினாலும் சரி, நம்பாவிட்டாலும் சரி. ஆண்டவன் முன்னிலையில் சொல்கிறேன்."

"நீ நினைத்தால் இன்றே நம் காதல் வெற்றிக் கொடி நாட்டி விடவும்."

"அஷோக்! அது எனக்கும் தெரியாமல் இல்லை. ஆனால் என் அருமைத் தந்தையை நினைக்கும் போதுதான் என் மனம் தயங்குகிறது. இல்லையென்றால், என்றோ உன்னிடம் ஓடோடி வந்திருப்பேன். இப்படி ஜெயில் தண்டனையை அனுபவித்துக்கொண்டிருக்க மாட்டேன்..."

மாடிப்படிகளில் கேட்ட கலடி ஓசை இருக்க இருக்க அதிகமாகி, அப்புறம் குறைந்து கொண்டு வரத் தொடங்கியது.

"உன் அப்பா உனக்குச் சாதகமாக இருப்பாரா? அவர் தடுத்தால் என்ன செய்வாய்? அவர் பேச்சைக் கேட்கத்தானே செய்வாய்? என்னையும் மறந்துவிடத் தானே செய்வாய்?"

"என்ன செய்வேன் என்பது அப்பொழுது தெரியும். என்னை ஆண்டவனாலும் தடுக்க முடியாது. அப்பா தடுத்தால், என் சந்தோஷ வாழ்வுக்கு அவர் தடை போட்டால், அப்புறம் நான் ஏன் அவரைப் பொருட்படுத்துகிறேன்? சொல்லப்போனால், அவர் அப்படித் தடுக்கும் நாள் விரைவில் வரவேண்டும் என்றே கூறுவேன். அதுதான் சாக்கு என்று நான் துணிவதற்கு உதவியாக இருக்கும். இப்பொழுது அவருக்குத் தெரியாமல் எதுவும் செய்ய என் மனம் இடம் தரவில்லை, அஷோக்."

"உன்னை ஜெயிலிலேயே தொடர்ந்து வைத்திருந்தால், உன்னால் என்ன செய்ய முடியும்?"

"அது அப்பொழுதுதான் தெரியும். அஷோக்! ஒன்று மட்டும் உறுதி! நம் காதல் வாழ்வில் வெற்றி பெறாவிட்டாலும் என் சாவில் வெற்றி பெறும்."

"சசி!"

"..." சசி! விம்மி அழுதாள்.

"சசி! ஏன் பெருமூச்செறிறாய்?"

"அஷோக்!..."

"சசி! அழாதே! நீ ஒன்றுக்கும் அஞ்சவேண்டாம். மனதில் உறுதியிருந்தால் மனிதனால் சாதிக்க முடியாதது ஒன்றுமில்லை."

மீண்டும் மாடிப்படிகளில் காலடி ஓசை.

"நீதான் உறுதியாக இருக்கவேண்டும். என்னுடைய உறுதியில் உனக்குச் சந்தேகமே வேண்டாம்...."

"சசி! ரமேஷுக்கு நம் விஷயம் தெரியுமா? ஏதாவது கேட்டானா?"

சசி பதில் சொல்வதற்கு முன் ஒருமுறை சுற்றிலும் திரும்பிப் பார்த்தாள்.

இந்திரா அப்போது மாடிப்படிகளின் அருகே வந்து நின்று கொண்டிருந்தாள்.

சசி போன் வாயைக் கையால் பொத்திக் கொண்டு, "இந்திரா!" என்று அழைத்தாள்.

அவள் ஒரு பதிலும் சொல்லாமல் முகத்தை மட்டும் மேலும் கீழும் இலேசாக ஆட்டினாள்.

"இந்திரா! நீ எவ்வளவு நேரமா இங்கே ஒட்டுக் கேட்டுக்கிட்டு நிற்கிறே?" என் தமிழில் கேட்டாள் சசி.

"எவ்வளவு நேரமா நிற்கிறேன்னு சொல்ல முடியவில்லை. கையிலே கடிகாரம் இல்லை. சசி! நீ இந்த வேலை செய்யலாமா? அவனோடு போனில் பேசுறதில்லைன்னு அம்மாவுக்கு நீதானே சத்தியம் செய்து குடுத்தே!" என்று இந்திரா கேட்டாள்.

"குடுத்திருப்பேன். அதைப்பத்திக் கேட்க நீ யார்? வீட்டிலே அத்தனை பேருக்கும் நான் ஜவாப் சொல்லணுமா என்ன? என்னை என்னன்னு நினைச்சிக்கிட்டிருக்கிறீங்க? உங்களாலே என்னை என்ன செய்ய முடியும்...?"

அப்போது போன்-வாயைத் திறந்து, ஆங்கிலத்தில் "கொஞ்சம் இருங்கள், ஒரு நிமிஷம்" என்று சொல்லி, போனையும் மூடிக் கொண்டு, இந்திராவைப் பார்த்துத் திரும்பினாள் சசி.

"ஜாக்கிரதை! இன்னும் நீ இப்படி ஒட்டுக்கேட்ட, நான் எதுக்கும் துணிஞ்சிடுவேன். ஒரு பாட்டில் மூட்டைப் பூச்சிமருந்து. அதுவே வேண்டாம். இதோ இந்த ரெண்டு வைரத்தோட்டைப்

பொடி பண்ணிச் சாப்பிட ரொம்ப நேரமாகாது. நான் வைரத்தோடு பாட்டிருக்கிறதே, அதுக்குத்தான் அழகுக்கு இல்லை, தெரிஞ்சிக்கோ. உலகத்திலே பஞ்சஜம் ஒருத்தி தான் பாடம் கற்பிக்க முடிணும் என்கிறதில்லே. என்னாலயும் முடியும்...”

இந்தச் சமயத்தில் வீடே கிடுகிடுக்கும்படி “உன்னாலே என்னடி முடியும்?” என்ற பிளிறலோடு மாடிப்படியில் ஏறி மேலே வந்தாள் ருக்மிணியம்மாள். வந்தவள் ஒரே பாய்ச்சலாகப் பாய்ந்து சசியின் கையிலிருந்து போன் ரிசீவரைப் பிடுங்கி ‘டமார்’ என்று போட்டாள். மகளின் கையைப்பிடித்து இழுத்தாள். அவள் எழுந்திருக்க மறுத்து, அந்தப் பேராட்டத்தில் தரையில் விழுந்தாள்.

“நீ பாடம் கற்பிச்சுடுவையா? பார்ப்போம், யாருக்கு யார் பாடம் கற்பிக்கப் போறாங்க என்கிறதை!”

சசி ஆவேசத்துடன் எழுந்து நின்று “நானும் பார்க்கத்தான் போறேன்” என்று கனல் தெறிக்கச் சூளுரை பகர்ந்துவிட்டுத் திரும்பினாள்.

“காலாகாலத்திலே உங்க அப்பா உன்னை அடக்கியிருந்தால் நீ இப்படித் துள்ளமாட்டே. எல்லாம் அவர் குடுத்த இடம். நீ இப்போ தலைகீழா விழறே! எத்தனை நாளைக்கு விழுவேன்னு பார்க்கிறேன்...”

சசி வேகமாக ஓர் அறைக்குள் சென்று கதவைப் ‘படார்’ என்று சாத்தினாள்.

அவளைப் பின் தொடர்ந்து செல்ல ருக்மிணியம்மாள் எத்தனிக்கும் போது ரமேஷ் வந்து விட்டான்.

“கேட்டாயா ரமேஷ்! சசி எல்லாருக்கும் பாடம் கற்பிக்கப் போறாளாம்! -பங்கஜத்தைப் போல!”

அவன் இதைக் கேட்டதும் துள்ளி விழுந்தான். “இப்போ சசி எங்கே? என்ன் நடந்தது?” என்று பரபரப்போடு கேட்டான்.

“இஙகேதான் கதவைப் பூட்டிக்கிட்டுக் கிடக்கிறா. என்ன நடந்ததுன்னு அவளையே போய்க் கேளு. வைரத்தைப் பொடி பண்ணிச் சாப்பிடப் போறாளாம். இவள் நாசமாப் போறதோட நாலாயிரம் ரூபாய் வைரத்தையும் நாசமாக்கப் போறா!...”

“அம்மா! நீ சும்மா இரு” என்று சொல்லிவிட்டு அறையைத் திறந்து கொண்டு உள்ளே போய், “சசி” என்று அழைத்தான்.

அவள் எழுந்து தமையனின் கழுத்தைக் கட்டிக்கொண்டு ‘ஓ’வென்று அழுதாள்.

தாயாரும் தங்கையும் அருகில் வந்தார்கள்.

“அம்மா! இந்திரா! நீங்க இங்கே வரவேண்டாம் கீழே போங்க” என்றான் ரமேஷ்.

“ஏன்? என்ன சொல்றே ரமேஷ்?”

“நீங்க போங்கன்னு சொல்றேன். போயிடுங்க.”

அவர்கள் போகத் தயாராக இல்லை. சசி கேவிக் கேவி அழுதுக் கொண்டிருந்தாள்.

“நீங்க போயிடுங்க. சசியின் விஷயத்திலே யாரும் தலையிடக் கூடாது. நான் சொல்றேன்.”

ருக்மிணியம்மாளுக்கு மகன் மீது கோபம் வந்துவிட்டது.

“ஏண்டா? யாருக்கு நீ உத்தரவு போடுறே?”

அப்போது அவன் முகத்தைத் திருப்பிக் கண்ணைச் சிமிட்டி ஜாடை செய்து, “அம்மா! நீ போ. ஏன் இப்படிக் கத்துறே?” என்று சொன்னதும் தாயும் தங்கையும் கீழே போய்விட்டார்கள்.

அவன் முகத்தைத் திருப்பிக் கண்ஜாடை செய்ததை அந்த அழுகையிலும் கூட சசி பார்த்துக்கொண்டு விட்டாள்.

“ரமேஷ்! இது என்ன சூழ்ச்சி? அம்மாவைப் பார்த்து நீ கண்ஜாடை செய்தே! அவளும் உடனே போயிட்டாள்! எல்லாரும் சேர்ந்து பேசிவச்சிக் கிட்டுச் சதி பண்றீங்களா?” என்று சசி கேட்டாள்.

“சதியாவது ஒண்ணாவது! (இங்கிலீஷில் பேச ஆரம்பித்தான். சசி! அம்மாவையும் இந்திராவையும் கீழே அனுப்புவதற்கு இந்தத் தந்திரமான வழியைக் கடைப்பிடித்தேன். அவ்வளவுதான். நீ அமைதியாக இரு.”

அவன் சொன்னதை அவளால் நம்ப முடியவில்லை. “கண்ணியவானைப் போல்” ஆங்கிலத்திலும் பேசியதால் அதை நம்பாமலும் இருக்க முடியவில்லை. அவனுடைய மன அந்தரங்கத்தைச் சோதித்து அறிவதற்காக அஷோக் கைப்பற்றிப் பேச வாய்திறந்தாள். அவனோ அங்கே நிற்கவே இல்லை.

“சசி! நான் ஆபீஸுக்கு அவசரமாக ஓடவேண்டும். எல்லாவற்றையும் மாலையில் பேசிக்கொள்வோம். அதுவரையிலும் நீ அம்மாவையோ இந்திராவையோ பார்க்க வேண்டாம். அவர்கள் வந்து பேசினாலும் நீ பேசாதே...”

“ரமேஷ்! என் காதலை நீ ஆதரிப்பாயா?” என்று அப்பட்டமாகவே கேட்டாள் சசி.

“சாயங்காலம் பேசுவோம்” என்று சொல்லிவிட்டு ரமேஷ் பறந்து விட்டான்.

சசியின் சந்தேகம் வலுத்து விட்டது. "திருடன்! இது சூழ்ச்சியே தான்!"

5

அன்றிரவு எல்லோரும் சாப்பிட்ட பின் பேராசிரியர் சேகர் வழக்கம் போல் தமது படிப்பறைக்குச் சென்றார். அவரை யார் முதலில் போய்ப் பார்ப்பது என்று தாய்க்கும் மகளுக்கும் போட்டியாக இருந்தது. அம்மா முதலில் போய்ப் பேசினால் அப்பாவைத் தன் கட்சிக்குத் திருப்பி விடுவாள். தான் முதலில் போய்ப் பேசினால் அப்பாவைத் தன் கட்சிக்கு இழுத்து விடலாம். ஆனால்...

தகப்பனிடம் போய் கொஞ்சங்கூடக் கூச்சநாச்சமில்லாமல் தனது காதலைப்பற்றி எப்படிப் பேச முடியும்? தான் பேச ஆரம்பிக்காத வரையில் அவரும் வாயைத் திறக்கமாட்டார் என்று அவளுக்குத் தெரியும் ஆர அமர யோசனை செய்தாள். இவள் யோசனை செய்து முடிப்பதற்குள் ருக்மிணியம்மாள் போய்ப் புகுந்து விட்டாள்.

"இன்னிக்கு நடந்த கதை தெரியுமா? அந்த அஷோக் பயலோட இவள் போனிலே பேசினாள். கொஞ்சிக் குலாவிக்கிட்டிருக்கிறாள். நான் போய்க் கையும் களவுமாப் பிடிச்சிட்டேன்..."

பேராசிரியர் சாவதானமாக முகத்தைத் திருப்பி அவளைப் பார்த்தார்.

"அப்புறம்?" என்று கேட்டார் அவர்.

"அப்புறம் என்ன? சுருக்கமாகச் சொல்றேன். அவள் காதலைத் தடுத்தால் பங்கஜத்தைப்போல நமக்குப் பாடம் கற்பிக்கப் போறாளாம்!"

பேராசிரியரின் உதடுகளில் புன்னகை நெளிந்தது.

ருக்மிணியம்மாள் சினத்தை அடக்கிக்கொண்டு, "என்ன சிரிக்கிறீங்க? இது என்ன விளையாட்டா? வேடிக்கையா?" என்று கேட்டாள்.

"ருக்மிணி! அதை நீ நம்புறயா?"

"எதை?"

"பங்கஜத்தை இவள் பின்பற்றப் போறதாச் சொல்றதை."

"சொல்றாளே?"

"பங்கஜம் ஒரு ஏழைப் பெண். அவள் சமாச்சாரம் வேறே. இருக்க நல்ல வீடு கிடையாது. நல்ல சாப்பாடு இல்லை. சமூகத்திலே ஒரு அந்தஸ்தும் கிடையாது. அப்படிப்பட்டவங்க வாழ்க்கையிலே ஒரே ஒரு இன்பந்தான் உண்டு. மனசுக்குப் பிடிச்சவனோட வாழறதைத்

தவிர வேறே ஒரு சுகத்தையும் காண முடியாத ஏழைகள்! அவளும் சசியும் ஒண்ணுன்னு நீ ஏன் நினைக்கிறே?"

"நானா நினைக்கிறேன்? அவள் சொல்றாள். தற்கொலை சமாச்சாரம் ஒரு தொத்து நோய் மாதிரி. ஒருத்தி செய்தால் இன்னொருத்திக்குத் தானாகவே தூண்டுதல் பிறக்கும்...."

"சரி, பார்ப்போம்."

"இன்னும் என்ன பார்க்கிறது?"

"சசியைக் கூப்பிட்டுக் கேட்கிறேன். நீ போ."

"நல்லாக் கேளுங்கோ. என்ன கேட்பீங்களோ எனக்குத் தெரியாது. எப்படியும் இதைத் தடுத்தே ஆகணும். அவ்வளவுதான் சொல்வேன்."

"நீ போ அவளை வரச்சொல்லு."

ருக்மிணியம்மாள் வேகமாகவும் நம்பிக்கையோடும் திரும்பி வந்து ரமேஷின் மூலம் சசிக்குத் தகவல் கொடுத்து உடனடியாக அவளை அப்பாவிடம் போகச் செய்தாள்.

சசி கண்களைத் துடைத்துக் கொண்டு வந்து நின்றாள்.

"உட்கார் சசி" என்றார் தந்தை அமைதியாக. அப்புறம் ஒன்றும் பேசாமல் ஒரு புத்தகத்தில் கவனத்தைச் செலுத்தினார். அவர் கவனத்தைத் தன் பக்கம் திரும்ப அவள் ஒரு விசும்பலோடு அழுதாள்.

"சசி! ஏன் அழறே?"

"அப்பா என் உயிர் இப்போ உங்க கையிலேதான் இருக்கு. நீங்க என்ன செய்யப்போறீங்களோ, செய்யுங்க."

"நான் என்ன செய்யணும்னு நீ சொல்றே? சொல்லு."

அவள் பதில் சொல்லாமல் அழுதாள்.

"சசி, உங்க அம்மாவைப் போல நான் தடுக்கப் போறதில்லை. உனக்கு ஒரு வாரம் 'டயம்' தர்றேன். யோசனை பண்ணிச் சொல்லு."

"இனிமேல் நான் யோசிக்க வேண்டிய விஷயமே இல்லை...."

"இருக்கட்டுமே! எதுக்கும் ஒரு வாரம் கழிச்சிப் பேசலாம். இப்போ என்ன குடியா முழுகிப்போயிட்டது? நான் உன் காதலை ஒருநாளும் தடுக்க மாட்டேன்."

"ஆதரிக்கிறீங்கன்னு சொல்லுங்க."

"அதைச் சொல்லணுமா? உன் இஷ்டப்படியே நீ செய்யலாம்."

"அப்படின்னா உங்களுக்கு இஷ்டமில்லே? அப்படித்தானே?"

"உனக்கு எது இஷ்டமோ அதுதான் எனக்கும் இஷ்டம். உன் இஷ்டத்தைத் தெரிஞ்சிக்கிற வரையில் வாக்குறுதி குடுக்கக் கூடாது என்கிறதுக்காகத்தான் உங்க சித்தப்பன் வர்றப்போவெல்லாம் 'பொறு பொறுன்'னு சொல்லிக்கிட்டிருக்கிறேன்."

"என்ன வாக்குறுதி?"

"உனக்கு வேறொரு இடத்திலே அவன் மாப்பிள்ளை பார்க்க நினைக்கிறான். உனக்கும் அந்தப் பேர் தெரிஞ்சிருக்கும். அருணா எஞ்சினீயரிங் ஒர்க்ஸ் அவருடைய பையன் தான். கல்யாணத்தைப் பண்ணிக் கிட்டு பெண்டாட்டியோடேயே அமெரிக்காவுக்கும் போக உத்தேசித்திருக்கிறான். மூணு வருஷம் ஏதோ கோர்ஸ் படிக்கிறதுக்கு. இப்போ அந்தப் பையனை இந்திராவுக்குப் பார்க்கறதான்னு உங்க சித்தப்பன் கிட்டே சொல்லணும். அவங்க அதுக்குச் சம்மதிக்கலேன்னா, போகட்டும். நான் கவலைப்படப் போறதில்லை. உங்க அம்மாதான் நாலு நாளைக்கு வயிலே வயித்திலே அடிச்சிக்குவாள். அவளுக்குத் தெரிஞ்சது அவ்வளவுதான்..."

அருணா எஞ்சினீயரிங் ஒர்க்ஸ் முதலாளி பெரிய கோடீஸ்வரன் என்று சசிக்கும் தெரியும். அப்படிப்பட்டாரின் பிள்ளையையும் தன் காதலுக்காக இழக்க இவர் சித்தமாக இருப்பதைப் பார்த்த சசி, அப்பாவின் பரந்த மனப்பான்மையையும், பிறருடைய உணர்ச்சிகளை மதிக்கும் பெருங்குணத்தையும் எப்படிப் போற்றிப் புகழ்வது என்று தெரியாமல் தவித்தாள்.

"சசி! நீ போகலாம். எனக்கு அஷோக்கைப் பற்றி எதுவுமே தெரியாது– என்னுடைய பழைய மாணவன் என்கிறதைத் தவிர. அவன் யாரோ இருக்கட்டும்; படிச்சவனோ படிக்காதவனோ? பணக்காரனோ, ஏழையோ? நல்லவனோ? கெட்டவனோ? அதைப் பத்தியெல்லாம் நான் கவலைப்பட மாட்டேன். உனக்கு அவன் மேலே காதல். அத்தோடு விஷயம் முடிந்தது. நான் ஒரு வார்த்தை தடுத்துப் பேசமாட்டேன். நீ போய்ட்டு வா."

சந்தோஷம் தாங்காமல் சசி எழுந்து வந்தாள். தன்னுடைய அறைக்குச் செல்லும்போது, அம்மா, இந்திரா, ரமேஷ் – மூவருக்கும் கேட்கும் படியாக வெற்றிப் பெருமிதத்துடன் செருமிக்கொண்டும் போனாள். இதைக்கேட்டு ருக்மிணியம்மாளும் ரமேஷும் விழுந் தடித்துக் கொண்டு பேராசிரியரின் அறைக்கு ஓடினார்கள்.

"மோசம் பண்ணிட்டீங்க போலிருக்கே!" என்று ருக்மிணியம்மாள் பய பீதியுடன் கூச்சல் போட்டாள்.

ரமேஷ் நடுங்கிக் கொண்டு, "நீங்க 'சரி'ன்னு சொல்லிட்டீங்களா அப்பா?" என்று கேட்டான்.

"ரமேஷ்! உங்க சித்தன்பன் என்னைப்பத்தி அடிக்கடி சொல்வான்னு சொல்வையே, 'மிடில்கிளாஸ் மென்டாலிட்டி' என்கிறதை, அது இது வரையிலும் உங்கம்மாவுக்குத்தான் இருக்குன்னு நினைச்சிருந்தேன். இப்போ உனக்கும் அது வந்துட்டதா?"

"நீங்க என்ன சொல்றீங்க, அப்பா? புரியும் படியாச் சொல்லுங்க."

"இதுதான் விஷயம். சசியின் இஷ்டத்துக்கு நான் குறுக்கே நிக்கப் போறதில்லை. அவகிட்டவே இதைச் சொல்லிட்டேன். நீங்க கூப்பாடு போட வேண்டாம். நான் சொன்னால் சொன்னதுதான். நீங்க போகலாம்" என்றார் பேராசிரியர்.

ருக்மிணியம்மாள் கூச்சலைப் பெரிதாக்கினாள். "பெத்த பொண்ணை எக்கேடு கெட்டும் போன்னு நட்டாத்திலே விட்டுடுற தகப்பனும் ஒரு தகப்பனா?"

பேராசிரியர் எழுந்து நின்று, "ருக்மிணி, பேசாமல் போயிடணும். இனி மேல் இதைப்பத்தி ஒரு வார்த்தை பேசினால், நான் இப்பவே வெளியே போயிடுவேன். பெரிய தலைவலியா இருக்கு எனக்கு..." என்று கோபக்குரலில் பேசினார்.

மனைவியும் மகனும் வெளியே வந்துவிட்டார்கள்.

6

பேராசிரியர் ஒரு வார அவகாசம் கொடுத்தார், மகள் யோசனை பண்ணுவதற்கு. ஆனால் அவளுக்கு ஒரு நாளே போதுமானதாக இருந்தது. சொல்லப்போனால் மத்தியானத்திற்குள்ளாகவே அவள் யோசித்து முடித்து விட்டாள். அதன் விளைவாக அவளுக்கு அவமானம் தாங்க முடியாமல் போய்விட்டது. இந்திராவைப் பார்க்கும் போதெல்லாம் பொறாமைத் தீ பற்றி எரிந்தது. அத்தோடு, பங்கஜத்தின் தகப்பனும் நல்லவனாகவும் மாறிவிட்டான். தன்னுடைய தந்தை இவ்வளவு கல்நெஞ்சம் கொண்டவரா என்று நினைக்கும் போது அவளுக்கு அழுகை பீறிட்டுக் கொண்டு வந்தது. வெந்த புண்ணில் வேல் கொண்டு குத்துவது போல் தாயாரும் அனாவசியமாகப் புலம்பிக் கொண்டிருந்தாள்.

"நல்ல அப்பா வந்து வாச்சார்! கொஞ்சம் கூடக் கவலைப் படாமே மகளை அனாதைப் பொணமாகக் கழிச்சிக் கட்டிப்பிட்டாரே! இவளுடைய காதலுக்கு ஆதரவளிக்கிறாராம்! அவரே அப்படிச் செய்யும்போது எனக்கு என்ன வந்தது? இவள் இனிமேலே உலகப் பிரயாணமும் செய்வாள்! ஜெர்மனியிலிருந்து நவ நாகரிகச் சாமான்களும் வந்து இறங்கும்! மருந்துக் கடைக்காரன் இவளுக்கு ஏர்கண்டிஷன் பங்களாவும் கட்டிக்குடுப்பான்! நான் பார்க்கத்தானே போறேன்...!"

அம்மாவின் ஒவ்வொரு சொல்லும் அவளை மேலும் மேலும் அவமானத்திற்கும் வேதனைக்கும் உள்ளாக்கிச் சுட்டெரித்தது. தாங்கவே முடியவில்லை.

அன்றிரவே அப்பாவிடம் ஓடினாள் சசி. சரணாகதி அடைந்தவளைப் போல், "அப்பா!" என்று ஓலமிட்டாள். அப்புறம், "இதைவிட நீங்க என்னைக் கொலை பண்ணி இருக்கலாமே" என்று சொல்லிவிட்டுக் 'கோ' என்று அழுதாள்.

"என்ன சொல்றே, சசி" என்று கேட்டார் பேராசிரியர்.

அவள் பதில் சொல்லாமல் அழுதாள்.

"சசி! நிம்மதியாப் போய்ப் படு. என்ன குடி முழுகிப்போயிட்டது? நான் எப்பவும் உன் இஷ்டத்துக்குக் குறுக்கே நிற்கமாட்டேன். நீ எப்படி முடிவு பண்ணினாலும் சரி நாளை காலையில் பேசலாம் போ" என்று சொல்லி மகளைத் தேற்றினார் தந்தை.

7

இரண்டு வருஷங்கள் கழிந்துவிட்டன.

அஷோக்கிற்குக் கல்யாணமாகி ஒரு குழந்தையும் பிறந்துவிட்டது. அவன் மனைவி மதுரைப் பெண்.

சசிக்கும் - அருணா எஞ்சினீயரிங் ஒர்க்ஸ் முதலாளி வீட்டில் கல்யாண மாகாவிட்டாலும் அவரைப் போன்ற வேறொரு முதலாளியின் வீட்டில் - கல்யாணமாகி, அவளுக்கும் ஒரு குழந்தை பிறந்துவிட்டது. அவளுடைய கணவன் அவளையும் குழந்தையையும் அழைத்துக் கொண்டு விரைவில் ஐரோப்பாவில் உல்லாசப் பயணம் மேற்கொள்ளவும் முடிவு செய்திருந்தான். இதற்கிடையில் அவள் கணவனோடும் குழந்தையோடும் தாய் வீட்டுக்கு ஒரு நாள் வந்திருந்தாள். வீட்டில் பேராசிரியரைத் தவிர எல்லோரும் அன்று இரண்டு பெரிய கார்களில் ஏறிக்கொண்டு படம் பார்க்கப் போனார்கள்.

அது தமிழ்ப் படம். படத்தின் கதை எல்லோருக்குமே பிடித்திருந்தது. சினிமாக் காதலன் தன் பெற்றோர்களின் தடையாலும் காதலியின் பெற்றோர்களுடைய தடையாலும் காதல் நிறைவேறாம, பைத்தியக்காரனாகித் தெருத் தெருவாக அலைகிறான். அவனை மூன்று வருஷப் பிரிவிற்குப் பிறகு பார்த்த காதலி மாடியிலிருந்து அதிவேகமாக இறங்கி ஓடிப்போய், "என் கண்ணா!" என்று அவனைக் கட்டிக்கொள்கிறாள். உடனே அவனுக்குப் பைத்தியம் தெளிந்து, "என் கண்ணே!" என்று அவளைக் கட்டியணைத்துக் கொள்கிறான். அந்த நிமிஷத்திலேயே அவனுடைய உயிர் போய்விடுகிறது. அந்த

அதிர்ச்சி தாங்காமல் அவளும் அங்கேயே செத்துவிழுகிறாள். காதலுக்காக உயிர் நீத்த இந்த இருவருக்கும் அந்த ஊரின் பொது மக்கள் ஒரு நினைவு மண்டபம் கட்டுகிறார்கள். அங்கே காதலனின் பெற்றோர்களும், காதலியின் பெற்றோர்களும், அந்த ஊரிலுள்ள இளைஞர்களும், யுவதிகளும், அவர்களுடைய பெற்றோர்களும் வந்து கூட்டாக நின்றுகொண்டு, காதலின் தெய்வீகத் தன்மையைப் போற்றி கோஷ்டி கானம் செய்கிறார்கள்.

'பிரமாதமான படம்!' என்ற ஏகோபித்த பாராட்டுடன் எல்லோரும் வீடு திரும்பினார்கள். பேராசிரியரும் அவர்களைக் கேட்டு சினிமாக் கதையைத் தெரிந்து கொண்டார். ஒரு அபிப்பிராயமும் சொல்லாமல் மௌனமாக அவர் தமது அறைக்குத் திரும்பினார்.

"காதல், மதம், ஆசாரம், ஒழுக்கம், தேசம்... இப்படி ஏதாவது ஒன்றுக்குத் தியாகம் செய்யவேண்டியது ஒரு கூட்டத்தின் தலையெழுத்தாகவும், இன்னொரு கூட்டத்தின் இன்பானுபவமாகவும் ஆகிவிட்டது... பங்கஜம் மாதிரி நாலு பேர் உயிரைக் கொடுத்துக் காதலைத் தூக்கிப் பிடிக்கவேண்டும். அதைச் சினிமாக்காரன் படம் பிடிக்க வேண்டும். அதைப் பார்த்து இன்னும் நாலு பேர் உயிரைக் கொடுத்துக் காதலைத் தூக்கிப் பிடிக்க வேண்டும். இல்லையென்றால் 'லைஃப்'பில் 'வால்யூ' வே இல்லாமல் போய், சசிக்கும் ருக்மிணிக்கும் வாழ்க்கை ஒரே பாலைவனமாகப் போய்விடும்!... சசி வைரத்தைப் பொடி பண்ணிச் சாப்பிட்டவிடுவாள் என்று நம்பி ருக்மிணி கூச்சலும் போட்டாளே! ரமேஷூம் கூடப் பயந்தானே! இந்த வீட்டிலே யாருக்கு எந்தக் காலத்தில் 'மிடில்கிளாஸ் மென்டாலிட்டி' இருந்தது? அனாவசியப் பயம்!"

பேராசிரியர் ஒரு தடவை சிரித்துக்கொண்டார்.

26
தவப் பயன்

சுவாமி நிர்மலானந்தரை ஒருநாள் மாலை திடீரென்று ஆஸ்ரமத்தில் காணவில்லை. சாயங்காலம் ஐந்து மணிக்கெல்லாம் அவர் தனியே எழுந்து உலாவப் போவது வழக்கம். அப்போது சீடர்கள் எவரையும் அழைத்துக் கொள்ளாமல், தியானத்தில் ஆழ்ந்த வண்ணம் தன்னந்தனியாகவே நடந்து செல்வார். அநேகமாக பொழுது இருட்டுவதற்குள் சுவாமிகள் ஆஸ்ரமத்திற்குத் திரும்பி விடுவார். திரும்பும்போது மட்டிலும் சிஷ்யர்கள் சிறிது தூரம் சென்று அவரை எதிர்கொண்டு அழைத்து வருவார்கள்.

அன்று நிர்மலானந்தர் சூரியாஸ்தமனம் ஆகி இரண்டு நாழிகைப் பொழுது கழிந்தும் வராததைக்கண்டு சிஷ்யர்கள் திடுக்கிட்டுப் போனார்கள். சுவாமிகளிடம் ஞானோபதேசம் பெறும் உயர்ந்த நோக்கத்துடன் சிலரும், திருநீறும் ஆசீர்வாதமும் பெறும் சாதாரண நோக்கத்துடன் சிலருமாக ஒரு சிறு கூட்டம் வழக்கம் போல வந்து ஆஸ்ரமத்தில் அமர்ந்திருந்தது; காத்திருந்தது.

சுவாமிகளை இன்னும் காணவில்லை.

சிஷ்யர்களைவிட பக்தகோடிகள் மிகவும் அதிகக் கவலையில் ஆழ்ந்தனர்.

சிஷ்யர்களுக்கு ஓரளவு துணிச்சல் இருப்பதற்குச் சில காரணங்கள் உண்டு.

சில சமயங்களில் நிர்மலானந்தர் உலாவப் போகும் நோக்கத்துடன் ஆஸ்ரமத்தை விட்டுப் புறப்படுவார். ஆனால், ஆஸ்ரமத்தின் வேலியைத் தாண்டியதும் வெட்ட வெளியில் அப்படியே உட்கார்ந்து விடுவார்; உடனே பகவத் தியானம்தான். அன்று அவ்வளவோடு உலாவும் காரியம் முடிந்துவிடும். தியானம் கலைந்ததும் நேரத்தைப் பார்த்துக்கொண்டு ஆஸ்ரமத்துக்குத் திரும்பி விடுவார். இதற்கு விதி விலக்காகத் தியானம் கலையும் போது நள்ளிரவு ஆகிவிட்டிருந்தாலும், மேற்கொண்டும் சாயங்காலத்தைப் போலவே பாவித்து, அந்தக் காடாந்த காரமான நிசியிலும் உலாவப் போய்வருவது உண்டு.

அன்று அவர் திருவுள்ளம் எப்படி இருந்ததோ? அவரைக் கருவியாகக் கொண்டு ஆட்டுவிப்பவனின் திருவுள்ளப் பாங்கு எதுவோ? அவர் அன்று எங்கே, எந்த நிலையில், எதற்காகத் தாமதித்தாரோ?

சமீபத்தில் எங்காவது இருப்பார் என்ற நம்பிக்கையும் நேரம் செல்லச் செல்ல சிஷ்யர்களுக்குக் குறைந்து விட்டது.

பக்தர்களின் மன வியாகூலமோ சிஷ்யர்களை அமைதியுடன் அமர்ந்து காத்திருக்கும்படி விடவில்லை.

மூவர்-சிஷ்யர்கள்-புறப்பட்டார்கள். பக்தகோடிகளின் வயதான கிழவர் ஒருவரும் கூடப் புறப்பட்டார்.

நல்ல நிலா அடித்தது.

பொட்டல் வெளியில் சுவடுகள் பதியாவிட்டாலும், நிர்மலானந்தர் எந்த வழியில் சென்றிருப்பார் என்பதைக் கண்டு பிடிபபது சிரமம் அல்ல. ஏனென்றால் ஆஸ்ரமத்திலிருந்து தெற்கு நோக்கிச் செல்லும் ஒற்றையடிப் பாதை தான் பரந்த வெளியை நோக்கிச் செல்லும் பாதை. வடக்குப் பாதை ஊரை நோக்கிச் செல்லுகிறது. வேறு பாதைகள் கிடையாது.

நான்கு பேரும் நடந்தனர். சமீபத்தில் எங்காவது நிர்மலானந்தர் அமர்ந்திருக்கக்கூடும் என்ற எண்ணத்தினால் கால் நடையில் பயபக்தி தயக்கம் கொடுத்தது. சுற்றிலும் இரையும் சிள்வண்டுகளின் ஓசையை நூலளவும் பாதிக்காதவாறு மௌனமாக, காலடி ஓசை கேட்காமல், பாதங்கள் அடி எடுத்து வைத்தன.

இப்படி ஒரு மைல் நடந்தார்கள்.

ஒரு மைலுக்கு மேலும் நடந்தாய்விட்டது.

பாதையின் வலது புறத்தில் சப்பாத்திக்கள்ளிப் புதரின் நடுவில் சிறிது மேடான ஒரு கரும்பாறை உண்டு. அது நிலவில், குழியில் விழுந்த யானையின் முதுகுபோலத் தோற்றமளித்தது. அதன் மேல் கரும்பரப்பை வகிர்ந்து கொண்டு செந்நிறத் தூலமாக ஏதோ கிடந்தது.

பரபரப்புடன் மனம் கலங்கி நால்வரும் அந்தப் பாறையை நோக்கி ஓடினார்கள். அவர்களில் ஏழை மனம் படைத்த ஒரு சிஷ்யனின் கண்களில் கண்ணீர் திரண்டது. உடன் சென்ற கிழவரின் இரைகின்ற சுவாசம் அந்த இடத்தில் மட்டுப்பட்டு மௌனம் பூண்டது. நால்வரும் போய்ப் பார்த்தார்கள்.

காஷாயதாரியாகக் கருங்கல் சயனத்தில் கிடந்த நிர்மலானந்தர் பூரணம்' பெற்று விடவில்லை. அன்றையத் தியானம் சயன அவசத்தில் நடைபெற்றது. அவ்வளவேதான். எதிர்பார்ததபடி, சிஷ்யர்கள் பயப் படும்படியாக, எதுவும் நடந்துவிடவில்லை.' ஆனால்...

தன்னை மறந்து படுத்திருக்கும் நிர்மலானந்தரின் வாயிலும், வாயருகில் பாறையிலும், காய்ந்து சருகாகிப் போன பெயர்

தெரியாத இலைகள் ஏதோ கிடந்தன. சப்பாத்திக்கள்ளியின் காய்கள் சில பக்கத்தில் இருந்தன. சுவாமிகளின் ஒரு கால் பாறையிலும், மற்றொரு கால் சப்பாத்திப் புதரிலும் கிடந்தது. இடையில் சுற்றியிருந்த காஷாயத் துணியின் செம்பாதி காற்றில் பறந்தபோய் சப்பாத்தியின் மேல் ஒட்டிக்கொண்டிருந்தது.

நால்வருக்கும் நிஷ்டையைக் கலைக்கப் பயம். ஆனால் சுவாமிகளின் பரிதாப நிலையைக் கண்டு சொல்லொணாத மன வேதனை.

அந்தப் பாறையின் சரிவான ஒரு பகுதியில், சுவாமிகளின் ஸ்தானத்துக்குச் சற்று இறக்கமாக, மரியாதையுடன் உட்கார்ந்து ஈஸ்வரத் தியானத்தில் ஆழ்ந்துவிட்டார்கள். உண்மையில் அது தியானம் அன்று; மௌனமாக பிரார்த்தனையே.

எவ்வளவு நேரம் சென்றதோ?

சற்றே அபூரணம் பெற்ற அன்றைய நிலா, உச்சிவானத்தின் மைய விளிம்பைத் தொட்டதுபோல மேலேறி வந்துவிட்டது.

சுவாமிகளின் சரீரம் சிறிது அசைந்தது. அசைந்ததெல்லாம் இவ்வளவே. பாறையில் கிடந்த மற்றொரு காலையும் எடுத்து சப்பாத்தியின் மேல் போட்டார். தாங்க முடியாத சுமை கீழே விழுந்ததுபோல, கால் ‘தொப்’பென்று சப்பாத்தியில் விழுந்தது. எத்தனை முட்கள் அந்த மிருதுவான கால்களில் குத்தினவோ என்று கவலைப்படத் தொடங்கு முன்பே, நல்ல பாம்பு ஒன்று சப்பாத்திப்புதரிலிருந்து திடீரென்று சீறி எழுந்து, தன் படத்தை அகல விரித்து, தலையைச் சாய்த்த வண்ணம் மிகவும் பலமாக சுவாமிகளின் இடது பாதத்தில் மோதிக் கடித்து விட்டது. பாம்புக் கடியினால் சுவாமிகளின் மேனியில் சிறிதாவது சலனம் ஏற்படட்டுமே!

சிஷ்யர்களின் ரத்தம் உறைந்துவிட்டது. அடுத்தவனைப் பாம்பு படம் விரித்துக் கடிப்பதை மனிதவர்க்கமே கண்ணாரக் காண்பது, அதுதான் முதல் தடவையோ என்று கருதக்கூடியவாறு அவ்வளவு பிரத்யக்ஷ நிலையில் நடந்தேறிய இந்த அபாயத்தைக் கண்டு எழுந்து ஓடிய அந்நால்வரும் சப்பாத்தியிலேயே மிதித்தார்கள். ஒவ்வொரு முள்ளும் ஒரு விஷப்பல்லாகக் குத்தியது. ஆனால் பாம்பு இவர்களை நோக்கி வரவில்லை. வேறு திசையில் நெளிந்துவிட்டது. பாறையின் மேல் மின்னி நெளிந்த அதன் சரீரம், பாறையில் ஏதோ விஷ ஊற்றுக் கிளம்பி வடிந்தது போல் இருந்தது.

இனி சுவாமிகளை எழுப்பாமல் இருந்தால் மரியாதைக்கு அர்த்தம் கிடையாது. பூவைப்போலத் தொடுவது போய், தரையில்

புதைத்த ஆணி வேரைப் பிடுங்குவது போல் அவ்வளவு முரட்டுத் தனமாக சுவாமிகளைத் தூக்கி உட்கார வைத்தனர்.

நிர்மலானந்தர் எழுந்து அமர்ந்தார். அவருடைய விழிகள் மலர்ந்தன. வாயிலிருந்த சருகுகளைத் துப்பினார். துப்பும்போது, பாதிமென்ற கள்ளிப்பழம் ஒன்று முறிந்த முள்ளுடன் பாறையில் விழுந்தது.

"இதுவா ஆகாரம்?" என்று பிரமித்தார் உடன் சென்ற கிழவர்.

நிர்மலானந்தரின் ஆகாரம் எதுவென்று அவருக்கு இவ்வளவு காலத்துக்குப் பின் அன்றுதான் தெரியவந்தது. காரணம் கிழவர் ஊருக்குப் புதிது.

"தங்களை விஷம் தீண்டிவிட்டது" என்று சொன்னான் ஒரு சிஷ்யன், வாயை ஒரு கையால் மூடிக்கொண்டே.

மற்ற இருவரும், இரண்டு கால்களிலும் உள்ள சப்பாத்தி முட்களைத் தடவித் தடவிப் பிடுங்கினார்கள். அவர்களுடைய கைகளில், முள்தைத்த புண்களில் கசிந்த ரத்தம் படிந்து, மருதாணி யிட்டதுபோல மாறிவிட்டது.

"முட்களா? அவற்றை ஏன் பிடுங்க வேண்டும்?" என்று சாவதானமாகச் சொல்லிவிட்டு, "எப்போது பாம்பு கடித்தது?" என்று கேட்டார் சுவாமிகள்.

கிழவர் ஆச்சரியத்தினால் ஸ்தம்பித்துவிட்டார்.

நடந்த விருத்தாந்தத்தைச் சுருக்கமாகச் சொல்லி முடிக்கு முன்பே, நிர்மலானந்தர் "பாரம் தாங்கமுடியவில்லை; படுக்கவேண்டும்" என்று பாறையில் சாய்ந்தார்.

பாம்பு கடித்ததின் விளைவாக நிர்மலானந்தர் மயக்கம் எய்தி, பிதற்றுகிறாரென்றே நால்வரும் நினைத்தனர். விஷயம் தலைக்கேறிக் கொண்டிருக்கிறது என்பது உண்மைதான் என்றாலும், பாரம் விஷத்தினால் வந்ததல்ல. மாமிச பிண்டத்தைத் தூக்கிச் சுமப்பது நிர்மலானந்தனர் நெடுநாளாக அனுபவித்து வரும் வேதனை; அன்று சுமக்கவே முடியாமல் போனதனால்தான் பாறையில் போய்ப் படுத்து விட்டார்.

பின்னும் காலதாமதம் கூடாது என்று, நிர்மலானந்தரை மூவரும் எடுத்துச் சுமந்து ஆஸ்ரமத்தை நோக்கிப் புறப்பட்டார்கள். தாம் நடக்கவே சிரமப்படும் கிழவர் பரிவோடு ஒரு கையினால் நிர்மலானந்தரின் சரீரத்தைச் சுமக்க முடியாவிட்டாலும், தொட்டுக் கொண்டு தள்ளாடி நடந்து வந்தார்.

பாதி வழி தாண்டுமுன்பே, சுவாமிகளின் உதடுகள் ஒரு பக்கம் கோணித்திறந்தன. வாயில் கொப்பளித்த நுரை சிலந்திப் பூச்சியின் நூல்களைப் போலக் காற்றில் ஆடி அறுந்தன. நிர்மலானந்தரின் மண்ணுலகத் தொடர்பு நுரை நூலைக் காட்டிலும் இலகுவாக, அவ்வளவு அரவம் அற்று அறுபட்டது. நிர்மலானந்தர் தம் வாழ்நாளெல்லாம் சுமந்த பாரத்தைத் தம் சிஷ்யர்களின் தோளிலும் தலையிலும் இறக்கி வைத்துவிட்டுப் போய்விட்டார்.

உபதேசத்துக்காகவும், ஆசீர்வாதத்துக்காகவும் வந்த ஜனங்களின் முன் நிர்மலானந்தரின் சரீரத்தைக் கொண்டு வந்து சேர்த்தார்கள் சிஷ்யர்களும் கிழவரும்.

மறுநாள் ஆஸ்ரமம் கல்லறையாக மாறியது.

* * *

மண்பாண்ட ஓடு உடைந்து விட்டது. மாயக் குயவர் அந்த ஓட்டைச் சமைத்து அதன் உள்ளே வைத்து அனுப்பிய ஆன்ம அமிர்தம் திவலைகூட மண்ணுலகக் குழப்பத்தில் சிந்தாமல் சிதறாமல், கொடுத்தாலும் குறைவு படாத நித்யபூரண வஸ்துவாய், குயவரிடமே திரும்பியது. அமிர்தம் ஆக வேண்டிய காலம் ஆகி, நன்கு பண்பட்டு, சுவையோடும் திண்மையோடும் சுவர்க்கம் புகுந்தது.

நிர்மலானந்தர் மறைந்தார்; நிர்மலானந்தம் எஞ்சியது.

எண்ணற்ற முனிவர்களின், புண்ணிய புருஷர்களின், ஆன்ம சொரூபங்கள் இன்பத்தின் பரவெளியில், அமர போகம் துய்த்துக் கொண்டிருக்கும் அந்தத் தெய்வ மண்டலத்தில் நிர்மலானந்தருக்கு மரியாதை மிகுந்த பீடம் கிடைத்தது. என்றுமாய் எதுவுமாய், காலமும் தூரமும் அற்றிருக்கும் இந்தச் சுவர்க்க போகம் அல்ல நிர்மலானந்தருடைய நித்ய தபசின் கோரிக்கை. மண்ணுலகத்தைத் துறந்த இதயம், விண்ணுலகத்தில் அதைப் பெற்று அனுபவிக்க விரும்பவில்லை.

இன்னும் 'நான்' நசியவில்லை; 'அவன்' இன்னும் அவனாகத் தான் இருக்கிறான். 'அவன்,' 'நான்' ஆகவில்லை; 'நான்,' 'அவன் ஆகவில்லை. கேவலம் தூலசரீரத்தைக் களைந்துவிட்டால் ஈஸ்வர ஐக்கியம் கிட்டி விடுமா?'

இன்னும் எத்தனை வருஷங்கள், எத்தனை வியாழ வட்டங்கள் தபசிருக்க வேண்டுமோ, அந்த அத்வைத நிலையைப் பெறுவதற்கு? நல்ல வேளையாக இங்குக் காலம் என்ற பிரக்ஞை இல்லை. ஆனாலும் சுவர்க்கத்தின் போக நிலத்தில், புழுவெனத் துடித்து உபசாந்தப் பரவெளியை நோக்கித் துள்ளித் துள்ளிக் குதித்துக்கொண்டிருந்தது

நிர்மலானந்தரின் ஜீவான்மா.

பரமான்மா வந்தது; பூலோகப் பஞ்சாங்கப்படி, நிர்மலானந்தரின் ஆன்மா சுவர்க்கத்துக்குப் போன பதினைந்தாம் நாளில் கடவுள் அந்தப் புதிய விருந்தைக் காண வந்தார். மோனப் பிரார்த்தனை அன்றே கடவுளுக்கு எட்டியது என்றாலும், சுவர்க்கானுபவச் சதுரங்கத்தில் நிர்மலானந்தரின் ஆத்ம விளையாட்டு வெற்றி பெறுகிறதா, தோற்கிறதா என்று பரிசோதனை செய்யத் தொடங்கியது தான் இந்தப் பதினைந்து நாள் தாமதத்துக்குக் காரணம்.

பதினைந்து நாட்களுக்குப் பின் நிர்மலானந்தரின் முன் பிரசன்னமானார் கடவுள். வாழ்நாளெல்லாம் தபசில் கழித்த தம் பக்த சிரோன்மணிக்கு இந்தப் பதினைந்து நாளைய அனுபவம் எவ்வளவு பெரிய சுகத்தை அள்ளிக் கொடுத்திருக்கும் என்று எண்ணி ஆனந்த பரவசத்துடன் பக்தனைக் காண வந்தார். மறு தினந்தான் நிர்மலானந்தரின் கடைசித் தளையை, எஞ்சியிருக்கும் 'நான்' என்ற பிரக்ஞையை, சுட்டறுப்பது என்பது தெய்வத் திருவுள்ளம்.

தெய்வ விஜயம், பிரக்ஞையைப் போன்ற ஒரு சங்கேதத்தின் மூலம் நிர்மலானந்தருக்குத் தெரிந்தது. இறைவனின் பாதத்தில் மலர்ப்பலி இடுவதைப் போல தம் ஆத்மாவைப் பரிபூரணமாகச் சமர்ப்பித்தார் நிர்மலானந்தர்.

"சுவர்க்கம் பிடிக்கவில்லை போலும்! உம் கோரிக்கையை அறிந்தோம். உம். ஆத்மத் தேட்டம் விரைவில் சித்திபெறும்" என்றார் கடவுள்.

கடவுளின் வார்த்தைகள் எல்லாம் கிரஹித்துக் கொண்டாலும், சுவர்க்கம் என்ற பதம் நிர்மலானந்தரைப் பிரமிக்கச் செய்துவிட்டது.

'சுவர்க்கம்!... சுவர்க்கம் என்றால்... அப்படியானால் தற்போதைய வாசஸ்தலம் சுவர்க்கம்தானா?' என்ற திகைப்பு நிர்மலானந்தரை ஊமையாக்கி விட்டது' எழுதாக் கிளவிக்கு நாயகனாக இலங்கு பவனுக்குப் பேசாத சிந்தை, தாய் மொழியைப் போலப் பரிச்சயப்பட்ட வஸ்து. நிர்மலானந்தரின் திகைப்பு அவருக்குப் புரிந்தது.

"சுவர்க்கம் இல்லாமல் வேறு என்ன? நரகம் என்று நினைத்தீரா?"

கடவுள் சிரித்தார்!

"எதுவும் நினைக்கவில்லை. சுவர்க்கத்துக்கும் நரகத்துக்கும் பேதம் காணும் அந்தச் சரீர பரிசோதகன் என்றோ சாம்பலாகிவிட்டான் என்பது தாங்கள் அறியாதது அல்லவே? மண்ணுலகிலும் கூட மலருக்கும் முள்ளுக்கும் மலருக்கும் விஷப் பல்லுக்கும் வேற்றுமை கண்டறியாதிருந்த ஜீவன் இப்போது ஐம்பொறிக் கூட்டை உதறி விட்ட பிறகு, சுவர்க்கத்தை எங்ஙனம் உணரும்? நரகத்தை உணர்வதும்

எங்ஙனம்?"

* * *

மாயக் குயவர் எத்தனையோ லட்சோபலட்சம் மண்பாண்டங்களை வனைந்து கொண்டிருக்கிறார். அவற்றில் எத்தனை பங்கப் படாமல், விதித்திருக்கும் காலவரையறை வந்து சந்திக்கும் வரையிலும் பயன்பட்டு, விளைபயன்களை விண்ணுக்கு அனுப்புமோ? எத்தனை மண்பாண்டங்கள், கூத்தாடிக் கூத்தாடித் தம்மையே உடைத்துப் பாழாக்கிக் கொள்ளுமோ? மண் பாண்டங்கள், பற்பல உருவில், பற்பல வர்ணங்களில் தயாராகிக் குவிந்திருக்கின்றன.

குயவர் ஒரு சிறு பாண்டத்தை உருவாக்க முயன்று கொண்டிருக்கிறார். அது பூவலகில் ராஜகுமாரனாக வந்து பிறக்குமோ, ஒரு முனிவனாக வந்து அவதரிக்குமோ தெரியவில்லை. ஆனால் பாண்டம் உருப்பெறாமல் குலைந்து சரிந்து கொண்டிருந்தது. வேறு பல கலவைகளைச் சேர்த்துக் குழைத்துப் பாண்டத்தை உருவாக்க முயன்றார் குயவர். பழையபடியும் அது கருவிலேயே சிதைவுற்றது. மற்றும் பல கலவைகளைக் கலந்து திரும்பவும்...

கடவுள் நையாண்டிச் சிரிப்புச் சிரித்தார்.

"மாயக் குயவரே! பாண்டத்தின் உருவ அமைப்பைச் சிதையாமல் நிறுத்தி வைக்கும் பிரதானமான கலவை என் அடைக்கலத்தில் உள்ளது."

கைசோர்ந்து போய் வணக்கத்துடன் திரும்பிப் பார்த்தார் மாயக் குயவர்.

"ஜீவான்மா ஒன்று மண்ணுலகிலிருந்து விடுதலை பெற்றுத் துறக்கம் பெற்றது. பிரம்ம ஐக்கியம், இரண்டறக் கலக்கும் அத்வைத நிலை இதுதான் அதன் இன்றையக் கோரிக்கை. அந்த ஆனமாவும், அதன் கோரிக்கையும் அந்தரத்தில் நிற்கும்போது பாண்டத்தை உருவாக்குவது எப்படி?"

மௌனமாக இருந்தார் மாயக் குயவர்.

மண்ணுலகில் அதுமலருக்கும் முள்ளுக்கும் பேதம் காண வில்லை; புலன்களைச் சுட்டறுக்கும் தபசை மேற்கொண்டு விட்டது. சுவர்க்கம் எய்தியது.

சுவர்க்கத்தின் தன்மை அந்த ஜீவனைத் தீண்டக்கூட இல்லை. சுவர்க்கத்தில் இருக்கிற பிரக்ஞையாவது இருக்கட்டுமே! இன்று அதை நரகத்துக்கு அனுப்பினாலும் இன்றைய நிலையை இழக்காத பக்குவத்துடன் அது இருக்கிறது.

அது வேண்டுவது பிரம்ம ஐக்கியம்; பரமாத்ம-ஜீவாத்ம சங்கமம். அது கிட்டினால் அந்த ஆத்மா மாறுதல் பெற்றுவிடுமா? இன்ப துன்பத்தை உணராத பேரின்ப உபாசகனாக இருந்த அந்த ஆத்மா எம்மோடு அத்வைத நிலையில் இருந்தால் என்ன, ஆஸ்ரமத்தில் சந்நியாசியாக இருந்தால் என்ன? இரண்டும் ஒன்றுதான்.

இன்ப துனபத்தை உணராத தபசென்றாலும்கூட இந்தத் தபசு பயங்கரத் தபசு. சுவர்க்க, நரக பேதங்களையும், அத்வைத வெளியையும் ஆஸ்ரம வெளியையும் ஒன்றாக்கும்படியான இந்தப் பயங்கரத் தபசு சுவர்க்கத்திலும் சுகம் காணவில்லை; பரப்பிரம்மத்திலும் சுகம் காணப் போவதில்லை. மரத்துப் போனது, செத்தது, எங்கே கிடந்தால் என்ன? முக்தியும், முதல்வனும் சாலையோரச் சத்திரங்களாகிவிட்டன; லட்சிய ஸ்தானங்களாக இல்லை. அந்த ஆத்மாவுக்கு இனி எந்த வழியைக் காண்பிப்பது?

தபசிற்குப் பலனாக, சுகமான வாழ்க்கையை, உணர்ந்து துய்க்கும் ஒரு பிறப்பை, பழையபடியும் அதே பூலோக வாழ்க்கையை, அதற்குச் சுட்டிக் காட்டுவதை விடச் சிறந்த பிரதி உபகாரம் வேறு எதுவும் இல்லை. அதற்குச் செய்யும் பேருதவியும், பரிகாரமும், பிராயச் சித்தமும் அதுவே.

நிர்மலானந்த சுவாமிகள் காலமான பதினாறாம் நாளில், ஆஸ்ரமத்தோட்டத்தின் நடுவில் சிவலிங்கம் வைத்துக் கட்டப்பட்டு இன்னும் ஈரம் உலராது இருக்கும் அவருடைய சிமிண்ட் சமாதி யின் தென்புறத்தின், அன்று தான் பிறந்த ஒரு அணில் குஞ்சு, மண்ணுலகை முதல் முதலாக ஸ்பரிசித்துக் கொண்டிருந்தது. அதன் மேல்படும் காலை இளவெய்யில் அதற்குச் சுவர்க்க போகமாக இருந்தது. தன்னை மறந்து, அந்த இன்பத்தில் ஆழ்ந்து, அதில் இரண்டறக் கலக்கவும் செய்தது அந்த அணில் குஞ்சு.

27

தகப்பனும் மகளும்

இது ஒரு சிறுகதை; கட்டுரையல்ல. கீழே காணப்படுவது, வீடு கட்டுவதற்காகப் போடப்பட்ட பிளான் அல்ல; ஆனால் ரயில் வண்டிப் பெட்டி ஒன்றின் உட்புறத்தின் பிளானாகும்.

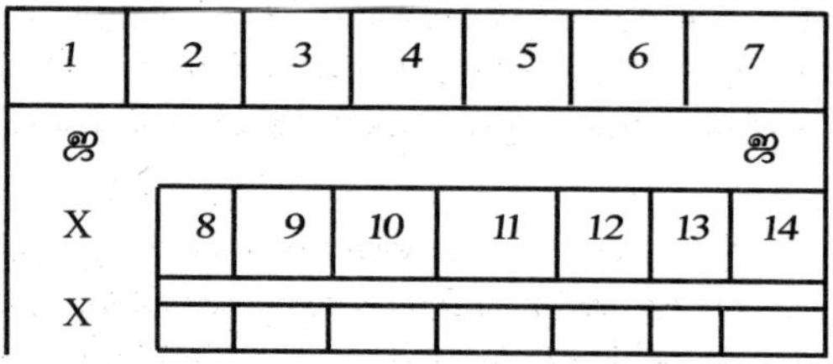

1 2 3 4 5 6 7
X
8 9 10 11 12 13 14
X

பிளானைப் பார்த்துக்கொண்டீர்களா? இனிமேல் விபரத்தைப் பாருங்கள்:

1. கதாநாயகி உட்கார்ந்திருந்த இடம்.

2. கதாநாயகியின் தங்கை உட்கார்ந்திருந்த இடம்.

3. என் நண்பர் கோபாலன் உட்கார்ந்திருந்த இடம்.

(இதுவரையும் என்னையும் கதா நாயகர்களாக்கக் கடும் பிரயாசைப் பட்டார் கதாநாயகியின் தகப்பனார். ஆனால் நாங்கள் அதற்கெல்லாம் விட்டுக் கொடுப்போமா? அவரையே கதாநாயகராக்கி விட்டோம். விபரத்தைக் கதையில் காண்க.)

4, 5, 6, 7 கதைக்கு நேரடியான சம்பந்தமில்லாத பேர்வழிகள் உட்கார்ந்திருந்த இடங்கள்.

8. நான் உட்கார்ந்திருந்த இடம்.

9. கதாநாயகியின் தகப்பனார் உட்கார்ந்திருந்த இடம். கதாநாயகரும் இவரே.

10, 11, 12, 13, 14 இந்த ஐந்தும்கூடக் கதைக்கு நேரடியான சம்பந்த மில்லாத பேர்வழிகள் உட்கார்ந்திருந்த இடங்களே.

ஜ, ஜ. இந்த இரண்டு எழுத்துக்களும் முறையே ஜன்னல், ஜன்னல் என்ற வார்த்தைகளைக் குறிப்பிடுகின்றன.

X X -கதாநாயகரின் இரண்டு பெட்டிகள்.

இதுதான் விவரம்.

இனிமேல் கதையைச் சொல்லுகிறேன். அன்றொரு நாள்; அதாவது சுமார் இரண்டு ஆண்டுகளுக்கு முன் ஒரு நாள். என் நண்பர் கோபாலன் டிசம்பர் விடுமுறையைக் கழிக்கச் சென்னைக்கு வந்திருந்தார். டிசம்பர் விடுமுறை முடிந்ததும், ஊருக்குத் திரும்பினார். நானும் இரண்டு வாரம் 'லீவு' எடுத்துக்கொண்டு கோபாலனுடன் ஊருக்குப் புறப்பட்டேன். அவருடைய ஊரும் என்னுடைய ஊரும் ஒரே ஊர்தான். எனக்குச் சென்னையில் வாரக் கணக்கில் கூட விடுமுறை கிடைக்கும் வாத்தியார் வேலை. எங்கள் இருவருக்குமே வயது இருபத்தைந்துதான் ஆகிறது. ஆனால் கல்யாணம் ஆகவில்லை. இதற்கு என்ன காரணம்? என் சம்பந்தப்பட்ட மட்டில் காரணத்தைச் சொல்லிவிடுகிறேன். எனக்கு முறைப்பெண்களாக உள்ளவர்களில் ஒருத்திகூட அழகான பெண்ணாக இல்லை. ஒருவேளை 'முறைப் பெண்கள்' என்ற காரணத்தினாலேயே அவர்கள் அழகில்லாதவர்களாகக் காணப்படலாம் அது எப்படியும் போகட்டும். நான் அழகான பெண்ணைத்தான் கல்யாணம் செய்து கொள்ள வேண்டும் என்று விரும்பி, கல்யாண காலத்தைத் தள்ளிப் போட்டுக்கொண்டே வந்தேன். என் கண்ணில் பல அழகான பெண்கள் தட்டுப்படாமல் இல்லை. சில பெண்கள் தூரத்திலிருந்து பார்க்க மட்டும் அழகாகவும், சில பெண்கள் போட்டோ படத்தில் மட்டும் அழகாகவும், சில பெண்கள் மூக்குக் கண்ணாடி போட்டிருக்கும்போது மட்டும் அழகாகவும், சில பெண்கள் மூக்குமட்டும் அழகாகவும், சில பெண்கள் முகத்தை மறுபுறம் திருப்பிக் கொண்டால் மட்டும் அழகாகவும்-இப்படியே இருந்தார்களே ஒழியே உண்மையில் அழகாக இல்லை. ஆனால், சில பெண்கள் மட்டும் உண்மையில் அழகாகத்தான் இருந்தார்கள்; இருந்தும் அவர்களை என் நண்பர்கள் ஒப்புக் கொள்ளவில்லை. அவர்கள் ஒப்புக்கொள்ளத் தயாராக இருந்தாலும், அந்த அழகிகள் என்னைக் கல்யாணம் செய்துகொள்ளத் தயாராக இல்லை. ஏனென்றால் நான் அழகாக இல்லாததே காரணம். இப்படியாக நான் அழகியை விரும்பிய காரணத்தால் எனக்கு இதுவரையில் கல்யாணமே ஆகவில்லை. ஆனால் எப்பொழுதாவது ஆகும் என்றுதான் நம்புகிறேன், என் எதிர்கால மனைவி, (நீங்கள் பிரம்மச்சாரிகளாக இருந்தால்) உங்கள் எதிர்கால மனைவியைப் போலவே பேரழகி. ஒரு இம்மியளவு குறைந்த அழகோடு, எந்தப் பெண் வந்து எனக்குக் கனகாபிஷேகம் செய்தாலும், நான் அவளை ஏற்றுக் கொள்ளப்போவதில்லை. இது நிச்சயம். இப்படிப்பட்ட என்னைப் பார்த்து, கதாநாயகர் என்னென்னவோ சந்தேகப்பட்டது பைத்தியக்காரத்தனம் அல்லவா நிற்க.

கோபாலன் கல்யாணம் செய்துகொள்ளாத காரணம் எது என்று எனக்குத் தெரியாது. ஆனால், அவர் அழகான பெண்ணுக்காகக் காத்திருக்கக் கூடாது என்பது தான் என் பிரார்த்தனை. அப்படி அவர் காத்திருந்தால் பழங்காலத்து ராஜகுமாரர்களைப் போல ஒரு குறிப்பிட்ட பெண்ணுக்காக நாங்கள் இருவரும் சண்டை போடும் படியாகிவிடும் அல்லவா? இதுவும் நிற்க.

திருவனந்துபுரம் எக்ஸ்பிரஸில் ஏறினோம். இரவு எட்டு மணி இருக்கும். எங்களுக்குச் சௌகரியமாக இடம் கிடைத்தது. ஜன்லை ஒட்டி எதிரெதிராக நானும் கோபாலனும் உட்கார்ந்து கொண்டோம். 'வறுமையில் செம்மை' என்பதுபோல, மூன்றாம் வகுப்பிலும், இந்த இடம் மாமனார் வீட்டுக்குச் சமானமான பெருமையை உடையது. நான் உட்கார்ந்திருந்த பெஞ்சில் நிறைய ஆட்கள் இருந்தார்கள். எதிர் வரிசையைப் பெஞ்சில் மட்டும் மேற்கொண்டு ஒரு ஆளுக்கு இடம் இருந்தது. அதுவும் அந்த ஆள், என் தங்கையின் வாத்தியாரம்மாள் போலக் கனமான ஆளாக இருக்கக்கூடாது. அந்த இடத்துக்கு யாரும் வந்துவிடப் போகிறார்களோ என்ற பயத்துடன் பக்கத்தில் உட்கார்ந்திருந்த ஒரு பிரயாணி தம்முடைய படுக்கையைச் சிரமப்பட்டுத் தூக்கிக் காலியிடத்தில் வைத்துக்கொண்டு, வருகிறவர்களிடமெல்லாம், "ஒரு ஆள் வெளியேபோயிருக்கிறது. இது அவருடைய படுக்கை" என்று தம்முடைய மனச்சாட்சியையும் எங்களுடைய மனச்சாட்சியையும் துச்சமாக மதித்துப் பொய் சொல்லி வந்தார்.

ரயில் கிளம்பிவிட்டது. இனி செங்கற்பட்டு போனால் தான் வண்டி நிற்கும். பொய் சொல்லக் கூசாத அந்தப் பிரயாணி, படுக்கையை எடுத்துக் கீழே வைத்துவிட்டுச் சாம்பார் சாதப் பொட்டலத்தை அவிழ்த்தார். சாப்பிட்டார். கையைக் காகிதத்தில் துடைத்துச் சுத்தம் பண்ணிக்கொண்டு அப்படியே உட்கார்ந்து விட்டார். அது எச்சில் கையாயிற்றே என்று அருவருப்புக் கொண்ட நண்பர் அவரை ஒட்டி உட்காராமல் ஜன்னல் பக்கமாக ஒதுங்கி உட்கார்ந்து கொண்டார்.

நான் வெற்றிலையைப் போட்டுத் துப்பிக்கொண்டே பேசிக் கொண்டிருந்தேன். எங்கள் ஊர்க்காரர் அங்கு ஒருவரும் இல்லாததால் ஊர் விவகாரங்களைப் பயமில்லாமல் பேசிக் கொண்டே வந்தோம். எங்களுடன் படித்த அந்தப் போக்கிரிப் பயல் மகாதேவன் ஒரு பெண்ணைக் காதலித்துக் கொண்டிருந்தான். இது சுத்த ஒழுக்கக் கேடான காரியம் என்று எல்லோரையும் போல நாங்களும் திட்டிக்கொண்டே போனோம். நான் சொன்னேன் "பெண் என்றால் இந்தக் காலத்துப் பயல்கள் பேயாகப் பறக்

கிறார்கள்! சுத்தக்காலித்தனம்! அக்கா தங்கைகளுடன் நாமும் பிறந்திருக்கிறோமே என்ற எண்ணமே இந்தப் பயல்களுக்குக் கிடையாது. இதற்கெல்லாம் காரணம் என்ன தெரியுமா? இந்தக் காலத்துப் பெண்களே தான். அந்தக் காலத்தில் ஆண்களுக்கு எதிரில் பெண்கள் வரவே மாட்டார்களாம். இப்பொழுது என்னடா என்றால், தடுக்கி விழுந்தால்..."

"இதைத்தான் சென்னை பஸ்களிலே நேருக்கு நேராகப் பார்த்தேனே! ஆனாலும், அதற்காக ஆண்கள் ஒழுக்கத்தை விட்டு விடக் கூடாதுதான். ஆனால், அந்த மகாதேவன் பயலுக்கு யார் புத்தி சொல்லுவது? சொன்னாலும் கேட்கப் போகிறானா? அவன் அந்தப் பெண்ணையே காதலித்து, அந்தப் பெண்ணையே கல்யாணம் செய்துகொள்ளப் போகிறானாம்! வேறு யாரையும் ஏறிட்டுக்கூடப் பார்க்கமாட்டானாம். ஒரே பிடிவாதமாகச் சாதிக்கிறான்..."

"அயோக்கிப் பயல்... அது சரி, அந்தப் பெண் அப்படி ஒன்றும் அழகி இல்லையே!" என்றேன் நான்.

"அழகியாக இல்லையென்றால் காதலிக்க வேண்டுமென்றா சொல்லியிருக்கிறது?" என்றார் கோபாலன்.

"கூடாது என்றுதான் நானும் சொல்லுகிறேன்."

இவ்வாறு பேசிக்கொண்டே போனோம். பக்கத்தில் உட்கார்ந் திருந்த பிரயாணிகள் எங்கள் பேச்சைத் தவிர வேறு எதையும் காதால் கேட்கவில்லை. நாங்கள் பேசியதெல்லாம் அவர்களுக்கு நன்றாகத் தெரியும். அவர்களுக்கும் தெரியும் என்ற விஷம் எனக்கும் தெரியும்; கோபாலனுக்கும் தெரியும்.

செங்கற்பட்டுக்கு இன்னும் பத்து மைல் தூரத்துக்கு மேலேயே இருந்தது. அந்தப் பத்து மைல் தூரமும் மகாதேவனைத் திட்டிக் கொண்டே பேனோம். வண்டி செங்கற்பட்டுக்கு வந்தது. கதாநாயகி யும் வந்து சேர்ந்தாள். நாம் உட்கார்ந்திருக்கும் வண்டிக்குத் தானே எல்லாப் பிரயாணிகளும் வருவது வழக்கம்! அந்த வழக்கப்படியே கதாநாயகரும் அவர் மூத்த மகளாகிய கதாநாயகியும், அப்புறம் அவருடைய இரண்டாவது மகளும் வந்து சேர்ந்தார்கள். மூத்த மகளைப் பார்த்தமாத்திரத்திலேயே அவள் அழகில்லை என்பதைக் கண்டு கொண்டேன். அவளை அந்த நிமிஷத்திலேயே மறந்துவிட்டேன். 'இவளெல்லாம் ஞாபகத்தில் இடம் பெறக் கூடியவளா? இவளைவிட ஆயிரம் மடங்கு அழகாக இருந்த பெண்களையே நான் ஒதுக்கித் தள்ளி விட்டேனே!'

கதாநாயகருக்கு உட்கார இடம் இல்லை. என் ஜன்னலை மறைத்துக் கொண்டு நின்றார். கதாநாயகி எதிர்ப் பெஞ்சில்

காலியாக இருந்த இடத்தில் உட்காரலாமா கூடாதா என்று யோசித்த வண்ணம் தகப்பனாருடைய முகத்தைப் பார்த்தாள். தகப்பனார் பெஞ்சையும் எங்களையும் பார்த்தார். ஒரு நிமிஷ ஆலோசனைக்குப் பிறகு என் நண்பர் கோபாலனைப் பார்த்து, “சார்! நீங்கள் கொஞ்சம் அந்தப் பக்கம் நகர்ந்து உட்கார்ந்து கொண்டால் இவர்கள் இரண்டு பேரும் உட்கார்ந்து கொள்ளுவார்கள். கொஞ்சம் நகர்ந்து கொள்ளுகிறீர்களா?” என்று கும்பிடாத குறையாக வேண்டிக் கொண்டார். கோபாலனும், 1 லக்கமிட்ட இடத்திலிருந்து 2 லக்கமிட்ட இடத்திற்கு வந்து விட்டார்ல. அதுவும் போதாதென்று 2 லக்கமிட்ட இடத்தில் கால் பாகத்தைக் காலி செய்தும் கொடுத்தார். இந்த ஒன்றே கால் இடத்தில் கதாநாயகி ஜன்னலை ஒட்டியும், தங்களை அடுத்த படியாகவும் உட்கார்ந்து கொண்டார்கள். செங்கற்பட்டு ஸ்டேஷனில் தாகத்துக்காக ஒரு சோடா வாங்கிக் குடித்தேன். வெற்றிலை பாக்குப் புகையிலையும் ஏராளமாக வாங்கிக் கொண்டேன். மதுரை வரையிலும் இந்த வெற்றிலை போதும் என்று எண்ணி மகிழ்ந்தேன். என் மகிழ்ச்சிக்கு இடையூறு செய்து கொண்டிருந்தது மோர் மாதிரித் தண்ணீராக இருந்த சுண்ணாம்புதான். அது வெற்றிலையில் ஒட்டாமல் தாமரையிலைத் தண்ணீராக உருண்டு ஓடி என் வேட்டி சட்டைகளை நனைத்துவிட்டது. இருந்தாலும் அடுத்த ஸ்டேஷனில் சுண்ணாம்பு தயார்ப் பண்ணிக் கொள்ளலாம் என்ற திடத்துடன், ஒருமுறை வெற்றிலை போட ஆரம்பித்தேன். நான் துப்புவதற்கு வழியில்லாமல், ஜன்னலை மறைத்துக் கொண்டார் கதாநாயகர். இதற்கு என்ன உபாயம் செய்யலம் என்று திகைத்துக் கொண்டிருக்கும் போது கோபாலன் பழைய பேச்சைத் தொடர்ந்தார். அந்தப் பயல் மகாதேவனைப் பற்றியே பேச ஆரம்பித்தார். “அந்தப் பேச்சை விடுங்கள் சார்” என்று எரிச்சலோடு சொன்னேன். இந்த எரிச்சலுக்கு மூல காரணம் மகா தேவனுடைய காதல் விவகாரம் அல்ல என்பதும், துப்புவதற்கு வழியில்லாமல் கதாநாயகர் ஜன்னலை மறைத்துக் கொண்டிருந்ததுதான் என்பதும் இங்கே குறிப்பிட வேண்டிய விஷயங்களாகும். இந்தச் சந்தர்ப்பத்தில, “ஓயாமல் பேசுவதன் மூலம் மகாதேவனையே கதாநாயகனாக்குகிறீர்களே, நான் ஒருவன் இங்கு இல்லையா? என்னைக் கதாநாயகனாக்குங்களேன்” என்று எங்களுக்குத் தெரிவித்துக் கொள்ளுவதுபோல எங்களிடையில் தலையை நீட்டினார் கதாநாயகர். என் நண்பர் கோபாலனைப் பார்த்து, “சார், கொஞ்சம் நகர்ந்து..” என்று குழைவோடு சொன்னார். கோபாலன் அப்படியே நகர்ந்து கொண்டார். அவர் முக்கால் இடத்திற்குள் அடங்கி ஒடுங்கி உட்கார்ந்திருந்தாலும், காற்றுப்பட்டுச்

சட்டை சற்று விலகி ஒரு அரை அங்குல அளவுக்குக் கதாநாயகியின் தங்கையினுடைய பாவாடையில் வந்து ஒட்டிக் கொண்டிருந்தது. இதைக் கண்டு சகியாக கதாநாயகர் என் நண்பரை ஒதுங்கி உட்காரச் சொன்னார். ஒதுங்கி உட்கார இடமில்லாததால் சட்டையை மட்டும் இழுத்து விட்டுக் கொண்டார் கோபாலன்.

நான வெளிப் பார்வைக்கு மகா சாதுபோல் காணப்பட்டாலும், உண்மையில் கொஞ்சம் வம்புக்காரப் பேர் வழிதான்; தகராறு வந்தால் லேசில் விடமாட்டேன். என் நண்பர் கோபாலனோ நல்லவனுக்கு நல்லவர்; ரெளடிக்கு ரெளடி. ‘என்னடா, இந்தக் கதாநாயகர், கோபாலனைத் தீண்டத் தகாதவராக நினைத்து விட்டாரா? அப்படியே நினைத்தாலும், ரயிலில் இப்படி வித்தியாசம் பார்ப்பது கிடையாதே! இவர் பரம வைதீகம் பிடித்தவராகத் தான் இருக்க வேண்டும். போகட்டும். வயதில் மூத்தவர். சொன்னபடி கேட்போம்’ என்று நினைத்து, எதையும் பொருட்படுத்தாதவன் போல நான் உட்கார்ந்திருந்தேன். இருந்தாலும் மனம் நிம்மதி அடையவில்லை. அது என்னென்னவோ நினைத்தது. ‘சட்டை உரசினால் ஜாதி கெட்டு விடுமா? இல்லை இவர் சுத்த அதிகப் பிரசங்கியாக இருக்க வேண்டும். இது உலகத்தில் இல்லாத புதுமையாக இருக்கிறதே! என்று மனத்தினுள் கோபப்பட்டேன். கதாநாயகரை ஒருமுறை ஏறிட்டுப் பார்த்தேன். அவருக்கு வயது நாற்பதிருக்கும். கிராப் தலை; சிவப்பான ஆள்; பள்ளிக்கூடத்திலும் கல்லூரியிலும் படித்தவர் என்பதைத் தெரிவிக்கும் முகத் தோற்றம். வெள்ளை ஜிப்பா; வெள்ளை வேட்டி, நடுத்த உயரம்; நடுத்தர கனம்.

அப்புறம் கதாநாயகியைப் பார்த்தேன். அவளுக்கு வயது அதிகமாய்ப் போனால் பதினான்குதான் இருக்கும். ஆனால் வயது வராத பெண்வயது வந்த பெண்ணைப் போல மேலாக்கு போட்டு உடை உடுத்தியிருந்தாள். நாணம், வெட்கம் முதலியவையெல்லாம் வயதுவந்த பெண்ணுக்கு இருப்பதை விட அதிகமாக இருந்தன. இருந்து விட்டுப் போகட்டும். அதைப் பற்றிக் கவலையில்லை. இவளை நான் காதலிப்பதாக இல்லை; என் நண்பரும் அப்படியே. சிவப்பு உடம்பு; நீண்ட முகம்; நல்ல முகக்களை; ஒற்றை நாடி உடல். முக்கால் வாசி நேரமும் ரயிலுக்கு வெளியே பார்த்துக் கொண்டிருப்பதில் விருப்பம்.

கதாநாயகியின் தங்கைக்கு வயது ஏழுக்குமேல் நிச்சயம் இராது. பாவாடையும் சட்டையும் போட்டிருந்தாள். பார்த்தால் ஏதாவது பலகாரம் வாங்கிக்கொடுக்க வேண்டும் என்று தோன்றும் வண்ணம் குழந்தை அவ்வளவு அழகாக இருந்தது. என் தங்கையைக் காட்டிலும் அழகு. சௌகரியத்தை உத்தேசித்து இவளுக்கு ராஜி

என்று பெயர் வைத்துக் கொள்ளுவோம்.

ரயில் போய்க் கொண்டிருந்தது. முப்பது மைலாவது போயிருக்கும். கோபாலனின் சட்டை பழையபடியும் ராஜியின் பாவாடையை உரசியது. இதை மிகக் கவனமாக பார்த்துக் கொண்டார் கதாநாயகர். உடனே கோபாலனைப் பார்த்து, “ஸார் கொஞ்சம்...” என்று உஷார்ப் படுத்தினார். கோபாலன் முன்போலவே சட்டையை இழுத்து விட்டுக் கொண்டார்.

எனக்கு மிகவும் கோபம் வந்துவிட்டது. அவர் மேல் ‘வள்’ என்று விழுவோமா என்று நினைத்தேன். ஆனால், ரயிலின் கடாபுடா முழக்கத்தில் என் கோபமுழக்கம் அமுங்கிவிடும் என்பது ஒருபுறமிருக்க, வாயைத் திறப்பதற்கு வழியில்லாமலும் இருந்தது. வாய்நிறையப் புகையிலைச் சாறு. துப்புவதற்கு வழியில்லாமல் போகவே, பலூன் பருப்பது போல வாய் புடைத்துக் கொண்டும் வேறு இருந்தது. இருந்தாலும் கோபத்தைக் காட்டுவதற்கு ஏதேனும் செய்தாக வேண்டும் என்று கதாநாயகரைப் பார்த்து, “ஷார்! இப்படி வந்து உக்காருங்களேன்” என்று அண்ணாந்து மேலே பார்த்துக் கொண்டே சொன்னேன். கொஞ்சம் ஜன்னல் பக்கமாக நகடர்ந்து உட்கார்ந்து கொண்டேன். எனக்கும், என் பக்கத்தில் உட்கார்ந்திருந்த ஒரு பிரயாணிக்கும் நடுவே வந்து உட்கார்ந்தார் கதாநாயகர். அவர் உட்காருவதற்கு முன்பே நான் எழுந்து ஜன்னல் வழியாகத் தலையை நீட்டி, முடிகிற மட்டும் குப்புறக் குனிந்து வெற்றிலைச் சாரத்தைத் துப்பினேன். பிறகு வந்து உட்காரப் போகும் போது என் இடத்தில் பாதியைக் கதாநாயகர் அடைத்து விட்டார் என்பது தெரிந்தது. கடைசியில் நான்தான் ஒண்டவந்த நாய் மாதிரி பெஞ்சு நுனியில் தொடுக்கிக் கொண்டு உட்கார்ந்து கொள்ள நேர்ந்தது. எனக்கு அப்பொழுது என்ன கோபம் தெரியுமா? ரயில் போய்க் கொண்டிருந்தது.

“அந்தப் பயல் பார்ப்பதற்குக் கௌரவமாகத் தான் இருக்கிறான் ஸார். அவன் யோக்கியன் மாதிரி நடப்பது ஒன்றே போதும், அவன் பரம அயோக்கியன் என்பதைக் காட்ட” என்று கோபாலனிடம் மகாதேவனைப் பற்றிச் சொன்னேன். ஆனால் மகாதேவனைப் பற்றிச் சொன்னேன் என்பதை விடக் கதாநாயகரைப் பற்றிச் சொன்னேன் என்பதுதான் பொருத்தம். கதாநாயகர் மட்டும் இங்கே இல்லை என்றால் மகாதேவனை இப்படித் திட்டியிருக்க மாட்டேன். இதைப் புரிந்து கொண்டு தானோ என்னவோ கோபாலன் விழுந்து விழுந்து சிரித்தார்; ஒரு தினுசாகப் பேசவும் ஆரம்பித்தார்.

“சுத்தப் போக்கிரிப்பயல் என்பதுதான்பார்த்த மாத்திரத்திலேயே தெரிகிறதே” என்று கதாநாயகரைப் பார்த்துக் கொண்டே

சொன்னார்.

இப்பொழுது நான் சிரித்தேன். கதாநாயகர் எங்கள் இருவரையும் மாற்றி மாற்றிப் பார்த்தார். முகம் 'சூர்' என்று இருந்தது. 'நீர் இப்படிப் பார்த்துப் பிரயோஜனம் இல்லை. ஏன் அனாவசியமாகப் பார்க்கிறீர்? உம் மகளை நாங்கள் காதலித்தோமா? உம் மகள் அப்படி ஒன்றும் பூலோக ரம்பையல்ல. இதைவிட அழகிகளை எல்லாம் நாங்கள் கழித்துக் கட்டியிருக்கிறோம்' என்று சொல்லுவது போலக் கோபாலன் அவரைப் பார்த்தார். பார்த்து விட்டுப் பையிலிருந்து மூன்று ஆரஞ்சுப் பழங்களை எடுத்தார். எனக்கு ஒன்று கொடுத்தார்; தமக்கு ஒன்று வைத்துக் கொண்டார்; ராஜிக்கும் ஒன்று கொடுத்... இல்லை கொடுக்கப் போனார்.

"வேண்டாம் வேண்டாம்" என்று கையனால் மறியல் செய்தார் கதாநாயகர்.

"இல்லை ஸார், குழந்தைதானே?" என்றேன் நான்.

"வேண்டாம்" என்று வைராக்கியமாகச் சொன்னார் க.நா. (கதாநாயகர்).

கோபாலன் அதிக வைராக்கியத்துடன் குழந்தைக்குக் கொடுக்கப் போனார். கதாநாயகர் இருப்பிடத்தை விட்டு எழுந்து விட்டார் குழந்தை கை நீட்டி வாங்கிக் கொண்டது. அதை உடனே 'வெடுக்'கென்று பிடுங்கிக் கோபாலன் கையில் கொடுத்து விட்டார் க.நா. எங்களுக்கு அவமானமாக இருந்தது. மற்றப் பிரயாணிகளுக்கு மத்தியில் எங்கள் கௌரவத்தை விட்டுக் கொடுக்காமல், "குழந்தை விஷயத்தில் நீங்கள் இப்படி இருக்கக் கூடாது சார்" என்று ஒருமுறை சொல்லி வைத்தேன். எங்களுக்கு ராஜியின் முன்னிலையில் பழத்தை உரித்துச் சாப்பிட மனம் வரவில்லை. 'அப்புறம் சாப்பிட்டுக் கொள்ளலாம்' என்று கோபாலனும் சொன்னார். பழங்களைப் பழையபடியும் பையில் வைத்துவிட்டோம். நாங்கள் கொஞ்சம் போக்கிரிகளானாலும் இவ்வளவு தூரம் நாகரிகமாக நடந்து கொண்டோம். கௌரவமானவர்களைப் போல. எதிரே குழந்தையை வைத்துக் கொண்டு சுளை சுளையாக உரித்துச் சாப்பிட விரும்பவில்லை.

சுமார் பதினைந்து நிமிஷமாயிற்று. கதாநாயகருக்குத் தூக்கம் வந்து விட்டது. ஆனால் தூங்குவதற்குப் பயம் என்பதை அவருடைய முகஜாடை காட்டியது. இரண்டு ஓநாய்களுக்கு மத்தியில் இரண்டு மான் குட்டிகளை ஒப்படைத்து விட்டுத் தூங்கலாமா என்று நினைத்தார் போலிருக்கிறது! நான்சும்மா இராமல் "தூக்கம் வந்தால் வெற்றிலை போடுங்கள் சார், இதையும் வேண்டாம் என்று சொல்லி விடுவீர்களா!" என்று சிரித்துக் கொண்டே சொன்னேன். உண்மையில் இது

நாசுக்குச் சிரிப்பல்ல; கேலிச் சிரிப்புத்தான். க.நா. 'வேண்டாம்' என்றே சொனன்னார். "நான் வெற்றிலை போடுவதில்லை. தேங்க்ஸ்" என்று சொல்லவில்லை. ஒருவேளை கௌரவமானவர்களிடம் அவர் அவ்வாறு சொல்லக் கூடும். நான் கேவலம் என்பது ரூபாய் குமாஸ்தா; என் நண்பர் நாற்பது ரூபாய் வாத்தியார்..."

இருக்க இருக்கக் கதாநாயகர் கனத்துக் கொண்டு வந்தாரோ என்னவோ நான் உட்கார்ந்திருக்கும் உள்ளங்கை இடமும் கரைந்து கொண்டே வந்தது. கடிகாரத்தின் மணிமுள் மாதிரி யாரும் அறியாத நிலையில் என் இருப்பிடத்தை நோக்கி அவ்வளவு சாவதானமாக நகர்ந்து கொண்டிருந்தார். க.நா. எனக்குக் கோபம் அதிகமாகி விடவே, எழுந்து, கீழே இருக்கும் அவருடைய பெட்டிகளின் மேல் உட்கார்ந்துவிட்டேன். அவர் அதைத் தப்பு என்று சொல்லவில்லை. இதைக் கவனிக்காதவர் போலக்கொஞ்சநேரம் இங்கும் அங்கும் பார்த்துவிட்டு, அப்புறம் சம்மணம் போட்டு உட்கார்ந்து கொண்டார். பெஞ்சில் இனி ஒரு ஈ உட்காரக்கூட இடமில்லை.

நான் கீழே உட்கார்ந்திருந்ததும், எனக்கு எதிரே கதாநாயகி பெஞ்சு மேல் உட்கார்ந்திருந்ததும் எனக்கு ஒரு நாடகக் காட்சியை ஞாபகமூட்டியது. அதாவது பழங்காலத்தில், சிம்மாசனத்தில் இருக்கும் காதலியிடம் காதலன் மண்டியிட்டுக் கெஞ்சிக் காதல் பிச்சை கேட்கும் காட்சியையே ஞாபக மூட்டியது. "இந்தப் பெண்ணுக்கு அவ்வளவு கௌரவமா? என்று நினைத்து மறுபுறம் திரும்பிக்கொள்ள நினைத்தேன். அப்போது கோபாலன், "சார், வெற்றிலை இருந்ததால் கொங்கள்" என்று கையை நீட்டினார். நீட்டிய மாத்திரத்தில் சட்டையின் வலது கை காற்றின் காரணமாக எதர்பாராத விதமாக ராஜியின் கன்னத்தை உரசவே கதாநாயகர் வெகுண்டெழுந்தார்.

"என்ன சார் இது, லேடீஸ் என்கிற மரியாதைகூடக் கிடையாதா? கொஞ்சம் நகர்ந்து உட்காருவதற்கும் வழியில்லை; பரவாயில்லை என்று இருந்தால் ரொம்பவும்..."

"ரொம்பவும் என்ன சார், ரொம்பவும் என்ன?" என்று பயங்கரமாகக் கேட்டார் கோபாலன். சரி, நண்பர் 'ரௌடிக்கு ரௌடி' யாகிவிட்டார் என்பதை அறிந்து, "கோபாலன்! உஸ், ஏன் சத்தம் போடுகிறீர்கள்?" என்று தடுத்து நிறுத்தினேன். கோபாலன் அடங்கிவிட்டார். கதாநாயகர் மட்டும் எதையோ முணுமுணுத்துக் கொண்டிருந்தார்.

'இவர் எங்களை என்னவென்று நினைத்துவிட்டார்? இல்லை. தம் அருமைக் குமாரிகளைத் தான் என்னவென்று நினைத்து

விட்டார்? ஒன்று குழந்தை; மற்றொன்று வயது வராத பெண். நாங்கள் மனதால்கூட இருவர் மீதும் வேறுவிதமாக ஆசைப்படவில்லை. அப்படியிருக்க, எங்கள் மனத்தில் என்ன என்னவோ விஷயங்களை ஞாபகப்படுத்துகிறார் இந்த முட்டாள் மனிதர். நாங்கள் அந்த இருவரையும் காதலிக்கப் போவதே இல்லை. அதிலும் ஒன்று பச்சைக் குழந்தை அந்தக் குழந்தையை விட்டு விட்டுப்பழம் சாப்பிடக் கூட நாங்கள் விரும்பவில்லை. குழந்தையின் பால்வடியும் முகத்தைப் பார்த்ததும், அதற்கு ஏதாவது பரிசு கொடுத்தால் தேவலை என்று கூட எனக்குத் தோன்றியது. இந்தக் குழந்தையைப் பற்றி எந்த அயோக்கியனும் வேறு விதமாக நினைக்க முடியுமா? இதைப் பற்றி நினைப்பதுகூட ஆபாசமாக இல்லையா? எங்களுக்கே ஆபாசமாக இருக்கும்போது, பெற்ற தகப்பனுக்கு எப்படி இருக்க வேண்டும்? தகப்பனார் உள்ளத்தில் இந்த எண்ணம் தான் உதிக்குமா? என்று பலவாறாக நான் நினைத்தேன். அப்புறம் சிந்தனை வேறுவிதமாகத் திரும்பியது.

‘ஒருவேளை பெரிய பெண்ணை முன்னிட்டுத்தான் இவ்வளவு ‘கார்பார்’ நடக்கிறதோ? இருந்தாலும் தான் என்ன? அதற்கும் கோபாலனுக்கும் நடுவில், ஒரு ஏழு வயது குழந்தை உட்கார்ந்திருக்கிறதே! கோபாலனின் உடம்பில் காந்தமா இருக்கிறது, ஆளை ஊடுருவிக்கொண்டு அடுத்த ஆள்மீது பாய? அதுவும் சட்டை பட்டமாத்திரத்தில்... சீச்சீ... இந்த முட்டாள் மனிதனுக்காக நாமும் இப்படிப்பட்ட யோசனைகள் செய்யக்கூடாது.’

கோபாலனுக்கு வெற்றிலையைக் கொடுத்தேன். ரயில் போய்க் கொண்டிருந்தது.

கதாநாயகருக்குப் பதிலாகக் கதாநாயகி தூங்கிவிட்டாள். தூங்கி விழும்போது சாமியாடுவது போல இருக்கும் அல்லவா? அத்துடன் அது சில சமயங்களில் ஹாஸ்ய ரசனையைக் கிளப்பக் கூடியதாகவும் இருக்கும். இருந்தாலும் இளம் பெண் தூங்கி விழுவதைக் கண்டு சிரிப்பது தப்பு என்று வாயை மூடிக்கொண்டு இருந்தேன். ஆனால் ராஜி சும்மா இருந்தாளா? சும்மா இருக்கவில்லை. ‘அப்பா அப்பா!’ என்று சிரித்துக் கொண்டே அப்பாவைக் கூப்பிட்டாள். அப்பா மிடுக்காகத் திரும்பிப் பார்த்தார். ‘அக்காவைப் பார்” என்று விரலால் சுட்டிக்காட்டிவிட்டுச் சிரித்தாள். கதாநாயகருக்கு அளவு கடந்து கோபம் வந்துவிட்டது. நான்கு பேருக்கு மத்தியில் அக்காளைக் காட்சிப் பொருளாக மாற்றியதற்காக ராஜியின் மீது அவருக்குப் பொல்லாத கோபம் வந்துவிட்டது. கண்களை உருட்டி விழித்து, “இதோ! சும்மா இருக்க முடியவில்லையா?” என்று அதட்டினார். விளையாட்டில் தந்தையும் வந்து கலந்து கொள்ளுவார் என்று

குழந்தை எதிர்பார்த்தது நேருக்கு மாறாக முடிந்தது. ராஜி பயந்து விட்டாள்; அவமானத்தால் முகம் செத்துப் போய்விட்டது. இதைப் பார்க்க எனக்குப் பரிதாபமாக இருந்தது. ஆனால் இதே விஷயத்தைக் கோபாலனிடம் தெரிவிப்பது எப்படி? பழைய படியும் அந்த மகாதேவனை வைத்துக்கொண்டே காரியத்தைச் சாதிக்க நினைத்தேன்.

"கோபாலன்! மகாதேவன் ஒரு முரடன். படித்திருக்கிறான் என்றாலும் பயன் என்ன? உலகத்தில் எத்தனையோ முழு மூடர்களும் தான் படித்திருக்கிறார்கள். தடிப்பயலுக்கு இங்கிதமே தெரியாது; வேடிக்கை விளையாட்டும் தெரியாது. அவனைப் போன்ற பயல்களைக் காட்டிலும் வெட்டிப் போட்ட மரக்கட்டை எவ்வளவோ மேல்...."

கோபாலன் என் குறிப்பை உணர்ந்து தம் பேச்சை ஆரம்பித்தார்: "கேலியாக எதுவும் சொல்லப் போனால் அவனுக்கு அவமானமாக இருக்கிறது. உடனே நாயைப் போல் 'வள்' என்று விழ ஆரம்பிக்கிறான். இந்த அழகில் அவன் பெரிய மனிதன் வீட்டுப் பிள்ளையாம்!..."

கதாநாயகர் எங்கள் பேச்சைக் கவனித்தும் கவனிக்காதவர் போல நடந்து கொண்டார். தம் மூத்த மகளை உரக்கக் கூவி அழைத்து, "அதற்குள்ளே என்ன தூக்கம்? ஒருநாள் இரவுகூட விழித்திருக்க முடியாதா?" என்றார்; அவர் பேசியது பயமுறுத்துவதுபோல இருந்தது.

கதாநாயகி சிவந்த கண்களைத் திறந்து சுற்றுமுற்றும் பார்த்துக் கொண்டாள். பிறகு கதாநாயகருக்குப் பயந்து, விழித்த கண்களை மூடாமலே இருந்தாள்.

'அடடே! இவர் மட்டும் இரவு முழுவதும் விழித்துக் கொண்டிருந்து விடுவாரோ? பார்ப்போமே சமர்த்தை!' என்று மனதிற்குள் சொல்லிக் கொண்டேன். எனக்கு அவரைப் பார்த்து, "ஐயா! உம் மகளும் தூங்கட்டும்; நீரும் தூங்கலாம். இங்கே பயம் ஒன்றுமில்லை. ரயிலில் இத்தனை பேர் இருக்க நாங்கள் தப்பாக நடந்துகொள்ள மாட்டோம். இத்தனை பேர் இல்லாவிட்டாலும் நாங்கள் தப்பாக நடந்துகொள்ள மாட்டோம். ஏனென்றால் உம் மகள் மீது எங்களுக்கு எள்ளத்தனை காதல்கூடக் கிடையாது. இப்படிப்பட்ட பெண்களை நாங்கள் காதலிக்கத் தயாராக இருந்திருந்தால் எங்களுக்கு என்றோ கல்யாணம் ஆகியிருக்கும். இதைத் தெரிந்துகொள்ளும்' என்று சொல்ல வேண்டும் என்று ஆசை. ஆனால் சொல்லவில்லை.

ரயில் விருத்தாசலம் வந்து, விருத்தாசலத்தையும் தாண்டி விட்டது. ரயிலில் ஏறக்குறைய எல்லோரும் தூங்கி விட்டார்கள். கோபாலனுக்கும் அரைகுறைத் தூக்கமே. கதாநயாகி தூங்கியதுடன் மட்டுமில்லாமல், ஆடிக் கொண்டும் இருந்தாள். ராஜி என் நண்பரின் தோள் மீது தலைவைத்துத் தூங்கிவிட்டாள். இந்தக் கதாநாயகர் தடுக்காததன் காரணம், அவரும் தூங்கிவிட்டதுதான். 'ஐயா வீறாப்புப் பேசுகிறாரே, இப்பொழுது என்ன வாயிற்று?' என்று மனதிற்குள் கும்மாளம் போட்டேன். சிறிது நேரத்தில் எப்படியோ விழித்துக் கொண்டார்; 'வந்ததடா மோசம்!' என்று திடுக்கிட்டு எழுந்து ராஜியை நிமிர்த்தி உட்கார வைத்தார். ஆனால் ராஜி வாடித்துள்ளும் செடிபோல பழையபடியும் கோபாலன் தோள் மீதே சாய்ந்தாள். கதாநாயகர் எழுந்தார். தம் மேல் துண்டைக் கீழே விரித்து அதில் ராஜியைப் படுக்கப் போட்டார். அப்புறம், கதாநாயகிக்கும் கோபாலனுக்கும் மத்தியில் உண்டான இடைவெளியை எப்படி அடைப்பது என்று வெகு நேரம் யோசனை செய்து விட்டு, என்னை எழுந்து நிற்கச் சொன்னார். நான் அப்படியே செய்தேன். எனக்குக் கீழே கிடந்த பெட்டிகளில் ஒன்றைத் தூக்கி அந்த இடைவெளியில் வைக்கப் போனார். அந்தப் பெட்டிக்கு இடம் பற்றவில்லை. கதாநாயகியோ, கோபாலனோ யாராவது ஒருவர் தம் இடத்தைக் காலி செய்தாலொழியப் பெட்டிக்கு அங்கே இடம் இராது என்பது தெளிவாகிவிட்டது. பெட்டியைவிட அதிக அகலமுள்ள கதாநாயகரின் உடம்புக்கும் அந்த இடம் போதாதுதான். அதனால் அவரும் போய் அங்கே உட்கார முடியாது. என்ன செய்வது? கதாநாயகியை எழுப்பி நகர்ந்து உட்காரச் சொன்னார். அவள் நகரும்போது ஒரு அங்குல இடம் காலியானது; ஆனால் நகர்ந்து, உட்கார்ந்தபோது அந்த இடம் அடைபட்டுப் போய்விட்டது. கதாநாயகர் கோபாலனையும் எழுப்பி, நகர்ந்து உட்காரச் சொன்னார். கோபாலனுக்கோ அரையங்குலம் நகருவதற்குக்கூட இடமில்லை. தன்னைத் தூக்கத்திலிருந்து தட்டி எழுப்பி, பெட்டியைத் தூக்கி வைப்பது எதற்கு என்று புரியாமல், "ஏன் நகர்ந்து உட்கார வேண்டும்?" என்று கடுஞ்சினத்துடன் கேட்டார் கோபாலன்.

"பெட்டியை அப்படியே வைத்துவிடுவோம்."

"வைக்காவிட்டால் என்ன?"

"அதை உங்களுக்கு விளக்க வேண்டிய அவசியமில்லை."

"நான் நகர்ந்து உட்கார வேண்டிய அவசியமும் இல்லை."

"அவசியம் இல்லையா?"

"என்ன ஐயா, மிரட்டுகிறீர்? நகருவதற்கு இடம் எங்கே இருக்கிறது?"

"பெண்களுக்குக் கௌரவம் கொடுக்க வேண்டும். போக்கிரித் தனமாக நடந்துகொள்ளக்கூடாது."

கோபாலன் கோபம் பொறுக்காமல் நிமிர்ந்து உட்கார்ந்து, "வாயை மூடு ஐயா! எனக்கும் உம் மகளுக்கும் நடுவில் ஒரு முழம் காலியாக இருக்கிறது. நான் மரப்பலகையில் உட்கார்ந்திருப்பதால் மின்சாரம் என் உடம்பிலிருந்து அங்கே பாய்ந்துவிடாது. தெரிந்ததா?" என்று கத்தினார்.

வண்டியிலிருப்பவர்கள் சமாதானம் செய்ய முயன்றார்கள். பொது இடங்களில் பெண் கட்சியில்தான் ஆள் சேரும் என்ற தைரியத்துடன் கதாநாயகர் தம் கை வரிசையைக் காட்ட ஆரம்பித்து விட்டார்.

"அதிகப் பிரசங்கித்தனமாகப் பேசக்கூடாது" என்று எச்சரித்தார் கதாநாயகர்.

பக்கத்திலிருப்பவர்கள் கோபாலனையும் கதாநாயகரையும் இடம் மாற்றி அமரச் சொன்னார்கள். நானும் அதை ஆமோதிக்கவே கோபாலன் ஒப்புக்கொண்டார்.

வண்டி ஓடிக்கொண்டிருந்தது. எல்லோருக்கும் மட்டுக்கு மிஞ்சிய தூக்கம். அதனால் அரைமணி நேரத்தில் பழையபடியும் தூங்கிவிட்டார்கள். கதாநாயகருக்கும் தூங்கிவிட்டார். கலவரம் நடந்த ஞாபகமே அந்த இடத்தில் இல்லை. விருத்தாசலத்துக்கும் திருச்சிராப்பள்ளிக்கும் நடுவே பாதி தூரத்தில் ரயில் வந்து கொண்டிருந்தது. கதாநாயகி, கதாநாயகிக்குரிய முக்கியமான பங்கை நிறைவேற்ற முற்பட்டாள். அப்பொழுது, நான் ஜன்னல் வழியாக வெளியே பார்த்துக்கொண்டிருந்தேன். நான் கொஞ்சங்கூட எதிர் பாராதவாறு கதாநாயகி என்மீது 'தொப்'பென்று விழுந்தாள். நான் மட்டும் கை கொடுத்துத் தாங்கியிராவிட்டால் பெஞ்சின்மீது முட்டிக் கதாநாயகிக்கு ஏதேனும் அபாயம் நேரிட்டிருக்கும். அவளைக் கையினால் தாங்கி மேலே தூங்கினேன். இந்தச் சந்தடியில் அங்கு உட்கார்ந்திருந்த பாதிப்பேர் விழித்துவிட்டார்கள். கதாநாயகரும் விழித்தெழுந்தார்.

அவள் உறக்கத்தில் குப்புற விழுந்து விட்டாள் என்று நான் சொல்லியும் அவர் ஏற்றுக்கொள்ளத் தயாராக இல்லை. வாய்க்கு வந்தபடி என்னை அயோக்கியன் என்றும் போக்கிரி என்றும் சொன்னார். உண்மையை நான் எடுத்துச் சொல்லியும் அவர் கேட்காமல் மேலும் மேலும் திட்டிக் கொண்டே இருந்தார். பக்கத்தில்

இருந்தவர்களும் என் கட்சியை ஆதரித்தார்கள். பெண்களிடத்திலே அயோக்கியத்தனமாக நடந்துகொள்ளும் தடியன் என்று க. நா. என்னைத் திட்டினார். உடனே கோபாலன் 'ரௌடி'க் கோலத்தைக் காட்ட ஆரம்பித்து விட்டார் கொச்சை வார்த்தைகளினால் திட்டிக் கொண்டே கதாநாயகரை அடிப்பதற்கு எழுந்தார். ரயிலில் உள்ளவர்கள் நடுவே பாய்ந்திராவிட்டால் கதாநாயகர் சோக நாடகத்தின் கதாநாயகராகியிருப்பார். நல்ல வேளையாக அப்படி ஒன்றும் நடந்துவிடாமல் தடுத்துவிட்டார்கள். ஆனால் பரஸ்பரம் திட்டிக்கொண்டிருந்தார்கள். 'சமையாத பெண்ணுக்கு இந்தப்பாடு என்றால் சமைந்த பெண்ணுக்கு எந்தப்பாடு!" என்றும் கோபாலன் சொன்னார். நானும் சும்மா இருக்கவில்லை. கதாநாயகரைப் பார்த்து, "உம் பெண்மீது துளிக்கூட எங்களுக்கு மோகம் கிடையாது. அதனால் அவளைக் கல்யாணம் செய்துகொள்ள மாட்டோம். அவளிடம் ஒழுக்கக் கேடாக நடப்போம் என்றும் எதிர்பார்க்க வேண்டாம். அவள் வயது வராத சிறு பெண். எங்களைப் பொறுத்த மட்டிலும் அவள் நேற்றுப் பிறந்த பெண்ணுக்குச் சமம்தான். இப்பொழுதாவது புரிந்ததா? இனிமேல் வாலாட்டினால் ஒட்ட அறுத்து விடுவேன். ஜாக்கிரதை!" என்று ஒரு போடு போட்டு விட்டு உட்கார்ந்தேன்.

சண்டை வலுக்க ஆரம்பித்தது. அங்கிருந்தவர்களில் எங்களை விட பலசாலிகள் சிலர் இருந்ததால், தம் பலத்தை எல்லாம் பிரயோகித்து எங்கள் சண்டையை நிறுத்திவிட்டார்கள். அவர் களைத் தள்ளிவிட்டுக் கை வரிசையைக் காட்ட எங்கள் உடம்பில் பலமில்லை. கை பயனற்றுப் போகவே இருசாராரும் சிறிது நேரம் வாய் பலத்தை மட்டும் உபயோகித்துக் கொண்டோம்.

அப்படி இப்படி என்று வண்டி திருச்சிராப்பள்ளிக்கு வந்து விட்டது; கதாநாயகரும் தம் புதல்விகள் சகிதமாக வண்டியைவிட்டு இறங்கினார். எங்களை அடிப்பதற்குக் கையாட்கள் தயார் பண்ணிக் கொண்டு வரப்போகிறவர் போல வேகமாகவும், செருப்புச் சத்தம் காதைப் பிளக்கும் படியாகவும் நடந்து சென்றார். அவர் அப்புறப்பட்டது உடம்பில் ஒட்டிய சேற்றைக் கழுவிவிட்டதுபோல் இருந்தது எனக்கு. எங்களுடன் வந்த சில பிரயாணிகளும் இறங்கிவிட்டார்கள். திருச்சிராப்பள்ளியை விட்டு வண்டி புறப்பட்ட மறு நிமிஷத்தில், நான் இந்தக் கதாநாயகரைப் பற்றிக் கேவலமாய்ப் பேசவேண்டும் என்று விரும்பிப் பேச்சை ஆரம்பித்தேன்.

கோபாலன் சொன்னார்: "இந்தப் பயல் ஒரு தகப்பன் தானா? மகள் சும்மா இருக்கிறாள், நாமும் சும்மா இருக்கிறோம். இந்த இருவருக்கும் நடுவில் ஆபாசமான முடிச்சைப் போடுகிறானே இந்த ஆபாசக் களஞ்சியம்! நான் சத்தியமாகச் சொல்லுகிறேன், எனக்கு

அப்படிப்பட்ட எண்ணமே தோன்றவில்லை. ஆனால் இவன் மேலும் மேலும் அதை ஞாபகப்படுத்திக் கொண்டு வரவே, நான் மனத்தில் பல விஷயங்களைக் கற்பனை பண்ணிப் பார்க்கும்படி ஆய்விட்டது."

"என்ன விஷயங்களை?"

"அதை வெளியே சொல்ல முடியாது. இத்தனை ஆபாசத்துக்கும் காரணம் இந்த ஆபாசக் களஞ்சியம்தான். தகப்பனுக்கு மகளைப் பார்த்தால் மகளைப் போலக் காட்சியளிப்பாளா! காமக் கருவியாகக் காட்சியளிப்பாளா? இதெல்லாம் காலத்தின் கோலம் ஐயா!" என்று சொல்லி விட்டுக் கோபாலன் சிரித்தார்.

கதாநாயகரை இரண்டு அடியாவது அடித்திருக்க வேண்டும் என்று எனக்குத் தோன்றியது. இவன் தகப்பனா? இவள் மகளா? ராஜியைக் கூட அவன் அப்படித்தானே நினைத்திருக்கிறான்! இல்லை என்றால் என் நண்பரின் சட்டை அவள்மீது உரசியதற்காக அப்படித் துள்ளி விழுவானா? கோபாலனைப் பார்த்து நான் சொன்னேன். "இவனைப்போலக் கீழ்த்தரமான பயலைவிட நம் மகாதேவன் பயல் எத்தனையோ மடங்கு உயர்ந்தவன்."

"அவன் தங்கம் அல்லவா? தக்க வயதுள்ள ஒரு பெண்ணை அவன் காதலித்தான். அதில் தப்பு ஏதாவது உண்டோ? அவள் அந்நியப் பெண். பெற்ற மகளல்ல! கல்யாணம் செய்துகொள்ளும் தகுதியுடைய ஒரு பெண்தான் அவள். அவனுக்கு அவள் காமக் கருவியாகத் தோன்றியிருந்தாலுங்கூடக் குற்றமில்லை என்று சொல்லுவேன். ஆனால் தகப்பனுக்கு மகள் அப்படித் தோன்றலாமா..."

கோபாலன் தம் பேச்சை முடிக்கு முன்பே நான் சொன்னேன்: "கோபான்! அந்தப் பேச்சை விடுங்கள். ஆரஞ்சுப் பழத்தை எடுங்கள், சாப்பிடலாம்."

28

வாத்தியாரம்மாள்

அது மிகவும் சின்னஞ்சிறு கிராமம். மொத்தம் முந்நூறு வீடுகள் கூட இராது. ஆனால் எந்த ஊருக்குப் பள்ளிக்கூடங்கள் இரண்டு. ஒன்று ஆண் பிள்ளைகள் படிக்கும் பள்ளிக்கூடம். அப்படியானால் மற்றொன்று பெண் பிள்ளைகள் படிக்கும் பள்ளிக்கூடமாகத்தான் இருக்க முடியும்.

வடிவம்மாள் என்ற ஹையர் கிரேடு வாத்தியாரம்மாள் அம்பாசமுத்திரம் சரகத்திலிருந்து மாற்றுதலாகி இந்த ஊருக்கு வந்து ஒருநாள் தான் ஆகிறது. துல்லியமாகச் சொன்னால் பதின்மூன்று மணி நேரம்தான் ஆகியிருக்கிறது என்று சொல்லவேண்டும். ஏனென்றால் முதல் நாள் இரவு எட்டு மணி சுமாருக்குத்தாதன் வடிவம்மாளும் அவளுடைய தாயாரும் வந்து இறங்கினார்கள்.

வடிவம்மாள் எட்டரை மணிக்கே வந்து வேலையை ஒப்புக் கொண்டாள். அந்தக் கிராமத்திலிருந்து மாற்றுதலாகி வேற்றூருக்குப் போகும் வாத்தியாரம்மாள் கொஞ்ச நேரம் பேசிக் கொண்டிருந்துவிட்டுத் தன் ஜோலியைக் கவனிக்க வீட்டுக்குப் போய்விட்டாள். அந்த அம்மாள் சீக்கிரம் வீட்டைக் காலி பண்ணினால்தான் தானும் தன் தாயாரும் கொண்டுவந்த பொட்டணங்களை அவிழ்த்து வீட்டிலே வைக்கமுடியும் என்ற முன் ஜாக்கிரதையினால், எவ்வளவுக்கெவ்வளவு பேச்சைச் சுருக்க முடியுமோ அவ்வளவுக்கவ்வளவு சுருக்கி அவளை அனுப்பி விட்டாள் வாத்தியாரம்மாள்.

அவள் வெளியே போவதற்கு இரண்டொரு நிமிஷங்களுக்கு முன்னால், கயத்தால் சந்தைக்குப் போய்விட்டு வந்த கைலாசம் பிள்ளை- அவர் தான் பெண் பாடசாலைக் கட்டிடத்தை மாதம் எட்டு ரூபாய் வாடகைக்கு ஜில்லா போர்டுக்கு விட்டிருப்பவர்- வந்தார். வந்து புதுவாத்தியாரம்மாளின் க்ஷேமலாபங்களை விசாரித்து விட்டு, பால் மோர் வகையறாக்களைத் தம் வீட்டிலேயே விலை கொடுத்து வாங்கிக் கொள்ளலாம் என்ற முக்கியமான விவரத்தையும் முக்கியமில்லாத நடைமுறை விவகாரம் போலக் குறிப்பிட்டுவிட்டுச் சுமார் பதினைந்து நிமிஷத்தில் அவ்விடத்தைவிட்டு நகர்ந்துவிட்டார். ‘கியூ’ வரிசையில் நின்று பேட்டி காண வருகிறவர்களைப் போல அவ்வளவு நேரம் வீட்டுச் சோலியாக இருந்த வேலம்மாள் கைலாசம் பிள்ளை போனதும் பள்ளிக்கூடத்துக்குள் அடி எடுத்து வைத்தாள்.

வேலம்மாள் கைலாசம்பிள்ளையின் தங்கை. வாத்தியாரம்மாளின் தாயாரைப்போல ஒரு விதவை. வயதும் வாத்தியாரம்மாளைப்போல

முப்பதுக்கு மேல் முப்பத்தைந்துக்குள்ளாகத்தான் இருக்கும். வெளியே சொல்லிக் கொள்ளுவது நாற்பதுக்குமேல் என்றுதான். இதுதான் மேல்நாட்டுப் பண்புக்கும் நம் நாட்டுப் பண்புக்கும் உள்ள வித்தியாசம். இங்கே ஐரோப்பியப் பெண்களைப் போல வயதைக் குறைக்காமல் அதற்குப் பதிலாகக் கூட்டிச் சொல்லுவதில் எல்லா விதவைப் பெண்களுக்குமே ஆசை. இங்கே வயதைக் கூட்டித்தான் கௌரவத்தையும் பெரிய மனுஷத் தனத்தையும் சம்பாதிக்க முடியும்.

வேலம்மாளின் வீடு, பெண் பாடசாலைக்கு எதிர்ப்புறமாக உள்ளது. கைலாசம் பிள்ளை சம்சாரத்துக்கும் வேலம்மாளுக்கும் எப்போதோ மறந்து போன ஒரு காலத்தில் ஏற்பட்ட மனஸ்தாபத்தின் காரணமாக இப்போது பரஸ்பரம் இருவருக்கும் பேச்சு வார்த்தை கிடையாது. ஆகவே அந்த அம்மாளுக்குப் பொழுதுபோவது பெரிய எமவாதை மாதிரி. கஷ்ட காலத்துக்கு ஒரு நிவர்த்தி பிறந்தது போல எண்ணிக்கொண்டு புது வாத்தியாரம்மாள் வந்த தகவலை அறிந்து பள்ளிக்கூடத்துக்கு வந்தாள்; வந்து தரையில் கிடந்த ஒரு பலகையில் வாத்தியாரம்மாளுக்கு எதிரே உட்கார்ந்து கொண்டாள். அவ்வளவு தான், இனி வேலம்மாள் தன் பேச்சை முடித்து வீடு திரும்பவேண்டுமென்றால் அந்த ஊரில் பூகம்பத்தைப் போல சரித்திரப்பிரசித்தி பெற்ற விபரீதம் ஒன்று நேரவேண்டும். இல்லையென்றால் வேலம்மாள் இருப்பிடத்தை விட்டு எழுந் திருப்பாள் என்று எதிர்பார்ப்பது பைத்தியக்காரத்தனம்.

குசலப் பிரசனம் ஆனது. வாத்தியாரம்மாளுக்கு அம்பாசமுத்திரம் சீமையல்லவா தாயகம்? இதைத் தெரிந்து கொண்டதும் அம்பாசமுத்திரத்தில் தன் தாய் வழிப் பாட்டனாருக்கு இரண்டாம் தாரமாகப் பெண் தேடிக் கல்யாணம் முடித்த கதையைச் சொல்லத் தொடங்கினாள் வேலம்மாள். இப்போதுதான் அந்தக் கதை ஆரம்பித்திருக்கிறது. அதிலிருந்து இன்றுவரை நடந்த விருத்தாந்தத்தைச் சொல்லி முடிக்காமல் வேலம்மாள் எழுந் திருப்பதாக இல்லை. ஆகவே மூன்று தலைமுறைச் செய்திகள் இனிப் பாக்கியிருக்கின்றன. இந்தச் சமயத்தில் ஆண் பாடசாலையில் இடைவேளைக்காக அடிக்கும் மணியோசை கேட்டது. கேட்டதும் வடிவம்மாளுக்குத் தூக்கி வாரிப் போட்டது.

'என்ன, அதுக்குள்ளே மணி பத்தரை ஆயிட்டதா?' என்றாள் வாத்தியாரம்மாள்.

"பிறகு, பத்தரை இராதா? எவ்வளவு நேரமாயிட்டது! கேட்டீகளா, நூறு ரூபாய்க்குக் கொறையாமே பந்தல் போட்டுத்தான் கல்யாணத்தைச் சிறப்பாகச் சொய்யணும்னு..."

"என்ன பிள்ளைகளைக் காணவே இல்லை? நானும், வரும் வரும்னு உட்கார்ந்துகிட்டு இருக்கேன்..."

"பிள்ளைகள் தினம் தவறாம வர இதென்ன டவுணா? இன்ஸ்பெக்டர் வரும்போது கூட நாலு பிள்ளைகளைக் கொண்டு வந்து உக்காத்தி வைக்கப் பெரும்பாடாய்ப் போயிடுமே."

வாத்தியாரம்மாளுக்கு ஒன்றுமே புரியவில்லை. ஒரே பயமாகப் போய் விட்டது. ஊரிலுள்ள ஜனங்கள் காட்டு ஜனங்களைப்போல இருக்கிற மாதிரியே பள்ளிக்கூடமும் இருப்பதை நினைத்து மிகவும் பயந்து போனாள். வேலம்மாளின் பேச்சுக்கு 'உம்' போட்டுக் கொண்டே, மாணவிகளின் ஆஜர்ப்பட்டியை எடுத்துப் பார்த்தாள்.

முதல் நாளும் அதற்கு முந்திய எல்லா நாட்களிலும், ஞாயிற்றுக் கிழமை சனிக்கிழமை அரைநாள் தவிர, எல்லாப் பிள்ளைகளும் ஆஜர் என்றே அடையாளம் செய்யப்பட்டிருந்தது.

வடிவம்மாளுக்குப் பயம் மூச்சை அடைத்தது; பேசிக் கொண்டே இருக்கும் வேலம்மாளின் குரல் கிணற்றுக்குள்ளிலிருந்து போடும் ஓலம் போலக் கேட்டது. வடிவம்மாளுக்கு என்ன செய்வதென்றே தோன்றவில்லை. ஒரு அரை மணி நேரம் அப்படியே கல்லாகச் சமைந்து உட்கார்ந்து விட்டாள்.

கடைசியில் வேலம்மாள் மூச்சு வாங்கும் நேரம் பார்த்து, "இதுதான் சமயம்' என்று "நான் வீட்டுக்குப் போகணும்" என்று சொல்லிவிட்டு எழுந்தாள். அவள் எழுந்து நின்று, பிறகு நகர்ந்து, கதவை இழுத்துச் சாத்தி, வீட்டுக்குப் புறப்பட்டு, தெருக் கோடி திரும்பும் மட்டும் வேலம்மாள் நிறுத்தாமல் பேசிக் கொண்டிருப்பதைக் கண்டு வாத்தியாரம்மாள் யாதொரு கவலையும் படவில்லை. ஏனென்றால் வேலம்மாள் தன்னைப் பின்தொடர்ந்து வரவில்லை என்ற சந்தோஷம்.

வீட்டுக்கு வந்து பழைய வாத்தியாரம்மாளிடம் விவரங்களை விசாரித்தாள். அநேக புதுப் புதுத் தகவல்கள் எல்லாம் கிடைத்தன.

அந்தப் பள்ளிக்கூடம் நிலைத்திருப்பதற்குக் கைலாசம் பிள்ளை தான் காரணகர்த்தா. மாதாமாதம் அந்த ஒழுக்கல் கட்டிடத்துக்கு எட்டு ரூபாய் வாடகை கிடைக்கும் லாபத்தை உத்தேசித்து, யார் யாரை எல்லாமோ சரிக்கட்டிப் பள்ளிக்கூடத்தைப் பத்து வருஷ காலமாய் ஊரிலே நிலைத்திருக்கச் செய்து கொண்டிருக்கிறார். அந்தப் பள்ளிக்கூடத்தில் படிப்பவர்கள் என்று பதிவு செய்யப் பட்ட மொத்த மாணவிகளின் தொகை நாற்பத்திமூன்று. இவர் களில் மூன்றுபேர் அந்த ஊரை விட்டுப்போய் எத்தனை வருஷங்களாகின்றன என்று யாருக்கும் தெரியாது. இரண்டு

பிள்ளைகள் துரதிர்ஷ்ட வசமாகச் செத்துப்போய் விட்டார்கள். செத்து ஒரு வருஷமாகியும் கூட அவர்கள் பள்ளிக்கூடக் கணக்கில் புகழுடம்புடன் உலாவிக் கொண்டிருக்கிறார்கள். மீதி மாணவிகளில் ஆறு பேர் ஆதித்திராவிடப் பிள்ளைகள். அவர்கள் ஹரிஜனப் பிள்ளைகளாக மாறியும், பள்ளிக்கூடத்தில் மகாத்மா காந்தி படம் வைக்கப்பட்டிருந்தும் கூட, பள்ளிக்கூடத்துக்குள் அவர்கள் நுழையக் கூடாது என்பது ஊர்க்கட்டு. நுழைந்தால் பள்ளிக் கூடத்தைத் தொலைத்து விடுவோம் என்று அந்த ஊரில் சிலர் சபதம் போட்டிருக்கிறார்கள். அந்த ஹரிஜனப் பிள்ளைகள் பள்ளிக் கூடத்துக்குள் நுழையலாம் என்றாலும், அவர்கள் படிக்க வருவார்களா என்பது வேறு விஷயம். மீதிப் பிள்ளைகள் பள்ளிக் கூடத்துக்கு வராததற்குப் பிள்ளைக்கு ஒரு காரணமோ ஒன்றுக்கு மேற்பட்ட காரணங்களோ இருந்தன. காரணமில்லா விட்டால் தான் வந்திருப்பார்களே!

கடைசியில் வாத்தியாரம்மாள் பகீரதப் பிரயத்தனம் செய்தால் சுமார் பத்துப் பிள்ளைகளாவது பள்ளிக்கூடத்தை எட்டிப் பார்ப்பார்கள் என்ற நம்பிக்கையை ஊட்டினாள் பழைய வாத்தியாரம்மாள்.

இந்த ஒரே பயங்கரமான சூழ்நிலையில் வாத்தியாரம்மாளின் நெஞ்சு ‘திக் திக்’ கென்று அடித்துக்கொண்டது. ஆகவே அம்பா சமுத்திரத்தில் தாலுகா ஆபீஸ் குமாஸ்தாவாக இருக்கும் தன் தமையனுக்குக் கடிதம் எழுதும் போது, அந்த ஊரை ஆப்பிரிக்க வனாந்தரத்தைப் போல் வர்ணித்து எழுதியதோடு, தனக்கு வெகு சீக்கிரம் வேறு எங்காவது ‘மாற்றுதல் ஆர்டர்’ வாங்கித்தர முயற்சி எடுத்துக்கொள்ளும்படியும் எழுதிவிட்டாள். சுருங்கச் சொன்னால் அந்த ஊரில் நரமாமிச பக்ஷணிகள் இருப்பதாகத்தான் எழுதவில்லை.

இரவில் தாயாரிடம் “இந்த ஊர் ஜனங்களைப் பார்த்தாலே எனக்குப் பயமா இருக்கு” என்று ரகசியம் போலச் சொன்னாள் வாத்தியாரம்மாள்.

விடிந்தது. வாத்தியாரம்மாள் குறிப்பிட்ட நேரத்துக்குப் பள்ளிக் கூடத்துக்குப் போய்க் கைலாசம் பிள்ளையின் ஒத்தாசையின் பேரில் ஒரு ஐந்தாறு பிள்ளைகளைப் பள்ளிக்கூடத்தில் கொண்டுவந்து உட்காரவைத்து விட்டாள். ஐந்தாறு பேரிலும் பாடப் புத்தகம் வைத்திருந்தது மூன்று பிள்ளைகள் தான். அதிலே ஒரு பிள்ளை, மலை போல எதிரே வாத்தியாரம்மாள் உட்கார்ந்திருந்தும் எப்படித்தான் எழுந்து வெளியே ஓடி விட்டாளோ, ஆண்டவனுக்குத்தான் வெளிச்சம்!

பள்ளிக்கூடம் விட்டு வாத்தியாரம்மாள் வீட்டுக்கு வந்தாள். 'இது வரைக்கும் வேலம்மாள் எங்கே போயிருந்தாள்?' என்று சந்தேகம் ஏற்படலாம். வேலம்மாளுக்கு, வாத்தியாரம்மமாள் என்றால் என்ன? அவளுடைய தாயார் என்றால் என்ன? தவிரவும் வாத்தியாரம்மாளிடம் பேசுவதென்றால் முதல் நாள் சொன்ன செய்திகள் நீங்கலாக ஏனைய சமாச்சாரங்களைத்தான் சொல்ல வேண்டும்; கிழவியிடமோ ஆரம்பத்திலிருந்தே சொல்லலாம். இந்த லாபத்தை உத்தேசித்துத்தான் வேலம்மாள் வாத்தியாரம்மாள் வீட்டுக்கு வந்தாளோ என்னவோ, அவள் வாத்தியாரம்மாளின் வீட்டில்தான் இருந்தாள். அவளோடு பக்கத்து வீட்டுப் பெண்கள்- நடுத்தர வயதுடைய பெண்கள்- மூவரும் இருந்தனர். அவர்களில் ஒரு பெண்ணின் பெயரைச் சொன்னாலே போதும், அவள் பெயர் கிருஷ்ணம்மாள். அவளும் விதவை.

வாத்தியாரம்மாள் பள்ளிக்கூடம் போய்த் திரும்புவதற்குள்ளாக, கேவலம் அந்த மூன்றரை மணி நேரத்திற்குள்ளாக, அவளுடைய தாயார், அந்தச் 'சாகப்போகிற' கிழவி, தன் பல்லுபோன வாயால் தங்கள் குடும்பப் பூர்வோத்திரத்தை எல்லாம் சொல்லி, வாத்தியாரம்மாளுக்கு வைத்தியம், ஜோதிடம் முதலியன எல்லாம் தெரியும் என்றும், அத்துடன் ஏதாவது நல்ல காரியமோ கெட்ட காரியமோ நடப்பதாக இருந்தால் முருகன் முன்கூட்டியே வாத்தியாரம்மாளின் கனவில் பிரத்தியக்ஷமாகவது உண்டு என்றும் சொல்லி முடித்து விட்டாள். இந்த அதிமானுஷ்ய சக்தி படைத்த காரணத்தினால் தான் வாத்தியாரம்மாளிடம், வந்திருந்த அத்தனைபேருக்கும் ஒரே கவர்ச்சி. அவர்களில் ஒருத்தி தன் கைரேகையை வாத்தியாரம்மாளிடம் காட்டுவோமா? என்று கூட யோசித்தாள். இருந்தாலும் தனியாக வந்து கேட்டுக் கொள்ளலாம் என்று இருந்துவிட்டாள். அப்போதுதான் அநேக குடும்ப ரகசியங்களை எல்லாம் சொல்லி விளக்கமாகக் கேட்கச் சௌகரியப்படும் என்பது அவள் எண்ணம்.

வாத்தியாரம்மாள் அந்த ஊரில் குடியிருக்கப் பயப்படுவதாகக் கிழவி வந்திருந்த பெண்களிடம் சொல்லவே, வேலம்மாளும் கிருஷ்ணம்மாளும் 'நான்முந்தி, நீமுந்தி' என்று வாத்தியாரம்மாளுக்குப் பாதுகாப்பாக அவள் வீட்டிலேயே தங்கள் படுக்கையை வைத்துக் கொள்ளுவதாகச் சொல்லி விட்டனர். இது வாத்தியாரம்மாளுக்குப் பிடித்ததோ இல்லையோ? வாத்தியாரம்மாளுக்குப் பிடித்தமில்லை என்றாலும் தப்பிக்க இல்லையோ? வாத்தியாரம்மாளுக்குப் பிடித்த மில்லை என்றாலும் தப்பிக்க முடியாது என்ற ரகசியம் அவளுக்கு இதற்குள் தெரிந்திருக்க வேண்டும்.

அன்றிரவே கிருஷ்ணம்மாள் வந்தாள்; அவளுக்கு முன்பாகவே, சாப்பிட்ட கையில் ஈரம் உலர்ந்தும் உலராமலும் இருக்கும்போதே வேலம்மாளும் வந்தாள்.

எல்லோரும் சுமார் பத்து மணிக்குப் படுத்தனர். கிருஷ்ணம்மாள் முதலில் தூங்கினாள். வாத்தியாரம்மாள் வேலம்மாளின் தாஷ்யண்யத்துக்குக்காக விழித்திருந்து அவள் பேச்சைக் கேட்பது போலப்பாசாங்கு செய்துவிட்டு, பதினொரு மணிக்கெல்லாம் உறங்கி விட்டாள். வேலம்மாள், பிறகும் அவர்கள் தன் பேச்சைக் கேட்டுக் கொண்டிருப்பதாக நினைத்து ஒரு அரைமணி நேரம் பேசிக் கொண்டே போனாள். கடைசியில் திடீரென்று,

“வாத்தியாரம்மா, வாத்தியாரம்மா” என்று அழைத்தாள்.

தூங்கிவிட்ட வாத்தியாரம்மாள் எழுந்திருப்பது எங்கே?

மனம் உடைந்து போய் வலது பக்கம் திரும்பி “பாட்டி, பாட்டி” என்று கிழவியை எழுப்பினாள்.

பதிலைக் காணோம்.

“என்ன, அதுக்குள்ளேயா தூங்கிட்டீக!” என்று பரிகாசமாக அங்கலாய்த்து விட்டு, ‘கடவுளே உண்டும்’ என்று படுத்துவிட்டாள்.

கிழவி உண்மையில் தூங்கவில்லை. வேலம்மாள் எப்போது தூங்குவாள் என்று ஜெபித்துக்கொண்டு தான் படுத்திருந்தாள்.

நடுச் சாமத்தின் போது வேலம்மாள் குறட்டைவிடும் சப்தம் கேட்டது. வேலம்மாள்தானா குறட்டைவிடுவது என்பதையும் தெளிவாகக் கண்டறிந்து மனதில் நிச்சயப்படுத்திக்கொண்டாள் கிழவி. பிறகு மெல்ல எழுந்திருந்து, வேலம்மாளின் கால்மாட்டில் இருந்த கீழ்ச்சுவர் மாடக்குழியில் தான் மத்தியானம் காய்கறி வாங்கி விட்டு வைத்த இரண்டணாச் சில்லறையை, விளக்கைப் பொருத்தி அரவமில்லாமல் எடுத்து, வீட்டுக்குள்ளே கொண்டு போய், பத்திரமாகப் பெட்டியைத் திறந்து, அதிலே அந்தச் சில்லறையை வைத்துப் பூட்டி, பூட்டையும் இழுத்துப் பார்த்துவிட்டு வந்து படுத்தாள். சாவியைத் தலையணைக்கடியில் வைக்கப்போனாள். பிறகும் வேலம்மாள் விழித்திருந்தால் அபாயமே என்று நினைத்து அவள் முகத்துக்கு நேராக விளக்கை வைத்துப் பார்த்து தூங்குகிறாள் என்பதைப் பார்த்த பிறகுதான் தலையணைக்கடியில் பெட்டிச் சாவியை வைத்துவிட்டு விளக்கை அணைத்துப்படுத்தாள்.

‘பட்டிக்காட்டுச் சனங்களை நம்பவே கூடாது கை அநியாயமா நீளும்’ என்று தனக்குத்தானே சொல்லிவிட்டு மன நிம்மதியோடு கலவரமில்லாமல் படுத்தாள் கிழவி.

2

ஏறக்குறைய ஒரு மாதமாகிவிட்டது. வாத்தியாரம்மாளுக்கு ஊரும் பிடித்துப் போய்விட்டது. பள்ளிக்கூடத்தில் பிள்ளைகள் வராததால், வாத்தியாரம்மாளுக்கு உட்கார்ந்திருக்கும்போதே தூக்கம் வருவதில் அதிசயம் இருக்க முடியாது. தூக்கம் வந்தால் மேஜையில் சாய்ந்து கொண்டு தூங்குவதில் சுகமிருக்காது. அதே நேரத்தில் சங்கடமாகவும் எரிச்சலாகவும் இருக்கும். அசோகவனத்தில் அகப்பட்டுக் கொண்ட சீதைக்குத் திரிசடை கிடைத்ததுபோல. வாத்தியாரம்மாளுக்கு வேலம்மாள் கிடைத்தாள். வேலம்மாள் பள்ளிக்கூடத்துக்கு வந்து பேசிக் கொண்டிருந்ததுடன் உறவு நின்று விடவில்லை. ஒரு நாள் பள்ளிக்கூடத்தில் வைத்தே தன் பழைய புடவை ஒன்றைத் தைக்க ஆரம்பித்து விட்டாள்.

வேலம்மாள் ஓயாமல் பேசிக்கொண்டிருந்த போதிலும், களங்கமில்லாத வெள்ளை மனசு படைத்தவள் என்றும், சூது வாது அறியாத பெண் என்றும் வாத்தியாரம்மாளின் எண்ணம். வேலம்மாளைப் போலவே ஊர்க்காரர்களும் எப்படியோ நல்லவர் களாக மாறிவிட்டார்கள். தவிரவும்...

கிழவி - வாத்தியாரம்மாளின் தாயார் - அந்தத் தெருவில் ஒரு வீடு பாக்கியில்லாமல் போய், 'அந்தா அந்த ஊரில் நாங்கள் இருக்கும்போது எங்களுக்குப் பால், நெய் எல்லாம் இனாமாகத்தான் கொடுப்பார்கள்; இந்தா இந்த ஊரில் இருக்கும்போது நாங்கள் காசு கொடுத்து விறகு வாங்கியது கிடையாது. விறகுக் கட்டையைக் கொண்டு வந்து அம்பாரமாகக் குவித்து விடுவார்கள் அந்த ஊர் ஜனங்கள்." இந்த மாதிரி எடுத்துவிட்ட ராக்ஷஸக் கற்பனைகளையும் உண்மை என்று நம்பிய சிலர் பால், நெய், விறகு இத்தியாதிகளைக் காசு வாங்காமலே வாத்தியாரம்மாளுக்குக் கொடுத்து வந்தனர். ஆகவே வெளியூர்களில் காசுக்கும் கிடைக்காத சரக்குகள் சில இங்கே இனாமாகக் கிடைத்து வந்தன. அதில் ஒரு விதி விலக்கு என்ன வென்றால், மாதா மாதம் முதுல் தேதியன்று வந்து வீட்டு வாடகைக்காக ரூபாய் மூன்றையும் தவறாமல் வாங்கிக்கொண்டு போய்விடுவார் கைலாசம் பிள்ளை. இதனால், கிழவிக்கு மனத்தாங்கல் ஏற்படாதிருக்க முடியவில்லை.

வாத்தியாரம்மாள் ஊரைப்பற்றிச் சிலாகித்துத் தன் தமையனுக்கு ஒன்றை அடுத்து ஒன்றாக இரண்டு கடிதங்கள் எழுதி விட்டாள். முதல் முதல் எழுதிய கடிதத்துக்கும் இந்தக் கடிதத்துக்கும் உள்ள முரண்பாட்டைக் கவனித்த அந்த மனிதர் பதில் எழுதினார்: 'பழகப் பழக எந்த ஊரும் சரியாய்த்தான் போகும். பட்டிக்காட்டு ஜனங்கள் பேசுவதும் பழகுவதும் ஒரு மாதிரியாக இருந்தாலும்,

அவர்களுக்குள்ள நல்ல குணம் யாருக்கு இருக்கும்? அவர்களை நம்பி ஆயிரம் ரூபாயைக் கூடக் கொடுத்துப் பத்திரப்படுத்தி வைக்கச் சொல்லலாமே." இந்த முறையில் சம்பிரமமாகப் பதில் எழுதி விட்டார்.

3

ஒரு நாள் திடீரென்று வேலம்மாள் வந்து வாத்தியாரம்மாளிடம் கை பிடித்துப் பார்க்கச் சொன்னாள். அதற்குக் காரணம் அவளுக்கு உடம்பு அசௌக்கியம் என்பதைவிட, வாத்தியாரம்மாளுக்கு வைத்தியம் தெரிந்திருந்தது தான். வாத்தியாரம்மாள் கைபிடித்துப் பார்த்தாள். நாடி ஓட்டம் சரியாகவே இருந்தது. இருந்தாலும் தன் வைத்திய ஞானத்துக்கு ஏமாளிப்பட்டம் கிடைத்து விடக்கூடாதே என்ற பயத்தினால், "பித்தப் படபடப்பு மாதிரி இருக்கு. காலையில் எழுந்ததும் தலை குத்துதா?" என்று கேட்டாள். வேலம்மாள் அதை ஒப்புக்கொள்ள வேண்டியிருந்தது; ஒப்புக் கொள்ளாவிட்டால் "வேறு என்ன சீக்கு?" என்ற கேள்விக்குப் பதில் சொல்ல வேண்டிவரும். "உடம்புக்கு ஒன்றும் செய்யாத போது கையைக் காண்பிப்பது என்ன விளையாட்டா?" என்று தாட்சண்யம் பார்க்காமல் கேட்டு விடுவாள் கிழவி. இதை எல்லாம் யோசித்து, "ஆமாம். தலை சுத்துது, சாப்பாடும் சாப்பிட முடியல்லே" என்று ஒரு ஷரத்தைக் கூட்டிச் சொன்னாள். சாப்பாட்டு ரகசியத்தை கைலாசம் பிள்ளையின் சம்சாரத்திடம் போய்க் கேட்டால் உண்மை விளங்கும். அது போகட்டும். உடனே, மாலையில் தான் ஒரு பச்சிலையைப் பிடுங்கிக் கொண்டு வந்த பிழிந்து சாறு எடுத்து அதைக் கடை மருந்துகளோடு கலக்கித் தருவதாகவும், அதை இரண்டு நாள் சாப்பிட்டால் பித்தம் பறந்துவிடும் என்றும் சொன்னாள் வாத்தியாரம்மாள். பச்சிலையின் பெயரை வெளியே சொன்னால், அதனுடைய சக்தி கெட்டுவிடுமாதலால் வாத்தியாரம்மாளே போய்ப் பச்சிலை பிடுங்கிக் கொண்டு வர வேண்டியிருந்தது.

அன்று லீவு நாளானதால் மத்தியானச் சாப்பாட்டுக்குப் பிறகு, பள்ளிக்கூடத்துக்குப் பதிலாக வீட்டிலேயே உட்கார்ந்து கிருஷ்ணம்மாள், வேலம்மாள் முதலியவர்களுடன் பேசிக் கொண்டிருந்தாள் வாத்தியாரம்மாள். உண்மையில் வேலம்மாளின் பேச்சை அவள் கேட்டுக் கொண்டிருந்தாள் என்றுதான் சொல்ல வேண்டும்.

மணி ஐந்தாகிவிட்டது.

பச்சிலை பிடுங்க வாத்தியாரம்மாள் வேலம்மாளையும் அழைத்துக் கொண்டு வெளியே புறப்பட்டாள். ஊருக்கு வடக்கே

உள்ள தோட்டத்தில் வெகுநேரம் சுற்றிப் பார்த்துப் பச்சிலையைக் கண்டுபிடிப்பதற்குள் பொழுது மயங்கி விட்டது. அந்த அந்திக் கருக்கலில், பத்திரமாகப் பச்சிலையைப் பிடுங்கிக்கொண்டு வீடு வந்து சேர்ந்தார்கள் இருவரும். வீட்டுக்கு வந்து மருந்து செய்து வேலம்மாளுக்குக் கொடுத்தாள். அவளும் சாப்பிட்டு விட்டு, சாதம் சாப்பிடத் தன் வீட்டுக்கு வந்தாள்.

சிறிது நேரத்தில் வாத்தியாரம்மாள் குளிக்கவேண்டும் என்று நினைத்தாள். வெகுநேரம் தோட்டத்தில் சுற்றியதால் உடம்பு 'கச கச' என்ற வேர்த்து அரித்தது. குளிப்பதற்காக வெந்நீரை எடுத்து வைத்து அங்கணத்தில் உட்கார்ந்தாள். அப்போதுதான் திடீரென்று அவளுக்குத் தன் கழுத்தில் கிடந்த தங்கச் சங்கிலியைக் காணவில்லை என்பது தெரிந்தது. உடனே பயந்தடித்துக்கொண்டு தன் தாயாரைக் கூவி அழைத்தாள். கிழவி என்னவோ ஏதோ என்று பயந்து ஓடிவந்தாள். விஷயம் தெரிந்தது. அவ்வளவுதான் வீடே திமிலோகப்பட்டது. அங்கணம், உள்கூடம், அரங்கு முதலிய இடங்களிலெல்லாம் விளக்கை வைத்துக்கொண்டு தேடினார்கள், சங்கிலி அகப்படவில்லை. வீட்டுக் கூரையிலும், உரலுக்குக் கீழும் தான் தேடவில்லை. குய்யோ முறையோ என்ற கூப்பாடு பெருத்து விட்டது.

பக்கத்து வீட்டுக்காரர்கள் வந்தார்கள். கிருஷ்ணம்மாள் வந்தாள். வேலம்மாள். வராமல் இருக்க முடியாது.

"நீங்கள் பச்சிலை பிடுங்கப் போனபோதுகூட சங்கிலி கழுத்தில் கிடந்ததை நான் பார்த்தேனே?" என்றாள் கிருஷ்ணம்மாள். கிழவியும் இது தான் உண்மை என்றாள். வாத்தியாரம்மாள் தன்னோடு வந்த போது சங்கிலி தொலைந்துவிட்டதால், அதன் காரணமாகத் தனக்கு அபகீர்த்தி ஏற்பட்டு விடக்கூடாதே என்று பயந்து, "சங்கிலி கழுத்திலே கிடந்ததாக எனக்கு ஞாபகமில்லையே!" என்று ஒரு போடு போட்டாள் வேலம்மாள்.

"அப்போதே சங்கிலியைக் காணோம் என்றால், காணோமே என்று நீ ஏன் சொல்லவில்லை?" என்ற பயங்கரமான கேள்வியைப் போட்டாள் கிருஷ்ணம்மாள்.

"இந்த எக்கச்சக்கமான நிலையில் ஏன் மாட்டிக் கொண்டோம்?" என்று விழித்தாள் வேலம்மாள்.

அப்போது தெய்வச் செயலாகக் கூட்டத்தில் நின்ற பெண் ஒருத்தி "ஒரு வேளை மாராப்புச் சீலைக்கு மறைவிலே கிடந்திருக்கும்" என்று தன் புத்திசாலித்தனத்தைக் காட்டவேண்டும் என்றாவது சொல்லி வைத்தாள்.

தப்பிப் பிழைத்தாள் வேலம்மாள்.

வாத்தியாரம்மாளுக்கு "சங்கிலி எங்கே போனது?" என்பதை தன் ஜோதிஷ ஞானத்தினால் கண்டறிய முடியவில்லை. தன் ஜோதிஷமோ, தன் வைத்தியமோ தனக்குப் பலிக்காதாமே!

உள்ளூர் ஜோதிஷர் ஒருவரை உடனே தருவித்தார்கள். அவர் வந்தார். நூற்றுக்குக் கீழே ஏதாவது ஒரு தொகையைச் சொல்லச் சொல்லி அதைக் கொண்டே காணாமல் போன சாமான் இந்தத் திசையில் ஒதுங்கிவிட்டது என்று சொல்லக்கூடியவர் அவர். இரண்டாவது தடவையும், நூற்றுக்குக் கீழாக ஒரு தொகையைச் சொல்லச் சொல்லி சாமானை எடுத்தது ஆணா, பெண்ணா, சாமான் சொந்தக்காரர்களுக்குத் திரும்பக் கிடைக்குமா கிடைக்காதா என்றும் சொல்லுவார். அப்படியாக அவர் அந்த வட்டாரத்தில் கீர்த்தி சம்பாதித்தவர்.

100க்குக் கீழ் முதலாவதாகச் சொல்லப்பட்ட தொகை 76.

அதன் பலன்; - சாமான் வடதிசையில் ஒதுங்கி இருக்கிறது. (வட திசையில் தான் ஒதுங்கி இருக்கிறது என்றும், வேலம்மாள் தான் பள்ளிக்கூடமானாலும் வீடானாலும் வாத்தியாரம்மாளை விட்டுப் பிரியாதவள் என்றும் அவருக்குத் தெளிவாகத் தெரியும்.)

இரண்டாவது தொகை 37.

அதன் பலன்; - சாமான் ஒரு பெண் கைவசம் அகப்பட்டிருக்கிறது. அதுவும் அமங்கலியின் கைவசம் அகப்பட்டிருக்கிறது. (வேலம்மாளும் பிரஸ்தாப வர்ணனைக்குள் அடங்கியவள்தான்)

மூன்றாவது தொகை 65.

அதன் பலன்; - சாமான் மூன்று நாட்களுக்குள் அகப்பட்டால் உண்டு. இல்லை என்றால் யோசித்துத்தான் சொல்லவேண்டும்.

யோசித்துத்தான் சொல்லவேண்டும் என்றால் கையைக் கழுவி விட்டுப் பேசாமல் இருக்கவேண்டும் என்று பொருள்.

அந்த ஊர் வளமுறைப்படி சாணி உருண்டை கொடுக்க வேண்டும் என்று அப்போதே பஞ்சாயத்துப் பேசித் தீர்த்து விட்டார்கள். ஊர்ச் சக்கிலியன் ஒருவனை விட்டு, விடிந்தால் எல்லோரும் சாணி உருண்டை எடுத்துக் கொண்டு வடக்குத் தெருவில் வாத்தியாரம்மாள் வீட்டுக்கு வரவேண்டும் என்று பகிரங்க மாக ஊர் முழுவதும் சாட்டச் செய்தார்கள்.

சாணி உருண்டை கொடுப்பது என்றால், ஒவ்வொரு வீட்டாரும் ஒவ்வொரு சாணி உருண்டையைக் கொண்டு வந்து வெண்கலப் பானை ஒன்றில் போடவேண்டும். சாமானை எடுத்தவர்கள் மனசு

மாறி நல்லெண்ணத்துடன் எடுத்த சாமானையே ஒரு சாணி உருண்டைக்குள் வைத்துக் கொண்டுவந்து பாத்திரத்துக்குள் போட்டு விடக்கூடும். சங்கிலியுள்ள சாணி உருண்டையும் இல்லாத சாணி உருண்டையும் ஒன்று போலவே இருக்குமாதலால், யார் சாமானைத் திருடி, திரும்பவும் கொண்டு வந்து போட்டார்கள் என்ற ரகசியம் யாருக்கும் தெரியாமல் போய்விடும். திருடியவர் திருடாதவர்களோடு ஒன்று போலவே நடந்து கொள்ளலாம். நல்ல காரியத்தையும் செய்து விடலாம் என்று உபாயத்துடன், மனிதனுடைய அனுதாப உணர்ச்சியை நம்பிச் செய்த ஏற்பாடு இந்தச் சாணி உருண்டை கொடுக்கும் முறை.

விடிந்ததும் பாத்திரத்தில் சாணி உருண்டைகள் வந்து விழுந்து கொண்டே இருந்தன. கடைசி உருண்டையும் விழுந்துவிட்டது. இனி அந்த ஊரில் பாக்கி உருண்டை கிடையாது. பத்துப்பேர் முனனிலையில் பாத்திரத்தில் ஒரு குடம் தண்ணீரை விட்டுக் கலக்கிப் பார்த்தார்கள். கையால் நசுக்கிப் பார்த்தார்கள். எப்படியாவது சங்கிலி அகப்பட்டு விட்டால் தான் தப்பித்து விடலாம் என்ற தவிப்பு வேலம்மாளுக்கும்.

கைக்கு ஒருவேளை சன்னமாக சங்கிலி தட்டுப்படாமல் இருக்கக்கூடும் என்று நினைத்து சாணித் தண்ணீரைக் கொஞ்சம் கொஞ்சமாக எண்ணெயை வடிப்பது போல அவ்வளவு பயபத்திர மாகத் தரையில் கொட்டினார்கள். தரையில் துளி தண்ணீரையும் கொட்டிவிட்டுப் பாத்திரத்துக்குள்ளே ஒருவர் எட்டிப் பார்த்தார். பாத்திரத்தின் தூரிலே எட்டிப் பார்த்தவரின் முகம்தான் பிரதி பலித்தது.

“யானை வாயிலே போன கரும்பு மீளுமா?” என்று சொல்லி விட்டு நல்ல தண்ணீரில் கையைக் கழுவப்போனார் சாணியைக் கரைத்து அவதிப்பட்ட மனிதர்.

அங்கு நின்ற கூட்டத்தில் ஒவ்வொருவரும் நிமிஷத்துக்கு ஒருமுறை வேலம்மாளை எட்டிப் பார்க்கவும், வேலம்மாள் தம் பக்கம் திரும்பினால் தலையைக் குனிந்து பார்க்காததுபோல நடிக்க வும் தொடங்கினர். வேலம்மாளுக்குப் பயம் நடுக்கியது. இந்த நேரத்தில் கிழவி அத்தனை ஜனங்களுக்கும் கேட்கும்படியாக, “யாரை ஏமாற்றினாலும் முருகனை ஏமாற்ற முடியாது. முருகனுக்குக் கண் இருந்தா இன்னிக்கு ராத்திரியிலேயே உண்மை தொலங்கணும்” என்றாள்.

எல்லோரும் அவரவர் வீட்டுக்குப் போய்விட்டார்கள். வேலம்மாளோ கிருஷ்ணம்மாளோ அன்று வாத்தியாரம்மாள் வீட்டுக்குப் படுக்க வருவார்கள் என எதிர்பார்ப்பது அசம்பாவிதம்.

வாத்தியாரம்மாள் அன்று தன் அண்ணனுக்கு எழுதிய கடிதத்தில், "கூடப் பழகிக்கொண்டே, சாமானைத் திருடி விட்டார்கள் இந்த ஊர்ப் பாவிகள். இது ரொம்பவும் ஆபத்தான இடமாக இருக்கிறது. எப்படியும் மாற்றுதலுக்கு ஏற்பாடு செய்யவேண்டும் ஜோசியர் சொன்ன ஒன்றுதான் எனக்கும் அம்மாவுக்கும் ஆறுதலாக இருக்கிறது. அதாவது மூன்று நாட்களுக்குள் சாமான் அகப்படலாம் என்று சொன்னார்" என்று எழுதி ஊரைப்பற்றி ஆரம்பத்தில் வர்ணித்தது போல அவ்வளவு பயங்கரமாக வர்ணித்து எழுதிவிட்டாள்.

கண்ணில் தட்டுப்பட்டவர்களிடமெல்லாம் மூன்றரைப் பவுனுக்குச் செய்த தங்கச் சங்கிலியைக் காணோம் என்று மத்தியானம் வரைக்கும் புலம்பிக் கொண்டிருந்தாள் கிழவி. அப்படி என்றால் மத்தியானத்துக்குப் பிறகு பேசாமல் இருந்தாள் என் அர்த்தமல்ல. மத்தியானத்துக்குப் பிறகு மட்டமாக நாலு பவுனுக்குச் செய்த சங்கிலி என்று பிரலாபித்தாள். அசல் சங்கிலியோ...

இப்படியே அன்றையப் பொழுது கழிந்தது.

மறுநாள் காலையில், பழைய பச்சிலை பிடுங்கிய தோட்டத்துப் பக்கம் காலைக் கடன் நிமித்தமாய்ப் போன வாத்தியாரம்மாளின் கண்ணில் ஒரு செடிக்குக் கீழே தன் தங்கச் சங்கிலிகிடந்தது தென்பட்டது. இழந்த கண்ணைத் திரும்பப் பெற்றதுபோல சங்கிலியைக் கையிலெடுத்தாள் வாத்தியாரம்மாள். சங்கிலியின் ஒரு கண்ணியிலுள்ள பொருத்துவாய் விடுபட்டுப் போயிருந்ததால், சங்கிலி நழுவி, பச்சிலை பிடுங்கும்போது விழுந்து விட்டது. உடனே வாயுவேக மனோவேகத்துடன் சங்கிலியோடு வீடு வந்து சேர்ந்தார். சுமார் அரைமணி நேரத்துக்குள்ளாக ஊர் முழுவதும் செய்தி பரவி விட்டது. வேலம்மாளைப் பிடித்த கிரஹணம் விலகியது. "அப்பாவிப் பெண்ணை இல்லாததும் பொல்லாததும் சொன்னார்களே" என்று அந்த ஊரில் ஒரு ஆள் பாக்கியில்லாமல் சொன்னார்கள். ஆகவே, இல்லாததும் பொல்லாததுமாகச் சொன்னவர்கள் யார் என்பதைத் தேடிக் கண்டுபிடிக்க வேண்டியதாய் விட்டது.

இந்தச் சமயத்தில்தான் வாத்தியாரம்மாளும் வாத்தியாரம்மாளின் தாயாரும் ஒரு ஹிமாலயத் தவறு செய்து விட்டார்கள். அதாவது, முருகன் முதல் நாளிரவில் கனவில் வந்து சொன்னதனால் தான் தங்கச் சங்கிலியைக் கண்டுபிடித்து எடுக்க முடிந்தது என்று சொல்லத் தவறி விட்டார்கள். இந்த விஷயத்தை நன்றாக மனதில் பதியவைத்துக் கொண்டாள் வேலம்மாள். அத்துடன் மற்றொரு தவறும் சேர்ந்து கொண்டது.

வேலம்மாள் ஊரறிய 'நீண்ட கைக்காரி' என்று பெயர் வாங்கி, பிறகு திடீரென்று அந்தக்கெட்ட பெயர் மாறி விட்டதால் அவளை அரிச்சந்திர வார்ப்பில் வார்த்துவிட்டார்கள் வாத்தியாரம்மாளும்

அவள் தாயாரும்.

வேலம்மாளைப் பார்த்து வாத்தியாரம்மாளே ஒரு நாள் சொன்னாள்:

"ஊரெல்லாம் உங்களைப் பற்றி என்னென்னவோ சொன்னார்கள். நான் யார் பேச்சையும் நம்பல்லே. சங்குக்கும் முட்டைக்கும் வித்தியாசம் தெரியாமலா போகும்?"

வேலம்மாளுக்குப் "பரம சந்தோஷம்."

வாத்தியாரம்மாள் சங்கிலி கிடைத்த விவரத்தைத் தன் அண்ணனுக்கு விரிவாக எழுதினாள். வீணாக வேலம்மாளைச் சந்தேகப் பட்டதாகவும் எழுதினாள். வேலம்மாள் நல்லவளாகிவிடவே, ஊரும் நல்ல ஊராகி விட்டது வாத்தியாரம்மாளுக்கு. ஆகவே ஊரார் களைப் பற்றிக் கூடச் சிலாகித்து எழுதி விட்டாள்.

4

இப்போது வாத்தியாரம்மாள் இங்கு வந்து இரண்டு மாதம் எட்டு நாளாகிறது...

வெள்ளிக்கிழமை...

மாலை ஐந்தரை மணி...

எண்ணெய் ஸ்நானம் செய்வதற்காகத் தயார் செய்து கொண்டிருந்தாள் வாத்தியாரம்மாள். வேலம்மாள் வழக்கம் போல வந்து அங்கே உட்கார்ந்திருந்தாள்.

வாத்தியரம்மாள் காதில் போட்டிருந்த வெள்ளைக்கல் கம்மலைக் கழற்றினாள். எண்ணெய் ஸ்நானம் செய்யும்போது போட்டிருந்தால் கம்மலில் எண்ணெய் இறங்கி விடுமல்லவா?

கம்மலைக் கழற்றுவதை வேலம்மாள் பார்த்தாள். கம்மலைக் கொண்டு போய் வீட்டுக்குள்ளே பெட்டிக்குள் வைத்து, பிறகு பெட்டியைப் பூட்டாமல் செய்யாமல் வந்து வாத்தியாரம்மாள் எண்ணெய் ஸ்நானம் செய்யப் போனதையும் பார்த்தாள்,

இரவு பத்துமணிக்கெல்லாம் எல்லோரும் படுத்து உறங்கி விட்டதையும் பார்த்தாள்.

எல்லோரும் உறங்கிவிட்டனர் - அதாவது வாத்தியாரம்மாளும் அவள் தாயாரும். கிருஷ்ணம்மாள் அன்று ஊரிலேயே இல்லை, வேலம்மாள் பாலுக்குக் காவல் காத்த பூனையைப் போல் சிறிது நேரம் கண்ணை மூடிக்கொண்டிருந்தது மெய்தான்.

'முருகன் கனவில் வருவது பெரிய புரட்டு.'

'இனி நம்மைக் கெட்டவள் என்று எவளுக்கும் சொல்ல வாய் வராது.'

இந்த உறுதிகளுடன் காலை ஆறு மணிக்கு வழக்கம் போல் தன் வீட்டுக்குப் போனாள் வேலம்மாள்.

காலை எட்டு மணிக்கு வழக்கம்போல் பள்ளிக்கூடத்துக்குப் புறப்பட ஆயத்தமானாள் வாத்தியாரம்மாள்.

பெட்டியைத் திறந்தாள். கம்மல்...

கம்மலைக் காணோம்!

5

சாணி உருண்டை கொடுத்துக்கொண்டே இருந்தால் கேலிக் கூத்தாகப் போவதோடு சாணிக்கும் கூடப் பஞ்சமாய்ப் போய்விடும்.

'முருகன் உபாயம்' இனிப் பலிக்காது. 'முன்னால் கனவில் வராத முருகன் இப்போது எப்படி வந்தான்?' என்று கேட்பது ஊராருக்குக் கஷ்டமான காரியமில்லை.

நேற்று வரைக்கும் நல்லவளாக இருந்த வேலம்மாளை இன்று கெட்டவளாக்குவதோ நடக்காத காரியம்.

உத்தியோக முறையில் பார்த்தால், இனிப் பதினைந்து நாளில் வருஷாந்திர இன்ஸ்பெக்ஷன். பள்ளிக்கூடத்துக்குப் பிள்ளைகள் வர மாட்டார்கள். இத்தனை நாளும் ஒருநாள் கூட லீவு எடுக்காத பிள்ளைகள் இன்ஸ்பெக்ஷனுக்கு மட்டும் வரவில்லை என்று சொன்னால், இன்ஸ்பெக்டர் அம்மாள் ஒப்புக்கொள்ள மாட்டாள் என்பது வெள்ளிடைமலை. பள்ளிக்கூடத்தை ஒரேயடியாக மூடி விடும் படியாக ஏதாவது செய்துவிட்டு, தான் வேற்றூருக்கு மாற்றிப் போய் விடலாம் என்றால் அது கைலாசம் பிள்ளை தலையுள்ள மட்டும் நடைபெறாத சமாச்சாரம். முன்னால் இப்படிப் பள்ளிக்கூட அடைப்புக்கு யோசனை செய்த ஒரு வாத்தியாரம்மாளின் நடத்தை யைப் பற்றிக் கதைகள் கட்டி ஊரில் பிரசசாரம் செய்ததோடு, கல்வி அதிகாரிகள் வரை மனுவும் போட்டு வெற்றியும் கண்டவர் பிள்ளை.

வாத்தியாரம்மாள் எல்லாவற்றையும் யோசித்தாள். அவளுக்குத் தப்பிப் பிழைக்க ஒரே உபாயம்தான் இருந்தது. அதாவது தன் அண்ணனுக்குக் கடிதம் எழுதுவது. விருத்தாந்தம் முழுவதையும் எழுதினாள். தன் அம்மாவின் அபிப்பிராயம் அறியாமலே தன் சார்பிலும் அம்மாவின் சார்பிலும் "இந்தப் படுபாவி ஊரைவிட்டு மாற்ற ஏற்பாடு செய்யாவிட்டால் நானும் அம்மாவும் கிணற்றிலே விழுந்து செத்துப் போய்விடுவோம்" என்று பெண்மைக்குரிய கடைசி எச்சரிக்கையையும் கொடுத்துக் கடிதத்தை முடித்தாள்.

29

புது உலகம்

பழையபடியும் நான் என் சொந்த ஊருக்கு வந்து ஒரு வருஷமாகிறது. போன வருஷத்தோடு என் பள்ளி வாழ்க்கையும் முடிந்து விட்டது. அதற்கு முன்னால் சுமார் ஆறு வருஷகாலம் திருநெல்வேலியில் படித்துக் கொண்டிருந்தேன். என்னோடு படித்தவர்களில் என் நண்பர்களாயுள்ள இரண்டொருவர், சர்க்கார், ரயில்வே முதலியவற்றில் உத்தியோகங் களைத் தேடி அமர்ந்து கொண்டார்கள். என்னைவிட அவர்கள் கெட்டிக்காரர்கள். என்னை முந்திக் கொண்டார்கள். சிலர் சொல்லுகிற மாதிரி "முன்னால் ஒரு நாளைக்கு ஒரு சுற்றுச் சுற்றும் உலகம் இப்பொழுது அதி விரைவோடு ஆயிரம் சுற்றுச் சுற்றும்போது" என் காரியாதிகளை நான் சாவகாசமாகச் செய்து கொண்டிருந்தால்...?

என்னுடன் படித்த என் ஆப்த நண்பர்கள் ஒருவரும் தற்சமயம் திருநெல்வேலியில் இல்லை. என்றாலும், பழகின முகங்கள், அனுபவித்த இயற்கைக் காட்சிகள், சினிமா, நாடகம்-இவற்றில் எல்லாம் பற்றுதல் கொண்டல்ல, நான் வாரத்துக்கு ஒரு முறையாவது திருநெல்வேலிக்கு நடந்தே செல்வது. ஏன் செல்கிறேன் என்பதப் பின்னால் சொல்லுகிறேன்.

நடந்துதான் எங்கள் ஊருக்குச் செல்ல முடியும். அது திருநெல்வேலியிலிருந்து ஆறு மைல் தூரத்தில் இருக்கிறது. தாமிரபரணி ஆற்றை யொட்டியே, நீரோட்டத்தையும், நெற்பயிரின் அலையாட்டத்தையும் பார்த்துக் கொண்டே இலேசாகத் திருநெல்வேலிக்கு வந்துவிடலாம்.

திருநெல்வேலியில் ஜன சந்தடி அதிகமில்லாத ஒரு பகுதி. ஹோட்டல்களுக்குப் பால் விறம், தயிர் மோர் ஆகியவற்றை விற்றும் பிழைக்கக்கூடிய ஜனங்கள் அந்தப் பக்கத்தில் வசித்து வருகிறார்கள். அங்கே ஒரு 'பிராஞ்ச்' கடையை ஆரம்பித்து பருத்தி விதை வியாபாரம் செய்து கொண்டு வந்தார் சண்முகம் பிள்ளை. அந்த 'பிராஞ்ச்' கடையில் வேலை செய்து கொண்டிருந்த சங்கரன் செட்டியார் எனக்குப் பழக்கமானவர். அந்தக் கடையில் பருத்தி விதை, கடலைப் பிண்ணாக்கு, தவிடு முதலியவற்றை விற்பனை செய்து வந்தார். நான் பள்ளிக்கூடத்துக்குப் போகும்போதும் வரும் போதும் அந்தக் கடைக்கு முன்பாகத்தான் செல்லவேண்டும். மத்தியானம் பள்ளிக் கூடத்திலிருந்து வரும்போதும் அந்தக் கடையில் உட்கார்ந்து பத்திரிகை படித்துவிட்டு வீட்டுக்குச் செல்வேன். இதன் மூலமாகத் தான் அவர் எனக்கு அறிமுகமானார்.

தவிரவும் லீவு நாட்களில் நான் அங்கேதான் போய் உட்கார்ந்து கொண்டிருப்பேன். பருத்தி விதை வியாபாரம் மாலை ஐந்து மணியிலிருந்து இரவு பத்துமணி வரையிலும் நடக்கும். மற்ற நேரங்களில், குறிப்பாக சந்தை நாட்களில், வெளியூர் வாசிகள் ஏகதேசமாக சாமான் வாங்க வருவார்கள். ஆகவே, நாங்கள் இருவரும் பகலெல்லாம் உலகத்தைத் திருப்பி ஒரு லட்சிய ஸ்தானத்தில் நிறுத்தப் போகிறவர்கள் மாதிரி தத்துவ சம்வாதம் செய்து கொண்டு இருப்போம். அவருக்கு இலக்கியத்தில் ஈடுபாடும் பரிச்சயமும் உண்டு. அதனால் எங்கள் பேச்சுக்கு ஓய்வு ஒழிவு இல்லாமல் போய் விட்டது. கம்பனின் கற்பனை, பாரதியின் மறுமலர்ச்சி, சங்கப் புலவர்களின் மனோ தர்மங்கள், மனித வாழ்க்கையின் சாரத்தைப் பிழிந்து உருவாக்கிய சிறு கதைகள், இலக்கிய வளர்ச்சிக்குச் சமூக வாழ்வு நல்ல நிலையில் அமையவேண்டிய அவசியம்- எல்லாம் எங்கள் பேச்சில் தினந்தோறும் அடிபட்டுப் போய்த் திரும்பவும் வந்து புகுந்துகொண்டே இருக்கும்.

அவருடைய கடை 'ஒரு நாளைக்கு ஒரு சுற்றுச்' சுற்றும் உலகத்தில் இருந்தது. அதற்கு ஒரு சான்றாக அந்த இடத்தில், ஒன்றிரண்டு தகரம்போட்ட வீடுகள், கொல்லம் ஓடபோட்ட கூரைகள் தவிர மற்ற வீடுகள் எல்லாம் நாணற்புல் வேய்ந்த கூரை வீடுகளாகக் காட்சியளித்துக்கொண்டு இருக்கின்றன. அந்தப் பக்கத்து வாசிகளின் வாழ்க்கையின் தன்மை அக்பர் ராஜ்யத்திலும் சரி, ஆங்கில சாம்ராஜ்யத்திலும் சரி உயரவும் இல்லை; தாழவும் இல்லை. அவர்களின் நடமாட்டத்தின் கதியும் மாறுதலடைந்து வேகமடையக் காரணம் இல்லையல்லவா?

முன்னால் சொன்ன மாதிரி இப்பொழுது என் சொந்த ஊருக்கு வந்துவிட்டேன். ஒரு வருஷ காலமாக எத்தனையோ புத்தகங்கள் படித்தேன். என்னுடைய ஊரும் 'ஒரு நாளைக்கு ஒரு சுற்றுச் சுற்றும் உலகின்' ஒரு மூலையில் அடங்கி ஒடுங்கிப் போய்க் கிடக்கிறது. என் ஊரும் என்னைப் போல் ஒரு சோம்பேறி முடம். நான் அந்த ஊரையே வளைய வளைய வருவதைத் தவிர, வெளியேறிப் போய்ப் புது உலகின் நாகரிகத்தில் கலக்க முடியவில்லை. ஹோட்டல்கள், சினிமாக்கள், ஆபீஸ்கள், மில்கள், மாடகூடங்கள் எல்லாவற்றையும் ஒவ்வொரு ஊரும் தன்னகத்தில் உண்டாக்கிக் கொண்டிருக்க, என் ஊர் பழைய பட்டிக்காடாகவே இருக்கிறது.

என்னிடத்தில் ஒரு சுபாவம் உண்டு. அதாவது நான் பார்த்த அதிசயங்களையோ, படித்தறிந்த விஷயங்களையோ பிறரிடம் சொன்னால்தான் என் மனம் ஆறும். ஆனால் என் பேச்சுக்குக் காது கொடுத்துக் கேட்டுக் கொண்டு இருந்தால் எங்கள் ஊர்வாசிகளின்

காலம் ஓட வேண்டுமே? அதனால்தான் வாரத்துக்கு ஒரு முறையாவது திருநெல்வேலிக்குச் சென்று சங்கரன் செட்டியாரிடம் பேசிக் கொண்டிருந்துவிட்டு வருவேன். அவருக்காகத்தான் நான் அங்கே செல்வது. எங்கள் இலக்கிய சர்ச்சை இப்படியே சுமார் ஆறு மாத காலம் நடந்துகொண்டு வந்தது. ஆனால் அவரோ திடீர் என்று என்னை உதறித் தள்ளிவிட்டு, நான் என் உண்மைச் சொரூபத்தோடு புகுதற்கு இயலாத அந்தப் புது உலகத்திற்கு ‘ஆயிரம் சுற்றுச் சுற்றும்’ உலகத்திற்குப் போய் விட்டார். அவர் மேலும் குற்றம் இல்லை. உலகத்தின் சுழற்சியினால் உண்டான சுழல் காற்றில் துரும்புபோல அகப்பட்டுக்கொள்ள வேண்டிய நிலைமை ஏற்பட்டு விட்டது.

விஷயம் என்னவென்றால், சரக்குகள் சீக்கிரம் விற்பனையாக வில்லை என்று தம் ‘பிராஞ்ச்’ கடையை மூடிவிட்டார் சண்முகம் பிள்ளை. அதனால் செட்டியார் தம் வேலையை இழந்தார். இதற்கு யாரைத்தான் குற்றம் சாட்ட முடியும்? மனிதனுக்கு ஆகட்டும், பொருள்களுக்கு ஆகட்டும், வேகமான இயக்கமும் நடமாட்டமும் இல்லாவிட்டால் இந்தப் புது உலகில் பலன்களை எதிர்பார்க்க முடியாது அல்லவா?

கடைசியில், சங்கரன் செட்டியாரின் மூத்த சகோதரர் அவருக்குக் கொஞ்சம் பண உதவி செய்து திருநெல்வேலி ஜங்ஷனில் ஒரு வெற்றிலை பாக்குக் கடை வைத்து வியாபாரம் செய்யச் சொன்னார். அன்று முதல் தம் மனதுக்கு ஒவ்வாமல் வெற்றிலை பாக்குக் கடையை நடத்தி வருகிறார் செட்டியார். அவர் இப்படிக் கஷ்டமான நிலையை அடைந்ததற்குக் காரணம் அவரேதான்.

திருநெல்வேலியில் நான் படித்துக் கொண்டிருந்த சமயம், அப்போது அங்கேயுள்ள மிராசுதார் ஒருவர், அந்த வருஷம் அறுவடைக் காலத்திலிருந்து தென்காசிப் பக்கத்தில் உள்ள தம் நன்செய் நிலங்களை மேற்பார்த்துக் கொள்ள நம்பிக்கையுள்ள வராகவும், சாமர்த்தியம் உடையவராகவும் இருக்கும் ஒருவரை நியமித்து விடலாம் என்று எண்ணியிருந்தார். அவருக்கும் செட்டியாருக்கும் ஒரு வகையில் அறிமுகமாகி இருந்தது. அதனால் அவரிடம், ஆள் தேவையாய் இருக்கும் சமயத்தில் தமக்குத் தகவல் கொடுக்க வேண்டும் என்று செட்டியார் தெரிவித்திருந்தார். அவரும் சரி என்று உறுதி கூறினார். சிறிது நாட்கள் கழித்து நானும் செட்டியாரும் சந்தர்ப்பவசமாக அந்த மிராசுதார் வீட்டுக்குப் போக நேர்ந்தது. அப்பொழுது மேற்படி வேலைக்கு முன்னமேயே ஒரு ஆளை நியமித்துவிட்டார் என்று எங்களுக்குத் தெரியவந்தது. அது விஷயமாய் அவரிடம் விசாரித்ததில், “என்ன செய்கிறது ஐயா?

எனக்குப் பல அவசர ஜோலிகளிடையில் ஞாபகம் இருக்குமா? அடிக்கொரு தடவை வந்து நீங்கள் ஞாபகப்படுத்திக் கொண்டு இருக்க வேண்டும். உங்கள் நினைவு இல்லாமல்தான் நெல்லையப்ப பிள்ளையை அமர்த்தி விட்டேன். வேலைக்காகவே அடிககொரு தடவை எங்கள் வீட்டுக்கு வருவதும் போவதுமாக இருந்தார். அவரைப்போல் எதற்கும் நீங்கள் முந்திக்கொள்ள வேண்டும்" என்றார்.

சங்கரன் செட்டியாருக்கு நம்பிக்கை பாழாகி மனம் உடைந்து போயிருக்கும் என்று நான் நினைத்துக்கொண்டேன். எனக்கும் கூட ஏமாற்றமாக இருந்தது.

கடைசியில் இருவரும் திரும்பி வந்தோம். வரும் வழியில் செட்டியார் என்னிடம் சற்று மனதைத் தேற்றிக் கொண்டு, "எனக்கு வருத்தமாகத்தான் இருக்கிறது. ஆனாலும் நெல்லையப்ப பிள்ளை, ஒரு வேலையும் இல்லாமல் பிள்ளை குட்டிகளோடு சாப்பாட்டுக்கே கஷ்டப்பட்டுக் கொண்டு இருந்தார். அவருக்கு முந்தி நாம் வேலை ஏற்றுக்கொண்டிருந்தால் அவர் பட்டினி கிடந்து சாகவேண்டியதுதான்" என்றார்.

"இந்த வேதாந்தத்தால் என்ன பிரயோஜனம்? சோற்றுக்குத் திண்டாடும் நூற்றுக்கணக்கான ஆட்கள் ஒரு வேலக்கு 'அப்ளிகேஷன்' போடுகிறார்கள் என்று வைத்துக் கொள்வோம். அப்போது பணக்காரர்கள் உத்தியோகத்தைத் தேடாமல் பேசாமல் இருக்கிறார்களா? நீங்கள் சொல்லுகிறபடி பார்த்தால் முன்கூட்டி அவசரப்பட்டு வேலை தேடிக்கொள்ளும் ஒருவனுக்கு ஆயிரம் தூக்குப் போட்டாலும் ஏற்கும். எத்தனை பேர் வேலை கிடைக்காமல் தற்கொலை செய்தோ, பட்டினிகிடந்தோ சாகிறார்கள்? ஆகவே முன்கூட்டி வேலை தேடிக் கொள்கிறவன் குற்றவாளிதானே? இந்த நியாயம் பேசினால் உலகம் ஏற்றுக் கொள்ளுமா?" என்று கேட்டேன்.

செட்டியார் பேசாமல் நடந்து வந்தார்.

பிறகு ஏழெட்டு மாதம் பருத்திவதைக் கடையில் இருந்தார் செட்டியார் அப்புறம் வெற்றிலை பாக்குக் கடை வைத்தார். இப்போது வராத்துக்கு ஒரு முறையாவது சென்று அந்தக் கடையில் உட்கார்ந்து செட்டியாரோடு பேசிக்கொண்டு இருப்பேன். நாங்கள் பேசக்கூடிய பொருளும், ஏவலும் சரியாகவே அமைந்திருந்தன. ஆனால் இடம் மட்டும் பொருத்தமாக அமையவில்லை. ஏனென்றால் அந்த இடம் புது உலகத்தில் அல்லவா இருக்கிறது? முன் போலவே ஏதாவது இலக்கிய சம்பந்தமாகப் பேசத் தொடங்கினால் அதற்கு எத்தனையோ தடங்கல்கள். சில சமயங்களில் அழகான செய்யுளைப் பாதி சொல்லியிருப்பேன். அப்போது ஒருவர் வந்து, "காலணாவுக்கு வெற்றிலையும் பாக்கும் சீக்கிரம்" என்பார். அப்போது எனக்கு

எரிச்சலாக இருக்கும். செட்டியாருக்கு ஒரு கண் அழும்; ஒரு கண் சிரிக்கும். வந்தவருக்குச் சாமானைக் கொடுத்துவிட்டு என்னைப் பார்ப்பார். நானும் அந்தச் செய்யுளைச் சீக்கிரம் சொல்ல வேண்டும் என்று படபடப்பாகச் சொல்லிக் கொண்டிருக்கும் போதே வந்தவர் மேலும், "இன்னொரு பாக்குக் கொடும் ஐயா எல்லாம் ரொம்ப சின்னப் பாக்காக இருக்கு" என்று கோபத்தோடு என்னைப் பார்த்து விட்டுச் சொல்லுவார்.

கடையில் அவருடைய காரியம் முடிந்ததும் போய் விடுவார்.

நான் அடுத்த நபர் வருவதற்கு முன்னாலேயே என் அரைகுறைப் பாட்டைச் சொல்லி அதற்கு நான் கண்ட விசேஷ அர்த்தத்தையும் சொல்லி விடவேண்டும். அந்தப் புது உலகில் பிரவேசிக்கப் போய் என் இலக்கிய விவகாரத்துக்கும் வேகம் கொடுக்க வேண்டியதாய் விட்டது. ஆனால் அவசரமும் பதற்றமும் சேர்ந்தால் கவிதா ரசனை எங்கே? என் பழைய உலகின் இன்பங்களைப் புது உலகில் அனுபவிக்க இயலவில்லை. பாலைநிலத்தில் நெல் விதைக்க முடியுமா?

அன்றொரு நாள் சில மர உத்தரங்கள் வாங்க வேண்டும் என்று என் தகப்பனார் என்னையும் திருநெல்வேலிக்கு அழைத்துச் சென்றார்; இருவரும் மரக்கடைக்குப் போனோம். அந்தக் கடைக்காரரர் எங்களுக்கு அறிமுகமானவர். அவர், அப்போது மரச் சாமான்களுக்கு ரொம்ப 'டிமாண்டு' இருப்பதாகவும், தம் கைவசம் உத்தரங்கள் இருப்புக் கிடையாது என்றும், அன்று மத்தியானம் ஒரு மணிக்கு உத்தரங்கள் தம் கடைக்கு வந்து இறங்குவதால் எங்களை அந்த நேரத்திற்கு வரும்படியும் சொன்னார். அதனால் என் தகப்பனார் வக்கீல் வீட்டுக்கு ஒரு ஜோலியின் நிமித்தம் போனார். நான் செட்டியார் கக்கு வந்தேன்.

காலை ஆறு மணி முதல் இரவு பன்னிரண்டு மணி வரையில் அவருக்கு ஒரே பரபரப்பு, அவசர உலகத்தை அவர் கடை பிரதிபலித்துக் கொண்டு இருந்தது. அப்போது அவசரமாக ஒருவர் வந்தார். அவர் ஒரு கம்பெனியின் குமாஸ்தா என்று தெரியவந்தது. அவர் அவசர அவசரமாக 'ஒரு சோடாக் கொடும்' என்று கேட்டார்.

அப்போது பக்கத்துக் கடையில் இருந்த ஒருவர், "ஏது அவசரமாயிருக்கே?" என்று அந்தக் குமாஸ்தாவைப் பார்த்துக் கேட்டார்.

"இன்னிக்கு புரொப்ரைட்டர் மெட்ராஸுக்குப் போறார். அதனால் அவரிடம் சீக்கிரம் அக்கௌண்ட்டை முடிச்சுக் கொடுத்துடணும்' என்று சொல்லி விட்டுச் சோடாவைக் குடித்தார். அவ்வளவுதான் சிட்டாகப் பறந்து விட்டார்.

நான் சிரித்துக் கொண்டே "வேறு என்ன தொழில் செய்ய?" என்று சொல்லிவிட்டுத் தன்னுணர்வில்லாமல் வீதியைப் பார்த்தார். நானும் என் முகத்தை வேறுபுறமாகத் திருப்பி, ஒருவித நோக்கமும் இல்லாமல் அடுத்த கடையைப் பார்த்தேன். அங்கே ஒருவர் பத்திரிகை படிக்கும் போது, 'உடனடியான பிரச்னையைத் தீர்க்கத் தாமதம் இல்லாமல்...' என்று வாசித்த சொற்கள் என் சிந்தனைகளைக் கிளறிவிட்டன.

"தெய்வமே! இந்த உடனடியான பிரச்னையைத் தீர்த்ததும் உலகம் அமைதியோடு உட்கார்ந்துவிடப் போகிறதா, என்ன? எதற்கு இந்த அவசர நடமாட்டம்? சீக்கிரமாகக் காரியத்தை முடித்ததும் நிம்மதியாக வாழப்போகிறார்களா? என்ன அர்த்தமற்ற அவசரம்! குமாஸ்தாவுக்கும், முதலாளிக்கும் ஒரே அவசர கதி! இந்த அவசர வேலைகளின் பலன்கள் எல்லாம் எந்தப் பெரும் பூதத்திற்கு இரையாகப் போகப் போய், மேலும் மேலும் அவசரம் முளைத்துக் கொண்டே இருக்கிறது? இன்றும் இந்த வேகம்தான்; நாளையும் இதே வேகந்தான்; இதே வேகந்தான் வருஷக் கணக்காய் இருந்து கொண்டே வருகிறது. இதிலிருந்து விடுபட்டு மனித வர்க்கம் பிரச்னை நீங்கி அலுப்பாறப் போவது என்றோ?..."

சங்கரன் செட்டியார் என்னைப் பார்த்து, "உங்கள் அப்பா வருகிறார்" என்றார். சிந்தனை கலைந்து முகத்தைத் திருப்பினேன். என்னையும் அந்த அவசரம் பீடிக்கப் பார்க்கிறது போலும்! என் பழைய உலகத்திற்கே நான் போய் விடவேண்டியதுதான். என் தகப்பனார் வந்து கோபத்தோடு என்னைப் பார்த்து,

"உன் பாட்டுக்கு இங்கே வந்து உட்கார்ந்து கொண்டால் மரக் கடைக்குப் போகிறது எப்பொழுது? எவ்வளவு நேரம் ஆய்விட்டது? உம் எழுந்திரு, செய்ய வேண்டிய வேலையைக் காலாகாலத்தில் செய்து முடிக்க வேண்டாமா?" என்றார்.

'செய்து விட்டதும் கவலையெல்லாம் தீர்ந்து போய் விட்ட தாக்கும்' என்று முணுமுணுத்துக் கொண்டே எழுந்தேன்.

30

காடாறு மாதம்

அந்த வருஷம் கார்த்திகை மாதத்தில் செல்லையாவும் நானும் திருவனந்தபுரம் போய் வரலாம் என்று புறப்பட்டோம். இந்தியாவின் பூங்காவனம் என்று குறிப்பிடப்படும் அந்தப் பிரதேசத்தைக் காணவேண்டும் என்ற ஆசை வெகுநாட்களாக மனதில் ஊறிக்கொண்டிருந்தது; காண்பதற்குச் சந்தர்ப்பமும் கிடைத்தது.

முதலில் திருவனந்தபுரம் விஜயம். அந்தக் கற்பனையூரின் சௌந்தரிய தரிசனத்தில் எங்களுக்கு ஒரே மனப்பூரிப்பு. கட்டணம் வசூலித்துக் காட்டக்கூடிய ஒரு அலங்காரமான நாடக அரங்கம் போல இருந்தது அந்த நகரத்தின் சுபாவமான தோற்றம். நகரத்தின் ஒவ்வொரு பகுதியும் வேண்டுமென்றே அழகாக இருக்க வேண்டும் என்று பிடிவாதம் பிடித்துக் கொண்டு இருந்தது போன்ற அநியாயமான அழகு! இப்படிப்பட்ட காட்சியைக் காணும் போது மனப்பூரிப்புக்கு என்ன பஞ்சம்? ஆனால் மனப் பூரிப்போடு எங்கள் அனுபவம் நின்றுவிடவில்லை...

கல்லான அகலிகை ராமனுடைய திருவடி ஸ்பரிசத்தால் உயிரும் உணர்ச்சியும் பெற்று எழுந்த கதையைப் படித்திருக்கிறோம். அதேபோல, இந்தப் புது ஊருக்கு வந்தவுடன் எங்கள் உள்ளத்திலும் உடலிலும் புதுப்புதுச் சக்திகள் புதுப்புது உணர்ச்சிகள் உண்டாகி உயிர்பெற்று நாட்டியமாடுவது போன்ற பிரமை தட்டியது. உண்மையில் அது பிரமையா அல்லது உண்மையா என்பதே சந்தேகம்.

நம் சொந்தக் கிராமத்தில் தவழும் குழந்தை முதல், சாகப் போகும் கிழவன் வரை மனிதக் கூட்டம் முழுவதற்குமே நம்மைத் தெரிந்திருக்கும்; நம்மைப் புரிந்திருக்கும். நம்மைப் பற்றிய சித்திரம் ஒவ்வொருவர் உள்ளத்திலும் பதிந்திருக்கும். இந்தச் சித்திரத்தின் குணா குணங்களை நாமும் கண்டறிந்து, அவைகளை ஒட்டி நம் நடைமுறையை லயப்படுத்தி வாழ்வது நியதி; அதுதான் நேர்மை; அதைத் தவிர்த்தால் வேறு வழியுமில்லை...

'இங்கே, இந்த அந்நியப் பிரதேசத்தில் அந்தச் சித்திரம் எவர் உள்ளத்திலும் கிடையாது. நிர்வாணமாகத் தெருவில் நடந்து சென்றாலொழிய யார் எவர் என்று நம்மைக் கவனிக்கும் நபர் ஒருவரைக்கூட இங்கே காண முடியாது. இந்த கட்டுமீறிய சுதந்திரத்தில் கட்டுப்பாட்டை உடைக்கும் ஏதாவது ஒன்றைச் செய்து தீர வேண்டும் என்ற ஆசை எங்கள் உள்ளத்தில் ஒரு பெரிய

போதையாகத் தலையாட்டம் போடத் தொடங்கிவிட்டதற்கு முதல் சான்று, திருவனந்தபுரம் ஹோட்டல் அறையில் வாழ்க்கையில் முதல் முறையாகச் செல்லையா 'சிகரெட்' பிடித்தது.

இருட்டில் உட்கார்ந்து ஆளுக்கொரு சிகரெட்டை இழுத்து விட்டுக் கட்டையை ஒரு மூலையில் எறிந்துவிட்டோம், ஏதோ அனாசாரமான காரியத்தைச் செய்வதாக, சமூகக் கோட்பாடுகள் உருவாக்கிய மனசாட்சி என்ற அந்த பல நிறங்காட்டும் பச்சோந்தி மனதைக் கடித்தாலும், இருட்டு நேரமானதால் அதனால் ஒன்றும் செய்ய இயலவில்லை. மனசாட்சி முகத்தில் எழுதும் வெட்கத்தையும் விகாரத்தையும் இருட்டு மறைத்துவிடும் என்ற துணிவில் சிகரெட் புகைத்ததைப் பற்றிய சிந்தனை இல்லாமல் படுத்தவர்கள் காலையில எழுந்து கருகிப் போன சிகரெட் கட்டைகளைக் கண்டதும், ஒருவர் முகத்தை ஒருவர் பார்க்கவே ஒரு மாதிரியாக இருந்தது.

மறுநாள் காலை:

பத்மநாப் ஸ்வாமி கோவிலுக்குப் போனோம். கோவிலுக்குப் போகும் போது பாதி வழியில் அருமையான மாம்பழங்களை ஒரு கூடையில் வைத்துக் கொண்டு வந்தாள் ஒரு பெண். அவள் உடம்பில் ஓர் அழுக்குப்பாடி; இடையில் ஒரு முண்டு.

பழங்களை விலை கேட்கும் போது பரஸ்பரம் ஒருவர் பாஷை ஒருவருக்குத் தெரியாத நிலையில் இரண்டு கட்சியிலும் பேச்சைவிட சிரிப்புக்குப் பிரதானம் கிடைக்கவே, எங்களுக்கிடையே ஏதோ ஓர் உறவு பெருகிக் கொண்டு வந்தது. இந்த விளையாட்டில் சிறிது நேரத்தைப் போக்கி விட்டு ஓர் அரை டஜன் பழங்களை வாங்கிக்கொண்டு கோவிலைப் பார்த்து நடந்தோம். இந்த இரண்டு பிரம்மச்சாரிக் கட்டைகள் ஊர் வாய்க்குப் பயப்படுவதாகக் கருதாமல், ஒழுக்க சீலத்தையும், பெரிய மனுஷத்தனத்தையும் அனுஷ்டிப்பதாக மனப்பால் குடித்துக் கொண்டு பெண்கள் கூட்டத்தை முள் வேலியாகக் கருதி வீதிவிட்டு வீதி சுற்றி நடந்து வருவதைவிட்டு, பட்டப்பகலில், ஊரம்பலத்தில் யாரோ ஒரு பெண்ணோடு சிரித்துப் பேசி நேரத்தைப் போக்கியதை நினைக்க நினைக்க விசித்திரமாக இருந்தது. அதே ஜன நடமாட்டம் தெருவில் நெஞ்சில் மாம்பழத் தைக் கடித்துத் தின்று கொண்டே நடந்தோம். 'தெருவில் வைத்துச் சாப்பிடுவதா?' என்ற என் சம்பிரதாயக் கேள்வியின் எதிர்மறைப் பொருளை உணராத செல்லையா, 'இங்கே நம்மை யாருக்குத் தெரியும்? என்ற கேள்வியைப் போட்டுத் தன்னையும் என்னையும் பரிபக்குவம் செய்துவிட்டான்.

'இங்கே நம்மை யாருக்குத் தெரியும்?' இந்தக் கேள்வியும் இதனால் பிறந்த துணிவும் இல்லாவிட்டால் அன்று கோவிலுக்குப் போக நேர்ந்திருக்காது. அழகு என்று சொல்லப்படும் எல்லாமே வந்துகூடும் அந்தச் சந்தைக்கு கோவிலுக்கு - போனது, உண்மையில் பக்திப் பெருக்கினால் அல்ல; சுயம்வரத்துககுச் செல்லும் ராஜ குமாரர்களின் கும்மாளத்துடன் தான் போனோம்.

அங்கும் சில வேடிக்கைகள்; விளையாட்டுகள்! பழக்காரி உபாக்யானத்தின் மூலப் பொருளை வேறுவிதமாக விளக்கும் வேறு சில கட்டங்கள்...

இப்படி மொத்தும் மூன்று நாட்கள் திருவனந்துபுரத்தில் தாமசம்.

வழக்கமாகச் சாப்பிடுவதைப்போல இரட்டிப்புச் சாப்பாடு. சிறு குழந்தைகளைப் போல கண்ணில் பட்ட பண்டங்களையெல்லாம் வாங்குவது, தெரு வழியாகத் தலைப்பாகை கட்டிக்கொண்டு நடப்பது, எங்காவது ஓரிடத்தில் உட்கார்ந்து அங்குள்ள பத்துப் பதினைந்து பேரைக்கண்டும் வெட்கப்படாமல் பாடுவது, எல்லாவற்றையும்விட மேலாகப் பழையபடியும் சிகரெட் வாங்குவோமா? என்று ஏகதேச மாக நினைப்பது...

இந்த நிலையில் திருவனந்தபுரத்தை விட்டுப் புறப்பட்டு, நேராக நாகர்கோவிலுக்கு வந்து சேர்ந்தோம், வழக்கம்போல முதலில் அங்குள்ள லைப்ரரிக்குப் போனோம். அப்புறம் கோவிலுக்கு. இந்த இரண்டு காரியங்களும் ஆனபிறகு, நாங்கள் ஏற்கெனவே கேள்விப்பட்டிருந்த இரண்டொரு சங்கீத வித்வான்களைக் கண்டு அவர்களுடன் பேசிக் கொண்டிருந்துவிட்டுத் திரும்பினோம். இரவில் ஹோட்டலின் மாடியில் அலுப்போடு வந்து படுத்தோம். படுத்ததும் செல்லையா அப்படியே சிறிது நேரத்தில் உறங்கி விட்டான். மாலையில் நேரங்கழித்துச் சாப்பிட்ட 'ஸ்ட்ராங்' காப்பியின் போதை என்னைத் தூங்கவிடவில்லை. ஏதாவது எழுத வேண்டும் அல்லது படிக்கவேண்டும் என்று நினைத்து இரண்டையுமே செய்து பார்த்தேன். இரண்டிலும் படுதோல்வி. மோட்டார் சைக்கிளில் பயணம் செய்கிறவன் உடலைப் போல மனசுக்குள் ஒரே படபடப்பு. ஏதோ ராகத்தை முனகிக் கொண்டே இருந்தேன். சாரீரம் சுகமாக வளைந்து கொடுத்தது. ஆனால் இரவு பத்து மணிக்கு நாம் 'குரலெடுத்துப் பாடி' விட்டால் செல்லையா தூக்கம் கலைந்து எழுந்து விடுவதோடு விவகாரம் நின்று விடாதே என்று பயந்து, மாடியை விட்டுக் கீழே இறங்கி வந்தேன். ஹோட்டல் ஒதுங்கவைக்கும் நேரம் பழையபடியும் காப்பியைச் சாப்பிட்டேன். வேறு எதையாவது செய்தாக வேண்டும் என்ற மனக்கிளர்ச்சிக்குக் காப்பியைக் காண்பித்தது மனம். தென்னை மரத்தில் தேள் கொட்டிப் பனை மரத்தில் நெறி கட்டிய கதையாக

ஒன்றுக்கொன்று சம்பந்தமில்லாமல் எதைச் செய்தாலும் சுகமாகவும், அர்த்தபுஷ்டியாகவும் இருந்தது.

வெளியே வந்தேன். வெற்றிலை பாக்குக் கடையில் ஒரு சிகரெட்டை (சிகரெட்டேதான்!) வாங்கிப் பற்றவைத்துக்கொண்டு மாடிக்கு வந்தேன். 'எதைச் செய்தாலும் யாரும் என்னவும் கேட்காமல் இருக்கிறார்களே!' என்ற வாசகத்தை வாயோ மனமோ சொல்லக்கூடியவாறு அப்படிப் பைத்தியம் பிடிக்கவில்லைதான். ஆனால் மனம் என்னவோ அப்படித்தான் தாத்பர்யம் செய்து கொண்டது.

சிகரெட் தீ விரலைத் தீண்டும் வரை புகைத்துவிட்டு வந்து படுத்தேன். வாசலில் போடும் கோலத்தில் கோடு ஒன்று எங்கேயோ தொடங்கி எங்கெங்கோ வட்டம் போட்டுக்கொண்டு எங்கோபோய் முடிவதுபோலத்தான் மன ஓட்டம் இருந்தது. ஒரு சிந்தனைக்கும் அதை அடுத்துக் காரணமின்றிப் பிறக்கும் மற்றொரு சிந்தனைக்கும் உள்ள ஒற்றுமை, கருப்புக்கும் வெள்ளைக்கும் உள்ள ஒற்றுமைதான். அந்த ஒரு கோடி சிந்தனைகளில் முக்கியத்துவம் நிறைந்த சிந்தனைகள் இரண்டு.

ஒன்று: ஒரு தடவையாவது பிராந்தி குடித்துப் பார்ப்போமா?

இரண்டு: யாராவது ஒரு மலையாளப் பெண்ணைக் கல்யாணம் செய்து கொண்டால் என்ன?

மறுநாளே கன்னியாகுமரிக்கு வந்துவிட்டோம். செல்லையாவும் நானும் இப்போது யார் யாராகவோ மாறிவிட்டோம்! ஒரே ஊர் வாசிகளான எங்கள் இருவரிடையிலும் இருந்த மதில்கள். இப்போது அடியோடு சாய்ந்து விட்டன. 'உலகொப்பன செய்' என்ற தருமம் போய், பரஸ்பரம் ஒருவருக்கொருவர் காட்டிக்கொள்ளும் மரியாதை யும், அந்த மரியாதையின் உள்மூச்சு வெளிமூச்சாக இருக்கும் பயமும் கண்ணியமான பேச்சும் எங்களோடு திருவனந்தபுரம் வரை வந்து விட்டுப் பழைய படியும் சொந்த ஊருக்கு விடை பெற்றுக் கொண்டது மாதிரி இருந்தது.

பரஸ்பரம் வெளிப்படையாக உள்ளத்தின் அபிலாஷைகளைத் தெரிவித்துக் கொள்ளுவோம். நாசூக்காக அளவைக் குறைத்துச் சாப்பிடுவதைவிட்டு, பேய்த் தீனி தின்பதிலிருந்து பிரம்மச்சரியத்தின் அந்தரங்க ஸ்வரூபத்தைக் காட்டிக்கொள்வது வரை எல்லாம் சகஜமாகி விட்டது. ஒருவர் சற்று மட்டமாக எதயும் கூறி விட்டால், மற்றொருவர் மௌனம் சாதித்து, விரசப்பாதாளத்தில் விழாமல் தப்பித் தப்பிப் பழையபடியும் ஒய்யார நடைபோட்டு நடக்க ஆரம்பித்துவிடுவோம்.

மதுரையில் காலேஜில் கூடப் படித்த ஒருவன் தாசி வீட்டுக்குப் போனது, ஒழுக்கம் என்பது அர்த்தமில்லாத விஷயம் என்று யாரோ 'பகுத்தறிவோடு' சொன்னது, காலாகாலத்தில் உரிய பருவத்தில் கல்யாணம் செய்து கொள்ளுவதின் நன்மைகளைவிட உரிய பருவத்தில் கல்யாணம் செய்து கொள்ளுவதின் நன்மைகளைவிட அப்படிச் செய்யாததால் ஏற்பட்ட சங்கடங்கள் - இப்படிப் பல விஷயங்களை மூன்றாம் மனிதன் தலையில் அநியாயமாகத் தூக்கி வைத்து நாங்கள் இருவரும், எங்கள் இருவர் சம்பந்தமாகவே பேசிக் கொண்டிருந்தோம். கடைசியில், கண்ணில்படும் யாராவது ஒரு அழகி (அழகியாக இல்லாவிட்டாலும் பரவாயில்ல) அதிசயம் நிகழ்ந்ததுபோல, கடைக்கண்ணால் பார்த்துவிட்டால் அவளை ஜூலியட்டாகவே, லைலாவாகவோ நினைத்து உயிரையும் உடலையும் அவளுக்கு அர்ப்பணம் செய்யும் பரிபக்குவத்தை அடைந்த கட்டத்தில் செல்லையா வந்து நிற்கும் தருணம்...

அன்று தங்குவதற்கு ஒரு சத்திரத்தின் மேல்மாடி கிடைத்தது. பெரிய அறை, ஏதோ திருவிழாக் காலங்களில் கன்னியாகுமரிக்கு வருகிறவர்கள் வந்து தங்கக்கூடிய அறை அது. வருஷத்தில், விரல் விட்டு எண்ணக்கூடிய ஒரு சில நாட்களுக்குத்தான் அந்த அறையில் மனிதவாசம்.

நாளுக்கு ஒரு ரூபாய் என்று வாடகை பேசி அறையில் சாமான்களைக் கொண்டுபோய்ப் போட்டோம்.

விசாலமான அறைதான். மேல்பக்கமாக இருந்த இரண்டு ஜன்னல்களில் கம்பிகள் இல்லாவிட்டால் ஜன்னல்கள் வழியாக குதிரையும் நுழையும்; யானையும் நுழையும். அவ்வளவு பெரிய ஜன்னல்கள். வடக்குச் சுவரில் இருந்த மாடக்குழியில் அகல்விளக்கு வைக்கப்பட்டிருந்தது. உள்ளே ஒரே ஒரு கட்டில்தான் இருந்தது; அதாவது தெற்கத்திச் சீமையில் ஏராளமாகக் காணப்படும் பனைநார்க்கட்டில். நபர்களின் எண்ணிக்கை இரண்டாக இருந்ததால், கட்டிலோடு ஒரு கோரைப்பாயையும், இரண்டு தலையணை களையும் கொண்டுவந்து போட்டான் வாடகைக்கு விட்டவன். அகல் விளக்கில் கொஞ்சம் எண்ணெயும் விட்டு பக்கத்தில் எண்ணெயுடன் ஒரு டம்பளரையும் வைத்து விட்டுப்போனான். இப்படியாக அறையை வசதி செய்து கொண்டு, கடற்கரைக்குப் புறப்பட்டோம். கோவிலில் வேலை செய்யும் ஒரு பிராமணப் பையன் வந்து கன்னியாகுமரித் தலத்தின் மகத்துவங்கள், குமரியம்மன் தவம் செய்த இடம், தீர்த்த விசேஷங்கள் முதலியவற்றை விளக்கிச் சொல்லிக் கொண்டே வந்து முக்கியமான இடங்களையெல்லாம் அழைத்துக் கொண்டு போய்க் காட்டினான்.

திருவனந்தபுரம் பத்மனாப ஸ்வாமியைத் தரிசனம் செய்யப் போன மாதிரியில் குமரியம்மனையும் தரிசனம் செய்துவிட்டு, சாப்பாட்டையும் முடித்துக் கொண்டு அறைக்குள் திரும்பினோம்.

திரும்பும்போது இருவரும் ஏகமனதாகவே சிகரெட், வெற்றிலை பாக்கு முதலிய சரக்குகளை வாங்கிக் கொண்டோம். அறைக்கு வந்தோம். அறையின் கதவைத் திறந்ததும், வேலைக்காரன் வந்து விளக்கேற்றிவிட்டு 'சாப்பாடு எடுத்துக்கொண்டு வரலாமா?' என்று கேட்டான். அதற்கு அவசியமில்லாத விபரத்தைச் சொன்னதும் போய்விட்டான். அப்புறம் கொஞ்சநேரம் பேசிக் கொண்டிருந்து விட்டு விளக்கை அணைத்து இருவரும் கட்டிலிலும் பாயிலுமாகப் படுத்துக் கொண்டோம்.

கட்டிலில் படுத்திருந்த செல்லையா வாடைக் காற்று அடிக்கிற தென்று ஜன்னல்களைச் சாத்திவிட்டான். ஆகவே, சிறிது நேரத்தில் அறைக்கென்று பிரத்தியேகமாக உள்ள விளக்கெண்ணெய் விளக்கின் வாசம் மண்டி விட்டது.

இதைப் பற்றி நான் சிந்தனை செய்து கொண்டிருந்த போது என்னைப் பெயர் சொல்லி அழைத்தான் செல்லையா.

"என்ன சமாச்சாரம்?"

"இந்தக் கட்டிலில் பவுடர் வாசம் அடிக்கிறது!"

இருவருமே சிறுபிள்ளைகளாகி விட்டோம்!

"பவுடர் வாசமா?"

"ஆமாம் வந்து பாரேன்."

எழுந்து கட்டிலின் பக்கமாகப் போனேன். செல்லையா என் தலையைக் கொண்டு போய்க் கட்டிலின் தலைமாட்டின் பக்கமாக ஒட்டவைத்தான் முகர்ந்து பார்த்தேன். பவுடர் வாசம் தான்! இது போதாதா உல்லாசப் பேச்சுக்கு?

கொஞ்ச நேரம் கழித்துப் பழையபடியும் நான் பாயில் வந்து படுத்தேன்.

'எந்தப் பெண் வந்து படுத்துறங்கிய கட்டிலோ?' - இந்த உபோத்காதத்துடன் தொடங்கிவிட்டது ஒரு ரசமான இதிகாசம்!

ஸ்தல யாத்திரைக்கு வந்து ஒரு குடும்பத்தின் செவ்விளம் தளிராகக் குருத்து விட்டு வளர்ந்த யாரோ ஒரு இளம் பெண், நிலவு மயக்கத்தில் யோக நித்திரை செய்யும் சௌந்தர்யக் காட்சியை உள்ளம் எழுதிப் பார்த்தது. கீழை நாட்டுப் பெண்கள் கண் வளரும் பேரழகை வியந்து எழுதிய அனதோல் பிராக்னின் வாசகத்தை இருவரும் பரஸ்பரம் பரிமாறிக் கொண்டோம். அந்தப் பெண்...

அவளுடைய அழகு, அவளுடைய காதல், அவளுடைய இதயத் தேட்டங்கள், அவள் பாடும்பாட்டு, அவள் ஏதோ ஓர் அழகான அந்தி மாலையில் யாருடைய குதூகலத்துக்காகவோ கண்ணாடி முன நின்று பவுடர் பூசிக் கோலம் புனைந்தபோது அலங்காரத்தில் திருப்தியும் அதிருப்தியும் ஒருங்கே படர்ந்து கொண்டிருந்த அவள் காதல் உள்ளம்...

இப்படியே விரிந்து கொண்டுபோன கதையை எந்த இடத்திலோ என் உறக்கம் முடித்து விட்டது.

பகலெல்லாம் சுற்றியலைந்ததால் உடம்பில் ஒரே அலுப்பு. ஆகவே அயர்ந்து உறங்கி விட்டேன். உறங்கி எவ்வளவு நேரமாகி யிருக்கும் என்று எனக்குத் தெரியாது. திடீரென்று செல்லையாக என்னைத் தட்டி எழுப்பினான். எனக்கு விஷயம் புரியவில்லை.

"ஏன், என்ன சமாச்சாரம்?" இது நான்.

"கொஞ்சம் எழுந்திரு. சீக்கிரம்..."

"என்ன விஷயம்?"

"என்ன விஷயம்?"

என்னவோ ஏதோ என்று தூக்கம் கலைந்து எழுந்தேன்.

"கட்டிலில் ஒரே மூட்டைப் பூச்சியாக இருக்கிறது. தூங்கவே முடியவில்லை" என்றான் செல்லையா.

"மூட்டையா?...."

செல்லையாக அகல் விளக்கை ஏற்றினான். மூட்டைப் பூச்சி என்றதும் எனக்கு உடம்பெல்லாமே அரிப்பு எடுத்துவிட்டது. அந்தக் கட்டிலை நடு வீட்டில் போட்டுக் கொண்டு உறங்குவது எப்படி? மூட்டை கடிக்காமல் இருந்தாலும் மேற்கொண்டு தூக்கம் பிடிக்குமா? இருவரும் கட்டிலை எடுத்துக்கொண்டு வந்து வெளியே வராந்தாவில் போட்டு விட்டோம். செல்லையா ஊரிலிருந்து கொண்டு வந்த படுக்கையை வெறுந்தரையில் விரித்துப் படுத்துக் கொண்டான். எனக்கு அந்த மூட்டைப் பூச்சியின் ஞாபகம் அகலவே இல்லை. நான் படுத்திருக்கும் பாயிடமே சந்தேகம் வலுத்து விட்டது.

"ஒரே சப்பாத்தி மாதிரி வந்து அப்பி விட்டதப்பா, மூட்டை" என்று சொன்னான் செல்லையா. கட்டிலைப் பற்றி நினைவில் அருவருப்புக்கு மேல் அருவருப்பைக் கொண்டு வந்து குவித்தன செல்லையாவின் சொற்கள்.

"சிறிது நேரத்திற்கு முன் ரம்பையாக இருந்த கட்டிலா இது!" என்றேன்.

செல்லையா சிரித்தான்.

எங்களுடைய பைத்தியக்காரக் கனவில் கன்னத்தில் அறை விட்டது இந்த மூட்டைப் பூச்சியனுபவம். அந்தக் கற்பனை மங்கையின் அழகான தோற்றத்துக்கும், அழகான அலங்காரத்துக்கும் மறைவில் ஒரே ஈரும் பேனும் பற்றிப் புழுக்கள் நெளிவது போல இருந்தது. கட்டிலில் மூட்டைப்பூச்சி பற்றி இருந்தது. சுற்றுப் பிரயாணத்தின் அலையில் மிதந்து நீச்சடித்துக் கொண்டிருந்த எங்கள் போதையை மட்டுப் படுத்திவிட்டது, இந்தப் பிரத்தியக்ஷ அனுபவம். ஆனாலும் ஊரிலிருந்த எங்கள் பூர்வாசிரம ஸ்திதி இன்னும் கிட்டிவிடவில்லை.

காலையில் சீக்கிரமாகவே எழுந்துவிட்டோம். கடற்கரைக்குப் போய் சூரியோதயம் பார்க்கவேண்டும். இது கன்னியாகுமரி வாசிகளின் காலைச் சடங்கு. படுக்கை விட்டு எழுந்து வெளியே வரும்போது அந்தக் கட்டில் கண்ணில் பட்டது. மனதுக்குள்ளேயே சிரிப்பு வந்தது.

கடற்கரையில் சூரியோதயம் பார்த்துவிட்டு, அங்கேயே ஸ்நானம் செய்துவிட்டுத் திரும்பினோம். திரும்பும் போது கோவிலுக்கு முன்புறமாக உள்ள ஒரு ஹோட்டலுக்குள்ளே நுழைந்தோம். ஹோட்டலின் உள்ளே கூட்டமாக இருந்ததால், வெளியில் உள்ள தாழ்வாரத்தில் உட்கார்ந்தே பலகாரத்தைச் சாப்பிட்டோம்.

சாப்பிட்டு முடிந்தது.

அனி...?

வழக்கம்போல, அதாவது புது வழக்கம் போல, சிகரெட் வாங்க வேண்டும். நான் ‘எனக்கு வேண்டவே வேண்டாம்’ என்று மறுத்துவிட்டேன். செல்லையா மட்டும் பக்கத்துக் கடைக்குப்போய் ஒரு சிகரெட் பெட்டியையும் நெருப்புப் பெட்டியையும் வாங்கிக் கொண்டு வந்து ஹோட்டல் தாழ்வாரத்தில் உட்கார்ந்தான். செல்லையா சிகரெட் குடித்துக் கொண்டிருக்கும்போது...

ஹோட்டலின் உள் அறையிலிருந்து திடீரென்று ஒருவர் வந்து எங்கள் கண்முன் பிரத்தியக்ஷமானார். செல்லையா துள்ளி விழுந்தான். ‘பளிச்’சென்று சிகரெட் துண்டைத் தூர எறிந்து விட்டு சிகரெட்பெட்டியைப் பத்திரப்படுத்தப் போனான். முழுப் பூசணிக்காயைச் சோற்றில் மறைக்க முடியுமா? இனி மறைத்துத்தான் என்ன பயன்? யாருக்குத் தெரியக்கூடாது என்று மறைக்கப் பார்க்கிறோமோ, அவருக்கு உண்மை தெரிந்துவிட்டது; மறைக்க முயன்றதும், சிகரெட் பெட்டியைப் பெயரளவுக்குச் சட்டைப் பையில் எடுத்துப் போட்டுக் கொண்டதும் அவருக்குத் தெரிந்து விட்டன.

வந்தவர் எங்கள் ஊர் கிராம முனிசீப்பு.

"என்ன?..." என்று கேட்டார், சிவபூஜையில் நுழைந்த அந்த மனிதர்.

"எப்போது வந்தீர்கள்?" என்றும் கேட்டார்.

செல்லையா என்னை முந்திக்கொண்டு, "வந்து ஒரு வாரமாகிறது" என்று படபடப்பாகச் சொன்னான். என்னை முந்திக் கொண்டு வந்தவரிடம் பேசினால், நல்ல பிள்ளையாகிவிட முடியுமா?

"ஊருக்கு எப்போ?" என்று கேட்டு விட்டு எங்கள் பக்கத்தில் உட்கார்ந்தார்.

"சாயங்காலம் புறப்பட வேண்டும், நீங்கள்...?" அவர் தாம் எப்போது, ஊருக்குப் போகிறார் என்ற விபரத்தைச் சொன்னார். அந்த விபரம் இங்கே எதற்கு?

கிராம முனிசீப் வந்தது எங்கள் ஊரே வந்தது போலிருந்தது.

அவரிடம் விடை பெற்றுக்கொண்டு நாங்கள் எங்கள் அறைக்குப் புறப்பட்டு வரும்போது, கன்னியாகுமரியில் ஒரு தெருவின் வழியாக நடந்து வருவதற்கும் சொந்த ஊரில் ஒரு தெருவின் வழியாக நடந்து வருவதற்கும் வித்தியாசமே தெரியவில்லை. எங்கள் பிரயாண போதை அலுத்துச் சலித்து விழுந்துவிட்டது. இந்தச் சங்கடமான நிலைமைக்கு நெகிழ்ச்சி கொடுக்க வேண்டும் என்று ஏதோ பாட்டைச் சீட்டியடிக்க ஆரம்பித்தேன்.

"உஸ்! தெருவழியே என்ன சீட்டியடிக்கிறது?" என்று தடுத்தான் செல்லையா!

பிரயாண போதை செத்தே போய்விட்டது என்பதற்கு இதைவிட வேறு என்ன சான்று வேண்டும்? காடாறு மாதம் முடிந்தது.

நாங்கள் பழையபடியும் எங்கள் ஊர் வாசிகள் ஆகிவிட்டோம்.

☯

31

மூல காரணம்

குளத்தூர் அருணாசலம் செட்டியார் காலமான போது, தினசரிப் பத்திரிக்கையிலே மரணச் செய்தி போடுகிற மாதிரி, தமக்குப் பின்னால் ஒரு விதவை, அதாவது அவர் மனைவி, இரண்டு பெண்கள் வருத்தத்தில் ஆழ்ந்த கணக்கற்ற பந்துக்கள், நண்பர்கள் முதலியோரை விட்டுவிட்டுப் போய்விட்டார். ஆனால், தமக்குப் பின்னால் வரும் சந்ததிகள் அடுத்தவனிடம் போய்க் கைட்டிப் பிழைக்க வேண்டிய நிலை ஏற்படக் கூடாதென்று குளத்தூரிலும், பக்கத்திலுள்ள மாத்தானம் பட்டியிலும் கொஞ்சம் நிலப்புலன்களையும், இரண்டு வீடுகளையும் சுய சம்பாத்தியமாகவே சம்பாதித்து வைத்திருந்தார். அவருக்குப் பக்க பலமாக இருந்தது அவருடைய மனைவி மீனாக்ஷியம்மாள் தான். அந்த அம்மாளால் தான் குடும்பம் இவ்வளவு முன்னுக்கு வந்தது என் சொல்லிக் கொள்வார்கள். குடும்பத்தின் சகல பொறுப்புக்களையும் சுயதாட்டியமாக நிர்வகித்து நடத்துவதில் மீனாக்ஷியம்மாளைப் போல் யாரையும் பார்க்க முடியாது.

பெண்கள் இரண்டு பேரில் மூத்தவளுக்குத்தான் கல்யாணமாகி யிருந்தது. மருமகன் வாரிசு இல்லாத சொத்துக்கு உரியவனாக மீனாக்ஷியம்மாள் வீட்டிலேயே வந்து காலக்ஷேபம் செய்துகொண்டு ஊராரிடம், தன் விவசாயத் திறமையில்லாவிட்டால், அருணாசலம் செட்டியாரோடேயே அவருடைய சொத்துக்களும் போயிருக்கும் என்று சொல்லிக்கொண்டு வந்தான். இரண்டாவது பெண்ணுக்கு வயது இருபதை அடுத்திருக்கும். இன்னும் கல்யாணமாகவில்லை. கிராமாந்திரங்களிலே பெண்களுக்கு மெதுவாகத்தான் கல்யாணம் நடக்கும். ஆனாலும், செட்டியார் 'சென்றுபோன' பிறப்பாடு வயசுப் பெண்ணை வீட்டில் வைத்திருப்பது அவ்வளவு நன்றாக இல்லையென்று உடனடியாக அவர் இறந்த மறு வருஷத்திலேயே கல்யாணத்துக்கு ஏற்பாடு செய்ய ஆரம்பித்தாள் மீனாக்ஷியம்மாள். உள்ளூரிலிருந்த பலகாரக்கடைச் செட்டியார் மகன் முருகையாவுக்குப் பெண் நிச்சயம் செய்யப்பட்டுக் கல்யாணமும் நடந்தேறியது. எல்லோரும் எதிர் பார்க்கிறபடியே முருகையாவும் மாமனார் வீட்டிலேயே வந்து வசிக்கத் தொடங்கினான். கொஞ்ச நாட்களாக இரண்டு மருமகன்மார்களும் விவசாயத்தை மிகவும் 'கருக்கடை'யாக நடத்த ஆரம்பித்ததைக் கண்ட மீனாக்ஷியம்மாளுக்கு உள்ளுக்குள்ளே அடங்காத மகிழ்ச்சி.

ஆனால், இப்படி இரண்டு குடும்பங்களும் ஒரே வீட்டில் எவ்வளவு காலத்துக்கு இருக்கச் சாத்தியப்படும்? ஆகவே அதே வீட்டில் பின்புறமாக ஒரு வாசல் இடித்துக் கட்டப்பட்டு, வீட்டின் நடுவே ஒரு சுவரும் எழுப்பப் பட்டது. ஏறக்குறைய இரண்டும் சமபாகமாகத்தான் இருந்தது. ஊரில் நாலு பெரிய மனிதர்களைக் கூட்டிவந்து தான் குளத்தூரிலிருந்த சொத்துக்களைப் பாகப் பிரிவினை செய்ய ஆரம்பித்தாள் மீனாக்ஷியம்மாள். இரண்டு மருமகன்களுக்கு சமபாகமாகப் பங்கிட்டுக் கொடுத்து விட்டு, மாத்தாளம்பட்டியிலுள்ள பத்து ஏக்கர் நிலத்தையும் கூரை வீட்டையும் தனக்கு ஜீவனாம்சமாக வைத்துக் கொண்டு தன் ஆயுள் காலபரியந்தம் அனுபவித்துக் கொள்வது என்றும் தனக்குப் பிற்காலத்தில் அவற்றைத் தன் இரு பெண்களும் பங்கிட்டு அனுபவித்துக் கொள்வதென்றும் தான் உத்தேசித்திருப்பதாக மீனாக்ஷியம்மாள் கிராம முனிசீப் பிள்ளையிடத்திலும் அங்குக் கூடியிருந்தவர்களிடத்திலும் தெரிவித்தாள். அப்படியே ஏற்பாடானது. இரண்டு பெண்களுக்கும் ஒவ்வொருவருக்கும் பதினாலு ஏக்கர் கரிசல் நிலம், மிளகாய், சோளம் முதலியன பயிர் செய்யும் தோட்டத்தில் ஆளுக்குச் சம பாதி பங்கு. கிணற்றுத் தண்ணீர், வாய்க்கால் பாத்தியம் முதலியவற்றிலும் சம உரிமையோடு அனுபவித்துக்கொள்ள வேண்டியது. எல்லா விவகாரங்களும் தீர்த்து கடைசியில் வீட்டிலுள்ள ஜங்கம சொத்துக்களைப் பங்கு போடும் பிரச்னை வந்தது. அவற்றில் மாவரைக்கும் உரல், அம்மி, அரிசி குத்தும் உரல் இவை மூன்று பொது. இரண்டு குடும்பங்களுமே அனுபவித்துக்கொள்ள வேண்டியது.

வீட்டின் இரண்டு பாகங்களிலும் ஒவ்வொரு குடும்பத்தையும் எந்தெந்தப் பக்கத்தில் குடியிருத்துவது என்று தெய்வ சம்மதமாகத் தீர்மானிக்கவேண்டி இரண்டு திருவுளச் சீட்டுகள் எழுதிக் குலுக்கிப் போட்டுப் பார்த்ததில், மூத்த மகள் ராமலக்ஷ்மிக்குத் தென் பக்கமாவும், இளையமகள் வள்ளியம்மைக்கு வட பக்கமாகவும் உத்திரவானது, மீனாக்ஷியம்மாள் வந்தவர்களுக்கு வெற்றிலை பாக்குக் கொண்டுவந்து வைத்தார். அப்போது கிராம முனிசீப் பிள்ளை எல்லோரையுமே பொதுவாகப் பார்த்துக்கொண்டு,

"என்னமோ, அருணாசலம் செட்டியார் இல்லாததுக்கு, யாதொரு குற்றம் குறையோ, சண்டை சச்சரவோ இல்லாதபடி எல்லோருக்கும் மனச் சம்மதமாக நடக்க வேண்டிய காரியங்களை மீனாக்ஷி ஒழுங்கு பண்ணிட்டா, போகட்டும், கடவுள் செயலாக இரண்டு குடும்பங்களும் ஒற்றுமையாக இருப்பதைப் பார்த்து மீனாக்ஷி சந்தோஷமாகக் கண்ணை மூடிணும்" என்று வெற்றிலையில்

சுண்ணாம்பு தடவிக்கொண்டே சொன்னார்.

"என்னை அதுக்குள்ளே சாகச் சொல்றீகளா கிராமனசு ஐயா?" என்று சொல்லிச் சிரித்தாள் மீனாக்ஷியம்மாள் எல்லோரும் சிரித்தார்கள்

அதற்கு அப்புறம் சுமார் பத்து நாட்கள் குளத்தூரிலே இருந்தாள் மீனாக்ஷியம்மாள் தன் இரண்டு பெண்களுடைய வீட்டிலும் மாறி மாறித் தடபுடலாக விருந்துகள் அவளுக்குச் சந்தோஷமானால் பொறுக்க முடியவில்லை ஒரு நல்ல நாள் பார்த்து மாத்தாளம்பட்டிக்குப் புறப்பட்டாள் இரண்டு பெண் களும் பிரியா மனதுடன் அழுது கொண்டே ஊர் மந்தையி லுள்ள பிள்ளையார் கோவில் வரைக்கும் வந்து தன் தாயாரை வழியனுப்பினார்கள். அவர்கள் வீட்டில் வேலை செய்த பண்ணைக் காரன் வண்டியோட்டிக்கொண்டு போனான்.

அக்காளும் தங்கையும் என்றால், ராமலக்ஷ்மியும் வள்ளியம்மையும் தான். அவர்களுடைய கணவன்மார்களோ, உடன்பிறந்த சகோதரர்களெல்லாம் தோற்றுப் போகும்படியாக அவ்வளவு அன்யோன்யமாக இருந்தார்கள். தவிரவும் பக்கம் பக்கமாகக் குடித்தனம் பக்கத்து வீட்டுக்காரர்கள் ஒருவருக்கு ஒருவர் அந்நியராக இருந்தாலும் ஆரம்ப காலத்தில் மிகவும் அன்போடும், ஆதரவோடுந்தான் நடந்துகொள்வார்கள். அது உலக வழக்கு என்பதை ஒப்புக்கொள்ளாவிட்டாலும், பிரஸ்தாப விஷயத்தில் அப்படித்தான் இருந்தது.

வள்ளியம்மை கல்யாணத்துக்கப்புறம் அதுதான் முதல் புரட்டாசி. அந்த வருஷத்து மொத்த மகசூலை இரண்டு பேருமை எடுத்து அனுபவித்துக் கொள்ளவேண்டியது. மறு வருஷம்தான் தனித் தனி விவசாயம் தொடங்க வேண்டும். அது வள்ளியம்மை கல்யாணத்துக்கு முன்பே பயிர் செய்யப்பட்ட மகசூல் ஆனதால் அந்தவிதமான ஏற்பாடு.

களத்திலே அறுவடையான சோளக் கதிர்கள் கிடக்கின்றன. ராத்திரியில் இரண்டு மூன்று ஜோடி மாடுகளைக் கொண்டு பிணையல் அடிக்க வேண்டும். அதற்காக வேண்டி ஒரு தூக்கம் தூங்கி எழுந்து பதினொரு மணிக்கெல்லாம் களத்துக்குப் புறப்பட்டான் முருகையா. அப்போது அவனுடைய ஷட்டகர் கைலாசமும்கூடப் புறப்பட்டான். உடனே முருகையா அவனைப் பார்த்து மிகவும் உரிமையோடு.

"எதுக்கு அண்ணாச்சி, நான் ஒருத்தன் போதாதா? நீங்க படுத்துக்கோங்க. நான் போயிட்டு வர்ரேன். இதுக்குத் தூக்கத்திலே

எழுந்திருச்சி ஏன் வரணும்?” என்று சொன்னான். கைலாசமோ,

“வேண்டாம் முருகையா, எந்தக் காலத்திலே நீ களத்து வேலை செய்து பழக்கம். நீ இரு, நான் போகிறேன்” என்று மறுத்துச் சொன்னான். ஆனால் முருகையா விட்டுக் கொடுக்கவில்லை. நான்தான் போக வேண்டும் என்று சாதித்தான். கைலாசத்துக்கு மிகவும் மனம் பூரித்து விட்டது. உடனே, தூங்குகின்ற தன் மனைவியை எழுப்பி “ஏய் இந்தா, சித்தே எழுந்திருச்சி கொஞ்சம் தேயிலைத் தண்ணி போடு. முருகையா களத்துக்குப் போகுது” என்று சொல்லிவிட்டு, வாசல் திண்ணைக்கு வந்து முருகையாவை உட்காரச் சொன்னான். ஆனால் கைலாசம் சொன்னது பக்கத்து வீட்டில் அதாவது நடுச்சுவருக்கு அந்தப்புறம் இருந்த வள்ளியம்மையின் காதில் விழவே, அவள் எழுந்து வந்து, “நீங்க இரண்டு பேருமே வாங்க. நான் காப்பி போட்டு வச்சு எத்தனை நாழிகை ஆகிவிட்டது” என்று இரண்டு பேரையும் தன் வீட்டுக்கு அழைத்துச் சென்றாள். முருகையா தேயிலைக் காப்பியைச் சாப்பிட்டுவிட்டுக் களத்துக்குப்போய் இரவோடிரவாகப் பிணையலடித்துச் சோளத்தைப் பந்தோபஸ்தாக வீட்டுக்குக் கொண்டுவந்து சேர்த்தான். முருகையா வீட்டு முற்றத்தில் சோளத்தைக் கொட்டி இரண்டு பாகமாக அளந்து எடுத்துக் கொண்டார்கள். கடைசியில் அளக்க முடியாதவாறு தரையில் பலவலாகச் சிந்திக்கிடந்த சோளம் சுமார் நாலு பங்காக இருக்கும். அதை வள்ளியம்மை பெருக்கி ஒரு குவியலாகக் குவித்தாள். முருகையா இரண்டு பாகமாக அதை அள்ள ஆரம்பித்தான். அப்போது, “சரி சரி அளந்தது போதும்; வள்ளியம்மா, இதை அள்ளி வீட்டிலே கொண்டு போடு” என்று சொல்லி விட்டுப் பங்கு அளந்து போடப் பட்ட கோணிப் பையை எடுத்துக்கொண்டு அந்த நாலு பக்காச் சோளத்தையும் பொருட்படுத்தாமல் போய்விட்டான் கைலாசம்.

இவ்வளவு தூரம் கொஞ்சம்கூட வேற்றுமை பாராட்டாமல் குடும்பங்கள்பழகி வந்தன.

அடுத்த மாதம் தீபாவளி வந்தது. மாத்தானம்பட்டியிலிருந்து மீனாக்ஷியம்மாள் வந்தாள். இங்கே அதற்குள்ளாகத் தன் அக்காளுடைய மூன்று வயதுப் பையனுக்கு, தான் பைசா பைசா வாகச் சேர்த்து வைத்த காசை வைத்து ஒரு நீல பனியன் வாங்கி வைத்திருந்தாள் வள்ளியம்மை. முருகையாவுக்கு அதுதான் தலை தீபாவளியானதால் அவன் கடைக்கு ஜவுளியெடுக்கப் போனவன் தன் அண்ணாச்சி கைலாசம் வீட்டுப் ‘பட்ஜெட்’டையும் தானே ஏற்றுக்கொண்டு வேஷ்டி புடவைகள் வாங்கி வந்தான். மீனாக்ஷியம்மாள் கண்குளிரத் தீபாவளிப் பண்டிகை நடந்தது. தன் அக்காளின் பிள்ளையை வள்ளியம்மை அன்று கீழேயே விடாமல் இடுப்பில் வைத்துக் கொண்டே எல்லா வேலைகளையும் செய்து வந்தாள்.

2

அடுத்த வருஷம் தைப்பொங்கல். இந்த ஒன்றரை வருஷத்திற்குள்ளாக இரண்டு குடும்பங்களிலும் சில மாறுதல்கள். மனித சுபாவம் என்னவென்றால், அதிலும் பக்கத்துக்குப் பக்கத்துக் குடித்தனம் இருப்பவர்களுடைய மனோநிலை எப்படியென்றால், ஒரு வருஷத்துக்குமேல் எந்தப் பொறுமைசாலிகள் நிறைந்த குடும்பங்களாயிருந்தாலும் பக்கம் பக்கமாகக் குடித்தனம் செய்து வந்தால் ஒருவருக்கொருவர் எந்தக் காரணத்தைக் கொண்டாவது கொஞ்சம் மனப்புழுக்கம் உண்டாகாமல் இருக்காது- படித்தவர்கள், படியாதவர்கள் எல்லோருக்கும் இந்த நியதி விதிவிலக்கல்ல. ஆகவே, இப்போதெல்லாம் கைலாசமும் முருகையாவும் ஒருவரையொருவர் இருட்டில் அடையாளம் தெரியாமல் சந்தித்துக்கொண்டால் ஒருவர் 'யார்?' என்று கேட்க இன்னொருவர் 'என்ன?' என்று குரல் கொடுத்துக் கொள்வதைத் தவிர வேறு அவ்வளவாகப் பேச்சு வார்த்தை கிடையாது. பெண்களோ சொல்ல வேண்டியதில்லை. பெண்கள் இப்படி விஷயங்களில் முன்னணியில்தான் நிற்பார்கள். இரண்டு பேரும் சூர்ப்பனகையும் சீதையும் ஒரு வீட்டில் குடியிருந்தால் எப்படியிருக்குமோ அப்படியிருந்தார்கள். ஒருவருக்கொருவர் பேசிக் கொள்வதை அறவே நிறுத்திவிட்டனர்.

வள்ளியம்மைக்கு ஒரு பெண் குழந்தை; இப்பொழுது அதற்கு ஐந்து மாதம் ஆகியிருந்தது. அது வடக்கு வீட்டில் அழுதால் தெற்கு வீட்டிலிருக்கும் ராமலக்ஷ்மிக்கு இடி விழுந்த மாதிரி இருக்கும். உடனே ஏதாவது புலம்ப ஆரம்பித்து விடுவாள். ஆகாயத்தைப் பார்த்துப் பேர் ஊர் குறிப்பிடாமல் என்னென்னவோ சொல்லிக்கொண்டு நாளெல்லாம் பொசுபொசுத்தவண்ணமாயிருப்பாள். வள்ளியம்மையும் லேசிலே விட்டுக் கொடுப்பவளில்லை. ராமலக்ஷ்மியின் மகன் விளையாடுவதற்காக வேண்டி கல், மண் ஏதாவது கொண்டுவந்து அவள் வீட்டுக்கு முன்னால் தெரியாமல் போட்டிருந்தால் பக்கத்து வீட்டுப் பெண்களைக் கூட்டிக் கொண்டு வந்து,

"பாருங்கோம்மா, இந்த அநியாயத்தை! ஒரு நாளைக்குப் பத்துத் தடவை முத்தத்தைப் பெருக்கினாலும் இந்தக் குப்பைதான். நான் அழுகிற குழந்தையை வச்சிக்கிட்டிருப்போன, இங்கே வந்து அவர்களுக்குப் பெருக்கிக் கொண்டிருப்பேனா?" என்று பற்களைக் கடித்துக் கொண்டு கோபம் கொதிக்கச் சொல்லுவாள். ஆனால் இதுவரைக்கும் ஒருவருக்கொருவர் நேரடியாக நின்று சண்டை செய்து கொள்ளவில்லை. எந்த நேரமோ என்று காத்துக் கொண்டிருந்தது யுத்தப் பிரகடனம் பூர்வாங்க ஏற்பாடுகளாகத் தத்தம் கக்ஷியைப் பலப்படுத்தும் முறையில் பக்கத்து வீட்டார்களைச்

சாட்சியம் பிடித்து வைத்திருந்தார்கள் இருவரும்.

இந்த நிலையில் தைப்பொங்கலுக்காக ஆடி அசைந்து கொண்டு வந்து சேர்ந்தாள் அறுபது வயதுக் கிழவி மீனாக்ஷியம்மாள். அவளுக்கு இப்படி நல்ல நாட்களில் தன் மக்களோடு இருந்து சாப்பிட வேண்டும் என்று ஒரு ஆற்றாமை! தீபாவளிக்கு அப்புறம் இப்போதுதான் வந்திருக்கிறாள்.

வந்து ஒருநாள் இருந்து பார்த்தாள். இரண்டு வீடுகளிலும், "பெண் குழந்தை பிறந்த வீடு மாதிரி" என்று சொல்லுவார்களே அப்படி 'கப்சிப்' பென்று அமைதியாக இருந்தது. மீனாக்ஷியம்மாளுக்கு ஒன்றும் விளங்கவில்லை.

நம்முடைய கதை நடக்கும் இந்த நேரத்தில் மீனாக்ஷியம்மாள் தன் மூத்த மகள் ஸ்ரீமதி ராமலக்ஷ்மியம்மாள் வீட்டில் எழுந்தருளி யிருக்கிறாள். இரவு மணி எட்டு இருக்கும். வடக்கு வீட்டில் அதாவது வள்ளியம்மை வீட்டில், வழக்கம் போல் குழந்தை அழுதது. தங்கள் மனஸ்தாபத்தைத் தம் தாயாருக்குத் தெரிவிக்கவில்லையே என்று ஏங்கிக் கொண்டிருந்த வள்ளியம்மாளுக்குக் காரணமில்லாமல் யார் மேலோ கோபம் வந்தது போலிருந்தது. உடனே தேற்றத் தேற்ற அழுதுகொண்டிருந்த குழந்தையின் முதுகில் 'பளீர் பளீர்' என்று இரண்டு அறை வைத்தாள். இது பக்கத்து வீட்டில் இருந்த மீனாக்ஷியம்மாள் காதில் விழுந்ததும் திடுக்கிட்டு,

"குழந்தையைப்போட்டு அப்படி ஏண்டி அடிக்கிறே? உனக்கு என்னடி புத்தி கெட்டுப்போச்சா வள்ளியம்மா?" என்று அந்த இடைச் சுவரைப் பார்த்துக்கொண்டே சொன்னாள். குழந்தை மேலும் அதிகமாக உரத்து அழுதது. உடனே ராமலக்ஷ்மியைப் பார்த்து, "நீயாவது போய்க் குழந்தையை வாங்கி வாயேன். பேசாமல் கேட்டுக்கிட்டிருக்கையே?" என்று அங்கலாய்த்துக் கொண்டு மீனாக்ஷியம்மாள் சொன்னதும்தான், எதிரொலி கிளம்பிய மாதிரி வடக்கு வீட்டிலிருந்து கொண்டே,

"உயிரோட இருக்கிற குழந்தையைக் கரிக்காமல் இருந்தால் போதாதா? குழந்தையை எடுக்கணுமாக்கும்?" என்று சொன்னாள் வள்ளியம்மை. அவ்வளவுதான். தெற்கு வீட்டிலிருந்து ராமலக்ஷ்மி.

"யாரடி உன் குழந்தையைக் கரிக்கிறா? மானம் போயிடுமேன்னு பயந்துக்கிட்டுப் பேசாமல் இருந்தா மேலே மேலே குதி ஏறப்பார்க்கிறயே? இல்லை, கேட்டேன்" என்று சவாலை ஏற்றுக் கொண்டாள். நடுநிலைமை வகித்து மத்தியஸ்தம் செய்யப் புறப் பட்ட மீனாக்ஷியம்மாள் இருமிக் கொண்டே என்னென்வோ சொன்னது அந்தச் சந்தடியில் அவளுக்கே கேட்கவில்லை. அப்புறம்

பெண்கள் எங்கே கேட்டிருக்கப் போகிறார்கள்? ஓரே அடைமழை பிடித்துவிட்டது! இரண்டு வீட்டிலும் ஆண்பிள்ளைகள் இல்லை;

தோட்டக் காவலுக்குப் போயிருந்தார்கள். அங்கே எப்படி யென்றால், ஒருவன் தோட்டத்தில் ஒருவன் இறங்கி ஏதாவது காய்கறிப் பறித்துக்கொள்ளலாம் என்று இரண்டு பேருக்கும் சந்தேகம்!

இரண்டு பெண்களும் தத்தம் வீட்டை விட்டுத் தெருவுக்கு வந்து விட்டார்கள். பொதுவாகச் சண்டையென்றால் வீட்டுக்குள் வைத்துப் போடுவது சிலாக்கியமில்லை; நாலு பேருக்கும் நடுவில் தெருவில் வந்து நின்று சண்டைபோடுவதில் தான் பெருமை. அவ்விதமே அந்த நிலா வெளிச்சத்தில் வந்து சண்டை போட ஆரம்பித்தார்கள். பக்கத்து வீட்டுக்காரர்கள் வந்து சமாதானம் செய்து பார்த்தார்கள்; முடியவில்லை. இரவு மணி பத்தாகியும் ஒரு பக்கமாகவது விட்டுக் கொடுத்ததாகக் காணப்படவில்லை.

ஆகவே சமாதானம் செய்ய வந்தவர்கள் எல்லோரும் தத்தம் வீடுகளுக்குப் போய் கதவைப் பூட்டிக் கொண்டு படுத்துக் கொண்டார்கள். மீனாக்ஷிக் கிழவியும் தன்னால் ஒன்றும் நடக்காது என்று தீர்மானித்து வீட்டுக்குள் வந்து விட்டாள். கடைசியில் சண்டை நடப்பதைப் பார்ப்பதற்கு ஆட்கள் இல்லாததனாலோ, அல்லது தெருவிலே நாய்கள் வந்து இக்கூச்சலைக்கண்டு குரைக்கத் தொடங்கியதாலோ பெண்கள் இருவரும் பேசாமல் வீடு வந்து சேர்ந்தார்கள்.

சண்டையை ஒருவாறாக முடித்துவிட்டு வந்த இரண்டு பெண்களிடமும் தனித்தனியாக அவரவர்கள் கக்ஷியை எடுத்துச் சொல்லும்படி கேட்டாள் கிழவி. மூத்தமகள் தன் பாரத்தை முடிப்பதற்குள் விடிந்துவிடும் போலிருந்தது. அவளுடைய வாக்குமூலத்தில் சிற்சில இடங்களில் பொய்யும் உயர்வு நவிச்சியும் இருக்கிறதென்று வள்ளியம்மை இடையிடையே மறித்துப் பேசிய போது, பழையபடியும் ஒரு ஐந்து நிமிஷம் இருவரும் ஒரு சிறு சண்டை போட்டுக் கொள்வார்கள். சாகப்போகிற கிழவிக்குப் பாவம், என்ன புரியும்? இரண்டு பேர் கட்சியிலும் நியாயம் இருப்பது போலவும் இருந்தது; அநியாயம் இருப்பது போலவும் இருந்தது. அதாவது நியாய அநியாயம் இரண்டும் பெண்களுடைய வாக்கு வன்மையைப் பொறுத்து இருந்ததே ஒழிய, உண்மை புலப்படுவதாகத் தோன்றவில்லை. கிழவிபேந்தப் பேந்த விழித்தாள். எப்படியும், விடிந்தால் மருமகன்மார்கள் வந்ததும் அவர்களை வைத்து விஷயத்தை ஒழுங்கு செய்துவிட வேண்டும் என்று தீர்மானித்துப் படுத்துக் கொள்ளப் போய்விட்டாள். வள்ளியம்மையும் தம் வீட்டுக்குப் போயிருந்து கொண்டு அடுத்த வீட்டில் என்ன

நடக்கிறதென்று சுவரில் சாய்ந்துக் கேட்டுக் கொண்டேயிருந்தாள். ராமலக்ஷ்மியோ தூங்கப் போகும் கிழவியைத் தூங்க விடாமல் குசுகுசு என்று என்னென்னவோ எடுத்துச் சொன்னாள். ஆனால் கிழவிக்குத் தூக்கம் கட்டுக் கடங்காமல் வரவே அவள் மிகவும் மனவருத்தத்தோடு எழுந்து வந்து படுத்துக்கொண்டாள்.

விடிந்தது. மருமகன்மார்களும் வந்தார்கள். மீனாட்க்ஷிக் கிழவி யின் கண்களுக்குத் திருப்தியாகப்படும் முறையில் இரண்டு பேருமே தம் சம்சாரங்களை இரண்டு அதட்டு அதட்டிப்பூச்சாண்டி காட்டி நிறுத்தி விட்டார்கள்.

தைப் பொங்கலன்று கிழவி தன் மூத்த மகள் வீட்டில் தான் சாப்பிட்டாள். இரண்டொரு நாட்களில் மாத்தானம்பட்டிக்குப் புறப்பட்டுப் போய்விட்டாள்.

இரண்டு பெண்களும் ஒருவருக்கொருவர் ஆரம்ப காலத்தில் செய்து கொண்ட உதவிகளைக் கூட இப்போது கெட்ட அர்த்தம் செய்து வஞ்சகமான காரியங்களாகப் பாவித்துப் பேசியது கிழவிக்கு மனத்தாங்கலாக இருந்தது. ஆனால் நியாயம் அநியாயம் எந்தப் பக்கத்தில் இருந்தாலும், கிழவிக்கு மூத்த மகளிடத்தில் ஏதோ ஒரு காரணமில்லாத அன்பு. அதனால் இளைய மகளை மனசுக் குள்ளேயே கொஞ்சம் கண்டித்துக் கொண்டாள்.

பங்குனி மாதத் தொடக்கம். ராமலக்ஷிமியின் மகனுக்கு ஏதோ உடம்புக்கு அசௌகரியமாய் இருந்தது. அது இரண்டு குடும்பங்களுள் பழையபடியும் கலந்து உறவாட ஒரு காரணமா யிருந்தது. அவ்வளவுதான், காந்தம் பற்றிக் கொள்வது போல் அக்காளும் தங்கையும் கொஞ்சிக் குலாவினார்கள். இதைக் கண்ட அவர்களுடைய கணவன்மார்களும் ஒன்று சேர்ந்து எந்தக் காரியத் தையும் செய்து வந்தார்கள். பழைய பகைமைப் பற்றிய ஞாபகமே ஒருவருக்கும் இல்லை. வள்ளியம்மை தன் ஏழுமாதக் குழந்தையையும் பொருட்படுத்தாமல் தன் அக்காள் பிள்ளையை எடுத்து வைத்துக் கொஞ்சுவாள். ராமலிக்ஷ்மியோ தன் தங்கை குழந்தையின் அழுகுரல் கேட்டால் அடுப்பில் சாதம் வடித்துக் கொண்டிருந்தாலும் அதை அப்படியே போட்டுவிட்டு ஓடிவந்து குழந்தையை எடுத்துக் கொள்ளுவாள். ஆகவே முன்னால், கல்யாணத்தின் ஆரம்பத்தில் இருந்த நிலை பழையபடியும் நிலைத்து வந்த்து.

இந்தச் சமயத்தில் குளத்தூரில் யாரோ ஒருவர் இறந்து போனதற்காகத் துக்கம் விசாரிக்க வந்து சேர்ந்தாள் மீனாக்ஷியம்மாள். வந்து, பழைய படியும் தன் பெண்கள் ஒற்றுமையாய் இருப்பதைக் கண்டு சந்தோஷப்பட்டுக் கொண்டாள். இராத்திரி வந்தது. மூத்த மகள் வீட்டிலேயே சாப்பிட்டுப் படுத்துக் கொண்டாள். ராம

லக்ஷ்மிக்கு மனம் என்னவோ போலிருந்தது; ராமலக்ஷ்மிக்கு தைப் பொங்கலுக்குச் சென்ற தன் தாயார் வந்து போனதற்குப் புறம், தன் மகன் உடம்புக்கு அசௌகரியமாயிருந்த போது இரண்டு குடும்பங்களும் ஒன்று சேர்ந்துகொண்ட நாள்வரை, தனக்கும் தன் தங்கைக்கும் நடந்த சண்டை சச்சரவுகளை எடுத்துச் சொல்ல வேண்டும் போலிருந்தது. இருக்க இருக்க அதையெடுத்துச் சொல்லா விட்டால் அவள் உள்ளம் வெடித்து விடும்போலத் தோன்றவே கதையை ஆரம்பிக்கச் சமயத்தை எதிர்பார்த்துக் கொண்டிருந்தாள். இந்த நேரம் பார்த்துக் கந்தகத்திலே தீக்குச்சியை உரசி வைத்தமாதிரி, அதுவரையிலும் சும்மா இருந்த கிழவி.

"இவ்வளவு அன்பாதரவா இருக்கிற போதே நடுவிலேயே ஏன் ஒருத்தருக்கொருத்தர் சண்டைப்போட்டுக் கொள்ளனும்? என்ன ராமலக்ஷ்மி?" என்று தூண்டிவிட்டாள்.

"நானும் பொறுத்துப் பொறுத்துத்தான் பார்க்கிறது. ஆனால்..."

வழக்கம்போல மெதுவான குரலில் நாலைந்து மாத நிகழ்ச்சிகளை ஒரேயடியாக ஒன்றன்பின் ஒன்றாகச் சொல்லிக் கொண்டே வந்தாள். மறுநாள், வள்ளியம்மையும் எதை நினைத்தாளே என்னவோ -தன் கதையை ஒன்றுக்குப் பத்தாச் சேர்த்துக் கிழவியிடம் அளந்து விட்டாள். பலன் என்ன? கிழவி மாத்தானம்பட்டிக்குப் புறப்படுவதற்கு முன்னமேயே சண்டை வந்து விட்டது. சண்டையின் முக்கியமான நிகழ்ச்சிகள் என்னவென்று அறிய விரும்பினால் முன்னால் வர்ணித்துள்ள சண்டையை ஒரு முறை வாசித்துக் கொண்டால் போதும். ஆனால் இந்தச் சண்டையில் ஒரு விசேஷம் என்னவென்றால், இரண்டு மருமகன்மார்களும் தம் பெண்டாட்டிகள் தத்தம் கை வரிசையைக் காட்டட்டும் என்று வேண்டுமென்றே பேசாமல் உட்கார்ந்து விட்டார்கள். சண்டைமுற்றி ஒருவருக்கொருவர் கை கலக்கப் போகும் சமயம், சந்தர்ப்ப வசமாக அந்தத் தெருவோடு வந்துகொண்டிருந்த கிராம முனிசீப் பிள்ளை இங்கே வந்து சேர்ந்தார். மரியாதைக்குப் பயந்து சண்டை ஓய்ந்தது. பக்கத்து வீட்டுக்காரர் ஒருவரும் வந்திருந்தார். அவர் கிராம முனிசீப்பிடம், "இத்தனை நாளாக இரண்டு பேரும் (ராமலக்ஷ்மியும் வள்ளியம்மையும்) ஒருத்தருக்கொருத்தர் ஒத்துமையா யிருந்தாங்க. ஆனால் இந்தக் கிழவி வந்த நேர பலனோ என்னவோ பழையபடியும் சண்டையாகக் கிடக்கு' என்றார்.

சண்டையின் காரணம் ஒருவருக்கும் விளங்கவில்லை. கிழவியோ, 'இருவரும் எக்கேடு கெட்டாவது போகட்டும். எதுவும் நம் காதில் விழாமல் இருந்தால் போதும்' என்று சொல்லி ஊருக்குப் போய் விட்டாள்.

3

ஒரு நாள்,

கைலாசம் வீட்டு எருமை, முருகையா வீட்டு வைக்கோல் போரின் பக்கமாகப் போனது. அவ்வளவுதான், பக்கமாகத்தான் நடந்து போனது. இதைக் கண்ட முருகையா தன் மனைவியிடம் வந்து, தினசரி எருமை இந்த வழியே போனதினால் தான் தன் வைக்கோல் போர் ஒரு மாதத்தில் பாதியாகக் கரைந்து விட்டது போலிருக்கிறது என்று சொல்லிவிட்டான். அன்று கிழவியும் வந்திருந்தாள். கிழவி வந்ததனால் தான் முருகையாவுக்கு இப்படிச் சொல்லவேண்டும் என்று...

விடியும் முன்னாலேயே இடி முழக்கம் கேட்டது! இரண்டு பெண்களும் தாம் பேசிக்கொண்ட வார்த்தைகளைக் குறுப்பிட.... இப்படிப் புள்ளியிட்டு நிரப்ப வேண்டியதுதான்.

இந்தச் சப்தம் கேட்டு அரைத்தூக்கத்தோடு எழுந்து வந்தார் பக்கத்து வீட்டுக்காரர். அவர் வாசலுக்கு வந்து பார்த்தபோது முதலில் மீனாக்ஷிக் கிழவிதான் அவர் கண்ணில் பட்டாள்.

“இந்த மூதேவி வரும்போதெல்லாம் சண்டைதான்” என்று மனத்திற்குள்ளேயே கடிந்துகொண்டு நிற்கும் போதே, கிழவி அவர் பக்கத்தில் போய்.

“இந்த அநியாயத்தைப் பார்த்தீர்களா? என் கண்ணுள்ளபோதே (உயிரோடிருக்கிறபோதே) இப்படி ஒருத்தருக்கொருத்தர் அடித்துக் கொண்டு கிடந்தால் நான் செத்துப் போனதற்குப் பிறகு எப்படி ஒத்துமையாய்ப் பிழைக்கப் போகுதுங்கள்?” என்றாள். உடனே அவர்,

“நீ ஒரேயடியாய் உன் மண்டையை உதறிட்டுப் போனாத்தான் இந்தச் சச்சரவு நிற்கும். நீ இருக்கிற மட்டும் இந்தக் கலாட்டதாதான்’ என்று சொல்லி விட்டு வீட்டுக்குள்ளே போய்விட்டார்.

மீனாக்ஷிக் கிழவிக்கு வழக்கம்போலவே ஒன்றும் புரியவில்லை. தான் வரும்போது மட்டும் இப்படிச் சண்டை நடந்தால் அதற்கு என்ன அர்த்தம்? யாருக்குமே இந்த விஷயம் விளங்கவில்லை தான். எப்படிச் சுற்றிச் சுற்றி ஆராய்ந்து பார்த்தாலும் மீனாக்ஷிக் கிழவி உயிரோடிருப்பது தான் சண்டைக்குக் காரணமே தவிர வேறொன்றும் இல்லை என்பது பக்கத்து வீட்டுக்காரர் தீர்மானம். இதற்காகப் பாவம் கிழவியைச் சாகச் சொல்லுவதா? கடைசியில் செத்தாலும் இந்த ஊரை இனி ஏறிட்டுப் பார்ப்பதில்லை’ என் தீர்மானம் செய்து கொண்டு மாத்தானம்பட்டியைப் பார்த்து நடையைக் கட்டினாள் மீனாக்ஷிக்கு கிழவி.

☯

32

ஆண் மகன்

“ரங்கா! வேலை எப்படி இருக்கிறது! வீட்டுக்காரியின் குணம் எப்படி?” என்று விசாரித்தான் மன்னார்குடி வெங்கு.

“வீட்டுக்காரரின் குணம் எப்படி இருந்தால் என்னடா? வீட்டுக்காரியின் குணந்தானே நன்றாக இருக்கவேண்டும்! அதனால் அதைப்பற்றி விசாரி” என்றான் காஞ்சீபுரம் கிருஷ்ணன்.

உடனே ரங்கசாமி பேச ஆரம்பித்தான். ‘வீட்டுக்காரர் தங்க மானவர்; வீட்டுக்காரி தங்கக்கம்பி. ஆனால் வேலை கொஞ்சம் அதிகந்தான்.’

‘என்னப்பா அப்படி வேலை?”

‘காலையில் வேலைக்காரி வந்து பாத்திரங்களைத் தேய்த்துக் கொடுத்துவிடுகிறாள். ஆனால் ராத்திரியில் நான்தான் தேய்த்து வைக்க வேண்டியிருக்கிறது. அது மட்டுமில்லாமல் என்னையே காப்பிப் பொடி இடிக்கும் படியும் சொல்லுகிறார்கள்.

‘இது ஒரு கஷ்டமான வேலையா? நாங்களுந்தான் ஏகதேசமாக இப்படிப் பட்ட வேலைகளைச் செய்கிறோம். நாளாரம்பத்தில் எல்லாம் சரியாய்ப் போய் விடும்’ என்று சொல்லிவிட்டுத் திடீரென்று ஏதோ நினைவுக்கு வந்தவன் போல, ‘ரங்கா! உன்னை ஒரு விஷயம் கேட்க வேண்டுமே! அந்த வீட்டில் இரண்டு குட்டிகள் உண்டே, அவர்கள்... அவர்கள் எப்படி?’ என்று கேட்டான் வெங்கு. உடனே கிருஷ்ணனின் இடுப்பில் குறுப்புத்தனமாக விரலால் அழுத்தினான். கிருஷ்ணன் சிரித்தான்.

வெங்கு எப்பொழுதுமே இப்படி குறும்பாகப் பேசுவது வழக்கம்; சில சமயங்களில் ரசாபாசமாகக் கூடப் பேசுவான். அவனுடைய வாயை என்னால் அடக்க முடியாது என்பது இரண்டு வருஷங்களுக்கு முன்பே தெளிவான சமாச்சாரம். அதனால், எப்படி யும் குட்டிச்சுவராகப் போங்கள்!’ என்று மனதுக்குள் சபித்துக் கொண்டு புல்லின் மேல் படுத்துவிட்டேன்.

‘நல்ல பெண்கள். இருக்கிற இடமே தெரியாது. என்றான் ரங்கன்.

“இருக்கிற இடமே தெரியாதா? அப்படியானால் அவர்களுடைய காரியாதிகளும் தெரியாது!” என்று வெங்கு சொன்னான்.

‘சேச்சே! அப்படியெல்லாம் அநியாயமாகச் சொல்லக் கூடாது. அவர்கள் முகத்தைப் பார்த்தாலும் போதும். அவர்களைச் சந்தேகப்

பட முடியாது... இன்று நான் சாப்பாடு பரிமாறும்போது ஒரு வார்த்தைகூட என்னோடு அவர்கள் பேசவில்லை. இதுவல்லவா பெண்களுக்கு லக்ஷணம்! நாகரிகம் என்று சொல்லிக்கொண்டு ஊர்ப்பயல்களோடு உட்கார்ந்து அரட்டையடிக்கும் குணத்தை அவர்களிடம் பார்க்கவே முடியாது. பெரிய இடத்துப் பெண்கள் என்று மனப்பூர்வமாகச் சிலாகித்துச் சொன்னான் ரங்கன். அவனை ஒரு பைத்தியக்காரன் என்று வெங்கு கேலி செய்தான். கிருஷ்ணன் இதை ஆமோதிப்பது போலச் சிரித்துவிட்டு, என்னைப் பார்த்து 'மாமா! கிளம்புவோமா, இன்னும் கொஞ்ச நேரம் இருக்க வேண்டுமா?' என்று கேட்டான்.

நிலாவும் உச்சிக்கு வந்துவிட்டது. உட்கார்ந்திருக்கும் புல்லும் குளிர்ந்து போய்விட்டது. காற்றிலும் ஈரம். 'புறப்படலாம்' என்றேன். எல்லோரும் துண்டை உதறித் தோளில் போட்டுக்கொண்டு என்னென்னவோ பேசிக் கொண்டு வெங்கு வேலை செய்யும் வீட்டுக்குச் சென்றோம். அங்கே வாசல் திண்ணையில்தான் எங்கள் படுக்கை. படுக்கும் போது இரவு மணி பன்னிரண்டாகிவிட்டது. மேற்கொண்டு எதுவும் பேசாமல் படுத்து உறங்கிவிட்டோம்.

தினந்தோறும் ஏறக்குறைய இதே மாதிரித்தான் எங்கள் இரவு கழியும். நானும் கிருஷ்ணனும் மாம்பலத்தில் வெவ்வேறு வீடுகளில் சமையல் வேலை செய்கிறோம். வெங்கு கடந்த பத்து வருஷங்களாக நுங்கம்பாக்கத்தில் ஒரே வீட்டில் சமையல் செய்து வருகிறான். அவனுடைய முயற்சியினால் தான் திருநெல்வேலியிருந்து வந்த ரங்கசாமிக்கு நுங்கம்பாக்கத்தில் வேலை கிடைத்தது.

ரங்கசாமி இருபத்தைந்து வயதுப் பையன். என் மூத்த மகனைவிட இரண்டு வயது இளையவன். ரங்கன் ஒன்பதாம் வகுப்பில் படிக்கும்போதே சம்பளம் கட்டப் பணமில்லாமல், படிப்பை நிறுத்திவிட்டான். யாதொரு வேலையும் இல்லாமல் சுமார் ஏழு வருஷ காலம் ஊர் சுற்றிக் கொண்டே அலைந்திருக்கிறான். நடு நடுவே கல்யாணம் போன்ற வைபவங்களுக்கு அவனுடைய தகப்பனார் சமையல் வேலைக்குப் போகும்போது ரங்கனும் கூடவே உதவிக்குச் செல்லுவான். மற்ற நாட்களில் திண்ணை தூங்கிதான். போன வருஷம் அவனுடைய தகப்பனார் செத்துப்போய் விடவே, அவனுடைய தாயார் மூத்த மகன் வீட்டுக்குப் பிழைக்கப் போய்விட்டாள். மீதியுள்ள ஒரே மகனான ரங்கன், அண்ணா வீட்டில் போய் வேலை யில்லாமல் காலந்தள்ள இயலாது என்று எண்ணினான். அத்துடன் சென்னைக்கு வந்து தன் சுய முயற்சியினால் பெரியதொரு பதவியை அடைய வேண்டுமென்று விரும்பினான். இவனுடைய கையை எதிர்பார்த்துப் பிழைக்க வேண்டியவர்கள் எவரும்

இல்லை. அதனால் துணிவாகச் செலவுக்குக் கொஞ்சம் பணம் பார்த்துக்கொண்டு சென்னைக்கு வந்து விட்டான். சென்னைக்கு வர நினைத்த போதும், வந்து சேர்ந்த போதும் அவனுக்கு இருந்த ஒரே ஆசை சினிமாவில் சேர்ந்து நடிக்க வேண்டும். பிரதான நடிகனாக வேண்டும் என்பதுதான். சமையற்காரர்களில் பெரும்பாலோருக்கு இந்த ஆசை உண்டு. ஆனால் எங்களைவிட எத்தனையோ பங்கு கீழான நிலையில் இருப்பவர்கள் சினிமாவில் சேர்ந்து பெரிய நடிகர்களாகத் தலையெடுத்து விட்டார்கள். ஆனால் எங்களால் இன்று வரையிலும் முடியவே இல்லை. ரங்கனும் கைப்பணத்தை யார் யார் பேச்சை எல்லாமோ கேட்டு வீணாகச் செலவழித்து விட்டான். ஒரு நாள் எழும்பூர் சாப்பாட்டுக் கடையில் இவன் சாப்பிடும்போது பரிமாற வந்த ஒருவர் இவனை அடையாளம் கண்டு கொண்டார். அவர் ரங்கனின் ஊர்க்காரர். க்ஷேமலாப விசாரிப்புக்குப் பிறகு, அவர் ரங்கனை நுங்கம்பாக்கத்திலுள்ள வெங்குவிடம் அனுப்பி வைத்தார். பட்டினி கிடந்து கொண்டு ஆகாயக்கோட்டை கட்டுவதைவிட வயிறு நிறையச் சாப்பிட்ட பிறகு கட்டுவது நல்லது என்று உபதேசம் செய்து ரங்கனுக்குச் சமையல் வேலை பார்த்துக் கொடுத்தான் வெங்கு. ஒரு வாரத்துக்குள்ளேயே ரங்கசாமி வேலையில் அமர்ந்து விட்டான்.

பையன் சமையல் வேலை பார்ப்பவன் தான் என்றாலும் பார்ப்பதற்கு லக்ஷணமாக இருப்பான். மிக மிகப் புத்திசாலி. கடுஞ்சொல்லைத் தாங்கவே மாட்டான். ரோஷக்காரன். அவன் பேச்சிலும் பழக்க வழக்கங்களிலும் எனக்கு ஒரு சிறு குறைகூடத் தட்டுப்படவில்லை.

2

மறுநாள் இரவு ஒன்பது மணிக்கெல்லாம் அவரவர் வேலை செய்யும் வீடுகளில் வேலைகளை முடிதது விட்டு, வழக்கம் போல உட்கார்ந்தும் பேசும் நுங்கம்பாக்கம் ‘சுதந்திர தின பார்க்’குக்கு எல்லோரும் வந்த சேர்ந்தோம் அன்றைய நிகழ்ச்சிகள், அன்றைய நிகழ்ச்சிகளைப் போல என்றோ நடந்த நிகழ்ச்சிகள், சொந்த ஊர் விஷயங்கள், பாய அனுபவங்கள் முதலிய பல சம்பந்தா சம்பந்தமற்ற விஷயங்களைப் பற்றிப் பேசிக் கொண்டிருந்தோம் பேச்சின் நடுவில், ‘ரங்கா!’ இன்று வேலை எப்படி இருந்தது? இந்தச் சமையல் வேலை உனக்குப் பிடித்திருக்கிறதா?’ என்று விசாரித்தான். பிறகு, போகப் போகச் சரியாய்ப் போகும். ஆரம்பத்தில் நல்ல பிள்ளையாக நடந்து கொள்ள வேண்டும். அப்படியே ஒரு வருஷத்தைக் கடத்திவிட்டால் பிறகு நம் சுதந்திர வாழ்க்கையைத் தொடங்கலாம்’ என்று சொல்லி முடித்தான் வெங்கு.

'வெங்கு இன்று சாயங்காலம் நம் ரங்கசாமியின் வீட்டுக் குட்டிகளைப் பார்த்தேன். மூத்ததைவிட இளையதுதான் நன்றாக இருக்கிறது' என்றான் கிருஷ்ணன்.

'அப்படியானால் வரதக்ஷிணை வேண்டாமென்று சொல்லு கிறாய். இல்லையா? என்றான் வெங்கு.

எல்லோரும் சிரித்தார்கள்.

'சின்னக்குட்டி அருமையான உருப்படி. சாட்டை மாதிரி இருக்கிறது. இப்படிப்பட்ட வீட்டில் சம்பளமில்லாமலே வேலை செய்யலாமே!' என்று கிருஷ்ணன் சொன்னான்.

'நம் ரங்கசாமி அதிர்ஷ்டக்காரன் தான். சம்பளத்தையும் வாங்கிக் கொண்டு வேலை செய்கிற பாக்கியம் கிடைத்திருக்கிறதல்லவா? டேய் கிருஷ்ணா நீ கொஞ்சம் வாயை மூடிக்கொண்டு இரு, நான் ரங்கனை ஒரு விஷயம் கேட்கவேண்டும். ரங்கா, அந்தக் குட்டிகளோடு நீ பேசியிருக்கிறாயா? அல்லது அவர்கள் உன்னோடு பேசினார்களா? விவரம் என்ன?' என்று கிண்டலாக வெங்கு கேட்டான்.

'ஒன்றும் பேசவில்லையா? ஆச்சரியந்தான். வாலிபப் பையன் எப்படி அடக்க ஒடுக்கமாக இருக்கிறான் பார்த்தீர்களா மாமா?' என்று சொல்லி விட்டு என்னைக் கிள்ளினான் வெங்கு. கிள்ளியது வலித்தது. 'சும்மா போக்கிரி' என்று உண்மைக் கோபத்தைச் செல்லக் கோபமாகக் காட்டிக் கொண்டேன். இந்தச் சமயத்தில் ரங்கசாமி வாயைத் திறந்தான்.

'இன்று சின்னப் பெண்ணுக்குக் காப்பி கொண்டு போய்க் கொடுக்கப் போனேன்...'

'உம்? அப்புறம்?'

'ரங்கன் ஏதோ சொல்ல வருகிறான் டோய்!'

வெங்குவும் கிருஷ்ணனும் கும்மாளி போட்டார்கள்.

'வெறொன்றுமில்லை. சின்னப் பெண் காப்பியைக் குடித்துப் பார்த்து விட்டு, 'சர்க்கரை அதிகமாக இருக்கிறது. நேற்றும் இப்படித் தான் இருந்தது. கொஞ்சம் குறைவாகப் போடவேண்டும்' என்று சொன்னாள். இந்த ஒரு விஷயத்தைச் சொல்லுவதற்காக அவள் என்னோடு பேசியது வாஸ்தவம்.'

'சின்னப் பெண்ணே பேசிவிட்டாளா ரங்கா! நீ ஆளும் வாட்டசாட்டமாய் இருக்கிறாய்! உம், இனி உன் சமர்த்து!' என்றான் கிருஷ்ணன்.

இந்தப் பையன்களுக்கு இதைவிட்டால் வேறு பேச்சுக் கிடையாது. தினந்தினமும் இந்த மாதிரியே பேசிப்பேசி என்னைத்

திணற அடித்துவிட்டார்கள். வழக்கம் போல, ‘எப்படியும் குட்டிச் சுவராகப் போங்கள்’ என்று மனதுக்குள் சொல்லிக்கொண்டு புல்லின் மேல் படுத்துவிட்டேன.

‘ஆள் வாட்டசாட்டமாய் இருக்கிறாய்!’ என்று கிஷ்ணன் சொன்னதை ஆமோதித்த தோரணையில் ஒரு தினுசாகச் சிரித்தான் ரங்கன். தன் அழகைப் பற்றி வேற்றான் சிலாகித்தால் எவன் தான் சந்தோஷப்பட மாட்டான்? அதிலும் ரங்கன் உண்மையிலேயே லக்ஷணமான பையன்...

‘ரங்கசாமி! இந்துப் பயல்களைப் பார்த்துக் கெட்டுப் போகாதே! நீ இளம்பிள்ளை. நன்றாக வேலை பார்த்து நாலு காசு மிச்சம் பிடித்துக் கல்யாணம் காட்சி என்று செய்யவேண்டும். இப்பொழுதே பொறுப்பாக நடந்து கொள்ளவேண்டும். நல் பெயர் வாங்கவேண்டும்’ என்று நான் சொன்னேன்.

அதற்கப்புறம் சுமார் இரண்டு மணி நேரம் பார்க்கிலே இருந்து விட்டு, தூங்குவதற்கு வந்தோம்.

3

மறுமாதம் முதல் தேதி வந்தது. எல்லோரும் அவரவர் வீடுகளில் சம்பளம் வாங்கினோம். ஊருக்குப் பணம் அனுப்ப வேண்டியவர்கள் அனுப்பினோம். ரங்கன் யாருக்கும் அனுப்பவில்லை. அவன் வாழ்க்கையிலேயே முதல் முதலாகச் சம்பாதித்த பெரிய தொகை அவன் வாங்கிய சம்பளம் ரூபாய் இருபத்தைந்துதான். அவனுக்குச் சந்தோஷம் தாங்கமுடியவில்லை. சென்னை நகரத்தில் சுமார் இரண்டு மாத காலம் நாடோடியைப் போல அலைந்து திரிந்து பசியும் பட்டினியுமாய்ப் பொழுது போக்கியவனாதலால், கையில் இருபத்தந்து ரூபாய் கிடைத்ததைப் பார்த்துப் பார்த்து மகிழ்ந்து கொண்டான். அன்று எல்லோரும் மூன்றாவது ஆட்டம் சினிமா வுக்குப் போனோம்.

நான் சொன்னேன்: ‘ரங்கா! வெங்கு கொஞ்சம் குறும்புக்காரப் பயலானாலும் அவனால் தான் உனக்கு வேலை கிடைத்தது. அவன் பிரயாசை இல்லாவிட்டால் உனக்கு இவ்வளவு சீக்கிரம் வேலை கிடைக்குமா என்பது சந்தேகமே. கிடைத்த வேலையை நன்றாகப் பார். பணத்தை மிச்சம் பிடித்து வை. வீண் செலவு செய்து விட்டால் கஷ்டகாலத்தில் சிரமப்படும். எப்போதும் வெங்கு மாதிரி ஆள் உனக்கு அகப்பட்டுக் கொண்டிருக்க மாட்டான்.’

நான் சொன்ன புத்திமதியை எல்லாம் பணிவோடு கேட்டு மனதில் வாங்கிக் கொண்டான் ரங்கன். ‘அப்புறம் வெங்கு அண்ணா வின் உபகாரத்தினாலே வயிறாரச் சாப்பிடுகிறேன்; சம்பளமும்

வாங்குகிறேன். இதை மறக்கவே மாட்டேன்' என்று என்னிடம் தனியாக ஒதுங்கி வந்து பரவசத்துடன் சொன்னான்.

எல்லோரும் சினிமாப் பார்த்தோம்.

அன்று முதல் ரங்கன் மரியாதையாகவும், பொறுப்பாகவும் எங்களிடம் கூட நடந்துகொள்ள ஆரம்பித்தான். நாளாரம்பத்தில் அவனுடைய குண விசேஷங்கள் ஒவ்வொன்றாக வெளிப்பட ஆரம்பித்தன. சொன்ன சொல் தவறாத குணம், உண்மையான பேச்சு, பேச்சில் கண்ணியம், பெண்களைப் பற்றிய பிரஸ்தாபத்தில் மற்றவர்களைப்போல கீழ்த்தரமாகப் பிதற்றாதது, எல்லாவற்றையும் விட சுயமரியாதையைக் காப்பாற்றிக் கொள்ளும் ஆண்மை நிறைந்த கம்பீரம் - இந்தச் சீரிய அம்சங்களை வெகு சீக்கிரத்திலேயே நன்கு கண்டு கொண்டேன்.

4

அடுத்த மாதம் பிறந்தது. வழக்கம் போல சம்பளம் வாங்கினோம். முந்திய மாதமும் இந்த மாதமும் நாளுக்கு நாள் அதிக குதூகலத்துடனும் ஆனந்தத்துடனும் இருந்தான் ரங்கன். முதல் மாதச் சம்பளத்தில் கால்வாசி கையிலிருக்கும் போதே இரண்டாவது மாதச் சம்பளம் இருபத்தைந்து வந்து விட்டது. தனக்கு இந்திர பதவி கிடைத்தது போலக் கூத்தாடினான் ரங்கன். இந்த விதமாக அந்த மாதம் கழிந்தது.

மூன்றாவது மாதச் சம்பளம் வாங்கி நாலைந்து தினங்கள் தான் கழிந்திருக்கும். ரங்கனின் நடிவடிக்கைகளில் ஒரு மாறுதலைக் கண்டேன். அவனுடைய சந்தோஷமெல்லாம் பறந்து போய்விட்டது. முகத்தை நடு நடுவே கடுகடுப்பாக வைத்துக் கொண்டான். அதிக மாகப் பேசவில்லை. ஏக தேசமாகப் பேசினாலும், வெங்குவின் பாணியில் கொஞ்சம் கீழ்த்தரமாகப் பேச ஆரம்பித்தான். தான் வேலை செய்யும் வீட்டுப் பெண்களைப் பற்றியே ஒரு விஷயம் சொன்னான்.

'பணக்கார வீட்டுப் பெண்களாம்! சுத்தக் கூத்தாடிக் கழுதைகள்! எல்லாம் வெளிப்பகட்டுத்தான்' என்று ஒரு நாள் ரங்கன் ஆரம்பித்தான். உடனே வெங்குவும் கிருஷ்ணனும் உற்சாகத்துடன் துள்ளிக் குதித்தார்கள். ஒருவரை ஒருவர் போட்டி போட்டுக்கொண்டு விஷயம் என்னவென்று விசாரிக்க ஆரம்பித்தார்கள். ரங்கன் சுருக்க மாகவே பதில் சொன்னான்.

'அடக்க ஒடுக்கம், மானம் மரியாதை என்பதே கிடையாது' என்று அவன் சொன்னதும், 'என்ன, ஏதாவது நடந்ததா?' என்று பரம அக்கறையோடு கேட்டான் கிருஷ்ணன்.

ஆண்களைப் பார்த்தால் ஒரு நாணம் வெட்கம் இருக்க வேண்டாம்! யார் வந்தாலும் போனாலும் கொஞ்சங்கூடக் கூசாமல் பாட்டுப்பாடுகிறார்கள். உதட்டுக்குச் சாயம் தடவுகிறார்கள். படுத்திருந்தாலும் ஆண்களைக் கண்டு எழுந்திருப்பதில்லை. இவர்கள் கன்னி கழியாத பெண்களாம்! என்னதான் பணத்திமிர் இருந்தாலும் ஆணுக்கு முன் பெண் குதியாட்டம் போடலாமா, சொல்லுங்கள்?"

அதற்குமேல் ரங்கசாமி அதிகமாகப் பேசவில்லை பேச்சும் வேறு திசையில் திரும்பிவிட்டது. ஆனால் நான் ரங்கசாமி விவகாரத்தைப் பற்றியே சிந்தித்துக்கொண்டிருந்தேன். 'அந்தப் பெண்கள் நாணமற்றவர்களாக இருந்தால் அதறக்ாக ரங்கன் கவலைப் படுவானேன்? ரங்கன் தன் உற்சாகத்தையே இழந்து எந்நேரமும் ஒரே விசாரத்துடனும் கடுகடுப்புடனும் இருப்பானேன்? பேச்சுக் கீழ்த்தரமாக மாறுவானேன்? இவன் இந்த மாதிரி மாறியதற்கு வேறு ஏதோ ஒரு காரணம் இருக்கவேண்டும்.' இவ்வாறு நான் முடிவுகட்டினேன். அந்த ரகசியத்தை அவனிடமே தனியே விசாரித்தால், அவன் உண்மையைச் சொல்லிவிடுவான் என்பதில் எனக்கப் பரிபூரண நம்பிக்கை. ஆனால், அவனைத் தனியாகச் சந்திக்க எனக்குச் சாவகாசம் கிடைக்கவில்லை. சந்திக்கும் போதெல்லாம் கிருஷ்ணனும் வெங்குவும் கூடவே இருந்தார்கள். இவர்கள் நடுநடுவே ஏட்டிக்குப் போட்டியாகப் பேச ஆரம்பிப்பார்கள், ரங்கனால் உண்மையைச் சொல்ல இயலாது என்ற நினைப்போடு, நான் தகக் சமயத்தை எதிர்பார்த்துக் கொண்டிருந்தேன்.

வெங்கு, கிருஷ்ணன் ஆகிய இருவரும் என்றும் போலவே இருந்தார்கள்.

ரங்கசாமிக்கு ஏதோ ஒரு கவல.

எனக்கு அவனைப்பற்றிய சிந்தனை.

நாட்கள் கழிந்து கொண்டிருந்தன.

5

ஒரு நாள் இரவு சீக்கிரத்திலேயே வேலை முடிந்து விட்டது. நேராகப் பார்க்குக்குப் போனால் மற்றவர்களுக்காகச் சுமார் அரை மணி நேரமாவது நிச்சயம் காத்துக் கொண்டிருக்க வேண்டும். அதற்குப் பதிலாக ரங்கன் வீட்டுக்குப் போய் அவன் வேலையை முடித்துவரும் வரை வாசலுக்கு வலது புறத்தில் உள்ள தெருப்பாலத்தில் உட்கார்ந்து கொண்டிருக்கலாம். ரங்கன் வந்ததும் அவனிடம் 'விபரம் என்ன?' என்று விசாரித்துக் கொண்டே பார்க்குக்கு வந்து சேரலாம் என்ற எண்ணத்துடன் அங்கு புறப்பட்டேன். ஆனால் போகும்

வழியில் வெங்கு பார்க்கை வலம்வந்து கொண்டிருந்தான். 'நான் நினைத்த காரியம் கெட்டுவிட்டது' என்று வருத்தப்பட்டேன். வெங்குவும் நானும் பார்க்கை நோக்கித் திரும்ப வேண்டியதாயிற்று. நாங்கள் நடந்து திரும்பி வரும்போது, 'பார்க்கில் உட்காராமல் இங்கே எங்கே வந்தீர்கள்?' என்று கேட்டான் வெங்கு.

'தனியாக உட்கார்ந்து கொண்டிருக்க வேண்டுமே என்பதற்காக ரங்கன் வீட்டுக்குப் போகலாம் என்று வந்தேன்.'

ரங்கன் இப்பொழுது அந்த வீட்டில் சமையல் வேலையில் இருந்தால் தானே?" என்றான வெங்கு.

எனக்குத் தூக்கி வாரிப் போட்டது, அவசர அவசரமாக விபரத்தை விசாரித்தேன்.

'இன்று மத்தியானத்தில் பையன் வேலையை ராஜிநாமா செய்து விட்டு வந்துவிட்டான்.'

'ஏண்டா? எதற்காக வேலையை விட்டான்?"

'அது ஒரு பெரிய கதை. வாருங்கள், பார்க்கில் உட்கார்ந்து சாவகாசமாகச் சொல்லுகிறேன். உலகத்தில் ஒரு கூத்தா நடக்கிறது?"

'அது சரி, இப்பொழுது ரங்கன் எங்கே?"

'சினிமாவுக்குப் போயிருக்கிறான்.'

வேலையை விட்டது மில்லால் சினிமாவுக்கும் வேறு போயிருக் கிறானா? பேஷ்! பயல் இனி உருப்பட்டாற் போலத்தான்!'

'மாமா! அவசரப்படாதீர்கள். முதலில் விவரத்தைக் கேட்டு விட்டு அப்புறம் சொல்லுங்கள்.'

'என்ன பொல்லாத விபரம்! கழுதைகள்!' பார்க்கில் வந்து உட்கார்ந்தோம். உடனே வெங்கு விபரத்தைச் சொல்ல ஆரம்பித்தான்.

'மாமா! அந்த வீட்டில் இரண்டு இளம் பெண்கள் இருப்பதாகச் சொன்னோம் அல்லவா?"

'ஓஹோ! அபப்டியா கதை!'

'கேளுங்கள் மாமா! அந்தப் பெண்கள் இவனை ஆரம்பத்தி லிருந்தே மதிக்கவில்லையாம்!'

'இவனை என்ன மதிக்கிறது, சமையற்காரப் பயலை?"

'மதிக்கிறது என்றால் என்ன? இவனை ஆண் பிள்ளை என்றே நினைக்கவில்லையாம். வேலைக்குப் போன புதிதில், அந்தப் பெண்கள் இவனைக் கண்டு ஏகக்கிராக்கியுடன் ஒதுங்காமலும், சில சமயங்களில் வீட்டில் இவனோடு தனியாக இருப்பதைப் பொருட்படுத்தாமலும்

இருப்பதைக் கண்டு, 'ஆஹா! சூது வாது இல்லாத பெண்கள்! சகோதரனைப் போல நம்மைக் கருதிவிட்டார்கள். சங்காஜப்படாமல் பேசுகிறார்கள். அந்நியனிடம் நடந்து கொள்வது போல நம்மிடம் நடந்து கொள்ளவில்லை' என்று சந்தோஷப்பட்டான். எந்தக் காரணத்தினால் அவன் அன்று சந்தோஷப்பட்டானோ, அதே காரணத்தினால் தான் இன்று அவன் வேலையை உதறியிருக்கிறான்...'

நடுவில் நான் ஏதோ சொல்ல வாயெடுத்தேன். உடனே வெங்கு, 'குறுகே ஒன்றும் பேசாமல் கடைசி வரை கேளுங்கள்' என்று சொல்லிவிட்டுத் தொடர்ந்து சொல்லலானான்.

அந்தப் பெண்கள் சுபாத்தில் அதிக சங்கோஜம் உடைய பெண்கள். வெளியிலிருந்து ஆண் பிள்ளைகள் யாராவது வந்தால் எதிரே வரமாட்டார்கள். எதிரே வந்து பேச வேண்டிய அவசியம் ஏற்படுகிற சந்தர்ப்பங்களில் கால் கைகள் நடுங்கத் தட்டுத் தடுமாறி இரண்டொரு வார்த்தைகளைப் பேசிவிட்டு வீட்டுக்குள் ஓடி வந்து விடுவார்கள். நம் ரங்கன், வீட்டு வேலைக்காரன் இந்த இரண்டு பேரைத் தவிர, எந்த அந்நிய ஆடவனைப் பார்த்தாலும் நாணத்துடனும் பயத்துடனும்தான் நடந்து கொள்வார்கள். இந்த மாதிரியெல்லாம் இருப்பதைக்கண்டு ரங்கன் சந்தோஷப்படும்போது, ஒருநாள் சுமார் ஐம்பது வயது நிரம்பிய-சுருக்கமாகச் சொன்னால் உங்கள் வயதுள்ள-ஒருவர் அந்த வீட்டுக்கு வந்தார். வயது சென்றவர், ஏறக்குறையக் கிழவராகி விட்டவர் என்பதெல்லாம் தெரிந்திருந்தும், அவரிடம் பேசக்கூட அந்தப் பெண்கள் வெட்கப்பட்டார்கள். இதே போலவே பத்துப் பன்னிரண்டு வயதுப் பையன்கள் வந்தாலும் அவர்கள் வெட்கப்பட்டுக் கொண்டிருந்தார்கள். ஆனால் அதே சமயத்தில் வாலிப வயதுள்ள, கல்யாணமாகாத, பார்வைக்கும் களையான ரங்கனைக் கண்டு அவர்கள் எள்ளளவும் சங்கோஜப்படவில்லை....

'இப்படியிருக்கும்போது ஒருநாள் ஒரு வெள்ளி டம்ளரைத் தேடிக்கொண்டு மாடிக்குப் போயிருக்கிறான் ரங்கன். காலை சுமார் ஒன்பது மணி இருக்கும். அப்பொழுது மூத்த பெண் ஒரு அறையில் காலேஜுக்குப் போவதற்காகத் துணிமெணிகள் மாற்றிக் கொண்டிருந்தாள். இதைப் பார்த்ததும் கூச்சப்பட்டுத் திரும்பி வருவதற்காக அடியெடுத்து வைத்தான் ரங்கன். ஆனால் இவன் வந்த சந்தடியைக் கேட்டு, 'யார் அது?' என்று கேட்டாள் அந்தப் பெண்.

கேட்டுக்கொண்டே வெளியே வந்தாள். அப்பொழுது மேலாக்குத் துணியின்றி ரவிக்கையை மட்டும் போட்டுக்கொண்டு இவனுக்கு எதிரே நடந்துவந்தாள். இவனைக் கண்டதுமாவது

மேலாக்கைப் போட்டுக்கொள்ள வேண்டுமென்று முயற்சி செய்யாமல், 'ரங்கா! என்ன வேணும்?' என்று சாதாரணமாகக் கேட்டாள்.

'இவன் நடுங்கிக்கொண்டே 'டம்...ள...ர்' என்று உளறினான்.

'உள்ளேதான் இருக்கிறது. எடுத்துக்கொண்டு போ' என்றாள் அந்தப் பெண்.

அப்பொழுதும் அவள் ஓடி மறைந்து கொள்ளவில்லை. அதற்குப் பதிலாகத் தன் ஆடை அலங்காரங்களிலே தன் பாட்டுக்குக் கவனமாயிருந்தாள். சிறிதும் நாணமின்றி உதட்டைக் குவித்து உதட்டுச் சாயத்தை தடவிக்கொண்டே 'அப்பா ஆபீசுக்குப் போய்விட்டாரா?' என்று கேட்டாள்.

'இல்லை' என்று சொல்லிவிட்டு, டம்ளரை எடுத்துக் கொண்டு அதிவேகமாகக் கீழே இறங்கி வந்துவிட்டான் ரங்கன்.. ஹூம், நம் கிருஷ்ணனென்றால் இப்படிப்பட்ட இடத்தில் ஐந்து ரூபாய் சம்பளத்துக்குக்கூட வருஷம் பூராவும் வேலை செய்துகொண்டே இருப்பான்! அது ஒரு பக்கம் இருக்கட்டும்...

'எவ்வளவுதான் உரிமையாகப் பழகியிருக்கட்டுமே! ஆணைக் கண்டால் பெண்கூச்சப்பட வேண்டாமா? வெட்கம்கெட்ட மூளி!" என்று மனதுக்குள் பழித்துக் கொண்டான் ரங்கன். ஆனால் அன்று மாலையில் அவர்கள் வீட்டுக்கு வந்த இரண்டொரு வாலிபர்களிடத்தில் அந்தப் பெண்கள் வழக்கம்போலவே சங்கோஜத்துடன் நடந்துகொண்டதை ரங்கன் பார்த்துக் கொண்டான். உடனே, 'அப்படியானால் நான் ஆண்மகன் இல்லையா? சமையற்காரனானாலும் ஆண் ஆண் தானே?' என்றெல்லாம் நீள யோசித்தான். இந்த யோசனையே அவனுக்குக் கவலையாக மாறிவிட்டது. அப்புறம் அந்தப் பெண்கள் தன்னிடம் எப்படி நடந்து கொள்கிறார்கள் என்று ஒவ்வொரு நிமிஷமும் உன்னிப்பாகக் கவனிக்கலானான். எத்தனையோ சந்தர்ப்பங்களில் அவர்கள் இவனை அலட்சியப்படுத்தி விட்டார்கள். ரங்கனுக்கு அவமானமாகப் போய்விட்டது. கோபமும் வந்து விட்டது. 'நான் ஆண்மகன்தான் என்பதை எப்படியும் இவர்களுக்கு நிரூபித்துக் காட்டிவிடவேண்டும்; அதனால் சிறைச்சாலைக்குப் போனாலும் பரவாயில்லை' என்று விபரீதமானத் தீர்மானம் செய்துகொண்டு தக்க சமயத்தை எதிர்பார்த்துக் கொண்டிருந்தான். ஆனால் இன்று வரையில் சமயம் வாய்க்கவில்லை. இனி எங்கே? இன்று பிற்பகலில் நடந்த ஒரு நாடகத்தினால் வீட்டை விட்டே கிளம்பிவிட்டானே!"

'என்ன நாடகம், வெங்கு?'

'இன்று விடுமுறை தினம். பிற்பகலில் அந்தப் பெண்களின் பெற்றோர்கள் பல்லாவரத்திற்கு யாரோ உறவினரைப் பார்க்கப்

போய் விட்டார்களாம். அந்தப் பெண்கள் இருவரையும், பக்கத்து வீட்டுப் பெண் ஒருத்தியையும் ரங்கனையும் தவிர வீட்டில் வேறு யாருமே இல்லையாம். மத்தியானம் மூன்று மணிக்கு அந்தக் குட்டிகள் ஒன்று சேர்ந்து ஒரு நாடகம் போட்டார்களாம். அதாவது நேற்றிரவு பார்த்த சினிமாவில் வரும் காதல் காட்சி ஒன்றை நடிக்க ஆரம்பித்து விட்டார்கள். அவர்கள் இருந்த அறை சாத்தப்பட்டிருந்தது. உள்ளே சிரிப்பும் கும்மாளியும் அமர்க்களப் பட்டன. சிநேகிதைகள் விளையாடிக் கொண்டிருக்கிறார்கள் என்று ரங்கன் நினைத்துக் கொண்டான். திடீரென்று அறையின் கதவைத் திறந்து கொண்டு வெளியே வந்து 'ரங்கா! ரங்கா!' என்று உரக்கக் கூயிழைத்திருக்கிறாள் இரண்டாவது பெண். ரங்கன் 'என்ன?' என்று குரல் கொடுத்துக் கொண்டே, அந்த அறையை நோக்கிப் போய்க் கொண்டிருக்கும்போது, சின்னப் பெண் வந்து, 'ஒரு டம்ளரில் கொஞ்சம் தண்ணீர் கொண்டுவா!' என்று கேட்டாள். அப்பொழுது ரங்கன் கண்ட காட்சி அவனைத் திக்குமுக்காடச் செய்து விட்டது. ஏன் தெரியுமா? அந்தச் சின்னப் பெண், ஆண் வேஷம் போட்டுக் கொண்டு வந்து நின்றாள். முகத்தில் மசியைப் பூசிக்கொண்டு, மீசை போட்டு, தகப்பனாரின் சரிகைத் தலைப்பாகையை எடுத்து வைத்துக் கொண்டு, தகப்பனாரின் எட்டுமுழ வேஷ்டி, கோட் முதலியவற்றை அணிந்து கைத்தடி சகிதமாகக் காட்சியளித்தாள். ஆண் மகனைக் கண்டு நாணும் முறையில் ரங்கனைப் பார்த்து அவள் சங்கோஜப்படவும் அல்லது தான் வேஷம் கட்டியதைச் சமாளித்துக் கொள்ளும் முறையில் ஒரு புன்னகை கூடச்செய்யவில்லை. மொத்தத்தில் ஒரு ஆண் பிள்ளை எதிரே நிற்கிறான் என்ற எண்ணமே அவளுக்கு இல்லை. ரங்கனுக்கு மானம் போய்விட்டது. ஒரே குழப்பத்துடன் போய்த் தண்ணீர் கொண்டு வந்து கொடுத்தான். அதை வாங்கிக்கொண்டு அந்தப் பெண் அறைக்குள் நுழைந்து கதவைச் சாத்திக்கொண்டாள். உள்ளே நாடகம் தொடர்ந்து நடந்தது...

'பருவ மங்கையே! இந்தப்பழ ரசத்தைச் சற்றுப்பருகு! உன் பவழ வாயால் பருகி, பாக்கியிருப்பதை எனக்குப் 'பளிச்' சென்று கொடு!'

'பாராளும் பட்டத்தரசரே! படபடப்பு ஏனோ? கிணற்று நீரை வெள்ளமா கொண்டு போய்விடும்...'

'இந்த விதமாக உள்ளே சம்பாஷணைகள்! ரங்கனால் சகிக்க முடியவில்லை. சினிமாவில் சேர்ந்தோ அல்லது வேறு விதமாகவோ பெரிய பெரிய பதவியையெல்லாம் அடைந்து பிரபலம் பெறவேண்டு மென்று ஆசைப்பட்டுச் சென்னைக்கு வந்தவனுக்கு, உலகம் இப்படிப் பட்ட மதிப்பைக் கொடுத்தால் மனம் பொறுக்குமா? ஆகவே, இனி அந்த வீட்டில் ஒரு நிமிஷம் இருந்தாலும் தன் ஆண்மையெல்லாம்

அழிந்து தான் பேடியாகப் போய்விடக்கூடும் எனப்பயந்து விட்டான். வீட்டுக்காரர் எப்பொழுது வருவார் என்று எதிர்பார்த்த வண்ணம் உட்கார்ந்து கொண்டிருந்தான். அவர் வந்தது தான் தாமதம், ஊருக்குப் போகவேண்டும் என்று ஏதோ ஒரு பொய்காரணத்தைச் சொல்லி, சம்பளப் பாக்கியை வாங்கிக் கொண்டு ஓடிவந்து விட்டான்.'

'பழையபடியும் வேலை கிடைக்காமல் அன்றாடச் சாப்பாட்டுக்குக் கஷ்டப்பட வேண்டுமே!' என்று நான் சொன்னேன். 'மற்றவர்கள் கண்ணுக்குப் பேடியைப் போலத் தோன்றுவதைவிடப் பட்டினி கிடப்பது மேல்' என்கிறான்.

வெங்கு சொன்னதைக் கேட்டு எனக்குச் சிரிப்புத்தான் வந்தது. வெங்குவும் என்கூடச் சேர்ந்து சிரித்தான். சிரித்து விட்டுச் 'சமையற்காரன் ஆணிலேயும் சேர்த்தியில்லை பெண்ணிலேயும் சேர்த்தியில்லை போலிருக்கிறது!' என்றான்.

கோட்டும் சட்டையும் போட்டுக்கொண்டு உத்தியோகம் பார்ப்பவர்கள், குடு குடு கிழமாக இருந்தாலும் இந்தப் பெண்களுக்கு ஆண் சிங்கங்களாகக் காட்சியளிக்கிறார்கள். அவர்களைப் பார்த்த மாத்திரத்தில் இவர்களுக்குத் தாங்க முடியாத சங்கோஜம்! பேச முடியாத தளுதளுப்பு! நிற்க முடியாத நடுநடுக்கம்! ஆனால் சமையற்காரன் எவ்வளவு வாலிபனாயிருந்தாலும்...

அப்புறம் வெகு நேரம் ரங்கனைப் பற்றியும் மற்ற விஷயங்களைப் பற்றியும் பேசிக்கொண்டிருந்தோம். இரவு பத்து மணிக்கெல்லாம் ரங்கனும் கிருஷ்ணனும் சினிமா பார்த்துவிட்டு வந்தார்கள். ரங்கனைப் பார்த்ததும், 'வாடா என் ஆண் பிள்ளைச் சிங்கம்!' என்று பரிகாசமாகச் சொல்லிவிட்டுச் சிரித்தான் வெங்கு.

ரங்கனுக்குக் கோபம் வந்துவிட்டது. 'நான் ஆண்பிள்ளை தான் என்பதை அவள் புத்தியில் படும்படி காட்டியிருப்பேன். ஆனால், என்னைச் சிபாரிசு செய்து வேலையில் சேர்த்த உங்களுக்கு கெட்ட பெயர் வரக்கூடாதே என்று பேசாமல் விட்டு விட்டேன். தெரியுமா?' என்று வீறாப்போடு சொன்னான் ரங்கன்.

33

வரப்பிரசாதம்

சென்னையில் வசிக்கும் வாலாஜாபேட்டை அனந்தராம பாகவதரைத் தேடி மதுரையிலிருந்து வந்தான் கிருஷ்ணன். தனக்குச் சங்கீதம் கற்பிக்க வேண்டும் என்று கேட்டுக் கொண்டான். அவனுடைய சாரீரமும் ஞானமும் எப்படி இருக்கின்றன என்பதைத் தெரிந்து கொள்வதற்காக ஒரு கீர்த்தனை பாடும்படி சொன்னார் பாகவதர். அவனும் பாடினான். பாடத் தொடங்கியதும் பாகவதருக்கு உடம்பெல்லாம் சிலிர்த்தது. பிறகு மனம் லயித்துத் தம்மையே மறந்தார். எதிரே ஒருவன் உட்கார்ந்து பாடுவது போல் இல்லாமல் அவருடைய இதயத்திலிருந்தே பாட்டு ஒலிக்கத் தொடங்கியது.

அவன் பாடி நிறுத்தினான். ஆனால் அவரோட அப்பொழுதும் தம்மை மறந்து அந்த லயத்திலிருந்து வெளிவராமல் மௌனமாக அவனைப் பார்த்துக் கொண்டிருந்தார்.

'அடுத்து என்ன செய்வது?' என்று கேட்பது போல் குழந்தை முகத்தோடு அவரைப் பணிவோடு நோக்கினான் கிருஷ்ணன்.

ஒரு நிமிஷ மௌனத்துக்குப் பிறகு, "ராகம் பாடுறயா?... ஒரு ராகம் பாடு... பைரவி பாடு" என்றார்.

கிருஷ்ணன் பைரவி ராகம் பாடத் தொடங்கினான். பேரின்ப அனுபவத்தைப் பாகவதரால் தாங்க முடியவில்லை. அவர் அறியாமல் ஆனந்தக் கண்ணீர் துளித்தது. ஒரு கட்டத்தில் 'ஐயோ' என்று இலேசாகச் சொல்லி இரண்டு உள்ளங்கைகளையும் அவன் எதிரில் ஏந்தினார். கண்ணீர் முத்துக்கள் உருண்டு வழிந்தன. உதடுகள் துடித்து நெளிந்தன. மேல் துண்டால் முகத்தைத் துடைத்துக் கொண்டு கண்ணீரையும் துடைத்தார். கிருஷ்ணன் பாடி முடிக்கும் முன்பே, "கிருஷ்ணா!... அப்பனே! இது தெய்வீகம்டா! தெய்வீகம்!" என்று தம்ம் அறியாமலே கரம் கூப்பிவிட்டார்.

"நீ யாரண்டே சொல்லிண்டயோ, கிட்டு? உனக்குச் சங்கீத தேவதையே வரம் குடுத்திருக்கிறாடா! இந்தப் பாட்டு, இந்தச் சாரீரம், இந்தக் கற்பனை-நான் இந்த அறுபது வயசு வரைக்கும் ஒருத்தரண்டே கேட்டதில்லை! கிட்டு, அந்தக் காலத்து மகா வித்வான்கள் பாட்டெல்லாம் கேட்டவன். நான் சொல்றேன்... சொல்லப்படாது. நீ சின்ன வயசு... இன்னும் வளர வேண்டியவன். ஆனாலும் சொல்லாமல் இருக்க முடியல்லே. உன் பாட்டு...

தேவ கானம்: தேவ கானமே தான். உனக்குக் கத்துக் குடுக்க என்னண்டே என்ன இருக்கு? வேணும்னா நாலு கீர்த்தனையே எழுதிப் போடலாம்; பாடிக் காட்டலாம். அவ்வளவு தான் செய்ய முடியும்- வாய்ப்பாடு சொல்லிக் குடுக்கிற மாதிரி. சங்கீதமா உனக்குப் போதிக்க என்னண்டே என்ன இருக்கு? வரம் வாங்கி வந்தவனுக்கு வாத்தியார் எதுக்குக் கிட்டு?" என்று தமது பரவசத்தை வெளியிட்டார் பாகவதர்.

கிருஷ்ணன் சென்னையில் சில காலம் தங்கி அவரிடம் பல கீர்த்தனைகளைக் கற்றுக் கொள்ள வேண்டும் என்று அதற்கான ஏற்பாடுகளையும் செய்துகொண்டு வந்திருந்தான். அந்த விவரங் களையும் அவனுடைய பெற்றோர், குடும்ப நிலை பற்றிய விவரங் களையும் முதலியேயே விசாரித்துத் தெரிந்து கொண்ட பாகவதர், "சரி மெட்ராஸிலே உன் சித்தப்பா வீட்டுலேயே இருந்து படி ஏதோ எனக்குத் தெரிஞ்ச நாலு வாய்ப்பாடுகளை எழுதிப் போடறேன். அங்கே ஜாகை வசதியா இல்லேன்னா என்னோடவே வந்து இருக்கலாம். எனக்கு நீ ஒரு காசு குடுக்க வேண்டியதில்லை. உனக்கு ஒரு வருஷமாவது குரு மாதிரி இருந்து நாலு உருப்படிகளை எழுதிப் போடுற மகாபாக்கியம் ஒண்ணு போதும் எனக்கு" என்று சொல்லி அவனை அனுப்பி வைத்தார்.

'மதுரையிலிருந்து என்னைத் தேடி வந்திருக்கிறான்! இவனுக்கு நான் குருவா? சொல்லப் போனால் இந்த அறுபது வயசிலும் நான் இவனுக்குச் சிஷ்யனா இருக்கலாம்போல் இருக்க...' என்று நினைத்துக் கொண்டார் பாகவதர். ஆனால் பத்துப் பதினைந்து நாட்களுக்குப் பிறகு- அவன் வேறு பல ராகங்களையும் கீர்த்தனைகளையும் பாடக் கேட்ட பின் அந்த அபிப்பிராயமும் மாறிவிட்டது. 'எனக்கு இவன் குருவாவும் இருக்க முடியாது; இவனுக்கு நான் சிஷ்யனாவும் இருக்க முடியாது. குருவும் சிஷ்யனுமாயிருந்தால், எதாவது கத்துக் குடுக்க குடுக்கணும் ஏதாவது கத்துக் கணும் இங்கே இவன் எதைக் கத்துக் குடுக்க முடியும்? நானும் எதைக் கத்துக்க முடியும்? அந்தச் சுகானுபவத்தையும் கற்பனையையும் கத்துக் குடுக்கிறது தான் எப்படி? இதுதான் கலை என்கிறது. கலை இப்படி இல்லேன்னா கலைக்கும் சாஸ்திரத்துக்கும் என்ன வித்தியாசம்! கலை தானா வந்தால்தான் ஆச்சு; வரல்லேன்னா வரல்லேதான்...'

கிட்டுவை ஓர் அவதார புருஷனாகக் கருதாவிட்டாலும் அவனிடத்தில் ஏதோ ஒரு தெய்வாம்சம் படிந்திருக்கிறது என்றே கருதினார் அனந்தராம பாகவதர். ஈடு இணையற்ற அவனுடைய இசைத்திறனை விரைவிலேயே உலகம் அறியும்படி செய்ய வேண்டும் என்று அவர் ஆசைப்பட்டார். சில அபூர்வ கீர்த்தனைகளை அவன்

பாடம் பண்ணும் வரையில் காத்திருந்தார். அதுவரையிலும் அவனைப் பற்றி அவர் யாரிடமும் பிரஸ்தாபிக்கவில்லை.

ஆறு மாதங்கள் ஆகிவிட்டன. ஒரு நாள் பிரபல கம்பெனி ஒன்றின் மானேஜிங் டைரக்டரும், (சியாமா) சாஸ்திரி சங்கீத சமாஜத்தின் தலைவருமான ஜம்புநாதனின் வீட்டு டியூஷனுக்குப் போயிருந்தபோது அவருடைய மூன்றாவது மகன் சந்திரனும், ஐந்தாவது மகள் ராதிகாவும் அவர் ஏற்கெனவே கற்றுக்கொடுத்திருந்த ஒரு கீர்த்தனையைப் பாடினார்கள். ஆனால் பாகவதருக்கு அதில் சிறிதும் கவனம் செல்லவில்லை. திருத்துவது, சரியான முறையில் பாடிக்காட்டுவது போன்ற காரியங்களைச் செய்யாமல் உட்கார்ந்து கொண்டிருந்தார். அவர்கள் பாடி முடித்ததும், "அப்பா ஊரிலே இருக்கிறாரா?" என்று கேட்டார்.

"மாடியிலேயே இருக்கிறார்!" என்றாள் ராதிகா.

"அப்படியா? ரொம்ப சந்தோஷம்" என்று சொல்லிவிட்டு, வேறொரு கீர்த்தனையின் பல்லவியை எழுதிக் கொள்ளச் சொல்லி அதை மட்டும் பாடிக் காட்டினார். அத்துடன் அன்றைய பாடத்தை முடித்துக் கொண்டு மாடிக்குப் போனார்.

ஜம்புநாதன் அன்று டில்லி, பம்பாய் என்று வெளியூருக்குப் போய் விடாமல் சென்னையிலேயே- அதுவும் வீட்டிலேயே இருந்தது ஒரு சுப சகுனம் போல் பாகவதருக்குத் தோன்றியது.

பாகவதரை அன்போடும் மரியாதையோடும் வரவேற்றார் ஜம்புநாதன்.

"ஒரு சந்தோஷ சமாச்சாரம்; என்னிடம் ஒரு பையன் ஆறு மாசமாப் பாட்டுச் சொல்லிண்டு வர்றான். அபூர்வமாய் பாடறான். இதுக்கு மேலே புகழ்ந்து சொல்ல எனக்குத் தெரியாததனாலே இப்படிச் சொல்றேன். எப்படிப் புகழ்ந்தாலும் அவன் பாட்டுக்குப் போறாது. மகா ஞானஸ்தன். அருவியாகக் கொட்டற கற்பனை. சாரீர சுகம்... அது பகவான் பார்த்துக் குடுத்த வரப்பிரசாதம். நீங்க ஒரு தடவை கேட்டேள்னா, பையனை அப்படியே கொண்டு வந்து இருபத்து நாலு மணி நேரமும் பக்கத்திலேயே உட்கார்த்தி வெச்சுப் பாடச் சொல்வேள்!"

பாகவதர் சொல்வதைக் கேட்டு ஜம்புநாதன் புன்னகை புரிந்தார். எப்போதும் எதைப் பற்றியும் அதிகம் பேசாத பாகவதர், நாலு வார்த்தைகளோடு நிறுத்திக் கொள்ளும் அடக்கமான மனிதர் அன்று அவ்வளவு தூரம் பேசியது அவருக்கு வியப்பாகவும் இருந்தது; சிறிது வேடிக்கையாகவும் இருந்தது. "பையன் உங்களுக்குச் சொந்தமா?" என்று கேட்டார்.

"இந்த ஆறு மாசமாத்தான் அவனை எனக்குத் தெரியும்... சொந்தம்னு சொன்னா, அவன் எனக்கு மட்டும் இல்லை; உங்களுக்கும் சொந்தம் தான்; இந்த லோகத்துக்கும் சொந்தம்தான்! அவனுடைய சங்கீதம் அப்படி தேசத்துக்கே கீர்த்தி தேடித் தரக்கூடிய சங்கீதம்..."

"ஒரு நாள் கேட்போம். அழைச்சிண்டு வாருங்களேன்! ஏன் ஒரு கச்சேரியே ஏற்பாடு பண்ணிடுவோம். நீங்க சொல்ற தேதியிலே வச்சிக்குவோம்" என்றார் ஜம்புநாதன்.

2

சாஸ்திரி சங்கீத சமாஜத்தில் மறுமாதமே கிட்டுவின் முதல் கச்சேரி ஏற்பாடு செய்யப்பட்டது. சமாஜத்தின் அங்கத்தினர்கள் ஏராளமாகத் திரண்டு வந்திருந்தார்கள். ஜம்புநாதன் மனைவியோடும், மகள் ராதிகாவோடும், மூன்றாவது நான்காவது புதல்வர்களான சந்திரன், பாலாஜி ஆகியவர்களோடும் வந்திருந்தார். முதல் வரிசையில் பாகவதரின் பக்கத்தில் அமர்ந்திருந்தார் கிட்டுவின் தந்தை.

கச்சேரி மேடையில் கிட்டுவை முதல் முதலாகப் பார்த்த ஜம்புநாதன், "அனந்தராம பாகவதரே பாராட்டிச் சொல்வதால் நன்றாகத்தான் பாடுவான் என்று நினைக்கிறேன். பாட்டு எப்படி இருந்தாலும், பையன் அழகாக, பெயருக்கு ஏற்றாற்போல் சாட்சாத் கிருஷ்ணனைப் போலவே இருக்கிறான்" என்று சொல்லிக் கொண்டார்.

கச்சேரி ஆரம்பமாயிற்று. முதல் நாளன்று பாகவதருக்கு ஏற்பட்ட பரவசமும், இன்பானுபவங்களும் இப்போது ஜம்புநாதனுக்கும் ஏற்பட்டன. மதுவுண்ணும் வண்டாக அப்படியே மயங்கிப் போய்விட்டார்.

கச்சேரி முடிந்தது. சபை கடல் முழக்கமாகக் கரகோஷம் எழுப்பியது. பாகவதர் ஜம்புநாதனுக்கு எதிரே வந்து நின்று, 'எப்படி?' என்று கேட்பது போல் பார்த்தார்.

ஜம்புநாதன் ஒன்றும் சொல்லாமல், கை கூப்பினார். சபா க்ாரியதரிசி வேணு வந்து அவரை மேடைக்கு அழைத்துச் சென்றார். வானளாவப் புகழ்ந்து பேசினாலுங்கூடக் கிட்டுவின் பாட்டைப் பாராட்டிவிட முடியாது என்பதை உணர்ந்து கொண்ட அவர் தம்முடைய சொல் வன்மையில் நம்பிக்கை இழந்து, தம்மைத் தாமே தாழ்த்திக் கொண்டு, சூதுவாதறியாத ஒரு கிராமத்துக் கிழவனைப் போல் பேசலானார்:

"இது... சிரஞ்சீவி கிருஷ்ணன் பாடியது... இதைப் பத்தி நான் ஒண்ணும் சொல்ல முடியாது. மகான்கள் சொல்லணும். சாட்சாத்

அந்த சரஸ்வதிதேவி சொல்லணும். (கரகோஷம்) யாருக்கும் கிடைக்காத ஒரு வரப்பிரசாதம் இந்தச் சங்கீதம்... ஏதோ இதுக்குன்னு அவதாரம் பண்ணி வந்திருக்கிறார் கிட்டுன்னு நான் நினைக்கிறேன். சங்கீத மும்மூர்த்திகளோட அனுக்கிரஹமும், சரஸ்வதி தேவியோட அனுக்பிரஹமும் பூரணமா ஒரு வித்வானுக்குக் கிடைச்சிருக்குன்னா, அது நம்ம கிட்டு ஒருத்தருக்குத் தான் (கரகோஷம்)... பர்தூஸின்னு ஒரு பாரசீகக் கவி சொன்னான், 'என் கவிதைகளின் ஓசையின் பதைச் சுவர்கத்திலிருந்து கொண்டு வந்தேன்'னு சொல்லி. அதுபோலக் கந்தர்வ லோகத்திலிருந்து இந்தச் சங்கீதத்தைக் கொண்டு வந்திருக்கிறார் கிட்டு... வேறே என்ன சொல்லட்டும்? (கிட்டுவைப் பார்த்து) நீ ஒரு அவதார புருஷன் தான்..." அதற்கு மேல் பேச முடியாமல் பின் பக்கம் திரும்பிச் சப காரியதரிசியிடமிருந்து ஒரு பெரிய மாலையை வாங்கி அவனுக்குச் சூட்டினார். அவர் காலில் விழ வந்த கிட்டுவைத் தாங்கிப் பிடித்து மேடையிலேயே கட்டித் தழுவிக் கொண்டார் ஜம்புநாதன்.

மறுநாள் மத்தியானம் ஜம்புநாதன் வீட்டில் கிட்டுவுக்கும், அவன் தந்தைக்கும் ராஜோபசாரம் நடந்தது. ராதிகாவும் சந்திரனும் கிட்டுவின் காலில் விழுந்து நமஸ்காரம் பண்ணினார்கள். அதைப் பார்த்து ஜம்புநாதனும் அவர் மனைவியும் எல்லையற்ற பெருமகிழ்ச்சி கொண்டார்கள். சாப்பிட்டு விட்டுப் பேசிக் கொண்டிருந்த போது, கிட்டுவைப் பற்றி இந்தச் செய்திகள் தெரியவந்தன.

கிட்டு ஓய்வு பெற்ற ஒரு பள்ளி ஆசிரியரின் மகன். பி.ஏ. வரை படித்தவன். சங்கீதத்தில் ஈடுபாடு கொண்டு உத்தியோகத்துக்குப் போக விரும்பாமல், சென்னைக்கு அனந்தராம பாகவதரிடம் தீட்சை பெற வந்தவன்....

இந்தத் தகவல்கள் ராதிகாவை ஆச்சரியத்தில் ஆழ்த்தின. கிட்டு ஓர் ஆசிரியரின் மகனா? பி.எ. பட்டதாரியா?... அப்படியானால் அவன் எல்லோரையும் போல் ஒரு மனிதன்தானா? அவதார புருஷனுக்கு ஒரு அப்பா! ஒரு சர்வகலாசாலைப் பட்டம்!... வியக்காமல் இருப்பது எப்படி?

ஜம்புநாதனிடம் பாகவதர் சொன்னார்:

"கிருஷ்ணன் கீர்த்தனைகளைப் பாடம் பண்ணின வேகத்தை நினைச்சாலே பிரமிப்பா இருக்கு. நான் எங்க அப்பாகிட்டே படிச்சப்போ, எத்தனையோ வித்வான்கள் என்னை மெச்சியிருக்கிறா, 'இந்தச் சின்ன வயசிலே எவ்வளவு வேகமாக கீர்த்தனைகளைப் பாடம் பண்றான்'னு சொல்லி. ஆனால் இவனைப் பார்க்கிறப்போ கிருஷ்ண பரமாத்மா அந்தக் காலத்திலே சாந்தீபினி ரிஷிகிட்டே

குரு குலவாசம் பண்ணினகதையே நினைவுக்கு வர்றது. ஒரு நாளைக்கு ஒரு கலையா அறுபத்து நாலு நாளிலே அறுபத்து நாலு கலைகளைப் பரமாத்மா படிச்சுத் தேர்ந்திட்டாருன்னு புராணத்திலே வாசிச்சிருக்கிறோம். அது வெறும் கட்டுக்கதை இல்லேங்கறதை நிரூபிச்சுட்டான் நம்ப கிருஷ்ணன் - கிட்டு!..."

கிட்டுவின் தந்தை இடைமறித்து 'இப்படியெல்லாம் இந்தச் சிறுவனை நீங்கள் புகழலாமா? இவனுக்கு இன்னும் காலம் இருக்கிறது' என்று உணர்த்துபவரைப் போல், "பெரியவா ஆசீர்வாதம் பண்ணணும். இவன் சின்னவன்" என்று சொல்லிக் கும்பிட்டார்.

ராதிகாவுக்கு இந்தக் குறுக்கீடு மிகவும் கஷ்டமாக இருந்தது. கிட்டுவைப் பற்றி யாராவது ஏதாவது புகழ்ந்து சொல்லிக் கொண்டேயிருக்க வேண்டும், அதைக் கேட்டுக் கொண்டே யிருக்க வேண்டும் என்று ஆசைப்பட்டாள் அவள்.

ஜம்புநாதன் சொன்னார்: "கிட்டு சின்னவன்-வயசிலே! ஆனா கடுகுக்குள்ளே ஏழு கடலையும் வச்சிருக்கிறானானே! நேத்திக்கு உசேனி கீர்த்தனை சரணத்திலே 'ராஜா'ன்னு எடுத்தானே, அப்போ இவன் சாரீரத்திலே கேட்டதே ஒரு நாதம்... அதுதான் பிரணவம்... கிட்டு! அதைக் கொஞ்சம் பாடேன்... ஆயிரம் தடவை கேட்டாலும் அலுக்காது... நம்ப கர்நாடக சங்கீதத்தின் ஜீவன் பூராவுமே அந்த ஒரு பிரயோகத்திலே குடியிருக்கு, கிட்டு... பாடு."

கிட்டு "ராமா நின்னே நம்மினானு" கீர்த்தனை முழுவதையுமே பாடினான். ராதிகாவின் கண்களில் துளித்த பாஷ்யம் அவள் இருதயத்தையே நனைத்துக் குளிர்மை தந்தது. சிலையாக அமர்ந்து சிரக் கம்பம் கரக் கம்பமின்றிக் கேட்டாள். இதைக் கவித்த ஜம்புநாதன், "ராதிகா! டேப் ரிக்கார்டரைக் கொண்டுவரச் சொல்லேன். இன்னொரு முறை கிட்டுவினால் கூட இப்படிப் பாட முடியுமான்னு எனக்குச் சந்தேகமாக இருக்கு" என்றார்.

அவர் வார்த்தைகள் ராதிகாவின் உள்ளத்தை முள்ளாகக் குத்தின. 'என்ன அற்பமான எண்ணம்!' என்று தந்தையின் சொற்களைக் காதில் வாங்காமல் உதறினாள்.

"ராதிகா! போ!..." என்று ஜம்புநாதன் திரும்பவும் ஞாபகப் படுத்தினார்.

ராதிகா அவரைப் பார்த்து, "வேண்டாம்" என்று கையசைத்தாள். "டேப் ரிக்கார்டரிலே பதிவு பண்ணினா, இந்தச் சங்கீதத்தோட புனிதம் கெட்டுடுமோன்னு பயமாயிருக்கு" என்றாள். இந்த வார்த்தைகளை எப்படிச் சொன்னோம் என்று அவளே அடுத்த நிமிஷம் ஆச்சரியப்பட்டாள்.

அவள் இலக்கியமாகப் பேசும் பேதைமையைக் கண்டு, கிட்டு உட்பட அத்தனை பேரும் பரவசமடைந்தார்கள்.

"ராதிகா! உன் பேச்சே ஒரு சங்கீதமாக இருக்கு..." என்றார் பாகவதர்.

"அது இதய கீதம்!" என்று முத்தாய்ப்பு வைத்துப் புன்னகை செய்தார் ஜம்புநாதன்.

மாலையில் மூவரும் விடை பெற்றுக்கொண்டபோது, பிரிட்டனுக்கோ அமெரிக்காவுக்கோ ஐந்தாண்டுப் படிப்புக்காகச் செல்லும் ஏகபுத்திரனை வழியனுப்புவது போல் ஜம்புநாதன் குடும்பம் பிரிவாற்றாமையோடு கிட்டுவை அனுப்பி வைத்தது. அவருடைய காரில் மூவரும் திரும்பி வரும்போது பாகவதரைப் பார்த்தவரைப் பார்த்துக் கிட்டுவின் தந்தை, "எவ்வளவு பெரிய இடம்! இந்த இடத்திலே இவனுக்கு இவ்வளவு பெரிய மரியாதை நடக்கும்னு நான் நினைக்கவேயில்லை..." என்றார்.

"கிட்டுவுக்கு மரியாதை பண்ணினதிலே அவாளுக்குத் தான் பெருமை. அவா பணக்காராளா இருக்கலாம். ஆனா இவனோட சங்கீதத்துக்கு முன்னாலே அவங்க பணமெல்லாம் துரும்பு மாத்திரம். எனக்கு ஒரே ஆச்சர்யம் என்னான்னா, இவ்வளவு பணக்காராளா இருக்கப்பட்ட வாளும் சங்கீதத்திலே இவ்வளவு ரசனையோடே, இவ்வளவு அபிமானத்தோடே இருக்கிறாளே என்கிறதுதான்" என்றார் அனந்தராம பாகவதர்.

"அந்தப் பொண் அப்பாவைவிடப் பெரிய ரஸிகையா இருக்கிறா" என்றார் கிட்டுவின் தந்தை.

"யார்? ராதிகாவா? அது பத்தரை மாத்துத் தங்கம்! குணத்தி லேயும் சரி, அவளுக்கு ஈடா ஒரு பொண் பிறக்க முடியாது. அவ பேரிலே எனக்குள்ள பிரியம் என் சொந்தப் பெண்களிடத்திலே கூட இருந்ததில்லை."

"இப்படிப்பட்டி ஒரு பணக்காரக் குடும்பத்தை இந்த லோகத்திலே பார்க்கறது கஷ்டம்."

கிட்டு ஒன்றும் பேசாமல் தன் தந்தையும் குருவும் பேசிக்கொண்ட ஒவ்வொரு வார்த்தையையும் மனத்தால் ஆமோத்திதான்.

அவர்கள் ராதிகாவைப் புகழும்போது, தனக்கே புகழ் மாலை சூட்டுவது போன்ற உணர்ச்சி அவனுக்கு ஏற்பட்டது. குரு சொன்னது போலவே, தானும் ஒரு தனியிடத்தில் போய் அமர்ந்து "அது பத்தரை மாத்துத் தங்கம்! குணத்திலேயும் சரி, புத்திசாலித்தனத்திலேயும் சரி, அவளுக்கு ஈடா ஒரு பொண் பிறக்க முடியாது" என்று பத்துத்

தடவையாவது சொல்லவேண்டும் என்று அவனுக்கு ஆசையாக இருந்தது.

3

அரங்கேற்றம் முடிந்து ஒரு வாரத்துக்குள்ளாகச் சென்னையின் எல்லாச் சபாக்களிலிருந்தும் கிட்டுவுக்கு அழைப்புக்கள் வந்தன.

ஒவ்வொரு கச்சேரிக்கும் ஜம்புநாதனும் ராதிகாவும் தவறாமல் வந்தார்கள். கச்சேரியின் முடிவில் அவனைப் பார்த்து ஒரு பத்துப் பதினைந்து நிமிஷங்கள் புகழ் மாலைகளைச் சூட்டி விட்டுத்தான் வீடு திரும்புவார்கள். இரண்டொரு சந்தர்ப்பங்களில் ஜம்புநாதனே அவனைத் தம்முடைய காரில் கொண்டு வந்து அவனுடைய ஜாகையில் விட்டு விட்டுப் போயிருக்கிறார்.

பாகவதர் எதிர்பார்த்தவாறே சென்னையில் உள்ள சங்கீத ரஸிகர்கள் அனைவரையும் கவர்ந்து வெற்றிக்கொடி நாட்டி விட்டான் கிட்டு.

ஒரு நாள் தந்தையோடு வந்த ராதிகா, "ஏன் நீங்க அப்புறம் வீட்டுக்கு வரவேயில்லை? நாளைக்காவது அவசியம் வாருங்கள்" என்று அழைத்தாள்.

கிட்டு சரியென்று சந்தோஷத்தோடு சம்மதித்தான். ஆனால் அதன்படி அடுத்த நாள் போகவில்லை. குருவில்லாமல் தனியே போக அவனுக்குத் தைரியமில்லை. பாகவதருக்கோ அதற்கு அடுத்த நாள் தான் அங்கே பாடம். அப்பொழுது போகலாம் என்று பேசாமல் தன் ஜாகையிலேயே இருந்து விட்டான் கிட்டு.

மாலை ஆறு மணி இருக்கும். கிட்டு சற்றும் எதிர்பாராத விதத்தில் ராதிகாவே அவனுடைய ஜாகைக்கு, அவனுடைய சிற்றப்பா வீட்டு மாடிக்கு வந்துவிட்டாள். வந்ததும் முதலில் அவன் கால்களைத் தொட்டுக் கண்களில் ஒற்றிக் கொண்டாள்.

"இவ்வளவு நேரமும் காத்திருந்தேன், அப்புறம்தான் என் தவறு எனக்குப் புரிஞ்சுது. தெய்வத்தைத் தரிசிக்கணும்னா கோவிலுக்குப் போய்த் தான் தரிசிக்கணும்னு புரிஞ்சது. நேரே வந்துட்டேன்" என்றாள்.

"ராதிகா!..." அவளைப் பெயர் சொல்லி முதன் முதலாக அழைத்தான் கிட்டு. "நாளைக்குக் குருவோடே வர்றதாத்தான் இருக்கிறேன்" என்றான்.

"நாளைக்கும் வரலாம். அதுக்காக இன்னிக்கு வரக்கூடாதுன்னு இல்லியே! இந்த அஞ்சு மாசத்திலே ஒரு நாள் கூட நீங்க வரல்லை. ஆன நான் மட்டும் நீங்க வருவீங்கன்னு ஒவ்வொரு நாளும் எதிர்

பார்ததுண்டே இருந்தேன்...”

கிட்டு ஒன்றும் பேசாமல் தலைகுனிந்து கொண்டான்.

ராதிகா சொன்னாள்: “உங்க நிழல்பட்ட இடத்திலே வித்தை வளரும். அன்னிக்கு எங்க வீட்டுக்கு நீங்க வந்து போனப்புறம் ராத்திரி தனியா மாடியிலே இருந்து பாடிண்டிருந்தேன். அந்த மாதிரி நான் முன்னும் பாடினதில்லே; பின்னும் பாடினதில்லே. என் பாட்டு எனக்கே அற்புதமா இருந்தது. அப்பா கேட்டுட்டுப் பிரமிச்சுப் போயிட்டார். அந்த மாதிரியும் என்னாலே பாட முடிஞ்சதுன்னா அதுக்கு என்ன காரணம்? உங்க நிழல் பட்ட இடம்; உங்க கால் பட்ட இடம். நான் அங்கே நின்னதோட பலன்தான் அது.”

ராதிகாவின் புகழுரைகள் கிட்டுவை எதுவும் பேசமுடியாத ஊமையாக்கி விட்டன. அவள் பேசுவதைக் கேட்காதவன் போல் பக்கத்தில் இருந்த புத்தகத்தை எடுத்துப் புரட்டினான். அவனால் தாங்கவே முடியவில்லை.

ராதிகா அந்த அறையைச் சுற்றும் முற்றும் பார்த்தாள். கீழே இறைந்து கிடந்த பத்திரிகைகளையும் புத்தகங்களையும் எடுத்துச் சுவரில் பதித்திருந்த அலமாரியில் அடுக்கி வைத்தாள். அங்கே இருந்த ஒரு டைம்பீஸ் ஓடாமல் இரணடு மணியில் நிற்பதை அப்போதுதான் கவனித்தாள்.

“கடிகாரம் ஓடலையா?”

“இல்லை. ஏதோ கோளாறு.”

“ரிப்பேர் பண்ணலாமோ?”

“பண்ணலாம். ஆனா என் கடிகாரமில்லை! சித்தப்பாவோடது...”

“எவ்வளவு நாளே ஓடல்லே?”

“ஒரு வாரமிருக்கும்.”

“ஒரு வாரமாச்சா? எனக்குத் தெரியாமப் போயிட்டதே...! நான் ஒரு வாரத்துக்கு முன்னாலேயே வந்திருப்பனே! மணி ரெண்டு தானே ஆறதுன்னு சொல்லிண்டே ஒரு வாரமும் இங்கேயே இருந்திருக்கலாமில்லையா?”

இருவரும் சிரித்து விட்டார்கள்.

“இந்த அறை போதுமா உங்களுக்கு? காத்து வராது போலிருக்கே?” என்று கேட்டாள் ராதிகா.

“இல்லையே! ராத்திரியிலே சுகம்மா காத்து வரும் தனி ஆளுக்கு இந்த அறைபோதும். இதைவிடச் சௌகரியமா இந்த ஊரிலே ஒரு இடம் கிடைக்கிறது அவ்வளவு லேசில்லையே?”

"எனக்கு என்னமோ காத்து வரும்னு தோணல்லே... ஆனா இடம் அமைதியாயிருக்கு."

"நான் வந்தப்புறம்தான் இங்கே அமைதி இல்லை! காலையிலே சாயங்காலத்திலே நினைச்ச நேரத்திலே பாட ஆரம்பிச்சுடுறேன்! என் சொந்தச் சித்தப்பாவானதாலே பொறுத்திண்டிருக்கிறார்! கீழே தான் குடியிருக்கிறார்!"

"ஆயிரம் ஆயிரமாக் கொட்டிக் கேட்க வேண்டிய பாட்டை ஒரு காசு செலவில்லாமக் கேட்கிறார். கரும்பு தின்னக் கூலியா? இப்படி எங்க வீட்டு மாடியிலே இருந்து நீங்க பாடினா, நான் காலேஜுக்குப் போகமாட்டேன்; எங்க அப்பா ஆபீசுக்குப் போக மாட்டார். சாப்பாட்டைக் கூட மறந்துட்டுப் பாட்டைக் கேட்டுண்டே இருப்போம்."

ராதிகா மேற்கொண்டு பேச்சை வளர்ப்பதற்கு விஷயம் தேடினாள். கிட்டுவுக்கு உடன் பிறந்தவர்கள் உண்டா? அவனுக்கு என்ன சாப்பாடு பிடிக்கும்? அவன் காலையில் தூங்கிவிழிப்பது எத்தனை மணிக்கு? -இந்தச் சந்தேகங்களையெல்லாம் கேட்டாள். இப்படிப்பட்ட கேள்விகளை அவள் அடுக்கிக் கொண்டு போவதைப் பார்த்த கிட்டு, "உங்களுக்கு நேரமாகல்லியா? மணி ஏழரைக்கு மேல் இருக்கும் போல் இருக்கே!" என்றான்.

"யார் சொன்னது? மணி ரெண்டுதான்! சந்தேகமிருந்தா கடிகாரத்தைப் பாருங்கோ!" என்றாள் ராதிகா.

மறுபடியும் சிரிப்பு. எட்ட நின்றே பேசிக் கொண்டிருந்தவர்களை அந்தச் சிரிப்பும் பேச்சும் அருகில் கொண்டு வருவதற்கு எவ்வளவோ முயன்றும் முடியவில்லை.

ராதிகா வீட்டுக்குப் புறப்பட்டாள்.

அன்றிரவு அப்பாவைப் பார்த்ததும், "கிட்டு இருக்கிற ஜாகை ரொம்ப வசதிக் குறைச்சலான இடமாம்" என்றாள் ராதிகா.

அது அவளுக்கு எப்படித் தெரியும், எதற்காக அதைச் சொல்கிறாள் என்றெல்லாம் ஜம்புநாதன் யோசிக்கவில்லை. கிட்டு வின் பெயர் பிரஸ்தாபிக்கப்பட்டதும், அவருக்கு அவனைத் தவிர வேறு எதைப் பற்றியும் நினைக்கத் தோன்றவில்லை.

"அவனுக்கென்ன ராதிகா? நினைச்சால் நாளைக்கே ஒரு பங்களா கட்டலாம். ஆயிரம் ஆயிரமாச் சம்பாதிக்கிறான். அவனுக்கு என்ன குறை? சரஸ்வதியும் லக்ஷ்மியும் அவனுக்குப் போட்டி போட்டுண்டு அனுக்கிரஹம் பண்றா!"

"உங்களைப் போல யாராவது ஒருத்தர் சொன்னால் தான் அவருக்கு வீடு வாசல்னு ஞாபகம் வரும் போலிருக்கு! கற்பனையிலேயே மிதந்துண்டு இருக்கப்பட்டவர்..."

"ஞாபகப்படுத்தறது என்ன? நானே முன்னால் இருந்து பிளான் போட்டுக் கட்டிக் குடுப்பேன். குடுத்து வச்சிருக்க வேண்டாமா?"

அப்பாவின் வார்த்தைகளில் "நானே முன்னால் இருந்து பிளான் போட்டுக் கட்டிக் குடுப்பேன்" என்பவை ராதிகாவின் உள்ளத்தில் விசேஷ முக்கியத்துவத்தோடு பதிந்துவிட்டன, 'பாவம், அப்பா கல்மிஷமில்லாமல் பேசுகிறார்" என்று தனக்குள் சொல்லிக் கொண்டாள்.

4

ராதிகா தன்னைத் தேடி வந்ததைக் குருவிடம் மறைக்காமல் சொல்லி விடவேண்டும் என்று அப்போதே நினைத்தான்கிட்டு. ஆனால் சமயம் வாக்கச் சில நாட்கள் ஆகிவிட்டன. அந்தச் சில நாட்களுக்குள் இருவருடைய தொடர்பும் எவ்வளவோ நெருக்கத்துக்கு வந்துவிட்டது. எத்தனையோ சந்திப்புக்கள், எத்தனையோ பேச்சுக்கள், எத்தனையோ உறுதி மொழிகள்... இப்படிப் பல காரியங்கள் நடந்துவிட்டன. சொல்வதென்றால் மணிக்கணக்கில் சொல்வதற்கு முக்கியமான விஷயங்கள் நிறையச் சேர்ந்துவிட்டன. குருவுக்குத் தெரியாமல் ரகசியமாக இந்தத் தொடர்பு நீடித்துக்கொண்டு போவது அவரை ஏமாற்றும் செயல்போல அவனுக்குத் தோன்றியது. விஷயத்தைச் சொல்வதற்கென்றே அவரிடம் ஒருநாள் மத்தியான வேளையில் அவன் வந்து சேர்ந்தான்.

"இந்நேரத்திலே வந்திருக்கிறயேகிட்டு, என்ன விஷயம்?" என்று இலேசாகப் பதறிக்கொண்டு கேட்டார் பாகவதர்.

கதையை ஆதியோடு அந்தமாகச் சொல்லவேண்டும் என்று வந்த கிட்டுவுக்கு அவ்வளவையும் சொல்லிக் கொண்டிருப்பது அனாவசியம் என்று திடீரென்று தோன்றிவிட்டது. விஷயத்தின் சாரத்தை மட்டும் சொல்லி விடட்டால் போதும் என்று நினைத்துப் பேசத் தொடங்கினான்.

"நீங்க எனக்குக் குரு... ஆனா, நான் உங்களைக் குருவா நினைக்கலே; தெய்வமா நினைக்கிறேன். தெய்வ சந்நிதியிலே எதையும் மூடி மறைக்கிறது மகா அபசாரம்... என்னை ராதிகா தேடி வந்தா; நானும் அவளைத் தேடிப் போனேன். எங்க ரெண்டு பேரையும் நீங்க ஆசீர்வதிக்கணும்..."

"கிட்டு! என்ன சொல்றே? புரியும்படியாக கொஞ்சம் விளக்கமாகச் சொல்" என்று நிதானம் இழக்காமல் கூறினார் பாகவதர்.

"நாங்க கல்யாணம் பண்ணிக்கிறதா முடிவு பண்ணிட்டோம்..."

குருவுக்குப் புரிந்துவிட்டது. பிரமித்துப் போய் அவனைப் பார்த்தார். "கிட்டு! நிஜமாத்தான் சொல்றியா?"

"ஆமாம்" -குனிந்து கொண்டே அவன் பதில் சொன்னான்.

அவனையே பார்த்துக் கொண்டிருந்தார் குரு. பிறகு சொன்னார்: "கிட்டு! என்னைப் பார். நான் மனப்பூர்வமா ஆசீர்வாதம் பண்றேன். ராதையும் கிருஷ்ணனும் ஒண்ணாச்சேர்ற காட்சி தெய்வீகக் காட்சிடா கிட்டு! ஜம்புநாதன் என்ன தபஸ் பண்ணினாரோ? இதைவிட அவருக்கு ஒரு சந்தோஷமான சமாச்சாரம் இருக்க முடியாது. அவரைக் கலந்துண்டு ஏற்பாடு பண்றேன்." -இதைக் கூறி முடித்ததும் முடிக்காததுமாக அவர் பரவசத்தோடு ராதாகிருஷ்ணர்களின் சந்திப்பை விவரிக்கும் கீத கோவிந்தப் பகுதியில் இரண்டு வரிகளை வராளி ராகத்தில் தமக்குத் தாமே பாடத் தொடங்கிவிட்டார்.

5

ஜம்புநாதன் டில்லியிருந்து திரும்பியதும் அவரை அனந்தராம பாகவதர் போய்ப் பார்ப்பதற்கு முன்பு சாஸ்திரி சங்கீத சமாஜத்தின் நிர்வாகக் குழுவைச் சேர்ந்த நாலைந்து முக்கியஸ்தர்கள், காரியதரிசி வேணுவோடு போய்ப் பார்த்தார்கள். கிட்டுவைப் போன்ற ஒரு மகாவித்வானுக்குக் குருவாக இருக்கும் பாகவதருக்கு இன்னும் இரண்டு மாதங்களில் அறுபது வயது பூர்த்தியாகிறது என்றும், அவருக்குச் சமாஜத்தில் ஒரு பாராட்ட விழா நடத்திப் பண முடிப்பும் வழங்க வேண்டும் என்றும் அவர்கள் ஜம்புநாதனிடம் கூறினார்கள். இந்தச் செய்தியை அவர் பரமசந்தோஷத்தோடு வரவேற்றார்.

"அனந்தராம பாகவதரைக் கௌரவிக்க வேண்டிய ரொம்ப அவசியம். சங்கீதத்துக்கு அவர் பண்ணியிருக்கிற சேவை கொஞ்சமில்லை. சங்கீதத்துக்காகவே வாழ்நாளை அர்ப்பணம் பண்ணினவர். அவரோட கதை எனக்கு முழுக்கத் தெரியும். சிறுவயசிலே ரொம்ப ரொம்பக் கஷ்டப்பட்டிருக்கிறாராம். தியாகப் பிரம்மத்தோட சிஷ்ய பரம்பரை என்கிற கௌரவத்தை எப்படியெல்லாம் காப்பாத்தியிருக்கிறது அவர் குடும்பம்! அவர் வயிறு காயாமல் இருக்கணும் என்கிறதுக்காக வீட்டிலே மத்தவங்க பட்டினிகிடந்த நாட்களும் உண்டாம். தியாகப் பிரம்த்தைப் போல உஞ்சவிருத்தியிலே ஜீவனம் பண்ணல்லையே ஒழிய, அந்த அளவுக்குத் தரித்திரமாம். அப்படிப் பசியும் பட்டினியும் கிடந்து சங்கீதத்தை வளர்த்திருக்கிறார். இப்படி சங்கீதத்துக்காக

வாழ்நாளையே அர்ப்பணம் பண்ணக்கூடியவர் நம்ப தேசத்திலே இருந்திருக்கல்லேன்னா, நம்ப சங்கீதம் எப்பவோ நசிச்சுப் போயிருக்கும். அவரை ஒரு தியாகின்னுதான் சொல்லணும். இங்கே மெட்ராஸுக்கு வந்தப்புறம்கூட அவருக்கு அப்படி ஒண்ணும் சௌகரியம் ஏற்பட்டுட்டதாகச் சொல்லிவிட முடியாது. சௌகரியம் வேணும்னு அவர் ஆசைப்பட்டதுமில்லை. என்கிட்டேவே ஒருநாள் சொன்னார். 'வாலிபத்திலேயே சௌகரியங்களை அனுபவிச்சதில்லை. வயசான காலத்திலே எனக்கு எந்தச் சௌகரியம் இருந்தா என்ன? இல்லாட்டா என்ன? ஆயுள் பரியந்தம் பாடறதுக்கும் நாலு பேருக்குக் கத்துக் குடுக்கறதுக்கும் சாரீரம் இருந்தாப் போதும். என்னண்டே கத்துண்டவா விசேஷமாகப் பாடிப் பேர் வாங்கணும். எங்க பரம்பரை காப்பாத்தி வந்த சங்கீதப் பொக்கிஷத்தை நாலு பேர் கிட்ட பத்திரமா ஒப்படைச்சிட்டுப் போகணும். இந்த ஒரே ஆசை தான் எனக்குன்னு சொன்னார். கடைசிக் காலத்திலே கிட்டு ஒரு சத்பாத்திரமா வந்து சேர்ந்தான். பாகவதரோட ஆசை, ஒண்ணுக்கு நூறு மடங்காப் பலிச்சுட்டது...."

ஜம்புநாதன் இவ்வாறு சொன்னதும் காரியதரிசி வேணு, "ஒருவகையிலே கிட்டுவும் குருவைப் போல ஒரு தியாகிதான். இல்லையா? பி.ஏ. படிச்சுப்பாஸ் பண்ணினவன், உத்தியோகத்துக்குப் போகணும்னு நினைக்காமே, சங்கீதத்துக்குத் தன்னை அர்ப்பணிச்சது பெரிய விஷயமில்லையா?" என்றார்.

அவ்வளவுதான் ஜம்புநாதன் கிட்டுவை வானளாவப் புகழத் தொடங்கி விட்டார். "எவ்வளவு பெரிய விஷயம்! இவன் பண்ணி யிருக்கிறது எவ்வளவு பெரிய தியாகம்! அதிர்ஷ்டவசமாத் தியாகத் துக்கு ரொம்ப சீக்கிரத்திலேயே பலனும் கிடைச்சுட்டது. இந்த வயசிலேயே நிகரில்லாத கீர்த்தியைச் சம்பாதிச்சுட்டான். தியாகம் வீண் போகாது. கலைக்காக இப்படித் தியாகம் பண்றவங்களைக் கோவில் கட்டிக் கும்பிடலாம்!"

சமாஜத்தில் அடுத்த வாரமே நிர்வாகக் குழுவைக் கூட்டி நிதிவசூலுக்காக ஒரு கமிட்டி நியமக்க வேண்டும் என்றும் பாகவதரின் அறுபதாண்டு நிறைவை எப்படி கொண்டாடுவது என்பதற்கான திட்டங்களை வகுக்க வேண்டும் என்றும் பேசினார்கள்.

"பத்தாயிரம் ரூபாயாவது பாகவதருக்குப் பண முடிப்புக் குடுக்கணும்" என்று சொன்னார் வேணு.

"குடுப்போம். தொகையைப் பத்தி அடுத்த வாரம் பேசி முடிவு பண்ணிக்கலாமே?" என்று ஜம்புநாதன் சொன்னார்.

ஜம்புநாதன் வீட்டில் இந்தக் கூட்டம் முடிந்ததும் வேணு நேராகப் பாகவதரின் வீட்டுக்கே வந்தார். சந்தோஷ சமாச்சாரத்தைத் தாமே முதல் முதலாக வந்து சொல்லவேண்டும் என்று அவருக்கு ஆசை.

"ஒரு நல்ல சமாச்சாரம். உங்க சஷ்டியப்த பூர்த்தியை சமாஜத்திலே சிறப்பாகக் கொண்டாடப் போறோம். இப்பத்தான் ஜம்புநாதன் வீட்டிலே பேசிமுடிவு பண்ணினோம். பண முடிப்பும் குடுக்கத் தீர்மானமாயிருக்கு" என்றார் வேணு.

"பணமுடிப்பா? இனிமேல் எனக்கு எதுக்குப் பணம்? பணத்தை வெச்சி என்ன பண்றது? யாருக்கு வெச்சுட்டுப் போகப் போகிறேன்? பொண்கள் மூணு பேரையும் கல்யாணம் பண்ணிக் குடுத்துட்டேன். ஒவ்வொருத்தரும் சௌகரியமா இருந்துண்டிருக்கா. நானும் சம்சாரமும் ரெண்டு பேர்தான் வீட்டிலே ஏதோ எங்க செலவுக்குப் பணம் வந்துண்டிருக்கு. இது போதுமே" என்றார் பாகவதர்.

"தியாகமா?" என்று புரியாமல் கேட்டார் பாகவதர்.

"இப்படி எவ்வளவு காலம் சம்பாதிச்சே சாப்பிட முடியும்? அறுபது வயசுக்குப் புறமாவது நிம்மதியா உட்கார்ந்து சாப்பிடறாப் போல ஒரு வசதி வேண்டாமா? அறுபதுக்கு மேலேயும் தியாகம் பண்ண முடியுமா?"

"தியாகம் தான். நீங்க பண்ணினதும் தியாகம். உங்க சிஷ்யன் கிட்டு பண்ணினதும் தியாகம். சங்கீதத்துக்காக நீங்க செய்திருக்கிற தியாகம் சாமான்யப்பட்டதா?"

"இது என்ன தியாகம் பெரிசாச் சொல்ல வந்துட்டே! வேணு! எனக்கு இருக்கிற வசதிகூட இல்லாம இந்தக் கலையை வளர்க்கிற துக்குத் தியாகம் பண்ணினவா ஆயிரம் பேர் இருந்திருக்கா. தியாகப் பிரம்மம் செய்யாத தியாகமா? சரபோஜி மகாராஜா தங்கமும் வைரமுமாச் சன்மானத்தை வெச்சூண்டு காத்திருந்தார். 'அதெல்லாம் வேண்டாம்'னு சொல்லிட்டு உஞ்சவிருத்தியை வெச்சிக் காலம் தள்ளினார் அந்த மகான். க்ஷீதர்வாள் சொந்த நிலத்துக்கு வரிகட்ட முடியாமே கஷ்டப்பட்டாராம். அதனாலே நிலத்தையே தானம் பண்ணிட்டு ஊரை விட்டுக் கிளம்பினாராம். அவ்வளவு கஷ்டத்திலும் அவர் சங்கீதத்தைத் கைவிட்டுடல்லே... இப்படி மகான்கள் பண்ணியிருக்கிற தியாகத்துக்கு முன்னாலே நாங்க பண்ணினதைப் பெரிசாச் சொல்ல வந்துட்டயே!"

'என்ன அடக்கம்! என்ன பணிவு! மனுஷனுக்குக் கொஞ்சமாவது ஆசையோ பற்றோ இருக்கணுமே!... அடடா!' என்று வேணு உள்ளுக்குள் சொல்லிக் கொண்டே, "நீங்க விரும்பமாட்டீங்கன்னு

எங்களுக்குத் தெரியும். ஆனா உங்களைக் கௌரவிக்கிறது எங்க கடமை; அது சங்கீதத்தையே கௌவிக்கிற மாதிரி. ஜம்புநாதன் அமோகமா வைபவத்தை நடத்துவார்" என்றார்.

உடனே பாகவதர், "வேணு! திடீர்னு உங்களுக்கு இந்த யோசனை எப்படித் தோணித்து? எனக்கு வயசு அறுபது முடியப் போறது என்கிற விஷயத்தை நானே நினைச்சுப் பார்க்கல்லையே!... உம்?" என்று கேட்டார். அப்புறம் அவரே அந்தக் கேள்விக்கு விடை கூறினார். "அது தான் விஷயம். பூவோட சேர்ந்த நாரும் மணம் பெறும்னு சொல்வா, கிட்டு என்னைக் குருன்னு சொல்லிட்டான். என் அந்தஸ்தும் ஒசந்துவிட்டது! இல்லியா?"

"அதுமட்டுமில்லை காரணம்..."

"அதுதான் காரணம். ஏன் இல்லேன்னு சொல்றே? எனக்குச் சந்தோஷமாத்தான் இருக்கு. சிஷ்யன் மூலமாகக் கிடைக்கிற பெருமைக்குத் தான் நான் ஆசைப்பட்டேன். அது நிறைவேறிட்டது."

"அப்படியே வெச்சிக்கோங்கோ!..." -வேணு ஓர் அசட்டுச் சிரிப்புச் சிரித்தார். அத்துடன் விடைபெற்றுக் கொண்டு போய் விட்டார்.

தனியே உட்கார்ந்திருந்த பாகவதர், 'இதுவும் சந்தோஷ மாகத்தான் இருக்கு. கிட்டுவுக்குக் கல்யாணம் முந்தியா, எனக்கு சஷ்டியப்த பூர்த்தி முந்தியான்னு ஒரு போட்டி!' என்று நினைத்துச் சிரித்துக் கொண்டார்.

6

ஜம்புநாதன் வீட்டுக்குப் பாடத்துக்குப் போகும் போதெல்லாம் அவரைச் சந்தித்துக் கிட்டுவின் கல்யாண விஷயத்தைப் பேசிவிட வேண்டும் என்று பாகவதர் எவ்வளவோ முயன்றார். ஆனால் ஒவ்வொரு தடவையுமே சமயம் வாய்க்காமல் போய்விட்டது.

'என்ன அதிசயம்! இப்போ முக்கியமான காரியத்தைப் பத்திப் பேசறதுக்குச் சந்தர்ப்பம் கிடைக்கமாட்டேங்கிறதே...!' என்று பாகவதர் ஆச்சரியப்பட்டுக் கொண்டிருக்கும்போது, ஹைதராபாத்தில் ஒரு கச்சேரிகுப் போய் விட்டுத் திரும்பிய கிட்டு, பாகவதரைப் பார்க்க வந்தான். மறுநாளே திருவனந்தபுரத்துக்குக் கச்சேரிக்குப் போகப்போவதாகச் சொன்னான். சொல்லிவிட்டு, அவர் முகத்தை ஒரு கேள்விக் குறியோடு பார்த்தான். "ஜம்புநாதனை நான் இன்னும் பார்க்க முடியல்லை கிட்டு. ஒரு மாசமா முயற்சி பண்றேன். அகப்பட மாட்டேங்கிறார். வர்ற சனிக்கிழமை பாடத்துக்குப் போறப்போ எப்படியும் பார்த்துப்பிடுறேன். பார்க்கிறது, பேசறது எல்லாம் ஒரு

சம்பிரதாயம் மாதிரித்தான். பேசறதுக்கு என்ன இருக்கு? நான் சொல்றதுக்கு முன்னாலேயே சரின்னு சொல்லிடப் போறார். இது முடிஞ்ச கல்யாணம்!" என்றார்.

"சனிக்கிழமையோடே சங்கீத டியூஷனை நிறுத்தி வைக்கணும்னு இருக்கிறாராம். பரீட்சை நெருங்கிட்டதாம். பரீட்சை சமயத்திலே பாடம் நடக்காதாமே? ராதிகா சொன்னாள்" என்றான் கிட்டு.

"ஆமாம். பரீட்சை சமயத்திலே பாடம் நடக்காதுதான். மறந்தே போயிட்டேனே? அவங்க காலேஜ் பாடங்களைப் படிக்கிறதுக்குன்னு எனக்கு ரெண்டு மாசம் லீவு விட்டுடுவார்... அவரோட மூத்த பொண்கள் சங்கீதம் படிக்கிற போதும் இதுதான் வழக்கம். ஆனா, லீவுக்குச் சம்பளம் உண்டு!"

கிட்டு அடுத்தபடியாக, "அவர் ஜெர்மனிக்கும் சீக்கிரத்திலே போறதா இருக்கிறாராம்" என்றான்.

கிட்டு ஒவ்வொன்றையும் சொல்லி அவசரப்படுத்துவதை உணர்ந்து கொண்டே பாகவதர், "அப்படியா? எப்போ திரும்புவாராம்?" என்று கேட்டார்.

"ரெண்டு மூணு வாரம் ஆகுமாம்."

"சரி. அப்படின்னா சனிக்கிழமை அவரைப் பார்த்துட வேண்டியது அவசியத்திலும் அவசியம்."

7

சனிக்கிழமையன்றும் ஜம்புநாதனைப் பார்க்க முடியவில்லை. இரவுஎட்டு மணி வரை காத்திருந்து பார்த்தார் பாகவதர். அவர் வீடு திரும்ப எவ்வளவு நேரம் ஆகும் என்றும் தெரியவில்லை. கடைசியில் பாகவதர் அவரைப் பார்க்காமலே வரவேண்டியதாகி விட்டது.

இரண்டு மூன்று நாட்களில் ஜம்புநாதன் ஜெர்மனிக்குப் போய் விட்டார். பாகவதர் பார்க்க முடியாமலே போய்விட்டது. 'ஏன் இப்படித் தட்டித் தட்டிப் போறது?' என்று சிறிது கலக்கமும் அடைந்தார். அதற்காக அவர் அதிகம் கவலைப்பட்டு விடவில்லை. அது முடிந்த கல்யாணம் தான் என்பதில் அவருக்கு அவ்வளவு நம்பிக்கை.

இரண்டு வாரங்களுக்குப் பிறகு ஜம்புநாதன் ஜெர்மனியிலிருந்து திரும்பி விட்டார். இந்தச் சமாச்சாரம் தெரிந்ததும் நேரே அவர் வீட்டுக்கு ஓடினார் பாகவதர்.

வீட்டினுள் சென்ற பாகவதர் அங்கே ஹாலில் நம்ப முடியாத ஓர் அதிசயத்தைக் கண்டார். அவருக்கு ஏற்பட்ட மகிழ்ச்சிக்கு

எல்லையே இல்லை. ஹாலில் கிட்டுவின் போட்டோப் படம் ஒன்று கண்ணாடி போட்டு மாட்டப் பட்டிருந்தது.

"ராதிகா! படம் பிரமாதமாயிருக்கு! எப்ப எடுத்தது?"

"போன வாரம்தான். நிஜமா பிரமாதமா இருக்கா? நான் எடுத்த போட்டோ!"

"ஓ! உனக்கு இவ்வளவு பிரமாதமாய் போட்டோ எடுக்கத் தெரியும்னு எனக்கு இதுவரையிலே தெரியாதே! அப்பா... அப்பா படத்தைப் பார்த்து என்ன சொன்னார்?"

"அவர்தான் இப்படி என்லார்ஜ் பண்ணிக் கண்ணாடி போடச் சொன்னது. அவரும் பிரமாதமாக இருக்கிறதாத் தான் சொன்னார்."

பாகவதர் மனசுக்குள் வெற்றி முரசு கொட்டிக்கொண்டு உட்கார்ந்தார்.

பதினைந்து நிமிஷங்களில் ஜம்புநாதன் வந்துவிட்டார். ஆவலோடு பாகவதரை வரவேற்றார். "உங்களைப் பார்த்து எத்தனை நாள் ஆயிட்டது!... எத்தனையோ வருஷம் ஆயிட்டாப் போல இருக்கு... என்னோடே ஏதோ பேசணும்னு சொன்னேளாமே!" என்றார்.

"ஆமாம்" என்ற பாகவதர் ராதிகாவைத் திரும்பிப் பார்த்தார். பிறகு, "தனியாப் பேசவேண்டிய விஷயம்" என்றார்.

"அப்படின்னா மாடிக்குப் போவமே!" என்று சொல்லி எழுந்தார் ஜம்புநாதன். இருவருமே மாடிக்குப் போனார்கள்.

"உங்களுக்குச் சந்தோஷமான சமாச்சாரம்தான்!"

"சொல்லுங்க!"

"கிட்டுவுக்குச் சீக்கிரமாகக் கல்யாணம் பண்ணனும்னு அவனோட அப்பா அபிப்ராயப்படுறாராம். பெரிய இடங்களிலே இருந்தெல்லாம் ஜாதகங்கள் வந்துண்டிருக்காம். கொஞ்ச நாளைக்கு அவனை மதுரையிலேயே வந்து இருக்கச் சொல்லி அவர் கடுதாசி போட்டிருக்கிறாராம்."

"பேஷ்! பேஷ்! கிட்டு கல்யாணம்னா நம்ப வீட்டுக் கல்யாணம் மாதிரி! நாம்பதான் முதல் ஆளாய்ப் போய் இருந்து எல்லா ஏற்பாடுகளையும் கவனிக்கணும். உங்களுக்கு சஷ்டியப்த பூர்த்தி நடந்து கையோடே அவன் கல்யாணமும் நடக்கிறது எங்களுக்கு ரெட்டிப்புச் சந்தோஷம்!"

"ஆனா எனக்கு ஒரு யோசனை தோணித்து. அதனாலே தான் உங்களோடே தனியாப் பேசணும்னு நினைச்சேன். கிட்டு இங்கே மெட்ராஸிலேயே இருக்கணும்; நம்பளோட இருக்கணும். அவனுக்கு

ஏத்த மாதிரி குணமும் அழகும் படிப்பும் சங்கீத ஞானமும் உள்ள ஒரு பொண்ணை அவனுக்குக் கல்யாணம் பண்ணி வெய்க்கணும்."

"அப்படிப்பட்ட பொண்ணையே பார்க்கிறது! என்ன கஷ்டம்?"

"நான் நினைச்சதைச் சொல்லிப்பிடறேன். நம்ம ராதிகாவை நான் மனசிலே குறிச்சி வெச்சிருக்கிறேன்..."

"ராதிகாவையா?" என்று அதிர்ச்சி அடைந்தாற்போல் கேட்டார் ஜம்புநாதன்.

"ஆமாம்."

ஜம்புநாதன் ஒன்றும் பேசாமல் இரு கண்களையும் மூடிக் கொண்டு, இரண்டு உள்ளங்கைகளாலும் தமது மூக்கை அணைத்துக் கொண்டு யோசித்தார்.

'என்ன யோசிக்கிறார்? எதற்காக யோசிக்கிறார்?' என்று பாகவதருக்கு திகைப்பாக இருந்தது.

ஒரு பேச்சும் இல்லாமல் ஒவ்வொரு நிமிஷமும் கழிந்து கொண்டிருந்தது.

பாகவதர் பேசத் தொடங்கினார்: "மூத்த பெண்கள் நாலு பேரையும் உங்களைப் போல உத்யோகத்திலும் பதவியிலும் இருக்கப்பட்டவாளுக்குப் பண்ணிக்குடுத்திட்டேள். ராதிகாவை ஒரு வித்வானுக்குக் குடுக்கலாமேன்னு நினைச்சேன். கிட்டு வெறும் வித்வானா மட்டும் இல்லாமே, பி.ஏ. பட்டதாரியும் இருக்கிறான். பெரிய அதிகாரிகளைவிட அதிகமாச் சம்பாதிக்கிறான். அழகையும் குணத்தையும் பத்தி நான் சொல்ல வேண்டியதில்லை. சகல அம்சங்களும் பூரணமா நிறைஞ்சிருக்கு. ராதிகா மாதிரி ஒரு பரம ரஸிகை அவனுக்குச் சகதர்மிணியாகணும் என்கிற ஆசை எனக்கு..."

ஜம்புநாதன் கண்களைத் திறந்தார். பாகவதரைப் பார்த்து, "நீங்க இப்படிச் சொல்வேள்னு நான் எதிர்பார்க்கல்லே... நான் யோசனை பண்ணிச் சொல்றேன். இன்னொரு நாள் பார்ப்போம். இந்த யோசனையை வேற யாரண்டேயும் சொன்னேளா?" என்று கேட்டார்.

"ஒருத்தருக்கும் சொல்லல்லே. ஒருத்தருக்கும் தெரியாது. கிட்டுவுக்குத்தான் தெரியும்."

"தெரியுமா?"

"அவனோட அபிப்ராயம் தெரியாம உங்களண்டே வந்து நான் பேசறது எப்படி?"

"சரி, பின்னால் சந்திப்போம். நான் சொல்லியனுப்பறேன்."

இருவரும் எழுந்து விட்டார்கள். இப்படிப்பட்ட பதிலைப் பாகவதர் எதிர்பார்க்கவில்லை. மிகவும் குழம்பிப்போய் வீடு திரும்பினார்.

8

கிட்டுவுக்கும் ராதிகாவுக்கும் கல்யாணம் நடக்குமா?- பாகவதரின் சந்தேகம் தினந்தினமும் பெரிதாகிக் கொண்டு வந்தது. ஐம்புநாதன் என்ன சொல்லப் போகிறார் என்பதை அறிந்துகொள்ள ஒவ்வொரு நிமிஷமும் துடித்துக் கொண்டிருந்தார். ஏதோ ஒரு பலமான ஆட்சேபம் இருக்கிறது. இல்லை என்றால், நான் சொன்னதுமே அவர் சம்மதித்திருப்பார். என்ன ஆட்சேபமோ? என்ன தடங்கலோ?

மூன்று நாட்கள் மூன்று மாதங்களாகக் கழிந்தன. கிட்டுவும் ஊரில் இல்லை. வேறு யாரும் தேடி வரவில்லை, வீடு ஜெயில் மாதிரி ஆகிவிட்டது. நான்காம் நாள் ஐம்புநாதன் சொல்லியனுப்பாமலே அவர் வீட்டுக்குப் போய் விட்டார். அவரைப் பார்த்தார். அவரே சொல்லட்டும் என்று வாய் திறக்காமல் உட்கார்ந்திருந்தார்.

"நீங்க எதுக்கு வந்திருக்கிறேள்னு தெரியும். அதைப் பத்திப் பேசவே கஷ்டமாயிருக்கு. அந்த யோசனையை விட்டுடுங்கோ."

நம்பிக்கை அடியோடு தகர்ந்து விட்டது. இனி என்ன பேச இருக்கிறது?

"சரி. ஆனா கஷ்டமாயிருக்குன்னு ஏன் சொல்றேள்? நான் ஒரு அபிப்ராயத்தைச் சொன்னேன். அது சரியில்லைன்னா அத்தோட விஷயம் முடிஞ்சது. கஷ்டமாயிருக்குன்னு ஏன் சொல்லணும்?" என்று கேட்டுக்கொண்டே எழுந்தார் பாகவதர்.

அவர் எவ்வளவு ஆத்திரத்துடன் இந்த வார்த்தைகளைச் சொலகிறார் என்பதை ஐம்புநாதன் சுலபமாகக் கண்டு கொண்டார். இருந்தாலும், ஆத்திரமாக இருக்கும் நிலையிலேயே அவரை அனுப்பி வைக்க விரும்பாமல், "வீட்டிலே பேசிப் பார்த்தேன். அங்கே அறவே இஷ்டமில்லை" என்றார்.

"என்ன காரணமோ? எதுவாய் இருந்தால் என்ன?"

"உங்களுக்கு சொல்றதுக்கு என்ன? ராதிகா டாக்டருக்குப் படிக்க வைக்கிறோம். ஒரு பெரிய டாக்டருக்குத்தான் கல்யாணம் பண்ணித் தரணும்னு அவளோட அம்மா சொல்றா. டாக்டருக்குப் படிச்சிட்டு ஒரு சங்கீத வித்வானையா கல்யாணம் பண்ணிக்கிறதுன்னு கேட்கிறா..."

"உங்க அபிப்ராயத்தை நீங்க சொல்லலாமே!"

“என் அபிப்ராயம்... எனக்கும் அதே அபிப்ராயம் தான்!”

“விஷயம் முடிஞ்சது. சந்தோஷம் நான் போய்ட்டு வர்றேன்.”

பாகவதர் போய்விட்டார்.

அவர் வீடு போய்ச் சேர்ந்த ஒரு நிமிஷ நேரத்துக்கெல்லாம் சமாஜக் காரியதரிசி வேணு வந்து சேர்ந்தார்.

“சரியா இன்னும் பத்து நாள் தான் இருக்கு!” என்று வந்ததும் வராததுமாக முழக்கமாய்ச் சொன்னார் வேணு.

சுவாரஸ்யமில்லாமல், “எதுக்குப் பத்து நாள் இருக்கு?” என்று கேட்டார் பாகவதர்.

“சஷ்டியப்த பூர்த்தி விழாவுக்குத்தான். வேறு எதைச் சொல்வேன்னு நினைச்சேள்? ஜம்புநாதன் மூவாயிரம் குடுத்திருக் கிறார். கிட்டு நாளைக்கு வெளியூர்லேருந்து வர்றார். நாளைக் கச்சேரியிலேயும் மூவாயிரத்துக்குக் கொறையாம வசூல் இருக்கும். மொத்தம் பதினாயிரத்தைத் தாண்டிடும்...”

“வேணு! கொஞ்சம் பொறு. நான் கேட்கிற ஒரு கேள்விக்குப் பதில் சொல்லிட்டு அப்புறம் நீ சொல்றதைச் சொல்லு. ஜம்புநாதன் எதுக்காக மூவாயிரம் குடுத்திருக்கிறார்? அதைக்கூட நீ சொல்ல வேண்டாம். இந்த விழாவை எதுக்காக நீங்க நடத்துறீங்க? அதை மட்டும் சொல்லு.”

“உங்களைக் கௌரவிக்கிறதுக்காகத்தான்!”

“என்னை எதுக்காகக் கௌரவிக்கணும்?”

“நன்னாக் கேட்கறேளே கேள்வி! வேற எதுக்கு? உங்க சங்கீத சேவைக்காகத்தான்!”

“சங்கீத சேவை கௌரவிக்க வேண்டிய விஷயமா இருந்தா, சங்கீதமும் கௌரவமான விஷயமாகத் தானே இருக்க முடியும்?”

“சந்தேகம் என்ன? நீங்க இப்படியெல்லாம் கேட்கறது எனக்கு ஆச்சர்யமா இருக்கு!”

“வேணு! சங்கீதம் கௌரவமான விஷயம்னுதான் நானும் நினைச்சிண்டிருந்தேன். அப்படி இல்லேன்னு இப்பத்தான் தெரியறது.”

“... ...?”

“சந்தேகமிருந்தா ஜம்புநாதனையே போய்க் கேள். சங்கீதம் எவ்வளவு கேவலமான விஷயம் என்கிறது அப்போ தெரியும் உனக்கு, எதுக்காகக் கேவலமான விஷயத்துக்கு ஒரு விழா? ஒரு சமாஜம்? அதுக்கு உன்னைப் போல ஒரு காரியதரிசி? யாரை ஏமாத்தறதுக்குன்னேன்...?” -பாகவதர் இரைந்தார்.

இவரா, இந்தப் பரம சாதுவா இப்படிப் பேசுகிறார் என்று பயந்து விட்டார் வேணு.

"நோயையும் ரணத்தையும் துர்நாற்றத்தையுமே சதா பக்கத்திலே வெச்சுண்டிருக்கிற டாக்டருக்கு இருக்கிற கௌரவம், அந்தத் தியாகப் பிரம்மத்துக்குக் கூடக் கிடையாது இந்த லோகத்தில். சங்கீதமாம்! கலையாம்! நாதப்பிரும்மமாம்!... வேணு நம்பஜம்பு நாதனுக்கு அஞ்சு பொண்கள்; நாலு பிள்ளைகள். உனக்குத் தெரிஞ் சது தானே? எல்லோருக்குமே என்னைக் கூப்பிட்டு சங்கீத டியூஷன் வெச்சார். எனக்கும் தாராளமாக குடுத்தார். ஆனா, ஒரு பெண்ணை, ஒரு பிள்ளையை சங்கீதத்துக்குன்னு விட்டாரா? விடவேண்டாம். விடணும்னு ஒரு நாளாவது ஆசைப்பட்டாரா? பையன்களுக்கெல்லாம் இவரைப் போலவே கம்பெனிகளிலே உத்யோகம். பொண்களுக்கெல்லாம் உத்யோகம் பார்க்கிற மாப்பிளைகள். கடைசியிலே அந்த ஒரு பொண்ணையாவது ஒரு வித்வானுக்குக் கல்யாணம் பண்ணிக் குடுப்பார்னு பார்த்தேன். முடியாதுன்னுட்டார். டாக்டருக்குக் குடுக்கப் போறாராம்... வித்வான் கூடாதாம்... கிட்டுவைத் தான் சொல்றேன். அவனுக்கு என்ன குறைச்சல்? பி.ஏ. படிச்சவன்; அழகன்; குணசாலி; ஈடுயிணையில்லாத மேதா விலாசம் அவதார புருஷன் மாதிரி இருக்கிறான்னு அவர் வாயாலேயே ஆயிரம் தடவை புகழ்ந்திருக்கிறார். சம்பாத்தியமோ? நாலு டாக்டர்கள் ஒரு மாசத்திலே சம்பாதிக்கிறதை இவன் ரெண்டு கச்சேரியிலே சம்பாதிச்சுடுவான். இத்தனை இருந்தும் அவதார புருஷன் குறைஞ்சி போயிட்டான்; டாக்டர் ஒசந்து போயிட்டான். இருந்திருந்து சங்கீத வித்வானுக்கா டாக்டருக்குப் படிச்ச பொண்ணைக் கட்டிக் குடுக்கிறதுன்னு அவர் சம்சாரம் சொன்னாளாம். அவரும் அப்படித்தான் நினைக்கிறாராம். கூசாமல் சொல்றார்!"

"எனக்கு இந்த விஷயமே தெரியாதே! கல்யாணப் பேச்சு நடந்ததா?"

"வேணு! எதை வெச்சி இன்னிக்குக் கிட்டுவை அவதார புருஷன்னு கொண்டாடுறாங்களோ, அதுவே அவனுக்குக் குறையாப் போயிட்டது. நான் நினைக்கவே இல்லை, ஒரு வரப்பிரசாதமே இவ்வளவு கேவலமாக மாறிடும்னு நான் நினைக்கவே இல்லை வேணு. இதுக்குத் தானா நாங்க பரம்பரை பரம்பரையா பசி பட்டினி கிடந்து இந்த வித்வையை வரப் பண்ணினோம்? காப்பாத்தி வந்தோம்? இதுக்குத்தான் தியாகப் பிரம்மம் பிச்சை வாங்கிச் சாப்பிட்டு அத்தனை கீர்த்தனைகளையும் பாடினார்? மனசு வெடிச்சிடும்போல் இருக்கு. ஜம்புநாதனே இப்படின்னா.

◈ வரப்பிரசாதம் ◈

இந்த உலகத்திலே இனி வேற யாரை நம்பறது? வேலியே பயிரை மேஞ்சிட்டது, வேணு..."

ஒன்றும் பேசாமல் உட்கார்ந்திருந்த வேணுவைப் பார்த்து, "சஷ்டியப்த பூர்த்தி ஒண்ணும் வேண்டியதில்லை. என்ன சொல்லி விழாவை நிறுத்துவையோ எனக்குத் தெரியாது. உனக்குச் சிரமமாத் தான் இருக்கும். என்னை மன்னிச்சுடு" என்று சொல்லிக் கும்பிட்டார் பாகவதர். "நீ போய்ட்டு வா" என்று சொல்லிவிட்டு வீட்டுக்குள்ளே எழுந்து போனவர் திரும்பவும் வந்து, "இந்தக் கல்யாணம் இனி நடந்தாலும் சரி; இதுதான் என் முடிவு" என்றார்.

"இனி எங்கே நடக்கிறது?" என்றார் வேணு.

"அப்படிச் சொல்லாதே. எதுவும் நடக்கும்; எதுவும் நடக்காது. அது அவங்க அவங்க உறுதியையும் உண்மையையும் பொறுத்த விஷயம், உம்... அதைப் பத்தி என்ன இப்போ? நீ போய்ட்டு வா."

பாகவதர் உள்ளே போய் விட்டார்.

☙

34

போலி

சுவாமி சத்தியானந்தா திருக்குற்றாலத்திற்கு வரச்சம் மதித்தது குருவி உட்கார பனம்பழம் விழுந்தது போல் இருந்தது. ஸ்ரீரங்கம் முகாமுக்கு அவரைத் தேடி வந்து அழைத்த அவருடைய தென்காசி பக்தர்களுக்கு ஒரே ஆச்சரியம். ஒவ்வொரு வருஷமும் ஏதாவது காரணத்தைச் சொல்லி 'அதனால் இப்போது முடியாது. அடுத்த வருஷம் பார்க்கலாம்' என்றே சொல்லிக்கொண்டு வந்த சுவாமிஜி இப்போது எடுத்த எடுப்பிலேயே குற்றாலத்திற்கு விஜயம் செய்ய இசைந்ததும் இன்னும் மூன்று நாட்களில் புறப்படலாம் என்று சொன்னதும் பக்தர்களுக்கு ஆச்சரியத்தை மட்டுமன்றிப் பெரு மகிழ்ச்சியையும் அளித்தன. உடனே தென்காசிக்குத் தந்தி கொடுத்தார்கள். 'சனிக்கிழமை சுவாமிஜி வருகிறார். குற்றாலத்தில் ஜாகை வசதி செய்யவும்' என்று தங்கள் சகாக்களுக்குத் தெரிவித் தார்கள். சுவாமிஜியுடன் ஸ்ரீரங்கத்தில் மூன்று நாள் தங்கியிருந்து அவருடைய சொற்பொழிவு வரிசை முடிவுற்றதும், ஒரு காரில் அவரை அழைத்துக் கொண்டு தென்காசிக்குப் பயண மானார்கள்.

காரில் போகும்போது சத்தியானந்தாவுக்கு நாலைந்து நாட்களுக்கு முன் தினசரி பத்திரிகையில் படித்த ஒரு செய்தியே திரும்பத் திரும்ப ஞாபகத்திற்கு வந்து கொண்டிருந்தது.

அந்தச் செய்திதான் அவரைக் குற்றாலத்திற்கு வரவழைத்ததே ஒழிய, தென்காசி பக்தர்களல்ல என்பது அவருக்கு மட்டுமே தெரிந்த ரகசியம். குற்றாலத்திற்கு இரண்டொரு நாளில் புறப்பட்டுப் போனால் கூடத் தேவலை என்று சத்தியானந்தா தீவிரமாக யோசித்துக் கொண்டிருந்த சமயத்தில் தான் தென்காசி பக்தர்களும் வந்து அவரை அழைத்தார்கள். அவரும் மறுக்காமல் சம்மதம் அளித்தார்.

கார் வேகமாகப் போய்க் கொண்டிருந்தது. ஸ்ரீரங்கத்திலிருந்து இருபது மைல் தூரம் போயிருப்பார்கள். பக்தர்கள் இருவரையும் நோக்கி, "குற்றாலத்தில் 'கண் கண்ட சித்தர்' வேல்சாமிகள் முகாம் போட்டிருக்கிறாராமே! பேப்பரில் பார்த்தேன். நிறையக் கூட்டமோ?" என்று கேட்டார் சத்தியானந்தா.

"அவர் தங்கியிருக்கும் சத்திரத்தில் எப்போது பார்த்தாலும் இடம் பிடிக்காத கூட்டம்தான். அத்துடன் இது சீசன் சமயம் வேறு. கூட்டம் அதிகமாகத்தான் இருக்கும்" என்றார் ஒரு பக்தர்.

"சரியான சமயம் பார்த்துத்தான் வேல்சுவாமிகள் குற்றாலத்திற்கு வந்து முகாம் போட்டிருக்கிறார்!" என்று சொன்ன சத்தியானந்தா இலேசாகச் சிரித்துக் கொண்டார். அந்தச் சிரிப்பைப் பக்தர்கள் கவனித்துக் கொண்டாலும், அதற்கு முக்கியத்துவம் கற்பிக்கவில்லை ஆனால் அது சுவாமிஜி இயல்பாகச் சிரித்த சிரிப்பல்ல. அந்தச் சிரிப்பில் அடங்கியிருந்த ஆழமும் அதிகம்; அர்த்தமும் அதிகம்.

சத்தியானந்தா பக்தர்களுடன் அப்புறம் எதுவும் பேசாமல் வேல் சாமிகளைப் பற்றிய சிந்தனையில் ஆழ்ந்தார். 'இப்படிப்பட்ட போலிகளை இந்த இருபதாம் நூற்றாண்டிலும் ஜனங்கள் நம்புகிறார்களே ஏழெட்டு வருஷங்களாக இந்த வேஷதாரியைப் பற்றிய செய்திகள் பத்திரிகைகளில் வந்த வண்ணமாக இருக்கின்றன. என்னைப் பற்றிய செய்திகளுக்கு கொடுக்கப்படும் அதே முக்கியத்து வத்துடன்தான் இவனைப்பற்றிய செய்திகளும் பிரசுரமாகிக் கொண்டிருக்கின்றன. உண்மைக்கும் பொய்க்கும் ஒரே ஸ்தானம்! ஒரே மரியாதை! உலகம் இப்படியாகி விட்டதே இந்தப் பைத்தியக்காரத் தனம் எதில் சேர்த்தி?...

சுவாமிஜி ஊர் ஊராகப் போய்ச் செய்துவந்த மெய்ஞ் ஞான போதனைகளால், வேல்சாமிகளை இன்று வரையிலும் இம்மியளவுகூட அசைக்க முடியவில்லை. அவருடைய சித்து விளையாட்டுக்களையும், கட்டுக் கதைகளையும் நம்பும் கூட்டம் நாளுக்கு நாள் அதிகமாகிக் கொண்டுதான் இருந்தது.

'கண்கண்ட சித்தர்!'

சத்தியானந்தா தமக்குள் ஒருமுறை இப்படி சொல்லிக் கொண்டார். "கண்கண்ட சித்தர் வேல்சாமிகளின் வாழ்க்கை வரலாறு" என்ற ஒரு புத்தகம் வெளியாகியிருக்கிறது. அதை சத்தியானந்தாவே விலை கொடுத்து வாங்கிவரச் சொல்லிப் படித்துப் பார்த்திருக்கிறார். படித்த விஷயங்களெல்லாம் இப்போது குற்றாலத்தை நோக்கிப் போய்க் கொண்டிருக்கும் அவருக்கு ஒவ்வொன்றாக ஞாபகத்துக்கு வந்து கொண்டிருந்தன.

'தனக்கு இருநூற்று நாற்பது வயது என்று அந்த வேஷதாரி சொல்வதை இந்த விஞ்ஞான யுகத்திலும் நம்புகிறார்களே! இருநூற்று நாற்பது வயதாகியும் அவனுக்கு நரைக்கவில்லையாம்! பல் விழவில்லையாம்! முகத்தில் ஒரு சுருக்கல் கிடையாதாம்! அதற்கு இந்தப் படமே அத்தாட்சி என்று ஒரு போட்டோவையும் அந்தப் புத்தகத்தில் போட்டிருக்கிறார்கள். இது என்ன அத்தாட்சியோ? தாடி மீசை வளர்த்த ஒரு முப்பது முப்பத்தைந்து வயதுக்காரனைப் படம்

பிடித்துப் போட்டு இவனுக்கு இருநூற்று நாற்பது வயதாகியும் இப்படி இருக்கிறான் என்று சொல்வது ஒரு அத்தாட்சியா?...'

உலகத்தின் பைத்தியக்காரத்தனத்தை நினைக்க நினைக்க அவருக்கு வேதனையாகவும் இருந்தது. அவமானமாகவும் இருந்தது...

வேல்சாமிகளின் வயது மட்டுமா? அவரைப் பற்றிய வேறு பல செய்திகளும் கூட நம்ப முடியாதவையாகவும், ஆனால் பக்தர்கள் பூரணமாக நம்பக் கூடியவையாகவும் இருந்தன.

வேல்சாமிகள் இமயமலையில் பனிக்கட்டிகளால் மூடப்பெற்ற ஒரு குகையில் நூறு வருஷகாலம் அன்ன ஆகாரமின்றித் தவம் செய்திருக்கிறாராம், அதன் பிறகு தெற்கே வந்து மேற்குத் தொடர்ச்சி மலையின் ஒரு பகுதியான கும்பமலைச் சாரலில் தவத்தையும் மூலிகை ஆராய்ச்சியையும் தொடங்கிய சமயத்தில்தான் இந்தியாவில் பிரிட்டிஷ் ஆட்சி ஆரம்பமாயிற்றாம். கும்பமலையில் ஐம்பது வருஷத்தவம். அஷ்டமாசித்திகளும் கைவரப் பெற்று அங்கிருந்து வெளியேறி, அரூபியாகக் ககன மார்க்கத்தில் சஞ்சரிக்கத் தொடங்கினார் வேல்சாமிகள். அப்போது உலகத்தின் எல்லா நாடுகளுக்குமே போயிருக்கிறார்.

வேல்சாமிகளால் சாதிக்க முடியாத காரியம் எதுவுமே இல்லை. தீராத நோய்களைத் தீர்த்து வைப்பது, நினைத்த காரியத்தைக் கைகூடச் செய்வது, வெறுங்கையில் பொன்னோ மணியோ வரவழைப்பது, மண்ணைச் சாம்பி ராணியாக்குவது, கல்லைக் கற்பூரமாக்கிக் கொளுத்துவது - இவையெல்லாம் அவர் உலகம் காணச் செய்த சாதாரண காரியங்கள். அஷ்ட கிரஹச் சேர்க்கையின் போது இந்த உலகம் அழிந்து விடாமல் தடுத்துக் காத்தவரே வேல்சாமிகள்தான். இதை அமெரிக்காவிலும் பல அறிவாளிகள் ஒப்புக் கொண்டிருக்கிறார்கள். வேல்சாமிகளுக்கு அணுகுண்டு செய்யவும், அணுகுண்டு வெடித்தால் ஒரு துரும்புக்குக் கூடச் சேதம் ஏற்படாமல் பச்சிலையால் தடுக்கவும் தெரியும். தக்க சமயம் வரும் போது இந்தக் காரியங்களை அவர் செய்து காட்டுவார்.

இப்படி எத்தனையோ விவரங்கள் "கண்கண்ட சித்தர் வேல்சாமிகளின் வரலாறு' என்ற புத்தகத்தில் காணப்படுகின்றன. எழுதப் படிக்கத் தெரியாத மக்களுக்கும் இந்த விவரங்கள் தெரிய வேண்டும் என்பதற்காக, வேல் சாமிகளின் சீடர் சிவலிங்கசாமிகளும் மற்றும் தமிழ்நாட்டில் ஒவ்வொரு ஊரிலும் உள்ள வேல்சாமிகளின் பக்தர்களும் வாய்மொழியாகப் பிரசாரம் செய்துகொண்டும் வருகிறார்கள்...

சத்தியானந்தா வேதனை தாங்காமல் பெருமூச்சு விட்டார்; ஒரு சபதமும் செய்து கொண்டார்.

'குற்றாலத்தில் இந்த வேஷதாரியின் ஏமாற்று வித்தைகளை அம்பலப்படுத்தியே ஆகவேண்டும். அவனையும் முதலில் சந்திக்க வேண்டும். பதில் சொல்ல முடியாமல் அவனை மடக்கி, நல்வழிக்குத் திருப்பவேண்டும். அவனைத் திருத்த முடிந்தால் அது தமிழ்நாட்டில் உள்ள லட்சக்கணக்கான ஜனங்களை ஒரே நாளில் திருத்திவிட்ட மாதிரி. ஒரே கல்லில் லட்சம் மாங்காய்களை உதிர்க்க இதுதான் சரியான சமயம். வேஷதாரிகளைத் தலை தூக்கவே விடக்கூடாது. ஜனங்கள் ஞான மார்க்கத்தில் திரும்பாமல் அறியாமை இருளில் மூழ்கிக் கிடப்பதற்கு இந்த வேல்சாமிகளைப் போன்றவர்கள் தான் காரணம்.. பார்ப்போம். குற்றாலத்தில் எத்தனை நாட்கள் தங்க நேர்ந்தாலும் சரி...'

இப்படிச் சபதம் செய்து கொண்டதோடு, இந்தச் சபதத்தை நிறை வேற்றாமல் திரும்பப் போவதில்லை என்று மற்றொரு சபதமும் செய்து கொண்டார் சத்தியானந்தா.

2

குற்றாலத்தில் வேல்சாமிகள் தங்கியிருந்த சத்திரத்திற்கு நான்கு கட்டடங்கள் தள்ளியிருந்த ஒரு மடத்தில்தான் சுவாமி சத்தியானந்தாவுக்கு ஜாகை, அங்கே வந்து இறங்கியதும் பிரயாணக் களைப்புத் தீர அவர் ஓய்வு எடுத்துக் கொண்டார். மறுநாளிலிருந்து சொற்பொழிவுகளை வைத்துக் கொள்ளலாம் என்று அவரே சொல்லிவிட்டார். ஆனால், அன்று அவருடைய உடம்புதான் ஓய்வு கொள்ள முடியவில்லை, வேல்சாமிகளின் ஞாபகம் அவரைச் சரியாகத் தூங்குவதற்கும் விடவில்லை.

எத்தனை மணிக்குச் சத்தியானந்தா தூங்கத் தொடங்கினாரோ தெரியாது. 'கண்களை மூடினாற்போல் இருந்தது. அதற்குள் விடிந்து விட்டதே' என்று அவர் தமக்குள் சொல்லிக் கொண்டார். நித்திரை யின்னையால் ஏற்பட்ட உடற் கொதிப்பையும், வேல்சாமிகளால் ஏற்பட்ட மனக் கொதிப்பையும் ஒரு மணி நேரம் செய்த அருவி ஸ்நானத்தினால் கூடப் போக்க முடியவில்லை. பகலில் ஏராளமான பக்தர்கள் வந்து தரிசித்தார்கள்; சாஷ்டாங்கமாக விழுந்து வணங்கி ஆசி பெற்றார்கள். மாலையில் இருநூறு பேருக்கு மேல் கூடியிருந்த கூட்டத்தில் சத்தியானந்தா அருளுபதேசம் செய்தார். அன்று அவர் செய்த உபதேசத்தின் சாராம்சம் இதுதான்.

“களை எடுத்தால்தான் தானியப் பயிர் நன்றாக வளர்ந்து பலன்தர முடியும். களை இருக்கும் வரையில் பயிர் செழித்து வளராது. அதுபோல் உண்மை தழைக்க வேண்டுமென்றால் பொய்யைக் களைய வேண்டும்; மெய்ஞ்ஞானிகளின் வழியைக் கடைப்பிடிக்க வேண்டுமென்றால் போலித் துறவிகளின் பக்கம் திரும்பக் கூடாது. ஞானிகளைப் போற்ற வேண்டுமென்றால் வேஷதாரிகளை ஒதுக்க வேண்டும். ஆகவே, ஞானமார்க்கத்தில் இறைவனை நாடிச் செல்லும் பக்தர்கள் எக்காரணத்தை முன்னிட்டும் மந்திர தந்திர வித்தைகளை நம்பவே கூடாது. அப்படி செப்பிடு வித்தை செய்பவர்களைக் கண்ணால் பார்க்கவும் கூடாது. இறைவனே நமக்கு அனைத்தையும் வழங்குவான் என்ற ஒரே நம்பிக்கையைக் கைக்கொள்ள வேண்டும். போலிச் சாமியார்கள் கொடுக்கும் மந்திர தாயத்துக்களாலும், மருந்து மாயங்களாலும், பணத்தை வாங்கிக்கொண்டு செய்யும் மண்டல பூஜைகளாலும் நன்மை தேடிக்கொள்ள முயல்வது கடவுளையே நம்பாத ஒரு நீசக் குணமாகும். அதைப் போன்ற நிரீஸ்வரவாதம் வேறு இல்லை. அப்படிப் போலிகளிடம் அனுகூலத்தை நாடிச் செல்பவர்களுக்கு எக் காலத்திலும் நற்கதி கிட்டாது; ஆண்டவனுடைய அருளுக்கும் அவர் பாத்திரமாக முடியாது. அவர்களுக்குத் தெய்வ சந்நிதியில் மன்னிப்பும் இல்லை.”

சத்தியானந்தா ஆணித்தரமாகப் பேசினார்; கடுமையாக எச்சரித்தார். சொற்பொழிவையும் முடித்தார். இரவு நித்திரைக்குப் போகும்போது, ‘இவர்களிடம் இப்படிப் பேசியிருக்க வேண்டாம். போலிகளை நம்பும் மூடர்களுக்குச் செய்ய வேண்டிய எச்சரிக்கை இந்த உண்மையான பக்தர்களுக்குச் செய்தது அனாவசியம்’ என்று அவருக்குத் தோன்றியது. வருந்தினார். அன்றும் நிம்மதியாகத் தூங்க முடியவில்லை.

அதற்கு அடுத்த நாள் சொற்பொழிவில் போலிகளைக் கண்டனம் செய்வதற்குப் பதிலாக கீதையைப் பற்றியோ உபநிஷத்தைப் பற்றியோ பேச வேண்டும் என்று அவர் முடிவு செய்தார். மாலையில் வழக்கம்போல் சொற்பொழிவுக்காகவும் தரிசனத்திற்காகவும் தரிசனத்திற்காகவும் ஒவ்வொருவராக வரத் தொடங்கினார்கள். முதலில் வந்த இரண்டு பக்தர்களைப் பார்த்து, வேல்சாமிகளின் நடவடிக்கைகளைப் பற்றி விசாரித்தார் சத்தியானந்தா. அவர்கள் கூறிய ஒவ்வொரு தகவலும் மகா பயங்கரமாக இருந்தது. வேல்சாமி களைப் பார்க்கத் தினந்தோறும் ஆயிரக்கணக்கானவர்கள் வந்து கூடுவதால், காணிக்கைப் பணமும் ஆயிரக்கணக்கில் சேருகிறது என்று சொன்னார்கள். அது போக, வேல்சாமிகளின் கார்டு சைஸ் போட்டோ ஒன்று 2 ரூபாய் வீதம் ஆயிரக்கணக்கான பிரதிகள்

தினமும் விற்பனையாகிறது என்றும், நூறு மைல் இரு நூறு மைல்களுக்கு அப்பால் இருந்தும் பணக்காரர்களும் அதிகாரிகளும், பேராசிரியர்களும், வக்கீல்களும், டாக்டர்களும், இன்னும் இவர் களைப் போன்றவர்களும் வந்து வேல்சாமிகளுக்குக் காணிக்கை செலுத்துவதுடன் ஏகப்பட்ட பணத்தைக் கொடுத்து இஷ்ட காரிய சித்திக்கான ரக்ஷைகளை வாங்கிக்கொண்டு போகிறார்கள் என்றும் பக்தர்கள் தெரிவித்தார்கள்.

'படிப்பாளிகளும் ஏமாறுகிறார்களே? -அதுவும் நூறு மைல் இரு நூறு மைல் தூரம் பிரயாணம் செய்து வந்து?" என்று அதிர்ச்சியும் கவலையும் அடைந்த சத்தியானந்தா, "இன்று பிரசங்கம் கிடையாது. நான் வேல்சாமிகளைப் போய்ப் பார்க்க வேண்டும். முக்கியமான காரியம்" என்று கூறினார்.

அப்போது அங்கே கூடியிருந்த நாற்பது ஐம்பது பக்தர்களுக்கும் இதை நம்பவே முடியவில்லை. சத்தியானந்தாவா வேல்சாமிகளைத் தேடிப் போக நினைக்கிறார் என்று அனைவரும் ஆச்சரியத்தில் மூழ்கினார்கள்.

"இன்றிரவு ஒன்பது மணிக்குப் போகலாம். அங்கே கூட்டமும் குறைந்திருக்கும்" என்றார் சத்தியானந்தா.

"இரவு பன்னிரண்டு மணிக்கும் அங்கே கூட்டம்தான் சுவாமிஜி" என்றார் ஒரு பக்தர்.

"ஒன்பது மணிக்கே போகலாம்."

3

சத்திரத்தில் கூடியிருந்த பெருங்கூட்டத்தை ஏறிட்டுப் பார்க்காமல் குனிந்த தலையோடு நடந்து சென்றார் சத்தியானந்தா. அந்தக் கும்பலின் முகத்தில் விழிக்கவே அவருக்கு அருவருப்பாக இருந்தது. ஆனால் கும்பலில் பாதிப் பேர் அவரைக் கண்ட மாத்திரத்தில் எழுந்து நின்று கும்பிட்டார்கள். மீதிப் பேருக்கு அவர் யார் என்று தெரியாது. அதனால் அவர்கள் திகைப்போடு பார்த்துக் கொண்டிருந்தார்கள்.

சத்தியானந்தாவை அழைத்துச் சென்ற பக்தர், வேல்சாமிகள் அமர்ந்திருக்கும் ஆசனத்தின் அருகே சென்று, கைகூப்பி வாய் புதைத்து, "சுவாமிஜி சத்தியானந்தா வந்திருக்கிறார்கள்" என்று காதோடு காதாகவும் பயபக்தியோடும் சொன்னார்.

"அப்படியா!" என்று ஆச்சரியத்தோடு சொன்ன வேல்சாமிகள் உடனே எழுந்து நின்றார். சத்தியானந்தாவை வணங்கினார்.

"தாங்கள் என்னைத் தேடி வந்து கேட்கும்போது, சாத்திய மில்லை என்று சொல்வேனா? வாருங்கள். இப்பொழுதே வாருங்கள்; உள்ளே போவோம்" என்று அழைத்தார் வேல்சாமிகள்.

இருவருமே உள்ளே போனார்கள். அங்கே இருந்த ஒரு தனியறையில் பிரவேசித்தார்கள்.

"அமருங்கள்" என்று சொல்லி ஒரு பெஞ்சைக் காட்டினார் வேல்சாமிகள்.

இருவரும் பெஞ்சில் உட்கார்ந்ததுமே 'கண்கண்ட சித்தர்' வேல்சாமிகள் சொன்னார்:

"தாங்களே பார்த்தீர்கள். வெளியே பெருங்கூட்டம் காத்திருக் கிறது. சிலர் திருவனந்தபுரத்திலிருந்துகூட வந்திருக்கிறார்கள். மத்தியானத்திலிருந்தே காத்திருக்கும் அன்பர்கள் பலர். நாம் சீக்கிரமாகப் பேசி முடித்தால் அவர்களுக்குச் சந்தோஷமாக இருக்கும். இத்தனை பேர் வந்து காத்திருக்கவில்லை என்றால், நானே தங்களைத் தேடி வந்திருப்பேன். தங்களோடு எவ்வளவு நேரம் வேண்டுமானாலும் இருந்துவிட்டு வருவேன்."

வேல்சாமிகள் இவ்வளவு மரியாதையோடு பேசுவார், இவ்வளவு மரியாதையோடு நடந்துகொள்வார் என்று சத்தியானந்தா எதிர் பார்க்கவே இல்லை. அதனால் மிகவும் சந்தோஷப்பட்டார். ஆனாலும், 'வேஷதாரி மரியாதையாகப் பேசி என்ன பிரயோஜனம்? இந்த மரியாதையுமே ஒரு வேஷமாக இருக்கலாம் அல்லவா...? போலி மரியாதையைப் பார்த்து நாம் வேஷமாக இருக்கலாம் அல்லவா...? போலி மரியாதையைப் பார்த்து நாம் மயங்கிவிடக் கூடாது' என்று எண்ணி, எடுத்த எடுப்பிலேயே பின் கண்ட கேள்வியைக் கேட்டார்.

"தங்களுக்கு வயது என்ன என்று தெரிந்து கொள்ளலாமா?"

"முப்பத்தாறு! வெளியில் சொல்லிக்கொள்வது இரு நூற்று நாற்பது!" என்று கொஞ்சமும் கூசாமல் தயங்காமல் சொன்னார் வேல்சாமிகள்.

அவர் உண்மையை மறைக்காமல் கூறிய நெஞ்சழுத்தமும் சத்தியானந்தாவை வெலவெலக்கச் செய்து விட்டது.

'உண்மை பேசுகிறான்: நேரடியாகப் பேசுகிறான். நாமும் அப்படியே பேசுவோம்'-த்தியானந்தா அடுத்த கேள்வியைக் கேட்டார்.

"தாங்கள் சித்து விளையாட்டுக்கள் எல்லாம் செய்வதாகப் பேப்பரில் பார்த்திருக்கிறேன். தங்கள் வரலாற்றிலும் படித்திருக்கிறேன். அணுகுண்டு செய்யவும் தங்களுக்குத் தெரியுமாம்! அந்தரத்தில் அரூபியாகப் பறப்பீர்களாம்! இதெல்லாம் நிஜம்தானே?"

"முழுப் பொய்!" என்றார் வேல்சாமிகள்.

"இப்படிப் பொய் சொல்லலாமா?"

"இல்லையென்றால் ஜனங்கள் என்னை எப்படி நம்புவார்கள்? எப்படி 'கண் கண்ட சித்தர்' என்று என்னைப் போற்றுவார்கள்?"

"வெளிவேஷம் போடுவதும் ஜனங்களை ஏமாற்றுவதும் அதர்மம் அல்லவா?"

'அதர்மம்தான். ஆனால் இந்த அதர்மத்தினால் தான் ஜனங்களுக்கு எத்தனையோ அனுகூலங்கள் கிட்டுகின்றன; எனக்கும் வருமானம் கிடைக்கிறது!"

"அதர்மத்தினால் அனுகூலங்களா?"

"ஆம். இந்த வெளிவேஷத்தை நம்பி வரும் ஜனங்கள் எனக்குக் காணிக்கை செலுத்தி என் ஆசீர்வாதத்தைப் பெறுகிறார்கள்; என் தாயத்துக்களை வாங்குகிறார்கள். இந்த இரண்டாலும் அவர்கள் நினைத்த காரியம் எதுவும் சுலபமாகக் கைகூடும் என்று நம்புகிறார்கள். அதனால் அவர்களுக்கு ஊக்கமும் எதிர்கால நம்பிக்கையும் உண்டாகின்றன. சோர்வை உதறி நம்பிக்கையோடு முயற்சி செய்யத் தொடங்குகிறார்கள்."

"இப்படி ஊக்கமும் நம்பிக்கையும் உண்டாவதற்குப் பகவானை நம்ப வேண்டும் என்று சொல்வதா? ஏமாற்று வித்தைகளையும், கட்டுக் கதைகளையும் நம்பும்படி செய்வதா?"

"நம்பச் சொல்லி நான் யாரையும் கட்டாயப்படுத்தவில்லையே! தாங்கள் இருக்கும் ஊரிலேயே எனக்கும் வியாபாரம் நடக்கிறது. என்ன காரணம்? ஜனங்கள் என் ஏமாற்று வித்தைகளை விரும்புவது தான் காரணம் என்பது தெரியவில்லையா?"

"அப்படி விரும்பக்கூடாது என்று தாங்கள் சொல்ல வேண்டாமா? அதுவல்லலவா நியாயம்? தர்மம்?"

"எனக்குச் சிரிப்பு வருகிறது!"

"ஏன்?"

"ஜனங்கள் என்னிடம் எதற்காக வருகிறார்களோ, அதற்காகத்தான் தங்களிடமும் வருகிறார்கள் என்பதை இன்னும் தெரிந்துகொள்ளாமல் இருக்கிறீர்களே என்பதற்காகத்தான். பட்டம் வேண்டும், பதவி வேண்டும், பணம் சேரவேண்டும், கல்யாணம் நடக்க வேண்டும், புத்திரபாக்கியம் கிட்ட வேண்டும் நோய் தீர வேண்டும், நினைத்த காரியம் முடியவேண்டும் என்பவை தானே ஜனங்களின் பிரார்த்தனைகள்? ஒரு கோவிலுக்குப் போனால், ஒரு மகானைத் தரிசித்தால் இத்தனையும் நடக்கும் என்று நம்புகிறார்கள். கோவிலுக்குப் போகிறார்கள்; தங்களையும் தரிசித்து வணங்குகிறார்கள். இதைத் தவிர வேறு எந்த நோக்கத்துடனாவது

தங்களைத் தரிசிக்க இதுவரையில் யாரும் வந்ததுண்டா? தாங்களே சொலலுங்கள்."

"ஆனால் நான் வேஷம் போட்டு ஏமாற்றவில்லையா!"

"அப்படித் தாங்கள் நினைத்துக் கொண்டிருக்கிறீர்கள்! அவ்வளவுதான். உண்மையில் தாங்கள்தான் வேஷம் போடுகிறீர்கள் என்று நான் சொல்லுகிறேன். நான் அவர்களை வேண்டுமென்றே ஏமாற்றுகிறேன். தாங்களோ ஏமாற்றாமல் ஏமாற்றுகிறீர்கள்! இது ஒன்று தான் தாங்களுக்கும் எனக்கும் உள்ள வித்தியாசம்!"

"புதிர் போடுவதுபோல் பேசுகிறீர்களே! என்ன அர்த்தம்...?"

"ஒரு புதிரும் போடவில்லை. விஷயம் இதுதான். தங்களைப் போன்ற ஒரு மெய்ஞ்ஞானியை மெய்ஞ்ஞானியாக, அதாவது ஞானமார்க்கத்தைக் காட்டி மேல் நிலைக்கு உயர்த்தும் ஒரு மெய்ஞ்ஞானியாக ஏற்றுக்கொள்ள ஜனங்கள் தயாராக இல்லை.. சித்து விளையாட்டுக்களும், அற்புதங்களும் நிகழ்த்தும் ஒரு போலிச் சாமியாரின் ரூபத்தில்தான் எந்த மெய்ஞ்ஞானியையுமே ஏற்றுக் கொள்ளத் தயாராக இருக்கிறார்கள். அவர்கள் தங்களைத் தரிசித்து வணங்குவதற்குக் காரணமே, தங்களையும் ஒரு போலிச் சாமியார் மாதிரி நினைப்பதுதான். இப்போது சொல்லுங்கள். யார் போடுவது வேஷம்? நான் போடுவது வேஷமா! தாங்கள் போடுவது வேஷமா? மெய்ஞ்ஞானி என்ற நிலையே ஒரு வேஷமாக இருக்கிறது என்பது தெரியவில்லையா!"

வேல்சாமிகள் பலமாகச் சிரித்தார்.

"என்ன செய்வது? இது ஒரு பரிதாபகரமான நிலைதான்" என்றும் அவர் சொன்னார்.

அவருடைய பேச்சும் சிரிப்பும் சத்தியானந்தாவைப் பெரிதும் குழப்பி விட்டன.

திடீரென்று எழுந்து நின்றார் சத்தியானந்தா. "நான் வருகிறேன்" என்றார். புறப்பட்டு விட்டார். பக்தர்கள் என்னையும் தரிசிக்க வந்திருக்கிறார்கள்! என் பக்தர்களில் பாதிப்பேர் தங்களையும் தரிசிக்க வந்தார்கள்!" என்றார்.

கூட்டத்தில் பாதிப்பேர் சத்தியானந்தாவைக் கண்டதும் முன் போலவே எழுந்து கும்பிட்டார்கள்.

சத்தியானந்தா சத்திரத்துப் படியைவிட்டுக் கீழே இறங்கினார். ஆனால் ஜாகைக்குத் திரும்பவில்லை. மூன்று மைல் தூரத்தில் உள்ள தென்காசி ரயில்வே ஸ்டேஷனை நோக்கி விரைவாக நடக்கத் தொடங்கினார்.

35

ஒருவன் இருக்கிறான்

பத்துப் பதினைந்து நாட்களுக்கு முன்னால் நான் ஆபீசிலிருந்து திரும்பி வீட்டுக்கு வந்தபோது அவன் வாசல் திண்ணையில் உட்கார்ந்து கொண்டிருந்தான். வயது இருபத்தைந்து இருக்கும் எலும்பும் தோலுமான உடம்பு. எண்ணெய் காணாத தலை காடாக வளர்ந்து கிடந்தது. சட்டையும் வேஷ்டியும் ஒரே அழுக்கு. சட்டையில் ஒரு பொத்தான்கூட இல்லை. கால்களைத் தொங்கப் போட்டுக் கொண்டு உட்கார்ந்திருந்த அவன் இடது கையால் அடி வயிற்றைப் பிடித்துக் கொண்டிருப்பதையும் பார்த்தேன். என்னை ஒரு தரம் ஏறிட்டுப் பார்த்தான். காய்ந்துபோன விழிகள். அவற்றில் ஒரு பயம். தன் நிலையை எண்ணிக் கூசும் ஓர் அவமானம். யாரோ தெருவோடு போகிற ஒரு நோயாளி, சிரமபரிகாரத்துக்குத் தாற்காலிகமாக வந்து உட்கார்ந்திருக்கிறான் என்று நினைத்துக்கொண்டு வீட்டுக்குள்ளே போனேன். சிற்றுண்டி, காபி முதலியவற்றை முடித்துக்கொண்டு நான் வெளியே வந்தபோது அவன் அங்கேயே உட்கார்ந்து கொண்டிருந்தான். நோயாளி சிரமபரிகாரத்துக்கு வந்து உட்கார்ந்தது சரிதான். அரை மணி நேரம் தொடர்ந்தாற்போல் ஏன் அங்கேயே இருக்கவேண்டும்? காச நோய் பிடித்தவன் போல் மெலிந்திருப்பதோடு, வாய் திறந்து பேசத் தொடங்கினால் இருமக் கூடியவன் என்றும் நினைத்துக் கொண்டேன். குழந்தை குட்டிகள் இருக்கும் இடத்தில் அவன் அதிக நேரம் அங்கு இருப்பதை நான் விரும்பவில்லை.

"யாரப்பா நீ? எங்கே வந்தே?" என்று முகத்தில் வெறுப்பைப் பூரணமாகக் காட்டிக்கொண்டு கேட்டேன்.

கையை அடிவயிற்றிலிருந்து எடுக்காமலே ஒரு பெரு மூச்சு விட்டான். பிறகு பதில் சொன்னான். "தங்கவேலு வீட்டுக்கு வந்திருக் கிறேன்."

தங்கவேலு என் பக்கத்துக் குடித்தனக்காரர்.

"ஓஹோ! உடம்புக்கு என்ன? ஒரு மாதிரி பேசுறயே? என்ன செய்யுது உடம்புக்கு?" என்று விசாரித்தேன்.

"வவுத்து வலிங்க."

அதை என்னால் நம்ப முடியவில்லை. வயிற்றுவலிக்காரன் இப்படி மெலியக் காரணம் இல்லையே என்று நினைத்தேன். அதைப் பற்றியெல்லாம் நமக்கு ஏன் விசாரணை என்று, "அப்படியா?" என்று பாராமுகமாகச் சொல்லி விட்டு உள்ளே வந்துவிட்டேன். மனைவியிடம், "வயித்துவலிக்காரன் வந்திருக்கிறான் போல் இருக்கிறது,

பக்கத்து வீட்டுக்கு விருந்தாளியா!" என்று தமாஷாகச் சொன்னேன்.

"ஆள் எலும்புக்கூடா இருக்கிறான். இது என்ன வயித்துவலி?" என்று நான் கேட்டபோது, அவனுக்குக் காச நோய்தான் பீடித்திருக்கிறது என்று நிச்சயமாக நினைத்ததோடு, அவன் சில நாட்களுக்குள் செத்துப் போய் விடுவான் என்றும் மனதில் முடிவுகட்டிவிட்டேன்.

"காஞ்சிபுரம். பக்கத்து வீட்டு அம்மாவுக்கு அக்கா மகனாம். வைத்தியம் பார்க்க வந்திருக்கிறான்" என்றாள் மனைவி.

"வைத்தியம் பார்க்கவா?" -நான் பயந்துவிட்டேன். அப்படியானால் இந்த நோயாளி பல நாட்கள் இங்கேயே, திண்ணையிலேயே கிடப்பானே, குழந்தை குட்டிகளை நோய் தொற்றிக்கொள்ளுமே என்று பயம். அத்துடன், வாசல் திண்ணையில் எப்போதும் ஒரு நோயாளி உட்கார்ந்து கொண்டிருப்பது என்பதை நினைக்கும் போதே எனக்கு அருவருப்பாக இருந்தது. அதற்காக என்ன செய்ய முடியும்? தங்கவேலு வீட்டுக்கு வந்தவனை நான் விரட்டுவது எப்படி? திண்ணை பொதுத் திண்ணை. அந்த வீட்டில் குடியிருந்த நான்கு குடித்தனக்காரர்களுக்கும் பொதுவானது. எனக்கு ஒன்றும் புரியவில்லை. பேசாமல் தெருவோடு ஒட்டியுள்ள என் அறைக்குள் வந்து விட்டேன்.

இரவு தங்கவேலு வீடு திரும்பினார். அவனை உள்ளே அழைத்துக் கொண்டு போய் என்னஎன்னவோ பேசிக் கொண்டிருந்தார். அப்புறம் அவனுக்குச் சாப்பாடு போட்டிருப்பார்கள் என்று நினைக்கிறேன். ஒன்பது மணிக்கெல்லாம் அவன் ஒரு பழைய தலையணையையும், கிழிந்த போர்வையையும் எடுத்துக்கொண்டு வந்தான். தங்கவேலு அவனை அழைத்துக்கொண்டு வந்து, நான்கு குடித்தனங்களுக்கும் பொதுவான சிமிண்ட் நடைபாதையில் படுத்துக்கொள்ளச் சொன்னார். அந்த இடம் என்னுடைய அறையின் மற்றொரு ஜன்னலுக்கு நேராக இருந்தது. அந் நோயாளி என் தலைமேல் வந்து உட்கார்ந்து கொண்டதாகவே நினைத்தேன். அதை ஆட்சேபிக்கவும் முடியவில்லை. தங்கவேலுவின் குடித்தனப் பகுதியில் அவன் படுத்துக் கொள்ளலாம் என்றால், அங்கே உண்மையிலேயே இடம் இல்லை. நான்கு குடித்தனங்களுக்கும் விருந்தினர்களுக்கும் ஜாகை வசதி செய்து கொடுக்க அந்தப் பொதுவான நடைபாதையும், தெருத் திண்ணையுந்தான் பல வருஷங்களாக உபயோகிக்கப்பட்டு வருகின்றன. இன்று மட்டும் அந்த வழக்கத்தை நிறுத்தச் செய்வது எப்படி?

எனக்கு மிகவும் கவலையாகப் போய்விட்டது. அதை மனைவியிடமும் சொன்னேன். "சனீஸ்வரன் மாதிரி நமது தலைமாட்டில் வந்து முகாம் போடுகிறானே!" என்றேன். அதற்கு அவள் சொன்ன

மறுமொழி எனக்கு ஆச்சரியமாகவும் இருந்தது; பிடிக்காமலும் இருந்தது.

"பாவம்! நோயாளியாய் இருக்கிறான். கிடந்துட்டுப் போகட்டும்" என்றாள், மிகுந்த இரக்கத்தோடு.

பட்டண வாழ்க்கையில் முன்பின் தெரியாத ஒருவனுக்கு, அவனுடைய கஷ்டநிலை தெரிந்திருந்தாலும், இரக்கம் காட்டுவது என்பது என்னால் நினைத்துக்கூடப் பார்க்க முடியாத விஷயம். தற்போதைய நிலையில் அந்த இரக்கம் எனக்கு அறவே பிடிக்காமலும் வேறு இருந்தது. இருந்தாலும் மனைவியைக் கண்டிக்க மனம் வரவில்லை. நடைபாதையை ஒட்டியிருந்த என் அறையிலேயே வழக்கம் போல் குழந்தை குட்டிகளோடு படுத்துக் கொண்டேன். இரவெல்லாம் அவனுடைய முனகல் கேட்டுக்கொண்டே இருந்தது.

மறுநாள் தங்கவேலுவை விசாரித்தபோது அவனைப் பற்றி மேற்கொண்டு சில விவரங்கள் கிடைத்தன.

அவன் அவருடைய மனைவிக்கு அக்கா பிள்ளை என்பது உண்மைதான். தாய் தகப்பன் கிடையாது. அவனுக்கு இருந்த உறவு தங்கவேலுவின் மனைவியான அவனுடைய சித்தியும், காஞ்சி புரத்திலேயே உள்ள தாய்மாமன் ஒருவனுந்தான். அந்த ஊரில் தாய்மாமன் வீட்டிலேயே சாப்பிட்டுக்கொண்டு, ஒரு சைக்கிள் ரிப்பேர்க் கடையில் தினக்கூலியாக ஒன்றரையும் இரண்டும் வாங்கிக் கொண்டு வேலை செய்து வந்தானாம். வயிற்றுவலி வந்து ஆறேழு மாதங்களாக வேலை இல்லை. சம்பாத்தியமும் இல்லை. நோயும் வேறு. இந்த நிலையில் தாய்மாமன் வீட்டிலிருந்து அவனை ஒரு வழியாக விரட்டி விட்டார்கள். அங்கிருந்து சித்தியை நம்பிச் சென்னைக்கு வந்திருக்கிறான், வைத்தியம் பார்ப்பதற்கு.

இவ்வளவு கதையையும் தங்கவேலு சொல்லிக் கொண்டிருக்கும் போது அவன் தெருத் திண்ணையில்தான் இருந்தான். நாங்கள் பேசியது அவனுக்கு நன்றாகக் கேட்டிருக்கும். கேட்க வேண்டும் என்பதற்காகத்தான் தங்கவேலுவும் குரலைச் சற்று உயர்த்தியே பேசினார். அவர் வாயிலிருந்து வெளிப்படும் ஒவ்வொரு சொல்லும் அவனைக் குற்றம் சாட்டுவது போலவும், அவன் எதற்காக இங்கே வந்தான் என்று கேட்பது போலவும், அவன் வீட்டை விட்டு உடனே தொலைந்தால் நல்லது என்று கருதுவது போலவும் ஒலித்தது. எனக்கும் அது பிடித்திருந்தது.

"ஆமாம் சார், இந்தக் காலத்தில், இப்போது இருக்கிற விலைவாசியிலே ஒருத்தருக்குச் சாப்பாடு போடறாப் போலேயா இருக்கு? வைத்தியம் வேறே பார்க்க வேண்டியிருக்கு. செலவு என்ன

ஆகும்? என்னவோ, நம்பி வந்திருக்கிறான். முடிஞ்ச வரையிலே பாருங்க" என்று நான் சொன்னேன். அவனை உடனே விரட்டி விட்டால் நல்லது என்ற என் அபிப்பிராயம் என் சொற்களில் ஒலித்ததைத் தங்கவேலு சுலபமாகப் புரிந்து கொண்டிருக்க முடியும். புரிந்து கொண்டார் என்பதுதான் என் நம்பிக்கை. வெளியே இருந்த அவனுக்குப் புரிந்ததோ என்னவோ?

தங்கவேலு ஆபீசுக்குப் போய்விட்டார். அதற்கு முன் அவர் அவனை டாக்டரிடம் அழைத்துக்கொண்டு போனதாகத் தெரிய வில்லை. போயிருந்தால், என்னைத் தாண்டித் தானே அவர்கள் போயிருக்க முடியும்?

நான் ஆபீசுக்குப் புறப்படுமுன் குழந்தைகளைத் தனியாக அழைத்து, தெருத் திண்ணைக்குப் போய் விளையாடக் கூடாது என்றும் அவன் பக்கத்திலேயே நெருங்கக்கூடாது என்றும் எச்சரித்த தோடு, என் மனைவியிடமும், "குழந்தைகளை அங்கே விடாதே. நோய்நொடி தொற்றிக் கொண்டால் நம்மால் தாங்க முடியாது" என்று ஒன்றுக்குப் பல முறை சொல்லி உஷார்ப்படுத்தி விட்டுப் போனேன்.

அவனைத் தங்கவேலு இரண்டொரு நாட்களுக்குள்ளாகவே விரட்டி விடுவார் என்ற நம்பிக்கை எனக்குச் சிறிது ஆறுதலை அளித்தது. ஆனால் அவர் மனைவி? என்ன இருந்தாலும் அவனுக்குச் சித்தி. அவள் அவனை விரட்ட மாட்டாளே என்று நினைக்கும்போது எனக்குச் சிறிது கலக்கம் ஏற்பட்டது. குழந்தை குட்டிகள் இருக்கும் இடத்தில் இப்படி ஒரு காச நோயாளியா? அவன் முகத்தைக் கற்பனையில் நினைத்துப் பார்க்கக்கூட எனக்குக் கஷ்டமாக இருந்தது.

தங்கவேலுவின் மனைவியுடைய அபிப்பிராயத்தை அறிய நான் துடித்துக் கொண்டிருந்தேன். என் மனைவியை விட்டுச் சாமர்த்தியமாக விசாரிக்கும்படி செய்யலாம் என்று நினைத்தேன். ஆனால் அவளே பக்கத்து வீட்டுக்காரியின் மனப்போக்கை அடுத்த நாள் தெரிவித்து விட்டாள்.

தங்கவேலுவின் மனைவிக்கும் அவன் வந்திருப்பது பிடிக்க வில்லையாம்! என் மனைவி சொன்னதைப் பார்க்கும்போது, தங்கவேலுவை முந்திக்கொண்டு அவனை விரட்டுவதற்கு அவள் அவசரப்படுவதாகத் தெரிந்தது. எனக்கு ஏற்பட்ட மகிழ்ச்சிக்கு எல்லையே இல்லை.

"தொலைகிற பீடை சீக்கிரமாத் தொலையட்டும்" என்று சொல்லி என் மனப் பாரத்தைச் சிறிது இறக்கி வைத்தேன்.

என் மனைவி அப்பொழுதும் அவனிடம் இரக்கம் காட்டிப் பேசினாள். "ஏன் இப்படிச் சொல்றீங்க? அவன் நம்மை என்ன செய்கிறான்? எதுக்கு ஓர் அனாதையைப் போய் இப்படிச் சொல்லணும்?" என்று என்னை இலேசாகக் கண்டிக்கவே ஆரம்பித்து விட்டாள்.

"பெண் புத்தி பின்புத்தி. நாளை நம் குழந்தைகளுக்கு ஏதாவது ஒண்ணுன்னா இவனா வந்து தாங்கப் போறான்?" என்று கோபத்தைக் காட்டிக் கொள்ளாமலே சொன்னேன்.

"அப்படி ஒண்ணும் வந்துடாது. இப்படிப் பயந்தால் உலகத்தி லேயே வாழ முடியாது."

"சரி சரி, புத்திமதி நல்லாத்தான் இருக்கு. பேசாமல் போ" என்று அவள் வாயை அடைத்துவிட்டு, அவளோடு பேசப் பிடிக்காமல் வந்துவிட்டேன்.

ஏறக்குறைய தினந்தோறும் இப்படி நாங்கள் முரண்படுவதும், நான் கவலையும் பயமும் கொள்ளுவதுமாக ஆகிவிட்டது. மூன்று நாட்களுக்குப் பிறகு நான் வீடு வந்ததும் ஒரு செய்தியைக் கேள்விப் பட்டேன். என் மனைவி மறைத்து வைத்த செய்தியை, என் நான்கு வயதுப் பெண் குழந்தை ஓடி வந்து, நான் ஆபீஸிலிருந்து வந்ததும் வராததுமாக என்னிடம் வலியச் சொன்னாள். அந்த நோயாளி அன்று நான் ஆபீசுக்குப் போயிருந்த சமயத்தில் இரண்டு சாத்துக்குடி ஆரஞ்சுப் பழங்களைக் கூடைக்காரியிடம் வாங்கினானாம். ஒரு பழத்தை உரித்து, என் குழந்தைகளுக்கும் தங்கவேலுவின் குழந்தைகளுக்கும் ஆளுக்கு இரண்டு சுளைகள் கொடுத்தானாம். இவர்களும் வாங்கிச் சாப்பிட்டு விட்டார்களாம். எனக்குத் தெரிந்தால் நான் குழந்தைகளை அடிப்பேன் என்பதற்காக மனைவி இதை என்னிடம் சொல்லாமல் மறைத்து விட்டாள். செய்தி தெரிந்ததும், அவள் பயந்தபடியே குழந்தைகளை அடித்தேன். "இனிமேல் அவன் பக்கத்திலே போனால் கண்ணைத் தோண்டிப்பிடுவேன்" என்றும் பயமுறுத்தினேன்.

அன்று இரவு படுத்துக்கொள்ளும்போது எனக்கு நிம்மதியே இல்லை. குழந்தைகள், அவனிடம் ஆரஞ்சுச் சுளைகளை வாங்கிச் சாப்பிட்டதனால் அடைந்த மனக்கலவரம். போதாதற்கு அன்று இரவு அவன் முந்திய நாட்களை விட அதிகமாக முனகத் தொடங்கி விட்டான். நடுநடுவே 'அம்மா அம்மா' என்ற ஓலம். அவனால் வேதனை பொறுக்க முடியவில்லை. இரண்டொரு தடவை இருமினான். இருமலைத் தொடர்ந்துதான் அவன் 'அம்மா அம்மா' என்று கூவியது. நான் வெகு நேரம்வரை தூங்கவே இல்லை.

தங்கவேலுவிடம் சண்டைக்குப் போயாவது அவனை உடனே விரட்டச் சொல்லவேண்டும்; அது நடக்காவிட்டால், வீட்டுக் காரனிடம் போய்ச் சொல்லி முயற்சி செய்யவேண்டும் என்று முடிவு செய்தேன். அவனும் முடியாது என்று சொல்லிவிட்டால் வேறு வீடு பார்க்க வேண்டும் என்று தீர்மானித்தேன். ஆனால் தங்கவேலுவும் அவர் மனைவியும் என்னை விட அவசரப்படுகிறார்கள் என்பது எனக்குத் தெரியாது.

மேலும் இரண்டு நாட்கள் கழிந்தன. ஒவ்வொரு நாள் இரவும் அவன் ஓலத்துடனும், என் கவலையுடனுந்தான் கழிந்தது. ஆறாம் நாள் தங்கவேலு நான் சற்றும் எதிர்பாராத விதத்தில் அவனை அழைத்துக்கொண்டு வெளியே கிளம்பினார். நான் போய் எட்டிப் பார்த்தேன். அவனைச் சர்க்கார் ஆஸ்பத்திரியில் சேர்த்துவிடப் போவதாகத் தங்கவேலு சொன்னார். எனக்கு அப்போது ஏற்பட்ட மகிழ்ச்சியையும் நிம்மதியையும் இவ்வளவு அவ்வளவு என்று கூறு வதற்கில்லை.

"அதுதான் நல்ல யோசனை. அங்கே நல்லா கவனிப்பாங்க" என்று ஒப்புக்குச் சொன்னேன். அவன் என்னைப் பார்த்து, என் பூரண ஆசீர்வாதத்தை வேண்டி கை எடுத்துக் கும்பிட்டு, "நான் போய்ட்டு வர்றேன்" என்றான்.

"போய்ட்டு வாப்பா. கடவுள் கிருபையால் சீக்கிரம் குண மாகட்டும். போய்ட்டு வா" என்று வாழ்த்தினேன்.

மனத்தில் நஞ்சாக வெறுத்துக்கொண்டு அவனை இப்படிப் பொய்யாக வாழ்த்தி அனுப்பியதை இன்று நினைத்தாலும் எனக்கு வெட்கமாக இருக்கிறது. அவன் என்னையும் மதித்து என் ஆசீர்வாதத்திலும் நம்பிக்கை வைத்துக் கும்பிட்டதை நினைத்து விட்டாலோ, நெஞ்சில் ஈட்டி பாய்வதுபோல் இருக்கிறது.

தங்கவேலுவும் அவனும் டாக்ஸியில் ஏறிக்கொண்டு போனார்கள்.

"ஒரு பெரிய பாரம் நீங்கியது" என்று தங்கவேலுவின் மனைவி என் மனைவியிடம் சொன்னதைக் கேட்டேன். நான் சொல்ல நினைத்த வார்த்தைகள் அவை. என் மனைவி ஒன்றும் சொல்லவில்லை.

"அந்த மாமா எங்கே போறார்?" என்று என் பெண் குழந்த கேட்டது.

'சுடுகாட்டுக்கு' என்று சொல்லத்தான் எனக்கு வாய் வந்தது. ஆனால், "எங்கே போனால் என்ன? நீ போ உள்ளே" என்று சொல்லிக் குழந்தையை விரட்டினேன்.

◆ ஒருவன் இருக்கிறான் ◆

அன்றிரவு நிம்மதியாகப் படுத்தேன். தங்கவேலுவும் அவர் மனைவியும் அப்படியே நிம்மதி அடைந்திருப்பார்கள் என்பதைச் சொல்ல வேண்டிய தில்லை. 'பட்டணத்தில் குடித்தனம் செய்யும் குடும்பஸ்தர்களுக்கு இப்படி எத்தனை திடீர்ச் சோதனைகள்! 'இம்' என்றால் நாட்டுப்புறத்திலிருந்து ஓடி வந்து விடுகிறார்கள். நம் கழுத்தை அறுக்கிறார்கள். இவர்கள் எல்லாம் உயிரோடு இருந்து எதைச் சாதிக்கப் போகிறார்களோ? எவன் எவனோ சாகிறான். இவர்களுக்கு ஏன் ஆயுள் இப்படிக் கெட்டியாக இருக்கிறதோ தெரியவில்லை' என்று, வீட்டை விட்டுப் போனவனையே சபித்துக் கொண்டிருந்தேன்.

அவன் ஆஸ்பத்திரியிலிருந்து இனித் திரும்பப் போவதில்லை, அவ்வளவுதூரம் நோய் முற்றியிருக்கிறது என்பது என்னுடைய உறுதியான கருத்து; அந்தக் கருத்தின் ஒரு பகுதி என் ஆசையாகவும் இருந்தது என்று எனக்கு இப்போது நன்றாகத் தெரிகிறது.

2

அவனை ஆஸ்பத்திரியில் சேர்த்த மறுநாள் இரவு தங்கவேலுவை வாசற் கதவோரம் சந்தர்ப்பவசமாகச் சந்தித்தேன். "எப்படி இருக்கிறது? டாக்டர் என்ன சொல்கிறார்?" என்று அவனுடைய உடல்நிலைப் பற்றி ஒப்புக்குக் கேட்டேன்.

"ஆபரேஷன் செய்யணுமாம்" என்றார் தங்கவேலு.

"அப்படியா? அடி பாவமே!... ஹூம், அதனால் என்ன? ஆபரேஷனுக்குப் பயப்பட்டதெல்லாம் அந்தக் காலம். இப்போ அது சாதாரண விஷயம். சார், ஒண்ணும் யோசிக்க வேண்டாம். சும்மா ஆபரேஷன் செய்யச் சொல்லுங்க. அதுதான் நல்ல யோசனை" என்றேன்.

எனக்குத்தான் அவன் நலத்தில் என்ன அக்கறை! எதற்காக இந்த வார்த்தைகளைச் சொன்னேன்? தங்கவேலுவைச் சந்தித்ததற்கு உபசாரமாகச் சொன்ன வார்த்தைகள் என்று சொல்லி, மீதி உண்மையை மறைக்க நான் விரும்பவில்லை. இப்படிப்பட்ட நோயாளிகள் உயிரோடு இருப்பதைவிட ஆபரேஷனில் சாவது உத்தமம் என்ற எண்ணமும் எனக்கு அந்தரங்கத்தில் இருந்திரா விட்டால் இந்த வார்த்தைகளைச் சொல்லியிருக்கவே மாட்டேன்.

அவனுக்கு ஆபரேஷன் செய்யப் போகிறார்கள் என்பதில் தங்க வேலுவுக்கோ அவர் மனைவிக்கோ சிறிதும் கவலை ஏற்பட்டதாகத் தெரியவில்லை. "நமக்கு இருக்கும் தொல்லை போதாது என்று, ஆஸ்பத்திரிக்கும் வேறு அலைய வேண்டியிருக்கிறது என்று தங்கவேலு என்னிடம் கூறியது போலவே, அவர் மனைவியும் அதே

போன்ற ஒரு வெறுப்பை வேறு வார்த்தைகளில் என் மனைவியிடம் வெளியிட்டிருக்கிறாள் என்பதை அறிந்து கொண்டேன். இத்தனைக்கும் நடுவில், அவனுக்காகப் "பாவம்!" என்ற ஒரு சொல்லையவது இரக்கத்தோடு உச்சரித்துக் கொண்டிருந்தவள் என் மனைவி ஒருத்திதான்.

தங்கவேலு சொன்னபடியே அவனுக்கு அப்புறம் ஆபரேஷன் செய்யப்பட்டது. அதற்கு முன்பு ஒரு நாள் என் மனப்போக்கை அடியோடு மாற்றி, என்னை நினைத்து நானே வெட்கப்படும் படியாகவும், அவனை நினைத்து நான் கண்ணீர் விடும்படியாகவும் ஒரு சம்பவம் நடந்தது. எதிர்பாராத இந்தச் சம்பவம் நடந்திராவிட்டால், அவனுடைய கதையைப்பற்றி நான் இப்போது பிரஸ்தாபித்திருக்கவே மாட்டேன்.

அன்று இரண்டாவது சனிக்கிழமை. எனக்கு விடுமுறை. வீட்டிலேயே இருந்தேன். தங்கவேலு எங்கோ வெளியே போயிருந்தார். அவருடைய மனைவி தன் இரு குழந்தைகளோடு பகல் காட்சி சினிமாப் பார்க்கப் பதினொரு மணிக்கே கியூவில் நிற்கப் போய்விட்டாள் என்று கேள்விப் பட்டேன். மத்தியானம் ஒரு மணிக்கு ஒருவன் வந்து, "குப்புசாமி இருக்கிறாரா?" என்று கேட்டான். அவனுக்குச் சுமார் முப்பது வயது இருக்கும்.

"குப்புசாமியா? அப்படியே இங்கே யாரும் இல்லையே! நீ யார்?" என்று நான் கேட்டேன்.

"காஞ்சிபுரம். அங்கிருந்தான் குப்புசாமி இங்கே வந்தாரு. இது தங்கவேலு வூடுதானே?"

"ஆமாம், ஆனால் குப்புசாமின்னு யாரும் இல்லையே இங்கே!"

"இங்கேதான் வந்தாருங்க - வவுத்து வலிக்கு மருந்து சாப்புடணும்னு..."

இந்தச் சம்பாஷணையை உள்ளேயிருந்து கேட்ட என் மனைவி எழுந்து ஓடி வந்தாள்.

"குப்புசாமி அந்தப் பையன்தான்; ஆஸ்பத்திரியிலே சேர்த்திருக்கிற பையன்" என்றாள்.

"ஓஹோ!" என்று விஷயத்தைத் தெரிந்துகொண்டு, அவனைப் பார்த்து, "ஏன், என்ன விஷயம்? தங்கவேலு வெளியே போயிருக்கிறாரே" என்றேன்.

"எப்போ வருவாரு? அவங்க வூட்லே ஆரும் இல்லிங்களா?"

"எல்லோரும் வெளியிலே போயிருக்கிறாங்க. அவசரமா ஏதாவது சொல்லணுமாப்பா?"

“குப்புசாமியைப் பாக்கத்தான் வந்தேங்க. ஊருக்கும் அவசரமாப் போகணும். அவங்க வர ரொம்ப நேரமாவுங்களா?... குப்புசாமி இங்கே வந்தாரா இல்லையா?” என்று கவலையோடு அவன் கேட்டான்.

குப்புசாமி வந்தான் என்றும், ஆஸ்பத்திரியில் சேர்க்கப் பட்டிருக்கிறான் என்றும் தெரிவித்துவிட்டு, “வந்த காரியம் என்ன?” என்று கேட்டேன். அந்தக் கேள்விக்கும் அப்புறம் நான் கேட்ட இரண்டொரு கேள்விகளுக்குப் பதில் சொல்லும் முறையில் அவன் அரை மணி நேரம் என்ாடு பேசியிருப்பான்.

அவன் குப்புசாமிக்கு நன்றாகத் தெரிந்தவனாம். சிநேகிதன் என்று தன்னை அவன் சொல்லிக் கொள்ளவில்லை. உண்மையும் அதுவாகத்தான் இருக்க வேண்டும் போல் தோன்றியது. முந்தின நாள் இரவு சென்னையில் உள்ள தன் சொந்தக்காரர் ஒருவரைப் பார்க்க வந்தவன், ஊர் திரும்பவும் வழியில் அவசர அவசரமாகக் குப்புசாமியைப் பார்க்க வந்திருக்கிறான்.

குப்புசாமி வேலை செய்துவந்த சைக்கிள் கடைக்கு எதிரே ஒரு விறகுக் கடையில் அவன் கூலி வேலை செய்பவன். அவனுடைய பக்கத்து வீட்டுக்காரன் வீரப்பன் என்பவனும் குப்புசாமியும் ‘ரொம்ப ரொம்ப’ச் சிநேகமாம். குப்புசாமிக்குத் தன் தங்கையைக் கல்யாணம் செய்து கொடுக்கவும் நினைத்திருந்தானாம் வீரப்பன். அவளுக்கும் மிகவும் விருப்பமாம். ஆனால் தனக்கு நோய் வந்து விட்டதனால், அவளை வேறிடத்தில் கொடுக்கும்படி குப்புசாமியே வற்புறுத்திச் சொன்னானாம். அதன் பேரில் வேறு வழியில்லாமல் அந்தப் பெண்ணை மற்றோர் இடத்தில் கட்டிக் கொடுத்தார்களாம்.

வீரப்பன் எந்த நேரம் பார்த்தாலும் குப்புசாமியின் நினைவாகவே, இருக்கிறான் என்றும், “அவன் இனிப்பிழைப்பானா” என்று சொல்லிக்கூட இரண்டொரு நாள் தாரை தாரையாகக் கண்ணீர் விட்டு அழுதான் என்றும் உருக்கமாகச் சொன்னான் காஞ்சிபுரத்துக்காரன்.

குப்புசாமி நோய் காரணமாக வேலயை இழந்திருந்த சமயத்தில் தாய்மாமன் வீட்டில் துன்பப்பட்டுக் கொண்டிருந்த போது வீரப்பன் தான் அவ்வப்போது அவனை அழைத்து வந்து சாப்பாடு போடுவானாம். வீரப்பன் வீடு கட்டுகிற ஒரு மேஸ்திரியிடம் சிப்பந்தியாக வேலை செய்பவன். சில நாட்கள் வேலையில்லாமல் போய் வரும்படியும் இல்லாமல் கஷ்டப்படுகிற ஏழையாக இருந்தாலும், கடன் வாங்கியாவது சிநேகிதனுக்கு உதவி செய்து வந்தானாம் வீரப்பன்.

காஞ்சிபுரத்துக்காரன் இதைச் சொல்லும்போது, "இவனுக்கு (குப்புசாமிக்கு) இப்படி ஒரு நட்பா? இவன் உயிருக்கு இவ்வளவு மதிப்புக் கொடுக்கிற ஓர் ஆத்மாவும் இந்த உலகத்தில் இருக்கிறதா?" என்று நான் வியந்து கொண்டிருந்தேன்.

காஞ்சிபுரத்தான் பேச்சை முடித்துக்கொண்டு, ஊருக்குப் புறப் படத் தயாரானான்.

"சரிங்க, அப்போ நான் போயிட்டு வர்ரேனுங்க. குப்புசாமி கிட்டக் குடுக்கச் சொல்லி வீரப்பன் ஒரு லெட்டர் குடுத்தான் இதைக் குடுத்துடுங்க. மூணு ரூபாயும் குடுத்தனுப்பினான்..."

சட்டைப் பையிலிருந்து கடிதத்தையும் மூன்று ரூபாயையும் எடுத்து, "குப்புசாமி கிட்டே குடுத்துங்க. இல்லே, தங்கவேலு கிட்ட வேணும்னாலும் குடுத்துடுங்க. இன்னொரு சமயம் பட்டணம் வந்தா ஆசுபத்ரிலேயே போயிப் பார்க்கிறேன்" என்று சொல்லி விட்டுக் கடிதத்தையும் ரூபாயையும் என்னிடம் கொடுத்தான். அப்புறம் ஒரு நிமிஷம் எதையோ யோசித்துப் பார்த்தான். மனசுக்குள் கணக்குப் போடுகிறவன் போல் அவனுடைய முகபாவனையும் தலையசைப்பும் இருந்தன. மறு நிமிஷத்திலேயே, "இந்தாருங்க, இதையும் குப்புசாமிக்குக் குடுக்கச் சொல்லுங்க" என்று சொல்லித் தன் இடது கையில் தொங்கிய துணிப் பையிலிருந்து இரண்டு சாத்துக்குடிப் பழங்களை எடுத்துக் கொடுத்தான்.

"என் பசங்களுக்கு நாலு பழம் வாங்கினேன். போகட்டும். இவரு ஆசுபத்திரிலே இருக்கிறாரு நாம்ப வேறு என்னத்தைச் செய்யப் போறோம்?"

இத்துடனும் அவன் நிறுத்தவில்லை! தன் உபயமாக ஒரு ரூபாய் நோட்டு ஒன்றை எடுத்து என்னிடம் கொடுத்து, குப்புசாமி யிடமோ தங்கவேலு விடமோ சேர்க்கச் சொன்னான். அவன் குப்புசாமிக்காகத்தான் கொடுத்தானோ, குப்புசாமிக்காகக் காஞ்சி புரத்தில் இருந்துகொண்டு கண்ணீர் வடிக்கும் அந்த வீரப்பன், குப்புசாமியின் உயிருக்குக் கொடுக்கும் மதிப்பைக் கண்டுதான் கொடுத்தானோ?

"போய்ட்டு வர்ரேங்க; அம்மா, போய்ட்டு வர்ரேன்."

என்னிடமும் என் மனைவியிடமும் விடைபெற்றுக் கொண்டு காஞ்சிபுரத்துக்காரன் போய்விட்டான்.

நான்கு ஒரு ரூபாய் நோட்டுக்களையும் இரண்டு சாத்துக்குடிப் பழங்களையும் திண்ணையில் ஒரு பக்கத்தில் வைத்துவிட்டு, அவன் கொடுத்த கடிதத்தின் மடிப்பைப் பிரித்து வாசித்துப் பார்த்தேன். வீரப்பன் எழுதிய அந்தக் கடிதத்தில் எழுத்துப் பிழைகளையும் பிற

◈ ஒருவன் இருக்கிறான் ◈

தவறுகளையும் திருத்திக் கீழே கொடுக்கிறேன்.

"என் உயிர் நண்பன் குப்புசாமிக்கு எழுதிக்கொண்டது. நீ இங்கிருந்து போனதிலிருந்து என் உயிர் இங்கே இல்லை. சதா உன் ஞாபகமாகத்தான் இருக்கிறேன். கடவுள் அருளால் நீ உடம்பு சௌக்கியமாகி வரவேண்டும் என்று தினமும் ஒரு தடவை கோயிலுக்குப் போய்க் கும்பிடுகிறேன். எனக்கு இப்போது வேலை இல்லை. கொஞ்ச நாட்களாக வருமானம் இல்லாமல் இருக்கிறேன். நேற்றுக் கட்டைத் தொட்டி ஆறுமுகம் பட்டணம் போவதாகச் சொன்னான். உடனே ஓடி ஒருவரிடம் மூன்று ரூபாய் கடன் வாங்கி அவனிடம் கொடுத்தனுப்பியிருக்கிறேன். நானே வரலாம் என்று பார்த்தேன். வந்தால் இந்த மூன்று ரூபாயும் பஸ்ஸுக்குச் செலவாகி விடும். உனக்குச் சமயத்தில் உதவியாக இருக்கும் என நினைத்து, நான் ரூபாயைச் செலவழித்துக் கொண்டு வராமல், ஆறுமுகத்திடம் கொடுத்தனுப்பி இருக்கிறேன். இன்னோர் இடத்திலும் பணம் கேட்டிருக்கிறேன். கிடைத்தால் நான் சீக்கிரம் உன்னைப் பார்க்க வருவேன். உன்னைப் பார்த்தால் தான் நான் தின்னும் சோறு சோறாக இருக்கும். கடவுள் துணை.

உன் நண்பன்
க. வீரப்பன்,
காஞ்சிபுரம்.

கடிதத்தைப் பார்த்துவிட்டு நிம்மதியோடு என்னால் உட்கார்ந்திருக்க முடியவில்லை. என் மனைவியின் எதிரே கண்ணீர் விடவும் வெட்கமாக இருந்தது. அவளிடம் கடிதத்தைக் கொடுத்து, "படித்துப் பார்" என்று அவசர அவசரமாகச் சொல்லிவிட்டு, குளிக்கும் அறைக்குள் போய் உண்மையிலேயே கண்ணீர் சிந்தி அழுது விட்டேன். முகத்தைக் கழுவிக்கொண்டு நான் வெளியே வந்தபோது, என் மனைவி வழக்கம்போல் இரக்கம் நிறைந்த குரலில், "பாவம்!" என்றாள். "ஏழைகள்தான் எவ்வளவு பிரியமாக இருக்கிறார்கள்!" என்று பரவசத்துடனும் உணர்ச்சிப் பெருக்குடனும் சொன்னாள்.

எனக்கு ஒன்றும் தோன்றவில்லை. எதுவும் சொல்லாமல் அவள் முகத்தையே பார்த்துக்கொண்டு நின்றேன். பிறகு, மனத்தில் நினைத்ததைச் சற்றும் தயங்காமல் அவளிடம் சொல்லியே விட்டேன்.

"நாமும் தங்கவேலுவோடு இன்னிக்கு ஆஸ்பத்திரிக்குப் போகலாமா?"

மனைவி ஆச்சரியப்பட்டாள் என்பதைவிட, என் சொற்களைக் கேட்டு ஆனந்தம் அடைந்தாள் என்றுதான் சொல்லவேண்டும்.

"போகலாமே. ஒரு டஜன் சாத்துக்குடி வாங்கிக் கொண்டால் நல்லது. சும்மாவா போவது?"

"வாங்கிக் கொண்டால் போகிறது."

நான்கு ரூபாயையும், கடிதத்தையும், அந்த இரண்டு சாத்துக்குடிப் பழங்களையும் உள்ளே கொண்டு போய் வைக்கச் சொன்னேன். தனியாக உட்கார்ந்திருந்த நான் என்னை நினைத்தே வருந்தியதையும் வெட்கப்பட்டதையும் விவரிக்கவே முடியாது. காஞ்சிபுரத்தில் இருக்கும் வீரப்பனை, உலகமே வெறுத்து ஒதுக்கிய குப்புசாமியிடம் உயிரையே வைத்திருக்கும் அந்தப் புண்ணிய மூர்த்தியைப் பார்க்க வேண்டும்போல் இருந்தது. 'குப்பு சாமிக்கும் ஒருவன் இருக்கிறான். குப்புசாமிக்கு மட்டுமா? எனக்குமே ஒருவனாக அவன் இருக்கிறான்.'

பழங்கள் வாங்கக் கடைத்தெருவுக்குப் போனேன்.

☯

36

தியாகம்

கோவில்பட்டி மளிகைக் கடை கதிரேசன் செட்டியார் காலையில் பலகாரம் சாப்பிட மணி பத்து ஆகும். அப்புறம் ஒரு பத்து நிமிஷம் உட்கார்ந்து, சாப்பிட்ட சிரமத்தைப் போக்கிக்கொள்ள வேண்டும். அதன்பின் கடையை நோக்கிப் புறப்படுவார். சரியாகப் பதினைந்து நிமிஷ நடை பத்து இருபத்தைந்துக்குக் கடையில் வந்து உட்காருவார். கையில் கடிகாரம் கட்டாமலே நிமிஷக் கணக்கு தவறாமல் வருஷம் முந்நூற்று அறுபத்தைந்து நாளும் ஒரேமாதிரியாக அவர் கடைக்கு வருவதும் வீடு திரும்புவதும் இந்தக் காலத்துக் கடைச் சிப்பந்திகளுக்கு ஓர் அதிசயமாக இருக்கும் என்பதைச் சொல்ல வேண்டியதில்லை- அவர் அந்தக் காலத்து மனுஷர், அவர் பழகிய உலகம் அவரை விட்டாலும் அவர் அதை விடத் தயாராக இல்லை.

அன்று காலை 10-25க்குக் கடைக்கு வந்தார். கடைக்குள் நுழையும் போது முகத்தை எப்படி வைத்துக்கொள்ள வேண்டுமோ ஒரு குறிப்பிட்ட முறையில் வைத்துக் கொள்ளவேண்டும்- அப்படி வைத்துக்கொண்டார். இந்த முகபாவத்தின் பிரதான அம்சம், கடுகடுப்பு; பிரதானமில்லாத அம்சம், ஒரு மாதிரியான விறைப்பு. இந்த முகபாவத்தைக் கடையில் உட்கார்ந்திருக்கும் வரையில் எக்காரணத்தைக் கொண்டும் மாற்றமாட்டார். நண்பர்களோ, அந்தஸ்துமிக்க வாடிக்கைக்காரர்களோ வரும்போது அவர் சிரிக்கவோ, புன்னகை செய்யவோ வேண்டிய அவசியம் ஏற்படும். அதையும் இந்த முகபாவத்தை மாற்றாமலே நிறைவேற்றிவிடுவார்...

கடையில் வந்து உட்கார்ந்த செட்டியார், கணக்கு எழுதும் சோமசுந்தரம் பிள்ளையை ஒரு தடவை ஏறிட்டுப் பார்த்தார். பிள்ளையும் அவ்வண்ணமே செய்தார். பிறகு செட்டியார் முகத்தைத் திருப்பி, பெட்டியைத் திறந்து அங்கே கிடக்கும் சில்லறைக் காசு களைக் கையால் துழாவிவிட்டு, கடைச் சிப்பந்திகளை- அந்த நான்கு பேரையும் - மொத்தமாகவும் தனித்தனியாகவும் பார்த்தார். இனி வசை புராணத்தை ஆரம்பிக்கவேண்டியதுதான்! எதைச் சாக்காக வைத்துக்கொண்டு ஆரம்பிக்கலாம் என்று ஒரு கணம் யோசித்தார். ஒரே ஒரு கணம்தான். சாக்குக் கிடைத்து விட்டது...

"ஏண்டா, தடிப் பயகளா! நீங்க என்ன பரதேசிகளா, சந்யாசிகளாடா? எருமை மாட்டுப் பயல்கள்! விடிஞ்சுதும் நாலு

வீட்டுக்கு யாசகத்துக்குப் போற பிச்சைக்காரப் பயல் கூட இப்பிடி சாம்பலை அள்ளிப் பூசமாட்டானேடா? தரித்திரம் பிடிச்ச பயகளா! நீங்க வந்து கடையிலே மொளைஞ்சீங்களோ இல்லையோ, யாவாரம் ஒண்ணுக்குப் பாதியாப் படுத்துப் போச்சு. இன்னும் மிச்சம் மீதியை யும் படுக்க வச்சிட்டுப் போகவாடா, இப்படி நெத்தியிலே அள்ளிப் பூசிக்கிட்டு வந்திருக்கீங்க, சாம்பலை!..."

கடையில் புதிதாகச் சேர்ந்திருந்த ஒரு சிப்பந்தி, "நீங்களும் விபூதி பூசியிருக்கீங்களே, மொதலாளி?" என்று கேட்டுவிட்டான்.

"அடி செருப்பாலே! நாயே! வாயைத் தொறக்கிறியா நீ? (கணக்குப் பிள்ளையைப் பார்த்து) பார்த்தீரா சோமசுந்தரம் பிள்ளை? பயல் எதுத்தில்லே வெவகாரம் பண்றான்? ஜோட்டாலே அடிச்சு வெளியே பத்தும் இவனை! நமக்குச் சரிப்படாது. கஞ்சிக்கில்லாம செத்த பயல்களை எரக்கப்பட்டுக் கடையிலே வச்சது என் முட்டாள் தனம், சோமசுந்தரம்பிள்ளை..." என்று செட்டியார் பொரிந்து கொண்டிருக்கும்போது, கணக்குப்பிள்ளை அந்தப் புதுப் பையனைப் பார்த்து, "வேலையைப் போய்ப் பாரேண்டா. மொதலாளி கிட்ட எப்பிடிப் பேசணும்கிறது கூடத் தெரியல்லையேடா, ஒனக்கு! உம்... போ! போய் வேலையைப் பாரு" என்றார்.

அந்தப் பையனுக்கு ஆத்திரம் ஆத்திரமாக வந்தது. போதாக் குறைக்கு மற்ற மூன்று பையன்களும் திரும்பிக் கொண்டு அவனைப் பார்த்துச் சிரித்தார்கள்.

செட்டியார் அதோடு அவனை விட்டு விட்டார். மற்றொரு பையனைப் பார்த்து அஸ்திரத்தத் தொடுத்தார். "ஏ கழுதே! ஒன்னைத் தானே! பருப்புலே ஒரே கல்லாக் கெடக்குன்னு சொன்னானே, பொடைச்சி வச்சியா, கழுதை?"

"பொடைச்சிட்டேன், முதலாளி. கல்லு ஒண்ணும் இல்லையே?"

"என்னடா! இல்லையா? அப்போ நான் பொய்யா சொல்றேன்? டேய்! இந்த மாதிரி நீ பேசிக்கிட்டே இருந்தா, செருப்படி வாங்கிக்கிட்டுத்தான் இந்தக் கடையை விட்டுப் போகப் போறே. ஆமா. நல்லா யாவுகத்திலே வச்சுக்கோ. வேலையை ஒழுங்காச் செய். சோமசுந்தரம் பிள்ளை, பயபேச்சைப் பார்த்தீரா? பார்த்துக்கிட்டீரான்னேன்? கடைக்கு வர்ரவனெல்லாம் ஒருத்தன் பாக்கியில்லாமே, 'என்ன செட்டியாரே, இப்படிக் கல்லைப் போட்டிருக்கிறீரே பருப்புலே'ன்னு கேக்கறான். இவன் என்னடான்னா 'பொடைச்சேன். கல்லில்லே'ங்கிறானே உம்... ஏ கழுதை நீ பொடைச்சுது நெசந்தானா? கேட்டதுக்குப் பதில் சொல்லு! இல்லே, இப்பிடியே

கடையை விட்டுக் கீழே எறங்கு..."

சோமசுதந்தரம் பிள்ளை அந்தப் பையனைப் பார்த்து, "பொடைச்சேன், கல்லைச் சுத்தமாப் பொறக்கிட்டேன், மொதலாளின்னு சொன்னா என்னப்பா? நெசத்தைச் சொல்றதுக் கென்ன?" என்றார்.

அந்தப் பையன் பதில் சொல்லாமல் நின்றான்.

செட்டியார் கடைப் பையன்கள் அத்தனை போரையும் மொத்தமாகப் பார்த்து "போங்கலே, எம் மூஞ்சியிலே முளிக்காதீங்க. ஒங்களைக் கட்டிக்கிட்டு மாரடிக்கிறதுக்கு ஒரு குத்துக்கல்லைக் கட்டிக்கிட்டு மாரடிக்கலாம்... தொலைஞ்சி போங்கடா" என்று விரட்டினார்.

கடைப் பையன்கள் நால்வரும் உள்ளே போய்விட்டார்கள். உள்ளே போனதும் பழைய மூவரும் சிரித்தார்கள்.

மறுநிமிஷமே செட்டியார் அவர்களை அழைத்தார். "ஏண்டா, எங்கடா கூண்டோட கைலாசம் போயிட்டீங்க? உள்ளே சமுக்காளத்தை விரிச்சிப் படுத்துத் தூங்குங்கடா; நல்லாத் தூங்குங்க! இங்கே வர்ரவங்களுக்குப் புளியும் கடுகும் நான் நிறுத்துப் போடுறேன்."

புதுப் பையன் ஆத்திரத்தை அடக்கிக்கொண்டு, "நீங்கதானே மொதலாளி, உள்ளே போகச் சொன்னீங்க? நாங்க எது செஞ்சாலும் குத்தமாகச் சொல்றீங்களே..." என்று, இரண்டு வாரங்களாக அடக்கி வைத்திருந்த ஆத்திரத்தைக் கக்கியே விட்டான்.

அவன் பேசியதைக் கேட்டு மற்றப் பையன்கள் முகத்தைத் திருப்பிக் கொண்டு சிரிக்க, செட்டியார் தம் முகத்தை இன்னும் கடுகடுப்பாக வைத்துக் சோமசுந்தரம் பிள்ளையை ஏறிட்டுப் பார்க்க, பிள்ளை அந்தப் பையனைப் பார்த்து, "ஏண்டா, 'பேசாதே பேசாதே'ன்னு ஒனக்கு எத்தனை தரம் சொல்றது? என்ன பயல்டா நீ? போய் அந்த ஈரங்காயத்தை மூடையிலேருந்து எடுத்துக்கிட்டு வா... இங்கே பொட்டியிலே ஈராங்காயமில்லே" என்றார்.

"அதெல்லாம் எங்கே தெரியுது? எல்லாம் சொல்லித் தான் நடக்க வேண்டியிருக்கு. ஏண்டா, சோறு திங்கிறீங்களே, அதையும் சொன்னாத்தான் திம்பீங்களோ? இல்லே, கேக்கிறேன். இப்படி அறிவுகெட்ட பயல்களா வந்து நமக்குன்னு சேந்திருக்காங்களே, அதைச் சொல்லும்... டேய், ஒன்னைத் தாண்டா! அந்த முத்தையா பிள்ளை பாக்கியைப் போய்க் கேட்டியா? அதையும் சொன்னாத்தான் செய்வியா?"

"கேட்டேன், மொதலாளி."

"கேட்டியாக்கும்? கெட்டிக்காரன் தான்! கேட்டு வாங்கணும்னு தோணலியோ?"

"பாக்கியைக் குடுத்திட்டாரு" என்று பெருமிதத்தோடு சொன்னான் பையன்.

"அட, என்னமோ இவன் சாமர்த்தியத்திலே வாங்கின மாதிரியில்லே பேசுறான்! கடன் வாங்கினவர் குடுக்காமலா இருப்பாரு? முத்தையா பிள்ளை யோக்கியன். இவனைப் போல முடிச்சுமாறிப் பயலா இருப்பாருன்னு நெனைச்சான் போல இருக்கு. அதனாலேதான் 'குடுத்திட்டாரு'ன்னு ரொம்பச் சவடாலாச் சொல்றான். ஏய், நீ எப்படிடா போய்க் கேட்டே? கண்டிப்பாக் கேட்டியா,"

"கண்டிப்பாத்தான் கேட்டேன், மொதலாளி..."

"கண்டிப்பாக கேட்டியா? உன்னை யாருடா அப்படிக் கேக்கச் சொன்னது? எதம்பதமாப் பேசணும்னு ஒனக்கு எத்தனை தரம் சொல்லுயிருக்கேன்? கண்டிப்பாப் பேசினா நாளைக்கு எவண்டா கடைக்கு வருவான்?..."

அப்போது சோமசுந்தரம் பிள்ளை குறுக்கிட்டு, சாவதானமாக, "முருகையா, அந்தப் பெரிய கணக்கு நோட்டை இப்பிடி எடு" என்றார்.

செட்டியார் முருகையாவை விட்டுவிட்டார். மற்றொரு பையனை ஏறிட்டுப் பார்த்துகொண்டிருந்த சமயத்தில் ஷண்முகம் பிள்ளை கடைக்கு வந்து சேர்ந்தார்.

"அண்ணாச்சி, வாங்க!" என்று அவரை வரவேற்ற செட்டியார், அந்தப் பையனைப் பார்த்து, "ஏய் பரதேசி! நான் உனக்கு என்ன சொன்னேன்? என்னலே சொன்னேன்?..." என்று கேட்டுக் கொண்டிருக்கும் போதே ஷண்முகம் பிள்ளை பேச்சுக் கொடுத்தார். "செட்டியாரையா, நாளைக்கு மதுரைக்குப் போறேன்.." என்று தான் சொல்ல வந்த விஷயத்தை ஆரம்பித்தார். செட்டியாரும் கவனத்தை அவரிடம் திரும்பினார். அத்துடன் சாமான்கள் வாங்கவும் இரண்டொருவர் வந்தார்கள். பையன்கள் சுறுசுறுப்பாக வேலையில் ஈடுபட்டார்கள்.

கதிரேசன் செட்டியார் எப்பொழுது பார்த்தாலும் கடைச் சிப்பந்திகள் மீது இப்படிச் சீறி விழுவதைப் பல வருஷங்களாகப் பார்த்துககொண்டு வந்தவர் ஷண்முகம் பிள்ளை. ஒரு நாள் கூட செட்டியார் அன்பாக ஒரு பையனைப் பார்த்துப் பேசியதில்லை. மாதத்தில் பத்து நாட்களாவது அவர் செட்டியார் கடைக்கு வந்து சிறிது நேரம் உட்கார்ந்து பேசிக்கொண்டிருந்து விட்டுப் போவார். அவர் வந்து விட்டால் கடைப் பையன்களுக்கு ஒரே கொண்டாட்டம். ஏனென்றால், அவரோடு பேசிக் கொண்டிருக்கும் போது செட்டியார்

சஹஸ்ரநாம அர்ச்சனையைத் தாற்காலிகமாக நிறுத்தி வைத்து விடுவார் என்பது அவர்களுக்குத் தெரியும்.

செட்டியாரும் கூட அர்ச்சனையை நிறுத்துவதற்கு அதை ஒரு நல்ல சந்தர்ப்பமாகக் கருதுவார்! சோமசுந்தரம் பிள்ளை குறுக்கிட்டுக் கடைப் பையன்களுக்குப் புத்தி சொல்லத் தொடங்கி விட்டாலும், கொஞ்சம் மூச்சுவிட்டு ஓய்வெடுத்துக் கொள்வார். பையன்களைத் தாம் திட்டும்போது தடுத்து நிறுத்துவதற்கு ஒரு ஆள் வேண்டும் என்பதற்காகவே சோமசுந்தரம் பிள்ளையை அந்த முப்பது வருஷ காலமும் தம் கடையில் கணக்குப் பிள்ளையாக வைத்துக்கொண்டிருக்கிறார் என்று சொன்னாலும் தவறில்லை.

செட்டியாரின் குணாதிசயங்களெல்லாம் கடைப் பையன் களுக்கு மனப்பாடம். இரண்டு வாரங்களுக்கு முன் வந்து சேர்ந்த புதுப் பையன் வெங்கடாசலத்துக்கு இன்னும் முதற்பாடம் கூடச் சரிவரப் புரியவில்லை. அதனால்தான் அவனுக்குச் செட்டியார் திட்டும்போது உள்ளூற மனம் குமுறியது. “பிச்சைக்காரன்,” “கஞ்சிக்கு இல்லாதவன்,” “நாயே, பேயே” என்று எத்தனையோ இழிசொற்களைச் சேற்றிலே தோய்த்து எடுத்துச் செட்டியார் வீசியிருக்கிறார். அவன் சொல்லாமல் கொள்ளாமல் கைவிட்டு ஓடிவிடலாம் என்று நினைத்தாலும், தன் தகப்பனாரின் கண்டிப்புக்குப் பயந்து இன்னும் அங்கேயே இருந்து கொண்டிருந்தான்.

அவனுடைய ரோஷத்தைக் கண்டும், செட்டியார் தங்களைத் திட்டுவதைக் கண்டும் மற்றப் பையன்கள் சிரித்ததற்குக் காரணம் அவர்களுக்கு மானமோ ரோஷமோ இல்லாததுதான் என்று யாராவது நினைத்தால், அதைவிடப் பெரிய தவறு வேறொன்று இருக்க முடியாது. அவர்கள் அங்கே இருந்து பழகியவர்கள். செட்டியாரின் வார்த்தைகளுக்குப் பொருள் கிடையாது என்று மனப்பூர்வமாக அவர்கள் நம்பினார்கள். அதற்குப் பல காரணங்கள் உண்டு. ஒன்று, வேறு எந்தக் கடையிலும் கடைச் சிப்பந்திகளுக்குக் கொடுக்கும் சம்பளத்தை விட இங்கே அதிகச் சம்பளம். தீபாவளிக்குப் புது வேஷ்டி சட்டைகளுடன் ஆளுக்குப் பத்து ரூபாய் ரொக்கமும் கொடுப்பார் செட்டியார். கடை வேலையைத் தவிர தம்மை மறந்துகூட வீட்டு வேலை செய்யச் சொல்லமாட்டார். அவருடைய வீட்டுக்குக் கடைப் பையன்கள் போனால், முகத்தில் கடுகடுப்பில்லாமல், ‘ஐயா, ராசா’ என்று அன்போடு பேசுவார். ஏகதேசமாகச் சாப்பிடச் சொல்வதும் உண்டு. எல்லாவற்றையும்விட முக்கியமாக, யார் என்ன புகார் சொன்னாலும், எந்தப் பையனை யும் வேலையிலிருந்து நீக்குவதே கிடையாது. பையன்கள் வாலிபர் களாகிக் கல்யாணம் செய்துகொள்ளும்போது, கல்யாணச் செலவுக்கு

ஒரு கணிசமான தொகையும் கொடுப்பது வழக்கம். அவர் கடையில் வேலை பார்த்த பையன் பெரியவனாகித் தனிக் கடை தொடங்க நினைத்தால், அதற்கும் உதவி செய்வார். அப்படி அவர் கைதூக்கி விட்டு இன்று மூன்று பேர் அதே ஊரில் மளிகைக் கடைகளை லாபகரமாக நடத்திக் கொண்டு வருகிறார்கள். இந்த ரகசியங்களெல்லாம் கப் பையக்களுக்குத் தெரியும். அதனால்தான் அவருடைய வசை புராணத்தை ஏதோ வழக்கொழிந்த ஓர் அந்நிய பாஷையில் இயற்றப்பட்ட காவியமாகக் கருதி ஒதுக்கித் தள்ளி விட்டார்கள்.

2

காலையில் பையன்கள் விபூதி பூசி வந்ததைக் கண்டு சீறி விழுந்ததைப் பார்த்த புதுப் பையன், மறுநாள் வெறும் நெற்றியோடு வந்துவிட்டான். அவ்வளவுதான்: "நீ என்னடா சைவனா? இல்லை, வேதக்காரனா? (கிறிஸ்தவனா?) என்னலே முழிக்கிறே? ஒன் மூஞ்சியைப் பார்த்தா எவன்டா கடைக்கு வருவான்?... நெத்தியைச் சுடுகாடு மாதிரி வச்சிக்கிட்டு..."

"போய் விபூதியை எடுத்துப் பூசு" என்று கணக்குப் பிள்ளை அவனுக்குப் புத்தி சொன்னார். செட்டியார் திட்டுவதை உடனே நிறுத்திவிட்டார்.

அன்று ஷெண்பகவல்லியம்மன் கோவிலில் கடைசி நாள் விழா. பெரிய மேளக் கச்சேரி. வாண வேடிக்கைகள் எல்லாம் ஏற்பாடாகியிருந்தன. வெளியூர்க் கூட்டம் தெருவெல்லாம் நிரம்பி வழிந்தது. அன்று ஒரு மணி நேரம் முன்னதாகவே - அதாவது, எட்டு மணிக்கே-கடையை அடைத்து விட்டுத் தாமும் கோவிலுக்குப் போகலாம், மற்றவர்களையும் வீட்டுக்கு அனுப்பிவிடலாம் என்று முடிவு கட்டியிருந்தார் செட்டியார். ஏழரை மணிக்கெல்லாம் ஷண்முகம் பிள்ளை வந்தார். செட்டியார் தம் ஓய்வொழிச்சலற்ற வசை புராணத்தை நிறுத்தி, "அண்ணாச்சி, வாங்க" என்று புன்னகையோடு அவரை வரவேற்றுவிட்டு, "மதுரைக்கு நேத்துத்தானே போனீங்க" என்று ஆச்சரியத்தோடு கேட்டார்.

"அங்கே சோலி? போன காரியம் முடிஞ்சதும் திரும்ப வேண்டியதுதானே? இன்னிக்குக் காலையிலே முதல் வண்டிக்கே வந்துட்டேனே! குளிச்சுச் சாப்பிட்டேன். கொஞ்சம் அசந்து தூங்கினேன், தூங்கிப்பிட்டு வர்ரேன்..."

செட்டியார் கடிகாரத்தைப் பார்த்தார். மணி ஏழே முக்கால். இதுதான் சமயம் என்று ஆரம்பித்து விட்டார்.

"ஏண்டா! தீவட்டித் தடியன்காளா?"

"என்ன மொதலாளி" என்று இரண்டு பையன்கள் ஏக காலத்தில் கேட்டார்கள்.

"என்ன மொதலாளியா? நானும் ஒரு மணி நேரமாப் பார்த்துக்கிட்டே இருக்கேன், இந்தப் பயக வாயைத் தொறந்து கேட்கட்டும்னு. நீங்க எங்கே கேப்பீங்க? ஒங்களுக்குச் சாமி ஏது, சாத்தா ஏதுடா? அப்படி தெய்வபக்தி இருந்தா, ஒங்க மூஞ்சியிலே கொஞ்சமாச்சும் களை இருக்குமே! அறிவுகெட்ட பயகளா, இன்னைக்கு திருளா ஆச்சே, ஊர் பூராவும் கோயிலுக்குப் போய்ச் சாமி கும்பிடுதே, நாமளும் போகணும்னு ஏன்டா ஒங்களுக்குத் தோணல்லே?"

அப்போது ஷண்முகம் பிள்ளை, "மொதலாளி சொல்லாமே எப்படிக் கடையைப் போட்டுட்டுச் சாமி பார்க்கப் போவாங்க? நீங்க சொல்றது நியாமில்லியே, செட்டியாரையா!" என்றார்.

"ஆமா, அண்ணாச்சி, சாமி கும்பிடுறது கூட மொதலாளியைக் கேட்டுத்தான் கும்பிடணும்! நீங்களும் அவங்க கட்சியிலே சேந்து பேசுங்க!" என்றார் செட்டியார்.

சோமசுந்தரம் பிள்ளை, பையன்களைப் பார்த்து, கடையை அடைப்பதற்கு எல்லாவற்றையும் எடுத்து உள்ளே வைக்கச் சொன்னார். அவர்களும் ஜரூராக அந்த வேலையில் இறங்கினார்கள்.

செட்டியார் மிகவும் கவலையோடு, "இந்தப் பயகளோட கத்திக் கத்தி என் தொண்டைத் தண்ணிதான் வத்துது, அண்ணாச்சி, சேச்சேச்சே!" என்று சலித்துக் கொண்டார்.

ஷண்முகம் பிள்ளை சிரித்தார்.

சிறிது நேரத்தில் கடையை எடுத்து வைத்துப் பூட்டி முடித்ததும் பையன்கள் கோவிலுககுப் போக உத்தரவுக்குக் காத்திருந்தார்கள்.

"என்னடா, கோயிலுக்குத்தானே?" என்று கேட்டார் செட்டியார்.

"ஆமா, மொதலாளி."

"கோயிலுக்கு வெறுங்கையை வீசிக்கிட்டுத்தான் போகப் போறீங்களா?"

பதில் இல்லை.

"என்னடா, நான் கேக்கிறேன், பேசாம நிக்கிறீங்களே? வாயிலே என்ன கொளக்கட்டையா இருக்கு?"

அதற்கும் பதில் இல்லை.

"பாருங்க, அண்ணாச்சி, வாயைத் தொறக்கிறாங்களா பாருங்க. கோயிலுக்குப் போறதுன்னா தேங்கா, பளம், சூடமெல்லாம் கொண்டு போகவேண்டாமா?"

"கொண்டுதான் போகணும்" என்றார் ஷண்முகம் பிள்ளை.

"அது இந்தப் பயகளுக்குத் தெரியுதா, பாருங்க... கடவுளே! கடவுளே!" என்று தலையில் அடித்துக் கொண்டு, "டேய்! இந்தாங்கடா, ஆளுக்கு ஒத்த ரூவா. போய், தேங்கா, பளம் வாங்கிட்டுப் போங்க, 'எங்க தலையிலே ஏன் களிமண்ணை வச்சே, சாமி? மூளையை வைக்கவேண்ணாலும் வெள்ளை மெளுகையாவது வச்சிருக்கக் கூடாதா?'ன்னு சாமியைக் கேளுங்கடா" என்று சொல்லிவிட்டு நான்கு பேருக்கும் நான்கு ரூபாய்களைக் கொடுத்தார். பையன்கள் போய்விட்டார்கள்.

செட்டியார் சாவிக் கொத்தோடு வீட்டை நோக்கி நடந்தார்.

சாப்பிட்டுவிட்டு அம்பாளின் நகர்வலத்தைப் பார்ப்பதாக உத்தேசம். அம்பாள் கடைத்தெருவுக்கு வர மணி பதினொன்றாகிவிடும் என்பது அவருக்குத் தெரியும். ஷண்முகம் பிள்ளையும் அவரும் பேசிக் கொண்டே போனார்கள். அப்போது ஷண்முகம் பிள்ளை தாம் வெகுநாட்களாகக் கேட்க நினைத்ததை அன்று அப்பட்டமாகக் கேட்டுவிடத் துணிந்தார்.

"என்ன செட்டியாரையா, நம்ம சிநேகிதத்தைப் பொறுத்துக் கேக்கிறேன். கோவிச்சுக்கிட மாட்டீங்களே?"

"என்ன அண்ணாச்சி, ஒங்களை எப்போ நான் கோவிச்சிருக்கேன்? என்ன இப்பிடிக் கேக்கிறீங்க? நமக்குள்ளே என்ன வேத்துமை?"

"இல்லே, நீங்க ரொம்ப தயாள குணத்தோட இருக்கிறீங்க. ஊரிலேயும் ஒங்களைப் பத்திப் பெருமையாப் பேசிக்கிறாங்க. கடைப் பையன்களுக்கு உங்களைப் போலச் சம்பளம் குடுக்கிறவங்க இல்லேன்னும் எனக்குத் தெரியும். எல்லாம் நல்லாத்தான் இருக்கு. ஆனா, ஏன் இப்பிடி இருபத்து நாலு மணி நேரம் கடைப் பையன்களைத் திட்டிக்கிட்டே இருக்கிறீங்க? எப்போ வந்து பார்த்தாலும், எவளையாவது நிப்பாட்டிவச்சிக்கிட்டுப் பொரியிறீங்களே, எதுக்கு? கொஞ்சம் அன்பா ஆதரவா இருக்கலா மில்லை?"

"அண்ணாச்சி, அன்பாதரவா இல்லேன்னா நான் திட்டுவனா? அதைக் கொஞ்சம் யோசனை பண்ணிப் பாருங்க. பயகளை நெசமா எனக்குப் பிடிக்கலேன்னா, ஒரே சொல்லிலே கடையை விட்டு வெளியேத்திப்பிட்டு மறுசோலி பாக்கமாட்டான்? சொல்லுங்க, இந்த முப்பது வருசத்திலே, ஒருத்தனை நான் வேலையை விட்டுப்

போகச் சொல்லியிருக்கிறனா? பயக விருத்திக்கு வரணும்னுதானே தொண்டைத் தண்ணியை வத்த வச்சிக்கிட்டிருக்கேன்? கத்திக் கத்தி என் உசுரும் போகுது."

"ஏன் கத்தணும்? நல்லபடியா ஒரு சொல் சொன்னாப் பத்தாதா?"

"அப்படியா சொல்றீங்க, அண்ணாச்சி? சரிதான்! நல்லபடியாகச் சொன்னா பயகளுக்குத் திமிர் இல்லே ஏறிப் போகும்? ஓடம்பு வளையுமா? அந்தக் காலத்திலே நான் கடைப் பையனா இருந்தப்போ எங்கமொதலாளி பேசினதை நீங்க கேட்டுருக்கணும்... ஹூம், அதிலே பத்திலே ஒரு பங்கு கூட நான் பேசியிருக்க மாட்டேன்; பேசவும் தெரியாது."

"அப்பேர்ப்பட்ட மொதலாளியா அவரு!"

"என்னங்கறீங்க? என்னப்பத்தி மட்டுமா? என் தாயி, தகப்பன், பாட்டன்-அத்தனை பேரையும் சேர்த்துக் கேவலமாப் பேசுவாரு. புளுத்த நாள் குறுக்கே போகாது. ஒரு நாள் என் மூஞ்சியிலே அஞ்சு பலப் படியையே தூக்கி வீசிட்டாரு. தலையைக் குனிஞ்சனோ, தப்பிச்சனோ! அப்படியெல்லாம் வசக்கிவிடப் போய்த்தான் நானும் கடைன்னு வச்சு, யாவாரம் பண்ணி, இவ்வளவு காலமும் ஒருத்தன் பார்த்து ஒரு கொறை சொல்றதுக்கு இடமில்லாமே நிர்வாகம் பண்ணிக்கிட்டு வர்றேன்..."

ஷண்முகம் பிள்ளை செட்டியாரின் வார்த்தைகளைக் கேட்டுச் சிரிக்க நினைத்தார். ஆனாலும் அப்புறம் சிரித்துக் கொள்ளலாம் என்று அதை அடக்கிக்கொண்டு, "செட்டியாரையா! ஓங்க மேலே தப்பில்லே; ஓங்க மொதலாளியைச் சொல்லணும். ஓங்களுக்கு நல்லாத்தான் பாடம் சொல்லிக் குடுத்திருக்காரு!..."

செட்டியாருக்கு அவர் சொன்னது விளங்கவில்லை. அதனால் "என்ன அண்ணாச்சி? என்ன சொல்றீங்க?" என்று கேட்டார்.

"ஓங்களைப் பாக்க எனக்கு உண்மையிலேயே பாவமா இருக்கு. இப்படிக் கத்தினா மொதல்லே ஓங்க ஒடம்புக்கு ஆகுமா."

செட்டியாரும் தம் நிலையை எண்ணித் தாமே வருந்தினார்: "என்ன செய்றது? நாம வாங்கின வரம் அப்படி. அந்தச் சோமசுந்தரம் பிள்ளை நடுவிலே ஏதாச்சும் செய்வாரு. அதுதான் சாக்குன்னு கொஞ்சம் வாயை மூடுவேன். அவரு இல்லேன்னா நான் கத்திக் கத்தி மூச்சே போயிருக்கும். பயக நல்லாத் தலை எடுக்கணுமேன்னு தான் பாக்கிறேன். அவங்க தாய் தகப்பன்மாரு என்னை நம்பி ஒப்படைச்சிருக்காங்களே- என்னமோ அண்ணாச்சி, ராத்திரி ராத்திரி வீட்டிலே வந்து படுத்துக்கிட்டே நானா நெனைச்சி வருத்தப்

பட்டுக்கிடுவேன். ஒவ்வொரு சமயம் தொண்டை கட்டிக் கிடும். பாலில பனங்கல்கண்டும் மொளகும் போட்டுக் குடிப்பேன். மொதலாளின்னு ஆயிட்டோம், செய்றதைச் செய்யத்தானே வேணும்? அந்தா சம்புகவல்லி புண்ணியத்திலே இதுவரையிலும் ஒடம்புக்கு ஒண்ணு வந்து படுத்ததில்லை."

"சரி சரி, எவ்வளவு காலம்தான் ஒடம்பு தாங்கும்? இனிமே ஒவ்வொண்ணையும் அப்பிடி அப்பிடி கொறைச்சிக்கிட்டு வர வேண்டியதுதான். நமக்குப் பகவான் தொண்டையை என்ன வெங்கலத்திலையா படைச்சிருக்கான்?"

ஷண்முகம் பிள்ளை சிரித்துக்கொண்டே சொன்ன புத்திமதி, நியாயமானதாகவே செட்டியாருக்குப்பட்டது. ஆனாலும் அதை ஒப்புக் கொள்வது சுயநலம் என்று கருதினார்.

"அண்ணாச்சி! நீங்க என்னதான் சொல்லுங்க; பயக நல்ல படியாத் தலையெடுக்கணும். இவ்வளவு இப்பிடி இருந்துட்டு இனி என்னஎக் கேடு கெட்டா என்னன்னு என்னாலே இருக்க முடியாது. இனிமே என்ன? வயசு அறுபதாச்சு. உசுரை வச்சிருந்து என்னத்தைச் சாதிச்சிறப்போறோம்?" என்று தியாக உணர்ச்சியோடு பேசினார். பேச்சில் ஒரு உறுதி நிறைந்திருந்தது.

ஷண்முகம் பிள்ளை அதைப் பார்த்து, "அப்பிடின்னா, நித்தியப்படி அர்ச்சனை நடக்கும்ணுதான் சொல்லுங்க" என்று சொல்லிவிட்டு உரக்கச் சிரித்தார்.

செட்டியார் அவருடைய சிரிப்பைப் பார்த்து மிகவும் மனம் நொந்துக் கொண்டு, "என்னமோ அண்ணாச்சி, ஒங்களுக்குச் சிரிப்பா இருக்கு. பாருங்க, இப்போ ஒங்ககிட்டே சரியாகக்கூடப் பேச முடியல்லே, தொண்டை வலிக்குது. நான் பொறந்த வேளை!" என்ற அழமாட்டாத குறையாகச் சொல்லியபடி நடந்தார்.

37
அழகின் விலை

அன்னபூர்ணா லஞ்சு ஹோம் என்ற புதிதாகத் தொடங்கிய நவநாகரிகச் சிற்றுண்டிச் சாலையில் "பேமிலி" என்று கதவில் எழுதப்பட்ட அறைக்கு அப்போது ராஜன்தான் செர்வர். அந்த அறையில் குடும்பங்கள்தான் வந்து உட்கார்ந்து சாப்பிட வேண்டும் என்ற கட்டாயமில்லை. குடும்பமாகக் காணப்படுகிற எந்த இருவரும் வந்து சாப்பிடலாம். சிநேகிதனும் சிநேகிதியும் வந்து சாப்பிடலாம். எந்தப் பெண் பிறவியும் ஏகாங்கியாக வந்து சாப்பிடலாம். எந்தப் பெண் பிறவியும் ஏகாங்கியாக வந்து சாப்பிடலாம். ஆனால் ஒரு லட்சிய சிநேகிதனைத் தேடி ஒருத்தி வரலாம் என்பதும், அந்தச் சிநேகிதனும் அங்கேயே கிடைத்தான் என்பதும், அவர்கள் இருவரும் கரைகாணாக் காதலில் மூழ்கினார்கள் என்பதும் தான் கதை.

ஒரு நாள் மாலையில் லோட்டஸ் இங்கிலீஷ் ஸ்கூலில் வேலை பார்க்கும் மிஸ். லலிதா, பள்ளிக்கூடம் முடிந்து சிற்றுண்டி அருந்துவதற்காக மேற்படி ஹோட்டலின் "குடும்ப" அறையில் நுழைந்தாள். அன்றே குடும்ப வாழ்க்கைக்கு அஸ்திவாரமும் போட்டு விட்டாள்.

தனியாக ஹோட்டலுக்கு வரும் எந்தப் பெண்ணைப் பற்றியும் செர்வர் ராஜனுக்கு ஒரே ஒரு அபிப்பிராயம் தான். அது சரியாகவும் இருக்கலாம்; தவறாகவும் இருக்கலாம் ஆனால் மிஸ். லலிதா விஷயத்தில் அது சரியாகவே இருந்தது. நேரே மேஜையருகே போய் என்ன வேண்டும் என்று கேட்டு, அவள் கேட்டதைக் கொண்டு வந்து வைத்தான். அவளிடத்தில் அவன் பேசும் முறையும் அவளுக்குக் கொடுக்கும் மரியாதையும் அவளுடைய உள்ளத்தைக் கவர்ந்தன; பக்கத்தில் சாப்பிட்டுக் கொண்டிருந்தவர்களின் கவனத்தையும் கவர்ந்தன.

மிஸ். லலிதாவைப் பொறுத்த வரையில் அவனுடைய பேச்சில் தேன் கசிந்தது; முகத்திலோ பால் வடிந்தது. அவனுடைய பவள உதடுகளும், அரும்பு மீசையும் அவள் உள்ளத்தில் அப்படியே அழியாத சித்திரமாகப் படிந்து விட்டன. நிதானமாக அமர்ந்து சாப்பிட்டாள். ராஜன் போகும்போதும் வரும் போதும் காட்சி தரும் அழகைக் கவனித்தாள். ஒரு வகையாகச் சாப்பிட்டு முடித்துவிட்டு வெளியே வந்தாள்.

மறுநாள்; அதற்கு மறுநாள்; மூன்றாவது நாள்; நான்காவது நாளும் ஐந்தாவது நாளும் விடுமுறையான படியால், ஆறாவது நாள். இப்படி நாள் தவறாமல் அன்னபூர்ணா லஞ்சு ஹோமுக்குப் போவதைத் தன் மாலை நியமமாக வைத்துக் கொண்டாள் மிஸ். லலிதா. ராஜனைப் பார்த்து விட்டுப் போய் இரவெல்லாம் கற்பனையில் அவன் முக அழகையும், நடை அழகையும் பார்த்துக் கொண்டிருப்பாள்; இரண்டாவது வாரத்தில் ஒரு நாள் கனவிலும் பார்த்தாள். ஆனால் கற்பனையிலும் கனவிலும் பார்த்துவிட்டு அடுத்த நாள் நேரில் வந்து பார்க்கும்போது, அவனுடைய அழகு பிரமிக்கத்தக்க வகையில் பிரகாசிப்பதையும் கற்பனைக் காட்சி சர்வ சாதாரணமாகவே இருப்பதையும் எண்ணி அவள் வியப்பில் ஆழ்ந்து கொண்டு வந்தாள். சிறந்த அழகு என்றால் இதுதான். எவ்வளவு பிரமாதமாகக் கற்பனை செய்தாலும் அதை யெல்லாம் தூக்கி விழுங்குவது போல் இருக்க வேண்டும். அது தான் அழகு. ராஜனுடைய அழகும் அப்படிப்பட்ட அழகாகத் தான் இருக்கிறது என்று நினைத்தாள் மிஸ். லலிதா.

முதல் வாரத்தில் ராஜனின் அழகில் மயங்கத்தான் முடிந்தது. இரண்டாவது வாரத்தில் அவனிடம் அனுதாபம் கொள்ளுவதும் அவளுக்கு அவசியமாகத் தோன்றியது. 'இளவரசன் மாதிரி இருக்கிறான். என்ன கஷ்டமோ? எப்படி வறுமைப்பட்ட குடும்பமோ? கேவலம் சர்வராக வேலை பார்க்க வேண்டிய துர்ப்பாக்கியத்துக்கு உள்ளாக நேர்ந்திருக்கிறது. பவளம் மாதிரி உதடுகள். கன்னங்கரேலென்ற சுருட்டை முடி. கருங்கோடு கீச்சியது போல் மீசை. தங்க நிறம். கண்கள்... அவற்றின் பிரகாசத்தையும் குழந்தைப் பார்வையையும் என்ன வென்று சொல்வது... பாவம், இவனுக்கு இந்தக் கதியா?... எந்த ஊர்க்காரனோ? மலையாளமோ, மங்களூரோ?... நான் மட்டும் இந்த ஹோட்டல் முதலாளியாக இருந்தால்...? இவன் தான் மானேஜர். உட்கார வைத்துப் பார்த்துக் கொண்டே மாதம் ஆயிரம் ரூபாய் சம்பளம் கொடுத்து ஒரு காரும் வாங்கிக் கொடுப்பேன்...' இப்படியாகவும் இதைவிட அதிகமாகவும் மிஸ். லலிதா தினந்தோறும் நினைத்து நினைத்து, அப்புறம் ஒரு பெருமூச்சும் விடுவாள்.

கண்டறியாத காட்சியைக் கண்டதோடு நிற்காமல் அதனிடம் ஒரு அனுதாபமும் பிறந்து விட்டது. எப்போதுமே அனுதாபப்பட்டு விட்டால், மற்றவர்களையும் வலியப் பிடித்து இழுத்துக்கொண்டு வந்து தன்னைப் போலவே அனுதாபப்பட வைக்க நினைப்பது மனித இயல்பல்லவா? அதனால் தான் மிஸ். லலிதாவும் தன்னோடு டீச்சர் வேலை பார்க்கும் மிஸ். சரோஜாவை ஒரு நாள் ஹோட்டலுக்கு

அழைத்துக்கொண்டு வந்தாள். வருவதற்கு முன சரோஜாவையும் அனுதாபப்படுவதற்குத் தயார் செய்து விட்டாள். கண்ணீர் விடாக் குறையாக அவனைப்பற்றி அவள் எடுத்துரைத்தாள்.

இருவரும் ஹோட்டலுக்கு வந்தார்கள். ராஜனும் அவர்களிடம் வந்தான். தன் பணியைச் செய்தான். மிஸ். லலிதா சொன்னதையெல்லாம் பூரணமாக ஒப்புக் கொண்டாள் சரோஜா. லலிதாவுக்கு சொல்ல முடியாத மகிழ்ச்சி. திருப்தி. இருவரும் சாப்பிட்டு விட்டு வெளியே வந்தார்கள். பில்லுக்குப் பணம் கொடுத்தவள் மிஸ். லலிதாதான் என்பதைச் சொல்ல வேண்டியதில்லை. சரோஜா சாப்பிட்ட பலகாரங்களுக்காகவும் டிபனுக்காகவும் லலிதா கொடுத்த ஐம்பத்து மூன்று பைசா, உண்மையில் ராஜனுடைய அழகுக்குச் செலுத்திய முதல் காணிக்கை என்பதையும் சொல்ல வேண்டியதில்லை.

தினந்தோறும் ஹோட்டலுக்குப் போய்ச் சாப்பிடுவது லலிதாவின் சக்தியை- அதாவது சம்பள வரம்பை மீறிய காரியம் என்பது ஒரு புறமிருக்க அவளுடைய பெற்றோர்களுக்கும் அது அறவே பிடிக்கவில்லை.

‘ஹோட்டலுக்குத் தினந்தோறும் என்ன போக்கு? ஒரு நாள் டிபன் கட்டிக்கொண்டு போக நேரமில்லை என்பதற்காகச் சாப்பிட்டது சரி, தினமும் இப்படிப் போனால் நமக்குக் கட்டி வருமா?” என்று லலிதாவின் தாய் ஒருநாள் மிகவும் கோபத்தோடு கடிந்துகொண்டாள். அப்பா வேறு வார்த்தைகளில் இன்னும் அதிகமாகக் கண்டித்தார். பெற்றோர்கள் தடை செய்கிறார்கள் என்பதை அறிந்ததுமே, உணர்ந்ததுமே, மிஸ். லலிதாவுக் ராஜனின் அழகு பன்மடங்கு கவர்ச்சிகரமாகவும் அவனிடம் வைத்த இதய பூர்வமான பரிவு பன்மடங்கு நெருக்கமாகவும் மாறிவிட்டன. ‘அவனைப் பார்க்காமல் ஒரு நாளைக் கழிக்க முடியுமா, ஒரு நாளை?’ -இப்படித் தவித்தாள் மிஸ். லலிதா.

மாதக் கடைசி. கையில் காசு வற்றிப்போன சமயம், பெற்றோர்களும் கண்டனம் செய்தார்கள். அன்னபூர்ணா லஞ்சு ஹோம் ஃபேமிலி ரூம் என்ற பூலோக சுவர்க்கத்தை எட்டிப்பார்க்க வழியில்லாமல் போய்விட்டது. அப்போது ஒருநாள் சரோஜாவே இவளை ஹோட்டலுக்கு அழைத்தாள். லலிதாவுக்குத் தூக்கிவாரிப் போட்டது. ‘இவள் எதற்காக அழைக்கிறாள்! மகா கருமியாயிற்றே? என் காசில் வயிற்றை நிரப்பவா? இல்லை, என்னுடைய நிழலில் வந்து ராஜனைப் பார்க்கவா? ஆம்- ராஜனைப் பார்க்கத்தான் இந்தத் திருடி ஹோட்டலுக்கு என்னை அழைக்கிறாள். இதில் சந்தேகமே வேண்டியதில்லை... எவளுக்குத்தான் ஆசை வராது?...”

ஹோட்டலுக்கு வரவே முடியாது என்று ஓரேயடியாக மறுத்து விட்டாள் லாலிதா.

'என் செலவில் சாப்பிடவுமா?"

"நான் அப்படியொன்றும் சில பேரைப்போல் அடுத்தவர்கள் கையை நம்பிச் சாப்பிடுகிற கருமியல்ல" என்று காட்டமாகப் பதில் கொடுத்தாள் லலிதா,

"உன்னை அப்படி யார் சொன்னார்கள்?"

"நீதான் சொல்கிறாய். சொல்லாமல் சொல்கிறாய்."

ஒன்றும் பேசாமல் வேகமாகத் திரும்பிப் போய்விட்டாள் சரோஜா. லலிதா முகத்தை ஒருமாதிரி கோணி அழகு காட்டிவிட்டு வீட்டை நோக்கிச் சென்றாள்.

'அதற்குள் ஒரு போட்டியா? ஒரு தடங்கலா? என் தலையில் நானே மண்ணை வாரிப்போட்டுக்கொண்டேன். சும்மா இருந்தவளை நான் எதற்காக ஹோட்டலுக் அழைத்துக்கொண்டுபோய் ஆசை காட்டித் தொலைத்தேன்? முற்பகல் செய்யின் பிற்பகல் விளையும்... என் முட்டாள்தனம்' என்று நினைத்துத் தன்னையே நொந்தவளாய் வீட்டை நோக்கி நடந்தாள் லலிதா.

பெற்றோர்கள் ஹோட்டலுக்குப் போகக்கூடாது என்று முன்பு தடுத்ததால் ராஜனின் அழகில் அமோகக் கவர்ச்சி குடியேறியது. இப்போது சரோஜா போட்டியாக முளைத்து விடவே, அவன் பூலோக மன்மதனாகவே அவளுக்குக் கற்பனையில் காட்சியளித்தான். 'அவனை எப்பொழுது போய்ப் பார்ப்போம்? அம்மா கால் காசு கொடுக்கமாட்டாளே! தேதி இருபத்தொன்பது. சம்பளம் வாங்க இன்னும் இரண்டு நாட்கள் கழிந்து தொலைய வேண்டும்!' என்று விசனமும் வியாகூலமும் கொண்டவளாக வீடு வந்து சேர்ந்த லலிதாவுக்கு, வீட்டில் பெரிய இடி அவள் தலைமீது விழக்காத்துக் கொண்டிருந்தது. அதுதான், நல்ல இடத்தில் ஒரு பையனுக்கு லலிதாவைக் கல்யாணம் செய்து கொடுக்க அவளுடைய பெற்றோர்கள் ஏற்கெனவே நினைத்திருந்ததை, அன்று அவளிடமே வெளியிட்டதாகும். இதைக் கேட்டாளோ இல்லையோ, லலிதா வுக்குச் சப்த நாடிகளும் ஒடுங்கி விட்டன. அதிர்ச்சியால் பேச முடியாமல் திக்பிரமை பிடித்தவள் போல் விழித்தாள். ஆனாலும் அதை அதிகநேரம் காட்டிக்கொள்ளாமல் அம்மாவின் கண் பார்வையிலிருந்து தக்ஷணமே மறைந்து விட்டாள்.

அப்புறம் அவள் குடித்த காபி, நான்கு பெரிய கரண்டிச் சர்க்கரை கரைந்திருந்துங்கூடக் கசந்து வழிந்தது; மாணவிகளின் சோதனை நோட்டுப் புத்தகங்களில் விடைகளைப் பார்த்து மார்க்

போட முடியவில்லை. வீணுக்கு விளக்கின் முன் உட்கார்ந்து தலையைக் குத்திக் கொண்டிருந்தாள். ஒன்பதரை மணியடித்ததும் வேலையை அந்தரத்தில் நிறுத்தி விட்டு விளக்கை அணைத்துப் படுத்துவிட்டாள்.

இன்னும் நாலைந்து தினங்களில் பிள்ளையாண்டான் பெண் பார்க்க வருவான். அவனை அவளுக்கு ஏற்கெனவே தெரியும். படித்துப் பட்டம் பெற்று முந்நூற்றைம்பது ரூபாய் சம்பாதிக்கும் வாலிபன். அவனை மணக்க மறுப்பதற்கு யாராலும் எந்த முகாந்திரமும் சொல்ல முடியாது. 'என்ன செய்வேன் தெய்வமே!' என்று விசனக் கடலில் மூழ்கினாள் லலிதா.

அவளை ராஜனுடைய கற்பனைத் தோற்றம் தூண்டிடில் போட்டு மேலே இழுத்தது. ஆனால் பெற்றோர்களோ விசனக் கடலுக்குள் கீழே இழுத்தார்கள். 'இன்னும் இரண்டு நாள்; இரண்டு நாள் கழிய வேண்டும். முதல் தேதி என் ராஜனைப் பார்ப்பேன். அன்றே ஒரு முடிவு செய்தாக வேண்டும். என் வாழ்க்கைக்கு அன்றே அஸ்திவாரம் போட வேண்டும். என்ன முடிவு? என்ன அஸ்திவாரம்? இப்பொழுது தெரியாது. ஆனால் அப்பொழுது தெரியும். என் ராஜனைப் பார்த்ததுமே ஆயிரம் ஆயிரம் யோசனைகள் உதயமாகும்...'

லலிதா ஒரு முடிவுக்கு வந்த பிறகுதான் தூங்கினாள்.

2

முதல் தேதி.

லலிதா சம்பளம் வாங்கினாள். ஹோட்டலுக்குப் போய்ச் சாப்பிடலாம், அதற்காகச் செலவான காசுக்கு ஒரு பொய்க் கணக்கையும் தயார் செய்து கொண்டுவிடலாம் என்று உறுதி கொண்டாள். பள்ளிக்கூடம் விட்டதும் நேரே அன்னபூர்ணா ஹோட்டலுக்குத்தான் போனாள். இவள் போன நேரம் அங்கே குடும்ப அறையில் ஒரே கூட்டமாக இருந்தது. எல்லோருக்கும் அதுதான் முதல் தேதி என்பதை அவள் நினைத்துப் பார்க்கவில்லை. அறைக்குள் பிரவேசித்ததும், அவள் நினைத்துப் பார்க்காத மற்றொரு காட்சியையும் அங்கே கண்டாள்.

ஒரு மூலையில் சரோஜா உட்கார்ந்து கொண்டிருந்தாள். அவளுக்கு என்ன வேண்டும் என்று இனிமை பொங்கக் கேட்டுக் கொண்டு நின்றான் ராஜன்.

லலிதாவின் முகத்தில் ஒரே கடுகடுப்பு, எள்ளும் கொள்ளும் வெடித்தது.

'இந்தப் படுபாவி (சரோஜா) எதற்கு இன்றைக்குப் பார்த்து இங்கே வந்து தொலைக்க வேண்டும்?' என்று பொருமிக் கொண்டு ஓர் ஓரத்தில் நின்றாள்.

சரோஜாவிடமிருந்து திரும்பி வந்த ராஜன், இவளைப் பார்த்து உதடு அசையாமல் புன்னகை செய்தான். கண்கள் அவளை விழுங்குவது போல் பார்ர்த்த மாதிரி இருந்தன. 'ராஜன்! என்னை என்ன செய்ய இருக்கிறாய் ராஜன்?' என்று அவளுடைய தாபத்தையும் வேதனையையும் அவள் கண்களே மௌன பாஷையில் வெளியிட்டன. பரிதாபமாகப் பார்த்த அவளை நோக்கி, "கொஞ்சம் இருங்கள். அதோ அங்கே ஒரு சேர் காலியாகிறது" என்று சொல்லி வேறொரு மூலையைக் காட்டினான் ராஜன். லாலிதா அங்கே போகும் போது, சரோஜா, 'லல்லி!' என்று கீச்சுக் குரலில் அழைத்தாள். லலிதாவா திரும்பிப் பார்ப்பாள்? முன்னிலும் அதிக வேகமாக நடந்து ராஜன் காட்டிய மூலைக்குப் போனாள். ஆனால் அங்கே உட்கார மனம் வரவில்லை. திரும்பிக் கதவைத் திறந்து கொண்டு வெளியே வந்தாள். கல்லாவுக்கு நேரே வந்து, "உள்ளே இடமே இல்லையே!" என்று ஒரு சிரிப்புச் சிரித்து விட்டு வீட்டுக்குப் போய்விட்டாள்.

சரோஜாவைச் சபித்துக் கொட்டினாள் லலிதா. அப்போது எரிகிற நெருப்பில் எண்ணெய் வார்த்தது போல், கல்யாணப் பேச்சை எடுத்துவிட்டாள் தாயார். ஏதோ சம்பிரதாயத்துக்குத்தான் பெண்ணைப் பார்க்கப் பையன் வருகிறானே ஒழிய, அவன் முன்னமேயே பெற்றோர்களிடம் பூரண சம்மதத்தைத் தெரிவித்து விட்டான் என்ற சிறு செய்தியை நெடுநேரம் வரை தலைமாட்டில் நின்று திரும்பத் திரும்ப ரசித்துச் சொல்லிக் கொண்டிருந்தாள் அம்மா.

"சொன்னதையே சொல்லி ஏன் உயிரை வாங்குகிறாய், அம்மா?" என்று தன்னை மறந்த ஆவேசத்துடன் லலிதா சீறினாள்.

தாயார் பேயறைந்தவள் மாதிரி ஆகிவிட்டாள்.

"ஏண்டி இப்படிச் சொல்கிறாய்? நல்ல பேச்சைப் பேசினால் உனக்கு ஏன் கோபம் வருகிறது? எனக்கு ஒன்றும் புரியவில்லையேடி!" என்று பேதலிப்போடு கேட்டாள் தாயார்.

லலிதா பதில் சொல்லவில்லை. அம்மா. "ஏன்? ஏன்?" என்று துளைத்து எடுத்து விட்டாள்.

லலிதா வாயைத் திறக்காமல் இருந்து பார்த்தாள். அம்மாவோ பதிலை வாங்காமல் அப்பால் நகருவதாக இல்லை. இதைப் பார்த்து, "நான் என்ன 'மாட்டேன்' என்றா சொல்கிறேன்? என்றைக்கோ நடக்கப் போகிற கல்யாணத்திற்கு இப்போது என்ன அவசரம்?"

'என்றைக்கோ நடக்கப் போகிற கல்யாணமா? இன்னும் எண்ணி இருபத்திரண்டு நாள்தான் இக்கிறதடி. முகூர்த்த நாள் எல்லாம் குறித்து வைத்தாகி விட்டது. பையன் வரவேண்டியதுதான்; பத்திரிகை அச்சடிக்க வேண்டியது தான்" என்று பெருமிதமாக முழங்கினாள் தாயார்.

'அப்படியா செய்தி?' என்று லலிதா மனசுக்குள் கறுவிக்கொண்டு, உதடுகளை மடித்த வண்ணம் ஏதோ ஒரு புத்தகத்தை எடுத்து விரித்தாள்-அம்மாவை அப்பால் போகச் செய்வதற்கு. அவள் உபாயமும் பலித்துவிட்டது. தாயார் உள்ளே போய்விட்டாள்.

'எல்லாம் வாயு வேக மனோ வேகத்துடன் நெருங்கி வந்து கொண்டிருக்கின்றன. சரோஜா அவசரப்படுகிறாள்; அம்மா அவசரப் படுகிறாள்; அந்தப் பாழாய்ப் போன பிள்ளை வீட்டாரும் அவசரப் படுகிறார்கள். இனிக் கையைக் கட்டிக் கொண்டு உட்கார்ந்திருக்க முடியாது- சட்டி வருமுன்னே தலைசாய்ந்து விடவேண்டும்.' இவ்வாறு ஒரு பெரிய முடிவே எடுத்து விட்டாள் லலிதா. அம்மா தன்னுடைய சம்பளப் பணத்தை வாங்கி வைத்திருக்கும் இடத்திற்குப் போய் ரகசியமாக ஒரு ஐந்து ரூபாய் நோட்டை உருவிக்கொண்டு வந்து மறைத்து விட்டுப் புத்தகத்தை தொடர்ந்து 'படிக்க' ஆரம்பித்தாள்.

அடுத்த நாள் பள்ளிக்கூடம் போகும்போது, 'இனி இந்த வீட்டுக்குத் திரும்ப மாட்டேன்' என்று நினைத்துக் கொண்டாள். அப்பாவிடமும் அம்மாவிடமும் அவளுக்கு அனுதாபம் பிறந்தது. ஆனாலும், வாழ்க்கை யாருக்காக? பெற்றோர்களுக்காகவா? தனக்காகத்தானே?- காதலுக்காகப் பெரிய பெரிய போக போக்கியங்களை யெல்லாம் தியாகம் செய்து ஏழ்மையை ஏற்றுக்கொண்ட பெண் திலகங்கள் எத்தனையோ பேர் இருந்திருக்கிறார்கள்! அவர்களை இந்த உலகம் காவியம் எழுதியும் சினிமாப் படம் பிடித்தும் போற்றிப் புகழ்கிறதே ஒழிய, பழித்துப் பேசவில்லையே! அந்தத் தியாக மங்கையர் வரிசையில் நானும் ஒருத்தியாகச் சேருகிறேன்' என்ற முடிவுடன் பாடசாலைக்குப் போனாள் மிஸ். லலிதா. அன்று சரோஜாவுடன் அவள் முகம் கொடுத்துப் பேசவில்லை.

"ஏன் ஹோட்டலில் அழைத்தும்கூட நீ திரும்பிப் பார்க்க வில்லை? சாப்பிடாமலும் போய்விட்டாய்?" என்று சரோஜா கேட்டதற்கு, தனக்குள்ளாக 'பரிகாசமா பண்ணுகிறாய்? பார்க் கிறேன்' என்று சபதம் செய்தாள் லலிதா.

"நான் சாப்பிடாமல் போனதால் உனக்கு வயிறு நிரம்பாமல் போய்விடவில்லையே!" என்று குத்தலாகப் பதில் சொல்லி விட்டுத்

தன் வகுப்பறையில் நுழைந்தாள் லலிதா.

அன்று மாலையில் போய் ராஜனைப் பார்க்க நினைத்திருந்த லலிதா, தன் திட்டத்தைத் திடீரென்று மாற்றினாள். மாலையில் சரோஜாவும் வந்து விடுவாள் என்று அவளுக்குத் தோன்றியது. மேலும் கூட்டமும் அதிகமாக இருக்கும். அதனால் அவனை மத்தியானமே போய்ப் பார்த்து விடுவது என்று முடிவு கட்டினாள். ஒரு மணியிலிருந்து இரண்டு மணிவரை சாப்பாட்டு நேரம். ஹோட்டலுக்குப் போய்த் திரும்பிவிடலாம். திரும்பாவிட்டால்தான் என்ன?

மாணவிகளின் மேல் எரிந்து விழுந்ததுதான் அன்று மத்தியானம் வரை அவள் நடத்திய பாடம். ஒரு மணி அடித்ததும் நேரே தலைமையாசிரியையிடம் சென்று அனுமதி பெற்றுக்கொண்டு ஹோட்டலுக்குப் போனாள் லலிதா.

3

இருபது நிமிஷ தூரத்தில் இருந்தது அன்னபூர்ணா லஞ்சு ஹோம். லலிதாவுக்குப் பதின்மூன்று நிமிஷமாகத் தூரம் சுருங்கி விட்டது. நேரே குடும்ப அறைக்குள் போனாள். அங்கே அந்த நேரத்தில் குடும்பமும் இல்லை. ஏகாங்கியும் இல்லை. சர்க்கரைக் கிண்ணத்தை மொய்த்துக் கொண்டிருந்த ஈக்களைத் தவிர வேறு உயிர்ப் பிராணியே உள்ளே கிடையாது. இவள் போய் உட்கார்ந்ததைத் தொடர்ந்து ராஜன் உள்ளே வந்தான். "என்ன வேண்டும்?" என்று கேட்டான். கேட்கும்போதே ஒரு புன்னகையும் செய்தான்.

அவளுக்கு என்ன வேண்டும்? அவன்தான் வேண்டும். அதைச் சொல்வது எப்படி? அவன் உடனே கொண்டு வந்து வைக்கக்கூடிய ரெடிமேட் பலகாரத்தை சொல்லாமல், 'மசாலா தோசை' என்று வேண்டுமென்றே சொன்னாள். அவன் ஆர்டர் கொடுத்து விட்டுத் திரும்பி வந்து சும்மா எதிரே சில நிமிஷ நேரம் நிற்பான் என்று எதிர்பார்த்தாள். அவனும் அப்படியே வந்து நின்றான்.

"ராஜன்!..." என்று அவனை அழைத்தாள். ஒரு முறை சுற்றும் பார்த்துக் கொண்டாள்.

தன் பெயர் அவளுக்கு எப்படித் தெரிந்தது என்று அவனுக்கு ஆச்சரியம். தெரிந்து வைத்துக் கொண்டு அழைப்பதில் அவளுடைய அக்கறை வெளிப்படுவதை அவன் சுலபமாகவே கண்டு கொண்டான். சற்று நெருங்கி வந்தான். இப்படி விஷயங்களில் அவனுக்கு மகா தீக்ஷண்யமான புத்தி.

"உன்னைப் பார்த்தால் காலேஜ் மாணவனைப்போல் இருக்கிறது. நீ படித்திருப்பாய் என்றே நினைக்கிறேன்..." என்று பேச்சை ஆரம்பித்தாள் லலிதா.

"படித்திருக்கிறேன். ஆனால் காலேஜில்...?"

"பரவாயில்லை. காலேஜில் படித்தவன் என்றால் என்ன உசத்தி? அப்படிப் படித்தவனுமே இப்படி சர்வர் வேலை பார்ப்பது உண்டு என்று கேள்விப்பட்டிருக்கிறேன். எல்லாம் வேலையில்லாத் திண்டாட்டத்தின் கொடுமை. பாவம், ரோஜாப் புஷ்பங்களைச் சேற்றில் போட்டு மிதிக்கிறது இந்தப் பாழும் சமூகம்..."

ராஜன் இன்னும் நெருங்கி வந்தான்.

"உனக்கு என்ன சம்பளம், ராஜன்?"

"அறுபது ரூபாய்."

"அறுபது?"

"ஆம்."

"உனக்குச் சரியாய்ப் போகிறதா? பாவம்..."

"ஏதோ சமாளித்துக் கொண்டிருக்கிறேன். நல்ல வேளையாக எனக்கு அப்பா, அம்மா, தம்பி, தங்கை என்ற பாரங்கள் கிடையாது."

"ஏன்? அவர்களெல்லாம் என்ன ஆனார்கள்?"

"அப்பா தான் இருக்கிறார். இரண்டாம் கல்யாணம் பண்ணிக் கொண்டார். இப்போது அவளுக்குப் பணிவிடை செய்துகொண்டு காலத்தைக் கழிக்கிறார். கல்யாணமாகி மூன்று வருஷங்களுக்குப் பிறகு அவள் என்னை வீட்டை விட்டு விரட்டினாள். அனாதையாக ஆயிரம் ஊர் சுற்றி, என்னென்னவோ வேலை பார்த்துக் கடைசியில் மெட்ராஸுக்கு வந்தேன். வந்து எங்காவது சினிமா சான்ஸ் கிடைக்குமா என்று பார்த்தேன்..."

"உனக்கு எங்கே சான்ஸ் கிடைக்கும்? எவனெவனுக்கோ கிடைக்கிறது. நீ மூக்கும் முழியுமாக ராஜா மாதிரி இருப்பது குருடர்களுக்கு எங்கே தெரியும்?"

ராஜன் சிரித்தான். மிகவும் அழகாகவே சிரித்தான்.

"கடைசியில் எங்கள் ஊர்க்காரன் ஒருவனுடைய உதவியினால் இங்கே வேலைக்கு வந்தேன்."

"உனக்குச் சகோதரர்கள் யாருமே இல்லையா?"

"யாருமே இல்லே; ஏனென்றால் யாருமே பிறக்கவில்லை. நான் பிறந்த பிறகு ஒரு வருஷத்திற்கெல்லாம் அம்மா செத்துப் போய் விட்டாளாம்."

அழகன்; அனாதை; மாற்றாந்தாயின் கொடுமைக்கு ஆளானவன்; வீட்டை விட்டு விரட்டப்பட்ட துர்ப்பாக்கியசாலி... ஒரு கதாநாயகனுக்கு எப்பேர்ப்பட்ட லட்சியத்தகுதிகள்!

"ராஜன்! உன் கதையைக் கேட்கக் கேட்க நானும் உன்னைப் போல் ஓர் அனாதையாக இருந்திருக்கக்கூடாதா என்று இருக்கிறது ராஜன்! நான் படும் பாட்டைச் சொன்னால் நீ கண்ணீர் விட்டு அழுது விடுவாய்" என்று லலிதா சொல்லும்போது, குடும்ப அறை என்பது தெரியாமல் உள்ளே ஓர் ஆசாமி அகஸ்மாத்தாக நுழைந்து விட்டார். அவரைப் பெண் பிறவி எதுவும் பின் தொடரவில்லை என்பதைக் கண்ட ராஜன், "சார்! இது ஃபேமிலி ரூம்" என்று சொல்லிய வண்ணம் வழியை அடைத்துக் கொண்டு நின்றான்.

"ஓஹோ" என்று அவர் பின் வாங்கியதும், ராஜன் மசாலா தோசை ஞாபகம் வந்து அதைக் கொண்டுவரப் போனான்.

லலிதா கைக்கடிகாரத்தைப் பார்த்தாள். மணி ஒன்று நாற்பத்திரண்டு.

"ஐயோ, இனி எப்படிச் சாப்பிட்டு விட்டு எப்படி இரண்டு மணிக்குள் பாடசாலைக்குப் போவேன்!" என்று கலவரப்பட்டாள்.

மசாலா தோசை வந்தது. அதைப் பிய்த்து வேகம் வேகமாக வாயில் போட்டாள்.

ராஜன் பேச்சைத் தொடங்கினான்.

"உங்களுக்கு எவ்வளவு நல்ல மனசு! என் சிறிய தாயாரைப் பார்த்துவிட்டு, உலகத்தில் பெண் ஜென்மத்தையே விஷயமாக நினைத்து வெறுத்து வந்தேன். அந்த அபிப்பிராயத்தை நீங்கள் அடியோடு மாற்றி விட்டீர்கள். நீங்கள் தெய்வப் பிறவி. எங்கே... என்ன உத்தியோகம் பார்க்கிறீர்கள்?"

"ராஜன்! என் உத்தியோகமும் குடும்பச் செய்திகளும் இப்போது முக்கியமில்லை. அதைப் பேசுவதற்கு இப்போது நேரமும் இல்லை. உன்னோடு மாதக்கணக்கில் உட்கார்ந்து பேசவேண்டும். சரி, நான் வருகிறேன்" என்று சொல்லிவிட்டு, பாதித் தோசையைச் சாப்பிடாம லேயே எழுந்து போய்க் கையைக் கழுவினாள்.

"பில்?"

ராஜன் போய் பில்லை வாங்கிக்கொண்டு வந்து கொடுத்தான்.

"ராஜன், நான் போய்வரட்டுமா?"

அவன் கையைத் தூக்கி நெற்றியில் வைத்து வணக்கம் செய்தான்.

"நீங்கள் யார் என்றே எனக்குச் சொல்லவில்லையே!..."

"லோட்டஸ் இங்கிலீஷ் ஸ்கூலில் டீச்சர்."

"பெயர்? மன்னிக்க வேண்டும்-சொல்லத் தடையில்லை என்றால் சொல்லலாம்."

"லலிதா.' இதில் தடை என்ன? மன்னிப்பும் எதற்கு ராஜன்?"

லலிதா வெளியே போனாள்.

குறித்த நேரத்துக்குள் பள்ளிக்கூடத்துக்கு வந்து சேர்ந்தும் விட்டாள்.

'ஒரே நாளில் அரை மணி நேரப் பேச்சில் காதலைத் தெரிவித்து, அதைக் கனிய வைத்து, கல்யாணத்திலும் கொண்டு போய் முடிப்பதென்பது நடக்கிற காரியமா? என்ன முட்டாள்தனம்! இன்றே அவனோடு ஓடி விடுவதற்குத் தீர்மானம் செய்து கொண்டு வந்தேனே? பெண் புத்தி பின்புத்தியாம். அது சரியோ என்னவோ? எனக்கு அவசர புத்தி என்பது உண்மை."

லலிதா தலையில் அடித்துக்கொள்ளச் சந்தர்ப்பம் சரியாக இல்லாததால், இரண்டு கைகளையும் தலையில் வைத்துக் கொண்டாள் வகுப்பு அறையில்.

4

லலிதாவைப் பெண் பார்த்துவிட்டுப் போய்விட்டான் பையன். எல்லாம் நிச்சயமாகி விட்டது. லலிதா தன் தாயாரிடத்தில் ஒரு மாதிரி முரண்பட்டுப் பேசத் தொடங்கினாள். கல்யாணத்தை இன்னும் சில மாதங்கள் தள்ளி வைத்தால் என்ன என்று சொல்லிப் பார்த்தாள்.

"என்ன இது? நாம் நினைத்தபடியெல்லாம் கல்யாணத்தைத் தள்ளிப் போட்டுக் கொண்டிருந்தால் நமக்காகப் பிள்ளை வீட்டார் காத்துக் கொண்டிருக்க அவர்களுக்கு என்னடி தலைவிதி? எதற்காகத் தள்ளி வைக்க வேண்டும்? எதற்காக என்று கேட்கிறேன்?"

"நீ ஏன் இப்படிச் சீறுகிறாய்? நான் காரணத்தோடு தான் சொல்கிறேன், கல்யாணத்தைத் தள்ளி வைக்கச் சொல்லி."

"அப்படி என்ன பாழாய்ப் போன காரணம்! இந்தக் காலத்தில் நல்லவனுக்கே அன்றாடம் புத்தி மாறுகிறது. நாளை உன்னை வேண்டாம் என்று சொல்லிவிட்டு, பத்துக் காசு கூடக் கொடுக்கிற வேறு எவனுடைய பெண்ணுக்காவது அவன் சம்மதம் கொடுத்து விட்டால், ஊரே சிரிக்குமேடி நம் பிழைப்பைப் பார்த்து."

அப்போது ஜன்னல் பக்கம் திரும்பிப் பார்த்தாள் லலிதா. அவ்வளவுதான்; இனி பேச்சை வளர்க்கக் கூடாது என்று, "உன் இஷ்டப்படியே செய். உன்னிடம் வாயைக் கொடுத்து விட்டு மீளவா?" என்று சொல்லிவிட்டுத் தாயாரை அப்பால் அனுப்புவதற்காகத் தானே திரும்பி நடந்தாள்.

ஜன்னல் வழியாகக் காட்சியளித்து மறைந்த ராஜன், மீண்டும் ஜன்னலுக்கு நேராக நடந்து வந்தான். தெருவில் போகிற நாலு பேரைப் போலவே அவனும் பாவனை பண்ணிக்கொண்டு நடந்தான்.

லலிதா கடந்த சில நாட்களாக மாலை ஐந்தரை மணிக்கெல்லாம் அம்மாவிடம் சொல்லிக் கொண்டு, 'சரோஜா வீட்டுக்கு'ப் போனது போல் அன்றும் போய்விட்டாள்.

சரோஜா வீடு ஒரு நாள் தங்கசாலைத் தெரு ஹோட்டல் ஒன்றின் குடும்ப அறையிலும், ஒரு நாள் கடற்கரை மணலிலும், ஒரு நாள் மேல்நாட்டுப் பாணி ஹோட்டல் ஒன்றின் 'கூரைத் தோட்ட'த்திலும் (ரூஃப் கார்டன்), ஒரு நாள் மீனம்பாக்கம் விமான நிலையத்திலுமாக இருந்தது. இப்படிப்பட்ட நாட்களில் என்றாவது ஒரு நாள் சரோஜா தன்னைத் தேடித் தன் வீட்டுக்கு வந்து விடக் கூடாதே என்பதற்காக அவளைப் பாடசாலையில் சந்திக்கும் போதெல்லாம் ஒரு வார்த்தை கூடப் பேசாமல் ஜன்மப்பகை மாதிரி குரோதத்துடன் முகத்தைத் திருப்பிக் கொண்டு போனாள்.

ஒரு நாள் லாலிதா 'சரோஜா வீட்டுக்கு'ப் போவதற்காகப் பள்ளிக்கூடத்துக்கு லீவு போட்டாள்.

பள்ளிக்கூடத்துக்குப் போவதாக வீட்டில் காட்டிக்கொண்டு டிபன் பாத்திரமும், குடையும், ஆடம்பரப் பையும், கைக்கு நான்கு தங்க வளையல்களும், கழுத்தில் நான்கு சவரன் சங்கிலியுமாக வெளியே போனாள் லலிதா.

ராஜனோ முதல் நாளே வேலையை ராஜினாமாச் செய்து விட்டான்.

மாலையில் லலிதா வீடு திரும்பவில்லை.

"என்னைத் தேட வேண்டாம். என் காதலாடு சௌக்கியமாக இருக்கிறேன். காதலுக்காக உங்களைவிட்டு வந்தது என் தவறு என்றால் என்னை மன்னிக்க வேண்டும். -லலிதா" என்று எழுதப் பட்ட கடிதம், அவளை ஊரெல்லாம் தேடிவிட்டுத் திரும்பி வந்த தகப்பனாரின் கண்களில் படும்படியாக மேஜை மீது இருந்தது.

5

ஒரு வாரம் லீவு கேட்டு பள்ளிக்கூடத்திற்கு ஒரு கடிதம் போட்டாள் லலிதா அது சர்க்கார் பள்ளிக்கூடமோ, சர்க்கார் மான்யம் பெறும் பள்ளிக்கூடமோ அல்ல. ஒரு நாள் லீவுக்கும் சம்பளப் பிடித்தம் உண்டு என்று தலைமை ஆசிரியையான முதலாளி சொன்னால் அதுதான் அங்கே சட்டம். அப்படியிருந்தும் லீவு போட்டாள் லலிதா. ஆனால் அவளுடைய பெற்றோர்கள் மூலம்

அவள் திடீரென்று மறைந்த செய்தியை அறிந்த தலைமையாசிரியை பெரிய லீவே கொடுத்து விட்டாள்.

லலிதாவுக்கு வேலை போய்விட்டது. அதற்காக அவள் கவலைப் படவில்லை. அவள் கையில் இருந்த ரொக்கம், அவள் கையில் இருந்த பணம், இன்னும் வளையல்கள், சங்கிலி-எல்லாம் சேர்ந்து அவர்களுடைய தேன் நிலவைத் தெவிட்டாத நிலவாக்கின. ராஜனும் லலிதாவும் பெங்களூரில் ஒரு வாரம் முகாம் போட்டு விட்டுச் சென்னை திரும்பிச் சிந்தாதிரிப்பேட்டையில் வீடு பிடித்துக் குடித்தனம் தொடங்கி விட்டார்கள்.

நகைகளை முழுக்க விற்கவேண்டிய அவசியம் ஏற்படவில்லை. இரண்டொன்றை அடகு வைத்தார்கள். அந்தப் பணம் செலவழியு முன்பே லலிதாவுக்கு எழும்பூரில் ஒரு பாடசாலையில் நூறு ரூபாய் சம்பளத்தில் வேலை கிடைத்து விட்டது. இதுதான் வருமானம். குடியிருந்த அறைக்கு முப்பது ரூபாய் வாடகை. மீதிப் பணம் செலவுக்குச் சரியாக இருந்தது. ஆனால் தன் உள்ளத்தைக் கொள்ளை கொண்ட ராஜனுக்கு அவன் அழகுக்கேற்ற டெரிலின் சட்டைகள், சூட்டுகள் முதலான தைக்கவும், இன்னும் அழகு சாதனங்கள், வாசனைத் திரவியங்கள் வாங்கவும் சங்கிலியை விற்கத் துணிந்தாள்.

விற்றும் ஆகிவிட்டது.

அவனுக்கு இப்போது வேலை, ஒவ்வொரு ஸ்டுடியோவாகப் போய்ப் படையெடுப்பதுதான். அவன் என்றாவது தமிழ் நாட்டின் ஒப்பற்ற நடிகனாகித் திரைவானில் ஜாஜ்வல்யமாகச் சுடர் விட்டுப் பிரகாசிப்பான் என்பது லலிதாவின் திடமான, அசைக்க முடியாத, நம்பிக்கை.

'மிஸ்' லலிதா 'மிஸஸ்' லலிதா ராஜ்னாகி ஐந்தாறு மாதங் களுக்கு மேல் ஆகிவிட்டன. 'மம்மி' லலிதாவாக மாற இன்னும் ஐந்து மாதங்களே கழிய வேண்டியிருந்தன.

வருமானம் பற்றாது என்பது சில நாட்களுக்குள்ளாகவே துலாம்பரமாகத் தெரியத் தொடங்கியது. அழகைப் பார்த்து வயிற்றுப் பசியைத் தீர்க்க முடியுமா? அழகிலிருந்து வீட்டு வாடகைக்குப் பணம் தோண்டி எடுக்க முடியுமா? வாழ்க்கை கசக்கத் தொடங்கியது. கடன் பிடுங்கல்களும் வேறு சேர்ந்து கொண்டன. இப்படிப்பட்ட நிலையில் ராஜன் ஒரு நாள் ஐந்து பத்து ரூபாய் நோட்டுகளைக் கொண்டு வந்து லலிதாவிடம் கொடுத்தான். தன் பழைய நண்பன் ஒருவன் கொடுத்து உதவியதாகக் கூறி, சினிமா சான்ஸ் விரைவில் கிடைக்கப் போகிறது என்பதையும் சொன்னான். அவளுக்கு நம்பிக்கை ஊட்டினான். லலிதாவுக்கு அன்று சொல்ல

முடியாத மகிழ்ச்சி.

சினிமா சான்ஸ் ஒன்றுதான் தினந்தோறும் அவர்கள் அக்கறையோடு பேசிக் கொள்ளும் விஷயம். ராஜன் தன் முயற்சி படிப்படியாக முன்னேறி வருவதாகச் சொல்லிக் கொண்டிருந்தான். லலிதா நம்பிக்கையை இழந்து விடக்கூடாது என்பதில் கவனமாக, ஜாக்கிரதையாகவே இருந்தான். ஒருநாள் சினிமா சான்ஸ் தேடும் விஷயமாகக் கோயமுத்தூருக்குப் போய்வர வேண்டும் என்று சொல்லிக் கொண்டு அவன் புறப்பட்டுப் போனான். போனவன் ஒரு வாரம் வரையிலும் திரும்பவில்லை. அவன் திரும்பி வருவானோ, வயிற்றுப் பிள்ளைக்காரியாகத் தன்னைச் சிந்தாரிப்பேட்டை அறையிலேயே தவிக்க விட்டுவிடுவானோ என்று அவள் கவலைப் பட்டுக் கொண்டிருநத சமயத்தில்...'

ராஜன் ஒருநாள் அதிகாலையில் எதிர்பாராத விதமாக வந்து சேர்ந்தான். "இன்னும் சில நாட்களாகும்" என்று சொல்லிவிட்டுப் படுத்தான்

அதற்கு மறுநாளிலிருந்து அவனிடம் ஒரு பெரிய மாறுதலைக் கண்டாள் லலிதா. முன்பெல்லாம் எங்கே போனாலும் மாலை ஐந்து மணிக்குத் திரும்பிவிந்து விடுபவன் இப்போது இரவு பத்து மணி, பதினொரு மணிக்குத்தான் திரும்புவது என்று ஆகிவிட்டது. ஒருநாள் இரவு அவன் வரவே இல்லை. இது லலிதாவுக்கு விபரீத மாய்ப் படவே, அவன் வந்ததும் இந்த மாறுதலின் காரணத்தைக் கேட்டாள்.

"நண்பனோடு ஸ்டூடியோவில் ஷூட்டிங் பார்த்தேன்" என்றான் ராஜன்.

லலிதா அதைப் பாதி நம்பினாள். பாதி நம்ப விரும்பினாள்.

வயிற்றுப் பிள்ளை வளர்ந்துகொண்டு வந்தது. ஒரு நாள் இரவு அவளுக்குத் தலைச்சுற்றும் மயக்கமுமாக இருந்தது. உதவிக்கு அவன் இல்லை. நடு ராத்திரி வரையிலும்கூட வந்துவிடுவான் என்றே நம்பிக் கொண்டிருந்தாள். ஆனால் அவன் வரவே இல்லை. அவனை நேரில் பார்த்ததும் உடனே கழுத்தை நெறித்துக் கொன்றுவிட வேண்டும் என்ற அளவுக்கு அவள் கோபம் கொண்டாள்.

அடுத்த நாள் காலையில்தான் அவன் வந்தான். வந்து, ஷூட்டிங் பார்த்ததால்தான் இரவு வீட்டுக்கு வரமுடியவில்லை என்று வழக்கம் போல் சொன்னான். லலிதா நம்பவே இல்லை. அவனிடம் பெரிய சந்தேகம் உண்டாகிவிட்டது. அன்று பள்ளிக்கூடத்துக்கு லீவுபோட்டுவிட்டு அவனைக் காவல் காத்துக்கொண்டு வீட்டிலேயே இருந்தாள். அவனும் வீட்டை விட்டுப் போகவில்லை. 'இப்படி

இவனைக் கட்டிக் காவல் காக்கும்படி ஆகிவிட்டதே! எத்தனை நாளைக்கு இப்படிக் காவல் காக்க முடியும்?' என்று நினைத்து மறுகினாள்.

மாலையில் ஹோட்டலில் போய்க் காபி வாங்கிவரச் சொன்னாள் லலிதா. அவன் அதற்குச் சில்லறைக் காசு கேட்டான். லலிதாவும் எடுத்துக் கொடுத்தாள். அவன் காபி வாங்கப் போன பிறகு அவனுடைய டெரிலின் சட்டை ஒன்று ரூபாய் நோட்டுகளுடன் தொங்குவதைப் பார்த்துக் கொண்டாள். எடுத்துப் பார்ததால் அதில் முப்பத்தாறு ரூபாய் இருந்தது. கையில் பணத்தை வைத்துக் கொண்டே தனக்குத் தெரியாமல் மறைத்து, காப்பிக்குத் தன்னிடமே காசு கேட்கும் அவனுடைய திருட்டுத்தனத்தைக் கண்டதும் லலிதாவுக்கு வயிற்றில் புளியைக் கரைத்தது; பயத்தால் கர்ப்பம் கலங்கியது. 'இந்தத் திருடன் இனி என்னென்ன செய்ய இருக்கிறனோ?' என்று நினைத்து நடுங்கினாள். அவனுக்கு எங்கிருந்து இப்படி நோட்டு நோட்டாகப் பணம் கிடைக்கிறது என்றும் யோசித்தாள். அந்த மர்மம் அவளை இன்னும் அதிகமாகக் கலக்கிப் பயபீதியில் ஆழ்த்தி விட்டது.

தலையில் கையை வைத்துவிட்டாள்.

காபியோடு திரும்பி வந்தான் ராஜன். லலிதாவுக்கு அவனைக் கண்டதும் கோபம் பொத்துக்கொண்டு வந்தது.

"கையில் பணம் வைத்துக்கொண்டே என்னிடம் காபிக்குக் காசு வாங்கிக்கொண்டு போனாயே, ஏன்" என்று படபடப்பாகக் கேட்டாள்.

"பணமா? பணம் ஏது!'

"உன் சட்டையில் முழுசாக முப்பத்தாறு ரூபாய் இருக்கிறதே, அது பணமில்லையா?"

"அது வேறு பணம்."

"உன்னிடம் அப்படி யார் பணத்தைக் கொடுத்துப் பத்திரப் படுத்தி வைக்கச் சொன்னார்கள்? அதைத்தான் சொல்லேன்."

"லலிதா! நீ என்ன சொல்கிறாய்?" என்று சற்றுக் கோபத்துட னேயே கேட்டான் ராஜன்.

"கேட்ட கேள்விக்குப் பதில் சொல். உனக்கு அந்தப் பணம் ஏது?"

"என் நண்பன் கொடுத்தான்."

"யார் அந்த நண்பன்?"

"சொன்னால் உனக்குத் தெரிந்துவிடுமா? ஊரில் உள்ள எல்லோரையுமே உனக்குத் தெரியுமா?"

"நீ உண்மையைச் சொல்லாமல் மறைக்கப் பார்க்கிறாய். உன்னை நம்ப முடியாது."

"நம்பாவிட்டால் நான் என்ன செய்வது? உன் இஷ்டம்" என்று சொல்லிவிட்டு வெளியே நழுவப் பார்த்தான் ராஜன். அவனுடைய உதாசீனமான பதிலைக்கேட்டதும் ஆத்திரம் பொங்கியது. லலிதா அவனை வெளியே விடவில்லை. கையைப் பிடித்து உள்ளே இழுத்துக் கதவைப் பூட்டினாள்.

"நீ ஒரு துரோகி! நயவஞ்சகன்! திருடன்! நம்பியவளைக் கெடுத்து நட்டாற்றில் விடும் பாதகன்! உன்னை நம்பி வந்தேனே! உனக்காக என் நகையையும் விற்றேனே!" என்று குமுறினாள்.

ராஜனுக்குக் கோபத்தினால் முகம் சிவந்ததைப் பார்த்த லலிதாவுக்கு வெறி இன்னும் அதிகமாகி விட்டது.

"அற்பன்! கால்காசு சம்பாதிக்கக் கையாலாகாதவன். மனைவிக்குக் காபி வாங்கிக் கொடுக்க மனைவியிடமே காசு கேட்கும் மானம் கெட்டவன்!..."

ராஜனால் பொறுக்க முடியவில்லை. ஓங்கி அவள் கன்னத்தில் ஓர் அறை அறைந்தான்.

"அடிக்கிறாயா நீ? பேடிப்பயல்! கழிசடை!... தூ"

தொடர்ந்து ஐந்தாறு அடிகள் முகத்திலும் முதுகிலும் விழுந்தன. அவளும் கீழே விழுந்தாள். அவளுடைய கூக்குரல் வீட்டின் மற்றப் பகுதிகளில் இருப்பவர்களைக் கூட்டமாகத் திரட்டுவதற்கு முன்பே அவன் வெளியே போய்விட்டான். போன பிறகு பக்கத்துக் குடித்தனக்காரர்கள் வந்து என்ன ஏதென்று விசாரித்தார்கள். கணவன்-மனைவிக்குள் ஒற்றுமை அவசியம் என்ற உத்தமமான நீதியைப் போதித்துவிட்டுத் திரும்பிப் போனார்கள்.

ஆனால் அடுத்த நாள் மாலையில் அவளுக்கு யாரும் புத்தி சொல்லவில்லை. அந்த வீட்டுக்குச் சொந்தக்காரனிடம் போய், "இந்தக் குடித்தனத்தை உடனே கிளப்பாவிட்டால் இங்கே கௌரவமான குடும்பங்கள் வாழ முடியாது" என்று வற்புறுத்தக்கூடிய நிலையும் நிர்ப்பந்தமும் ஏற்பட்டுவிட்டன.

முதல் நாள் மாலை காபி வாங்கிக் கொடுத்துவிட்டு வெளியே போன ராஜன் மறுநாள் முழுவதுமே வீடு திரும்பவில்லை. அவன் வருவான் என்று எதிர்பார்த்துக் கொண்டிருந்த லலிதாவுக்கு எதிரே, மாலை ஆறு மணி சுமாருக்கு முப்பத்தைந்து வயதுடனும் சற்றுக் கனத்த உடம்புடனும், எரிக்கின்ற பார்வையுடனும், விடைத்த மூக்குடனும் ஒரு ஸ்திரீ வந்து நின்றாள்.

"யார் நீங்கள்? யாரைப் பார்க்க வேண்டும்?" என்று லலிதா கேட்டாள்.

"நீ யார்? அதை முதலில் சொல்" என்று எடுத்த எடுப்பிலேயே அவள் அஸ்திரத்தைத் தொடுத்தாள்.

லலிதாவினால் பேந்தப் பேந்த விழிப்பதைத் தவிர வேறு எதுவும் செய்ய முடியவில்லை.

வந்தவளோ ஒரு அடி முன்னால் வந்து, நிமிர்ந்து நின்று கொண்டு, "நீ யாரடி? யார் நீ?" என்று வீடே அலறும்படி கத்தினாள்.

லலிதாவின் காதும் மனமும் அடைத்து விட்டன. ஒரு நிமிஷம் மௌனமாக இருந்துவிட்டு, "நீங்கள் யார் என்று தெரியவில்லையே ஏன்? இப்படிப் பேசிக்கொண்டு நிற்க மாட்டேண்டி உன் கழுத்தைத் திருகித் தெருவில் வீசி எறிந்திருப்பேன்" என்று சொல்லி, கழுத்தைத் திருகுவது எப்படி என்பதையும் கையால் ஏக காலத்தில் அபிநயம் பிடித்துக் காட்டினாள்.

லலிதா சுதாரித்து விட்டாள்.

"என் வீட்டில் வந்து என்னடி அதிகாரம் பண்ணுகிறாய்! வெளியே போகிறாயா? இல்லை, போலீஸைக் கூப்பிட வேண்டுமா?" என்று கேட்டுக்கொண்டே கோதாவில் இறங்கிவிட்டாள்.

வந்தவளோ இந்த மிரட்டலுக்கெல்லாம் பயப்படுகிறவளாக இல்லை.

"உன் வீடா! உங்க அப்பன் கட்டி சீதனம் கொடுத்த வீடு! பொறுக்கி நாயே! உனக்கு வாய் வேறு கேடா? ஊரில் அகப் பட்டவளையெல்லாம் புருஷனாக்கிக்கொண்டு எத்தனை நாளைக்குக் காசு பறிக்க முடியுமடி!.."

லலிதாவுக்கு ஆக்ரோஷம் மிகுந்துவிட்டது. இருந்தாலும் அக்கம் பக்கத்துக்குப் பயந்து, கோபத்தை அடக்கி, "என்னடி பேசுகிறாய்?" என்று கேட்டாள்.

"அடியே! இன்னும் டிராமாப் போடாதே. என் புருஷனை இப்பொழுதே என்னிடம் ஒப்படைத்தால்தான் ஆச்சு. இல்லை, உன் மானம் கப்பாறிவிடும், ஜாக்கிரதை! எங்கே என் புருஷன்?" என்று குரலைச் சற்றுத் தாழ்த்திக் கொண்டு, ஆனாலும் அழுத்தமாகப் பேசினாள்.

"உன் புருஷனா? அவனை யார் பார்த்தது? நீ எங்கே போக வேண்டியவள், எங்கே வந்து விசாரணை போடுகிறாய்?"

"வரவேண்டிய இடத்துக்கு வந்துதான் விசாதணை போடு கிறேன், ஹோட்டலில் வேலை செய்துகொண்டு இருந்தவனை

மயக்கி வேலையில் மண்ணைப் போடச் செய்துவிட்டுக் கூட்டிக் கொண்டு ஓடி வந்தாயே, அவனை இப்போது எங்கே ஒளித்து வைத்திருக்கிறாய்? அதைச் சொல்."

"யார்! ராஜனா?..."

"வேறு யார்? அவனேதான்."

"அவன் உன் புருஷனா?"

"அவன் என் புருஷன்தான்; நான் அவன் பெண்டாட்டி தான். இது இந்த ஊருக்கெல்லாம் தெரியும். உலகத்திலே இப்படி எவள் புருஷனையோ தட்டிப்பறிக்கிற மானங்கெட்டவளும் இருக்கிறாளே, கடவுளே!.."

லலிதாவும் கூச்சல் போட ஆரம்பித்து விட்டாள்.

"அவனைப் பார்த்தால் உன் பிள்ளை மாதிரி இருக்கிறான். அவனைப் புருஷன் என்று சொல்லிக்கொள்ள உனக்கு வெட்கமா யில்லை?"

வந்தவள் முழு மூச்சுடன் சண்டையில் இறங்கி விட்டாள்.

"ஏண்டி, எனக்கு அவன் பிள்ளை; உனக்கு நான் மாமியார்! நான் என்ன குடுகுடு கிழவி என்று நினைத்து விட்டாயா?_ நீ கன்னி கழியாத பெண்ணாகத்தான் அவனைக் கூட்டிக்கொண்டு வந்தாயா? உனக்கு இது எத்தனாவது கல்யாணமடி? தெரியாமல்தான் கேட்கிறேன்..."

பேச்சு முற்றியது. அக்கம் பக்கத்தவர்களும் வந்து கூடி விட்டார்கள். கௌரவமுள்ளவர்கள் தலையிட்டுத் தடுக்கக் கூடிய நிலையில் அங்கே சண்டை நடக்கவில்லை. கேட்கச் சகிக்காத வார்த்தைகளை அள்ளி வீசினாள் வந்தவள். சிறிது நேரத்தில் வாய்ச் சண்டை கைச் சண்டையாகி விட்டது. அப்போது அங்கே வந்து சேர்ந்த ஒரு பக்கத்துக்கு குடித்தனக்காரர் பயங்கரமாகக் கூச்சல் போட்டு இருவரையும் அதட்டினார்; குறுக்கே பாய்ந்து சண்டையை விலக்கினார். வந்தவளைப் பார்த்து, "உடனே வெளியே போகிறாயா? பிடரியைப் பிடித்துத் தள்ளட்டுமா?" என்று கேட்டுக் கொண்டே நெருங்கினார்.

"ஐயோ! ஐயோ! என் புருஷனைப் பறி கொடுத்துவிட்டு நான் இப்படியும் அவமானப்பட வேண்டுமா? கடவுளே!.." என்று கூக்குர லிட்டு அழுதாள் வந்தவள்.

அவளுடைய அழுகையை நிறுத்தி விஷயம் என்ன என்று விசாரித்தார் குடித்தனக்காரர். வந்தவள் சுருக்கமாகவே தான் சொல்ல வேண்டிய கதையைச் சொன்னாள். நடுநடுவே அழுது கொண்டு கண்ணீரும் கம்பலையுமாக, "என் புருஷன் ஐயா, என்

புருஷன். ஹோட்டலில் வேலை செய்து கொண்டிருந்தவனை இவள் வசியம் பண்ணிக் கொண்டுவந்து விட்டாள். மகா பாவி! என் பிழைப்பில் மண்ணைப் போட்டு விட்டாள். நான் கால் காசும் அரைக்காசுமாகச் சேர்த்து வைத்திருந்ததையும் அவன் தந்திரமாக வந்து என்னிடம் வாங்கிக்கொண்டு போனாள். ஒரு தடவை ஐந்து ரூபாய் கொடுத்தேன். அப்புறம் ஒரு நாள் நாற்பது கொடுத்தேன். இந்தத் தட்டுக் கெட்டவளைச் சிங்காரித்துச் சினிமாவுக்குக் கூட்டிக்கொண்டு போக என் கைக்காசையெல்லாம் கொட்டிக் கொடுத்துவிட்டு நடுத்தெருவில் நிற்கிறேன். இப்படியும் என் பிழைப்பில் மண்ணைப் போட ஒருத்தி எங்கிருந்து எனக்கென்று பிறந்து வந்தாளோ?...."

"அவன் உன் புருஷனா?" என்று அவரும் சந்தேகத்துடன் கேட்டார்.

"புருஷனைத் தவிர வேறொருவனைப் புருஷன் என்று எந்தப் பெண்ணாவது சொல்வாளா ஐயா? நீங்கள் இப்படிக் கேட்கிறீர்களே! நான் என்ன இவளைப் போல..."

குடித்தனக்காரர் லலிதாவைப் பார்த்துத் திரும்பினார். "என்னம்மா? என்ன கதை?" என்று கேட்டார்.

ராஜன் தன் புருஷனே என்று லலிதா சத்தியம் செய்தாள்.

கடைசியில் குடித்தனக்காரர் தாற்காலிகமாகப் பஞ்சாயத்துத் தீர்ப்புப் பண்ணினார். வந்தவளைப் பார்த்து, "நீ முதலில் உன் வீட்டுக்குப் போ. அவன் வரட்டும், விசாரிக்கிறோம். அப்புறம் பார்க்கலாம். இனிமேல் இங்கே சண்டை கூடாது. ஆமாம்" என்று மிரட்டலோடு சொல்லி அவளை அனுப்பினார்.

அன்றிரவே அவர் அந்த வீட்டின் சொந்தக்காரனிடம் போனார். "இப்படிப்பட்ட குடும்பத்தை நாலு நல்ல குடும்பங்களுக்கு நடுவில் வைத்துக் கொண்டிருக்கக்கூடாது. உடனே அவர்கள் இருவரையும் கிளப்பியாக வேண்டும்" என்றார்.

"அப்படியா? நான் நாளை அங்கே வருகிறேன்" என்று சொல்லி விட்டு வீட்டுக்காரன் யோசித்தான். இந்தச் சாக்கில் இருபது ரூபாய் அதிகமாக வாடகை கேட்கலாம் என்றும், கொடுக்காவிட்டால் அப்புறம் அவர்களைக் கிளப்பி விடலாம் என்றும் அவன் முடிவு செய்தான்.

6

ராஜன் அன்று காபி வாங்கிக் கொடுத்துவிட்டுப் போய் ஏறக்குறைய ஒரு மாதமாகியும் திரும்பி வரவில்லை. அவனைத் தன்னுடைய புருஷன் என்று உரிமை கொண்டாடிக்கொண்டு வந்தவளும் என்ன காரணத்தாலோ அப்புறம் திரும்பி வரவே இல்லை, வீட்டுக்காரன் மட்டும் வந்து இருபது ரூபாய் அதிகமாக வாடகையைக் கூட்டித் தர வேண்டும் என்று கேட்டான். அவனைக் காலில் விழாத குறையாகக் கெஞ்சிப் பத்து ரூபாயை மட்டுமே கூட்டுவதற்கு அவனைச் சம்மதிக்க வைத்து விட்டாள் லலிதா.

ராஜனோ, அந்தச் சண்டைக்காரியோ திரும்பி வராததாலும், அவள் வயிற்றுப் பிள்ளைக்காரியாக இருந்ததாலும் பக்கத்துக் குடித்தனக்காரர்களும் அவளை விரட்டுவதில் அவ்வளவாக அக்கறை எடுத்துக் கொள்ளவில்லை. 'நமக்கு என்ன போகிறது? சண்டை சச்சரவு இல்லாமல் இருந்தால் சரிதான்' என்று அவர்கள் பேசாமல் இருந்து விட்டார்கள்.

அந்த அறையில் தன்னந்தனியாகக் குடியிருந்து கொண்டு, பள்ளிக்கூடத்துக்கும் போய் வந்து கொண்டிருந்தாள் லலிதா. தினந்தோறும் வீட்டுக்கு வந்ததும், ஒரு மூச்சு அழுவாள். பெற்றோர்களை நினைத்துப் பெருமூச்சு விடுவாள். 'நான் செய்த நீசச் செயலினால் அவர்கள் என்ன கதிக்கு ஆளானார்களோ?' என்று தனக்குத் தானே சொல்லிப் புலம்புவாள். ராஜனை அல்லும் பகலும் சபிப்பாள். ஒரு நாள் அவன் படத்தையும் எடுத்து உடைத்துத் தீயில் போட்டுப் பொசுக்கினாள். இப்படி தினந்தினமும் அவனைக் கரித்துக்கொண்டிருந்தாலும், 'எப்பொழுதாவது திரும்பி வந்துவிடமாட்டானா?' என்று ஒரு நப்பாசையையும் அவள் உள்ளத்தின் ஒரு மூலையில் வைத்துக் கொண்டிருந்தாள்.

அவன் முன்பு வேலை செய்த அன்னபூர்ணா லஞ்சு ஹோமுக்கு, அவனைப் பார்க்கலாம் என்ற அசட்டு நம்பிக்கையோடு ஒரு நாள் போயும் வந்து விட்டாள்.

மற்றொரு நாள், தான் முன்பு வேலை செய்த லோட்டஸ் பள்ளியில் தன் சிநேகிதியாக இருந்த சரோஜாவுக்குத் தன் நிலையை யெல்லாம் விவரித்துக் கடிதம் எழுதி, தன்னை உடனே வந்து பார்க்க வேண்டும் என்றும் வேண்டுகோள் விட்டாள்.

லலிதா எதிர்பார்த்தபடி சரோஜா உடனே வந்து விடவில்லை.

ஒருவேளை சரோஜாவையுமே அந்தப் படுபாவி ஏமாற்றி அழைத்துக் கொண்டு போய்விட்டானோ என்றும் லலிதாவுக்கு

சந்தேகம் ஏற்பட்டது. ஆனால் சரோஜா ஞாயிற்றுக்கிழமை பிற்பகலில் லலிதாவின் இருப்பிடத்திற்கு வந்து சேர்ந்தாள். வரும் போது கையில் ஒரு சினிமாப் பத்திரிகையையும் கொண்டு வந்தாள்.

ராஜனுக்குத் தற்போது எடுக்கப்பட்டு வரும் ஒரு படத்தில் ஒரு சிறு வேஷத்தில் நடிக்கச் சான்ஸ் கிடைத்திருக்கிறது என்ற விவரத்தை சரோஜா பேச்சோடு பேச்சாகச் சொல்லி அந்தப் பத்திரிகையில் அந்தச் செய்தி பிரசுரமாகியிருக்கும் இடத்தையும் காட்டினாள். லலிதாவுக்கு வெகு நாட்களுக்குப் பிறகு சிறிது சந்தோஷம் ஏற்பட்டது. அவன் எங்கே வசித்தாலும் ஸ்டூடியோவுக்கு கட்டாயம் வருவான், அங்கே பார்த்து விடலாம் என்ற நம்பிக்கை அவளுக்கு மகத்தான எதிர்கால நம்பிக்கையையே கொடுத்தது.

லலிதாவின் பெற்றோர்கள் அவமானம் பொறுக்காமல் ஊரை விட்டே போய்விட்டார்கள் என்ற செய்தியை இறுதியாகச் சொன்னாள் சரோஜா.

அற்ப சந்தோஷத்தில் திளைத்த லலிதா இந்தச் செய்தியைக் கேட்டது "கோ" வென்று அழுதாள்.

சரோஜா அவளுக்கு என்னென்னவோ தேறுதல் வார்த்தைகள் சொல்லிவிட்டு அடுத்த ஞாயிற்றுக்கிழமை மீண்டும் வருவதாக உறுதி கூறிவிட்டுப் போனாள்.

சினிமா ஸ்டூடியோவுக்குப் போகவேண்டும். -இதுதான் லலிதாவின் அடுத்த திட்டம்.

7

பத்துப் பதினைந்து நாட்கள் வலை வீசியும் ராஜனை ஸ்டூடியோவில் கண்டுபிடிக்க லலிதாவினால் முடியவில்லை. கடைசியில், அவசியம் அவனை வீட்டுக்கு வரும்படி சொல்ல வேண்டும் என்று ஸ்டூடியோச் சிப்பந்திகளைக் கேட்டுக்கொண்டு, அவனுக்குத் தான் எழுதி வைத்திருந்த ஒரு அந்தக் கடிதத்தையும் அவர்களிடம் கொடுத்துவிட்டு வந்தாள். அந்தக் கடிதத்தைப் பார்த்துவிட்டு வருகிறவன் போலவே அவனும் ஒருநாள் அவள் இருக்குமிடத்துக்கே வந்துவிட்டான். அப்போது இரவு ஒன்பது மணி.

லலிதா அவனோடு சண்டைபோட விரும்பவில்லை. பழைய படியும் அவன் போய்விட்டால் என்ன செய்வது? அதற்குப் பதிலாகக் கொஞ்சிப் பேசவும் இஷ்டமில்லை. சில நிமிஷங்கள் முகத்தைத் திருப்பிக் கொண்டு மௌனமாக இருந்தாள்.

"லலிதா! லலிதா" என்று நாலைந்து முறை அவன் அழைத்தும் அவள் திரும்பிப் பார்க்கவில்லை. இதுதான் சமயம் என்று அவன்

தன்னுடைய பெட்டியைக் கையில் எடுத்துக் கொண்டு புறப்படத் தயாரானான். இதை லலிதா பார்த்துக் கொண்டாள்.

"எங்கே?" என்று ஒரே வார்த்தையில் கேள்வி போட்டாள் அவள்.

"எங்கே போனால் உனக்கு என்ன?" என்று சொல்லிவிட்டு அவன் போய்க்கொண்டே இருந்தான்.

லலிதா ஓடி வந்து வழியை மறித்தாள். கோபத்தை அடக்கிக் கொண்டு கண்ணீர் விட்டாள்.

"இன்னும் எங்கே போகிறாய்? என் கதி என்ன?" என்று அவன் கையைப் பிடித்துக்கொண்டு கேட்டாள். "நான் ஏதாவது தப்பாகப் பேசியிருந்தால் மன்னித்து விடு" என்றும் கெஞ்சினாள்.

"உன்னை நான் மன்னிக்க வேண்டியதே இல்லை. என்னை விட்டுவிடு. நான் அவசரமாய்ப் போக வேண்டும். வெளியூருக்கு போகிறேன். ஒரு வாரத்தில் வந்து விடுவேன்."

"பொய். நீ சொல்வதெல்லாம் பொய்."

"அப்படியே வைத்துக்கொள். எனக்குக் கவலை இல்லை."

"ராஜனா இப்படிப் பேசுவது? என் கதி என்ன ஆவது, ராஜன்?" உரத்த குரலில் அழுதாள் லலிதா.

"உனக்கு என்ன குறை? பள்ளிக்கூடத்தில் சம்பளம் வாங்குகிறாய். பேசாமல் சாப்பிட்டுக்கொண்டு இரு."

"இதற்காகத்தான் என்னைக் கூட்டிக்கொண்டு வந்தாயா?"

"நானா கூட்டிக்கொண்டு வந்தேன்? உன் மனசைக் கேட்டுப்பார், யாரை யார் கூட்டிக்கொண்டு வந்தது என்று? உம், விடு. நான் போக வேண்டும்."

"இது துரோகமில்லையா ராஜன்? என் வாழ்க்கை என்ன ஆவது?"

"உன் வாழ்க்கையைப் பற்றி நீ இப்பொழுது கவலப்பட்டு என்ன பிரயோஜனம்? என்னைக் கூட்டிக்கொண்டு வருவதற்கு முன்பல்லவா கவலைப்பட்டிருக்க வேண்டும்?"

"இப்படி நட்டாற்றில் என்னைத் தவிக்க விடுவதற்காகவா உனக்கு என் வாழ்க்கையையே அர்ப்பணித்தேன்?"

"எனக்கு எங்கே அர்ப்பணித்தாய்? நான் யார் என்பதைக்கூட சரிவரத் தெரிந்து கொள்ளாமல் உன் வாழ்க்கையை அர்ப்பணிக்கத் தயாராகி விட்டாயே! அதற்குள் மறந்துவிட்டாயா? ஒரு ஹோட்டல் செர்வருக்கு உன்னைப்போல் மேல்படிப்புப் படித்துச் சம்பாதிக்கும் கௌரவமுள்ள குடும்பப் பெண் எவளாவது வாழ்க்கையை

அர்ப்பணிப்பாளா? எனக்கு நீ அர்ப்பணிக்கவில்லை; என் அழகுக்கு அர்ப்பணித்தாய். உன் வாழ்க்கை, என் அழகை அனுபவிக்க நீ கொடுத்த விலை. தப்பு, வாடகை..."

"ராஜன்! நீ என்ன சினிமா வசனம் பேசுகிறாயா?"

"சினிமா வசனமா? உண்மையைச் சொல்கிறேன். உன் வாடகை இந்த ஏழெட்டு மாதங்களில் கழிந்துவிட்டது. இனி என் அழகை நீ உபயோகிக்க முடியாது."

"பாவி!" என்று கத்தினாள் லலிதா.

அவளை அபப்டியே இடக் கையால் இழுத்து எறிந்து விட்டு ராஜன் வெளியே போய்விட்டான்.

கீழே விழுந்த லலிதா எழுந்து விரித்த தலையோடு பின்னால் ஓடி வந்தாள். ராஜன் வேகமாகப் போய் வாசலில் நின்ற டாக்ஸியில் ஏறிக்கொண்டு சிட்டாகப் பறந்து விட்டான்.

8

அந்த வீட்டிலிருந்து லலிதா உடனே வெளியேறிவிட வேண்டும் என்று வீட்டுக்காரன் கண்டிப்பாகச் சொன்னாலும், முதல் தேதி வரை பொறுத்துக் கொள்ளும்படி அவள் வேண்டிக்கொண்டதற்கு இணங்கினான். உடனே போனால், இருந்த நாட்களுக்கு வாடகையை இழக்க வேண்டி வரும் என்பதுதான் வீட்டுக்காரன் இணங்கியதற்கு ஒரே காரணமாகும்.

லலிதா வேறு வீடு தேடும்போது, 'ராஜனை இனி இலேசில் விடமாட்டேன்; பழிக்குப் பழி வாங்கியே தீருவேன்' என்ற விரதத் தோடு ஸ்டூடியோவுக்குத் தினமும் ஒரு நடை போய் வந்தாள். ஒரு நாள் ஸ்டூடியோவுக்குச் செல்லும் வழியில் உள்ள ஒரு ஹோட்டலின் வாசலில், ராஜன் டாக்ஸியில் ஏறுவதை அவள் பார்த்தாள். அப்போது ராஜனோடு ஒரு இளம் பெண்ணும் அதே டாக்ஸியில் ஏறினாள்!

அவள் யார்?

"அவள் யார்?" என்பதை விசாரித்துத் தெரிந்துகொள்ள இரண்டு நாட்களாயிற்று. ஸ்டூடியோவிலேயே ஒரு பையன் லலிதாவிடம், அவள் ராஜனின் மனைவி வசந்த மல்லிகா என்றும், அவளும் வேறொரு ஸ்டூடியோவில் ஒரு படத்தில் எக்ஸ்ட்ரா நடிகையாக நடித்து வருகிறாள் என்றும் சொல்லவே, லலிதாவின் நெஞ்சம் திடுக்குற்றது. மார்பில் ஓங்கி அறைந்து கொண்டு, "அப்படியா? பார்க்கிறேன்" என்று வெறி பிடித்தவள் போல் சொல்லிவிட்டு வேகமாக நடந்தாள். அன்றிரவே வசந்த மல்லிகாவுக்கு அந்த

ஸ்டூடியோ விலாசத்துக்கு ஒரு கடிதம் எழுதினாள்.

ராஜன் இளம் பெண்களை ஏமாற்றிக் கெடுக்கும் அயோக்கியன் என்பதை விவரித்து, தான் ஏமாந்து நடுத் தெருவில் நிற்கும் கதையை விஸ்தாரமாக எழுதினாள். அன்றிரவே தான் தற்கொலை செய்துகொள்ளப் போவதாகவும், தன் மரணம் வசந்தமல்லிகாவுக்கு ஒரு எச்சரிக்கையாக இருக்கட்டும் என்றும் எழுதிக் கடிதத்தை முடித்துத் தபாலில் போட்டாள். அதுதான் அவள் வாழ்நாளில் கடைசியாகச் செய்த காரியம்.

9

நீதி போதனைகளை ஆயிரக்கணக்கான ஆண்டுகளுக்கு முன்பே மனிதன் செய்யத் தொடங்கி விட்டான். வழி தப்பினால் படுகுழியில் தான் விழவேண்டும் என்று எச்சரிக்காத நீதி நூல் எந்த நாட்டில் தோன்றவில்லை? லலிதாவின் கடிதத்திலிருந்தா அதைத் தெரிந்து கொள்ள வேண்டும்? ஆயிரக்கணக்கான ஆண்டுகளாகச் சொல்லப்பட்டு வரும் நீதி வாக்கியங்களை லலிதா லட்சியம் செய்திருந்தால் அல்லவா, அவள் கடிதத்தைக் கண்டு வசந்த மல்லிகா வும் லட்சியம் செய்வாள்?

வசந்தமல்லிகா வாய்விட்டு அட்டகாசமாகச் சிரித்தாள். லலிதாவின் கடிதத்தைப் பார்த்து விட்டு மாத்திரம் அவள் சிரிக்க வில்லை; "கடற்கரையில் லலிதா என்ற வாத்தியாரம்மாளின் பிணம் அலைகளால் ஒதுக்கப்பட்டுக் கிடந்தது" என்ற மாலைப் பத்திரிகைச் செய்தியைப் பார்த்தும் சிரித்தாள்.

☯

38
ஒரு மாத லீவ்

சந்திரசேகரன் கடந்த ஏழெட்டு மாதங்களாக மாதம் தவறாமல் ஒரு மாத லீவ் கேட்டு மனு எழுதிக் கொடுத்துக் கொண்டு வந்தார். ஒவ்வொரு தடவையும் ஏமாற்றம்தான் கண்ட பலனாக இருந்தது. "இப்பொழுது கொடுக்கச் சாத்தியப்படாது; அடுத்த மாதம் பார்க்கலாம்" என்ற ஒரே பதிலையே அதிகாரி கூறிக் கொண்டிருந்தார். சந்திரசேகரன் பொறுமையை இழந்துவிட்டார். சம்பளத்தோடு மூன்று மாத லீவ் எடுக்காமல் விட்டால், சேர்த்து வைத்த லீவை இழக்க வேண்டி வருமே என்ற கவலையும் அதனால் ஆத்திரமும் அதிகமாகி விட்டன. எத்தனை வருஷங்கள் லீவ் எடுக்காமல் வேலை செய்தாலும், சம்பளத்தோடு கூடிய லீவ் மூன்று மாதங்களுக்கு மேல் சேராது. எடுக்காமல் போன லீவ் போனதுதான்.

அவர் வேலை செய்யும் ஆபீசில் மாதம் தவறாமல் யாராவது ஒருவர் நீண்ட லீவ் எடுத்துக்கொண்டிருப்பது ஞாபகத்துக்கு வந்தது. 'நாம்தான் உழைக்கப் பிறந்தோமா? இல்லை, நாம் மட்டும்தான் சம்பளம் வாங்குகிறோம், மற்றவன் கௌரவ சேவை செய்கிறானா? நமக்கு மட்டும் ஏன் இந்த அதிகாரி 'இல்லைப் பாட்டுப் பாடிக் கொண்டிருக்கிறான்? நம் இளிச்சவாய்த்தனத்தைக் கண்டு தான் என்று இவள் அன்றொரு நாள் சொன்னது உண்மையாகவே இருக்குமோ?'- சந்திரசேகரனுக்கு அவமானமாக இருந்தது. "இன்று எப்படியும் லீவுக்கு மனுப் போட்டு வெற்றியும் தேடியாக வேண்டும்" என்று விரதம் வைத்துக் கொண்டு ஆபீசுக்கு வந்தார். பிற்பகலில் லீவ் மனுவோடு அதிகாரியிடம் போனார். முகத்தைக் கெஞ்சுகிற பாவனையில் பாதியும், அசைக்க முடியாத பிடிவாத பாவனையில் பாதியுமாக வைத்துக்கொண்டு மனுவை நீட்டினார். வாங்கிப் பார்த்தார் அதிகாரி. சந்திரசேகரனின் முகத்தைப் பார்க்காமலே, "சாத்தியமில்லை" என்று வெட்டு ஒன்று துண்டு இரண்டாகப் பதில் கொடுத்தார்.

சந்திரசேகரனுக்கு முதலில் அதிர்ச்சி ஏற்பட்டது. ஒரு நிமிஷம் மௌனமாக நின்றார். உள்ளம் பற்றி எரிந்தது.

"மிஸ்டர் சந்திரசேகரன்! அடுத்த மாதம் பார்க்கலாம். இப்போது லீவ் கொடுக்க முடியாது" என்று எரிகிற நெருப்பில் எண்ணெயைக் கொட்டினார் அதிகாரி.

சந்திரசேகரன் கோபத்தை அடக்கிக்கொண்டு, "சார்! எனக்கு மூன்று மாத லீவ் இருக்கிறது, சார். ஒவ்வொரு மாதமும் இப்படியே சொல்கிறீர்கள்" என்றார்.

"நான் என்ன செய்வது? மூன்று மாத லீவ் இருக்கிறது என்று எனக்கும் தெரியும். அதற்காக, கேட்ட நேரத்தில் லீவ் கொடுத்துவிட முடியுமா?"

"மற்றவர்களுக்கு மட்டும் கேட்ட நேரத்தில் லீவ் கொடுக் கிறீர்களே, சார்?" என்று ஆத்திரத்தின் ஒரு பகுதியை வெளியிட்டு விட்டார் சந்திரசேகரன்.

அதிகாரி அந்த வார்த்தைகளின் சூட்டையும் வேகத்தையும் புரிந்து கொண்டார்.

"மிஸ்டர் சந்திரசேகரன்! நீங்கள் எப்போது பார்த்தாலும் கடைசி ஆளாக வந்து லீவ் மனு கொடுக்கிறீர்கள். உங்கள் தவறுக்கு என் மேல் வருத்தப்பட்டுப் பிரயோஜனமில்லை. முன்கூட்டியே மனு எழுதிக் கொடுப்பதற்கென்ன?"

சந்தரசேகரனுக்கு ஒன்றும் புரியவில்லை. முன்கூட்டி என்றால் எப்பொழுது?

"சந்திரசேகரன்! ஒரே சமயத்தில் ஒரே செக்ஷனில் இரண்டு பேருக்கு லீவ் கொடுக்க முடியாது. செப்டம்பர் 2ஆம் தேதியிலிருந்து அக்டோபர் முதல் தேதி வரையில் சம்பந்தமூர்த்தி லீவ் எடுத்திருக்கிறார். மூன்று நாட்களுக்கு முன்பே மனு எழுதிக் கொடுத்து அனுமதி வாங்கிக் கொண்டு விட்டார்..."

சந்திரசேகரனுக்கு இடி விழுந்ததுபோல் இருந்தது. "சம்பந்த மூர்த்தியா? தடி ராஸ்கல்!" என்று மனசுக்குள் சபித்தார். சம்பந்த மூர்த்தி வருஷம் தவறாமல் லீவ் எடுப்பவன். இப்போதும் நமக்குப் போட்டியாக முந்திக் கொண்டு விட்டானே என்று ஆத்திரம்.

"சார்! அவர் வருஷா வருஷம் லீவ் எடுக்கிறார். நான் மூன்று மாத லீவை வைத்துக்கொண்டு வந்து கேட்கிறேன்."

அதிகாரிக்கும் கோபம் வந்து விட்டது.

"சந்திரசேகரன்! மூன்று மாதம் மூன்று மாதம் என்று அதையே சொல்லிக்கொண்டு நிற்கிறீர்களே! நானா வேண்டாம் என்று சொன்னேன்? கொஞ்சம் முன்னதாக லீவ் கேட்பதற்கென்ன? பேசாமல் தூங்கிக் கொண்டிருந்து விட்டு, இப்பொழுது வந்து உயிரை வாங்கினால் நான் என்ன செய்வது?... இப்போது நீங்கள் என்ன சொன்னாலும் முடியாது. போங்கள்..."

சந்திரசேகரன் அப்படியே அந்த அதிகாரியை ஓங்கி அறையலாமா, இல்லை, கால் காகிதத்தில் ராஜினாமா எழுதி நீட்டி விடலாமா என்ற அளவுக்குப் பொறுமையை இழந்து விட்டார். ஒரு நிமிஷம் நின்றார். ஆத்திரத்தோடு அழுகையும் வரும்போல் இருந்தது. 'சீ! நம் பிழைப்பும் ஒரு பிழைப்பா?' என்று தம்மைத் தாமே வெறுத்தவராக அதிகாரியின் அறையை விட்டு வெளியே வந்தார்.

சந்திரசேகரன் தமது இருப்பிடத்தில் வந்து உட்கார்ந்தார். மூலையில் குனிந்த தலை நிமிராமல் வேலையில் ஈடுபட்டிருக்கும் சம்பந்தமூர்த்தியைப் பார்த்தார். "திருட்டுப் பயல்! இந்தப் பூனையும் பாலைக் குடிக்குமா என்று ஒன்றுமே தெரியாதவன் போல் உட்கார்ந்திருக்கிறான். இவனுக்கு என்ன கேடு? பெண்டாட்டியா, பிள்ளையா? தடிப் பயலுக்கு வருஷம் தவறாமல் ஒரு மாத லீவ் என்ன வேண்டிக் கிடக்கிறது?" என்று கடுகடுத்துக் கொண்டே வேலையைப் பார்த்துக் கொண்டிருந்தார்.

சிறிது நேரத்தில் மற்றொரு செய்தியையும் அவர் கேள்விப் படவே, அவருக்குப் பைத்தியமே பிடித்துவிடும் போல் இருந்தது. அட்டெண்டர் பையன் சுந்தரமும் ஒரு மாத லீவ் கேட்டு வாங்கி யிருப்பதைக் கேள்விப்பட்டார் சந்திரசேகரன். "கடவுளே! இதெல்லாம் என்ன திருவிளையாடல்!" என்று பிரலாபித்தார்.

அட்டெண்டர் பையன் லீவு எடுப்பதற்கென்றே அந்த ஆபீசில் வேலைக்குச் சேர்ந்தவர்களில் ஒருவன் என்பது சந்திரசேகரன் கண்ட உண்மை. "இவனுக்கெல்லாம் இங்கே சலுகை இருக்கிறது. நாம்தான் ஏமாளிப் பட்டத்தைக் கட்டிக்கொண்டு, பெண்டாட்டியும் பார்த்துச் சிரிக்கும் படி மானம் வெட்கம் இல்லாமல் உயிர் வாழ்ந்து கொண்டிருக்கிறோம்" என்று நொந்து கொண்டார்.

ஒரு மணி நேரத்துக்குப் பிறகு அவருக்கு இரண்டு? யோசனைகள் ஒன்றன்பின் ஒன்றாக உதயமாயின. 'சட்டப்படி லீவ் இருக்கிறது. சட்டத்தின் மூலம் அதக் கேட்டு வாங்கினால் என்ன?' என்று ஒரு துணிச்சல் பிறந்தது. அப்புறம் யோசிக்கும்போது, அது நினைத்துப் பார்க்கவும் முடியாத பயங்கரமாகத் தோன்றியது. 'இன்று சட்டத்தைத் துணை கொள்ளலாம், நாளை அடி சறுக்கும் போது அதிகாரி குழியில் தள்ளிப் புதைத்து விடுவானே, அப்பொழுது சட்டமா வந்து நம்மைக் காப்பாற்றப் போகிறது? சீச்சீ! முட்டாள் தனம். நமக்கே குழி வெட்டிக் கொள்வதா?' என்று அந்தத் துணிச்சலைக் கைவிட்டார். அடுத்தபடியாகத் தோன்றிய யோசனை விவேகமானதாகப்பட்டது. அதையே நிறைவேற்ற முடிவு செய்தார். அக்டோபர் மாதம் இரண்டாம் தேதியிலிருந்து நவம்பர் முதல் தேதி வரை ஒரு லீவ் மனு

எழுதி, அப்பொழுதே கொண்டு போய் அதிகாரியிடம் கொடுத்தார். அதிகாரியும் "பார்க்கிறேன்" என்று சொல்லி வாங்கி வைத்துக் கொண்டார். 'இன்னும் பார்க்கிறேன்தான்!' என்று குறைப்பட்டுக் கொண்டாலும் சந்திரசேகரனுக்கு ஓர் ஆறுதல் பிறந்தது.

சாயங்காலம் வீடு திரும்பியதும், "என்ன, லீவ் கிடைத்ததா காலையில் விரதம் வைத்துக் கொண்டு போனீர்களே?" என்று கேட்டாள் மனைவி.

"அடுத்த மாதம் நிச்சயம்" என்று குரலை உயர்த்திச் சொன்னார் சந்திரசேகரன்.

"அடுத்த மாதமா!" -மனைவி ஏளனமாகச் சிரித்தவாறே அடுப்படிக்குப் போனாள்.

2

சந்திரசேகரன் எதிர்பார்த்ததற்கு மாறாக அடுத்தமாதம் அதிகாரி லீவ் கொடுத்து விட்டார்.

"தர்மம் வென்றது" என்று அவருக்கு ஒரு மகத்தான கம்பீரமே பிறந்தது. 'இப்போது மட்டும் இவன் இல்லை என்று சொல்லியிருந்தால், பயலைக் கண்ணில் விரலைவிட்டு ஆட்டியிருப்பேன். தப்பித்து விட்டான்!" என்று அதிகாரிக்குக் கற்பனையிலேயே கருணை காட்டினார்.

அக்டோபர் முதல் தேதியன்று சம்பளம் ரூபாய் நூற்று எழுபதும் சில்லறையும் வாங்கிக்கொண்டு வெற்றி நடையோடு வீடு திரும்பினார் சந்திரசேகரன். கோட்டையைப் பிடித்துவிட்டு வாகைசூடி வரும் வீரனின் நடை. வெற்றி விழாவைக் கொண்டாட, தாராளமாக ஐந்து ரூபாயைச் செலவழித்துக் குழந்தைகளுக்கு இனிப்புப் பண்டங்கள் வாங்கிக் கொண்டு வந்தார். இந்த மகிழ்ச்சியில் அன்று இரவு அவர் வெகு நேரம் வரையில் தூங்கவில்லை.

அக்டோபர் இரண்டாம் தேதியன்று காலை வழக்கம் போல ஆறரை மணிக்குத் தூங்கி முடித்துக் கண் விழித்தாலும், 'இன்றைக்கு என்ன அவசரம்?' என்று ஓர் அரை மணி நேரம் வேண்டுமென்றே பிடிவாதமாகப் படுக்கையில் படுத்துக்கொண்டிருந்தார். ஆனால் பதினைந்து நிமிஷங்களுக்கு மேல் அவரால் படுத்திருக்க முடியவில்லை. எழுந்து தம் பக்கத்தில் தூங்கிக் கொண்டிருக்கும் ஐந்து குழந்தைகளையும் பெயர் சொல்லித் தட்டி எழுப்பினார். முன்பெல்லாம் இப்படிப் பெயர் சொல்லி எழுப்புவது என்ற பேச்சே கிடையாது. 'கழுதையே,' 'குரங்கே' என்று ஏதாவது ஒரு மிருகத்தின் பெயரைச் சொல்லியே ஓங்கி அறைந்து எழுப்புவார். இன்று தம்மை முற்றிலும் மாற்றிக் கொண்டு, 'கண்ணே, ராஜா' என்று செல்லமாகக்

கூப்பிட்டு எழுப்பினார்.

பத்து வயதிலிருந்து இரண்டு வயதுவரை இருந்து ஐந்து குழந்தைகளும் விழித்துப் பார்த்தபோது அவர் அசாதாரணமாகப் புன்னகை செய்து கொண்டிருந்தார். 'அப்பாவுக்குப் பைத்தியம் பிடித்துவிட்டது' என்று குழந்தைகள் நினைத்திருந்தாலும் தவறில்லை. ஆனால் அப்படி நினைக்கவில்லை. அவருடைய திடீர் மாறுதலைக் கண்டு ஆச்சரியத்தோடு திகைக்கத்தான் செய்தார்கள். இரண்டு வயதுக் குழந்தை ராஜியை எடுத்து அணைத்துக் கொண்டார் அவர்.

"என்ன? இன்றைக்குச் சினிமாவுக்குப் போகலாமா?" என்று ஏக முழக்கத்துடன் சந்திரசேகரன் ஆரம்பித்தார்.

குழந்தைகள் ஒரு பதிலும் சொல்லவில்லை. அவர் இப்படிக் கொஞ்சிப் பேசுவது போல் பாவனை செய்துவிட்டு இறுதியில் 'சினிமா வேறு கேடா-எட்டுமணிவரை எருமை மாதிரி தூங்கிக் கிடந்துவிட்டு?' என்று ஓர் அறை கொடுத்து விரட்டுவார் என்றே எதிர்பார்த்தான், அவருடைய குணத்தை நன்கு அறிந்திருந்த பத்து வயதுப் பையன் குமார். மூன்றாவது குழந்தை-ஏழு வயது சாவித்திரி - மட்டும் வாய் திறந்தாள்.

"சினிமா வேண்டாம்; சர்க்கஸ்தான்" என்றாள்.

"சர்க்கஸா? நீ என்ன சொல்கிறாய் கமலா?" என்று அவளுடைய அக்காளைக் கேட்டார்.

"சினிமா."

"நீ?" என்று ஆறு வயதுப் பையன் ரவியைக் கேட்டார்.

"சினிமா."

"சினிமாதானா? சரி. அப்படி என்றால் மெஜாரிட்டி வோட்டு சினிமாவுக்குத்தான்? அதனால் இன்று சினிமாவுக்கே போவோம். நாளை சர்க்கஸ். சரிதானே, சாவித்திரி?"

பிற்பகல் இரண்டு மணிக்குச் சினிமாவுக்குப் போனார்கள். படம் பார்த்தார்கள். ஒரு மாத லீவின் ஆரம்ப விழாக் கொண்டாட்டத்தை ஒரு சினிமாவுடன் நிறுத்திவிடச் சந்திரசேகரனுக்கு மனமில்லை. 'கடற்கரைக்குப் போவோம்' என்று அறிவிப்புக் கொடுத்துவிட்ட எல்லோரையும் முதலில் ஹோட்டலுக்கு அழைத்துச் சென்றார். சிற்றுண்டி சாப்பிட்டு முடிந்ததும் கடற்கரை. அங்கே குழந்தை களுக்குப் பலூன்களும், பிளாஸ்டிக் விளையாட்டுச் சாமான்களும் வாங்கிக் கொடுத்தார். திரும்பி வரும்போது, இரண்டு வயதுக் குழந்தை ராஜிக்கு ரூபாய் நான்கு கொடுத்து ஒரு கவுன் வாங்கினார்.

அப்புறம் திடீரென்று ஒரு யோசனை பிறந்தது. "வாருங்கள் ஹோட்டலிலேயே சாப்பிடலாம்" என்றார். மனைவிக்குத் தூக்கிவாரிப் போட்டது. இப்படி ஒரே நாளில் பணத்தைக் கரைத்து விட்டால் என்ன செய்வது என்ற பயத்தினால், "என்ன இது? இப்படிப் பணத்தை இறைத்தால் என்ன ஆவது? இன்னும் ஒரு மாதம் தள்ள வேண்டும் என்பதை மறந்து விட்டீர்களா? நீங்கள் லீவுதான் எடுத்திருக்கிறீர்களே தவிர, புதையல் எடுக்கவில்லை. தெரிந்ததா?" என்று எச்சரித்தாள் மனைவி.

"போடி போ! உனக்கு எப்போதுமே இந்தப் பஞ்சப்பாட்டுத்தான்' என்று எகத்தாளமாகச் சொன்னார் சந்திரசேகரன். குழந்தைகள் ஏகமனதாக அப்பா கட்சியையே ஆதரித்தன. அவர் முகத்தில் அபாரமான மந்தகாசம். இன்னும் கொஞ்சம் நெஞ்சை நிமிர்த்திக் கைகளை வீசிக்கொண்டு ராஜ நடையோடு எல்லோரையும் ஹோட்டலுக்கு அழைத்துச் சென்றார்.

மனைவியின் எச்சரிக்கையைத் தூக்கி எறிந்து பேசினாலும், சிறிது நேரத்தில் அவர் மனக் கணக்குப் போட ஆரம்பித்து விட்டார். கூட்டல் கழித்தல்கள் அதிகமாகவேயிருந்தன. சாப்பிட்டு முடியும் வரையில்கூடக் கணக்குகள் போட்டு முடியவில்லை.

சாப்பிட்டு முடிந்தது. அவர் முகத்தில் புன்னகை குறையத் தொடங்கி விட்டது. வீடு வந்து, கணக்குப் பார்க்கும்போது பதினைந்து ரூபாய்க்கு மேல் செலவாகியிருந்தது. மனைவி கணக்குக் கேட்டபோது "பத்துத்தான் செலவு" என்றார் சந்திரசேகரன். "பத்தா?" என்று அவள் வாயில் அடித்துக் கொண்டாள். முகத்தில் பேய் அறைந்துவிட்டது போல் ஒரு பீதி. "சரி சரி போ. என்றாவது ஒரு நாள். தினமுமா செலவழிக்கப் போகிறோம்?" என்று அவளைச் சமாதானப்படுத்தும் வார்த்தைகளைச் சொல்லிக் கொண்டே தெரு வாசலுக்கு வந்து விட்டார். மேற்கொண்டு அங்கே நின்றால் பெரிய சண்டை மூண்டு விடும் என்று அவருக்குத் தெரியும். இரவு வேளையில் எல்லோரும் அவரவர் பகுதிகளில் இருக்கும்போது சண்டை போட்டுக்கொண்டு நிற்க விரும்பாமல் நழுவிய சந்திரசேகரன், 'பதினைந்து ரூபாய் அதிகம்தான். ஹோட்டலில் சாப்பிட்டிருக்க வேண்டாம். ஐந்து ரூபாய் மிஞ்சியிருக்கும்' என்று பரிதாபத்தோடு தமக்குத் தாமே சொல்லிக்கொண்டார். அன்று பகல் முழுவதும் அவர் முகத்திலும் அகத்திலும் நின்று நிலவிய புன்னகை அப்போது அடியோடு மறைந்து விட்டது.

மோகம் முப்பது நாள், ஆசை அறுபது நாள் என்று சொல்வார்கள். இரண்டுமே அவ்வளவு சீக்கிரத்தில் சலித்துப் போய் விடுமாம். சந்திரசேகரனுக்கோ பத்தே நாட்களில் லீவ்

சலித்துப் போய்விட்டது. கையில் இருந்த பத்து ரூபாய், ஐந்து ரூபாய் நோட்டுகள் கரைந்துவிட்டன. ஒரு ரூபாய் நோட்களும் ஒவ்வொன்றாகச் சிறகு முளைத்துப் பறந்து கொண்டிருந்தன. இன்னும் ஒரு வாரமோ, பத்து நாட்களோ கழிந்தால் அப்புறம் ரூபாய் நோட்டைப் பார்க்கக் மேற்கொண்டு பத்து நாட்கள் ஆகும். மளிகைக் கடைக்காரன் நூற்றறுபது ரூபாய் பாக்கியோடு காத்திருக்கும் போது, விசுக்கென்று ஐம்பத்தைந்து ரூபாயைக் கொண்டுபோய்க் கொடுத்தார் சந்திரசேகரன். கடைக்காரன் கடுகடுப் போடு, “இந்த மாதம் பாக்கியை யெல்லாம கொடுப்பதாகச் சொல்லிவிட்டு இந்தச் சுண்டைக்காய்க் காசைக் கொண்டு வந்து நீட்டுகிறீர்களே, உங்களுக்கு நன்றாக இருக்கிறதா?” என்று சொல்லி விட்டு, அந்த ஐம்பத்தைந்தையும் வாங்கி வரவு வைத்தான். “இனி மீதிப் பாக்கியைக் கொடுத்துவிட்டுச் சரக்கு வாங்குங்கள்” என்று கண்டிப்பாகச் சொல்லிவிட்டான். சந்திரசேகரனுக்கு என்ன செய்வது என்று தெரியவில்லை. கொஞ்ச நேரம் நின்று பார்த்தார். “நின்று பிரயோஜனமில்லை. அவ்வளவுதான்” என்று கடைக்காரன் விரட்டினான். சரக்குகள் வாங்கிப் போட்டுக்கொண்டு வர அமர்த்திய ரிக்ஷாவைக் காசு கொடுத்து அனுப்பி விட்டு, கொண்டு போன காலிப்பைகளோடு வீடு திரும்பினார். அது நடந்து ஒரு வாரமாகி விட்டது. நடுவில் இரண்டு முறை போய்க் கடைக்காரனைக் கெஞ்சிப் பார்த்தார். அவன் அடித்து விரட்டாமல் இருந்ததே பெரிய புண்ணியமாக இருந்தது. அப்புறம் வேறு கடைகளில் ரொக்கத்துக்கு அன்றாடம் மளிகைச் சாமான்களை வாங்கி நாட்களை ஓட்டினார்.

கைமாற்றுக் கடன்காரர்கள் தினம் தவறாமல் படையெடுக்க ஆரம்பித்து விட்டார்கள். மனைவி அக்கம் பக்கத்துப் பெண்களிடம் கடன் வாங்கிய வகையில் கொஞ்சம் பாக்கியிருந்தது. அவர்கள் கூட்டமும் சேர்ந்து கொண்டது. “சம்பளம் வாங்கியும் இந்த இரண்டு ரூபாய்க் காசை கொடுக்காவிட்டால் இனி எப்போது கொடுக்கப் போகிறீர்கள்? நோட்டா, பத்திரமா, ஏப்பம் விட்டுவிடலாம் என்ற துணிச்சல்தானே?” என்று ஓர் அம்மாள் மானத்தை வாங்கினாள். அதை அறைக்குள் குனிந்த தலை நிமிராமல் உட்கார்ந்து கேட்டுக் கொண்டிருந்தார் சந்திரசேகரன்.

குடும்பத் தேர் இப்படியே ஒரு பத்து நாட்கள் ஓடியது. அப்புறம் அச்சு இல்லாமல் தேர் ஓட்டவேண்டிய கட்டம் வந்துவிட்டது. இந்தக் கட்டத்தில் கையில் சில்லறைக் காசுகளைத்தவிர நோட்டு என்ற பேச்சுக்கே இடம் கிடையாது. சரக்குக் கொடுக்க மறுத்த மளிகைக் கடைக்காரன் சந்திரசேகரன் வேறு கடைகளில் ரொக்கம் கொடுத்து வாங்குவதைக் கண்டு பிடித்து, ஒரே தேதியில் பாக்கிப்

பணத்தைக் கொடுத்துவிட வேண்டும் என்று கிட்டி போட்டான், கொடுக்கத் தவறினால் ஆபீசுக்குத் தெரிவித்துச் சம்பளத்திலிருந்து வசூல் பண்ணப் போவதாகவும் எச்சரித்தான்.

காய்கறி வண்டிக்காரன் அவர் தினமும் வீட்டிலேயே காலயிலும் மாலையிலும் உட்கார்ந்திருப்பதைப் பார்தது அவருக்கு வேலை போய்விட்டது என்றே நினைத்துவிட்டான். லீவ் என்று சொல்லியும் அவன் நம்பவில்லை. பணம் கொடுத்துவிட்டுச் சொல்லி யிருந்தால் நம்பியிருப்பான். இப்பொழுது அவனால் எப்படி நம்ப முடியும்? தனக்கு இனி பணம் வருமா? தனக்குத் தெரியாமலே வீட்டைக் காலி பண்ணிக்கொண்டு எங்காவது போய் விடுவார்கறளா என்று பலவிதமாக யோசித்துப் பார்த்தான். இந்தப் பயத்தினால் அவன் பெருங்கூப்பாடு போட்டுப் பாக்கியைக் கேட்டதும், வாசலில் ஊர்க்கூட்டம் கூடியதும் சிந்தாதிரிப்பேட்டையின் வரலாற்றிலேயே என்றும் காணாத ஒரு காட்சியாக இருந்தது.

அவமானத்தால் குன்றிப்போய் முழங்காலக் கட்டிக்கொண்டு சந்திரசேகரன் மூலையில் உட்கார்ந்து கொண்டிருந்தபோது மனைவி கற்பகம் வந்து, "இன்று பக்கத்து வீட்டுப் பெண்கள் ஒரு புதுப்படம் பார்க்கப் போகிறார்கள். நானும் போகட்டுமா?" என்று கேட்டாள். அவ்வளவுதான், சந்தரசேகரனுக்கு ருத்திராவேசமே வந்துவிட்டது. துள்ளி எழுந்தார்.

"உனக்கு மானம் வெட்கம் இருக்கிறதா? கடன்காரர்கள் பேசாத பேச்செல்லாம் பேசிவிட்டுப் போகிறார்கள். நீ சினிமாவுக்கு வேறே போகணுமா; மானம் கெட்டவளே!" என்று பாய்ந்தார்.

"மானம் இன்றைக்கா கெட்டிருக்கிறது? அது கெட்டு எவ்வளவோ காலமாயிட்டது" என்று சொல்லிவிட்டுக் கற்பகம் சிரித்தாள்.

"இதில் இளிப்பு வேறா? சீ! நீ ஒரு பெண்ணா?"

"என்ன ஒரேயடியாய் மேலே மேலே போகிறீர்கள்?" என்று சொல்லிக் கொண்டு களத்தில் குதித்தாள் கற்பகம்.

"ஏண்டி, அதட்டிப் பார்க்கிறாயா?"

"அப்புறம் என்ன? கடன்காரன், கடன்காரன் என்று புலம்பிய வண்ணமாக இருக்கிறீர்களே, கடன்காரன் இப்போதுதான் நம் வீட்டுக்குப் புதிதாக வருகிறானா? வருஷம் முந்நூற்றறுபத்தைந்து நாட்களும் வந்து கொண்டிருக்கிறார்கள். நீங்கள் துரை மாதிரி சாப்பிட்டுவிட்டு ஆபீசுக்குப் போய்விடுகிறீர்கள். நான்தான் ஒவ்வொரு வனுக்கும் பதிலைச் சொல்லி அனுப்ப வேண்டியிருக்கிறது. என்னவோ, இப்பொழுதுதான் கடன்காரர்கள் வருகிற மாதிரி முழங்கு

கிறீர்களே?"

சந்திரசேகரனுக்கு அப்பொழுதுதான் நெஞ்சில் உண்மை தைத்தது. கடன்காரர்களைப் பார்த்து அவள் அவமானம் அடையாமல் இருக்கும் காரணமும் அப்பொழுதுதான் புலப்பட்டது. வருஷம் முழுவதும் கடன்காரர்களுக்குப் பதில் சொல்லி பதில் சொல்லி அவளுக்கு உள்ளம் மரத்து விட்டது. அவருக்கோ அது புது அனுபவம், அவமானம் பொறுக்க முடியவில்லை.

'இது நரக வேதனை' என்று நினைத்துக் கொண்டார். இருந்தாலும் மனைவியின் பேச்சுக்குத் தாழ்ந்து போகமனமில்லை. ஒன்றும் சொல்லாமல் நின்றார்.

"என்ன, போகட்டுமா?" என்ற பழைய பல்லவியைக் கற்பகம் ஆரம்பித்தாள்.

"தொலை. எவன் எக்கேடு கெட்டால் உனக்கு என்ன?" என்று சீறி விழுந்து தம்மைத் தாமே சமாதானப்படுத்திக் கொள்ள முனைந்தார்.

"அனுமதி கிடைத்து விட்டது" என்ற மகிழ்ச்சியில் பக்கத்து வீட்டு அம்மாளிடம் சில்லறைக் கடன்பட்டுப் பகல் காட்சி சினிமா வுக்குப் புறப்பட்டாள், கற்பகம் இரண்டு வயது ராஜியை இடுக்கிக் கொண்டு.

மாலையில் பள்ளிக்கூடத்திலிருந்து பிள்ளைகள் வீடு திரும்பினார்கள். நான்கு பிள்ளைகளில் ஒன்றுகூட அப்பாவிடம் குலாவியதுதான். அப்புறம் அவர் எடுத்ததற்கெல்லாம் சீறி விழுவதும், கைக்கு எட்டிய பிள்ளையை அடிப்பதுமான இருக்கவே, பிள்ளைகள் ஒதுங்கி விட்டன. அவருக்கு அது பிடித்திருந்தது.

பிள்ளைகள் அம்மாவைத் தேடினார்கள். காணவில்லை. ஒன்றும் சொல்லாமல் வெளியே விளையாடப் போய்விட்டார்கள். விளையாட்டு முடிந்தும் கூட வீடு திரும்ப அவர்களுக்கு விருப்ப மில்லை. அப்பா இருக்கும் வீட்டுக்குள் அடியெடுத்து வைக்கவே மனமில்லாமல், வாசற்படியிலேயே வரிசையாக உட்கார்ந்து அம்மா வின் வருகையை எதிர்பார்த்துக் கொண்டிருந்தார்கள்.

"அப்பா எப்போது ஆபீசுக்குப் போவார்?" என்று கேட்டாள் சாவித்திரி.

"இன்னும் பத்து நாட்கள் இருக்கின்றன" என்றான் மூத்த பையன்.

"பத்து நாட்களா?" என்று மற்ற மூன்று பிள்ளைகளும் பயப்பிராந்தியோடு சொன்னார்கள். 'கடவுளே! இனி பத்து நாட்களை எப்படிக் கழிப்பது?" என்று சந்திரசேரன் கவலைப்பட்டதைவிடப்

பத்து மடங்கு அதிகமாக அவர்கள் கவலைப்பட்டார்கள். மத்தியானம் பள்ளிக்கூடத்திலிருந்து சாப்பிட வரும்போதும், மாலையில் வீடு திரும்பும்போதும், எப்போதுமே அப்பா வீட்டுக்குள் உட்கார்ந் திருப்பது அவர்களுக்கும் சுட்டோடு பிடிக்கவில்லை. வீட்டை விட்டு எப்போது தொலைவார் என்று கடவுளைக் கும்பிடத் தொடங்கி விட்டார்கள்.

மறுநாள், "இன்னும் ஒன்பது நாட்கள்தான். அப்புறம் ஆபீசுக்குப் போய்விடுவார்" என்று சாவித்திரி கும்மாளமாகத் தன் தங்கையிடம் சொல்லிக் கொண்டிருந்தது சந்திரசேகரன் காதில் விழுந்தது.

"ஆபீசுக்குப் போகாமல் ஏன் வீட்டிலேயே இருக்கிறார்! சீ?" என்று வெறுப்போடு மூத்த மகன் சொன்னதும் அவருக்கு உள்ளே கேட்டது.

'இனியும் நான் ஏன் உயிர் வாழவேண்டும்? பெற்ற பிள்ளைகளே நான் லீவ் எடுத்துக்கொண்டு வீட்டில் இருப்பதை விரும்பவில்லை. இதற்காகவா லீவ் எடுத்தேன்?' என்று நொந்து விரக்தி கொண்டு நடைப்பிணமாகி விட்டார் சந்திரசேகரன்.

'நான் வீட்டில் இருப்பது எனக்கும் பிடிக்கவில்லை; என் மனைவிக்கும் பிடிக்கவில்லை; பிள்ளைகளுக்கும் பிடிக்கவில்லை.'

என்ன செய்வது? மனைவி மக்களை விட்டுத் தனியே இருக்க அந்த வீட்டில் வேறு இடம் கிடையாது. தெருவிலே எவ்வளவு நேரம் சுற்ற முடியும்? கடற்கரைக்கோ வேறு எங்குமோ போக பஸ் செலவுக்குக் காசு வேண்டும். ஒரு மணி நேரமாவது ஓரிடத்தில் உட்கார்ந்திருக்க அவர் தவியாகத் தவித்தார். கடைசியில் அவருக்கு ஒரு யோசனை தோன்றியது. 'லீவை இத்தோடு முடித்துக்கொண்டு ஆபீசுக்குப் போனால் என்ன? வேண்டாம் என்றா சொல்வார்கள்? அதிகாரிக்குச் சந்தோஷமாகத்தான் இருக்கும். நாளையே போய் விடுகிறேன். ஏழெட்டு மணி நேரமாவது நிம்மதியாக இருக்கலாம். இதுதான் சரியான யோசனை' என்று முடிவு செய்தார். அடுத்த நாள் விடிந்ததும், "இன்று ஆபீசுக்குப் போகவேண்டும். மீதி நாள் லீவை ரத்துச் செய்து ஆர்டர் வந்திருக்கிறது" என்று மனைவியிடம் ஒரு பொய்யைச் சொன்னார். அதைக் கேட்ட சாவித்திரி ஓடோடி வந்து, குழாயடியில் நின்ற அண்ணனையும் தங்கைகளையும் பார்த்து,, "அப்பா இன்று ஆபீசுக்குப் போகிறார். இப்போது அம்மாவிடம் சொல்லிக் கொண்டிருந்தார்" என்று ஆனந்தக் கூத்தாடினாள். மற்றக் குழந்தைகளுக்கும் அளவிட முடியாத மகிழ்ச்சி. ஜன்மச் சனி நீங்கியது போன்ற ஆசுவாசம். எல்லோரும் சாவித்திரி சொல்வது

நிஜம்தானா என்று அறிய அப்பாவிடம் ஓடி வந்தார்கள்.

"ஆபீசுக்கா போகிறாய்?" என்று ஆவலோடு கேட்டான் மகன்.

"சுடுகாட்டுக்குப் போக முடியவில்லை. அதனாலே ஆபீசுக்குப் போகிறேன்" என்று சொல்லிவிட்டுக் குளிக்கச் சென்றார் சந்திரசேகரன்.

குழந்தைகள் அம்மாவிடம் கேட்டு, சாவித்திரியின் கூற்றை ஊர்ஜிதம் செய்து கொண்டார்கள். "நல்லவேளை" என்றான் மகன்.

"உங்களுக்கும் உங்கள் அப்பாவுக்கும் நல்லவேளைதான். எனக்கு நல்லவேளை எப்போது வருமா? மண்டையைப் போட்டால்தான் எனக்கு நல்லவேளை" என்று கப்கம் முணுமுணுத்தாள்.

சந்திரசேகரன் குளித்துவிட்டு வந்து சாப்பிட்டார். முட்டாள் தனம். எனக்கு எதற்கு லீவ்? குற்றாலம், கொடைக்கானல் என்று போகிறவனுக்கு லீவ் வேண்டும். கடன்காரர்களுக்குப் பதில் சொல்லவும், பெண்டாட்டியோடு சண்டை போடவும், பிள்ளைகளை அடித்து உதைக்கவுமா ஒருவன் லீவ் எடுக்கவேண்டும்? அந்த முட்டாள்தனத்தத் தானே நான் செய்திருக்கிறேன்! ஆபீசில் மின்சார விசிறியின் காற்று; கட்டடத்தைச் சுற்றியும் பச்சை மரங்கள்; கூட வேலை செய்பவர்களுடன் தமாஷ் பேச்சு.... அது சுவர்க்கம். அதை விட்டு விட்டு இந்தக் குகைக்குள் வந்து புழுங்கிக் கொண்டும் கடன்காரர்களுக்கும் முன்னால் முக்காடு போட்டுக் கொண்டும் இருக்கிறேனே, என் முட்டாள்தனத்தை யாரிடம் போய்ச் சொல்வது?"

சாப்பிட்டுவிட்டு, தயிர்ச் சாத டப்பாவையும் தூக்கிப் பையில் போட்டுக் கொண்டு ஆபீசுக்குக் கிளம்பினார் சந்திரசேகரன். சிறையி லிருந்து விடுதலைப் பெற்று வெளிவரும் ஜன்மக் கைதி மாதிரி ஆபீசைப் பார்த்து நடக்கலானார். பெரிய பாரத்தை இறக்கி வைத்த மாதிரி இருந்தது. பஸ் ஏறி, ஆபீஸ் அருகே போய் இறங்கினார். ஆபீஸ் கட்டடத்தை ஏறிட்டுப் பார்த்தார், கொஞ்சம் திகைத்து நின்றார். 'உள்ளே போய் என்ன செய்வது? லீவ் இத்தோடு போதும் என்று சொன்னால் மற்றவர்கள் என்ன நினைப்பார்கள்?" என்று யோசிக்கத் தொடங்கியதும் கால்கள் நகரவில்லை. யோசனை நீண்டு கொண்டே போனது.

லீவ் வேண்டும் என்று ஏழு மாத காலம் தவம் கிடந்து விட்டு, இப்போது லீவ் வேண்டாம் என்று வலியச் சொல்லப்போவதை நினைக்கும் போது தமக்குப் பைத்தியம் பிடித்து விட்டதோ என்று கூட அவருக்கு ஒரு கணம் சந்தேகமாக இருந்தது. இனி திரும்ப வும் லீவ் எடுக்க எத்தனை மாதங்கள் அல்லது வருஷங்கள்

காத்திருக்க வேண்டுமோ என்று யோசித்தார். சென்ற வருஷம் வைகுண்ட ஏகாதசிக்கு லீவ் கிடையாது என்று தெரிந்ததும், ஆபீசிலுள்ள அத்தனை பேரையும் திரட்டிக் கொண்டு லீவ் விட்டே ஆகவேண்டும் என்று தாம் போராடியதை நினைத்துப் பார்த்தார். 'ஒரு நாள் லீவுக்குக் கடைசி எல்லைவரையில் போய்ப் போராடிய அதே சந்திரசேகரனா இப்போது லீவ் வேண்டாம் என்று சொல்லப் போவது? மானக் கேடு! லீவ் எடுக்காமல் இந்த ஆபீசுக்கு உழைத்தால் நாளைக்கு நமக்கு என்ன வைரத்தோடாவா பண்ணிப் போடப் போகிறான்? உழைத்து ஓடாவதுதான் மிச்சம். என் இளிச்சவாய்த்தனத்தைப் பார்த்து இரட்டிப்பு வேலையை என் தலையில் கட்டத்தான் பார்ப்பார்கள்... ஆம், உயிரே போனாலும் சரி, லீவை மட்டும் இழக்கக் கூடாது. இது நிச்சயம்' என்று மனசைத் திடப்படுத்திக் கொண்டு அங்கிருந்து திரும்பி விட்டார்.

சிந்தாரிப்பேட்டை வழியாகப் போகும் பஸ் வந்து நின்றது. ஏறலாமா கூடாதா என்று முடிவு செய்வதற்கு முன், பஸ் போய் விட்டது. போகட்டும். என்ன அவசரம்?' என்று அங்கேயே நின்று கொண்டிருந்தார். அந்த ஆபீசில் வேலைக்கு வருகிறார்கள் சற்றுத் தூரத்தில் பஸ்ஸில் இறங்கி நடப்பதைப் பார்த்தார். 'நான் வேலைக்குப் போனால், இந்த பயல்களுக்கெல்லாம் கொண்டாட்டமாகத் தான் இருக்கும். நாளையே ஒரு பயல் ஒரு மாத லீவுக்கு எழுதிப் போடுவான். அவனுடைய வேலையையும் நான்தான் சேர்த்துச் செய்ய வேண்டும். நான் என்ன பொதி சுமக்கும் கழுதையா?'

எங்கெங்கோ போகும் பஸ்கள் வந்து நின்றன; புறப்பட்டன. சிந்தாதிரிப் பேட்டைக்குப் போகும் மற்றொரு பஸ் வந்து நின்றது. அதில் ஏற நினைத்தவர், கடைசியில் ஏறாமலே இருந்து விட்டார். அதுவும் போய்விட்டது.

அப்புறம் திருவல்லிக்கேணி பஸ் வந்தது. 'எங்காவது போவோம். உடன் வீடு திரும்புவது நாகரிகமாக இராது என்று நினைத்துக் கொண்டு அந்தப் பஸ்ஸில் ஏறினார். நேரே திருவல்லிக்கேணிக் கடற்கரையோரம் போய் இறங்கினார். அப்புறம்?

பகல் பதினொன்றே கால் மணி, அந்த நேரத்தில் கடற்கரை நோக்கி நடையைக் கட்டினார் சந்திரசேகரன். அப்போது அவர் மனம் படாதபாடு பட்டது. ஆபீசுக்கும் போக மனமில்லை; வீடு திரும்பவும் மனமில்லை. ஒரு குடும்பஸ்தனுக்கு இப்படி ஒரு நிலையா?...

சந்திரசேகரன் கடற்கரையில் கிடந்த ஒரு பெஞ்சில் ஒரு பூவரச மரத்தின் நிழல் விழும் பகுதியில் போய் உட்கார்ந்தார். பக்கத்தில் யாரு இல்லை. கடற்கரைச் சாலையில் அதிவேகமாக

◈ ஒரு மாத லீவ் ◈

ஓடும் பஸ்களையும் கார்களையும் பார்த்துக் கொண்டேயிருந்தார். மறுபக்கம் திரும்பிக் கடலைப் பார்த்தார். தூரத்தில் ஒரு கப்பல் தெரிந்தது. சுற்று முற்றும் பார்க்க மேற்கொண்டு எதுவும் இல்லை. அதனால் புற உலகைப் பார்ப்பதை நிறுத்தித் தம்மைத் தாமே பார்க்கத் தொடங்கினார்.

ஒரு நிமிஷம்... இரண்டு நிமிஷம்... மூன்று நிமிஷம்...

சந்திரசேகரன் திடீரென்று நிமிர்ந்து சுற்றிலும் பார்த்தார். யாரும் பக்கத்தில் இல்லை என்பதைத் தெரிந்து கொண்டார். தலையைக் குனிந்தாரல. இரண்டு கைகளாலும் கண்களை மூடிக் கொண்டு ஒரு பெருமூச்சு விட்டார்.

'எனக்கு எதற்கு லீவ்? எனக்கு எதற்கு அந்த ஆசை...?' கண்ணீரைத் தாரை தாரையாக வடித்துக்கொண்டு விக்கி விக்கி அழ ஆரம்பித்து விட்டார் சந்திரசேகரன்.

☯

39
விட்ட குறையைத் தொட்ட குறை

அந்தப் பாதையில் அவளும் நானும் எப்படியோ வந்து சேர்ந்தோம். பிரயாணத்தைத் தொடங்கினோம். ஒரே திசையை நோக்கிப் பக்கம் பக்கமாக நடந்து சென்றோம். இப்படி நடந்து செல்கிறவர்கள் பேசாமல் இருக்க முடியுமா? அறிமுகப்படுத்திக் கொள்ளாமலும் இருக்க முடியுமா? சில மைல் தூரம் சென்ற பிறகு பேசினோம். நான் யார், என்பவை அறிமுகமாகா விட்டாலும் அவரவர்களைப் பற்றிய விவரங்களைப் பரஸ்பரம் சொல்லித் தெரிந்து கொண்டோம். பேச்சுத் துணையோடு எங்கள் நடை தொடர்ந்தது.'

'மேலும் சில மைல் தூரம் சென்றபின் பேச்சுத் துணையில் ஒரு வகைத் தொடர்பும் ஒரு வகையான ஈடுபாடும் ஏற்பட்டன. ஓர் உறவும் மலர்ந்தது. அப்புறம் அந்த வழிப் பயணத்திலும் அந்த உறவிலும் ஒரு பக்தியும் கவர்ச்சியுமே உண்டாகிவிட்டன. இருவரும் கைகோத்துக் கொள்ளாவிட்டாலும் சற்று நெருங்கி வந்தோம். அந்த நிலையிலேயே நடக்கலானோம்.'

'மேலும் சில மைல் தூரம் சென்றோம். ஓரிடத்தில் நான் கிளைப் பாதை வெட்டினேன். அவளிடம் விடை பெற்றுக்கொண்டேன்...'

"நீலா! பம்பாயில் எனக்கு வேலை கிடைத்திருக்கிறது. மாதம் நானூற்றைம்பது ரூபாய் சம்பளம்..."

"அப்படியா! ரொம்ப சந்தோஷம்!..." அவள் முகத்தில் தேவைக்கு மிஞ்சிய, நடிப்போ என்று சந்தேகிக்கக் கூடிய, ஒரு மகிழ்ச்சிக் குறி, அனாவசியமான ஒரு பிரகாசம்...

"இன்னும் ஒரு வாரத்தில் பம்பாய்க்குப் பயணம்" என்று சொன்னேன்.

"ரொம்ப நல்ல சான்ஸ். நிறையச் சம்பாதியுங்கள். சௌக்கியமாக இருங்கள்." அவள் அவசரமாகப் பேசினாள். என்னை முந்திக் கொண்டு வீட்டுக்குப் புறப்பட்டாள்.

"உங்கள் வீட்டுக்குப் பயணம் சொல்லிக் கொள்ள வருவேன்."

அதற்கு அவள் ஒன்றும் சொல்லவில்லை. "நான் போய்விட்டு வருகிறேன்" என்று மட்டுமே சொல்லிவிட்டு, பஸ்ஸைப் பிடிப்பதற் காகப் போய் விட்டாள்.

அப்புறம் அவள் வீட்டுக்குப் போனேன். அவளிடமும், அவள் தாயாரிடமும் அவளுடைய தங்கைகளிடமும் சொல்லி விடை பெற்றுக் கொண்டு மறுநாள் பம்பாய்க்குப் புறப்பட்டேன்.

'யார் கண்டது? நான் பம்பாய்க்குப் போகாமல், கிளைப் பாதை வெட்டிப் பிரியாமல், அவளுடனேயே என் யாத்திரையைத் தொடர்ந்திருந்தால் இருவருக்குமே பொதுவான ஒரு லட்சிய நகரம் எதிர்ப்பட்டிருக்கக்கூடும். இருவருமே அங்கே போய்ச் சேர்ந்திருக்கவும் கூடும். இல்லையென்றால் எங்கள் இருவருக்கும் பொதுவான ஒரு லட்சிய நகரம் இல்லை என்பதாவது ஒரு கட்டத்தில் தெளிவாகியிருக்கும். ஆனால் எந்த முடிவையும் காணாமல், நடுவழியில் பிரிந்து விட்டேன்...'

ஹோட்டல் அறையில் படுக்கையில் படுத்துக்கொண்டிருந்த சுந்தரத்துக்கு இரண்டு வருஷங்களுக்கு முந்திய நினைவுகள் ஒன்றன் பின் ஒன்றாக வந்து கொண்டிருந்தன. பம்பாயிலிருந்து அன்று பிற்பகல் இரண்டரை மணிக்குத்தான் அவன் சென்னைக்குத் திரும்பி வந்திருந்தான். நேரே ஒரு ஹோட்டலுக்குப் போய்க் குளித்துச் சாப்பிட்டான். மாடியில் அவன் எடுத்திருந்த அறைக்குச் சென்று பிரயாணக் களைப்பைப் போக்குவதற்காகப் படுத்துக்கொண்டான்.

நீலாவை- அவள் இப்போதும் சென்னையிலேயே, அதுவும் அதே வீட்டிலேயே இருந்தால் - போய்ப் பார்ப்பதற்கு இன்னும் இரண்டு மணி நேரம் கழிய வேண்டும். ஐந்து மணிக்குத்தான் ஆபீசிலிருந்து அவள் திரும்புவாள். அது வரையிலும் படுத்திருக்கலாம். முடிந்தால் கொஞ்சம் தூங்கலாம்.

அன்று பம்பாயில் நானூற்றைம்பது ரூபாய் சம்பளத்தில் வேலை கிடைத்ததுதான் பெரிதாகப் போய்விட்டது. அவசரமாக, முன்பின் யோசிக்காமல் கிளைப்பாதை வெட்டிக்கொண்டு பிரிந்தேன். நீலா! நான் போன பிறகு நீ எந்தப் பாதையில் யோய்க் கொண்டிருக்கிறாய்? உன் பிரயாணம் இன்னும் தொடர்கிறதா? இல்லையென்றால் எங்காவது ஓரிடத்தில் ஏதோ ஒரு விதத்தில் முடிந்து விட்டதா? உன் வீடு திருவல்லிக்கேணியில் இருக்கிறது; நீ வேலை செய்யும் காரியாலயம் மவுண்ட் ரோடில் இருக்கிறது. இந்த இரண்டு இடங்களிலும் நீ இருப்பாய் என்பது எனக்குத் தெரியும். ஆனால் உன் யாத்திரா மார்க்கம் எங்கே இருக்கிறது? அங்கே நீ எந்த இடத்தில் நிற்கிறாய்?...

'அவள் எங்கே நின்றால் என்ன? அதைப் பற்றிக் கவலைப்பட எனக்கு இப்போது என்ன உரிமை இருக்கிறது? கவலைப்பட்டுத்தான் இனி என்ன செய்ய முடியும்?...

சுந்தரம் இப்போது தன் கல்யாணத்துக்காகத் திருநெல்வேலியை நோக்கிப் போய்க் கொண்டிருக்கிறான். இரண்டு மாத லீவ் எடுத்துக் கொண்டு பம்பாயிலிருந்து வந்திருக்கிறான். அவன் ஊர் போய்ச் சேர்ந்த மறுநாளே கல்யாணம் நிச்சயமாகிவிடும். ஒரு மாதத்தில் கல்யாணம், அப்புறம் ஒரு மாதம் ஊரில் இருந்துவிட்டு பம்பாய்க்குத் திரும்ப வேண்டும்.

தனக்கு மனைவியாக வரப்போகிறவளின் போட்டோவைப் பார்த்தாகி விட்டது. அவள் அழகு ஸ்வரூபமாக இருந்தாள். நேரில் பார்க்கும்போது அதில் கால்வாசி அழகுடன் தோற்றம் அளித்தாலும், வேண்டாம் என்று உதறிவிட முடியாத ஒரு சௌந்தரிய வடிவம். முக்கால்வாசிக் கலைகள் குறைந்தாலும் சந்திரனின் அழகு குன்றி விடுவதில்லையே! பிறைச் சந்திரனுக்குமே அழகைப் பொறுத்தவரையில் ஒரு பூரணத்துவம் உண்டு அல்லவா? படத்தில் கண்ட அவளுடைய குடும்பப் பெருமைகள், செல்வம், செல்வாக்கு, அப்புறம் அவளுடைய படிப்பு - எல்லாமே தெய்வம் கொடுத்த, அதுவும் கூரையைப் பிய்த்துக்கொண்டு வலிய வந்து கொடுத்த பாக்கியங்களாக இருந்தன. அவளை அவன் மணக்கப் போவது இரண்டும் இரண்டும் நான்கு என்பது போன்ற ஓர் உண்மையாகி விட்டது.

'எனக்கு ஏன் இனி நீலாவின் யாத்திரா மார்க்கத்தைப் பற்றிய கவலை?' என்று நினைத்தான் சுந்தரம். சிறிது நேரத்தில் கண்ணயர்ந்து விட்டான்.

இரண்டு வருஷங்களுக்கு முன் திருவல்லிக்கேணியில் ஒரு மாடி அறையில் அவன் ஜாகை வைத்துக்கொண்டு மாதம் இருநூறு ரூபாய்க்குக் குறைவான சம்பளத்தில் ஒரு கம்பெனியில் வேலை பார்த்துக் கொண்டிருந்தான். அவன் தங்கியிருந்த வீட்டுக்கு ஐந்து வீடுகள் தள்ளி ஆறாவது வீட்டின் மாடியில் குடியிருந்தாள் நீலா. அவளுக்கு மாதம் நூற்றுப் பத்து ரூபாய் சம்பளத்தில் வேறொரு கம்பெனியில் 'டைப்பிஸ்ட்' வேலை. அவளுடைய தகப்பனார் காலமாகி விட்டார். தாயாரையும் இரண்டு தங்கைகளையும் அவளே சம்பாதித்துக் காப்பாற்றி வந்தாள்.

சுந்தரம் அந்தத் தெருவுக்கு வந்து ஒரு மாதம் கழிந்ததுமே நீலாவின் வீட்டார் அவனுக்கு அறிமுகம் ஆனார்கள். அவன் வேலை செய்யும் கம்பெனியில் அவனுடைய இலாகாவிலேயே சற்றுப் பெரிய பதவியில் இருந்து ராமச்சந்திரன் என்பவர் நீலா வீட்டாருக்குத் தூரத்து உறவு. அவர்தான் அவளுக்கு வேறொரு கம்பெனியில் வேலை வாங்கிக் கொடுத்தவர். ஒரு விடுமுறை நாளில் குடும்ப சகிதமாக

அவர் நீலாவின் வீட்டுக்கு வந்துவிட்டுத் திரும்பிப் போகும்போது சுந்தரம் எதிரே வந்தான். அதே தெருவில்தான் அவனும் ஜாகை வைத்துக் கொண்டிருக்கிறான் என்ற விவரத்தை அவர் அப்போது அறியலானார். நீலாவின் வீட்டாரைப் பற்றி அவர் சொல்ல அன்று தான் முதல் முதலாக அவன் தெரிந்துகொண்டான்.

மற்றொரு நாள் அவர் நீலாவின் வீட்டுக்கு வந்திருந்த போது அவனும் அவருடன் சென்றான். அதுதான் முதல் சந்திப்பு.

இரண்டாவது சந்திப்பு ராமச்சந்திரன் வீட்டில். நீலாவும் அவளுடைய தங்கையும் அங்கு வந்திருந்த சமயம், சுந்தரம் சந்தர்ப்பவசமாக அங்கே போயிருந்தான். இருவரும் பார்த்தார்கள்; பேசிக் கொண்டார்கள். அவன் ஐம்பது வார்த்தை பேசியிருப்பான்; அவள் ஐந்து வார்த்தைகள், இல்லையென்றால் நான்கு வார்த்தைகள் பேசியிருப்பாள். இது அடக்கமா அல்லது அலட்சியமா என்பது புரியாத நிலை. என்னவென்று புரிந்து கொள்வதற்கு மேற்கொண்டு பேசிச் சோதனை செய்ய அது இடமும் அல்ல; சந்தர்ப்பமும் அல்ல. இடத்தையும் சந்தர்ப்பத்தையும் மற்றொரு நாளில் அவள் வீட்டி லேயே உண்டு பண்ணிக் கொள்ள வேண்டும் என்று தீர்மானித்தான் சுந்தரம்.

ஒரு நாள் அவன் நீலாவின் வீட்டுக்கு யாதொரு காரணத்தையும் சொல்லிக்கொள் முடியாதவனாகப் போனான். ராமச்சந்திரனுக்கு 'நண்பன்' என்ற முறையில் அங்கே அவனுக்கு வரவேற்பு இருந்தது. அன்றும் நீலா ஐந்து வார்த்தைகள்தான் பேசினாள். அதிக நேரம் பேசியது அவளுடைய தாயார் தான். அந்த வீட்டில் ஆண்மகனைப் போல் சம்பாதித்துக் குடும்பத்தைக் காப்பாற்றி வரும் நீலா, ஆண்மகனைப் போலவே தான் நடந்து கொண்டாள். காம்பீர்யமான பேச்சு, நிமிர்ந்த பார்வை; மகிழ்ச்சியோ, துக்கமோ சாமான்யத்தில் பிரதிபலிக்க முடியாத ஒரு முகம். அங்கிருந்து அவன் ஜாகைக்குத் திரும்பிய பிறகு, 'இது கர்வமாகவும் இருக்கலாம்; அலட்சியமாகவும் இருக்கலாம். இல்லையென்றால், துன்பங்களைச் சகித்துச் சகித்து உணர்ச்சிகளெல்லாம் கூர் மழுங்கி, துடிப்பிழந்து, மனசுக்குள் அவிந்து அடங்கிவிட்டதன் விளைவாகவும் இருக்கலாம்.' -இப்படி சுந்தரம் நினைத்துக்கொண்டான்.

நீலாவுக்குக் கல்யாண வயது வந்து ஐந்தாறு வருஷங்களுக்கு மேல் ஆகிவிட்டன. அவளுடைய தங்கைகளும் கூடத் திருமண வயதை அடைந்து விட்டார்கள். இரண்டாவது தங்கை பி.யூ.சி. படித்துக் கொண்டிருந்தாள். நீலா கல்யாணம் செய்துகொண்டு கணவன் வீட்டுக்குப் போய் விட்டால், குடும்பத்தைக் காப்பாற்ற

யாருமே இல்லாமல் போய், எல்லோருடைய கதியுமே நிர்க்கதியாகி விடும் என்பதனால்தான் அவள் திருமணத்தைப் பற்றிச் சிந்திக்க யாருக்கும் விருப்பமில்லை; துணிவும் இல்லை. இந்த விவரங்களை ராமச்சந்திரன் மூலம் அறிந்த சுந்தரம் அவள் குடும்பத்தின் நிலைக்காக மிகுந்த அனுதாபம் காட்டினான்.

'நீலாவையே கல்யாணம் செய்து கொண்டு அவள் வீட்டோடு இருந்தால் என்ன?' என்றும் ஒரு நாள் சுந்தரம் நினைத்தான். ஆனால் அதற்குப் பல தடங்கல்கள் இருப்பதாக அவனுக்கு அப்பொழுதே தோன்றியது. மனைவியின் வீட்டில் போய் ஒருவன் வசிப்பது விரும்பத்தகாத விஷயம் என்பது ஒருபுறமிருக்க, அவனும் தன் பெற்றோர்களைத் தன் சம்பாத்தியத்தினால் காப்பாற்ற வேண்டிய நிலையில் இருந்தான். எனவே நீலா வீட்டாரோடு போய் அவனால் வசிக்கவே முடியாது. அவளும் தன் தாயாரையும் தங்கைகளையும் விட்டு விட்டு அவன் வீட்டுக்கு வரமுடியாது. அப்படியே இருவரும் தம்பதிகளாகி ஒரு வீட்டில் தனிக் குடித்தனம் ஆரம்பித்தா லும், இருவர் சம்பாத்தியத்தையும் வைத்துக்கொண்டு தன் பெற்றோர் களையும் நீலாவின் வீட்டாரையும், அப்புறம் தங்கள் இருவரையும், ஆக மூன்று குடும்பங்களையும் காப்பாற்றி வர முடியாது. அதனால் அவளை மணந்துகொள்ள நினைப்பது நிறைவேற முடியாத ஓர் ஆசையாகவே இருந்தது.

"இப்போதைய நிலையில் நீலாவை ஒருவன் கல்யாணம் செய்து கொண்டால் அவன்தான் அவள் தாய்க்கும் தங்கைகளுக்கும் எமன்" என்று ராமச்சந்திரனும் ஒரு சமயம் சொன்னார். எனவே ஒரு குறிக்கோள் இல்லாமலே அவன் நீலா வீட்டாருடன் உறவாடி வந்தான். நிறையச் சம்பாதித்தால் எல்லாப் பிரச்னைகளுக்குமே ஒரு நல்ல முடிவு காணலாம் என்று அவனுக்குத் தோன்றியது. அப்போது, தான் அடைந்த ஒரு பெரிய ஏமாற்றமும், பம்பாயில் இருக்கும் தன் நண்பன் ஒருவன் கொடுத்திருந்த ஒரு மகத்தான நம்பிக்கையும் தினந்தினமும் அவன் நினைவுக்கு வந்து கொண்டே இருந்தன.

திருவல்லிக்கேணிக்குச் சுந்தரம் வந்து சேருவதற்கு முன்பே, திருநெல்வேலியில் இருந்தபோதே, அவனுக்கு பம்பாயில் வேலை கிடைப்பதாக இருந்தது. நம்பிக்கையோடு நண்பனுடைய தபாலை எதிர் பார்த்துக் கொண்டிருந்தான். ஆனால் திடீரென்று ஒரு நாள் பெரிய ஏமாற்றத்தை அளிக்கும் அந்தக் கடிதம் வந்து சேர்ந்தது.

"இந்தத் தடவை என் முயற்சி தோற்றுவிட்டது. இதற்காக நான் நம்பிக்கையை அடியோடு இழந்து விடவில்லை. நீயும் இழக்க

வேண்டியதில்லை. அடுத்த வருஷமும் இதே சமயத்தில் இதே கம்பெனியில் சில வேலைகள் காலியாகும். நிச்சயமாக உனக்கு இடம் பிடித்து விடுகிறேன்" என்று பம்பாயிலிருந்து ஜயராமன் எழுதியிருந்தான்.

'அடுத்த வருஷம்' என்பது ஏமாற்றத்தைப் போக்குவதற்குச் சொல்லும் ஆறுதல் வார்த்தையாகவே அவனுக்குத் தோன்றியது. அவ்வளவுதான்; இனி பம்பாய் ஆசையையும் பெரிய சம்பளக் கனவையும் விட்டுவிடுவதைத் தவிர வேறு வழியில்லை என்று ஒரு விரக்தியுடன் சென்னையில் குறைந்த சம்பளத்தில் வேலை தேடிக்கொண்டு திருவல்லிக்கேணிக்கு வந்து சேர்ந்தான் சுந்தரம். ஆனால் ஜயராமன் மட்டும் மாதம் தவறாமல் பம்பாயிலிருந்து நம்பிக்கையூட்டும் கடிதங்கள் எழுதிக்கொண்டிருந்தான். ஒரு கடிதத்தில் "இன்னும் மூன்று மாதங்கள்தான். அப்புறம் நீ பம்பாய்க் காரன்! இதை நம்பி நீ எது வேண்டுமானாலும் செய்யலாம். இப்போதே மூட்டையைக் கட்டி வைத்துக் கொண்டு ரயில் ஏறத் தயாராக இரு" என்று ஜயராமன் எழுதியிருந்ததைப் பார்த்த சுந்தரம், அன்று முதல் சென்னையில் ஒரு காலும் பம்பாயில் ஒரு காலும் வைத்து நடக்கத் தொடங்கினான். ஜயராமனின் கடிதத்தில் கண்ட விவரங்களையெல்லாம் நீலாவிடம் ஒரு நாள் சொன்னான்.

"நீலா! இன்னும் மூன்று மாதங்களில் நான் பம்பாய்க்குப் போய் விடுவேன் போலிருக்கிறது. உங்கள் வீட்டாரின் அன்பை என்னால் என்றென்றைக்கும் மறக்க முடியாது."

"உங்களுக்கு அப்படி என்ன நாங்கள் செய்துவிட்டோம்? ஒன்றுமே இல்லை. நீங்கள் பம்பாய்க்குப் போய்ச் சௌக்கியமாய் இருங்கள்" என்றாள் நீலா.

"நீங்கள் என்னை மறந்து விடுவீர்கள்! இல்லையா?"

இதற்கு நீலா ஒரு பதிலும் சொல்லவில்லை. அவன் வார்த்தை களைக் கேட்காதவள் போல் வீட்டுக்குள் போனாள்.

தனியே இருந்த சுந்தரத்துக்கு உள்ளத்தில் துயரச்சாயை படர்ந்தது.

'நீலாவும் நானும் ஒரு பாதையில் போய்க் கொண்டிருந்தோம். இன்பகரமான அந்த வழிப்பயணம் விரைவில் முடியப் போகிறது. எத்தனை தடங்கல்கள்! எத்தனை தயக்கங்கள்!

"நீலாவைக் கல்யாணம் செய்து கொள்பவன் அவளுடைய தாய்க்கும் தங்கைகளுக்கும் எமன்." மற்றவர்களின் நன்மைக்காகக் கைக்கு எட்டிய கனியை மரத்திலேயே விட்டு விட்டுச் செல்கிறேன்..."

கிளைப் பாதை வெட்டி, விடைபெற்றுக் கொண்டு பம்பாய்க்குப் போயாகிவிட்டது. சில நாட்கள் நீடித்த ஏமாற்றமும், ஏக்கமும், பிரிவுத் துயரமும் மறைந்து விட்டன. சம்பாத்தியத்திலேயே சுந்தரம் கண்ணும் கருத்துமாக இருந்தான். அவனுக்கு நீலாவின் ஞாபகம் இரண்டு வருஷங்களுக்குப் பிறகு ஒரு சந்தர்ப்பத்தில் முழு வேகத்துடன் தலை தூக்கியது. சுந்தரம் அப்போது தன் நண்பன் ஜயராமன் வீட்டில் இருந்தான். சுந்தரத்துக்கு இன்னும் இரண்டு மாதங்களில் மனைவியாகப் போகிறவளின் போட்டோவை ஜயராமன் வாங்கிப் பார்த்தான்; அவளுடைய குடும்பத்தின் செல்வத்தையும், செல்வாக்கையும் பற்றிச் சுந்தரத்தின் வாய் மொழி மூலம் அறிந்தான். முடிவில் தன் முழுத் திருப்தியைத் தெரிவித்து நல்வாழ்த்துக் கூறினான் ஜயராமன். அந்தக் கட்டத்தில் நீலாவைப் பற்றி ஒரு கதை மாதிரி சொல்லத் தொடங்கினான் சுந்தரம்.

கதை பெரிதாக நீளும்போல் இருந்தது. அவ்வளவு நேரம் பொறுமையோடு கேட்டுக் கொண்டிருப்பது என்பது ஜயராமனைப் பொறுத்த வரையில் முடியாத காரியம். அவன் காரியவாதி. நடக்க முடியாத காரியங்களையோ, பயனற்ற வேலைகளையோ அவன் செய்யமாட்டான் என்பதோடு, காதால் கேட்கவும் நினைத்துப் பார்க்கவும்கூட மாட்டான். ஏக்கங்கள், கனவுகள், கற்பனை வாழ்க்கைகள் - இவையெல்லாம் அவனுக்கு அறவே பிடிக்காதவை. அதனால் சுந்தரத்தின் பேச்சில் குறுக்கிட்டு, "இதையெல்லாம் இப்போது நீ ஏன் சொல்லிக்கொண்டிருக்கிறாய்? அந்தப் பெண்ணைக் கல்யாணம் செய்து கொள்வதாக நீ வாக்குறுதி ஏதாவது கொடுத்திருக் கிறாயோ?" என்று கேட்டான்.

"அப்படியெல்லம் ஒன்றுமில்லை..." என்று சுந்தரம் சொல்லிக் கொண்டிருக்கும் போதே,

"அப்புறம் என்ன? அதோடு விடு. பத்தாயிரத்தோடு கிளிமாதிரி ஒரு பெண்ணைக் கொடுக்க ஒருவன் வீட்டு வாசலில் வந்து காத்துக் கொண்டு நிற்கிறான். இந்த நேரத்தில் எதற்கு நீலாவையும் லீலாவை யும் பற்றிக் கவலை?" என்றான் ஜயராமன்,

"அப்படி அறவே உதறி விடுகிற ஒரு தொடர்பல்ல இது. வாயால் சொன்னால்தான் வாக்குறுதி? நான் நினைத்திருந்தால் நாங்கள் இருவருமே தம்பதிகளாகி பம்பாய்க்கும் வந்திருப்போம். ஆனால்..."

"சுந்தரம்! இந்த நேரத்தில் இதைக் கேட்கவே எனக்குப் பிடிக்க வில்லை. உன் கல்யாணம் இவ்வளவு தூரம் நிச்சயமாகும் வரையில் சும்மா இருந்து விட்டு, இப்போது மெட்ராஸில் பழகிய எவளோ

ஒருத்தியை நினைத்து ஏங்குவது உசிதமில்லை. முன்னமேயே, 'இந்தக் கல்யாணம் எனக்குச் சம்மதமில்லை' என்று அப்பாவுக்குக் கடிதம் எழுதிவிட்டு, பழைய காதலியைக் கல்யாணம் செய்து கொள்வதற்கு வேண்டிய ஏற்பாடுகளை நீ செய்திருக்க வேண்டும். அதைச் செய்யாமல் இப்போது இப்படியெல்லாம் யோசிப்பது பொறுப்பில்லாத்தனம்; இதில் யோக்கிய பொறுப்புங்கூட இல்லை."

"நீ எப்பொழுதுமே இப்படித்தான் பேசுவாய். வெட்டு ஒன்று துண்டு இரண்டு என்று பேசி முடிக்கும் விஷயமா இது?"

"இல்லை என்றே வைத்துக் கொள்வோம். அதற்காக இப்பொழுது என்ன செய்ய வேண்டும் என்கிறாய்? இந்தக் கல்யாணம் வேண்டாம் என்று சொல்லிவிடப் போகிறாயா?"

"எனக்கு என்ன பதில் சொல்வதென்று தெரியவில்லை. ஊருக்குப் போவது நிச்சயம்; கல்யாணம் செய்துகொள்ளப் போவதும் நிச்சயம். அதைப் பற்றியெல்லாம் சந்தேகமில்லை..."

"அப்படியானால் விஷயம் அத்துடன் முடிந்தது! அப்புறம் என்ன?... சுந்தரம் நான் வெளியே போகவேண்டும். ஒரு அவசரமான காரியம். சாவகாசமாகப் பார்ப்போம்" என்று சொல்லிக்கொண்டே ஜயராமன் எழுந்து விட்டான்.

பிறகு நீலாவைப் பற்றி அவன் ஜயராமனோடு பேசவே இல்லை.

ஹோட்டல் அறையில் சுந்தரம் தூங்கி எழுந்தபோது மணி ஐந்து அடித்துவிட்டது. நீலா இப்போது ஆபீஸிலிருந்து வீட்டுக்குப் போய் கொண்டிருப்பாள் என்று நினைத்துக் கொண்டே முகத்தைக் கழுவி, உடைகளை மாட்டிக்கொண்டு மாடியை விட்டுக் கீழே இறங்கி வந்தான். ஒரு டாக்ஸியைப் பிடித்துக்கொண்டு திருவல்லிக்கேணிக்குப் புறப்பட்டான்.

'விட்ட குறை என்பது ஒரு ஜன்மத்திலிருந்து மறு ஜன்மத்துக்குத் தொடரும் என்பார்கள். எனக்கோ இந்த ஜன்மத்திலேயே தொடரும் ஒரு விட்ட குறையாக இருக்கிறது நீலாவின் தொடர்பு. இந்தக் குறையை இனி எந்த ஜன்மத்திலும் என்னால் பூர்த்தி செய்ய முடியாது...'

'அதிர்ஷ்டவசமாக அவள் உணர்ச்சி வசப்படக் கூடியவள் அல்ல. என் கல்யாணச் செய்தியை அறிந்து ரகசியமாகக் கூட அவள் அழமாட்டாள். கலகலப்பாகத் தான் நடந்துகொள்வாள். வழக்கம்போல் ஐந்து வார்த்தைகள் பேசுவாள். அவளைப் பார்ததால் எனக்குத்தான் ஒருவேளை மனக் கஷ்டம் உண்டாகலாம்... பாவம்! அவளுடைய மௌனத்திலும் அலட்சியப் போக்கிலும் அன்பு

துளித்தது என்பது எனக்கல்லவா தெரியும்? இனி அவள் யாரோ? நான் யோரோ? இன்றோடு இந்த உறவுக்கு ஒரு முடிவு ஏற்பட்டு விடும். நீலாவை என் மனப் பீடத்திலிருந்து நிரந்தரமாக நீக்கி விடுவதற்காகப் போகிறேன். கடைசி முறையாக அவளைப் பார்க்கப் போய்க் கொண்டிருக்கிறேன்...'

டாக்ஸி நீலாவின் வீட்டு வாசலில் போய் நின்றது. சுந்தரம் இறங்கி வீட்டுக்குள் போனான். அவன் போனபோது எல்லோருமே வீட்டில் இருந்தார்கள். அவனை அன்போடு வரவேற்றார்கள். நீலா ஐந்து வார்த்தைகள் அல்ல, ஐம்பது வார்த்தைகளுக்கு மேலேயே பேசினாள். அவளுடைய தாயார் அவனை ராஜமரியாதையோடு வரவேற்றாள். அவளுக்கு ஏதோ ஒரு நம்பிக்கை தளிர்த்திருப்பதை போல் தோன்றியது. நீலாவின் தங்கைகள் இருவரும் அவனை வைத்த கண் வாங்காமல் அந்நியோந்யமான ஒரு பிரியத்துடன் பார்த்துக் கொண்டிருந்தார்கள்.

"பம்பாய் வாழ்க்கை எப்படி இருக்கிறது" என்று கேட்டாள் நீலா.

"நன்றாகத்தான் இருக்கிறது."

"போய் இரண்டு வருஷங்களாகியும் ஒரு கடிதம் கூடப் போட வில்லையே?" என்று கேட்டாள் நீலாவின் தாயார்.

"ராமச்சந்திரனுக்கு எழுதும் ஒவ்வொரு கடிதத்திலும் உங்கள் க்ஷேமலாபங்களை விசாரித்துக் கொண்டுதான் இருந்தேன். உங்களுக்கு என்று நான் தனியாகக் கடிதம் எழுதவில்லை. அது குற்றம் என்றால் மன்னிக்க வேண்டும்."

நீலாவின் பேச்சு அவனுக்கு இன்பகரமான ஓர் அதிர்ச்சியையே அளித்தது.

சிறிது நேரம் ராமச்சந்திரன் வீட்டைப் பற்றிப் பேசிக் கொண்டிருந்தார்கள். நீலாவின் கடைசித் தங்கை உத்தியோகத்துக்கு மனுப்போட்டிருக்கும் செய்தியையும், அதற்கும் ராமச்சந்திரனின் உதவியையே நம்பிக் கொண்டிருப்பதையும் அவனுக்குத் தெரிவித் தார்கள்.

'மூன்று வருஷங்களுக்கு முன் இவள் மனுப்போட்டு, உத்தியோகத்துக்கு போயிருந்தால் கதையே மாறியிருக்கும். நீலா என் மனைவியாக்கி என்னோடு பம்பாய்க்கு வந்திருப்பாள். இப்பொழுது காலம் கடந்து விட்டதே' என்று ஓரளவுக்கு அவன் வருந்தினான். அடுத்த நிமிஷத்திலேயே தனக்குக் கல்யாணம் நடக்கப் போவதையும் அதற்காகவே தான் பம்பாயிலிருந்து வந்திருப்பதையும் அவன் தெரிவித்தான்.

♦ விட்ட குறையைத் தொட்ட குறை ♦

நீலா அதைக் கேட்டதும் முகத்தில் ஒரு சலனமும் இல்லாமல் அவன் கண்களையே கூர்ந்து பார்த்தாள். அவளுடைய தாயாரும் ஏறக்குறைய அதே நிலையில்தான் அவன் முகத்தைப் பார்த்துக் கொண்டிருந்தாள். அவனுடைய கல்யாணச் செய்தியைக் கேட்டு மகிழ்ச்சியைக் காட்டிக் கொண்டவர்கள் நீலாவின் தங்கைகள் இருவரும்தான்.

"நிச்சயம் ஆகிவிட்டதா சுந்தரம்? எந்த ஊர்ப் பெண்?"

"அவளுக்கும் திருநெல்வேலிதான். நிச்சயம் ஆனமாதிரிதான். அடுத்த மாதம் முகூர்த்தம்..."

"ரொம்ப சந்தோஷம் சுந்தரம்! பெண் வீட்டார் வசதி எப்படி? எவ்வளவு செய்வார்கள்?" என்று தாயாரே கேட்டாள்.

பத்தாயிரம் ரூபாய் வரதட்சணை கொடுப்பார்கள் என்ற விவரத்தையும், பெண் வீட்டாரின் செல்வ நிலையையும் அவன் விரிவாக எடுத்துச் சொன்னான்.

"எங்களால் கல்யாணத்துக்கு வர முடிகிறதோ இல்லையோ, நீ பம்பாய்க்கு மனைவியை அழைத்துக் கொண்டு போகும்போது இங்கே ஒரு நாளாவது வந்து தங்கிவிட்டுப் போகவேண்டும்" என்றாள் நீலாவின் தாயார்.

அவ்வளவு நேரம் மௌனமாக உட்கார்ந்திருந்த நீலா திடீரென்று எழுந்து வீட்டுக்குள் போனாள். அவள் அப்படிப் போனது எல்லோருடைய கவனத்தையும் கவர்ந்தது. எல்லோருக்குமே அது ஒரு மர்மமாக இருந்தது. ஒரு நிமிஷம். மௌனமாக இருந்தார்கள்.

சூழ்நிலையை மாற்றும் நோக்கத்துடன், "பம்பாய்க்குப் போகும் போது கட்டாயம் வரவேண்டும் சுந்தரம்" என்று நீலாவின் தாயார் மறுபடியும் சொன்னாள்.

"உங்களைப் பார்க்கலாமா நான் பம்பாய்க்குப் போவேன்? நீங்கள் அழைக்காவிட்டாலும் நான் மனைவியோடு வருவேன். உங்களை அவளுக்கு அறிமுகப்படுத்தி, 'நான் திருவல்லிக்கேணியில் இருந்தபோது எனக்குத் தாயும், உடன் பிறந்த சகோதரிகளுமாக இருந்தவர்கள்' என்று மகிழ்ச்சிப் பெருக்கோடு அவளுக்குச் சொல்வேன்."

இதைச் சொல்லும்போது சுந்தரத்துக்கு கண்கள் நனைந்தன. அந்த அம்மாளும் ஒரு பெருமூச்சுடன் அவன் முகத்தை ஏறிட்டுப் பார்த்தாள்.

மேற்கொண்டு பேச எதுவும் இல்லை. நீலாவின் வருகையை எதிர்பார்த்தவாறு அவன் உட்கார்ந்திருந்தான். அதுவரையி

லும் அவளுடைய தங்கைகளோடு என்னென்னவோ பேசிக் கொண்டிருந்தான்.

நீலா வெளியே வரும்போது உடை மாற்றிக்கொண்டு வந்தாள். வெளியே எங்கோ போகிறவள் போல் காணப்பட்டாள்.

"நீலா! எங்கே புறப்பட்டு விட்டாய்?"

"ராமச்சந்திரன் மனைவியைப் பார்க்கப் போகிறேன். ஜவுளிக் கடைக்குப் போகிறாளாம். என்னையும் அழைத்தாள்" என்று சொல்லிவிட்டு நாற்காலியின் ஓர் ஓரத்தில் உட்கார்ந்தாள். சுந்தரம் எழுந்து போவதற்காகக் காத்திருப்பவள் போல் இருந்தது அவள் உட்கார்ந்திருந்த நிலை.

குறிப்பறிந்து சுந்தரம் எழுந்து, "நானும் ரயிலுக்குப் போக வேண்டும். போய் வரட்டுமா?" என்று எல்லோரையும் பார்த்துச் சொன்னான்.

"உட்காருங்கள்" என்றாள் நீலா.

அவன் திகைத்தான்.

"காபி சாப்பிட்டுவிட்டுப் போகலாம்" என்று சொன்னாள்.

சுந்தரம் அளவிட முடியாத ஒரு மகிழ்ச்சியோடு உட்கார்ந்தான்.

"காபி போடத்தான் அவ்வளவு அவசரமாக உள்ளே எழுந்து போனாயோ?" என்று சொல்லிவிட்டு அந்த அம்மாள் வீட்டினுள் சென்றாள். அவளைத் தொடர்ந்து நீலாவின் கடைசித் தங்கை சாந்தியும் எழுந்து போனாள்.

"ஒருவன் வீடு தேடி வந்திருக்கும்போது இப்படி நடுவே எழுந்து அவசரமாக வெளியே போக உனக்கு எப்படித்தான் தோன்றுகிறதோ? நீலா! நீ என்ன செய்யப் போகிறாய் என்பதை அந்த நிமிஷம் வரையிலும்கூட யாராலும் யூகிக்க முடியாது."

"நீங்கள் ஏன் எங்களைக் கல்யாணத்துக்கு அழைக்கவில்லை? ஒரு வார்த்தை கூட 'வாருங்கள்' என்று சொல்லவில்லையே!"

"முகூர்த்தம் வைத்ததும் முதல் அழைப்பு உங்களுக்கு அனுப்பாமல் வேறு யாருக்கு அனுப்பப் போகிறேன்? இதைச் சொல்லியா தெரிந்து கொள்ள வேண்டும்?" என்றான் சுந்தரம்.

"ஐயோ! உங்களுக்குத்தான் எங்கள் மேல் எவ்வளவு அன்பு" என்று சொல்லிவிட்டு நீலா சிரித்தாள். அவளுடைய வார்த்தைகள் அவன் உள்ளத்தில் ஆழமாகத் தைத்தன.

"ஏன் இப்படிச் சொல்கிறாய் நீலா?"

♦ விட்ட குறையைத் தொட்ட குறை ♦

"உண்மையைத்தான் சொல்கிறேன். உங்களுடைய அன்பு எங்களைப் பிரமிக்கும்படி செய்கிறது! இவ்வளவு அன்பாக நீங்கள் இருக்கிறீர்கள் என்பது இதுவரையிலும் எங்களுக்குத் தெரியாமல் போய்விட்டதே என்றுதான் வருத்தப்படுகிறேன்" என்றாள் நீலா. உடனே பக்கத்தில் உட்கார்ந்திருந்த தன் தங்கையைப் பார்த்து, "போய்க் காபி போட்டாகிவிட்டதா என்று பார். நான் அவசரமாகப் போக வேண்டும்" என்றாள்.

"உன் அவசரத்துக்கு நான் குறுக்கே நிற்கவில்லை. காபி சாப்பிடா விட்டால் என்ன? இன்னொரு நாள் சாப்பிட்டுக் கொண்டால் போகிறது. நீ எனக்காக ஏன் காத்திருக்கிறாய்?" என்றான் சுந்தரம்.

பக்கத்தில் வேறு யாரும் இல்லை என்பதை ஒருமுறை திரும்பிப் பார்த்து நிச்சயப்படுத்திக் கொண்டு, "இவ்வளவு அன்போடு தேடி வந்திருக்கும் உங்களுக்குக் காபி கூடக் கொடுக்காமல் நான் எழுந்து போகலாமா?" என்றாள். மறு நிமிஷமே, "நீங்கள் எதற்காக இப்போது இங்கே வந்தீர்கள்?" என்று கடுமையான குரலில் கேட்டாள் நீலா.

சுந்தரத்துக்கு ரத்த ஓட்டமே நின்றுவிட்டது. எதிர்பாராதவாறு வந்து தன்னை ஒரு ஈட்டி தாக்கியது போல் இருந்தது.

"நீலா, ஏன் இப்படிக் கேட்கிறாய்? நீ பேசுவது எதுவுமே புரிய வில்லை."

"புரியவே வேண்டாம்." என்று சொல்லிவிட்டு உள்ளே திரும்பித் தங்கையை அழைத்தாள்.

"சாந்தி! சீக்கிரம் காபியை எடுத்துக் கொண்டு வா. எவ்வளவு நேரம்!" என்று குரல் கொடுத்தாள்.

காபி வந்தது. அவனும் அதை எடுத்துக் குடித்தான். ஆனால் அவன் எதிர்பார்த்தபடி நீலா வெளியே போக எழுந்திருக்கவில்லை. அவனுக்கு எதிரே அவனைப் பார்த்தவாறு உட்கார்ந்து கொண்டு தான் இருந்தாள்.

அப்போது பக்கத்தில் யாரும் இல்லை.

"நான் வந்ததால் உனக்கு மனக்கஷ்டமா நீலா? சொல். உண்மை யைச் சொல்."

அவள் பேசவில்லை.

"என்மேல் ஏதேனும் கோபமா?"

அதற்கும் அவள் பதில் சொல்லவில்லை. ஆனால் அவள் உதடுகள் இலேசாகத் துடித்தன.

அப்போது சுந்தரம் தன்னை அறியாமலே அவள் கையைப் பிடித்தான்.

அவ்வளவுதான்; அவன் கையை அவள் முரட்டுத்தனமாக உதறினாள்; உடனே சுற்றுமுற்றும் பார்த்தாள். முகத்தில் ரத்தம் குபீரென்று பாய்ந்தது. முகமெல்லாம் கனலாகச் சிவந்து விட்டது.

"யார் நீ... அயோக்கியன்! மரியாதையாக எழுந்து போய்விடு" என்று சீறினாள்.

"நீலா என்னை... என்னை... மன்னிக்கவேண்டும்..." -அவனுக்கு வாய் குழறியது.

தெருவைக் காட்டி "வெளியே போ" என்றாள்.

சுந்தரம் தயங்கினான்.

"போய் விடு!" என்று கண்டிப்போடு சொல்லிவிட்டு உள்ளே போய் விட்டாள்.

ஒன்றும் தோன்றாமல் உட்கார்ந்திருந்தான் சுந்தரம். அவன் உடம்பெல்லாம் மரத்துவிட்டது. உள்ளேயிருந்து யாருமே வெளிவர வில்லை.

தன்னுணர்வு சிறிது மீண்டும் அந்த இடத்தை விட்டு எழுந்தான். அதிவேகமாக வீட்டைவிட்டு வெளியேறினான்.

சுந்தரம் அன்றிரவு ரயிலுக்குப் போகவில்லை. ராமச்சந்திரனைப் பார்த்து தன் கல்யாணச் செய்தியைச் சொல்லாமல் ஊருக்குப் போகக் கூடாது என்பது வேண்டுமென்று கற்பித்துக் கொண்ட ஒரு போலிக் காரணம். மனநிம்மதியை அடியோடு இழந்துவிட்ட அவனால் அன்று ஊருக்குப் போக முடியவில்லை என்பதுதான் உண்மை. நேரிலோ போன் மூலமோ நீலாவிடம் ஒரு வார்த்தை பேசாமல் ஊருக்குப் போக மடியாது என்பது தெளிவாகி விட்டது.

இரவில் சாப்பிட்டும் சாப்பிடாமலும் ஹோட்டல் அறையில் படுத்து விட்டான்.

'நீலா தன் தாயிடமும் தங்கைகளிடமும் என்ன சொல்லி யிருப்பாள்? ராமச்சந்திரனின் மனைவியிடம் போய் என்ன கூறியிருப்பாள்? அவர்கள் இனிமேல் என்னைப் பற்றி என்ன நினைப்பார்கள்?...'

இரவெல்லாம் அவனுக்கு இதே கலவரம்.

'என்றுமில்லாத வகையில் என்னை உபசரித்தாள்: என்னோடு பேசி விளையாடினாள். என் அன்பைப் பழிக்கும் போது அவளுடைய அன்பு முழுவதுமே பிரவகித்ததைப் பார்த்தேன். அவளுடைய ஏமாற்றத்தையும் கூடக் கண்டு கொண்டேன். அவளா என்னை இப்படி அவமானப்படுத்தி விரட்டினாள்? ஏன்? நான் கையைத் தொட்ட மாத்திரத்தில் விம்மி அழுவாள் என்று நினைத்தேன்.

ஆனால் கிணறு வெட்டப் பூதம் புறப்பட்ட கதையாகி விட்டது. ஏன் இந்தச் சீற்றம்? எவ்வளவு அவமானகரமான வார்த்தைகள்! என் முட்டாள் தனம்தான் காரணம். அவளுடைய அன்பிலும் அழகிலும் என் மனசைப் பறிகொடுத்து நிதானத்தை இழந்து விட்டேன். நம்பியவளை மோசம் செய்துவிட்டு வேறொருத்தியை மணக்கப் போகிறவன் என்று நினைத்துத் தான் என் மீது ஆத்திரத்தைக் கொட்டினாளா? இல்லை என்றால் எவளையோ, மணந்துகொள்ளப் போகிறவன் தன்னைத் தொடுவதா என்று சீறி விழுந்தாளா? என் இஷ்டத்துக்குகெல்லாம் இணங்கக் கூடியவள் என்று அவளை நான் கீழ்த்தரமாகக் கருதி விட்டதாகவே அவள் நினைத்து விட்டாள். அந்த அவமானத்தை அவளால் தாங்க முடிய வில்லை. உண்மையும் அதுதானே? நான் யாரோ ஒருத்திக்குக் கணவனாகப் போகிறவன். ஒரு கன்னிப் பெண்ணைத் தொடுவது அயோக்கியத்தனம் என்று அவள் நினைத்ததில் என்ன தவறு?"

மறுநாள் அவளிடம் மன்னிப்புக் கேட்காமல் ஊர் திரும்புவ தில்லை என்று முடிவு செய்தான் சுந்தரம். இந்த முடிவுதான். அவனுடைய மனக்கலவரங்களைப் போக்கி, அவனுக்குச் சில மணி நேரத் தூக்கத்தையாவது அளித்தது.

மறுநாள் பகல் பதினொன்றரை மணி அடித்தது. அதற்காகக் காத்துக் கொண்டிருந்த சுந்தரம் நீலாவின் ஆபீசுக்குப் போன் பண்ணி அவளை அழைத்தான்.

"நான் சுந்தரம் பேசுகிறேன். ஒரு முக்கியமான விஷம். போனை வைத்து விடாதே, நீலா!" என்ற வேண்டுகோளுடன் சுந்தரம் பேச ஆரம்பித்தான்.

"நீலா! என்னை மன்னிக்க வேண்டும்."

ஆபீஸில் பத்துப் பேருக்கு நடுவில் நின்று போனில் பேசும் நீலாவுக்கு மிகவும் தர்மசங்கடமாக இருந்தது. கோபத்தைக் காட்ட அது இடமல்ல. மனசில் நினைத்ததை அங்கே பேச முடியுமா? வேண்டுமானால் போனை அப்படியே வைத்துவிட்டு வந்து விடலாம். அவன் திரும்பவும் அழைத்தால்...? நிலைமை இன்னும் மோசமாகும். டெலிபோன் ஆபரேட்டர் பொல்லாத வாயாடி. ஒன்றை ஒன்பதாக்கிப் பேசுவாள். ஓர் ஆண் குரல் திரும்பத் திரும்ப அழைப்பது, அவள் பதில் பேசாமல் கோபத்தோடு போனை வைத்து விட்டு வருவது... இது பயங்கரமான நாடகமாகி விடும்.

"என்னை மன்னிப்பாயா நீலா?"-சுந்தரம் இதே வார்த்தைகளைத் திரும்பத் திரும்பச் சொல்லிக் கொண்டிருந்தான்.

நிலைமையைச் சமாளிக்கச் சாதாரணக் குரலில், "என்ன விஷயம்?" என்று கேட்டாள் நீலா. அவள் ஆபீஸில் உள்ளவர்களுக்காகப் பேசிய வார்த்தைகள் இவை. ஆனதால் அவளுடைய குரலில் கோபமோ ஆத்திரமோ இல்லாததைக் கண்டு சுந்தரம் அங்கே மகத்தான ஆறுத லும் ஊக்கமும் அடைந்தான்.

"நான் கல்யாணம் செய்துகொள்ளப் போகிறேன் நீலா. என்னை நீ மனப்பூர்வமாக வாழ்த்த வேண்டும். வாழ்த்துவாயா?" என்று கொஞ்சம் தெளிவுடனேயே பேசத் தொடங்கினான்.

"வாழ்த்துக்கள்!"

"என்மேல் உனக்கு இன்னமும் கோபம் இருக்கிறதா?"

பதில் இல்லை.

"என்னைத் துரோகி என்று நினைக்கிறாயா?"

பதில் இல்லை.

'என்னை இப்பொழுதும் அயோக்கியன் என்றுதான் நினைக் கிறாயா?"

"சந்தேகமில்லாமல். வேறு என்ன விஷயம்?" - நீலா அவசரப் பட்டாள்.

"என் தவறுதான். நான் அயோக்கியன்தான். என்னை மன்னித்துவிடு. என்னை வாயார வாழ்த்து. நம் இருவரிடையிலும் ஏற்பட்டிருக்கும் இந்தத் தீராத பிரச்னையை உன் மன்னிப்புத்தான் தீர்க்க முடியும் நீலா!"

நீலா மௌனமாக இருந்தாள்.

"உன்னைப் பொறுத்த வரையிலும் பிரச்னை தீர்ந்து விடாது என்பதை ஒப்புக் கொள்கிறேன். பம்பாயிலிருந்து வந்து நான் ஒரு பெரும் பிரச்னையையே உண்டு பண்ணி விட்டேன். உனக்கு நான் செய்த இந்தத் தீங்கை நினைத்து வருந்துகிறேன் நீலா!"

அவள் எதுவும் பேசவில்லை.

அவனும் பேசவில்லை.

போன் ரிசீவரை இருவரும் மௌனமாகப் பிடித்துக் கொண்டு நின்றார்கள். அவன் ரிசீவரை வைக்கட்டும் என்று அவள் காத்திருந்தாள். அவனும் அப்படியே காத்திருந்தான். மௌனம் எல்லை யில்லாமல் நீண்டது.

"நீலா! விட்ட குறையை நான் தொட்ட குறை இது. மன்னித்து விடு. மனப்பூர்வமாக என்னை மன்னித்துவிடு. மன்னிக்கிறாயா? 'மன்னிக்கிறேன்' என்று ஒரு வார்த்தை சொல். சொல் சீக்கிரம்."

நீலா அவனை மன்னிக்கவேயில்லை. அவன் பேசுவதைக் கேட்டுக் கொண்டு மௌனமாகவே நின்றாள்.

ஒரு நிமிஷம் கழிந்தது.

ஆபீஸில் தன்னைச் சுற்றி இருப்பவர்களுக்காகவே அவள் கடைசி வார்த்தைகளைப் பேசினாள்.

"ஓஹோ... அப்படியா?... பரவாயில்லை. அது ரொம்பப் பழைய வீடு. எதற்கும் அம்மாவிடம் சொல்கிறேன். அப்புறம் பார்ப்போம்."

போன் ரிசீவரை அதன் யதாஸ்தானத்தில் வைத்து விட்டு தன் இருப்பிடத்துக்கு வந்து அமர்ந்தாள் நீலா.

40

இரு சகோதரர்கள்

கிராமத்திலிருந்துவந்தபெரியவரும்அண்ணனும்எவ்வளவோ சொல்லிப் பார்த்தும் சுப்பிரமணியம் கேட்கவேயில்லை. வழக்கம்போல், 'எனக்குக் கல்யாணமே வேண்டாம்' என்ற அதே பல்லவியைத்தான் பாடிக் கொண்டிருந்தான். மூன்று நாட்களாக அவன் பிடிவாதமாக மறுத்துக் கொண்டிருப்பது, பெரியவருக்குச் சலிப்பையும் கோபத்தையும் உண்டு பண்ணி விட்டது; அண்ணன் ராமகிருஷ்ணன் முகத்தில்கூட அன்று கோபக்குறி தென்பட்டது.

பெரியவர், சுப்ரமணியத்தின் காலஞ்சென்ற தந்தைக்கு உயிர்த் தோழர். அதனால், அவரைத் தந்தையின் ஸ்தானத்தில் வைத்தே ராமகிருஷ்ணனும் சுப்ரமணியமும் மரியாதை செய்து வந்தனர். அவர் வார்த்தையைச் சுப்ரமணியம் தட்டமாட்டான் என்ற நம்பிக்கையில் தான் அவரைக் கடிதம் போட்டு வரவழைத்திருந்தான், ராமகிருஷ்ணன். ஆனால், ராமகிருஷ்ணனுடைய கடைசி நம்பிக்கை யும் பொய்த்துப் போகும்படி செய்து விட்டான், சுப்ரமணியம்.

"இனி எத்தனை நாளைக்குத்தான் இப்படி ஒண்டிக் கட்டையாக இருக்க முடியும், சுப்பு? பெரியவர் சொல்றதைக் கேளடா. எல்லாம் உன் நன்மைக்குத்தான் சொல்றோம்" என்று கெஞ்சினான், ராமகிருஷ்ணன்.

பெரியவர் வெட்டு ஒன்று துண்டு இரண்டாக முடிவாய்க் கேட்டார்: "சுப்பு! ரயிலுக்கு நேரமாகிவிட்டது- உன்னைக் கடைசித் தடவையாகக் கேட்கிறேன், இந்த வருஷம் கல்யாணம் பண்ணிக் கொள்ள உனக்குச் சம்மதமா, இல்லையா? எனக்கு ஒரே வார்த்தையில் பதில் சொல்லணும்."

அவரைத் தடுத்து நிறுத்தக்கூட ராமகிருஷ்ணனுக்குத் தெம்பு இல்லை. என்ன முகாந்தரத்தைச் சொல்லி அவரைத் திரும்பவும் அழைத்து உட்கார வைப்பது? கிராமத்தில் வீட்டைப் போட்டு விட்டுப் பட்டணத்துக்கு வந்து, மூன்று நாட்கள் இரவும் பகலும் சுப்ரமணியத்துக்குப் புத்திமதி சொல்லி, அவருக்குத் தொண்டை வறண்டுவிட்டது. ஏதோ தகப்பனாருடன் சிநேகமாக இருந்த தோஷத்துக்கு ஒரு மனிதன் அவ்வளவுதான் செய்வான். அதற்கு மேல் அவரை என்ன செய்யச் சொல்வது?

ராமகிருஷ்ணனுக்கு அவரை அப்படியே அனுப்பி வைப்பதைத் தவிர வேறு வழியில்லாமல் போய்விட்டது. ஒரு பேச்சும் பேசாமல், சோர்ந்து போன தன் கைகளால் அரைகுறையாகக் கும்பிட்டு,

அவருக்கு விடை கொடுத்தான். அவர் திரும்பிப் பார்க்காமல் தெரு வழியே வேகமாகப் போய்க் கொண்டிருந்தார்.

ராமகிருஷ்ணன், தம்பியைப் பார்த்துத் திரும்பினான். அவனைக் கடிந்து கொள்ளக்கூடிய மனபலம் அவனுக்கு எப்போதும் இருந்த தில்லை; அப்போதோ நிச்சயமாக இல்லை.

"சுப்பு! நானும் என் மனைவி மக்களும் தான் உனக்குப் பாரமாக இருப்பதாக நான் நினைத்துக் கொண்டிருந்தேன். ஆனால், இப்போது நீ தான் எனக்குப் பெருஞ்சுமையாக இருக்கிறாய். என் குடும்பத்தைக் காப்பாற்ற நீ சந்நியாசம் பூணுவதால், என் தலையில் பாரத்தை மட்டுமல்ல, பழியையே சுமத்தியிருக்கிறாய். என்னால் இதைத் தாங்கவே முடியாது..."

ராமகிருஷ்ணனுடைய கண் கலங்கியது. சுப்ரமணியமும் ஒரேயடியாக மனம் குழம்பித் தத்தளித்தான்.

"வந்தவர் முகத்தில் கரியைப் பூசி அனுப்பியாகி விட்டது. இனி என்ன செய்யக் காத்திருக்கிறாய்? என்ன செய்யப் போகிறாய்? இன்னும் ஒரு வருஷம் இந்தப் பாவத்தை - உன்னைச் சந்நியாசியாக்கிய பாவத்தை- நான் சுமந்தால், மூச்சு முட்டியே செத்துப் போய் விடுவேண்டா, சுப்பு...!"

மேற்கொண்டு பேச முடியாமல் ராமகிருஷ்ணன் கண்ணீர் விட்டான். சுப்புவுகும் கண் கலங்கியது. இருவரும் பேசவில்லை. இதை மறைவில் நின்று கவனித்துக் கொண்டிருந்த சாரதா, உள்ளத்தில் யாதொரு சலனமும் இல்லாமல், தன் வேலையைக் கவனிக்க உள்ளே சென்றாள். சகோதரர்கள் இருவரும் அழுதாலும் சரி, அழுவதற்குப் பதிலாகச் சிரித்துக் கொண்டிருந்தாலும் சரி; அவளுக்கு இரண்டும் ஒன்றுதான்!

அண்ணனுடைய கண்களிலிருந்து அருவியாக நீர் கொட்டிக் கொண்டிருந்தது. அதைப் பார்க்கும்போது சுப்ரமணியத்துக்குக் கொஞ்சம் எரிச்சலாகக்கூட இருந்தது. "எதற்காக இப்படி அழ வேண்டும்? நான் ஒருவன் கல்யாணம் பண்ணிக் கொள்ளவில்லை என்றால், இந்த உலகம் அழிந்து விடுமா, என்ன?" என்று காரமாகவே கேட்டான்.

"உலகம் அழியாதுடா! நான் அழிந்து போவேன்; என் பொண்டாட்டி பிள்ளைகள் அழியும்..."

"இப்படி அர்த்தமில்லாமல் பேசுவதால் ஒரு பிரயோஜனமும் இல்லை. பேச்சை விடுங்கள்; நல்ல காலம் பிறந்தால் பார்த்துக் கொள்ளலாம்' என்று சொல்லிவிட்டு வெளியே போய்விட்டான், சுப்ரமணியம்.

ராமகிருஷ்ணன் கண்களைத் துடைத்துக் கொண்டு, சுப்புவின் ஜாதகத்தையும், விரிந்து கிடந்த பஞ்சாங்கத்தையும் பெரியவர் வீசிக் கொண்டிருந்துவிட்டுக் கீழே வைத்த விசிறியையும் எடுத்து உள்ளே கொண்டு போய் வைத்தான். தன் துயரத்தை யாரிடத்தில் சொல்லி அழுவது என்று தெரியாமல், அவன் தவித்துக் கொண்டிருந்த போது, அவனுடைய கைக்குழந்தை தூக்கத்திலிருந்து விழித்துக் கொண்டு 'வீல்' என்று கத்தி அழுதது. அதைப் போய் எடுத்துக் கொண்டு தெருத் திண்ணைக்கு வந்தான். குழந்தையை மடியில் போட்டுக் கொண்டு உட்கார்ந்தான். அந்த ஆறு மாதக் குழந்தை, ஆறு நாள் குழந்தையைப்போல மெலிந்து துவண்டு போயிருந்தது. அந்த வயதிலேயே அதற்கு எண்ண முடியாத நோய்கள்! நெஞ்சுச் சளி; வயிற்றுப் போக்கு; உடம்பெல்லாம் உஷ்ணக் கட்டிகள்; எல்லாவற்றிற்கும் மேலாக வயிற்றுக்குப் பற்றாத கொடுமை. அது ராமகிருஷ்ணனுக்கு ஐந்தாவது குழந்தை-உயிரோடு இருப்பவர்களில் இரண்டு, மூன்று குழந்தைகள், ராமகிருஷ்ணன் நன்றாகப் பிழைத்த காலத்திலேயே அவ்வப்போது ஏதோ சிற்சில நோய்களைக் காரணங்களாகக் காட்டி விட்டு இறந்து போய்விட்டார்கள். அந்தக் குழந்தைகள் செத்துப் போய் விட்டாலும், போட்டோப் படங்களிலாவது ஒருவிதமாகச் சிரஞ்சீவிகளாகி வீட்டோடு இருந்து வந்தார்கள். ஆனால் உயிரோடு இருக்கும் குழந்தைகளோ அற்பாயுசு களாகத் தினம் தினமும் காட்டை நோக்கிக் கொண்டிருந்தார்கள்.

குழந்தையைத் தட்டிக் கொடுத்துக் கொண்டிருந்த ராம கிருஷ்ணனை, சுப்ரமணியத்தைப் பற்றிய நினைவு இடைவிடாது வந்து அலட்டிக் கொண்டிருந்தது.

ராமகிருஷ்ணனும் சுப்ரமணியமும் உடன்பிறந்த சகோதரர்கள். பூர்வீகம் காஞ்சீபுரத்தை அடுத்த ஒரு சிறு கிராமம். பெற்றோர் காலமான பிறகு, அந்த ஊரில் அவர்களுக்கு இருந்த ஒரே கடமை, தங்கள் ஒரே தங்கையைக் கல்யாணம் செய்து கொடுப்பது தான். உள்ளூரிலேயே அவளையும் உரியகாலத்தில் கட்டிக் கொடுத்து விட்டார்கள். அதன் பொருட்டுச் சக்திக்கு மீறியே செலவழிக்கும்படி நேர்ந்தது. தகப்பனார் தேடி வைத்திருந்த பூஸ்திதி அவர் வாங்கி வைத்த கடனுக்குப் போனது போக மீதியிருந்தது, அந்தக் கல்யாணத்துக்குச் செலவாயிற்று. மிஞ் சியது ஒரு வீடுதான். பிழைப்புக்கு மார்க்கமில்லாத கிராமத்தில் மனைவி மக்களையும், தம்பியையும் காப்பாற்றுவது எப்படி என்ற பிரச்னை ஏற்பட்டது ராமகிருஷ்ணனுக்கு. யாரிடத்திலும் யோசனை கேட்காமல் வீட்டை விற்றான். அந்தப் பணத்தைக் கையில் எடுத்துக் கொண்டு குடும்பத்தோடு சென்னையில் குடியேறினான். கெட்டுப்போய் பட்டணத்துக்கு வராமல், அநேகமாகக் கெடாத

நிலையிலேயே கையில் சிறிது ரொக்கத்தோடு வந்து சேர்ந்தான். நுங்கம்பாக்கத்தில், ஒரு வீட்டில், ஓர் அறையும் ஒரு சமையல் கூடமும் ஒரு சிறு திண்ணையும் சேர்ந்த பகுதியை வாடகைக்கு அமர்த்திக் கொண்டான். உடனடியாகத் தம்பி சுப்ரமணியத்தை - கிராமத்தில் எட்டாவது வகுப்புப் பாஸ் பண்ணியவனை - ஒரு ஹைஸ்கூலில் கொண்டுபோய் மூன்றாவது பாரத்தில் சேர்த்தான். பிறகு வாழ்க்கையை எப்படித் தொடங்கலாம் என்ற யோசனையில் ஊரைச் சுற்றி வருவதும் நிலைமையை ஆராய்வதுமாக இருந்தான்.

ராமகிருஷ்ணனுக்குத் தெரிந்த ஒரே தொழில் போட்டோப் படம் பிடிப்பதுதான். இதைக் கிராமத்திலுள்ள ஒரு பணக்காரப் பையனிடம் எப்பொழுதோ விளையாட்டாகக் கற்றுக்கொண்டான். இந்த விளையாட்டுப் பயிற்சி இப்போது தொழிலாகக் கை கொடுத்தது. நுங்கம்பாக்கத்திலேயே ஐந்நூறு ரூபாய் முன்பணம் கொடுத்து, ஒரு சிறு கடையை வாடகைக்கு அமர்த்தி, போட்டோ ஸ்டூடியோ திறப்பதற்கு வேண்டிய தளவாடங்களையும், ஆடம்பரச் சாமான்களையும் வாங்கிப் போட்டான். நல்ல நாள் பார்த்து, தன்னுடைய 'ராமா ஸ்டூடியோ' வை திறந்தான். எடுத்த எடுப்பிலேயே தொழில் நன்றாக நடைபெறத் தொடங்கியது. அந்த ஒட்டுக் குடித்தன வாழ்க்கைக்குப் போதிய வருமானமும் கிடைத்தது. சென்னைக்கு வந்து 'பிழைத்துக் கொண்டோம்' என்ற உணர்ச்சி ஏற்பட்டது, அவனுக்கு எதிர்காலத்தைப் பற்றிப் பிரமாதமாகக் கோட்டை கட்டவும் ஆரம்பித்தான்.

ஆனால், ராமகிருஷ்ணனின் மனைவி சாரதாவுக்கு சரி, அவளுடைய இரண்டு குழந்தைகளுக்கும் பள்ளிக் கூடம் போய் வரும் தம்பி சுப்ரமணியத்துக்கும் சரி, பட்டண வாழ்க்கை அறவே பிடிக்கவில்லை. ஊர் பிடிக்காததற்குக் காரணம், குடியிருக்கும் வீடு பிடிக்காமல் போனதுதான். அந்தச் சின்னஞ்சிறு இடத்தில் அடைபட்டுக் கிடப்பது அவர்களுக்குச் சிறைவாசமாகவே இருந்தது. ஒரு சாண் இடத்துக்கும், ஒரு குடம் தண்ணீருக்கும், தாராளமான சுவாசத்துக்கும் தவியாய்த் தவிக்க வேண்டியிருந்தது. தொட்டதற்கெல்லாம் பக்கத்துக் குடித்தனக்காரர்லகளுடன் போட்டா போட்டி. குளிப்பது, தண்ணீர் பிடிப்பது போன்ற அற்பக் காரியங்களுக்கும் 'நான் முந்தி, நீ முந்தி' என்ற அவசரம். இரவும் பகலும் அதே சிற்றறையில் சுற்றிச் சுற்றி வரவேண்டிய பரிதாபம் சாரதாவுக்கு உண்மையிலேயே மூச்சுத் திணறியது. எப்போதடா பரிதாபம். சாரதாவுக்கு உண்மையிலேயே மூச்சுத் திணறியது. எப்போதடா கிராமத்துக்குப் போய்த் தாராளமாகக் குளத்தில் மூழ்கிக் குளித்து, தாராளமாக மூச்சு வாங்குவோம் என்று ஏங்கிக் கொண்டே

ஒவ்வொரு நாளையும் கழித்தாள். அவளுடைய இரண்டு குழந்தை களும் - ஒன்றுக்கு ஐந்து வயது; மற்றொன்றுக்கு மூன்று வயது - ஒரு நாளைக்குப் பத்து தடவை, 'அம்மா, வீட்டுக்குப் போவோம் அம்மா, வீட்டுக்குப் போவோம்' என்று அவளை அழைத்துக் கொண்டிருந்தன. சாரதாவுக்கு எந்த விஷயத்திலும் அழுகை வந்து விடக்கூடியவாறு மனம் நொந்துவிட்டது. கிராமத்திலிருந்து சிரித்த முகமும், சீதேவியுமாகக் கட்டுக் குலையாத மேனியுடன் வந்த சாரதா, உள்ளுக்குள் கருகினாள்; வெளியே துவண்டாள். ஆனால் சந்தோஷத்தில் மிதந்த ராமகிருஷ்ணனுக்கு இது தெரியாது. பகல் முழுவதும் ஸ்டூடியோவிலேயே இருந்ததால், காற்றுக்கும் வெளிச்சத்துக்கும் மனைவி மக்கள் பரிதவிப்பதை அவனால் அறிந்துகொண்டிருக்கவும் முடியாது. அடிக்கடி சாரதா வையும் குழந்தைகளையும் எத்தனையோ விதமாக நிறுத்திப் படம் பிடிப்பதில் அவனுக்கு எல்லையில்லாத ஒரு தனி இன்பம். பல படங்களைக் கண்ணாடிச் சட்டம் போட்டுச் சுவரில் ஒரு சிறு இடம் பாக்கியில்லாமல் தொங்கவிட்டான். 'பட்டணத்துக்கு வர வேண்டும் என்று அடி எடுத்துவைத்த நேரம் எவ்வளவு நல்ல நேரம்' என்று அடிக்கடி மனைவியிடம் சந்தோஷமாகச் சொல்லிக் கொண்டும் இருந்தான்.

மறு வருஷம் சாரதாவுக்கு ஓர் ஆண் குழந்தை பிறந்தது; தம்பி நான்காவது பாரத்துக்குத் தேறிவிட்டான். மூத்த குழந்தையைப் பக்கத்திலுள்ள சிறு பாடசாலைக்கு அனுப்பினான். ஏற்ற இறக்கங்கள் இல்லாமல் வாழ்க்கை ஓடிக்கொண்டிருந்தது.

சென்னைக்கு வந்த மூன்றாவது வருஷத்தில் சாரதா அடியோடு உருமாறி விட்டாள். அவள் உடம்பு தேய்ந்தது தெரியாமல் தேய்ந்து விட்டது. மனசில் ஒரே இருள்; ஒரே சோர்வு. எதற்கு என்று தெரியாமல் பேசுவது, நடமாடுவது, வேலை செய்வது என்று ஆகி விட்டது. அவளுக்கு ஏற்பட்ட ஞாபக மறதியை இப்படி அப்படி என்று சொல்ல முடியாது. இந்த நிலையில் வருஷம் தவறாமல் பிரசவம் வேறு. செத்தவை போக, கைக்குழந்தையோடு ஐந்து குழந்தைகள் இருந்தன. சின்னஞ்சிறு வீட்டில் குழந்தைகள் பெருத்துப் போக்கிடம் இல்லாமல் வீட்டின் எல்லைக்குள் சுற்றி வருவதும், பக்கத்துக் குடித்தனங்களில் போய் ஏதாவது வம்பு பண்ணுவதும், அதன் காரணமாகச் சண்டைகளும் தகராறுகளும் வெடிப்பதும் சகிக்க முடியாத கட்டத்தை அடைந்து விட்டன. அவர்கள் வீட்டைக் காலி பண்ணிப் போனாலொழிய நிம்மதியாகத் தூங்கமுடியாது என்று ஒட்டுக் குடித்தனக்காரர்களுக்குத் தோன்றிவிட்டது. வீட்டுக்காரனும் ராமகிருஷ்ணனுடைய குடும்பத்தைக் கிளப்பி, அந்த இடத்தில்

புதுத் தம்பதிகளையோ, ஊர்ஜிதமான மலட்டுப் பிறவிகளையோ குடிவைக்கத் தீர்மானித்தான். இல்லையென்றால் அங்கே உள்ள மற்றக் குடித்தனக்காரர்கள் காலி பண்ணிப் போய் விடுவதுடன், புதிய குடித்தனங்களும் வராமல் போய் விடும் என்று நினைத்தான்.

இப்படிப்பட்ட சந்தர்ப்பத்தில் - சாரதா தேயத் தொடங்கியது போல - ராமகிருஷ்ணனுடைய தொழிலும் தேய ஆரம்பித்தது. எதிர்பாராதவிதமாக இறங்கு காலம் வந்துவிட்டது. அவனுடைய ராமா ஸ்டூடியோ இருந்த அதே தெருவில், பிரம்மாண்டமான ஒரு மாடிக் கட்டடத்தில் 'மெர்ரி போட்டோ ஸ்டூடியோ' என்ற ஒரு புதிய ஸ்டூடியோ திறக்கப்பட்டது. ஆடம்பரங்களும், அலங்காரங்களும், ஒளி ஜாலங்களும், பிற கவர்ச்சிகளும் சேர்ந்து இந்திர லோகம் போலக் காட்சியளித்து அது. திறக்கப்பட்ட சிறிது காலத்துக்குள்ளாக அந்தத் தெருவுக்கு அதுவே அடையாளம் ஆகிவிட்டது. தெருப் பேரைச் சொல்லி வழி காட்டுவதற்குப் பதிலாக, மெர்ரி ஸ்டூடியோவைச் சொல்லியோ எல்லோரும் வழிகாட்டினார்கள். அதன் அசுரத்தனமான போட்டியைச் சமாளிக்க நினைத்தான், ராமகிருஷ்ணன். தன் கையிலுள்ள பணத்தையும், கடன் வாங்கிய பணத்தையும் சேர்த்துப் போட்டு, ராமா ஸ்டூடியோவை அழகு படுத்திப் பார்த்தான். அந்த சிறு கடையை எவ்வளவுதான் அழகு படுத்தி விட முடியும்? நாழி நானாழியை முகந்துவிடுமா? சூரியனுக்கு முன்னால் மின்மினிப் பூச்சி பிரகாசிக்குமா?

தொழில் படுத்துவிட்டது. மெர்ரி ஸ்டூடியோவை மற்றொரு மெர்ரி ஸ்டூடியோ வந்தாலும்கூட எதிர்த்து நிற்க முடியாது என்று நினைக்கும் அளவுக்கு அதன் பேரும் புகழும் பரவிவிட்டன. 'என்ன செய்வது?" என்று ராமகிருஷ்ணன் யோசித்துக் கொண்டிருந்த வேளையில், அவனுடைய மூத்த குழந்தை எட்டு வயதில் துடிக்கத் துடிக்க இறந்தது. அதை அடுத்து, சாரதா மற்றொரு குழந்தையைப் பிரசவித்து, மூன்றாம் நாளிலேயே அதை மூத்த குழந்தைக்கு வழித்துணையாக அனுப்பிவிட்டு, தன் உயிருக்கே போராடிக் கொண்டிருந்தாள். மேலும், புதுச் செலவுகளுக்கு வழி திறந்துவிட்டதுபோல சுப்ரமணியம் ஐந்தாவது பாரம் பாஸாகி எஸ்.எஸ்.எல்.ஸி. வகுப்புக்கு வந்து சேர்ந்தான்.

கைப் பணம் போய், கடன் சுமையும் ஏறி, வாரக் கணக்கில் ஒரு ரூபாய் வருமானம்கூட இல்லாமல் ஒவ்வொரு நாள் இரவும் ஸ்டூடியோவைப் பூட்டிவிட்டு ராமகிருஷ்ணன் கை கால் சோர்ந்து வீடு திரும்புவது வழக்கமாகிவிட்டது. நல்லவேளையாக, அப்போதிருந்த நான்கு குழந்தைகளையும் நடுத்தெருவில் நிறுத்தாமல், சாரதா பிழைத்து எழுந்தாள். சுப்ரமணியத்துக்கு ஏறக்குறைய நூறு ரூபாய்

கொடுத்தாலொழிய அவன் எஸ்.எஸ்.எல்.சி. வகுப்பில் உட்கார முடியாது என்ற நிலை ஏற்பட்டது. அதே சமயத்தில், மற்றொரு சோதனை மாதிரி சுப்ரமணியத்துக்கு மாதம் நாற்பது ரூபாய் சம்பளத்தில் வேலை கொடுக்க ஸ்டூடியோவுக்குப் பக்கத்துக் கடைக்காரர் முன் வந்தார். அவனை வேலைக்கு அனுப்புவதா? படிக்க அனுப்புவதா? மாதா மாதம் நாற்பது ரூபாய் வந்தால் மூழ்கிக் கொண்டிருக்கும் குடும்பம் கரையேறுவதற்கு ஓரளவாவது உதவியாக இருக்கும். ஆனாலும், ஐந்தாவது பாரத்தோடு நிறுத்தி விடுவது எப்படி? கஷ்டப்பட்டாவது எஸ்.எஸ்.எல்.சி. தேறிவிட்டால் தான் சுப்ரமணியத்தின் எதிர்காலத்துக்கு நல்லது. இரண்டு நாட்கள் இரவும் பகலும் யோசித்த ராமகிருஷ்ணன், மூன்றாம் நாள் தன் ஸ்டூடியோவில் இருந்த முக்கியமான சாதனம் ஒன்றை எடுத்துக் கொண்டு போய், பரிதாபகரமாக அந்த மெர்ரி ஸ்டூடியோக்காரனுக்கே விற்றுப் பணத்தைக் கொண்டு வந்து தம்பிக்குக் கொடுத்தான். தன் பொருட்டு அண்ணன் செய்த வேலையை அறிந்து தம்பி மனம் பதைத்தான். சாரதாவோ, வழக்கம் போல் பதைக்கவும் இல்லை; சந்தோஷப்படவும் இல்லை.

எதிரிக்கு ஆயுதத்தை விற்கத் தொடங்கியபின், அவனை எதிர்த்து நிற்பது எப்படி? வேறு தொழிலைத் தொடங்க வேண்டியது தான் என்று ராமகிருஷ்ணன் முடிவு செய்தான். கையில் இருந்த சொத்து ராமா ஸ்டூடியோ ஒன்றுதான். அதை விற்றால்தான் வேறு தொழிலுக்கு மூலதனம் தேடமுடியும். ஆனால், வீட்டின் அன்றாடச் செலவுகளும், வாடகை பாக்கிகளும், அவசரக் கடன்களும் அவனை நாலாபக்கமும் இழுத்து அலைக்கழித்தன. ஸ்டூடியோவை விற்று எதற்கென்று செலவு செய்வது? கக்குச் சொந்தக்காரன் முன் பணத்தில் வாடகையைக் கழித்துக்கொண்டு வந்தான்; வீட்டுக்குச் சொந்தக்காரனோ தினம் தவறாமல் காலையில் வந்து பேசாத பேச்செல்லாம் பேசி ஊர்க் கூட்டத்தைக் கூட்டிக் கொண்டிருந்தான்.

"பிள்ளை பெறத் தெரியுதே, கொடக்கூலி குடுக்கத்தெரிய வேணாம்? நீயும் ஒரு ஆம்பிளை, ஒனக்கும் ஒரு பெண்டாட்டி" என்றே ஒருநாள் வீட்டுக்காரன் பேசி விட்டான். இம்மாதிரியான அவமானங்களையும் சகித்துக் கொண்டு, தம்பிக்கு ஒழுங்காகச் சம்பளம் கட்டிப் படிக்க வைப்பதிலேயே குறியாக இருந்தான், ராமகிருஷ்ணன்.

இரண்டு மாதங்களுக்குள்ளாகவே அவன் ஸ்டூடியோவை மூடிவிடத் தீர்மானித்தான். ஒவ்வொரு கருவியையும், வந்த விலைக்குத் தள்ளிவிட்டுக் கொண்டிருந்தான். வெறும் கடையை மூடிச்சாவியையும் சொந்தக்காரனிடம் கொடுத்தான். கொடுத்த

◈ இரு சகோதரர்கள் ◈

முன்பணத்தில் ஒரு ரூபாய் கூட மீளவில்லை; ஆள் மீண்டதே தெய்வச் செயலாக இருந்தது.

அப்புறம்...?

ராகிருஷ்ணன் செய்யாத தொழில் இல்லை. புத்தகக் கடை, வெற்றிலை பாக்குக் கடை, தையல் கடை, லாண்டிரி... இப்படி ஒவ்வொன்றாகத் திறந்து மூடி, கடைசியில் வீட்டுத் தானாக மாறினான். இதற்கிடையில் சுப்ரமணியம் எஸ்.எஸ்.எல்.சி. பாஸ் செய்துவிட்டான். சில மாதங்களுக்குள்ளாகவே அவனுக்கு ஒரு கம்பெனியில் எழுபத்தைந்து ரூபாய் சம்பளத்தில் வேலை கிடைத்து விட்டது. ராமகிருஷ்ணன் சிறிது மூச்சு விட்டான். நுங்கம்பாக்கம் வீட்டைக் காலி பண்ணிவிட்டு, மயிலாப்பூரில் அதைவிட மோசமான இருட்டறை யொன்றில் குடியேறினான். கட்டிளம் பெண்ணாகக் கிராமத்திலிருந்து நுங்கம்பாக்கத்துக்கு வந்த சாரதா, எலும்பும் தோலுமாக மயிலாப்பூருக்கு வந்து சேர்ந்தாள்! அவளுக்கென்று சொந்தமான உணர்ச்சி எதுவும் இல்லாமல் அற்றுப் போய் வெகுகாலம் ஆகிவிட்டது. கணவனுடைய கஷ்டமோ, குழந்தையின் நோயோ, வேறு எந்தத் துன்பமுமோ அவளைப் பாதிப்பதே கிடையாது. ஓர் எலும்புக் கூடு, ஓர் உயிர்-இந்த இரண்டும் சேர்ந்த அசேதனமாக இருந்தாள் சாரதா. அவள் வயிற்றில் பிறந்த குழந்தைகளும், செத்ததன் வயிற்றில் பிறந்த சிறியதுகளாய், எத்தையோ தின்று எங்கேயோ கிடந்தன.

மயிலாப்பூர் இன்னும் நன்றாகப் பழகவில்லை. அதனால் பழைய நுங்கம்பாக்கத்துக்கே தினந்தோறும் போய்த் தரகுத் தொழில் செய்து வந்தான், ராமகிருஷ்ணன், நிச்சமில்லாத வருமானம் சில மாதங்களில் வருமானமே இராது. அதிக பக்ஷமாகக் கிடைத்த மாதங்களிலும் ஐம்பது ரூபாய்க்குமேல் போனதில்லை. குடும்பத்தைக் காப்பாற்றி வந்தது தம்பியின் மாதச் சம்பளந்தான். வீட்டில் உயிர்க்களையை அவன் முகத்திலும் ஏகதேசமாகக் குழந்தைகளின் முகத்திலும்தான் பார்க்க முடிந்தது.

சுப்ரமணியத்துக்கு எழுபத்தைந்து ரூபாய் சம்பளத்தில் வேலை கிடைத்துவிட்ட செய்தி சில தினங்களுக்குள் கிராமத்துக்கும் எட்டி விட்டது. அந்தப் பெரியவர்- இந்தச் சகோதரர்களின் தந்தைக்கு ஆப்த நண்பர்- சந்தோஷம் தெரிவித்து முதல் கடிதம் எழுதினார். சில மாதங்களுக்குப் பிறகு எழுதிய ஒரு கடிதத்தில் காலாகாலத்தில் சுப்ரமணியத்துக்குக் கல்யாணம் செய்துவைக்க வேண்டியது ராமகிருஷ்ணனுடைய கடமை என்பதை நினைவூட்டினார். அடுத்த கடிதத்தில், பக்கத்துக் கிராமத்தில் நல்ல இடத்தில் ஒரு பெண் இருப்பதாகவும், சம்மதம் தெரிவித்தால், காரியத்தில் இறங்கத் தயார்

என்றும் எழுதினார். அதற்கு ராமகிருஷ்ணன் பதில் எழுதும் போது, தம்பியைக் கலந்துக் கொண்டு அவனுடைய அபிப்பிராயத்தையும் அனுசரித்து, 'அதற்குள் கல்யாணத்துக்கு அவசரம் ஒன்றுமில்லை. பின்னால் பார்த்துக் கொள்ளலாம்' என்று எழுதினான். அதன்பின் ஒரு வருஷத்துக்கு ஒரு தடவையோ, இரண்டு வருஷங்களுக்கு ஒரு தடவையோ திடீரென்று அசரீரி வாக்கு ஒலிப்பதுபோல் பெரியவரின் கடிதம் வந்து சேரும் - அதே கல்யாண விஷயமாகத்தான். சுப்ரமணியம் இருபத்தைந்தாம் வயதைத் தாண்டிய பிறகும், "பின்னால் பார்த்துக் கொள்ளலாம்" என்று ராமகிருஷ்ணன் பதில் எழுத விரும்பவில்லை. ஆனால், தம்பி அதே பதிலைத்தான் எழுதும்படி திரும்பத் திரும்பச் சொல்லுவான். அவனுடைய அபிப்பிராயப்படியும் இரண்டு முறை ராமகிருஷ்ணன் கடிதம் எழுதினான். கடைசியில் பெரியவர் எழுதி யிருந்த ஒரு கடிதம், ராமகிருஷ்ணனுக்குச் சம்மட்டியால் அடித்துப் புத்தி சொல்லுவதுபோல் இருந்தது. 'பொறுப்புத் தெரியாமலும், அவனுக்குப் புத்தி சொல்லிக் காலாகாலத்தில் செய்ய வேண்டிய காரியத்தைச் செய்யாமலும், அவன் சொன்னான் என்பதற்காக நாட்களைத் தள்ளிக் கொண்டிருப்பதா? அவனுக்குத்தான் மூளை இல்லை என்றால், உனக்கும் கூடவா இல்லாமல் போய்விட்டது?' - இப்படி எழுதினார், பெரியவர். அந்தக் கடிதத்தைப் பார்த்த நாளிலிருந்து தம்பிக்குத் தினந் தவறாமல் தூண்டுகோல் போட்டுக் கொண்டிருந்தான். தம்பியோ, 'பின்னால் பார்த்துக் கொள்ளலாம்' என்ற பேச்சைக் கைவிட்டு, 'எனக்குக் கல்யாணமே வேண்டாம்' என்று ஆரம்பித்து விட்டான்! அண்ணனின் மனத்தைக் கஷ்டப் படுத்தக் கூடாது என்பதற்காக காரணத்தைச் சொல்லவும் மறுத்து விட்டான்.

சுப்ரமணியம் தன் வாழ்க்கையையே அண்ணன் குடும்பத்துக் காகத் தியாகம் செய்துவிடத் தீர்மானித்து வருஷக் கணக்கில் ஆகிவிட்டது. கல்யாணம் செய்து கொண்டு, அண்ணனின் குடும்பத்தை விட்டுப் போய் விட்டால், அவர்கள் கதி என்னவாகும் என்பதைப் பல நாட்கள் ஆலோசித்து, அவன் கட்டிய அசைக்க முடியாத முடிவு அது. அவன் அருமை பெருமையோடு தூக்கி வைத்துக் கொஞ்சி விளையாடிய குழந்தைகள் ஒன்றுக்குப் பின் ஒன்றாகப் பட்டினியால் சாவதைக் கண்ணாரக் காண அவன் விரும்பவில்லை. பெற்ற தாயினும் அன்பாக - அந்தத் தாங்க முடியாத வறுமையிலும், நோயாய்க் கிடந்த சமயங்களிலும் - முகம் கோணாமல் தனக்கு வேளாவேளைக்குச் சமைத்துப் போட்டுப் பள்ளிக்கு அனுப்பிய அண்ணியையும், விதைத் தானியத்தை விற்பது போலத் தொழிற்கருவியை விற்றும், சரியாகப் பால் வாங்கிக்

கொடுக்காமல் குழந்தைகளை மெலியவிட்டுக் கொன்றும், தன் படிப்புக்காகச் செலவழித்த அண்ணனையும் கைவிட்டுவிட்டுத் தனக்கு என்ன குடும்ப வாழ்க்கை வேண்டியிருக்கிறது என்று நினைத்தான் அவன். தான் சாகும் வரையில், இல்லையென்றால் தன் அண்ணனுக்கு எதிர்பாராதவாறு அதிர்ஷ்டகாலம் பிறக்கும் வரையில், பிரம்மச்சாரியாகவே காலம் கழித்துவிட அவன் விரதம் பூண்டிருந்ததை அண்ணன் தானாக உணர்ந்து கொள்ளுவான் என்று எதிர்பார்த்தான். அவன் எதிர்பார்த்தபடியே ராமகிருஷ்ணனும் உணர்ந்து கொண்டான் என்றாலும், அதற்குமுன் எத்தனையோ விதமாகத் தம்பியைச் சந்தேகித்தான். வெளியே எங்காவது நோக்கம் இருக்கிறதா, இல்லையென்றால் தாறுமாறாகத் திரிகிறானா என்றெல்லாம் சந்தேகப்பட்டுப் பிறகு அப்படி எதுவும் இல்லை என்று தெளிந்தான்.

தன் பொருட்டு, தன் குடும்பத்தின் பொருட்டு, அவன் சர்வ பரித்தியாகம் செய்துவிட்டதை அறிந்து, ராமகிருஷ்ணன் முதலில் ஆனந்த பரவசத்தை அடைந்தான். ஆனால், அது பைத்தியக்காரத் தனம் என்பது சீக்கிரத்திலேயே அவனுக்குப் புலனாயிற்று. வாலிபத்தில் இப்படிப்பட்ட தியாகங்கள் நீடிப்பதில்லை. நீடித்தாலும் அது சந்தோஷப்படவேண்டிய விஷயமா? தன்னுடைய நலனுக்காகத் தம்பி தியாகம் செய்வதைக் கண்டு ஊர் மகிழலாம்; உலகம் மகிழலாம்; ஆனால், தானே மகிழ்வதா? அவனுடைய உழைப்பை, இன்பத்தை, வாழ்க்கையை, இப்படி அனைத்தையுமே தான் சுவீகரித்துக் கொண்டு மகிழ்ந்தால், அது மனிதத் தன்மையா?- ராமகிருஷ்ணனுக்கு அன்று புதிய ஒளி பிறந்தது. 'தம்பி தியாக புருஷனல்ல. தன்னையும், என்னையும் ஏககாலத்தில் கொன்று கொண்டு, தியாகம் என்று முட்டாள்தனமாக மனப்பால் குடித்துக் கொள்கிறான்' என்றே நினைத்தான். அவன் தன் கண்ணில் படும்போதெல்லாம், கல்யாண விஷயத்தை ஞாபகப்படுத்தி நச்சரித்துக் கொண்டிருந்தான். கோபமாகக் கூடச் சொல்லிப் பார்த்தான்; சில நாட்கள் அவனோடு பேசாமலும் இருந்தான். எந்த உபாயமும் பலிக்காமல் போகவே, கிராமத்துக்குக் கடிதம் போட்டுப் பெரியவரை வர வழைத்தான். கடிதத்தைக் கண்டு, கொஞ்சம் நம்பிக்கை வைத்துக்கொண்டே சென்னைக்குப் புறப்பட்ட பெரியவர், ஒரு பெண்ணையும் மனத்தில் குறித்துக் கொண்டு வந்தார். ஆனால், சுப்ரமணியம் கடைசி வரை தியாக புருஷனாகவே நின்று சாதித்துவிட்டான். பெரியவர் நம்பிக்கையெல்லாம் இழந்து ஒரேயடியாக மனம் சலித்துப் போய், அந்தத் திசையில் இனி தலை வைத்துப் படுப்பதில்லை என்ற வைராக்கியத்துடன் கிராமத்துக்குத் திரும்பி விட்டார். அண்ணனும் தம்பியும் கண்ணீர் வடித்ததோடு

அன்றைய தினம் கழிந்தது.

2

கிராமத்துப் பெரியவர் வந்து போன மறு மாதத்தில் கபாலீஸ்வரர் கோவிலில் உற்சவம். அன்று ஏழாம் திருநாள். சுப்ரமணியம் சம்பளம் வாங்கிய நாளும்கூட. அண்ணனுடைய குழந்தைகள் இருவரை - நடக்கக் கூடிய குழந்தைகளை மட்டும் அழைத்துக்கொண்டு அவன் கோவிலுக்குப் போயிருந்தான். சுவாமி தரிசனம் செய்து பிரகாரத்தையும் ஒரு சுற்றிச் சுற்றி விட்டு, திரும்பும் வழியில் சில விளையாட்டுச் சாமான்களையும் குழந்தைகளுக்கு வாங்கிக் கொடுத்து வீட்டுக்கு அழைத்துக்கொண்டு வந்தான். குழந்தைகள் சிற்றப்பாவிடம் வழக்கம் போல் மிகுந்த பாசத்தோடு நடந்துகொண்டன. அப்பாவைப்போலச் சாக்குப் போக்குச் சொல்லி ஏமாற்றாமல், கேட்ட பொருள்களையும் கேட்காத பொருள்களையும் வாங்கிக் கொடுக்கும் ஒருவனிடம் குழந்தைகளுக்கு அன்பு ஏற்படுவதைப்பற்றிச் சொல்லுவானேன்? மூவரும் ஒரே சந்தோஷத்தோடு வீடு திரும்பினார்கள். வீட்டில் அப்போது ராமகிருஷ்ணன் இல்லை. இரவு ஒன்பது மணியாகியும் அண்ணன் வீடு திரும்பாத காரணம் என்னவென்று தெரியாமல், சாரதாவைக் கேட்டான். ராமகிருஷ்ணன் மற்றொரு குழந்தையைத் தூக்கிக் கொண்டு கோவிலுக்குப் போயிருப்பதாக அவள் சொன்னாள். சாப்பிட்டு விட்டே போனதாகவும் சொன்னாள்.

'இரவு ஒன்பது மணிக்குமேல் குழந்தையை வெளியில் தூக்கிக் கொண்டுபோகலாமா? தூங்குகிற குழந்தையில்லையா?' என்று சொல்லிக் கொண்டே, உள்ளே போய்ச் சாதம் போடச் சொல்லிச் சாப்பிட்டான் சுப்ரமணியம். ஒட்டுக் குடித்தனங்களைச் சேர்த்தவர்கள் யாருமே அப்போது வீட்டில் இல்லை. எல்லோரும் குழந்தை குட்டிகளோடு கோவிலுக்குப் போயிருந்தார்கள். வீடு நிசப்தமாக இருந்தது. சுப்ரமணியம் வெளிதிண்ணைக்கு வந்து ஒரு குழந்தையைமடியில் படுக்கப் போட்டுத் தூங்க வைத்துக் கொண்டிருந்தான். ஆறுமாதக் குழந்தை உட்பட மூன்று குழந்தைகள் உள்ளே தூங்கிக்கொண்டிருந்தன. திண்ணையில் சுகமாகக் காற்று அடித்ததால் மடியில் கிடந்த குழந்தையும் தூங்கி விட்டது. உடனே அவன் சாரதாவைக் கூப்பிட்டான். அவளும் வந்து தூங்கும் குழந்தையை உள்ளே எடுத்துக்கொண்டு போய்ப் பாயில் படுக்க வைத்தாள். வீட்டில் சாரதாவும், சுப்ரமணியமும் தான் கண் விழித்துக் கொணடு அளுக்கு ஓரிடத்தில் உட்கார்ந்து கொண்டிருந்தார்கள். அன்றைய மாலைப்பொழுது சந்தோஷமாகக் கழிந்த உணர்ச்சி சுப்ரமணியத்தை அப்பொழுதும் இன்பத்தில்

ஆழ்த்திக் கொண்டிருந்தது. ஏதாவது படம் பார்க்கப் போகலாமா என்றும் நினைத்தான். ஆனால், நேரமாகிவிட்டது. எதுவும் செய்வதற்கில்லாமல் தெருத் திண்ணையிலேயே உட்கார்ந்து, வருவோர் போவோரைப் பார்த்த வண்ணம் உல்லாசமாகப் பொழுது போக்கிக் கொண்டிருந்தான்.

இப்படியே ஓர் அரைமணி நேரம் கழிந்தது. சுப்ரமணியம் திண்ணையை விட்டு எழுந்தான். நேரே வீட்டுக்குள் போய், சாரதா உட்கார்ந்திருந்த அறையை எட்டிப் பார்த்தான். அவள் ஒரு காரியமும் இல்லாமல், சுவரில் சாய்ந்து முகட்டைப் பார்த்த வாக்கில் உட்கார்ந்திருந்தாள். குழந்தைகள் அமைதியாகத் தூங்கிக் கொண்டிருந்தன.

சுப்ரமணியம் அந்த அறைக்குள் நுழைந்தாள். சாரதா திரும்பிப் பார்த்தாள். அவன் தன்னை நெருங்கி வருவதையும் அவள் கவனித்தாள். உள்ளத்தில் பயமோ, பரபரப்போ இல்லாமல் அப்படியே உட்கார்ந்திருந்தாள். அருகில் சென்ற சுப்ரமணியம், சற்று நின்று அவள் முகத்தைக் கூர்ந்து பார்த்தான். முகத்திலும் சலனம் இல்லை. இன்னும் நெருங்கிச் சென்று, அவளை ஒட்டி உட்கார்ந்துகொண்டு, ஆசை வெறியோடு தன் இரு கைகளாலும் அவளுடைய உடம்பை அணைப்பதற்காகப் பற்றியிழுத்தான். உடம்பு அவன் அருகில் வந்தது. அவள் கையைக் காலை உதறவில்லை; அவனைத் தடுத்து நிறுத்தவில்லை; பயந்துபோய் அபயம் கோரிக் கூவவுமில்லை. அதே சமயத்தில் தன் கைகளைத் தூக்கி அவன் உடம்பைக் கட்டிப் பிடிக்கவோ, சாதாரணமாகத் தொடவோ கூட அவள் முயற்சி எடுத்துக் கொள்ளவுமில்லை. தன்னுடைய செய்கையால் அவளிடம் எந்தவிதமான மாறுதலும் ஏற்படவில்லை என்பதைத் தெரிந்துகொண்ட மாத்திரத்தில் அவனுக்குப் பேயறைந்ததுபோல் ஆகிவிட்டது. பயத்தினால் மூச்சே நின்றுவிட்டது போன்ற பிரமை. கைகால்கள் ஆடிவிட்டன. உடம்பெல்லாம் நடுக்கம்; வேர்வை எழுந்து நின்றவன், ஓடி வருவதற்குக் கூடத் திராணியில்லாமல் நடுங்கிக்கொண்டு நின்றான். அவள் 'சுய்யோ முறையோ' என்று தடவை கத்தினால் கூட நல்லது என்று நினைத்தான். ஆனால் அவளோ, எதுவுமே செய்யவில்லை. பேசாமல் அவனைப் பார்த்துக் கொண்டே உட்கார்ந்திருந்தாள். மற்றொரு முறை அவளைத் தொட்டு, அவள் தன் கையால் ஒரு தடவையாவது தன்னை இடைமறித்தாலொழிய, தனக்கு உயிர் வராது என்று அவனுக்குத் தோன்றியது.

இரண்டாவது முறை அவனுடைய கரங்கள் அவளை முரட்டுத் தனமாகப் பற்றியபோது, ராமகிருஷ்ணன் குழந்தையோடு வீட்டுக்குள் வந்து விட்டான். அடுத்து, அந்த அறைக்குள்ளேயும் வந்தான்.

தம்பியும் மனைவியும் இருந்த நிலையைப் பார்த்தான். சுப்ரமணியத்தின் தலையில் பாறாங்கல் விழுந்ததுபோல் இருந்தது. தன் இரண்டு கைகளாலும் தலையில் அடித்துக் கொண்டு, 'அண்ணா' என்ற பயங்கரமான கூப்பாட்டுடன் அவன் கால்களில் சாஷ்டாங்கமாக விழுந்தான். அவனுடைய கூப்பாட்டைக் கேட்டு எல்லாக் குழந்தைகளும் துள்ளி விழுந்து எழுந்து அழுதன. ராமகிருஷ்ணன் திக்பிரமை பிடித்தவன் போல் அப்படியே ஸ்தம்பித்து நின்றான். சாரதா அப்போதும் பேசாமல் உட்கார்ந்துகொண்டிருந்தாள். தன்னைச் சுற்றி நடக்கும் காரியங்களுக்குப் பொருளும் தெரியாமல், காரணமும் தெரியாமல், அதைப் பற்றிக் கவலையும் படாமல் உட்கார்ந்திருப்பவளைப் போலவே அவள் இருந்தாள்.

சுப்ரமணியம் மேலும் இரண்டொரு முறை 'அண்ணா' என்று கதறினான்; அவன் கால்களைக் கெட்டியாகப் பிடித்தான்.

ராமகிருஷ்ணனுக்குச் சிறிது சுயநினைவு வந்தது. தம்பியின் பிடியிலிருந்து கால்களை விடுவித்துக்கொண்டு, வாசல் திண்ணைக்கு வந்தான். தலையில் கை வைத்துக் கொண்டு அப்படியே உட்கார்ந்து விட்டான்.

சுப்ரமணியம் சாவதானமாக அடி எடுத்து வைத்து வாசலுக்கு வந்து அண்ணனுக்கு எதிரே தலையைக் குனிந்து கொண்டு நின்றான். ராமகிருஷ்ணன் மூச்சு விடுவது அவனுக்குத் தெளிவாகக் கொண்டு நின்றான். ராமகிருஷ்ணன் மூச்சு விடுவது அவனுக்குத் தெளிவாகக் கேட்டது. இருவர் வாயிலிருந்தும் ஒரு சொல் கூடக் கிளம்பவில்லை. நேரம் ஒவ்வொரு நிமிஷமாக ஓடிக் கொண்டிருந்தது. ஐந்து நிமிஷம் ஆயிற்று, பத்து நிமிஷம் ஆயிற்று; அப்பொழுதும் பேச்சில்லை. சுப்பிரமணியம் அனுபவித்த வேதனை நரக வேதனையாக இருந்தது.

கடைசியில் ராமகிருஷ்ணன் கைகளைத் தலையிலிருந்து எடுத்து, கண்ணீர் சிந்தும் கண்களோடு தம்பியை ஏறிட்டுப் பார்த்தான். குனிந்திருந்த தம்பி இதைக் கவனிக்கவில்லை.

"சுப்பு!..."

பதில் இல்லை. பதில் தேவையுமில்லை.

"சுப்பு! இதெல்லாம் தியாகத்தின் பலன்!... அது உன் தப்பில்லை, என் தப்பு..."

சுப்ரமணியம் கண்ணீரோடு வந்து அவனைக் கட்டிப் பிடித்தான்.

ராமகிருஷ்ணன் தெருக் கூட்டத்துக்குப் பயந்து உடனே எழுந்து, தம்பியின் கையைப் பிடித்து வீட்டுக்குள்ளே வேகமாக அழைத்து வந்தான்.

"சுப்பு! எதற்காக அழுகிறாய்? இதெல்லாம் அற்பம்! சின்ன விஷயம்! பெரிய விஷயம் வேறு, பெரிய தப்பு வேறு... அதை நீயும் புரிந்து கொள்ளவில்லை; நானும் கண்டு கொள்ளவில்லை. நீ தியாகம் செய்ததும், அதைத் தியாகம் என்று நான் ஒப்புக்கொண்டதும், ஒப்புக் கொண்டு பரவசம் அடைந்ததும், அதனால் துன்பமெல்லாம் தீர்ந்துவிடும் என்று நம்பிக்கை வைத்ததும்... இதெல்லாம் ஒருவன் தியாகத்தினால் தீரும் துன்பமில்லையடா..."

சுப்பி கேவிக் கேவி அழுதான்.

"நீ அழுவது முட்டாள்தனம். இப்படித்தான் நடக்கும். நடக்க வேண்டியது நடவாமல் இருக்குமா? இனியும் உன் தற்கொலையை நான் சகித்துக் கொண்டிருப்பது தப்பு. நீ இப்போதே போய்விடு. பிரிந்தால்தான் நமக்கு ஆத்ம சாந்தி. இப்படி ஓர் அற்பக் காரியத்தைச் சாக்கிட்டு உன்னை வழியனுப்ப முடிந்ததே என்று நான் உண்மையில் சந்தோஷப்படுகிறேன். சுப்பு, பிணங்களுக்குள் வரன் முறை கெடுவது அவ்வளவு பயங்கரமான விஷயமல்ல; பிணங்களாக இருப்பது தாண்டா பெரிய பயங்கரம். போ... எங்காவது போய்ச் சௌக்கியமாக இரு. எப்படி வேண்டுமானாலும் இரு."

சுப்ரமணியம் நகரவில்லை.

"ஏன் நிற்கிறாய்? இனியும் என்னை வதைக்க வேண்டாம்."

அவன் அடி எடுத்து வைத்தான். குனிந்த தலையோடு மெல்ல மெல்ல நடந்து வாசலை நோக்கிப் போனான். வாசற்படியில் கால் வைத்ததும் அப்படியே நின்று விட்டான். ராமகிருஷ்ணன் அவனை ஏறிட்டுப் பார்க்கவில்லை. அதற்குப் பதிலாகத் தனக்குள்ளேயே எதையோ தேடிக் கொண்டிருந்தான்.

'சுப்பு எங்கே போவான்? போக்கிடம்? எங்காவது போய்ச் சௌக்கியமாக இரு என்ன எப்படி ஆசீர்வதித்தேன்? அப்படி அவனால் இருக்கமுடியுமா? அவன் கல்யாணம் செய்து கொண்டால் என்ன நடக்கும்? அவன் மற்றொரு ராமகிருஷ்ணன் ஆகாமல் தப்ப முடியாது. அவன் மனைவியோ, மற்றொரு சாரதா ஆகி விடுவாள். கல்யாணம் பண்ணிக்கொள்ளாவிட்டாலோ, அவன் ஓர் அனாதை; யாருமற்ற சந்நியாசி... முட்டாள்தனம்!... அவன் வேண்டுமென்றே செய்த தியாகம், தியாகம் என்றே நான் நினைத்த தியாகம்... எது தியாயம்? இருவருமே ஏமாந்துவிட்டோம். தியாகம் செய்திராவிட்டால், அவன் ராமகிருஷ்ணனாக அல்லவா மாறி யிருப்பான்? படுகுழியில் விழாமல் தன்னைக் காத்துக் கொள்ளத் தன்னையறியாமல் கடைபிடித்த உபாயத்துக்குத் தியாகம் என்றா பெயர்? தியாகம் செய்யக்கூட நமக்கு யோக்கியதை இல்லை. நம்

தியாகத்துக்கும் தவறுகளுக்கும் சந்தோஷங்களுக்கும் அர்த்தமே கிடையாது. அர்த்தமுள்ளதாக நம்மிடம் இருப்பது நம் தரித்தம் ஒன்றுதான்."

ராமகிருஷ்ணன் நிமிர்ந்து பார்க்கும்போது, சுப்ரமணியம் அந்த வாசற்படியிலேயே, குனிந்த தலையுடனேயே நின்றுகொண்டிருந்தான். அவனைத் திரும்ப வீட்டுக்குள் அழைப்பது எப்படி? அவன் செய்த நினைத்த தவறு முதலில் அற்ப விஷயமாகத்தான் இருந்தது. ஆனால் அவனைத் திரும்ப அழைக்கலாமா என்று நினைத்த போது அதே தவறு, செய்யத்தகாத பாவச் செயலாக பூதாகாரமாய் வளர்ந்து குறுக்கே நின்று தடுத்தது.

எப்படியும் சுப்பு போய்விட வேண்டியவன்தான்!

ராமகிருஷ்ணன் எழுந்து சுப்ரமணியத்தின் பெட்டியை எடுத்து வந்து அவன் பக்கத்தில் வைத்தான். அவனுடைய சம்பள ரூபாயில் செலவானது போக மீதியை, ஒரு காசு கூட எடுத்துக்கொள்ளாமல், அவன் கையில் திணித்தான்.

'சுப்பு, இது உலகப் பிரச்னை. உலகமே திரண்டுதான் இதைத் தீர்க்க வேண்டும். நீயும் நானும் இரண்டு தனி மனிதர்கள். நாம் இந்தப் பிரச்னையைத் தீர்க்க முயல்வது முட்டாள்தனம் பேசாமல் போய்விடு."

41

இரண்டு கணக்குகள்

நம்மாழ்வார் நாயுடு நேற்று தமது எழுபதாவது வயதில் காலமானார். நல்ல முதிர்ந்த வயது. முந்நூறு ஏக்கருக்கு மேல் வைத்து வாழ்ந்த பெரு வாழ்வு. பேரன் பேத்திகளெல்லாம் எடுத்துப் பார்த்து விட்டுத் திருப்தியோடு கண்களை மூடினார். சகல சிறப்புக்களோடும் அவளுடைய அந்திம யாத்திரையும் தகனக் கிரியையும் நடந்தேறின. அவர் மறைந்தது, ஏதோ ஒரு பூத உடம்பு மறைந்து புகழுடம்பு நிலைப்பது போன்ற உணர்ச்சியை உண்டு பண்ணவில்லை. அவரோடு ஏதோ ஒரு காலமும் ஏதோ ஓர் உலகமுமே மறைந்துவிட்டதுபோல் இருந்தது.

நாயுடுகாலமான செய்தி ஷண்முகத்துக்கு நேற்றே தெரியாதாம். இது அவருடைய மரணத்தைவிட அவனுக்கு அதிகத் துக்கத்தை அளித்தது. இன்று காலையில் தான் கேள்விப்பட்டுத் தன் ஊரி லிருந்து ஓடி வந்திருக்கிறான். வந்தவன் நேரே மயானத்துக்குச் சென்று, நாயுடுவின் அஸ்தியைத் தொட்டுக் கும்பிட்டுவிட்டு என்னைப் பார்க்க ஊருக்குள் வந்தான்.

அவர் திடுதிப்பென்று காலமானதன் காரணத்தைக் கேட்டான். ‘இப்படிப்பட்ட புண்ணியாத்தாவை இனி எந்தக் காலத்தில் பார்க்கப் போகிறோம்’ என்று துக்கித்தான். தகனம் செய்வதற்குமுன் அவரு டைய முகத்தை ஒரு தடவை பார்க்கத் தனக்குக் கொடுத்து வைக்க வில்லையே என்று வருந்தினான்.

அப்பொழுது நான், “ஷண்முகம்! அந்த நாலு ஏக்கரையும் பத்திரமா வச்சிருக்கிறயா? நல்லா விளையுதா?” என்று அவனைக் கேட்டேன்.

“ஐயா புண்ணியத்திலே இந்தப் பத்து வருசமும் நல்ல வெள்ளாமைதான். போன வருஷம் மேற்கொண்டு ரெண்டு ஏக்கரும் வாங்கியிருக்கிறேன்” என்றான். இதைச் சொல்லும்போது உணர்ச்சிப் பெருக்கால் அவன் கண்களில் நீர் சுரந்ததைப் பார்த்தேன்.

“அப்படியா...?” என்று கேட்ட எனக்கும் கண்ணீர் வந்துவிட்டது.

அப்புறம் தனக்குப் பேசத் தெரிந்த வரையிலும் நாயுடுவைப் புகழ்ந்து பேசிவிட்டுத் தன் ஊருக்குச் சென்றான் ஷண்முகம்.

சரியாகப் பத்து வருஷங்களுக்கு முன் இதுபோன்ற ஒரு காலை நேரத்திலதான் ஷண்முகத்தை நான் முதன் முதலாகப் பார்த்தேன்.

அன்று அவர் வீட்டுத் திண்ணையில் நானும் நாயுடுவும் உட்கார்ந்து பேசிக்கொண்டிருந்தோம். அவனுடைய ஒன்பது வயதுப்

பேரனும், எட்டு வயதுப் பேத்தியும் முற்றத்து வேப்பமர நிழலில் விளையாடிக் கொண்டிருந்தார்கள். வலதுகைப் புறத்திலிருந்த நீண்ட தொழுவில் பத்துக் பதினைந்து பசுக்களும், ஐந்தாறு எருமைகளும் தீவனம் தின்று கொண்டிருந்தன. வீட்டில் வேறு யாரும் இல்லை. எல்லோரும் காடுகரைகளுக்குப் போயிருந்தார்கள்.

ஐந்தாறு நாட்களில் நான் திருநெல்வேலிக்குப் போவதாக இருந்த செய்திசை சந்தர்ப்பவசமாக நாயுடுவிடம் சொன்னேன். திருநெல்வேலியில் தமக்கு ஒரு நல்ல போர்வை வாங்கி வரவேண்டும் என்று அவர் என்னிடம் சொல்லிக் கொண்டிருந்த போது, “ஐயா, கும்பிடுகிறேன்” என்ற குரல் கேட்டு நானும் அவரும் திரும்பிப் பார்த்தோம். முற்றத்தில ஷண்முகம் நின்று கொண்டிருந்தான்.

“வாப்பா, ஷண்முகம்!” என்றார் நாயுடு. பிறகு, “வா. இப்படி உட்காரு” என்று சொல்லிப் பக்கத்துத் திண்ணையை அவனுக்குச் சுட்டிக் காட்டினார்.

ஆனால் அவன் வந்து உட்காரவில்லை. மரியாதையோடு முற்றத்திலேயே நின்று கொண்டிருந்தான்.

“இவருக்கு எந்த ஊரோ?” என்று நாயுடுவைக் கேட்டேன்.

“மந்தித் தோப்பு!” என்றார் நாயுடு.

அது எங்கள் ஊரில் இருந்து ஆறு மைல் தூரத்தில் இருக்கும் கிராமம்.

ஷண்முகம், தான் வந்த காரியத்தைப் பேசத் தொடங்கினான்.

“ஐயா! நோட்டு விசயமாத்தான் உங்களைப் பார்க்க வந்தேன்” என்றான்.

“நோட்டு விஷயமா? போன மாசத்துக்கு முந்தின மாசந்தானே வட்டியைக் கொண்டாந்து குடுத்தே? அதுக்குள்ளே என்ன?”

“ஐயா! அந்த நோட்டை இன்னும் பத்து வருசம் ஆனாலும் என்னாலே மீட்ட முடியும்னு தோணல்லே. நானும் ஆனமட்டும் தான் பார்க்கிறேன். வரவுக்கும் செலவுக்கும் சரியாய்த்தான் இருக்கு. ஒரு காசு மிஞ்சல்லே. ரெண்டு வருசம் போனால், என்னாலே வட்டி கூடக் கட்ட முடியாது போலிருக்கு, குடும்பமும் நாளுக்குநாள் பெரிசாக்கிக்கிட்டே வருது. போன மாசம் கூட எனக்கு ஒரு கொளந்தை...” என்று சங்கோஜத்துடன் சொல்லி நிறுத்தினான் ஷண்முகம்.

நாயுடு இலேசாகச் சிரித்துக்கொண்டு, “என்ன குழந்தை? ஆணா? பெண்ணா?” என்று கேட்டார்.

“ஆம்பளைப் புள்ளைதான் ஐயா!”

போகட்டும் போகட்டும். உனக்கு இப்போ எத்தனை குழந்தை?"

"கடவுள் புண்ணியத்திலே அஞ்சு கொளந்தை இருக்கு, ஒரு பொண்ணும் நாலு ஆணுமா."

"சரி! நோட்டைத் திருப்ப முடியல்லேன்னா என்ன செய்யப் போறே?"

"அதைச் சொல்லத்தான் வந்தேன். என் நெலத்தை எடுத்துக்குங்க" என்று சுருக்கமாகச் சொன்னான் ஷண்முகம்.

"ரொம்பக் கெட்டிக்காரன்டா, ரொம்பக் கெட்டிக்காரன்! இந்த மாதிரி யோசனை வேறே யாருக்குத் தோணும்?" என்று சொன்ன நாயுடு, என்னைப் பார்த்துத் திரும்பி, ஷண்முகம் கடன் வாங்கிய விவரத்தைக் கூறினார்.

மூன்று வருஷங்களுக்குமுன், தன் தங்கை கல்யாணத்துக்கும், தன் குடும்பச் செலவுக்குமாகச் சேர்த்து நாயுடுவிடம் அவன் ஐந்நூறு ரூபாய் கடன் வாங்கியிருக்கிறான். சொந்த ஊரில் அவனுடைய நான்கு ஏக்கர் நிலத்தின் பேரில் அவ்வளவு தொகையைக் கடன் கொடுக்க யாரும் தயாராக இல்லை. அதனால் ஆறு மைல் தூரம் ஊர் விட்டு நடந்து வந்து, நாயுடுவிடம் நோட்டு எழுதிக் கொடுத்துப் பணம் வாங்கியிருக்கிறான். வருஷம் தவறாமல் வட்டியும் செலுத்திக் கொண்டு வந்தானாம். இப்போது, கடனைக் கட்டத் தனக்குச் சக்தி இல்லை என்று சொல்லி நிலத்தை எடுத்துக் கொள்ளும்படி நாயுடுவைக் கேட்டுக்கொள்ள வந்திருக்கிறான்.

அவனுடைய நிலம் ஐந்நூறு ரூபாய் பெறுமா என்பது எனக்குத் தெரியாது. நாயுடுவின் நல்லகுணத்தைக் கண்டு அவரை அவன் ஏமாற்றி விடக் கூடாதே என்று நினைத்தேன். அதைச் சூசகமாக அவருக்குத் தெரிவிக்கவும் முடியவில்லை. எனினும், நிலம் நன்றாக விளையவில்லையோ, அதனால்தான் கடன் கட்ட முடிய வில்லையோ என்று கேட்பவனைப்போல், "நிலம் எப்படி?" என்று ஷண்முகத்தைக் கேட்டேன்.

உடனே நம்மாழ்வார் நாயுடு இடைமறித்து, "நிலம் எப்படி இருக்கும்? இவனுக்கு இருப்பதே அந்த நாலு ஏக்கர்தான், அதைக் கண்ணும் கருத்துமா உழுது உரம் போட்டுத்தான் வச்சிருப்பான், ஏழை நிலம் தரிசு கிடக்குமா?" என்றார். "நிலத்தை எனக்குக் குடுத்திட்டு நீ பிள்ளை குட்டிகளை எப்படிக் காப்பாத்துவே?" என்று ஷண்முகத்தைக் கேட்டார்.

அப்பொழுது அவன் ஒரு கணக்குப் போட்டுக் காட்டினான்.

"ஐயா இந்த நாலு ஏக்கரிலே பாடுபட்டால், என் குடும்பத்துக்கு ஆறு மாசச் செலவுக்குத்தான் சரியாயிருக்கு. மிச்சம் ஆறுமாசமும் கூலிவேலக்குப் போய்த் தான் குடும்பத்தைக் காப்பாத்தி வர்றேன். உங்களுக்கு நெலத்தை விட்டுட்டால் வருஷம் பூராவும் கூலி வேலைக்குப் போவேன். கணக்குப் பார்த்தால், எனக்கு நெலம் இருக்கிறதும் ஒண்ணுதான்; இல்லாததும் ஒண்ணுதான்."

"அதனாலே நிலத்தைக் குடுத்திட்டா உனக்கு நஷ்டமில்லை என்கிறே?"

"நஷ்டமில்லை. அதே சமயத்திலே கடனும் தீர்ந்து போகும்."

ஷண்முகத்தின் கணக்கைக் கேட்டுவிட்டு நாயுடு மற்றொரு முறை சிரித்தார். அவன் புத்திசாலித்தனத்தையும், நேர்மையையும் என்னால் வியக்காமல் இருக்க முடியவில்லை.

நாயுடு தலையைக் குனிந்துகொண்டு சிறிதுநேரம் யோசனை செய்தார், ஏதோ நினைவுக்கு வந்தவர்போல், தொழுவை இக்கடைசி யிலிருந்து அக்கடைசி வரை பார்த்தார்.

"ஷண்முகம்! அந்தா கிடக்கிற புல்லுக்கட்டை அவுத்து, அந்தக் கோடியிலே நிக்கிற வெள்ளைப் பசுவுக்கு முன்னாலே கொண்டு போய்ப் போடு. தீவனம் இல்லாமல், பக்கத்துப் பசுவுக்கு முன்னாலே கிடக்கிற புல்லுக்குத் தலையைத் தலையை நீட்டுது" என்றார் நாயுடு.

ஷண்முகம் அப்படியே போய், அந்தப் பசுவுக்கு முன் புல்லைப் போட்டுவிட்டு வந்தான். வந்து, "புல்லு நெறையத்தான் கிடக்கு. அது சும்மாதான் தலையை அந்தப் பக்கம் நீட்டுது" என்று சொன்னான்.

அப்பொழுது நாயுடுவின் பேரன் முற்றத்திலிருந்து வந்து எங்கள் பக்கத்தில் உட்கார்ந்தான். சிறிது நேரம் எல்லோரும் மௌனமாக இருந்தோம்.

"ஐயா, அப்போ என்ன சொல்றீக? எனக்கும் நேரமாகுது" என்று தன் விஷயத்தை நாயுடுவுக்கு ஞாபகமூட்டினான் ஷண்முகம்.

சிரித்த முகத்தோடு அவனைப் பார்த்துக்கொண்டு, "ஷண்முகம்! உனக்குப் படிக்கத் தெரியுமா?" என்று அவர் கேட்டார்.

சம்பந்தமில்லாத இந்தக் கேள்வி எனக்கு ஆச்சரியத்தை உண்டு பண்ணியது.

"நான் எங்கே படிச்சேன், ஐயா? நோட்டுலே கூட நான் ரேகை தானே வைச்சேன்?"

"அதுதானே கேட்டேன்! உனக்குக் கையெழுத்துக் கூடப் போடத் தெரியாது ஆனால் எனக்குப் போடத் தெரியும்.

கையெழுத்துப் போடத் தெரியாத உனக்கு இப்படிக் கணக்குப் போடத் தெரிஞ்சிருந்தால், கையெழுத்துப் போடத் தெரிஞ்ச எனக்கு எப்படி யெல்லாம் கணக்குப் போடத் தெரியும்னு யோசனை பண்ணிப் பார்த்தியா? நீ நிலத்தை வச்சிருந்தாலும் உனக்கு நஷ்டமில்லை. வாஸ்தவம். ஆனால் அந்த நிலத்தை நான் எடுத்துகிட்டால் எனக்கு லாபம் இருக்கணுமில்லே? உன் நிலம்-அதுவும் ஆறு மைலுக்கு அந்தப் பக்கம் அடுத்த ஊரிலே இருக்கிற நாலு ஏக்கர்-எனக்குக் கிடைக்கிறதனாலே, என் உடம்பு எவ்வளவு பருக்கும்? எத்தனை கோபுரம் என்னாலே கட்ட முடியும்?"

"அப்படியா சொல்றது?" என்றான் ஷண்முகம்.

"வேறே எப்படிச் சொல்றது? உன் கணக்குப்படி நிலத்தைக் குடுக்கிறதனாலே உனக்கு நஷ்டமில்லை. என் கணக்குப்படி, நிலத்தை எடுத்துக்கிறதனாலே எனக்கு லாபமில்லை" என்று சொல்லிவிட்டு, "என் கணக்கு எப்படி," என்று சிறு குழந்தையைப்போல் என்னைக் கேட்டார்.

நான என்ன பதில் சொல்லுவது?

"நீங்க நெலத்தை எடுத்துக்கிடலேன்னா என் கடன் தீராதே! உள்ளூரிலேயே வித்துப் பணத்தக் குடுத்திறலாம்னுதான் பார்த்தேன். ஆனால் வலிய விக்கப்போகிறபோது ஏக்கரை ஐம்பது ரூபாய்க்குக் கேக்கக்கூட ஆளில்லை. அநியாயமாக் கொறைச்சிக் கேக்கிறாக!"

அந்தச் சமயத்தில் நாயுடுவின் பேத்தியும் திண்ணைக்கு வந்தாள்.

அவர் ஒன்றும் சொல்லாமல் வீட்டுக்குள்ளே எழுந்து போய், ஐந்து நிமிஷங்களுக்குள் ஷண்முகம் எழுதிக் கொடுத்த புரோ நோட்டுடன் வெளியில் வந்தார்.

"ஷண்முகம்! இப்படி வா" என்று அவனைக் கூப்பிட்டார். அவன் அருகில் வந்ததுதான் தாமதம், நோட்டை இரண்டாகக் கிழித்து அவன் கையில் கொடுத்துவிட்டார் நாயுடு.

ஷண்முகத்தின் கைகள் நடுங்கின. இரண்டு கைகளையும் தலைக்கு மேல் தூக்கி, "ஐயா!..." என்று என்னவோ சொல்ல முன் வந்தான்.

நாயுடு தன் பேத்தியைப் பார்த்து, "ருக்மிணி ஷண்முகத்துக்கு மோர் கொண்டுவந்து குடு. நம்ம பசுவுக்கு அவன் புல்லெல்லாம் எடுத்துப் போட்டான் பாத்தியா? போ, சீக்கிரம் கொண்டுவா" என்றார்.

ஷண்முகத்தைத் திரும்பியே பார்க்காமல் என் பக்கம் திரும்பிக் கொண்டு, "தம்பி! நான் சொன்னதை மறந்திராதே. நல்ல போர்வையா

இருக்கணும், பார்த்து வாங்கி வா" என்று பேச்சை மாற்றினார்.

அப்போது ருக்மிணி ஒரு பெரிய செம்பைத் தூக்க முடியாமல் தூக்கிக்கொண்டு வந்து ஷண்முகத்திடம் கொடுத்தாள். வாங்கிப் பார்த்தால் அதில் மோர் இல்லை; பால் இருந்தது.

தெரியாமல், பால் பானையில் மொண்டுகொண்டு வந்து விட்டாள் குழந்தை!

"தம்பி, நம்ம பேத்தி எப்படி?" என்று என்னிடம் சொல்லிவிட்டு நாயுடு சிரித்தார்.

எனக்கு மெய் சிலிர்த்தது.

"உங்கள் கணக்கை உங்கள் பேத்தியும் படித்துக் கொண்டாள்" என்று நான சொன்னதும் அவர் அப்படியே அந்தக் குழந்தையைத் தமது மடிமீது இழுத்து வைத்துக்கொண்டு கொஞ்சியதும் எனக்கு நன்றாக ஞாபகமிருக்கின்றன.

ஷண்முகம் மேற்கொண்டு இரண்டு ஏக்கர் வாங்கியிருப்பது நாயுடுவுக்குத் தெரியுமா? இதைக் கேட்காமல் ஷண்முகத்தை எப்படி அனுப்பினேன் என்றே தெரியவில்லை.

42

நல்லவள்

அன்று மாலையில் எனக்கு வெளியே போக வேண்டிய அவசர காரியம் இருந்தது. நண்பர் ஒருவரைப் பார்க்க வருவதாகச் சொல்லியிருந்தேன். இருந்தாலும் ஆபீஸிலிருந்து வந்த அதே காலுடன் திரும்பவும் வெளியே செல்வதற்கு இஷ்டமில்லை. பத்து நிமிஷங்களாவது உட்கார்ந்து ஓய்வெடுத்துக் கொண்டு, காபியும் சாப்பிட்டுவிட்டுப் போகலாம் என்று நினைத்தேன். டிபன் பாத்திரம், பிளாஸ்க், ஆபீஸ் பைல்கள்- இத்தனையும் அடங்கிய எனது துணிப்பையை வாங்கிச் சுவரில் மாட்டும் நித்திய கடமையைச் செய்ய ஜயா முன்வரவில்லை. முகத்திலே வரவேற்புக் குறியையும் காணோம். 'இன்றும் ஏதோ கதை நடந்திருக்கிறது' என்பதைக் கண்டுக்கொண்டேன். பையைக் கொண்டுபோய் நானே சுவரல் தொங்கவிட்டேன். உட்கார்ந்தால் அவளுடைய கதையைக் கேட்க வேண்டி வரும். அது பத்து நிமிஷங்களில் நிச்சயமாக முடிவடையாது- முடிவடையாததப் பற்றிப் பேசுவானேன்? ஆரம்பமாகவே அரை மணி நேரத்துக்குமேல் ஆகும்- என்று பழைய படியும் செருப்பைக் காலில் மாட்டிக்கொண்டு, "ஜயா! கொஞ்சம் வெளியே போய் விட்டு வந்துவிடுகிறேன்" என்று சொல்லிக் கொண்டு புறப் பட்டேன்.

காபியை எடுத்துக்கொண்டு வந்த ஜயா,

"நீங்கள் 'கொஞ்சம்' போய்விட்டு வந்தாலும் சரிதான்; ரொம்பப் போய்விட்டு வந்தாலும் சரிதான்" என்று சாவதானமாகத் தாளம் போட்டுச் சொல்லிவிட்டுக் காபியை என்னிடம் கொடுத்தாள்.

அவளிடம் பேச்சுக் கொடுக்க நான் விரும்பவில்லை. கேட்கிற கதையை, ராத்திரிச் சாப்பிடும்போது கேட்டுக் கொள்ளலாம் என்று காபியை மட்டும் மௌனமாக அவளிடமிருந்து வாங்கிக் கொண்டேன்.

அந்தச் சமயத்தில் உமா என்னைப் பார்த்துக் கொண்டாள். பார்த்ததும் ஆவலோடு ஓடிவந்தாள். ஏன் அப்படி ஓடிவந்தாள் என்பது அவளுக்குத்தான் தெரியும். வாரத்துக்கு ஒரு நாள் நான் 'ஆபீஸ் பை'யில் வைத்துக்கொண்டு வரும் வாரப் பத்திரிகையை அன்றும் கொண்டு வந்திருக்கக்கூடும் என்று நினைத்து ஓடி வந்திருக்கலாம். ஒவ்வொரு வாரமும் அவள் முதலில் வாங்கிப் படம் பார்த்த பிறகுதான், நாங்கள் அந்தப் பத்திரிகையைப் படிக்க முடியும். அவள் என் பக்கத்தில் வந்து சேருவதற்கு முன்பாகவே,

அவளுடைய தாயார் அதிவேகமாகப் பின் தொடர்ந்து வந்து, அவள் முதுகில் பலமாக ஓர் அறை அறைந்து கையைப் பிடித்துத் தன் வீட்டுக்குள்ளே இழுத்துக்கொண்டு போய்விட்டாள்.

உமாவின் முதுகில் விழுந்த அடி, அன்று நடந்த கதை எவ்வளவு ஆழமானது என்பதை எனக்கு ஒருவாறு எடுத்துக் காட்டி விட்டது. ஜயாவைப் பார்த்து, "என்ன, இன்று பெரிய சண்டையா?" என்று ரகசியக் குரலில் கேட்டேன். அவள் பதில் சொல்லாமல் மௌனமாக இருந்தாள்.

அவள் மௌனம் எனக்குப் பிடிக்கவில்லை. சொல்ல வேண்டிய விஷயத்தை உடனே சொல்லாமல் இப்படி அர்த்தமில்லாமல் பிகுப்பண்ணுவது எதற்கு? அப்படியானால்தான் அவளுடைய கோபத்தை நான் புரிந்துகொள்ள முடியுமா?

மேற்கொண்டு நான் விசாரிக்கவில்லை. அலட்சியமான தோரணையில், "சரி; நான் போய் வருகிறேன்" என்று சொல்லிவிட்டுக் காலி டம்ளரை அவளிடம் நீட்டினேன். பிடுங்கிக்கொள்ளுவதைப் போல் அதை வாங்கிக் கொண்டாள் ஜயா.

நான் தெருவாசலுக்கு வந்தேன். என்னை விரட்டிக் கொண்டு வந்த ஜயா, "நாளையே இந்த வீட்டைக் காலி பண்ணிவிட வேண்டும். இனி ஒரு நிமிஷம் என்னால் இங்கே இருக்க முடியாது" என்று சொல்லிவிட்டு முகத்தை வேறு திசையில் திருப்பிக்கொண்டு நின்றாள்.

"ஜயா! நான் அவசரமாகப் போய்க்கொண்டிருக்கிறேன். ஒரு மணி நேரம் கழித்துச் சாவகாசமாகப் பேசிக் கொள்ளலாம். என்ன நடந்தது என்பதைச் சொல்லாமலே, என்னென்னவோ சொல்லிக் கொண்டிருக்கிறாய்; கொஞ்சம் பொறுமையாக இரு" என்று வேதனை யோடு சொன்னேன்.

என் மனக் கஷ்டத்தை அவள் உணர்ந்துகொண்டு விட்டாள் என்பது அவளுடைய முகபாவம் மாறியதிலிருந்து தெரிந்தது.

"இன்றும் ஏதாவது கைமாற்றுக் கடன் கொடுத்தாயா?"

கொடுக்காமல் என்ன? கொடுககப் போய்த்தான் ஒரு மணி நேரத்துக்குள் வீடு ரணகளமாகி விட்டது. இனியும் காசைக் கொடுத்து வம்பை விலைக்கு வாங்க நான் தயாராயில்லை" என்று சொல்லிவிட்டு ஜயா உள்ளே போய்விட்டாள்.

வேறு யோசனை எதுவும் செய்யாமல் நண்பர் வீட்டுக்குப் போனேன். பேசவேண்டிய விஷயத்தைப் பேசி முடித்த பின், வாடகைக்குப் பக்கத்தில் ஏதாவது வீடு அகப்படுமா என்று விசாரிக்கும் படி அவரிடம் ஒருமுறைக்கு இருமுறை சொல்லிவிட்டு வீடு திரும்பினேன். அந்த வீட்டைவிட்டுப் போய்விட வேண்டும் என்று உண்மையிலேயே அன்றுதான் முதன்முதலாக எனக்குத்

தோன்றியது. ஏனென்றால், ராஜேசுவரியை கெட்டவளாக்க எனக்குக் கொஞ்சம்கூட விருப்பமில்லை.

அவளுக்கும் என் மனைவிக்கும் இடையில் ஆயிரம் மனக் கசப்புகள் ஏற்பட்டிருக்கின்றன. எத்தனையோ தடவை சூடான வார்த்தைகளோடு சண்டை போட்டிருக்கிறார்கள் என்பதும் எனக்குத் தெரியும். இருந்தாலும் அவள் நல்லவள் தான். இதை ஐயா ஒப்புக் கொள்ளாவிட்டாலும், மறுத்ததில்லை. பாவம், இன்னும் சில நாட்கள் அங்கே குடியிருந்து அவளைக் கெட்டவளாக நினைக்கத் தொடங்குவானேன்? அதன்பின் அவளைக் கெட்டவளாகவும் ஆக்கு வானேன்?

கூடிய சீக்கிரத்தில் வீட்டைக் காலி செய்து வேறிடத்துக்குக் குடி போய்விட வேண்டியதுதான் என்ற உறுதியோடு வீட்டுக்கு வந்து கொண்டிருந்தேன். வழி நெடுக எனக்கு ராஜேசுவரியைப் பற்றிய சிந்தனை தான்.

ராஜேசுவரிதான் அந்த ஆறு வயதுப் பெண் உமாவின் தாயார். அவளுடைய கணவர் சீர்காழி எஸ். கிருஷ்ணன் என்பவர் ஒரு மிருதங்க வித்வான். மயிலாப்பூரில் ஒரு வீட்டின் பின் பாதியில் அவர் வாடகைக்குப் பிடித்திருந்த பகுதியில் உள்-வாடகைக்காரர்களாகப் புதுத் தம்பதிகளாகிய நாங்கள் இரண்டு வருஷங்களுக்கு முன் குடியேறினோம். மூன்று அறைகளும் ஒரு சமையற் கூடமும் அடங்கிய அந்தப் பகுதியில் இரண்டு அறைகளை நாற்பது ரூபாய் வாடகைக்கு எங்களுக்கு விட்டுவிட்டு, அவர்கள் அந்த ஓர் அறைக்கும் சமையற்கூடத்துக்கும் சேர்ந்து இருபத்தைந்து ரூபாய் கொடுத்து வந்தார்கள். வீட்டின் முன்புறத்தில் ஒரு பெரிய பலசரக்குக் கடை. கடையை ஒட்டியுள்ள குகை போன்ற வாசலில் நுழைந்து சுமார் இருபது கஜ தூரம் நடந்துதான் நாங்கள் எங்கள் குடியிருப்புப் பகுதிகளுக்குப் போகவேண்டும். ஒரே நடை பாதையில் போக்குவரத்து, ஒரே ஸ்நான அறை, ஒரே குழாய், ஒட்டினாற்போல் குடியிருப்பு. இந்த நிலையில் நாங்கள் எத்தனை சண்டைகள் போட்டுக் கொண்டாலும் ஒருவர் முகத்தில் ஒருவர் விழிக்காமல் தீராது. ஏகதேச மாகச் சுவரைப் பார்த்தாவது பரஸ்பரம் பேசியாக வேண்டும். அத்துடன் அடிக்கடி எங்களிடம் அவர்கள் கைமாற்றுக் கடன் வாங்குவதும், சொந்தக் குழந்தை மாதிரி உமா எங்களிடம் வந்து பழகுவதும் எங்கள் தொடர்பை நிலைக்கச் செய்து கொண்டிருந்தன.

மிருதங்க வித்வான் பெரிய தமாஷ்காரர். அவருடன் யாராலும் சண்டை போட முடியாது. சண்டைக்குப் போனாலும், ஒரு நிமிஷத்தில் சிரிக்க வைத்து விடுவார். மனைவியை விட நல்லவர் என்று சொல்லவேண்டும். அவர் வீட்டுக்கு வரும் சில வித்வான்கள் மூலம் அவர் மிருதங்க வாசிப்பில் மகா கெட்டிக்காரர் என்றும், ஆனால்

அதிர்ஷ்டமில்லாத காரணத்தால் குடத்துக்குள் வைத்த விளக்காக இருந்து கொண்டிருக்கிறார் என்றும் கேள்விப்பட்டிருக்கிறேன். ரேடியோவிலிருந்தும் இளம் பாடகர்களின் கச்சேரிகளுக்கும் ஏகதேசமாக அவருக்கு அழைப்பு வரும். தொழில் நன்றாக நடந்தாலும், அந்த மாதத்தின் வருமானம், அடுத்த மாதம் முதல் வாரத்துக்குக் கூட மிஞ்சாது. தொழில் நடக்காமல் கழியும் மாதங்கள், வருஷத்தில் கால்வாசியாவது இருக்கும். என்ன செய்வது? கடன் வாங்கித்தான் காலம் தள்ள வேண்டும்? வீட்டு வாசலில் உள்ள பலசரக்குக் கடையில் ஏராளமான பாக்கி. கடைக்காரர் கடன் கொடுப்பதை நிறுத்தி ஒரு வருஷத்துக்கு மேலாகிறது. தெருவில் உள்ள வேறு கடைகளுக்கும் பாக்கி கொடுக்க வேண்டும். என்னிடத்திலும் மாதம் தவறாமல் ஒரு ரூபாயிலிருந்து இருபது ரூபாய் வரை கைமாற்று வாங்குவது வழக்கமாகிவிட்டது. ஆனால் அடுத்தமாத வாடகையை அவர் கையில் கொடுக்கும் போது நான் பாக்கியைக் கழித்துக்கொண்டே கொடுப்பேனாதலால், எனக்கு அவர் கொடுக்க வேண்டிய பழைய கடன் எதுவும் இல்லை என்றுதான் சொல்ல வேண்டும். வீட்டுச் சொந்தக்காரர்களுக்கு வாடகைப் பணம் சரியாகப் போய்ச் சேராது. இதனால் அடிக்கடி அவர் வந்து கூப்பாடு போட்டுவிட்டுப் போவதுண்டு. இந்தக் கூப்பாட்டைச் சமாளித்துக் கொண்டு ஏழு வருஷங்களாக அவர்கள் குடியிருந்து வருவது எனக்குப் பெரிய ஆச்சரியமாகவே இருந்தது.

நாங்கள் அங்கே குடித்தனம் செய்யப்போன மூன்றாவது மாதத்திலேயே எங்களிடம் கடன் வாங்க ஆரம்பித்து விட்டார்கள். என்னிடம் அவர் ரொக்கமாக வாங்குவார்; என் மனைவியிடம் அவர் மனைவி பண்டங்களாக வாங்குவாள். ஆனால் பணம் வந்தவுடன், முதல் வேலையாக என் மனைவிக்குக் கொடுக்க வேண்டிய கடனைக் கொடுத்துவிடுவாள். ஐயோ, அவள் கையில் பணம் இருக்கும்போது அவளைப் பார்க்க வேண்டுமே! அந்த வீடே கல்யாண வீடு போல் கலகலப்பாக இருக்கும். என் மனைவியிடம் அவள் காட்டும் அன்புக்கு ஓர் எல்லையே இராது, உடன் பிறந்த சகோதரிகளைப் போல் பழகுவார்கள். இரண்டு வீடுகளும் ஒரு வீடாகிவிடும். அப்படிப்பட்ட சில சமயங்களில் இரண்டு வீடுகளுக்கும் சேர்த்து ஒரே இடத்தில் சமையல் நடப்பதும் உண்டு.

ராஜேசுவரியின் வாய்மொழி மூலம், அவள் ஓரளவு செயலான குடும்பத்தில் பிறந்து வளர்ந்தவள் என்பதை ஜயா அறிந்து என்னிடம் சொன்னாள். அவளுடைய அன்பும், பண்பும் அவள் பிறந்த வீட்டின் பண்பாட்டை எனக்கு உணர்த்திக் கொண்டிருந்தன.

ஆறேழு மாதங்களுக்குப் பிறகு, அவளோ அவரோ எங்களிடம் கடன் வாங்கிய தினங்களில் மட்டும் அவள் எங்களை விரும்பாதவள்

போல் நடந்து கொள்ளத் தொடங்கினாள். இதை நானும் ஜயாவும் முதலில் கவனிக்கவில்லை. அப்புறம் ஒரு நாள் எப்படியோ தெரிந்து கொண்டோம். கடன் கொடுத்த தினத்தன்று அஸ்தமனத்துக்குள்ளாக என் மனைவியிடம் மனஸ்தாபம் கொள்ளுவதற்கு ஏதாவது ஒரு முகாந்தரத்தை அவள் சிருஷ்டித்து விடுவாள். அவள் இப்படிச் செய்வாள் என்பதை என் மனைவியும் எதிர்பார்த்துக் கொண்டு தயாராகக் காத்திருப்பாள். பேச்சும் பதில் பேச்சுமாக மனஸ்தாபம் வெளிப்பட்டுக் கொண்டிருக்கும். அப்புறம் நானோ, மிருந்தங்க வித்வானோ வீட்டுக்கு வந்ததும் அது நின்றுவிடும். மாதத்துக்கு இரண்டு தடவையாவது நான் ஆபீஸிலிருந்து வீட்டுக்கு வந்ததும், ஜயா என்னிடம் கதையாகச் சொல்லுவதற்கு ஏதாவது சண்டை நடந்திருக்கும். அதைக் கேட்டு ஆரம்ப காலத்தில் எனக்கும் கோபம் வந்திருக்கிறது. ஸ்நான அறையை நாங்கள் சுத்தமாக வைத்துக் கொள்ளவில்லை என்று ஒரு நாள் குற்றம் சாட்டுவாள். மற்றொரு நாள், கொடுக்கும் காசுக்கு மேல் நாங்கள் விளக்குகளை அதிகமாக எரித்து விட்டதாகச் சொல்லுவாள். வேறொரு நாள், அவர்களைப் பரம தரித்திரர்களாகக் கருதி நாங்கள் அவமதிப்பதாகக் கூறுவாள். இப்படி எத்தனையோ பல காரணங்கள் அந்த ஒட்டுக் குடித்தனத்தில் முளைத்துக் கொண்டே இருந்தன. ஆனால் அவளுடைய கணவருக்கு நல்ல வருமானம் வரும் சமயங்களில், இந்த மாதிரியான தவறுகளை உண்மையிலேயே நாங்கள் செய்திருந்த போதிலும், அவை அவள் கண்ணில் படாது. என் மனைவியே வலியப் போய்த் தான் தவறு செய்து விட்டதாகச் சொன்னாலும், “அதற்கென்ன, ஜயா? இதை ஒரு பெரிய விஷயமாகச் சொல்ல வந்துவிட்டாயே!” என்று சொல்லிச் சிரித்துமிருக்கிறாள். ஒரு சமயம் அவர்கள் வீட்டு டார்ச் லைட்டை என் மனைவி அவளிடம் இரவல் வாங்கியிருந்தாள். அது எப்படியோ தவறிவிழுந்து கண்ணாடி உடைந்துவிட்டது. பதிலுக்கு நாங்கள் கண்ணாடி போட்டுத் தர தயாராக இருந்தோம். அதற்கு அவள் சம்மதிக்கவே இல்லை. “நாங்கள் உடைத்திருந்தால் உங்களைக் கண்ணாடி போட்டுத் தரச் சொல்லுவோமா? நாங்கள் வேறு நீங்கள் வேறா? அத்துடன் எதிர்பாராமல் நேர்ந்த இப்படிப்பட்ட தவறுக்கு யாருமே பொறுப்பாளியல்ல, ஜயா!” என்று அழகாகச் சொல்லி உந்த லைட்டை வாங்கிக்கொண்டாள்.

ராஜேசுவரி அப்புறம் எனக்கு ஆராய்ச்சிக்குரிய விஷயமாகவே மாறிவிட்டாள். கடன் கொடுத்த தினத்தில் சண்டைக்கு வருவாள்; கையில் பணம் இருக்கும்போது அன்பில் உயிரையே கொடுக்கச் சித்தமாக இருப்பாள். இவளை நல்லவள் என்று சொல்லாமல் இருப்பது எப்படி? அவளுடன் கோபித்துக் கொண்டு வீட்டைக் காலி செய்வதும் எப்படி? அவளைப்போல் சென்னை நகரில் வேறு எந்தப் பெண் அன்பாக இருப்பாள்?

ஒரே ஒரு தடவைதான் வார்த்தைகள் தடித்து ஜயாவும் ராஜேசுவரியும் சண்டை போட்டிருக்கிறார்கள். அன்று காலையில் அவள் வாங்கிய கடன் இரண்டு ரூபாய். அன்றையச் சமையலுக்குத் தான். மறுநாள் காலையில் ஸ்நான அறைக்குள் என் மனைவி குளித்துக் கொண்டிருந்தபோது, அவள் வெளிப்புறத்தில் தன் கணவருக்காக வெந்நீர் போட்டிருந்தாள். அடுப்பு புகைந்து வீடெல்லாம் புகை மண்டிவிட்டது. ஸ்நான அறைக்குள் இருந்த என் மனைவி புகையில் திக்குமுக்காடிப் போய்விட்டாள். அவசரம் அவசரமாக வெளியே வந்து, மிகுந்த கோபத்துடன் ராஜேசுவரியை அழைத்து, "நான் குளித்த பிறகு வெந்நீர் போடக்கூடாதா? நான் மூச்சு முட்டிச் சாக இருந்தேன் தெரியுமா?" என்று சொன்னாள்.

நான் வீட்டில் இருக்கிறேன் என்பதைக்கூடப் பொருட் படுத்தாமல் ராஜேசுவரி தூக்கி எறிந்து பேசினாள். "நீங்கள் குளிப்பதற்காக நாங்கள் காத்திருக்க வேண்டும் என்று என்ன சட்டம்? எங்களுக்கு ஆபீஸ் வேலை இல்லாவிட்டாலும், அவசரமாக வெளியே போக வேண்டிய வேலை இராதா? உங்களை எதிர்பார்த்தே தான் நாங்கள் குடித்தனம் நடத்த வேண்டுமா...?" என்று ஒன்றுக்குப் பத்தாக வார்த்தைகளை வீசி எறிந்து கொண்டிருந்தாள்.

நான் உள்ளேயிருந்த வாக்கிலேயே குறுக்கிட்டு, "ஜயா! நீ இங்கே வா" என்று என் மனைவியை அழைத்தேன்.

அவளும் உடனே வந்துவிட்டாள். அன்று எனக்கு அதிகக் கோபம். ஆனாலும் வீட்டைக் காலி பண்ண வேண்டுமென்று நினைக்க வில்லை. ஆனால் இப்பொழுது வேறிடத்துக்குப் போய்விட வேண்டியது தான் என்று எனக்குப்பட்டது. அந்த உறுதியோடுதான் வீடு வந்து சேர்ந்தேன்.

நான் வீட்டுக்கு வந்தபோது, மிருதங்க வித்வான் தம் வீட்டு முற்றத்தில் ஜமக்காளத்தை விரித்து நாலந்து நண்பர்களோடு உட்கார்ந்து கொண்டிருந்தார். எல்லோரும் வெற்றிலை சீவல் போட்டுக் கொண்டு சிரிப்பும் தமாஷுமாகப் பேசிக் கொண்டிருந்தார்கள். அங்கே இருந்தவர்கள் எல்லோருமே சங்கீதத்தைத் தொழிலாகக் கொண்டவர்கள்போல் காணப் பட்டார்கள்.

நான் நேரே என் வீட்டுக்குள் போனேன். ஜயா ஒன்றும் செய்யாமல் மௌனமாக உட்கார்ந்து கொண்டிருந்தாள். அவளிடம் கதை கேட்பதற்கு அதுவே சரியான தருணம் என்று எனக்குத் தோன்றியது. மற்றச் சமயங்களில் எங்கள் வீட்டில் ரகசியம் பேசினால், அடுத்த வீட்டுக்குக் கேட்டுவிடுமோ என்ற பயத்துடனேயே பேச வேண்டும். குடித்தனம் அவ்வளவு தூரம் ஒட்டுக் குடித்தனமாக இருந்தது. இப்போது வித்வான்கள் ஒரே முழக்கமாகச் சிரித்துக்கொண்டும் பேசிக்கொண்டுமிருந்ததால், நாங்கள் பயப்படாமல் ரகசியம் பேசலாம்.

அவர்களுடைய முழக்கத்தில் எங்கள் ரகசியப் பேச்சு மூன்றாம் நபருக்குக் கேட்காதல்லவா?

நான் கேட்ட கேள்விக்குப் பதில் சொல்லாமல் பத்து நிமிஷம் மௌனமாக இருந்தாள் ஜயா. அடுத்த பத்து நிமிஷ நேரம், சம்பந்த மில்லாமல் ஒரு வார்த்தை இரண்டு வார்த்தைகளாகப் பதில் சொல்லிக் கொண்டிருந்தாள். பிறகுதான் விஷயத்தைச் சொன்னாள். அது நான் எதிர்பார்த்த விஷயம் தான்; எதிர்பார்த்த கதைதான். ஆனால் எதிர்பார்க்காத சில கோரமான அம்சங்களும் இருந்தன. இரண்டு முறை நான் அதிர்ச்சி அடைந்துவிட்டேன் என்று கூடச் சொல்லாம். சுருக்கமாகச் சொன்னால் நடந்த கதை இதுதான்:

அன்று பிற்பகல் இரண்டு மணிக்கெல்லாம் ராஜேசுவரி வந்து என் மனைவியிடம் ஒரு ரூபாய் கேட்டிருக்கிறாள். இவளிடம் அன்று பணமில்லை. 'இல்லையே' என்று சொல்லிவிட்டாள். உடனே தன் வீட்டுக்குப்போன ராஜேசுவரி திரும்பவும் வந்து எட்டணா கேட்டிருக்கிறாள். அதற்கும் அதே பதில்தான். 'சரி, ஒரு மூன்றணா இருக்குமா?" என்று அவள் கடைசியாகக் கேட்கவே, 'இன்று கையில் காசே கிடையாது. கொஞ்சம் இருங்கள். எதற்கும் பார்த்துச் சொல் கிறேன்' என்ற ஜயா உள்ளே வந்து ஒரு டப்பாவை எடுத்துத் திறந்து பார்த்திருக்கிறாள். அதில் அவள் நயா பைசாக்களைப் போட்டு வைப்பது வழக்கம். உள்ளே இருந்த காசுகளைக் கையில் கொட்டி எண்ணிப் பார்த்தபோது ஒவ்வொரு நயா பைசாவாக மொத்தம் இருபத்தொன்று இருந்தன. அதில் பத்தொன்பதை மட்டும் எண்ணி எடுத்துக்கொண்டு வந்து ராஜேசுவரியின் கையில் கொடுத்திருக் கிறாள்.

இதைக் கேட்கவே எனக்குக் கஷ்டமாக இருந்தது. "ஜயா! நீ அந்த நயா பைசாக்களைக் கொடுத்திருக்கக் கூடாது! மகா குரூரம்! கேவலம், பத்தொன்பது ஒற்றைப் பைசாக்கள் கூட இல்லாதவர்கள் என் அவர்கள் முகத்திலேயே கரியால் எழுதி வைப்பதுபோன்ற காரியம் இது" என்றேன்.

"நான் என்ன செய்வது? முட்டாள் தனமாக இரக்கப்பட்டு விட்டேன். பாவம், இந்தப் பத்தொன்பது காசு கூட இல்லாமல் இருக்கிறார்களே, இது இல்லாததால் அவர் வெளியே போகக்கூடிய காரியம் நின்றுவிடக் கூடாதே என்று நினைத்துக் கொடுத்தேன்."

அந்தப் பத்தொன்பது காசுகளையும் வாங்கிக் கொண்டு அவர் பஸ்ஸுக்குப் போய்விட்டார்.

சாயங்காலம் நாலரை மணி வரையில் ராஜேசுவரி கதவைப் பூட்டிக் கொண்டு உள்ளேயே இருந்தாளாம். தூங்கினாளோ என்னவோ? உமா வந்து என் மனைவியோடு விளையாடிக் கொண்டிருந்தாளாம். இருவரும் ஏதேதோ தமாஷாகப் பேசிக்

கொண்டிருந்தபோது, "ஏண்டி உமா, இப்படி அழுக்குத் துணியை அதுவும் கந்தலாகப் போட்டுக் கொண்டே திரிகிறாயே, ஏன்? ஒரு நல்ல வெளுத்த கவுன் இல்லாமலா போய்விட்டது? எடுத்துப் போட்டுக்கொள்வதற்கென்ன?" என்று ஜயா சொன்னாளாம். இதைக் கேட்டுக் கொண்ட ராஜேசுவரி, கதவைத் திறந்துகொண்டு ஒரே பாய்ச்சலாக வந்து உமாவைக் கூப்பிட்டாளாம். கூப்பிட்டு முதுகில் பலமாக ஐந்தாறு அடி அடித்துவிட்டு, "ஏண்டி தரித்திரம் புடிச்சவளே! பணக்காரர் வீட்டுக்கள் ஏன் போறே? நம்ப தரித்திரம் அவாளையும் புடிச்சிக்கவா?" என்று இரைந்தாளாம். அப்புறம் ராஜேசுவரிக்கும் ஜயாவுக்கும் பலமான சண்டை வந்துவிட்டது. ஒரு சமயம், ஜயாவை மலடி என்று கூடச் சொல்லாமல் சொல்லி விட்டாளாம், ராஜேசுவரி. இதைக் கேட்டதும் நான் அதிர்ந்து போய்விட்டேன். கல்யாணமாகி இரண்டு வருஷங்களுக்குள் மலட்டுப் பட்டமா? பத்தொன்பது ஒற்றை நயா பைசாக்களைக் கொடுத்ததைவிட இது குரூரமாக இருந்தது. வேறு என்னென்னவோ கடுமையான பேச்சுக்கள். ஆனாலும் கதை இவ்வளவுதான்.

"முதல் திக்குள் எப்படியாவது வேறு வீடு பார்த்து விடுகிறேன். அதுவரையிலும் நீ அவளுடனோ அந்தக் குழந்தையுடனோ எந்த விதமான பேச்சும் வைத்துக் கொள்ள வேண்டாம் நிச்சயமாக, இந்த இடத்தை விட்டுப் போய்விடுவோம்" என்று ஜயாவுக்கு உறுதி கூறினேன். அப்பொழுது அவள் ஆசுவாசத்துடன் நீண்ட பெருமூச்சு விட்டது எனக்கு நன்றாகக் கேட்டது.

சாப்பிட்டுவிட்டுப் படுத்தேன். வெளியே வித்வான்களின் முழக்கம் இன்னும் நிற்கவில்லை. எதுவும் தெரியாத அந்த அப்பாவி மனிதர், எல்லோரையும் நிமிஷத்துக்கொரு தடவை சிரிக்க வைத்துப் பேசிக் கொண்டிருந்தார். நானோ, படுத்துக்கொண்டே, என்னுடைய மனைவிக்காக மட்டுமின்றி அவருடைய மனைவிக்காகவும் அனுதாபப் பட்டுக் கொண்டிருந்தேன். தாங்க முடியாத அதிர்ச்சிகளை அனுபவித்த பிறகுகூட ராஜேசுவரியைக் கெட்டவள் என்று நினைக்க முடியவில்லை.

நான் முதலில் சொன்ன நண்பரின் முயற்சியால் அடுத்த மாதமே வேறு வீடு கிடைத்துவிட்டது. வீட்டைக் காலிபண்ணப் போவதாக இருபது நாட்களுக்கு முன்பே மிருதங்க வித்வானிடம் தகவல் சொல்லிவிட்டேன். திடுதிப்பென்று நாங்கள் அந்த வீட்டை விட்டுப் போக நினைப்பானேன் என்று அவர் கேட்டார். என்ன பதில் சொல்லுவது? 'ஆபீசுக்குப் பக்கமாக இருக்கிறது; பெரிய வீடு; வாடகையிலும் ஐந்து ரூபாய் குறைகிறது' என்று மூன்று பொய் களைச் சொல்லிச் சமாளித்தேன்.

உண்மையில் புது வீடு மிகவும் வசதிக் குறைவான வீடு. வாடகை ஐந்து ரூபாய் அதிகம். ஆபீசுக்கு இந்த வீட்டைவிடப் பக்கமுமல்ல,

தூரமுமல்ல. இதை நண்பரிடத்திலும் சொன்னேன். "அப்படியிருக்க அதை ஏன் விடுகிறீர்கள்?" என்று அவர் கேட்டார்.

"மிருதங்க வித்வானுடைய மனைவிக்கு ஒருமாதிரி குணம். பெண்களுக்குள் ஒத்துப் போகவில்லை" என்று சொன்னேன். ஆனால் அத்துடன் நிறுத்த முடியாமல், கதை முழுவதையுமே சொல்லி விட்டேன்.

"இந்தக் காலத்தில் கொடுப்பவன் பொல்லாதவன்; கொடுக்காதவன் நல்லவன்" என்றார் நண்பர்.

"அப்படியில்லை. இது வேறு விஷயம். அவள் இப்படியெல்லாம் வலுச் சண்டையை இழுத்துத்தான் கீழே சரியும் தன் கௌரவத்தை மேலே கொண்டுவந்து எங்களுக்குச் சமதையான ஸ்தானத்தை வகிக்க முடிகிறது. நாங்கள் கடன் கொடுத்தாலும், அவர்கள் கடன் வாங்கினாலும் எங்களை விட அவர்கள் குறைந்தவர்களல்ல என்பதைக் காட்டிக் கொள்வதற்குப் பாவம் அவளுக்கு இதைத் தவிர வேறு வழி எதுவும் தெரியவில்லை. இது பெரிய பரிதாபம்."

"பரிதாபமாவது பின்னொன்றாவது! முதலில் அந்த இடத்தை விட்டுக் கிளம்புங்கள்" என்றார் நண்பர்.

"செய்யப் போவது அதுதான். இருந்தாலும் சொல்லுகிறேன்" என்று நான் சொன்னேன்.

முதல் தேதி காலையில் சாமான்களைக் காலி செய்து வண்டியில் ஏற்றிக் கொண்டிருந்தோம். எல்லாச் சாமான்களும் வெளியேறி விட்டன. நாங்கள் போய் ஒரு டாக்ஸியில் ஏறிக்கொள்ள வேண்டியதுதான் பாக்கி. ஜயா வெளியேவந்து என் பக்கத்தில் நின்றாள். உமாவிடம் கூட அவள் ஒரு வார்த்தை சொல்லிக் கொள்ளவில்லை. மிருதங்க வித்வான், ராஜேசுவரி, உமா-மூவரும் வரிசையாக நின்று கொண்டிருந்தார்கள். நான் மட்டும் எல்லோரையும் மொத்தமாகப் பார்த்து, 'போய் வருகிறோம்' என்று சொல்லிக் கொண்டேன்.

அப்போது எதிர்பாராதவிதமாக ராஜேசுவரி எங்களை நோக்கி வந்தாள். ஜயாவின் முகத்தை ஒரு முறை ஏறிட்டுப் பார்த்தாள். அழக்கூடாது என்பதற்காகப் புன்னகை செய்பவள்போல் சோகமயமாகச் சிரித்தாள். அப்புறம் ஜயாவின் வலது கையைத் தன் இரண்டு கைகளாலும் பிடித்துக் கொண்டு "போய்விட்டு வா, ஜயா!" என்று ஹீன ஸ்வரத்தில் சொன்னாள். சொல்லும் போது அவள் குரல் தழுதழுத்தது...

சாவலில் டாக்ஸியை எவ்வளவு நேரம் காக்க வைப்பது?

43

சந்திப்பு

கடந்த பதினைந்து வருஷ காலத்தில் என் சின்னம்மாவைப் பற்றி நான் மூன்று தடவைகள் நினைத்திருப்பேனோ, நான்கு தடவைகள் நினைத்திருப்பேனோ நிச்சயமாகச் சொல்லுவதற் கில்லை. ஆனால், என் பால்ய நினைவுகளில் அவளைப் பற்றிய ஞாபகம்தான் நடுநாயகமானது. அவள் ஞாபகம் வந்துவிட்டால், பிள்ளைப் பிராயத்தின் மற்ற நினைவுகளெல்லாம் தாமாக மங்கி மறைந்துவிடும்.

சின்னம்மாவை நான் நினைக்கக்கூடிய சந்தர்ப்பத்தைச் சொன்னால்விசித்திரமாகக்கூட இருக்கும்.தேக அசௌக்கியத்தினால் படுக்கையில் விழுந்து இரண்டு மூன்று நாட்கள் ஆனபிறகு, உள்ளும் புறமும் பலஹீனமாக இருக்கும்போதுதான் எனக்கு இளமை நினைவுகளும், அவற்றைத் தொடர்ந்து சின்னம்மாவின் ஞாபகமும் வரும். அப்பொழுதெல்லாம் அவளுடைய நினைவைப் போல ஒரு பெரிய ஆறுதலாக, வலி தீரக்கும் மாமருந்தாக வேறு எதுவுமே இருந்ததில்லை. நோய்ப் படுக்கையில் தனித்துக் கிடக்கும் நேரத்தில் அந்த நினைவுகள் அளித்த சுகத்தைத்தான் என்னவென்று சொல்லுவது?

ஐந்தாவது தடவையாக - அப்படி ஒரு கணக்கை வைத்துக் கொள்ளுவோம்- அவளை நான் நினைக்கும் போது நான் நோய்ப் படுக்கையில் இல்லை. திருநெல்வேலி எக்ஸ்பிரஸில் பிரயாணம் செய்துகொண்டிருந்தேன். அதுவும்பூரண ஆரோக்கியத்தோடு. வண்டி மதுரையைத் தாண்டி அரை மணி நேரத்துக்குமேல் ஆகிவிட்டது. ஒவ்வொரு ஸ்டேஷனையும் பதினைந்து வருஷங்களுக்குப் பிறகு அப்பொழுதுதான் முதன் முதலாகப் பார்க்கிறேன். வண்டி தெற்கே செல்லச் செல்ல, ஸ்டேஷன்களை எட்டிப் பார்ப்பதில் அக்கறை குறைந்துவிட்டது. இதற்கு முன் அந்த மார்க்கத்தில் நான் செய்த பிரயாணம், அந்தப் பிரயாணத்துக்கு முந்திய என் இளம்பிராயம்- இந்த இரண்டையும் பற்றிய ஞாபகங்களே சிந்தனையில் குவிந்தன. அன்று நான் பெற்றோரின் துணையுடன் செல்லும் பன்னிரண்டு வயதுப் பையன்; பள்ளி மாணவன். இன்றோ இருபத்தேழு வயது இளைஞன்; வியாபாரி. இந்த இரண்டு கட்டங்களையும் பக்கம் பக்கமாக நிறுத்திப் பார்க்கும் போது ஏற்பட்ட உணர்ச்சி துக்கமோ, ஆனந்தமோ- எது என்று எனக்கே தெரியவில்லை. பெருமூச்சு

விட்டேன்; கண்கள் நனைந்தன; மௌனமாக உட்கார்ந்து பூமியைப் பார்க்காமல் வானவெளியைப் பார்த்துக் கொண்டிருந்தேன்.

பதினைந்து வருஷங்களுக்குமுன் என் பெற்றோர்கள் என்னை அழைத்துக் கொண்டு, பஞ்சம் பிழைப்பதற்காகச் சிங்கப்பூருக்குப் புறப்பட்டார்கள். சென்னையில் போய்க் கப்பல் ஏறுவதற்காக இந்த மார்க்கத்தில் பிரயாணம் செய்தோம். புறப்பட்ட தினத்தன்று நான் சின்னம்மாவைப் பார்த்து, அவளைப் பிரிந்து செல்லுவதை எண்ணி அழவில்லை. அழவேண்டுமென்று தெரியவில்லை. என் சின்னம்மாதான் கண்ணீர் சொரிந்தாள். அழும் போது அவள் தன்னையும் என்னையும் தேற்றுவதற்காகச் சிரித்துக் கொண்டேயிருந்தும், கண்களிலிருந்து மட்டும் முத்துக்கள் உருண்டதும் எனக்கு நன்றாக ஞாபகம் இருக்கிறது. அதற்குப் பின் அவளை நான் பார்க்கவில்லை; அவளுக்குக் கடிதம் எழுதவுமில்லை. அப்படியெல்லாம் கடிதங்கள் எழுதிக் கொள்வது கிராமங்களில் வழக்கமில்லை. ஆனால் நான் அவ்வப்பொழுது அவளை நினைத்துக் கொண்டிருந்தேன். அவளும் என்னை நினைத்திருக்கத்தான் வேண்டும். தூக்கத்தில்கூட அவளால் என்னை மறக்க முடியாது. அதற்குக் காரணம், அப்படி மறக்க முடியாமல் இருந்ததுதான்... நம்ப முடியாத செய்தி அது: என் எட்டாவது வயதில் ஒருநாள் இரவு. எல்லோரும் நிசப்தமாகத் தூங்கிக் கொண்டிருக்கிறார்கள். நான் ஜுரத்தோடு படுத்திருக்கிறேன். நல்ல தூக்கம். என் பக்கத்தில் என் தாயார் தூங்கிக் கொண்டிருக்கிறாள். திடீரென்று வாசல் கதவு தட்டும் சப்தம் கேட்கவே, வீட்டின் முன் கட்டில் படுத்திருநத் என் தகப்பனார் எழுந்து, 'யார்?' என்று கேட்டார். 'என்ன மாமா, நான்தான்' என்று பதில் வந்தது. பெண் குரல். அப்போது என் தாயாரும் விழித்துக் கொண்டாள். அப்பா கதவைத் திறந்தார். "செல்லப்பாவுக்கு உடம்பு எப்படி இருக்கிறது?" என்று கேட்டுக் கொண்டே உள்ளே வந்தாள் சின்னம்மா.

"உடம்பு தேவலை. தூங்குறான். இந்த நேரத்தில் எதுக்கு இப்படி....?' என்று அப்பா கேட்டுக் கொண்டிருக்கும்போதே, "ஒண்ணுமில்லை மாமா, செல்லப்பாவைப் பார்க்கணும்" என்று சொல்லிவிட்டு வீட்டுக்குள்ளே வந்தாள். விளக்கை நன்றாகத் தூண்டி விட்டு என் தாயார் எழுந்து நின்றாள்.

"செல்லப்பா!" என்று படபடப்போடு அழைத்தாள் சின்னம்மா.

"ஹும்?"

அவள் பெருமூச்சு விட்டாள்.

எதற்காக இப்படி இந்த அர்த்தஜாமத்தில் ஓடி வரவேண்டும் என்று என் தாயும் தந்தையும் திரும்பத் திரும்பக் கேட்டார்கள்.

"ஒண்ணுமில்லை அக்கா, ஒரு மாதிரி கனாக் கண்டேன்..." என்று சொல்லிவிட்டு என் உடம்பைத் தொட்டுப் பார்த்தாள். என்ன கனவு என்பதை அவள் சொல்லவில்லை. சொல்ல விரும்பாததை என் பெற்றோர்கள் கேட்கவும் விரும்பவில்லை.

சிறிது நேரத்தில் அவள் தன் வீட்டுக்குப் புறப்பட்டாள். என் தாயார் விளக்கை எடுத்து வேறிடத்தில் வைக்கப் போனாள். அப்போது வீடே அலறும்படியாக, "ஐயோ, தேள்! தேள்!" என்று கத்தினாள் சின்னம்மா. எல்லோரும் நடுங்கிப்போய் விட்டோம். அவளே அதிவேகமாக ஓடி வந்து என்னைத் தூக்கிக் கொண்டுபோய் கதவருகே நின்றுகொண்டாள். என் தலையணையின் பக்கம் ஒரு சாண் தூரத்தில் ஒரு பெரிய தேள் ஊர்ந்து கொண்டிருந்தது. ஒரு துடைப்பத்தை எடுத்து அதை அடித்துக் கொன்றாள் என் தாயார். சின்னம்மா கண்ட தீக்கனா-அது எதுவாக இருந்தாலும் ஏதோ ஒருவகையில் பலித்துவிட்டது! கடவுள்தான் அவளைத் தூக்கத்திலிருந்து எழுப்பி அனுப்பியிருக்கிறார் என்று தன் தாயார் சொன்னாள். என் தாயாரின் நம்பிக்கை, மூடநம்பிக்கையாகவே இருக்கலாம் ஆனால், அதில்தான் கடவுள் கோயில் கொண்டிருப்பதாக எனக்கு அன்றும் தோன்றியது; இன்றும் தோன்றியது. இப்படி எத்தனையோ தெய்வீகமான மூடநம்பிக்கைகள் என் நினைவுக்கு வருகின்றன...

சின்னம்மா என்னை எப்படி மறக்க முடியும்? அல்லும் பகலும், கனவிலும் நனவிலும் என்னை நினைத்துக் கொண்டுதானிருப்பாள். நான் கேவலம், நான்கு தடவைகள்தான் நினைத்தேன். ஆனாலும் துன்பப்படும் போது நினைத்திருக்கிறேன். வெவ்வினையில்தானே ஈசன் கழலருமையைக் காண முடியும்? சின்னம்மாவைப் போய்ப் பார்க்க வேண்டும்; பார்த்ததும், "சின்னம்மா! தெய்வத்தை நினைக்க வேண்டிய சந்தர்ப்பங்களில் உன்னை நினைத்தேன் சின்னம்மா," என்று சொல்லவேண்டும்...

என் உணர்ச்சிகள் என்னைத் திக்குமுக்காடச் செய்தன. வண்டி வெகுதூரம் வந்துவிட்டதைக் கண்டேன். விருதுநகரையும் தாண்டியாகிவிட்டது. இனி நாற்பது மைல் கடந்தால், வண்டி என் ஊருக்கு நேராகச் செல்லும். ஆனால் என் சிந்தனைகளோ வெகு நேரத்துக்கு முன்பே பறவைகளைப் போல் பறந்து சென்று, இருநூறு கூரை வீடுகள் கொண்ட அந்தச் சிற்றூரையும், என் சின்னம்மாவையும் சுற்றிச் சுற்றி வந்து கொண்டேயிருந்தன.

சின்னம்மா என் தாயாருடன் பிறந்த சித்தியல்ல; இன்னும் சொல்லப்போனால், அவளும் நாங்களும் வெவ்வேறு ஜாதியைச் சேர்ந்தவர்கள். ஆகவே, எங்களுக்குள் எந்தவிதமான உறவும் முறையும் கிடையாது. அவள் வீடும் எங்கள் வீடும் அடுத்தடுத்து இருந்தன. அவளுக்குக் குழந்தைகள் இல்லை. வீட்டில் அவளும் அவள் கணவனும் தான். எங்களைப் போலவே அவர்களும் ஏழைகள். அவளைச் சின்னம்மா என்று கூப்பிட வேண்டுமென்று என் தாயார் என்றோ ஒருநாள் சொன்னாள். அப்படியே கூப்பிட்டு வந்தேன். ஆனால் அவள் எனக்குச் சின்னம்மாவாக ஆனது அப்புறம்தான். ஒருநாள் இரவு நான் குழம்பில்லாத கம்பஞ் சோற்றைத் துவையலுடன் வைத்து விழுங்கிக் கொண்டிருந்தேன். என்னால் சாப்பிட முடியவில்லை. வேறு கறி எதுவும் இல்லை என்பதறக்காக என் தாயாரைக் கோபித்துக் கொண்டேன். சாப்பிட முடியாது என்று எழுந்தும் விட்டேன். என் தாயார் ஒரு கிண்ணத்தை எடுத்துக்கொண்டு சின்னம்மாவின் வீட்டுக்கு ஓடினாள். ஏதோ ஒரு குழம்பை வாங்கிக்கொண்டு வந்தாள். பிறகுதான் நான் உட்கார்ந்து சாப்பிட்டேன். அந்தக் குழம்பின் அபரிமிதமான ருசியினால், மறுமுறையும் சோறு போடச் சொல்லித் தொட்டுக் கொண்டே சாப்பிட்டேன். அவள் சின்னம்மா ஆனது அப்பொழுது தான். அன்று முதல், எங்கள் வீட்டில் குழம்பு வைக்க முடியாத நாட்களில்லாம் சின்னம்மா வீட்டுக் குழம்பு தான். சில நாட்களில் எங்கள் வீட்டுக்கறிகளைக் கூடச் சின்னம்மாவிடம் வாங்கி வந்ததாக என் தாயார் சொல்லியிராவிட்டால், அவை ருசியாக இருந்திராது; நானும் சாப்பிட்டிருக்க மாட்டேன்... இப்படி எத்தனை ஞாபகங் களைத்தான் சொல்லுவது?

வண்டி சாத்தூரையும் கடந்துவிட்டது. மேற்கொண்டு முக்கால் மணி நேரம்தான். அப்புறம் எங்கள் ஊர்... 'யாதும் ஊரே! யாவரும் கேளீர்!' என்று சொன்னதில் தவறு இருக்க முடியாதுதான். ஆனால், இந்தச் சமயத்தில் எனக்கென்று ஓர் ஊர் தேவைப்பட்டது; ஊரில் எனக்கென்று ஒரு கேளிர் இருக்க வேண்டியதும் அவசியமாக இருந்தது. நல்ல வேளையாக இந்த இரண்டுமே இருந்தது. இல்லை யென்றால், நான் இந்த மண்ணுலகில் நடமாடும் உணர்ச்சியையே இழந்திருப்பேன்; அனாதையாகவும் ஆகியிருப்பேன். நாடு விட்டு நாடு போய்த் திரும்பியவனுக்கா இப்படிப்பட்ட உணர்ச்சிகள்! அதுவும் ஒரு வியாபாரிக்கு!

வண்டி ஊருக்கு நேரே வந்துவிட்டது. ஆனால் அங்கே இறங்க வேண்டுமென்று நான் நினைக்கவில்லை. திருநெல்வேலிக்கு அல்லவா அவசர காரியமாகப் போய்க் கொண்டிருந்தேன்? இறங்க

நினைத்திருந்தாலும் முடிந்திருக்காது; அங்கே எக்ஸ்பிரஸ் வண்டி நிற்காது.

ஒரு மைல் தூரத்திற்கு அப்பால், அதே ஓலைக் கூரைகளோடும், குளத்தங்கரை ஆலமரங்களோடும் ஊர் காட்சியளித்தது. யாதொரு மாறுதலும் தென்படவில்லை. அதே ஊர்- என் சின்னம்மாவும் அதே சின்னம்மாவாகத் தான் இருப்பாள் என்று மனத்தில் ஒரே நம்பிக்கை. ஊரிலிருந்து ஸ்டேஷனை நோக்கிவரும் ஒற்றையடிப் பாதை... அதன் நெடுகிலும் ஒருநாள் வைகறை நிலவில், ரயிலை விட்டிறங்கி, கரும்பைத் தின்றுகொண்டே சின்னம்மாவுடன் நான் நடந்து போனது நினைவிருக்கிறது. பக்கத்து ஊர்த் திருவிழாவுக்கு அவளோடு போய்விட்டுத் திரும்பிய நாள் அது...

வண்டி ஓடிக்கொண்டிருந்தது. ஊரின் தோற்றமும் சீக்கிரத்திலேயே மறைந்து விட்டது.

2

திருநெல்வேலியில் என் வேலைகள் ஒரே நாளில் முடிந்து விட்டன. மறுநாள் குற்றாலத்துக்கும் போய் அருவி ஸ்நானம் செய்துவிட்டுச் சென்னைக்குத் திரும்ப வேண்டும் என்று எண்ணி யிருந்தேன். ஆனால் அருவி நீர் ஆடுவதைவிட, ஊர் மண்ணை அளையவே மனம் விரும்பியது. அருவி நீரில் சுகத்தைக் காணலாம்; ஊர் மண்ணிலோ சுவர்க்கத்தையே காணலாம்போல் இருந்தது. இந்த அபிப்பிராயத்தை மாற்றவே முடியவில்லை. மறுநாள் விடிந்ததும், பஸ் ஸ்டாண்டுக்குச் சென்று, எங்கள் ஊருக்குச் செல்லும் பஸ்ஸில் ஒரு டிக்கெட்டோடு போய் உட்கார்ந்தேன். அப்புறம்தான் நான் ஊருக்குப் போவதற்கு, ஊர் ஒப்புக் காரணம் ஒன்றைக் கண்டு பிடிப்பதில் முனைந்தேன். காரணம் இல்லாமல் பதினைந்து வருஷங்களுக்குப் பிறகு போவது எப்படி? 'ஊரைப் பார்க்க வேண்டுமென்று ஆசையாக இருந்தது; அதனால் வந்தேன் என்றால் ஊர்க்காரர்கள் சிரிக்கத்தான் செய்வார்கள். சின்னம்மாவைப் பார்க்க வந்தேன் என்றால் அவளுமே சேர்ந்துகொண்டு சிரிப்பாள்! தூரத்து நகரங்களுக்குக் குடியேறிச் செயலோடு வாழ்பவர்கள், பிறந்த ஊரையும் அதில் வாழும் யாரோ ஒரு ஏழை ஸ்திரீயையும் பார்ப்பதற்காகப் பணம் செலவு செய்துகொண்டு எந்தக் காலத்திலும் வந்ததில்லையே! சிரிக்காமல் என்ன செய்வார்கள்?

ஊரில் எனக்கு நெருங்கிய உறவினர் யாருமே இல்லை; ஒரு சாண் பூமிக்கு எனக்கு அங்கே சொந்தமில்லை. எங்கள் பழைய வீட்டை விற்ற பணம்தான், சிங்கப்பூர்க் கப்பலுக்கு டிக்கெட்டாக உதவியது. இப்படியெல்லாம் தொடர்பற்றுப் போன ஒரு கிராமத்துக்குத்

தைரியமாகப் புறப்பட்டுவிட்டேன். இனி போகாமல் தீராது. ஊரார் சிரித்துவிட்டுப் போகட்டும். என் சின்னம்மாவைப் பார்க்காமல் நான் சென்னைக்குத் திரும்பவே மாட்டேன். இப்போது பார்க்கா விட்டால் எப்போது பார்ப்பது? இப்போதுகூட அவள்... இல்லை கடவுள் அருளால் அவள் தீர்க்காயுளோடு வாழ்ந்துகொண்டு தானிருப்பாள். அவளுடைய அன்பும், பண்பும், அருங்குணங்களும் வாழ்ந்து கொண்டுதான் இருக்கும். அவளுக்குப் பிறகும் வாழக் கூடிய சாகாவரம் பெற்றவை அவளுடைய குணசீலங்கள். இல்லை யென்றால், அக்கரைச் சீமையில் கூட என் நோய்ப் படுக்கைகளில் அருகில் இருந்துகொண்டு அவை எனக்கு எப்படி ஆறுதல் அளித் திருக்க முடியும்? தூரத்தைக் கடந்து வந்தவை, காலத்தையும் ஏன் கடக்கக்கூடாது?

பஸ் குறித்த காலத்தில் ஊர் வந்து சேர்ந்தது. பகல் பன்னிரண்டு மணி அடிக்கப்போகும் நேரம், நல்ல வெயில். பஸ்ஸை விட்டு இறங்கித் தரையில் கால் வைத்தேன். பூமி சுட்டது. மனம் குளிர்ந்தது. ரோடில் நின்ற நாலைந்து பேரில் ஒருவர் மட்டும் என்னை அடையாளம் கண்டு கொண்டு வரவேற்றார். என் பதினைந்து வருஷ வாழ்க்கை யைப் பற்றி ஒரு நாலைந்து நிமிஷங்களில் விசாரித்துத் தெரிந்து கொண்டார். கடைசியில்...

"இப்போ, தம்பி என்ன காரியமா ஊருக்கு வந்திருக்கோ?" என்று, நான் எதிர்பார்த்த கேள்வியையும் கேட்டுவிட்டார்.

"ஒரு காரியமும் இல்லை, வியாபார விஷயமாகத் திருநெல்வேலிக்கு வந்தேன். அப்படியே ஊரையும் பார்த்துவிட்டுப் போகலாமே என்று வந்தேன்" என்றேன்.

அத்துடன் அவர் என்னை விட்டுவிட்டார். நல்ல வேளையாக அவர் சிரிக்கவில்லை. எனக்கு ஆறுதலாக இருந்தது.

உச்சி வெயிலில் ஊரை நோக்கி நடந்தேன். நாலைந்து பர்லாங் தூரம் கோடைகாலமானதால் சுற்றிலும் புல் பூண்டுகள் அதிகம் தென்படவில்லை. நடைபாக்கு இருபுறமும் முளைத்திருந்த ஆதாளை, தும்பை, கொரண்டி, நாயுருவி போன்ற காட்டுச் செடிகளை ஆசையோடு பார்த்துக்கொண்டே நடந்தேன். மனசில் தான் என்ன படபடப்பு! ஊருக்குள் போய் சின்னம்மாவின் வீட்டில் அன்று தங்கிவிட்டு மறுநாள் புறப்படலாம் என்பது என் திட்டம். ஆனால் அவள் என்னை அவ்வளவு சீக்கிரத்தில் விட்டு விடுவாளா? நானும் தான் புறப்பட்டு விடுவேனா? கூட நாலுநாள் தான் இருந்துவிட்டுப் போகிறது? சென்னையில் அப்படி என்ன தலை போகிற அவசரம்?... பரிதாபம்! எப்படி மறந்தேன் என்றே தெரிய

வில்லை. அவளுக்கும் அவள் கணவனுக்கும் கொடுப்பதற்குத் திருநெல்வேலியில் எதையாவது வாங்கிக்கொண்டு வந்திருக்கலாம் அல்லவா? இவ்வளவு காலத்துக்குப் பிறகு வெறுங்கையை வீசிக் கொண்டா போவது? இப்படிப்பட்ட சம்பிரதாயங்கள் எதுவுமே என் ஞாபகத்துக்கு வராமல் போய்விட்டது.

ஊருக்குள் போய், நேரே சின்னம்மா வீட்டை நோக்கித்தான் நடந்தேன். போகும் வழியில்தான் 'எங்கள்' வீடும் இருந்தது. அந்த வீட்டில், வீட்டு வாசலில் ஆணும் பெண்ணுமாக இரண்டு குழந்தைகள் விளையாடிக் கொண்டிருந்தன. பரவாயில்லை. வீடு பாழாகி விடாமல் இன்னும் அங்கே உயிர்கள் தளிர்த்துக் கொண்டிருக்கின்றன என்பதில் ஒரு தனி ஆனந்தம். 'வேற்றூர்க்கார'னாகிய என்னை அந்த இரண்டு குழந்தைகளுக்கும் மிரண்ட பார்வையோடு ஏறிட்டுப் பார்த்தன. அவர்களைப் பார்த்து, 'என் சின்னம்மா உங்களிடமும் அன்பாக இருக்கிறாளா?' என்று கேட்கக்கூட ஆசையாக இருந்தது.

சின்னம்மாவின் வீட்டுக்கு வந்தேன். வெயில் நேரமானதாலும், ஊர் ஜனங்கள் காடுகரைகளுக்குப் போயிருந்ததாலும் அந்தச் சிறிய தெருவில் அப்பொழுது ஆள் நடமாட்டமே இல்லை. சின்னம்மா வின் வீடு மூடியிருந்தது. கதவைத் தட்டினேன். கதவைத் திறந்து கொண்டு ஓர் இளம்பெண் வெளியே வந்தாள். வயது பதினைந்து பதினாறுக்குள்ளாகத்தான் இருக்கும். யார் இவள்? வேற்றூர்ப் பெண்ணா? என் சின்னம்மாவுக்குத் தான் ஒரு பெண் பிறந்து இவ்வளவு பெரியவளாக வளர்ந்திருக்கிறாளா?

அவள் என்னையும் என் கையிலிருந்த தோல் பையையும் பார்த்துத் திகைத்து நின்றாள்.

சின்னம்மாவின் பெயரைச் சொல்லி அவள் எங்கே என்று கேட்டேன்.

அந்தப் பெயருடைய ஒரு ஜீவன் அந்த வீட்டில் வசித்திருக் கிறாள் என்ற விபரமே அவளுக்குத் தெரியவில்லை. சின்னம்மாவின் கணவன் பெயரைச் சொன்னேன். அவளுக்கு யாரையுமே தெரிய வில்லை.

பக்கத்து வீடுகளுக்குப் போய் முதியவர்களை விசாரிப்போம் என்று அங்கிருந்து புறப்பட்டுவிட்டேன். நாலைந்து வீடுகளுக்கு அப்பால் உள்ள ஒரு வீட்டில் நான் பிரவேசிக்கும் வரையிலும், அந்தப் பெண் என்னைத் திகைப்போடு பார்த்துக்கொண்டே நின்றாள். ஊருக்குள் நுழைந்தவுடனேயே எனக்கு இரண்டு ஏமாற்றங்கள். என் சின்னம்மா அந்த வீட்டில் இல்லாமல் போனது ஒன்று; அந்தப் பெண், சின்னம்மாவுக்கு மகளாக இல்லாதிருந்தது

◆ சந்திப்பு ◆

மற்றொன்று.

அந்த வீட்டினுள் சென்று அங்கிருந்த ஒரு கிழவியிடம் சின்னம்மாவைப் பற்றி விசாரித்தேன். அவளோ என்னை யார் என்று கேட்டு, என் பெற்றோரின் க்ஷேம லாபங்களையும் அறிந்துகொண்ட பிறகுதான் என் கேள்விகளுக்குப் பதில் சொன்னாள்.

அவள் சொன்னவற்றுள் எனக்கு ஆறுதல் அளித்த ஒரே செய்தி, என் சின்னம்மா இன்னும் உயிரோடு இருக்கிறாள் என்பது தான். மற்றச் செய்திகளோ, அவளுடைய உயிர்தான் இருக்கிறது என்பதைத் தெரிவித்தன.

சின்னம்மா விதவையாகி ஏழெட்டு வருஷங்களுக்கு மேல் ஆகிவிட்டன. வாரீசற்ற சொத்தாகிவிட்ட அவளுடைய வீட்டை, அவளுடைய கணவனின் உடன் பிறந்தோர் ஏதேதோ பாத்தியம் கொண்டாடி, எப்படியெல்லாமோ பயமுறுத்தி அபகரித்துக் கொண்டு அவள் கையில் அற்பத் தொகையைக் கொடுத்து விரட்டிவிட்டார்கள். அறுகு படர்ந்து தரிசாகிவிட்ட இரண்டு ஏக்கர் புன்செய்யை அவளே விற்றுவிட்டாள். இந்தக் காசைக் கையில் எடுத்துக் கொண்டு பன்னிரண்டு மைல் தூரத்திலுள்ள பிறந்த வீட்டுக்குப் போய், தமையனுடைய குடும்பத்தோடு வசித்து வந்தாள். கைப்பணம் கரைந்த பிறகு தமைய மனைவி அங்கே அவளை வைத்துக் கொள்ளத் தயாராக இல்லை. வெறுங்கையோடு கணவனின் ஊறுக்கே திரும்பி வந்த சின்னம்மா, தெற்குத் தெருவில், யாரோ ஒருவருடைய வீட்டின் பின்புறத்தில், ஒரு சின்னஞ்சிறு குடிசையில் ஏகாங்கியாக வாழ்ந்துகொண்டு கூலிவேலை செய்து பிழைத்து வருகிறாள். இதற்கிடையில் அவள் பட்ட துன்பங்களுக்குக் கணக்கில்லை. அந்தக் கிழவி சுமார் ஒரு மணி நேரம் வரை சின்னம்மாவின் கதையைச் சொல்லி இருப்பாள்.

'பாதிக்குமேல் அந்தக் கதையைக் கேட்க எனக்குச் சகிக்க வில்லை; பொறுமையும் இல்லை. கிழவி கதையை முடித்ததும் சின்னம்மாவின் குடிசைக்கு ஓடினேன். அப்போது அவள் அங்கே இல்லை. கிழக்கே உள்ள யாரோ ஒருவருடைய புன்செய் காட்டுக்குக் கூலிக்குப் பருத்தி எடுக்கப் போயிருக்கிறாள் என்று சொன்னார்கள். அந்தச் சுட்டுப் பொசுக்கும் வெயிலில் அவள் இருக்கும் திசையை நோக்கி நடந்தேன். எதிரே யார் யாரோ பருத்தியை மடியில் கட்டிக் கொண்டு வீடு திரும்பிக் கொண்டிருந்தார்கள். யாரிடமும் நான் பேச்சுக் கொடுக்காமல் வேகமாக நடந்தேன். தூரத்தில் ரயில்வே ஸ்டேஷன் தெரிந்தது. சுமார் ஒரு மைல் தூரம் நடந்த பின், எத்தனையோ பேர் என்னைக் கடந்து எதிர்த்திசையில் சென்ற பின்,

வெள்ளைச் சேலை கட்டிய ஒருத்தி தன்னந்தனியாக நடந்து வந்தாள்...

எனது நடையின் வேகத்தைக் கூட்டினேன். என்னவோ எனக்கு ஒரு நம்பிக்கை, அவள்தான் சின்னம்மாவாக இருக்கவேண்டுமென்று; இருவரும் நெருங்கி வந்துகொண்டிருந்தோம். பக்கத்தில் வந்ததும் நான் நின்று விட்டேன். அவள்தான் சின்னம்மா! வெயிலோடு வெயிலாகக் காட்டு வழியே ஓட்டமும் நடையுமாக நான் ஆசை யோடு பார்க்க வந்த என் அருமைச் சின்னம்மா!

என்னால் பேச முடியவில்லை. அவளோ என் முகத்தை ஒரு தடவை ஏறிட்டுப் பார்த்துவிட்டுக் கொஞ்சம்கூடத் தயங்கி நிற்காமல் தன் வழியே நடந்து போய்க் கொண்டிருந்தாள்.

"சின்னம்மா!" என்று அலறினேன்.

அவள் திரும்பிப் பார்த்தாள். அவளுடைய பார்வையில் திகைப் பில்லை; பிரகாசமும் இல்லை; வறட்சிதான் இருந்தது. வறண்டு போன வெறித்த பார்வை.

நான் அருகில் ஓடினேன்.

"சின்னம்மா! என்னைத் தெரியவில்லையா? நான் தான் செல்லப்பா! சிங்கப்பூரிலிருந்து நாங்கள் எல்லோரும் வந்து விட்டோம்..."

"சரிதான்" என்று வாய்க்குள்ளேயே சொல்லிவிட்டு நடக்க ஆரம்பித்தாள்.

என்னால் இதை நம்பவே முடியவில்லை. என்மேல் அவளுக்குக் கோபமா? அவளை முந்திக்கொண்டு சென்று, வழியை மறைத்த வண்ணம் முகத்துக்கு நேரே நின்று கொண்டேன்.

"சின்னம்மா, நான்தான் செல்லப்பா என்று உனக்கு இன்னுமா தெரியவில்லை?"

"தெரியுது, தெரியுது" என்று சலித்துப் போனவள் மாதிரி வேண்டா வெறுப்பாகச் சொன்னாள். சொல்லி விட்டு அதே மூச்சில், "ஒத்தைக் கோழிக் குஞ்சுதான் வச்சுக்கிட்டிருந்தேன். அதுவும் போச்சு" என்றாள்.

கோழிக் குஞ்சா? சம்பந்தமில்லாமல் எதையோ சொல்லுகிறாளே என்று மனம் குழம்பினேன். சம்பந்தம் எங்கே இருந்ததோ? எந்த ஆழமான இடத்தில் மறைந்திருந்ததோ? எனக்கு எப்படித் தெரியும்? தெரியாமல் தான் கேட்டேன். "சின்னம்மா! என்ன சொல்றே? என்னைத் தெரியுதா?"

"தெரிஞ்சிதான் இருக்கு" -அதே சலிப்பான வார்த்தைகள்.

"பிறகு ஏன் இப்படிப் பேசறே? 'வா'ன்னுகூட ஒரு வார்த்தை சொல்லலையே?"

"நான் பொழைச்ச பொழைப்புக்கு அது ஒண்ணு தான் கொறை!"

அப்புறம் என்னைத் தாண்டிப் போக முயன்றாள்.

'எனக்கும் ஏதோ வெறுப்புத் தட்டியதுபோல் இருந்தது. இந்தப் பாலைவனத்திலா தண்ணீரைத் தேடி வந்தோம் என்று ஆகி விட்டது. சிறு பையனைப் போல் அர்த்தமில்லாமல் ஓடி வந்து விட்டோமே என்று வருந்தவும் செய்தேன். பால்ய உறவு, பால்ய விரோதம் இதற்கெல்லாம் பால்யத்தோடே விடை கொடுத்து விடாமல், சிறுபிள்ளைத் தனமாக நடந்து கொண்டு விட்டோம் என்று நினைக்கும்போது எனக்கு வெட்கமாக இருந்தது.'

அவளுக்கு வழி விலகிக் கொடுத்துவிட்டு ஸ்டேஷனுக்குச் செல்லத் தீர்மானித்தேன்.

"சின்னம்மா! அப்போ நான் போய்ட்டு வாறேன். உன் கஷ்ட காலம், என்னைக் கொஞ்சம்கூட லட்சியம் பண்ணாமல் இப்படியெல்லாம் பேச வச்சிருக்கு. உன்னைத் தேடி இவ்வளவு தூரம் நான் வந்திருக்க வேண்டாம்" என்று சொல்லிவிட்டு அடியெடுத்து வைத்தேன்."

அவளும் நகர்ந்தாள்.

இரண்டு கஜ தூரம்தான் நடந்திருப்போம். திடீரென்று "செல்லப்பா!" என்று அவள் அவறுவதைக் கேட்டேன்.

திரும்பிப் பார்க்கும்போது, சின்னம்மாவின் கண்கள் மடை திறந்தது போல் கண்ணீரைக் கொட்டிக் கொண்டிருந்தன.

சின்னம்மா எனக்கு நல்வரவு கூறிவிட்டாள்! அவளுடைய உள்ளத்தையும் சுபாவத்தையும், அவள் அனுபவித்த துன்பங்கள் மண்ணும் பாறையுமாக மூடிக்கொண்டிருந்தன போலும்! அந்த மண்ணைத் தோண்டி, பாறையையும் உடைத்துக்கொண்டு, சின்னம்மா கண்ணீராக வெளியே வந்து விட்டாள். அதற்கு இவ்வளவு நேரம் பிடித்திருக்கிறது!

அவள் அருகில் சென்ற எனக்குக் கண்ணீர் ததும்பியது. வாடி மெலிந்த அவளுடைய ஐம்பது வயதுக் கோலத்தை நன்றாக கவனித்துப் பார்த்தேன். அதன் பின்னணியில் காட்சியளித்த அவளுடைய துன்பானுவங்களையும் கூடப் பார்த்துவிட்டேன். யாரைப் பார்த்தாலும், துன்பமே அவளுடைய நினைவுக்கு வருவதை. கோழிக் குஞ்சு காணாமல் போனதாகச் சொன்ன அவளுடைய வார்த்தைகளே எடுத்துக்காட்டின.

அவள் கதையைப் பற்றி நான் எதுவுமே கேட்கவில்லை. தெரியாத கதையல்லவே!

"சின்னம்மா! உன்னைப் பார்க்கத்தான் நான் இவ்வளவு தூரம் வந்தேன். உன்னை எந்தக் காலத்திலும் நான் மறந்தது கிடையாது. நீ நடு ராத்திரியில் கனவு கண்டு எங்கள் வீட்டுக்கு வந்தபோது தேள் கடித்தது ஞாபகம் இருக்கிறதா? இந்த ஒற்றையடிப்பாதையில், நிலா வெளிச்சத்தில், கரும்பைத் தின்றுகொண்டே உன்னோடு நான் நடந்து வந்தேனே, அது..."

அவள் தன் இரண்டு கைகளாலும் முகத்தை மூடிக்கொண்டு விம்மி விம்மி அழுதாள்.

"அழாதே. ஏன் அழுகிறாய்? வேண்டாம்" என்று என்னென்னவோ சொல்லி அவளைத் தேற்றினேன்.

ஆனால் அவள் அழுகை நிற்க வெகுநேரம் ஆகிவிட்டது.

கடைசியில் முகத்தைத் துடைத்துக்கொண்டு, ஈரம் உலராத கண்களோடு என்னைப் பார்த்து, "செல்லப்பா! உனக்குக் கலியாணம் ஆயிட்டதா?" என்று கேட்டாள்.

இதுதான் அவள் கேட்ட முதல் கேள்வி.

பதினைந்து வருஷக் கதையையும் சுருக்கமாகச் சொல்லி முடித்தேன்.

மேற்கொண்டு பேசுவதற்கு எதுவும் இல்லாத கட்டம் வந்ததும், "உன்னோடு நாலு நாள் இருந்துவிட்டுப் போகலாம் என்று வந்தேன். ஆனால், நீயே குடிசையில் ஒடுங்கிக் கிடக்கும்போது நான் எந்த நிழலில் இருப்பேன்? நான் போய் வருகிறேன். இந்தா, கஷ்டகாலத்தில் என் உதவி எப்பொழுதாவது தேவைப்பட்டால், எனக்குக் கடிதம் எழுவதற்கு என் விலாசத்தை வைத்துக் கொள்" என்று சொல்லி என் விலாசம் அச்சிடப்பட்டிருந்த ஒரு கார்டைத் தோல் பையிலிருந்து எடுத்து அவள் கையில் கொடுத்தேன். அதை வாங்கிக் கண்களில் ஒற்றிக்கொண்டு முந்தானையில் முடிந்து கொண்டாள்.

இதைவிட ஒரு கஷ்டகாலம் வந்தால் அல்லவா அவள் எனக்குக் கடிதம் எழுதப் போகிறாள்? நானும் அர்த்தமில்லாமல்தான் விலாசத்தைக் கொடுத்தேன்; அவளும் அர்த்தமில்லாமல்தான் வாங்கிக் கொண்டாள். ஒரு வேலை அவளைப் பொறுத்தமட்டிலும் அந்தக் கார்டுக்கு வேறு அர்த்தமும் வேறு முக்கியத்துவமும் இருந்தனவோ, என்னவோ?

இந்தச் சூழ்நிலையையும் இந்தச் சந்திப்பின் புனிதத்தன்மையையும் கெடுக்கக்கூடியவாறு மற்றொரு காரியத்தையும் அடுத்தாற்போல் செய்ய வேண்டியிருக்கிறதே என்று தயங்கி நின்றேன். பிறகு 'இப்படி

யெல்லாம் தயங்குவது முட்டாள்தனம். மனிதாத்மாக்களாக இருக்கும் அதே சமயத்தில் மனிதப் பிராணிகளாகவும் தான் இருக்கிறோம்' என்று எண்ணியவனாக, தோல் பையைப் பழைய படியும் திறந்து, மொத்தம் நூறு ரூபாய் என்று எண்ணி மடித்து வைத்திருந்த நோட்டுகளின் கற்றையை எடுத்து அவளிடம் நீட்டி, "இதை வச்சிக்கோ சின்னம்மா" என்றேன்.

அவள் அதை வாங்கிக்கொள்ளக் கையை நீட்டவே இல்லை.

திரும்பவும், "சும்மா வச்சிக்கோ" என்று சொன்னேன்.

என் முகத்தையே பார்த்துக்கொண்டு நின்றாளே ஒழிய, வாங்கு வதற்கு அவள் யாதொரு முயற்சியும் செய்யவில்லை.

வலுக்கட்டாயமாக அவளுடைய கையில் நோட்டுக்களைத் திணித்து விட்டுத் திரும்பினேன்.

"வேண்டாம் செல்லப்பா! வேண்டாம்! நீயே கொண்டு போ" என்று சொல்லிக்கொண்டே என்னைப் பின்தொடர்ந்து வந்தாள்.

நான் திரும்பிப் பார்க்கவே இல்லை. தொடர முடியாத வேகத்துடன் ஸ்டேஷனைப் பார்த்து நடந்தேன்.

"செல்லப்பா!" என்ற குரல் இரண்டு மூன்று தடவைகள் என் காதில் விழுந்தது. அவ்வளவுதான், ஸ்டேஷனுக்கு வந்த பிறகுதான் திரும்பிப் பார்த்தேன். அப்பொழுது கண்ணுக்கெட்டிய தூரம் வரையிலும் பருத்திச் செடிகளும் கருவேல மரங்களும்தான் தெரிந்தன.

துயரம் நிறைந்த நெஞ்சில் எனக்கு இப்படி ஓர் ஆறுதலும் பிறந்தது. பதினைந்து வருஷங்களுக்கும் பிறகு என் சின்னம்மாவின் பூத உடலையும் பார்த்துவிட்டேன்; சின்னம்மாவையும் பார்த்து விட்டேன். நான் செய்த தவப் பயன்...

வெறும் வயிற்றோடு நான் ரயில் ஏறும்போது மணி நாலேகால்.

☯

44
தரிசனம்

மழை கொட்டு கொட்டு என்று கொட்டிக் கொண்டிருந்தது. ஐந்து நாட்களுக்குமுன் பிடித்த மழை இன்னும் நிற்கவில்லை. வெளியே தலை காட்டவோ கால் வைக்கவோ முடியாத நிலையில் கிராமத்தில் ஒவ்வொரு வரும் வீட்டோடு கிடந்தார்கள். அந்தி சந்திகளில் கூடத் தெருவில் மனித நடமாட்டத்தைக் காண முடியவில்லை. எங்கு பார்த்தாலும் ஒரே வெள்ளக்காடு. இரண்டொரு வீடுகளில் பலஹீனமான மண் சுவர்கள் விழுந்து விட்டன. அன்றாடக்கூலி வேலை செய்து ஜீவித்து வந்த மகக்ள் ஒவ்வொரு நாளையும் எப்படித்தான் கழித்தார்களோ?

மளிகைக்கடை ஆறுமுகம் பிள்ளை வீட்டின் தெருத் திண்ணையில், தட்டி வைத்துக் கட்டப்பட்ட ஒரு மூலையில் இரண்டு மனித ஜீவன்கள் தூங்கிக் கொண்டிருந்தன. இரண்டும் அனாதைகள்; ஆனால் எங்கெங்கோ பிறந்த இந்த இரண்டு அனாதைகளும் சந்தர்ப்ப விசித்திரத்தால் ஒரு திண்ணையில், ஒரு பாயில் படுத்துறங்கும்படி நேர்ந்தது.

அந்த இடம் முத்துப்பிள்ளையின் வாசஸ்தலம். பத்து வருடங்களாக அந்த மூலையில்தான் அவர் படுத்து உறங்குகிறார். ஒருவருக்குத்தான் தாராளமாகப் படுத்துக்கொள்ள அங்கே இடம் உண்டு. அந்தக் குறுகிய பகுதியில், ஊருக்குப் புதியவனான ஆண்டியப்பனும் பங்கக்கு வந்து சேர்ந்து விட்டதற்கு இந்த மழைதான் காரணம்.

ஆண்டியப்பன் ஏதோ ஒரு தூரத்துக் கிராமத்தைச் சேர்ந்தவன். வயது பதின்மூன்று இருக்கும். அவனுக்குத் தாயுமில்லை; தகப்பனுமில்லை. அனாதையாக வயிற்றுப் பிழைப்புக்கு வழி தேடி அந்தக் கிராமத்துக்கு வந்து சேர்ந்தான். ஒரு பெரிய வீட்டில் மாடு மேய்க்கும் வேலை கிடைத்தது. இரண்டு நேரக் கஞ்சியும் ஒரு நேரச் சாதமும்தான் சம்பளம். தொழுவிலேயே உட்கார்ந்து சாப்பிட்டுவிட்டுத் தொழுவிலேயே ஒரு மூலையில் படுத்துக் கொள்வான். இப்படியே இரண்டு மூன்று மாதங்கள் கழிந்தன. அப்புறம் அடைமழை பிடித்துக் கொண்டு விடவே, தொழுவில் படுத்துக்கொள்ள முடியாமல் போய்விட்டது. மண்தரையெல்லாம் ஈரச் சதுப்பேறிப் பனிக்கட்டியாகக் குளிர்ந்தது. சுவர்களோ அதையும் விட மோசம். மாட்டையே கடித்து ரத்தத்தை உறிஞ்சும் பெரிய பெரிய கொசுக்கள் வேறு ஏகமாகப் பெருகி முகம், முதுகு, கைகால்கள் என்று அவன் உடம்பு முழுதையுமே சித்திரவதை செய்து கொண்டிருந்தன. இந்தச் சூழ்நிலையில் போர்த்துக் கொள்ள ஒரு

கந்தைகூட இல்லாமல் ஓலைப் பாயில் தூங்குவது எப்படி? இம்சை பொறுக்க மாட்டாத அந்தப் பையன் தன் துயரக் குரலுக்குப் பைத்தியக்கார முத்துப் பிள்ளை ஒருவர்தான் செவி சாய்ப்பார் என்று நம்பி அவரிடம் வந்தான்.

"தாத்தா! ராத்திரிக்கு நான் திண்ணையில் வந்து படுத்துக் கொள்ளட்டுமா?" என்றான்.

முத்துப்பிள்ளை அவன் முகத்தைப் பார்த்துக்கொண்டிருந்தாரே ஒழிய, பதில் சொல்லுவதற்கு வாயைத் திறக்கவில்லை.

ஆண்டியப்பன் மறுபடியும் தன் வேண்டுகோளைத் தெரிவித்தான். மொத்தம் ஆறு தடவைகள் அவன் வாய் திறந்து கேட்ட பிறகுதான் "திண்ணையா...." என்றார் முத்துப்பிள்ளை.

"ஆமாம்..."

"படுக்கவா?"

"உம்."

"திண்ணையில் தானே?... படுத்துக்கோயேன்!" என்று அனுமதி கொடுத்தார் முத்துப பிள்ளை.

அப்புறம், "நீ யாரு?" என்று அவனை மெதுவாக விசாரித்தார்.

ஆண்டியப்பன் தன் பிறப்பு வளர்ப்பைப் பற்றியும், தான் வேலை செய்யும் வீட்டுத் தொழுவில் தூங்க முடியாமல் படும் கஷ்டத்தையும் விரிவாக எடுத்துச் சொன்னான்.

அன்றிரவு முத்துப் பிள்ளை ஒரு கோடியிலும் ஆண்டியப்பன் மறு கோயிலுமாகப் படுத்துத்தூங்கினார்கள். இது திண்ணையின் சொந்தக் காரருக்கும் தெரியவந்தது. உடனே அவர் ஆண்டியப்பனை விரட்டாததற்குப் காரணம். அவனுடைய முதலாளி அவருக்கு மிகவும் வேண்டியவராகவும் அதைவிட முக்கியமாக அந்த ஊரிலேயே பெரும்புள்ளியாகவும் இருந்தது தான்.

பையன் இரண்டாவது நாள் படுத்துத் தூங்கும்போது, மழையோடு காற்றும் சேர்ந்துகொண்டது. சுழன்று சுழன்று பேயாட்டம் போட்டு அடித்த முரட்டுக் காற்றில் சில வீடுகளின் கூரைகள் பறந்துவிட்டன. சில மரங்களும் சாய்ந்தன. அப்போது ஆறுமுகம் பிள்ளை வீட்டுத் திண்ணையிலும் திண்ணையை ஒட்டிய சுவரிலும் மழைத்துளிகளை விசிறி அடித்தது காற்று. தூங்கிக் கொண்டிருந்த ஆண்டியப்பன் சவுக்கடி பட்டவனைப்போல் துள்ளி எழுந்தான். அவனால் கண்ணைத் திறக்கவே முடியவில்லை. என்ன நடக்கிறது என்றே புரியாமல் புத்தி பேதலித்து நின்றான். சுய உணர்வு தட்டுவதற்கு முன்பே, ஈரத் துணியுடன், முத்துப் பிள்ளை படுத்திருக்கும்

மறைவிடத்துக்கு ஓடினான். போன வேகத்தில் அவன் உடம்பிலிருந்து தெறித்த மழைத் துளிகள் அவரையும் எழுப்பிவிட்டன. அவர் "என்ன, ஏது?" என்று விசாரிப்பதற்கு முன்பாகவே, ஆண்டியப்பன் பேய்க்குப் பயந்து ஓடி வந்தவனைப்போல் வாய் குழறிக் கொண்டே, "மழை! மழை!" என்று புலம்பினான்.

"சரி சரி" என்று சொல்லிவிட்டுச் சும்மா இருந்தார் முத்துப் பிள்ளை.

அவர் குரல் கேட்ட பிறகுதான் அவனுக்குச் சுய உணர்வு வந்தது. சிறிது நேரம் நின்றுகொண்டேயிருந்தான். பிறகு, கட்டி யிருக்கும் கந்தையைப் பிழிந்தான்.

"தாத்தா! ஒரு துண்டு இருந்தால் கொடுங்கள், காலையில் அதைத் துவைத்துக் கொடுத்துவிடுகிறேன்" என்று ஆண்டியப்பன் கேட்டான்.

முத்துப்பிள்ளை, "என்னது?" என்றார்.

"ஒரு துண்டு இருக்குமா?"

"துண்டு இல்லை.... இந்தா, இதைக் கட்டிக்கோ" என்று ஒரு பழைய துணியைக் கொடுத்தார் கிழவர்.

ஆண்டியப்பன் அதை வாங்கிக் கட்டிக் கொண்டு, அவருக்குப் பக்கத்திலேயே படுத்தான். அவருடைய துப்பட்டியின் ஒரு பகுதியைத் தூக்கத்திலேயே எப்படியோ இழுத்துத் தன் உடம்பின் ஒரு பகுதியை மூடிக் கொண்டான். புயல் காற்றின் ஓலம் தொடர்ந்து கேட்டுக் கொண்டேயிருந்தது. பத்துப் பதினைந்து நிமிடங்கள் கழித்து, "நீ யாரு?" என்று முத்துப்பிள்ளை கேட்டதும் அவனுக்கு அந்தக் கஷ்ட நிலையிலும் சிரிப்புத்தான் வந்தது.

'ஊர்க்காரர்கள் இவரைப் பைத்தியக்காரக் கிழவன் என்று சொல்வதில் தப்பில்லை. நேற்றுச் சாயங்காலம் தான் நம் கதை முழுவதையும் சொன்னோம். அதற்குள் இன்று திரும்பவும் யார் என்று கேட்கிறாரே?" என்று எண்ணி உள்ளுக்குள் சிரித்துக்கொண்டான். பிள்ளை, மறுபடியும் அந்தக் கேள்வியைக் கேட்டால் பதில் சொல்லலாம் என்று நினைத்தான். ஆனால் அவரிடமிருந்து அப்புறம் வார்த்தை வரவில்லை; குறட்டைதான் வந்தது. குறட்டை ஒலி கேட்டு ஆண்டியப்பன் வாய்விட்டுச் சிரித்தான். 'அப்பாவி, பாவம்!' என்று அவருக்கு இரக்கம் காட்டவும் செய்தான். அனாதைக்கு அனாதை உதவுவது, உதவிய அனாதைக்கே உதவியைப் பெற்றுக் கொண்ட அனாதை இரக்கம் காட்டுவது! இப்படிப்பட்ட ஒரு நம்ப முடியாத நாடகத்தை நிகழ்த்தின அன்றைய இரவின் மழையும் புயலும்!

◆ தரிசனம் ◆

முத்துப்பிள்ளை பத்து வருடங்களாகவே பைத்தியக்காரக் கிழவராக, அப்பாவியாக வாழ்ந்து வருகிறார். ஆனால் அவர் நாலு பேரைப்போல் வாழ்ந்த காலமும் உண்டு. அது இந்தத் தலைமுறை யினருக்குத் தெரியாது. முந்திய தலைமுறையினர் அவருக்குச் சமமான வயதுடைய சிலர் அறிவார்கள். ஆனால் அவர்கள் அந்தக் காலத்தையே இப்போது மறந்து விட்டார்கள். அதனால் முத்துப்பிள்ளை பிறக்கும்போதே இப்படி அறுபது வயதுக் கிழவராக, அப்பாவி மனிதராகப் பிறந்து, பிறந்த நாள்முதல் மளிகைக் கடை ஆறுமுகம் பிள்ளையின் வீட்டுத் திண்ணையிலேயே வசித்து வருவது போல் எல்லோருக்கும் தோன்றியது.

பத்து வருடங்களுக்குமுன் முத்துப் பிள்ளையின் பூர்வாசிரமம் விட்ட குறை தொட்ட குறையின்றி முடிவடைந்துவிட்டது. மனைவி யும் மக்களும் காலமாகிவிட்டார்கள். மூத்த மகனின் மகள், தன் தாயோடு, தாயின் பிறந்த வீட்டுக்குப் போய்ச் சேர்ந்தாள். கடைக்குட்டி மகன் வறுமையைத் தாங்க முடியாமல் வீட்டை விட்டுச் சொல்லாமல் கொள்ளாமல் எங்கோ போனவன் தான், அப்புறம் ஊர் திரும்பவே இல்லை. இவ்வளவும் ஐம்பது வயதுக்குள் நடந்து முடிந்துவிட்டன. கடைசியில் குடியிருந்த மண் வீட்டை -தம்முடைய ஒரே சொத்தை- மளிகைக்கடை ஆறுமுகம் பிள்ளையின் ஆதினத்துக்கு விட்டு விட்டு, அவர் திண்ணையில் வந்து தமக்குப் புகலிடம் தேடிக்கொண்டார் முத்துப் பிள்ளை.

ஆறுமுகம் பிள்ளை, அந்தக் கிழவருடைய அத்தையின் மகன் வயிற்றுப் பேரன். அவர் கொஞ்சம் நிலம் நீச்சு வைத்துக் கொண்டிருக்கிறார்; ஒருமளிகைக் கடையும் நடந்து வருகிறது. அவரும் அவர் மனைவியும் அனாதையாக வந்து சேர்ந்த கிழவருக்குத் தம்முடைய வீட்டுத் திண்ணையில் இடம் கொடுத்தார்கள்; அவர் அன்றாடம் கூலி வேலைக்குப் போய்ச் சம்பாதித்துக் கொண்டு வரும் காசை வாங்கிக் கொண்டு சாப்பாடு போட்டார்கள். அவரால் அந்தக் குடும்பத்துக்கு எந்தவிதமான நஷ்டமும் இல்லை; கஷ்டமும் இல்லை. ஆனால் கொடுமைப்படுத்துவதற்கு நஷ்டமோ கஷ்டமோ காரணமாக இருந்தாக வேண்டும் என்ற அவசியம் ஏதாவது உண்டா?

காசு கொடுத்துச் சாப்பிடுகிறவர் தான் என்றாலும், வலிய வந்தவர்; வேறு கதியில்லாதவர். ஒருவனைக் கொடுமைப்படுத்துவதற்கு இந்தக் காரணங்களே போதும் என்று ஆறுமுகம் பிள்ளையும் அவர் மனைவியும் நினைத்து விட்டார்கள். முத்துப் பிள்ளை சாப்பிட வரும் போதெல்லாம் வசை மாரிதான். 'பேய்த் தீனி தின்கிறார்' என்பதிலிருந்து, 'எதிரே வந்தால் சகுனத் தடை' என்பது வரை எத்தனையோ நிஷ்டூர வார்த்தைகள். தண்ணீர் கொடுக்கும்

பாத்திரம் தரையில் வைக்கப்படும்போது ஏழு வீட்டுக்குச் சத்தம் கேட்கும்; பாதித் தண்ணீர் கீழே சிந்திப் போகும். மறுதடவை தண்ணீர் கேட்டு விட்டாலோ மீண்டும் ஒரு மணி நேரத்துக்கு வசைமாரிதான்.

இத்னை அவமானங்களைச் சகித்துக்கொண்டு அங்கே கிடக்க வேண்டிய அவசியம் எதுவுமில்லை. அங்கே கொடுக்கும் காசை வேறு இடத்தில் கொடுத்தால் நல்ல சாப்பாடு போடுவார்கள் என்பதும் உண்மைதான். இது சிறுகுழந்தைக்கும் தெரியக்கூடிய சர்வ சாதாரணமாக விஷயமே. ஆனால், இவ்வளவு தூரத்துக்கு அவரால் சிந்திக்க முடியவில்லை. கஷ்டமோ நஷ்டமோ உறவு முறைக்குள் கிடந்தால்தான் மரியாதை என்று ஆரம்பத்தில் நினைத்துக் கொண்டு வந்து சேர்ந்தாரே, அந்த முடிவு அவரை அப்படியே தளையிட்டு நிறுத்துவிட்டது. பொறியும் புத்தியும் கலங்கி வந்த மனிதனைக் கொடுமையும் கொல்லும் சொற்களும் சேர்ந்து அறவே பைத்தியமாக்கி விட்டன. விரட்டினாலும் போகாமல், விளக்கிலேயே வந்து விழும் பூச்சியாக மாறிவிட்டார் முத்துப் பிள்ளை. இதை நன்றாகவும் தெள்ளத் தெளிவாகவும் அறிந்து கொண்டார்கள் ஆறுமுகப் பிள்ளையும் அவர் மனைவியும், என்றாவது ஒரு நாள் ஒரு வார்த்தை அன்பாகப் பேசி விட்டால் - அப்படியெல்லம் அவர்களால் பேசவும் முடியாது - முத்துப் பிள்ளை புத்தி சுவாதீனம் அடைந்து வீட்டை விட்டுப் போய்விடுவார். அவர் வருமானத்தின் மூலம் மாதா மாதம் மிஞ்சும் பத்துப் பதினைந்து ரூபாயை இழக்க வேண்டியிருக்கும் என்ற பயம்கூட அவர்களுக்கு உண்டாகிவிட்டது. ‘அதை அதை வைக்க வேண்டிய இடத்தில்தான் வைக்கவேண்டும்’ என்று அவர்கள் எத்தனையோ தடவைகள் பரஸ்பரம் சொல்லிக் கொண்டார்கள்.

முத்துப் பிள்ளை நாள் தவறாமல் கூலி வேலைக்குப் போவார். வேலையில்லாத நாட்களில் வீட்டு வேலைகளை ஓய்வொழிச்சல் இல்லாமல் செய்து கொண்டிருப்பார். வேலையே அவரது இயற்கையாக, அவர் உயிரோடு இருப்பதை அவருக்கே சுட்டிக் காட்டும் சின்னமாக இருந்தது. இப்படிப்பட்ட மனிதர் சேர்ந்தாற்போல் நாலைந்து நாட்கள் கையைக் கட்டிக்கொண்டு உட்கார்ந்திருக்கும்படி நேர்ந்துவிட்டது. இந்த அடைமழையினால். இது பத்து வருட காலத்தில் அவருக்கு ஏற்பட்ட மிகப் பெரிய சோதனை என்றே சொல்ல வேண்டும். வேலையில்லாமல், வருமான மில்லாமல் பழியாகக் கிடந்து, தண்டச் சோறு சாப்பிடுவதாக ஆறுமுகம் பிள்ளையும் அவர் மனைவியும் அவரை மாற்றி மாற்றி நெருப்பில் வாட்டி எடுத்தார்கள். நல்ல வேளையாக அவரை நெருப்பு

அதிகம் சுடவில்லை. ஏற்கெனவே உடம்பும் மனம் உணர் விழந்து போயிருந்தது. அவருக்கு அந்தச் சமயத்தில் ஓரளவு பாதுகாப்பாக இருந்து உதவியது.

ஒருநாள் இரவு மழை சற்று மட்டுப்பட்டது. சிறு தூறல் மட்டும் இலேசாகத் தூறிக்கொண்டிருந்தது. அமைதியான நேரம். பக்கத்தில் ஆண்டியப்பன் தூங்கிக் கொண்டிருந்தான். எப்படியோ விழிப்புத் தட்டி எழுந்த முத்துப்பிள்ளை, சிறிது நேரம் பாயில் உட்கார்ந்து கொண்டிருந்தார். தூங்குகின்ற பையன் யார் என்பது அவருக்கு அப்பொழுது 'பளிச்'சென்று ஞாபகத்துக்கு வரவில்லை. வெகு நேரம் சிரமப்பட்டு யோசித்த பிறகு தான், அவர் யார், எப்படி அங்கு வந்து சேர்ந்தான் என்பவையெல்லாம் நினைவுக்கு வந்தன. அவன் மேல் கலைந்து கிடந்த துணியை எடுத்து, நன்றாக விரித்துப் போர்த்தினார். அந்தச் சமயத்தில் சுவர் மூலையில் ஓட்டுத் தாழ்வாரத்துக்கும் சுவருக்கும் இடைப்பட்ட ஒரு சிறு பொந்திலிருந்து 'சிலுக்,' 'சிலுக்' என்று குருவிக் குஞ்சுகள் கத்துவது காதில் விழுந்தது. ஒரு பெரிய குருவி பொந்திலிருந்து வெளியே வந்து சிறகடித்துப் பறப்பதும் திரும்பவும் பொந்துக்குள் போவதும் ஒரு நிமிஷத்தில் பழையபடியும் வெளியே வந்து வட்டமிட்டுப் பறப்பதுமாக இருந்தது. அந்த இருட்டு மூலையில் அது கண்ணுக்குத் தெரியாவிட்டாலும், காதில் விழும் சத்தத்தைக் கொண்டுஊகிக்க முடிந்தது. ஒரு சமயம், குருவி முத்துப் பிள்ளைக்கு வலது கைப்புறத்தில், வெகு சமீபமாகப் பறந்து வந்து ஐந்தாறு இடங்களில் உட்கார்ந்து விட்டு 'விருட்' என்று பறந்து மேலே பொந்துக்குப் போனது. முத்துப் பிள்ளை அண்ணாந்து பார்த்து விட்டுத் திரும்பவும் கையைக் கட்டிக் கொண்டு உட்கார்ந்தார். குருவிக் குஞ்சுகள் தொடர்ந்து கத்திக் கொண்டேயிருந்தன.

கடைசியாகக் கிழவர் பாயில் படுத்தார். அப்புறம் அவர் தூங்க வில்லை என்பதுடன் ஓரேயடியாகப் பெருமூச்சு விட்டு விம்மவும் தொடங்கிவிட்டார். உடம்பெல்லாம் கொதித்தது. சூழ்நிலையின் குளிர் உடம்பைத் தொடவில்லை. துப்பட்டியைத் தனியே எடுத்து, ஆண்டியப்பனுக்குப் போர்த்து விட்டு வெற்றுடம்புடன் கிடந்தார்.

விடியும் வரையில் மழையும் ஓயவில்லை; குருவிக் குஞ்சு கத்தலும் நிற்கவில்லை.

மறுநாள் இரவுச் சாப்பாட்டுக்காக வீட்டுக்குள்ளே போன முத்துப் பிள்ளையை, "சாப்பாட்டு மணி அடித்து விட்டதா? மணிப்பிரகாசரம் வயிற்றுக்குப் போடாவிட்டால் உயிரா போய் விடும்? அப்படிப் போகிற உயிர் தான் போகட்டுமே! இருந்து எந்த ராஜ்யத்தை ஆளப்போகுது?" என்று சொல்லிக் கொண்டே

வரவேற்றாள் ஆறுமுகம் பிள்ளையின் மனைவி. இந்த வரவேற்புரை பழைய பல்லவிதான். இதற்குப் பயந்துகொண்டு கொஞ்சம் நேரம் கழித்துப் போனாலோ, "உமக்குக் காத்திருந்து படைக்க இங்கே என்ன கட்டின பொண்டாட்டியா இருக்கிறாள்? உம்முடைய முகத்தில் விழித்தாலும் ஆகாதென்றுதானே அவள் காலா காலத்தில் போய்ச் சேர்ந்து விட்டாள்?" என்ற வரவேற்புரையைக் கேட்க வேண்டி வரும். அதனால் நேரத்திலேயே போய்ச் சாப்பாட்டுக்கு உட்கார்ந்தார் கிழவர். தட்டில் போடப்பட்ட சாதத்தில் பாதி தரையில் விழுந்தது. அவர் அதை அள்ளி நடுத்தட்டில் போட்டுக் கொண்டிருக்கும்போதே, தட்டைப் பார்க்காமல் அவருடைய குனிந்த தலையையே வெறுப்போடு பார்த்துக் கொண்டிருந்த அவள் கொதிக்கிற குழம்பை அவருடைய புறங்கையில் ஊற்றி விட்டாள்.

"ஐயோ!" என்று சூடு பொறுக்காமல் கையை இழுத்தார் முத்துப் பிள்ளை.

"கண் என்ன அவிஞ்சா போச்சு? குழம்புக் கரண்டி கூடவா கண்ணுக்குத் தெரியாமல் போய்விடும்?" என்றாள். அடுத்த நிமிஷம், "அப்படிப் பறக்கப் பறக்க வெறும் சோற்றை எடுத்து விழுங்க, நாள் பூராவும் பட்டினியா கிடந்தீர்? காலையில் ஒரு சட்டியும் மத்தியானம் ஒரு சட்டியும் கொண்டு வந்து நான்தானே கொட்டினேன்?" என்று சொன்னாள்.

அவள் அந்தப் பக்கம் போக பிறகு ஐந்தாறு கவளத்தை எடுத்து விழுங்கினார் முத்துப் பிள்ளை. பாதித்தட்டு காலியானதும் அப்படியே எழுந்து தட்டோடு வெளியே வந்தார். இடது கையால் மடியிலிருந்த ஒரு பழைய காகிதத்தை எடுத்து அதில் மீதியிருந்த சாதத்தைக் கொட்டினார். தட்டைக் கழுவி உள்ளே கொண்டுபோய் வைத்துவிட்டு வெளியே வந்தார். காகிதத்தில் இருந்த சாதத்தைப் பொட்டலமாகக் கட்டி, தாம் படுக்கும் இடத்தில் மாடக் குழியில் கொண்டுபோய் வைத்துவிட்டுப் பாயை விரித்துப் படுத்துக் கொண்டார். அப்புறம் ஆண்டியப்பனும் மழையோடு மழையாகத் தலையில் ஒரு துணியைப் போட்டுக் கொண்டு வந்து சேர்ந்தான்.

"தாத்தா! இந்த அடைமழை எப்பத்தான் நிக்கப் போகிறது? கீழத் தெருவிலே நாலு வீடு இடிஞ்சு விழுந்திட்டதாம்" என்று சொல்லிக் கொண்டே அவனும் படுத்தான்.

ஆறுமுகம் பிள்ளை வீட்டுத் தெரு வாசல் கதவு சாத்தப்பட்டது.

மழை இரைச்சலில் குருவிக் குஞ்சுகள் கத்தியது கேட்கவில்லை. தாய்க் குருவியையும் காணவில்லை.

◈ தரிசனம் ◈

பதினொரு மணிக்கெல்லாம் மழை சற்று நின்றது; வெறுத்தது என்றே சொல்லவேண்டும். நம்ப முடியாத அதிசயம்போல், வானத்தில் ஒரு பகுதி வெளிவாங்கி, மங்கலாக நிலவொளியும் வீசியது. அப்போது சொல்லி வைத்தது போல் தாய்க்குருவி வெளியே பறந்து வந்தது. குஞ்சுகளின் கூச்சல் தெள்ளத் தெளிவாகக் கேட்டது.

அவ்வளவு நேரமும் தூங்காமல் படுத்திருந்த முத்துப் பிள்ளை அதிவேகமாக எழுந்து உட்கார்ந்தார். தாய்க்குருவி தெருவுக்குப் பறந்துபோய், சிறிது நேரத்துக்குப் பிறகு வந்து சேர்ந்தது. திண்ணையின் பல பகுதிகளிலும் சுவரில் இரண்டொரு இடங்களிலும் பூச்சி புழுக்களைக் கொத்துவதுபோல் எதையோ கொத்தியது. அப்புறம் குஞ்சுகளிடம் சென்றது. தாயைக் கண்டதும் குஞ்சுகளின் கூச்சல் பெரிதாயிற்று.

முத்துப்பிள்ளை மாடக் குழியிலிருந்து பொட்டலத்தை எடுத்துத் திண்ணையின் மறுகோடியில்-தாய்க்குருவி பயமில்லாமல் வந்து போகக் கூடிய தூரத்தில்-கொண்டுபோய், நன்றாகப் பிரித்து வைத்துவிட்டுப் பாயில் வந்து உட்கார்ந்தார்.

தாய்க் குருவி அம்பைப் போல் சாதத்தை நோக்கிப் பாய்ந்து வந்தது. வாய் நிறையச் சோற்றுப் பருக்கைகளைக் கவ்விக்கொண்டு பொந்துக்குப் பறந்தது. குஞ்சுகளின் கும்மாளமும் படபடப்பும் கூச்சலில் பிரதிபலித்தன. நிமிஷத்துக்கு ஒரு தடவை பொந்துக்கும் பொட்டலத்துக்குமாகக் குருவி பறந்து கொண்டிருந்தது.

முத்துப் பிள்ளை, உட்கார்ந்த நிலையிலேயே இரண்டு கைகளையும் தலைக்குமேல் உயர்த்திக் குவித்தார். கண்களை மூடிக்கொண்டு, "அம்மா!... முருகா!" என்று சத்தம் போட்டுச் சொன்னார். அரைத் தூக்கத்துடன் கிடந்த ஆண்டியப்பன் உடனே விழித்துவிட்டான். கும்பிட்ட கையோடு கிழவர் உட்கார்ந்திருப்பதை அந்த மங்கலான வெளிச்சத்தில் பார்த்தான். அவனுக்கு ஒன்றுமே புரியவில்லை.

"என்ன தாத்தா?..." என்று மெதுவாக விசாரித்தான்.

"முருகா!.. முருகா!." என்று வாய்க்குள்ளேயே ஜபித்துக் கொண்டு அழுதார் முத்துப் பிள்ளை.

அவருடைய தோளைப் பிடித்துக் குலுக்கி, "தாத்தா, ஏன் அழுகிறீங்க? என்ன சங்கதி? என்று அவன் கேட்கவே, "பாவம்! பத்து நாட்களாய் மழை. அதுதான் என்ன செய்யும்?" என்று பதிலளித்தார் கிழவர்.

"எதுதான் என்ன செய்யும்? என்ன சொல்றீங்க தாத்தா?"

"எல்லாம் பொடிப் பொடிக் குஞ்சு... அந்தத் தாய்க் குருவியைப் பாரு? ஆண்டியப்பா!" என்றார் முத்துப் பிள்ளை.

பையன் திரும்பிப் பார்த்தான். குருவி பறப்பது, குஞ்சுகள் கத்துவது, காகிதத்தில் சாதம் கிடப்பது... அவனுக்கு விஷயம் புரிந்து விட்டது. கிழவர் தான் பொட்டலம் கட்டிச் சாதத்தைக் கொண்டு வந்து வைத்திருக்கிறார் என்பதையும் புரிந்து கொண்டான். ஆனால் அவர் எதற்காகக் கும்பிட வேண்டும்? ஏன் அழுகிறார்? அது மட்டும் அவனுக்குப் புரியவில்லை.

எவ்வளவோ காலத்துக்குமுன், இதே போன்று மழை பெய்து கொண்டிருந்த ஓர் இரவில்தான், திருக்கோவிலூரின் சிறுமனை யொன்றில், குறுகலான இடைகழியில் நின்று, 'பாட்டுக்குரிய பழையவர் மூவர்' -மூன்று முதலாழ்வார்கள்- அந்தாதி ரூபத்தில் மெய்விளக்கேற்றித் திரிவிக்கிரம மூர்த்தியைத் தரிசித்தார்களாம். ஆனால் இங்கே இப்போது அந்தாதி விளக்கில்லை; பழைய காகிதத்தில் சிறிது சாதம்தான் கிடந்தது. இந்த விளக்கின் முன் அன்பும், சத்தியமும், நம்பிக்கையும், தெய்வ சாந்நித்யமும் குஞ்சுக்கு இரையூட்டும் குருவியாகக் கண்காணச் செயல்பட்டுக் கொண்டிருந்தன. இத்தனை குணங்களும் இத்தனை இயல்புகளும் இன்னும் உலகத்தில் இருக்கின்றவா?

முத்துப் பிள்ளையால் இந்தத் தரிசனத்தத் தாங்கவே முடிய வில்லை. கண்ணீர் விட்டு அழுதார்; கைகளைக் குவித்துக் கும்பிட்டார். 'பைத்தியக்காரக் கிழவன் தன்னையே கும்பிட்டுக் கொள்ளாமல் வேறு எதையோ போய்த் தொழுகிறானே' என்று ஆண்டியப்பனின் அந்தராத்மா எண்ணியதோ என்னவோ, அவரை நோக்கிக் கைகூப்பித் தொழும்படி அவனுக்குக் கட்டளையிட்டது.

☯

45

முருங்கைமர மோகினி

ஊருக்கு வடபுறத்தில் இருக்கும் ஐரணக் கவுண்டர் தோட்டத்துக் கிணற்றில் சதாகாலமும் இறவையாடிக் கொண்டிருந்தாலும் தண்ணீர் வற்றவே வற்றாது; எப்போதும் ஊறிக்கொண்டுதானிருக்கும். ஊருக்குப் புதிதாக வந்திருப்பவர்கள் அதில் இறங்கிக் குளித்தாலும் ஜலதோஷம் பிடிப்பதில்லை. அத்தோடு இறங்கிக் குளிப்பதற்கு ஏற்றபடி சௌகரியமான படிகளுடனும் வழுக்கலில்லாமலும் இருக்கும்.

இந்தக் காரணங்களை உத்தேசித்துத்தான் பலகாரக்கடை நல்ல பெருமாள் பிள்ளை ஏறக்குறைய கடந்த இருபத்தைந்து ஆண்டுகளாக இதே கிணற்றில் குளித்து வருகிறார். எண்ணெய் தேய்த்துக் குளிக்கும் சனியும் புதனும் தவிர்த்து மற்ற நாட்களில் அதிகாலையிலேயே வந்து ஸ்நானத்தை முடித்துக்கொண்டு சூரியோதயத்தின் போது கடை திறக்கப் போய்விடுவார்.

ஆனால், போன தைப்பொங்கலுக்கு மறுநாள் ஏதோ தலை வலிக்கிறது என்று சொல்லிக் கொண்டு படுத்தார் நல்லபெருமாள் பிள்ளை. அதிலிருந்து சுமார் இரண்டு மாதகாலம் குளிர் ஜுரம் அவரை வாட்டியெடுத்து விட்டது. ஆள் மிகவும் உருக்குலைந்து போய்விட்டார். ஊராரும் அவருடைய மனைவியும் கூட, 'நபர் வேலை சாய்ந்து விடும்' என்று ஒரு நாள் சந்தேகப்பட்டு விட்டார்கள். மனிதன் செத்துப்போன பிறகு அவனுடைய குணாதிசயங்களைப் பற்றிப் புகழ்ந்து பேச ஆரம்பிக்கும் மனித சமூகம் நல்லபெருமாள் பிள்ளையின் 'அத்தாபத்தி'யான நிலையைக் கண்டு, அந்த நிமிஷத்திலேயே அருடைய நல்ல குணங்களைப் பற்றிப் பேச ஆரம்பித்து விட்டது. ஜனங்கள் கொஞ்சம் கூட்டிக் குறைத்துப் பேசிக்கொண்டாலும் அதில் முக்கால்வாசி உண்மையாகவே இருந்தது.

நல்லபெருமாள் பிள்ளைக்கு இப்போது வயது ஐம்பது. சந்ததி கிடையாது. இந்தக் கவலை ஒரு காலத்தில் அவரைக் கொஞ்சம் கஷ்டப்படுத்தியதுண்டு. ஆனால், அவருக்கு இப்போது அப்படிப்பட்ட லௌகீகமான ஆசைகள் ஒன்றும் கிடையாது. ஏதோ வயிற்றுப்பாட்டுக்கு ஒரு தொழிலைச் செய்துகொண்டு நாலுபேருக்கு நல்ல பிள்ளையாகக் காலத்தைத் தள்ளி விடவேண்டும் என்பதைத் தவிர அவருக்கு வேறொரு லட்சியமும் கிடையாது. அவருடைய

சுபாவத்துக்கேற்றபடி மிகவும் நல்லமாதிரியாக அமைந்திருந்தாள் அவரது தர்மபத்தினி முத்தம்மாள்.

இதுவரையும் நல்லபெருமாள் பிள்ளை ஒருவரிடமும் ஒரு பைசா கைநீட்டி வாங்கியது கிடையாது. ஒருவனுடைய சொத்துக்கு ஆசைப்பட்டு ஒரு சாதாரணக் காரியத்தைக்கூடச் செய்தவரில்லை. ஏதோ நாலு கடைகளைப் போலத் தம் பலகாரக் கடையை நடத்திக் கொண்டு 'வெட்டு ஒன்று துண்டு இரண்டாக' கறார் வியாபாரம் செய்து வருகிறார்.

மண், பொன், பெண் என்ற மூன்று ஆசைகளையும் துறந்திருந்த இந்தச் சந்தர்ப்பத்திலே அவர் மரணப் படுக்கையில் படுத்திருந்து கடைசியாக உயிர் பெற்று எழுந்தும் விட்டார், சில நாட்கள் வீட்டுக்கும் வாசலுக்கும் நடமாடிக் கொள்ளமட்டும் முடிந்தது. உடம்பில் ரத்துப் பசையென்பதை இல்லாமல் வெளிறிப் போய் இருந்தார். இந்த இடைக்காலத்தில்-சுமார் இரண்டு மாத காலத்தில்-அவருடைய கடையில் வியாபாரம் அவ்வளவு சரிவர நடக்கவில்லை. ஒத்தாசைக்கு வேறு யார் இருக்கிறார்கள்? முத்தம்மாளுக்குத் தன் கணவனுக்குப் பணிவிடை செய்யவே நேரம் சரியாயிருக்கும். அதனால் அவர் சேர்த்து வைத்திருந்த 'ஆஸ்தி'யெல்லாம் செலவழிந்து போய்விட்டது. முத்தம்மாள் வாயையும் வயிற்றையும் கட்டி கணவனுக்குத் தெரியாமல் வைத்திருந்த மூலதனமும் அநேகமாகக் கரைந்து விட்டது. இந்தப் பணமுடையை ஈடு செய்து பழைய நிலைமையை மீண்டும் அடைவதற்கு வியாபாரத்தில் சில கட்டுதிட்டங்களையும், வாழ்க்கைச் செலவில் சில சிக்கன விதிகளையும் கையாளத் தொடங்கிவிட்டார்.

இப்போது அவளுடைய கடையில் இட்டிலி, வடையெல்லாம் முன்னையில் பாதிகூட இல்லையென்பது ஊரார் புகார். நல்ல பெருமாள் பிள்ளையும் கிருஷ்ணபக்ஷத்துச் சந்திரன் போலப் பலகாரங்களின் உருவைச் சிறிது சிறிதாகத் திடீரென்று ரகசியம் வெளிப்பட்டு விடாதபடி குறைத்து வந்தபோதும் ஊர் மகா ஜனங் களின் கைத்தராசு எடைபோட்டுப் பார்த்துவிட்டது. இது வியாபாரத்தைப் பொறுத்தமட்டிலும் பிள்ளையவர்கள் செய்த ஒரு பெரிய மாறுதல், அடுத்தபடி, வீட்டிலும் சாப்பாட்டுக்குக் குறைந்த அளவில் பதார்த்தங்களைத் தயாரிக்கச் சொல்லி விட்டார். காலையில் வெறும் நீராகாரம். மத்தியானத்துக்கும் காலையாகார நேரத்துக்கும் நடுவேயுள்ள ஒரு இடைநேரத்திலே சுண்டவற்றலோடும் ரசத்தோடும் சாப்பாட்டு முறையைக் கழித்துவிடுவார்கள். இரவில் வெந்நீர்ப் பழையதுக்கு மத்தியானம் வைத்த ரசமும், விற்காமல் மிஞ்சிய வடையும்தான்.

பிள்ளையின் உடம்பும் பூரணமாகக் குணமாகிப் பழைய சுகத்துக்கு வந்துவிட்டது. ஒரு நாள் காலையில் சுமார் ஏழு மணிக்குத் 'தம்முடைய' பழைய கிணற்றுக்குக் குளிக்கவந்தார். ஐரணக் கவுண்டரின் தோட்டத்துக்குள் போக மேல் பக்கமாக உள்ள வாசல் வழியாக நுழைவார் நல்லபெருமாள் பிள்ளை. குளித்து விட்டு வெளியே வருவது தென்பத்து வழியாக மேல் பக்கத்தில் உள்ள ஓடைக்கரையில் ஒரு வேப்பமரம் இருக்கிறது. அதில் பல் தேய்ப்பதற்காக ஒரு குச்சி ஒடித்துக்கொண்டு அப்படியே மேற்கு வாசல் வழியாக நுழைவது சௌகரியமாயிருக்கும். தென் பக்கத்து வாசல் வீட்டுக்குச் சமீபம்.

ஏறக்குறைய மூன்று மாதங்களுக்கு அப்புறம் இப்பொழுதுதான் அவர் முதல் தடவையாக அந்தத் தோட்டத்துக்குக் குளிக்க வந்திருக் கிறார். அதனால் இப்போது அங்கே ஏற்பட்டிருக்கும் சிற்சில மாறுதல்கள் அவருடைய கண்ணில் பட்டன.

இப்போது மிளகாய்ச் செடிகள் பெரிதாக வளர்ந்து பூவும் பிஞ்சுமாக இருந்தன. அவரைக்கொடி பக்கத்திலிருக்கும் அகத்தி மரங்களின் மீது படர்ந்து குலைகுலையாகக் காய்த்திருந்தது. கிணற்றுக்கு மேல்புறமாக உள்ள நாலைந்து தென்னை மரங்களில் இருக்கும் இளநீர்க் குலைகள் களவு போகாமல் இருப்பதற்ாக மரங்களின் மேல் பாகத்தில் முள் கம்பியைச் சுற்றி விட்டிருந்தார் கவுண்டர். பல் தேய்த்துக் கொண்டிருந்த நல்லபெருமாள் பிள்ளை யின் கண்கள் இந்த முள்கம்பியைக் கவனமாகப் பார்த்தன. ஏதோ சற்று யோசித்தார். உடனே அவருடைய உள்ளம் கொஞ்சம் விளையாட ஆரம்பித்துவிட்டது!

'களவு செய்யவேண்டும் என்று வருகிறவனை இந்த முள் கம்பியா தடுத்துவிடும்? இதை இலேசாகக் கழற்றிவிட்டு மரமேறுவதென்ன சீமை வித்தையா? இது சரி; இந்த இளநீர்க் குலைகளைத்தான் கம்பியைச் சுற்றிப் பத்திரம் செய்துவிட்டார். இதோ பக்கத்திலே அவரைக் கொடியில் காய்கள் கொத்துக்கொத்தாய்க் காய்த்திருக் கிறதே! இந்த அவரைக் கொடிக்கு முள் கம்பி சுற்றி வைக்கக்கூடாது கவுண்டர்? அதுதானே! ஏதோ கடவுளுக்கும் மானத்துக்கும் பயந்து மனுஷன் பேசாமல் இருந்தால்தான் போச்சே ஒழியே அவனுக்குக் காவல் போட முடியுமா என்ன?"

குளித்துவிட்டு ஈரத்துணியை உதறி மேலே போட்டுக் கொண்டு வெளியேவந்தார். அப்போது கிணற்றுக்கு வடமேற்கு மூலையில் அவரைக் கொடிகளின் நடுவே ஒரு சிறு முருங்கை மரத்தில் ஐந்தாறு காய்கள் தொங்குவதையும் பார்த்துக்கொண்டார். அந்த முருங்கை இதுவரையும் செடியாக இருந்து இப்போதுதான் முதல் முதலாகக் காய்க்க ஆரம்பித்திருக்கிறது. அந்தக் காய்களுக்கும்

பாதுகாப்பு வேண்டுமல்லவா? ஆனால் முருங்கை மரத்துக்கு முள்கம்பி சுற்ற முடியுமா? முடியாது. அதனால், மனிதனுடைய மான உணர்ச்சியில் நம்பிக்கை வைத்து அந்த மரத்தின் ஒரு கிளையில் ஒரு பழைய செருப்பைக் கட்டித் தொங்கவிட்டிருந்தார் ஐரணக் கவுண்டர். செருப்பின் காவலை மீறுவதற்கு மனிதனுக்குத் தேகபலம் இருந்தாலும் மனம் அவமானத்துக்குப் பயப்படும். கேவலம் நாலு முருங்கைக்காய்களுக்குச் செருப்படியா என்று நினைத்துத் திருடன் திரும்பிவிடுவான் என்பதே கவுண்டரின் திடமான கருத்து.

இந்த விஷயத்தையும் நன்கு புரிந்து கொண்டார் நல்ல பெருமாள் பிள்ளை. 'கவுண்டரும் இலேசுப்பட்டவரில்லை' என்று நினைத்துக்கொண்டே எட்டு மணிக்கெல்லாம் வீடு போய்ச் சேர்ந்தார்.

* * *

மறுநாள் காலை ஏழு மணிக்குமேலேயே இருக்கும். பிள்ளை முன் தினத்தைப்போலவே அந்தக் கிணற்றில் கமலைக் கிடங்கின் பக்கமாக உள்ள கல்லின்மேல் உட்கார்ந்து பல் தேய்த்துக்கொண்டிருந்தார். அவருடைய பார்வை முருங்கைக்காய்களின் மேல் படிந்திருந்தது. ஒரு பொருளை வெகு நேரம் பார்த்தால் வெறுப்புத் தட்டுவதும் உண்டு; அல்லது அதன்மேல் அளவு கடந்த ஆசை பிறப்பதும் உண்டு.

ஏற்கெனவே உடல் பலஹீனமுள்ள பிள்ளையவர்களுக்கு மனசிலும் பலஹீனம் ஏற்பட்டதுபோல, இந்தச் சமயத்தில் முருங்கைக் காய்களின் மேல் எப்படியோ சபலம் தட்டிவிட்டது. முருங்கைக் காய்களைப் பார்த்துக் கொண்டே இருந்தார்.

'அதிகப் பிஞ்சும் அதிக முற்றிலும் இல்லாதபடி கறிக்குப் பக்குவமான காய்கள்தான். இதை வைத்துக் குறைத்தது மூன்று நாட்களுக்காகவது கறிப்பாட்டைக் கழித்துவிடலாம். உம்?... பக்கத்தி லும் ஒருவரும் இல்லை...'

சுற்றுமுற்றும் பார்த்துக் கொண்டார்.

"நாமென்ன ஆயிரம் ரெண்டாயிரம் என்று அடுத்தவன் சொத்தைக் கொள்ளையடிக்கவா போகிறோம்? கவுண்டருக்கும் நாலைந்து முருங்கைக் காய்கள் போய்விட்டால் குடிமுழுகிப் போய் விடாது. நம்முடைய கஷ்ட நிலைமைக்கு...

தோட்ட வேலைக்காரன் தண்ணீர் இறைப்பதற்காக மாடுகளை 'தை' என்று சத்தம்போட்டு ஓட்டிவருவது பிள்ளையின் காதில் படவே மூச்சு விடாமல் எழுந்தார். கிணற்றுக்குள் இறங்கிக் குளிக்கப் போய்விட்டார்.

"சீச்சி, இது சுத்த எச்சிக்கலைத்தனம்..." என்று அவர் மனம் அப்புறம் சொன்னது.

* * *

பலகாரக் கடையில் அவர் உட்கார்ந்திருக்கும்போது காய்கறிக் கூடைக் காரி வந்தாள். உடனே முத்தம்மாள் அன்று வீட்டுக்கு வேண்டிய இரண்டொரு காய்கறிகளை வாங்க ஆரம்பித்தாள். அப்போது பிள்ளையவர்களின் மனக் கணக்கில் மேற்படி முருங்கைக் காய்கள் தோற்றமளிக்க ஆரம்பித்தன. 'யாரும் இல்லாத சமயத்தில் போனால் கொண்டு வந்திருக்கலாம். அப்படி ஆறு காய்களை வாங்க வேண்டுமென்றால் இரண்டணாவாவது ஆகும். இந்தக் காலத்தில் இரண்டணா யார் கொடுக்கிறார்கள்?" என்று நினைத்துக் கொண்டார். கொஞ்ச நேரம் கழித்து மனம்மாறிவிட்டது.

'சே, செருப்பைக் கட்டித் தொங்கவிட்டிருக்கும் போது...'

இப்படியே மனம் மிகவும் சங்கடப்பட்டுக்கொண்டிருந்தது. ஏதோ அவருடைய பலத்தைச் சோதிக்க வந்த மோகினிப் பிசாசு போல இருந்தது அந்த முருங்கை மரம். இதைப் பேராசை என்று சொல்லமுடியுமா? கேவலம் இரண்டணா முருங்கைக்காய்கள்தான். அப்படிப் பேராசை இருந்திருந்தால் நல்லபெருமாள் பிள்ளை வியாபாரத்தில் கொள்ளையடித்திருப்பார். அது ஒரு பக்கம் இருக்க அவர் கண்ணுக்கு அவரைக்காய்களும் பட்டதே, அவற்றின் மீது அவருக்கு ஏன் ஆசை போகவில்லை? இது என்ன மர்மமென்று தெரியாமல் பிள்ளையே மிகவும் சங்கடப்பட்டார்.

மறுநாள் காலையில் நாலரை மணிக்கு இருட்டோடு இருட்டாக் கிணற்றுக்குக் குளிக்கப் போனார். கிருஷ்ண பக்ஷத்துக் காலைப்பிறை கீழ் வானத்தின் அடிப்பாகத்தில் பிரகாசித்துக்கொண்டிருந்தது. நல்லபெருமாள் பிள்ளை வழக்கம்போல் மேற்குப்புறமாகப் போய் வேப்பங்குச்சியை ஒடித்தார்; ஆனால், என்றுமில்லாத வழக்கமாக அரவம் கிளம்பாமல் ஒடித்தார். களவுக்கு இந்த முன்ஜாக்கிரதை பூர்வாங்க ஏற்பாடாக இருந்தது. கிணற்றின் பக்கத்தில் வந்து, முருங்கைக்கு எதிரே நின்று கொண்டு, காய்களைப் பறிக்கலாமா கூடாதா என்று சிறிது நேரம் மனசோடு வாதாடினார். மனம் என்னவோ வழக்கம் போல நீதி போதித்தது. ஆனால் ஆசையோ பிடிவாதமோ- ஏதோ ஒரு சக்தி அவரை உந்தித் தள்ளியது. மரத்துக்கு மேல்புறமாகவும் பிறை நிலாவுக்கு நேராகவும் நின்ற மரத்தின் காய்கள் தொங்கியது தெரிந்தது. கூடவே, செருப்பும் தொங்கிக் கொண்டிருந்தது!

திடீரென்று சுற்றுமுற்றும் பார்த்துவிட்டுக் காய்களை பறிக்க ஆரம்பித்து விட்டார். அவசர அவசரமாகக் காய்களைப் பறிக்கும் போது முருங்கைப் பூக்கள் தலையிலும் உடம்பிலும் உதிர்ந்து விழுந்தன. உடனே அவற்றை உதறினார். அப்புறமும் செருப்பைப்

பார்க்கும்போது அவருக்கு அவமானமாக இருந்தது. அதனால், அதையும் மரத்திலிருந்து அறுத்து எறிந்துவிடத் தீர்மானித்தார். அப்படியாவது மானத்தைக் காத்துக்கொள்ளலாம் அல்லவா?

செருப்புக் கட்டப்பட்டிருந்த கயிறு பலமாக இருந்தது அதை வெட்டி இழுக்கும்போது முருங்கைக் கொப்பு முறிந்துவிட்டது. அது முறியும் போது ஏற்பட்ட சத்தம் பிள்ளையவர்களுக்குப் பீரங்கி வேட்டைப்போல் கேட்டது. அதிர்ச்சியினால் வெலவெலத்துப்போய் ஒருமுறை நாலாபக்கமும் பார்த்தார். நல்லவேளை, ஒருவரும் இல்லை, என்றாலும் இந்தப் பயங்கரமான காரியத்தை செய்தபின் கிணற்றில் இறங்கிக் குளித்துவிட்டுப் போகத் தைரியம் எங்கிருந்து வரும்? உடனே முருங்கைக்காய்களை கஷ்கத்தில் செங்குத்தாக வைத்து இடுக்கி மேல்துண்டினால் போர்த்துக்கொண்டு அவசர அவசரமாகப் புறப்பட்டார். பக்கமாகத் தூரத்தில் யாரோ சுருட்டுப் பிடித்துக் கொண்டு வருவது தெரிந்தது- அதனால் தெற்கு வாசலை நோக்கி வேகமாகப் போகும்போது, வரப்பிலிருந்து எப்படியோ வழுக்கிப் பக்கத்தில் இருந்த கீரைப்பாத்தியில் மிதித்துவிட்டார். அப்போது, முதல் நாள் மாலை தண்ணீர் இறைக்கப்பட்டுச் சேறாக இருந்த அந்த பாத்தியின் ஈர மண் அவர் வேஷ்டியிலெல்லாம் தெறித்து விழுந்து விட்டது. உடனே உயிரைக் கையில் ஏந்திக்கொண்டு வீட்டை நோக்கி ஓட்டம் பிடித்தார்.

மனைவியிடம் விஷயத்தைச் சொல்லாமல் காய்களை ஒரு இடத்தில் வைத்துவிட்டு உடையை மாற்றிக் கொண்டார். அதன்பின் கிணற்றுக்குக் குளிக்கப் போகத் தைரியம் இல்லை. உடம்பெல்லாம் ஒரே நடுக்கம். ஜலதோஷம் பிடித்திருக்கிறது என்று ஒரு சிறு பொய்யைச் சொல்லிவிட்டு முத்தம்மாளை வெந்நீர் போடச் சொன்னார்.

காலை பத்து மணிக்கெல்லாம் யாரோ காய்கறிக் கூடைக்காரி யிடம் வாங்கியதாகச் சொல்லி மேற்படி முருங்கைக் காய்களை மனைவியின் கையில் கொடுத்தார் பிள்ளை.

‘இனி என்னென் அவமானம் எல்லாம் வருமோ? கவுண்டர் கிணற்றுக்கு வந்து பார்த்தால் நம்மீதே சந்தேகப்பட்டாலும் படலாமே? தினந்தோறும் நாம்தானே முதல் ஆளாகப் போய் அந்தக் கிணற்றில் குளிக்கிறோம்? நாம் பல்தேய்த்த வேப்பங்குச்சியை ஒரு வேளை கிணற்றில் பக்கமாகத்தான் போட்டுவிட்டோமோ? அதைக் கவுண்டர் பார்த்துக் கொண்டால்?....’

இதைத்தான் அவர் மாறிமாறி நினைத்துக்கொண்டு கஷ்டப் பட்டார்.

◊ முருங்கைமர மோகினி ◊

மத்தியானம் பன்னிரண்டு மணிக்குச் சாப்பிடுவதற்காக இலையின் முன்னால் உட்கார்ந்து கொண்டிருந்தார் பிள்ளை. 'ஐம்பது வருஷகாலமாக அடுத்தவன் பொருளுக்கு ஆசைப்படாத மனசுக்கு முருங்கைக்காயின் மேலே எதற்கு இப்படி ஆசை விழுந்தது? ஆனால், இது ஆசையா? பொதுவாக, ஆசையென்றால் எல்லாவற்றிலுமே ஆசை விழவேண்டுமே? அவரைக்காயும் எட்டிப் பறிக்கிறாற்போலத் தானே இருந்தது? அதை ஏன் திருடவில்லை?..'

மனைவி முருங்கைக்காய்ச் சாம்பாரைச் சாதத்தில் விட வந்தாள்.

உடனே அவர், "வேறு சரம் கிசம் வைக்கில்லையா? அதைக் கொண்டு வா. முருங்கைக்காய்ச் சாம்பார் வேண்டாம்" என்று சொன்னார்.

மனைவி மிகவும் ஆச்சரியப்பட்டு, "என்ன? சாம்பார் வேண்டாமா? நீங்கதான் முருங்கைக்காய் சாப்பிடணும்னு ஆசைப் பட்டு வாங்கியிருக்கிறீர்களே; பிறகு வேண்டாம்னு ஏன் சொல்றீக?" என்று கேட்டாள்.

"ஆசை என்ன ஆசை? ஒண்ணுலே ஆசை விழுந்தா அதைச் சாப்பிட்டுத் தீக்கணும்னு கட்டாயமா?" என்று சொல்லிவிட்டுக் கீரையை விரவிக்கொண்டு சாப்பிடப்போனார்.

முத்தம்மாளுக்கு ஒன்றும் புரியவில்லை.

'எனக்கு ஆசையா விழுந்தது? அதற்கு இந்த முருங்கைக்காய் என்ன தங்கப் புதையலா;' என்று மனசுக்குள் நினைத்துக்கொண்டே கீரைச் சாதத்தை விழுங்கினார் பிள்ளை.

முத்தம்மாள், தன் கணவரின் 'ஜலதோஷ'த்தை உத்தேசித்துத் தயார் செய்திருந்த மிளகு ரசத்தை எடுத்து வர உள்ளே போனாள்.

☯

46

உலகம் யாருக்கு?

எங்கள் ஊரிலிருந்து செல்லும் ரயில் வண்டிகளுக்கும் திருவனந்தபுரம் எக்ஸ்பிரஸுக்கும் 'கனெக்ஷன்' கிடையாது. அதனால் எங்கள் ஊரிலிருந்து புறப்படும் வண்டிகளில் ஏறினால், விருதுநகர் ஜங்ஷனுக்குப்போய் அங்கு வந்து சேரும் திருவனந்துபுரம் எக்ஸ்பிரஸைப் பிடிக்கமுடியாது. இதனால், நாங்கள் காலையிலோ அல்லது மத்தியானம் ஒரு மணிக்கோ புறப்படும் வண்டிகளில் விருதுநகருக்குப் போய்விடுவோம் அங்கே ஸ்டேஷனில் சுமார் இரண்டரை மணி நேரம் காத்திருந்து மாலை ஐந்தரைக்கு வரும் எக்ஸ்பிரஸைப் பிடித்து திருச்சி, சென்னை முதலிய ஊர்களுக்கு நாங்கள் போவது வழக்கம். விருதுநகர் ஜங்ஷனில் அனாவசியமாக இரண்டரை மணி நேரத்தைக் கழிப்பதில் உள்ள சிரமத்துக்கு அஞ்சி, எக்ஸ்பிரஸ் அங்கு வந்து சேருவதற்குச் சுமார் அரைமணி நேரத்திற்கு முன்னால் அவ்வூருக்குப் போய்விடும் பஸ்களிலும் எங்கள் ஊர்க்காரர்கள் போவது உண்டு.

நானும் என் நண்பரும் அன்று அப்படியே புறப்பட்டோம். பிற்பகல் சுமார் மூன்றரை மணிக்குப் புறப்படும் பஸ்ஸில் டிக்கட் வாங்கி ஏறினோம். அந்த பஸ் சாத்தூர் வழியாக விருதுநகருக்குப் போகும் பஸ்ஸாகும். 'ஐந்து மணிக்கு விருதுநகரில் கொண்டுபோய்த் தள்ளி விடுவான் சார்' என்று அங்குள்ளவர்கள் காற்றோடு காற்றாகக் கலந்து விடும் யூகங்களையெல்லாம் நாம் ஊர்ஜிதம் செய்து கொள்ளுவது வழக்கம் தானே? அதனால், நம்பிக்கையுடன் பஸ்ஸில் ஏறி உட்கார்ந்தோம். அப்போது மணி மூன்றரையல்ல என்றாலும், மூன்றரையை அடுத்தாவது இருக்கும்.

எனக்கும் என் நண்பருக்கும் அன்று சென்னைக்குப் புறப்பட வேண்டிய அவசர நிர்ப்பந்தம் ஏற்பட்டது. எங்களுடைய வாழ்க்கையிலேயே இதற்கு முன் இப்படிப்பட்ட அவசரத்துக்கு நாங்கள் ஆளாக நேர்ந்தது கிடையாது என்று கூட உறுதியாகச் சொல்லிவிடலாம். அன்று எக்ஸ்பிரஸ் வண்டியைப் பிடிக்கத் தவறினால் என்ன ஆகும் என்பதைப் பற்றி உங்களுக்குச் சொல்லி, உங்களுக்கு ஆகவேண்டிய காரியம் ஒன்றுமில்லைதான். ஆனாலும் சொல்லுகிறேன்.

எக்ஸ்பிரஸ் கிடைக்காவிட்டால், சென்னையில் எங்கள் இருவருக்கும் உத்தியோகம் போய்விடும்.

நாங்கள் இருவரும் ரஜா எடுத்துக்கொண்டு ஊருக்கு வந்தவர்கள். ரஜாவின் எல்லையைக் கடந்தும் சில நாட்கள் ஊரில் தாமதிக்கும்படி நேர்ந்து விட்டது. அப்பொழுது, தந்தி மூலமாக

எங்கள் லீவுக் காலத்தை விஸ்தரிக்கும்படி எங்கள் டிபார்ட்மென்ட் அதிகாரியைப் பிரார்த்தித்துக் கொண்டோம். விஸ்தரிக்கப்பட்ட கால அளவும் தாண்டிவிட்டது. இனி தந்தி கொடுக்கும் உபாயம் பலிக்காது. அப்படியே கொடுத்தாலும், புதிதாக மாற்றுதலாகி வந்திருக்கும் எங்கள் அதிகாரியின் கையில் தந்தி கிடைத்தால், எங்கள் வேலைக்கு வேறுவினை வேண்டியதில்லை. நாங்கள் 'காய்மாகாத (பெர்மனன்ட் ஆகாத) தாற்காலிக உத்தியோகம் வகிப்பவர்கள். எங்களை எளிதில் அவரால் வேலையைவிட்டு ஒழிக்க முடியும்; இது அவரிடம் உள்ள பலத்தைக் காட்டுகிறது. இனி எங்களைத் தீர்த்துக்கட்ட அவரிடம் எப்பொழுதும் தயாராக ஒரு காரணம் இருக்கிறது. அந்தக் காரணம் இது தான். அவருக்கு வேண்டிய உறவினர்களில் சிலர் படித்து விட்டு வேலை இல்லாமல் இருக்கிறார்கள்.

இந்த நிலையில் நாங்கள் எவ்வளவு அவசரமாகச் சென்னைக்கு புறப்பட்டிருப்போம் என்பதை நீங்களே யூகித்துக் கொள்ளலாம்.

பஸ்ஸில் 29 பேர்களுக்கு இடம் உண்டு. 29 பேர்களும் டிக்கட் எடுத்து பஸ்ஸில் ஏறிவிட்டார்கள். மணியும் மூன்றரை ஆகிவிட்டது. ஆனால் பஸ் புறப்படவில்லை உண்மையில் பஸ்தான் புறப்படவில்லை; டிரைவர் பஸ்ஸை ஓட்ட முயற்சி செய்தது என்னவோ வாஸ்தவம். பஸ்ஸில் ஏற்பட்ட ஏதோ கோளாறுதான் பஸ் புறப்படுவதைத் தடை செய்தது.

என் நண்பர் உடனே சொன்னார், "என்னடா இது புறப்படும் போதே அபசகுனம் போல?" என்று.

இரண்டொரு பிரயாணிகள் சிரித்தார்கள்.

என் நண்பர் தம் கைக்கடிகாரத்தைப் பார்த்துவிட்டு, "மணி மூன்றேமுக்கால்" என்று அறிவிப்புக் கொடுத்தார்.

பஸ்ஸில் ஏற்பட்டிருந்த கோளாறு அப்படி பிரம்மாண்டமான கோளாறு அல்ல. அதனால்தான் கொஞ்ச நேரத்தில் அது அந்த இடத்தை விட்டு நகர்ந்துவிட்டது.

பக்கத்தில் உட்கார்ந்திருந்த ஒரு மைனர் அல்லது ஒரு பேர்வழி, "போகிற பாதையில் இனி எத்தனை கூத்து நடக்கப்போகிறதோ?" என்று சொன்னார்.

இப்பொழுது ஒரு பிரயாணிகூடச் சிரிக்கவில்லை.

மைனரோ, தாம் பேசியதை எண்ணித் தாமே புன்னகை செய்து கொண்டு சுற்றுமுற்றும் பார்த்தார். ஒருவரும் சிரிக்காததைக் கண்டு அவர் தம் மானம் கப்பலேறி விட்டதாகக்கூட நினைத்து வருந்தியிருப்பார். ஆனால் அதுபற்றி நாங்கள் கவலைப்படவில்லை எங்களுடைய கவலையையும் அவசர கோலத்தையும் நினைத்து

எங்களைத் தவிர வேறு யாரும் கவலைப்பட்டார்களா? பிறகு நாங்கள் எதற்கு..."

பஸ் சுமார் நான்கு மைல்களைக் கடந்து விட்டிருக்கும் என்று நினைத்தேன். உண்மையில் இரண்டரை மைல்தான் தாண்டிச் சென்று கொண்டிருந்தது. பஸ் ஆகாயவிமான வேகத்தில் செல்ல வேண்டும் என்று நாங்கள் எதிர்பார்க்கவில்லை. ஆனாலும் அது பஸ் வேகத்திலாவது ஓட வேண்டாமா? எனக்குப் பொறுமை இழந்து விட்டது.

நண்பர் கேட்டார்:

"5-30 மணிக்குப் பஸ் விருதுநகர் போய்விடுமா?"

"கடவுள் செயலாக இன்று எக்ஸ்பிரஸ் கொஞ்சம் தாமதமாகி வந்தால்...?" என்று என் ஆசையைத் தெரிவித்துக் கொண்டேன்.

பக்கத்தில் உட்கார்ந்திருந்த பிரயாணி, "நீங்கள் எங்கே போகிறவர்கள்?" என்று என்னிடம் விசாரித்தார்.

"பட்டணம்" என்று ஒரு வார்த்தையில் பதில் சொல்லி விட்டு மறுபக்கம் திரும்பிக் கொண்டேன்.

அவரோ பேச்சை நிறுத்தவில்லை. "நான் விழுப்புரம் போக வேண்டும், ரொம்ப அவசரமான காரியம்! பஸ்ஸோ இப்படிப் போகிறது! உம்... நம் அதிர்ஷ்டப்படிதான் எதுவும் நடக்கும்" என்று நொந்துகொள்ளும் குரலில் பேசினார்.

'இந்த மனிதன் ஏதோ மனவருத்தத்துடன், அதே சமயத்தில் அவசரமான காரியம் ஒன்றைச் சாதிக்க வேண்டிய அவசரத்துடன் இருக்கிறான்' என்று நினைத்துக் கொண்டேன்.

மைனர் திரும்பவும் பேச ஆரம்பித்தார்.

"என்ன கண்டக்டர்? இது என்ன பஸ்ஸா? இல்லை, கட்டை வண்டியா?" என்று எகத்தாளமாகக் குத்திக் காட்டுவது போலக் கேட்டார்.

கண்டருக்குக் கோபம் வந்துவிட்டது.

"எதிர் காற்றில் பஸ் இவ்வளவு தூரம் போகிறதே அதிசயம்! இதிலே, அதிகாரம் பண்ணினால் பஸ் வேகமாகப் போய்விடப் போவதில்லை" என்றார் கண்டக்டர்.

மைனர் தம் முழுப் பெருமையையும், அந்த 29 பிரயாணிகளின் மனசிலும் நிலைநாட்ட, பஸ்ஸை அரங்கேற்ற மேடையாக உபயோகிக்கத் தீர்மானித்து விட்டார்.

"என்ன ரொம்பவும் திமிராகப் பேசுகிறீர்? பஸ் வேகமாகப் போனால் என்ன என்று கேட்பது குற்றமோ? அதிகாரம் பண்ணு கிறதாச் சொல்கிறீரே!" என்று கண்டக்டரைப் பார்த்து சீறி விழுந்தார்

◆ உலகம் யாருக்கு? ◆

மைனர்.

கண்டக்டருக்கும் அந்த 29 பேர் மத்தியில் தம் பிரதாபத்தைக் காட்ட ஆசையில்லாமல் இராது. அப்படியிருக்கும் போது தம்மைப் பலபேர் முன்னிலையில் ஒரு ஆசாமி மிரட்டுவதைச் சகித்துக் கொண்டிருப்பாரா?

"அனாவசியப் பேச்சு வேண்டாம். இஷ்டமிருந்தால் பஸ்ஸில் இருக்க வேண்டியது; இல்லை என்றால் இந்த இடத்திலேயே இறங்கி விட வேண்டியது. பஸ் வழக்கம் போலத்தான் போகும்."

சண்டை பலமாகிவிட்டது.

நல்லவேளையாக அங்கிருந்த இரண்டொரு பிரயாணிகள் சமாதானப் படுத்தி வைத்தார்கள். இல்லை என்றால் கண்டக்டர் பாடும் மைனர் பாடும் திண்டாட்டமாகப் போயிருக்கும். எதற்காகத் திண்டாட்டம்? இருவரும் கை கலந்திருக்க மாட்டார்கள். ஆனால் வாய்ச்சொல் தடித்து, பிறகு கைகலக்க இரண்டு பேருமே பயந்து, அதன் பின் என்ன செய்வதென்று தெரியாமல் விழித்தால், அது எப்படி இருக்கும்?

டிரைவர் கொஞ்சம் ரோஷத்துடன் பஸ்ஸை வேகமாக விட்டார். வெப்பமான எதிர்காற்று பயங்கரமாக எங்களை மோதியது. மூக்குத் துவாரங்களும் கண்களும் தீயாக எரிந்தன. ஆனாலும், பஸ் பின்னும் வேகமாகப் போகவேண்டும் என்பதே எங்கள் பிரார்த்தனையாக இருந்தது.

ஒரு வழியாக நள்ளிரோடு வந்தது. அங்கே தம்பதிகளாக இருந்த இருவர் இறங்கினர். அவர்களுக்குப் பிறகு மைனர் இறங்கினார். இறங்கி நடக்காமல் அவர் கண்டக்டரைப் பார்த்துப் பின்வருமாறு கர்ஜித்தார்:

"ஏய் இனிமேல் இந்த ரோடு வழியாகத்தானே நீ வரவேண்டும்? பார்த்துக் கொள்ளுகிறேன்!"

"போப்பா போ. உன்னைப்போல ஆயிரம் பேரைப் பார்த்திருக்கிறேன். பேசாமல், நடையைக்கட்டு" என்று அலட்சியமாகச் சொல்லி விட்டு 'ரைட்' கொடுத்தார் கண்டக்டர்.

பஸ் இயங்கத் தொடங்கியது.

எங்களுக்கு மைனர் மீது ஒரே கோபம்! தாம் ஒரு பெரிய கைகாரர் என்பதை எங்களுக்கெல்லாம் காட்டவேண்டும் என்று அவர் கர்ஜித்ததன் பயனாகக் கண்டக்டர் சாத்தூர் வரைக்கும் சுமார் ஆறு மைல் தூரம், தம் வெற்றிப் பிரதாபங்களையும், அசகாய சூரத்தனங்களையும் வரிசைக் கிரமமாகவும், திரும்பத் திரும்பவும் சொல்ல ஆரம்பித்து விட்டார். அது வரையிலும் தக்ஷிணாமூர்த்தி போல மௌனமாக பஸ்ஸை ஓட்டிக் கொண்டு சென்ற டிரைவர்,

"போதும் நிறுத்தடா! உன் சூரத்தனம் எனக்குத் தெரியாதென்றா நினைக்கிறாய்? ஒரேயடியாக அளக்காதே!" என்று பேசினார்.

மௌனமாக இருந்தவன் பேசினால் அந்தப் பேச்சுக்கு ஒரு மதிப்பு இருக்கத்தானே செய்யும்?

நண்பரும் என்னைப் பார்த்து, "ஆசாமி. தத்துவஞானி மாதிரியல்லவா பேசுகிறார்?" என்று டிரைவரைக் குறிப்பிட்டுச் சொல்லிச் சிரித்தார்.

விழுப்புரத்துக்குப் போகும் பிரயாணி தம் பிரயாண விவரங் களையும், பிரயாணம் செய்ய நேர்ந்த அவசியத்தையும் நாங்கள் விரும்பிக் கேட்டுக் கொள்ளாமலேயே சொல்ல ஆரம்பித்து விட்டார்! அவர் 'வளவள' என்று பேசுவதைக் கண்டு சிரமப்பட்டவர்களில் எங்களுடன் இருந்த பிரயாணியும் ஒருவர். விருப்புரப் பிரயாணியின் வாயை அடைக்கச் சமயம் பார்த்துக் கொண்டிருந்தார் அந்தப் பிரயாணி!

சமயம் வந்துவிட்டது.

பஸ்ஸுக்குள் வேகமாகக் காற்றடிப்பதையும்பொருட்படுத்தாமல் விருப்புரப் பிரயாணி மூக்கில் பொடிபோட்டார். பக்கத்திலிருந்தவர் கண்ணில் பொடி விழுந்து விட்டது! அவர் கண்ணைக் கசக்கிக் கொண்டிருக்கும் போதும் விழுப்புர பிரயாணி பேசிக்கொண்டே தான் இருந்தார்.

"என்னய்யா இது? உமக்கு மட்டும்தானே அவசரம்? ஒவ்வொருத் தருக்கும் ஒரு அவசரம் இருக்கத்தான் இருக்கிறது. விடாப்பிடியாகப் புலம்பிக் கொண்டே வருகிறீரே!" என்று சொன்னார் கண்களைக் கசக்கிய பிரயாணி.

"ஆமாம்! அவர்கள் சொல்லுவது சரிதான். எங்கள் அவசரத் தைச் சொன்னால் நீங்கள் பிரமித்துப் போய் விடுவீர்கள்..." என்று நான் எங்கள் கதையைத் தொடங்க இருந்தேன். நல்ல வேளையாக நண்பர் இடைமறித்து, "புகையிலை மட்டை எங்கே?" என்று கேட்டு வைத்தார். அங்கே எனக்குப் பிரக்ஞை வந்தது. வாயை மூடிக் கொண்டேன்.

பஸ் சாத்தூர் வந்துவிட்டது. மணி நாலு இருபது. இனி ஒரு மணி நேரத்தில் பஸ் விருதுநகருக்குப் போய் விடுமா? நாங்களும் விழுப்புரப் பிரயாணியும் இதே கேள்வியைப் பத்துத் தடவை திருப்பித் திருப்பிக் கேட்டுக் கொண்டோம்.

பஸ்ஸிலிருந்து சுமார் பத்துப்பேர் இறங்கினார்கள். புதிதாகப் பத்துப் பிரயாணிகளுக்கு அதிகமாகவே வந்து ஏறினார்கள்.

எங்கள் ஊரிலிருந்து சாத்தூர் வரையிலும் அந்த பஸ்ஸில் பிரயாணம் செய்தவர்களுடைய மனநிலையில் ஒரு பொது ஒற்றுமை

♦ உலகம் யாருக்கு? ♦

நிலவியிருந்தது.

ஒருவர்கூட ஆழ்ந்த துக்கத்துடன் இல்லை.

ஒருவர்கூட அளவுகடந்த சந்தோஷத்துடன் இல்லை.

ஒவ்வொருவருக்கும் தலைபோகிற அவசரம்.

ஒவ்வொருவருக்கும் பஸ் வேகமாகப் போகவில்லையே என்ற ஆத்திரம்.

இப்பொழுது புதிதாக வந்து ஏறிய பிரயாணிகளில் மூவர் வேறுபட்ட மனநிலையுடன் வந்து சேர்ந்தார்கள். மூவரில் ஒருவர் நடுத்தர வயதுடைய வாலிபர்; மற்றொரு நபர் நடுத்தர வயதுடைய ஒரு பெண்; வாலிபருடைய மனைவிதான். மூன்றாம் நபர் வாலிபருடைய தாயார் என்பது பஸ்ஸின் ஒரு மைல் நேரத்துக்குள் தெரிந்துவிட்டது.

நடுத்தர வயதுடைய பெண் தலையை விரித்துப் போட்டுக் கொண்டு அழுத வண்ணமாகவே இருந்தாள். கணவனும், பெரியம்மாளும் எவ்வளவோ ஆறுதல் சொல்லிப் பார்த்தும் அவள் அழுகையை நிறுத்தவில்லை. அழுகை பரிதாபகரமாகவும் இருந்தது; பயங்கரமாகவும் இருந்தது.

அந்தப் பெண்ணுடைய தகப்பனார் அன்று காலையில் விருதுநகரில் செத்துப் போய்விட்டார். இவர்கள் போய் தான் பிணத்தை அடக்கம் பண்ண வேண்டும். மத்தியானம் பன்னிரண்டு மணியிலிருந்து பஸ்ஸுக்குக் காத்திருந்து, முந்திய பஸ்கள் இரண்டிலும் இடம் கிடைக்காததால் அவர்கள் இந்த நாலு மணி பஸ்ஸில் பிரயாணம் செய்யும்படி நேரிட்டது.

பஸ் முழுவதிலுமே ஒரு மௌனம் நிலவியது. ஒருவருக் கொருவர் உரக்கப் பேசிக்கொள்ளாமல் ரகசியம் போலப் பேசிக் கொண்டார்கள்.

பஸ் சுமார் மூன்று மைல்களைத் தாண்டியபின், "பஸ் எப்பொழுது போய்ச் சேரும்?" என்று கண்டக்டரைப் பார்த்துக் கேட்டார் வாலிபர்.

"ஐந்து ஐந்தேகாலுக்குப் போகவேண்டும்" என்று சொன்னார் கண்டக்டர்.

'போகவேண்டும்' என்றுதான் சொன்னாரே ஒழிய, 'போய்விடும்' என்று அவர் சொல்லவில்லை. அது கணித சாஸ்திரத்தில் ஏதோ புதிய முடிவு ஒன்றைக் கண்டு பிடித்து வெளியிடுவது போல இருந்தது.

நண்பர் சொன்னார்: "இன்று அதிசயம் போல ஒவ்வொரு வருக்கும் அவசரமாக இருக்கிறது."

"உலகமே அவசர உலகம்தானே?" என்று சொன்னேன்.

"எனக்கென்னவோ நாம் இன்று எக்ஸ்பிரஸைப் பிடிக்க முடியும் என்ற தோன்றவில்லை" என்று சோர்ந்து விழுந்தார் நண்பர்.

விழுப்புரப் பிரயாணி இதைக் கேட்டு திடுக்கிட்டு விட்டார் என்பதற்கு அடையாளமாக, "இல்லை, ஐயா! பஸ் இப்பொழுது வேகமாகப் போகிறது. போய்விடும்" என்று எங்களுக்கு ஆறுதல் சொல்லுவதுபோல், தமக்கே சொல்லிக் கொண்டார்.

அந்த நிமிஷத்தில் பஸ் நடுக்காட்டில் நின்றது. கையைக் காட்டி நிறுத்திய பிரயாணிகள் இருவர். கண்டக்டரோ ஒரு ஆளுக்குத்தான் இடம் இருக்கிறது என்றார். கண்டக்டர் அப்படிச் சொல்லி வாய் மூடுவதற்கு முன்பாகவே ஒரு ஆள் பஸ்ஸில் ஏறிவிட்டார்.

கீழே நின்ற பிரயாணி, "ஐயா, ஒரு அவசர காரியம் விருதுநகரில் நான் போய் ஒரு செத்துப்போன ஆளை அடக்கம் பண்ண வேண்டும் கொஞ்சம் தயவு பண்ணுங்கள்" என்று கெஞ்சிக் கேட்டுக் கொண்டார்.

பஸ்ஸுக்குள் அமர்ந்திருந்த அந்த வாலிபர் வெளியே எட்டிப் பார்த்தார். இருவரும் பரஸ்பரம் பேசிக்கொள்ளவில்லை. நெருங்கிய உறவினர் இறந்த துக்கத்துக்குப் போகிறவர்கள் தடபுடலாகக் குசலப் பிரச்னம் செய்து கொள்ளுவார்களா? இருவருடைய முகபாவங்களால்தான் ஒருவரை ஒருவர்' உபசரித்துக்கொண்டனர்.

கண்டக்டர் தயவு பண்ணினார்; அவருக்கு இடம் கிடைத்து விட்டது. செத்துப்போனவரின் சாவுக்குக் காரணம் என்ன என்பதைப் பற்றி அவர்கள் பேசிக்கொண்டு வந்தார்கள்.

முதலில் ஏறிய பிரயாணி எங்களுக்கு எதிர்ப்பக்கமாக விழுப்புரப் பிரயாணியை ஒட்டிக்கொண்டு உட்கார்ந்தார்.

பஸ்ஸுக்குக் காத்திருந்த விவரத்தை, 'கடவுளே!' 'ராமா!' என்ற சொற்களை இடையிடையே கலந்து சொல்ல ஆரம்பித்துவிட்டார். கேட்பதற்குரிய பொறுமையாரிடத்திலும் இல்லை. 'வளவள' என் பேசும் சுபாவமுள்ள விழுப்புரப் பிரயாணியும்கூட முகத்தை வேறு பக்கம் திருப்பிக் கொண்டார்.

பதினைந்து மைல் தூரம் எதிர்க்காற்றில் பஸ் பிரயாணம் செய்த அலுப்பால் எல்லோரும் சோர்ந்து விழுந்து கொண்டிருந்தோம். ஒவ்வொருவருக்கும் அவசர நிர்ப்பந்தங்கள். எங்கள் மூவருக்கோ ரயில் கிடைக்க வேண்டுமே என்ற பெருங்கவலை, இந்த மாதிரி மனக்கவலைகள் போதாது என்று, பஸ்ஸின் சூழ்நிலையில் சோகத்தக் கொண்டு வந்து கலந்தது, இழவு வீட்டுக்குப் போகிற கூட்டம்.

எல்லோரும் இடிந்துபோய் உட்கார்ந்திருந்தோம். சுமார் நாலு பர்லாங் தூரத்திற்குள்ளாகவே இரண்டு போலீஸ்காரர்கள் காரில் வந்து ஏறிக் கொண்டார்கள். ரகசியமாக மது இறக்கும் குற்றவாளி

களைக் கண்டு பிடிப்பது அவர்களுடைய வேலை. பஸ்ஸில் ஏறும் போது அவர்கள் போலீஸ் உடையில் இல்லாமல், சாதாரணப் பிரஜை களின் உடையையே தரித்துக் கொண்டிருந்தார்கள்.

அந்த இடத்திலிருந்து பஸ் சென்ற வேகத்தை நாங்கள் கனவில்கூட எதிர்பார்க்கவில்லை. பிரயாணிகளின் அவசர காரியங்களுக்காக இரக்கப் பட்டோ என்னவோ, பஸ்ஸை ராக்ஷஸ வேகத்தில் முடுக்கினார் டிரைவர். பஸ்ஸின் பூர்வாசிரமத்தைப் பற்றித் தெரியாத அந்த இரண்டு போலீஸ்காரர்களும், "இதல்லவா பஸ்? நேற்று வந்தோமே அது..." என்று பஸ்ஸைப் புகழத் தொடங்கி விட்டார்கள்!

பஸ்ஸுக்குள்ளிருந்தவர்கள் கண்களை முக்கால்வாசி மூடிக் கொண்டார்கள். எதிர்க்காற்றின் வேகத்தைத் தாங்கவே முடியவில்லை. தலையைவிரித்துப் போட்டு அழுதுகொண்டிருந்த பெண்ணின் கூந்தல் காற்றிலே பறக்கத் தொடங்கியது. விரிந்து பறந்த கூந்தலை எடுத்து அவள் முடிந்தாள்.

பஸ்ஸில் எல்லோரும் தம் பேச்சை நிறுத்திவிட்டார்கள். பேசினாலும் காது கேட்காது.

எதிரில் வரும் லாரிகளுக்காகவும் பருத்திப் பாரம் வைத்துக் கொண்டு வரும் வண்டிகளுக்காகவும் விலகும் போது, பஸ் கொஞ்சம் தயங்கும். இந்தக் கம்பீரமான, லாவகமான சிறு தயக்கம், பஸ்ஸின் வேகத்தப் பல மடங்கு எடுத்துக்காட்டியது.

கவலையை எல்லாம் மறந்து விழுப்புரப் பிரயாணி தூங்கி விழவும் ஆரம்பித்தார். பஸ் தன்னுடைய வேகத்தால் எப்பேர்ப்பட்ட ஆறுதலைக் கொடுத்துவிட்டது என்பதற்கு அவர் தூங்கியதே சாட்சி!

முகத்தில் வந்து விழும் புழுதிக்கு அளவு கிடையாது. நண்பர் தம் அங்கவஸ்திரத்தினால், கோஷாவைப்போல முகத்தையே மூடிக் கொண்டார்.

பஸ் பறந்தது.

சிறிது நேரம் கழித்துத் தலையைத் தூக்கி ஏறிட்டுப் பார்த்தேன். விருதுநகர் கண்ணுக்குப் புலப்பட்டது. மனசில் மட்டற்ற சந்தோஷம். நண்பரிடம், "மணி என்ன?" என்று கேட்டேன்.

"ஐந்து."

சரியாக ஐந்து மணி. இன்னும் அரை மணி நேரத்துக்குள் நாங்கள் ரயிலில் உட்கார்ந்திருக்கவேண்டும்.

பஸ்ஸின் வேகம் எனக்கும் எல்லோருக்கும் நம்பிக்கை கொடுத்தது.

ஊருக்கு அருகாமையில் வந்தும் பஸ்ஸின் வேகம் குறைய வில்லை. ஒரே துரித கதியில்தான் ஓடிக்கொண்டிருந்தது.

ஊருக்குள்ளேயும் பிரவேசித்துவிட்டது.

ஊரைப் பார்த்ததும், தலையை விரித்துப் போட்டுக் கொண்டிருந்த பெண் ஓலமிட்டு அழ ஆரம்பித்துவிட்டாள். இனி ஒரு சில நிமிஷங்களில் அவள் தகப்பனாரைப் பிணமாகப் பார்க்கப் போகிற துயரம் அவளை வருத்திக் குலைத்தது.

ஊரின் மேலைத்தெரு வழியாக வடகோடிக்குப் போய், பிறகு கிழக்கு முகமாக பஸ் திரும்பியது. அந்தத் திருப்பத்தில் நின்று கொண்டிருந்த ஒரு போலீஸ்காரர் பஸ்ஸை நிறுத்தினார். அவரும் மதுவிலக்கு சம்பந்தமான போலீஸ்தான்.

டிரைவர் பஸ்ஸை நிறுத்தினார்.

பிரயாணிகளை எல்லாம் இறங்கச் சொன்னார் அந்த போலீஸ்காரர். ரகசியமாக மதுச்சரக்குகள் கொண்டு வருவதைத் தடுக்க அந்த இடத்தில் எல்லோருடைய மூட்டை முடிச்சுக்களையும் சோதனை போடுவது உண்டு என்று சொன்னார்கள்.

"நம்முடைய அவசரம் என்ன? இப்படி..."

"வேறு என்ன செய்வது? இறங்குங்கள்" என்றார் நண்பர்.

ஏற்கெனவே பஸ்ஸில் இருந்த போலீஸ்காரர்கள் இருவரைத் தவிர எல்லோரும் இறங்கிவிட்டோம்.

ரயிலுக்குப் போகிற அவசரத்தால், "பெட்டியைப் பார்த்துக் கொள்ளுங்கள்" என்று ஒவ்வொருவரும் தத்தம் பெட்டிகளைத் திறந்து காட்டப் போட்டி போட்டனர்.

அந்தப் போலீஸ்காரரோ எங்களை லட்சியம் பண்ணவே இல்லை.

இழவு வீட்டுக்குப் போகிறவர்கள் அவசரமாகப் போகவேண்டும் என்று துடித்தார்கள்.

'பேசாமல் இருக்கவேண்டும்' என்று சொல்லும் தோரணையில் அவர்களைப் பார்த்துக் கையால் பேசிவிட்டு, பஸ்ஸுக்குள் இருக்கும் இருவரையும் வாயால் இறங்கச் சொன்னார் போலீஸ்காரர்.

"நாங்கள் ஏன் இறங்கவேண்டும்?" என்று கேட்டார்கள் அவர்கள்.

"உங்களுக்கென்று ஒரு சட்டமா? எல்லோரும் இறங்க வேண்டியதுதான்."

"நாங்கள் பாசஞ்சர் இல்லை; நாங்களும் உங்கள் டிபார்ட்மென்டைச் சேர்ந்த போலீஸ்காரர்கள்தான். திருநெல்வேலிப் போலீஸ்" என்றார்கள் இருவரும்.

'யாராயிருந்தாலும் இறங்கவேண்டியதுதான்" என்று கண்டிப்பாகச் சொன்னார் விருதுநகர் போலீஸ்காரர்.

"முடியாது" என்று கண்டிப்பாகச் சொன்னார்கள் பஸ்ஸில் இருந்தவர்கள்.

விழுப்புரப் பிரயாணி புழுவாகத் துடித்தார்.

"நாங்கள் ரயிலுக்கு போகவேண்டும் ஐயா, எங்களை அனுப்பி விடுங்கள் முதலில்" என்று விருதுநகர் போலீஸ்காரரிடம் முறையிட்டார்.

"என்ன ஐயா, மனுஷன் பேசிக்கொண்டிருப்பது உமக்குத் தெரியவில்லையா?" என்று சீறி விழுந்தார் போலீஸ்காரர்.

போலீஸின் மேல் அத்தனை, ஜனக்கூட்டத்துக்கும் ஒரே கோபம்.

கடிகாரத்தைப் பார்த்தோம். ரயிலுக்குச் சாரியாக 23 நிமிஷங்கள் தான் இருந்தன!

எல்லோரும் பொறுமை இழந்துவிட்டோம். என்ன செய்வதென்றே தெரியவில்லை.

இந்தச் சமயத்தில் உள்ளே இருந்தவர்களுக்கும் வெளியே இருந்தவர்களுக்கும் பெரிய சண்டை வந்து விட்டது. அவர்கள் போட்டக்கூச்சலைக் கேட்டுத் தெருவிலிருந்தவர்கள் வந்து கூடி விட்டார்கள்.

டிரைவர் மிகவும் ஆத்திரத்துடன் ஓடிவந்தார்; இரண்டு கட்சிக் காரர்களையும் பார்த்துக்கொண்டு சொன்னார்:

"என்ன ஐயா இது? நீங்களும் போலீஸ்காரர்! அவர்களும் போலீஸ்காரர்கள்! இதில் ஒருவருக்கொருவர் சோதனை போடுவானேன்? (உள்ளே இருந்தவர்களைப் பார்த்து) நீங்கள் தான் கீழே இறங்கி வந்துவிட்டால் என்ன? பஸ்ஸை நடு வழியில் நிறுத்திக் கொண்டு நீங்கள் சண்டை போட்டால், நான் 'டயத்துக்குப் பஸ்ஸைக் கொண்டுபோய்ச் சேர்க்க வேண்டாமா?"

"இறங்கமுடியாது. அவர் 'ரூல்'படிச் செய்யவேண்டியதைச் செய்து கொள்ளட்டும்' என்றார்கள் பஸ்ஸில் இருந்தவர்கள்.

நின்று கொண்டிருந்த கூட்டத்துக்கு ஆத்திரம் அளவு கடந்து விட்டது. ஒரே களேபரம்! ஒரே பரபரப்பு!

விருதுநகர்ப் போலீஸின் ஆணையை மீறி பஸ்ஸை ஓட்டிக் கொண்டு போக டிரைவருக்குப் பயம். அந்த போலீஸ்காரரோ பஸ்ஸை விடுவதாக இல்லை. உள்ளே இருந்தவர்கள் இறங்குவதாக வும் இல்லை.

ஒருவருக்கொருவர் பலப்பரீட்சை செய்து கொண்டிருந்தார்கள். இழவு வீட்டுக்குப் போகிறவர்கள் துயரத்தில் ஆழ்ந்து

வருந்தினார்கள்.. எங்களுக்கு ரயிலை பிடிக்க வேண்டிய அவசரம். மற்றப் பிரயாணிகளுக்கு வேறு பல அவசரங்கள். சுற்றி நிற்கும் ஊர் ஜனங்களுக்கு இது தெருக் கூத்தாக இருந்தது.

இப்படிப் பலதிறப்பட்ட கஷ்டங்களில், பலதிறப்பட்ட மனப் போக்குகளில் உழன்றுகொண்டிருந்த எங்கள் கூட்டத்தின் நடுவே இருந்து ஒருவர் முண்டியடித்துக்கொண்டு போலீஸ்காரர்களின் அருகில் வந்தார். அவர் தான் நடுவழியில் 'ஒரு ஆளுக்குத்தான் இடம் இருக்கிறது' என்று கண்டக்டர் சொல்லிக் கொண்டிருக்கும்போது, பஸ்ஸில் ஏறியவர். உள்ளூர்ப் போலீஸின் ஆணையை மீறி, ஒவ்வொருவரும் கம்பி நீட்ட எத்தனித்துக் கொண்டிருந்தோம்.

போலீஸ்காரர்களின் வழக்கைப் பைசல் செய்வதற்காக, பழைய காலத்து ஞானிசிரேஷ்டர்கள் உபமானக் கதைகள் சொன்னதைப் போல, தம் அனுபவம் ஒன்றை எடுத்து விளக்கத் தொடங்கினார் அந்த மனிதர்.

அவசரம் எங்களைப் பைத்தியமாக்கிவிட்டது. அடியெடுத்து வைத்துப் புறப்படவே தொடங்கிவிட்டோம்.

அந்த மனிதர் எல்லோரையும் அனாயாசமாகத் தடுத்து நிறுத்தினார்; அப்புறம்பேசத் தொடங்கினார். "ஐயா, எல்லோரும் நன்றாகக் கேளுங்கள். நான் போன மாதம் மதுரைக்குப் போயிருந்தேன். போன மாதம் என்ன, போன செவ்வாய்க்கு முந்திய செவ்வாய்தான். ஒரு வியாபார விஷயமாகப் போயிருந்தேன். அப்போதும் இப்படித்தான்..."

எந்த முட்டாள் அவருடைய பேச்சைக் கேட்டுக் கொண்டு நிற்பான்? வேகமாக நடந்து வந்தோம்.

"இந்தக் கொள்ளையிலும் அவருடைய பேச்சைக் காது கொடுத்துக் கேட்க வேண்டும் என்றுதான் அந்தப் புத்திகெட்ட மனுஷன் எதிர்பார்க்கிறான்!" என்று நண்பரிடம் சொன்னேன்.

நண்பர் ஒன்றும் சொல்லவில்லை.

"மடையன்" என்று அந்த ஆசாமியை ஒரு முறை திட்டியே விட்டேன்.

நண்பர் சிரித்துவிட்டுச் சொன்னார்: "எல்லோரும் அப்படித் தானே இருக்கிறார்கள்! உலகம் தனக்காகத் தான் இருக்கிறது என்று எவன்தான் நினைக்கவில்லை?"

பஸ்ஸில் அழுதுகொண்டு வந்த பெண்ணிலிருந்து மைனர்வரை ஒவ்வொருவரும் என் ஞாபகத்துக்கு வந்தார்கள். ஒவ்வொருவரைப் பற்றியும் ஆராய்ச்சி செய்யத் தொடங்கினேன். எல்லோரும் மடையன்கள் தானா... அல்லது...?

47

கிழவியின் லட்சியம்

இருந்திருந்து ஐம்பத்தாறு வயதுக்கு மேல் காளியம்மாளுக்கு வாழ்க்கையில் திகைப்பும், தத்தளிப்பும் ஏற்பட்டன. ஒவ்வொரு நாளும் ஒவ்வொரு யுகமாகிவிட்டது. ‘ஏன் வாழ்கிறோம்? எதற்காக வாழவேண்டும்?’ என்பதே அவளுக்குப் புரியவில்லை. அவள் சென்னைக்கு வந்து ஒரு வாரமாகிறது. வந்து சேர்ந்த நாளிலேயே இந்தப் புதிய கஷ்டமும் ஆரம்பித்து விட்டது. ‘பாவம், இத்தனை வயசுக்குப் பிறகு, அவளுக்கு இந்தத் திகைப்பும் தத்தளிப்பும் ஏற்பட்டிருக்கவேண்டாம்’ என்று யாரும் பார்த்து அனுதாபப்படவும் முடியாமல் இருந்தது இங்கே பரிதாபகரமான அம்சம்.

காளியம்மாளுக்கு இந்த ஐம்பத்தாறு வருஷங்களிலும் எத்தனையோ அனுபவங்கள் ஏற்பட்டிருக்கவேண்டும்; எத்தனையோ உணர்ச்சிகள் பிறந்திருக்க வேண்டும்; எத்தனையோ உணர்ச்சிகள் செத்திருக்கவும் வேண்டும். ஆனால் அவள் எந்த ஒரு நாளிலும் திக்குத் திசை தெரியாமல் தத்தளித்ததில்லை. ‘என்ன செய்வேன்?’ என்று அவள் நினைத்ததே கிடையாது. இருபத்தைந்து வருஷங்களுக்கு முன் அவள் கணவன் செத்தான். நாலு வயதுப் பிள்ளையை வைத்துக் கொண்டு நடுத்தெருவில் தான் நின்றாள். அப்பொழுதும் அவள்-கண்ணீர்விட்டு அழுதாலும்-மனம் கலங்கவில்லை. பாதுகாப்பான ஒரு கோட்டைக்குள் ஆயுள் முழுவதற்கும் போதிய சேமிப்புக்களோடு வாழ்க்கை நடத்துவதுபோலவே அவளுக்குத் தெம்பும் நம்பிக்கையும் இருந்தன. இந்த ஐம்பத்தாறு வருஷங்களில் எத்தனை வருஷங்கள் பருவ மழை இல்லாமல் போயிருக்கும்! எத்தனை வருஷங்கள் மழையின்றி வாடிக்கருகும் பயிர்களையும் செடிகளையும் பார்த்திருப்பாள்! இரண்டணாக் கூலிக்கும் வேலை கிடைக்காமல் எத்தனை இரவுகள் பட்டினியோடு கதவைச் சாத்தி படுத்திருப்பாள்! இத்தனையையும் அலட்சியமாகத் தாண்டித் தான் இந்த ஐம்பத்தாறாவது வயதில் அவள் அடி எடுத்து வைத்திருக்கிறாள்.

ஒரே ஒரு தடவை காளியம்மாள் சற்றுக் கலங்கியதுண்டு; சில நாழிகை நேரம் தத்தளித்துண்டு- எல்லாம் வெளிக்குத் தெரியாமல் தான். அது ஒன்பது வருஷங்களுக்கு முன் நடந்த சமாச்சாரம். திடீரென்று அவளுடைய ஒரே மகன் வேலாயுதத்தைக் காணவில்லை. யாரிடத்திலும் எதுவும் சொல்லாமல்; அவன் ஊரைவிட்டு எங்கோ போய் விட்டான். இந்தப் பரந்த உலகத்தில் அவளுக்கு இருந்த ஒரே துணை, கோபமின்றி, மனஸ்தாபமின்றி மாயமாய் மறைந்து

விட்டது. மறைந்துவிட்ட செய்தி ஊர்ஜிதமான தினத்தில் தனியாக வீட்டைப் பூட்டிக்கொண்டு அழுதாள். அழுகை நின்ற பிறகு உள்ளத்துக்குள்ளே வேதனையை அனுபவித்தாள். மறுநாள் வெளியே வந்ததும் பழைய காளியம்மாளாகவே நடந்துகொள்ள முயன்றாள்; முயற்சியில் வெற்றியும் பெற்றாள்.

"வேலாயுதத்துக்கு என்ன மனச்சடைவு? நீ அவனை என்ன சொன்னே? இப்படி அவன் வீட்டைப் போட்டு விட்டுப் போற பிள்ளையில்லையே! என்ன நடந்ததுன்னு உள்ளதைச் சொல்வேன்" என்றும், வேறு பல விதங்களிலும் இந்த ஒரே விஷயத்தை வற்புறுத்திக் கேட்ட பலரிடமும், "எனக்கும் என் பிள்ளைக்கும் சண்டையா சச்சரவா, மனச்சடைவு உண்டாகிறதுக்கு?" என்றள் காளியம்மாள்.

"பிறகு எதுக்குச் சொல்லாமல் கொள்ளாமல் இப்படி ஊரை விட்டே போகணும்!"

"அவன் எதுக்காகப் போனான் என்று யாருக்குத் தெரியும்? போய்த் தான் திரும்பட்டுமே! இருபத்தொரு வயது இளவட்டத்தைப் புடிச்சிக் கெட்டியா போட்டுறப் போறாக?" என்று துடுக்காகவே பதில் சொன்னாள் காளியம்மாள். இருந்தாலும் மனத்தில் ஒரு மூலையில் துயரம் இல்லாமல் இல்லை. ஏதோ ஒரு வாரம் இரண்டு வாரங்களுக்குத்தான் அந்தத் துயரம் நீடித்தது; அப்புறம் அதுவும் மறைந்துவிட்டது.

* * *

இப்படியெல்லாம் நெஞ்சுரமும் தெம்பும் படைத்திருந்த காளியம்மாளுக்குத்தான், இப்பொழுது என்றும் காணாத புதுமையாய், அயலாருக்கு இன்னதென்று புரியாத விந்தையாய்த் திகைப்பு ஏற்பட்டது; தத்தளிப்பும் ஏற்பட்டது.

சுமார் பத்து நாட்களுக்கு முன்புதான் சென்னையிலிருந்து, வேலாயுதத்திடமிருந்து, இரண்டாவது கடிதம் வந்தது. அதைப் பார்த்துத்தான் காளியம்மாளும் பெருமாள் தேவரும் சென்னைக்கு புறப்பட்டு வந்தார்கள்.

வேலாயுதத்தின் முதல் கடிதம் வந்தது. எட்டரை வருஷங்களுக்கு முன்பு; அதாவது அவன் ஊரைவிட்டுப் போய் ஏழு மாதங்களுக்குப் பிறகு. தஞ்சாவூரில் இருப்பதாகவும், தன்னை நினைத்துக் கவலைப் பட வேண்டாம் என்றும், நல்ல காலம் வரும்போது ஒருவரை ஒருவர் பார்த்துக் கொள்ளலாம் என்றும் எழுதி, பாதிக் கடிதத்தை ஆறுதல் மொழிகளாகவேயே நிரப்பியிருந்தான் வேலாயுதம். இந்த ஆறுதலெல்லாம் காளியம்மாளுக்குத் தேவைப்படவில்லை. கடிதத்தை பெருமாள் தேவர் படித்துக்காட்டும் போது அவள் சிரிக்கக்கூடத்

கிழவியின் லட்சியம்

தயாராக இருந்தாள். ஆனால் சிரிக்கவில்லை.

"பய தண்ணி தாண்டிப் போயிருப்பான்னுல்லே நெனைச்சிக் கிட்டிருந்தேன். இங்கெனக்குள்ளே தான் கத்துறான் போலிருக்கு! எங்கையாவது சௌக்கியமா இருந்தாச் சரி' என்று சொல்லிவிட்டுக் காட்டு வேலைக்குப் புறப்பட்டாள்.

பெருமாள் தேவருக்கு இது விசித்திரமாகவும் இருந்தது; விபரீதமாகவும் இருந்தது 'பெற்ற மனமா இப்படித் தூக்கி எறிந்து பேசுகிறது!' என்று நினைத்துக் கொண்டே ஏர் பூட்டுவதற்காகத் தம் வீட்டுக்குச் சென்றார்.

வேலாயுதத்துக்குக் காளியம்மாள் பதில் கடிதம் போட நினைக்க வில்லை. நினைத்தாலும், வேலாயுதத்தின் கடிதத்தில் அவனுடைய விலாசம் இல்லை.

அந்த முதல் கடிதம் வந்த தினத்தில் அவள் இரவும் பகலும் மகனைப் பற்றியே நினைத்துக் கொண்டிருந்தாள். தினந்தோறுமே நினைப்பதுண்டு என்றாலும், அந்த நினைப்புக்கு அன்று தனி அழுத்தம் ஏற்பட்டது. இரவில் பெருமாள் தேவருடன் அவனைப்பற்றிச் சிறிது நேரம் பேசிக்கொண்டிருந்தாள். வீடு திரும்பிக் கேப்பைக் களியைப் பருப்பில் தொட்டுக்கொண்டு சாப்பிட்டு விட்டு படுத்தாள். மறுநாளும் மறுநாளிலிருந்து சென்னைக்குப் புறப்படும் வரை எட்டரை வருஷங்களில் வந்துபோன ஒவ்வொரு நாளும் அவளுக்கு ஏறக்குறைய ஒரே நாளைப் போலத்தான் இருந்தது. தினந்தோறும் அதே வாழ்க்கை; அதே ஆசை; அதே கனவு. காலப்போக்கில் வாழ்க்கை தேய்ந்து கொண்டிருந்தாலும் ஆசையும் கனவும் மட்டும் வளர்ந்து கொண்டிருந்தாலும் களியைச் சாப்பிட்ட காளியம்மாள் வெகுநேரம் வரை எதை எதையோ நினைத்துக் கொண்டிருந்தாள். தூக்கம் வந்ததும் தூங்கிவிட்டாள்.

* * *

காளியம்மாளின் கணவர் காலமாகிக் கால் நூற்றாண்டாகி விட்டது. அவளும் அவள் கணவரும் நடத்திய வாழ்க்கையிலும், அனுபவித்த வசதிகளிலும் புதுமையோ, விதிவிலக்கோ எதுவும் இல்லை. நாலுபேரைப் போலத்தான் அவர்களும் வாழ்ந்தார்கள். சொந்த நிலத்தில்-மூன்று ஏக்கர் கரிசல் காட்டில்-அரும்பாடுபடுவதும், மற்றவர்களுடைய நிலங்களில் கூலிவேலை செய்வதுமாக வாழ்நாட்களைத் தள்ளிக் கொண்டிருந்தார்கள். சொந்த வெள்ளாமை தீபாவளி, பொங்கல் செலவுகளுக்கு துணிமணிகள் வாங்குவதற்கும், ஏதோ இரண்டொரு ஆட்டுக் குட்டிகளை வாங்கி வளர்ப்பதற்கும் தான் சரியாக இருந்தது. அன்றாட ஜீவனத்துக்குக் கை கொடுப்பது

அன்றாட உழைப்புத்தான்.

கல்யாணமான மூன்றாவது வருஷத்தில் வேலாயுதம் பிறந்தான். பிறகு குழந்தையே பிறக்கவில்லை. பக்கத்து ஊரான கழுகுமலைக் கடவுளின் பெயரிட்டு 'வேலாயுதம்' என்று அழைத்து, மகனை வளர்த்து வந்தார்கள். அவனுக்கு நான்கு வயது ஆனதும் அவனுடைய தகப்பனார் செத்துப் போய்விட்டார். காளியம்மாளின் சித்தி மகனான பெருமாள் தேவரைத் தவிர அவர்களுக்கு வேறு துணை கிடையாது. அவருடைய துணையும் ஏதோ கொள்கையளவில் இருப்பது போலத் தான் இருந்ததே ஒழிய, எந்த வகையிலும் காரியாம்சத்தில் பயன்படுவதாக இல்லை. அவரும் இவர்களைப்போல் அன்று தேடி அன்று அடுப்பு ஊத வேண்டியவராக இருந்தார்.

ஊரெல்லாம் காளியம்மாளுக்கும் அவளுடைய மகனுக்கும் நிர்க்கத்தியான நிலைமை ஏற்பட்டு விட்டதைப் போல அவளைப் பார்க்கும் போதெல்லாம் அனுதாபத்தோடு பேசினார்கள். காளியம்மாளின் கணவர் இருந்திருந்தால், அரண்மனையைக் கட்டி அரச பதவியில் மகனை வைத்து விட்டுப் போயிருப்பார் என்று ஊரார் நினைத்தார்களோ என்னவோ? அவர்களும் அனுதாபப் பட்டார்கள்; அவளும் துயரத்தை அனுபவித்தாள். கணவரை எண்ணி அநேக நாட்கள் அழுதாள்!

அப்புறம் அவர்களுடைய வாழ்க்கையில் எத்தனையோ நடந்திருக்கும். வாழ்க்கையும் நாட்களும் இருக்கும் போது ஏதாவது நடந்துகொண்டுதானே இருக்கும்! அதில் குறிப்பிடத்தக்க சம்பவம், வேலாயுதத்தைக் காளியம்மாள் பள்ளிக்கூடத்துக்கு அனுப்பியது தான். உள்ளூரில் நான்கு வகுப்புகளோடு கூடிய பள்ளிக்கூடம் ஒன்று உண்டு. அதில் வேலாயுதத்தை அவனுடைய எட்டாவது வயதில் கொண்டுபோய்ச் சேர்த்தாள்.

வேலாயுதம் நான்கு வருஷங்கள் பள்ளிக்கூடத்தில் படித்து நான்காம் வகுப்பைத் தாண்டிவிட்டான், ஐந்தாவது வகுப்பு அவ்வூரில் இல்லாததால், வசதியுள்ள பிள்ளைகள் கழுகுமலைக்குப் படிக்கப் போனார்கள். வேலாயுதமோ வீட்டுக்குத்தான் திரும்ப வேண்டியிருந்தது. அப்பொழுது, அந்தப் பன்னிரண்டாம் வயதில், அவனுக்கு ஏற்பட்ட ஏமாற்றத்தையும், ஏக்கத்தையும் இவ்வளவு அவ்வளவு என்று சொல்லமுடியாது. தானும் கழுகு மலைக்குப் போய் படிக்கவேண்டுமென்று ஆசைப்பட்டான்; துடியாய்த் துடித்தான். முந்திய வருஷத்தில் தன் பள்ளித் தோழர்களாக இருந்தவர்கள் புதுப் புத்தகங்களோடு தினந்தோறும் கழுகுமலைக்குப் போய் வருவதைப் பார்க்கும் போதெல்லாம் அவனுக்கு வேதனையாக இருந்தது. வெட்கமாகவும் இருந்தது. என்ன செய்வது? காளியம்மாள் அவனுக்குக்

கூழ் காய்ச்சிக் கொடுக்க முடியாத வறுமைக் குள்ளாகிவிட்டபோது, புத்தகங்கள் வாங்கிக் கொடுத்து வெளியூர்ப் படிப்புக்கு அனுப்புவது எங்கே?

பள்ளிக்கூடத்தில் வேலாயுதம் நல்ல பிள்ளை என்றும் பெயர் வாங்கினான்; கெட்டிக்காரன் என்றும் பெயர் வாங்கினான். இதைக் கண்டு அவனை ஊரார் ஒருமிக்கப் புகழ்ந்தார்களே ஒழிய ஆச்சரியப்படவில்லை. அவர்கள் ஆச்சரியப்பட்டது, அந்தச் சின்னஞ் சிறு வயதில் அவன் அவ்வளவு இனிமையாகப் பாடுவதைப் பார்த்துத்தான். பள்ளியில் கற்றுக்கொண்டு பாட்டுக்களைத்தான் பாடினான் என்றாலும் கணீரென்று ஒலித்த அவன் குரலில் அந்தப் பாட்டுக்களைக் கேட்கும் போது ஊராருக்குப் பரமானந்தமாக இருந்தது. நவராத்திரிக் காலத்தில் ஒவ்வொரு வீட்டுக்கும் பள்ளிப் பிள்ளைகள் கோலாட்டம் போடப் போகும்போது, எல்லா வீட்டாரும் அவனைத் தான் பாடச் சொல்லுவார்கள். ஆகவே, பள்ளிக்கூடத்திலிருந்து அவன் வீடு திரும்பும் போது படிப்பாளியாகத் திரும்பாமல் பாட்டுக்காரனாகவே திரும்பினான் என்று தான் சொல்லவேண்டும்.

புதியதொரு திறமையையும், திறமைக்குரிய புகழையும் தேடிக் கொண்டு வீடு திரும்பிய தினத்தில் அவனுக்குப் பசியைத் தணிக்கக் கூழ்கூட அகப்படவில்லை. ஆனால், அவனோ கழுகுமலைக்கு, மேல் படிப்புக்குப் போகத் துடித்துக்கொண்டிருந்தான்.

வீட்டில் கூழ்மட்டுமா இல்லாமல் இருந்தது? தாயாருக்கு உடல் நிலையும் சரியாக இல்லை; படுத்த படுக்கையில் இருந்தாள். வீட்டில் இருந்த மூன்று பித்தளைப் பாத்திரங்களில் இரண்டு இல்லை; அடகு வைக்கப்பட்டு விட்டன. சட்டியிலோ, பெட்டியிலோ ஆழாக்குத் தானியம்கூட இல்லை; சாப்பிட்டுத் தீர்ந்து விட்டன. அன்று வேலாயுதம் பகல் முழுவதும் பட்டினி கிடந்து, இரவில் பெருமாள் தேவரின் வீட்டில்தான் களி சாப்பிட்டுப் பசியை ஆற்றினான். பசியாறியதும் வீட்டுக்கு வந்து, கழுகுமலைக்குத் தன்னைப் படிக்க அனுப்புமாறு ஜுரத்தோடு படுத்துக்கிடக்கும் தாயாரைப் பழைய படியும் வற்புறுத்தத் தொடங்கினான். அவளுக்கு நோயாலும் துன்பம்; மகனாலும் துன்பம். கடைசியில் தேவர் வந்து அவனைக் கையைப் பிடித்து இழுத்துக் கொண்டு போய்த் தம் வீட்டில் தூங்க வைத்தார்.

மேல் படிப்புப் பைத்தியம் சில வாரங்களில் தெளிந்து விட்டது. ஆனால் பாட்டு பைத்தியம் மட்டும் தெளியவே இல்லை. உள்ளூர் வாத்தியாரிடம் மேற்கொண்டு நாலைந்து பாட்டுக்களை எழுதி வாங்கிக்கொண்டு வந்து தினந்தோறும் பாடிக்கொண்டிருந்தான்.

ஒரு வருஷம் வைகாசி விசாகத் திருவிழாவுக்குத் தன் தாயோராடும், பெருமாள் தேவரோடும் கழுகுமலைக்குப் போய், வள்ளி நாடகம் பார்த்துச் சில புது மெட்டுக்களைத் தெரிந்து கொண்டான். தேவரும் அவனுக்கு வள்ளி நாடகப் பாட்டு புத்தகம் ஒன்றைத் திருவிழாக் கடையில் வாங்கிக் கொடுத்தார். ஊர் திரும்பும்போது, வழி நெடுக அந்தப் பாட்டுக்களைப் பாடிக்கொண்டே வந்தான் வேலாயுதம்.

ஒரு சமயம் அந்தக் கிராமத்துக்குப் புதிதாக நல்லெண்ணெய் விற்க வந்த வாணியச் செட்டியாரிடம் ஐந்தாறு காவடிச் சிந்துகளை எழுதி வாங்கி, அவற்றிற்குரிய மெட்டுக்களையும் அவரிடமே கேட்டுத் தெரிந்து கொண்டான். நாளுக்கு நாள் ஞானம் பெருகியது; குரலும் கனிந்தது.

மற்றொரு சமயம் கழுகுமலையில் நான்கு நாள் தொடர்ந்தாற் போல ஒரு கம்பெனியார் நடத்திய நாடகங்களை அந்த ஊரிலேயே போய்த் தங்கியிருந்து கொண்டு பார்த்தான். அந்த நான்கு நாட்களில் மூன்று நாட்கள் அவன் சுண்டலையும், பொட்டுக்கடலையையும் வாங்கிச் சாப்பிட்டே பசியைத் தணித்துக் கொண்டான். நான்காவது நாடகமும் பார்த்தபின் சில புதிய பாட்டுக்களைத் தெரிந்துக் கொண்டு ஊருக்குத் திரும்பினான்...

இதற்கிடையில் காளியம்மாள் தன் மகனுடைய பாட்டுப் பைத்தியம் அன்றாட உழைப்புக்கே வினையாக வந்து சேர்ந்து விடுமோ என்று சஞ்சலப் பட்டுக் கொண்டிருந்தாள். ஆனாலும் ஊராரின் புகழுரைகளை கேட்டுப் பூரிக்காமல் இருக்க முடியவில்லை. என்ன பாடினாலும் உழைத்தால்தானே சாப்பிடலாம்? இதை அவனுக்கு அவள் நினைவூட்டத்தவறுவதில்லை. அவனும் அவள் வார்த்தையைத் தட்டமாட்டான். பதினைந்தாவது வயதில் இருந்தே காட்டு வேலக்குத் தாயாரோடு போய்க்கொண்டிருந்தான். கழுகு மலையில் நாடகம் என்றால் காளியம்மாளே காசு கொடுத்து அவனைப் போகச் சொல்லுவாள். ஆகவே தாயின் விருப்பத்துக்கு மாறாக மகனோ, மகனுடைய விருப்பத்துக்கு மாறாகத் தாயோ நடப்பதில்லை என்ற பழக்கம் ஏற்பட்டு விட்டது. அவளுக்கு அவன் உயிர், அவனுக்கு அவள் உயிர்.

வேலாயுதத்துக்குப் பதினாறு வயது நடக்கும் போது காளியம் மாளைப் பழையபடியும் வறுமை வாட்டத்தொடங்கியது. அந்த வருஷம் மழை இல்லை. சொந்த நிலத்தில் விதைத்த கம்பு சாண் உயரப் பயிராக வளர்ந்து, இறுதியில் வைக்கோலாகி விட்டது. ஊர் நிலங்கள் அனைத்துக்குமே இதே கதிதான் ஏற்பட்டது. பருத்திச் செடிகளிலிருந்து சகல பயிர் பச்சைகளுமே கொழுந்து கருகி, துவண்டு வாடின. அதனால் ஊராருக்குக் கூலிக்கு களை

எடுத்துப் பிழைக்கவும் வழியில்லை. சில குடும்பங்களில் முந்திய வருஷத்து விளைச்சலை வைத்துச் சாப்பிட்டார்கள். ஆனால் காளியம்மாளிடம் கையிருப்புத் தானியம் இல்லை. ரொக்கமாக எட்டு ரூபாய்களும், இருபது ரூபாய் பெறக்குடிய மூன்று ஆடுகளும் பதினைந்து ரூபாய் மதிப்புள்ள வெண்கல பாத்திரங்களுமே இருந்தன. ரூபாயைக் கேழ்வரகாக மாற்றிச் சாப்பிட்டார்கள், அதையடுத்து, பாத்திரங்களை ஒவ்வொன்றாகக் கழுகு மலையில் கொண்டுபோய் விற்றுக்கொண்டு வந்து சாப்பிட்டார்கள். அதன் பிறகு ஆடுகளும் விற்கப்பட்டு விட்டன. அப்புறம் வீட்டில் மிஞ்சியிருந்தவ இரண்டு தகரக் குவளைகளும், ஒரு தகர விளக்கும், ஐந்தாறு சட்டி பானைகளும் தான். இந்தத் தளவாடங்களோடும், இரண்டு உயிர்களோடும் அந்த வீடு, இந்த உலகத்தில் தானும் ஒரு வீடாக நின்று கொண்டிருந்தது.

மனதைக் கல்லாக்கிக் கொண்டு பூர்வீகச் சொத்தாகி மூன்று ஏக்கர் நிலத்தில் ஒரு ஏக்கரை எழுபது ரூபாய்க்கு விற்று மகனுக்குக் கூழ் வார்க்கத் தொடங்கினாள் காளியம்மாள். அதை விற்கும்போது தான் அவளுக்கு ஒரு வைராக்கியம் பிறந்தது. அது தானாகப் பிறந்த வைராக்கியமோ? வேண்டுமென்று செய்த சபதமோ? விரும்பிக் கட்டிய ஆகாயக் கோட்டையோ? இந்த மூன்றுக்கும் இங்கே பொருள் ஒன்றுதான்.

தன் மகன் வேலாயுதத்தை, ஊரெல்லாம் போற்றிப் புகழும் வேலாயுதத்தை, தன் வாழ்நாளிலேயே மேல் நிலையில் வைத்துப் பார்த்து விட்டுத்தான் கண்ணை மூடவேண்டும் என்ற மன உறுதி அவளுக்கு ஏற்பட்டது. ஒரு ஏக்கர் விற்றதற்கு, பழிக்குப் பழி வாங்குவது போல ஒன்பது ஏக்கர் வாங்கவேண்டும். வீட்டில் ஒரு ஜோடிக்காளைகள் கட்டிக் கிடக்க வேண்டும். மூன்று வருஷங்கள் மழையில்லாவிட்டாலும், பசிக்காமல் கஞ்சி குடிக்க வேண்டும். அதற்கு என்னென்ன செய்ய வேண்டுமோ அத்தனையும் செய்து விட்டுத்தான் சாகவேண்டும்.

இதுதான் காளியம்மாளின் சபதம். ஒரே நாளில் அது சபதம் என்ற நிலையிலிருந்து, கனவு என்ற நிலைக்கும் லட்சியம் என்ற நிலைக்கும் உயர்ந்து விட்டது. அவள் வாழ்வதே அதற்காகத்தான் என்று ஆகிவிடவே, அவளுடைய உயிர் நிலையும் அந்த லட்சியத்தில் தான் இருந்தது.

ஒரு நான்கு வருஷ காலம் ஒருநாள்கூட ஓய்ந்து உட்காராமல் பாடுபட்டாள். மகனையும் உட்கார விடாமல் வேலைக்கு விரட்டிக் கொண்டிருந்தாள். 'உழைக்கிற சமயத்தில் உழைத்தால்தான், சாப்பிடுகிற வேளையில் சாப்பாடு கிடைக்கும்' என்று மகனுக்கு அடிக்கடி ஞானம் போதிப்பாள். ஆனால், இருவரும் என்ன உழைத்தும்,

எவ்வளவு பாடுபட்டும் காளியம்மாளின் கனவில் அந்த ஆசையில், ஒரு கடை கோடியைக்கூட நிறைவேற்றுவதற்கு வழி பிறக்கவில்லை. இருவரும் சாப்பிட்டதுபோக ஓர் ஆடும், சில பாத்திரங்களும் தான் வாங்கமுடிந்தது. இருந்தாலும் அல்லும் பகலும் மாடாக உழைப்பதை மட்டம் நிறுத்தவில்லை. இவ்வளவு வேகமாக லட்சிய ஸ்தானத்தை நோக்கிப் பறந்து செல்லும் போது, கழுகுக்கு சிறகை ஒடித்தது போல நான்காவது வருஷ முடிவில் பழையபடியும் மழையில்லாமல் போய், பஞ்சம் தலைகாட்டிவிட்டது; தலைவிரித்தும் ஆடியது. இந்த பஞ்சத்திலிருந்து மீள முடியும் என்ற நம்பிக்கை இருபத்தொரு வயது வேலாயுதத்துக்கு அறவே இல்லை. ஆனால், காளியம்மாளோ நம்பிக்கை வைக்கத் தயங்கினாலும், அவநம்பிக்கை கொள்ளச் சம்மதிக்கவில்லை தனது பழைய லட்சியத்தைக் கொஞ்சம் ஒதுக்கி வைத்துவிட்டு அன்றாடப் பிரச்னையைத் தீர்ப்பதில் முனைந்தாள். ஒருநாள் மீதி இரண்டு ஏக்கர்களையும் விற்கத் தீர்மானித்தாள். அன்று தான் வேலாயுதம் சுயஉணர்வையே இழந்து விட்டான். விடிந்ததிலிருந்து பைத்தியம் போல இருந்தான். இருவரும் மத்தியானம் வரையில் எதுவும் சாப்பிடவில்லை. இவர் களைப் போலவே எதுவும் சாப்பிடாத பெருமாள் தேவரும் இவர்கள் வீட்டுக்கு வந்தார். அவர் வந்ததும் காரியம் இல்லாமலே வேலாயுதம் வீட்டைவிட்டு வெளியே போனான். ஊர் மந்தையில் இருக்கும் பிள்ளையார் பீடத்தின் பக்கம் அரச மரத்தின் நிழலில் போய் உட்கார்ந்தான்.

சிறிது நேரம் சென்றது. அவ்வழியாக சைக்கிளில் ஒருவன் வந்தான். வேலாயுதத்தின் கையில் அவன் ஒரு நோட்டீசைக் கொடுத்து விட்டு ஊருக்குள் பிரவேசித்தான்.

நோட்டீசை வாங்கிப் பார்த்தான் வேலாயுதம்.

அது நாடக நோட்டீஸ்.

சங்கரன் கோவிலில் வள்ளி திருமணம் நாடகம்.

ஒரு நிமிஷம் அவன் எதையோ யோசித்தான்; மறுநிமிஷம் எதையோ தீர்மானித்தான். மூன்றாவது நிமிஷம் துண்டை உதறித் தோளில் போட்டுக் கொண்டு சங்கரன் கோவில் ரோட்டைப் பார்த்து ஒற்றையடிப்பாதை வழியாக நடந்தான். வெறும் வயிறு; கிழிந்த வேட்டி; சாயம் போன பச்சைப் பனியன்; பழைய வேட்டியின் பாதிப் பகுதியான மேல் துண்டு. இந்தக் கோலத்தோடு சங்கரன் கோவிலை நோக்கிப் பாத யாத்திரையைத் தொடங்கினான்.

அன்று மத்தியானம் கழிந்து மாலையும் முன்னிரவும் வந்தன. நள்ளிரவும் வரவிருந்தது. வேலாயுதத்தைத் தேடிக் காளியம்மாளும்

பெருமாள் தேவரும் வீட்டை விட்டுக் கிளம்பினார்கள். கடைப் பக்கம், பள்ளிக்கூடம், கிராமச் சாவடி; பிள்ளையார் பீடம் ஆகிய பொது இடங்களில் தேடியபின் ஒவ்வொரு வீடாகவும் போய்த் தேடினார்கள். வேலாயுதத்தைக் காணவில்லை. அவன் ஊரில் இல்லை என்பது தெளிவாகிவிட்டது. தேவரும், காளியம்மாளும் வீடு திரும்பினார்கள். தேவரை அவருடைய வீட்டுக்குப் போகச் சொல்லி விட்டு, காளியம்மாள் கதவைச் சாத்தினாள். இருட்டிலே உட்கார்ந்து கொண்டு வெகு நேரம் அழுதாள். அதைத் தொடர்ந்து, பெற்ற மனம் அனுபவிக்கும் துன்பங்களையும், துயரங்களையும், வேதனைகளையும் அவள் அனுபவித்துக் கொண்டிருந்தாள். இத்தனைக்கும் பின்னணியில் அவளுடைய வைராக்கியம் வலுப் பெற்றுக் கொண்டிருந்தது. மகன் போய்விட்டானே என்பதற்காக கூட அவள் அழவில்லை. தன்னை அனாதையாக விட்டு விட்டு அவன் ஒருக்காலும் போய் விடமாட்டான்; ஒரு நாளிலோ, ஒரு வருஷத்திலோ, இல்லை, ஒன்பது வருஷங்களிலோ அவன் நிச்சயம் திரும்பி வருவான் என்ற அசைக்க முடியாத நம்பிக்கை அவளுக்கு உண்டு. அவன் வரவை எதிர்பார்த்துக்கொண்டு ஆயுள் முழுவதும்கூடக் காத்திருக்க அவள் தயாராக இருந்தாள். அவள் அழுததெல்லாம், அவனுக்குப் பசி நேரத்தில் கூழ் வார்க்க முடியாதவாறு, தான் சக்தி இழந்துபோனதை நினைத்துத்தான்.

மறுநாள் வேலாயுதம் ஊரைவிட்டுப் போனது சர்வநிச்சயமாக ஊர்ஜிதமாகிவிட்டது. இதன் பயனாக, அந்த இரண்டு ஏக்கர் நிலத்தை விற்கும் எண்ணத்தைக் கைவிட்டாள் காளியம்மாள், ஏன் விற்கவேண்டும்? யாருக்காக விற்கவேண்டும்?

ஏழு மாதங்கள் கழித்து வேலாயுதத்திடமிருந்து கடிதம் வந்ததைப் பெருமாள் தேவர் படிக்கக் கேட்டு, களி சாப்பிட்டுவிட்டுப் படுத்துறங்கிய காளியம்மாள் மறுநாள் காலையில் எழுந்து வழக்கம் போல் கலயத்தில் கூழும் கொட்டாங்கச்சியில் மிளகாய் வற்றலும் உப்பும் எடுத்து வைத்துக்கொண்டு கூலிக்குக் களை எடுக்கக் காட்டை நோக்கிப் புறப்பட்டாள்.

அதன்பின் இப்போது, பத்து நாட்களுக்குமுன் வந்தது இரண்டாவது கடிதம். கடிதத்தோடு ஐம்பது ரூபாயும் வந்தது. இந்த இரண்டு கடிதங்களுக்கும் இடையே எட்டரை வருஷங்கள் ஓடி மறைந்தன.

இந்த எட்டரை வருஷ காலத்தில் அவள் அனுபவித்த துன்பங்கள் அவனுக்குத் தெரியாது. அவன் பட்ட சொல்லொணாக் கஷ்டங்கள் அவளுக்குத் தெரியாது. உலகத்தின் வெவ்வேறு பகுதிகளில் இருவரும் கஷ்டத்தில் உழன்று கொண்டிருந்தார்கள். மகனோடு பரதேசம்

போயிருக்கலாம் என்று காளியம்மாளும், தாயாரோடு வீட்டில் கிடந்து அவதிப்பட்டிருக்கலாம் என்று வேலாயுதமும் சில சமயங்களில் மனம் சலித்து நினைத்ததுண்டு. இருவருடைய கஷ்டங்களுக்கும் இடையே ஒரே ஒரு வித்தியாசம் மட்டும் இருந்தது. வேலாயுதம் வேறு வழியில்லாமல் கஷ்டப்பட்டான். காளியம்மாளோ வேண்டு மென்றே கஷ்டப்பட்டாள். அதனால் அவளுடைய கஷ்டம், வீட்டில் ஆட்டையும் மாட்டையும் கொண்டு வந்து நிறுத்திக் கொண்டிருந்தது; அவள் கையில் பணத்தையும் கொண்டு வந்து சேர்த்துக் கொண்டிருந்தது.

2

வேலாயுதம் சங்கரன் கோவிலுக்குப் போய் நாடகக் கம்பெனியில் சேர்ந்தான். அவனுடைய தோற்றமும் குரலும் போதிய தகுதிகளாக இருந்தன. நடிகனாகச் சேர்ந்தவுடனேயே அவனுடைய பெயரை "ரவிக்குமார்" என்று கம்பெனி முதலாளி மாற்றினார். அந்தக் கம்பெனியோடு பல ஊர்கள் சுற்றினான். அவனுடைய எந்தத் திறமைக்காக அவனைத் தமது நாடகக் கம்பெனியில் முதலாளி சேர்த்துக்கொண்டாரோ, அந்தத் திறமையை மட்டும் அவன் வெளியே காட்டிவிடாதபடி மறைப்பதிலும் தடுப்பதிலும் அவர் குறியாக இருந்தார். அவன் வாய்திறந்து பாடிவிட்டால், இரண்டு அபாயங்கள் நிச்சயம் ஏற்படும் என்று அவருக்குப் பயம். ஒன்று, அவனை மற்றவர்கள் தங்கள் கம்பெனிக்கு அழைத்துக் கொண்டு போய்விடுவார்கள்; மற்றொன்று, முதலாளியின் தம்பி நாடகமேடையின் இணையற்ற பாடகனாகத் தொடர்ந்து பிரகாசிக்க முடியாது, முதலாளியின் போக்கு அவனுக்கு விளங்கவில்லை. திறமை இருக்கவும் வேண்டும், ஆனால் அதை வெளியே காட்டவும் கூடாது என்று முதலாளி ஏன் நினைக்கிறார் என்று யோசித்தான். கலை வளர்ப்பதை லட்சியமாகக் கொண்ட முதலாளிக்கு, கம்பெனியில் வேலை செய்பவர்கள் வளர்ந்துவிடாமல் இருப்பது அதைவிடப் பெரிய லட்சியமாக இருந்துவிட்டது. இதை யெல்லாம் சகித்துக்கொண்டு இரண்டு வருஷங்கள் அந்தக் கம்பெனியில் வயிற்றுச் சோற்றுக்கு நடித்து வந்தான். அப்போது நாடக வாத்தியாரிடம் பாட்டுக் கற்றுக்கொள்ளுவதற்கு அவனுக்கு வாய்ப்புக் கிடைத்தது. முறைப்படி சங்கீதம் படிக்கலானான்.

ஏதோ ஒரு தினத்தில், அந்தக் கம்பெனியைவிட்டும் சொல்லாமல் கொள்ளாமல் வெளியேறித் தன்னந்தனியாகக் கும்பகோணத்தில் ஊர் சுற்றினான் அங்கிருந்த ஒருவருடைய சிபாரிசின் பேரில், "திருச்சிராப்பள்ளி நாடகக் கம்பெனி ஒன்றில் போய்ச் சேர்ந்தான். அங்கே வேறு விதமான சோதனைகள் காத்திருந்தன. முதலாளியின் பழக்க வழக்கங்கள், பேச்சும், மரியாதையும் நாணயமும் பொறுக்க

முடியாதவையாக இருந்தன. மாதம் பத்து ரூபாய் சம்பளம்; மூன்று மாதங்கள் கடந்தாலும் அது கைக்கு வந்து சேரும் என்ற நிச்சயமில்லை. ஆனால், அதே சமயத்தில் நடிப்பதுமட்டுமின்றி, முதலாளி இடும் என்னென்ன கட்டளைகளையெல்லாமோ நினைவேற்ற வேண்டியுமிருந்தது. கடைசியில் அந்தக் கம்பெனிக்கும் முழுக்குப் போட்டான். அப்புறம் அடுத்த கம்பெனி; அதன்பின் அதற்கடுத்த கம்பெனி. இப்படிப் பல கம்பெனிகளில் ஒரு பக்கத்து வாசலில் பிரவேசிப்பதும் மறுபக்கத்து வாசல் வழியாக வெளியேறுவதுமாக ஆகிவிட்டது அவன் பிழைப்பு. இறுதியில் சென்னைக்கு வந்து ஒரு கம்பெனியில் சேர்ந்தான். இங்கே சௌகரியங்களோ, அசௌகரியங்களோ- எது எப்படி இருந்தாலும்' சென்னையை விட்டு போவதில்லை என்று ஒரே தீர்மானம் செய்து கொண்டான். வரும்படியை எதிர்பார்க்க முடியாவிட்டாலும், பெயர் விளம்பரமாகிக் கொண்டிருந்தது. சென்ற வருஷத்தில் அந்தக் கம்பெனியிலிருந்தும் வெளியேறினான். இந்த தடவைத்தான் அவன் விடைபெற்றுக் கொண்டு வெளியேறியிருக்கிறான்; அடுத்த முயற்சி யைப் பற்றி அறிந்துகொண்ட நிலையிலும் வெளியேறியிருக்கிறான்.

வெளியேறிய ரவிக்குமார் சினிமாவில் ஒரு உப நடிகன் ஆனான்...

* * *

கிராமத்திலிருந்த காளியம்மாள் அப்போது நம்பமுடியாத பல அற்புதங்கள் நிகழ்த்திக்கொண்டிருந்தாள். ஐம்பது வயதுக்குப் பிறகும் வாழ்க்கையில் நம்பிக்கையும், மனத்தில் ஊக்கமும், கைகளில் உழைப்பும் இருந்தால் ஒரு மனிதப் பிறவி எதை எதையெல்லாம் சாதிக்க முடியும் என்பதற்குச் சான்றாக அவள் விளங்கினாள்.

காளியம்மாள் வீட்டில் இப்போது இருபதுக்கு மேற்பட்ட ஆடுகள் உண்டு. ஒரு எருமையும் இருக்கிறது. வெண்கல பாத்திரங் களும் வாங்கி அடுக்கியிருந்தாள். மண்கலயத்துக்குள் போட்டுவந்த பணமும் இருநூறு ரூபாய்க்கு மேல் சேர்ந்துவிட்டது. வீடு வாசலெல்லாம் ஒரே கோழி மயம். வீட்டைச் சுற்றிக் காய்கறிச் செடிகள். அவளிடம் கஞ்சி குடித்துக்கொண்டு ஆடு மேய்க்கவும், மாடு குளிப்பாட்டவும், கழுகுமலைக்குப் போய்ப் பாலையும், காய்கறிகளையும், விற்றுவரவும் ஒரு வேலைக்காரப் பையன் வேறு இருந்தான். சமயா சமயங்களில் பெருமாள் தேவரின் இரண்டாவது மகள் மீனாட்சி வந்து வீட்டு வேலையில் அவளுக்கு உதவி செய்வாள். இந்த நிலை ஏற்படுவதற்குக் காளியம்மாள் அனுபவித்த துன்பங்கள் ஒவ்வொன்றுமே ஒரு பெரிய பாரதம் வாயைக் கட்டி, வயிற்றைக்கட்டி இத்தனையும் தேடினாள். அவளுடைய அதிர்ஷ்ட

பலனோ என்னவோ, நடுவே இரண்டு வருஷங்களில் பருத்தி விலை ஏறியது; இரண்டு ஏக்கரிலும் ஐந்நூறு ரூபாய்க்கு மேல் பருத்தி வெடித்தது. இதெல்லாம் எதிர்பார்க்க் முடியாத பெரும் பாக்கியம் என்றாலும், காளியம்மாளுக்கு இதனால் திருப்தி ஏற்பட்டு விடுமா? இரண்டு ஏக்கர். மூன்று ஏக்கராகக்கூட விரியவில்லை; வீட்டு வாசலில் கலப்பையும் காளை மாடுகளும் இல்லை. உள்ளதை யெல்லாம் விற்றால் ஒரு ஜோடி மாடும் ஒரு ஏக்கர் நிலமும் தன் வாங்கமுடியும். வயதோ ஐம்பத்தாறு ஆகிவிட்டது. ஆனாலும் ‘ஐம்பத்தாறு தானே ஆகிறது’ என்று நினைத்துக் கொள்ளுவாள். தினந்தோறும் இரண்டணாவாவது மிச்சப்படுத்திக் கலயத்தில் போட்டு வைக்காவிட்டால் அவளுக்குத் தூக்கம் வராது. இன்னும் பத்து வருஷங்கள் கழித்தாவது தன் லட்சியப்படி நிலமும் மாடும் வாங்கவேண்டும். வாங்கிய பின் பெருமாள் தேவரை வீட்டுக்குக் காவலாக வைத்து விட்டு, வேலாயுதம் எங்கே இருந்தாலும் அவனைத் தேடிக் கண்டுபிடித்து ஊருக்கு அழைத்துவர வேண்டும். அவனிடம் இந்தச் சொத்தையும், பெருமாள் தேவரின் இரண்டாவது மகள் மீனாட்சியையும் ஒப்படைத்துவிட்டு தான் கண்ணை மூடவேண்டும். அவளது லட்சியத்தின் முழு வடிவம் இதுதான்.

பத்து நாட்களுக்கு முன் ஒரு நாள் காலையில் தபால்காரன் கொடுத்த அந்தக் கடிதத்தோடு பெருமாள் தேவர் காளியம்மாளின் வீட்டுக்கு வந்தார். “அக்கா, உனக்குக் காயிதம் வந்திருக்கு” என்று சொல்லிக்கொண்டே கடிதத்தைப் பிரித்து வாசித்தார்:

“அன்புள்ள அம்மாவுக்கு,

வணக்கம். நான் சௌக்கியமாகப் பட்டணத்தில் இருக்கிறேன். இவ்வளவு காலத்திற்குப் பிறகுதான் உன்னைப் பார்க்கக்கூடிய பாக்கியம் எனக்குக் கிட்டியிருக்கிறது. ஆனால், இப்போதும் நான் ஊருக்கு வரமுடியாத நிலையில் இருக்கிறேன். இங்கே எனக்கு அவசரமான வேலைகள் இருக்கின்றன. வேலைகளை முடித்து விட்டு வரவேண்டுமானால் இன்னும் ஆறு மாதம் ஆகுமோ, ஒரு வருஷம் ஆகுமோ சொல்ல முடியாது. இந்தக் கடிதத்தை நீ பார்த்தாலும் சரி, பெருமாள் மாமா பார்த்தாலும் சரி, யாராவது ஒருவர் இங்கே உடனே புறப்பட்டு வரவேண்டும். முடிந்தால் இரண்டு பேருமே வாருங்கள். (இப்படி அவன் எழுதியிருந்ததற்குக் காரணம், தன் தாயார் ஒருவேளை செத்துப் போயிருக்கலாமோ என்று அந்த நிமிஷத்தில் ஏற்பட்ட ஒரு சிறு சந்தேகம்தான்). உங்களுக்கு ரயில் செலவுக்காக ரூ. 50 அனுப்பியிருக்கிறேன்...”

மேற்கொண்டு சில வரிகளைத் தன் ஆவலையும் தாய் பாசத்தை யும் தெரிவிக்கக்கூடியவாறு எழுதி, சென்னை ரயிலடியில்

குறிப்பிட்ட தேதியில் வந்து காத்திருப்பதாகக் கடைசி வரியில் தெரிவித்திருந்தான்.

அந்தத் தேதிக்கு முதல் நாள் காளியம்மாள் - எட்டு ரூபாய்ப் புதுச் சேலையை உடுத்திக்கொண்டு -சென்னைக்கு புறப்பட்டாள். முகக்ஷவரம் செய்து மீசையை நன்றாக ஒதுக்கி விட்டுக்கொண்டு, மூன்று வருஷங்களுக்கு முன் கழுகுமலைத் திருவிழாவில் வாங்கிய 'ரெடிமேட்' காக்கிச் சட்டையுடன்கூடச் சென்றார் பெருமாள் தேவர். பட்டணத்தில் வெல்லமோ, வெங்காயமோ மலிவான விலைக்குக் கிடைத்தால் வாங்கிக்கொண்டு வருவதற்காக ஒரு கோணிப்பையும் எடுத்து மடித்து அக்குளில் இடுக்கிக் கொண்டு போனார்.

எழும்பூர் ஸ்டேஷனில் வண்டி வந்து நின்றது. ரவிகுமாராக மாறிய வேலாயுதமும் அங்கே வந்து நின்று கொண்டிருந்தான். பார்த்த பார்வையில் தாயரையோ மாமாவையோ அடையாளம் கண்டுகொள்ளுவது அவனுக்குக் கஷ்டமாக இருந்தது. பெருமாள் தேவரின் நெற்றித் தழும்பு மட்டும் இல்லாவிட்டால் மேற்கொண்டு ஐந்து நிமிஷமாவது ரவிகுமார் திகைத்திருப்பான். ஆனால் காளியம்மாள் அந்த வயதிலும் சுலபமாகத் தன் மகனைக் கண்டு பிடித்துவிட்டது ஆச்சரியப்பட்டு நிற்க அப்போது நேரம் ஏது? காளியம்மாளும் வேலாயுதமும் ஒருவரை ஒருவர் கட்டிப் பிடித்துக் கொண்டு 'கோ' என்று அழுதார்கள். பெருமாள் தேவரின் முயற்சியால் இருவரும் பிரக்ஞைபெற்று ஸ்டேஷனை விட்டு வெளியே வந்தார்கள். அங்கே ஏதோ ஒரு படக் கம்பெனியைச் சேர்நத் புத்தம் புதிய 'வாக்சால்' கார் காளியம்மாளை வரவேற்கக் காத்துக் கொண்டிருந்தது. கண் மூடிக் கண் திறப்பதற்குள் மாம்பலத்தில் உள்ள ஒரு அழகான வீட்டுக்கு முன் வந்து நின்றது கார். நூறு ரூபாய் வாடகைக்கு ரவிகுமார் நாலைந்து மாதங்களுக்கு முன் அமர்த்தியிருந்த வீடு அது. வீட்டையும், வீட்டின் அலங்காரத் தையும், வீட்டில் நிறைந்திருந்த சாதனங்களையும், சாமான்களையும் பார்த்து என்ன சொல்லுவது என்று மட்டுமல்ல, என்ன நினைப்பது என்று கூடத் தெரியாமல் பெருமாள் தேவரும் காளியம்மாளும் விழித்தார்கள். வெகுநேரம் கழித்து "இது யார் வீடு?" என்று பயந்து போனவரைப் போலக் கேட்டார் தேவர்.

ரவிகுமார் சிரித்துக்கொண்டே "நம் வீடுதான்" என்றான்.

அவனுடைய லட்சியங்களெல்லாம் அன்று நிறைவேறி விட்டன. பிறந்த நாளிலிருந்து பட்ட கஷ்டங்களெல்லாம் அன்று அவனிடம் கடைசி விடைபெற்றுக் கொண்டன. தான் நினைத்தபடியே சௌக்கியமும் சம்பத்தும் அடைந்த சமயத்தில் தாயாரை அழைத்துக் கொண்டு வருவது என்று பத்து வருஷங்களாகக் கண்ட கனவு

அன்று நிறைவேறிவிட்டது. தன் செல்வ நிலையைப் பார்த்துத் தாயார் ஆச்சரியப்பட்டு நிற்பதைக் காணவேண்டுமென்று அவன் நினைத்தது கைகூடியேவிட்டது.

"அம்மா, வீடு நன்றாக இருக்கிறதா?" என்று கேட்டான் ரவிகுமார்.

காளியம்மாள் ஒரு பதிலும் சொல்லாமல், மேலும் கீழும் பார்த்துக் கொண்டு நின்றாள். அவளால் வேறு என்ன செய்ய முடியும்?

அவளுடைய சார்பில் பெருமாள் தேவர்தான். "அரண்மனை மாதிரி இருக்கு" என்று பதில் கொடுத்தார்.

இவ்வளவு பெரிய 'குபேர'னாவதற்கு அவனுக்கு என்ன தொழில், எவ்வளவு சம்பாத்தியம் என்பதையெல்லாம் விசாரித்தார் பெருமாள் தேவர்.

தான் இப்போது சினிமா நடிகன் என்றும், ஒரு படத்தில் நடித்துப் பத்தாயிரம் ரூபாயும், பெரும் புகழும் சம்பாதித்ததாகவும், இப்போது ஏக காலத்தில் மூன்று படங்களில் நடித்துவருவதாகவும், மூன்றிலும் அறுபதினாயிரம் ரூபாய்க்குக் குறையாமல் கிடைக்கும் என்றும் ரவிகுமார் சொன்னபோது, பெருமாள் தேவருக்கு ஆச்சரியப் படவாவது சக்தி இருந்தது; காளியம்மாளுக்கோ ஒன்றுமே புரிய வில்லை. அவள் முகம் பேயறைந்தது போல இருந்தது. அங்கே உணர்ச்சியும் இல்லை; உயிரோட்டத்தையும் காணோம்.

அன்று பகல் முழுவதுமே ரவிகுமாரையும், அவனுடைய வீட்டையும், அங்கே வந்து போகிறவர்களையும் அவர்கள் பேசும் பேச்சையும் மிக மிக நுட்பமாகக் கவனித்துக் கொண்டிருந்தாள் காளியம்மாள். திசையை தப்பவிட்டு விட்டு, எங்கோ அறியாத இடத்தில் வந்து அகப்பட்டுக் கொண்டது போன்ற உணர்ச்சிதான் அவளுக்கு இருந்தது. அந்தச் சூழ்நிலையில் பெருமாள் தேவரின் துணையும், அவருடைய பேச்சும் இல்லாமல் போயிருந்தால் அவள் மூச்சு முட்டித் திணறியிருப்பாள்.

அவள் தன் மகனுக்கு ஒரு ஜோடி மாடு வாங்கிக்கட்ட நினைத்தாள்; ஆனால் மகனைத் தேடி விதவிதமான கார்களெல்லாம் வந்து போகின்றன. அவனுக்குப் பித்தளைப் பாத்திரங்கள் வாங்கி அடுக்க நினைத்திருந்தாள். அவன் வீட்டிலோ அலமாரியெல்லாம் வெள்ளிப் பாத்திரங்களாக இருந்தன. அவனுக்கு இன்னும் பத்து வருஷ காலத்துக்குள் பத்து ஏக்கர் நிலம் வாங்கி வைக்கத்திட்ட மிட்டிருந்தாள். அவனோ பத்து ஏக்கரையும் பத்து நிமிஷத்தில் வாங்கிவிடக் கூடியவனாக இருந்தான். காளியம்மாளின் ஒரு மாதச் சேமிப்பு, அவன் ஒரு நிமிஷத்தில் குளிர்பானங்களும் சிகரெட்டும்

வாங்கி, தன்னைத் தேடிவந்தவர்களை உபசரிப்பதற்குக் கூடப் போதாத தொகையாக இருந்தது.

இந்த நிலையில் அன்றையதினம் கழிந்தது. தாயார் எதற்காக முகத்தை இப்படி வைத்துக்கொண்டு குறுகுறு என்று பார்க்க வேண்டும், தன்னோடு நாலு வார்த்தைகூட சேர்ந்தாற்போல் பேசாமல், பெருமாள் தேவருடன் மட்டும் வீட்டுக் கொல்லையில் உட்கார்ந்து கொண்டு மணிக்கணக்கில் ஊர்ச் செய்திகளை விவகாரம் பண்ணிப்பேசிக் கொண்டிருக்கவேண்டும் என்பதெல்லாம் ரவிகுமாருக்கு விளங்கவில்லை. 'ஊர் புதிசு; அப்படித்தான் இருக்கும் போலிருக்கு' என்று நினைத்துக்கொண்டான்.

3

ஒருவாரம் ஆகிவிட்டது. அன்று இரவு ரயிலுக்குப் பெருமாள் தேவர் ஊருக்குப் புறப்படவேண்டும். காளியம்மாள் எங்கே போவது? 'ஊருக்குப் போவது யாருக்காக?' என்று யோசனை. சென்னையில் மகனோடு கையைக் கட்டிக்கொண்டு வீட்டில் உட்கார்ந்து கொண்டிருப்பது எப்படி என்றும் திகைப்பு அவளுக்குப் பொழுது விடிந்தால் கைகளுக்கு ஏதாவது வேலை இருக்க வேண்டும். இந்த வேலைக்கெல்லாம் லட்சியமாக ஒரு பத்து ஏக்கர் நிலமும் ஒரு ஜோடி காளைகளும் இருக்கவேண்டும் அதைப் பற்றித் திரும்பத் திரும்ப இனியோசித்து என்ன பயன்? அதைக் கேட்டுப் பெருமாள் தேவரே கைகொட்டிச் சிரிக்கிறார்! "உன் தரித்திரம் இன்னும் உன்னை விட்டுப் போகவில்லை' என்றார். அப்படியானால் மற்றவர்கள் எவ்வளவு பரிகாசம் செய்யமாட்டார்கள்?

ஏழாவது நாள் பகலெல்லாம் தேவரும்காளியம்மாளும் பேசிக் கொண்டேயிருந்தார்கள். ரவிகுமார் காலையிலேயே வெளியே போய் விட்டான். இருவரும் பேசிக்கொண்டிருந்த பேச்சின் பயனாக, காளியம்மாளின் திகைப்பு ஒரு வழியாக நீங்கியது. சென்னையில் தான் இனி வாழ்நாளைக் கழிப்பதென்று துணிந்து விட்டாள். ஊரிலுள்ள ஆடு மாடுகளையும், இரண்டு ஏக்கர்களையும், ஓலைக் கூரை போட்ட வீட்டையும் ரவிகுமாரைக் கலந்து கொண்டு ஏதாவது செய்யலாம் என்று முடிவு செய்தார்கள். அதே சமயத்தில் தன்னுடைய இவ்வளவு கால உழைப்பையும், இவ்வளவு காலமும் பேணி காத்த லட்சியத்தையும் அவள் கைவிட்டுவிடத் தயாராக இல்லை. வேறு ஏதாவது ஒன்றைக்கொண்டு அதை ஈடு செய்யத்தான் அவள் முயன்றாள்.

சென்னையில் இருந்தாலும் 'ஊரில்' இருக்கவேண்டும். ரவி குமாரின் பங்களாவில் இருந்தாலும் 'வீட்டில்' இருக்க வேண்டும். ரவிகுமார் வேலாயுதம் ஆக வேண்டும்; மகனாக மாற வேண்டும்.

தான் உயிரோடிருப்பதோடு வாழவும் வேண்டும் இவ்வளவு தெளிவாக அவளால் நினைக்க முடியாவிட்டாலும் உணர முடிந்தது.

மாலை ஐந்து மணிச் சுமாருக்கு வீட்டுக்கு வந்த ரவிகுமாருக்கு எதிரே அவள் வந்து நின்றாள். அவளுடைய திட்டத்தின்படி பெருமாள் தேவர் அப்போதுதான் வெற்றிலை பாக்கு வாங்குவதற் காகக் கடைக்குப் போய் விட்டார்.

காளியம்மாள் எடுத்த எடுப்பிலேயே, "நான் இங்கே இருக்கட்டுமா? பெருமாளோடு ஊருக்குப் போகட்டுமா? என்று கேட்டாள்.

"ஏம்மா இப்படிக் கேட்கிறே?" என்று சிரித்துக்கொண்டே கேட்டான் ரவிகுமார்.

"என்ன இங்கே இருக்கத்தானே சொல்றே?"

"இதிலே உனக்குச் சந்தேகம் எதுக்கு? இங்கே இருக்கணும்னு தானே உன்னை வரவழைச்சது?"

"அப்படின்னா நான் சொல்றதை நீ கேக்கணும் வேலாயுதம்."

"கேட்கிறேன், மாட்டேன்னு எப்போதாவது சொல்லியிருக் கிறேனா?"

"பெருமாளு மக மீனாச்சி சமைஞ்சி இப்போ நாலு வருசமாகுது. மூத்தவளைச் செவக்கொளத்திலே கட்டிக்குடுத்தாச்சி. மீனாட்சியை இந்த வருசமே கலியாணம் பண்ணிக்கிறதா இருந்தாச் சொல்லு, இங்கேயே இருந்து என் காலத்தத் தள்ளிப்பிடறேன்."

ரவிகுமார் சிரித்தான்.

"உனக்குச் சம்மதமா? இல்லையா?" என்று கேட்டாள் காளியம்மாள்.

"முழுச் சம்மதம்" என்று அவன் சொன்னதுதான், காளியம் மாளால் நிற்கவே முடியவில்லை. அந்த இடத்தில் அப்படியே உட்கார்ந்து விட்டாள். மறுநிமிஷம் எழுந்து மகனைக் கட்டிக் கொண்டாள்.

"வேலாயுதம்! என் மகனே!" என்று வாய்விட்டுச் சொல்லி ஆனந்தக் கண்ணீர் வடித்தாள். தான் சேமித்து வைத்திருந்த இருநூறு ரூபாய் முடிப்பைக் காரணம் தெரியாமலே அவன் கையில் கொடுத்தாள். அதைப் பார்க்கும்போது, வாழ்க்கையையே அவனிடம் அவள் தூக்கிக் கொடுப்பது போல இருந்தது.

அப்போது பெருமாள் தேவர் வெற்றிலை பாக்கும் கையுமாக வீட்டுக்குள் நுழைந்தார்.

48

தர்ம ராஜ்யம்

மார்கழி மாதத்தின் கடைசிப் பகுதி. இருபத்தைந்து வயது வாலிபக் காளையும் நடுமத்தியானம் வரைக்கும் போர்வையை உடம்பிலிருந்து எடுக்க அஞ்சும் கடும்பனிக்காலம். பனிக்குப் பயந்து வீட்டைப் பூட்டிக் கொண்டு கிடந்தால் கதிர் முற்றித் தலை சாய்ந்திருந்த பண்ணையாருடைய கம்பங் காட்டின் தானியமணிகள் களஞ்சியம் வந்து சேருவது எப்படி? பண்ணை யாருடைய கம்பங்காட்டின் கூலித்தொழிலை நம்பி வயிற்றை ஆயுள் பூராவும் பேணி வரும் ஏழைகளின் காலம் கழிவதும் எப்படி?

காலையில் ஒன்பது மணிக்குப் படுக்கையை விட்டு எழுந்திருக்கும் நாராயணசாமிக்கு இந்த ரகசியங்களையெல்லாம் அவ்வளவாகத் தெரியாது. உலகத்திலிருந்து ஒதுங்கி ஆனால் உலகசுகங்களை அனுபவிக்கும் நாராயணசாமிக்கு கூட ஏழைகளென்றால் ஈரம் கசியும் மன இரக்கம் உண்டு; பட்டினி கிடப்பவர்களுக்குக் கைமாற்று என்ற 'பாபத்து' இல்லாமல், 'பிழைத்துப் போகட்டும்' என்ற விசாலப் பான்மையுடன் இரண்டொன்று கொடுத்துதவும் பழக்கமும் உண்டு.

பள்ளிக்கூடப் படிப்பை முடித்து அவன் ஊருக்கு வந்து சுமார் பத்து மாதங்களாகின்றன. வாழ்க்கையின் பெரும்பகுதியைப் பள்ளிக்கூடத்து நிழலில் கழித்ததன் காரணமாக பண்டைய ஆங்கில விற்பன்னங்களும், இந்தியாவில் கி.மு. சகாப்தத்தில் வாழ்ந்த கிரந்தகர்த்தாக்களும் எழுதி வைத்த தர்மக் கோட்பாடுகளால் பரிபக்குவம் பெற்றிருந்தான் நாராயணசாமி. அத்துடன், இந்தத் தலை முறையில் தேசிய உணர்ச்சியோடு தலை தூக்கிய அஹிம்சை தீண்டாமை ஒழிப்பு, ஏழைகளுக்கு அன்புகாட்டும் மனிதாபிமானம் போன்ற லட்சிய தர்மங்களும் அவன் சிந்தனையையும் ஆட்ட பாட்டங்களையும் பரிபாலித்து வந்தன. அவன் பல முறை தன் சொந்த ஊர் ஹரிஜனக் குடியிருப்புகளில் ஊர்க்கட்டை மீறிச் சீர்திருத்தப் பிரசாரம் செய்ததும் உண்டு.

இப்போது பனிக்காலம். அதனால் வழக்கம்போல எழுந்திருக்கும் நேரத்தைவிட அதிக நேரம் கழித்துத்தான் படுக்கையைவிட்டு எழுந்திருப்பான். தவிரவும் படிப்பு. காலா காலத்தில் குறிப்பிட்ட இடத்தில் ஆஜராகும் கட்டாய் நடைமுறை போன்ற நிர்ப்பந்தங்களற்ற நிலையில், காலையில் பத்து மணிக்கு அவன் படுக்கையைவிட்டு எழுந்தாலும் ஆச்சரியப்படுவதற்கில்லை.

அன்று அவனுடைய தகப்பனார் வந்து அவனுடைய படுக்கையறையின் கதவைத் தட்டும்பொழுது, பொழுது விடியவில்லை. வைகறையின் அந்திமம் போல், கீழ்வானில் ஒளிபடர்ந்திருந்தது. இரண்டு மூன்று தடவை ரங்கசாமி நாயக்கர் கதவைத் தட்டியதும், துயில் கலைந்து எழுந்தான் நாராயணசாமி.

"என்ன அப்பா?" என்று கண்களைக் கசக்கிக் கொண்டே எழுந்து வந்து கேட்டான்... எஸ்கிமோவைப் போலத் தலையையும் உடலையும் போர்த்திருந்த தோல் போன்ற மந்தமான போர்வையைக் களையாமலே கதவை திறந்து வெளியே வந்தான்.

"என்ன?"

"கீழ்த் தெருவில் கடலையாண்டித் தேவரப் போய்க்கொஞ்சம் சத்தம் காட்டிட்டு வா. சங்கரப்பனைக்கூடக் காணோம். பய, கது பொறக்கற காலத்திலே கூட வீட்டோடு கிடக்காமே, சினிமாப் பாக்கக் கோயில்பட்டிக்குப் போயிட்டான். சுடலையாண்டித் தேவரையும் அவர் பெஞ்சாதியையும் ரயிலடிப் புஞ்சைக்குப் போய்க் கருது பொறக்கச் சொல்லு."

"என்ன அதுக்குள்ளாகவா?" என்று நாராயணசாமி கேட்டான்.

"நேரம் என்ன ஆச்சு? காத்தாலே போனாத்தானே வேலை சாயும். மத்த ஆட்களெல்லாம் பெறப்பட்டுப் போயாச்சு. எல்லாருக்கும் ராத்திரியே தகவல் சொல்லிட்டுப்போயிருக்கான் சங்கரப்பன். ஆட்களெல்லாம் பெறப்பட்டுப் போயும் சுடலையாண்டித் தேவரைக் காணல்லே. வேலைக்காரன்களையும் காணோம். போ, போ, போய்ட்டு வந்து வேணும்னா படுத்துக்கோ" என்று சொல்லிவிட்டு வீட்டுக்குள்ளே போய்விட்டார் ரங்கசாமி நாயக்கர்.

போர்வையை நன்றாக இழுத்து போர்த்துக்கொண்டு வெளியே கிளம்பினான் நாராயணசாமி. வீட்டு வாசல்படியெல்லாம் பனியால் நனைந்து, எத்தல் குத்தலான இடங்களில் தண்ணீரும் கட்டியிருந்ததால், படியில் காலை வைக்கும் போது ஐஸ் கட்டியை மிதிப்பது போலிருந்தது. கம்பளிப் போர்வையின் பாதுகாப்பையும் கடந்து நாராயணசாமிக்குப் பனிவாடை விறைத்தது. பற்களெல்லாம் படபடவென்று அடித்துக்கொண்டன. உள் நடுக்கத்தோடு தெரு வழியே போய்க் கொண்டிருந்தான்.

கீழ்த் தெருவின் தென்கோடியில் உள்ள சந்தில், வடக்கே பார்த்த கூரை வீடு தான் சுடலையாண்டித் தேவரின் வாசஸ்தலம். அங்கே வந்து சேர்ந்தான் நாராயணசாமி. அவர் வீட்டுக்கு அவன் விஜயம் செய்வது இது தான் முதல் தடவை. வந்து வீட்டைப் பார்த்தான்.

வீடு என்ற கௌரவப் பெயர் தாங்கிய அந்தப் பாழ்மனையில் மூன்று பக்கம் மண் சுவர்களும், ஒரு பக்கம் இடிந்து விழுந்த மண் சுவருக்குப் பதிலாக நிறுத்தப்பட்ட ஒரு பருத்தி மார்ப்படலும் இருந்தன. கூரையில் வேய்ந்த பனை ஓலைகள் கையால் பொடித்தால் பஸ்பமாகி விடக்கூடியவாறு கெட்டுப்போன தசையிலிருந்தன. தெருமட்டத்தைவிடத் தாழ்ந்து, ஈரச் சதுப் பேறியிருந்த உட்பாகத்தை தெளிவாகக் காட்டியது கதவில்லாத வாசல். அதில் வாழும் மனித ஜீவன்களின் பரிதாபகரமான வாழ்க்கையை நாராயணசாமி கற்பனை செய்துகூடப் பார்த்தது கிடையாது.

அவன், வீட்டு முற்றத்தைக் கடந்து வாசல் பக்கமாகப் போய் நின்று பார்த்தான்; பார்த்ததும் அவன் உள்ளம் மிகவும் கஷ்டப் பட்டது.

இப்போது அவனுக்குக் குளிரை உணரும் பிரக்ஞை இல்லை காலணா அகலத்துக்கு உடம்பை விட்டு போர்வை விலகி விட்டாலும், குத்துக்காயம் பட்டது போல் வேதனையை அனுபவிக்கும் அவனுடைய சரீரத்தை விட்டுப் போர்வை நெகிழ்ந்தது. நழுவிக் கீழே விழப்போன போர்வையை, விழுந்து விடக்கூடாதே என்ற பாதுகாப்புக் கவனத்துடன்தான் அப்படியே தாங்கி எடுத்துத் தோளில் போட்டுக் கொண்டானே ஒழிய அங்கே போர்வை தொழில் இழந்து விட்டது; பனியும் ஆற்றல் இழந்தது...

நாராயணசாமி நின்று பார்த்துக்கொண்டே இருந்தான்...

உள்ளே சதுப்புத் தரையில் சணல் கோணியின் கிழிசல் படுதா ஒன்று மாத்திரமே விரிக்கப்பட்டிருந்தது. அதில் ஐந்தாறு பழந்துணிகளைச் சுருட்டித் தலைக்கு வைத்து, பாதாதி கேசாந்தமாக மற்றொரு சாக்குப் படுதாவைப் போர்த்துச் சுகமாகத் தம்மை மறந்து உறங்கிக் கொண்டிருந்தார் அறுபது வயதை எட்டிப் பிடிக்கும் கிழவர் சுடலையாண்டித் தேவர். அதை அடுத்துப் பாதி உடல் படுதாவிலும் பாதி உடல் வெறுந்தரையிலுமாகப் படுத்துக் கிடந்தாள் கிழவி–அவர் மனைவி. நடுச்சாமத்தில் சட்டி பானைகளை உருட்ட வரும் நாய்களைத் துரத்துவதற்கென்று வைக்கப்பட்டிருந்த ஒரு பிரம்பு தலைமாட்டில் கிடந்தது.

அவர்களைப் பார்த்துக் கொண்டே நின்றான் நாராயணசாமி. தேவருடைய வாழ்க்கை நிகழ்ச்சிகள் அவனுக்குத் தெரிந்த மட்டி லும் நினைவுக்கு வந்தன. இந்த முப்பது வருஷத் தாம்பத்திய வாழ்விலும் இரண்டு பெண்குழந்தைகளை மட்டும் பெற்றெடுத்து, அவர்களைத் தூரத்து ஊர்களில் கட்டிக் கொடுத்து விட்டவர் தேவர். தரித்திரம் பரம்பரைச் சொத்தாக இருந்துவரும் குடும்பத்

தில், பிதுரார்ஜிதம் போலவும் எதிர்கால ஜீவனத்துக்குரிய சேமிப்பாகவும் உதவும் சொந்த மக்களின் உழைப்பையும், இந்தத் துரதிர்ஷ்டம் பிடித்த ஆத்மாக்கள் கடைசிக்காலத்தில் அனுபவிக்கக் கொடுத்து வைக்கவில்லை. ஏனென்றால், பிறந்த வாரிசுகள் இரண்டும் பெண்களாகப் போய்விட்டன. இந்த நிலையில் நம் வயிற்றைத் தாங்கி நிறுத்தத் தம் பலஹீனமான கைகளையே ஆதாரமாகக் கொண்ட இந்த இரண்டு பேரும், நேற்றெல்லாம் எவ்வளவு கஷ்டப்பட்டு வேலை செய்த அலுப்போ, இப்படித் தங்களை மறந்து பிணங்களைப் போலத் தூங்குகிறார்கள் என்று நினைத்த நாராயணசாமிக்கு அவர்களை எழுப்பவே மனம் வரவில்லை. எப்படி எழுப்புவது? அரைகுறை ஓய்வில் கண் விழிக்கும் பலஹீனமான சரீரங்கள் இந்தக் கொடும் பனியில் என்ன பாடும்படும் என்பதை நினைத்துப் பார்க்கும் போது அவனுக்குத் தாங்கமுடியாத வேதனையாக இருந்தது. பேசாமல் கொஞ்ச நேரம் நின்றான். இரண்டொரு தடவை தொண்டை விக்கியது; வெறும் வாயை விழுங்கி மனப்படபடப்பைக் கொஞ்சம் தணித்தான். 'வேண்டாம் இந்த நிம்மதியைக் கெடுப்பது மகாபாவம்' என்று எண்ணி மேற்கொண்டு யோசனை செய்யாமல் திரும்பிவிட்டான்.

அவன் திரும்பி வரும்போது சூரியோதயம் ஆகிவிட்டது. கலைந்து கிடந்த போர்வையை ஒழுங்காக விரித்து மூடிக்கொண்டு வீட்டுக்கு வந்தான். அவனுடைய தகப்பனாரிடம் வந்து ஜீவனிழந்த குரலில் நாத்தழுதழுக்க நடந்த கதையைச் சொன்னான். அதைக் கேட்ட ரங்கசாமி நாயக்கருக்கு மகன் மேல் கோபம் வந்துவிட்டது. 'என்னடா இது? கிறுக்குத்தனமாக இப்படி வந்து விட்டானே?" என்று நினைத்துக்கொண்டு ஒரு மாதிரியாக சிரித்தார்.

"என்ன பைத்தியக்காரா! தூங்கினாகளாம்; எழுப்பலையாம்! போ போ, பள்ளிக் கணக்குப் புள்ளிக்கு உதவாது என்கிறது சரியாய்த்தானே போச்சு! ஆள் போதாவிட்டால் கம்பங்கருது பூராவும் இன்னிக்குப் பொறக்கியாகாதே. வேலை குறைவிளுந்து போச்சுன்னா நமக்குத் தானே நஷ்டம்?" என்றார்.

'இவர்களுக்குத் தங்கள் நஷ்டம் தான் பெரிதாகப் போய் விட்டது' என்று தனக்குத்தானே மிகவும் விசனத்துடன் சொல்லிக்கொண்டு கட்டிலில் வந்து படுத்தான். நாராயணசாமி படுத்தது தூங்குவதற்காக அல்ல; தூக்கமும் அவனுக்கு வரவில்லை. தேவருடைய வறுமையைக் கண்டு அவன் மனம் கஷ்டப்பட்டாலும் ஏழை ஜீவன்களின் சந்தோஷத்தைக் கெடுக்கவில்லை என்ற ஒரு திருப்தி அவனுக்குச் சற்று நிம்மதி அளித்துக் கொண்டிருந்தது.

படுக்கையை விட்டுச் சுடலையாண்டித் தேவரை எழுப்பினாள் அவர் மனைவி. அவள் எழுந்திருக்கும் போதே சூரியன் உதித்து இரண்டு ஆள் உயரத்துக்கு வந்துவிட்டது. நெடுங்கால தரித்திரத்தினால் விகாரமடைந்த குணங்கள் அப்போதே நாடகம் போடத் தொடங்கி விட்டன.

"ஐயோ, எவ்வளவு நேரம் ஆய்விட்டது! அப்போதே எழுப்பி யிருக்கக் கூடாதா?" என்று மனைவியைக் கோபித்துக் கொண்டே கூட்டிச் சுருட்டிக் கொண்டு எழுந்தார் தேவர்.

"நானும் இப்பத்தான் எந்திருச்சேன். அலுப்புலே தன்னையறியாமத் தூங்கிட்டேன்" என்று அந்த அம்மாள் சொன்னது தேவரின் கோபத்தைத் தட்டி எழுப்பி விட்டது.

"நான்தான் உறங்கினேன்னா, நீ கூடவா இப்படி ஒரே தூக்கமாத் தூங்கணும்! கெட்ட காலத்துக்கு நீ என்ன செய்வே? இனி எந்த அப்பன் நம்மை வேலைக்குக் கூப்பிடுவான்னு நெனைச்சே?" என்று சொல்லிவிட்டுப் பொடிப்பட்டையைத் தேடினார்.

"எனக்கும் அலுப்பு இருக்காதா? என் உடம்பையென்ன கல்லிலேயே அடிச்சு வச்சிருக்கு?"

"நீ விவகாரம் பண்ணினது போதும் பொழுது விடிஞ்சா இந்த விவகாரம் தானா? பொடிப்பட்டை எங்கே?"

"நான் பார்க்கல்லே."

தேவருக்குக் கோபம் அதிகரித்தது. கோணிப்படுதாவை உதறி உதறிப் பார்த்தும் பட்டையைக் காணாது போகவே, அவருக்கு வந்த கோபத்துக்கு அளவே இல்லாமல் போய்விட்டது.

"நாசகாலி, நீ இருக்குற வீட்டிலே எதுதான் பத்திரமாயிருக்கும்? என்னத்தை வச்சு இன்னிக்குச் சாப்பிட..? இத்தனை நாள் வேலை இல்லாமே இருநது, நேத்தி அத்தி பூத்தாப்போல சங்கரப்பன் வந்து கருது பொறக்கக் கூப்பிட்டான். அதுக்கும் போகாமே வாயிலே மண்ணைப் போட்டுக்கிட்டோம்! ஊருக்குள்ளே உன்னையும் என்னையும் நம்பி எவன் கடன் குடுப்பான்னு நெனைச்சே? அத்தோடே கண்ட கண்ட இடத்திலேயெல்லாம் வேலை செய்து கழிக்கிறேன்னு சொல்லித் தலைக்குமேலே பாரமா கடன் வாங்கியிருக்கே..."

"அதுக்கு யாரைப் பழி சொல்றீக? நீங்களும்தான் தூங்கினீக! விடிஞ்சு எந்திருச்சதும் இப்படி ஏன் என்னைப் பிடிச்சி மோதணும்? இந்தத் தள்ளாத காலத்திலே தினந்தினம் இப்படி இம்சைக்கு ஆளாகவா நான் பிறந்தேன்?" என்று சொல்லிக்கொண்டு கண்ணீர் விட்டாள் கிழவி. தேவருக்கு, கஷ்டத்தை மறக்கச் சண்டை

போடுவதைத் தவிர்த்து, வேறு வழி தெரியவில்லை. கிழவியின் கண்ணீரைக் கண்டதும், "நீ அழுதுதான் என்ன? அழுகாட்டித்தான் என்ன? இன்னிக்கு ராத்திரிக்கி எதை வச்சி உலையேத்துறதோ?" என்று சொல்லிவிட்டு வெளியே வந்தார். வரும்போதே வாசல் நிலையில் முட்டிக்கொண்டார். ரத்தம் வராவிட்டாலும் வலி பொறுக்க முடியவில்லை. 'அம்மா!' என்று நெற்றியைத் தேய்த்துக் கொண்டே தள்ளாடித் தள்ளாடி நடந்தார். பனியின் உக்கிரம் இன்னும் தணியவில்லை. ஆனாலும் ஊருக்குள் கோணிப் படுதாவைப் போர்த்திக்கொண்டு வருவதற்கு வெட்கப் பட்டுக் குச்சி போன்ற தம் இரண்டு கைகளாலும் உடம்பைப் பொத்திக் கொண்டு தள்ளாடிய வண்ணம் நடந்தார். பண்ணையார் ரங்கசாமி நாயக்கரின் வீட்டில் போய்ச் சொல்லிவிட்டு வேலைக்கு எப்படியும் இன்று போய் விடலாம் என்று எண்ணிக்கொண்டு வந்தார்.

பண்ணையார் அப்போது வீட்டில்தான் இருந்தார். நாராயணசாமி மட்டும் எழுந்து எங்கேயோ வெளியே போயிருந்தான். தேவரைக் கண்டதும் பண்ணையார், "என்ன? வேலைக்கு வாரேன்னு சொல்லிட்டுப் பத்து மணி வரையிலும் பேசாமத் தூங்குறதுன்னா என்ன அர்த்தம்?" என்றார்.

தேவர் கையைப் பிசைந்தார்; கெஞ்சிக் கூத்தாடி "வேலைக்குப் போறேன். எப்படியோ தூங்கிட்டேன்" என்று குழறிச் சொன்னார்.

"சரிதான், இனிமேலே போய் வேலை செய்தது போதும். பதிலானை அனுப்பிச்சிட்டேன். நீர் போய்த் தூங்கும். எனக்கென்ன, ஊரிலே ஆளுக்குக் கருவற்றா போச்சி?" என்று ஒரே தீர்மானமாகச் சொல்லிவிட்டார்.

தேவர் மேலும் கெஞ்சினார். "உமக்கு வேறேவேலை இல்லையோ? பையன் வந்து அரைமணி நேரமா நிண்ணு பாத்திருக்கான். அப்பவும் நீர் எந்திருக்கிற வழியைக் காணோம்! இனில் போயி வேலையைச் செய்வாராம் வேலை! போரும் போரும்!" என்று சொல்லிவிட்டுக் கிளம்பி விட்டார் பண்ணையார்.

தேவர் பேசாமல் திரும்பினார். வீட்டுக்கு வரும் போதே வயிற்றில் பசி பிறந்துவிட்டது. எல்லாவற்றிற்கும் மேலாக நம்பிக்கையை இழந்துவிட்டது மனம். மனசிலும் சரீரத்திலும் ஊனம் கண்டு தேவர் தம்மை மறந்து வரும் போது நாராயணசாமி சந்தர்ப்பவசமாகத் தெருவில் எதிர்பட்டான். அவனைப் பார்த்ததும், "முதளாளி, நீங்க வீட்டுக்கு வந்தீகளாமே! வந்தவுக கொஞ்சம் சத்தம் காட்டியிருந்தா எந்திருச்சிருப்பேன்!" என்று பரிதாபகரமாகச் சொன்னார் தேவர்.

“தூக்கத்திலிருந்து எழுப்பக்கூடாதுன்னு நினைச்சு வந்துட்டேன். எழுப்புறது பாவமில்லையா?” என்று அனுதாபத்துடன் சொன்னான் நாராயணசாமி.

“இன்னிக்கு எனக்கு வேலை போச்சே! வேலைக்கே வர வேண்டான்னு பெரிய முதலாளி சொல்லிட்டாகளே?” என்று பிரலாபித்த தேவருக்கு மேலும் அங்கே நிற்கத் தோன்றவில்லை. புலம்பிக்கொண்டே நகர்ந்தார். தன் அப்பாவின் மனசைத் திருத்த இயலாத நாராயணசாமிக்கு, “இந்த வேலை போச்சின்னா தேவருக்கு இன்னொரு வேலை” என்ற எண்ணம் சந்தர்ப்பத்தில் தோன்றி மன சாந்தியை அளித்தது.

ஆனால், தேவரின் மன பலத்துக்கு எறும்புக்குள்ள சக்தி இருந்திருந்தாலும் அன்று, அந்தக் கணத்திலேயே, நாராயணசாமி சாம்பலாகிக் காற்றில் பறந்திருப்பான். உள்ளுக்குள்ளேயே எரிமலையைத்தான் கக்கினார் தேவர்: திங்கிற சோத்திலே மண்ணைப் போட்டிட்டயே, பாவி! என்னை வந்து எளுப்பினாப் பாவம்னு, புண்ணியம் சம்பாதிக்கப் பாத்தியோ? உன்னை என்ன பாவம் வந்து அப்படி வாரிக்கிட்டுப் போகுது? நீ நாசமாப் போக.’

ஊர் முதலாளியின் பிள்ளை தர்ம புத்திரனாக இருந்தும் அவருடைய பசியும் தரித்திரமும் அவனைச் சபிப்பதை நிறுத்த வில்லை, நிறுத்த முடியவில்லை. அவருடைய மனக்குகையில் குமுறிய கோபமும் அவர் இடும் சாபமும் நாராயணசாமிக்குத் தெரியாது. தெரிந்திருந்தால், ‘இந்தப் பிச்சைக்காரக் கூட்டத்துக்கு இரக்கம் காட்டுவதே முட்டாள்தனம். நன்றி கெட்டவர்கள்!” என்று மனம் சலித்திருப்பான். அவனுக்கு வேறு என்ன தெரியும்?

49

மனப்பால்

'ஜாமணி" என்ற புனைபெயர் கொண்ட அன்பர் ராஜாமணி இப்போது சில வருஷங்களாக ஒரு சுயேச்சை எழுத்தாளராகவே இருந்து வருகிறார். இதற்குமுன் அவர் பல பத்திரிகைகளிலே உதவி ஆசிரியராகவும், துணை ஆசிரியராகவும், சிறிது காலம் ஆசிரியராகவும் இருந்து வேலை செய்திருக்கிறார். இத்தனை பத்திரிகைளையும் விட்டு அவர் விலகியது, சம்பளம் பற்றாது என்ற காரணத்தினாலோ, அந்தந்த மாதச் சம்பளம் அடுத்த மாதக்கடைசிக்குள் கிடைக்கவில்லை என்ற காரணத்தினாலோ அல்ல. காரணம் வேறு. சுதந்திரம், அதாவது அபிப்பிராய சுதந்திரம் என்பதுதான் அவரை ஒவ்வொரு காரியாலயத்திலிருந்தும் வெளியேற்றிக் கொண்டிருந்தது. இப்போது அவருக்கு வேலை கொடுக்க எந்தக் காரியாலயமும் தயாராக இல்லை. அவருடைய இன்றைய சுயேச்சை அந்தஸ்து அல்லது சுதந்திர வாழ்க்கை அவராக விரும்பி மேற்கொண்டதல்ல; வலியத் திணிக்கப்பட்ட ஒன்றுதான். அதனால் அவர் சுதந்திரத்திற்கே அடிமையாகும்படி நேர்ந்து விட்டது. பணத்திற்கு அடிமையாகிறார்கள், பாசத்துக்கு அடிமையாகிறார்கள்; இன்னும் காதல் கத்தரிக்காய் போன்ற ஏதாவது ஒன்றுக்கு அடிமையாகிறார்கள்- இது உலகத்தில் சகஜமாக இருக்கிறது. அந்த அடிமைத் தனங்களுக்கு என்றாவது ஒரு நாள் உய்வு உண்டு. ஆனால் சுதந்திரத்திற்கே அடிமையாகிவிட்டால், அப்புறம் மனிதன் மீள்வதெங்கே? மீள முடியாமல் போனதற்காக ஜாமணி துன்பப்பட்டார்; ஆனால் கவலைப்படவில்லை. அதற்குப் பதிலாகப் பெருமைப்படவே செய்தார். வறுமையில் செம்மை இருந்ததோ இல்லையோ, பெருமை இருந்தது!

ஜாமணி எக்காரணத்தை முன்னிட்டும் தம் சொந்த அபிப்பிராயத்தை விட்டுக் கொடுக்காதவர் என்பது எழுத்துலகில் பிரசித்தம். 'முயலுக்கு மூன்று கால்' என்று எழுதிவிட்டால், அப்புறம் அவராகத் தவறைக் கண்டுபிடித்துத் திருத்தினால்தான் உண்டு. மற்றவர்கள் அதைச் சுட்டிக்காட்டி, 'நாலு கால் என்று திருத்தச் சொன்னால், அவர் ஒப்புக் கொள்ளவே மாட்டார். ஒப்புக் கொள்ளாததோடு மட்டுமல்ல; 'உம்மைப் போன்றவர்களுக் காகத்தான் புண்ணியத்துக்கு மூன்று கால் என்று எழுதி வைத்தேன். இல்லையென்றால் இரண்டு கால் என்றே எழுதியிருப்பேன்" என்று அடித்துச் சொல்லவும் செய்வார். இப்படிப்பட்ட பேச்சையும்

ரஸித்துக் கொண்டாடும் சில வாசக நேயர்களும் சில சக எழுத்தாளர்களும் தமிழன்னையின் மணி வயிற்றில் பிறந்திருப்பதால் தான், ஜாமணியின் எழுத்துக்களுக்கு இன்னும் ஓரளவாவது கிராக்கி இருந்துகொண்டு வருகிறது. அவருக்குப் பிடிக்காத புத்தகத்துக்கு-அப்படிச் சொல்வது சரியல்ல; அவருக்கு பிடிக்காத ஒருவர் எழுதிய புத்தகத்துக்கு-அவர் மதிப்புரை எழுதினாரென்றால், அந்தப் புத்தக ஆசிரியர் தூக்குப் போட்டுக கொண்டு சாகவேண்டு மென்றும், புத்தகத்தை வெளியிட்டவர் நாக்கைப் பிடுங்கிக்கொண்டு சாகவேண்டுமென்றும் நினைத்துக் கொண்டே கடுமையாகத் தாக்கி எழுதிவிடுவார். இதனால் நூலாசிரியர்களுக்கு அவர் ஒரு சிம்ம சொப்பனம் என்ற கீர்த்தியைச் சம்பாதித்து விட்டார். சில பத்திரிகை ஆசிரியர்கள், போட்டிப் பத்திரிகைகளின் ஆசிரியர்களின் எழுத்துக்களைத் தாக்க நினைத்தால், அந்தக் கைங்கரியத்தைச் செய்ய ஜாமணியையே பயன்படுத்திக் கொள்ளுவது வழக்கம். அதனால் மதிப்புரை எழுதுவதில் ஜாமணிக்கு மாதம் முப்பது ரூபாய்க்குக் குறையாமல் வருமானம் வந்து கொண்டிருந்தது. இதைத்தவிர ஏகதேசமாகக் கதை கட்டுரைகள் எழுதுவதில் கொஞ்சம் வரும். புத்தகங்களுக்காக ராயல்டியையும், முன்பணத்தையும் வெளியீட்டாளர்களிடமிருந்து ஐந்தும் ஆறுமாக வாங்கி விடுவார். இத்தனை வருமானங்களையும், மதிப்புரைப் புத்தகங்கள், இலவசமாக வரும் பத்திரிகைகள் ஆகியவற்றை நிறுத்துவிற்ற பணத்தையும் வைத்துக்கொண்டு காலட்சேபம் செய்து வந்த ஜாமணி சென்னையில் வருஷத்துககு மூன்று வீடு வீதம் மாற்றிக் கொண்டு வந்ததில் ஆச்சரியம் ஒன்றுமில்லை. ஒரு இடத்தைவிட்டு மற்றொரு இடத்துக்குக் குடி கிளம்பினால், மூன்று மாத வாடகை பாக்கி, இரண்டு மாதம் பால் வாங்கிய பாக்கி, ஒரு மாதம் காய்கறி வாங்கிய பாக்கி என்று பற்பல பாக்கிகளை அப்படி அப்படியே அந்தரத்தில் நிறுத்திவிட்டு நகர்ந்து விடுவார். புது வீட்டுக்குக் குடிபோவது, பாக்கி கேட்பவர்கள் இல்லாத ஒரு இன்பலோகத்துக்குக் குடிபோவது போலவே இருக்கும்.

இப்போது ஜாமணி ஆழ்வார்பேட்டையில் உள்ள ஒரு சந்துக்கு, ஒரு "இன்பலோகத்"துக்குக் குடிவந்திருக்கிறார். இவர் தப்பித்து வெளியேறிய "நரகலோகம்" பெரம்பூரில் ஒரு சந்தில் இருக்கிறது. ஆழ்வார்பேட்டையும் சில மாதங்களுக்குள் நரகமாகி விட்டால், அப்புறம் சென்னை மாநகரில் இன்பலோகம் உள்ள பகுதி வேப்பேரி ஒன்றுதான்! மற்றப் பகுதிகளையெல்லாம் ஜாமணி ஏற்கெனவே குடியிருந்து நரகங்களாக்கிவிட்டார். வேப்பேரிக்கு அப்புறம்...? அதைப்பற்றிக் கவலைப்படுவானேன்? சென்னையில்தான் மாதத்துக்கு

ஒரு புதிய பேட்டை தோன்றிக் கொண்டிருக்கிறதே...

ஆழ்வார்பேட்டை வாசம் அவருக்குச் சொர்க்க வாசமாகவே இருந்தது. எந்தத் தெருவிலும் பட்டப்பகலில் தாராளமாக நடமாடலாம். தொடர்ந்தாற்போல் ஒரு மாதம் ரொக்க வாடிக்கை வைத்துக் கொண்டால் எந்தக் கடைக்காரனும் கடனுக்குச் சரக்கு கொடுப்பான். பால்கரனும் கடனுக்குப் பால் விடுவான். வேறு என்ன வேண்டும்?

ஜாமணி இந்தப் புதிய இடத்துக்குக் குடிவந்து பத்துப் பன்னிரண்டு நாட்கள் கழிவதற்குள்ளாகவே, ஒரு கடிதமும் ஒரு புத்தகமும் அவருடைய பழைய பெரம்பூர் விலாசத்துக்குப் போய் அங்கிருந்து இங்கு வந்து சேர்ந்தன. அவர் தமது விலாசத்தைப் பெரம்பூர் போஸ்ட்மாஸ்டருக்கு மட்டும் தெரிவித்து விட்டு வந்திருந்தார்.

அந்தக் கடிதமும் புத்தகமும் "கலைக்கனி" காரியாலயத்திலிருந்து வந்தவை. புத்தகத்துக்கு விரிவான முறையில் ஒரு மதிப்புரை எழுதிக்கூடிய சீக்கிரம் அனுப்பி வைக்குமாறு கடிதத்தில் கோரப் பட்டிருக்கிறது. புக்போஸ்டை உடைத்துப் பார்த்தார். "குமாரி கோமளா" என்ற ஆறு ரூபாய் நாவல்; "நாட்டுத் தொண்டன்" பத்திரிகையின் உதவி ஆசிரியர் எம்.சி.சேகர் எழுதியது. இதை ஜாமணி பார்த்தாரோ இல்லையோ, "பயல் வந்து சிக்கினானே?" என்று ஒரே மகிழ்சசிப் பெருக்குடன் சொல்லிக் கொண்டார். சொல்ல முடியாத ஆனந்தக் களிப்பு. 'பிய்த்து வாங்கிவிடுகிறேன்' என் சொல்லிக் கொண்டே புத்தகத்தை உள்ளே கொண்டுபோய் வைத்து விட்டு அழுகிற குழந்தையைச் சமாதானப்படுத்துவதற்காக அதன் அருகில் சென்றார்.

"குமாரி கோமளா" வை வரி விடாமல் படித்து முடித்தார் ஜாமணி. படிப்பதற்கு முன்பே, எப்படியெல்லாம் மதிப்புரை எழுத வேண்டுமென்று திட்டமிட்டிருந்தாரோ அப்படியே எழுதி முடித்தார். அதன் கடைசிப் பகுதி பின்வருமாறு அமைந்திருந்தது:

"...இந்த ஆசிரியர் இதையும் நாவல் என்று எழுதியதற்குப் பதிலாக வேறு ஏதாவது செய்திருக்கலாம். செய்வதற்கு வேலைகளா இல்லை? மோகினியாட்டம் ஆடலாம், கழைக் கூத்து ஆடலாம், வேசையர்பால் தூது சென்று பிழைக்கலாம் என்றெல்லாம் அந்தக் காலத்துப புலவன் பட்டியல் அடுக்கியிருப்பது இந்த ஆசிரியருக்கு ஏனோ தெரியாமல் போய்விட்டது. அதற்காக நம் அனுதாபத்தைத் தெரிவித்துக்கொள்ளுகிறோம்."

இதைப் படித்துப் பார்த்த ஜாமணியின் மனைவி, "என்ன இழவுக்கு இப்படிப் போட்டுத் தாக்கி எழுதவேண்டும்?" என்று கேட்டாள்.

"அப்புறம் என்ன? ஆனானப்பட்ட எழுத்தாளனெல்லாம் அன்னக்காவடி எடுக்கும்போது, இந்தப் பயலுக்கு மாதம் நானூற்றைம்பது ரூபாய் சம்பளம்! இவன் தொடர்கதையைப் படிக்கப் பல்லாயிரக்கணக்கில் முட்டாள் வாசகர்கள்!..."

மனைவி மேற்கொண்டு அங்கே நிற்கவில்லை. அவருடைய கருத்தத் தன்னால் மாற்ற முடியாது என்பது அவளுக்குத் தெரியும். மாற்றக்கூடாது என்பதும் அவளுக்குத் தெரியும், ஏனென்றால் இப்படிப்பட்ட தாக்குதல் மதிப்புரைகளால்தான் கணவன் இன்னும் செலாவணியாகிக் கொண்டிருக்கிறான் என்பதையும், இல்லையென்றால் எப்பொழுதோ செல்லாக்காசு ஆகியிருப்பான் என்பதையும் அவள் நன்றாக அறிந்திருந்தாள்.

ஜாமணியின் மதிப்புரை தயாராகிவிட்டது. தபால் செலவுக்குக் காசு கிடைக்கும் தினத்தில் அனுப்பிவிடலாம். கவரில் வைத்து ஒட்டி விலாசமும் எழுதியாகிவிட்டது.

ஜாமணி ஆழ்வார்பேட்டைக்கு வந்து இரண்டு மாதங்கள் ஆகிவிட்டன. ஒருநாள் காலையில் முதல் முதலாக ஒரு பலசரக்குக் கடைக்குப் போய், ஐந்து ரூபாய் கடன் சொல்லி சரக்குகள் வாங்கிக் கொண்டு வந்துவிட்டார். கோட்டையைப் பிடித்ததுபோன்ற வெற்றிப் பெருமிதத்துடன் மனைவியிடம் வந்து, "முன்பின் தெரியாதவனாக இருந்தும் நம்மை நம்பி ஐந்து ரூபாய்க்குக் கடன் கொடுத்திருக்கிறான். இந்தப் பட்டணத்தில் இப்படிப்பட்ட நல்ல ஆத்மாக்களும் இருக்கத் தான் செய்கிறார்கள்!" என்று சொன்னார்.

மனைவிக்குச் சிரிப்பு வந்துவிட்டது. 'முன்பின் தெரிந்தவனாக இருந்தால் ஐந்து நயா பைசாக்கூடக் கடன் கொடுத்திருக்க மாட்டான்' என்பதுதான் சிரிப்புக்குக் காரணம் என்பதைச் சொல்ல வேண்டியதில்லை.

அன்றைய தினம் நல்லவிதமாகவே விடிந்தது– ஆனால் நல்ல விதமாக அஸ்தமிக்கவில்லை.

சாயங்காலம் எங்கோ போய்விட்டுத் தெரு வழியாக வந்த ஜாமணியை ஏதோ ஒரு வீட்டுத் திண்ணையிலிருந்து வந்த ஒரு குரல் இடியைப் போல் முழங்கித் தடுத்து நிறுத்தியது. குரலில் வேகத்தைப் போட்டி போட்டுக் கொண்டு ஒரு ஆசாமி திண்ணையை விட்டுக் குதித்து அதிவேகமாக ஓடி வந்து ஜாமணிக்கு எதிரே நின்றான்.

"நாயனா, வந்து மாட்டினியா?" என்று ஒரு விதமாக நீட்டினான்.

அவன் வேறு யாருமல்ல; பெரம்பூர் பால்காரன் தான். ஆழ்வார்ப்பேட்டையில் தன் உறவினர் ஒருவர் இறந்ததற்குத் துக்கம் விசாரிக்க வந்தவன், ஜாமணியையும் சேர்த்து 'விசாரிக்க' ஆரம்பித்து விட்டான்.

ஜாமணியின் சப்த நாடிகளும் ஒடுங்கிவிட்டன. பேச்சுச் சுதந்திரத்திற்காக, எழுத்துச் சுதந்திரத்திற்காக, அபிப்பிராய சுதந்திரத்திற்காகக் காலமெல்லாம் போராடிய அந்தச் சுதந்திர புருஷர், பாவம், மூச்சுவிடும் சுதந்திரத்திற்கே போராடிக் கொண்டு, திக்பிரமை பிடித்தவர் போல் நடுத்தெருவில் நாதியற்று நின்றார்.

அப்போது பால்காரன் சொற்களால் தாக்கியது "குமாரி கோமளா"வுக்கு ஜாமணி எழுதிய மதிப்புரையை ஒரே நிமிஷத்தில் தூக்கிச் சாப்பிட்டுவிட்டது.

திண்ணையில் குந்தியிருந்த வேறு சிலரும் தெருவுக்கு வந்து ஒன்றும் புரியாமல் வேடிக்கை பார்த்துக்கொண்டு நின்றார்கள். அந்த வழியாகப் போவோர், வருவோர், இரண்டு பக்கத்து வீடுகளிலும் குடியிருப்போர், காலையில் ஐந்து ரூபாய்க்குக் கடன் கொடுத்து பலசரக்குக் கடைக்காரன் இத்தனை பேரும் வந்து கூடிவிட்டார்கள். பட்டாணி சுண்டலும், சோடா கிரஷும் விற்பவர்கள் வராத குறைதான்.

தெருப் பிடிக்காத அந்தக் கூட்டத்தின் மத்தியில் ஜாமணி கற்சிலை போல் அசைவற்று நிற்க, பால்காரன் தமிழ்ச் சொற்களாலும், திசைச் சொற்களாலும், வழக்குச் சொற்களலாம், இன்னும் வாய்க்கு வந்த வெவ்வேறு சொற்களாலும் லக்ஷார்ச்சனை செய்து கொண்டிருந்தான். அவனுடைய வாய்மொழியின் மூலம் ஜாமணியின் பூர்வாசிரமத்தைப் பற்றிய சில செய்திகள் பலசரக்குக் கடைக்காரனின் காதில் கனல் நுழைந்தது போல் புகுந்தன. 'எந்த ஜன்மத்தில் எவன் சொத்தை மோசம் பண்ணினோமோ, இன்று விடிந்ததும் விடியாததுமாக இந்தப் படுபாவிக்கு ஐந்து ரூபாய் சரக்குகளைத் தூக்குகி கொடுக்கும்படி ஆய்விட்டது' என்று தன் தலைவிதியை நொந்துகொண்டு கடைக்குப் போய்ச் சேர்ந்தான்.

அப்போது ஆபீஸ் வேலை முடிந்து வந்துகொண்டிருந்த எம்.சி.சேகர்- "குமாரி கோமளா"வின் ஆசிரியர்- தம்முடைய தெருவில் என்றுமில்லாதவாறு கூட்டம் கூடியிருப்பதைப் பார்த்துத் திகைத்த வராய் அருகில் நெருங்கி வந்தார். வந்தவர் நடுநாயகமாய் நிற்கும் ஜாமணியைப் பார்த்தார்; ஜாமணியும் அவரைப் பார்த்தார். இந்த இரண்டு பேரையும் பால்காரன் மாறி மாறிப் பார்த்தான்.

'பரிச்சயமானவர்கள் போலிருக்கிறது; தெரிந்தவர்கள் முன்னிலையில் அவமானப்படுத்தினால்தான் ஏதாவது பிரயோஜனம் உண்டு' என்று முடிவு கட்டி, ஏற்கெனவே செய்த அர்ச்சனைகளை மீண்டும் அடியிலிருந்து ஆரம்பித்தான்.

"என்ன, என்ன விஷயம்?" என்று கேட்டார் சேகர்.

பால்காரன், "ஸார், நீ கேளு ஸார்..." என்று ஆரம்பித்து, பெரம்பூர் வட்டாரத்தில் ஜாமணி குடியிருந்த போது தன்னிடம் முப்பத்தாறு ரூபாய்க்குப் பால் வாங்கி விட்டுப் பணம் கொடுக்காமல் தலைமறைவாகி விட்டதையும், அங்குள்ள பல கடைக்காரர்களுக்கும், அண்டை அயல் வீட்டுக்காரர்களுக்கும், வாடகைக்குக் குடியிருந்த வீட்டுச் சொந்தக்காரனுக்கும், பட்டை நாமம் போட்டு விட்டுக் கம்பி நீட்டியதையும், அத்தனை பேரும் அங்கே தலையில் கையை வைத்துக் கொண்டிருப்பதையும் விஸ்தாரமாக எடுத்துச் சொன்னது, 'மைக்' இல்லாமலே கூட்டத்தில் அத்தனை பேருக்கும் அக்ஷர சுத்தமாகக் கேட்டது.

'உன் பாக்கி எவ்வளவு?' என்று சுருக்கமாகக் கேட்டார் சேகர்.

"அதுதான் சொன்னேனே, முப்பத்தாறு ரூபாய்; வீட்டு வாசலில் மாடு போட்டுக் கறந்து பால் விட்ட பாக்கி முழுசா முப்பத்தாறு ரூபாய்!" என்று சொல்லி விட்டுத் தம் சட்டைப் பையிலிருந்து நான்கு பத்து ரூபாய் நோட்டுக்களை எடுத்துக் கொடுத்தார் சேகர்.

பால்காரன் முப்பத்தாறு போகப் பாக்கி நான்கு ரூபாயைத் தட்சணமே அவரிடம் கொடுத்தான். ஜாமணி விடுதலையானார். அவர் அடி எடுத்து வைத்து நடக்கும் போது, பால்காரன் அவரை உச்சியிலிருந்து உள்ளங்கால் வரை ஒருமுறை ஏற இறங்கப் பார்த்து, ஒரு தினுசாகச் செருமிக் கொண்டே வீட்டுத் திண்ணையை நோக்கி நடந்தான். கூட்டம் கலையத் தொடங்கியது. பணத்தைக் கொடுத்த சேகர் ஒரு நிமிடம்கூட அங்கே நிற்காமல் தம் வீட்டைப் பார்த்துப் போய்விட்டார். அந்த ரசக்குறைவான கட்டத்தில் ஜாமணியுடன் நின்று பேச அவர்விரும்பவில்லை. ஜாமணியும் நடையைக் கட்டினார்.

அவருகாக வேறு யாரோ ஒருவர் பணம் கொடுத்து உதவத் தயாராக இருக்கிறார் என்று அன்றிரவு பலசரக்குக் கடைக்காரன் கேள்விப்பட்டான். அப்போது அவனுக்குக் கொஞ்சம் நம்பிக்கை பிறந்தது; உயிரும் வந்தது.

வீட்டுக்குப் போன ஜாமணி சாப்பிட்டுவிட்டுத் தாம் முன்பு எழுதி வைத்திருந்த மதிப்புரையை எடுத்துத் திரும்பவும் ஒரு முறை படித்துப் பார்த்தார். கொஞ்சம் சங்கடமாக இருந்தது. இருந்தாலும், "கேவலம், இவனுடைய முப்பத்தாறு ரூபாய்க்கு என்

அபிப்பிராயத்தை விற்பதா? இலக்கியம் வேறு; வாழ்க்கை வேறு' என்று தமக்குள்ளேயே சொல்லிக் கொண்டு படுத்தார். மறுநாள் ஞாபகமாகத் தபாலாபீசுக்குப் போய் மதிப்புரையை ஸ்டாம்பு ஒட்டிப் போட்டுவிட்டுத் திரும்பினார்.

அடுத்த வாரமே "கலைக்கனி" பத்திரிகையில் "குமாரி கோமளா"வுக்கு ஜாமணி எழுதிய மதிப்புரை வெளியாயிற்று. ஆசிரியர் ஒரு எழுத்தைக்கூட எடுக்காமல் சிற்சில இடங்களில் கொட்டை எழுத்துக்களையும் பிரயோகித்துப் பிரசுரித்திருந்தார். அச்சில் படிக்கும் போது இன்னும் கொஞ்சம் 'எபெக்டி'வாக இருக்கிற தென்று ஜாமணி சந்தோஷப்பட்டார். தம் நண்பர் குழாத்தின் பாராட்டுரைகளை அன்றிலிருநது எதிர்பார்க்கத் தொடங்கினார்.

எம்.சி.சேகரும் தமது புத்தகத்துக்குக் "கலைக் கனி"யில் வெளிவந்த மதிப்புரையைப் படித்துப் பார்த்தார். அவருக்கு வந்த ஆத்திரத்தில், ஜாமணியை நடுரோட்டில் கொண்டுவந்து நிறுத்தி, அந்தப் பெரம்பூர் பால்காரனையே போய் அழைத்துக் கொண்டு வந்து, அவன் கையில் இன்னொரு முப்பத்தாறு ரூபாயைக் கொடுத்து வாய் வரிசையைக் காட்ச் சொன்னால் என்ன என்று இருந்தது. ஜாமணியின் உண்மையான வார்த்தைகளை வெல்லும் சொற்கள் அந்தப் பால்காரன் ஒருவனிடம் தான் இருந்தன. ஜாமணியை எப்படிப் பழி வாங்குவது என்று தெரியாமல் சேகர் மனம் குமுறிக் கொண்டிருந்த சமயத்தில், எரிகிற தீயில் எண்ணெயை வார்த்ததுபோல, ஜாமணிக்கு ஐந்து ரூபாய்ச் சரக்குகளைக் கடனானக் கொடுத்த கடைக்காரன் ஒருநாள் சேகரின் ஆபீசை விசாரித்துத் தெரிந்து கொண்டு அங்கே போய், அந்தப் பால்காரனுக்கு முப்பத்தாறு ரூபாயைக் கொடுத்ததுபோலத் தனக்கும் தயவுபண்ணி அந்த ஐந்து ரூபாயைக் கொடுக்க வேண்டுமென்று சேகரை வினயமாகக் கேட்டுக் கொண்டான்.

இதைக் கேட்டாரோ, இல்லையோ சேகர் தமது கோபத்தை யெல்லாம் ஒன்று திரட்டிக் கொண்டு கடைக்காரன் மீது ஒரே பாய்ச்சலாகப் பாய்ந்தார். "போ வெளியே" என்று அவர் கத்தியது ஆபீசையே ஒரு கலக்குக் கலக்கி விட்டது. கடைக்காரனால் அவமானத்தைத் தாங்க முடியவில்லை. ஆத்திரம் தீர ஜாமணியை ஒரு அடியாவது அடித்துவிட்டுத்தான் மறுவேலை என்று விரதம் வைத்துக் கொண்டு ஆழ்வார்பேட்டைக்கு ஓடோடி வந்தான். அதே சமயத்தில் ஜாமணியின் வீட்டிலிருந்து ஒரு மூல்தானிய லேவாதேவிக்காரன் பிரம்பைச் சுழற்றிக்கொண்டே வெளியே வருவதைப் பார்த்து, "ஜாமணி இருக்கிறாரா?" என்று கடைக்காரன் கேட்டான்.

அந்த மூல்தானியன் கொஞ்சம் தமாஷ் பேர்வழி. அதனால் தன் கடன் வசூலாகாத துக்கத்தையும் பொருட்படுத்தாமல் சிலேடையாகப் பேச ஆரம்பித்துவிட்டான்!

"ஜாமணி, 'ஜாவ் மணியாயிட்டார். எங்கே ஜாவ் பண்ணினாரோ, அவர் மனைவிக்கே தெரியவில்லை!" என்று சொல்லிவிட்டுச் சிரித்தான்.

'இதில் சிரிப்பு என்ன வேண்டிக் கிடககிறது?' என்று அவனை மனசுக்குள்ளேயே கடிந்துகொண்டு கடைக்குத் திரும்பினான் கடைக்காரன்.

கடைசியில் ஆழ்வார்பேட்டையும் ஜாமணிக்கு நரகமாகி விட்டது. அதற்கு அடையாளமாக, தெருக்களில் பகல் நடமாட்டம் நின்றுவிட்டது. வேப்பேரியில் வீடு தேடிக் கொண்டிருப்பதாகத் தம் மனைவியிடம் ஒருநாள் சொன்னார். வேப்பேரி அவருக்கும் அவர் மனைவிக்கும் நன்னம்பிக்கை முனையாக இருந்தது.

ஒருநாள் இரவு ஏழு மணியிருக்கும். எம்.சி.சேகர் தம் வீட்டில் உட்கார்ந்து ஏதோ எழுத்து வேலையில் ஈடுபட்டிருந்தார். அப்போது நம்பமுடியாத ஒரு அதிசயம் நடந்தது. சேகரால் ஐந்து நிமிஷம் வரை தம் கண்களையே நம்ப முடியவில்லை. அவருடைய கையிலிருந்த பேனா தானாகவே பிடிப்பின்றி நழுவிக் கீழே 'டொக்'கென்று விழுந்தது. அப்பொழுதுகூட சேகருக்குச் சுய உணர்வு வரவில்லை. திறந்தவாய் மூடாமல், பார்த்த கண்கள் பார்த்தபடியே உட்கார்ந்து போனார்.

"உள்ளே வரலாமோ?" என்று கேட்டுக்கொண்டே ஒரு அசட்டுப் புன்னகையோடு நெருங்கி வந்து கொண்டிருந்தார் ஜாமணி!

சேருக்குப் பயமே உண்டாகிவிட்டது. எழுத்தாளர்களுக்கெல்லாம் சிம்ம சொப்பனம்; தம் வீட்டுக்கு இதற்கு முன் என்றுமே வந்திராத ஆள்; அதிலும், செய்த நன்றியை மறந்து, பொறாமையின் காரணமாகவே கேவலமான பாஷையில் தாக்கி மதிப்புரை எழுதிவிட்டு, எழுதிய புதிதிலேயே தம் வீட்டுக்குள் கொஞ்சம்கூட அச்சம் தயக்கமில்லாமல் வருகிறார். இப்படிப்பட்ட எமகாதகனுக்குப் பயப்படாமல் என்ன செய்வது?

"ஒரு முக்கியமான காரியமாக வந்திருக்கிறேன். ரொம்ப நேரம் பேசி உங்கள் வேலையைக் கெடுக்க நான் விரும்பவில்லை. சுருக்கமாகச் சொல்லி விடுகிறேன்..."

"? ? ?"

"எனக்கு ஒரு இருபத்தைந்து ரூபாய் வேண்டும். அவசரத் தேவை!"

"? ? ? ? –சேகர் அதிர்ச்சியடைந்து நாற்காலியில் சாய்ந்தார். மறுகணமே அதிர்ச்சி நீங்கி ஆயிரம் யானைப் பலத்தோடு நிமிர்ந்து உட்கார்ந்தார்.

"கடன் கேட்க வந்து விட்டால், எப்பேர்ப்பட்ட மகா வீரனையும் உள்ளங்கையில் வைத்து ஊதிவிடலாம்' என்று துணிந்து, "எதற்கு இருபத்தைந்து ரூபாய்? உம்முடைய நன்றியுணர்ச்சிக்கா? இல்லை. நீர் செய்யும் இலக்கிய சேவைக்கா? ஒன்றும் புரியவில்லையே!' என்று பற்களைக் கடித்துக் கொண்டு கேட்டார் சேகர்.

"இலக்கியச் சேவையாவது, மண்ணாங்கட்டியாவது! வேறு இடத்துக்குக் குடிபோகிறேன். செலவுக்குக் கொஞ்சம் பணம் தேவையாக இருக்கிறது. அவ்வளவு தான்."

"நீர் இப்படி நடுசசாமத்தில் குடி கிளம்பிப் போவதற்கு ஒத்தாசை செய்து, ஆழ்வார்பேட்டையிலுள்ள அத்தனை வியாபாரி களின் சாபத்தையும் ஏற்றுக்கொள்ள நான் தயாராக இல்லை. நீர் சுயேச்சை எழுத்தாளர்; யாருக்கும் எந்த விதிக்கும் கட்டுப்படாத சுதந்திர புருஷர். நானோ அடிமை; அபிப்பிராய சுதந்திரத்தை அடகு வைத்து வயிற்றைக் கழுவுகிறவன். உம்முடைய சுதந்திரத்தைக் காப்பாற்ற என் அடிமைத்தனத்திடம் நீர் யாசகம் கேட்க வரலாமா? இது உமக்கே அவமானமாக இல்லையா?"

"ஆபீசில் வேலை பார்ப்பது அடிமைத்தனமா? அப்படி நான் எப்பொழுது சொன்னேன்?"

"அடிமைத்தனம் அல்ல என்றால் நீர் எதற்கு இத்தனை ஆபீஸ் களை விட்டு வெளியே வந்தீர்?"

"அபிப்பிராய சுதந்திரமில்லாத இடத்தில் யார்தான் வேலை செய்வார்கள்?"

"அப்படி என்ன அபூர்வமான அபிப்பிராயத்தை எழுதி விட்டீர்கள்? அதை அவர்கள் தடுத்துவிட்டார்கள்? ஆபீசை விட்டு வெளியே வந்து சுயேச்சையாக மாறிய பிறகும்தான் எத்தனை அபிப்பிராயங்களைச் சுதந்திரமாக வெளியிட்டு விட்டீர்கள்?"

இவ்வளவு துணிச்சலாக சேகர் எதிர்த்துப் பேசுவார் என்று ஜாமணி எதிர்பார்க்கவே இல்லை. பதில் பேச நா எழும்பாமல் மூச்சுப் பேச்சற்று உட்கார்ந்திருந்த ஜாமணி மீது சேகர் எகிறி எகிறிப் பாய்ந்தார்.

"உலகத்துக்கு உபயோகமான அபிப்பிராயங்களை வைத்துக் கொண்டிருப்பவன், அபிப்பிராய சுதந்திரம் என்று சொன்னால்

அதற்கு அர்த்தம் உண்டு. உமக்கும் எனக்கும் எதற்கு அந்த ஆசை? அவர்களோடு சேர்ந்து நீரும் நானும் 'கோவிந்தா' போடுவது எதற்காக? எண்ணெய்க் குடம் போட்டவனும் ஐயோ ஐயோ, தண்ணீர்க் குடம் போட்டவனும் ஐயோ ஐயோவா?"

"அபிப்பிராயம் இல்லாமலா ஒவ்வொரு ஆபீசிலும் போராடியிருப்பேன்? வேலையையும் விட்டிருப்பேன்?"

"அதுதான் ஐயா, முயலுக்கு மூன்று கால் என்பதும் உமக்கு ஒரு அபிப்பிராயம் நன்றாகப் பிழைப்பவனைப் பார்த்து பொறாமைப்படுவதும் ஒரு அபிப்பிராயம். ஆனால் புத்தியுள்ளவன் இதையெல்லாம் ஏற்றுக்கொள்ள வேண்டுமே."

"ஏற்றுக் கொள்ளாததைப் பற்றி நான் கவலைப்படவில்லை. உம்மைப் போல் மாடி வீட்டில் குடியிருக்க ஆசைப்பட்டால் அல்லவா நான் அதற்கெல்லாம் கவலைப்பட வேண்டும்! கேவலம், மாதச் சம்பளத்துக்கு சுதந்திரத்தை ஏன் அடகு வைக்க வேண்டும்?"

"மாதச் சம்பளம் வாங்காமலே சுதந்திரத்தை அடகு வைக்கிறீரே, அதற்கு என்ன சொல்லுகிறீர்? பொறாமை, பெரிய நினைப்பு, தத்தாரித்தனம், தடித்தனம் போன்ற ஏதாவது ஒரு ஆகாத குணத்தை அபிப்பிராயம், சுதந்திரம் என்று நினைத்துக்கொண்டு, அதன்பொருட்டு குடியிருக்கும் தெருவில் நடமாட சுதந்திரத்தையே இழக்கிறீர். நாங்கள் முதலாளியின் இஷ்டப்படி எழுதுவதாக ஊருக்குள் போய்ப் பிரச்சாரம் செய்கிறீர். உண்மைதான். முதலாளி யின் இஷ்டத்துக்குத்தான் எழுதுகிறோம். பேச்சுச் சுதந்திரம், அபிப்பிராய சுதந்திரம், எழுத்துச் சுதந்திரம் முதலியவை இருக்க வேண்டுமென்று நாங்கள் எழுதுவதுகூட முதலாளியின் அபிப்பிராயம் தான் என்பதை நான் மறுக்கவில்லை. ஆனால் நீர் என்ன செய்கிறீர்? ஒரு பிரசுராலய முதலாளி முப்பது ரூபாய் முன் பணம் கொடுத்தால் உம் துறைக்குச் சம்பந்தமில்லாத வேலைகளை யெல்லாம் அவர் சொன்னபடி செய்து கொடுக்கத் தயாராக இருக்கிறீரே! பெர்னாட்ஷாவைத் திருடுவதிலிருந்து பிஸ்கட் செய்யும் முறையை எழுதிக் கொடுப்பது வரை நீர் எதைத்தான் செய்யவில்லை? நாங்கள் முந்நூற்றைம்பது ரூபாய்க்கு அபிப்பிராய சுதந்திரத்தை விற்கிறோம். நீர் முப்பது ரூபாய்க்கு விற்கிறீர்! இதில் எது புத்திசாலித்தனம்! எது முட்டாள் தனம்! நமக்கு அபிப்பிராயம் என்று உருப்படியாக ஏதாவது இருக்கிறதா என்பதை அப்புறம் பார்த்துக் கொள்ளுவோம். முதலில் இதைச் சொல்லும்..."

ஜாமணியால் அங்கே உட்கார்ந்திருக்கவே முடியவில்லை. விருட்டென்று கோபமாக எழுந்தார். "எனக்கு இருபத்தைந்து

ரூபாய் தேவை. கொடுக்க முடியுமா, முடியாதா? இரண்டில் ஒன்றைச் சொல்லுங்கள். இனியும் நான் பிரசங்கம் கேட்கத் தயாராக இல்லை" என்று வெட்டு ஒன்று துண்டு இரண்டாகப் பேசினார்.

"உமக்கு நான் பணம் கொடுக்கத் தயாராக இல்லை- நீர் 'குமாரி கோமளா'வுக்கு இன்னொரு மதிப்புரை எழுதினாலும் சரி, புறப்படும்!" என்று விடை கொடுத்தார் சேகர்.

ஜாமணி வெளியே போய்விட்டார்.

50

கல்யாண கிருஷ்ணன்

வேறொருவர் காணாமல் உலகத்துவாவலாம்' என்ற பெரியவர்கள் வாக்கைப் பிரத்தியக்ஷமாக நிரூபித்துக் காட்டியவன் ஆர்.எஸ்.ஆர். கல்யாண கிருஷ்ணன் ஒருவன்தான். ஏனென்றால், நான் குடியிருந்த மாம்பலத்திலேயே என் கண்ணில் படாமல் அவன் மூன்று வருஷமும் ஏழு மாதமும் உலாவி யிருக்கிறான். ஊரில் குடியிருந்துகொண்டே ஒரு நாள்கூட எனக்குத் தட்டுப்படாமல் அவனால் எப்படி உலாவ முடிந்தது? என் கண்ணில் கோளாறா? இல்லை, திடீரென்று மறையும் அபூர்வ சக்தி ஏதாவது கல்யாண கிருஷ்ணனிடம் இருந்ததா? அதை எல்லாம் யோசித்து இப்பொழுது மண்டையை உடைத்துக் கொள்ளுவானேன்?

ஒரு காலத்தில் நானும் மேற்படியானும் மாம்பலத்தில் எதிர் எதிர் வீட்டில் குடியிருந்தது, பெரியோர் விதித்த நியமம் தவறாது கிருஹஸ்தாஸ்ரமத்தை நடத்தி வந்தோம். அப்போது ஒரு நாள் காலை ஏழு மணிக்கெல்லாம் என்னிடம் வந்து ஒரு முப்பத்தேழு ரூபாய் அவசரமாக வேண்டுமென்று கேட்டான்; மறுநாள் பிற்பகல் மூன்று மணிக்கே திருப்பித் தந்து விடுவதாகவும் சொன்னான்.

"நான் மூன்று மணிக்கு வீட்டில் இருக்கமாட்டேனே? ஆபீசில் அல்லவா இருப்பேன்?" என்றேன்.

"அப்படியானால் ஆபீசுக்கு வந்து பணத்தைக் கொடுத்து விடுகிறேன்."

"ஆபீசுக்கு வருவானேன்? ராத்திரி வீட்டிலேயே கொடுத்தால் போச்சு" என்று நான் சொன்னேன்.

"இல்லை மிஸ்டர், ஆபீசுக்கு வந்தே கொடுத்து விடுகிறேன். கையில் பணம் கிடைத்த பிறகு, ஒரு நிமிஷம் கூடக் கடனை அடைக்காமல் என்னால் இருக்க முடியாது. அதுமட்டுமில்லாமல் நான் மாலை ஆறு மணிக்கெல்லாம் குடும்பத்தோடு காஞ்சிபுரம் போகிறேன், கருட சேவை பார்க்க...

"சரி ஆபீசுக்கே வாருங்கள்" என்று சொல்லிவிட்டு வீட்டுக்குள் போய்ப் பணத்தை எடுத்துக் கொண்டுவந்து கொடுத்தேன். 'எனக்கும் பணம் முடைதான். நாளைக்கே, நீங்கள் சொன்னது போலத் திருப்பிக் கொடுத்தால் சௌகரியமாக இருக்கும்' என்று நான்

சொல்லவில்லை. கடனைத் திருப்பிக் கொடுப்பதில் இவ்வளவு அக்கறையோடு இருக்கும் ஒருவரைப் பார்த்து அப்படிச் சொல்ல வேண்டிய அவசியமில்லை என்றுதான் நினைத்து விட்டேன்.

கல்யாண கிருஷ்ணன் பணத்தோடு போனார்...

கல்யாண கிருஷ்ணன் பணத்தைத் திருப்பிக் கொடுத்தாரா இல்லையா என்பதை அடுத்த வரியில் எழுதாமல் அடுத்த அத்தியாயத்தை ஆரம்பித்து எழுத வேண்டிய அவசியம் ஏற்பட்டு விட்டது. அதாவது அவன் மறுநாள் மூன்று மணிக்கு ஆபீசுக்கு வரவில்லை. இரவிலும் வரவில்லை. நான் போய்ப் பார்க்கும்போது அவனும் வீட்டில் இல்லை; அவன் குடும்பமும் இல்லை; வீட்டுச் சாமான்களும் இல்லை. கல்யாண கிருஷ்ணன் "கருட சேவை" பார்க்க, வீட்டில் உள்ள கரிக் கும்முட்டி உட்பட சகல தட்டுமுட்டுச் சாமான்களோடும் குடும்பத்தோடும் கிளம்பிவிட்டான். வீட்டுச் சொந்தக்காரனை விசாரித்தேன் ஆசாமி வீட்டைக்காலி பண்ணி விட்டுப் போய்விட்டதாகச் சொன்னார்.

"காலிபண்ணிவிட்டு எங்கே போய்விட்டார்? புது வீடு ஏதாவது."

"தங்கசாலைத் தெருவில் புது வீடு பிடித்திருக்கிறாராம்" என்றார் வீட்டுச் சொந்தக்காரர்.

'பயலுடைய அயோக்கியத்தனத்தைப் பாரேன்' என்று மனசுக்குள் சொல்லிக்கொண்டு என் வீட்டுக்கு வந்தேன். என் மனைவி என்னைக் கேலி செய்ததையும், நையாண்டி செய்து தூற்றியதையும் இங்கே எழுதி மாளாது.

என் ஆபீசில் வேலை செய்யும் சகபாடிகளில் இருவர் தங்கசாலைத் தெருவாசிகள். அவர்களைத் துப்பறிய விட்டுக் கல்யாண கிருஷ்ணனுடைய இருப்பிடத்தைக் கண்டுபிடிக்க வேண்டிய ஏற்பாடுகளைச் செய்தேன். அவர்கள் துப்பறிந்து கொண்டிருந்தார்கள். ஒரு வருஷமாகிவிட்டது.

என் தங்கசாலைத் தெரு நண்பர்களில் ஒருவரைப் பார்த்து, "என்ன ஸார், இன்னுமா நீங்கள் கல்யாண கிருஷ்ணனின் இருப்பிடத் தைக் கண்டு பிடிக்கவில்லை? வருஷம் இந்தா அந்தா என்று என்று ஆகிவிட்டதே! என்று பரிகாசக் குரலில் சொன்னேன்.

அவர் என்னைப் பார்த்துச் சொன்னார்: "ஸார்! நாங்கள் தங்கசாலைத் தெருவில் ஏறக்குறைய ஒவ்வொரு வீடாகப் போய் விசாரித்தாகிவிட்டது. இப்படி விசாரிக்கும்போது எத்தனையோ கூத்துக்கள் நடைபெற்றிருக்கின்றன. நான்கு வீடுகள் காலியான

விவரம் தெரியவந்து, அந்த வீடுகளில் எங்களை மாறு வேஷம் போட்ட திருடர்கள் என்று சந்தேகித்திருக்கிறார்கள். தங்கசாலைத் தெருவில் கல்யாணராமன், கல்யாண சுந்தரம், கல்யாணம், மோஹன கிருஷ்ணன், ராமகிருஷ்ணன், ராதாகிருஷ்ணன், கிருஷ்ணன் என்ற பெயருடையவர்களையெல்லாம் அனாவசியமாகப் பரிச்சயம் செய்து கொண்டுவிட்டோம். அத்துடன் உங்கள் நண்பர் கல்யாண கிருஷ்ணனைத் தேடும் இந்தச் சந்தர்ப்பத்தில்...”

“நண்பராவது மண்ணாங்கட்டியாவது!”

“இந்த சந்தர்ப்பத்தில் தூரம் தூரமாக இருக்கும் இரண்டு வீடுகளில் இரண்டு அழகான பெண்களை நானும் எனக்கு ஒத்தாசை செய்யும் என் நண்பரும் பார்க்கும்படி நேரிட்டது. என் நண்பர் பிரம்மச்சாரியானதால் இரண்டு பெண்களையுமே ஏககாலத்தில் காதலிக்க ஆரம்பித்து விட்டார். முடிவில் யாரைக் கல்யாணம் செய்துகொள்ளுவது என்று அவர் தீர்மானிக்க முடியாமல் கஷ்டப் பட்டார். இரண்டிடத்திலும் ஒரே மாதிரிக் காதல். இவர் ஒரு தீர்மானத்திற்கு வருமுன் அந்த இரண்டு பெண்களுக்கும் வெவ்வேறு நல்ல இடங்களில் சுபமுகூர்த்தத்தில் கல்யாணங்கள் நடந்துவிட்டன. இவ்வளவு காரியங்களும் நடந்திருக்க வேண்டுமானால், நாங்கள் எவ்வளவு பிரயாசைப் பட்டிருக்க வேண்டுமென்று நீங்களே யூகித்துக் கொள்ளுங்கள்!” என்று சொல்லி முடித்தார் நண்பர்.

“ஸார்! விளையாடாதீர்கள்! உண்மையைச் சொல்லுங்கள்” என்று கெஞ்சினேன்.

அவருக்குக் கோபம் வந்துவிட்டது.

“என்ன ஸார்! நான் இவ்வளவு கஷ்டப்பட்டதற்கு வேறொரு மனுஷனானால் நன்றி செலுத்துவான். நீங்களோ என்னைப் பொய்யன் என்று நினைக்கிறீர்கள். எனக்கு இவ்வளவும் வேண்டும்! இதற்குமேலும் வேண்டும்!” என்று தலையிலடித்துக்கொண்டார்.

“ஸார் கோபித்துக்கொள்ளாதீர்கள்! நான்...”

“கோபமென்ன ஸார் கோபம்! எனக்கு இந்த உத்தியோகம் இவ்வளவோடு போதும். எனக்கு என் குடும்பத்தொல்லைகளைக் கவனிக்கவே நேரமில்லை” என்று சொல்லிவிட்டு அவர் ஆபீஸ் போய் விட்டார்.

கல்யாண கிருஷ்ணன் தங்கசாலைத் தெருவில் இல்லை என்பது உறுதியாகிவிட்டது.

மறு வருஷம் பிறந்துவிட்டது. என் பணத்தை இழந்து ஒரு வருஷம் பூர்த்தியாவிட்டது. கல்யாண கிருஷ்ணனுக்குக் கடன் கொடுத்த மளிகைக் கடைக்காரன், வெற்றிலைப் பாக்குக் கடைக்காரன், ஜவுளிக் கடைக்காரன், காய்கறிக் கூடைக்காரிகள், நெய் வியாபாரி, செண்ட் வியாபாரி, காபூலிக்காரன், தினசரிப் பத்திரிகையோடும் பையன்-இப்படிப் பற்பல வகையான பேர்வழிகள் என் வீட்டுக்குப் படையெடுப்பதை நிறுத்தினேன். அத்தனை பேரையும் ஒரு ஞாயிற்றுக் கிழமையன்று என் வீட்டில் ஒரு சிறு கூட்டமாகக் கூட்டி வைத்து நான் சொன்னேன்:

“நீங்கள் கல்யாண கிருஷ்ணன் விஷயமாக என்னை இனி நம்பிக்கொண்டிருப்பதில் பயனில்லை. தங்கசாலைத் தெருவில் ஆசாமி இல்லை என்பது உள்ளங்கை நெல்லிக் கனியாகிவிட்டது. அவனைத் தேடும் முயற்சியில் எனக்கு ரூபாய் பத்துவரை செலவானது தான் மிச்சம். இனிமேல் நான் நஷ்டப்படத் தயாராக இல்லை. அக்கறை இருக்கும் பக்ஷத்தில் இனி அவரவர்களே தேடி ஆசாமியைக் கண்டு பிடித்துக்கொள்ள வேண்டியது. யார் கண்டுபிடித்தாலும், என் முப்பத்தேழு ரூபாயையும் வசூல் செய்து கொடுக்கும்படி கேட்டுக் கொள்ளுகிறேன். அதற்காக அந்தத் தொகையில் ஒரு குறிப்பிட்ட சதவிகிதம் இனாம் கொடுக்கத் தயாராக இருக்கிறேன்...”

“இனாம் கொடுப்பானேன்? பணம் என்ன கொட்டியா கிடக்கிறது?” என்று என் மனைவி முணுமுணுத்தாள்.

“நீ வீட்டுக்குள்ளே போ” என்று அதட்டிவிட்டு கூட்டத்தைப் பார்த்துத் திரும்பினேன்.

“ஒரு விஷயத்தை இப்போது சொல்லப்போகிறேன். இதற்காக வருத்தப் படக்கூடாது என்று மன்றாடிக் கேட்டுக் கொள்கிறேன். அதாவது நீங்கள் இப்படி அடிக்கடி என் வீட்டுக்கு வரக்கூடாது. குறிப்பாகக் காபூலிக்காரன் வரவே கூடாது. வந்தால்_ என்று சொல்லி எல்லோரையும் அனுப்பி விட்டேன்.

கல்யாண கிருஷ்ணனிடம் பணத்தை வசூல் செய்து வருபவர் களுக்குத் தொகையில் எத்தனை சதவிகிதம் இனாம் கொடுப்பது என்பது சம்பந்தமாக அன்று முழுவதும் நானும் என் மனைவியும் சண்டை போட்டுக் கொண்டதைக் கண்ணால் பார்த்திருந்தால், இனாம் வாங்க வருபவன் வேண்டாம் என்று சொல்லிவிட்டுத் தப்பி ஓடியிருப்பான் என்பது நிச்சயம்!

அத்தியாயம் மூன்று. வருஷங்களும் மூன்று. கல்யாண கிருஷ்ணன் என்ற அந்த ஆசாமி தட்டுப்படவே இல்லை. இந்த

வருஷம் நான் குடும்பத்தோடு காஞ்சிபுரம் கருட சேவைக்குப் போயிருந்த போது ஓய்வு நேரத்தையெல்லாம் கல்யாண கிருஷ்ணனைத் தேடுவதிலேயே கழித்தேன். இனிமேல் அவனைத் தேடுவதை நிறுத்திவிட வேண்டியதுதான் என்று துஷ்டநிக்ரஹ சிஷ்டபரிபாலனாகிய ஸ்ரீவரதராஜப் பெருமாள் சந்நிதியில் முடிவு பண்ணினேன். கல்யாண கிருஷ்ணனை மறந்து விடவே முயன்றேன். அவன் ஞாபகம் வரும் போதெல்லாம், நான் ஏமாந்த சோணகிரி என்பது ஞாபகம் வந்து கொண்டேயிருந்தது.

கல்யாண கிருஷ்ணனை மறந்து விட்டேன்.

இந்த மகத்தான மூன்றாவது வருஷ முடிவில் ஒருநாள் நான் அந்தக் காபூலிக்காரனைப் பார்த்தேன். கல்யாண கிருஷ்ணன் சம்பந்தமாக விசாரிக்க வேண்டும் என்று என் உள்ளம் துடித்தது. ஆனால் விசாரிக்க வில்லை. அதற்குப் பதிலாக அந்தக் காபூலிக்காரனே என்னிடம் வந்து ஏதாவது தகவல் தெரியுமா என்று கேட்டான்.

"இதே கேள்வியைத்தான் உன்னிடத்தில் கேட்க வேண்டுமென்று இருநதேன். அதற்குள் நீ கேட்டுவிட்டாய்" என்றேன்.

அப்புறம் அவன் மூலமாகச் சில தகவல்கள் தெரியவந்தது. எங்கள் கோஷ்டியைப் போன்று கடன் கொடுத்த கோஷ்டிகள் சென்னை மாநகரத்தில் மொத்தும் ஏழு இருப்பதாகவும், ஒவ்வொரு வருமே கல்யாண கிருஷ்ணனைத் தேடுவதில் பத்துப பன்னிரண்டு வருஷங்களாக ஈடுபட்டுச் சிலர் அதுவே தொழிலாக இருப்பதாகவும் அவன் சொன்னான். மேலும், ராவல்பிண்டியில் இவன் குடியிருந்த போது யாரோ ஒருவரிடம் பணம் வாங்கி ஏமாற்றி விட்டதாகவும், நாகர்கோவிலிலும், நாகபுரிக்குப் பக்கத்திலுள்ள ஒரு சிறு கிராமத்திலும், கௌஹித்திலும் இவனால் ஏமாற்றப்பட்டுச் சோணகிரிகளானவர்கள் சிலர் இன்னும் உயிரோடு இருப்பதாகவும் அவன் சொல்லவே நான் அதிர்ச்சியடைந்தேன். தேசத்தின் நாலு திசைகளிலும் இவனுக்குக் கடன் கொடுத்தவர்கள் உண்டென்றும், இன்று இவனை ஒரு தேசமே தேடிக் கொண்டிருககிறது என்றும் நினைத்துக் கொண்டு, "அப்புறம் வேறு ஏதாவது தகவல்கள் உண்டா!" என்று காபூலிக்காரனைக் கேட்டேன். பிறகு அவன் சொன்ன விஷயம் தான் என்னை திடுக்கிட வைத்துவிட்டது. அதாவது இந்தக் கல்யாண கிருஷ்ணன் இதே மாம்பலத்தில்தான் போன மாதம் வரையிலும் குடியிருந்ததாகவும், மறுநாள் பிற்பகல் மூன்று மணிக்குத் திருப்பித் தருவதாகச் சொல்லி யாரிடத்திலோ கடன் வாங்கிக்கொண்டு, காஞ் சிபுரம் கருட சேவைக்குப் போவதாக வீட்டுக்காரனிடம் புளுகிவிட்டுப்

போய் விட்டான் என்றும், அவன் போய் பதினேழு நாட்கள்தான் ஆகின்றன என்றும் சொன்னான் அந்த எமகாதகக் காபூலிக்காரன்.

அப்படியானால் மாம்பலத்தில்தான் இத்தனை நாட்களும் குடியிருந்தானா!

என் பிரமிப்பை நான் எவ்வாறு வர்ணிப்பேன்! இவனுக்கு ஏதோ ஒரு தெய்வத்தின் சகாயமோ அல்லது பூதத்தின் சகாயமோ நிச்சயம் இருக்க வேண்டும் என்று கருதினேன். மேலும், இனியும் அவனைத் தேட ஆரம்பித்தால் அவனுக்குச் சகாயம் புரியும் தெய்வமோ அல்லது பூதமோ என்னை என்றாவது ஒரே போடாக அறைந்து கொன்று விடக்கூடாதே என்றும் தமாஷாகச் சொல்லிக் கொண்டேன்.

மேற்கண்ட மூன்று அத்தியாயங்களிலும் கூறப்பட்ட நிகழ்ச்சிகள் நடந்து எவ்வளவோ காலமாகி விட்டது. கல்யாண கிருஷ்ணன் என்னிடம் "கடன் வாங்கி" ஏழு வருஷங்களாகி விட்டன. அவனுக்குக் கடன் கொடுத்த மயிலாப்பூர் கோஷ்டியில் இரண்டு பேர் எனக்குச் சந்தர்ப்பவசமாக சிநேகம் ஆகிவிட்டார்கள். கல்யாண கிருஷ்ணன் என்று எண்ணி கல்யாணராமன் என்ற ஒரு தங்கமான ஆசாமியை வண்ணாரப்பேட்டையில் போலீஸார் வாரண்டு சகிதம் போய்ப் பிடித்து, பிறகு அது வேறு ஆசாமி என்று தெரிந்து விட்டு விட்டார்கள்.

என்னைக் கல்கத்தாவுக்கு மாற்றி மூன்றரை வருஷங்களுக்கு மேலாகிவிட்டது. அப்பொழுது அந்தமான் தீவுக்கு அகதிகளைக் குடியேற்றவது சம்பந்தமாய்ச் சில காரியங்களைக் கவனிப்பதற்காக மத்திய சர்க்கார் ஒரு உத்தியோகஸ்தர் குழுவை நியமித்தது. அந்தக் குழுவில் நான் ஒரு சிப்பந்தி. எங்கள் குழு அந்தமானுக்குப் போயிருந்தது. அங்கே ஒரு நல்ல கட்டடத்தில் எங்களுக்கு ஜாகை. அங்கே போன போது, ஒருசில தமிழ்க் குடும்பங்களும் அங்கே வியாபாரம் செய்து கொண்டு வசித்து வருவதாகக் கேள்விப்பட்டேன். எனக்கு காரணமில்லாமல் ஒரு சந்தோஷம் ஏற்பட்டது. நம் நாட்டவர்களில் யாரையேனும் பார்க்க வேண்டுமென்றும், பார்த்துத் தமிழ் பாஷையில் சிறிது நேரம் பேச வேண்டுமென்றும் விரும்பினேன். போர்ட்பிளேயர் நகரின் தென்கோடியில் மரவியாபாரம் செய்து வரும் ஒரு தமிழர் இருப்பதாக அறிந்து ஒருநாள் மாலையில் அங்குச் சென்றேன். அப்பொழுது தமிழ்நாட்டு உடையில் தெரு வழியாக நடந்து சென்ற ஒருவரைப் பார்த்துக் கொண்டேன். அவரைக் கூப்பிட்டுத் தமிழிலேயே, "உங்கள் சொந்த ஊர் எது?" என்று

கேட்டேன். நான் தமிழ்ப் பேசியதைக் கண்டு வியந்த அந்த மனிதர், "திண்டுககல்" என்றார்.

அப்புறம் தாம் ஒரு குமாஸ்தா என்றும், தாம் வேலை செய்யும் மர வியாபாரக் கம்பெனி பத்து வீடுகள் தள்ளியிருப்பதாகவும் சொன்னார்.

"கம்பெனியில் எத்தனை பேர் வேலை செய்கிறார்கள்? எல்லோரும் தமிழர்கள்தானா?"

"எல்லோரும் தமிழர்களில்லை. தமிழர்கள் எட்டுப் பேர்தான். நான்கு பேர் கூலிகள். மீதி மூன்று பேர் கிளார்க்குகள்."

"அப்படியானால் மொத்தம் ஏழு பேர்தானே ஆகிறது?"

"இல்லையே! எட்டுப் பேர்."

"நீங்கள் என்னை இப்படிக் கணக்குப் போடுகிறீர்கள்? நான்கு கூலிகள், மூன்று கிளார்க்குகள்-மொத்தம் ஏழு தானே?" என்று சிரித்துக்கொண்டே சொன்னேன்.

அவரும் சிரித்துக்கொண்டே, "ஆம். மறந்துவிட்டேன். கிளார்க்குகள் மூன்றுபேர்தான். மானேஜர் கல்யாண கிருஷ்ணனை மறந்துவிட்டேன். அவரைச் சேர்த்து எட்டு" என்றார்.

கல்யாண கிருஷ்ணனா?

திகைப்பை வெளியேகாட்டிக் கொள்ளாமல், "கல்யாண கிருஷ்ணனா?" என்று கேட்டேன்.

"ஆம். உங்களுக்குத் தெரியுமா அவர்?"

"எனக்கு அப்படி ஒரு சிநேகிதர்(!) உண்டு. அவர்தானா, இல்லை... இந்த கல்யாண கிருஷ்ணனின் விலாசம் என்ன?"

"ஆர்.எஸ்.ஆர். கல்யாணகிருஷ்ணன்?"

"ஆர்.எஸ்.ஆர். கல்யாண கிருஷ்ணனா? நன்றாக ஞாபகப் படுத்திச் சொல்லுங்கள்."

"நீங்கள் என்ன இப்படிக் கேட்கிறீர்கள்? இது கூடவா மறந்து போகும்?" என்று ஆச்சரியப்பட்டார் அந்த மனிதர்.

"நம் ஆசாமியும் ஆர்.எஸ்.ஆர். கல்யாண கிருஷ்ணன் தான். அப்படியானால் அவரைப் பார்க்க வேண்டுமே" என்றேன்.

அவர் என்னை கம்பெனி ஆபீசுக்கு அழைத்துச் சென்றார்.

நான் கம்பீரமாக நடந்து சென்றேன், "கல்யாண கிருஷ்ணா! ஆர்.எஸ்.ஆர். கல்யாண கிருஷ்ணா! அந்தமான் தீவில் வந்து

தான் என்னிடம் அகப்பட வேண்டுமென்று இருந்தாயோ? எப்பொழுதும் தர்மத்துக்கு தாண்டா வெற்றி! இனி நீ தப்பிக்க முடியாது. நீ கெஞ்சினாலும் விடமாட்டேன்; கொஞ்சினாலும் விடமாட்டேன். உன்னிடத்தில் ரூபாய்க்கும் முப்பத்தேழையும் வசூத்து, இந்த முப்பத்தேழு ரூபாய்க்கும் போஸ்ட் கார்டுகள் வாங்கி உன் கடன் காரர்களுக்கெல்லாம் உன் விலாசத்தை எழுதிப் போட்டுவிட்டுத்தான் மறு வேலை பார்ப்பேன்" -இப்படி மனதில் சபதம் செய்து கொண்டேன். அவனைச் சந்தித்ததும் எப்படிப் பயங்கரமாக நடந்துகொள்ள வேண்டும். எந்த மாதிரி குரலில் பேச வேண்டும், முகத்தை எப்படி வைத்துக்கொள்ள வேண்டும், என்றெல்லாம் மனதிற்குள் ஒத்திகை பார்த்துக்கொண்டேன். நாங்கள் வரவேண்டிய இடத்துக்கு வந்தாகிவிட்டது. என்னை அழைத்துச் சென்றவர் என்னை உட்காரவைத்து விட்டு, மானேஜர் ஆர்.எஸ். ஆர். கல்யாண கிருஷ்ணனிடம் அனுமதி வாங்கிவர அடுத்த அறைக்குள் சென்றார். ஐந்து நிமிஷத்திற்குள் போய் கல்யாண கிருஷ்ணனைப் பார்த்தேன். ஆனால்...

இந்தக் கல்யாண கிருஷ்ணன் வேறு! அந்தக் கல்யாண கிருஷ்ணன் வேறு!

எனக்கு என்ன சொல்லுவதென்றே புரியவில்லை. கல்யாண கிருஷ்ணன் என்னிடம் அகப்பட்டுக் கொள்ளுவதற்குப் பதிலாக, நான் போய் அகப்பட்டுக் கொண்டு விட்டேன். மன்னிப்புக் கேட்டுக் கொண்டு கம்பியை நீட்ட வேண்டியது தான் என்று முடிவு செய்து கொண்டு,

"மன்னிக்க வேண்டும். என் நண்பர் கல்யாண கிருஷ்ணன் என்று நினைத்து வந்தேன்! ஹி- ஹி- என்று திணறிக் கொண்டிருக்கும் போதே, மானேஜரின் முகத்தில் ஆச்சரியக் குறி தென்பட்டது. புருவங்களை உயர்த்தி, கண்களை நன்றாக விழித்துப் பார்த்தார் உடனே படபடப்போடு.

"உங்கள் நண்பர் ஆர்.எஸ்.ஆர். கல்யாண கிருஷ்ணனா!" என்றார். ஒரு நிமிஷங் கழித்து ஏதோ ஒரு முடிவுக்கு வந்தவர் போல,

"அவரை எதற்காகப் பார்க்க வந்தீர்கள்?" என்று கேட்டார். அப்புறம் என் முகத்தை மிகவும் கவனமாகப் பார்த்தார், உண்மையைச் சொல்லிவிட வேண்டியதுதான் என்று, சிரிப்பும் பேச்சுமாக, "வேறொன்றுமில்லை. எனக்குக் கொஞ்சம் பணம் தரவேண்டும்" என்றேன்.

துள்ளி விழுந்தார், மானேஜர்.

"அடபாவி! எனக்கும் அவன் பணம் தரவேண்டும்."

"என்ன?" என்று வியப்போடு கேட்டேன்.

"ஆம். நூற்றி நாற்பது ரூபாய் தரவேண்டும். மறுநாள் பிற்பகல் மூன்று மணிக்குக் கொண்டுவந்து கொடுத்து விடுவதாகச் சொன்னான். அந்தமான் தீவுக்கு வந்து நம் நாட்டு ஆள் ஒருவன் கஷ்டப்படலாமா, நாம் உதவி செய்யாவிட்டால் யார் செய்வார்கள் என்று நினைத்துக்கொடுத்தேன். ஆசாமி பணத்தை வாங்கிக்கொண்டு கப்பலேறிவிட்டான். வருஷம் இரண்டாகி விட்டது." என்றார்.

51

தேவையும் தெய்வமும்

முன்னால் ராமகிருஷ்ண நாயுடு என்றும், இப்போது ராமகிருஷ்ணன் என்றும் கையெழுத்துப் போட்டு வரும் இந்த நாற்பத்திரண்டு வயசு நிரம்பிய குசேலப் பிறவிக்குச் சொந்த ஊர், திருநெல்வேலி ஜில்லா, டோனாவூரைச் சேர்ந்த செட்டிமேடு. கல்யாணமாகும் போது, வயசு இருபத்தாறு. பிதுரார்ஜிதத்தில் பாதிக்கு மேலேயே விழுங்கி ஏப்பம் போட்டுவிட்ட பி.ஏ. என்னும் அந்தப் பகாசூரப் படிப்பை முடித்து விட்டு, செட்டிமேட்டுக்கு வந்த இரண்டொரு வருடங்களிலேயே, சிறுகதை எழுதுவது என்னும் அளப்படு சகதியில் கால் வைத்துவிட்டார். ஆகவே, அவருடைய முகூர்த்தப் பத்திரிகையிலும், எழுத்தாளர் ராமகிருஷ்ண நாயுடு என்று அச்சிடப்பட்டதில் புதுமை ஒன்றுமில்லை. ஊரிலேயிருந்து கதைகள் எழுதி வந்த அந்த நாளையிலே சுற்றுப்புறங்களில் கிடைத்த பெருமையையும் மதிப்பையும் பரிபூரண விசுவாசத்துடன் நம்பி, இருபது வயசில் தான் கதை எழுதத் தொடங்கும் ஓர் எழுத்தாளனுக்குக் கருவிலேயே ஒட்டியிருக்கும் குணமான, சொந்தப் பத்திரிகை என்ற அளகாபுரி ராஜ்யத்தையும் நடத்திப் பார்க்க வேண்டுமென்ற நியாயமான ஆசை ராமகிருஷ்ண நாயுடுவைப் பீடித்த போது அவருக்குச் சரியாக வயசு இருபத்தைந்து.

ஆகவே, மனைவி ரங்கநாயகி, ஒன்றரை வயசுத் தவழும் குழந்தை பார்த்தா என்னும் பார்த்தசாரதி, கையில் ரொக்கமாக ரூபாய் இரண்டாயிருத்துச் செல்வானம், தெய்வ பக்தி-இத்யாதி பரிவாரங்களுடன் சென்னை மாநகரத்து மஜராவாக இலங்கும் மயிலாப்பூரில் முகாம் போட்டார். வந்த இரண்டொரு மாசங்களுக்குள் தாம் முதலாளியாகவும் பிரதம ஆசிரியராகவும், அமர்ந்து ஸ்ரீராமஜெயம், கடவுள் வாழ்த்து முதலிய பீடிகைகளுடன் 'கலா நேயன்' என்ற 'இனிய தமிழ் மாதாந்திர சஞ்சிகை' வெளியிட்டதும், சஞ்சிகையின் எட்டாவது இதழ் வெளிவந்ததும் சஞ்சிகைக்கு அஷ்டமத்துச்சனி தசை கண்டு அது அத்துடன் நில்லாமல் செட்டி மேட்டில் எஞ்சி இருந்த கொஞ்ச நஞ்ச பூர்விக ஆஸ்தியையும் பீடித்து விட்டதும் சுமார் பதிமூன்று வருஷங்களுக்கு முந்திய கதை.

இப்போதுபதி மூன்று வருஷம் கழித்து ராமகிருஷ்ண நாயுடு ஈறு கெட்டு ராமகிருஷ்ணன் என்ற பெயரில் இலக்கிய உலகத்தில் வாங்கும் மேதா விலாசப் பட்டத்தைக் கழித்து விட்டுப் பார்த்தால், ராமகிருஷ்ணன், சைதாப்பேட்டை தர்மராஜா கோவில் தெருவில் வசிக்கும் ஓர் ஒண்டுக் குடித்தனக்காரர். மூன்றணா பஸ் செலவு

தூரத்துக்கப்பாலுள்ள மவுண்ட் ரோடில், ஒரு பத்திரிகாலயத்தில் மாசம் நூறு ரூபாய் சம்பளத்தில் வேலை பார்க்கும் ஒரு கூட்டு ஆசிரியர். மக்கள் பேறு பற்றிய அபிப்பிராயத்தில் திருவள்ளுவரோடு வெட்டியும் ஒட்டியும் சமயத்துக் கேற்பப் பாடும் ராமகிருஷ்ணனுக்குப் பதினைந்து வயசு பார்த்தசாரதியிலிருந்து ஆறு மாசப் பாப்புவரை ஆணும் பெண்ணுமாய், செல்லுபடியானது போக பாக்கி ஆறுகுழந்தைகள். மற்றபடி, அவர் மனைவி ரங்கநாயகி வருஷத்தில் முக்கால்வாசி நாள் கர்ப்பிணியாக இருப்பது இந்தியாவில் அதிசயமான விஷயமல்ல...

பத்திரிகாலயத்து வேலைகளை உடனுக்குடன் நிர்ப்பந்தத்தினால் முடிப்பதைத் தவிர சம்பாவனையை உத்தேசித்து வெளியிடத்துக்கும் புத்தகம் எழுதிக் கொடுக்கும் காரியம் எந்தக் காலத்திலும் பாக்கியிருந்து கொண்டே இருக்கும். பாக்கி என்ற சொல் ராமகிருஷ்ணன் குடும்பத்தில் நித்திய வழக்கில் இருந்து கொண்டிருப்பது நியதி, வாடகை பாக்கி, கடன் பாக்கி... என்று எத்தனை எத்தனையோ!

ராமகிருஷ்ஷனுக்கு எதிலும் நித்திய புத்தி லவலேசமும் கிடையாது. அவருடைய அபிப்பிராயம் எதற்கும் கடவுள் பார்த்து சிரஞ்சீவிப் பட்டம் கொடுத்தால் அது ஐந்து நிமிஷத்துக்கு மேல் நீடித்திராது. அவரிடம் மனித குணங்களில் சகலத்தையும் காணலாம். நேரத்துக்கு ஒன்றாகவோ இரண்டாக விரவப் பெற்றோ அவை வெளிப்படும். அன்றும்...

அன்று புரட்டாசி மாசம் மூன்றாம் சனிக்கிழமை, வைணவ கோஷ்டிக்கு அது ஒரு புண்ணிய தினம். மாலை ஐந்து மணிக்கெல்லாம் சமயல் அறையில் ரங்கநாயகி 'உக்கரை' தயார் செய்து கொண்டிருக்க, ராமகிருஷ்ணன் இன்று திருவல்லிக்கேணிப் பார்த்த சாரதிகோவிலுக்குப் போய் வருவோமா வேண்டாமா? என்ற சம்வாதத்தில் மனம் கவிந்தவராய் கிழிந்து போன தலையணை ஒன்றைத் தைத்துக் கொண்டிருந்தார். வயிற்றில் அஜீர்ணம், அதனடியாகப் பிறந்த வயிற்றுவலி. இதற்கு உலாவி வருவது நல்லதுதான் என்றாலும் வண்ணான் வரும் தவணை தப்பிப் போய்விட்ட துரதிஷ்டத்தினால் கிழிந்த சட்டையைப் போட்டுக் கொண்டு தான் போவது எப்படி? கழுதை (அதாவது ரங்கநாயகி) சோப்புப் போட்டுத் தப்பினாலும் எதனம் பதனம் வேண்டாம்? 'கை முழைந்த கிழிசலிலே தலை முழையுது' என்று நெஞ்சோடு கிளந்து எதிலும் நிச்சயமற்றுத் தையல் வேலையில் ஈடுபட்டிருக்கும் தருணத்தில் வந்தார்ல, அவருடைய எழுத்துலகச் சகபாடி ரகுநாதன். வரும்போதே அவர் தமக்குத் தாமே கட்டியம்கூறிக் கொண்டவராய் "என்ன ஐயா, தையல் வேலை மும்மரமாய் இருக்கு போலிருக்கே!

வெளியே போகலாம் இன்னுல்லே வந்தேன்" என்று புகையிலை எச்சிலைத்துப்பாமல் அந்த ஒய்யாரத்திலேயே பேசிக்கொண்டு வந்தார்.

தையல் வேலை முடிந்தது. "வெளியே போறதுன்னா அப்படியே போறதுதானே? இங்கே வருவானேன் பின்னே?" என்று ஒரு ஹாஸ்ய வெடியைக் கிளப்பி விட்டு எழுந்தார் ராமகிருஷ்ணன்.

"வேய், "உம்மகிட்டே உண்மையைச் சொல்றதுக்கென்ன? போகலாமிண்ணுதான் இருந்தோன். வண்ணான் வரவில்லை. உள்ள ஒரு சட்டையும் கிழிஞ்சி போயிட்டது. ஆகவே, வெளியே கிளம்பறது எப்படி என்ற யோசனை...."

கொஞ்சம் நிறுத்திப் பழைய படியும், "போகணும்னா போவோம். இன்னும் கொஞ்ச நேரத்திலே ராத்திரி ஆய்விடும். அதனாலே அழுக்குண்ணாலும் பாதகமில்லே..." என்று சொல்லி விட்டு அழுக்குக் கூடையில் கிடந்த ஓர் அழுக்கான சட்டையைப் போட்டுக் கொண்டு புறப்பட்டார்.

ரகுநாதனுக்கு இதைப் பார்க்கச் சகிக்கவில்லை. இருந்தாலும் மனிதன் மானம் காத்துக் கொள்ளச் சிரிக்கப் படித்திருக்கிறானே! சிரித்தார். சிரித்துக்கொண்டே, "உம், இப்பத்தான் உண்மையா ஒரு 'ஜர்னலிஸ்டு' ஆய்ட்டீங்க" என்று சொல்லிவிட்டு எழுந்தார்.

இதற்குள்ளாக, உள்ளே சமையல் அறையிலிருந்து வந்த ரங்க நாயகி சூடான உக்கரை, சூடான காப்பி இந்த இரண்டையும் கொண்டு வந்து மேஜை மேலிருக்கும் தாள் குப்பையை ஒதுக்கிவிட்டு வைத்தாள்.

"நீர் சாப்பிடும், எனக்கு அஜீர்ணம்" என்று சொல்லிவிட்டுத் தெனாலிராமன் பூனையைப்போல ஒதுங்கிப் போய் நின்று பொத்தான்களை எடுத்துத் தாம் போட்டுக் கொண்ட சட்டையில் மாட்டிக் கொண்டிருந்தார்.

"அஜீர்ணம் எதுக்கு? என்று கேட்டார் ரகுநாதன்.

"அஜீர்ணம் எதனால் வரும்?" என்று ஒரு கேள்வியைப் போட்டு மீட்கப் பார்த்தார் ராமகிருஷ்ணன்.

"கொஞ்சமாகச் சாப்பிடணும்."

"உமக்காவது இந்த ரகசியம் தெரிந்திருக்கே?"

இந்தச் சந்தர்ப்பத்தில் வெளியே வந்த ரங்கநாயகி வெளியே போறீகளே, அந்தச் செருப்பை எடுத்து ஏன் போட்டுக் கொள்ளல்லே? வாங்கின செருப்பைக் காலிலே போடாமே, வீட்டிலே வைத்துப் பூசை பண்ணவா?" என்று கேட்டாள். ஆகவே, அதற்கு முதல் நாள் வாங்கியிருந்த அந்தப் புதுச் செருப்பை எடுத்துக் காலில் மாட்டிக்

கொண்டார் ராமகிருஷ்ணன்.

"என்யய்யா, அதிசயமாயிருக்கு? இதை எப்போ வாங்கினேள்? என்ன சமாச்சாரம்? எனக்கெல்லாம் சொல்லக் கூடாதா?" என்று எக்காளத்துடன் சாப்பிட்டுவிட்டு எழுந்தார் ரகுநாதன்.

"வெற்றிலையைப் போடுங்கோ முதலிலே, அப்புறம் 'பீச்' சுக்குப் போகிற வரைக்கும் 'செருப்'பையே 'சப்ஜெக்ட்' டாகப் போட்டுப் பேசிக் கொண்டே போகலாம்" என்று ராமகிருஷ்ணன் சொல்லிக் கொண்டே வெற்றிலைச் செல்லத்தைத் திறந்தார்.

வெற்றிலையைப் போட்டுக்கொண்டு இருவரும் புறப்படும் போது, பள்ளிக் கூடத்திலிருந்து வந்த பார்த்தசாரதி, நாளைக்குத்தான் ஃபைனோடே (அபராதம்) பே (சம்பளம்) கட்டுற கடைசி நாளாம். கட்டலேன்னா பேரை அடிச்சுடுவாங்க" என்பதைத் தெலுங்கிலே சொன்னான்.

'மஞ்சிதி' (நல்லது) என்று சொல்லி விட்டு ராமகிருஷ்ணன் ஒரு சிரிப்பு சிரித்துக் கொண்டார். ஏதோ 'அபராதம்' என்றும் சம்பளம் என்றும் இரண்டொரு சொற்கள் ஆங்கிலப் பிரயோகமாக யிருந்ததால், அந்த விஷயத்தை ஊகித்துக்கொண்டு அதைப்பற்றி மேலும் ராமகிருஷ்ணனிடம் கேட்க வேண்டாமென்று இருந்து விட்டார் ரகுநாதன்.

ராமகிருஷ்ணன், "நீர் கொடுத்து வச்சவர்தான் வேய். தனிக் கட்டை, துண்டை விரிச்சுத் திண்ணையிலே சாஞ்சிட்டா ஒரே நிம்மதி-நமக்கு எத்தனை பொறுப்பு! எத்தனை கவலை! என்றார்.

இங்கேயும் வாழ்றது, நீங்கதான் மெச்சணும் என் குபேர சம்பத்தைப் பார்த்து, அது சரி செருப்பு என்னவிலை?"

ரூ. 6-8-0."

அவ்வளவுதான். ரகுநாதன் அவருக்குச் சோணகிரிப் பட்டம் சூட்ட, ராமகிருஷ்ணன், 'கண்ட்ரோல் விலை' என்று தானே அழுத்திச் சொல்ல, அவ்வளவில் ரகுநாதன் பெட்டிப் பாம்பாகி ஒடுங்கி 'ஓஹோ, என்ன அநியாய விலை?" என்று பிரலாபிக்க இந்த வழி நடைச்சிந்தோடு பஸ் நிற்கும் இடத்திற்கு அதாவது பஸ் நிற்பதாக நினைத்து மனிதர்கள் நிற்கும் வந்து சேர்ந்தார்கள். ஆனாலும் அவர்கள் திருவல்லிக்கேணி வந்து சேர ஒரு மணி நேரம் தான் பிடித்தது.

ரகுநாதன் நாஸ்திகர் என்ற முறையில் கோவிலுக்கு எதற்கு? கடற்கரைக்குப் போவோம்" என்று சொன்னதை ராமகிருஷ்ணன் மறுத்துக்கோவிலுக்குப் போகத்தான் வேண்டும் என்று பிடிவாதம்

பிடித்தது, அவர் ஆஸ்திகர் என்பதற்காக அல்ல, அவருக்கு வாழ்வின் கசப்பு கற்றுக் கொடுத்தவற்றுள் 'அற்பத்துக் கெல்லாம் போராடு' என்ற குணமும் தவிரவும் எதிலும் நிச்சயமற்ற நிலையில் ஆஸ்திகமோ நாஸ்திகமோ அந்தந்த நிமிஷத்துக்கு எது தர்மமோ அதுதான் தர்மம். இந்த இரண்டாங் கெட்ட நிலையைப் பக்கத்திலேயிருந்து வெகு நாட்களாக அறிந்த ரகுநாதன் பேசாமல் கோவிலுக்கே அவரோடு புறப்பட்டார்.

"மனசுக்கு ஒரு சாந்தி வேணுமா இல்லையா?"

"ஆமய்யா, ஆமாம், 'சாந்திதான். கள்ளுக் கடையிலே போய்ப் பட்டை பிடிச்சாலும் சாந்தி கிடைக்குமே?"

"ஆனால், எல்லாருக்கும் ஒரு மருந்து ஒத்து வருமா? கரும்பு தின்றவனுக்குக் கரும்பு ருசி, வேம்பு தின்றவனுக்கு வேம்பு ருசி."

"ஏது? இவ்வளவுக்கு இன்னிக்குத் துணிஞ்சிட்டீகளே, என்ன?"

அதிருக்கட்டுமய்யா, பையனுக்கு நாளைப் பள்ளிக்கூடச் சம்பளம் கட்டணும். ஆபிஸிலே அட்வான்ஸ் வாங்கிறதை விடக் கல்லிலே நார் உரிச்சு விற்றுப் பணம் பாத்திடலாம் போலிருக்கு. ஆபீஸ் இன்ன உடனே ஞாபகம் வந்துடுத்து, நாளைக்குக் கம்போஸுக்கு ஒரு கட்டுரை எழுதிக் கொடுத்தாகணும்...'

"நீங்கள் ஆத்திலே ஒரு காலும் சேத்திலே ஒரு காலும் வைக்கிறதை நிறுத்தி, ஆத்திலேயும் இல்லாமே சேத்திலேயும் இல்லாமே அந்தரத்துலே நிக்கிறீங்களே இப்போ? ஆபீஸ் வெளியிலே பேசப்படாதுன்னு சொல்வீக இப்போ..."

'கட்டுரை எழுதியாகவில்லை யென்றால் பத்திரிகை தேதியிலே போகாதே, சொந்தக்காரர் என்ன சொல்லுவார்?' என்ற பயம் பீடித்து விட்டது ராமகிருஷ்ணனுக்கு. ஆஸ்தான கவிஞனைப் போலப் பத்திரிகையாசிரியனும், அடிமைத் தனமும் சுதந்திர புத்தியும் கமனிடையில் கலக்கப் பெற்ற ஜந்துதான் என்ற ரகசியத்தை உணர ரகுநாதனுக்கு அனுபவம் போதாது...

பார்த்தசாரதிப் பெருமாள் நகர்வலம் செய்ய எழுந்திருத்தம் ஆய்விட்டார். கோவிலுக்கு முன்னால் உள்ள புஷ்கரணியிலிருந்து, கோவிலின் கூடார வாசல் வரை ஒரே ஜனக் கூட்டம். உற்சவ மூர்த்திகளாகிய பார்த்தசாரதியும், பட்டர் சாமியும் மனிதத் தலைகள் என்ற அக்கு ரோணி வெள்ளத்திலே மிதந்து வந்தனர். முன்னால் பிரபலமான நாதஸ்வரக்காரன் ஒருவன் அப்போதுதான் நாட்டை ராகத்தை வெளுத்து வாங்கிவிட்டுச் சிம்மேந்திர மத்திமத்தை ஜமாய்த்துக் கொண்டிருந்தான். கூட்டத்தில் ரசிக சிகாமணிகளும், ரசிகசிகாமணிகளாக சொல்லிக் கொள்ளுபவர்களும் ராகத்தில்

லயித்துசிரக் கம்பம் செய்து கொண்டிருந்தனர். கூட்டத்தை கதாசிரிய பாணியில் ஒட்டாமல் நின்று விமரிசனம் செய்யும் ராமகிருஷ்ணனும் சிம்மேந்திர மத்திமத்தில் லயித்தார்; அதன் காம்பீரியத்தில் அவர் மனசு பிடரிமயிரை குலுக்கி விட்டு நிமிர்ந்தது. அந்த ஒரு பெருமிதப் பார்வையோடு கூட்டத்தை அலசும் போது ஓர் உண்மை அவருக்குப் புலப்பட்டது. அதாவது கூட்டத்தில் பார்த்தசாரதிப் பெருமாள் வசிக்க வேண்டிய பிரதான ஸ்தானத்தை பெண்களின் கூட்டம் வகித்திருந்தது. ஆகவே, பார்த்தசாரதியை யாரும் ஏறிட்டுப் பார்ப்ப தில்லை, நினைத்தும் பார்ப்பதில்லை என்ற நிலையில் அவருடைய உடலை எல்லாம் மலர் மாலைகளால் மறைத்ததைப் போல முகத்தையும் மறைத்திருந்தாலும் யாரும் கவலைப்பட்டிருக்கப் போவதில்லை. பட்டர் முதல் பதினாறு வயசுப் பாலகன் வரை பெண்களைப் பார்த்துக்கொண்டு பார்க்காத மாதிரி நடித்தாலும், சங்கீதத்தைக் கேட்டாலும் கேட்காவிட்டாலும், பார்தசாரதியின் கதி தன் கையே தனக்குதவி என்ற அனாதை நிலைதான். இதைக் கண்டு ராமகிருஷ்ணன் தமக்குள்ளேயே சிரித்துக் கொண்டார்.

பெண்கள் கூட்டத்திலிருந்து வீசும் பூவாடை அஜீரணத்தால் கஷ்டப்படும் அவருக்கு குமட்டியது. வாந்தி எடுத்து விடுவோமோ என்ற பயத்தினால், எப்போது இதை விட்டுப் போவோம் என்று துடித்துக் கொண்டிருக்கும் ரகுநாதனையும் அழைத்துக்கொண்டு கோவிலுக்குள் போனார்.

“சிம்மேந்திர மத்திமம் பிரமாதமாக வாசிக்கிறான். அங்கே இன்னும் கொஞ்சம் நின்று கேட்கலாம். ஆனால், புழுக்கமும் பூவாடையும் தாங்கமுடியாமல் மயக்கமாய் வருது” என்றார் ராம கிருஷ்ணன்.

“பேசாமல் கோயிலுக்குள்போய் துண்டை விரித்துப்படுங்கள் கொஞ்ச நேரம். அப்புறம் வீட்டுக்குப் போகலாம்” என்று ரகுநாதன் சொன்னார்.

கோயிலுக்குள்ளே செருப்புப் போட்டுக் கொண்டு போக முடியாத நிர்ப்பந்தத்தை உத்தேசித்து எங்கே கொண்டு போய் செருப்பைப் பத்திரப் படுத்துவது என்று ராமகிருஷ்ணனுக்கு பெரிய பிரச்சனையாகி விட்டது. கடைசியில் ஒரு வழியாக வேறு நிவர்த்தி இல்லாமல் மனித வர்க்கத்திடம் நம்பிக்கை வைத்து கோயில் வாசலில் குங்குமம், திருச்சுன்னம், நாமக்கட்டி முதலிய வஸ்துக்களை வைத்து வியாபாரம் பண்ணும் ஒருவனுடைய பாதுகாப்பிலே அவன் பக்கத்தில் வைத்து விட்டு கோவிலுக்குள் நுழைந்தார்கள்.

குங்குமக் கடைக்காரன் ஆக்ஷேபணை செய்யாமல் பளிச்சென்று செருப்பை அடைக்கலப் பொருளாக ஏற்றுக் கொண்டதை நினைத்து அவனுடைய நாணயத்தில் ராமகிருஷ்ணனுக்கு சந்தேகம் தட்டி விட்டது. ‘திரும்பிப் போய்க் கேட்கும்போது இல்லைன்னு சொன்னா செருப்புக்கு வியாஜ்யம் போட முடியுமா? உம்?” என்ற கலக்கத்துடன்தான் கோயிலுக்குள் அடியெடுத்து வைத்தார்.

“நேற்று வாங்கிய செருப்பு. அது வாங்கப்பட்ட பாடு! அந்த ஆறரை ரூபாய் இருந்தால் பையனுக்கு பள்ளிக்கூடச் சம்பளம்கட்டி விடலாம். இல்லே, தாராளமா மூணு நாள் பசியில்லாமல் சாப்பிடலாம். வாங்கி வச்சுக்கிட்டு இல்லைன்னா அவன் தலையை சீவிரப் போறோமா!’

இந்தச் சந்தர்ப்பத்தில் அங்கே இருந்த பிச்சைக்காரர் கூட்டம் கைநீட்டிக் கெஞ்சியது.

“உங்களைப் போல கைநீட்டிக் கெஞ்சுறதைத் தவிர்த்துப் பாக்கி எல்லாத்தையுமே செய்துட்டோம். அதுதான் உங்களுக்கும் எங்களுக்கும் உள்ள வித்தியாசம்” என்று சொல்லிவிட்டு நடந்தார் ராமகிருஷ்ணன்.

உள்ளே–

நின்ற திருக்கோலத்தில், குருக்ஷேத்திரத்தில் சாரத்தியம் செய்த நாளில் முகத்தில் கணைகள் துளைத்த தழும்புகளோடு வெற்றி வீராப்பில் மீசை துடிக்க நிற்கும் பார்த்தசாரதிப் பெருமாள். அவருக்கு முன்னாக, பரஸ்பரம் நமக்கு துணை நாம் தான் என்று சொல்லாமல் செய்து காட்டும் பட்டர் ஐயர், அவர் சுவரில் சாய்ந்து தூங்காமல் தூங்கும் சுகத்தில் ஆழ்ந்திருந்தார்.

கர்ப்ப கிரஹத்துக்குள் - வைணவ பாஷையில் கருவில்லத்துள்– நுழைந்ததும், தூக்கத்திலிருந்து துள்ளியெழுந்த பட்டரிடம் அர்ச்சனைக்கு ஒன்றும் கொடுக்கவில்லை? என்று சொல்லிவிட்டனர் இருவரும்.

ராமகிருஷ்ணன் ஒப்புக்குத்தான் கைகூப்பித் தொழுதாரே ஒழிய அவர் மனசு கடையில் வைத்து விட்டு வந்த செருப்பில்தான் கவிந்திருந்தது.

‘கடைக்காரன் செருப்பைக் கண்டது யார்? உன்னைக் கண்டது யார்?’ என்று சொல்லிவிட்டால்?

இதுதான் அவர் மனசைப் பிசைந்து கொண்டிருந்தது.

ரகுநாதன், மாட்டுக்குத் தண்ணீர் காட்டுபவன் அது குடித்து முடியும் மட்டும் பக்கத்தில் காத்திருப்பது போல, அருகில் ‘வெறுமனே’ நின்று கொண்டிருந்தார்.

கர்ப்ப கிரஹத்துக்குள் நிலவியிருந்த பூவாடை கற்பூர நாற்றம், விளக்கின் எண்ணெய் நெடி எல்லாம் 'ஹிப்னாடிஸம்' செய்வது போல மயக்கித் தம்மைக் கீழே விழத் தட்டி விடுமோ என்று ஒரு கணம் நடுக்கமெடுத்தது ராமகிருஷ்ணனுக்கு அடுத்த க்ஷணத்தில், 'அடே! நீ உண்மையாகக் கும்பிடவா செய்கிறாய்? என்று இடி முழக்கம் போல ஒரு சப்தம் ராமகிருஷ்ணனின் செவிகளைப் பிய்த்து விட்டது.

ரகுநாதன் எதிரபாராத விதமாக, ராமகிருஷ்ணன் மயக்கமாகி கீழே திடீரென்று விழுந்தார். அவ்வளவுதான், காற்றோட்டமாக இருக்க வேண்டுமென்று அவர் ராமகிருஷ்ணனுடைய உடம்பை வெளியே தூக்கியும் தூக்காமலும் தாங்கி இழுத்துக் கொண்டு வர, அங்கே இருந்த நாலைந்து பேர் வந்து கூடி விட்டார்கள்.

"தண்ணீர்! தண்ணீர்!"

தண்ணீர் கொண்டு வர ஒருவன் ஓடினான்.

அவன் வர நாலைந்து நிமிஷங்கள் பிடிக்கலாம்.

ஆனால் கனவுலகத்துக்கு நிமிஷங்கள் என்றால் என்ன யுகங்கள் என்றால் என்ன?

* * *

பார்த்தசாரதி பார்த்தனுக்கு உபதேசம் செய்த நாளில் விஸ்வரூபமெடுத்து நின்றதைப் போல விண்ணும் மண்ணுமாய் நிற்கிறார்.

அவருக்கு முன்பாக எதிரியிடம் அகப்பட்ட யுத்த வீரனைப் போலக் கை கட்டிக் கொண்டு நிமிர்ந்த பாவையுடன் நிற்கிறார் ராமகிருஷ்ணன். அவர் மனக்குகையின் ஒரு மூலையில் சிம்மேந்திர மத்திம ராகம் மேல் பஞ்சமத்தை தொட்டுத் தனக்குத் தானே வீர்யத்துடன் ஒலி செய்கிறது. அவர் நெஞ்சிலே ஏதோ நெருப்பு தழல் விட்டு எறிந்து சுழல்வது அவரது பூத சடலத்தை ஊடுருவி வெளியே தெரிகிறது.

'தெய்வ சந்நிதியில் வந்து நின்றும் உன்னை இந்தச் சஞ்சலபுத்தி விடவில்லையே? செருப்பில் உள் மனம் கவியும் போது என்னை ஏன் தொழுவதாக நடிக்கிறாய்?"

ராமகிருஷ்ணன் இன்னும் சற்று ஏறிட்டு நோக்கினார்.

"ஏன் பேசாமல் நிற்கிறாய்? சொல்."

"நான் நடிக்கவில்லை. நான் செய்தது. உண்மை. அதைச் செய்யத்தான் என்னால் முடிந்தது. நான் வேண்டுமென்றா செருப்பில் கவனம் செலுத்தினேன்?"

"பின்?"

"அந்தச் செருப்பு வாங்குவதற்கு தங்களைப் போல ஆயிரம் தெய்வங்கள் இருந்தும் நான் என்ன கஷ்டப்பட்டேன் தெரியுமா? தாங்கள் ஜடத்தை இகழலாம், ஒதுக்கலாம். நான் ஜடம், நான் வாழும் உலகம் ஜடம். அதில் மனிதன் நினைத்தால் ஜடத்தை வைத்தே உங்கள் வைகுண்டத்தையும் ஆக்குவான். அளகாபுரியையும் ஆக்குவான். அதிலே மனம் பற்றிப் பரிபூரணத்துவத்தை எட்ட முடியும் எனக்கு, என்னைப் போன்ற மனிதனுக்கு வேண்டியது செருப்பு."

"உன் கண்ணுக்குத் தெய்வம் தெரியவில்லை; செருப்பல்லவா உனக்கு விஸ்வரூபம் எடுத்துக் காட்சி அளிக்கிறது?"

"ஆம். திரும்பிப் பாருங்கள். இரண்டு செருப்புகள் அங்கே இருக்கின்றன. விண்ணும் மண்ணுமாய்த் தங்கள் விஸ்வரூபம் நீண்டு பரந்து இருந்தாலும் உங்களைவிடப் பெரிதாகவும், பண்டு சிவனுடைய பாதமும், முடியும் தேடிச் சென்றது போல வராக அவதாரம் என் செருப்புகளின் முதல், அந்தங்களைத் தாங்கள் பார்த்துவர முடியும் என்று தோன்றவில்லை" என்றதும் கோபாவேசத்துடன் திரும்பிப் பார்த்தார் பார்த்தசாரதிப் பெருமாள்.

"செருப்பா? அது எங்கே? எங்கே இருக்கின்றன அவை?"

தரையில் கால்பாவாத உங்களுக்கு அந்தச் செருப்பு எப்படித் தெரியும்? தேவைப்பட்டால் அல்லவா உங்கள் பார்வைக்கு அது தென்படும்? எனக்கு அதன் மதிப்பு தெரியும்?..." நான் தெய்வத்தை நிந்திக்கவில்லை; செருப்பைப் போற்றவும் இல்லை. அதற்கு மனிதனுக்குச் சக்தி ஏது? துரும்பிலிருந்து தூண் வரை நல்லது இது? கெட்டது இது என்று மனிதன் தராதரம் பார்த்து மதிக்கிறான் என்றால் அது பொய். எதையும் மனிதன் உணர்ச்சி ஒன்று போலவே மதிக்கிறது. மதித்தல் என்ற காரியம் யந்திர கதியில் தானே உற்பத்தியாகிக் கொண்டு வரும் போது, உலகத்து வஸ்துக்கள் மனிதனிடம் எவ்வளவு அனுதாபம் கொண்டுள்ளனவோ அந்த அளவுக்கு அவனிடம் அந்த மதிப்பு என்ற பொருளை அவை பிரித்து எடுத்துக் கொள்ளுகின்றன. அதற்கு மனிதன் என்ன செய்வான்?"

பார்த்தசாரதிக்கு எப்படியோ கோபம் தணிந்தது. நேர மெல்லாம் கோபம் கொண்டிருக்க துர்வாசருக்கும் முடியாதே! யோசனை செய்தார். கீதாபோதகனோடு தத்துவ சம்வாதம் செய்ய வந்த மானிடத் துரம்பாகிய இந்த ராமகிருஷ்ணனை ஒதுக்கித் தள்ளினாலும், அவன் நெஞ்சுக்குள் எரியும் நெருப்பை அவிக்க வேண்டியது தம் கடமை என்று அவருக்குக் கருணை பிறந்தது. ஆனால், ராமகிருஷ்ணன் மேலும்:

நீங்களும், நானும், இந்த வையத்துப் பிற உயிர்களும், ஜடமும் ஒரே ஆத்ம விகாசத்தின் சொரூபங்களாக இருக்கும் போது மேல் கீழ் என்ற தத்துவ ரீதியில் தராதரம் கற்பிக்க இயலுமோ? நீங்கள், நான், செருப்பு- இதில் யாருக்கு யார் விசேஷம்? அவசியம் இருப்பவனுக்குத் தெய்வம் தேவைப்படலாம், இல்லை, செருப்பே தேவைப்படலாம். தேவையில் பிறக்கும் மதிப்புக்கு, வேறு அடிப்படை ஏது?"

"சரி, உனக்கு வேண்டியது தான் என்ன? வாழ்வில் கசந்து போயிருக்கும் உன்னுடைய மனத் தழலை அவிக்க உனக்கு என்ன வேண்டும்?"

ராமகிருஷ்ணன் சிரித்தார்.

"எனக்கு என்னதான் கொடுப்பீர்கள்? முன்னால் பாரதம் கை செய்து, குருக்ஷேத்திரப் போரில் தர்மத்தை நிலை நாட்டி, தாங்கள் கல்லினுள் தேரை முதல் சகல ஜீவன்களுக்கும் ஒன்று போல் படியளந்து விட்ட பின்னும், ஏன் உலகில் இப்படி இன்று உயர்வு தாழ்வுகள் போரிட வேண்டும்? இன்று என் குறை நிறைவேறி விட்டால் உலகின் குறை என்னென்றைக்கும் நிறைவேறி விட முடியுமா?"

பார்த்தசாரதி என்ன நினைத்தாரோ, போசமல் திரும்பிப் போய் விட்டார். அப்போது அவருடைய பூதாகாரமான காலுக்கும் செருப்பைப் போல ஏதோ தட்டுப் படவே பாம்பணையில் கண் வளரும் அவருக்கும் பாம்பை மிதித்து விட்ட பயம் குலுக்கியது.

'கடவுளிடம் நாம் வெற்றி பெற்றால் தான் என்ன? தோற்று விட்டால் தான் என்ன? சூரியன் கிழக்கேதான் உதிக்கப் போகிறான்...' மேற்கே தான் அஸ்தமிக்கப் போகிறான்.

என்று என்னென்னவோ யோசித்தவாராய், செருப்பை மாட்டிக் கொள்ளுவோம்... இது என்ன? 'ஸ் ஸ்' என்ற வார்த்தைகளை முணுமுணுத்ததும் ரகுநாதன், "ஒண்ணுமில்லே ஐயா ஒண்ணுமில்லே. உடம்புக்குச் சுகமில்லாட்டா பேசாம வீட்டிலேயே கிடக்காமே கோவில் கோவில் இன்னு வந்து என்ன புதையலை எடுததீர்களோ?" என்று சொன்னார்.

ஓலை விசிறியின் காற்று ராமகிருஷ்ணனுக்குச் சுகமாக இருந்தது. யாரோ ஒருவர் கொடுத்த காப்பியை அவர் வாங்கிச் சாப்பிடும்போது,

"என்ன, புலப்பத்திலும் செருப்பு செருப்புன்னு கிடக்கிறீங்க! செருப்பை என்ன நாயா தூக்கிட்டுப் போகுது?" என்று சிரித்தார் ரகுநாதன்.

52

இரவு

சாயங்கால நேரம். பன்னிரண்டு மணி நேரம் காத்திருந்த பகல் செல்வன் இரவுப் பெண்ணைத் தழுவி ஐக்கிய மாகும் வேளை. என்ன வேண்டியிருக்கிறது? காதலாம்; தழுவலாம். பகல் செல்வனுக்கு வெறி பிடித்ததும் சரி. இரவுப் பெண் இருட்டில் வந்ததும் சரி. இல்லாவிட்டால் தன்னுடைய அழகுக்கு அவன், அந்த இரவுப் பெண்ணின் அவலக்ஷணத்தைப் பட்டப்பகலில், வெட்ட வெளிச்சத்தில் பார்த்திருந்தால் அவளைத் தழுவ இசைந்திருப்பானா?

ஆற்றின் மடையோரத்தில் நாலைந்து வாலிபர்கள் உட்கார்ந்து கொண்டிருந்தார்கள். அவர்களில் ஒருவன் பலவிதமான பேச்சுக் களுக்குப் பிறகு, “காலை நேரம் அழகா? மாலை நேரம் அழகா?” என்ற கேள்வியைப் போட்டான். இந்த விவாதம் சுமார் அரை மணி நேரம் நீடித்தது. காலை-மாலை பற்றிய விவகாரம் ‘பகல்-இரவு’ சம்பந்தமாக எப்படியோ மாறிவிட்டது. சிலருடைய சம்பாஷணைகள் காரணமில்லாமலே ஒன்றிலிருந்து முற்றிலும் சம்பந்தா சம்பந்தமற்ற வேறு ஒரு விஷயத்துக்கு மாறி ‘தசாவதாரம்’ செய்து கொண்டிருக்கும். நல்ல வேளையாக இவர்களுடைய பேச்சு பரிணாம விதிப்படிதான் மாறுதல் அடைந்து, அபிவிருத்தியாகி, விளக்கமுற்றது.

அந்த அரைமணி நேரமும் ‘மடைத்தலையில, வாடியிருக்கும் கொக்கைப்போல்’த் தனியாக சோர்ந்து போய் உட்கார்ந்து கொண்டு இருந்த முருகேசன், ‘உறுமீன்’ வந்ததும் அதாவது தனக்குப் பிடித்த பேச்சு அடிப்பட்ட மாத்திரத்தில் கூட்டத்தோடு வந்து சேர்ந்தான். வரும்போதே, “இரவுக்கு என்று ஒரு தனித்தன்மை உண்டு; உங்களுக்கு தெரியுமா? என்று” சொல்லிக்கொண்டே வந்தான்.

“ஏன் தெரியாது? ராத்திரிக்குத் தூக்கத்தைக் கொடுக்கக்கூடிய சக்தி இருக்கிறது. நீ வேண்டுமென்றால் பகலிலே தூங்கிப்பார். அவ்வளவு நன்றாகத் தூக்கம் வருகிறதா என்று பார்ப்போம்” என்றான் அப்துல் ரஹூம், அவன் ஒரு தமாஷ் பேர்வழி எல்லோரு டைய சிரிப்பும் பேச்சும் அடங்கிய பிறகு முருகேசன் தன் பேச்சை ஆரம்பித்தான்.

“இரவுக்கு என்று தனித்தன்மை என்ன தனித்தன்மை? மனிதன் கற்பித்துக் கொள்ளுகிறது தான் தீக்கோழி ஆபத்து ஏற்பட்ட காலத்தில் தன் தலையை மணலில் புதைத்துக் கொண்டு ஆபத்தி லிருந்து தப்பி விட்டதாக நினைத்துக் கொள்ளுமாம். அது

போலத்தான் என்றாலும் இந்த உவமை நான் சொல்லப் போகும் விஷயத்துக்கு முற்றிலும் உவமையாகாது..."

"ஏய், உன் பேச்சை சீக்கிரம் முடி. உவமையும் அலங்காரமும் அப்புரம் விளக்கு வைத்துப் பார்த்துக் கொள்ளலாம்..."

"உஷ்!..."

"வேறொன்றுமில்லை. இருட்டாகிறது வீட்டுக்குப் போக வேண்டும். அதுதான்" என்று சொல்லி எச்சரித்தான் அப்துல்ரஹூம்.

"என் பேச்சும் இருட்டில்தான், அதாவது இரவில் தான் பேச லோயக்கு. நேருக்கு நேராக ஒருவர் முகத்தை ஒருவர் பார்த்துக் கொண்டு பேசவும் முடியாது தான். சொல்லக் கூடாதபடி கொஞ்சம் விரசமாக இருந்தாலும் சொல்ல வேண்டியிருக்கிறது. போன மாதம் நான் வெங்கடாசலத்தோடு கன்னியாகுமரிக்குப் போய்விட்டு வந்தேன் அல்லவா? அப்போது வெங்கடாசலத்தோடு அவன் மனைவியும் வந்திருந்தாள்.." "வெங்கடாசலம் யார்? உங்களுடைய "டியர் ஃபிரண்ட்" வெங்கடாசலமா?" என்று வேடிக்கையாகக் கேட்டான் ரஹூம்.

எப்பொழுதும் முருகேசன், வெங்கடாலசத்தைத் தன் ஆப்த நண்பன் என்று குறிப்பிடுவது வழக்கம். உண்மையாகவே இருவரும் ஆப்த நண்பர்கள்.

"வெங்கடாசலத்தின் மனைவிதான் உங்களுக்குத் தெரியுமே? பணத்திற்கு ஆசைப்பட்டுத்தான் அவளைக் கல்யாணம் செய்து கொண்டிருக்கிறான். சுத்தக் கறுப்பு. மூக்கும் முழியும் ஒரு மாதிரி. என்னவோ எனக்குப் பிடிப்பதில்லை. அவள் என்னோடு சந்தோஷ மாகவும் அன்பாகவும் பேசவந்தாலும் உண்மையாகவே எனக்கு எரிச்சலாக இருக்கும் நாங்கள் ஒருவருக்கு ஒருவர் நின்று பேசுவதை நாலுபேர் பார்த்து விடுவார்களோ என்ற வெட்கமும்கூட, அவ்வளவு அவலக்ஷணம். என்னவோ படித்த பெண் என்பதற்காக இந்த 'லக்ஷணத்தையும் தோளில் போட்டுக்கொண்டு' உல்லாசம் பிரயாணம் செய்ய வந்து விட்டான். என்றாலும் அவனுடைய அன்பு நமக்கு என்ன தெரியும்? கன்னியாகுமரிக்குப் போனோம். அந்த சமயத்தில் அங்கே கோவிலில் திருவிழா. அதனால் கூட்டம் அதிகமாய் விட்டதால் எங்களுக்குத் தங்குவதற்கு இடம் கிடைப்பது கஷ்டமாய் போய்விட்டது. கடைசியில் ஒரு அறையை வாடகைக்குப் பிடித்தோம். மிகவும் சிறிய அறை. வேறு என்ன செய்வது? ஒரு நாள் கழிந்தது.

'மறுநாள், நானும் வெங்கடாசலமும் அங்கே இருக்கும் 'லைப்ரரிக்குப் போயிருந்தோம். அங்கே தமிழ் பத்திரிகைகளும், மலையாள வாரப்பதிப்புகளும் கிடந்தன. வெங்கடாசலத்துக்குத்தான்

'மலையாளம்' என்றால் தண்ணீர் குடித்த மாதிரியாயிற்றே! தமிழ் பத்திரிகாலயங்களை முட்டி மோதிப் பார்த்தபின் மலையாளப் பத்திரிகைகளுக்கு ஐந்தாறு வருஷமாகத் தவறாமல் கதை, நாவல் என்று எழுதுகிறான் அல்லவா? பத்திரிகைகளைத் திருப்பிப் பார்க்கும் போது திடீரென்று என்னை அழைத்தான். நான் பக்கத்தில் போனதும் என்னிடமும் ஒரு தேவை விளம்பரத்தைக் காட்டினான். அதில், அந்த விளம்பரத்தைப் பிரசுரித்த பத்திரிக்கைக்கே ஒரு உதவி ஆசிரியர் தேவையாக இருப்பதாய் என்னிடமும் சொன்னான். அது நாகர்கோவிலில் இருந்து வெளியாகும் ஒரு மலையாள சஞ்சிகை.

"அவ்வளவுதான். அன்றே அப்பொழுதே மேற்படி பதவியில் தனக்கு ஒரு சந்தர்ப்பம் கிடைக்குமா என்று பார்க்க நேராகவே நாகர்கோவிலுக்கு போய்விட்டு வரத் தீர்மானித்தான். கன்னியாகுமரிக்கும் நாகர்கோவிலுக்கும் சுமார் பத்து மைல் இருக்கும்.

"அப்புறம் அவனுக்கு ஏன் அந்த வேலை கிடைக்கவில்லை?" என்று ஒருவன் கேட்டான்.

"அது வேறே விவகாரம். பின்னால் சொல்லுகிறேன். அவன் புறப்பட்டுப் போகும்போது சாயங்காலம் ஐந்து மணி இருக்கும். அநேகமாக மறுநாள் காலையில் தான் வர சாத்தியப்படும் என்று சொன்னான் எனக்கு ஒரு மாதிரி இருந்தது. 'ஒரு மாதிரி' என்ன, வெட்கமாக இருந்தது. கொஞ்சம் யோசனை செய்து தயங்கினேன். அவனோ கள்ளம் கபடம் ஒன்றும் இல்லாமல், "சும்மா இருங்கள். நாளை வந்து விடுவேன். செண்பகம், நான் போய் விட்டு வரட்டுமா?" என்று தன் மனைவியைப் பார்த்துச் சொல்லிவிட்டுப் புறப்பட்டான். அவளும் 'மண்' மாதிரி பேசாமல் நின்றாள். எனக்கு என்றால் தொந்தரவாக இருந்தது. அவளுக்கு முன்னால் நின்று கொண்டு 'உன் மனைவியையும் கூட அழைத்துக்கொண்டு போ' என்று சொன்னால் நான் அல்லவா களங்க முள்ளவன் ஆவேன். ஆகவே பேசாமல் அவனுக்கு விடை கொடுத்தனுப்பி விட்டுத் திரும்பினோம்."

"சரி!... என்று சிரித்தான் அப்துல் ரஹூம்.

"எனக்கு வெட்கம் பிடுங்கித் தின்றது. அவள் சுபாவமாகத்தான் ஒன்றும் நினையாமல் என் பின்னால் வந்தாள். உடனே அவளை அறைக்கு அனுப்பிவிட்டு சமுத்திரக்கரையில் தனியாக வந்து உட்கார்ந்தேன். இதே மாதிரித்தான் முன் இருட்டுக்காலம். கிருஷ்ண பக்ஷம். என் மனதில் "கன்னா பின்னா" என்று பலவிதமான எண்ணங்கள் உருவெடுத்து, உலாவி, மறைந்தன. சில பைத்தியக்காரத் தனமான எண்ணங்களும் கூடத்தான்..." சிறிது நிறுத்தி மீண்டும்,

◆ இரவு ◆

"ஆமாம், ஏதோ கெட்ட வெறிதான். இருட்டு ஆகிக் கொண்டு வந்தது. உலகம் என் கண் பார்வையிலிருந்து மறைய என் நெஞ்சில் புரளும் வெறி எண்ணம் தான், பலவிதமாக எண்ணமிடும் என் அந்தரங்க தியானத்தின் போது, சுழி முனையில் வந்து நின்றது. கடலும் உருமிக்கொண்டே என் சிந்தையில் நுழைந்து கலக்கிய மாதிரி இருந்தது. இரவும் மேலும் மேலும் இருட்டை கக்கிக் கொண்டிருந்தது. எனக்கு மனசு எப்படியோ இருக்க, அந்த இடத்தை விட்டு எழுந்தேன். அப்புறம் கோவிலுக்கு வந்து அம்மனைத் தரிசித்துவிட்டு எங்கள் 'ரூமுக்குப் புறப்பட்டேன். அவள் தனியாக உட்கார்ந்து பத்திரிகை படித்துக் கொண்டிருந்தாள். என்னைக் கண்டதும், "இவ்வளவு நேரமும் எங்கே போனீர்கள்? சாப்பிட வேண்டாமா?" என்று கேட்டாள் அந்த கருப்பலங்காரி. எனக்கு எப்படியோ வசியமாய் விட்டது. ஆகவே நாங்கள் சாப்பிட்டு விட்டுப் படுக்கும்போது இரவு ஒன்பது மணியிருக்கும்...

இந்த சமயத்தில் அப்துல் நேராக நிமிர்ந்து உட்கார்ந்து கொண்டான்.

"படுத்ததும் எனக்கு உறக்கம் வந்துவிட்டது. அவள் எப்பொழுது தூங்கினாளோ? வெகு நேரம் கழித்து நான் எழுந்திருந்து அறையைத் திறந்து வெளியே வரும்போது கோவிலில் மணியடிக்கும் சப்தம் கேட்டது. அர்த்த சாமப் பூஜை நடக்கலாம் என்று ஊகித்துக் கொண்டேன். உள்ளே பழைய படியும் வந்து சுருண்டிருந்த படுக்கையை சரியாக இழுத்து விரித்தேன். எங்கள் அறையில் விளக்கை அணைத்திருந்ததால், நான் ஜமக்காளத்தின் சுருண்ட மூலையை இழுத்துவிடும் போது எப்படியோ என் கை அவள் கையைப் பலமாகத் தட்டிவிட்டது. அப்பொழுது அவள் எங்கே விழித்துக் கொள்வாளோ? என்ன நினைப்பாளோ? என்று எனக்குப் பயம். நல்ல வேளையாக அப்படி ஒன்றும் நடக்கவில்லை. கதவைப் பூட்டி விட்டேன். எங்கள் அடைத்த இருட்டறையைப் பார்த்தால் கம்பர் சொன்ன மாதிரி, "வண்டொடு காலையும் வரவு மாற்றியது போல ரகசிய அறையாக இருந்தது. என் நாணயம், வெட்கம், சிநேக விசுவாசம், நம்பிக்கை காத்தல் எல்லாம் எங்கோ பறந்தது. என் ஐம்புலங்களும் தங்கள் நிலை பெயர்ந்து என்னுடலின் உள்ளே உச்சியிலிருந்து உள்ளங்கால் வரை 'பரபர' என்று நடமாடுவது போல் இருந்தது. நேர்மையும் வேட்கையும் ஒன்றோடொன்று போராடியது. இரண்டில் ஒன்றாவது தோற்கவும் இல்லை; ஜெயிக்கவும் இல்லை. அவளுடைய கோர சோரூபம், ஆபாசக் கருப்பு-எல்லாம் எனக்கு தடங்கல் செய்யாமல் பேசாமல் இருந்தன. நல்ல வேளையாகப் பைத்தியக்காரத்தனமாக நான் ஒன்றும் செய்து விடவில்லை.

எப்படியோ அலைபுரண்ட மாதிரி புரண்டு புரண்டு படுத்துக் கொண்டே இரவைக் கழித்தேன்.

"ஆழிவாய்ச் சத்தம் அடங்காதோ! யான் வளர்த்த கோழிவாய் மண்கூறு கொண்டதோ?" என்று சொன்னபடி எனக்கு எப்பொழுது விடியும் என்றாய் விட்டது. நான் தப்பியது தெய்வச் செயல்தான். நான்தான் முதலில் விழித்தெழுந்தது. அறையின் கதவையும் ஜன்னலை யும் திறந்தேன். சூரியோதயம் ஆகக்கூடிய நேரம். கடற்கரையிலிருந்து சூரியோதயம் பார்க்க அவளை எழுப்ப அவள் அருகில் சென்றேன். அவளுடைய முகத்தைப் பார்த்ததும் எனக்கு முதல் நாள் இருந்த வெட்கமும் அருவருப்பும் எப்படியோ வந்துவிட்டன. அவளுடைய முகம்பழைய அவலக்ஷணம் பிடித்த 'காக்காய் மூஞ்சி' யாகத்தான் இருந்தது. கடைசியில் அவளை எழுப்பி இருவரும் கடற்கரைக்குச் சென்ற போது என் மனதில், 'தற்போது நாம் இப்படி இந்தப் பெண்ணைப் பார்க்கவே அருவருப்புக் கொண்டு அவளோடு பேசக்கூட வெட்கம் உண்டாகிறதே இந்த எண்ணம் எல்லாம் ராத்திரி எங்கே போய் விட்டது' என்று மாறி மாறி சிந்தித்துக் கொண்டே சென்றேன்.

"அன்று காலையில் நாங்கள் இருவரும் வெங்கடாசலத்தின் வருகையை எதிர்பார்த்தோம். ஆனால் அவன் அன்று மாலை வரையில் கூட வரவே இல்லை, அன்றிரவு நான் ஒரு யோகி மாதிரி அறைக்குள் போய் படுத்தேன். கொஞ்ச நேரம் சென்றது. அப்புறம் முதல் நாளிரவு நடந்த நாடகம் தான்! அன்றும் தெய்வ சங்கல்பமாக ஒன்றும் நேரவில்லை.

"மறுநாள் காலையில், இனிமேல் மனதைச் சீர்திருத்தி அடக்கிக் கொள்ள வேண்டும்" என்று தீர்மானித்தேன். தனியாகவே எழுந்து வெளியே வந்தேன். எனக்கு வெங்கடாசலத்தின் மீது கோபம் கோபமாக வந்தது. "இப்படி இன்னொருவன் பராமரிப்பிலே கட்டின பொண்டாட்டியை விட்டு விட்டுச் செல்வானா, இந்த முட்டாள்?" என்று எனக்கு கோபம்! இரவு நேரத்தின் மாயா சக்தி என்ன வென்று அறியக்கூடாமல் மாயமாகவே இருந்தது.

"திரும்பி அறைக்கு வந்தபோது வெங்கடாசலம் வந்திருப்பதைப் பார்த்தேன். முதல் நாள் இரவு நான் எண்ணிய எண்ணங்களை திரும்பவும் நான் நினைத்துப் பார்த்தேன். அப்போது எனக்கு அந்த அறையின் சுவர்கள், அங்கே கிடந்த பத்திரிகைகள், பெட்டி படுக்கை எதைப் பார்த்தாலும் அவமானமாக இருந்தது. ஜன்னல் வழி வெளியே பார்த்தேன். அப்போது அங்கே ஒரு மரம் காற்றில் அசைவது என் அவமானத்தைக் கண்டு குலுங்கிக் குலுங்கி சிரித்த மாதிரி இருந்தது. வெட்கம்! வெட்கம்!

"எனக்குள்ளேயே நான் நினைத்துக் கொண்டேன்! இரவு வந்ததும், உலகத்தின் தோற்றம் மறைய, நம்முடைய முகத்தையும் வேறொருவர் பார்க்க முடியாமல் போக பக்குவம் அடையாத உள்ளமானது வெட்கம் மானம் முதலியவற்றை உதறி, தனிமையின் துணிவோடு கெட்ட எண்ணங்களை எண்ணுகிறது. நம் முகத்தைப் பிறர் பார்க்கவேண்டிய நேரத்தில் தான்– பிறர் என்றால் மரம், சுவர் வெளிச்சம் எல்லாம் தான்-வெட்கம் உண்டாகி விடுகிறது. உலகம் இருண்டதும் மனிதன் துணிந்து விடுகிறான். மேலும் அந்த வெறியின் கிளர்ச்சியில், எந்த தடங்கல்களும் உண்டாகி நம் கருத்தையும் வெறிப்பாய்ச்சலையும் தடுப்பதில்லை. ஆகவே மனிதன் கற்பித்துக் கொள்வதைத் தவிர இரவுக்கு என்று ஒரு தனித் தன்மையா இருக்கிறது?..."

"இது மட்டுமில்லை, எந்தக் கெட்ட செயல்களுக்குமே இரவு ஆதரவாகத்தான் இருக்கிறது. உண்மையாகவே மனிதனுக்கு மானத்தி லும், வெட்கத்திலும் உள்ள பிடிப்பு கொஞ்சம் நெகிழ்கிறது." என்று ஒருவன் சொன்னான்.

"சரி, சரி இருட்டி விட்டது. எழுந்திருங்கள்" என்றான் ஒருவன். எல்லோரும் எழுந்து புறப்பட்டார்கள்.

"இரவுப் போர்வையில் மறையும்போது அப்படித் துணிவு கொடுப்பது உண்மைதான். எனக்கும் ஒரு தடவை." என்று தன்னுடைய அனுபவம் ஒன்றைச் சொல்லத் தொடங்கினான் ரஹும்.

53

சுப்பையாத் தேவரின் கனவு

பாபநாசம் அணைக்கட்டில் வேலை முடிந்ததும் முததையா சொந்த ஊராகிய கீழ வீராணத்துக்குத் திரும்பினான். அன்று அவன் சுப்பையாத் தேவர் வீட்டுக்குள் நுழைந்த போது இரவு சுமார் ஒன்பது மணி இருக்கும்.

"யார் இங்கே? அம்மான் இருக்காகளா?" என்று கேட்டுக் கொண்டே உள்ளே வந்தான். இதைக் கேட்டு வீட்டின் உள் பக்கத் திண்ணையில் உட்கார்ந்து கொண்டிருந்த சுப்பையாத் தேவர், "யாரு?" என்று குரல் கொடுத்துக் கொண்டு வெளியே எழுந்து வந்தார்.

"முத்தையாவா! வா வா, என்ன, இப்பத்தான் வந்தியா?"

"ஆமா, அம்மானு, சாயந்தரம் பொழுது மசக்குற நேரத்துக்கே வந்துட்டேன். என்ன, அத்தை, மருமகன் எல்லாரும் சௌக்கியந் தானே?" என்று கேட்டான் முத்தையா.

இருவரும் திண்ணையில் போய் உட்கார்ந்தார்கள். சுப்பையாத் தேவர் எழுந்து ஜன்னல் வழியாக வீட்டுக்குள்ளேயிருக்கும் தம் மனைவியிடம், "இந்தா பாரு முத்தையா வந்திருக்கான். கடையிலே போய்க் கொஞ்சம் தேயிலையும் கருப்பட்டியும் வாங்கியா.. முத்தையா! வெத்திலை போடுதியா?" என்று முத்தையாவைப் பார்த்துக் கேட்டார். அவன் வேண்டாம் என்று சொல்லவே, "சரி, அப்போ தேயிலைக் காப்பி மாத்திரம் போடு" என்று உள்ளே பார்த்துச் சொல்லிவிட்டு உட்கார்ந்தார்.

"பாபநாசத்திலிருந்து வந்தபோது விக்கிரம சிங்கபுரத்துக்கும் நம்ம அண்ணாச்சி வீட்டுக்குப் போயிருந்தேன். அண்ணாச்சி எங்கேயோ வெளியே போயிருந்தாக போலிருக்கு... மதினி கிட்டேதான் ஊருக்கு ஏதாவது தகவல் உண்டுமா இண்ணு கேட்டேன்" என்று சொல்லிப் பேச்சை நிறுத்தி விட்டான். அதே சமயத்தில் வீட்டினுள்ளேயிருந்து வெளியே வந்த சுப்பையாத் தேவரின் மனைவி, முத்தையாவைப் பார்த்து "வா" என்று சொல்லி விட்டுக் கடைக்குப் போனாள்.

"என்ன? ஏதாவது சொல்லி அனுப்பினாளா? என்று ஆவலோடு கேட்டார். சுப்பையாத் தேவர். அதற்கும் அவன் சரியாகப் பதில் சொல்லவில்லை.

"உம்... வேறொண்ணுமில்லை. எல்லாரும் சௌக்கியமாக இருக்காகண்ணு சொல்லச் சொன்னாக. அவ்வளவுதான்" என்று தயக்கத்தோடு சொன்னான். சுப்பையாத் தேவருக்கு இது எப்படியோ

இருந்தது- திடீரென்று முத்தையா அவரைப் பார்த்து? "என்ன அம்மானு, அண்ணாச்சிதான் என்னமோ கொஞ்சம் கோபமாய்ப் பேசிட்டாருன்னா, நீங்களும் இப்படி வைராக்கியமாயிருக்கிறது எனக்குப் பிடிக்கல்லே... மதினி பாவம், எவ்வளவு வருத்தப்படுவதாக..." என்று சொன்னான்.

"அவ்வளவு அவமரியாதையாப் பேசினவன் வாசல்படியிலே மிதிக்கச் சொல்றையா, நீ? அதிருக்கட்டும், கிருஷ்ணம்மா என்ன சொன்னா?"

"தகவல் உண்டுமா இண்ணு கேட்டதுதான், 'பொலபொல'ன்னு கண்ணீர் வந்துட்டது. அதிலேயும் நிறை சூலாயிருக்கிறப்போ ஒரு தபாப் போய்ப் பார்த்துட்டு வந்தாத்தான் என்ன?" என்றான்.

கிருஷ்ணம்மாள் கர்ப்பமாய் இருக்கிற விஷயம் சுப்பையாத் தேவருக்கு அப்பொழுதான் தெரியும்.

"அப்படியா?" என்று கேட்டார்.

"ஆமா... இதுதான் மாசமாயிருக்கணும்னு தோணுது" என்று முத்தையாச் சொல்லிக் கொண்டிருக்கும் போதே அவருடைய மனைவியும் வந்து விட்டாள். உடனே அவளிடம் அதிக ஆவலோடு கிருஷ்ணம்மாள் கர்ப்பமாயிருக்கும் செய்தியைச் சொன்னார் சுப்பையாத் தேவர்.

"நல்லதுதான்" என்று 'வெடுக்'கென்று சொல்லிவிட்டு உள்ளே போய் விட்டாள், அவர் மனைவி.

இப்போது சுப்பையாத் தேவருக்கு ஒன்றுமே ஓடவில்லை. ஆகாயத்தைப் பார்த்துக் கொண்டு பேசாமல் இருந்தார். முத்தையா அப்புறம், பயிர் விளைச்சல், மழை முதலியவை பற்றி என்னென்னவோ விசாரித்து விட்டு, காப்பி சாப்பிட்டதும் வீட்டுக்குப் புறப்பட்டான்.

"வேறே ஒரு விஷயமும் இல்லையே?" என்று ஒரு தடவை கேட்டுவிட்டு அவனை அனுப்பினார் தேவர்.

வாசல் திண்ணையில் பாயை விரித்துப்படுத்தார். அவருடைய மனம் வருத்தம் மிகுந்து நொந்து போயிருந்தது. யோசனை யோசனை, ஒரே யோசனை தான். இதில் தூங்குவது எங்கே? மனைவியானவள் ஆறுதலுக்காவது ஏதாவது பேச்சுக் கொடுப்போம் என்று வெளியே வரவில்லை. பேசாமல் உள் கதவைத் தாளிட்டுப் படுத்துக் கொண்டாள்.

* * *

கீழ வீராணம் கிராமத்தில் பரம்பரை பரம்பரையாக அம்பல காரராக இருந்து வருவது சுப்பையாத் தேவர் குடும்பம். ஊரிலே நல்ல செல்வாக்கும், மரியாதையும் உண்டு. கிராமத்தில் ஒரு வழக்கு விவகாரம்

என்றால் கிராம முன்சீப், கணக்குப் பிள்ளை ஆகியவர்களோடு சுப்பையாத் தேவரையும் பஞ்சாயத்துச் சபையில் காணலாம். ஊர்க்காரர்கள் அவரைத் 'தருமன்' என்று அழையாத குறைதான், அப்படி ஒரு சாது; எல்லோருக்கும் நல்லவராக நடந்து கொள்பவர். ஆனால் ஒரு வார்த்தை கொஞ்சம் காரமாகச் சொன்னால் அவர் மனம் பொறுக்காது.

சுப்பையாத் தேவருக்கு நாற்பத்தாறு வயதாகிறது. அவரோடு கூடப்பிறந்த ஒன்பது பேர்களில் கடைசியாக மிஞ்சி நிற்பவள் அவருடைய தங்கை கிருஷ்ணம்மாள்தான். உடன்பிறந்த எட்டுப் பேர்களை இழந்த வருத்தத்துக்கு கிருஷ்ணம்மாள் அவருக்கு ஒரு ஆறுதலாக இருந்தாள். அவளுக்கு வயது இருபத்தைந்து இருக்கும். அண்ணனும் தங்கையும் என்றால் அப்படி இருக்க வேண்டும் என்று சொல்லிக் கொள்வார்கள்.

கிருஷ்ணம்மாளுக்கு வயது வந்தபின் ஐந்தாறு வருடங்கள் வீட்டில் இருந்த போது பட்ட கஷ்டம் சொல்லி முடியாது. சுப்பையாத் தேவரின் மனைவி அப்படிக் கொடுமையாக நடத்தினாள். மிகவும் சாதுவான புருஷர்கள் கிடைத்தால் பெண்கள் இப்படித்தான் மாறி விடுவார்களோ என்னவோ? நல்ல காலம் எப்போது பிறக்கும் என்று கிருஷ்ணம்மாளைவிட சுப்பையாத் தேவருக்குத்தான் அதிகமாக தவிப்பு. ஏகதேசமாகத் தம் மனைவியைக் கொஞ்சம் புத்தி சொல்ல ஆரம்பித்து விட்டால் அவள் தலைமயிரைப் பிய்த்துக் கொண்டு தெருவில் புரண்டு விடுவாள் போலிருந்தது. இந்த லஜ்ஜைக்குப் பயந்து எதையும் சகித்துக் கொண்டு வாய்மூடி மௌனியாக இருந்தார் தேவர். அதிலும் ஊருக்குப் பெரிய மனுஷனாக உள்ளவனுக்கு தன் வீட்டுக் குறைகள் அம்பலத்துக்கு வந்து விடக் கூடாதே என்று பயம் இருக்கத்தானே செய்யும்?

கடைசியில், அதாவது ஐந்து வருஷங்களுக்கு முன்னால்தான், ஊத்து மலைத் தேவர் ஒருவர் மூலமாக ஒரு புதுச் சம்பந்தம் கிடைத்தது சுப்பையாத் தேவருக்கு. ஊத்து மலைக்காரனின் அண்ணாச்சி மகன் விக்கிரம சிங்கபுரம் மில்லிலே மேஸ்திரியாக இருப்பதாகவும், நல்ல சம்பாத்தியம் உள்ளவன் என்றும் கேள்விப் பட்டு அங்கே தம் தங்கை கல்யாணத்தை முடிக்க ஏற்பாடு செய்தார் தேவர். அப்படியே காரியமும் நடந்தது.

தேவருக்கும் ஒரு பெரிய பாரம் கழிந்தது- தங்கையைப் பிரிந்த வருத்தம் இருந்தாலும் தம் மனைவியிடம் அவள்பட்ட வேதனை களை நினைத்து, இனியாவது அவள் சுகமாக வாழட்டும் என்று மனதைத் தேற்றிக் கொண்டார்.

◆ சுப்பையாத் தேவரின் கனவு ◆

கிருஷ்ணம்மாவின் மாப்பிள்ளைக்கு மாதம் அறுபது ரூபாய் சம்பளம். அதுவும் அல்லாமல் அவனுக்கு ஊத்துமலையில் கொஞ்சம் நஞ்சையும் உண்டு. பொதுவாக நல்ல இடந்தான். தேவருக்கு இப்படிச் சம்பந்தம் கிடைத்தது, தம் பாக்கியம் என்றுதான் நினைப்பு. தம் ரத்தத்தில் ஒட்டிய உறவுகளில் மிஞ்சிய ஒரே ஜீவன் என்ற காரணத்தினால் கிருஷ்ணம்மாளுக்குச் செய்ய வேண்டிய வரிசைகளை எல்லாம் குறைவில்லாமல் செய்து மாப்பிள்ளை வீட்டுக்கு அனுப்பினார்.

* * *

பெரிய மனிதர்கள் என்று இருப்பவர்கள் பணக்காரராயிருந்தாலும் ஏழைகளாயிருந்தாலும் கௌரவம் என்ற மேல் பூச்சு இல்லாமல் போகாது. அந்த மேல் பூச்சில் தான் அவர்கள் வீட்டு சுப அசுப காரியங்கள் தடபுடலாக நடக்கும். இந்த விதிக்கு விலக்கானவரல்ல சுப்பையாத் தேவர். அவருடைய ஜீவனத்துக்கு வேண்டிய அளவுக்கு மட்டும் மிகவும் சுருக்கமான சொத்து சுகம் இருந்த போதிலும், அம்பலகாரர் என்ற பெரிய மனுஷன் பட்டம் இருக்கையில் கல்யாணத்தை, அதுவும் ஒரே தங்கைக்குச் செய்யும் கல்யாணத்தை, வரவு செலவு பார்த்துச் செய்தால் அவ்வளவாகச் சோபிக்காது, ஆகவே கல்யாணத்தின் போது அவர் வரைக்கும், செய்ய வேண்டிய செலவுக்குத்தான் என்று நினைத்து ஒரு முன்னூறு ரூபாய் கடன் வாங்கியிருந்தார். கொஞ்சம் தாராளமாகவே பணத்தை, நகை நட்டு, சாப்பாடு, மேளம் என்று பலவகைகளில் இறைத்தார். அதன் எதிரொலி ஒரு வருஷத்துக்குப் பின்னால் கேட்டது.

அன்று கடன் வாங்கியதே அப்படித்தான். ஒரே வருஷத் தவணையில் பணத்தைத் திருப்பிக் கொடுப்பதாகப் பேச்சு. இல்லாவிட்டால்...? அந்த நிபந்தனை, அம்பலகாரர் என்ற மரியாதையில் சேர்க்கப்படவில்லை.

கடன் கொடுத்தவன் ஒரு விடாக் கண்டனாக இருந்தான். அந்த வருஷமே கீழ வீராணத்தில் தன் வரவு செலவுகளைக் கணக்கத் தீர்த்து, சொத்துக்களையும் விற்று விட்டுக் கொழும்புக்குப் போவதால் பணத்தை நெருக்கிக் கேட்க ஆரம்பித்தான். விஷயம் வெளியாவதற்கு முன்னாலேயே தம் நஞ்சையை யாருக்காவது ஒத்தி எழுதிக் கொடுத்துக் கடன் வாங்கிப் பழைய கடனைத் தீர்த்து விடலாமா என்று யோசனை செய்தார். இந்த யோசனையை அவர் மனைவியிடத்தில் சொன்னபோது, அவர் உயிரோடு மீண்டதே பெரிய காரியம் என்று ஆய்விட்டது. "உள்ள சொத்தையும் ஒத்தி எழுதி வைத்து விட்டு அப்புறம் எந்த வரும்படியைக் கொண்டு ஒத்தியை மீட்டப் போகிறீர்கள்? அதை விட என் கையில் ஓடவெடுத்துக்

கொடுத்து விடுங்களேன். நான் போகிறேன்" என்று சீறி விழுந்தாள்.

வேறு வழி என்ன?

கடைசியில் அவருக்கு மனைவிதான் ஒரு யோசனையைச் சொன்னாள். ஆனால் அவருக்கு, தம் சகோதரியைக் கொடுத்த வீட்டில், அதுவும் ஒரு வருஷம் பழக்கத்தில், எப்படிப் போய் கடனுக்காக நிற்பது என்று திகைப்பாக இருந்தது. சகோதரி புருஷன் (அவன் பெயர் சண்முகம்) கொடுக்க வேண்டும் என்று நினைத்தால், ஒரு முன்னூறு ரூபாய் பெரிய காரியமில்லை தான். ஆனால் இவருடைய நிலைமை அவனுக்குத் தெரிய வேண்டும். உறவு முறைக்குள் பணம் கொடுத்து வாங்கினாலும் அப்புறம், அவ்வளவாக 'ஒட்டுப் பற்று' இருக்காது. அது நன்றாகவும் இல்லை, என்று நினைத்தார் தேவர். என்ன இருந்தாலும் மனைவி கொடுத்த மருந்து பலனற்றுப் போய் விடவில்லை. கடைசியில்,

"இதுகூட கொடுத்து வாங்காத உறவு, இருந்து தான் என்ன? போய்த் தான் என்ன?" என்று கேட்டு விட்டாள். சுப்பையாத் தேவரின் மனமும் ஒருவழிப்பட்டது.

மறுநாளே விக்கிரம சிங்கபுரம் போய் வந்தார். ஆறாவது மாதத்தில் அறுவடை நடக்கும்போது பாதி ரூபாயும், அதற்கடுத்த ஆறாவது மாதத்தில் பாதி ரூபாயும் தருவதாக முந்நூறு ரூபாய் வாங்கிக் கொண்டு வந்து கடனை அடைத்தார். ரப்பர் பந்தில் துவாரம் விழுந்து விட்டால் ஒரு பக்கத்தில் குழிந்து இருக்கும். அந்த இடம் புடைக்கும் படியாக அழுத்தி விட்டால் வேறு பக்கத்தில் குழி விழுந்துவிடும். அந்தக் கணக்கில் தான் சுப்பையாத் தேவர் கடன் வாங்கியது.

அறுவடைக் காலம் வந்தது. அந்த வருஷத்து விளைச்சல் அவர் குடும்பச் செலவுக்குக் கட்டி வருமா என்று சந்தேகமாய் விட்டது. இந்த லக்ஷணத்தில் "பணம் அவசரமாய்த் தேவை" என்று சண்முகம் கார்டு எழுதி இருந்தான். சுப்பையாத் தேவருக்குத் களத்திலே அடித்த நெல்லை அளந்து பார்த்த பின் பயம் பின்னும் அதிகரித்து. இரண்டொரு நாள் ஒன்றும் பேசாமல் இருந்தார். அப்புறம், உள்ள நிலைமையைப் பாபநாசம் போகும் முத்தையா மூலமாகச் சண்முகத்துக்குச் சொல்லி அனுப்பி, பின்னும் ஆறுமாதம் பொறுத்திருக்க வேண்டும் என்றும் அடுத்த அறுவடையில் பாதி ரூபாயைக் கொடுத்து விடுவதாகவும் தெரிவித்தார். சண்முகத்துக்கு சுப்பையாத்தேவர் பணம் அனுப்பாததோடு அந்தத் தகவலையும் கடிதம் மூலம் தெரியப் படுத்தாமல் ஆள் மூலம் சொல்லி அனுப்பியது சந்தேகத்தைக் கொடுத்தது. ஏனென்றால் பணம்

கொடுக்கும் போது எழுத்து மூலமாக யாதொரு ஆதாரமும் எழுதி வாங்கிக் கொள்ளவில்லை. தவிரவும் இப்போது அவர் எழுத்து மூலமாகப் பண விஷயத்தைப் பிரஸ்தாபித்து ரிக்கார்டு ஆக்கிவிடக் கூடாதென்று நினைக்கிறார் என்று சண்முகத்துக்குத் தோன்றியது. ஆகவே மில்லில் இரண்டு நாள் லீவு எடுத்துக் கொண்டு நேராக கீழ வீராணத்துக்கு வந்து, சுப்பையாத் தேவரின் காரணங்களுக்குச் செவிசாய்க்காமல் “பணம்,” “பணம்” என்று ஒரே வார்த்தையைச் சொல்லிக்கொண்டு நின்றான். சண்முகம் பேசாமல் இருந்தால் இருப்பான்; பிடிவாதம்பிடித்தால் அவ்வளவு தான். என்னென்னவோ சமாதானங்கள் சொல்லிப் பார்த்தார் தேவர். அவனிடம் ஒன்றும் பலிக்கவில்லை. கடைசியில் சண்முகம் அவருடைய சொத்துக்களை எல்லாம் கிரயம் எழுதித்தர முடியுமா முடியாதா என்று கேட்டு விட்டான். ஒத்தி, அடமானம் என்ற சங்கதிகள் நடக்காது என்று ஒரேயடியாகச் சாதித்தான்.

சுப்பையாத் தேவருக்கு மனம் உடைந்துவிட்டது. இவ்வளவு கேவலத்துக்கு நிலைமை வந்துவிடும் என்று தெரிந்திருந்தால் அன்று அவர் பணம் வாங்கியிருக்கவே மாட்டார். பழைய கடன்காரனுக்குச் சொத்துக்களை விற்றவிடாமல் போனோமே என்று கூடக் கவலைப் பட்டார்.

சண்முகம் அன்று சாயங்காலமே சொந்த ஊராகிய ஊத்து மலைக்குப் போய்விட்டான். சுபையைாத் தேவர் வீட்டில் தண்ணீர் கூடக் குடிக்காமல், அடுத்த வீட்டில் அவன் சாப்பிட்டு விட்டுப் போனதை நினைக்க, அவருக்கு மேலும் மேலும் மனம் வேதனைப்பட்டது. கௌரவத்தோடு இருந்து வந்த குடும்பத்துக்கு இப்படி அனர்த்தம் வரவேண்டுமோ என்று ஊரார் கூட அனுதாபப்பட்டார்கள். ஆனால் வருத்தம் அனுதாபம் பணமாக வந்து உதவுமா?

மறுநாள் சூரியோதயத்தின் போது சண்முகம் தன்னோடு இன்னும் இரண்டு பேரை அழைத்துக் கொண்டு கீழ வீராணத்துக்கு வந்தான். எல்லோரும் அந்தக் காலை நேரத்திலேயே அளவு கடந்து குடித்து விட்டு வந்திருந்தார்கள். அப்பொழுது தானே யாருடைய சொல்லுக்கும் செவிசாய்க்காமல் சண்டை போடலாம்!

‘நீங்கள்’ என்ற மரியாதை போய் ‘நீ’ என்று பேச ஆரம்பித்து விட்டான் சண்முகம். அவனோடு வந்த இரண்டு பேரும் குடிவெறியில் கண்டபடி பேசினார்கள். ஆகவே ஊர்க்கூட்டம் வந்து கூடி விட்டது. போதாக்குறைக்கு சுப்பையாத் தேவரின் மனைவி அவர்களை எதிர்த்துத் திட்டவும் ஆரம்பித்தாள். கடைசியில் வசவுகள் மிகவும் ரசாபாசமாகி ஆண் பெண் வேற்றுமை பாராமல் என்னென்னவோ சொற்கள் வந்து விழுந்தன.

அன்று சாயங்காலத்துக்குள் பணத்தைப் பூராவும் வாங்கிக் கொள்ளலாம். என்றும் அனாபசியமான பேச்சு வார்த்தைகள் வைத்துக் கொள்ள வேண்டாமென்றும் சொல்லி, அன்றே தம் நஞ்சையை ஒருவருக்கு ஒத்தி எழுதிக் கொடுத்து, ரூபாய் முந்நூறையும் ஆறுமாத வட்டியையும் கொண்டு வந்து சண்முகம் கையில் கொடுத்தார். அன்று முதல் அவருக்கு ஊருக்குள் தலை நிமிர்ந்து நடக்க முடியாமல் போய் விட்டது. ஒரு காரமான சொல்லயும் கேட்டுப் பழக்கமில்லாத அவர், அன்று இரவு வீட்டுக்கு வந்து ஒரு மூலையில் உட்கார்ந்து சிறுபிள்ளையைப் போல் கண்ணீர் வடித்தார்.

* * *

அந்தச் சண்டை இப்போது அவர் கண் முன்னே வந்து நின்றது. தம் தங்கையைப் பார்த்து மூன்று வருஷங்களாகிவிட்டன. அண்ணன் தங்கை என்ற பாசத்துக்கு இடமில்லாமல் போய் விட்டது.

அன்று முத்தையா வந்து கிருஷ்ணம்மாள் கர்ப்பிணியா யிருக்கிறாள் என்று சொன்னதும் அவருக்கு மகிழ்ச்சி தாங்கவில்லை. கல்யாணமாகி ஐந்து வருஷங்களாகியும் இப்போதுதான் கிருஷ்ணம்மாள் கர்ப்பம் தரித்திருக்கிறாள். அவளைப் பார்த்து வரவேண்டும் என்று ஆசை துடியாய்த் துடித்தது. அன்று நடு ஜாமம் ஆய்விட்டது. தூங்கவே இல்லை.

அப்போது வீட்டுக்குள்ளே படுத்திருக்கும் அவருடைய ஐந்து வயதுப் பையன், தூக்கத்திலிருந்து எழுந்து தனக்குப் புதுச்சட்டை போட வேண்டும் என்று அழுதான். தீபாவளிக்காக இரண்டு நாளைக்கு முன்பே அவனுக்குச் சட்டை தைத்து வைத்திருந்தார்கள். அவனுக்கு அதை எப்பொழுது போடுவோம் என்று ஒரே ஆத்திரம். அவன் அழுததைக் கேட்டு எழுந்து கதவைத் தட்டித் தம் மனைவியை அழைத்தார். அவள் கதவைத் திறந்ததும் பையன் வெளியே வந்தான். அவனைத் தட்டிக் கொடுத்துக் கொண்டே தம் பக்கத்திலே பாயில் படுக்க வைத்துத் தூங்கச் செய்தார். அப்போது அவர் மனதில் ஒரு விசித்திரமான எண்ணம் விழுந்தது.

கிருஷ்ணம்மாள் வயிற்றில் ஒரு பெண் குழந்தை பிறந்தால் அதைத் தம் மகனுக்குக் கல்யாணம் செய்து வைத்துவிடலாம். தமக்கும் தம் மைத்துனன் சண்முகத்துக்கும் ஆகாமல் போனாலும், இந்தக் குழந்தைகளுடைய சம்பந்தத்தால் இரண்டு குடும்பங்களும், பாந்தவ்யத்தோடு வாழாதா என்று நினைத்தார். சுப்பையாத் தேவரின் இளகிய உள்ளம் என்னவெல்லாமோ ஆசைப்பட்டது. என்றாலும், தம் ஆசை நிச்சயம் பலிதமாகும் என்று நம்பிக்கையிருந்தது அவருக்கு.

பொழுது விடிந்தது. தீபாவளிக்கு பின்னும் ஒரே நாள் தான் இருந்தது. காலையில் முத்தையா வந்து கட்டாயம் கிருஷ்ணம் மாளுக்காகவாவது அவர் விக்கிரம சிங்கபுரத்துக்குப் போய்வர வேண்டும் என்று சொன்னான். உடன் பிறந்த பாசமும், அவள் கண்ணீர் விட்ட செய்தியும் அவரைப் போகத் தூண்டின. அப்படியே செய்வதென்று தீர்மானித்துத் தம் மனைவியின் சம்மதத் தைக் கூடப் பெற்றுவிட்டார். உடனே அன்று இரவு ஏதாவது பலகாரங்கள் செய்யச் சொன்னார். கர்ப்பிணியைப் பார்க்கப் போகும் போது வெறுங்கையோடு போகலாமா?

மறுநாள் காலையில் பலகாரப் பொட்டணங்கத்தை எடுத்துக் கொண்டு புறப்பட்டார். வழியிலே அவருக்கு எத்தனையோ யோசனைகள் திரும்பிக் கூடப் போய்விடலாமா என்று ஒரு தடவை நினைத்தார். ஆனாலும் அன்று இரவு அவருக்குத் தோன்றிய அந்தப் பைத்தியக்கார யோசனை, அவருக்கு எப்படியோ தூண்டுதல் கொடுத்துத் தங்கையைப் பார்க்கப் போகும் படி ஏவியது. தம் மகனுக்கும் கிருஷ்ணம்மாளின் மகளுக்கும் என்றோ ஒருநாள் நடக்கப் போகும் கல்யாணத்தை நம்பிப் போய்க் கொண்டிருந்தார்.

“சண்முகம் வா’ என்று கேட்காவிட்டால்...? அழையாத வீட்டுக்குள் நுழைவதா? நாம் பேகு முன்னால் ஒரு வேளை பிரசவம் ஆய்விட்டால் இந்துப் பலகாரங்கள் வீணாகிப் போய்விடுமே! பிரசவம் ஆனதும் இவைகளைச் சாப்பிடக் கூடாதே...

ஊரை நெருங்கிவிட்டார். ஊருக்குள்ளேயும் வந்தாய் விட்டது. அன்று தீபாவளியானதால் தெருவில் யார் முகத்தைப் பார்த்தாலும் ஒரே குதூகலம் தாண்டவமாடியது. அதை விடப் பெரியதொரு குதூகலத்தை எதிர்நோக்கித் தெருவழியே போய்க் கொண்டிருந்தார் தேவர்.

வீட்டினுள் நுழைந்து விட்டார். வாசல் திண்ணையில் தலைகுனிந்த வண்ணம் உட்கார்ந்திருந்த சண்முகம் இவரை ஏறிட்டுப் பார்த்து விட்டு, வேறு பக்கமாகத் திரும்பிக் கொண்டான். பக்கத்தில் நின்று கொண்டிருந்த அடுத்த வீட்டுக் கிழவி ஒருத்தி இவரைப் பார்த்து ‘எந்த ஊர்?” என்று கேட்டாள். சுப்பையாத் தேவருக்கு ஒன்றும் புரியவில்லை. இரண்டொரு பெண்கள் வீட்டுக் குள்ளே போவதும் வருவதுமாக இருந்தார்கள். வெயிலில் நடந்து வந்த அலுப்போடு, பொட்டணத்தைத் திண்ணையில் வைத்து விட்டு, புழுதி நிறைந்த கால்களோடு தூணைப் பிடித்துக் கொண்டு நின்றார். சுப்பையாத் தேவருக்கு மனம் நிலை கொள்ளவில்லை. மிகவும் தாமாகவும் இருந்தது. யாரிடம் தண்ணீர் கேட்பது?

அந்தக் கிழவி தன் கேள்வியை மறுபடியும் கேட்டாள். நடு நடுங்கிக் கொண்டு கண்ணீரை அடக்கிய வண்ணம் தம்மை இன்னாரென்று தெரியப்படுத்தினார். உடனே அந்தக் கிழவி அவரை உட்காரச் சொன்னாள். சண்முகம் எழுந்து வெளியே போய்விட்டான்.

ஒரு மணி நேரத்துக்கு முன்பே குழந்தை பிறந்து விட்டது. அவர் சந்தேகப்பட்டபடியே கொண்டு வந்த பலகாரங்கள், அதுவும் போதாதென்று அம்பாசமுத்திரத்தில் வாங்கி வந்த பண்டங்கள், எல்லாம் பயனற்றுப் போய்விட்டன. ஆனாலும் நிதானத்தை இழந்து விடாமல் கிழவியிடம், "என்ன குழந்தை பிறந்திருக்கு?" என்று ஆவலோடு கேட்டார்.

"பொண்ணு" என்றாள் கிழவி.

"பொணணா!" என்று சந்தோஷமும் ஆச்சரியமும் கலந்த உரத்த குரலில் சொனன்னார் தேவர்.

"பொண்ணுதான் பெறந்திருக்கு ஐயா, மகாலச்சுமி மாதிரி!" என்று ஒய்யாரமாக நீட்டிச் சொன்னாள் கிழவி.

சுப்பையாத் தேவர் அப்படியே மௌனமாக நின்று விட்டார்.

கிழவி ஒன்றும் புரியாமல் தன் வெள்ளெழுத்துக் கண்களால் கூர்ந்து பார்த்து விட்டு, அப்பால் திரும்பி உள்ளே போய்க் கொண்டிருந்தாள்.

சுப்பையாத் தேவருக்கு உடனே வீட்டுக்குள்ளே போய்க் குழந்தையைப் பார்க்க வேண்டுமென்று ஆசை. உள்வீட்டுப் பக்க மாகக் கையைக் காரணமில்லாமல் ஒரு முறை தூக்கி, அப்புறம் பழையபடியும் கீழே போட்டு விட்டார்.

மனித உறவுகளைத் தலைமுறை தலைமுறையாக அறுந்து விடாமல் காத்து நிலை நாட்டிவரும் மனிதப் பண்பின் அவதாரம், தன்னை யாராவது அடையாளம் கண்டு, தன் விருப்பங்களை நிறைவேற்ற மாட்டார்களா என்று தவிப்பது போல சுப்பையாத் தேவர் நின்று கொண்டிருந்தார்.

மறு நிமிஷமே, "அம்மா!" என்று கிழவியை அழைத்தார். "நான் வந்திருப்பதாகக் கிருஷ்ணம்மாளிடம் சொல்லுங்கள் என்று படபடப்போடு சொன்னார்.

54

மற்றொரு பயிற்சி

ஜகதாவுக்கு வயது இருபத்தேழு இன்னும் கல்யாணம் ஆகவில்லை. வாழ்க்கையில் அவளுக்கு ஏற்பட்ட இரண்டு பிரச்னைகளில் ஒன்று இது. மற்றொரு பிரச்னை, வீட்டுச் செலவுக்குப் பற்றாத அவளுடைய வருமானம்! சுமார் நூற்றிருபது ரூபாய், மூன்று வருஷ சேவைக்குப் பிறகு அவள் வாங்கும் மாதச் சம்பளம்.

ஜகதாவின் அப்பா மூன்றரை வருஷங்களுக்கு முன் இறந்தார். காப்பதற்கும் வகையறியாது கைவிடவும் மாட்டாமல் குடும்பத்தை வைத்திருந்து கடைசியில் தம் உயிரையே விட்டுத் தமது கஷ்டத்திற்கு நிவாரணம் தேடிக்கொண்டார். அப்புறம் குடும்பப் பொறுப்பு ஜகதாவின் பாரமாகிவிட்டது. அவள், அவள் தாயார், தாயாரைப் பெற்ற பாட்டி மூன்று பேரும் காலம் தள்ள வேண்டும். ஒரு கம்பெனியில் குமாஸ்தா வேலையும் கிடைத்தது. அப்பா இருந்த போது இவ்வளவு மாத வருமானம் கிடைத்ததில்லை. அதைப் பார்க்கும்போது இந்த வேலை கிடைத்தது, குடும்ப நிலையை மிகப் பெரிய அளவில் உயர்த்திவிட்டது என்றே கருதத் தோன்றும். அப்படித்தான் சுற்றிலும் உள்ளவர்கள் நினைத்தார்கள். ஆனால் உண்மை அப்படி இருக்கவில்லை. அதாவது இரண்டாம் தியன்று... வீட்டுக்குச் சொந்தக்காரன் வந்தான். ஜகதாவின் தாயாரிடம் வாடகையை வாங்கிக் கொள்ளுமுன், பதின்மூன்று ரூபாய் அதிகமாய்க் கொடுக்கவேண்டும் என்று கேட்டான். அதற்கான நியாயங்களையும் அவன் எடுத்துரைத்தான்.

"அம்மா! இந்த மாசத்திலிருந்து கொடக்கூலி முப்பது ரூபாயாகக் குடுக்கணும். நான் எப்பவோ கொடக் கூலியை ஏத்தி யிருப்பேன். நீங்க ரொம்பக் கஷ்டப்படுறீங்க என்கிறது தெரிஞ்சி, ஒவ்வொரு மாசமும் கேட்க நினைச்சவன் கேட்காமலே திரும்பிப் போயிட்டேன் இப்போ நூத்திருபது ரூபா சம்பளம் வருது. இப்போ இருந்தாவது முப்பது ரூபா குடுங்க. (இது அவன் கூறிய முதலாவது நியாயம்)

"எல்லாச் சாமானும் மானாவரியா விலையேறிப் போச்சு. இன்னும் அந்தப் பதினேழு ரூபாய் கொடக்கூலியே வாங்கிக்கினு இருந்தா நான் பொழைக்க முடியாது. (இது இரண்டாவது நியாயம்).

"இந்தப் போர்ஷனை பதினேழு ரூபாக் கொடக்கூலிக்கா விட்டிருக்கேன்னு ஒவ்வொருத்தரும் கேட்கிறாங்கம்மா. ஏன்னா, இப்போ இத்தனூண்டு ரூமுக்கே முப்பது நாப்பதுன்னு

வாங்குறாங்க. இது வரைக்கும் பத்து பேர் வந்து கேட்டுட்டாங்க, இந்தப் போர்ஷனை முப்பத்தஞ்சு ரூபாய்க் கொடக்கூலிக்குவிட முடியுமான்னு, ஆறுமாதக் கொடக்கூலியை அட்வான்ஸ்ஸாத் தரேன்னு ஒரு அயிரு (ஐயர்) கெஞ்சினார். புரோக்கரும் எவ்வளவோ சொல்லிப் பார்த்தான். முடியாதுன்னுட்டேன். அப்படி வூட்டுக்கு டிமான்டா இருக்கு. (இது மூன்றாவது நியாயம்)."

ஜகதாவின் தாயார் மாபெரும் அதிர்ச்சிக்குள்ளானாள். ஜகதாவுக்கு ஒன்றுமே ஓடவில்லை. காது கேட்காத பாட்டி மட்டும் என்ன ஏதுன்னு தெரியாமல் வெறித்துப் பார்த்துக் கொண்டிருந்தாள். அப்புறம் வீட்டுக்காரனைக் கெஞ்சி இருபத்தேழு ரூபாய்க்குச் சம்மதிக்க வைத்தார்கள். ஆகவே வாடகையில் பத்து ரூபாய் ஏறி விட்டது.

அப்புறம் பால் விலை, காய்கறி விலை, மளிகைச் சாமான் விலை போன்றவை ஜகதாவுக்கு வேலை கிடைத்ததா? இல்லையா என்பது பற்றி கவலையோ நினைப்போ இல்லாமல் தாமாக ஏறிக் கொண்டிருந்தன. கணக்குப் பார்க்கும்போது, அவளுடைய அப்பா சில்லறை சில்லறையாக மாதம் முழுவதும் சம்பாதித்த தொகைக்கும் ஜகதாவின் நூற்றிருபது ரூபாய்க்கும் வித்தியாசமில்லாமல் போய் விட்டது இப்போது அவர் உயிரோடு இல்லாதது ஒன்று தான் லாபமாக இருந்தது. உயிரோடு இருந்தால் சாப்பிடுவார். அதற்காகச் செலவாகும்...

ஜகதாவின் அப்பா இருந்தபோது அவரோடு அவளுடைய தாய்மாமனான சாமிநாதனும் சேர்ந்து ஒன்றாகவே சமையல் வேலைக்குப் போய் வருவார்கள். இப்போது அவன் தனியாக அதே வேலைக்குத்தான் போகிறான். ஆனால் அவரப்போல் இவனுக்கு ஊருக்குள் பழக்கமோ, அறிமுகமோ கிடையாது. அதனால் மாதத்தில் முக்கால்வாசி நாள் கையைக் கட்டிக்கொண்டு இருக்கும்படி நேர்ந்தது. குடும்பத்தைக் காப்பாற்ற முடியவில்லை. மனைவியை மூன்று குழந்தைகளோடு அவள் பிறந்த கிராமத்திற்கே அனுப்பிவிட்டான். பிறந்த வீட்டுக்குப் போனபின் அவளும் குழந்தைகளும் உயிரோடு இருக்கிறார்களா, இல்லையா என்பதை பற்றி அவன் கடிதம் போட்டுக்கூட விசாரிக்கவில்லை. விசாரித்து என்ன செய்ய? கேவலம் ஐந்து ரூபாய் தேவை என்று பதில் கடிதம் வந்தாலும் கூடப் பணம் அனுப்பமுடியாது. கடிதம் போட்டு விசாரிப்பது எதற்கு? பார்க்கப்போனால் ஒரு தபால் கார்டு காசு செலவானதுதான் கண்டபலனாக இருக்கும்.

சாமிநாதன் மனைவி மக்களை ஊருக்கு அனுப்பிவிட்டு, குடியிருந்த வீட்டையும் காலி செய்து, தெருவே கதி என்று

வெளியேறிவிட்டான். எங்காவது சாப்பாடு, இருட்டிய இடத்தில் படுக்கை, வேலையில்லாத நாட்களில், ஒரு வேளைச் சாப்பாட்டுக்கும் வழியில்லாத நாட்களில், ஜகதா வீட்டுக்கு வருவான். சாப்பிடுவான். ஏறக்குறைய மாதத்தில் பாதி நாள் இங்கேதான் சாப்பாடு என்று ஆகிவிட்டது. சாப்பிட்டுவிட்டு எதிரே இருக்கும் ஒரு வெற்றிலை பாக்குக் கடைப்பக்கத்தில் யாரோ ஒருவர் வீட்டுத்திண்ணையில் போய் உட்கார்ந்து பொழுதைக் கழிப்பான். வெயில் நாட்களில் ஜகதா குடியிருக்கும் வீட்டு வாசலில் பிளாட்பாரத்திலேயே துண்டை விரித்துப் படுத்துத் தூங்குவான்.

சாமிநாதன் பாதி நாட்கள் சாப்பிடுவதால் அரை ஆளாக அவனையும் கணக்கில் சேர்த்துக் கொள்ளவேண்டிதுதான். மூன்றரைப் பேருக்கு நூற்றிருபது ரூபாய். அதில்தான் சாப்பாடு. அதில்தான் துணிமணி. அதில் தான் குடியிருக்க நிழல், உடம்புக்கு வேண்டிய சதையும், ரத்தமும்; உயிரும் அந்த நூற்றிருபதிலிருந்து தான் வரவேண்டும். மானம் மரியாதைகளும் கூட அந்த சம்பளத்தி லிருந்தே உற்பத்தியாக வேண்டியிருந்தது. இதெல்லாம் அந்தச் சிறுதொகையில் எப்படிச் சாத்தியம் என்று கேட்டால், யாரா லும் பதில் சொல்ல முடியாது. ஆனால் நடைமுறையில் எப்படியோ சாத்தியமாகிக் கொண்டுதான் இருந்தது. அவர்கள் உயிரோடும் கௌரவத்தோடும் வாழ்ந்து கொண்டிருந்தார்கள். இப்படி உயிர்வாழும் ஒரு காரியத்தைச் சாதிப்பதே மனித சக்திக்கப்பாற்பட்ட விஷயம். அப்படியிருக்கும்போது கல்யாணம் ஆவது எப்படி? கல்யாணம் ஆகும் என்று பார்த்துக்கொண்டாலும் அதற்கு அப்புறம் ஏற்படும் நிலையைச் சமாளிப்பது எப்படி? தாயின் கதி என்ன? பாட்டியின் கதி என்ன? நினைத்துப் பார்க்கவே பயமாக இருந்தது.

ஆனால் ஜகதா அதை ஒரு நாளும் நினைத்துப் பார்த்ததில்லை; கல்யாணத்தைப் பற்றி நினைத்தால்தானே பிற்காலத்தையும் நினைத்துப் பார்க்க வேண்டும்? தன்னைவிட எட்டு வயது பத்து வயது குறைந்தவர்களுக்கும் கல்யாணங்கள் நடப்பதை வருஷந் தவறாமல் அவள் பார்த்துக் கொண்டு வந்தாள். அதே தெருவில் நடந்த சில கல்யாணங்களுக்குப் போயும் இருக்கிறாள். தனக்கு இனி அந்தப் பாக்கியம் இன்னும் கிட்டவில்லையே இனி கிட்டும் என்ற நம்பிக்கையும் இல்லையே என்று ஜகதா வருந்திய நாட்களும் உண்டு. அப்புறம், நாளாக ஆக அந்தத் துயரம் இல்லாமல் போய்விட்டது. எதிர்காலத்தில் வழி பிறக்கப் போவதில்லை என்பது தெளிவாகி விட்டதால் மனத்தை அதற்குத் தகுந்தபடி பக்குவப்படுத்திக் கொண்டாள். இந்த முயற்சியில் அவளுக்கு உறுதுணையாக இருந்தது

அவளைவிடவும் அதிக வயதான பெண்கள் பலருக்கு இன்னும் கல்யாணம் ஆகாமல் இருந்ததுதான். அவர்களே கவலைப்படாமல் இருக்கும்போது நமக்கு என்ன? ஜகதாவுக்கு இது ஒரு ஆறுதல் மட்டுமல்ல; துணையாகவும் பின்பலமாகவும்கூட இருந்தது.

ஜகதா வேலைக்குப் போன புதிதில் அக்கம்பக்கத்தில் இருப்பவர்கள் ஒவ்வொருவராக வந்து, பகவான் கிருபையினாலே வேலை கிடைச்சுட்டது. சம்பாதிக்கிறா, எப்படியோ கொஞ்சம் மீத்து அடுத்த வருஷமாவது ஜகதாவைக் கல்யாணம் பண்ணிக் கொடுத்திடுங்கோ. இதுதான் சரியான டயம். அவளுக்குக் கல்யாணம் நடக்கணும் என்கிறதுக்காகவே பகவான் இந்த வேலை கிடைக்கும் படிச் செஞ்சிருக்கிறார். சந்தேகமே இல்லை. எப்படியோ நமக்கு ஏத்த ஒரு எடமாகப் பார்த்துக் கல்யாணத்தை முடிச்சிடுங்கோ" என்று யோசனை சொன்னார்கள். அந்த யோசனை ஜகதாவின் தாயாருக்குப் பிடித்திருந்தது. ஏதாவது செய்யத்தான் வேண்டும் என்று நினைத்தாள். அம்மாவின் இந்த ஆசையை அறிந்த ஜகதா உள்ளுக்குள் சிரிக்கத்தான் செய்தாள். 'இந்த நூற்றிருபது ரூபாயில் எவ்வளவு மிச்சம் பிடிக்க முடியும்? அதுவும் கல்யாணத்துக்கு மிச்சம் பிடிப்பதாம்? முடியுமா?... பைத்தியக்காரத்தனம்?

ஜகதா வேலைக்குப் போன பிறகு எல்லா விஷயங்களுமே தெளிவாகி விட்டன. இவ்வளவுதான் செலவு இதுதான் முடியும் என்று ஒவ்வொன்றுமே நிர்ணயமாகி விட்டது. அதேபோல் தூங்கும் நேரம் எழுந்திருக்கும் நேரம், சாப்பிடும் நேரம், ஆபீசுக்குப் போகும் நேரம், போய் விட்டு, வீடு திரும்பும் நேரம்... இவையும் கணிக்கப் பட்டு விட்டன. அவள் அறியாமலே அவள் வாழ்க்கை நடந்து கொண்டிருந்தது. அவள் அறியாமலே அவள் உயிரோடு இருந்து கொண்டிருந்தாள். என்றாலும் தவறில்லை. அப்படி வாழ்க்கை பழகிப் போய்விட்டது. அந்தப் பயிற்சி கைவந்து விட்டதால், எந்தச் சிரமமும் சிரமமாகத் தோன்றவில்லை; எந்தத் துன்பமும் துன்ப மாகத் தெரியவில்லை. இந்த நிலை வசதியாக இருந்தது; ஒரு வகையில் திருப்தியாகவும் இருந்தது.

இருபத்தேழு வயது வரையில் ஜகதாவைப் பார்த்து எவனும் ஆசைப்படவோ காதலிக்காமலோ இருப்பான் என்று சொல்லிவிட முடியாது. அவள் குரூபியல்ல. சுமாரான அழகுடையவள்தான். வறுமைக்கு அதிகமாக இரையாகி விடாமல் அவளுடைய உடம்பு தன்னைத்தானே எப்படியோ பேணிக் கொண்டு விட்டது. துன்பப் படுவதற்கு அவசியமில்லாமல் துன்பமே வாழ்க்கையில் பழகிப் போய் விட்டதால் முகத்தில் கவலையின் கோடுகளும் கிடையாது- அப்படி யிருந்தும் அவள் குடியிருந்த தெருவில் அவளை ஒருவனும்

காதலிக்கவில்லை. இதற்கு என்ன காரணம் என்று யாருக்கு நிச்சயமாகத் தெரியும்? அவளுடைய தாய் மாமன் சாமிநாதன் முரட்டு சாமியாக இருந்தது ஒரு காரணமாக இருக்கக்கூடும். எவனாவது பக்கத்தில நாடினால் அவன் இலேசில் விடமாட்டான் என்று பயப்படத்தான் தோன்றும். அவனோடு பலப்பரிக்ஷை பார்த்து, காதலின்பொருட்டு வீரத்தை நிலை நாட்டவோ, இல்லை என்றால் உயிர்த்தியோகம் செய்யவோ அந்தத் தெருவில் எவனும் தயாராக இல்லை. எந்தத் தெருவில்தான் அப்படிப்பட்டவன் இருக்கிறான்?

வேலைக்குப் போய் மூன்று வருஷங்களுக்குப் பிறகு ஜகதாவை அவளுடைய இருபத்தேழாவது வயதில்- முதன் முதலாக ஒருவன் காதலித்தான். அதற்கு முன்பே அவன் காதலிக்கத் தொடங்கி யிருந்தாலும் ஒரு வேளை காதலிக்க நினைத்திருந்தாலும் அவனுடைய காதல் வெளிப்பட்டது அப்போதுதான். அவன் ஜகதாவின் ஆபீசி லேயே வேலை பார்க்கும் மற்றொரு குமஸ்தா வைத்தியநாதன். அவனுக்கு ஜகதாவைவிட சுமார் பத்து வயதாவது அதிகமிருக்கும். ஆனால் அவன் பார்த்து வந்த வேலைக்குக் கிடைத்த சம்பளம் ஜகதாவின் சம்பளத்தை விடச் சுமார் பத்து ரூபாய் குறைவாகவே இருந்தது. அவளை அவன் காதலித்தான்.

2

கல்யாணத்தைப் பற்றி நினைப்பவர்கள் சகஜமாகப் பொருளாதார நிலை பற்றி யோசிக்கிறார்கள். காதலிக்க நினைப்பவர் களுக்கு எதைப்பற்றி யோசனை? எதைப் பற்றிக் கவலை? வைத்தியநாதனிடம் ஜகதாவும் காதல் கொண்டாள். ஆனால் முதல் காதலுக்குரிய பரபரப்பும், பாசமும், எதுவுமே இருவரிடமும் இல்லை. காதல் என்பது, ஆபீஸ் வேலையில் ஒரு பகுதியைப் போல் அவ்வளவு யந்திர கதியில், அவ்வளவு மாமூலமாக இருந்தது. அவ்விருவரும் மகிழ்ச்சி கொள்ளவில்லை. இதற்காக இருவரும் ஆபீசில் சமயம் கிடைக்கும் போதெல்லாம் தனியாக இருந்து பேசிக் கொண்டார்கள். ஜகதா வீடு திரும்பும்போது அவன் சில நாட்கள் அவளோடு பஸ் பிரயாணம் செய்திருக்கிறான். அவளை எதிர்பார்த்து அவன் கோவிலுக்கு வந்திருக்கிறான், அங்கே சந்தித்துப் பேசியிருக்கிறார்கள். ஒருநாள்கூட அவன் ஜகதாவின் வீட்டுக்கு வந்ததில்லை.

"எங்க வீட்டிலே நாலஞ்சு குடித்தனம். அத்தோட அக்கம்-பக்கத்திலே இருக்கிறவங்க எல்லாம் எங்களுக்குத் தெரிஞ்சவங்க. நீங்க வந்தா... எண்ணமும் பேசுவாங்க. அம்மா ரொம்பவும் கஷ்டப்படுவா, வாழ்நாளெல்லாம் எவ்வளவோ கஷ்டப்பட்டிருக்கிறா. அவளுக்கு இந்த கஷ்டமும் வேறயா?... என்னாலே ஒரு பயமும் இல்லை

என்கிறது ஒண்ணுதான் அவளுக்கு இருக்கிற ஒரே சந்தோஷம்... அதை நாம்ப இல்லாமப் பண்ணிவிட வேண்டாம்..."

ஜகதா இவ்வாறு சொன்னதை வைத்தியநாதனும் ஒப்புக் கொண்டான். அவள் வீட்டுக்கு அவன் வரவில்லை. அது மட்டுமல்ல. எங்காவது அழைத்துக் கொண்டு போய், நேரம் கழித்து வீட்டுக்கு அனுப்பும் ஒரு நடைமுறையைக் கைக்கொள்ளக் கூட அவன் இஷ்டப்படவில்லை. ஒரே ஒரு நாள். அன்றுதான் ஆபீஸ் விட்ட பிறகு இருவரும் வெகு நேரம் பேசிக் கொண்டிருந்திருக்கிறார்கள். அன்று அந்தக் காரியாலயத்துக்குப் பம்பாயிலிருந்து வந்த தலைமை மானேஜருக்கு தேநீர் விருந்து நடந்தது. அது முடிய ஏழு மணியாகி விட்டது. நேரமாகும் என்று ஜகதாவும் வீட்டில் சொல்லி விட்டு வந்திருந்தாள். தேநீர் விருந்து முடிந்த பிறகு அவளை வீட்டில் கொண்டு வந்து விடுவதற்காக திருவல்லிக்கேணி பஸ்ஸில் அவளோடு அவனும் பிரயாணம் செய்தான். பஸ்ஸை விட்டிறங்கி நேரே வீட்டுக்குப் போகாமல். "இப்படியே பீச்சுக்குப் போகலாமா? பக்கத்திலே தான் இருக்கு, அரைமணி நேரத்தில் திரும்பிவிடலாம்" என்றான் வைத்தியநாதன்.

"அம்மா தேடுவாளே."

"ஏழு மணிக்கு முடிஞ்சு டீ பார்டியை ஏழரைக்கு முடிஞ்சு துன்னு சொன்னாப் போச்சு. நாம்ப ஒரு நாளாவது தனியாக உட்கார்ந்து பேசியிருக்கிறோமா? வா. போகலாம்."

ஜகதா அவனைப் பின் தொடர்ந்து கடற்கரைக்குச் சென்றாள். ஒரு தனி இடத்தில் உட்கார்ந்து கொண்டார்கள்!

"ஜகதா! இப்படி உன்னோடு ஒரு தனியிடத்திலே போய் உட்கார்ந்திருக்கணும்னு எத்தனை நாள் நினைச்சிருப்பேன் தெரியுமா? இன்னிக்குத் தான் அந்த ஆசை நிறைவேறியிருக்கு..."

ஜகதா ஒன்றும் சொல்லாமல் உட்கார்ந்து கொண்டிருந்தாள். அவன் உடனே சுற்ற முற்றும் பார்த்துவிட்டு, அவள் வலது கையை எடுத்துக் கண்களிலும் உதட்டிலும் வைத்துக் கொண்டான். கட்டியும் தழுவவும் செய்தான். ஜகதாவுக்கு முதலில் பயமும் படபடப்பும் இருந்தது. அவளும் இன்பானுபவத்துப் பகிர்ந்துகொண்டாள். தனக்கு இவ்வளவு காலத்துக்குப் பிறகு, கல்யாண ஆசையெல்லாம் போய் காதலைப் பற்றி சிறிதுகூட நினைக்காமல், இன்றைய வாழ்வே இறுதி வரையிலும் என்று முடிவு செய்து கொண்டு நாட்களைக் கழித்துக் கொண்டிருந்த தனக்கு ஆண்டவன் இரக்கப்பட்டு அனுப்பி வைத்த ஒரு துணைவனை இன்னும் நன்றாய்ப் பார்க்கவேண்டும்

என்று ஆசைப்பட்டது போல், அவன் முகத்தை அந்த மங்கலான வெளிச்சத்தில் ஆவலோடு ஒரு முறை பார்த்தாள். பூரிக்கவும் செய்தாள்.

சிறிது நேரம் வரை அவள் பேசவில்லை. அவன் தான் ஏதேதோ பேசித் தன் பரவசத்தை வெளியிட்டுக் கொண்டிருந்தான். அந்த வார்த்தைகளை அவள் சரியாக வாங்கிக் கொள்ளவில்லை.

"இப்படியே இங்கேயே இருந்துடலாம் போல்..." என்று அவன் வாக்கியத்தை முடிக்கு முன்பே, ஜகதா ஏதோ நினைவுக்கு வந்தவள் போல் "நான் ஒன்று கேட்கிறேன், சொல்வீங்களோ?" என்று கேட்டாள்.

அவன் 'கேள்' என்று சொல்வதற்கு முன்பே, "உங்களுக்கு இது வரையிலும் கல்யாணமாகல்லேன்னு சொன்னீங்களே, ஏன் ஆகல்லே?" என்று கேட்டாள் ஜகதா.

"எனக்குக் கல்யாணத்தைப் பற்றி சிந்தனையே இருந்ததில்லை. ஏன்னு எனக்கே தெரியாது. நீ கிடைக்கணும்னு இருந்திருக்கு. இந்தப் பாக்கியத்தை இழக்கக் கூடாது என்கிறதுக்காகத்தான் எனக்கு அந்த எண்ணமே வரல்லேன்னு நினைக்கிறேன்.. நிஜமாச் சொல்றேன் ஜகதா."

இந்த வார்த்தைகளைச் சொல்லும்போது அவனுக்குத்தான் மகிழ்ச்சியாக இருந்ததே ஒழிய ஜகதாவுக்கு அப்படி இல்லை. அதனால் அவன் சொல்லி முடித்ததும் தன் விசாரணையை தொடர்ந்தாள்.

"கல்யாணமாகாமே எத்தனையோ ஏழைப் பெண்கள் இருக்கிறாங்க. அப்படி இருக்கும்போது, ஒருத்தர் கூட உங்க வீட்டுக்கு ஜாதகத்தை அனுப்பியிருக்க மாட்டாங்களா? முப்பத்தஞ்சு வயது வரையிலும் ஒரு ஜாதகம் கூட வராமலா இருந்திருக்கும்?"

"முப்பத்தஞ்சு" என்று அவள் குறிப்பிட்டதும் அவனுக்குத் தானே சொன்ன பொய் ஞாபகத்துக்கு வந்தது. முப்பத்தேழு என்பதை முப்பத்தைந்து என்று குறைத்துச் சொல்லியிருந்தான். இப்போது, தொடர்ந்து பொய்யையே சொல்லலாம் என்று நினைத்தான். உண்மையைச் சொல்லி, ஜகதாவுக்கு கவலையை உண்டு பண்ணினால் யாருக்கு என்ன லாபம்? தன்னை மணக்க அவள் மறுத்து விட்டால்? தனக்கும் நஷ்டம்; அவளுக்கும் நஷ்டம். இந்த இருபத்தேழு வயதுக்குப் பிறகு அவளைக் கல்யாணம் செய்து கொள்ள வேண்டும் என்ற நோக்கத்துடன் வேறு எவன் காதலிக்கப் போகிறான்?

'ஜகதா ஜாதகங்கள் வந்தது. அதை ஒரு பெருமையா உன்கிட்டச் சொல்வானேன். கொஞ்சம் பணத்தோடு கூட

பொண்ணைக் குடுக்க ரெண்டொருத்தர் வந்தாங்க. ஆனா அப்போ எனக்கு என்னென்னமோ நினைப்பு இருந்தது. ஏராளமான சம்பாத்தியமும், சொந்த வீடும் இன்னும் சொத்து சுகங்களும் இருந்தாத்தான் கல்யாணம் பண்ணிக்கிடனும். இல்லேன்னா நமக்கும் கஷ்டம். நம்மை கல்யாணம் பண்ணிக்கிட்டவளுக்கும் கஷ்டம்னு நினைச்சேன். யார் யாரோ சொல்லியும் நான் இந்த அபிப்பிராயத்தை மாத்திக்கவே இல்லை. அப்படியும்? ...அவ்வளவு தான்; இன்னி வரைக்கும் கல்யாணம் ஆகல்லே. ஆனா வரவர என் அபிப்பிராயம் தானா மாறிவிட்டது. எப்படி? நம்மைவிட ஏழைகளாக இருக்கப்பட்டவங்களும் கல்யாணம் பண்ணிண்டு இருக்கிறாங்க அவங்களும் வாழத்தான் செய்றாங்க கல்யாணம் பண்ணிண்டதுக்காக யாரும் செத்துப் போயிடல்லே. குபேரன்தான் கல்யாணம் பண்ணிக்கணும்னு ஒருத்தரும் நினைக்கல்லே... என்னைத் தவிர.. ஜகதா! எனக்குத் தெரிய ஒரு ஏழை ரிக்ஷாக்காரன் முதல் பெண்டாட்டியும் ஆறு குழந்தைகளும் இருக்க, ஐம்பது வயதுக்கு மேலே இன்னொரு 'கல்யாண'மும் பண்ணிண்டிருக்கிறான்!..."

வைத்தியநாதன் இதைச் சொல்லிவிட்டு சிரித்தான். ஆனால் ஜகதா சேர்ந்து சிரிக்கவில்லை. புன்னகைகூடச் செய்யவில்லை.

"நீங்க வாடகை வீட்டிலேதானே இருக்கிறீங்க?"

"ஆமாம். இந்த ஊரிலே முக்காலவாசிப் பேர் வாடகை வீட்டிலே குடியிருக்கப் பட்டவங்க தானே?.. ஏன் இதைக் கேட்கிறே ஜகதா! இந்தத் தரித்திரப் பயலை எப்படிக் கல்யாணம் பண்ணிக்கிறதுன்னு கவலை வந்துட்டதா?..."

"இப்படியெல்லாம் சொல்லாதீங்க..."

"அப்புறம்?"

"நீங்க நூத்திப்பத்து வாங்குறீங்க; நான் நூத்திருபது வாங்குறேன். இருநூத்து முப்பது போதாதா?... எனக்கு இன்னொரு சந்தேகம்; உங்க அப்பா அம்மா என்ன சொல்வாங்க? சம்மதிப்பாங்களா?"

"கல்யாணத்துக்குத்தானே?... சம்மதிக்காமல் என்ன? அவங் களுக்கு என்ன கசக்குதா?"

"நான் ஒரு ரூபா கூட வரதட்சணை குடுக்க முடியாதே?"

"அதனாலே, எங்க அப்பா வேண்டான்னு சொல்லிப்பிடு வாருன்னு பாக்கிறயா? சரிதான்! அந்த மாதிரி எங்க அப்பா சொன்னா, நான் என்ன சொல்வேன் தெரியுமா? அப்பா உங்க இஷ்டம்போல செய்யுங்க. இந்த ஜகதா வேண்டாம். எதுக்கு ஏழைப்

◈ மற்றொரு பயிற்சி ◈ 669

பொண்? நீங்க அரண்மனையிலேயே பொண் பாருங்க, நான் கல்யாணம் பண்ணிக்கிறேன்'னு சிம்ப்பிளாச் சொல்லி விடவேன்."

வைத்தியநாதன் திரும்பவும் சிரித்தான். ஜகதா அப்போதும் சிரிக்கவில்லை.

"ஆட்சேபனை சொல்லாம இருந்தாச் சரி."

"ஒண்ணும் சொல்லமாட்டாங்க."

வைத்தியநாதன் தன் குடும்ப நிலைமையைப் பற்றி இப்போதும் சரி, இதற்கு முன்பும் சரி கொஞ்சமும் மூடிமறைக்காமல்தான் பேசினான். ஆனாலும், தன்னை மிகவும் தாழ்வாகக் காட்டி ஜகதாவை ஏமாற்றமோ மனமாற்றமோ கொள்ளும்படி செய்து விடக்கூடாது என்பதற்காக, ஜாதகங்கள் வந்ததாகவும், பணத் தோடும் வந்ததாகவும், தன் அபிப்பிராயத்தால் மறுத்து விட்டது போலவும் கதை கட்டினான். இது கதை என்று தெரிந்தாலும் ஜகதா சந்தோஷப்படுவாள் என்று அவனுக்குத் தோன்றியது. இப்படி மறைத்துப் பேசுவதுதான் உசிதம் என்றும் அவள் ஒப்புக்கொள்வாள் என்றும் அவன் நினைத்தான்.

ஒளிவு மறைவில்லாமல் பேசி ஏமாற்றத்துக்கு உள்ளாக்குவதை விட, ஏமாற்றாமல் மறைப்பதைத்தான் ஒரு காதலி விரும்புவாள் என்று அவனுக்குத் தோன்றியது.

வைத்தியநாதன் மேலே குறிப்பிட்ட பொய்களைச் சொன்ன தோடு, இன்னொரு விஷயத்தைச் சொல்லாமல் வேண்டுமென்றே சொல்லாமல் இருந்தான்.

"உங்களுக்கு அக்கா, தங்கை, அண்ணன் தம்பியாரும் இருக்கிறாங்களா?" என்று ஜகதா கேட்டதற்கு இல்லை என்று சொன்ன வைத்தியநாதன், தன் வீட்டில் தன் பெற்றோர்களுடன் அம்மாவைப் பெற்ற பாட்டியும் அப்பாவின் அக்காவான தன் விதவை அத்தையும் இருக்கிறார்கள் என்பதைச் சொல்லவில்லை. பெரிய குடும்பம் என்பதற்காக ஜகதா ஒருவேளை பயந்து விட்டால் என்ன செய்வது?

அப்புறம் அவள்கேட்ட கேள்விகளுக்கெல்லாம் நூற்றுக்கு நூறு உண்மையான பதில்களையே கூறினான். அப்பாவுக்கு வருமான மில்லை என்பதும் ஆஸ்திகள் எவையும் கிடையாது என்பதும் அவன் கூறிய பதில்களில் சில.

அரைமணி நேரத்திற்கு மேலேயே ஆகிவிட்டது. விரைவில் கல்யாணம் பண்ணிக்கொள்வது என்றும், ஜகதா தன் தாயிடம் சொல்லிப் பேச்சு வார்த்தைகளை ஆரம்பிக்கும்படி செய்வது என்றும்

முடிவு பண்ணிக் கொண்டு இருவரும் எழுந்தார்கள். பாதி வழியில் அவன் நுங்கம்பாக்கம் பஸ்ஸில் ஏறிப் போய் விட்டான்.

ஜகதா வீட்டுக்குள் நுழைந்ததும், "வந்துட்டியா? இவ்வளவு நேரமும் பார்த்துட்டு, இன்னும் வரக்காணோமே'ன்னு சாமாவை அனுப்பி வைச்சேன்" என்றாள் அவள் தாயார்.

"எங்கே?"

"உங்க ஆபீசுக்குத்தான்."

"அடபாவமே! நான் வரமாட்டேனா? என்ன பயம்?... அவர் வீணாப்போய் அலைஞ்சுட்டு வரப்போறார்."

"பஸ்காரனுக்கு முப்பத்தாறு பைசா சேர வேண்டி இருந்திருக்கு? சரி, போய்ட்டு வரட்டும். இங்கே இருந்துதான் என்ன பண்ணப் போறான்?" என்று சொல்லிவிட்டு அம்மா சிரித்தாள்.

ஜகதா சாப்பிட்டாள். தேடிப்போன சாமிநாதனும் வந்து சேர்ந்தான். முப்பத்தாறு பைசா போக, அரை ரூபாயில் மீதி இருந்த பதினான்கு பைசாவை அவன் கொடுக்கவில்லை. சாப்பிட்ட பிறகு போட்டுக் கொள்ளலாம் என்று அக்காவைக் கேட்காமலே வெற்றிலைப் பாக்கு வாங்கிக்கொண்டு வந்து விட்டான். வெற்றிலை போட்டு வெகு நாட்களாகி விட்டது!

சாமாவும் சாப்பிட்டான். வெற்றிலைப் பாக்கு போட்டுப் புகையிலையையும் குழப்பினான். உற்சாகம் வந்து விட்டது. எல்லோரும் உட்கார்ந்திருக்கும் போது, ஆபீஸ் டீபார்ட்டி எப்படி நடந்தது என்று அவன் கேட்டான். உற்சாகமாய்ப் பேசிக் கொண்டிருக்க டீபார்ட்டியை ஒரு விஷயமாகத் தேர்ந்தெடுத்தான் அவன். அரைமணி நேரம் வரை சுவாரஸ்யமாகப் பேசிக் கொண்டிருந்தார்கள். ஜகதா அன்று வழக்கத்துக்கு மாறாகக் குஷி யோடு இருந்தாள்.

சாமிநாதன் எழுந்து பிளாட்பாரத்துக்குப் படுக்கப் போன பின், தாயும் மகளும் பாட்டியும் விளக்கை அணைத்து விட்டுப் படுத்துக் கொண்டார்கள். அப்போது ஜகதா தன் கல்யாணம் பேச்சைத் திடீரென்று தொடங்கி விட்டாள். 'இப்போதே சொல்லி விட்டால் என்ன? என்று தோன்றிய நிமிஷமே சொல்லி விட்டாள்.

"அம்மா!..."

"என்ன ஜகதா!..."

"உன்கிட்டே ஒரு விஷயம் சொல்லணும்!..."

வேறொன்னுமில்லை. எங்க ஆபீஸிலே என் கூட ஒருத்தர் வேலை பார்க்கிறார். ரொம்ப நல்லவர்..."

“உம்?”... அம்மாவின் குரலில் பயம் ஒலித்தது.

“வேறொண்ணுமில்லை. அவர்- நுங்கம்பாக்கத்திலேருந்து வர்றார். அங்கே தான் வீடாம்...”

“சரி?”

“அவருக்கு இன்னும் கல்யாணம் ஆகல்லே... வயசு முப்பது ஆயிட்டது. பார்த்தாக் கொஞ்சம் ஜாஸ்தி மாதிரி தெரியும்...”

அம்மா விஷயத்தைப் புரிந்து கொள்ளத் தொடங்கினாள். ஆனால் புரிந்து கொள்ளாததுபோல், “ஆமா, அவருக்கு என்ன?” என்று கேட்டாள்.

வேறொண்ணுமில்லை. இன்னிக்கு டீபார்ட்டி முடிஞ்சி வீட்டுக்கு வர்ற போது, அவர்தான் துணைக்குக் கூட வந்தார். பஸ்ஸிலே அவரே டிக்கெட் வாங்கினார்...!

“இங்கேயே வந்தாரா?”

“வந்தார்னு சொல்றனே?- வீட்டுக்கும் வாங்கன்னு கூப்பிட்டேன்...”

“உம்”

“ஆனா அவர் மாட்டேன்னுட்டார்.”

“எதுக்காம்?”

“யாரும் என்னமும் சொல்வாங்க. தப்பு, நான் துணைக்கு வந்தேன்னு சொன்னா நம்ப மாட்டாங்க. முதல்லே உங்க அம்மா என்ன நினைப்பா? தப்பில்லையா பெரியவங்க மனசு சந்தேகப்படுறாப்லே நடக்கிறது மகாபாவம்’... அப்படின்னு சொல்லிட்டுப் போயிட்டார். எனக்காகப் பஸ் டிக்கெட் வாங்கினதுக்கு நான் காசு கொடுக்கப் போனேன். வாங்கிக்கவே மாட்டேனுட்டார்...”

“நல்லவன் போலிருக்கு...”

“ரொம்ப நல்லவர்.”

விஷயத்தைச் சிறு குழந்தை மாதிரி சொல்கிறாளே ஜகதா என்று நினைக்கும்போது தாயாருக்கு மகள்மீது ஒரு தனி வாஞ்சையும் அனுதாபமும் ஏற்பட்டன. ‘இதற்குள் கல்யாணமாகி நாலைந்து குழந்தைகளுக்குத் தாயாகியிருக்க வேண்டியவள் இப்படி குழந்தையாகப் பேசுகிறாள்’ என்று மனசுக்குள் துயரமும் அடைந்தாள்.

“இன்னும் அவனுக்குக் கல்யாணமாகல்லையாக்கும்? ஏனாம்?”

“யாருக்குத் தெரியும்? நம்மைப்போல ஏழையாக இருப்பதோ என்னமோ?”

"ஆம்பளையிலே ஏழை என்ன ஏழை, சம்பாதிக்கிறவனா இருந்தா, பணத்தோட பெண்டாட்டி வந்துட்டுப்போறா. அப்புறம் என்ன ஏழை?"

"அப்படியெல்லாம் யாரும் வந்துடமாட்டா. பணம் உள்ளவனுக்குத்தான் பணத்தோட பொண்டாட்டி கிடைப்பா."

"அதுவும் உண்மைதான். காலம் அப்படித்தான் இருக்கு..."

ஜகதாவுக்கு அப்புறம் எப்படிப் பேசுவது என்று தெரியவில்லை அம்மாவும் ஒரு சோதனை போல் எதுவும் கேட்காமல் மௌனமாக இருந்தாள். ஜகதா சில நிமிஷங்கள் பொறுத்துப் பார்த்தாள். அம்மா தூங்கிவிடக் கூடாதே என்று, விஷயத்தை அவசரமாகவும் சற்று நேரடியாகவும் சொல்லத் தொடங்கினாள்.

"அவர் என்னைக் கல்யாணம் பண்ணிக்கலாம்னு நினைக்கிற மாதிரி தெரியுதும்மா..."

"ஓ!"

"வெளிப்படையாச் சொல்லலே, ஆனாலும் தெரியறது..."

"ஜகதா! அவன் நல்லவனாகவே இருக்கட்டும். அவனோட அப்பா அம்மா எப்படி, அவங்க சௌகரியங்கள் எப்படி, இன்னும் ஜாதகப் பொருத்தம் எப்படியிருக்கு- இதெல்லாம் பார்க்க வேண்டாமா? அவன் நினைச்சிட்டாப் போதுமா?.. உனக்கும் இஷ்டம் இருக்கணும்!..."

ஜகதா மௌனமாக இருந்தாள்.

"உனக்கு இஷ்டமா ஜகதா? முதல்லே அதைச் சொல்லு!"

வெட்கத்துடன் தலைகுனிந்து, அதையே பதிலாகக் காட்டி விடும் உபாயத்தை அந்த இருட்டில் கடைப்பிடிப்பது எப்படி? ஜகதா மௌனத்தையே கடைப்பிடித்தாள்.

"அப்படின்னா இஷ்டம்தானா?" என்று கேட்டாள்.

"ரொம்ப நல்லவர். நல்ல குடும்பம்னு தெரியுது..."

"ஜகதா! நீ நொல்கிறதெல்லாம் சரியாக இருந்தா எனக்கு ஒண்ணும் ஆட்சேபனை இல்லை. இத்தனை வயசுக்கப்புறமாவது உனக்குக் கல்யாண பாக்கியம் கிடைச்சுதேன்னு சந்தோஷம்தான். ஆனா, எதையும் விசாரிச்சு, யோசித்துச் செய்யணம். பார்ப்போம்..."

ஜகதா இந்தப் பதிலோடு திருப்தியடைந்து விட்டாள். அம்மாவைத் தன் வழிக்குத் திருப்ப இனிமேல் எதுவுமே செய்ய வேண்டியதில்லை என்று நினைத்தாள்.

ஏழெட்டு நிமிஷங்களுக்குப் பிறகு அவள் சற்றும் எதிர்பாராத விதத்தில் அம்மா பேசத்தொடங்கினாள்.

"ஜகதா! உன் சம்பளத்திலே இந்த மூணு வருஷமா மிச்சம் பிடிச்சுத் சேத்துவச்சும் நூறு ரூபா கூடச் சேரல்லையே? ஜகதா! உனக்கு வேறொன்னும் போட்டாலும் காதுக்கு ஒரு தோடும், கைக்கு ஒரு தங்கவளையுமாவது பண்ணிப் போடவேண்டாமா? பித்தளைத் தோட்டையும், ரப்பர் வளையலையும் போட்டுக் கிட்டிருக்கிறே?... உம்... இந்த ரூபாயை வச்சி என்ன பண்ணமுடியும்னு எனக்கு யோசனையா இருக்கு. இந்த மாப்பிள்ளையானாலும் சரி, வேறே எந்த மாப்பிள்ளையானாலும் சரி, இந்த நகைகூடப் போடாமே கல்யாணம் பண்றது எப்படி?"

"நகையெல்லாம் ஒண்ணும் வேண்டாம்..."

"அது எப்படி? இன்னும் ஒரு வருஷம் பொறுத்திருந்தாவது செய்யறதைச் செஞ்சுதான் கல்யாணத்தைப் பண்ணனும். நாலுபேர் என்ன சொல்வா?..."

"மத்தவங்களைப் பத்தி நீ ஏன் நினைக்கிறே? அவங்க கேவலமாகப் பேசினால் பேசிட்டுப் போகட்டும். 'இருபத்தேழு வயசு வரையிலும் கல்யாணமாகல்லியே'ன்னு சொல்லி அது நான் செஞ்ச தப்பு மாதிரி எத்தனையோ தரம் பேசியிருக்கிறாங்க. அதையே நாம்ப லட்சியம் பண்ணல்லே... அம்மா! இன்னொரு விஷயம், என் வயசு என்னன்னு அவர் கேட்டார். இருபத்தேழு என்று உண்மையைச் சொன்னேன்..."

"ஏன்? அதிலே என்ன ஆச்சரியம்? உனக்கு இருபத்தேழு வயசு தானே?"

"இந்தக் காலத்திலே யாரும்மா உண்மை வயசைச் சொல்றா? இருபத்தேழுன்னு சொன்னா யார் கட்டிக்குவா? ஆனா, அவர் என் உண்மை வயசைச் சொன்னப்புறமும் அதே நோக்கத்தோடதான் இருக்கிறார்..."

"ஜகதா! நேரமாயிட்டது தூங்கு... பார்ப்போம்.'

இருவரும் வெகுநேரம் வரை தூங்கவில்லை.

3

வைத்தியநாதனுக்கும் ஜகதாவுக்கும் அதற்கு ஆறு மாதங் களுக்குப் பிறகு திருநீர் மலைக்கோவிலில் கல்யாணம் நடந்தது. மணமக்களைத் தவிர, கல்யாணத்துக்கு வந்திருந்தவர்கள் வைத்தியநாதனின் பெற்றோர்களையும் ஜகதாவின் தாயாரையும் மாமா சாமிநாதனையும் சேர்த்து மொத்தம் ஒன்பது பேர்தான். கல்யாணச் செலவு ஏறக்குறைய நூறு ரூபாய். அதுபோக, மண

மகள் வெள்ளைக்கல் தோடும், கைக்கு ஒரு சவரன் வளையும் போட்டிருந்தாள். இந்தக் கல்யாணத்துக்காக மணமகள் வீட்டில் வாங்கிய கடன் இருநூற்று எண்பது; மணமகன் வாங்கிய கடன் இருநூறு. கல்யாணம் முடிந்து விடு திரும்பும் போது அவனே டாக்ஸிக்காக ரூபாய் ஏழு செலவழித்தான். இதை அவனுடைய பெருந்தன்மைக்கும் தாராளகுணத்துக்கும் அடையாளமாகக் கருதி ஜகதா உள்ளுக்குள் பாராட்டினாள்.

பிறந்தது முதல் ஒரே மாதிரியான வாழ்க்கையில்-வறுமையும், நம்பிக்கையின்மையுமாகக் கழிந்த வாழ்க்கையில்-இது ஒரு மிகப் பெரியமாறுதலாக இருந்தது. இந்த மாறுதலுக்காக ஜகதாவும் சில மாதங்களுக்கு முன்பே தன்னைச் சிறிது சிறிதாக மாற்றிக் கொண்டு வந்தாள். அம்மாவிடம் கல்யாணத்தைப்பறி முதல் முதலாகப் பேசத் தொடங்கிய போது சிறுசிறு பொய்களை இடையிடையே சொன்னது மாறுதலின் ஆரம்பகட்டம். அதன் இறுதி லட்சியமான கல்யாணமும் நடந்துவிட்டது. நம்பவே முடிய வில்லை. வாழ்நாளெல்லாம் கன்னியாகவே வாழ இருந்த தனக்குக் கல்யாணமும் நடந்துவிட்டதே என்று ஆச்சரியப்பட்டாள். இருபத் தேழு வருஷங்களாகப் பழகிய துன்பமும் பழைய வாழ்க்கையும் இந்தக் கல்யாணத்தோடு மறைந்து விட்டன என்று கதினாள் ஜகதா. இனி மனக்குறைக்கே இடமில்லை வயிற்றுக் குறையும் கிடையாது. இரண்டு பேர் சம்பளமும் சேரும்போது வயிறார ஏன் சாப்பிட முடியாது?

கல்யாணத்தன்று அதே வீட்டில் வேறு பகுதிகளில் குடியிருந்தவர்கள் மிகவும் ஒத்தாசையாக இருந்தார்கள். மாடியில் இரண்டு அறைகளோடு கூடிய போர்ஷனில் இருந்த ஒரு குடும்பம், ஓர் அறையை ஒழித்துக் கொடுத்தது. ஜகதா வீட்டார் வழக்கம்போல் தங்கள் போர்ஷனில்-சின்னஞ் சிறு சமையற்கட்டுடன் சேர்ந்த அந்த ஒற்றை அறையில் படுத்துக் கொண்டார்கள். தம்பதிகளின் முதல் இரவு மாடி அறையில் கழிந்தது. அதை அடுத்த இரண்டு நாள் இரவுகளையும் அங்கேயே கழித்தார்கள்.

நான்காம் நாள் நல்லநாள். மணமகன் வீட்டுக்குத் தம்பதிகள் செல்வதற்குக் குறிப்பிட்ட நாள். அதன் பிரகாரம் காலை ஒன்பதரை மணிக்கு டாக்ஸியில் நுங்கம்பாக்கத்துக்குப் புறப்பட்டார்கள். போகும் போது தன் மாற்றுப்புடவைகள் அடங்கிய சிறு பெட்டியை யும், கண்ணாடி, சீப்பு, சோப்பு வகையறாக்களையும் கையோடு எடுத்துக் கொண்டு போனாள் ஜகதா. வழியனுப்பும் போது பாட்டி கண்ணீர் விட்டாள். அக்கம் பக்கங்களில் இருப்பவர்கள் வந்து சூழ்ந்து சிரித்த முகத்தோடு வழியனுப்பினார்கள். தம்பதி களோடு ஜகதாவின் தாயாரும் சென்றாள். சாமிநாதன் ஒரு

பஸ்ஸில் அவர்களைத் தொடர்ந்தான். அம்மாவும் மாமாவும் மத்தியானம் அங்கேயே சாப்பிட்டார்கள். சாப்பிட்டுவிட்டுத் திருவல்லிக்கேணிக்குத் திரும்பி விட்டார்கள். பக்கத்துப் போர்ஷன் குடித்தனக்காரர்கள் கேட்டபோது, "ரொம்பச் சின்ன வீடுதான். சௌகரியம் பண்ணிக்குவாங்க" என்று மணமகன் வீட்டைப் பற்றிச் சொன்னாள் அந்த அம்மாள்.

மாலை ஐந்தரை மணிக்குப் பிறகு ஜகதா வழக்கம் போல் ஆபீசிலிருந்து வீடு திரும்புகிறவள், அன்று வரவில்லையாதலால், அம்மாவுக்கும் பாட்டிக்கும் கஷ்டமாகவே இருந்தது- பிரிவுத்துயர் ஐந்தரை மணிக்குத்தான் தெரிய ஆரம்பித்தது. வீடு வெறிச்சோடிப் போய்விட்டது.

"ஜகதா இல்லாதது எப்படியோ இருக்கு..." என்று பக்கத்துக் குடித்தனக்காரர்களிடம் சொல்லி ஆறுதல் பெற முயன்றாள் தாயார்.

"இருக்காதா? அவ இல்லாதது எங்களுக்கே ஒரு மாதிரி இருக்கு.." என்று அவர்கள் சொன்னார்கள்.

"என்னிக்காவது இப்படி வேறே வீட்டுக்குப் போக வேண்டியது தான். ஆனாலும் அனுப்பி வைக்கிறபோது என்னவோ போல்தான் இருந்தது..."

"ஆனாலும் இந்த ஊரிலேதான் இருக்கப்போறா? அடிக்கடி வரலாம்; போகலாம். பார்த்துக்கலாம். அம்மட்டுக்கு நீங்க அதிர்ஷ்ட சாலிதான்" என்றாள் ஒரு அம்மாள்.

"சந்தேகம் என்ன? அதுமட்டுமா? மாசா மாசம் சம்பளத்திலே நூறு ரூபாயைக் கொண்டுவந்து குடுக்கிறதாவும் இருக்கு. கல்யாணமானப்புறமும் பொண்ணோட சம்பளம் கைக்கு வர்றது எவ்வளவு பெரிய அதிர்ஷ்டம்' என்றாள் வேறொரு பெண்மணி.

ஜகதாவின் தாயாருக்கு இந்த வார்த்தைகளைக் கேட்கும்போது சந்தோஷமாக இருந்தது.

இரவு ஒன்பது மணி ஆயிற்று. ஜகதாவின் தாயும் பாட்டியும் மாமனும் சாப்பிட்டுவிட்டுப் படுத்து தூங்குவதற்கு ஆயத்தமாகிக் கொண்டிருந்தார்கள். ஜகதாவின் பாயை எடுத்துப்போட்டு விரித்துத் தலையணையையும் போட்டாள் தாயார்- தான் படுத்துக் கொள்வதற்கு. அப்போது அவளை அறியாமலே கண்ணீர் பெருகியது. படுத்துக்கொண்ட பிறகு தலையணை வெகுவாக நனைந்து விட்டது.

ஒன்பதரை மணிக்கெல்லாம் - காலையில் புறப்பட்டுப் போய்ப் பன்னிரண்டு மணிநேரம் கழித்து-திடீரென்று ஜகதா வந்தாள்; அவளைத் தொடர்ந்து வைத்தியநாதனும் வந்தான்.

ஒன்றும் புரியாமல் விளக்கைப்போட்டு கலக்கத்தோடு விழித்துப் பார்த்தாள் தாயார். ஜகதா தலையைக் குனிந்துகொண்டு நின்றாள். முகத்தில் அவமான உணர்ச்சி பிரதிபலித்தது. அவன் தலைகுனியாமல் நின்றாலும் அவன் முகமும் சுருங்கிப் போயிருந்தது.

"ஜகதா?" என்று வியப்பும் சந்தேகமும் பயமுமாகக் கேட்டாள் தாயார்.

"ஆமம்மா வந்துட்டோம்..."

"ஏன்?"

"அங்கே வசதி இல்லை."

"அப்படின்னா?"

"இடம் இல்லேம்மா. சின்ன இடம். அத்தனை பேரும் படுத்துக்கிறது எப்படி? இதைப்போல ஒரு ரூம்தானே இருக்கு. எங்களைச் சேர்த்து ஆறு பேருக்கு இடம் பத்துமா?"

இந்த வார்த்தைகள் பக்கத்துப் போர்ஷன்காரர்களுக்குக் கேட்டு விடக்கூடாது என்று கூசிக்கூசித்தான் பேசினாள் ஜகதா. ஆனாலும் மற்றவர்களுக்குக் கேட்குமே என்று தாயாரும் வைத்தியநாதனும் நடுங்கிக்கொண்டு நின்றார்கள்.

அப்புறம்?

ஜகதா அங்கேயே இருப்பது, வைத்தியநாதன் திரும்பிச் செல்வது என்று முடிவாயிற்று. அவனும் போய் விட்டான். அவமானத்தி லிருந்து தப்பித்துக் கொண்டால் போதும் என்பதுபோல் ஓடி விட்டான் அவன். பாட்டி 'என்ன ஏது?' என்று கேட்டாள், அவளுக்குக் காது கேட்காது. இரைந்து சொல்லவேண்டும். தாயார் பார்த்தாள் 'கார்த்தாலே சொல்றேன்' என்று சொல்லி அவளைப் படுத்துக்கொள்ளச் சொன்னாள். விளக்கை அணைத்தார்கள். ஜகதா படுத்துக்கொண்டாள்.

"ஏம்மா தலையணை இப்படி ஈரமா இருக்கு?" என்று கேட்டாள் ஜகதா.

"இருக்கு..." என்று சொல்லிவிட்டுச் சும்மா இருந்தாள் தாயார். ஆனாலும் முடியவில்லை. "என்னமோடி.. என்னமோ?.. உம்" என்றும் சொல்லித்தான் நிறுத்தினாள்.

4

பிரச்னையை எப்படித் தீர்ப்பது?

ஆயிரம் வழிகள் இருந்தன. ஆனால் ஒவ்வொரு வழியும் அடைபட்டிருந்தது. வேறு வீடு பிடித்துத் தம்பதிகள்தனிக்குடித்தனம்

பண்ணலாம். ஆனால் இருவர் சம்பளமும் மூன்று குடித்தனங்களுக்குப் போதாது. இதைக் கணக்குப் போட்டுப் பார்த்து விடை தெரிந்து கொள்ள நான்கு நாட்கள் பிடித்தன.

வைத்தியநாதனின் பெற்றோரும் பாட்டியும் அத்தையும் அவர்களோடு கூட இருப்பதற்கென்று ஒரு வீடு பிடிக்க வேண்டு மானால் எழுபது எண்பது ரூபாயாவது வாடகை கொடுக்க வேண்டும். நூற்றுப்பத்து ரூபாய் சம்பளத்தில் எண்பது ரூபாய் வாடகைக்குப் போய் விட்டால் எதை வைத்துச் சாப்பிடுவது? ஜகதாவின் சம்பளத்தில் மாதம் இருபது ரூபாய்க்குப் பதிலாக ஐம்பது ரூபாய் எடுத்துக் கொண்டால்? எடுத்துக் கொண்டால், அங்கே அவளுடைய தாயாருக்கும் பாட்டிக்கும் எழுபது ரூபாய் போதாது.

இரண்டு வீடுகளிலும் இருக்கும் எல்லோருக்கும் சேர்த்துக் கொஞ்சம் பெரிய வீடாகப் பிடித்தால் நூறு ரூபாய்கு மேல் வாடகை தரவேண்டியிருக்கும். அத்துடன் சம்பந்திகள். ஒரு வீட்டில் எத்தனை நாளைக்குச் சுமுகமாகவும் ஒற்றுமையாகவும் இருக்க முடியும்? ‘பின்னால் மனக்கசப்புதான். திடீரென்று சட்டி பெட்டி யோடு நானும் என் அம்மாவும் நடுத்தெருவுக்கு வந்துதான் தீர வேண்டியிருக்கும்” என்று திட்டவட்டமாகச் சொன்னாள் ஜகதாவின் தாயார்.

ஒரு வாரம் யோசித்துப் பார்த்தும் சிறந்தவழி எதையும் காண முடியவில்லை. கடைசியில் ஜகதா தன் வீட்டிலும் வைத்தியநாதன் தன் வீட்டிலும் இருக்க வேண்டியது. ஆபீஸ் நாட்களில் ஆபீஸிலும், லீவு நாட்களில் இரு வீடுகளில் ஒரு வீட்டிலும் தம்பதிகள் சந்தித்துக் கொள்வது என்பது முடிவு செய்யாமலே பின்பு நடைமுறைக்கு வந்த விஷயம். ஞாயிற்றுக்கிழமை வந்து விட்டால் காலை பத்து மணிக்குத் தன் தாயாரையும் அழைத்துக் கொண்டு ஜகதாவின் அம்மா எங்காவது, யார் வீட்டுக்காவது போய் விடுவாள். இரவு எட்டு மணிக்குத்தான் வீடு திரும்புவார்கள். இதைப்பார்த்து இரக்கப் படாதவர்கள் கிடையாது.

இப்படியே ஆறு மாதங்கள் கழிந்து விட்டன. எப்படியாவது ஒரு சௌகரியமான வீட்டைப் பிடித்து விடவேண்டும், தாம்பரம், கூடுவாஞ்சேரி மாதிரி தூரத்தில் போய்க் குடியிருந்தாலும் பரவா யில்லை, என்று வைத்தியநாதன் தினந்தினமும் கோட்டை கட்டுவான். ஆறாவது மாதத்தில் இந்த மனக்கோட்டை கட்டவும் நேரமில்லாமல் போய்விட்டது. அவனுடைய அப்பா தேக அஸௌக்கியமாகப் படுத்தார். வைத்தியச் செலவுகளும், சிசுருஷை களுக்கு வேண்டிய மற்றச் செலவுகளும் அதிகமாகி விட்டன. கல்யாணத்துக்கு வாங்கிய

கடனுக்கு ஆறுமாத வட்டி கட்டவேண்டிய அவசரம் ஏற்பட்டது. அவனால் சமாளிக்க முடியவில்லை. ஆபீசுக்குத் தயிர் சாதம் கொண்டு வருவதற்கும் முடியாதவாறு நஷ்டம் வந்து விட்டது. ஜகதாவிடம் பணம் கேட்க வெட்கமாக இருந்தது. அதற்குப் பதிலாக அவள் கொண்டுவரும் தயிர்ச்சாதத்தைப் பகிர்ந்து சாப்பிட்டுக் கொண்டான். ஒருநாள் சில்லறை இல்லை என்று சொல்லி பஸ்ஸுக்குப் பதினான்கு காசு கேட்டான். பதினைந்து காசாகக் கொடுத்தனுப்பினாள் ஜகதா. ஒரு ஞாயிற்றுக்கிழமை பஸ் சார்ஜுக்கு இரண்டு காசு குறைந்ததால் அவன் ஜகதா வீட்டுக்கு வரவே இல்லை. அதற்காகத் திங்கள் கிழமையன்று ஆபீசில் சந்தித்த போது ஜகதா அவனைக் கோபித்துக் கொண்டு பேசாமல் இருந்தாள்.

மத்தியானம்டிபன் சாப்பிடும்நேரம்வந்தது. அன்று ஜகதா தயிர்ச் சாதம் கொண்டு வரவில்லை என்பதை அப்பொழுதுதான் அறிந்தான் வைத்தியநாதன். அவள் கான்டீனுக்குச் சாப்பிடச் சென்றாள். கோபத்தினால் அவனை அவள் கூப்பிடவில்லை. கூப்பிடாமலே அவன் பின் தொடர்ந்து சென்றான். இருவரும் சாப்பிட்டார்கள். பில் ஒரு ரூபாய் பத்துக்காசு. பில்லை வைத்தியநாதனுக்கு முன்னால் வைத்தான் சர்வர். வைத்தபில் வைத்தபடியே இருந்தது. இருவரும் இடத்தைவிட்டு எழுந்திராமல் பில்லையும் ஒருவர் முகத்தை ஒருவரும் பார்த்துக்கொண்டே உட்கார்ந்திருந்தார்கள்.

ஜகதா பொறுமை இழந்து, "நேரமாகல்லியா?" என்று சற்றுக் கோபத்துடன் கேட்டாள்.

"நேரமாயிட்டது..." என்று முகத்தில் ஈயாடாமல் பதில் சொன்னான் வைத்தியநாதன்.

"அப்புறம் என்ன?" என்று சொல்லிவிட்டு ஜகதா எழுந்தாள்.

வைத்தியநாதன் அதிர்ச்சியைத் தாங்கமாட்டாமல், "ஜகதா!" என்று அழைத்தான். சுற்றுமுற்றும் பார்த்து விட்டு, "இன்னிக்குக் கையிலே ஒரு பைசாகூடக் கிடையாது. இந்த பில்லை நீயே குடுத்திடு" என்று நடுங்கிக் கொண்டே சொன்னான்!

ஜகதாவுக்கு முகத்தில் அறைந்த மாதிரி வெட்கம் பிடுங்கித் தின்றது.

"அழகுதான்!" என்று வெடுக்கென்று சொல்லிவிட்டுப் பில்லைக் கையில் எடுத்துக்கொண்டாள். நல்ல வேளையாக அவளிடம் அன்று காசு இருந்தது.

அப்புறம் ஆபீஸ் முடிந்து வீடு திரும்பும்போது அவள் அவனைப் பார்க்க விரும்பவில்லை; அவனும் பார்க்கத் துணியவில்லை. ஜகதா

தன் பாட்டுக்கு வந்து பஸ் ஏறினாள். அவன் தன்னைத்தேடி வருகிறானா என்று நாலைந்து தடவை திரும்பிப் பார்த்தாள். அவனைக் காணவே இல்லை. உண்மையிலேயே கோபம் வந்து விட்டது. 'என் செலவில் டிபன் சாப்பிட்ட நன்றி கூட இல்லை' என்று சொல்லிக் கொண்டு வீட்டுக்கு வந்தாள்.

அப்புறம் வெகுநேரம் கழித்து எப்படியோ திடீரென்று அவள் கோபம் மறைந்துவிட்டது. 'பாவம் அவருக்கு அவமானமாக இருந்திருக்கும். பஸ்ஸுக்கும் வழியனுப்ப எப்படி வருவார்? அவரைக் கோபிக்கிறதிலே அர்த்தமே இல்லை. அவர் வீட்டுச் செலவுகளை பார்க்கும்போது எனக்கே மலைப்பா இருக்கு. வீட்டிலே கூடச் சாப்பிட்டாரோ என்னமோ?" என்று சொல்லி இரக்கத்தினால் கண்ணீரும் வடித்தாள்.

அதற்குப் பிறகு அவனை அவள் கோபிக்க விரும்பவில்லை. தினந்தோறும் அவனுக்கு தயிர்சாதம் கொடுத்ததோடு, பஸ்ஸுக்கும் அவன் கேட்காமலே காசு கொடுத்தாள்.

கல்யாணமாகி இந்த ஏழு மாதகாலமும் ஜகதாவுக்கு ஏற்பட்ட ஒவ்வொரு அனுபவமுமே ஒரு புதிய அனுபவம், ஒரு புதிய துன்பம்; பழகாத துன்பம். கல்யாணத்திற்கு முன்பும் துன்பந்தான் என்றாலும் வருஷக்கணக்கில் பழகி மறந்துவிட்ட துன்பம் அது. இப்போது பழகாத புதுத்துன்பங்களும் சேர்ந்து, துன்பச்சுமை பெரிதாகி விட்டது. புதிய துன்பங்களைத் தாங்கிக்கொள்ள அவள் தன்னைத் தானே இந்த ஏழு மாத காலமும் தயார் செய்து கொண்டு வந்தாள். அப்படியிருந்தும் துன்பங்களின் கூர்மை மழுங்கவே இல்லை.

கல்யாணமான பிறகும் பிறந்த வீட்டில் இருக்க வேண்டிய நிலை. வாழா வெட்டியாக இருந்திருந்தாலும் இது ஒரு பிரச்னையாக இருந்திராது. இது இரண்டும் கெட்டான் நிலை. அப்புறம் கணவனுடைய குடும்பத்தின் துன்பச் சுமை அதை தாங்காவிட்டாலும் கேள்விப்படும்போது சுமையாகவே இருந்து அழுத்தியது. கணவனின் கஷ்டங்களும் அவமானங்களும் அவனை விட அவளையே பெரிதும்வாட்டி வதைத்தன. இப்படி ஒவ்வொன்றாகப் புதுப்புதுத் துன்பங்களை அனுபவிக்கப் பழகிக் கொண்டிருந்தபோது ஜகதா கர்பிணியும் ஆகி விட்டாள். மூன்று மாதம். பெரிதாகும் வயிற்றைப் பார்த்து, "இது எதுக்கோ யார் கேட்டார்கள்?" என்று நொந்து கொண்டாள்.

ஒருநாள் ஆபீசுக்குப் போகும்போது தன் சந்தர்ப்பத்தை நினைத்து, "கல்யாணமில்லாமலே இருந்திருக்கலாம். முட்டாள்தனம் பண்ணிவிட்டோம்" என்று சொல்லி வருந்தினாள். மனம்

ஒரேயடியாக வெறுத்துப் போய்விட்டது. எதிலும் கவனம் செல்ல வில்லை. கொண்டு போன தயிர்ச்சாதத்தைச் சாப்பிட மனம் வராமல் பேசாமல் இருந்தாள். அவள் இருக்கும் நிலையைப் பார்த்து வயிற்றுப் பசியை அடக்கிக்கொண்டானே ஒழிய அவளிடம் அவன் தயிர்ச்சாதம் கேட்கவில்லை. அவளும் அவனைச் சாப்பிடச் சொல்லவில்லை. மாலையில் வீடு திரும்பும்போது, வைத்தியநாதன் வேறு வழியில்லாமல் அவளிடம் வந்தான். பசியோடு நுங்கம்பாக்கம் வரையிலும் சுமார் மூன்று மைல் தூரம், நடந்து வீட்டுக்குப் போவது எப்படி?

"சில்லறை இருக்கா ஜகதா? பஸ்ஸுக்கு வேணும் என்று கேட்டே விட்டான்.

ஜகதாவுக்கு வந்த கோபத்துக்கு அளவில்லாமல் போய்விட்டது. அவனை ஏறிட்டுப் பார்த்தாள்.

"என்ன கேட்டீங்க?" என்று பயமுறுத்துவது போல் கேட்டாள் ஜகதா.

"சில்லறை..."

"இந்தா பாருங்க, நான் சொல்றேன். என் காசிலே நீங்க சாப்பிட்டு என் காசிலே பஸ் ஏறிப் போய் எனக்குப் புருஷனா இருக்க வேண்டாம். இனிமேல் ஒரு காசு தரமாட்டேன். என்கூட நீங்க பேசவும் வேண்டாம்.

"ஜகதா!..."

"ஆமாம். கண்டிப்பாச் சொல்றேன். போதும் கல்யாணமாகல லேன்னு நினைச்சிக்கோங்க. என்னை மறந்துடுங்க. ஞாயிற்றுக் கிழமையிலே என் வீட்டுக்கு வரவும் வேண்டாம்." என்று சொல்லிவிட்டுப் பெருமூச்சு விட்டுக் கொண்டு பஸ்ஸை நோக்கி நடந்தாள்.

அவன் பிரக்ஞை இழந்து, நடைப்பிணமாக அவளைப் பின் தொடர்ந்தான். பஸ் வந்துவிட்டது. ஜகதா போய் விட்டாள்.

அதற்குப் பிறகு தன் கணவனோடு ஜகதா பேசவே இல்லை. அவன் ஒருமுறை ஒரு கடிதம் எழுதி அவள் மேஜையில் வைத்துவிட்டுப் போனான். அதைப் பிரித்துப் பார்த்தபோது, தான் ஏதாவது தவறு செய்திருந்தாலும் மன்னித்துவிட வேண்டும் என்றும், வழக்கம்போல் தன்னோடு பேசவேண்டும் என்றும், ஞாயிற்றுக்கிழமைகளில் அவள் வீட்டுக்கு வர அனுமதி தர வேண்டும் என்றும் எழுதியிருந்தது. அவன் கெஞ்சிக் கெஞ்சி எழுதியிருந்த முறை அப்போதைய மனநிலையில் ஜகதாவுக்குப் பிடிக்கவே இல்லை. 'பிச்சைக்காரன் தேவலை' என்று சொல்லிக்கொண்டே கடிதத்தைக் கிழித்தெறிந்துவிட்டாள். கடிதம்

வேலை செய்திருக்கும் என்ற நம்பிக்கையோடு மறுநாள் அவன் பேச வந்தான். 'ஒரு தடவை சொன்னால் போதாதா? ஏன் உள்ள மரியாதையையும் கெடுத்துக்கிறீங்க" என்று கேட்டுவிட்டாள் ஜகதா. அவனும்போய்விட்டான்.

அப்புறம் நாலைந்து மாதங்கள் கழித்து அவளுக்குத் தபாலில் ஒரு கடிதம் வந்தது. அவன் எழுதிய கடிதம் தான். மீண்டும் மன்னிப்புக் கேட்டுக் கொண்டு, தன் பரிதாப நிலைக்காக இரக்கப்பட வேண்டும் என்று கெஞ்சி சமாச்சாரத்தை எழுதி இருந்தான். கல்யாணத்துக்காக வாங்கிய கடனை இன்னும் அடைக்காததால், கடன்காரர்கள் நெருக்கி வந்தார்கள் என்றும், கடைசியில் குறிப்பிட்ட தேதிக்குள் கட்டாவிட்டால் தன்னை சிறைச்சாலைக்கு அனுப்பப்போவதாக எழுதியிருக்கிறார்கள் என்றும், அதனால் இந்த மாதச் சம்பளம் வாங்கியதும் தனக்கு நூறு ரூபாய் கொடுத்து உதவ வேண்டும் என்றும் எழுதியிருந்தான். அவன் எழுதியதில் பொய்யே இல்லை என்பதும் எல்லாமே நூற்றுக்கு நூறு உண்மை என்பதும் ஜகதாவுக்கு நன்றாகத் தெரியும். அதற்காக அவள் உதவ முன் வரவில்லை; அவனிடம் இரக்கம் காட்டவுமில்லை. 'கல்யாணத்தைப் பண்ணித் தானும் இக்கதிக்கு ஆளாகியிருக்க வேண்டாம், என்னையும் துன்பத்துக்குள்ளாக்கியிருக்க வேண்டாம்; பெரிய தப்புப் பண்ணிவிட்டார் என்று நினைத்து ஜகதா அந்தக் கடிதத்தையும் கிழித்து எறிந்து விட்டாள்.

'நானே இன்னும் கடனை அடைத்தபாடில்லை. இதுவும் கல்யாணத்துக்கு வாங்கிய கடன்தான். இதில் அவர் கடனை அடைப்பது எப்படி? போதாக் குறைக்கு இன்னும் என்னென்ன செலவுகளோ காத்துக் கொண்டிருக்கின்றன' என்று சொல்லிக் கொண்டு தன் வயிற்றைப் பார்த்தாள். பூரண கர்ப்பம்.

வலிகண்டதும் அவளைச் சர்க்கார் பிசவ ஆஸ்பத்திரியில் கொண்டு போய்ச் சேர்த்தாள் தாயார். அன்றிரவே சாமிநாதன் நுங்கம்பாக்கத்துக்குப் புறப்பட்டுப் போய் வைத்தியநாதனிடம் சமாசாரத்தச் சொன்னான். 'நீங்க போங்க. நான் பின்னாலேயே வந்துடறேன்' என்று சொல்லி அவனை அனுப்பிய வைத்தியநாதன் அப்புறம் வரவே இல்லை. தகவல் தெரிந்தும் அவன் வராததால் மறுநாள் ஜகதாவின் தாயார் மிகவும் கோபம்கொண்டு, அவனை வயிற்றெரிச்சல் தீர வாய்க்கு வந்தபடியெல்லாம் திட்டினாள். ஆஸ்பத்திரியில் இந்த மாதிரி திட்டிக் கொண்டிருப்பது அழகில்லை என்று தாயாரைத் தடுத்து நிறுத்திய ஜகதா, அவள் பேரில் என்ன தப்பு? திட்டமாட்டாளா? இப்படி பரம ஏழையாக மருமகன் இருந்தால் எந்த மாமியார் தான் திட்டமாட்டாள்? ஏழைக்கு இந்தப்

பாராமுகமாக? என்று நினைத்து அவளுக்குக் கோபம் அதிகமாகிறது. அவர் ஏன் வரவில்லையோ? யாருக்குத் தெரியும் என்னைக்கை விட்டு விட்டாரோ?– தாமாகவே விவாகரத்து செய்து என்னைமறந்து விடும்படி நானே சொல்லியிருக்கிறேன்... என்றெல்லாம் நினைத்துக் கொண்டு படுத்திருந்தாள்.

பாவி ஒரு பிள்ளையையும் கொடுத்துட்டான். இல்லேன்னா நிம்மதியா இருக்கலாம். கல்யாணம் பண்ணிக்காமலே இருந்திருந்தா ரொம்ப நிம்மதி! இது என்ன கல்யாணம்? ஊர் சிரிக்குது? என்று அம்மா புலம்பியதை முழுக்க முழுக்க ஆமோதித்தாள் ஜகதா.

இன்னும் எத்தனை எத்தனை புது அனுபவங்கள். பழகாத துன்பங்கள் வரவிருக்கின்றன. குழந்தையை வளர்த்தெடுக்க வேண்டும். அவனுக்கு அப்பா இருக்கிறார் என்று என்றாவது ஒருநாள் அவனிடம் சொல்லித்தான் ஆகவேண்டும். அப்போது அவன் என்னென்ன கேட்பானோ?– நாளையிலிருந்தே ஒரு பிரச்னை இருக்கிறது. குழந்தையைப் பார்க்க அவர் ஏன் வரவில்லை என்ற ஊர்க் கேள்விக்குப் பதில் சொல்ல வேண்டும். இப்போதே ஆயிரம் பேச்சுக்கள் கிளம்பி விட்டன. 'கணவன் மனைவிக்குள் மனஸ்தாபம் அவன் அதனால் எட்டியே பார்க்கவில்லை என்று சிலர் பேசினார்களாம். அது மனசுக்குக் கஷ்டத்தைத் தரவில்லை. ஆனால் கணவனுக்கு வேறொருத்தி - முதல் மனைவி இருக்கிறாள் என்றும், ஜகதாவைப் பிடிக்காமல் மூன்று நாளில் பிறந்த வீட்டுக்கு அனுப்பிவிட்டு இரண்டாம் கலியாணம் பண்ணிக் கொண்டு விட்டான் என்றும் சிற்சிலர் பேசிக் கொண்டார்களாம். எல்லாவற்றையும் விடப் பயங்கரமான விஷயம். அவளுடைய கர்ப்பத்தைப்பற்றிச் சிலர் பரப்பிய வதந்தி. கர்ப்பம் தரிந்த நாளிலிருந்தே அவன் எட்டிப் பார்க்கவில்லை என்றால், இந்தக் கர்ப்பமே தகராறுக்குக் காரணம் என்று யூகித்துக் கொண்ட சிலர், கணவனுக்குத் தெரியாத கர்ப்பமோ என்று பேசிக் கொண்டார்களாம்... இதையெல்லாம் சில நாட்களுக்கு முன் கேள்விப்பட்ட ஜகதா, ஒவ்வொரு இழி சொல்லையும் தாங்கி கொள்ள முயன்றாளே ஒழிய, அதை மறுப்பதற்கு எதுவும் செய்ய முடியவில்லை. தன் வைராக்கியத்தைக் கைவிட்டு ஊர்வாயை மூடுவதற்குக் கணவனை ஒரு நாள் கூட வந்து போகச் சொல்லவில்லை.

'இனி குழந்தை பிறக்கப் போகிறது' அவர் வராவிட்டால் மானம் போய் விடும்' என்று தோன்றியது. இப்பொழுது அவளுக்கு இந்த ஒன்றைத் தவிர வேறு எதைப்பற்றியும் கவலை ஏற்படவில்லை. கணவனைப் பிரிந்து தனியாக வாழ்க்கை வாழ்ந்த துன்பம், இந்த நிமிஷத்தில் பழகிய துன்பமாக மாறியது.

கல்யாணமாகாத துன்பம் பழகிப் பழகிப் போயிருந்த சமயத்தில் கல்யாணமாகியும் தனி வாழ்க்கை வாழவேண்டிய புதுத்துன்பம் வந்தது. அதையும் பழகி முடித்துத் தன்னோடு ஐக்கியமாகிக் கொண்ட சமயத்தில் கர்ப்பமும் வதந்திகளும் புதுத்துன்பங்களாக வந்து சேர்ந்தவற்றையும் பழகினாள். அப்புறம் பிரசவம். குழந்தை பிறந்ததும்; அவர் வந்து பார்த்தால் எல்லா துன்பங்களையும் ஒழித்து விடலாம் அல்லவா?

ஆனால் அவன் வரவில்லை. அதனால் மறக்கப்படாத வதந்தி, குழந்தை வளரும்போது கூடவே வளரும். அந்த வளரும் துன்பத் தைப் பழகத் தொடங்கவேண்டும்.

பதினொரு மணிக்குப் பிரசவ வார்டுக்கு ஜகதாவைக் கொண்டு சென்றார்கள். இருபது நிமிஷத்தில் குழந்தை பிறந்தது. ஆண் குழந்தை. சாமிநாதன் ஓடிப்போய் வைத்தியநாதனின் ஆபீசுக்குப் போன் பண்ணி அவனைக் கூப்பிட்டு விஷயத்தைச் சொன்னான்.

“அப்படியா? இதோ வந்துடறேன். ஆபீஸர்கிட்டே சொல்லிட்டு வந்துடறேன்” என்று சொல்லிவிட்டுப் போனை வைத்தான் வைத்தியநாதன். மாலை நான்கு மணிக்குத்தான், பார்க்க வருகிறவர்களை ஆஸ்பத்திரியில் அனுமதிப்பார்கள். எனவே அது வரையிலும் ஜகதா பொறுத்திருந்தாள்.

நான்கு மணி ஆயிற்று. தாயாரும், மாமாவும், காது கேட்காத பாட்டியும் பக்கத்துப் போர்ஷன்களில் பெண்களும் பார்க்க வந்தார்கள். வந்தவர்களெல்லோரும் வைத்தியநாதன் வந்தானா என்றும் கேட்டார்கள்.

மணி ஐந்தாயிற்று; ஆறும் ஆகிவிட்டது. வைத்தியாநாதன் வரவே இல்லை. அதை ஜகதா நினைத்துக் கொண்டிருந்தபோது, குழந்தையைக் கொண்டுவந்து அவளிடம் காட்டினாள் தாயார். அப்போதுதான், தான் பெற்ற பிள்ளையை அவள் கண்ணால் பார்த்தாள். குழந்தையின் முகத்தைப் பார்த்ததும் ஜகதாவுக்கு அழுகையே வந்துவிட்டது.

“ஏம்மா அழறே! இப்போ அழக்கூடாது. உடம்பு சீதளமாயிடும்” என்று சொல்லி ஓர் அம்மாள் கண்ணீரைத் துடைத்தாள்.

குழந்தையின் முகம் உண்மையிலேயே அழகாக இருந்தது. நல்ல வளர்ச்சியும் பெற்றிருந்தது. தலையில் அடர்த்தியாக ஒரு அங்குல உயரத்துக்கு கருப்புக் கேசம். பார்த்தவர்களெல்லாம் அழகைப் பாராட்டினார்கள். ஜகதாவுக்கு என்னவோ போல் இருந்தது. குழந்தையைப் பற்றியும் கணவனைப் பற்றியும் இருந்த தன் அபிப்பிராயங்களையெல்லாம் மாற்றிக்கொள்ளும்படி அவளை

ஏதோ நிர்பந்தித்தது, இந்தக் குழந்தையையா, ஏன் பிறக்கப் போகிறது என்று தினம் தினமும் சபித்துக் கொட்டினோம் என்று நினைத்தாள். குழந்தையின்மீது ஏற்பட்ட பாசம் தகப்பன் மீதும் எப்படியோ பரவியது. 'எப்படிப் பட்ட ஏழையாக இருந்தாலும் அழகான குழந்தையைக் கொடுத்துவிட்டார். நான் எப்படியும் இவனை வளர்த்து ஆளாக்கி விடுவேன்" என்று நினைத்தாளோ இல்லையோ, குழந்தையைப் பார்த்து, மற்றவர்கள் மிரண்டு பயப்படும் படியாகக் கொஞ்சினாள். "கண்ணா! நீயாவது எனக்குத் துணையாக இருப்பாயா கண்ணா! என் செல்வமே! நிஜம்மா நீ தாண்டா என் கைக்குக் கிடைச்ச செல்வம். நான் கல்யாணம் பண்ணிண்டது தப்பில்லேடா. நல்லகாரியந்தான் செஞ்சேன்..."

அவள் புத்தி பேதலித்து ஏதேதோ சொல்லிப் புலம்புகிறாள் என்று நினைத்து, பக்கத்தில் நின்ற ஒவ்வொரு வரும் குறுக்கிட்டு, 'ஜகதா! ஜகதா!' என்று அழைத்து அவளுக்குச் சுயஉணர்வைக் கொடுக்க முயன்றார்கள்.

ஜகதா குழந்தையோடு பேசுவதை நிறுத்தி சாமிநாதனைத் திரும்பிப் பார்த்தாள். மாமா இன்னொரு தரம் நேரிலே போய் அவரைக் கூட்டி வாருங்க. வரும்போது ஒரு ஹோட்டலிலே சாப்பிடச் சொல்லுங்க. சாப்பாட்டுக்கும் பஸ்ஸுக்கும் நீங்களே காசு குடுக்கணும்... கட்டாயம் வருவார்.

சாமிநாதன் திகைத்துப்போய் நின்றான்.

உடனே அவள் தொடர்ந்து, "அவர் ஒருவேளை வரல்லேன்னு சொன்னாரானா, நீங்க பேசாம திரும்பி வந்துடுங்க. எத்தனையோ சகிச்சாச்சு. இதையும் சகிச்சிக்கப் பார்க்கிறேன்.." என்று சொல்லிவிட்டு மேலே முகட்டைப் பார்த்து முகத்தைத் திருப்பிக் கொண்டாள். அந்த நிமிஷத்திலேயே அவள் அடுத்த நிமிஷத்திற்கும் எதிர் காலத்துக்குமாகத் தன் மனசுக்குப் பயிற்சி கொடுக்க ஆரம்பித்துவிட்டாள்.

55

மாறுதல்

நண்பர் ஒருவரைப் பார்ப்பதற்காக மயிலாப்பூருக்குப் போயிருந்தேன். வீடு திரும்பி இரவு எட்டுமணி ஆகி விட்டது. கபாலி குளத்தின் அருகில் பஸ்ஸுக்காகக் காத்துக் கொண்டிருந்தேன். பஸ் ஸ்டாண்டில் கூட்டம் மிகவும் அதிகமாக இருந்தது. பெருங்கூட்டமாக ஆட்கள் வந்து நிற்பதன் காரணம் என்னவென்று யோசித்துக் கொண்டே இங்கும் அங்கும் உலாவிக் கொண்டிருந்தேன். பஸ்ஸாண்டில் கூட்டம் மிகவும் அதிகமாக இருந்தது பெருங்கூட்டமாக ஆட்கள் வந்து நிற்பதன் காரணம் என்னவென்று யோசித்துக் கொண்டே இங்கும் அங்கும் உலாவிக் கொண்டிருந்தேன். கோவிலில் திருநாளும் இல்லை; மந்தைவெளி மைதானத்தில் குத்துச்சண்டைப் பந்தயம் நடைபெறவும் இல்லை. அப்புறம் எதற்காக இந்தக் கூட்டம்? எனக்குக் காரணம் தெரிய வில்லை; 'என்ன காரணமோ.' என்ற என் யோசனையை அப்படியே நிறுத்தி விட்டேன். பட்டணவாசியான பிறகு ஒருவன் தன் சொந்தக் காரியத்தைத் தவிர வேறு எதைப் பற்றியும் ஒரு நிமிஷத்துக்குமேல் யோசிப்பது கிடையாதல்லவா?

மறுபடியும் இங்குமங்குமாக நடைபழக ஆரம்பித்தேன்.

நாலைந்து பிச்சைக்காரர்கள் திடீரென்று வந்து என்னை வளைத்துக் கொண்டார்கள். அவர்களில் ஒரு சிறுவன். வயது சுமார் பத்துதான் இருக்கும். மற்ற பிச்சைக்காரர்களைப் போல அவன் எரிச்சல் தரும் குரலில் இரையாமல், மெல்லிய குரலில் பிச்சை கேட்டாள். அவன் பேசியதுகூட என் காதில் விழவில்லை. முகத்தைப் பார்க்கப் பரிதாபமாக இருந்தது. பிச்சைக்காரர்களின் நடிப்பாக இல்லாமல் உண்மையான துயரம் முகத்தில் பிரிதிபலித்தது. மற்ற பிச்சைக்காரர்களைத் தூர விரட்டி விட்டேன். அவனை மட்டும் விரட்டவில்லை. அதற்குப் பதிலாக அவனுக்குப் பிச்சை போட்டு விடவும் இல்லை. அவன் நிற்பதையே கவனியாதவன் போல இங்கும் அங்கும் நடக்கத் தொடங்கினேன். அவன் என்னைப் பின் தொடர்ந்து வந்தான்.

"சார்! ஒரு ரூபாய் இருந்தால் கொடுங்களேன் சார்" என்றான்.

எனக்குத் தூக்கிவாரிப் போட்டது. ஒரு ரூபாய் கேட்கும் அந்தப் பிச்சைக்காரனை நன்றாக ஏற இறங்கப் பார்த்தேன். அவன் தான் கேட்டதையே திரும்பவும் கேட்டான். நான் அப்பொழுதும் ஒன்றும் சொல்லாமல் மேலும் கீழும் பார்த்துக் கொண்டிருந்தேன். அழுக்காக

இருந்தாலும் கிழியாத காக்கிக் கால் சட்டையும், வெள்ளைப் பனியனும் போட்டுக்கொண்டு நின்றான். தலை பாட்டையாக இருந்தது. ஆனாலும் பையன் பிறவிப் பிச்சைக்காரனாகத் தோன்ற வில்லை. மேற்கொண்டு அவனைப் பற்றி நான் யோசிப்பதற்கு முன்பாகவே "எங்கள் அக்காளுக்கு உடம்புக்குச் சுகமில்லை சார். சீக்காய்ப் படுத்திருக்கிறாள். மருந்து வாங்க வேண்டும். ஒரு ரூபாய் இருந்தால் தயவு செய்து கொடுங்கள்" என்றான்.

அவன் குரலில் துயரம் ஒலித்தது; என்றாலும் நான் அவன் பேச்சை நம்பிவிடவில்லை. பட்டணத்திலே இம்மாதிரிப் பிச்சை எடுக்கும் பையன்கள் அதிகம். பள்ளிக்கூடச் சம்பளத்துக்கு என்றும் தொலைந்துபோன புத்தகத்தை வாங்குவதற்கென்றும், ரூபாய்க் கணக்கில் பிச்சைகேட்டு வாங்கி 'கோல்டுபிளாக்' சிகரெட்டும், பன்னிரண்டணாச் சினிமா டிக்கட்டும் வாங்குகிற பையன்கள் பலர். அந்தக் கூட்டத்தில் இவனையும் ஒருவனாகக் கருதி, "போடா அந்தப் பக்கம், திருட்டுப்பயல்! அக்காளுக்காவது உடம்புக்குச் சுகமில்லையாவது!" என்று சீறி விழுந்தேன். அவன் அப்பால் போகாமல் என்னை நெருங்கி வந்து, "உண்மையாகத்தான் சார், அக்காளுக்கு ஜுரம்; படுத்த படுக்கையாக இருக்கிறாள். நீங்கள் வேண்டுமானால் வந்து பாருங்கள். வீடு பக்கத்தில்தான் இருக்கிறது" என்றான்.

"போடா என்றால் போமாட்டாய் போலிருக்கிறதே. அதிகப் பிரசங்கி" என்று சொல்லிவிட்டு இரண்டடி தள்ளி நின்றேன். பையன் என்னை விடவில்லை. அவனும் இரண்டடி நகர்ந்துவந்த, "சார் எங்கள் வீட்டுக்கு வாருங்கள். அம்மா அழைத்துவரச் சொன்னாள்" என்றான்.

எனக்கு ஒரே திகைப்பாக இருந்தது. பையன் முதலில் சொன்னதற்கும், இரண்டாவதாகச் சொன்னதற்கும் யாதொரு சம்பந்தமும் இல்லாமல் இருக்கவே, "அம்மா அழைத்தாளா?" என்று கேட்டேன்.

"ஆமாம் சார். அம்மா உங்களை அழைத்துவரச் சொன்னாள்."

அவன் பேசியது பெரிய அதிசயமாக இருந்தது. 'என்னை அவனுடைய அம்மா அழைத்தாளா? எப்படி அழைத்திருக்க முடியும்? நான் யார்? அவர்கள் யார்?... இந்த விதமாக எண்ணிக் கொண்டு பஸ் வர வேண்டிய திசையை ஏறிட்டுப் பார்த்தேன். திசைதான் தெரிந்ததே ஒழியப் பஸ் தட்டுப்படவில்லை. அதற்குப் பதிலாக அந்தப் பஸ்ஸுக்காக மேலும் மேலும் ஆட்கள் வந்து கூடிக் கொண்டிருந்தார்கள். இனி பஸ் வந்தாலும், அதில் இடம் பிடிப்பது

கஷ்டம் என்று எனக்குத் தெளிவாகி விட்டது. சுமார் இரண்டு பஸ்கள்வந்துபோன பிறகு தான்- அதாவது மணி ஒன்பதுக்குத்தான் பஸ் ஏறமுடியும் என்று தீர்மானம் பண்ணிக்கொண்டு பையனைப் பார்த்துத் திரும்பினேன். "டேய், பொய் சொல்லாதே. இப்போது உன்னோடு உங்கள் வீட்டுக்கு வரப்போகிறேன். நீ சொன்னது பொய்யென்றால் உன் அப்பாவிடமும் சொல்லி உதை வாங்கிக் கொடுப்பேன். நாளை உன்னை இந்தப் பக்கத்தில் பார்த்தால் போலீஸ்காரனிடம் பிடித்துக் கொடுத்து விடுவேன்" என்று பயமுறுத்தினேன்.

"உண்மையைத்தான் சொல்கிறேன் ஸார். நீங்கள் எங்கள் வீட்டுக்கு வாருங்கள்" என்று பையன் சற்றேனும் பயப்படாமல் சொன்னான்.

பஸ் கிடைக்க ஒரு மணிநேரமாவது ஆகும். அது வரையிலும் இந்தப் பையனின் 'ஏமாற்று வித்தை'யைக் கண்டு பிடிப்பதில் பொழுதைப் போக்கலாமே என்று எனக்குத் தோன்றியது. ஆம். முன்பின் காரணமின்றி இந்த எண்ணம் எனக்கு எப்படியோ உதித்து விட்டது.

"வாடா போவோம்" என்றேன்.

அவன் எனக்குப் பின்னாக நடந்து வந்தான்.

"உங்கப்பாவுக்கு என்னடா வேலை?"

"எனக்கு அப்பா கிடையாது ஸார். செத்துப்போய் விட்டார்."

"அம்மா என்ன வேலை செய்கிறாள்?"

"அம்மா இப்பொழுது வேலையில்லாமல் சும்மாதான் இருக்கிறாள் சார்."

பேசிக்கொண்டே வரும்போது, வெற்றிலை பாக்குக் கடை ஒன்று எதிர்ப்பட்டது. அங்கே விலகி வெற்றிலை பாக்கும், அப்பொழுது தான் வெளிவந்த ஒரு ஆங்கில தினசரிப் பத்திரிகையும் வாங்கிக் கொண்டு மேற்கொண்டு நடக்கலானேன்.

விளக்கு வெளிச்சமும் ஆள் கூட்டமும் நிறைந்த பெரிய தெருவை விட்டு, ஒரு சிறு தெருவுக்குள் என்னை அழைத்துச் சென்றான் பையன். அப்புறம் சிறு தெருவிலிருந்து ஒரு சந்து வழியாக நடந்தான்; நான் பின் தொடர்ந்து சென்றேன். சந்தைக் கடந்ததும் மற்றொரு தெரு. அந்தத் தெருவில் வெகுதூரம்போய் விட்டோம். எனக்குத் தயக்கம் உண்டாகி விட்டது.

ஒரு சிறுவனைப் பின் தொடர்ந்து இரவு வேளையில் பர்லாங் கணக்கில் நடந்து செல்லுவது வேலை 'மெனக்கெட்ட' வேலையாகத்

தோன்றியது.

"இன்னும் எவ்வளவு தூரம் போக வேண்டுமடா?" என்று பொறுமையிழந்து பையனைப் பார்த்துக் கேட்டேன். "வந்தாய் விட்டது சார். பக்கம் தான்" என்றான் சிறுவன்.

தெருவைக் கடந்து, மற்றொரு சந்தில் நுழைந்தோம். எனக்குப் பயமே உண்டாகி விட்டது. சந்தின் முடிவு மயிலாப்பூரின் எல்லை மாதிரி இருந்தது. அதற்கப்பால் வீடுகள் இல்லை. புல் முளைத்த வெறும் வெளிதான். பையனின் வீடு, சந்தின் கோடியில் புல்வெளியைப் பார்த்துக் கொண்டிருந்தது. அந்த வீட்டைப் பார்க்கவே எனக்குப் பயமாக இருந்தது. காரைக்கட்டிடமாக இல்லா விட்டால் அதைக் குடிசை என்றுதான் சொல்ல முடியும். அவ்வளவு சிறியது, வீட்டைச் சுற்றிலும் வெட்டவெளியும், குட்டிச் சுவர்களுமாக இருந்தன. வீட்டினுள் ஒரு சிறு சுவரொட்டி விளக்கு மினுக்கு மினுக்கு என்று எரிந்து கொண்டிருந்தது. வீட்டு வாசலில் சிறிதும் பெரிதுமாக இரண்டு திண்ணைகள். பெரிய திண்ணையை மறைத்துக் கொண்டு ஒரு கந்தல் படுதா தொங்கியது.

நான் வாயிலில் நின்றேன். பையன் வீட்டுக்குள்ளே சென்றான்.

'இந்த வீட்டிலிருந்து நாலு முரடர்கள் வந்து அடித்துப் பிடுங்கினாலும் கேள்வியில்லையே!' என்ற அச்சத்துடன் நான் நின்று கொண்டிருந்தேன்.

பையன் தன் தாயாரை அழைத்துக் கொண்டு வெளியே வந்தான். அந்த அம்மாள் "வாருங்கள் வாருங்கள்" என்று உபசரித்துக் கூப்பிட்டாள். உள்ளே சென்றேன். பக்கத்திலிருந்த பெரிய திண்ணையில் ஒரு கிழிந்த பாயைக் கொண்டு வந்து போட்டான் சிறுவன். அதில் உட்கார்ந்து கொண்டேன். உள்ளே இருந்த சுவரொட்டி விளக்கை வெளியே கொண்டு வந்து மற்றொரு திண்ணையில் வைத்தாள் ஒரு இளம் பெண். அவள் தான் அவனுடைய அக்காளாக இருக்க வேண்டுமென்று ஊகித்துக் கொண்டேன். ஆனால் அவன் சொன்னபடி அவள் நோய் வாய்ப் பட்டுப் படுத்த படுக்கையாக இல்லை. ஒரு வேளை வேறொரு பெண் உள்ளே படுத்திருக்கலாம் என்று நினைத்துக் கொண்டேன். இல்லையென்றால் பையன் பொய் சொல்லியிருக்க வேண்டும். பையனுடைய பேச்சில் எவ்வளவு உண்மை இருந்ததென்று தெரிந்து கொள்ள "அக்காளுக்கு உடம்புக்குச் சுகமில்லை" என்று சொன்னான் பையன். ஒரு ரூபாய் வேண்டுமென்றும் கேட்டான். அவன் பேச்சில் நம்பிக்கை ஏற்படவில்லை..." என்று நான் சொல்லிக் கொண்டிருக்கும் போதே, அந்த அம்மாள் குறுக்கிட்டுப் பையனைப் பார்த்து,

"அப்படியெல்லாம் ஏண்டா சொன்னாய்? சும்மா கூப்பிட்டால் ராஜா நம் வீட்டுக்கு வரமாட்டாரா?" என்று புன்னகை செய்து கொண்டே சொன்னாள். அவளுடைய புன்னகையிலும் பேச்சிலும் பொய்யும் பாவனையும் நிறைந்திருந்ததைக் கண்டு பிடித்து விட்டேன்.

"நீங்கள் சொல்லுவது எனக்கு விளங்கவில்லை. சும்மா கூப்பிட்டால் மூன்றாவது ஆள் உங்கள் வீட்டுக்கு வந்துவிடுவானா?" என்று சற்றுக் கோபத்துடன் கேட்டேன்.

"கோபப்படாதீர்கள். எங்கள் வீட்டுக்கு வந்து சந்தோஷமாகத் திரும்பாமல், கோபத்துடன் திரும்புவதா?" என்று சிரித்துக்கொண்டே சொல்லிவிட்டு, அந்த இளம் பெண்ணைப் பார்த்து, "ஏண்டி, பீடை பிடித்தவள் மாதிரி நிற்கிறாய்? முகத்தைக் கழுவிப் பவுடர் போட்டுக்கொண்டு வாயேண்டி" என்று அதட்டினாள்.

எனக்கு விஷயமெல்லாம் புரிந்துவிட்டது. 'சட்' டென்று எழுந்தேன். "சீ, மானங்கெட்ட ஜென்மங்களா! உங்கள் வீட்டுக்கு வந்த என் புத்தியைச் செருப்பால் தான் அடித்துக் கொள்ள வேண்டும்? எதற்காக இந்த ஈனப் பிழைப்புப் பிழைக்க வேண்டும்? உடம்பிலே தான் பலம் இருக்கிறதே, ஏதாவது வேலை செய்து பிழைத்தால் என்ன?" என்று வாய்க்கு வந்தபடியெல்லாம் சொல்லி விட்டுப புறப்பட்டேன்.

என் பேச்சைக் கேட்டுப் பையன் பயந்து விட்டான். வீட்டுக்குள்ளே போன பெண் என்னைத் திரும்பிப் பார்த்துக் கொண்டு நின்றாள்.

அடியெடுத்து வைத்து வெளியே நடந்து வந்த என்னை வழி பார்த்து அந்த அம்மாள் சொன்னாள்: "ஐயா, சாமி வந்து விட்டுப் பேசாமல் போகிறீர்களே? நீங்கள் கோபப்பட்டால் எங்கள் பிழைப்பு என்ன ஆவது? காலையிலிருந்து நாங்கள் ஒருவரும் சாப்பிடவில்லை. வந்ததற்கு ஏதாவது கொடுத்து விட்டுப் போங்கள்."

இவ்வாறு சொன்னதுடன் கையெடுத்தும் கும்பிட்டாள். அவளுடைய பேச்சு புத்தகங்களில் படித்த தாசி வீட்டுத் தாய்க்கிழவி பேச்சு மாதிரி இல்லை; பிச்சைக் காரியின் ஓலம் போலவே இருந்தது.

நான் ஒரு கணம் நின்றேன். இது அவளுக்கு ஒரு மகத்தான நம்பிக்கையை ஊட்டிவிட்டது.

"ராஜா! வாருங்கள் வந்து உட்காருங்கள். சாப்பாட்டுக்கு ஏதாவது கொடுத்துவிட்டுப் போங்கள். உங்கள் குழந்தை குட்டிகள் நன்றா யிருக்கும்" என்று கெஞ்சினாள்.

அவளைக் கண்டு உண்மையிலேயே என் மனம் இளகிவிட்டது. என் கோபத்தைக்கூட மறந்துவிட்டேன். 'இவள் சாப்பாட்டுக்கு என்று கேட்பது சாப்பாட்டுக்காகத்தான் இருக்க முடியும். வேறு என்ன செலவு செய்யப் போகிறாள்?' என்று நினைத்துக் கொண்டு, திரும்பவும் திண்ணையில் போய் உட்கார்ந்தேன்.

இளம் பெண் மிரண்ட பார்வையோடு வெளியே வந்தாள். அவளைப் பார்த்ததும் எனக்கு ஒருவிதமான சிரிப்புக்கூட வந்தது. 'இந்தப் பெண்ணை விரும்பிப் பணம் கொடுக்க வருகிறவனும் இருககிறானா?' என்று நினைத்தேன்.

அவள் பொதுநிறமானாலும், வேசிக்குரிய அழகோ அலங்காரமோ இல்லாமல் இருந்தாள். தலையில் எண்ணெய் மெருகு இல்லை. முகத்தில் பொய்ச் சிரிப்புக் கூடத் தவழாத இருள் சாயை. கட்டியிருந்த புடவையோ ஒரே கந்தல். துவைத்து உலரப்போட முடியாத கந்தல். துணியின் அழுக்கும் நாற்றமும் இம்மட்டு அம்மட்டு என்றில்லை. நிமிஷத்துக்கொரு தடவை தலையைச் சொறிந்து கொண்டு இருந்தாள்.

வயது பதினாறு பதினேழு தான் இருக்கும். குடியானவப் பெண் போன்று கட்டுறுதியுள்ள சரீரம். ஆனால் வறுமையின் காரணமாகச் சிறிதும் வாட்டம் கண்டிருந்தது. அவளையும், அவளுடைய கோலத்தையும், மற்றும் உள்ள பல துணைக்காரணங்களையும் கொண்டு பார்த்தால், இந்த மாதிரியான வாழ்க்கையை அவர்கள் சமீபத்தில்தான் தொடங்கியிருக்க வேண்டுமென்று தோன்றியது. குறைந்த பட்சம் மூன்று மாத காலமாவது இந்த விதமான வாழ்க்கையை நடத்தியிருந்தால் கூட அவளுடைய குடும்பம் இவ்வளவு கோரமான வறுமையில் தத்தளித்திருக்காது. வயிறாரச் சாப்பாடு கிடைத்திருக்கும். காதிலும் மூக்கிலும் பித்தளை நகைகளும், கட்டிக்கொள்ள ஒரு போலிப் பட்டும், முகத்திலே அசட்டுத் தனமான சிரிப்புமாவது காணப்பட்டிருக்கும். இங்கே அந்தவித அடையாளங்கள் எவையும் இல்லை.

"உங்களுக்கு எந்த ஊர்?" என்று கேட்டேன்.

"தஞ்சாவூர்" என்றாள் பெரியம்மாள்.

"தஞ்சாவூர் எந்தத் தெரு?"

"தஞ்சாவூர் டவுன் அல்ல. தஞ்சாவூர் ஜில்லாவில் ஒரு கிராமம்."

"ஓஹோ!"

மேற்கொண்டு அவளிடம் என்ன கேட்பது? கேட்டு எனக்கு ஆக வேண்டியது ஒன்றுமில்லை. சிறியநேரம் ஒன்றும் பேசாமல்

உட்கார்ந்திருந்தேன். அப்புறம் திடீரென்று துள்ளி எழுந்து, "அப்படியானால் நீங்கள் இன்று காலையிலிருந்து ஒன்றுமே சாப்பிட வில்லையே?" என்று கேட்டேன்.

பெரியம்மாள் அழுதுவிட்டாள். இரண்டொரு நிமிஷங்கள் அவள் எதுவுமே பேசாமல் அழுதாள். அவளுடைய துயரத்தை என்னால் பொறுக்க முடியவில்லை. 'ஏண்டா இந்த இடத்துக்கு வந்தோம்?' என்று வருந்தினேன்.

"பச்சைத் தண்ணீர் பல்லில் படவில்லை, ஐயா. இந்தப் பையன் தான் காலையில் கொஞ்சம் பழைய சாதம் சாப்பிட்டான். நானும் அவளும் பட்டினியாகத் தான் கிடக்கிறோம்" என்று ஏக்கமும் பெருமூச்சுமாகச் சொன்னாள்.

ஒரு ரூபாய் எடுத்துக் கொடுக்கலாம் என்று சட்டைப் பையில் கையைவிட்டேன். ஆனால் அங்கே ஒரு ரூபாயாக இல்லை; ஒரே ஒரு இரண்டு ரூபாய் நோட்டும், சுமார் ஆறணாச் சில்லரையும் இருந்தன. பேசாமல் இரண்டு ரூபாயை எடுத்துக் கொடுத்தேன். அதை வாங்கிக் கண்ணில் ஒற்றிக்கொண்டாள் பெரியம்மாள். "நீங்கள் மகராசனாயிருக்க வேண்டும்" என்று என்னை வாழ்த்திவிட்டு, மறுகணமே தன் பையனை அழைத்து, பக்கத்துத் தெருவிலுள்ள ஒரு வீட்டில் போய் ஒன்றரை ரூபாய்கு அரிசி வாங்கிக் கொண்டு வரும்படி சொல்லியனுப்பினாள். பையன் புறப்பட்டுப் போய்விட்டான்.

அதற்கு மேல்தான் சாதம் சமைத்துச் சாப்பிட வேண்டும். காய்கறிகள், எவையேனும் உண்டா இல்லையா என்று எனக்குத் தெரியவில்லை. பெரியம்மாள் சமையலுக்கு ஆயத்தம் செய்ய உள்ளே போனாள். மகளை அழைத்து அவளோடு ஏதோ ரகசியமாகச் சிறிது நேரம் பேசினாள். அதற்குப் பிறகு மகள் தனியாக வெளியே வந்தாள். நான் உட்கார்ந்திருக்கும் திண்ணையில் அழுக்குப் படிந்து எண்ணெய்ச்சிக்கு நாறும் தலையணைகளைக் கொண்டு வந்து போட்டுவிட்டு உள்ளே போனாள்.

எனக்கு ஒன்றும் புரியவில்லை. இதற்குள் என்னைப் பற்றித் தெரிந்து கொண்டிருப்பார்கள் என்று நம்பினேன். ஆனால், அவர் களுடைய நடவடிக்கைகள் வேறுவிதமாக இருந்தன. நான் உடனே அங்கிருந்து கிளம்பிட வேண்டும் என்று எழுந்து, ஒன்றும் தெரியாதவன்போல, "நேரமாகிவிட்டது, நான்..." என்று சொல்லிக் கொண்டிருக்கும்போது,

"இதோ வந்துவிட்டேன். போகலாம், இருங்கள்" என்று சொன்னாள் மகள்.

இதற்குள் சிறுவன் அரிசி வாங்கிக்கொண்டு வந்து விட்டான். அரிசியோடு வீட்டுக்குள்ளே போனவனிடம் ஏதோ ரகசியமாகச் சொன்னாள் தாயார். அப்புறம் அவன் வெளியே வரவில்லை. உள்ளேயே உட்கார்ந்துவிட்டான்.

மகள் வெளியே வந்தாள். விளக்கு வெளிச்சத்தில் அவள் முகத்தை நன்றாகக் கூர்ந்து பார்த்தேன். முகத்தில் பேயறைந்தது போல ரத்தமெல்லாம் வற்றி வெளுத்துப்போயிருந்தது. உதடுகள் நடுங்கின. தயங்கித் தயங்கி அடியெடுத்து வைத்து நடந்து வந்தாள். என் அருகே கிடக்கும் தலையணைகளை எடுத்து மாற்றிப் போட்டு விட்டு, என் அருகில் வந்து கூசிக்கூசி உட்கார்ந்தாள். அதே சமயத்தில் உள்ளேயிருந்த பெரியம்மாள் வீட்டுக் கதவை அடைத்து விட்டாள். மகளும் நானும் இருட்டில் தனியாக இருந்தோம்.

எனக்கு ஏககாலத்தில் கோபமும் துக்கமும் பிறந்தன.

"என்ன விஷயம்?" என்று, கூர்மையான குரலில் 'பளிச்' சென்று கேட்டேன்.

"நேரமாய் விட்டது. நான்போய்–"

"நீ போய்...?"

"சமையல் செய்யவேண்டும். எல்லோரும் பசியோடிருக்கிறோம்."

"சரி?"

"உங்களை வழியனுப்பி விட்டால் நான் வேலையைக் கவனிக்கலாம்..."

இதற்கு மேல் அவளால் பேசமுடியவில்லை.

"சீக்கிரம்..." என்று கெஞ்சும் குரலில் தடுமாறிக் கொண்டே சொனனாள்.

அப்புறம் என் அருகிலேயே பாயில் படுத்து விட்டாள்.

அவள் நிலைமைக்கு நான் இரங்குவதா? அழுவதா? கோபிப்பதா?

என்னால் பேசவே முடியவில்லை.

அவளுடைய வறுமையைப் பார்த்து என் நெஞ்சம் ரத்தத்தச் சிந்திக்கொண்டிருந்தது. அவ்வளவு நேரமும் அந்த வீட்டில் நான் உட்கார்ந்திருந்ததற்குக் காரணம் அவர்கள் மீது எனக்கு ஏற்பட்ட இரக்கமும், அவர்கள் துன்பத்தைக் கண்டு நான் பட்ட துன்பமுந்தான். ஆனால், அந்த இளம்பெண் நான் உட்கார்ந்து கொண்டிருப்பதற்கும் பணம் கொடுப்பதற்கும் வேறு விதமாகப் பொருள் கற்பித்து விட்டாள். இரவில் வீடு தேடி வந்து உதவியவனுக்கு, தன் 'கடமை'யைச் செய்யப் பக்தி சிரத்தையோடு வந்து காத்திருக்கத்

தொடங்கி விட்டாள்.

நான் எழுந்து நின்றேன். திரும்பவும் அவள் அருகில் உட்கார்ந்தேன். என் துயர உணர்ச்சிகளை என்னால் அடக்க முடியவில்லை. அழுகையும் வந்தது. விக்குகின்ற குரலில் 'அம்மா!' என்று அந்தரங்கமாக அவளை அழைத்தேன். 'அம்மா!' என்ற சொல்பிரயோகத்தைக் கேட்டதும், திடுக்கிட்டு எழுந்து என் முகத்தைப் பார்த்தாள்; என் கண்ணீரையும் பார்த்தாள். ஒன்றும் சொல்லாமல் குப்புறப்படுத்து அழ ஆரம்பித்து விட்டாள். ஆனால் அழு குரல் கேட்கவில்லை; விம்மல் தான் கேட்டது. அவள் உடம்பு விம்மலின்போது எழும்பித் தாழ்ந்தது தெரிந்தது.

அவள் முதுகில் கையை வைத்துக்கொண்டே, "அம்மா! நீ வீட்டிற்குள்ளே எழுந்துபோ" என்று சொல்ல ஆரம்பித்து வாக்கியத்தை முடிக்க முடியாமல் குழறி விட்டேன்.

அவள் எழுந்து போகாமல், அப்படியே படுத்துக் கொண்டு அழுதாள். இரண்டாவது தடவை நான் முதுகைத் தொட்டதும், புரண்டு படுத்தாள். என் கையை இறுகப்பற்றிக் கொண்டு 'ஓ'வென்று அலறிவிட்டாள்.

இந்தத் துயர நாடகத்தின் மூலமும் நடுவும் அறியாத பெரியம்மாளும், சிறுவனும் பயந்து போய்க் கதவைத் திறந்து கொண்டு வெளியே ஓடி வந்தார்கள். இருவருடைய கண்ணீரும் அவர்களுக்குப் புரிந்துகொள்ள முடியாத பயத்தை அளித்தது.

வந்தவனும், வரவேற்றவளும் ஒருமிக்க துயரத்தோடு அழும் காட்சியை எந்த விபசார விடுதியில் தான் பார்த்திருக்க முடியும்?

"அம்மா நான் வருகிறேன்!" என்று சொல்லிவிட்டு, அவர்களுடைய பதிலை எதிர்பார்க்காமல் விறுவிறு என்று நடந்து பஸ் ஸ்டாண்டை நோக்கி வந்து விட்டேன். நல்ல வேளையாகப் பஸ்ஸும் தயாராக நின்றது. ஏறி உட்கார்ந்து கொண்டதும் எங்கோ ஒரு கடிகாரம் ஒரு மணி அடித்தது, பஸ்ஸும் புறப்பட்டு விட்டது.

அப்போது மணி ஒன்பதரை.

முகத்தில் வழக்கம்போலச் சிரிப்பும், மலர்ச்சியும் இன்றி நான் வீட்டில் நுழைந்ததை என் குழந்தைகள் பார்க்கவில்லை; அவர்கள் தூங்கிவிட்டார்கள். என் மனைவிதான் பார்த்தாள். ஆனால், என்ன, ஏது? என்று அவள் உடனே கேட்டுவிடவில்லை.

"ஏது இவ்வளவு நேரம்?" என்று மட்டும் கேட்டாள்.

"நேரமாய்விட்டது. நீ சாப்பிட்டாயோ?"

"குழந்தைகள் தான் சாப்பிட்டுவிட்டுத் தூங்குகிறார்கள்" என்றாள் மனைவி.

"நீயும் சாப்பிட்டிருக்க வேண்டியதுதானே? வா, சாப்பிடலாம்" என்று சொன்னேன்.

என் விருப்பத்திற்கிணங்க, அவள் ஏககாலத்தில் இரண்டு கலங்களில் பரிமாறி, மோரையும், சாதத்தையும் பக்கத்தில் கொண்டு வந்து வைத்து விட்டு, என்னோடு சாப்பிட உட்கார்ந்தாள்.

அப்புறம் தான், "இன்று ஏன் ஒரு மாதிரி இருக்கிறீர்கள்" என்று கேட்டாள்.

"உன்னை விட்டு வெகு நேரமாக வெளியில் இருந்து விட்டேன். அல்லவா?" என்று என் நிலையை மறைப்பதற்காகச் சொன்னேன்.

அவள் சிரித்தாள்.

'அந்தப் பெண் இப்போது சாப்பிட உட்கார்ந்திருப்பாளா, இல்லை இன்னும் தன் துயரத்தை அடக்க முடியாமல் அழுது கொண்டிருப்பாளா?' என்று யோசித்துக்கொண்டே, சாப்பிட்டு எழுந்தேன்.

2

ஏறக்குறைய ஒரு மாதமாகிவிட்டது. அன்றிரவில் நடந்த நிகழ்ச்சிகள் இரண்டொரு நாட்கள்தான் வேகம் குன்றாமல் என் மனதை வருத்திக் கொண்டிருந்தன. அப்புறம் சிறிது சிறிதாக அந்த நினைவு என் உள்ளத்தை விட்டு அகன்றுவிட்டது. என்னுடைய நித்திய கடமைகளில் நான் வழக்கம் போல ஒன்றிப் போய் விட்டேன்.

என் மயிலாப்பூர் நண்பர் தம் குடும்பத்தோடு ஒரு ஞாயிற்றுக் கிழமையன்று என் வீட்டுக்கு வந்திருந்தார். அவரோடு தனியாக உட்கார்ந்து பேசிக் கொண்டிருந்தபோது, அந்தச் செய்தியை விரிவாகச் சொன்னேன். முதலில் என்னைக் கேலி பண்ணப் போகிறவர்போல, சிரிப்பும் வேடிக்கையுமாக நான் சொல்வதைக் கேட்டுக் கொண்டு வந்தார். நான் என் பேச்சை முடிக்கும் போது அவர் முகத்திலும் பச்சாதாபம் பிரதிபலித்தது.

"வறுமையின் கொடுமை எப்படி இருக்கிறது என்று பாருங்கள். அநதப் பெண் துஷ்டமிருகத்தைப் பார்த்து நடுங்குவதுபோல, இந்த விபசாரத் தொழிலை நினைக்கும் போதெல்லாம் நடுங்குகிறாள். பெரியம்மாள் வெளிப் பாவனைக்காகத் தான் வந்தவனை உபசரித்துப் பேசுகிறாளே தவிர உள்ளுக்குள் அவள் படும் வேதனை தெளிவாக நமக்குத் தெரிகிறது. அவளைப் பார்த்தால் கௌரவமாகப் பிழைத்தவள் போலவே தோன்றுகிறது. கௌரவம் மட்டுமல்ல, மிகமிக

நல்லவளாகவும் அடுத்தவர்களுக்கு உபகாரம் செய்யும் மனம் படைத்தவளாகவும் அவள் வாழ்ந்திருக்க வேண்டும். அவள் முகத்தில் அந்தச் சீரிய பண்புகள் இப்பொழுதும் தென்படுகின்றன. இந்த ஈனப் பிழைப்பு இன்னும் அந்த ஒளிரேகைகளைப் பரிபூரண மாக அழித்து விடவில்லை... நினைத்தாலும் எனக்குக் கண்ணீர் வருகிறது...

"இதில் நாம் இரண்டு பேர் அனுதாபப்பட்டு என்ன ஆய்விடப் போகிறது? அந்த மாதிரி ஒரு குடும்பமா, ஆயிரக் கணக்கான குடும்பங்கள் விபசாரத்தை நம்பித் தான் உயிர்வாழ்ந்து கொண்டிருக்கின்றன" என்றார் நண்பர்.

"ஆனால், இதைப் போன்ற பரிதாபத்தை எங்கும் பார்க்க முடியாது. விபசார விடுதிகளில், அற்பத்தனமும் சில்லறைத் தனமான பெருகும், அதற்கேற்ற நடவடிக்கைகளும் தான் மேலோங்கி இருக்குமே ஒழிய, இதைப் போன்ற துயரத்தை அங்கே பார்க்க முடியாது. நான் நேருக்கு நேர் நின்று பார்த்ததனால், என்னையும் துயரம் பற்றிக் கொண்டது.

"தொழிலுக்குப் புதியவர்களாக இருப்பார்கள். இன்று வரைப் பேணிப் பாதுகாத்த பெருமைகளும், சீலங்களும், தர்மங்களும், வந்து போராடும் அப்போ தெல்லாம் இந்தத் துயர நாடகத்தை எதிர்பார்க்க வேண்டியதுதானே? ஆனால், இதெல்லாம் எத்தனை நாட்களுக்கு? ஒரு மாதமோ இரண்டு மாதமோ கடந்து விட்டால், எல்லாம் நடைமுறைப் பழக்கமாகி அவர்கள் உள்ளமும் மரத்துப் போய், உயிரோ உணர்ச்சியோ இல்லாமல் தானே செத்து விடும். அந்தச் சமயத்தில் போய் அவர்கள் முன்னிலையில் நாம் அனுதாபப் பட்டால், நம்மைப் பேடிப்பயல் என்று இதே பெண்கள் தான் கேலி செய்து அவமானப் படுத்தி விரட்டுவார்கள்!" என்று நண்பர் கூறினார்.

அப்புறம் சிறிது நேரம் இதே விஷயத்தைப் பற்றிப் பேசிக் கொண்டிருந்தோம்.

சாப்பாட்டுக்குப் பிறகு சிறிது நேரத்திற்கெல்லாம் எல்லோரும் சினிமாவுக்குப் போனோம்.

* * *

இரண்டாவது முறையாகவும், கடைசி முறையாகவும் அந்த வீட்டுக்கு ஒருநாள் மாலையில் போனேன். மனதில் கிடந்து அவ்வப் போது என்னை வருத்தி வந்த நினைவை, இரண்டாவது சந்திப்பில் கழித்துவிட்டு வந்து விடலாம் என்று கூட எனக்குத் தோன்றியது; அத்துடன் மற்றொரு முறை போய்ப் பார்க்க வேண்டுமென்று

காரணமில்லாத ஒரு விசித்திரமான ஆவல் பிறந்தது போனேன். முதல் சந்திப்புக்கும் இதற்கும் நடுவில் இரண்டு மாதமாவது கழிந்திருக்கும்.

மாலை நேரம். பழக்கமானவன் காமுகனாகப் பழக்கமாகாமல் உபகாரியாக அறிமுகமானவன். என் கண்ணீரால் அவர்கள் கண்ணீருக்கு மதிப்பும் மனிதத் தன்மையும் தந்தவன். இந்த மாதிரியான காரணங்களால் அவர்கள் உறவினனைப்போல என்னைக் கருதுவார்கள் என்று நினைத்தேன். ஆனால் என்னைக் கூர்ந்து பார்த்து இன்னாரென்று கண்டு கொண்டதும், "நீங்கள் ஏன் இங்கே வருகிறீர்கள்? நாங்கள் பண்ணுகிற பாவத்தை விடப் பெரிய பாவம் உங்களை எங்கள் வீட்டில் வரவேற்பது; போய் விடுங்கள்" என்ற கருத்தில் தான் என்னென்னவோ சொல்லி என்னை வழியனுப்ப முயன்றாள் பெரியம்மாள்.

ஆனால் நான் உடனே வந்துவிடவில்லை; உட்கார்ந்து பேசினேன். அவர்களுடைய வரலாற்றையெல்லாம் கேட்டறிந்தேன். அரைமணி நேரத்தில் நான் புறப்பட்டுவிட்டேன். போகும்போது, இதுவே என் கடைசிச் சந்திப்பு என்பதாக ஏதாவது செய்யலாம் என்று 'பணம் ஏதேனும் வேண்டியிருக்குமா?' என்று கேட்டேன்.

பெரியம்மாள் கைகளைக் கூப்பிக்கொண்டு "பணம் எதற்கு? நீங்கள் எதற்காக ஐயா கொடுக்கிறீர்கள்? நாங்கள் ஏழைகளாக, பிச்சைக்காரர்களாக, மனித ஜன்மங்களாக இருந்தால் உங்கள் உபகாரத்தை நாடலாம். நாங்கள் விபசாரம் செய்து பிழைக்கிறோம். விசாரிக்கு நன்கொடை கொடுப்பானேன்? நீங்கள் போங்கள். இனி மேல் உங்கள் கால்கள் இந்தப் பாவிகளின் வீட்டில் படவேண்டாம்" என்று அவசரப்பட்டாள்.

கொஞ்சம் தாமதித்தாலும், அவளும் தலைகுனிந்த கொண்டு நிற்கும் மகளும் அழுது விடுவார்கள் போலிருந்தது.

புறப்பட்டு வந்துவிட்டேன்.

வரும் வழியில் மயிலாப்பூரில் என் நண்பர் வீட்டுக்குச் சென்றேன்.

"ஏது இப்படித் திடீரென்று முன்பின் தகவல் இல்லாமல்? ஏதாவது விசேஷம் உண்டா?" என்று திகைப்போடு கேட்டார் நண்பர்.

நான் சொன்ன பதில் அவரை அதிகமாகத் திகைக்க வைத்து விட்டது.

"அந்த வீட்டுக்குத்தான் போய்விட்டு வருகிறேன்!"

"எந்த வீடு?"

"அன்றொரு நாள் உங்களிடம் சொல்லவில்லையா, தாயும் மகளும்..."

"நீங்கள் செய்யும் காரியம் எனக்குக் கொஞ்சம் கூடப் பிடிக்க வில்லை. நம்மால் அவர்களுக்கு ஏதாவது செய்ய முடிந்தால் செய்யவேண்டும். இல்லையென்றால் பேசாமல் நம் வேலையைக் கவனிக்கவேண்டும். வீணாக அனுதாபம் காட்டப்போனால் கடைசியில் அபவாதந்தான் நமக்கு மிஞ்சும். நாம் பெண்டு பிள்ளைகளோடு குடும்பம் நடத்துகிறவர்கள், இப்படிப்பட்ட விவகாரங்கள் குடும்பத் துக்கு ஆகாதவை."

"இனிமேல் நான் அங்கு போகப் போவதில்லை. இன்று தான் கடைசிச் சந்திப்பு. அவர்களுக்குக் கொஞ்சம் பணம் கொடுக்கலாம் என்று பார்த்தேன், வேண்டாம் என்று சொல்லிவிட்டாள் பெரியம்மாள்" என்றேன்.

"நீங்கள் இவ்வளவு பெரிய பைத்தியம் என்று நான் நினைக்க வில்லை. உண்மையில் இது பைத்தியக்காரத்தனமே ஒழிய தர்ம கைங்கரியமல்ல. அன்ன சந்திரம் கட்டிப் பசிக்கொடுமையை ஒழிக்க முயலுவதும், பூமிதானம் செய்து விவசாய சமூகத்திற்குச் சுபிட்சம் தர முயலுவதும், பிச்சைக்காரப் பையனைத் 'தம்பி! ராஜா!' என்று அன்போடு அழைத்துப் பிச்சை போடுவதும் எப்படிப்பட்ட பைத்தியக்காரத்தனங்களோ, அவை போன்ற பைத்தியக்காரத்தனமே இதுவும். பார்க்கப்போனால் இது முட்டாள் தனமான கண் துடைப்பு வேலை என்று கூடச் சொல்லுவேன். தனி மனிதனுடைய உதவிகளைக் கொண்டு சமூகத்தை வாழ்விக்க முடியுமா? ஒரு விபசாரிக்குப் பணம் கொடுத்துவிட்டால், ஊரில் விபசாரம் அற்றுப்போய்விடுமா? இன்றைய சமூக அஸ்திரவாரத்தை அடியோடு பெயர்த்து விட்டுப் புதிய அஸ்திவாரம் போட்டாலொழிய, இந்தப் பிரச்னைகள் தீரும் என்றா நினைக்கிறீர்கள்..."

நண்பர் மேடைப் பிரசங்கம் போல ஆவேசமாகப் பேசிக் கொண்டே போனார். அவருடைய பேச்சை ஓரிடத்தில் எதையோ சொல்லி நிறுத்தினே. அவர் கேட்டார்; "அவர்கள் ஏதேனும் வேலை செய்து பிழைக்க முயற்சி செய்யக் கூடாதா!"

"அவர்கள் வேலை செய்து பிழைக்கத்தான் இந்த ஊருக்கு வந்தார்கள். அவர்கள் பிறந்ததே அதற்காகத்தான். ஆனால் வேலை கிடைத்தால்தானே? நம் அரசாங்கம் வேலைகொடுக்கும் கடமையை ஏற்றுக்கொள்ளவில்லையே! பிரஜைகள் விஷயத்தில் ஆயிரம் அனாவசியக் கடமைகளை வைத்துக்கொண்டு எடுத்ததற்கெல்லாம் குறுக்கிடுவதைத் தவிர, இந்த அரசாங்கம் வேறு எதைச்

சாதித்திருக்கிறது? அந்தப் பெரியம்மாளும், பெண்ணும் அநேக நாட்களாக வேலை தேடியலைந்திருக்கிறார்கள். நாட்கணக்காக முழுப் பட்டினியும் கிடந்திருக்கிறார்கள். சில தினங்களில் பிச்சை எடுக்கவேண்டுமென்று கூட நினைத்தார்களாம். கடைசியாக முழுப்பட்டினி கிடந்த ஒரு நாளிலேயே இந்த விபசாரத் தொழிலைத் தொடங்கினார்களாம்...”

“அவர்களுக்கு உற்றார் உறவினர்...?”

“ஒருவரும் கிடையாது. அப்படி யாராவது இருந்தாலும் அவர்களால் உதவியில்லை. கிராமத்தில் பிழைப்புக்கு வழியின்றி பட்டணத்துக்கு வந்துவிட்டார்கள். சரீரத்தை அடகு வைத்து, மானத்தை விற்றுப் பிழைக்கும் இந்தப் பிழைப்பைத் தொடங்கிச் சில நாட்கள்தான் ஆகின்றன. நான் போயிருந்த அன்றைய தினத்துக்கு ஒரு வாரத்துக்கு முன் தான் இந்தப் புது வாழ்க்கையைத் தொடங்கியிருக்கிறார்கள். நான் போய் வந்ததற்கப்புறம் சில தினங்களில் பெரியம்மாள் இந்த முதிர்ந்த வயதிலும் ஒருநாள் கூலி வேலைக்குப் போனாளாம். தாயும் மகளுமே ஐந்தாறு நாட்கள் வேலை பார்த்திருக்கிறார்கள். அப்பொழுது அவர்கள் இந்த ஈனத் தொழிலை நிறுத்தி விட்டார்கள். ஆனால் அவர்களுடைய துரதிர்ஷ்டமோ என்னவோ, பழைய படியும் வேலை கிடைக்காமல் போகவே, வயிற்றைக் கழுவப் பழைய நரகத்திலேயே திரும்பவும் குதிக்கும்படியாகிவிட்டது. இதில் பரிதாபகரமான ஒரு விஷய மென்னவென்றால், அந்தப் பையனுக்கு இந்த விவரங்கள் எவையும் தெரியாது. தெரிந்தாலாவது ஆட்களைக் கூட்டிக் கொண்டு வரச் சாத்தியப்படும். அவனிடத்தில் சொல்லியனுப்பத் தாயாருக்கு வெட்கம் “பொய் சொல்லாதே, திருடாதே, ஆபாசமாகப் பேசாதே” என்றெல்லாம் சொல்லி வளர்த்த என் குழந்தையிடம் எப்படி இந்தச் சமாசாரத்தைச் சொல்லி ஆட்களைக் கூட்டிவரச் சொல்லுவேன், ஐயா” என்று சொல்லி அந்தப் பெரியம்மாள் தலையிலடித்துக் கொண்டு அழுதாள். என் நெஞ்சம் வெடித்து விடும் போல இருந்தது. உத்தமப் பெண்களின் இயற்கை, கதைகளில் படித்த கற்பரசிகளின் ஒழுக்கம்-இவையெல்லாம் உருக்கொண்டது போல அந்த அம்மாள் விளங்குகிறாள். தன் அறியாப் பருவத்தில் தானே இழந்த ஒருவன் இந்த அம்மாளைக் கண்டால், தன்னைப் பெற்றெடுத்த அன்னை இவளைப் போலத்தான் இருந்திருப்பாள். இவளைப் போலத்தான் இருக்க வேண்டும் என்றுகூட ஆசைப்படத் தோன்றும்...’

“போதும், இந்தத் துயரக் கதையை என்னால் கேட்கமுடிய வில்லை” என்று எழுந்து போய்விட்டார் நண்பர்.

அப்புறம் சிறிது நேரந்தான் அங்கிருந்தேன். நேரமும் ஆகி விட்டது. மனைவி பசியோடு காத்திருப்பாள் என்று நண்பரிடம் விடைபெற்றுக் கொண்டு வீடு திரும்பினேன்.

* * *

மேற்கண்ட அத்தியாயங்களில் கூறிய செய்திகள் நிகழ்ந்து ஐந்து ஆண்டுகள் கழிந்து விட்டன. நான் கோயமுத்தூருக்கு மாற்றுதலாகிப் போய் அங்கே நான்கு வருஷங்களுக்கு மேலேயே வேலை பார்த்து விட்டு, பழைய படியும் சென்னைக்கு மாற்றுதலாகி வந்து இரண்டு மாதங்களாகிவிட்டன. என் வாழ்க்கையில், இந்த ஒரு மாறுதலும், எனக்கு இரண்டு குழந்தைகள் பிறந்ததும் தவிர வேறு குறிப்பிடத்தக்க மாறுதல் எதுவும் நிகழவில்லை. ஆனால் தேசத்தில் பெரிய பெரிய மாறுதல்கள் ஏற்பட்டுவிட்டன. நான் கோவைக்குப் போன மறு வருஷத்தில் இந்தியா சுதந்திரம் பெற்றது. பக்கத்திலுள்ள நாடுகள் பலவும் சுதந்திரம் பெற்றன. இந்தியா சுதந்திரமடைந்த வருஷத்தில் எனக்குப் பிறந்த பெண் குழந்தைக்கு 'சுந்தரி' என்று பெயர் வைத்திருந்தும், பிரியமாகச் 'சுந்தரி' என்று நானும் என் மனைவியும் அழைத்து வந்தோம்.

இந்தியாவுக்கு வடக்கேயுள்ள சீனாவிலும் ஒரு புதிய அரசாங்கம் ஏற்பட்டு விட்டது. இப்படி எத்தனை எத்தனையோ மாறுதல்கள். தேசங்களில் ஏற்பட்டுள்ள மாறுதல்கள் மனித வாழ்க்கையிலும் ஏற்படவேண்டுமல்லவா? ஏற்படத்தான் செய்தன...

நான் சென்னைக்கு இரண்டாவது தடவையாக வந்து குடியேறிய தெருவில் இரண்டு குடும்பங்கள் வேறு வழியின்றி விபசாரத்தை நம்பியே ஜீவனம் செய்து வந்தன என்ற விபரம் ஒரு நாள் எனக்குத் தெரிய வந்தது. 'பாவம்' என்று சமூகம் ஒதுக்கி வைத்திருப்பது, எப்படி நம் தலைவாசல் வரையிலும் படர்ந்து பரவி விட்டது என்று நான் திடுக்கிட்டேன். இந்தச் செய்தியைக் கேள்விப்பட்டதும் எனக்கு அந்த அம்மாளும் அவளுடைய மகளும் தான் நினைவுக்கு வந்தனர். வெகு காலத்துக்குப் பிறகு வந்த நினைவு இது. ஒரு கணம் அவர்களைப் பற்றி யோசித்தேன். உலகத்தில் இந்த ஐந்து வருஷகாலத்தில் ஏற்பட்ட மாறுதல்களில் ஏதேனும் ஒன்று அவர்களுக்கு நல்வாழ்க்கையைத் தந்திருக்கக்கூடும் என்று எண்ணி அவர்களை மறக்க முயன்றேன்.

நம் நாடு சுதந்திரம் பெற்று நான்கு ஆண்டுகள் ஆகிவிட்டன. இந்தியாவின் பெருமை உலகின் கண்முன் மிகவும் உயர்ந்திருக்கிறது. நம் சுதந்திர அரசாங்கம் பெருமைப்படத்தக்க காரியங்களைச் சாதித்திருக்கிறது. இந்தக் காரியங்களால் அவர்களும் அவர்களைப்

போன்ற ஏழைகளும் நன்மை பெற்றிருக்கக்கூடும் எனக் கருதினேன்.

சீனா தேசத்தில்கூடப் புதிய அரசாங்கம் ஏற்பட்டு இரண்டு வருஷ காலத்துக்குள் பசி பட்டினியை ஒழித்து விட்டார்கள் என்று நம் சீன ஸ்தானீகர் உலகறியக் கூறினார். சீனாவுக்குச் சென்ற காந்தி பக்தர் ஒருவர் இரண்டு வருஷ ஆட்சியில் கான்டன் போன்ற ஒரு பெரிய நகரத்தில் ஒரு பிசாரவிடுதிகூட இல்லாதபடி ஒழித்து, எல்லாப் பெண்களுக்கும் வேலை கொடுத்து மீட்சி தந்திருக்கிறார்கள் என்று எண்ணி அவர்கள் நினைவை மனதைவிட்டு அகற்றினேன்.

ஒருநாள் மாலை என் பழைய மயிலாப்பூர் நண்பருடனேயே திருவல்லிக்கேணி கடற்கரைக்குப் போயிருந்தேன். அங்கே ஒரு தேர்தல் பிரசாரக்கூட்டம் நடந்து கொண்டிருந்தது. பிரசங்க வாசகங்களைக் கொண்டு எந்தக் கட்சியாரின் கூட்டமென்று ஊகித்து விட்டோம். அவர்களுடைய வாய் வீச்சை கேட்டுக் கொண்டிருக்க எனக்கோ என் நண்பருக்கோ பிடிக்கவில்லை. எழுந்து தூரத்தில் போய் உட்கார்ந்து குடும்ப சமாச்சாரங்களைப் பற்றிப் பேசிக்கொண்டிருந்தோம். இரவு இரவு மணியானதும் வீட்டுக்குப் போவதற்காக, மணலைத் தட்டி விட்டு எழுந்தோம். கடற்கரை மணலைத்தாண்டி, சாலையை நெருங்கும் சமயத்தில், வலது புறம் சிறிது தூரம் தள்ளிக் கூட்டம் குறைந்துள்ள ஓரிடத்தில் நான் கண்ட காட்சி என்னை அந்த இடத்திலேயே நிறுத்திவிட்டது. பிரமித்துப் போய்த் திரும்பிப் பார்த்துக் கொண்டு அசையாமல் நின்றேன். என்னைப்பார்த்து என் நண்பரும் நின்றார்.

"என்ன? ஏன் நிற்கிறீர்கள்?" என்று கேட்டார்.

"கொஞ்சம் இருங்கள்," என்று சொல்லிவிட்டு, கொஞ்சம் கூர்ந்து பார்த்தேன். அதன் பிறகு, அந்தத் திசையை நோக்கி என் நண்பரையும் அழைத்துச் சென்றேன். அங்கே அந்த அம்மாளும், மகளும் நின்று கொண்டிருந்தார்கள். எவனோ ஒரு அல்காப் பேர்வழி அங்கே விற்கும் பட்டாணிக் கடலையையும், மாங்காய்த் துண்டுகளையும் வாங்கிக்கொண்டு போய் அவர்களுக்குக் கொடுத்தான்.

நான் கண்ட காட்சி என் நற்கனவுகளையெல்லாம் சிதைத்து விட்டது. நண்பரை அழைத்துக்கொண்டு, 'விறு விறு' என்று கடற்கரைச் சாலையைத் தாண்டிப் பஸ் ஸ்டாண்டை நோக்கி வந்தேன்.

என் ஆசைக்கனவுகள் இப்படியும் ஆகவேண்டுமா என்று வருந்தினேன். அவர்கள் வாழ்கையில் மாறுதல் ஏற்படும், ஏற்பட்டிருக்கத்தான் வேண்டும் என்று நான் நினைத்தேன். ஆனால் நடந்தது என்ன? நான் எதிர்பாராத சில மாறுதல்கள் தான்

◈ மாறுதல் ◈

ஏற்பட்டிருந்தன.

அந்தப் பெண்ணின் முகம் முன்போல இல்லாமல், இப்போது பேயைப் போலக் கோரமாக இருந்தது. மேக நோய் பீடித்த உடம்பு என்பது ஒரு நிமிஷப் பார்வையிலேயே தெள்ளத் தெளிவாகத் தெரிந்தது- நெற்றியில் காலணா அகல நீலப்பொட்டு. காதிலும் மூக்கிலும் பீங்கான் கல் பதித்த பித்தளை நகைகள். புருவங்கள் கறுப்புக் கோடுகளைப் போலச் சிதைத்து விடப்பட்டிருந்தன. இந்த ஒரு விஷயத்தில் தாய்க்கும் மகளுக்கும் வித்தியாசம். மற்றபடி, அந்த அம்மாளும் காலணா அகல நீலப்பொட்டு வைத்திருந்தாள். மகளைப் போலக் கொண்டையில் ஒரு கூடைப் பூவை வைத்துக் கொண்டிருந்தாள். கையில் பித்தளைக் காப்புகள்; காதிலும் மூக்கிலும் பீங்கான் கல் பதித்த பித்தளை நகைகள்...

அந்தச் சிறுவனை மட்டும் காணவில்லை. ஒரு வேளை அவன் வீட்டில் இருக்கலாம்; இல்லை என்றால் செத்துப்போயிருக்கலாம்; அதுவும் இல்லை யென்றால் கிரிமினல் குற்றம் செய்து சிறைக் கூடத்துக்குப் போயிருக்கலாம்.

☯

56
ஏமாற்றம்

கல்யாணமான எட்டாவது மாதத்திலேயே சட்டக் கல்வி படிப்பதற்காகக் கிருஷ்ணமூர்த்தி சென்னைக்குப் போக வேண்டியிருந்தது. முதல் முதலில் மனைவியை விட்டுப் பிரிந்து சென்னைக்குப் போனபின், தசரா விடுமுறையில் ஒரு தடவை ஊருக்கு வந்திருக்கிறான். இப்படி வந்து விட்டுப் போனபோது, கழுத்தோடு கழுத்தைப் பின்னிய அன்றில்-பிணைப்பை நெகிழ்த்துக் கொண்டு, மிகவும் மன வேதனையோடுதான் அவன் சென்னைக்குப் புறப்பட்டான். ஊருக்கு வந்தவுடன் எப்படி விண்ண அளாவும்படி சந்தோஷம் பொங்கி எழுமோ, அப்படியே ஊரை விட்டுப் புறப்படும் போது அதற்குச் சரியான எதிர்மறை போல மனத் துயரம் பாதாளத்தத் தாண்டிச் செல்லும்.

இப்போது கிறிஸ்துமஸ் விடுமுறைக்கு வந்திருக்கிறான். விடுமுறை நாட்களும் கழிந்துவிட்டன. நாளை காலை ஏழரைக் கெல்லாம் சென்னைக்கு ரயில் ஏறிவிட வேண்டும். இந்த நினைப்பினால், கண் விழித்திருப்பதற்கு முப்பது நாழிகையே உள்ள இராக்காலம் போதாதே என்று இருவரும் கிருஷ்ணமூர்த்தியும் லக்ஷ்மியும் ஏங்கினர்.

இரவு சாப்பாடானது, ஒன்பது ஒன்பதரை மணிக்கெல்லாம் பகல் முழுவதும் ஒரே மனிதனைப் போலப் பேசியும் சிரித்தும் கலகலப்புடன் இருந்து வந்த குடும்பத்தினர் அத்தனை பேரையும் தனித்தனி மனிதர்களாகப் பிரிக்க வந்தது நித்திரை. இதில் ஒரு சிறு விதிவிலக்காக கிருஷ்ணமூர்த்தியும் லக்ஷ்மியும் மட்டும் ஒரே ஜீவனைப் போல மேல்மாடிக்குப் போனார்கள். லக்ஷ்மி படுக்கையைப் போடும் போது அவன் ஜன்னலின் பக்கத்தில் நின்று அவளைப் பார்த்துக் கொண்டே இருந்தான். வழக்கம்போல அன்றிரவிலும், இருவருடைய பழங்கால நிகழ்ச்சிகளை, குழந்தைப் பருவத்தில் நடந்த மறக்க முடியாத சில சம்பவங்களை இருவரும் பரஸ்பரம் பரிமாறிக் கொள்ளத் தான் காத்திருந்தார்கள். ஒருவரை ஒருவர் சந்திப்பதற்கு முன், தனித்தனியாக ஒவ்வொருரின் வாழ்க்கையிலும் நிகழ்ந்த செய்திகளை அறிந்து கொள்ளுவதன் மூலமாகத் தங்கள் உறவும் அன்பும் விசாலமடைவதாகத் தோன்றியது இருவருக்கும். இல்லாவிட்டால் அந்தச் செய்திகளைக் கேட்பதில் அப்படி மோகம் பிறக்கக் காரணமில்லை. கிருஷ்ணமூர்த்தியின் பழைய டைரிகள்கூட அபூர்வ பொக்கிஷங்களாக லக்ஷ்மியினிடத்தில் இருந்து வந்தன.

சிறிது நேரத்திற்குப் பின், பின்னால் திரும்பி ஜன்னல் வழியாக வெளியே எட்டிப் பார்த்தான் கிருஷ்ணமூர்த்தி. மேற்கே அடிவானத்தை நோக்கி நழுவும் ஐந்தாம் நாள் பிறை. சிக்கும் முடிச்சுமாகப் பின்னி வளர்ந்த மூங்கில் மரங்களின் வேலியைக் கடக்கத் தயங்குவது போலக் காணப்பட்டது நல்ல இருள். அதைத் தன்பலவீனமான சக்தியைப் பிரயோகித்துப் பிறை நிலவு போக்கடிக்க முயன்றதில் கிடைத்த வெற்றியையும் தோல்வியையும் ஒருங்கே புலப்படுத்துவது போன்ற மங்கலான, இருள்-கலப்படமான வெளிச்சம் எல்லா விடங்களிலும் பரவியிருந்தது- இதனால் கண்ணுக்குத் தெரியும் வஸ்துக்களும் தெளிவாகப் புலப்படாமல் இருந்தன. தெரிந்தும் தெரியாமலும் இருக்கும் இந்த மயக்க நிலையினால் அடுத்த வீட்டுப் புகைப் போக்கிக் குழாய் கூட எங்கோ தூரத்தே உள்ள நகரொன்றில் மாடகூடங்களின் நடுவில் தோன்றும் கோபுரக் கலசம் போலக் காட்சியளித்தது. எதைப் பார்த்தாலும் கிருஷ்ணமூர்த்திக்குக் கனவும் கற்பனையுமாக இருந்தது. அவனுடைய உள்ளம் தன் தீராத பசிக்கு விருந்தாக ஒரு நட்சத்திரத்தையோ, ஒரு ஒளிப் புள்ளியையோ பார்த்த மாத்திரத்தில் இரை தேடும் மீனைப் போல் பளிச் சென்று அதை நோக்கிப் பாயும்; அப்புறம் எங்கோ ஓர் ஆழம் காணாத அகட்டில் சென்று உலாவிக் கொண்டிருக்கும். உலகத்து ஜடங்களுக்கு இத்தனை மோகனமும் இத்தனை ஆழமும் இதற்குமுன் என்றும் இருந்திருக்க முடியாது என்று தோன்றியது கிருஷ்ணமூர்த்திக்கு. காரணம், மறு நாளைய பிரிவு; அடுத்த சந்திப்பை வேறு யுகத்துக்கே மாற்றிப் போடுவது போன்ற ஒரு நீண்ட பிரிவு.

இருவரும் படுத்துக்கொண்டார்கள். மன மயக்கத்திலே, சம்பாஷணையின் தொடக்கம் முற்றுப் பெறாத, வார்த்தைகளாகவே வெளிவந்தன. ஒரு சொல்லாவது ஒருவரைப் பார்த்து ஒருவர் காரண காரியத்துடன் சொன்ன சொல்லாக இல்லை. யாரோ யாரையோ பார்த்துப் பேசிக்கொண்டிருக்கும் பாவனையிலே பேசிக் கொண்டிருந்தனர். அப்புறம் இருவரும் சுயப்பிரக்ஞை என்ற மிதப்புக் கட்டையில் நுனியை மெல்ல மெல்லக் பற்றிக் கொண்டதால் அதன் ஆதரவில் தத்தளித்துத் தடுமாறியாவது சொற்களைத் தெளிவாக உச்சரிக்க முடிந்தது. இந்தத் தளுதளுத்த குரல்களும், நாணம் வெட்கங்களும் மறைந்து ஒரு வழியாக மனத்தெளிவு பெற்ற மாத்திரத்தில், இருவரும் தத்தம் பழைய நாட்களைப் பற்றியும், அடுத்த தடவை இருவரும் சந்திக்கப் போவதைப் பற்றியும் பேசத் தொடங்கினர். இந்தச் சந்தர்ப்பத்தில் சம்பந்தமில்லாத ஏதோ ஒன்றை லக்ஷ்மி கேட்கத் தொடங்கியதும், கிருஷ்ணமூர்த்தி,

"அது இருக்கட்டும். கும்பாபிஷேகத்துக்கு நான் அவசியம் லீவ் எடுத்துக்கொண்டு வருவேன். வரட்டுமா?" என்று கேட்டான்.

"லீவ் கிடைத்தால வாருங்களேன்!" -இது லக்ஷ்மி.

"கிடைக்காவிட்டால்?"

"கிடைக்காவிட்டாலும் வாருங்கள்!"

"அப்படியானால் 'கிடைத்தால் வாருங்கள்' என்று சொல்லுவானேன்.

"வரட்டுமா?" என்று கேட்டீர்கள்.

இருவரும் சிரித்தனர்.

பிறகு கிருஷ்ணமூர்த்தி கேட்டான்;

"மூன்றாம் வருஷம் கோவிலின் மேலப் பிரகாரத்தில் எல்லோரும் போனபின், நாம் தனித்திருந்த அந்த இரவு நினைவிருக்கிறதா?"

"இராமல் எங்கே போகும்? அன்றுதானே பரிபூரணமாக இந்த உள்ளம் கொள்ளை போனது!" என்றாள் லக்ஷ்மி. சுதந்திரமும், நிதானமும், விளையாட்டும் அவள் சொற்களில் பிரதிபலித்தன.

"அப்படியானால் அதற்கு முன்பெல்லாம் கொள்ளை போகவில்லையா இந்த உள்ளம்?"

"உண்மையைச் சொல்லுகிறேன். அன்றுதான் பரிபூரணமாக நான் அடிமையானது. அதற்கு முன்பெல்லாம் அப்படிப்பட்ட 'அடிமை' உணர்ச்சி ஏகதேசமாகத் தங்கள் கடிதங்கள் வரும் சந்தர்ப்பங்களில்தான் ஏற்படும் பிறகு எப்படியோ மறைந்து போகும். ஆனால், அப்போதும் அதற்கு முன்பும் நீங்கள் மட்டும் எப்படி ஒரேயடியாக என் மேல் உயிராக இருந்தீர்கள் என்று எனக்குத் தெளிவாகத் தெரியும். திருநெல்வேலிக்கு நீங்கள் படிக்க வந்து, என்னை முதல் முதலாகச் சந்தித்துப் பேசிக் கொண்டிருந்த போதே உங்களுடைய மனம் பரவசம் எனக்குத் தெள்ளத் தெளிவாகத் தெரிந்தது. ஆனால், இதையும் சங்கோஜப் படாமல் சொல்கிறேன்- வீட்டுக்கு அப்பாவையோ, அண்ணாவையோ தேடிக் கொண்டு வருபவர்களுக்கு நான் பதில் சொல்ல நேரிடும்போது, வரக்கூடியவர்களெல்லாம் உங்களைப் போல மனப் பரவசத்துடன் பேசுவார்கள். ஒரு பெண்ணை முதல் முதலாகப் பார்க்கும் வாலிபர் களின் பரவசங்களுக்குள் வித்தியாசம் எது?..."

கிருஷ்ணமூர்த்தி சிரித்தான்.

"...ஆனாலும், உங்களுடைய தனிப் பண்பு எனக்குக் கொஞ்ச காலத்தில் தெரிந்து விட்டது. நம்மிடத்தில் மட்டற்ற அன்பு

கொண்டுதான் இப்படி விடுமுறை நாட்களிலும் கூட ஊருக்குப் போகாமல் இவர் வளைய வளைய வருகிறார் என்று திட்டமாக நினைத்தேன். எத்தனையோ குடும்ப நெருக்கடிகளையும் அலட்சியம் செய்து விட்டுத் திருநெல்வேலியை விட்டுப்போகாமல் என் சின்னஞ் சிறு கவலைகளையும் போக்க நீங்கள் எடுத்துக் கொண்ட சிரமங்களை நான் மறக்க முடியாது. என் உள்ளம் அப்போது உங்களைச் சோதித்துக் கொண்டிருக்கவில்லை. ஆனால் நீங்கள் என்ன உபசாரம் செய்தாலும், மாதக்கணக்காக நான் மௌனம் சாதித்து வந்ததற்குக் காரணம், உங்கள் அன்பு ஆரம்பத்தில் என் உள்ளத்தைப் பரிபூரணமாக ஆகர்ஷிக்காமல் இருந்ததுதான். அப்போது நடுநடுவே உங்களுக்கு எழுதிய கடிதங்களில் நான் கொட்டிய வாசகங்கள் சில சமயங்களில் உங்கள் திருப்தியைப் பூர்த்தி செய்வதற்கென்றும் கூட எழுதப்பட்டிருக்கும். ஆனால், உங்களைத் தவிர்த்து வேறு எவருடனும் இவ்வளவு அன்போடு நான் பழகியதில்லை என்பது மட்டும் உண்மை. கடைசியில் கோவிலுக்குள்ளே நாம் சந்திக்கும் வரைக்கும் ஏதோ ஓர் அரை குறையான நிலையிலேயே இருந்தது நம் அன்பு-இல்லை என் அன்பு!"

கிருஷ்ணமூர்த்தி சிரித்து மழுப்பினான். பள்ளி நாட்களில் லக்ஷ்மியைப் பற்றி அவன் நினைத்துக் கொண்டிருந்ததும், லக்ஷ்மியின் செயல்களைப் புரிந்து கொண்டதும் எவ்வளவு அபத்தம் என்பதை நினைத்தவுடன் அவனுக்கு எதையோ இழந்துவிட்டது போல இருந்தது. எதிரே திரைகாட்டாமல் சினிமா ப்ரொஜக்டரை ஓட்டிப் படம் காட்டுவது போலவே, தான் நடந்து கொண்டதாகத் தோன்றியது அவனுக்கு. இப்பொழுது உயிரோடு உயிர்கலந்த சேர்க்கை கிட்டிய பின்னும், பழைய அனுபவத்தின் பொய் வேடத்தில் மயங்கித் தான் மிகவும் ஏமாந்து விட்டதாக நினைப்பது அனாவசியம் என்றும் பைத்தியக்காரத்தனம் என்றும் அவன் கருதினாலும் அவனுக்கு ஏமாற்றமாகவேதான் இருந்தது. அரை குறையாகவாவது தன்னைத் தானே அவள் லட்சிய புருஷனாகக் கொண்டாள் என்ற ஒரே ஒரு திருப்திதான் அவன் உள்ளத்தில் அப்போது ஆறுதலாக எஞ்சி நின்றது.

அப்புறம் இரவு கழிந்தது. மறுநாள் பொழுது விடிந்து சிறிது நேரத்திற்கெல்லாம் கிருஷ்ணமூர்த்தி சென்னைக்குப் புறப்பட்டு விட்டான்.

சென்னைக்கு வந்ததும் அவன் பிரிவின் வேதனைக்குச் சாந்தி தேடும் முறையில் லக்ஷ்மிக்கு ஒரு நீண்ட கடிதம் எழுதினான். வழக்கம் போல அவன் எழுதும் கடிதங்களின் பாணியை ஒட்டியே இருந்தது இந்தக் கடிதமும். மன நிலைமையும் முன்னால்

சென்னைக்கு வரும்போது எப்படி இருக்குமோ அப்படியேதான் இப்போதும் இருந்தது.

ஆனால் இரண்டொரு நாட்கள் சென்றதும் அவனிடம் ஒரு புதிய மாறுதல் தோன்ற ஆரம்பித்தது! லக்ஷ்மிக்குக் கடிதமே எழுதியிருக்கக் கூடாது என்றும், எழுதியதையும் அப்படித் திறந்த மனத்தோடு எழுதியிராமல், சற்று 'பிகு'ப் பண்ணி வேண்டா விருப்பாக எழுதியது போல எழுதியிருக்க வேண்டும் என்றும் அவனுக்குப்பட்டது. இப்படி மன விகாரம் ஏற்பட்டதற்குக் காரண பூதமாக இருந்தது, சென்னைக்குப் புறப்படுவதற்கு முதல் நாள் கிருஷ்ணமூர்த்திக்கும் லக்ஷ்மிக்கும் இடையே இரவில் நடந்த சம்பாஷணைதான். அவளால் இவன் என்றோ ஏமாற்றப் பட்டதற்கு இப்போது பழி வாங்க நினைத்தான். பழி வாங்கும்படியாகத் தூண்டியது கோபமோ அகங்காரமோ அல்ல. பலவீனமடைந்த தன் உள்ளத்தை, குறைபட்டது போலத் தோன்றும் தன் புருஷத்துவத்தைப் பரிபூரணமாக்குவதற்குக் குற்றமில்லாத எளிய உபாயமாகப்பட்டது இந்தப் பழிவாங்கும் முறைதான். 'கடிதம் எழுதாமல் சில நாட்கள் மௌனம் சாதிக்க வேண்டும்; அப்புறம் லக்ஷ்மியிடமிருந்து ஓலமும் கூக்குரலுமாக அலறிப் புடைத்துக்கொண்டு வரும் ஒரு கடிதத்தைப் பெறவேண்டும்!'

ஆனால், நான்காம் நாள் வந்தது. அன்று இரவு அவனுக்குப் பிரிவின் வேதனை சற்று மட்டுப்பட்டது. சிறுசிறு குற்றங்களையும் பெரிதாக்கும் சுயநலமான சந்தேக நிலை மறைந் தொழிந்தது. களங்கத்தைக்கண்டு குறை சொல்லாமல் நிலாவை அனுபவிக்கும் பக்குவ நிலை எய்தியதும், சென்னைக்கு வந்தவுடன் லக்ஷ்மிக்குக் கடிதம் எழுதியது சரிதான் என்று அவன் மனம் ஆமோதித்ததுடன், அதற்கு அப்புறம்கூட மற்றொரு கடிதம் எழுதியிருக்க வேண்டும் என்று தவறை எடுத்துக் காண்பிக்கவும் செய்தது. அவ்வளவுதான், உள்ளத்திலே சொல்லொணாத உற்சாகம். எல்லை கடந்த குதூகலத்துடன் எழுந்து லக்ஷ்மிக்குக் கடிதம் எழுத உட்கார்ந்துவிட்டான். எழுத எழுதக் கடிதம் பார்ஸலாகி விடுமோ என்ற நிலைக்கு வளர்ந்து கொண்டே வந்தது. கடைசியில் ஒருவாறாகக் கீழ்க்கண்ட வாசகங்களுடன் கடிதத்தை எப்படியோ முடித்துவிட்டான்.

"...மற்றொரு வேடிக்கையான விஷயம் கேட்கிறாயா? கடந்த நான்கு நாட்களாக என்னைப் பைத்தியக்காரனாகவே மாற்றி விட்ட விஷயம் இது! மூன்றாம் மனிதனைப்போல என்னையே நான் கேலி செய்துவிட்டு எழுதும் இந்த வரிகளை வாசித்து நீ கொஞ்சம் கூட மனக்கஷ்டம் அடையக் கூடாது. அதற்குப் பதிலாக நீ மனம் விட்டுச் சிரிக்கவேண்டும். தெரிகிறதா?

"நான் சென்னைக்கு வருவதற்கு முதல் நாள் இரவு நாம் பேசிக்கொண்டிருந்த ஒவ்வொரு விஷயமும் உனக்கு நன்றாக நினைவிருக்கும். இதற்குள் நீ மறந்திருக்க நியாயமில்லை; அப்போது நீ சொன்னாயல்லவா, திருநெல்வேலிக்கு நான் படிக்க வந்த நாள் முதல் நெல்லையப்பர் கோவிலில் நாம் சந்திக்கும் வரையிலும் என்னிடம் நீ அன்பு காட்டியதிலும், பக்கம் பக்கமாகக் கடிதம் எழுதியதிலும் ஓரளவுக்கு உயர்வு நவிற்சியும் ஒப்பனையும் கலந்திருந்தன என்று? அதைக் கேட்ட பின், ஒரு காலத்தில் என்னைப் பைத்தியக்காரனாக்கி நீ வேடிக்கை பார்த்தாக எனக்குத் தோன்றிடவே, உன் மேல் கொஞ்சம் கோபம் கூட வந்தது! நடந்த காரியத்தை நினைத்து இப்படியெல்லாம் கோபமும் வருத்தமும் ஏற்படுவானேன் என்று கேட்பாய். அடுத்தவன் இப்படிக் கோபப்பட்டால் நானும் தான் அவனைக் கேட்டிருப்பேன். ஆனால், கடந்த காலச் செய்தியாகிய அது, இப்போது நடந்தால் எப்படிப்பட்ட வேதனை ஏற்படுமோ அப்படி வேதனை ஏற்பட்டது எனக்கு. பரிபூரணமாக உன்னை என்னிடம் ஒப்படைத்து விட்டாய் என்று நிதர்சனமாகத் தெரிந்த போதிலும், இந்தப் பிரமை-என்னவோ உதறித் தள்ள முடியாதது போலப் பிடித்துக் கொண்டது. இன்றுதான் எல்லாவித மயக்கங்களும் தீர்ந்து நிம்மதியுடன் உனக்கு எழுதுகிறேன்.

'லக்ஷ்மி! உண்மையில் அன்புக்கு எதிர்காலம் என்றும் கடந்த காலம் என்றும் காலவேறுபாடுகள் கிடையாதுதான்! இங்கே கடந்த காலத்தை நிகழ் காலமாக்குவதும், நிகழ் காலத்தைக் கடந்த காலமாக்குவதும் சர்வ சகஜம். எத்தனை தடவைகள் நாம் பிரிந்திருந்த நாளின் பழைய அனுபவங்களை நினைத்துப் பார்த்துப் பூரிப்பும் புளகமும் எய்தி இருக்கிறோம்? பழைய அனுபவம் நிகழ்காலச் சம்பவமாக அப்போது மாறிக்கொள்ளும். இதே போல எதிர் காலத்தில், குறிப்பிட்ட நாளில் பிரிந்து செல்ல வேண்டியதை நினைத்து, இரண்டு பேரும் ஓரிடத்தில் இருக்கும்போதே மனம் வருந்துவோம். இதற்கெல்லாம் என்ன அர்த்தம்? இந்தத் திருவிளையாடல்களின் மர்மத்தைப் புரியாமலேயே உன் பால்யப் பருவத்தின் கதைகளை இரவெல்லாம் விழித்திருந்து நாள்தோறும் கேட்பேன். அப்போது உன் பிள்ளைப் பிராயத்தில் உனக்கு ஏற்பட்ட கஷ்டங்களைக் கேட்டு வருந்துவேன். சிறுபிராயத்திலேயே நாலு பேரிடமும் நீ 'புத்திசாலி' என்று பெயர் வாங்கியதைக் கேட்டு நான் மனம் மகிழ்வேன். பிறந்தது முதல் நீ செய்த ஒவ்வொரு செயலும், உனக்குப் பிறர் செய்த உபசரணைகளும் என்னை மதித்து எனக்காகச் செய்யும் காரியங்களாகவே தோன்றுகின்றன. என்னைத் தெரிந்த நாளிலும் தெரியாத நாளிலும் உன் வாழ்க்கையில் நிகழ்ந்த ருசிகரமான

செய்திகளை எல்லாம் ஓர் அதிசயமான சக்தி திரட்டிக் கொண்டு வந்து என்னிடத்தில் ஒப்படைத்து, அவற்றை என் உடைமைகளாக்கிக் கொண்டிருக்கும் போது, அதற்கு ஒரு சிறு மறுப்பைப் போல, ஆரம்பத்தில் 'பாசாங்கு' பண்ணியதாக நீ சொன்னாய். எனக்கு அது ஏமாற்றம் அளிக்காதா என்ன? உண்மையில் நாம் சந்தித்தது ஒரு சில வருஷங்களுக்கு முன்பு தான் என்றாலும், நாம் குழந்தைப் பருவத்தில் தவழ்ந்த திண்ணையையும், உறங்கிய தொட்டிலையும் கூட இப்போது ஒன்றாக்கி விட்டோம் அல்லவா?

"ஆகவே, மறுபடியும் சொல்லுகிறேன்; நீ வருத்தப்படக்கூடாது! எனக்கு இன்று அந்த 'ஏமாற்றம்' போய் விட்டது. ஆனால் இனிமேல் அந்த 'ஏமாற்றம்' நம் உறவும் அன்பும் கொழுந்துவிட்டுத் தழைத்துக் கொண்டே இருக்க உரமிட்டு ஊட்டமளிக்கப் போகிறது என்பதை நினைத்துப் பெருமகிழ்ச்சி அடைகிறேன். பதில் எழுது.

உன்னுடைய
எம். கிருஷ்ணமூர்த்தி

57

எங்கிருந்தோ வந்தார்

வேணு ஹார்ட்வேர் ஸ்டோர் உரிமையாளர் வேணு கோபால், கோவில்பட்டிக்குக் குடும்பத்தோடு வந்து குடியேறிய நாளிலும் சரி, அதற்குப் பிறகு இந்த ஏழு வருஷ காலத்திலும் சரி "எங்கிருந்தோ வந்த" ஒருவராகவே, ஓர் அதிசய மனிதராகவே இருந்து வருகிறார். அவர் மட்டுமல்ல, அவர் குடும்பத்திலுள்ள ஒவ்வொருவருமே ஒவ்வோர் அதிசயப் பிறவி தான். இப்படி அதிசயமானவர்களாக இருப்பதற்குக் காரணம் வேறொன்றுமில்லை. நல்லவர்களாக இருப்பது ஒன்றுதான் காரணம். நல்லவர்கள் என்றால் அப்படி இப்படி என்று சொல்வதற்கில்லை. அப்படிப்பட்ட புண்ணியாத்மாக்களை நான் முன்னும் பார்த்தது கிடையாது; இன்றும் பார்த்தது கிடையாது. நல்லவர்கள் எப்படி இருப்பார்கள், எப்படி இருக்க வேண்டும் என்பதைப் பற்றிப் புத்தகங்கள் மூலமும் பெரியோர்களின் உபதேசங்கள் மூலமும் நான் எவ்வளவோ தெரிந்து வைத்திருந்தேன். என் உள்ளத்தில் நல்லவர்களைப் பற்றிய தெளிவான ஒரு கற்பனையும் கருத்துமே இருந்தன. ஆனால், வேணுகோபாலையும் அவர் குடும்பத்தையும் பார்த்த பிறகு, நான் கற்றதும், கேட்டதும், கற்பனை செய்ததும் எவ்வளவு சர்வசாதாரணம் என்பது எனக்குப் புலகாகிவிட்டது. ஏனென்றால் அவர்கள் நூறு மடங்கு நல்லவர்களாக, ஆயிரம் மடங்கு நல்லவர்களாக இருந்தார்கள்.

இப்படி ஒரு நல்ல குடும்பம் இருப்பது எந்தக் காலத்திலும், எந்த நாட்டிலும் ஒரு அதிசயம்தான். அதிலும் இந்த இருபதாம் நூற்றாண்டில், கண்காண எங்கள் ஊரிலேயே குடியிருக்கிறது என்றால் அதைவிடப் பெரிய அதிசயம் என்ன இருக்க முடியும்? ஆச்சரியம்தான் என்ன இருக்க முடியும்? தான் என்ன இருக்க முடியும்?

உலகத்துக்கே எங்கிருநதோ வந்தவரைப்போல் இன்று இருக்கும் வேணுகோபால்! எட்டு வருஷங்களுக்கு முன் எங்கள் ஊருக்கு முதன் முதலில் வந்தபோதும் வேறொரு அர்த்தத்தில் எங்கிருந்தோ வந்த ஒருவராகவே காணப்பட்டார். அவர் வருவதற்குப் பத்துப் பதினைந்து நாட்களுக்கு முன், எங்கள் தெருவின் கோடியில் இருந்த பக்கிரிசாமி பிள்ளையின் வீட்டை விலை பேசுகிறார்கள் என்று திடுதிடுப்பென்று பேச்சுப் பிறந்தது. வாங்கப் போகிறவர் ஒரு வெளியூர்

வியாபாரி என்று மட்டும் பேசிக் கொண்டார்கள். அதற்குமேல் அவரைப் பற்றி ஒரு விபரமும் தெரியவில்லை.

ஊர் பேச்சு வழக்கம்போல் உண்மைக்கு மாறான ஒரு வதந்தியாகி விடாமல், உண்மைத் தகவலாகவே இருந்தது. இதுவும் கூட ஓர் அதிசயம்தான். இரண்டு வாரங்களில் வீடு விற்பனையாகி, கிரயப் பத்திரமும் ரிஜிஸ்தராகி விட்டது. பக்கிரிசாமி பிள்ளை நான்கு வருஷங்களுக்கு முன் பதினையாயிரம் ரூபாய் செலவழித்துக் கட்டிய வீடு இப்போது ஐம்பதாயிரத்துக்கு விலை போய் விட்டது. சுற்றுக் காம்பவுண்டும் மாடியும் அமைந்த ஒரு பெரிய வீடுதான் அது. ஆனாலும், நாற்பதாயிரத்துக்குமேல் பெறாது என்றும், வெளியூர் வியாபாரி ஏமாந்துபோய் பதினாயிரம் ரூபாயை அதிகமாகக் கொடுத்து விட்டார் என்றும் நாங்கள் பேசிக் கொண்டாம்.

வீட்டை வாங்கிய வியாபரி எந்த ஊர்க்காரர்? அவர் கோவில்பட்டியில் வந்து வீடு வாங்குவானேன்? அதிலும் அதிக விலை கொடுத்து இவ்வளவு அவசரமாக வாங்குவானேன்? பக்கிரிசாமி பிள்ளையின் இந்த வீடு விலைக்குக் கிடைக்கும் என்று அவருக்கு எப்படித் தெரிந்தது? பக்கிரிசாமி பிள்ளைக்கும் அவருக்கும் தொடர்பு ஏற்பட்டது எப்படி?

பக்கிரிசாமி பிள்ளையைப் போய்க் கேட்டால், ஐந்தே நிமிஷத்தில் இத்தனை கேள்விகளுக்கும் பதில் கிடைக்கக் கூடும். ஆனால், பூனைக்கு மணி கட்டுவது யார்? அவர் இருப்பது ஒரு மூலை. புதுப் பணக்காரனுக்குள்ள திமிர் முழுவதும் அவருடைய உச்சந்தலைவரை ஏறியிருந்தது. தேடிப் போனால் முதலில் உள்ளே விடமாட்டார். உள்ளே விட்டாலும் பேசமாட்டார். பேசினாலும் கேட்ட கேள்விகளுக்கெல்லாம் பதில் சொல்லிக் கொண்டிருக்க மாட்டார். எனவே, அவரிடம் போய்த் தகவல்களைத் தெரிந்து கொள்ள யாருக்கும் துணிவும் வரவில்லை மனமும் வரவில்லை. ஆனால், தகவல்கள் கிடைக்காமல் எத்தனை நாளைக்குத் தத்தளித்துக் கொண்டிருக்க முடியும்? ஊரானைப் பற்றிய உண்மை விவரங்கள் தெரியாவிட்டால், கற்பனை செய்தாவது சில விவரங் களைத் தயாரித்துப் பிறரிடம் சொல்லி ஆகவேண்டும்! வேணு கோபாலைப்பற்றிய எத்தனையோ கற்பனைகளும், ஒன்றுக்கொன்று நேர் விரோதமான கட்டுக் கதைகளும் எங்கள் தெருவாசிகளின் பேச்சில் அடிபட்டுக் கொண்டிருந்தன.

வதந்திகள் அலைமோதிக் கொண்டிருந்த சமயத்தில் வேணுகோபாலும் அவருடைய பதினாறு வயது வேலைக்காரப் பையன் ஒருவனும் வந்து சேர்ந்தார்கள். அவர்களைத் தொடர்ந்து

முதல் நாள் இரண்டு லாரிகளும் மூன்றாம் நாள் இரண்டு லாரிகளும் வந்தன. பிரம்மாண்டமான கள்ளிப் பெட்டிகளை நூற்றுக் கணக்கில் லாரிகளிலிருந்து இறக்கி வைத்தார்கள். இவை போக எத்தனையோ வகையான பெரிய இரும்புச் சாமான்களும் பீரோக்களும் வேறு இருந்தன. அந்தப் பெரிய வீட்டில் முன் அறை ஒன்றைத் தவிர மற்ற எல்லா இடங்களிலும் சாமான்களை அடுக்கி நிரப்பிவிட்டு லாரிக்காரர்கள் திரும்பிவிட்டார்கள். அப்போது அங்கே கூட்டமாக நின்று வேடிக்கை பார்த்த போது எங்களுக்குக் கிடைத்த தகவல்களாவன: வேணுகோபால் வேலூர்க்காரர், இரும்பு, வர்ண வியாபாரி; கோவில்பட்டியில் ஒரு பிராஞ்சு திறக்கப் போகிறார்; திடீரென்று கடைக்கு இடம் அகப்படாததால் இந்த வீட்டை விலைக்கு வாங்கி விட்டார்; இங்கிருந்து கொண்டே ஒரு மாதத்துக்குள் ஒரு கடையை விலைக்கு வாங்கவோ, வாடகைக்கு அமர்த்தவோ உத்தேசித்திருக்கிறார்.

லாரி சிப்பந்திகளும், லாரிகளில் வந்த வேணுகோபால் ஆட்கள் சிலரும் கொடுத்த தகவல்கள் இவை. அவர்கள் இத்தனையும் சொன்னாலும், ஒன்றை மட்டும் சொல்லவில்லை. அவர்களுக்குத் தெரியாத விஷயமானதால் சொல்லவும் முடியவில்லை. அது என்ன? பிராஞ்சுக் கடை திறக்கப் போகிறவர் வீட்டை விலைக்கு வாங்குவானேன்? இந்தக் கேள்விக்குப் பதில் தேடிக்கொண்டிருந்தோம். வெளியூருக்குப் போய் ஒரு மாதம் வரை முகாம் போட்டிருந்த முத்திருளப்ப பிள்ளை இரண்டு நாட்களில் சமயசஞ்சீவி போல் திரும்பிவந்து சேர்ந்தார். எங்கள் தெருவில் அவர் ஒருவர்தான் துணிச்சல் பேர்வழி. முன்பின் தெரியாதவர்களிடமும் கூசாமல் போய், எதையுமே கேட்டுத் தெரிந்துகொண்டுவரும் அசாதாரணமான துணிச்சல் கொண்டவர் அவர். நாங்கள் அவர் உதவியை நாடினோம். அவரும் ஒருநாள் மாலை வேணுகோபால் உலாவச் சென்றபோது கூடவே சென்று இரண்டு மணி நேரம் கழித்துத் திரும்பி வந்தார். வேணுகோபால் வீட்டிலேயே எடுப்புச் சாப்பாட்டைப் பகிர்ந்து சாப்பிட்டு விட்டும் வந்துவிட்டார்!

முத்திருளப்ப பிள்ளை தம் வீட்டுக்குத் திரும்பி வந்ததும் வராததுமாக என்னையும், 24/2 நம்பர் வீட்டைச் சேர்ந்த குப்புசாமி ஐயரையும் பார்த்து, "அடடா! மனுஷன்னா இவர்தான் மனுஷன்! லட்சத்திலே ஒருத்தன்-- நம்ம ஊரிலேயும் இருக்கிறாங்களே வெங்கம் பயல்கள்! ஒத்தைக் காசு கையிலே இருந்தால், தலைக்கீழே நடக்கிறாங்களே, தலைகீழே! பாருங்க! இந்த வேலூர்க்காரர் பெரிய கோடீஸ்வரன்..." என்று ஆரம்பித்தார்.

"கோடீஸ்வரனா?" என்று ஆச்சரியத்தோடு கேட்டேன் நான்.

"அட, கோடீஸ்வரன் இல்லேன்னா லட்சாதிபதி. நாம் என்ன எண்ணியா பார்த்தோம், அவர் பேங்கிலே போட்டிருக்கிற ரூவாயை?... பெரிய தனவான்.. ஆனா கொணம்! எப்பேர்ப்பட்ட கொணம்! கூடப் பிறந்த அண்ணன் தம்பிகூட அப்படிப் பாசமாப் பேசமாட்டான்; பழகமாட்டான்.. சேச்சே! சும்மா சொன்னாப்லே ஆச்சா.." இப்படியே சொல்லிக்கொண்டு போனார் முத்திருளப்ப பிள்ளை.

வெறும் பாராட்டுரைகளைத்தானே அளக்கிறார். வெறும் அளப்பு அளந்து என்ன பிரயோசனம் என்று, "அது சரி அண்ணாச்சி, அவர் இந்த ஊரிலே கடை வைக்கப் போகிறது சரி. ஆனால், வீடு ஏன் வாங்கினார்?" என்று நான் கேட்டேன்.

"ஏன் வாங்கினாரோ? பணம் இருக்கு; வாங்கினார், நமக்குப் பணம் இல்லே; வாங்கல்லே! என்ன!" என்று சொல்லிவிட்டுச் சிரித்தார். பிறகு விஷயத்தை சொன்னார். "வீட்டை வாங்குறப்போ, கடைச் சாமான்களைப் போட்டு வைக்கிறதுக்கு ஒரு இடம் இருக்கட்டும்னு தான் வாங்கினாராம். இப்போ நாலு நாள் இருந்து பார்த்த பிறகு ஊருக்கே குடும்பத்தோட குடி வந்துறலாம்னு தோணுதாம்!"

"இந்தப் பொட்டல்காடு அப்படி வசியம் பண்ணிட்டதாக்கும்! என்ன அண்ணாச்சி நீங்க சொல்றது? பொய் சொன்னாலும் பொருந்தச் சொல்ல வேண்டாம்? இதென்ன ஆத்தங்கரையா? தீரவாசமா? ஒரு பானைத் தண்ணீருக்கு மூணு மைல் நடக்க வேண்டியிருக்கு. இந்த ஊருக்குக் குடிவரணும்னு அவர் சொன்னாராம்! நீங்க கேட்டீங்களாம்!.. பாட்டன் பூட்டன் காலத்திலேருந்து இந்தப் பொட்டல் காட்டிலே கிடக்கிற நமக்கோ எப்படா இந்த ஊரை விட்டுப் போவோம்னு இருக்கு. வேறே கெதியில்லாமே கெடக்கிறோம். அவரு வேலூரிலேருந்து இந்த ஊருக்கு வர நினைக்கிறாருன்னு சொன்னா, கேட்கிறவங்க, நம்பணும்!...

"ஏய்! அழகிரிசாமி! ஒன்னைத்தானே! நீ நம்பினா நம்பு; நம்பாட்டாப் போ! ஆனா சமாச்சாரம் இதுதான்; இன்னும் கொஞ்ச நாளில் அவர் குடும்பம் இங்கே வருதாம். இந்த ஊரிலே அடிக்கற குருமலைக் காத்தோட அருமை அவருக்குத் தெரிஞ்சிருக்கு; உனக்குத் தெரியல்லே! கோவில்பட்டி உனக்கு அவ்வளவு எளப்பமா இருக்கு! பொழக்கடையிலே பச்சிலை மொளைச்சா அப்படித் தாம்ப்பா இருக்கும்! நீ என்ன பண்ணுவே?" என்றார்.

முத்திருளப்ப பிள்ளை சொன்னது உண்மையாகிவிட்டது. அவர் ஒன்றைச் சொல்லி அது உண்மையாகவும் இருந்தது இதுதான்

முதல் தடவை என்று கூடச் சொல்லி விடலாம்.

முத்திருப்பபிள்ளை சொன்னதுபோல் வேலூர்க்காரரின் குடும்பம் "கொஞ்ச நாளிலே" வரவில்லை. சுமார் ஒரு வருஷம் கழித்துத்தான் வந்தது. ஆனாலும் வந்துவிட்டது. வந்து இப்போது ஏழு வருஷங் களும் ஓடிவிட்டன.

குடும்பத்தை வரவழைப்பதற்கு முன்பே தெற்கு பஜாரில் ஒரு கடையை விலைக்கு - அதையும் அதிக விலைக்கே- வாங்கினார். வேணுகோபால். ஒரு நல்ல நாளில் கடையும் திறந்தார். கடைக்குச் சிப்பந்திகள் தேவைப்பட்டார்கள். அதற்கு அவர் முத்திருளப்ப பிள்ளையின் உதவியைத்தான் நாடினார். இவரும் திடீரென்று பெரிய மனுஷன் ஆகி, தம்மை வந்து முற்றுகையிட்ட நூற்றுக்கணக்கானவர்களில் ஏழு பேரை மட்டுமே வடிகட்டி எடுத்து, போதிய நற்சான்றுகளுடன் வேணுகோபாலிடம் வேலைக்குக்கொண்டு போய்ச் சேர்த்தார். பெரிய கடை; பெரிய அளவில் வியாபாரம். எங்கள் ஊரில் அதனோடு போட்டி போடக் கூடியவாறு வேறொரு பெரிய கடை கிடையாது. எனவே எடுத்த எடுப்பிலேயே வியாபாரம் பிடித்துவிட்டது. நாளாவட்டத்தில் அவர் கோவில்பட்டியில் ஒரு பவுண்டரியும் ஆரம்பித்தார். இது சமீபத்திய சமாச்சாரம். அது இருக்கட்டும்.

வேணுகோபாலின் குடும்பம், கடை திறந்த மறு வருஷத்தில் ஒரு பெரிய அழகான புதுக்காரில் வந்து சேர்ந்தது. சில நாட்களுக் குள்ளேயே நான் அவர்கள் வீட்டுக்குப் போகவும், அந்தக் குடும்பத்தில் ஒவ்வொருவரையும் பார்க்கவும், ஒவ்வொருவருடனும் பேசவும், அங்கேயே காபி சாப்பிடவும், உயிருக்குயிரான ஒரு நட்பு எங்களிடையே தோன்றவும் ஒரு சந்தர்ப்பம் வாய்த்தது. அந்தச் சந்தர்ப்பத்தைப் பற்றித் தனியாகச் சொல்லவேண்டும். இப்போது குடும்பத்தினரைப் பற்றி முதலில் சில வார்த்தைகள் சொல்ல வேண்டும் என்று என் மனம் துடிக்கிறது.

வேணுகோபாலும், அவர் மனைவியும், அவர் மகளும், அப்புறம் அவர் மகனும் நான்கு பேரும் ஒரே மாதிரி பொன்னிறமாக ஒருவருக் கொருவர் ஏற்றத்தாழ்வில்லாத பொலிவுடன் இருந்தார்கள். அவருக்கு ஐம்பது வயதும், அவர் மனைவி ஜானகியம்மாளுக்கு நாற்பத்தைந்து வயதும், மகள் சாந்தாவுக்குப் பதினாறும், மகன் மோஹனுக்குப் பத்தும் இருக்கும். வேணுகோபாலையும்விட அவருடைய மனைவி அழகாக இருந்தாள். தாயைப் போல் மகள்; தகப்பனைப் போல் மகன். சாந்தாவின் முகத்தில் தவழ்ந்த சாந்தம் தெய்வீகமானது. அவள் குரலில் ஒலித்த சாந்தமோ, வாழ்நாளெல்லாம் மோனத்தவம் செய்த ஒரு மகா ஞானியின் சாந்தத்தைப் போன்றது. அம்மாவின் முகத்தில்

குடிகொண்டிருக்கும் சாந்தத்தில் பாதி அவளுடைய புன்னகையிலும் கலகலப்பான பேச்சிலும் மறைந்துவிட்டது. அதேபோல் சாந்த சொரூபியான வேணுகோபாலின் முகத்தில் இருந்த ஆழத்தில் அவருடைய சாந்தத்தில் பாதி ஆழ்ந்து மறைந்து விட்டது. சிறுவன் அவருடைய மோஹனா காலம் கண்ட கிழவனைப்போல், இரவும் பகலும் தூங்காமல் வேலை செய்த ஒரு சித்திரக்காரனைப் போல் தூணைப் பார்த்தாலும் துரும்பைப் பார்த்தாலும் கூர்ந்து பார்த்துக் கொண்டிருப்பான். நால்வர் கண்களிலும் ஒரு மகா பெரிய விவேகத்தின் ஆழத்தைக் காண முடிந்தது. அந்தக் கண்களில் ஒரு பரிதாபமும், சிறிது கலக்கமும் இருப்பது போன்று பார்ப்பவர்களுக் கெல்லாம் பிரமை ஏற்படும்.

குடும்பத்தில் ஜானகியம்மாளைத் தவிர வேறு யாரும் கலகலப்பாக பேசவில்லை. அனைவரும் மௌனத்தை ஒரு விரதம் போல் மேற்கொண்டிருந்தார்கள். நான் அங்கே போக நேர்ந்த சந்தர்ப்பம் இதுதான். எங்கள் தெருவுக்கு அருகே சுமார் அரை பர்லாங்கு தூரத்தில் ஒரு ஹரிஜனப் பையன் மரத்தில் ஏறித் தன் ஆடுகளுக்குத் தழை பறித்துப் போடும்போது தவறிக் கீழே விழுந்து விட்டான். சிலர் அவனைப் பார்த்துவிட்டார்கள். உடனே ஓடி வந்து விஷயத்தைச் சொன்னார்கள். நானும் முத்திருளப்ப பிள்ளையும் போய்ப் பார்த்தோம். அவனுக்கு நாலைந்து இடங்களில் காயம் ஏற்பட்டிருந்ததோடு வலதுகை ஒடிந்துவிட்ட மாதிரியும் இருந்தது. 'என்ன, ஏது?" என்று நாங்கள் அவனைக் கேட்டுக் கொண்டிருக்கும் போது, தகவல் தெரிந்து மேலும் சிலர் ஓடி வந்தார்கள். அவனை ஆஸ்பத்திரிக்குக் கொண்டு செல்லத் தீர்மானித்து ஒரு கட்டிலைக் கொண்டு வந்து, அதில் அவனைத் தூக்கிப்படுக்க வைத்தோம். கட்டிலோடு எங்கள் தெருவில் நாங்கள் பிரவேசிக்கும்போது, கோடியில் இருக்கும் வேணுகோபால் வீட்டின் முன் அவருடைய கார் நின்றது. அந்த வழியாகத்தான் நாங்கள் போகவேண்டும். கார் இருக்கும் திசையை நோக்கி நாங்கள் போகும்போது, காரில் ஏறுவதற்கு வந்த ஜானகியம்மாளும் சாந்தாவும், மோஹனும் எங்களைப் பார்த்து விட்டார்கள். ஜானகியம்மாள் எங்களை நோக்கி நாலு அடி நடந்தும் வந்துவிட்டாள். கூட்டத்தையும், சுமந்துவரும் கட்டிலையும் திகைத்துப் பார்த்த அந்த அம்மாளிடம் விஷயத்தைச் சொன்னோம். அவ்வளவுதான்; சாந்தாவைக் காப்பி கொண்டு வரச்சொன்னாள். அடிபட்டுக் கிடக்கும் வாலிபனைக் காருக்குள் கொண்டு போய் உட்கார்த்தி வைக்கும்படி எங்களுக்குக் கூறினாள். பிறகு சாந்தா கொண்டுவந்த காபியை அவனுக்குத் தன் கையால் ஊட்டினாள். கடைசியில் அவன் பக்கத்திலேயே பின் சீவட்டில் மறு

கோடியில் நானும் உட்கார்ந்து அவனைப் பிடித்துக் கொண்டேன். முன் சீட்டில் முத்திருளப்ப பிள்ளை. காரை ஆஸ்பத்திரிக்கு விடும் படி டிரைவருக்குக் கட்டளையிட்டாள், அந்த அம்மாள்.

கார் ஓடும்போது, அடிப்பட்ட வலது கை குலுங்கவே, வேதனை தாங்காமல் கூப்பாடுபோட்ட அந்தப் பையனைப் பார்த்து, அந்த அம்மாள் சொன்ன ஆறுதல் வார்த்தைகள்: "ஒண்ணுமில்லை ராஜா! வேண்டாம்ப்பா... சும்மா இரும்மா... எல்லாம் சரியாய்ப் போயிடும்... பயப்படாதே; என்ன செய்யுது?..." என்றெல்லாம் வழி நெடுக்க கனிவோடு சொன்ன அந்த வார்த்தைகள் பட்ட மரத்தையும் தளிர்க்க வைத்துவிடும். நாங்கள் மூவரும் அதே காரில் திரும்பினோம். திரும்பி வரும்போது செண்பகவல்லியம்மன் கோவில் பக்கத்தில் முத்திருளப்ப பிள்ளை இறங்கிக்கொண்டார். வெள்ளிக் கிழமை தோறும் மாலையில் அவர் கோவிலுக்குப் போகிறவர். 'இங்கேயே இறங்கிக்கிட்டால் நடை மிச்சம்' என்று சொல்லிவிட்டு அவர் விடை பெற்றுக்கொண்டார். ஜானகியம்மாளும் நானுமாக வீட்டில் வந்து இறங்கினோம். உடனே அந்த அம்மாள் டிரைவரைப் பார்த்து, "போய் ஐயா கிட்டே சொல்லு. இன்னிக்குச் சினிமாவுக்குப் போகல்லேன்னு சொல்லு. நாளைக்குக் காலையிலே கொஞ்சம் சீக்கிரமாகவே நீ வா, ஐயா கடைக்குப் போறதுக்கு முன்னே, நாம ஆஸ்பத்திரிக்குப் போய்ட்டு வந்துடுலாம், பாவம், சிறு பையன். என்னமோ கஷ்ட காலம்!..." என்று சொல்லி அனுப்பினாள்.

நானும் விடைபெற்றுக்கொள்ள இருந்தேன். ஆனால், அந்த அம்மாள் முந்திக் கொண்டாள்.

"உள்ளே வாருங்கோ, எங்க வீட்டுக்கு நீங்க வந்ததே இல்லையே! வாருங்கோ" என்று அன்பு பொங்க அழைத்தாள்.

இருவரும் உள்ளே சென்றோம். அப்போது எதிரே வந்த சாந்தாவையும், மோஹனையும் பார்த்து, "மாமாவை 'வாருங்கள்'னு சொல்லி நமஸ்காரம் பண்ண வேண்டாமா?" என்று சிரித்துக் கொண்டே சொன்னாள், அந்த அம்மாள். இருவரும் அவ்வண்ணமே செய்தார்கள்.

"உட்காருங்க!"

என்ன உபசாரம் இது! நான் யார் என்றுகூட அவர்களுக்குத் தெரியாது, இதற்கு முன் சந்தித்ததும் இல்லை. என்னைப்பற்றி முத்திருளப்ப பிள்ளை எதுவும் சிலாக்கியமாகச் சொல்லியிருக்கக் கூடுமோ என்றால், அதற்கு இடமில்லை.

"அந்தப் பையன் மரத்திலிருந்து விழுந்துட்டான் சந்தா. மாமாதான் கூடவே வந்து ஆஸ்பத்திரியிலே சேர்த்தார். பெரிய உதவி..."

என்று அந்த அம்மாள் புகழ்ந்த போது, எனக்கு வெட்கமாக இருந்தது.

"அம்மா! நீங்க கொஞ்ச உதவிக்கு முன் இதெல்லாம் ஒரு உதவியா? பெற்ற தாய் பிள்ளைக்குச் செய்யாத உதவியம்மா இது. வெளியே குழந்தைகளோட புறப்பட்டுக்கிட்டு இருந்தப்போ, அதை யெல்லாம் தள்ளி வச்சிட்டு, அந்த ஏழைப் பையனைக் காரிலே தூக்கிப் போட்டுக்கிட்டு, காப்பியும் குடுத்து, அவனை ஆதரவாத் தாங்கிப் பிடிச்சி ஆஸ்பத்திரிக்கும் கொண்டு வந்தீங்களே, இந்த உதவியைக் கடவுள்கூட ஒரு மனுஷனுக்குச் செஞ்சிருக்க மாட்டாரம்மா..." -இப்படிச் சொல்லும்போது எனக்கு வாய் குழறி விட்டது; கண்களில் நீர் பொங்கியது.

"ஐயோ! இது ஒரு உதவியா? நாங்க சினிமாவுக்குத் தான் போறதா இருந்தோம். ஆபத்திலே கிடக்கப்பட்டவனுக்கு உதவுறது பெரிசா? சினிமா பெரிசா? சினிமாவுக்குப் போறதை விட்டுவிட்டு நான் உதவி பண்ணனதா சொன்னா, எங்க மோஹன்கூடச் சிரிப்பான்!..."

"இப்படி இந்தக் காலத்திலே யார் செய்வா? அதிலும் பணக்காரங்க...? அம்மா! அததோட அந்தப் பையன் வந்து ஒரு ஹரிஜனப் பையன்; ரொம்ப ஏழை. இப்படிப் பட்டவனுக்குச் சமயத்திலே நீங்க உதவி செஞ்சதாலே, உதவியோட மதிப்பு ஆயிரம் மடங்கா ஒசந்துட்டது..." என்று நான் சொன்னேன்.

"ஜாதியிலே என்ன இருக்கு! எல்லாம் ஒரு ஜாதிதான்; ஒரு ரத்தம்தான்..." என்று ஜானகியம்மாள் சொல்லும் போது, "இப்படி எல்லாரும்தான் சொல்றாங்க. ஆனா காரியத்திலே அப்படி இல்லை யேம்மா!... என்றேன்.

"ஏன் இல்லே? நீங்களெல்லாம் உதவிக்கு வரல்லையா? பார்க்கப் போனா, நீங்க செஞ்ச உதவிதான் ஆயிரம் மடங்கு பெரிசு. எங்களுக்கு அவன் ஏழை இன்ன ஜாதி என்கிறதெல்லாம் தெரியாது. தெரியமத் தான் நான்கூட வந்தேன். தெரிஞ்சிருந்தும் உதவி பண்ணினீங்களே, அது பெரிய விஷயமில்லையா?...

அம்மாளுக்கு என்ன பதில் சொல்வதென்று எனக்குத் தெரிய வில்லை. மரத்திலிருந்து விழுந்தவன் பாக்கியசாலி; இந்த மகாலட்சுமி யின் அன்பையும், அரவணைப்பையும் அனுபவிக்க கொடுத்து வைத்தவன் என்று நினைத்துக் கொண்டேன்.

பிறகு மோஹனைப் பக்கத்தில் அழைத்து வைத்துக் கொண்டு, அந்த அழகான கன்னத்தை இலேசாகப் பிடித்துவிட்டு, "தம்பி! என்ன படிக்கிறே?" என்று கேட்டேன்.

"அஞ்சாம் கிளாஸ்" என்றான். அவ்வளவு மெல்லிய குரலில்.

அவன் பேசியது எனக்குத் தெளிவாகக் கேட்டது தான் ஆச்சரியம்.

"அவனை இனிமேல்தான் பள்ளிக்கூடத்தில் சேர்க்கணும்" என்றாள் ஜானகியம்மாள்.

"இப்போ எப்படிச் சேர்க்க முடியும்? பரீக்ஷைக்கு இன்னும் மூணு மாசம் இருக்கே?" என்றேன் நான்.

"மூணு மாசம் கழிச்சுத்தான் சேர்க்கணும்..."

அவன் படிப்பு முடியும்வரை வேலூரிலேயே எல்லோரும் இருந்திருக்கலாமே என்று நான் சொல்ல நினைத்தாலும் சொல்லவில்லை, நடந்துவிட்ட பிறகு யோசனை சொல்வானேன்!

சாநதாவைப் பார்த்தேன். எதிரே இருந்த அவள் நிறத்தையும், அழகையும், முகச் சாந்தியையும் மற்றொரு முறை கூர்ந்து கவனித்தேன். பிறகு கேட்டேன்.

"மோஹனோட அக்காவையும் ஸ்கூல்லே சேர்க்கணுமில்லையோ?"

"அவ போன வருஷமே எஸ்.எஸ்.எல்.சி. பாஸ் பண்ணிட்டா. காலேஜிலே வேணும்னா சேர்க்லாம். இந்த ஊர்லே காலேஜ் இல்லையாமே!"

"பாளையங்கோட்டையிலே இருக்கு. பெண்கள் காலேஜ், ஹாஸ்டலும் இருக்கு..."

"அவங்க அப்பா என்ன யோசனை பண்ணி வச்சிருக்கிறாரோ?" என்றாள்.

இவ்வளவு நேரம் பேசியும் என் பெயர் என்ன, தொழில் என்ன, குலம் என்ன, கோத்திரம் என்ன என்பவற்றைப்பற்றி அந்த அம்மாள் ஒரு வார்த்தை கேட்காமல் இருந்தது பற்றி எனக்கு ஆச்சரியமாக இருந்தது. வெகு நேரம் காத்திருந்து பார்த்தேன், பிறகு நானாகவே என்னை அறிமுகப்படுத்திக் கொள்ள ஆரம்பித்தேன். அந்தச் சமயத்தில் வேணுகோபால் வந்துவிட்டார். உடனே என் பேச்சை நிறுத்திக்கொண்டு எழுந்து நின்றேன். அவர் என்னை வரவேற்று உட்காரச் சொன்னார்.

"நான் இந்த ஊர்தான். பத்து வீடு தள்ளியிருக்கிறேன். பெயர் அழகிரிசாமி..."

"சந்தோஷம்" என்று, ஆழ்ந்த முகத்தில் சிரிப்பின் ஒளி அதிகமாகவே படர்ந்த நிலையில் சொன்னார் அவர்.

"இன்னிக்குச் சாயங்காலம் ஒரு பையன் மரத்திலிருந்து விழுந்துட்டான்..."

“தெரியும். டிரைவர் சொன்னான். ஆபத்து ஒண்ணுமில்லைன்னும் சொன்னான். சந்தோஷம். அந்தப் பையனோட வீடு எங்கே இருக்கு?”

“பக்கத்திலேதான். அடிக்கடி பார்த்திருக்கிறேன். ஆனா. எந்தத் தெருவிலே, எந்த வீடுன்னு எனக்குத் தெரியாது” என்றேன் நான்.

“இருக்கட்டும், அவனுக்கு ஏதாவது செய்யணும்னா செய்வோம். ஆஸ்பத்திரியேல சாப்பாடு எப்படியோ?”

“ஒரு மாதிரித்தான் இருக்கும். ஆஸ்பத்திரிச் சாப்பாடு தானே?”

“ஒரு வாரத்துக்கு நம்ப வீட்டிலே இருந்து வேணும்னாலும் சாப்பாடு அனுப்புவோம். ஏழைப் பையன்.

எனக்கு ஆச்சரியப்படுவதா, பொங்கிய கண்ணீரைத் துடைப்பதா என்று இருந்தது. இப்படிப்போட்டி போட்டுக்கொண்டு நல்லவர் களாக இருக்கிறார்களே! இப்படியுமா உலகத்தில் மனிதர்கள் இருப்பார்கள் இதெல்லாம் என்னவென்று தெரியவில்லையே!...’ நான் மிகவும் மிரண்டுபோன மாதிரியே எனக்குத் தோன்றியது.

“உங்க குடும்பத்தைப் போல ஒரு குடும்பம் இந்த உலகத்திலேயே இருக்கும்னு எனக்குத் தோணல்லே. வீட்டோட இவ்வளவு பெரிய உபகாரிகளா இருக்கிறது சாமான்யமான விஷயமா?...”

“அதெல்லாம் ஒண்ணுமில்லை” என்று சொன்னாள் அந்த அம்மாள்.

“எங்க ஊருக்கு நீங்க வந்தது, எங்க ஊர் செஞ்ச பாக்கியம்.”

“அப்படியா? இந்த ஊருக்கு வந்தது, எங்க பாக்கியம்னு நாங்க நினைச்சிக் கிட்டிருக்கிறோம், தெரியுமோ!” என்றார் அவர்.

அவர் இதை நிஜமாகவே சொன்னாரா, எங்கள் ஊரைப் பரிகசிப்பதற்காகச் சொன்னாரா என்று முதலில் நான் சந்தேகப் பட்டேன். இந்த வீட்டில் பரிகாசப் பேச்சு, வேடிக்கை, விளையாட்டு போன்றவையெல்லாம் இருக்க முடியாது; இது ஒரு கோவில் என்று நினைத்துக்கொண்டு, “ஆச்சரியமா இருக்கு! ஏன் தெரியுமா? இந்தத் தண்ணியில்லாத காட்டிலே குடியிருக்க எங்களுக்கே கஷ்டமா இருக்கு, எனக்குத் தெரிய, கோவில்பட்டியைச் சிலாகிச்சு சொன்னது நீங்க ஒருத்தர்தான். ஏன், இந்த ஊர் உங்களுக்கு இப்படிப் பிடிச்சுப்போச்சு, வேலூரைவிட்டு இங்கே எதுக்காக வந்தீங்கன்னு எனக்கு ஆச்சரியமா யிருக்கு...”

“குருமலைக் காத்து வேலூரிலே கிடைக்குமோ? அது சரி, குருமலை ரொம்பப் பக்கமோ? கண்ணுக்கே தெரியல்லையே...!”

“அது ஏழெட்டு மைலுக்கு அங்கிட்டு இருக்கு. ஒரு காலத்திலே அந்த மலைக் காத்துக்கு மகிமை இருந்தது வாஸ்தவம்தான். சஞ்சீவி

பர்வதம்னே அதுக்குப் பேரு..."

"ஏன்? இப்போ என்ன வந்தது?"

"மலையிலே இப்போ ஒரு மரம் கிடையாது. எல்லாத்தையும் வெட்டி விறகு போட்டுட்டாங்க. பச்சையாத் தெரிஞ்ச மலை இப்போ சரள் மேடா, சிகப்பா இருக்கு... முன்னாலே குருமலையிலேதான் மழை இறங்கும். அப்போ சுத்துக் கிராமங்களிலே கட்டாயம் மழை பெய்யும். இப்போ மலை மொட்டையாப் போகவே, அங்கே மழை இறங்குறதும் இல்லை; நாலஞ்சு வருஷமாச் சுத்துக்கிராமங்களிலே பருவ மழையும் பேயாமப் போச்சு..."

"என்னமோ சார், இந்த ஊர்க் காத்து எனக்கு ரொம்ப ஆலோக்கியமா இருக்கு. எனக்கு ரொம்ப வருஷமா ஆஸ்த்துமா கம்ப்ளெயின்ட்" என்று வேணுகோபால் சொன்னதும், ஏதோ ஒரு ரகசியம் வெளிப்பட்டதுபோல் அவருடைய மனைவி மக்கள் அவரைத் திரும்பிப் பார்த்தார்கள். அதை அவரும் கவனித்துக் கொண்டார்.

"பார்த்தேன். இந்த வறண்ட காத்து வேறே எங்கேயும் கிடைக்காது; இந்த ஊர்தான் நமக்குச் சரின்னு குடும்பத்தோட வந்துட்டேன். அங்கே அமோகமா நடந்த வியாபரத்தைக்கூட லட்சியம் பண்ணாமல் இங்கே வந்து கடை திறந்தேன்... இன்னொண்ணும் சொல்லணும்; இங்கே பிராஞ்சுக் கடை திறக்கிற நோக்கத் தோடதான் முதல்லே வந்தேன். அப்புறம்தான் இங்கே குடி வந்துடலாம்னு முடிவு பண்ணினேன்..."

"ஆஸ்த்துமாவுக்கு வைத்தியம் பார்க்கலாமே! ஏதாவது மருந்து சாப்பிடுறீங்களா?"

"சாப்பிடுறேன். என்ன பிரயோஜனம்? மருந்திலே தீர்ர நோயில்லையே இது?... கோவில்பட்டிக் காத்திலே இது குணமாகணும்! குணமாயிடும்னும் தோணுது" என்றார் வேணுகோபால்.

நேரமாகிவிட்டது. எழுந்து விடை பெற்றுக்கொண்டேன். சாப்பிட்டுப் போகலாம் என்று தம்பதிகள் கட்டாயப் படுத்தினார்கள். இன்னொரு நாள் வருகிறேன் என்று சொல்லிவிட்டு வெளியே வந்தேன். அவரும் அவர் மனைவியும் குழந்தைகள் இருவரும் காம்பவுண்டு வாசல் வரை வந்து என்னை வழியனுப்பினார்கள்.

அந்த முதல் சந்திப்பு என்னை முற்றிலும் புதிய மனிதனாக்கி விட்டது போலவும், அதனால் உடம்பில் அபாரமான புஷ்டியும், வலுவும் ஏற்பட்டு விட்டது போலவும் இருந்தது- நான் அது வரையிலும் பார்த்த மனிதர்களெல்லாம் எவ்வளவு அற்ப சுபாவம் கொண்டவர்கள் என்பது அப்போதுதான் முதல் முதலில் எனக்குத்

தெளிவாகத் தெரிந்தது- ஊர் வம்பு பேசுதல். கண் காணாத இடத்தில் எந்தப் பெரிய மனிதனைப் பற்றியும் குறை சொல்லுதல், அற்ப உதவியைச் செய்துவிட்டு அதை ஆறு மாதம் ஊரெல்லாம் சொல்லிக்கொண்டு திரிதல், மற்றவன் ஏதாவது கஷ்டத்தில் அகப்பட்டுக்கொண்டு தத்தளித்தால் அதைக் கேள்விப் படாத மாதிரி பாவனை பண்ணிக்கொண்டு நடத்தல், அரைக் காசு சேர்ந்ததும் உலகமே நமக்கு அடிமை என்று நினைத்துக்கொள்ளுதல், கையில் அரைக்காசு இல்லாமலும் தலையில் கடுகளவு மூளையில்லாமலும் ஏதோ ஒருவகையில் தான் ஒரு பெரிய மனிதன் என்று அசட்டுக் கர்வம் கொள்ளுதல் இப்படிப்பட்ட குணங்களைக்கொண்ட ஆத்மாக்களையே பார்த்துப் பார்த்துப் பழகி, ஏறக்குறைய அந்தக் கூட்டத்தில் நானும் ஒருவனாக மாறிய சமயத்தில், கற்பனை பண்ணிப் பார்க்கவும் முடியாத பெருந்தன்மையும் பணிவும் கருணையும், அன்பும் நிரம்பி வழிந்த வேணுகோபால் குடும்பத்தைப் பார்த்தேன். வீடு திரும்பும்போது 'எங்கிருந்தோ வந்தவர் என்று முதலில் திகைத் தோமே, அது ஒரு வகையில் நியாயம்தான். உண்மையிலேயே இவர்கள் எங்கிருந்தோ வந்தவர்கள்தான். இந்த உலகத்தைச் சேர்ந்த வர்களே அல்ல என்று நினைத்துக் கொண்டேன்.

அதற்குப் பிறகு வேணுகோபால் குடும்பத்தின் உயர் பண்புகளை எடுத்துக்காட்டும் எத்தனையோ நிகழ்ச்சிகள் நடந்துவிட்டன. எங்கள் தெருவில் வீடுகளுக்கு உள்ளேயும் சரி, வெளியிலேயும் சரி, வேணுகோபாலை ஒரு லட்சிய புருஷராக, உதாரணம் கூறிப் பேசுவது சகஜமாகி விட்டது. ஏழை மக்கள் அவரைக் கொண்டாடியதை இவ்வளவு அவ்வளவு என்று சொல்ல முடியாது. இவையெல்லாம் கூட பெரிய விஷயங்களல்ல. அந்த குடும்பத்தின் செல்வாக்கு ஊரில் பல பேரை ஓரளவுக்கேனும் மாற்றிவிட்டதுதான் பெரிய விஷய மாகும். சில புதுப் பணக்காரர்கள் தாமாகவே தமது திமிரைக் குறைத்துக் கொண்டு, 'அவ்வளவு பெரிய பணக்காரனே அப்படி இருக்கும்போது நாம் நம்முடைய அகம்பாவத்தைக் கைவிடுவதுதான் இனி மரியாதை' என்ற முடிவுக்கு வந்தவர்களைப் போல் நடந்து கொள்ளத் தொடங்கினார்கள். சாதாரணப் பணக்காரர்களைக் குபேரர்களாக மதித்து, அளவுக்கு மீறி அவர்களுக்குப் பயந்தும், மரியாதை செலுத்தியும், வந்த ஏழை மக்கள், அந்த வழக்கத்தை நிறுத்தி, 'பணக்காரன் என்ன சக்கரவர்த்தியா? எதற்கு அவர்களுக்கு அனாவசியமாக ராஜ மரியாதை செய்வது?' என்று எண்ணத் தலைப்பட்டார்கள். பணத்துக்காக மட்டும் மதிக்கும் பழைய வழக்கம் குறைந்து, குணத்துக்காகவும் ஒருவனை மதிக்கும் அரசர் வழக்கமும் அனுஷ்டானத்துக்கு வந்தது.

மக்களிடம் இது போன்று ஏற்பட்ட மாறுதல்கள் இன்னும் பல உண்டு. அவற்றுள் மற்றவர்களை அனாவசியமாகப் பழித்துப் பேசுவதில் பெருவிருப்பம் கொண்ட எங்கள் தெருவாசிகள் சிலர், அந்த நீண்ட கால பரம்பரை வழக்கத்தைக் கைவிட்டது மிகமிகக் குறிப்பிடத் தக்கதாகும்.

எங்கள் தெருவுக்கு அடுத்து தெருவில் ஒருத்தி இருந்தாள். வயது நாற்பது இருக்கும். அவள் வாழாவெட்டியாகிப் பல வருஷங்கள் ஆகிவிட்டன. அவளுடைய துர்நடத்தையும் ஒழுக்கக்கேடும் ஊரறிந்த சமாச்சாரம். அவளைக் கண்டாலே பெண்கள் காறித் துப்புவார்கள். அவளுடைய அபகீர்த்தியைப் பற்றி வேணுகோபால் குடும்பம் கேள்விப்படாமல் இருக்க முடியாது. அப்படிப்பட்டவள் ஏதோ ஒரு கஷ்ட காலத்தில் ஜானகியம்மாளிடம் வந்து பத்து ரூபாய் கடனாகக் கேட்டிருக்கிறாள். அந்த அம்மாளும் உடனே கொடுத்து விட்டாள். வாங்கிக் கொண்டவள் ஆச்சரியமும் சந்தோஷமும் தாங்க முடியாமல், முன் பின் தெரியாத தனக்கு அந்த அம்மாள் கொஞ் சமும் தயக்கமின்றிப் பத்து ரூபாயை எடுத்து உடனே கொடுத்த அருங்குணத்தை இரண்டொருவரிடம் சொல்லி மகிழ்ந்திருக்கிறாள். அந்தச் செய்தி எங்கள் தெருவிலும் பரவிவிட்டது. உடனே ஒரு கிழவி ஓடி ஜானகியம்மாளிடம் சென்று, "இருந்திருந்து அவளுக்கு ரூவாயைக் கொடுக்கலாமா? அவள் மானம் கெட்டவள்; ஒழுக்கம் கெட்டவள் அவளை முதலில் வீட்டுக்குள்ளேயாவது விடலாமா..." என்றெல்லாம் சொன்னாளாம். அதற்கு ஜானகியம்மாள் தன் இரு காதுகளையும் பொத்திக் கொண்டு, "பாட்டி! இப்படிச் சொல்லாதீங்க பாட்டி. அவள் எப்படிப்பட்டவளா இருந்தாலும் நம்மைப்போல ஒரு பெண் ஜென்மம். பெண்ணுக்குப் பெண் இரக்கப்படணும். என்னவோ அவள் தலையெழுத்து! பாவம்! இப்படிப் பேச வேண்டாம் பாட்டி" என்று சொல்லிக் கிழவியை அனுப்பினாளாம். இந்த நிகழ்ச்சிக்குப் பிறகு ஊர்வம்பு பேசும் வழக்கம் அநேகரிடம் நின்றுவிட்டது.

வேணுகோபால் குடுமபம் வந்து சேர்நத ஐந்தாவது வருஷத்தில் எனக்குக் கல்யாணம் நடந்தது. கல்யாண வீட்டில் அவர்கள் வந்து ஓடியாடித் திரிந்து ஓய்வொழிச்சலின்றி அத்தனை வேலைகளையும் செய்தார்கள். என் மனைவிக்கு மணமகளுக்கு-அலங்காரம் செய்தவள் சாந்தாதான். வேலூரிலும் சென்னையிலும் கல்யாணப் பெண்களை இப்படித்தான் அலங்கரிப்பார்கள் என்று சொல்லித் தன் கைச்சரக்கை யெல்லாம் காட்டினாள். இந்த அலங்காரத்தைப் பார்க்க ஊரே திரண்டு வந்தது. மணமகளையும், அவளை அலங்கரித்த சாந்தாவையும் அத்தனை பேரும் மாறி மாறிப் பார்த்தார்கள்.

மறுவருஷம் பிறந்த என் மகளுக்கு நான் ஜானகி என்றே பெயர் வைத்தேன். பிறந்த நாளிலிருந்து அவள் வேணுகோபால் வீட்டுக்குச் செல்லக் குழந்தையாகி விட்டாள். அவளுக்கு இப்போது மூன்று வயது பூர்த்தியாகி விட்டது.

வேணுகோபால் வீட்டாருடன் எங்கள் தெருவில் பல வீடுகள் நெருங்கிப் பழகினாலும் என் குடும்பம் இன்னும் நெருக்கமாக, ஏறக்குறைய ஒரே குடும்பத்தின் ஒரு பகுதி போல உறவு கொண்டாடிக் கொண்டிருந்தது. ஒரு நாள் என் மனைவி, "சாந்தாவுக்கு வயசு இருபது இருபத்திரண்டு இருக்கும் போலிருக்கே. இன்னும் கல்யாணம் செஞ்சு குடுக்காமல் வச்சிருக்காங்களே! எதுக்கு? இவங்க நினைச்சா நான் முந்தி, நீ முந்தின்னு எத்தனை மாப்பிள்ளைகள் போட்டி போட்டுக்கிட்டு வந்து நிப்பாங்க!" என்று சொன்னாள். சாந்தாவுக்கு இன்னும் கல்யாணம் ஆகவில்லை என்ற விஷயம் அப்பொழுதுதான் எனக்கு ஞாபகத்துக்கு வந்த மாதிரி இருந்தது. ஒரு நாள் இதைப் பற்றி அவர்களிடமே கேட்பது என்று முடிவு செய்து கொண்டேன். அதற்கிடையில் வேறு சில சிந்தனைகளும் என் மனசில் ஓடிக் கொண்டிருந்தன. 'முறை மாப்பிள்ளைக்காகக் காத்திருக்கிறார்களோ? அவன் எங்காவது வெளி நாட்டில் படித்துக் கொண்டிருக்கிறானோ? இல்லையென்றால், வேறு ஏதாவது தடங்கல் இருக்குமோ?.' இப்படி நினைத்த பிறகு, இவர்களுக்குச் சொந்தக்காரர்கள், வேலூர்ப் பக்கம்தான் இருப்பார்கள்' என் சந்தர்ப்பவசமாக நினைத்துக் கொண்டேன். அப்பொழுது திடீரென்று வேறொரு விஷயம் எனக்குப் புலனாயிற்று. அவர்கள் வீட்டுக்கு எந்தச் சொந்தக்காரர்களும் வர நான் பார்க்கவில்லை. அவர்களும் கல்யாணம் காட்சி என்று எந்த ஒரு காரணத்தை முன்னிட்டும் தங்கள் சொந்த ஊருக்கோ, வேறு எந்த ஊருக்குமோ போகவில்லை. இது நினைக்க நினைக்க ஆச்சரியமாக இருந்தது. இப்படிப்பட்ட நல்லவர்கள், தாராள குணம் படைத்தவர்கள் பணக்காரர்களாகவும் இருந்தால் உறவினர் வந்து கூடுவது உலக வழக்கமாயிற்றே. இங்கு மட்டும் ஏன் விதி விலக்காக இருக்கிறது என்று திகைத்தேன். நேரடியாக அவர்களிடம் இதைப் பற்றி விசாரிப்பது உசிதமல்ல என்று நினைத்து, ஒரு நாள் என் மனைவியைவிட்டு, "சாந்தாவுக்கு எப்பொழுது கல்யாணம்? யார் மாப்பிள்ளை?" என்று விசாரிக்கச் சொன்னேன். அவளுக்கு சொன்ன பதில் நம்ப முடியாததாக இருந்தது.

"சாந்தா நினைத்தால் நாளைக்கே முகூர்த்தம் வைக்கலாம். அவள் யாரைக் கட்டிக்கொள்ள விரும்புகிறாளோ அவன்தான் மாப்பிள்ளை. அவன் பணக்காரனாக இருந்தாலும் சரி, ஏழையாக

இருந்தாலும் சரி; மேல் ஜாதியானாலும் சரி, கீழ் ஜாதியானாலும் சரி" என்று அந்த அம்மாள் சொன்னாளாம். ஏன் இப்படிச் சொல்லு கிறாள் என்று என் மனைவி அவளிடமே கேட்டபோது, பணக்காரன், ஏழை என்பது அர்த்தமில்லாத பாகுபாடு என்றும், அப்படி ஏழையானவர்கள் இந்த உலகத்தில் எத்தனையோ பேர் என்றும் சொன்னாளாம். ஜாதி வித்தியாசமும் அபத்தமான ஒன்று என்பதை விளக்கினாளாம்! தீவிரமான சமூக சீர்திருத்தவாதிகளும் கூட ஊருக்கு உபதேசம் செய்வார்களே ஒழிய, தங்கள் வீட்டில் சீர்திருத்தத்தை அமுல் செய்யமாட்டார்கள். இந்த அம்மாள் ஒரு சீர்திருத்தமும் பேசாமல் செயலில் காட்டச் சித்தமாக இருக்கிறாள் என்றால் அதை என்ன சொல்லிப் புகழ்வது?

அதன் பிறகு ஒரு நாள் ஒரு செய்தியைக் கேள்விப்பட்டேன். அதைக் கேட்டதும் எனக்கு அதிர்ச்சியே உண்டாகிவிட்டது. எங்கள் ஊரைச் சேர்நத் ஒரு வியாபாரி வேலூருக்குச் சென்றிருந்தபோது வேணுகோபாலப் பற்றி அங்கே விசாரித்தாராம். அப்படி ஒருவர் அந்த ஊரில் பெரிய அளவில் இரும்பு வர்ண வியாபாரக் கடை நடத்தி வந்தது கிடையாது என்று எல்லோரும் சொன்னார்களாம்! இந்தச் சமாச்சாரத்தைக் கேள்விப்பட்டதும் முதலில் அதிர்ச்சியடைந்த நான் 'எங்கிருந்தோ வந்தவர்கள்' என்பது எல்லா விஷயத்திலும் பொருந்திக் கொண்டு வருகிறதே என்று தமாஷாகச் சொல்லிக் கொண்டேன். அந்தக் குடும்பம் சம்பந்தமாக ஏதோ ஒரு மர்மம் இருப்பது போல் அன்றே எனக்குத் தோன்றி விட்டது. அதிலிருந்து நான் அங்கே போகும்போதெல்லாம் ஒவ்வொரு வார்த்தையையும் அளந்துதான் பேசுவேன். அவர்களுடைய ஒவ்வொரு சொல்லையும் உறைத்துப் பார்ப்பேன். ஆனால் நான் மறைமுகமாகச் செய்யும் புலன் விசாரணையை அவர்கள் கண்டு கொள்ளக்கூடாதென்பதில் சர்வ ஜாக்கிரதையாக இருந்தேன். சில நாட்களுக்குப் பிறகு வேறொருவரும் வியாபார நிமித்தம் வேலூருக்குப் போய் அதே தகவலைக் கொண்டு வந்தார். மர்மம் ஊர்ஜிதமாகிவிட்டது. ஒரு நாள் முத்திருளப்ப பிள்ளையைப் பார்த்து, "இப்படிச் சொல்றாங்களே, என்ன சமாச்சாரம்?" என்று கேட்டேன்.

"நானும் கேள்விப்பட்டேன். அவருக்கு எந்த ஊரா இருந்தாத் தேவலை? நல்லவரா இருக்கிறார். அது போதாதா?" என்றார் பிள்ளை.

"நீங்க அப்படி எதையும் அலட்சியமா விடமாட்டீங்களே! உபயோகமத்த சமாச்சாரத்தையும் கூடத் துருவித் துருவி விசாரிப்பீங்களே. இதிலே மட்டும் ஏன் சும்மா இருக்கிறீங்க?" என்று கேட்டேன்.

"அழகிரிசாமி அது அந்தக் காலம். இப்போ அந்த வேலையை விட்டு ரொம்ப நாளாச்சு. ஊரான் விவகாரத்தைப் பேசுறதும் விசாரிக்கிறதும் மகா சின்னத்தனம்னு நினைச்சி விட்டுட்டேன். தெரியுமோ?"

"ஏன்?"

"எதுக்குன்னேன்? அதிலே என்ன லாபம்? ஊர் வம்பு பேசிப் பேசித்தான் நம்ம ஊர்க்காரன் உருப்படாமல் போனான்! அவர் நேத்து வந்தார். இன்னிக்கு ஊரே கொண்டாடுறாப்லே பேர் வாங்கிட்டார். எதனாலே? தான் உண்டு தன் காரியம் உண்டுன்னு இருக்கிறார்; கெட்டவங்களைப் பத்திக்கூட ஒரு சொட்டைச்சொல் அவர் வாயிலிருந்து வெளி வர்ரது இல்லை. அதனாலே பேர்; அதனாலே கியாதி. அந்த நல்ல மனசைப் பார்த்துத் தான் மகாலட்சுமியும் அவருக்கு அள்ளி அள்ளிக் குடுக்கிறா. இந்தா, போன வருசம் பவுண்டரி ஆரம்பிச்சார்; இப்போ என்னமோ ஓர்க்சாப்தொறக்கப் போறராம்... அப்படி செல்வம் விருத்தியாகுது. நம்ம ஊர்க்காரன் ஊர் வம்பை வட்டிக்கு வாங்கிப் போசுவனே, பேசி என்னத்தைக் கண்டான்? பசையில்லாமே பொறங்கையை நக்கிக்கிட்டிருக்கிறான்... அட்ட தரித்திரம் பிடிச்ச பயல்கள்!..."

முத்திருளப்ப பிள்ளைக்கு இந்த ஞானோதயம் ஏற்பட்டதற்கு வேணுகோபால் வீட்டுச் செல்வாக்கும், அவர்களோடு அவருக்கு இருந்த தொடர்புமே காரணங்கள் என்று எனக்குத் தோன்றியது.

ஐந்தாறு மாதங்களுக்கு முன் வேணுகோபாலின் சொந்த ஊர் எது என்பதைத் திட்டவட்டமாக அறிந்து கொள்வதற்கான முயற்சியில் இறங்க எனக்கு ஒரு சந்தர்ப்பம் கிடைத்தது. என்னுடைய மாமா ஒருவர் சிகிச்சைக்காக வேலூர் ஆஸ்பத்திரிக்குப் போக வேண்டிய அவசியம் ஏற்பட்டது. நான் உடனே வேணுகோபால் வீட்டுக்குப் போய் விஷயத்தைச் சொல்லி, "உங்களுக்கு வேலூர் ஆஸ்பத்திரியில் எத்தனையோ டாக்டர்களைத் தெரிஞ்சிருக்கும். யாருக்காவது லட்டர் குடுத்தால் நல்லது. இல்லேன்னா, உங்க பேரைச் சொல்றோம். எந்த டாக்டரிடத்திலே போகலாம்?" என்று கேட்டேன்.

வேணுகோபால் சிறிது யோசனை செய்தார். பிறகு சிரித்துக் கொண்டே, "வேலூர் ஆஸ்பத்திரியில் எனக்கு ஒரு டாக்டரையும் தெரியாதே!" என்று சொன்னார். அவர் சிரிப்பு மாதிரி அப்போது எனக்குத் தோன்றியது. நான் விடவில்லை.

"சார், எனக்கு வேலூர் சொந்த ஊருன்னு பேர். அவ்வளவுதான். அது எங்க பூர்வீக ஊர். ஆனா நான் சின்ன வயசிலே இருந்து அங்கே

இருந்ததில்லை" என்று அவர் சொல்லிக் கொண்டிருக்கும் போதே, அவர் மனைவி வந்து "மெட்ராஸுக்கு 'டிரங்க் கால்' போடணும்னு சொன்னீர்களே!" என்று அவரைப் பார்த்துக் கூறினாள்.

"ஆமாம். மறந்தே போயிட்டேன். இதோ வந்துட்டேன்' என்று சொல்லி விட்டு என்னைப் பார்த்தார். சாவகாசமாக உட்கார்ந்து பேச நேரமில்லை என்று சொல்வது போன்ற குறிப்பு அவர் முகத்தில் தென்பட்டது.

நான் அவசர அவசரமாக, "ஆச்சரியமா இருக்கு. நீங்க வேலூருன்னே நினைச்சுட்டிருந்தேன். எல்லாரும் அப்படித்தான் சொன்னாங்க..." என்றேன்.

அவர் எழுந்து நின்றுகொண்டு, "அது உண்மை தானே? வேலூர் பூர்வீகம். ஆனா இருந்தது வெளியூரிலே..." என்றார்.

"எங்கே இருந்தீங்க?" என்று கேட்டேன்.

"எங்கெங்கேயோ இருந்தோம். வட இந்தியாவிலே கூட கொஞ்ச காலம் இருந்திருக்கிறோம்..." என்று சிரித்துக்கொண்டே சொன்னார். அதே சமயத்தில் டெலிபோன் பண்ணுவதற்காக நடந்து போய்க் கொண்டும் இருந்தார். அவரைத் தொடர்ந்து ஜானகியம்மாளும் உள்ளே போய்விட்டாள்.

அவர்கள் காது கேட்கும்படியாக "நான் போய்ட்டு வர்றேன்" என்று குரல் கொடுத்துவிட்டு வீடு திரும்புவதைத் தவிர எனக்கு வேறு வழியில்லாமல் போய்விட்டது.

எனக்குச் சந்தேகம்பலமாகி விட்டது. சொந்த ஊரின் பெயரை வேண்டுமென்றே இவர்கள் மறைக்கிறார்கள், இதில் ஏதோ மர்மம் இருக்கிறது. "டிரங்கால்" போட வேண்டும் என்று அந்த அம்மாள் வந்து சொன்னது அவரை என்னிடமிருந்து பிரித்து உள்ளே அழைத்துச் செல்வதற்காகச் செய்த தந்திரமே என்றெல்லாம் நினைத்தேன். மோஹன் அங்கே இருந்திருந்தால் அவனையாவது கேட்டிருக்கலாம். அவன் அப்போது தூத்துக்குடியில் இருந்தான்-கல்லூரி மாணவனாக. சந்தாவோ அன்று ஹாலுக்கு வரவே இல்லை.

சரி, என் மனைவியைக்கொண்டு சாந்தாவிடம் விசாரிக்கலாம் என்று முடிவு செய்தேன். இரண்டொரு நாளில் என் மனைவியும் இதற்கென்று புறப்பட்டுப் போனாள்.

"மெட்ராஸிலிருந்து வர்ரோம். எங்க அப்பாவுக்கு அப்பா வேலூராம். ஆனா எனக்கு வேலூர் தெரியாது" என்று சொன்னாளாம் சாந்தா.

மெட்ராஸில் எந்தப் பகுதி? எந்தத் தெரு?

நான் இதை விசாரித்துத் தெரிந்து கொள்வதற்கு முன்பே வேலூர் ஆஸ்பத்திரிக்கு என் மாமாவை அழைத்துக்கொண்டு போய் விட்டேன். ஒரு மாதம் அங்கே இருந்தோம். பிறகு இருவரும் திரும்பி வந்தோம்.

ஊருக்கு வந்து வேணுகோபாலைச் சந்தித்தேன் என்றாலும் அவர் ஊரைப் பற்றிக் கேட்கவில்லை. துருவிக்கேட்டால், அதன் காரணமாக எங்கள் நல்லுறவு கெட்டு விடுமோ என்ற பயமும் உண்டாகிவிட்டது.

சென்ற புரட்டாசியில் நான், என் மனைவி, என் குழந்தை ஜனாகி மூவரும் திருப்பதிக்குப் புறப்பட்டோம். திருப்பதிக்குப் போய் விட்டு, காளஹஸ்தி, சென்னை, காஞ்சிபுரம், மஹாபலிபுரம் ஆகிய ஊர்களையும் பார்த்து விட்டுத் திரும்புவது என்பது எங்கள் திட்டம். யாத்திரா மார்க்கத்தில் முதல் மூன்று ஊர்களுக்கும் போய்விட்டு, காஞ்சிபுரத்துக்குச் சென்றோம். அங்கே தங்கியிருக்கும் போது என் குழந்தைக்கு ஜுரம் வந்துவிட்டது. காஞ்சியிலிருந்து நாங்கள் கோவில்பட்டிக்குத் திரும்புவதற்கு இரண்டு நாட்களுக்கு முன், வரதராஜப் பெருமாள் கோவிலுக்குப் போய்ப் பெருமாளைச் சேவித்துவிட்டு, ஒரு மண்டபத்தில் வந்து உட்கார்ந்திருந்தோம். அப்போது அங்கே ஏற்கெனவே இருந்த ஒரு பெரியவர், "எந்த ஊர்?" என்று எங்களைக் கேட்டார். "கோவில்பட்டி" என்று நான் சொன்னதும், "கோவில்பட்டியா? அங்கே தானே இரும்புக் கடை வேணுகோபால் இருக்கிறான்?" என்று அவர் கேட்டாரோ இல்லையோ எனக்குத் தூக்கி வாரிப் போட்டது.

ஆமாம். அங்கேதான் இருக்கிறார். உங்களுக்குத் தெரியுமா, அவரை?"

"ஏன் தெரியாது? இந்த ஊர்க்காரன்தானே அவன்! அவனை எல்லாருக்கும் தெரியும். பெரிய வியாபாரியா இருந்தான். சின்ன காஞ்சிபுரத்திலே கடை."

"எதுக்காக அவர் இந்த ஊரை விட்டுட்டு எங்க ஊருக்கு வந்தாரோ?" என்று கேட்டேன்.

"என்ன சொல்றது? போறாத காலம்னுதான் சொல்லணும். என்னமோ போயிட்டான். இப்போ சௌக்கியமா இருக்கிறானா? பார்த்தாச் சொல்லுங்க? ராஜம்பேட்டைத் தெரு வடிவேலு முதலியார் ரொம்ப விசாரிச்சாருன்னு சொல்லுங்க."

"போறாத காலம்னு என்னவோ சொல்றீங்களே!..."

"அது வேறே... அது எதுக்கு இப்போ? சரி, நான் வர்ரேன்" என்று சொல்லி விட்டு அவர் எழுந்து போய் விட்டார். அவ்வளவு

தான். மறுநாளே, துப்பறிவதற்காக நான் சின்ன காஞ்சிபுரத்தில் பெரியவர் சொன்ன பகுதியைத் தேடிப் போனேன். அங்கே ஒரு யோசனை உதயமாயிற்று. அந்தப் பகுதிகளில் இருந்த ஒரு இரும்பு வியாபாரியின் கடைக்குப் போய் விசாரிக்கத் தீர்மானித்தேன். அங்கே போய், "வேணுகோபால் இரும்புக் கடை எங்கே இருக்கு?" என்று கேட்டேன்.

"வேணுகோபால் இரும்புக்கடையா? அவர் கடையை மூடிட்டுக் கோவில்பட்டிக்குப் போயிட்டதாகக் கேள்வி. ஏழெட்டு வருஷ மாச்சே" என்றார் கடைக்காரர்.

ஏன் கடையை மூடிவிட்டுப் போனார் என்று அந்த வியாபார மும்முரத்தில் கேட்பது எப்படி? திரும்பிவிட்டேன்.

கடைசியில் வேறொரு கோவிலிலிருந்து வெளிவந்த வேறொரு கிழவரைப் பிடித்தேன்.

"வேணுகோபால் இரும்புக் கடை எங்கே இருக்கு?"

"அந்தக் கடை இப்போ இல்லையே! ஏழெட்டு வருஷமாச்சே மூடி! வேறே எத்தனையோ இரும்புக் கடையிருக்கே?.." என்றார் கிழவர்.

"நான் இரும்புக் கடையிலே சாமான் வாங்க வால்லே. அவரைப் பார்க்கத்தான் வந்தேன்."

"அவர் இப்போ ஊரிலேயே இல்லை. கோவில்பட்டிக்குப் போயிட்டாராம். உனக்கு எந்த ஊருப்பா?"

"கோவில்பட்டி" என்ற சொல்ல இருந்தவன், கடைசி வினாடி யில் அதை மறைத்து "நாகர்கோவில் பக்கம்" என்றேன்.

"ஓஹோ! கோவில்பட்டியும் அங்கேதானே!"

"இல்லை. நாகர்கோவிலுக்கும் அதுக்கும் நூறு மைல்."

"நூறு மைல்!... தம்பி, நீ ஏன் அவரைப் பார்க்க வந்திருக்கே? அவர் ஊரைவிட்டுப் போய் ஏழெட்டு வருஷமானப்புறம் தேடி வந்தருக்கிறே?"

"எங்க ஊரிலே ஒருத்தர் ஒரு காரியத்துக்கு இவர் விலாசத்தைக் குடுத்தார். நல்ல மனுஷன்னு சொல்லியினுப்பினார்.. எப்படி அவர்? கோவில்பட்டிக்குப் போனா, அவரைப் பார்க்கலாமா? ஒரு உதவிக் காகப் போறேன்... என்று ஒரு தினுசாகச் சொல்லி, அவர் வாயைக் கிளறினேன்.

"தம்பி! அவனை நல்ல மனுஷன்னு உனக்கு சொல்லியனுப்பிச்சது யாரு?" என்று ஒரு பெரிய குண்டைத் தூக்கிப் போட்டார் கிழவர்.

"என்ன இப்படிச் சொல்றீங்க? நல்ல மனுஷன், நல்ல குடும்பம், அப்படி இப்படின்னு சொல்லியனுப்பினாரே?.." என்று நான் ஆவலைக் காட்டிக் கொண்டே விசாரித்தேன்.

"என்ன நல்ல குடும்பம்! வெளியே சொன்னா வெட்கக்கேடு. அவன் திமிருக்குக் கடவுள் குடுத்த தண்டனை அது..."

"ஏன், என்ன நடந்தது."

"அவனுக்கு ஒரு மகள். மூத்த மகள். அவளாவே ஒருத்தன் கிட்டே ஓடிப் போயிட்டா. எப்படிப்பட்ட நல்ல குடும்பம்னு பார்த்துக்கோ."

நான் அதிர்ச்சியில் சில வினாடிகள் பேசவில்லை. அவளையும் அவனையும்சுட்டுப் பொசுக்கினால் என்ன என்று ஆவேசமே வந்து விட்டது எனக்கு. நல்ல ஆத்மாக்களை, நல்ல குடும்பத்தை மானபங்கப் படுத்தி ஊரை விட்டே விரட்டிய மகா பாவிகளை என்ன செய்தாலும் பாவமில்லை என்று தோன்றியது.

பெரியவர் தொடர்ந்து சொன்னார்: "ஊரெல்லாம் சிரிப்பாச் சிரிச்சது. அவனோட திமிருக்கு அதுதான் சரின்னு அத்தனை பேரும் பேசித் தீர்த்தாங்க..."

"இதைக் கேட்கவே கஷ்டமா இருக்கு. உம்? அப்புறம்?"

"அப்புறம் என்ன அப்புறம்? அவன் பெரிய போக்கிரி! இவனைப் போல அவனும் பணக்காரன். இவனுக்குப் பயப்படுவானா? இவன் என்னென்னமோ சொல்லி மெரட்டிப் பார்த்தான். 'உன் மகள் வந்தா கூட்டிக்கிட்டுப் போன்'னு ஒத்தை வார்த்தையிலே சொன்னான், அந்த எமகாதகன். அவ எங்கே வருவா? அப்பன் பேச்சைக் கேட்டு வர்ரவளா இருந்தா, முதல்லே அவன் கிட்டே ஓடியிருப்பாளா? வேணுகோபால் அடக்கி ஒடுக்கித்தான் வளர்த்தான். வச்சிருந்தான். பொண்ணை வீட்டைவிட்டு வெளியிலேயே விடமாட்டான். இரும்புப் பெட்டிக்குள்ளே பூட்டி வச்ச மாதிரி வச்சிருந்தான். ஆனால், குருவி எப்படியோ பறந்திட்டது. கட்டின பொண்டாட்டியையும் காலிலே கடிக்கிற செருப்பா நினைச்சிப் பாடாப்படுத்துவான். அவன் கடையிலே வேலை பார்த்த நல்ல மனுஷன், அந்தக் கணக்குப் பிள்ளை–அவனைப் பேசாத பேச்செல்லாம் பேசுவான். எச்சக் கையாலே காக்கா ஓட்டி அறிய மாட்டான். இந்தத் தர்பாரெல்லாம் இப்போ என்ன ஆச்சு? மகளே மூஞ்சியிலே கரியைப் பூசிட்டா. ஊருக்குள்ளே தலை காட்ட முடியாமல் போச்சு. பயல் மெட்ராஸுக்கு ஓடிப்போய் ஒரு மாசம் ஆஸ்பத்திரியிலே கிடந்துட்டு வந்தான்..."

"எதுக்கு?"

“போன இடத்திலே திடீர்னு ஜுரம் வந்துவிட்டது. தாங்க முடியாமப் போச்சே! எப்பேர்ப்பட்ட அடி! கடைசியிலே ஒரு நாள் ஊரை விட்டே கிளம்பிட்டான். எங்கே போனான் என்கிற சமாச்சாரம் கூட அவன் கடைச் சாமான்களைக் கொண்டு போன லாரிக்காரங்க வந்து சொல்லித்தான் எங்களுக்குத் தெரியும்...”

“மூத்த மகள் எப்படி இருக்கிறா. இப்போ?”

“அவ இருக்கிறா, வருஷத்துக்கு ஒரு பிள்ளையைப் பெத்துத் தள்ளிக்கிட்டு. இப்படி ஒரு அந்நிய சாதியானுக்குப் பிள்ளையைப் பெத்து எடுக்கணும்னு அவ தலையிலே எழுதியிருக்கான் பகவான்.”

“அந்நிய சாதியா?”

“ஆமாமா. இவனுக்கு எத்தனையோ படி கீழே. அவங்க வீட்டிலே நாங்க பச்சைத் தண்ணிகூடக் குடிக்கமாட்டோம். வேணுகோபால் எங்கே? இந்தக் கீழ் சாதிப் பயல் எங்கே?...”

இதைக் கேட்டதும் எனக்கு என்ன சிந்திப்பது என்று கூடத் தெரியவில்லை.

“என்னாலே நம்ப முடியல்லையே” என்றேன்.

“யாரை வேணும்னாலும் விசாரிச்சுப் பாரு. இதோ பாரு அவனைத் தேடிக்கிட்டு நீ ஒண்ணும் கோவில்பட்டிக்குப் போக வேண்டாம். அவன் உனக்கு ஒண்ணும் செய்ய மாட்டான். அதிலேயும் இப்போ அவன் அடி வாங்கிக் கிடக்கிறான். தெரிஞ்சதா? பேசாமல் ஊர் போய்ச் சேரு” என்று எனக்குக் கிழவர் உபதேசம் செய்தார்.

“அவருக்குப் பூர்வீகம் வேலூராமே.”

இந்தக் கேள்விக்கு என்ன அவசியம் வந்தது என்று நினைத்தாரோ என்னவோ, “கழுதைக்கு எந்த ஊர் பூர்வீகமா இருந்தா என்ன? இந்த ஊரிலே தான் ரொம்ப காலமா இருந்தான்...” என்று சொல்லிவிட்டு, கிழவர் விடை பெற்றுக்கொண்டு போய்விட்டார்.

என் குடும்பம் தங்கியிருக்கும் ஜாகைக்கு மிகப் பெரிய மனப் பாரத்துடன் வந்து சேர்ந்தேன். நான் கேள்விப்பட்ட எதையும் மனைவியிடம் சொல்லவில்லை. பேசாமல் சாப்பிட்டு விட்டுப் படுத்துவிட்டேன். நினைக்க நினைக்க மனப்பாரம் அதிகமாகிக் கொண்டிருந்தது. அப்போது நான் அனுபவித்த வேதனை கொஞ்ச நஞ்சமல்ல. எதற்கென்று தெரியாமலே வேதனையாக இருந்தது. கிழவர் சொன்னதில் முக்கால்வாசி உயர்வு நவிச்சியாகவோ, முழுப் பொய்யாகவோ இருந்தாலும்கூட, வேணுகோபாலின் மூத்த மகளைப் பற்றிய தகவல் மட்டும் உண்மையாகத்தான் இருக்க முடியும் என்பதில் எனக்குச் சந்தேகம் ஏற்படவில்லை. அத்துடன், வேணுகோபால்

இப்போது இருப்பதுபோல் இல்லாமல் பல பேர் கடுமையாக வெறுக்கும்படியான சுபாவமுடையவராகவே இருந்திருக்கிறார் என்பதும் தெரிந்தது. மிகமிகக் கெட்டவராகவே இருந்திருந்தாலும், இந்த எட்டு வருஷங்களாக அவரோடு பழகிய எனக்கு அவர் மீது அனுதாபமே ஏற்பட்டது; அவருக்காகத் துயரப்படவும் செய்தேன். பாவம்! அந்த அம்மாள்! பெற்ற தாயைவிட அன்பாகப் பலருக்கும் பல உபகாரங்களைச் செய்திருக்கும் அந்தப் புண்ணியவதி! என் மனைவியிடம் உயிரையே வைத்திருக்கும் சாந்தா! ஒரு கபடும் தெரியாத சிறுவன் மோஹன்! அவரும் தான் என்ன! இந்த எட்டு வருடங்களாக அவர் வாழ்ந்த வாழ்க்கை தெய்வ வாழ்க்கையல்லவா? அவரும் அவர் குடும்பமும் முன்பு என்ன பாவம் செய்திருந்தாலும், அதை ஆண்டவனும் பொருட்படுத்த மாட்டான்; சைத்தானும் பொருட்படுத்த மாட்டான். என்றும்போல் எனக்கு. அவர் லட்சிய புருஷராகவே இருப்பார். இந்த ரகசியங்களெல்லாம் எனக்குத் தெரிந்து விட்டன என்பதற்காக அவரை என் மனப் பீடத்திலிருந்து நான தள்ளி விடமாட்டேன். தள்ளி விட என்னால் முடியவும் முடியாது...

"இரும்புக் கடைக்காரருக்கு இந்த ஊராமே! மெட்ராஸுன்னு சொன்னாளே சாந்தா?" என்று என்னிடம் கேட்டாள் என் மனைவி.

"ரெண்டு ஊரிலேயும் இருந்திருப்பாங்க. மெட்ராஸ் என்ன ரொம்ப தூரத்திலேயா இருக்கு? இங்கே கொஞ்ச நாள், அங்கே கொஞ்ச நாள் இருந்திருக்கலாம்" என்றேன் நான்.

"கோயிலிலே அந்தப் பெரியவர் சொன்னதைக் கவனிச்சீங்களா? சாந்தாவோட அப்பா நம்ம ஊருக்கு வந்தது போறாத காலம்னு சொன்னாரே, என்ன விஷயம்?"

"யாருக்குத் தெரியும்? இவ்வளவு நல்ல ஊரை விட்டுட்டுப் போனதாலே, போறாத காலம்னு சுபாவமாச் சொல்லியிருக்கலாம்."

"சொல்ல முடியாதுன்னு மறைக்க வேண்டியதில்லையே!"

"உனக்கும் எனக்கும் எதுக்கு இந்த ஆராய்ச்சி? என்னமும் நடந்திருக்கும். அதைத் தெரிஞ்சு என்ன செய்யப் போறோம்? அவங்க நல்லவங்களா இருக்கிறாங்க என்கிறதிலே கொஞ்சமும் சந்தேகமில்லே. நமக்கு அது போதும். நீ ஊருக்குப் போனா அவங் களைப் போய் என்ன ஏதுன்னு கேட்காதே."

"நான் ஏன் கேட்கிறேன்?"

"கேட்கவும் கூடாது; மத்தவங்க கிட்ட இதைப் பிரஸ்தாபிக்கவும் கூடாது. ஏன், காஞ்சிபுரத்துக்குப் போனதாகக் கூட நீ யார்கிட்டயும்

சொல்ல வேண்டாம். அவங்க மனசு புண்படுறாப்லே நாம் நடந்துக் கிடக்கூடாது என்கிறதுக்காகச் சொல்றேன்."

"நமக்கு எதுக்கு அந்த வம்பு?"

"வம்புன்னா வம்பு மட்டுமில்லே; அந்த வம்பைப் போல மகாபாவம் வேறே கிடையாது தெரியுமா? ஒரு எறும்புக்கக்கூடக் கெடுதல் செய்யக்கூடாதுன்னு இருக்கிற குடும்பம் அது. அவங்களைக் கஷ்டத்துக்குள்ளாக்கினால் அந்தப் பாவத்துக்கு பிராயச்சித்தமே கிடையாது..." என்றேன்.

மனைவி தூங்கி விட்டாள். எனக்குத் தூக்கம் வரவில்லை. வேணுகோபாலும் அவர் குடும்பமும் கோவில்பட்டிக்கு வந்து இந்த மாதிரி மாறி விட்டதற்குக் காரணம் எதுவாக இருக்க முடியும் என்பது பற்றி யோசித்துக் கொண்டிருந்தேன்; 'அந்த அம்மாள் லோக மாதா மாதிரி இருக்கிறாள். அவர் அதற்கும் மேல் உலகத்தில் பணத்திமிரும் அகம்பாவமும் படு வீழ்ச்சி அடைவது நிச்சயம என்பதை அனுபவபூர்வமாக உணர்ந்து இப்படித் திருந்தி விட்டார்களா? ஆனால் இப்படி யாரும் திருந்தியதில்லையே? கடுந்தண்டனை வாங்குவது, மேலும் பெரிய அக்கிரமத்தைச் செய்வதற்குப் பின்பலமாக அமைந்து விடும் காலம் அல்லவா இது? பழிச் சொல்லையே காதில் வாங்கிக் கொண்டிருந்த அவர்களுக்குத் தங்களைப் பற்றி மற்றவர்கள் புகழ்ந்து பேசவேண்டும் என்பதில் ஒரு தாகம் ஏற்பட்டுத் தங்களை மாற்றிக் கொண்டார்களா? இல்லையென்றால் இப்படி மாறித்தான் மன நிறைவு தேட முடியும், மனப் புண்ணை ஆற்ற முடியும் என்று யாரும் அவர் களுக்கு உபதேசித்தார்களா? மீள முடியாத தோல்வியிலிருந்து கரையேறுவதற்கு இவர்கள் தங்களைத் தாங்களே இந்த விதமாக மாற்றிக்கொண்டது சரியான உபாயம்தான். ஆனால் யாரும் கடைப்பிடித்திராத உபாயம் இது!... அப்படியானால் இவர்கள் பிராயச்சித்தம் செய்யவில்லை, மனப்பூர்வமாக நல்லவர்கள் ஆகி விடவும் இல்லை, வெறும் நடிப்புத்தான் என்று சொல்வதா!...

நடிப்போ உண்மையோ, காரியாம்சத்திலும் விளைவுகளை உண்டு பண்ணுவதிலும் நல்லவர்களாக இருக்கிறார்கள். எல்லோரும் இப்படி நல்லவர்களாக இருந்தால் உலகம் சுவர்க்கமாகிவிடும். நல்லதை விளைவிக்கும் நடிப்பையும் நல்லது என்று தானே சொல்ல வேண்டும்?...

'ஆனால்... மனிதர்கள் தங்களை நல்லவர்களாக மாற்றிக் கொள்வதற்கு விவேகம் அடிப்படையாக இராமல், தர்ம உணர்வு அடிப்படையாக இராமல் ஊரறிய அடைந்த ஒரு அவமானமா

அடிப்படையா இருக்க வேண்டும்?”

வேணுகோபால் குடும்பத்திற்காக முடிந்த அளவு இரக்கப்பட்டு விட்டேன்; வருந்தி வேதனைப்படவும் செய்துவிட்டேன்.

குழந்தையின் உடல் நிலையைக் கருதி மஹாபலிபுரம் போகாமல் கோவில்பட்டிக்கே ரயில் ஏறினோம். ஊர் திரும்பியதும் மனைவியை மற்றொருமுறை எச்சரித்தேன். “நாம் காஞ்சிபுரம் போனதாக யாரிடத்திலும் சொல்லவேண்டாம்.

அதைச் சொல்லிக் கோவில்பட்டியைக் காஞ்சிபுரமாக்கி விட வேண்டாம்; அதன் பயனாக வேணுகோபாலும் காஞ்சிபுரம் வேணுகோபாலாக மாறிவிட வேண்டாம் என்று நினைத்தேன்.

கோவில்பட்டிக்கு வந்த மறுநாளே வேணுகோபாலைப் பார்க்கப் போனேன். என் மனைவியையும் அழைத்துக் கொண்டு போனேன். திருப்பதி பிரசாதங்களைக் கொடுத்தேன்.

‘எந்தெந்த ஊர்களுக்குப் போனீங்க?” என்று கேட்டாள் ஜானகியம்மாள்.

‘திருப்பதி, காளஹஸ்தி, மெட்ராஸ்... மூணு ஊரும் பார்த்தோம்.”

“அவ்வளவு தூரம் போனவங்க திருக்கழுக்குன்றம். மஹாபலிபுரத் துக்கும் போயிருக்கலாமே!... காஞ்சிபுரமும் பார்த்திருக்கலாம்...’

உடனே வேணுகோபாலைத் திரும்பிப் பார்த்தேன். அவர் குனிந்த தலையோடு உட்கார்ந்து கொண்டிருந்தார்.

“போக முடியல்லே. நம்ம ஜானகிக்கு உடம்பு சரியில்லே. ஜுரமா இருந்தது, பேசாமல் ஊருக்கே வந்துட்டோம்...” என்றேன்.

சிறிது நேரம் யாரும் பேசவில்லை.

‘காஞ்சிபுரத்துக்கு ஏன் போக வேண்டும்? இங்கேயே காஞ்சி புரத்தைப் பார்க்கிறோம்!’ என்று எனக்குள் சொல்லிக் கொண்டேன். காஞ்சிபுரம் ஒரு புண்ணிய க்ஷேத்திரம் என்பதை மட்டும் மனதில் வைத்துக்கொண்டு தான் இவ்வாறு சொல்லிக் கொண்டேன். அதை அவர்களிடமே சொல்லியிருந்தால், புண்ணிய க்ஷேத்திரமானது அவமானப்பட்ட ஊராக மாறிவிடும் என்று எனக்குத் தெரியும். சில சிந்தனைகள் மௌனத்தில் தெய்வீகமாகவும் ஒலி வடிவில் நீசத்தனமாகவும் மாறிவிடும் போலும்!

விடைபெற்று நாங்கள் வீடு திரும்பும்போது, அவர்கள் காஞ்சிபுரம் வாசிகள் என்பது மறந்து, மீண்டும் எங்கிருந்தோ வந்தவர்களைப் போலவே என் உள் மனத்தில் தோன்றிக் கொண்டிருந்தார்கள். நானும் நல்லவனாக இருக்கப் போய்த்தான் என்னை அறியாமலே இப்படித் தோன்றுகிறதோ என்று எண்ணிப்

பரமானந்தத்தில் மூழ்கினேன். நான் இவ்வளவு நல்லவன் ஆனதற்கு, வேணுகோபால் குடும்பத்தின் புனர்ஜன்மம் மட்டுமல்ல, நான் காஞ்சி புரத்தில் கேள்விப்பட்ட மோசமான செய்தியுமே காரணமாகும் என்று எனக்குப்பட்டது. சரியோ, தப்போ, நானும் எங்கிருந்தோ வந்த ஒருவனாக உயர்ந்துவிட்டதாய்ப் பெருமைப்பட்டுக்கொண்டு வீடு வந்து சேர்ந்தேன்.

என் வீட்டில் அப்போது முத்திருளப்பப் பிள்ளை வந்து உட்கார்ந்து கொண்டிருந்தார். என்னைப் பார்த்ததும், "இரும்புக் கடை முதலாளி வீட்டிலிருந்தா?" என்று முழக்கமாகக் கேட்டார்.

"ஆமாம்..."

"எப்போ வர்ராங்களாம்?"

"யாரு?"

"உன்கிட்ட சொல்லல்லியா?"

"என்ன் விஷயம்?"

"முதலாளிக்குக் காஞ்சிபுரத்திலே ஒரு மக இருக்கிறாளாம். மூத்த மக. இந்த வருஷம் குத்தாலம் சீசனுக்கு ஒண்ணாப் போறதுக்கு அவளையும் அவ குடும்பத்தையும் வரச் சொல்லிக் காயிதம் போட்டாராம். பத்து நாளிலே வந்துருவாங்கன்னு போன வாரம்தான் அந்த அம்மா சொன்னாங்க..."

"என் காதுகளை நம்புவது எப்படி?

"காஞ்சிபுரத்திலே ஒரு மகள் இருக்கிறாளா? நிஜம்தானா."

"இதிலே பொய் சொல்றதுக்கு என்ன இருக்கு? ஏய், நீ எப்பவுமே இப்படித் தான். நான் எதைச் சொன்னாலும் நம்பக் கூடாதுன்னே வச்சிருக்கிறே. ஹூம், இருந்திருந்து ஒங்கிட்டே சொல்றேன் பாரு."

'வேறொண்ணுமில்லே, இந்த சமாச்சாரத்தை அவங்க சொல்லல்லியேன்னு பார்க்கிறேன்..."

"சுவாபமாச் சொல்லல்லே போலிருக்கு. யாவுகத்துக்கு வந்திருந்தாச் சொல்லியிருப்பாங்க..."

நல்லவர்களாக மாறினார்கள்; பிறகு நல்லவர்களாக உயர்ந் தார்கள்; இப்பொழுது சிகரத்தையே தொட்டு விட்டார்கள்.

மூத்த மகள் கணவனோடும் பிள்ளைகளோடும் வரப் போகும் செய்தியைச் சொன்ன முத்திருளப்ப பிள்ளையின் வாயில் சர்க்கரை போட்டாலே போதும்; நானோ திருப்பதி லட்டுகளை எடுத்துக் கொடுத்தேன் அவருக்கு.

58

தேவ ஜீவனம்

சாயங்காலம் ஐந்தரை மணி இருக்கும். அதற்குப் பதினைந்து நிமிஷம் முன்பாகவே அருணாசல முதலியார் தெருவாசல் படிக்கு வந்து உட்கார்ந்தார். ஓர் அரைமணி நேரம் அங்கே உட்கார்ந்திருப்பதாக உத்தேசம். சென்னையில் உள்ள ஒவ்வொரு மனிதனையும்போல் தனியாளாகவே இந்தப் பத்து வருஷகாலமும் வாழ்ந்து வந்த முதலியார், வாசற்படியிலும் ஏகாங்கியாக உட்கார்ந்து கொண்டிருந்தார்.

அது ஒரு திருவல்லிக்கேணி தெரு. திருவல்லிக்கேணித் தெருக்கள் பெயரிலும் பெயராவிலுமே ஒன்றுக்கொன்று வேறுபட்டிருந்த நிலையில் அந்தத் தெருவின் பெயரைச் சொன்னாலும் ஒன்றுதான். சொல்லாவிட்டாலும் ஒன்று தான். வழக்கம்போல் தெருப் பிடிக்காதவாறு ஜனங்கள் ஆணும் பெண்ணுமாக இங்கும் அங்கும் போய்க் கொண்டிருந்தார்கள். நிமிஷத்துக்கு ஒரு சைக்கிள் வீதம் ஓடின. தலைச்சுமை வியாபாரிகள், கிரோசின், கறிகாய் தள்ளு வண்டிகள், பலூனை வாத்தியமாக்கிச் சினிமாப் பாட்டைக் கொறகொறத்துக் கொண்டு போகிறவன், பால்காரனோடும் பால்கரனில்லாமலும் நடந்து வரும் எருமைகள், பசுக்கள், தெருவின் இரண்டு கோடிகளையும் பொதுக் கக்கூஸ்களாகப் பயன்படுத்திக் கொள்ளும் ஆசாமிகள்- இப்படி இடம் கொள்ளாமல் நிரம்பி வழியும் தெருவில் கூச்சலும் இரைச்சலும் இருக்கவேண்டிய அளவுக்கு இருந்தன. இது போதாதென்று பத்துப் பன்னிரண்டு வயதுள்ள சிறுவர்கள் ஏழெட்டுப் பேர் சேர்ந்து உற்சாகமாகக் கத்திக்கொண்டும் ஓடி ஒளிந்து விளையாடிக் கொண்டும் வேறு இருந்தார்கள். அவர்களில் முதலியாரின் பேரன் சுப்ரமணியனும் ஒருவன். அவன் எங்கே கீழே விழுந்துவிடுவானோ, உயரமான திண்ணையிலிருந்து குதித்துக் காலைக் கையை முறித்துக் கொள்வானோ, எருமையின் காலடியிலோ, டாக்ஸி சக்கரத்திலோ அகப்பட்டுக் கொள்வானோ என்று முதலியாருக்குப் பலவிதமான பயம். அதனால் இடையிடையே, "ஏலோ சுப்ரமணியம்! மெல்லடா! அப்படி விழுந்து ஓடுறயே, மாடு கீடு வந்து முட்டுனா என்னலே பண்ணுவே?" என்றோ, "டேய் டேய்! திரணையிலிருந்து குதிக்காதேடா, எத்தனை தபா ஒனக்குச் சொல்றது? விழுந்து ஒண்ணு கெடக்க ஒண்ணு ஆச்சின்னா

என்னடா பண்றது?" என்றோ அவன் தமக்கு எதிரே அருகாமையில் ஓடும் சந்தர்ப்பங்களிலெல்லாம் சொல்லி எச்சரித்துக் கொண்டே இருந்தார். அவனோ இவருடைய எச்சரிக்கையைக் கொஞ்சமும் பொருட்படுத்தவில்லை. விளையாட்டிலேயே கவனமாக இருந்தான்.

"இந்தக் காலத்துப் பயபுள்ளை சொன்னாக் கேக்குமா? அந்தக் காலமா? வீட்டிலே பெரியவுக கீச்சுன கோட்டைத் தாண்டாம வளர்ந்த காலம் அது. இப்பத்தான் சின்னவன் பெரியவன் இல்லையே! இந்த ஊரிலே பொடிப்பயகூட என்னைப் பார்த்து 'நீ. நான்' இன்னு தானே பேசுறான்! எல்லாம் 'வாப்பா போப்பா' தான். மதுரைக்கு வடக்கே மரியாதை இல்லேன்னு தெரியமலா சொன்னாக!..."

முதலியார் பட்டணத்து நாகரிகத்தையும் பழக்க வழக்கங்களை யும் தமக்குள்ளேயே எள்ளி நகையாடிச் சிறிது கண்டனமும் செய்து விட்டு முகத்தை எதிர்வீட்டை நோக்கித் திருப்பினார். எதிர்வீட்டு வாசல் திண்ணையில் மூன்று பெண்கள் உட்கார்ந்து கொண்டு ஒருவரோடு ஒருவர் பேசாமல் முதலியாரைப் போலவே தெருக் காட்சிகளைப் பார்த்துக் கொண்டிருந்தார்கள். தினமும் பார்க்கும் அதே பெண்களை அன்றும் அவர் பார்த்தார்; கவனித்தார். ஒரு பெருமூச்சும் விட்டுக்கொண்டார். 'அவ்வளவுதான்!' என்று தமக்குள் சொல்லிக்கொண்டு அந்தப் பெண்கள் மூவரிடமிருந்து தமது பார்வையை வேறு பக்கம் திருப்பினார். எதிர்வீட்டுக்கு அடுத்த வீட்டிலும், தெருவில் இருந்த எல்லா வீடுகளிலுமே காற்றுக்காகவும், வெளிச்சத்துக்காகவும் சிற்சிலர் நின்று கொண்டோ, திண்ணைகளில் உட்கார்ந்துகொண்டோ இருந்தார்கள். சில வீடுகளில் தெரு வாசல்களின் உட்புறத்து நடைபாதையில் நின்ற வண்ணம் சில பெண்கள் தலையைமட்டும் வெளியே நீட்டிக் கொண்டிருந்தார்கள். அந்த வீடுகளில் வெளியே வந்து உட்கார இடவசதி இல்லை.

'ஜனக் கூட்டம் பெருத்துப் போச்சு. இந்தச் சின்னத் தெருவில் இத்தனை பேர் குடித்தனம். இந்த முப்பது நாப்பது வீட்டிலே ஆடு மாடுகள் மாதிரி அடைஞ்சி கிடக்க வேண்டியிருக்கு. ஆடு மாடாவது பட்டப்பகல்லே காடு கரைக்கு மேய்ச்சலுக்குப் போகும். இங்கே மனுஷனுக்குக்கூட வீட்டை விட்டாபோக்கிடம் இல்லாமல் இருக்கு...'

முதலியார் பத்து வருஷங்களுக்கு முன் கோவில்பட்டிப் பக்கத்தில் உள்ள தம்முடைய சொந்த கிராமத்தைவிட்டுச் சென்னைக்கு வந்தபோது அவர் கண்ணில் முதலில் தென்பட்ட சென்னை நகர விசேஷமே இந்த ஜனக் கூட்டம் தான். 'இத்தனை கூட்டமா-எங்கே பார்த்தாலும் தலையா-நத்தத்திலே நாய் பெருத்த

மாதிரி!' என்று அப்பொழுது நினைத்துக்கொண்டது போலத்தான் இப்போதும் நினைத்துக் கொண்டார். சென்னையின் மோசனமான அம்சங்கள் என்று அவர் கருதியவை அனைத்துமே இந்தப் பத்து வருஷப் பழக்கத்துக்குப் பிறகும் நடைமுறையாகி விடாமல், இன்னும் அப்படியே மோசமான அம்சங்களாகவே இருந்தன. முதல் முதலில் பார்த்தபோது ஏற்பட்ட அதிர்ச்சியும் இன்னும் அவரை விட்டு நீங்கவில்லை.

திரும்பவும் எதிர்வீட்டுப் பெண்களைப் பார்த்தார். முதலியார். ஒரு செகண்டுதான். பிறகு பார்வையைப் பழையபடியும் தெருவில் ஓடவிட்டார். அவருக்கு முன்பாக இரண்டு எருமைகள் எதேச்சையாக நடந்து போய்க்கொண்டிருந்தன. ஒரு எருமையின் கொம்புகள் பக்கவாட்டில் அதிகமாக நீண்டிருந்ததால், ஒரு கொம்பு முதலியாருக்கு ஒரு சாண் தூரத்தில் நகர்ந்து கொண்டிருந்தது. அவர் உடனே பேரப் பிள்ளையைப் பார்க்கத் திரும்பினார். "டேய், சுப்ரமணியம்! மாடு வருதுடா!" என்று ஒரு எச்சரிக்கைக் குரல் கொடுத்தார். பேரன் ஆபத்தில்லாத இடத்திலேயே ஒதுங்கி நிற்கிறான் என்பதைப் பார்த்துக்கொண்டு, நிதானமாக எதிர் வரிசையில் ஐந்தாறு வீடுகள் தள்ளியிருக்கும் ஒரு வீட்டைப் பார்த்தார். அந்த வீட்டு வாசலில் வெள்ளையடித்த காரைத் தூண்களில் இரண்டு பசுக்கள் கட்டியிருந்தன. பசுக்களின் பக்கம் தெருவோரத்திலேயே முளை அறையப்பட்டு இரண்டு கன்றுக் குட்டிகளும் கட்டிக் கிடந்தன. அந்த வீட்டிலே போன வாரம் ஒரு பத்து வயதுப் பையன் ஜுரத்தினால் திடீரென்று செத்துப் போய்விட்டான். சுப்ரமணியனோடு ஒரே வகுப்பில் படித்துக் கொண்டிருந்தவன். சாவின் சாயை இன்னும் விலகாமல் இருக்கும் அந்த வீட்டின் முன்னால் சைக்கிளோடு நின்ற இரு வாலிபர்களில் கையிலிருந்து டிரான்சிஸ்டர் பாட்டு வந்து கொண்டிருந்தது. வாலிபர்களின் ஒருவன் அதற்குப் பக்கத்து வீட்டைச் சேர்ந்தவன். வேறொருவன் எங்கிருந்தோ அவனைத் தேடி வந்திருக்கிகும் நண்பன்.

'பெத்தவங்களுக்கு எப்படி இருக்கும்? கொஞ்சங்கூட இரக்க மில்லாமே அங்கேயே நின்னு ரேடியோவப் போட்டுப் பாட்டுக் கேக்கிறாங்களே! நம்ம ஊரா இருந்தா இப்படி நடக்குமா? இப்படி எவனும் ரேடியோ வச்சா மத்தவன் பார்த்துக்கிட்டு இருப்பானா? இந்த ஊரிலே யாரை யார் தட்டிச் சொல்றாப்லே இருக்கு? அவனவனுக்கு அவனவன் ராஜா. பிச்சைக்காரன்கூட நிமுந்து நிண்ணு சட்டம் பேசுறான். கைமாத்து வாங்குறதுக்கு வந்து பல் இளிக்கிற பயல்களும்தான் ஏதாவது கூசுறாங்களா? கடன் வாங்கிக் கஞ்சி குடிச்சாலும் 'நானே ராஜா'ன்னு ராஜ நடை நடக்கிறான். என்னைப்போல் அறுபது

வயசுக் கிழவன்-அனுபவ சாலியா இருக்கப்பட்டவன்- ஏதாவது புத்தி சொன்னா, 'நீ யாரையா கேக்கிறதுக்கு? உன் வேலையைப் பாரு' இண்ணு எவனுமே சொல்வான். ஊரிலே, அந்தக் காலத்திலே நான் புளியமரத்திலே ஏறிக்காய் புடுங்குனா, 'ஏலே! கீழே விழுந்தா உன் கெதி என்ன ஆகுமிலே? இறங்குலே கீழே'ண்ணு வழியிலே போறவனெல்லாம் சொல்வான்; புளிய விளாரைப் புடுங்கி இடுப்பைச் சுத்தி நாலு விளாசும் விளாசுவன்.

பெத்தவங்களும் 'இப்படி கண்ட கண்டவுக சாத்துனாத்தான் இவனும் அடங்குவான்'னு சொல்வாங்க. இந்த ஊரிலே ஒருவனுக்கு ஒருவன் புத்தி சொல்லிறப்படாது. அப்படி இருக்கு, தர்பார்! செருப்பாலே அடிக்க! பட்டணமாம் பட்டணம்....!' ஒருத்தனோட ஒருத்தன் ஒட்டாமே தனிக்காட்டு ராஜாவா வாழ்ற ஊர் எங்கே உருப்படும்? ஆடு மாடு கூட சேந்துதான் மேயுது. காக்காக் கூட்டமும் ஒண்ணாத்தான் உக்காந்து சாப்பிடுது. நாயை எடுத்துக்கோயேன், ஒரு வீட்டு நாயா இருந்தா-பத்து நாய் இருந்தாலும் -சண்டை போடாம ஒத்துமையா இருக்கு. ஒரு வீட்டுக்குள்ளே ஒன்பது குடித்தனம் இண்ணா ஒம்பது சண்டை குடித்தனத்திலே ஒம்பது பேர் இருந்தா, ஒம்பது கட்சி! சீச்சீ சீச்சீ....!

முதலியார் தலையைக் குனிந்து கொண்டு சிறிது சிந்தனை செய்தார். பதிப்பேர் செத்தா தாராளமாகக் குடியிருக்கலாம். அரிசி, பருப்பு தட்டில்லாமக் கிடைக்கும்னு ஒவ்வொரு பயனும் நெனைக்கிறப்போ, இவங்களுக்குள்ளே எப்படி சிநேகம் உண்டாகும்? ஒருத்தன் மேலே ஒருத்தன் எப்படி எரக்கப்படுவான்...

நிமிர்ந்து எதிர்வீட்டுப் பெண்களைப் பார்த்தார். இவ்வளவு வயசாகியும் பெத்த தகப்பன் ஒரு கவலையில்லாமல் இருக்கிறான். மூத்ததுக்கு முப்பத்தஞ்சு வயசாவது இருக்கும். பார்த்தா நாப்பது மதிக்கிறாப்லே இருக்கு. தலையிலேயும் பாதி நரைச்சாச்சி. அடுத்த வளுக்கு இருபத்தஞ்சுக்குக் குறையாது- கடைசிப் பெண்ணுக்கு ஒரு வயதுதான் குறைச்சலா-இருபத்து நாலா மதிக்கலாம். மூணுக்கும் இன்னைக்கு வரையிலே கலியாணம் ஆகல்லே; அதைப்பத்திப், பேச்சுமில்லை. அப்பன்காரன் ஒத்த ரூம்பை வாடகைக்குப் புடிச்சு இந்த மூணு பேரையும் போட்டு அடைச்சிட்டு தினமும் ஊர் சுத்தப் போயிர்ரான். இந்தப் பெண்களோட ஆத்தாக்காரி மகராசி. காலா காலத்திலே போய்ச் சேந்துட்டா-இருந்து இந்தக் கண்றாவியைப் பாக்காமே. அவ சோத்துக் கில்லாமச் செத்தாளோ? இல்லே, இடைஞ்சல்லே அகப்பட்டு மூச்சு முட்டிச் செத்தாளோ? எப்படியோ, போயாச்சு; அந்த வரைக்கும் க்ஷேமம்... நான் அந்நியன். கோவில்பட்டிக் காட்டிலிருந்து மகனோட இருக்கலாம்னு

பட்டணத்துக்கு வந்தவன். எனக்கு இதுகளை முன்னைப் பின்னே தெரியாது. எனக்கே இதுகளைப் பார்க்கப் பாவமா இருக்கு. ஆனா அப்பன்காரன் இப்பவும் அஞ்சி ரூபா கடன் கெடைச்சாக் குதிரைப் பந்தயத்துக்கு ஓடிக்கிட்டிருக்கிறான். ஊரிலே கடன் வாங்காத எடம் பாக்கியில்லையாம். ஆனா பேச்சு எப்படிப் பேசுறான்? பெரிய ஐக்கோர்ட் ஜட்ஜ் தோத்துப் போயிருவான் அந்த மாதிரி சட்டப் பாயிண்ட் பேசுறான். அன்னைக்குப் பழனியப்பன் கிட்ட (பழனியப்பன், முதலியாரின் மகன்; பக்கத்துத் தெருவில் பத்துப் பன்னிரண்டு வருஷங்களாகப் பெரிய மளிகைக் கடை நடத்தி வருபவன்) பத்து ரூவா கேக்க வந்தானே. எவ்வளவு தைரியமா வந்தான்! கடையிலே சாமான் வாங்கி பாக்கி அறுபதுக்கு மேலே இருக்கு. ஆசாமி மூணு மாசமாகத் தட்டுப்பட மாட்டேங்கிறானே, இவனை எப்படிப் புடிச்சி மடக்கிக் கழுத்திலே துண்டைப் போட்டுப் பாக்கியை வசூல் பண்றதுன்னு பழனியப்பன் சமயம் பார்த்துக் காத்துக் கிட்டிருக்கிறப்போ, இவன் தைரியமா வீட்டுக்குள்ளே வந்து பழைய கடன் பத்தாதுன்னு மேற்கொண்டு பத்து ரூபா ரொக்கக் கடன் குடுன்னு கேட்டான். எல்லாக் கடனையும் ஒரு மாசத்திலே தீர்த்துர்ரதா வேறே பீத்தினான்- என்னமோ, கப்பல்லே வந்து எறங்கப் போற மாதிரி. இந்தப் பயலுக்குப் புத்தி குடுக்கணும்னு நான் போய், "என்ன ஐயா! இது நல்லா இருக்கா?"ன்னு கேட்டேன்.

"நான் ஒரு மாசத்திலே பாக்கியே முழுக்கக் குடுத்திடறேன்னு சொல்றனே! அப்புறம் என்ன?" இன்னு என்னைக் கேள்வி கேட்டான் அவன்.

"பாக்கியைப் பத்தி நான் சொல்லல்லே ஐயா, அது ஓங்கபாடு, பழனியப்பன்பாடு; நான் சொல்ல வர்ரது வேறே சமாசாரம்'ணு சொல்லி, "இந்தப் பெண்களுக்கு எப்போ கல்யாணம் காட்சி பண்றதா நினைச்சிக்கிட்டிருக்கிறீக? வயசு ஆனது பத்தாதா?"ன்னு கேட்டேபிட்டேன். அதுக்கும் அவன் என்னையே கேள்விகேட்டு மடக்கிபிட்டான். "கல்யாணம் பண்ணணும். எப்படிப் பண்றது? பணம் வேண்டாமா? நானாவது மூணு பொண்களை வச்சிகிட்டிருக்கிறேன். நால அஞ்சைப் பெத்து வச்சிக்கிட்டிருக்கிறவங்களே கட்டிக்குடுக்க முடியாமத் தலையிலே கையை வச்சிக்கிட்டு இருக்கிறாங்க. இந்தத் தெருவிலேயே அப்படி ஏழெட்டு வீடு இருக்கு. அது அதுக்கு எப்படி விதிச்சிருக்கோ, அப்படித்தானே ஆகும்? நம்ம செயல்லே என்ன இருக்கு? நான் சொல்றது என்ன? சொல்லுங்க. சும்மா இருக்கிறீங்களே?"ன்னு எனக்குக் கேள்வி போட்டான்; பழனியப்பன் பணம் தரமுடியாதுன்னு சொன்னதும், ஒரு நிமிசம் நிக்காம ஓடிப் பிட்டான்.

'அது அதுக்கு எப்படி விதிச்சிருக்கோ அப்பத்தான் ஆகுமாம்! எங்கே ஆகிறது? நாப்பது வயதுக்கு மேலேயா?'

எதிர் வீட்டுப் பெண்கள் மூவரையும் ஓரக் கண்ணால் ஒரு பார்வை பார்த்தார்.

"வேறு பொண்களா இருந்தா இந்த வயசு வரை இந்தப் பெருச்சாளிப் பொந்தே கெதின்னு கிடக்காதுகள். அப்பன்காரன் காலா காலத்திலே கல்யாணத்தைப் பண்ணி வைக்கலேன்னா, எவனையாவது, ஒரு கெழட்டுப் பயலையாவது பிடிச்சிக்கிட்டு ராவோட ராவா ஓடிப் போயிரும். இல்லே இதுகளைத் தேடியாவது எவனாவது ஒரு பயல் வந்து சேருவான். இதுகள் பாவம், எதுக்கும் லாயக்கில்லாமல் கிடந்து புழுங்குதுகள். உம், அப்படி எவனும் வந்துட்டாத்தான் என்ன? இங்கே உட்காரவே எடம் கெடையாது; ஒண்ணுக்கு மூணு ஒத்த ரூம்பிலே அடைஞ்சி கிடக்கு. ஒருத்திக்குத் தெரியாம ஒருத்தி அவனோடு பேசக்கூட முடியாதே!'

எதிர்வீட்டுப் பெண்களின் பிரச்சனை நல்ல விதமாகவும் தீராமல் மோசமான விதத்திலும் தீர்வதற்கு வழியில்லாமல் இருப்பது முதலியாரின் மூளையைக் குழப்பியது. இப்படி எத்தனையோ நாட்கள் குழப்பியிருக்கிறது. திரும்பத் திரும்பக் கவலைப்பட்டு என்ன பிரயோஜனம் என்று சலித்துக்கொண்டு முகத்தைத் திருப்பி எதிர் வரிசைச் சுவர்களில் ஒட்டப்பட்டிருந்த குழப்பியிருந்த போஸ்டர் களைப் பார்த்தார். அவர் குறிப்பாகத் தேடிய அந்தப் போஸ்டர் அங்கேயே கிழிபடாமல் இருக்கிறதா என்று கவனித்தார். பச்சை எழுத்துக்களில் அச்சாகியிருந்த அது அங்கேயே இருந்தது. மூன்று நாட்களுக்கு முன் இரண்டு பையன்கள் வந்து அதை ஒட்டும் போது முதலியார் வாசற்படியில் நின்று பார்த்துக் கொண்டிருந்தார். ஒட்டி முடித்ததும் இவர் தெருவைக் கடந்து போஸ்டருக்குப் பக்கமாகப் போய நின்று என்ன எழுதியிருக்கிறது என்று வாசித்துப் பார்த்தார்.

"திருவல்லிக்கேணி ரங்கசாமி மடத்தில் 27-6-66 திங்கட் கிழமை மாலை 6.30 மணிக்கு சுவாமி பரமாத்மானந்தா அவர்கள் 'தேவ ஜீவனம்' என்னும் பொருள் குறித்து உபந்யாசம் நிகழ்த்துவார்கள். அனைவரும் வருக!"

ரங்கசாமி மடம் அந்தத் தெருவுக்கு மூன்றாவது தெருவில் இருந்ததால், அந்தச் சொற்பொழிவுக்குப் போக வேண்டும் என்று முதலியார் அப்பொழுதே தீர்மானித்துவிட்டார்.

இப்போது போஸ்டரைப் பார்த்ததும், 'நேரம் ஆகியிருக்குமே! பொறப்பட வேண்டியதுதான். சுப்ரமணியம் பயல் எங்கே போய்ட்டான்? அவனைப் பார்த்து இழுத்துக் கொண்டாந்து பாடம்

படிக்கச் சொல்லிட்டுத்தான் போகணும்' என்று திட்டம் போட்டுக் கொண்டு படியை விட்டு எழுந்தார் முதலியார். பையன்கள் விளையாடும் இடத்தை நோக்கி நடந்தார். போகும் போதே, பசுக்கள் கட்டிக் கிடக்கும்- நான்கு நாட்களுக்குமுன் காலமான சுப்ரமணியத்தின் பள்ளித் தோழனின் வீட்டைத் திரும்பிப் பார்த்தார். அந்த இடத்தில் ஒரே சேறும் சாயமுமாக இருந்தது. 'ஆபாசம்; துர் நாத்தம். இப்படி இருந்தா இந்த வீட்டிலே சீக்கு ஏன் வராது? அந்தப் பையன் இந்துப் பத்து வயசு வரையிலும் உசுரோடு இருந்ததே பெரிய காரியம்தான்...”

அந்தப் பசுக்கள் அந்த வீட்டில் குடியிருக்கும் எந்தக் குடித்தனதுக்கும் சொந்தமானவை அல்ல. அதற்கும் இரண்டு வீடுகளுக்கு அப்பால் இருக்கும் ஒரு பால்காரனுக்குச் சொந்தமானவை. அந்த வீட்டில்தான் தூண்கள் இருக்கின்றன என்ற காரணத்தால் பசுக்களைக் கொண்டு வந்து அங்கே கட்டிப் போட்டிருந்தான். நிரந்தரமாக அந்த இடத்தை அவன் தொழுவாக்கி விட்டான். மழை காலத்தில் பசுக்களை அவிழ்த்து, அதே வீட்டின் குறுகலான வராந்தாவிலேயே ஒன்றன்பின் ஒன்றாக நிறுத்திவைப்பான். சில வருஷங்களுக்குமுன் அந்த வீட்டுக்குப் புதிதாக வந்து சேர்ந்த ஒரு குடித்தனக்காரர்-பள்ளிக்கூட ஆசிரியர் அங்கே கொண்டுவந்து மாடுகளைக் கட்டக் கூடாது என்று ஆட்சேபித்தார். வீட்டில் கொசுக்கள் பெருத்து நோய் பரவும் என்றும் வீட்டில் உள்ள குழந்தைக் குட்டிகள் தெருவில் இறங்கினால் மாடுகள் முட்டிவிடும் என்றும் சொல்லி அவர் தடுத்தார். அதற்குப் பால்காரன், “அப்படின்னா வேறேவூட்டுக்குப் போயேன். இங்கே ஏன் வந்தே? பங்களா கட்டிக்கினு, போறதுதானே! வூட்டுக்காரரே ஒண்ணும் சொல்லல்லே, நீ கொடக்கூலிக்கு வந்து இருந்துக்கினு தெருவையை அதிகாரம் பண்றியே! என்னான்னு நெனைச்சிருக்கினே?” என்று மிரட்டலாக கேட்டான்.

இது அநிநாயம் என்று கொதித்த ஆசிரியர், “என்ன மரியாதை யில்லாமே பேசுறே? தெருவே உனக்குச் சொந்தமா? உன் மாடுகளை ஏன் கட்டுறே?” என்று பட படத்தார்.

“நீ யாரையா கேக்கிறதுக்கு! இத்தினை குடித்தனக்காரங்க இருக்கிறப்போ, உனக்கு மட்டும் வந்தது? வூட்டுச் சொந்தக்காரன் மாதிரி பேசுறியே? நான் எங்கேயும் கட்டுவேன். என் இஸ்டம், ஜாஸ்தியாய் பேசுனா (இங்கே ஒரு ஆபாச வார்த்தையைச் சொல்லி விட்டு) தவடை பிஞ்சிபோகும். வாத்தியாராம்! பெரிய்ய வாத்தியாரு!” என்று இழிவாகப் பேசினான் பால்காரன்.

◆ தேவ ஜீவனம் ◆

பக்கத்துக் குடித்தனக்காரர்களோ, தெருவில் போன வேறு யாருமே அவனைக் கண்டிக்கவில்லை; தடுத்துப் பேசவுமில்லை. வாத்தியார் ஆவேசத்தை அடக்கிக் கொண்டு, "இப்படிப் பேசாதே! கடவுள் ஒருத்தர் இருக்கிறார் என்கிறதை மறந்துடாதே. அநியாயமாய்ப் பேசினா, அழிஞ்சே போயிடுவே" என்றார்.

பால்காரன் கேட்க சகிக்காத ஆபாச வார்த்தைகளால் திட்டிக் கொண்டு வாத்தியாரை அடிக்கப்போய் விட்டான். அப்போது அவனை ஏதோ ஒரு விதத்தில் தடுத்து நிறுத்தியவன். அவனுடைய சிநேகிதனான மற்றொரு பால்காரன்தான். "வாய்யா நீ! இருந்திருந்து இவனைப் போய் அடிக்கப் போறியே! அவன் என்னா மனுஷன்! நாளைக்கே இந்தத் தெருவைவுட்டு வெரட்டினாப் போச்சு. அடிப்பானேன்?..." என்று சொல்லி, தன் சிநேகிதனை இழுத்துக் கொண்டு வந்தான். தெருவுக்கு வந்து இரண்டுபேருமாகச் சேர்ந்து ஆசிரியரைத் திட்டிக்கொண்டே அப்பால் நகர்ந்தார்கள். இந்தச் செய்தி ஆசிரியரைத் திட்டிக்கொண்டே அப்பால் நகர்ந்தார்கள். இந்தச் செய்தி அன்றிரவு சுப்பிரமணியனின் வாய்மொழி மூலம் முதலியாருக்குத் தெரியவந்தது. அப்போது அவர் மகன் பழனியப்பன். "இந்தப் பயல்களோட சண்டையே வச்சிக்கக் கூடாது. என்னமும் பேசுவாங்க. என்னமும் செய்வாங்க! வாத்தியார் பாவம், உலகம் தெரியாதவர்" என்றான்.

"நல்ல உலகம்டா! அயோக்கியப்பய உலகம்" என்று முதலியார் முத்தாய்ப்பு வைத்தார்.

அந்த வாத்தியார் மறு மாதமே அந்த வீட்டைக் காலி செய்து கொண்டு ஓடும்படியாகிவிட்டது. சில வருஷங்களுக்கு முன் நடந்த இந்தக் கதை இப்போது முதலியாருக்கு ஞாபகம் வந்தது. 'அப்போ வாத்தியாரை வீட்டை விட்டு விரட்டினாங்க. இது ஊரா? ஒருத்தன் தட்டிக் கேக்கிறானா? பயந்து சாகிறாங்களே! நம்ம ஊரிலே இது நடக்குமா? அக்கிரமக்காரப் பயல்கள் பேசுறதைக் கேட்டுக்கிட்டு இருப்பானா ஒருத்தன்? வேட்டை நாய் மாதிரி வந்து பாஞ்சிருக்க மாட்டானா?... இந்தப் பயல்களோட சண்டையே வச்சிக்கக் கூடாதுன்னு பழனியப்பனும் வேறே பேசுறான்! அவனும் மெட்ராஸ்காரனாயிட்டான்! வந்து பத்து வருசத்துக்கு மேலே ஆச்சில்லே! இவங்களோட சண்டை வச்சிக்கக் கூடாதுன்னா, யோக்கியங்களோட தான் வச்சிக்கிடணுமோ?'

முதலியார் பேரனைத் தேடிக்கொண்டு நடந்தார். விளையாடும் சிறுவர்களுக்கு நடுவில் அவனைக் காணவில்லை. எங்கே போய் விட்டான் என்று திகைத்துக் கொண்டு ஒரு சிறுவனைப் பார்த்து, "சுப்ரமணியன் எங்கடா?" என்று கேட்டார்.

அவன் தூரத்தில் கையைக் காட்டினான். பத்துப் பதினைந்து வீடுகள் தள்ளி இரண்டு சிறுவர்கள் நின்று கொண்டிருப்பதை முதலியார் பார்த்தார். "ஏலே சுப்ரமணியம்!" என்று கூவினார். அவன் "என்ன தாத்தா?" என்று கேட்டுக்கொண்டே ஓடி வந்தான். "போய்ப் பாடத்தைப் படிலே, எவ்வளவு நேரந்தான் வெளையாடுறது?" என்றார். கொஞ்சம் கழித்து வருவதாகச் சொல்லி விட்டுத் திரும்பி ஓடிய பேரனை இவர் பின் தொடர்ந்து சென்று விரட்டிப் பிடித்தார். அவனுக்குப் புத்திமதிகள் சொல்லிக் கொண்டும், வலது பக்க வரிசையில் உள்ள ஒவ்வொரு வீட்டையும் திரும்பிப் பார்த்துக் கொண்டும் வீட்டை நோக்கி வந்தார் முதலியார்.

ஒரு வீட்டின் தெருவாசலில் இரண்டு பெண்கள் -இளம் பெண்கள்- நின்றார்கள். *'யார் இவங்க? அப்போ அந்தச் சூதாடிப் பயல் சொன்ன மாதிரி இதுகளுக்கும் கல்யாணம் ஆகல்லியா? பாவம், இதுகளுக்கும் எப்போ விடியப் போகுதோ?... பணம் இல்லையாம்...!'*

முதலியார் பேரப் பிள்ளையை வீட்டுக்குக் கொண்டு வந்து, "பாடத்தப் படி உட்கார்ந்து" என்று சொல்லி விட்டு, ஒரு அங்கவஸ்திரத்தை எடுத்துப் போட்டுக் கொண்டு ரங்கசாமி மடத்தை நோக்கி நடந்தார்.

தெருக்கோடியில் வழக்கம்போல் அங்கவஸ்திரத்தால் மூக்கைப் பொத்தி சுவாசபந்தனம் செய்தார். 'பொது ஜனக் கக்கூஸ்' கடந்ததும் துணியை எடுத்து தாராளமாகச் சுவாசித்துக் கொண்டார். வழியில் ஒரு ரிக்ஷா ஸ்டாண்ட் அதன் அருகே இரண்டு நாய்களின் ஓடிப் பிடிக்கும் சரஸ விளையாட்டு, பெண் நாயை ஆண் நாய் துரத்துவதையும், அகப்பட்டுக்கொள்ளும்போது பெண் நாய் சீறி விழுவதையும், அதை லட்சியம் பண்ணாமல் ஆண் நாய் கருமமே கண்ணாக விடாமுயற்சி செய்வதையும் முதலியார் பார்த்தார். 'இது என்ன மாசம்' என்று ஒரு கணம் யோசித்தார். 'ஊரிலே புரட்டாசி மாசம்னு சொல்வாங்க. சில 'ஊர்களிலே ஆடி மாசத்திலே கூட நாக்கள் இப்படி வெரட்டிக்கிட்டுத் திரியும்னு சொல்வா. இந்த ஊரிலே எப்படியோ?"

முதலியாருக்கு அப்போது தம்முடைய தெருவில் உள்ள கன்னிப் பெண்களின் ஞாபகம்தான் வந்தது. 'இங்கே ஆண் நாய் வெரட்டுது; பொட்டை நாய் கிராக்கி பண்ணுது. அங்கே...? பொட்டைகள் ஏங்கிச் சாகுது. நாய் பண்ற கிராக்கியை மனுஷப் பிறவி பண்ண முடியலலேன்னா, அப்போ நாய் ஒசத்தியா? மனுஷன் ஒசத்தியா? உம்?...'

அவருக்கே மனசுக்குள் கஷ்டமாக இருந்தது. நாய்களோடு மனித ஜீவன்களை ஒப்பிட்டு நாய்களையே விலாகிக்க வேண்டி யிருப்பதற்காக வருந்தினார். இன்னும் சிறிது தூரம் நடந்தபின், நாய்களைப் பாராட்டுவதற்கான மற்றொரு சந்தர்ப்பமும் வந்து விட்டது.

அங்கே ஒரு வீட்டு வாசலில் ஒரு எச்சில் இலை கிடந்தது. அதை விரித்து ஒரு நாய் சாப்பிட முயலும்போது, அதைவிடப் பெரிய நாய் ஒன்று குறுக்கிட்டுக் கொண்டே இருந்தது. சிறிய நாய்தான் அந்தப் புதையலை மிகவும் பிரயாசைப்பட்டு அலைந்து முதலில் கண்டு பிடித்திருக்கவேண்டும் என்பதும், பிறகுதான் பெரிய நாய் வந்து சேர்ந்திருக்க வேண்டும் என்பதும் அவை இரண்டும் நடந்துகொண்ட விதத்திலிருந்து தெரியவந்தன. சிறிய நாய் பாத்தியதை உணர்ச்சியோடு பெரிய நாயைப் பலமாகக் குரைத்து விரட்டியது, பெரிய நாயோ பதிலுக்குப் பலமாகக் குரைக்காமல்– குரைப்பதற்கு சக்தியும் வீரமும் இருந்தும்-பெயரளவுக்கு மட்டும் ஒரு தடவை இலேசாகக் குரைத்துப் பதில் கொடுத்துக் கொண்டு எச்சில் இலையை அபகரிக்க முயன்றது. ஆனால் என்ன செய்தும் சிறிய நாய் விடவில்லை. சாதாரண சமயங்களில் வாலைச் சுருட்டிக் கொண்டு பயந்து ஓடக்கூடிய அந்தச் சிறிய நாய் அப்போது தன் உயிரையே லட்சியம் செய்யாமல் தர்மா வேசத்துடனும் வெறியிடனும் பெரிய நாயை நோக்கிப் பாய்ந்த வண்ணம் இருந்தது.

'இதில்லே சென்மம்! விடுதா பார்! மனுசனா இருக்கட்டும், ஒரு பயல் மீசை முறுக்கிட்டு வந்து 'குடுடா'ன்னு கேட்டா, எதையும் குடுத்திட்டு, 'என்னை ஒண்ணும் செய்யாதே சாமி'ன்னு கும்பிடுவான். இப்படித் தானே அந்த மாட்டுக்காரன் வந்த வல்ருட்டியா மாட்டைக் கட்டிப்போட்டு இடத்தைத் தனக்குப் பட்டாப் பண்றான்; மாசா மாசம் வாடகை குடுத்துக் குடியிருக்கிற வங்க 'வம்பு வேண்டாம்'னு வாயைப் பொத்திக்கிட்டிருக்கிறாங்க. வம்பு வேண்டாமாம்! எது வம்பு? இவங்க, கையாலாகாத்தனம் வம்பு! வேறு என்ன வம்பு? எங்கே, அந்த வீட்டிலே ஒரு குட்டி நாய் கிடக்கட்டும், ஒரு பயல் கிட்டப் போக முடியுமா? கேக்கிறேன்...”

முதலியார் ரங்கசாயி மடத்திற்கு வந்து விட்டார்.

ரங்கசாயி மடம் பிரம்மாண்டமான ஒரு கட்டடம் அல்ல என்றாலும், உள்ளே இருநூறுபேர் தாராளமாக உட்காரலாம்; அது பெரும்பாலும் நாம சங்கீர்த்தனங்கள் பஜனைகள், சிறிய அளவிலான கதா காலக்ஷேபங்கள், தர்ம உபநயனங்கள் போன்றவை நடக்கும் இடம். அங்கே முதலியார் போயச் சேர்ந்த போது, ஏறக்குறைய கட்டடம் முழுவதிலுமே ஆட்கள் நிறைந்திருந்தார்கள். நூறு

நூற்றைம்பது பேர் இருந்தார்கள். சுவாமி பரமாத்மானந்தர் இன்னும் வரவில்லை. எல்லோரும் எதிர்பார்த்துக் கொண்டிருந்தார்கள். ‘கார் போயிருக்கிறது. சீக்கிரம் வந்துவிடும்’ என்று பேசிக்கொண்டார்கள். முதலியாரும் ஒரு மூலையில் போய் உட்கார்ந்தார். பக்கத்தில் இருப்பவர்கள் உம்மணா மூஞ்சியுடன் இல்லாமல் பரஸ்பரம் கலகலப்பாகப் பேசிக்கொண்டிருப்பதைப் பார்த்த முதலியாருக்கு அவர்களோடு தாமும் பேச்சில் கலந்து கொள்வது சாத்தியம் என்றே தோன்றியது. சுவாமி பரமானந்தா எந்த ஊர், எதில் கெட்டிக்காரர்; அவருடைய பெருமைகள் யாவை- இவற்றையெல்லாம் விசாரித்துத் தெரிந்துகொள்ள விரும்பினார். சமயம் பார்த்துப் பக்கத்தில் இருப்பவரிடம் தம்முடைய கேள்விகளைப் போட்டார். அப்போது பின்கண்ட தகவல்கள் கிடைத்தன.

சுவாமி பரமாத்மானந்தா மகா யோகி; வடக்கே கயாவில் ஓர் ஆஸ்ரமம் கட்டி அங்கே வசித்து வருகிறார். பல நூல்கள் எழுதியவர், சாஸ்திர ஞானக் கடல், தம்முடைய சொற்பொழிவால் எப்படிப்பட்டவர்களையும் கவர்ந்து நல்வழிப்படுத்தும் தெய்வீக சக்தி பெற்றவர். இப்போது தென்னாட்டுச் சுற்றுப் பிரயாணம் தொடங்கியிருக்கிறார். சென்னையில் இது அவருடைய மூன்றாவது சொற்பொழிவு, இன்னும் நூற்றுக்கணக்கான இடங்களிலிருந்து அவருக்கு அழைப்புகள் வந்து குவிந்திருக்கின்றன...

‘ஓஹோ!’ ‘அப்படியா?’ ‘சரி சரி’ ‘உம்’ என்றெல்லாம் சொல்லி வியந்து கொண்டே சுவாமிஜியின் பிரபாவத்தைச் செவிமடுத்தார் முதலியார். நல்ல வேளை, மறக்காமல் வந்தோம்! இப்படிப்பட்ட மகான்களோட பேச்சையாவது கேட்போம்- அங்கே அந்தத் தெருவிலே கிடந்து, பார்த்த கண்றாவிகளையே பார்த்துக் கிட்டிருக்காமல்’ என்று சந்தோஷத்துடன் அவர் நிமிர்ந்து உட்கார்ந்து கொண்டார்.

மணி ஆறு நாற்பதுக்கு சுவாமிஜி வந்துவிட்டார். அவரை நான்கு பேர் அழைத்துக்கொண்டு வந்தார்கள். பின்னாலேயே சுமார் ஐம்பது பேர் அடங்கிய ஒரு கூட்டம் வந்து உள்ளே அடக்க ஒடுக்கமாக உட்கார்ந்தது. மடத்தில் இடம் பிடிக்கவில்லை, அவ்வளவு பெரிய கூட்டத்திலும் ஒரே அமைதி. ஒரே பக்திப் பெருக்கு.

வரவேற்புரை, மாலை சூட்டல், சாஷ்டாங்க நமஸ்காரங்கள் ஆகியவை யெல்லாம் முடிந்தபின் சுவாமிஜி சொற்பொழிவைத் தொடங்கினார். முதலில் “தேவ ஜீவனம்” என்பதன் பொருளை விளக்கினார். அதை முதலியார் கூர்ந்து கேட்டார். ஏனென்றால் அவர் இந்த வார்த்தையை இதற்கு முன் கேட்டதில்லை. ‘சுக ஜீவனம்’ ‘கஷ்ட ஜீவனம்’ என்று கேள்விப்பட்டிருக்கிறாரே ஒழிய ‘தேவ ஜீவனம்’

என்று யாரும் சொல்லக் கேட்டதில்லை. எனவே அதன் பொருள் விளக்கத்தில் அவருடைய முழு கவனமும் சென்றது. சுமார் இருபது நிமிஷ நேரம் சுவாமிஜி விளக்கினார். 'தேவ ஜீவனம்' என்றால், இந்த மண்ணுலகிலேயே அமர நிலை பெற்றுத் தேவர்களாக வாழும் வாழ்க்கை, தெய்வ வாழ்க்கை என்பது விளக்கத்தின் சாரம். அப்போது சுவாமிகள் வெளியிட்ட சில கருத்துக்கள் முதலியார் முன்பின் கேள்விப் படாதவையாக இருந்தன. சொர்க்கம், நரகம் என்பன எங்கோ ஆகாயத்தில் இல்லை என்றும், மக்கள் யாவரும் தேவ ஜீவனம் நடத்தினால் அன்று இந்த மண்ணுலகமே சொர்க்கமாக மாறும் என்றும், அதுதான் சொர்க்கம் என்றும் சுவாமிஜி கூறினார் மதச் சடங்குகள் பூஜை புனஸ்காரங்கள் போன்றவற்றை வற்புறுத்தாமல், எந்த நேரமும் தெய்வத்தைப் பற்றிய சிந்தனையோடு அவரவர்க்குரிய வேலையைச் செய்ய வேண்டும் என்று சொன்னார். முதலியாருக்கு எல்லாம் அதிசயமாக இருந்தது. சுவாமிஜி யாருக்கும் விபூதி கொடுக்காமல், தாமும் திருநீறணியாமல் வெறும் நெற்றியோடு இருப்பதும், செத்த பிறகு விண்ணுலகில் அடையபோகும் சொர்க்கத்தை மண்ணுலகில் கொண்டுவந்துவிடலாம் என்று சொல்வதும், விரதம் அனுஷ்டானம், பூஜை போன்றவற்றை அறவே பிரஸ்தாபிக்காததும் ஏட்டிக்குப் போட்டியான காரியங்களைப் போலவே இருந்தது முதலியாருக்கு. இவர் என்ன சாமியார்!' என்று அலட்சியமாகத் தமக்குள் சொல்லிக் கொண்டார்.

தேவ ஜீவனத்தை அடைய என்னென்ன செய்ய வேண்டும் என்பதையும் சுவாமிஜி விவரித்தார்.

"முதலில் பற்றைஒழிக்கவேண்டும். பற்றை ஒழித்தவன் அன்றே தேவ ஜீவனத்தை தொடங்குகிறான். ஆசைதான் துன்பங்களுக்கும் பாவங்களுக்கும் ஆணிவேர். மனிதன் தேவனாவதற்கு முதலில் செய்ய வேண்டியது பற்றை ஒழிப்பதுதான். தேவையில்லாமலே மேலும் மேலும் செல்வத்தைச் சேர்ப்பதோ, அநித்தியமான இன்பங் களை அனுபவிக்கும் வேட்கையில் ஆயுளைக் கழிப்பதோ, கோபம் என்ற தீயை வளர்ப்பதோ கூடாத காரியங்கள். பற்றற்ற தன்மை, பேரின்ப நாட்டம், சாந்தம் முலியவற்றுடன் உள்ளும் புறமும் சத்தியத்தைக் கடைப்பிடிக்கவேண்டும். புறத்தூய்மையைவிட அகத் தூய்மை முக்கியம். சத்தியம் ஒன்றால்தான் அகத் தூய்மையை அடைய முடியும்."

தேவ ஜீவனத்தை அடைவதற்கான மார்க்கங்கள் இவையே என்று சொன்ன சுவாமிஜி, சில தவறான எண்ணங்களைப் போக்கும் நோக்கத்துடன் பின்வருமாறு சொன்னார்:

"பற்றை விடுவதென்பது மனைவி மக்களை விட்டு ஓடுவதோ வாழ்நாறெல்லாம் பிரம்மச்சாரியாக இருப்பதோ அல்ல. இல்லறத்தில்

இருந்து கொண்டே பற்றை விடமுடியும்; விட வேண்டும். சிலர் உண்ணாமல் உறங்காமல் இருந்து யோகம் புரிவதையே உயர்நிலை என்று கருதுகிறார்கள். இது தவறு. பட்டினி கிடக்க வேண்டும் என்று சொல்வதில் ஒரு நியாயமும் இருக்க முடியாது; நன்றாகச் சாப்பிட வேண்டும்; நல்ல உணவுகளைச் சாப்பிட வேண்டும், உடலை உறுதி செய்யவேண்டும். உடல் அழிந்தால் உயிர் அழியும். உயிர் அழிந்தால் எது மிஞ்சும்? எதைச் செய்ய முடியும்? ஆகவே உடலை உறுதி செய்ய வேண்டியது அவசியத்திலும் அவசியம்."

சுவாமிஜியின் இந்த இரு கருத்துக்களுள், பற்றைக் கைவிட நினைப்பவன் குடும்பஸ்தனாகவே இருக்கலாம் என்பதும் உடம்பைப் பேண வேண்டும் என்பதும்- முதலியாருக்குப் புரட்சிக் கருத்துக் களாகவே தோன்றின. 'மனிதன் தெய்வ நிலையை அடைய சந்நியாசியாகாமல் குடும்பஸ்தனாகவே இருக்கலாம் என்றும், உடம்பைப் பேணலாம் என்றும் முற்றும் துறந்த உண்மையான முனிவர்கள் கூறுவார்களா?' இவர் என்ன இப்படிச் சொல்றார்!' என்று அதிசயித்தார்.

பிரசங்கம் முடிய மேலும் அரைமணி நேரம் ஆயிற்று. ஒரு வார்த்தையைக் கூட விடாமல் கவனமாகக் கேட்ட முதலியாருக்கு தேவ ஜீவனம் என்பது என்ன, தேவ ஜீவனத்தை அடையும் வழிகள் யாவை என்பவையெல்லாம் தெள்ளத் தெளிவாக விளங்கிவிட்டன. விளங்கிய பிறகு சுவாமிஜியை மற்றவர்களைப் போல் மனசுக்குள் பாராட்டாமல், "இவ்வளவு சொல்லி என்ன பிரயோசனம்? யாருக்கு வேணும்?" என்று சொல்லிக் கொண்டே எழுந்தார். இவரைப் போலவே சொற்பொழிவைக் கேட்ட நாலைந்து பேர், இவர் நடந்து வந்த தெரு வழியாகச் சற்று முன்னால் தள்ளி நடந்து சென்றார்கள். அவர்கள் சுவாமிஜியின் பிரசங்கத்தைப் புகழ்ந்து பேசிக்கொண்டே போனார்கள். புதுமைக் கருத்துக்கள், எண்ணில் அடங்காத மேற்கோள்கள், அற்புதமான சமஸ்கிருத உச்சரிப்பு, சிறு குழந்தைக்கும் புரியக்கூடிய எளிமை என்றெல்லாம் சொல்லி சொல்லிப் பாராட்டினார்கள். கேட்டுக் கொண்டே பின்னால் நடந்து வந்த முதலியார், அவர்கள் அருகில் சென்று, "ஆமா, எனக்கு ஒரு சந்தேகம்... இவ்வளவும் சொன்னாரே, யாருக்குச் சொன்னார்? மனுசனுக்குத்தானே சொன்னார்?" என்று ஒரு கேள்வியைப் போட்டார்.

'யாரடா இந்தப் பைத்தியக்காரன்?' என்று எண்ணிக்கொண்டு திரும்பிப் பார்த்த அவர்கள், "மனுஷனுக்குச் சொல்லாமே மாட்டுக்கா சொன்னார்?" என்று கேட்டார்கள்.

"ஐயா, நான் பட்டிக்காட்டுக்காரன். தெரியாமக் கேக்கிறேன். கோவிச்சுக்காதிங்க. மனுசனுக்குச் சொன்னார்னுதான் நானும் நெனைச்சேன். ஆனா மனுசன் எங்கே இருக்கிறான்? மனுசன் இருந்தாவில்லே இவ்வளவும் சொல்லணும்? இவ்வளவும் கேக்கணும்? மனுசன் எங்கே இருக்கிறான், சொல்லுங்க?" என்று முதலியார் ஆணித்தரமாகக் கேட்கவும், அந்த ஆசாமிகள் அவரை வேடிக்கை பார்க்கும் நோக்கத்துடன் பேச்சை வளர்க்க முயன்றார்கள்.

"மனுஷன் எங்கே இருக்கிறானா? யானை பார்க்க வெள்ளெழுத்துன்னு சொல்றீங்களே? மனுஷன் இல்லாத இடம் ஏது? வீட்டுக்கு அவன்தானே ஐயா இருக்கிறான்!"

"அப்படியா? ரெண்டு கால் இருந்தா மனுசன்னு நெனைச்சிட்டீக போலிருக்கு? சரிதான்... ஐயா, நான் சொல்றேன், மனுசனே ஊரிலே கெடையாதுன்னு. இப்போ மனுசன்னு சொல்லிக்கிடுறவன் எல்லாம்..."

"மிருகம்! அப்படித்தானே?" என்று ஒரு ஆசாமி கிண்டலாகக் கேட்டான்.

"என்னது? மிருகமா? மிருகமா இருந்தாத்தான் லேசா கேட்டான். ஆயிரலாமே! இந்தச் செத்த சவங்களை மிருகம்னு சொல்ல முடியுமா? எந்த மிருகமாவது சோத்துக்குத் திண்டாடுமா? காத்துக்குத் திண்டாடுமா? வெளிச்சத்துக்குத் திண்டாடுமா? ஜோடி கிடைக்காமத் திண்டாடுமா? காட்டிலே எங்கேயாவது புலி பட்டினி கிடந்திருக்கா ஐயா? கேள்விப் பட்டிருக்கிறீர்களா? அநியாயமா வந்து ஒரு நாய் கடிச்சுப் பிடுங்கிறபோது அடங்கி ஒடுங்கிக் குடுத்துக் கிட்டிருக்கிற வேறொரு நாயையாவது பார்த்திருக்கிறீர்களா? போட்டுப்பேசுறீகளே!... மிருகமா இருந்தாத்தான் இப்போ இருக்கப் பட்டவன் முக்கால் மனுசனாயிருவானே! இவன் நாயிலும், நரியிலும் கேடுகெட்டுப் போய்ப் பொழைக்கிறான், இவன் மனுசனாம்! இவங்களுக்குப் பற்றுக்கூடாதுன்னு சுவாமிஜி உபதேசம் பண்றார்! எவன் கிட்டே பற்று இருக்கு? உடம்பிலே பத்துத்தான் இருக்கு; சொறிஞ்சு மாளல்லே! வயித்தை ரொப்பினாப் போதும், புருஷன்னு ஒரு சண்டி சப்பாணியாவது கெடைச்சாப் போதும், வீடுன்னு ஒரு எலி வளை கிடைச்சாலே அதிர்ஷ்டம், எவன்கிட்டே இம்சைப்பட்டாலும், எவன் கிட்டே அவமானப் பட்டாலும் உசுரோட இருந்தாப் போதும்னு நெனைக்கிறது பற்றா? இல்லே, பேராசையா? அற்ப ஆசைகூட நமக்கு நெறை வேறப் போறதில்லைன்னு தெரிஞ்சு, நம்ம காலம் கழிஞ்சாப் போதும்னு ஒவ்வொருத்தனும் ஒவ்வொருத்தியும் எப்பவோ முடிவுக்கு வந்தாச்சு, இவங்களுக்குப் பற்றாவது ஆசையாவது! இவங்க ஆசை வேண்டாம்னு சொன்னா, எட்டாத பழம் புளிக்கும்னு சொன்ன

கேலிக்கூத்தாவில்லே இருக்கும்?...

"சரி, நீங்க இப்போ என்ன சொல்றீங்க?...

"நான் என்னத்தைச் சொல்லப் போறேன்?" பண்ணின உபதேசம் தேவையில்லாத உபதேசம்னு சொல்றேன். அவ்வளவு தான். மனுசனுக்குச் செய்ய வேண்டிய உபதேசத்தை இந்த மெட்ராஸ்காரங்களுக்குச் செஞ்சாரு! இவங்களா, மிருகம் மாதிரிக் கூட வாழ முடியவில்லையேன்று தவிக்கிறாங்க. என்னைக் கேட்டா, இவங்களை முதல்லே மிருகமாக்கணும். மிருகம்னா அடிச்சுத் திங்கிற மிருகம்னு சொல்லலல்லே; ஒரு நாய் மாதிரி, நரி மாதிரி, காககா மாதிரி, குருவி மாதிரி ஒரு படி மேலே ஏறின மாதிரி, அதுக்குப் பெறகு மிருகங்களையெல்லாம் மனுசங்களாக்கணும்; மனுசங்களாக்குன பிறகு தேவர்களாக்கணும். ஆக இன்னும் ரெண்டுபடி தாண்டித் தான் மூணாவது படியிலே கால் வைக்க வேண்டியிருக்கு. இப்பவே மூணாவது படியைப் பார்த்துக் குதிடான்னா எவனுக்குச் சீவன் இருக்கு? இல்லே, எவனுக்கு ஆசையாவது இருக்கு? நம்மளாலே அவ்வளவு ஓசரம் குதிக்க முடியாதுன்னு அவனவன் அவனவன் பாட்டிலே திரும்பிப் போயிருவான். தப்பித்தவறி எவனாவது குதிச்சானோ, கீழே விழுந்து பல்லுப் போயிரும். ஆமா, ஒவ்வொருபடியா ஏறாமே, மூணுமூணு படியாத் தரவுனா விழவேண்டியதுதானே?..."

முதலியாரை ஒரு முழுப் பைத்தியம் என்றே அவர்கள் முடிவு கட்டிவிட்டதால், மேற்கொண்டு அவருடன் பேச்சுக் கொடுக்க வில்லை.

முதலியாரும் வீட்டை நோக்கி வேகமாக நடந்தார். எச்சில் இலை நாய்களும், விரட்டிப்பிடித்து சரஸமாடிய நாய்களும் அங்கங்கே இருக்கின்றனவா என்று ஒரு முறை ஆவலோடு திரும்பிப் பார்த்தார். காணவில்லை. தெரு முனை திரும்பி வீட்டை நோக்கி வந்தார். வாசற்படியில் ஏறி நின்று கொண்டு எதிர் வீட்டை, ஒரு பார்வை பார்த்தார். பெண்கள் மூவரையும் காணவில்லை. உள்ளே விளக்கு வெளிச்சம் மட்டும் தெரிந்தது. 'சாப்பிட்டோ சாப்பிடாமலோ முடங்கியிருக்கும். என்னைக்கு விடியப் போகுதோ? ஊருக்குள்ளே என்னடான்னா, தேவ ஜீவனம் பத்திப் பிரசங்கம் நடக்கு! மிருக ஜீவனத்துக்கு லொண்டா அடிக்கிறப்போ' என்று சலித்துக்கொண்டும், கண்டனத்தைத் தெரிவித்துக்கொண்டும் கதவைத் தள்ளிக் கொண்டு உள்ளே போனார் முதலியார்.

௦

59

அபார ஞாபகம்

அருணகிரி முதலியாருக்குப் பிறந்த பிள்ளைகள் மூன்றும் மூன்று ஆயுதங்களாக இருந்தன. ஒவ்வோர் ஆயுதமும் அவரை நோக்கியே பாய்ந்து கொண்டும் இருந்தது. “மகா தத்தாரிகள்” என்று பிள்ளைகளை மொத்தமாகக் குறிப்பிடுவார் அவர்.

கடந்த ஆறு வருஷங்களாக அவருக்குப் பக்கத்து வீட்டுக்காரனாக இருந்து வரும் எனக்கு இந்த ஆறு வருஷக் காலமும் ஆச்சரியமாகத்தான் இருந்து வந்திருக்கிறது. அருணகிரி முதலியாருக்கு இப்படிப்பட்ட பிள்ளைகள் எங்கிருந்து பிறந்தார்கள்? கள்ளி வயிற்றில் அகில் பிறக்கும்; சேற்றிலே செந்தாமரை மலரும் என்று சொல்வார்கள், இங்கே நேர்மாறாக அகிலில் கள்ளியும், செந்தாமரையில் சேறும் பிறந்திருக்கின்றனவே என்று நான் ஆச்சரியப்பட்டுக் கொண்டே-முந்தா நாள் வரை - இருந்திருக்கிறேன். ஏனென்றால் முதலியார் அவர் மனைவியைப் போலவே பரம சாது; அழுத்தமான சிவபக்தர். தமிழில் ஓரளவு புலமையும் உண்டு. எந்நேரமும் புத்தகமும் கையுமாக மாடியறையில் உட்கார்ந்திருப்பாரே ஒழிய ஒரு வம்புக்கும் போக மாட்டார். பிள்ளைகள் மூவருக்கும், தேவாரம்பாடிய மூவர் பெயர்களையே வைத்தார். மூத்தவன் விவரம் தெரியும் வயது வந்தவுடன் முதல் காரியமாகத் தன் பெயரையே மாற்றிக் கொண்டான். ‘ஞான சம்பந்தம்! இது என்ன பெயர்! நாகரிகமாக இருக்க வேண்டாமா?’ என்று தன் பெயரை “சம்பத்” என் வைத்துக் கொண்டான். அவனைப் பார்த்து இரண்டாவது மகன் திருநாக்கரசு, தன் பெயரை மோஹன் ஆக்கினான். கடைசிப்பிள்ளை சுந்தரமூர்த்தியோ அவ்வளவு தூரம் புரட்சி செய்யாமல் மூர்த்தி என்று மட்டும் வைத்துக் கொண்டான்.

அப்பா வைத்த பெயர்களையே ஏற்றுக் கொள்ளாத பிள்ளைகள் அப்பாவின் உபதேசங்களையும் ஆசார அநுஷ்டானங்களையும் கடைப்பிடிப்பார்கள் என்று எதிர்பார்க்க முடியுமா? எந்நேரமும் நீறு பூசிய நெற்றியோடு காட்சியளிக்கும் முதலியாருக்கு எதிரில் சிகரெட்டும் கையுமாக வீட்டினுள் நுழைவான் ஞானசம்பந்தம்-அதாவது சம்பத்.

இரண்டாவது மகன் மோஹன், பிரபல சினிமா நடிகன் ஒருவனின் பிரதி பிம்பமாகத் தன் தோற்றத்தையே எப்படியோ மாற்றியமைத்துக் கொண்டு விட்டான். அவன் படியில் ஏறினாலும் இறங்கினாலும் அதிலே ஒரு பாய்ச்சல் இருக்கும்; எங்கள் தெருவில் இதுவரை மூன்று பெண்களிடம் அவன் வம்பு செய்ததாகப் புகார்

வந்திருக்கிறது. ஒரு தடவை அவனைச் சந்தில் தள்ளிமூன்று பேர் அடித்து விட்டார்கள். அதற்கும் பெண் விவகாரம் தான் என்று கேள்வி.

கடைசி மகன் அப்படியில்லை. அவனுக்கு இருபத்துநாலு மணி நேரமும் சைக்கிளோடு தான் சகவாசம். எப்பொழுது பார்த்தாலும் சைக்கிளில் போவதும் வருவதுமாக இருப்பான். எதற்கென்று யாருக்குத் தெரியாது. கடந்த இரண்டு வாரங்களாக அவனுக்கும் அப்பாவுக்கும் தீராப் பகையே மூண்டு விட்டது. அவன் ஸ்கூட்டர் வாங்கித்தர வேண்டும் என்று கேட்டான். அவர் வாங்கித் தரவில்லை. ஜென்ம விரோதிகள் ஆகிவிட்டார்கள். என்றாவது ஒரு நாள் அவருடைய மண்டையை உடைக்கப் போவது நிச்சயம் என்று அவன் வெளிப்படையாகவே சொல்லிக் கொண்டு திரிந்தான். எனக்கு வேறு பயம்திக்திக்கென்று அடித்துக்கொண்டது. முதலியாருக்கு மிகவும் வேண்டியவனாகப் போய், தினந்தோறும் அவருடன் அவர் வீட்டில் ஒரு மணி நேரமாவது உட்கார்ந்து பேசிக் கொண்டிருந்து விட்டு வருவது என் வழக்கமாக இருந்தது. அவர் மண்டைக்குப் பதிலாக என் மண்டையில் குறி வைத்து விட்டால், நல்ல வேளையாக இருவர் தலையும் தப்பிவிட்டது. இனி என் தலைக்கு ஆபத்து வந்தாலும் வரலாமே ஒழிய, முதலியார் தலைக்கு ஆபத்து வரவே முடியாது. முந்தாநாளே அவர் காலமாகி விட்டார்; அவராகவே அவர் மண்டையைப் போட்டு விட்டார்.

முதலியார் வீட்டு மாடியில் அவரோடு எனக்கு என்ன பொழுதுபோக்கு என்பதைச் சொல்ல வேண்டியது அவசியமே. முதலியாரிடம் சைவ சமய நூல்களும், மற்றும் தமிழ் நூல்களும் ஏராளமாக இருந்தன. சில அவராக வாங்கியவை; சில அவருடைய அப்பா வாங்கி வைத்துவிட்டுப் போனவை. முதலியார் தினந்தோறும் திருவாசகம் படிப்பார். எனக்கும் படித்துக் காட்டிப் பொருள் கூறுவார். சில மாதங்களுக்குள் எனக்கு அதில் ஈடுபாடு ஏற்படும் படியும் செய்து விட்டார். அதன் விளைவாக என் சொந்தத்துக்கு என்று ஒரு சொற்ப சம்பளத்தில் ஒன்று இரண்டு மிச்சம் வைத்து என் திருவாசகம் புத்தகம் வாங்கினேன்; பிறகு தேவாரமும் பெரிய புராணமும் வாங்கினேன். திருக்குறள் வாங்கினேன். மலிவுப் பதிப்புக்கள் வெளிவரத் தொடங்கியதும் அநேகமாக, எல்லாத் தமிழ்ச் செய்யுள் நூல்களையும் வாங்கி அடுக்கிவிட்டேன். அதன்பின் முதலியார் விளக்க, நான் விளங்கிக் கொள்ள என்றிருந்த நிலைமாறி, இரண்டு பேருமே நுட்பமான கருத்துக்களை எடுத்துரைக்கவும், அவை பற்றி விவாதிக்கவும் தொடங்கி விட்டோம். இருவரும் கல்விக்கு இருவர் என்று சகபாடிகளாகி விட்டோம். ஆனால் அவருக்கு வயது

அறுபத்து மூன்று; எனக்கு முப்பத்து மூன்று கூட ஆகவில்லை. இருபத்தொன்பதுதான்.

ஒரு தடவை முதல் தேதி சம்பளம் வாங்கியதும் ஒரு தாயுமானவர் பாடல் புத்தகம் வாங்கினேன். அதை முதலியாரிடம் கொண்டு போய்க் காட்ட விரும்பி, மாலை ஆறு மணிக்கு அவருடைய மாடிக்குச் சென்றேன். முதலியார் அப்போது இலக்கிய விசாரத்தில் மூழ்காமல் வெறும் விசாரத்தில் ஆழ்ந்து கிடப்பதை அவருடைய முகக்குறிப்பால் உணர்ந்து கொண்டேன். என்னைப் பார்த்தும் கூட முகம் மலரவில்லை.

"ஏன் ஒரு மாதிரியாக இருக்கிறீர்கள்?" என்று கேட்டேன்.

"எல்லாம் இந்தத் தத்தாரிப் பசங்களாலேதான். என்னத்தைச் சொல்றது. நூத்து முப்பது ரூபாயைத் தூக்கிக்கிட்டும் போயிட்டான். எவன்னு தெரியவில்லை மூணு பேரையுமே வீட்டிலே காணல்லே" என்றார்.

"நூத்து முப்பது ரூபாயா?"

"ஆமா, சார்! கொடக்கூலி வசூல் பண்ணிக்கிட்டு வந்து பீரோவிலே வைச்சேன். கடைத் தெருவுக்குப் போயிட்டுத் திரும்பி வர்றேன்.பணத்தைக் காணல்லே."

"இதென்ன மாயமா இருக்கு."

"மாயம் என்ன மாயம்? இப்படி இதுக்கு முன்னாலேயும் ரெண்டு தடவை மாயம் நடந்திருக்கு. 'நான்தான் எடுத்தேன்'னு கொஞ்சம்கூடக் கூசாமல் சொன்னான் ஞானசம்பந்தம். இப்போ பணத்தை எவன் எடுத்தானோ?"

"உங்களுக்கு வயசுக் காலத்திலே இப்படி மனக்கஷ்டம் குடுக்கப் படாது. கேட்கவே எனக்கு வருத்தமா இருக்கு. உங்களைப் போல ஒருத்தருக்கு இப்படிப் பிள்ளைகளான்னு நம்ப முடியல்லே."

உடனே முதலியார் ஏதோ நம்பிக்கை ஒளியைக் கண்டு விட்டவர் போலவும், அவருடைய பிள்ளைகளை நான் ஒரேயடியாகப் பழித்து விடக் கூடாது என்று அறிவுறுத்துகிறவர் போலவும் பேசினார்: "இந்த வயசில அப்படித்தான் இருக்கும். நூத்திலே ஒண்ணுதான் தாய் தகப்பனுக்கு அடங்கி நடக்கும். காலம் அப்படி ஆயிட்டது. இந்தப் பசங்களுக்கும் காலாகாலத்திலே கால்கட்டைப் போட்டு வச்சிட்டா தானா வழிக்கு வந்துடுவாங்க" என்று சொன்னார். அடுத்த வருஷமே சொன்னதைச் செய்தும் காட்டி விட்டார்.

இப்போது முதலியார் வீட்டில் அவர் குடும்பமும் பிள்ளைகள் குடும்பமுமாக நான்கு குடும்பங்கள் ஆகிவிட்டன. பிள்ளைகள்,

மூன்று ஆயுதங்கள், மனைவிமாரைச் சேர்த்து ஆறு ஆயுதங்கள். இதிலே மனைவிமார் என்ற ஆயுதங்கள் நேரடியாக முதலியார் மீது பாய்வதில்லை. ராக்கெட்டுகள் விண்வெளிக் கோள்களை ராக்ஷஸ வேகத்தில் வெளியே தள்ளுவதுபோல், கணவன்மாரைத் தள்ளிவிடும் கருவிகளாக இருந்தனர். பிள்ளையார் பிடிக்கக் குரங்காய் அமைந்த கதையாகி விட்டது. கல்யாணம் ஆன புதிதிலேயே மூத்த மகனுக்கும் அவன் மனைவிக்கும் சண்டை ஆரம்பித்து விட்டது. 'யார் பேச்சை யார் கேட்பது?' 'யாருக்கு யார் அடங்கி நடப்பது?' என்ற அற்பப் பிரச்னையைத் தீர்க்கவே அன்றாடம் வாய்ச் சண்டை கைச் சண்டை போட்டுக் கொண்டிருந்தார்கள். இரண்டாவது மகன் இந்தப் பிரச்னைக்கே இடம் வைத்துக் கொள்ளவில்லை. எடுத்த எடுப்பிலேயே மனைவியிடம் சரணடைந்து விட்டான். இது பரவாயில்லை என்று பாராட்டும் படியாகவே இருந்தது. பிரச்னை தீராமல் சண்டை போடுவதைவிட, எப்படியோ ஒரு வழியில் பிரச்னை தீருவது உசிதம் அல்லவா? இப்படி முதலியாரே என்னிடம் ஒருமுறை சொல்லியிருக்கிறார்.

கடைசி மகன் ஸ்கூட்டர் வாங்கும் வரை தகப்பனைத் தவிர வேறு யாருடனும் சண்டை போடுவதில்லை என்ற உறுதியுடன் இருந்தால், அவன் மனைவிக்கும் அவனுக்கும் தீவிரமான மோதல் எதுவும் ஏற்பட்டுவிடவில்லை.

மூன்று பிள்ளைகளுக்கும் அவரவர் கைச்செலவுக்கென்று ஆளுக்கு முப்பது ரூபாய் கொடுப்பார். இந்த ஏற்பாட்டில் பிள்ளைகளுக்குத் திருப்தி ஏற்படவில்லை. காலமெல்லாம் அப்பாவின் கையை எதிர்பார்த்துக் கொண்டிருப்பது ஆண்பிள்ளைகளுக்கு அழகல்ல என்ற விபரீத புத்தி ஒவ்வொருவனுக்குமே தோன்றிவிட்டது. அதன் பலனாக, முதலியாருக்குச் சொந்தமாக எங்கள் தெருவிலேயே இருந்த ஒரு வீட்டில், நான்கு குடித்தனக்காரர்களிடமும் இரண்டாம் தேதியானதும் வாடகை வசூலுக்காக ஒவ்வொருவனும் போய் நிற்கத் தொடங்கிவிட்டான்.

குடித்தனக்காரர்கள் பார்த்தார்கள். மூன்று பிள்ளைகளிடமும், "உங்களுக்குள் ஆயிரம் சண்டை இருக்கும். அதுக்கு நாங்க பலியாக முடியாது. உங்க அப்பாதான் எங்களுக்கு வீட்டை வாடகைக்கு விட்டார். அவர் கையிலேதான் கொடக்கூலி கொடுப்போம்" என்று கூறி விட்டார்கள்.

பேச்சுத் தடித்துப் போலீசுக்குப் புகார் போயிற்று. பிள்ளைகள் மூவரும் போலீஸ் ஸ்டேஷனுக்குக் கொண்டு போகப்பட்டார்கள். மறுநாள் தலையில் அடித்துக்கொண்டு வந்தார் முதலியார்.

"சார்! எனக்கு மன நிம்மதியே இல்லை. வீட்டிலே ஒரு நிமஷம் உட்கார்ந்திருக்க முடியல்லே. எங்காவது பரதேசம் போயிட்டாத் தேவலே போலே இருக்கு. என்ன செய்யறதுன்னே தெரியல்லே. துண்டை உதறித் தோளிலே போட்டுக்கிட்டு நான் போயிடுவேன். பாவம், அவ பாடு கஷ்டமாப் போயிடுமேன்னு பார்க்கிறேன்" என்றார் முதலியார்.

"அவ பாடு" என்பது அவருடைய மனைவியை- அவரைப் போலவே பரம சாதுவுமான அவருடைய மனைவி கற்பகாம்பாள் பாடு.

நான் ஒரு யோசனை சொன்னேன்: "நீங்க ரெண்டு பேரும் ஒரு தடவை வடக்கே யாத்திரை போய்ட்டு வாருங்களேன், காசி, கயா, ஹரித்வார், ரிஷிகேசம்னு."

என் யோசனை முதலியாருக்கு மிகவும் பிடித்து விட்டது. அப்படியே செய்யத் தீர்மானித்துவிட்டார். போலீஸ் கேஸில் சிக்கியிருக்கும் பிள்ளைகள் மூவர் விஷயமும் பைசலான பிறகு போகலாம் என்று தீர்மானித்தார். மூன்று பேருக்கும் அபராதம் விதித்தால் கட்டுவதற்கு ஆள் வேண்டும் அல்லவா? இல்லையென்றால் பிள்ளைகள் ஜெயிலுக்குப் போய் விடுவார்கள். ஊர் சிரிக்கும். பிள்ளைகள் ஜெயிலிலே இருக்கும்போது அம்மாவும் அப்பாவும் ஸ்தல யாத்திரை போயிருக்கிறார்கள் என்று ஊர் கேலி செய்யுமே என்று முதலியார் பயந்தார். 'இதுவரையிலும் மெச்சியிருக்கிறார்கள். இனிமேல் தான் கேலி செய்யப்போகிறார்கள் - இவர்கள் குடும்பத்தைப் பார்த்து என்று நான் எனக்குள் சொல்லிக் கொண்டேன்.

தலா நூறு ரூபாய் அபராதத்துடன் பிள்ளைகளின் வழக்குப் பைசலானது. ரூபாய் முந்நூறைக் கோர்ட்டில் கட்டிய முதலியார் கையில் எழுநூறு எடுத்துக்கொண்டு, அடுத்த மாதமே ஸ்தல யாத்திரைக்கு மனைவியோடு கிளம்பத் திட்டமிட்டுவிட்டார். டிக்கட்டும் வாங்கியாகி விட்டது. அவருடைய வீட்டில் இந்த இடைக்காலத்தில் தகராறு இல்லாமல் அசாதாரணமான ஓர் அமைதி நிலவியது. நானும் பழையபடி திருவாசக ஆராய்ச்சிக்கு அங்கே பேகாத் தொடங்கினேன்.

2

முதலியார் தம்பதிகள் யாத்திரைக்குப் புறப்படுவதற்கு முதல் நாள் இரவு. நான் சாப்பிட்டுவிட்டே அங்கே போனேன். ஒன்பதரை மணி இருக்கும். வழக்கம்போல் திருவாசகம் படித்துக் கொண்டிருந்தோம்,

"முத்திநெறி அறியாத
மூர்க்கரொடு முல்வேனை"

என்று தொடங்கும் பாடலை நான் பாடத் தொடங்கினேன்.

"இந்தப் பாட்டு எனக்கு ரொம்பப் பொருத்தம். மூனு மூர்க்கர் களோட என் காலம் போய்க்கிட்டிருக்கு" என்றார்.

எனக்கு அடக்க முடியாமல் சிரிப்பு வந்தது.

"கல்யாணம் பண்ணினால் வழிக்கு வந்து விடுவாங்கன்னு சொன்னீங்களே!" என்றேன்.

பிள்ளைகளின் கௌரவத்தை விட்டுக் கொடுக்க விரும்பாதவர் போல், "இந்த வயசிலே அப்படித்தான் இருக்கும். அவனவனுக்குப் பொறுப்பு வர்றபோது எல்லாம் சரியாய்ப் போயிடும்" என்றார்.

"பொறுப்பு எப்ப வர்றது? இப்பவே பொறுப்புத் தெரியற வயசுதானே?

"ரெண்டு பிள்ளைகுட்டின்னு ஆகட்டும் அப்போ பாருங்க. இதைவிட மோசமான பசங்ககூடப் பெட்டிப் பாம்பா ஒடுங்கி யிருக்கிறாங்க."

"ஓஹோ! பிள்ளைகள் பிறந்துதான் பொறுப்புத் தெரியணுமோ? சரிதான்" என்று எகத்தாளமாக எனக்குள் சொல்லிக் கொண்டேன்.

திருவாசக விளக்கம் தொடர்ந்து நடந்தது. மணி பத்து அடித்து விட்டது. ஒரே நிசப்தம். முதலியார் வீட்டில் கீழே அவருடைய மனைவி மக்களும், மருமக்களும் படுத்துறங்கி விட்டார்கள். நானும் புறப்பட வேண்டியதுதான் என்று தீர்மானித்து, "நாளைக்கு இந்நேரம் ரயில்லே இருப்பீங்க ரெண்டு பேரும். சௌக்கியமாய்ப் போய்ட்டு வாங்க. நான், ஸ்டேஷனுக்கும் வர்றேன்" என்று சொல்லிவிட்டு எழுந்தேன். எழுந்து வரும்போது முதலியாரின் கண்ணாடி பீரோவுக்குள் இருக்கும் புத்தகங்களை ஒரு முறை பார்த்தேன். அங்கே இருந்த ஒரு பழைய தமிழ் அகராதி என் கண்ணில் பட்டது. அநேகமாகத் தினம் தவறாமல் அதை எடுத்துப் புரட்டிப் பார்த்து அரும் பதங்களுக்குப் பொருள் தெரிந்து கொள்வது என் வழக்கம். அகராதியைப் பார்த்ததும், 'இந்த அகராதியை எடுத்துக்கிட்டுப் போறேனே, நீங்க வர்ற வரையிலும் என் வீட்டிலேயே இருக்கட்டும்!" என்றேன்.

"எடுத்துக்கிட்டுப் போங்க" என்றார் முதலியார்.

நானும் சந்தோஷமாக அந்தப் பெரிய புத்தகத்தை எடுத்துக் கொண்டு மாடியிலிருந்து கீழே இறங்கினேன். முதலியார் என் கூடவே வந்து மாடிப்படி விளக்கைப் போட்டார். கீழே வாசல் வரையும் வந்து வழியனுப்பிவிட்டு மறுபடியும் மாடிக்குப் போனார்.

"இப்படித் தங்கமான மனிதருக்கு இப்படிப் பிள்ளைகள்" என்று ஒரு தடவை நினைத்துக்கொண்டு என் வீட்டுக்கு வந்தேன்.

முதலியார் தம்பதிகளை மறுநாள் நான் ஸ்டேஷனுக்குச் சென்று வழியனுப்பினேன். பிள்ளைகள் மூன்று பேரும் வந்திருந்தும் கூட, ரயில் புறப்படுகிறவரை என்னோடுதான் பாசத்தோடு பேசிக் கொண்டிருந்தார். முதலியார் வீடு திரும்பும்போது, பிள்ளைகள் மூவரும் தனித் தனியாக என்னை முறைத்துப் பார்த்துக் கொண்டு போனார்கள்.

சுமார் பத்து நாட்களுக்குப் பிறகு ஒரு விஷயம் கேள்விப் பட்டேன். நான் வேலைக்குப் போயிருந்த சமயத்தில், தான் நேரில் கண்ட காட்சியை என் மனைவி என்னிடம் கூறியதும் எனக்குத் தூக்கிவாரிப் போட்டது. முதலியாரின் பையன் ஒருவன் அபூர்வ மான புத்தகங்களில் பத்துப் பதினைந்தை எடுத்து வீட்டு வாசலில் பழைய காகிதம் வாங்குகிற ஒருவனுக்கு நிறுத்துப் போட்டுக் காசு வாங்கினானாம்.

"எல்லாம் அருமையான புத்தகங்களாச்சே, முதலியார் பார்த்தால் உயிரை விட்டுவிடுவாரே" என்று சொன்னேன்.

"இன்னிக்கு நான் பார்த்தது இதுக்கு முன்னாலே எவ்வளவு போயிருக்கோ?" என்று என் கவலையை அதிகப்படுத்தினாள் மனைவை.

ஒரு ஞாயிற்றுக்கிழமையன்று முதலியார் வீட்டிலிருந்து ஒரு கட்டுப் புத்தகம் மாடியிலிருந்து தலைச்சுமையாகக் கீழே இறங்கி வந்ததை நானே என் கண்களால் பார்த்தேன். பழைய பேப்பர் வாங்குகிறவன் ஒருவன் தான் எடுதததுக் கொண்டு வந்தான்.

முதலியாரும் நானும் சேர்ந்து படித்த, பக்கக் குறிப்புகள், எழுதி வைத்த எத்தனை இலக்கியங்கள் நிறுவையில் போய்விட்டனவோ? கடவுளுக்குத் தான் வெளிச்சம்!

முதலியார் ஒரு மாதத்துக்குப் பிறகு சௌக்கியமாக மனைவி யோடு திரும்பி வந்தார். வந்ததும் வராததுமாக என்னைக் கூப்பிட்டு, எத்தனையோ கோயில் பிரசாதங்களையும், கங்கா ஜலம் அடங்கிய தகரப் பாத்திரத்தையும் கொடுத்தார்.

நான் வீட்டுக்கு வந்து சிறிது நேரத்துக்கெல்லாம் முதலியார் என் வீட்டுக்கு ஓடோடி வந்தார். "சார் போயிட்டதே சார்! அவ்வளவும் போயிட்டதே! பீரோவில் இருக்கிற புத்தகங்களெல்லாம் காணாமல் போயிட்டதே!" என்று கூவிப் புலம்பித் தலையிலும் அடித்துக் கொண்டார்.

"என்ன ஆச்சு?" என்று ஒன்றும் தெரியாதவன் போல் கேட்டேன்.

"என்ன ஆயிருக்கும்? இநதத் தத்தாரிப் பசங்கதான் அரை காலுக்கு விற்றுத் தொலைச்சிருப்பாங்க. கேட்டா ஒவ்வொருத்தனும் எனக்குத் தெரியாதுன்னு கையை விரிக்கிறானே! கடவுளே நான் கண்ணுக்குக் கண்ணா வச்சிருந்த புத்தகங்கள்! உங்க கிட்டக் குடுத்திட்டுப் போயிருந்தாலும் பத்திரமாக இருந்திருக்கும். நீங்களாவது பிரியமாய்ப் படிச்சிக்கிட்டிருந்திருப்பீங்க. இந்த முட்டாள் பயல்கள் அநியாயமாய்ப் பாழாக்கிப் போட்டான்களே! பணத்தை இழந்தாக்கூட நான் இவ்வளவு கவலப்பட்டிருக்க மாட்டேன். என் புஸ்தகங்கள் போச்சே! பீரோவிலே ஒண்ணுக்குக் கால்வசி கூடப் புஸ்தகங்கள் இல்லையே..."

"இனி அழுது என்ன பிரயோசனம்? போனது திரும்புமா, போகுது போங்க, உங்களுக்கு நான் புஸ்தகம் தரேன். வேண்டிய புஸ்தகங்கள் வாங்கி வச்சிருக்கிறேன். ஒண்ணா உட்கார்ந்து படிப்போம்" என்று முதலியாரைச் சமாதானப்படுத்தினேன்.

நான் எவ்வளவு தேறுதல் சொல்லியும் அவர் துயரம் ஆற வில்லை. புலம்பலும் நிற்கவில்லை. யாத்திரை போய்விட்டு வந்த காலோடு வெகுநேரம் அழுது புலம்பி விட்டுத்தான் தம் வீட்டுக்குப் போனார்.

3

முதலியாரின் ஜாதக ராசியோ என்னவோ யாத்திரை போய் வந்ததும் அவரைப் பிடித்த கஷ்ட காலம் நீங்கவில்லை. அவருக்கு மன நிம்மதி கிட்டவுமில்லை. அதற்கு மாறாகப் புஸ்தகங்கள் போய் மனச் சஞ்சலம் தாங்க முடியாத அளவுக்கு அதிகமாகிவிட்டது. அதுவே கவலையாக ஆள் உருக்குலைந்து விட்டார். போதும் போதாதற்கு எப்போதும் போல் பிள்ளைகள் சண்டை எடுத்ததற்கெல்லாம் வீட்டிலே கூச்சல்.

"தாயைப் போல் பிள்ளை நூலைப் போல் சேலை" என்ற பழமொழியும், 'தக்கார் தகவிலர் என்ப(து) அவரவர் எச்சத்தால் காணப்படும்' என்ற குறளும் எவ்வளவு பொய்யான கூற்றுகள் என்று நான் ஒரு நாளைக்கு ஒரு தடவையாவது சொல்லிக் கொள்வது வழக்கமாகிவிட்டது.

முதலியார் அப்புறம் அதிக காலம் உலகத்தில் வாழவிரும்ப வில்லை. அவர் மட்டும் என்ன, அவர் பிள்ளைகளும் அவர் உயிர் வாழ்வதை விரும்பவில்லை. அவர் படும் கஷ்டத்தையும், அனுபவிக்கும் மன வேதனையையும் பார்த்து, அவர் சீக்கிரம் இறந்தால் நல்லது என்று நானுமே நினைத்தேன். அவர் உட்பட எல்லோரும்

விரும்பாத உயிர் அவர் உடம்பை விட்டு நீங்குவதற்கு பல மாதங்கள் ஆகிவிட்டன. கடைசியில் முந்தாநாள் இரவு. பதினொரு மணிக்குத்தான் அவருடைய ஆவி பிரிந்தது.

முதலியார் இறந்த செய்தி தெரிந்ததும் எனக்குக் கண்ணீர் வரவில்லை. துக்கப்படக்கூட இல்லை. நான் அவர் வாழ்ந்ததற்காகத் தான் அழுதிருக்கிறேனே ஒழிய, செத்ததற்காக அழவில்லை. அவருடைய வாழ்க்கையை விட அவரது சலாவு எவ்வளவோ மேல் என்பதால், இப்பொழுதாவது அவரது ஆத்மா சாந்தியடையும் என்று சந்தோஷப்பட்டேன். சாகும்போது அவர் அருகில் நான் இருந்திராமல் போனேனே என்றுதான் எனக்கு வருத்தம். இவ்வளவு காலம் உயிருக்குயிராய்ப் பழகிவிட்டு அவரை அந்திம காலத்தில் வழியனுப்ப முடியாமல் போய்விட்டது.

அவர் இறந்தது நல்லது என்று நினைத்தாலும், நான் கண்ணீர் விட்டு அழாவிட்டாலும், அவரது மறைவுக்காகவும் பிரிவுக்காகவும் துக்கப் படாமல் என்னால் இருக்க முடியவில்லை.

'அபூர்வ மனிதர். மூர்க்கர்களிடையே முத்திநெறி நெடியவர். சூழ்நிலையை மறந்து குடும்பக் கவலைகளில் மூழ்கிவிடாமல் தாமரை இலைத் தண்ணீராக ஒட்டியும், ஒட்டாமலும் ஒரு துறவிபோல் வாழ்ந்து நாள் தவறாமல் திருவாசகம் படித்துக்கொண்டிருந்த ஞானி, வேறொருவராக இருந்தால் இந்தக் கவலைகளையும் வைத்துக் கொண்டு திருவாசகம் படித்துக் கொண்டிருப்பாரா! இவர் பந்த பாசங்களில் கட்டுண்டு கிடந்தாலும் அகத் துறவு பூண்டுவிட்டவர் என்றுதான் சொல்லவேண்டும்...' - அவரைப் பலவிதமாக நினைத்துப் போற்றிய வண்ணம் இருந்தேன். எந்நேரமும் அவர் நினைவுதான். ஆபீசில் வேலை ஓடவில்லை.

முதலியார் காலமான இரண்டாம் நாள்; தகனக் கிரியைக் மறுநாள் மாலை. நான் ஆபீஸிலிருந்து திரும்பிப் பத்து நிமிஷங்களுக் குள்ளாக முதலியாரின் மூத்த மகன் சம்பத்தும் அவனுக்குச் சாட்சி சொல்ல அவர்களுடைய உறவினர் ஒருவரும் திடீரென்று என் வீட்டுக்கு வந்தார்கள்.

"உங்ககிட்ட அப்பாவோட புஸ்தகம் இருக்காமே... அவராதி" என்றான் சம்பத்.

அதற்குள் "அகராதி" என்று திருத்தினார் சாட்சி சொல்ல வந்தவர்,

"ஆமா இருக்கு" என்று பயந்துகொண்டே சொன்னேன். அவன் கேட்ட தோரணை பயப்படும்படியாக இருந்தது.

"அதைக் குடுங்க" என்று கையை நீட்டினான் சம்பத்.

"சரி, தர்றேன்."

"இப்பவே குடுங்க" என்று சம்பத் அவசரப்படுத்தவும், "ஏன் அப்படிக் கேட்கிறே? அவர் என்ன குடுக்க மாட்டேன்னா சொன்னார்? என்று அவனைக் கண்டித்து விட்டு, என்னைப் பார்த்துத் திரும்பினார்.

என்னிடத்தில், அகராதி. இருப்பது இவர்களுக்கு எப்படித் தெரிந்தது? நான் முதலியாரிடம் வாங்கிக் கொண்டு வந்ததை யாருமே பார்க்கவில்லை. பார்த்திருந்தாலும் அந்த இரவு வேளையில் அது அகராதி என்பது தெரிந்திருக்காது. இப்போது இவர்கள் வந்து கேட்கிறார்களே! என்ன அதிசயம்!'

உள்ளே போய் அகராதியைத் தூக்கிக் கொண்டு வந்தேன். அதைச் சம்பத் வாங்கி ஒரு தடவை என்ன புஸ்தகம் என்று புரட்டிப் பார்த்தான். இவ்வளவு தானா என்பதுபோல் மூடிவிட்டான். கனமான புத்தகம் என்பதில் அவனுக்கு ஒரு திருப்தி ஏற்பட்டது என்பதை அவன் புத்தகத்தைப் பிடித்திருந்த பிடியும், முக பாவமும் எடுத்துக்காட்டின.

அப்போது சாட்சிக்காரர் கதையை ஆரம்பித்தார். "பெரிய வருக்கு எவ்வளவு ஞாபக சக்தி என்கிறீங்க! நீங்க வந்துட்டுப் போனீங்களா, இல்லையா? அப்புறம் ஒரு மணி நேரம் வரைக்கும் ஒண்ணும் பேசாமல் இருந்தவர், திடீர்னு பேச ஆரம்பிச்சுட்டார். பிள்ளைகளையெல்லாம் கூப்பிட்டுப் பக்கத்திலே வச்சிக்கிட்டு "எல்லோரும் சௌக்கியமா இருங்க. நான் போறேன்" இன்னு சொன்னார். பிறகு பேசல்லே..."

இந்தச் சமயத்தில் சம்பத் அகராதியோடு போய்விட்டான்.

சாட்சிக்காரர் கதையைத் தொடர்ந்தார்.

"அதுக்கு அப்புறம் ஒரு அரை மணி நேரம் ஆகியிருக்கும். சம்பத்தைக் கிட்டத்திலே கூப்பிட்டார். சம்சாரத்தையும் கூப்பிட்டார். நானும் அங்கேதான் இருந்தேன். கொஞ்சம்கூடக் குழறாமல், தடுமாறாமல், மகன்கிட்ட சொன்னார்: 'ஞானசம்பந்தம்! பக்கத்து வீட்டு அழகிரிசாமிகிட்டே என் அகராதி இருக்கு. யாழ்ப்பாணத்து அகராதி. என் பேரும் அதிலே எழுதியிருக்கும். அப்பவே பத்து ரூபாய்க்கு வாங்கினது. அதை ஞாபகமா வாங்கிப்பிடு... இப்படியே சொன்னார். ஒரு வார்த்தை கூடப் பிசகலே. பிறகு கொஞ்ச நேரம்தான். பதினொரு மணிக்கு ஆத்மா பிரிஞ்சுட்டது. சாகிற காலத்திலே இவ்வளவு ஞாபகசக்தியோட இவ்வளவு பிரக்ஞையோட ஒரு மனிதன் இருந்திருக்க முடியாது."

அவர் முதலியாரைப் பாராட்டப் பாராட்ட என்னுள் ஏதோ குமுறிக் கொண்டிருந்தது. வயிற்றெரிச்சல் தீர, "அபாரப் பிரக்ஞை! அபார ஞாபக சக்தி! மனுஷன் ஆயிரத்திலே ஒருத்தர்!" என்று பேசித் தீர்த்தேன்.

"இல்லையா அப்புறம்?... சரி நான் வர்றேன்" என்று சொல்லி விட்டு அவர் போய்விட்டார்.

உடனே மனைவியைக் கூப்பிட்டேன்.

"பாரத்தியாடி! முதலியார் சமாசாரத்தை இவ்வளவு நேரமும் சொன்னாரே கேட்டியா? என்ன ஞாபக சக்தி! எவ்வளவு பிளானாச் சொல்லி விட்டு உசிரை விட்டிருக்கிறார் மனுஷன். இந்த அகாராதிக்காகத் தான் ஒன்பது மணிக்குப் போயிருக்க வேண்டிய உசிரு, பதினொரு மணிக்கு மேலும் ஊசலாடியிருக்குன்னு இப்பதான் தெரியுது. ஞாபகமா வாங்கிப்பிடணுமாம். யாழ்ப்பாணத்து அகராதியாம், அவரோட பேரும் எழுதியிருக்காம்... இதெல்லாம் அடையாளம், நான் அகராதியை வாங்கல்லே தொலைச்சிட்டேன்னு ஏதாவது சொல்லி ஏமாத்திட்டா, பத்து ரூபாயை வசூல் பண்ணிப்பிடுன்னு விலையையும் சொல்லிப்பிட்டுப் போயிருக்கிறார். அகராதியை வச்சி ஞானசம்பந்தம் திருவாசகம் பாராயணம் பண்ணப் போறான் பாரு. இப்படியே பழைய பேப்பர்க்காரன்கிட்டே கொண்டு போய்த் தள்ளிட்டு, சிகரெட் பெட்டியோட திரும்பப் போறான்... எல்லாத்தையும்விட ஆச்சரியம் ஞானசம்பந்தம் சாட்சிக்கு ஓர் ஆளையும் கூட்டிக்கிட்டு வந்தானே, அதைச் சொல்லு. அப்பனுக்கு மேலே பிள்ளை; பிள்ளைக்கு மேலே அப்பன்! குறள் எச்சத்தால் காணப்படும்'னு வள்ளுவர் சொன்னது பொய்யின்னு சொன்னேனே, அவரா பொய் சொல்வார்; மனுஷன் யார் என்கிறது இப்பவில்லே தெரியுது..."

"நீங்க ஏன் இப்படிச் சொல்லிக்கிட்டிருக்கீங்க? ஆயிரமானாலும் தன் சொத்து தன் பிள்ளைக்குத் தான். ஊராருக்குக் குடுக்க மனசு வருமா?" என்று புத்தி சொன்னாள் என் மனைவி.

60
செவிசாய்க்க ஒருவன்

கடற்கரைக்குப் போய் வரலாம் என்ற யோசனை திடீரென்று உதித்தது. வீட்டை நோக்கித் திரும்பியிருந்தால் இவ்வளவு தூரம் அதைப் பற்றி யோசித்திருக்கமாட்டேன். எதைப் பற்றியுமே யோசித்திருக்கப் போவதில்லை தான். யோசிப்பது, சிந்திப்பது என்ற பழக்கம் விட்டுப் போய்ப் பல வருஷங்கள் ஆகிவிட்டன. சென்னையில் குடியேறிய பின் என்னையறியாமல் நான் கைவிட்டுவிட்டு பழக்கங்களில் இதுவும் ஒன்று. வீடு, ஆபீஸ் - இந்த இரண்டு இடங்களிலும், சித்திக்கவிடாமல் மனசைப் பற்றி இழுக்க ஏதாவது ஒரு காரியம் எப்போதும் இருந்துகொண்டே இருக்கும். எனக்குத் தெரிந்தவரையில், குடும்ப வரவு செலவுகளைச் சரிகட்டுவது பற்றி அவ்வப்போது கவலைப்பட்டுக் கொண்டிருக்கிறேன். சிந்தனாலோக சஞ்சாரம் இந்த அளவில்தான் நடந்து முடிந்திருக்கிறது. இதைத் தவிர, என்னைப் பற்றியோ, உலகத்தைப் பற்றியோ நான் சிந்திப்பதற்கு வேறு எதுவுமே இருந்ததில்லை. காலத்தை இந்த விதமாக ஓட்டிக்கொண்டிருந்த நான், கடற்கரைக்குப் போகாமல் வீடு திரும்பியிருந்தால்... முதலிலேயே சொன்னேனே, எதைப் பற்றியும் யோசித்திருக்கப் போவதில்லை.

கடற்கரை மணலில் போய் உட்காரும் வரையிலும் உட்கார்ந்த பிறகும் அந்த ஹோட்டல் சர்வர் சொன்ன சொற்கள் காதில் ஒலித்துக் கொண்டே இருந்தன. அந்தச் சொற்களுக்கு எத்தனையோ விதமாகத் தாத்பர்யங்கள் செய்து பார்த்துக் கொண்டிருந்தேன்.

அந்த சர்வர் வேலை நெருக்கடியில், மிகமிகப் பரபரப்பான ஒரு சூழ்நிலையில் என்னிடம் நெருங்கி வந்து எனக்கு எந்த விதத்திலும் சம்பந்தமில்லாத, என்னால் முழுக்கப் புரிந்துகொள்ளவும் முடியாத ஒரு விஷயத்தைச் சொன்னான். சொல்லிவிட்டு உடனே போகவும் போய்விட்டான். ஏன் சொன்னான்? அதுவும் என்னைப் பார்த்து எதற்காகச் சொன்னான்?

இரண்டொரு பைத்தியக்காரர்களை நான் பார்த்திருக்கிறேன். ஒரு சமயம் ஒருவன் என்னை நீண்ட நாள் நண்பனாகப் பாவித்துக் கொண்டு தன்னுடைய சொந்த விவகாரங்களைக் கதையாகச் சொல்லத் தொடங்கினான். அது ஒரு கோயில் வாசலில். அவன் பேசிக்கொண்டே இருக்கும்போது, நான் உள்ளுக்குள் சிரித்த வண்ணம் அங்கிருந்து நகர்ந்துவிட்டேன். அவன் என்னைத் தொடர்ந்து வந்து

பேச்சைத் தொடராமல், வேறு யாரையோ உடனேயே பிடித்துக் கொண்டு விட்டான்.

மற்றொரு முறை நான் ரோடு வழியாக நடந்து வந்தபோது எதிர்திசையில் என்னை நோக்கி நடந்து வந்த ஒரு பிச்சைக்காரன் - அவனும் சித்த சுவாதீனம் இல்லாதவன்தான் - என் அருகில் வந்ததும் அப்படியே நின்றுவிட்டான். கையில் பிச்சைப் பாத்திரம், உடம்பில் ஓர் அழுக்குக் கந்தல். கழுத்தில் பலவித பாசி மணிமாலைகள்; இரண்டு கைகளிலும் குழந்தைகள் வாங்கிக் கட்டிக்கொள்ளும் பத்துக் காசு கடிகாரங்கள். என்னைப் பார்த்ததும் அவன் வழியை மறித்துக் கொண்டு நிற்கவே நானும் நிற்க வேண்டியதாயிற்று.

"இப்போது என்ன மணி?" என்று என்னைக் கேட்டான். தன் ஐந்து காசுக் கடிகாரங்கள் இரண்டையும் மாறி மாறிப் பார்த்தான். "மணி எட்டு இன்னும் அரை மணி நேரத்திலே ரயில் வந்துடும். தெரிஞ்சுதா? ஆமாம். அப்புறம் என்ன? அரை மணி. ரயில் வந்தாச்சு. போ, சீக்கிரம். ஓடு! உம்!"

என்ன ரயிலுக்கு ஓடச் சொன்னான். நான் "சரி" என்றேன். அங்கே நின்றவர்களெல்லாம் அவனைப் பார்த்துச் சிரித்தார்கள். நானும் வாய்விட்டுச் சிரித்துக் கொண்டே வந்தேன்.

இப்போது இந்த ஹோட்டல் சர்வர் சொன்னதை நினைத்து என்னால் உள்ளுக்குள் சிரிக்கவும் முடியவில்லை; வாய்விட்டுச் சிரிக்கவும் தோன்றவில்லை. ஏனென்றால், இவன் சித்தசுவாதீனம் இழந்த பைத்தியக்காரனல்ல. அப்படி இருந்தால் இவனை முதலில் வேலைக்கு வைத்திருக்க மாட்டார்கள். அரைப் பைத்தியம், கால் பைத்தியம் என்ற பிரிவுகளில் இவனைச் சேர்க்கவும் என் மனம் ஒப்பவில்லை.

இவன் சித்தசுவாதீனத்துடன்தான் பேசினான்: சுயப்பிரக்ஞை யுடன் பேசினான். அதில் சந்தேகமேயில்லை. ஆனால் பேசியதன் காரணமும் அர்த்தமும்தான் எனக்குப் புரியவில்லை.

இந்த இரண்டையும் கண்டுபிடிக்க மேன்மேலும் என் சிந்தனையை முடுக்கிக் கொண்டிருந்தேன்.

சாதாரணமாக நான் ஹோட்டல்களுக்குப் போவது அபூர்வம். அதுவும் அந்த ஹோட்டலுக்குப் போவது அதுதான் முதல் தடவை. அதற்கு ஊருக்குள் நல்லபேர் இருந்தது- அங்கேயே போகலாம் என்று போனேன். அப்போது ஐந்து மணி இருக்கும். சிறிய இடம். நிற்பதற்குக்கூட அப்பொழுது இடமில்லாமல் கூட்டம் நிரம்பி வழிந்தது. எல்லா மேஜைகளிலும் ஆட்கள் சாப்பிட்டுக் கொண்டிருந்தார்கள். நுழைவாசலுக்கு நேரே, கல்லாவுக்கு அருகில்

ஐந்தாறு பேர் இடத்திற்காகக் காத்துக் கொண்டு நின்றார்கள். அந்தக் கோஷ்டியில் நானும் ஒருவனாகப் போய் நின்றேன். "காத்திருக்கலாமா? வேறொரு கடையைப் பார்த்துப் போய் விடலாமா?" என்று யோசிக்க விடாமல், நான் போய் நுழையும் போதே என் கவனத்தை வேறொரு விஷயம் பற்றி இழுத்தது.

கூட்டத்தையும், இரைச்சலையும், பாத்திரங்களின் கடபுடா முழக்கத்தையும் மேவிக் கொண்டு உரத்த குரலில் ஹோட்டல் முதலாளி கூப்பாடு போட்டுக் கொண்டிருந்தான். எதிரே தலை குனிந்த வண்ணம் ஒரு கிழவர் நின்றார். அவர் ஒரு சர்வர் என்பதை முதலாளியின் பேச்சிலிருந்து தெரிந்து கொண்டேன். நாசித்துவாரங்கள் புடைத்து விரிய, கண்களை இமைக்காமல் விழித்துக் கொண்டு கூச்சல் போட்டார் முதலாளி.

"...என்னான்னு கேட்கிறேன். நல்ல மாட்டுக்கு ஒரு சூடு; நல்ல மனுஷனுக்கு ஒரு சொல்லு. இத்தோடே பத்துத் தடவை ஒமக்கு எச்சரிக்கை பண்ணியாச்சு. வேலை செஞ்சா ஒழுங்கா, சுறுசுறுப்பாச் செய்யணும். 'இல்லே சம்பளத்தைக் கணக்குப் பார்த்து வாங்கி இப்படியே போயிடணும். சாகவும் மாட்டேன், பொழைக்கவும் மாட்டேன்னு சண்டித்தனம் பண்றது எதுக்கு?"

கல்லாவுக்கு எதிரே கிடந்த மேஜையில் சாப்பிட்டுக் கொண்டிருந்த ஒருவர், "பாவம், வயசாயிட்டது"... என்றார்.

"வயசாயிட்டதுன்னா நின்னுக்கட்டுமே! யார் கட்டாயப் படுத்துறா, இருக்கச் சொல்லி, இதுகளை உட்கார்த்தி வெச்சிப் பென்ஷன் குடுக்கவா நான் ஹோட்டல் நடத்துறேன்?"

கிழவர் ஒன்றும் பேசாமல் தலைகுனிந்த வண்ணம் நின்று கொண்டிருந்தார்.

"கஷ்டகாலம்!" என்று ஹோட்டல் முதலாளி தம் தலையில் அடித்துக் கொண்டார்.

"இந்தத் தடவை போகட்டும். விட்டுடுங்க" என்று முதலில் பேசிய ஆசாமி ஹோட்டல் முதலாளியைப் பார்த்துச் சொல்லிவிட்டு, சர்வரை நோக்கி, "பெரியவரே போய் வேலையைப் பாரும். ஆயிரம் தடவை உள்ளே போயிட்டுப் போயிட்டு வர்றதைவிட, ஒரே சமயத்துலே எல்லாத்தையும் நயமாக் கொண்டு வந்து சப்ளை செய்துட்டா, உமக்கும் சௌகரியம்தானே? சாப்பிட வர்றவங்களும் கோவிச்சிக்க மாட்டாங்க. உமக்கும் நடை மிச்சம்... சரி சரி, போம்" என்றார்.

முதலாளி ஒன்றும் சொல்லாமல் பில்களைப் பார்த்துச் சில்லறைகளை வாங்கிப் போடத் தொடங்கினார்.

மௌனமாகத் தம்மை முதலாளி மன்னித்துவிட்டார் என்று புரிந்து கொண்டு கிழவர் வேலையைக் கவனிக்க உள்ளே போனார்.

சிறிது நேரத்தில் எனக்கு உட்கார இடம் கிடைத்துவிட்டது.

'வயசு காலத்தில் இப்படியெல்லாம் வார்த்தைகளை வாங்கிக் கட்டிக் கொண்டு வயிற்றைக் கழுவ வேண்டியிருக்கிறதே,' என்று அனுதாபப்பட்டுக் கொண்டு நாற்காலியில் உட்கார்ந்தேன். என்னைத் தவிர மூன்று பேர் ஏற்கனவே வந்து அந்த மேஜையில் சாப்பிட்டுக் கொண்டு இருந்தார்கள்.

அந்த மேஜைக்குரி சர்வர் வேகமாக வந்து எதிரே நின்றான். வந்த வேகத்தில் "அப்புறம்?" என்று அந்த மூவரையும் பார்த்துக் கேட்டான்.

ஒருவர் "வடை" என்றார்.

சர்வரும் "வடை சரி" என்று சொல்லிவிட்டு அடுத்த ஆளைப் பார்த்தான்.

"வடை சூடா இருக்கா?" என்று அவர் கேட்டார்.

"இருக்கு" என்று அந்த ஒரு சொல்லையும் வேகமாகவும் படபடப்பாகவும் சொல்லி முடித்தான்.

"சூடா இருந்தால் கொண்டா."

"சரி"

மூன்றாவது ஆளை அவன் ஏறிட்டுப் பார்த்தபோது, "எனக்குப் பஜ்ஜிக் கொண்டா" என்றார் அவர்.

"பஜ்ஜி. சரி."

அவன் என்னை நோக்கித் திரும்பியதும், "போண்டா சாம்பார்" என்று நான் சொன்னேன்.

"போண்டா, சாம்பார். சரி" என்று சொல்லிவிட்டு, அவன் உள்ளே ஓடினான். அப்போது என் எதிரே இருந்தவர், "தண்ணி கொண்டாப்பா" என்று சொல்லி அனுப்பினார்.

நான் எதிர்பார்த்ததைவிடச் சீக்கிரத்திலேயே அவன் எனக்கும் மற்றவர்களுக்கும் பலகாரங்களைக்கொண்டு வந்து வைத்துவிட்டான்.

"அப்புறம்?" - என்னை அவசரப்படுத்தினான் சர்வர்.

"ஒரு ரவா தோசை."

"ரவா தோசை. சரி" என்று வேகமாகச் சொன்னவன். சட்டென்று திரும்பி, மற்றவர்களையும் பார்த்து, "உங்களுக்கு?" என்று கேட்டான்.

"அட பொறுய்யா! நீ என்ன இந்த வெரட்டு வெரட்டுறே? என்ன, ரயிலுக்கா போறே?" என்று சொல்லிவிட்டு ஒருவர் சிரித்தார். மற்றொருவர் கோபத்தோடு," ஏம்பா, தண்ணி கொண்டா, தண்ணி கொண்டான்னு ஒனக்கு எத்தனை தடவை சொல்றது? உம்?" என்று பாயவே "தண்ணி, சரி" என்று சொல்லிவிட்டு மறுகணமே தண்ணீரைக் கொண்டு வந்து வைத்தான்.

அவனுடைய வேகத்தையும் படபடப்பையும் பார்க்கப் பார்க்க எனக்கு ஆச்சரியமாக இருந்தது. தரையில் கால் பாவாமலே ஓடிக் கொண்டிருந்தான். பேச்சோ அதைவிட வேகமாக இருந்தது. சுபாவமே இப்படித்தானோ, அல்லது, அந்தக் கிழவரை முதலாளி கடிந்து கொண்டது இவனையும் தாக்கி விட்டதோ? என்று யோசித்துக் கொண்டே சாப்பிட்டேன்.

ரவாதோசையைக்கொண்டுவந்துவைக்கும்போது அவனை நன்றாகக் கவனித்துப் பார்த்தேன். வயது நாற்பது இருக்கும். க்ஷவரம் செய்யாத முகத்தில் வெள்ளையும் கறுப்புமாக முளைத்திருந்தது. முன் தலை வழுக்கை. ஒட்டிய கன்னங்கள். கண்கள் இரண்டும் சிவந்திருந்தன. அங்கே திடீர் திடீரென்று பாய்ந்து வந்து பரவிக் கொண்டிருந்த புகையினால் சிவந்திருக்கும் என்று தோன்றியது. உடம்பினுள் வேதனை தரும் ஒரு நோயைச் சகித்துக் கொண்டிருப்பவனைப் போல், அவன் முகம் அவ்வப்போது இலேசாகச் சமாளித்துக் கோணிக் கொண்டிருந்தது. கண்களை நடுநடுவே இறுக மூடித் திறந்துவிட்டுக் கொண்டான். அந்தப் பெரிய சிவந்த விழிகளில் ஒரு பெரும் பயம் குடிகொண்டிருப்பதுபோல் மிரட்சி தென்பட்டது. இதையெல்லாம் பார்த்த பின் அவனுடைய படபடப்பும் ஓட்டமும் எனக்கு ஆச்சரியத்தை உண்டு பண்ணவில்லை. அனுதாபத்தை உண்டு பண்ணியது.

'பாவம், ரொம்பப் பயந்துபோய் இருக்கிறான்.'

அடுத்தாற்போல் என் தேவை என்ன என்று விசாரித்தான். நான் நிதானமாக, "சாப்பிட்டப்புறம் காபி கொண்டு வா. போதும்+" என்று பரிவோடு சொன்னேன்.

மற்றவர்களும் காபி கொண்டுவரச் சொன்னார்கள். அவர் களுக்கு உடனடியாகக் கொண்டு வந்துவிட்டான். டம்ளர்களை அவசரமாக மேஜையில் வைக்கும்போது ஒரு டம்ளரிலிருந்து காபி சிறிது தளும்பி மேஜையிலேயே கொட்டிவிட்டது.

"அடச்சீ! யாரையா இவன்? மெள்ளக் கொண்டாந்து வச்சா என்னையா கேடு?" என்று சொல்லிவிட்டுத் தம் வேஷ்டியை ஒதுக்கிப் பிடித்தார் - காபி மேஜையிலிருந்து வழிந்துவிடுமோ என்று.

சர்வர் நடுங்கிப் போய்விட்டான். வெறுங்கையால் அந்தக் காபியைத் துடைக்க முயன்று, கடைசியில் நாலாபக்கமும் அதை மெழுகி வைத்துவிட்டான். "நல்ல ஆளுய்யா நீ!" என்று சொல்லி மூவரும் சிரித்தார்கள்.

அவர்கள் பில்லை எடுத்துக்கொண்டு போன பிறகு என்னைப் பார்த்து "சார், காபி?" என்றான்,

"கொண்டு வா."

காபி கொண்டு வந்து வைத்துவிட்டு எனக்கும் பில்போட்டுக் கொடுத்தான். என் பக்கத்திலும் எதிரிலும் காலியான மூன்று நாற்காலிகளில் ஒன்றே ஒன்றில் மட்டும் ஒருவன் வந்து அப்போது உட்கார்ந்தான், அவன் ஒரு பன்னிரண்டு வயதுச் சிறுவன். முன் பின் யோசிக்காமல் "போண்டா சாம்பார்" என்றான் அந்தச் சிறுவன்.

சர்வர் தன் வழக்கம்போல் அந்த சிறுவன் சொன்னதைத் திருப்பிச் சொல்லவில்லை. அவன் சொன்னதைக் காதில் வாங்கிக் கொண்ட மாதிரியும் காட்டிக் கொள்ளவில்லை. என்னையே பார்த்துக் கொண்டு நின்றான். பில் கொடுத்த பிறகு என்னிடம் ஒரு காரியமும் இல்லையே என்று அவனை நான் திகைப்போடு பார்த்தேன். உடனே என் அருகில் நெருங்கி வந்தான். என்னை மேலும் கீழும் பார்த்து விட்டு இலேசாகச் சிரித்தான். ஏதோ என் தயவு ஒன்றைக் கோரும் பாவனையில் சிரித்தான்.

என்ன ஏது என்று நான் கேட்பதற்கு முன்பே, அவன் எனக்கு மட்டும் கேட்கும்படியாகச் சொன்னான். 'அம்மாவுக்கு நாலு நாளாக் கடுமையான ஜுரம்... நான், தூங்கல்லே... அதுதான்..." அதற்குப் பிறகும் அவன் எதையோ சொல்ல முயன்ற மாதிரியே எனக்குத் தோன்றியது. ஆனால் எதுவும் சொல்ல முடியாமல் திக்குமுக்காடினான். கண்களை மட்டும் ஒரு தடவை இறுக மூடி விழித்தான். அத்தோடு சிறுவனைப் பார்த்துத் திரும்பிவிட்டான்.

"என்ன வேணும்?"

"போண்டா சாம்பார்."

"போண்டா சாம்பார்? சரி." பழைய வேகத்திலேயே உள்ளே ஓடி விட்டான். 'என்னவோ சொல்லிவிட்டுப் போகிறானே! என்ன சமாச்சாரம்?' என்று நான் யோசிப்பதற்குள், என், மேஜையை நோக்கி ஆட்கள் வந்தார்கள். நானும் இடத்தைக் காலி செய்துவிட்டுப் பில்லோடு கல்லாவை நோக்கி வந்தேன். காசைக் கொடுத்துவிட்டு வெளியே தெருவுக்கு வந்தவன், சில கஜ தூரம் எதைப் பற்றியும் சிந்திக்காமல் சுகமாக வீசிய குளிர்ந்த காற்றை அனுபவித்துக் கொண்டு நடந்தேன். அப்போது கடற்கரைக்குப் போய்வரலாம்

என்று தோன்றியது. பைகிராப்ட்ஸ் சாலையில் திரும்பிக் கிழக்கு நோக்கி நடக்கலானேன். அவன் சொன்ன வார்த்தைகள் எப்படியோ திடீரென்று ஞாபகத்திற்கு வந்தன.

'அம்மாவுக்கு நாலு நாளாக் கடுமையான ஜுரம்... நான் தூங்கல்லே... அதுதான்...'

கடற்கரையில் இரண்டு மணி நேரம் உட்கார்ந்திருந்து விட்டேன். அவ்வளவு நேரமும் அவன் சொன்ன வார்த்தைகளைப் பற்றித்தான் சிந்தித்து கொண்டிருந்தேன். முன்பின் தெரியாத என்னிடம் வந்து அவன் அந்த வார்த்தைகளைச் சொன்னதை நினைக்கும்போதெல்லாம் எனக்குத் துயரமாக இருந்தது, பாவம், எத்தனை வருஷங்களாக என்னைத் தேடினானோ? உலகத்தில் எத்தனையோ பேர் இருக்க, என்னைத் தேடிவந்து, நானே அவன் சொல்வதைக் கேட்கக் கூடியவன் என்ற ஒரு நம்பிக்கையோடு தன்துன்பங்களை எடுத்துச் சொன்னான். என் எளிய தோற்றமோ, என் நிதானமோ, என் சாந்தமான பேச்சோ என் முகச்சாயல் அவனுக்கு நினைவூட்டிய வேறு என்னிடம் யாருடைய அன்பு முகமோ- எதனால் அவனுக்கு இப்படிப்பட்ட நம்பிக்கை ஏற்பட்டதோ, எனக்குத் தெரியாது.

திரும்பவும் அதே ஹோட்டலுக்குப் போனேன். அதே மேஜை யில் போய் உட்கார்ந்தேன். காபியைத் தவிர வேறு எதுவும் அப்போது இல்லை. சாப்பிட்டதாகப் பெயர் பண்ணுவதற்கு அதை வாங்கிக் குடித்தேன்.

"ஹோட்டல் எத்தனை மணி வரையிலும் திறந்திருக்கும்"- அவரையே கேட்டேன்.

"ஆச்சு. இவ்வளவுதான். இன்னும் அஞ்சு நிமிஷம் கூட ஆகாது. சாத்துற நேரம்தான்" என்றான்.

இதைச் சொல்லும்போது அவனிடம் பழைய அவசரமும் படபடப்பும் காணப்படவில்லையென்றாலும், முகத்தில் வேதனை யோடு கூடிய அந்தச் சுளிப்பும் அந்தச் சிவப்பும் இருந்தன. ஓர் ஆச்சரியம் என்னவென்றால், அன்று மாலையில் அவன் என்னைப் பார்த்ததையும், தாயாரின் ஜுரத்தைப் பற்றி என்னிடம் சொன்னதையும், ஏன், என்னையும் அடியோடு மறந்து விட்டவன் போல் நடந்து கொண்டான். இது எனக்கு ஒரு புதிராக இருந்தது.

நான் வெளியே வந்து வீதியில் அவனுக்காக காத்துக் கொண்டு நின்றேன். ஒன்பது, ஒன்பதேகால் மணிக்கெல்லாம் வேலை முடிந்து அவன் வெளியே வந்தான். அவன் நடக்கும்போது நானும் கூடவே போனேன். சில அடி தூரம் போனதும், "உங்க வீடு எங்கே?" என்று

கேட்டேன்.

என்னைத் திகைத்துப் பார்த்தான்.

"வீடு எந்தப் பக்கம்?"

"நீங்க?..."

"இப்பத்தானே உங்க கையாலே குடுத்த காபியை வாங்கிக் குடிச்சேன்? சாயங்காலமும் என்னைப் பார்த்தீங்களே? 'அம்மாவுக்கு நாலு நாளா ஜுரம்'னு கூட என்கிட்டே சொன்னீங்களே? ஞாபகம் இல்லையோ?"

"நானா சொன்னேனா?" என்று பழைய படபடப்போடு கேட்டான்.

"நீங்க சொல்லலேன்னா எனக்கு எப்படித் தெரியும்?"- நான் சிரித்தேன்.

"ஆமா... சொன்னேன்..."

"நானும் உங்களோட வரலாம்னு பார்க்கிறேன்."

"ஏன்"

"உங்க அம்மாவைப் பார்க்கிறதுக்குத்தான்"

"எதுக்கு?"

"என்னாலே ஏதாவது உதவி செய்ய முடியும்னா செய்யலாம்னு நினைக்கிறேன்."

"வேண்டாம்... எங்க அம்மாவுக்குப் பகவான்தான் உதவி பண்ணனும்."

"பரவாயில்லே...."

"இல்லே, என்னை விட்டுடுங்கோ. நான் போறேன்" என்று சொல்லிவிட்டு வேகமாக நடக்கத் தொடங்கினான்.

நான் விடவில்லை. தொடர்ந்து சென்றேன். என் மணிப்பர்ஸை யும் எடுத்துத் திறந்தேன். அதில் சில்லறைக் காசுகள் போக இரண்டு ரூபாய்தான் இருந்தது அதை எடுத்து நீட்டி, "இந்தாருங்க, அம்மாவுக்கு மருந்து வாங்கறதுக்கு உதவியா இருக்கும். என் கையிலே இப்போ இவ்வளவுதான் இருக்கு" என்று நான் சொன்னதுதான் தாமதம், அவன் அங்கேயே துள்ளி விழுந்தான். என் முகத்தைக் கூடப் பார்க்காமல் திரும்பிக்கொண்டு, "வேண்டாம் வேண்டாம்; நீங்க போங்க" என்று சொல்லி ஒரு குடும்பிடும் போட்டான். தப்பினால் போதும் என்று நினைத்தவன் போல் ஒரே ஓட்டமாக ஓடி மறைந்துவிட்டான்.

☯

61
புத்தி

அப்பா சென்னைக்கு வந்திருக்கிறார். முந்தாநாள் மெட்ராஸுக்குப் பொறப்பட்டு வந்தார். ரொம்பக் கோபமா, வைராக்கியமா சபதம் போட்டுண்டு வந்திருக்கிறார். எத்தனை நாள் ஆனாலும் உன்னைத் தேடிக் கண்டு பிடிச்சு ஊருக்கு அழைச்சிட்டுப் போறது; நீ வரமாட்டேன்னு சொன்னா தானும் ஊருக்குத் திரும்புறதில்லே. இப்படி உங்க அம்மாவண்டே சொல்லிட்டு வந்திருக்கிறாராம். அத்தோடே சொத்தை யெல்லாம் தர்மச் சொத்தா எழுதி வச்சிட்டுக் காசிக்குப் போயிடப்போறதாகவும் உறுதியாகச் சொன்னாராம்... பாவம், ஒரு தடவை பொறுத்தார், ரெண்டு தடவை பொறுத்தார். சதா பொறுக்கிறது எப்படி? பொறுமைக்கும் ஓர் எல்லை உண்டு..."

வைத்தீஸ்வரன் கோவிலிலிருந்து சென்னைக்கு வந்திருந்த ஒருவன்-சீனு-இந்தச் செய்தியை, ஒரு பரதநாட்டியக் கச்சேரியின் இடைவேளை சமயத்தில், சபா மண்டபத்திற்கு வெளியே சோடாக்கடையின் பக்கத்தில் சந்தர்ப்பவசமாகச் சந்தித்தபோத வைத்தியிடம் சொன்னான். அப்புறம் இடைவேளைக்குப் பிறகு வைத்திக்கு நாட்டியத்தில் கவனம் செல்லவில்லை. கச்சேரி எப்போது முடியும் என்ற எண்ணத்துடனேயே மேடையைப் பார்த்துக் கொண்டிருந்தான். பக்கத்தில் உட்கார்ந்திருந்த அவனுடைய சகாக்கள் இருவரும் வைத்தி எவ்வித முகச் சலனமும் இல்லாமல் சிலையைப்போல் இருப்பதைப் பார்த்து அதன் காரணத்தைக் கேட்டார்கள்.

"ஒன்றுமில்லை" என்று சொல்லித் தட்டிக் கழித்தான் வைத்தி.

அவன் மனசில் ஓடிக்கொண்டிருக்கும் சிந்தனை இதுவாகத் தான் இருக்கும் என்று திடீரென்று ஒரு சகாவுக்குத் தோன்றியது. உடனே அவன் சொன்னான். "அண்ணா, இந்த யோசனை வேண்டாம். விட்டுடுங்கோ. இது அப்படி ஒண்ணும் நீங்க நினைக்கிறாப்லே..."

"எந்த யோசனை வேண்டாம்" என்று திகைப்போடு கேட்டான் வைத்தி.

"தெரிஞ்சுதான் சொல்றேன். வேஷத்தைப் பார்த்துட்டு இளவயசுன்னு நினைக்கிறீங்க! இப்போ இவ (நாட்டியமாடும் பெண்) அரைக்கிழவி. தேடு வாரத்துப் போய் ரொம்ப நாளாச்சு. கழிச்சிக்கட்டின சரக்கை நீங்க ஏன் வெலை பேசலாம்னு நினைக்கிறீங்க?"

வைத்திக்குக் கோபம் வந்துவிட்டது. 'ஒண்ணும், பேசாதே. பேசாமல் இருக்கணும்" என்று கண்டிப்போடு சொல்லிவிட்டு முகத்தைத் திருப்பிக் கொண்டான்.

ஒரு வழியாக நாட்டியம் முடிந்தது. எல்லோரும் வெளியே வந்தனர். சீனுவை மற்றொரு முறை பார்த்துவிடை பெற்றுக் கொள்ள வேண்டும் என்று வைத்திக்குத் தோன்றவில்லை. தன் சகாக்களோடு ஒரு டாக்ஸியைப் பிடித்து மாம்பலத்திற்குப் போனான். அங்கே ஒரு ஹோட்டலில் மூவரும் சாப்பிட்டார்கள். பீடாப் போட்டு சிகரெட்டும் பற்ற வைத்தார்கள். பிறகு தோழர்களை அனுப்பிவிட்டு வைத்தி மட்டும் வேறொரு டாக்ஸியைப் பிடித்துக் கொண்டு கோடம்பாக்கத்தை நோக்கிச் சென்றான். அங்கே தான் அவனுக்கு ஜாகை, ஒரு குமாரியோடு.

அப்பா சென்னைக்கு வந்திருப்பதைப் பற்றித் தீவிரமாகச் சிந்திக்கத் தொடங்கினான். இதற்கு முன்பு இரண்டுமுறை இதே போல் சென்னைக்கு வந்து தன்னைக் கையோடு அழைத்துக்கொண்டு தான் ஊருக்குத் திரும்பினார். இப்போதும் அவர் தம் காரியத்தைச் சாதிக்காமல் விடமாட்டார். எங்கே தங்கியிருக்கிறார் என்று சீனுவுக்குத் தெரியவில்லை. வழக்கம்போல் காந்தி நகரில் தான் இருப்பார் என்று நினைத்துக் கொண்டான் வைத்தி.

அப்பாவுக்கு நயமாகவும் பேசத் தெரியும். பயமாகவும் பேசத் தெரியும். யார் யாரைப் பிடித்தால் காரியத்தை முடிக்கலாம் என்பதை நன்றாக அறிந்தவர். பிடிகொடுப்பவர் போல் பேசி நழுவி விடுவதிலும் பேச்சிலேயே எவனையும் வசப்படுத்தி அப்புறம் இழுத்த இழுப்புக்கெல்லாம் அவன் கையைக் கட்டிக்கொண்டு பின்னால் தொடர்ந்து வரும்படி செய்வதிலும் மகா சமர்த்தர். அவர் கண்ணில் பட்டுவிட்டால் எமன் பார்வையில் சிக்கிய மாதிரிதான். தப்பி ஓடுவது என்ற பேச்சுக்கே அப்புறம் இடமில்லை. ஆகவே நிலைமையை எப்படிச் சமாளிக்கலாம் என்று வைத்தி யோசிக்கத் தலைப்பட்டான். மூளைக்குச் சுறுசுறுப்பை உண்டு பண்ண ஒரு பாட்டிலையும் உடைத்து உள்ளே விட்டான்... அப்பா முதல் தடவை சென்னை வந்து தன்னை அழைத்துக்கொண்டு போனதை ஒரு தடவை நினைத்துப் பார்த்தான்...

கிருஷ்ணசாமி ஐயர் அப்போது நயமாகவே பேசி அவனை மடக்கினார். “வைத்தி! உனக்காகத் தாண்டா நான் உசிரை விடுகிறேன். இவ்வளவு சொத்தும் யாருக்காகச் சேர்த்தேன்? யாருக்கு வெச்சிட்டுப் போகப்போறேன்? ஆயிரம் ஆயிரமாச் சம்பாதிச்ச காலத்திலேகூட நான் உல்லாசமாகத் திரிஞ்சதில்லை; ஒத்தை காசைச் செலவழிச்சதில்லை. வீண் செலவுதானேன்னு சொல்லி வெத்திலை சீவல் போடுறதைக்கூட நிறுத்திட்பிட்டேன். ஒரு பட்டு அங்கவஸ்திரம் வாங்கி அறியமாட்டேன். ‘கிருஷ்ணசாமி ஐயர் பணத்துக்கு ஆசைப் பட்டுக் கொரங்கைப் போய்க் கல்யாணம் பண்ணிண்டான்னு ஊரிலே ஒருத்தன் பாக்கியில்லாமே அத்தனைபேரும் எளப்பமாப் பேசினான். பேசுறவன் பேசட்டும்னு கவலைப்படாமே இருந்தேன். அப்படியெல்லாம் அதை பாடுபட்டுச் சேர்த்து, நீ ஆசைப்பட்ட பொண்ணையே உனக்குக் கல்யாணம் பண்ணிவெச்சி உனக்கு ஒரு கொறவும் வெக்கப்படாது என்கிறதிலே கண்ணும் கருத்துமா இருந்தேன். நீ வாழறதுக்காக நான் தியாகம்

பண்ணினேன். இது உனக்கே தெரியும். என் மனசை இப்படிக் கஷ்டப்படுத்றது உனக்கு இஷ்டம் தானா, வைத்தி இப்படித் தப்பு வழியிலே போய், ஊர் சிரிக்கப் பண்ணிட்டயே...”

அப்பாவின் கூற்றை மறுத்து வைத்தி சொன்னான். “பிஸினஸ் பண்ணனும்னு நினைக்கிறது தப்பு வழியா, அப்பா? தின்னுட்டுத் தின்னுட்டுச் சோம்பேறியா நான் தூங்கணும்னு சொல்றீங்களா?

“பிஸினஸ் எதுக்கு? இன்னும் நாலு தலைமுறைக்குச் சேர்த்து வெச்சிருக்கிறேன். நீ ஒரு துரும்பை எடுத்துப் போடவேண்டாம். ராஜவாட்டம் உட்கார்ந்து சாப்பிடலாம்.”

“அப்பா! அது எனக்கு இஷ்டமில்லே. நானும் ஆண்பிள்ளை. நாலு காசு சம்பாதிக்காமே அப்பா தேடுன சொத்தை வெச்சிச் சாப்பிடறதுன்னா எனக்கு என்னவோ கேவலமாகத் தோன்றது. என் காலத்திலே நானும் சம்பாதிக்கணும். அப்பா அஞ்சி லட்சம் சம்பாதிச்சு வெச்சார்; மகன் அதை அம்பது லட்சமாப் பெருக்கினான்னு ஊர் சொல்லணும்...”

வைத்தி இவ்வாறு சொல்லவே சிரிப்பதா சீறி விழுவதா என்று இருந்தது கிருஷ்ணசாமி ஐயருக்கு. என்னமாப் பேசுறான்!’ என்று நினைத்துக் கொண்டு, ஆத்திரத்தை அடக்கி, “வைத்தி! நீ இப்படி ஆசைப்படுறே! ஊர் அப்படிச் சொல்றது! நீ பரிசுத்தமானவன் என்கிறது உனக்குத் தெரியும். எனக்குத் தெரியும். அது ஊருக்குத் தெரியல்லையேடா! நீ நடத்தை கெட்டு அலையிறே, கெட்ட சகவாசம், குடி, கூத்தி! அப்படி இப்படின்னு பேசுறாங்களே, என்னாலே வெளியே தலை காட்டவே முடியல்லே, வைத்தி. உன்னோட அம்மா, மனசு ஒடைஞ்சு போய் அப்படியே பிரக்ஞையில்லாமே கெடக்கிறதா. வீட்டிலே ஒரு நிமிஷம் நிம்மதி இல்லை” என்று பேசினார். இடையிடையே கண்ணீரை விட்டுத் துடைத்துக் கொண்டார். ஐந்தாறு தடவை வாய் குமுறியது; குரலும் அடைத்தது.

வைத்தி இதற்கெல்லாம் மசியாமல் எதிர்வாதம் செய்தான். அவரும் மசியவில்லை.

“வைத்தி! நீ ஏன் சொன்னதையே சொல்றே? நீ சொல்றதை நான் முழுக்க நம்புறேன். இப்போ எனக்காகத் தயவு பண்ணி நீ ஒரு காரியத்தை மட்டும் செஞ்சிப்பிடு. அப்புறம் நீ என்ன செஞ்சாலும் நான் குறுக்கே நிற்கல்லே.”

“என்ன செய்யணும்?”

“என் கூட ஊருக்கு வா. ஒரு நாலு நாள் ஊரிலே இரு. பிஸினஸ் சமாச்சாரத்தைப்பத்தி நாலு பேரண்டே பேசு. உன்னைப் பத்தித் தப்பு தண்டாவாக் கதை கட்டுவனங்க வாய் தானே அடைப்பட்டுப் போகும். அதைப் பார்க்கணும் என்கிறதுதான் என்னோட ஆசை. அப்புறம் நீ மெட்ராஸுக்கு வா. நான் வேண்டாம்னு சொல்லல்லே.”

இதைக் கேட்டதும் வைத்திக்கு உள்ளூரச் சந்தோஷம் பொங்கியது. பிஸினஸ் செய்வதாகச் சொன்னதை அப்பா நம்பி விட்டார்; நான்கு நாட்களில் சென்னைக்குத் திரும்பச் சம்மதிக்கிறார். எனவே பிஸினஸுக்கு ஒரு பெருந்தொகையை அவரிடம் வாங்கிக்கொண்டு வரமுடியும் என்று நினைத்துத் 'தந்தை சொல் மிக்க மந்திரமில்லை' என்ற வாக்கியத்தைக் கடைப்பிடிக்கத் துணிந்தான். அப்பாவோடு ஸ்டேஷனுக்குக் கிளம்பினான். தன் பர்ஸிலிருந்தே பணத்தை எடுத்து ஸ்டேஷனுக்கு எதிரே உள்ள கடையில் ஆப்பிள், ஆரஞ்சு, திராக்ஷை முதலிய பழங்களும், பிஸ்கட் பெட்டிகளும் நிறைய வாங்கிக் கொண்டான். பர்ஸில் ஒருவராக சிகரெட்டுக்கு வேண்டிய பணம் மட்டுமே மிஞ்சியது. பையன் இப்படி அமோகமாகச் சரக்குகள் வாங்கியதை அப்பா ஆட்சேபிக்கவில்லை. வீட்டுக்கும் ஊருக்கும் நல்ல பிள்ளையாகக் காட்டிக்கொள்ள அவன் முயற்சி செய்வது நல்லதுதான் என்று தடுத்துச் சொல்லாமல் இருந்தார்.

ஊருக்குப் போனான். நான்கு நாட்களும் ஆயிற்று. ஆனால் நான்கு மாதங்கள் ஆனாலும் சென்னைக்கு அவனால் திரும்ப முடியுமா என்பது சந்தேகமாகி விட்டது.

கிருஷ்ணசாமி ஐயர் தமது வீட்டை விஸ்தரித்துக் கட்டும் வேலையைத் தொடங்கினார். இந்தச் சமயம் பார்த்து, வேண்டு மென்றே இந்த 'ஐந்தாண்டுத் திட்ட' வேலையை அப்பா ஆரம்பித்திருக்கிறார் என்று நினைத்தான் வைத்தி. தினமும் விடிந்தவுடன் வீடு கட்டுவது சம்பந்தமாகப் பல வேலைகளையும் பொறுப்புகளையும் அவன் தலையில் அவர் ஏற்றி வைத்துக் கொண்டிருந்தார். அவன் தப்பி ஓடிவிடாதபடி ஆட்களையும் காவல் போட்டு விட்டார். அவன் எங்கே சென்றாலும் குறைந்தபட்சம் நான்கு நிழல்கள் பின்தொடர்ந்து கொண்டிருந்தன. ரயில்வே ஸ்டேஷனிலும் பஸ் ஸ்டாண்டிலும் எந்நேரமும் கண்காணிப்பு. ஐந்து நிமிஷத்திற்கு ஒரு தடவை, 'வைத்தி எங்கே? வைத்தி எங்கே? என்று தாம் விசாரிப்பதோடு மட்டுமல்லாமல், வேறு பலரையும் விசாரிக்கும்படி வைத்துவிட்டார். திருவிழாக் கூட்டத் தில் குழந்தையைத் தேடுவதுபோல் திடீர் திடீர் என்று வைத்தி யைத் தேடுவார்கள். அவனுடைய யாத்திரா மார்க்கங்களை இப்படியெல்லாம் அடைத்ததோடு, அவனுக்கு யாரும் ஒரு காசு கொடுத்துவிடக்கூடாது என்று ஊரில் அத்தனைபேரையும் ஐயர் எச்சரித்தும் வைத்திருந்தார்.

வைத்தி சென்னைக்குப் போக வேண்டும் என்று சொல்லும் போதெல்லாம், "போகலாம். இந்த வேலை முடியட்டும். அனுப்பி வைக்கிறேன். ரெண்டு நாள் பொறு" என்று சொல்லிக் கொண்டே வேலியைப் பெரிதாக்கினார் ஐயர்.

பொறியில் அகப்பட்டுக் கொண்டுவிட்டோம் என்று வைத்திக்குத் தோன்றிவிட்டது. ஒருநாள் ஆத்திரத்துடன் அப்பாவின் முன்னால் வந்து நின்றான்.

"அப்பா! நீங்க மெட்ராஸிலே சொன்னதை நம்பி நான் வந்தேன். பிஸினஸ் வேலைகளை அரைகுறையாப் போட்டுட்டு வந்தேன். இப்போ அஞ்சு மாதம் ஆயிடுத்து. இன்னும் ரெண்டு நாள் பொறு, ரெண்டு நாள் பொறு, ரெண்டு நாள் பொறுன்னு சொல்லிண்டே இருக்கிறீங்க" என்று பல்லைக் கடித்துக் கொண்டு பேசினான்.

"சொல்லிண்டுதான் இருக்கிறேன். காரியம் இருக்கே!

"காரியம் இருந்துண்டுதான் இருக்கும். நான் போறது எப்போ?"

"ரெண்டு நாள் பொறுன்னு சொல்றனே!"

"ரெண்டு நாள் ரெண்டு நாள்னு ஆயிரம் ரெண்டு நாள் போயிட்டது."

போகட்டுமே! சும்மா போகல்லையே! வீட்டுக் காரியமாத்தானே போகறது?"

"அதெல்லாம் எனக்குத் தெரியாது. நான் மெட்ராஸுக்குப் போகணும்."

"பொறுன்னு சொல்றேன்."

"பொறுக்க முடியாது. ஆமாம்."

மகன் இப்படிச் சொல்லவே கிருஷ்ணசாமி ஐயர் நிமிர்ந்து உட்கார்ந்தார்.

"பொறுக்க முடியாதா? சரி, நீ எப்போ வேணும்னாலும் போ" என்று சொல்லிவிட்டு வெளியே போய் விட்டார்.

'எப்படியோ ஒரு விதத்தில் அப்பா அனுமதித்துவிட்டது உண்மைதான் என்றாலும் வைத்தி வெறும் அனுமதியை மட்டும் வைத்துக் கொண்டு சென்னைக்குப் புறப்படுவது எப்படி? டிக்கெட்டுக்குக் கூடப்பணமில்லையே!' அந்தரத்தில் தொங்கினான் அவன். ஒவ்வொரு நிமிஷமும் ரண வேதனையாக இருந்தது. கோபம் கொதிநிலையைத் தொட்டுவிட்டது. வெறி பிடித்தவன் போல் வெளியே போனான். ஒரு கடையில் சிகரெட்டை வாங்கிக் கொண்டு ஒரு தென்னந் தோப்புப் பக்கம் நடக்கத் தொடங்கினான். அவசியம் இல்லாததால் நிழல்கள் அவனைப் பின் தொடரவில்லை.

அப்பா தன்னை ஏமாற்றி ஊருக்கு அழைத்து வந்து விட்டதற்காக அவரைப் பழிவாங்கியே தீரவேண்டும் என்று ஆத்திரம் வந்தது. அவனைப் பற்றி ஊருக்குள் இழிவாகப் பேசுகிறார்கள் என்று அவர் சொன்னது முழுப் பொய் என்றும் தோன்றவே அவனுடைய ஆத்திரம் பன்மடங்காகப் பெருகியது. அப்படி யாரும் பேசியதாகச் சான்று அகப்படவில்லை. அம்மா அவர் சொன்னது போல் 'மனசு ஒடைஞ் சிபோய்ப் பிரக்ஞையில்லாமல் கெடக்க'வில்லை. வேளாவேளைக்குச் சாப்பிட்டுக்கொண்டு உற்சாகமாகத் தான் இருந்தாள். மனைவியும் கவலைப்பட்டதாகத் தெரியவில்லை. கோபத்தினால் முகத்தைத் தூக்கிக் கொண்டும், நெருங்கிப் போனால் சீறி விழுந்து கொண்டும் இருந்தாளே

ஒழியக் கவலை என்பது அவளிடம் துளிக்கூட இல்லை. இப்படி ஒவ்வொன்றையும் நினைத்துக் குமுறிய வைத்தி, அன்றே எவனிடமாவது ஆயிரம் ரூபாய் கடன் வாங்கிக்கொண்டு ரயில் ஏறிவிடலாம் என்றும், அப்பா திரும்பவும் தன்னைத் தேடிச் சென்னைக்கு வரும்போது அவரிடம் பெருந்தொகையைக் கழற்றிவிட வேண்டும் என்றும் திட்டம் போட்டுக் கொண்டு தென்னந் தோப்பிலிருந்து திரும்பி வந்தான்.

கடன் வாங்கும் முயற்சியில் இறங்கியபோது தான் அப்பாவின் கை வரிசை அவனுக்குத் தெரியவந்தது. ஊரெல்லாம் சுற்றியும் ஒரு காசு பெயரவில்லை. "உனக்கு ஒரு பைசாகூடக் குடுக்கக்கூடாதுன்னு உங்க அப்பாவே சொல்லியிருக்கிறார். நான் எப்படிக் குடுப்பேன்?" என்றே ஒருவன் உண்மையை அம்பலப்படுத்தி விட்டான்.

சென்னையில் கிருஷ்ணசாமி ஐயருக்குத் தெரிந்த ஒரு வக்கீல் இருந்தார். பெரிய வக்கீல். அவரிடம் போய்ப் பணம் வாங்கிக் கொள்வதற்கு ரயிலில் வரும்போதே யோசித்து முடிவு கட்டிக் கொண்டான் வைத்தி. அதன் படி சென்னையில் இறங்கி ஹோட்டலில் அறை அமர்த்திக் குளித்துக் காபி சாப்பிட்டதும் நேரே மயிலாப்பூருக்குத் தான் போனான். சென்ற தடவை தன் தந்தை சென்னைக்கு வந்திருந்தபோது அந்த வக்கீலையும் பார்த்திருக் கிறார் என்பது அவர் சொன்னபோதுதான் அவனுக்குத் தூக்கி வாரிப் போட்டது. தன் குட்டையெல்லாம் வக்கீலிடம் அப்பா உடைத்திருப்பாரே, அவர் எப்படிப் பணம் கொடுப்பார் என்று அவன் மனம் பேதலித்த சமயத்தில் வக்கீல் கல்மிஷமில்லாமல் சொன்னார்.

"நீ மெட்ராஸிலே ஏதோ பிஸினஸ் ஆரம்பிக்கப் போறதா அப்பா சொன்னார். சந்தோஷம். அதுதான் சரி. காலமெல்லாம் விவசாயத்தை மட்டும் நம்பி இருக்க முடியாது. அந்தக் காலம் போயிட்டது. 'சிட்டி'க்கு வந்து ஏதாவது செஞ்சாத்தான் இனிமேலே நாலு காசைப் பார்க்க முடியும். உன் யோசனை நல்ல யோசனை."

வைத்திக்கு இந்த வார்த்தைகள் இரண்டு செவிகளிலும் தேனாகப் பாய்ந்தன, குடும்ப கௌரவத்தைக் காப்பாற்றிக்கொள்ளத் தன்னைப் பற்றி அப்பா பெருமையாகவே அவரிடம் சொல்லி யிருக்கிறார் என்பதைத் தெரிந்து கொண்டான்.

"உனக்கு ஏதாவது உதவி தேவைன்னா எப்போ வேணும்னாலும் என்னண்டை வரலாம்" என்றும் அவர் சொன்னார்.

அன்றே உதவி தேவைதான். அதற்காக உடனே கேட்டு விடக்கூடாது என்று அவ்வளவில் சந்திப்பை முடித்துக்கொண்டு வைத்தி விடைபெற்றுக் கொண்டான். கையில் கிடந்த ஒரு மோதிரத்தை விற்றான். சகாக்கள் சகிதம் ஒரு வாரம் பொழுதுபோக்கினான். அடுத்த வாரம் வக்கீலிடம் போய் ஆயிரம் ரூபாய்க்கு ஒரு செக் வாங்கிக்கொண்டு வந்துவிட்டான்.

ஊரில் கிருஷ்ணசாமி ஐயர் கவலைப்படாமல் மெத்தனமாக இருந்தார். கையில் காசில்லாமல் வீட்டைவிட்டு ஓடியவன் ஒரு நாள்

தானாகவே திரும்பி வந்து சேருவான் என்பது அவருடைய நம்பிக்கை. ஆனால் இந்த நம்பிக்கையை வைத்துக் கொண்டு பத்து நாட்களை மட்டுமே ஓட்ட முடிந்தது. அதற்குள் வீட்டில் எரிமலை வெடித்து விட்டது. மனைவியும், மருமகளும் பயங்கரமாகச் சண்டையைத் தொடங்கிவிட்டார்கள். மகனைத் திரும்பவும் அழைத்துக் கொண்டு வருவது அவருக்கு ஒரு ஜீவாதாரத் தேவை யாகவே ஆகிவிட்டது.

தன் மகனிடம் அன்பாக நடந்துகொள்ளாமல் சிடுசிடுத்துக் கொண்டு இருந்ததனாலேயே அவன் முன்பும் ஊரைவிட்டுப் போனான். இப்போதும் போய்விட்டான் என்று மருமகளைத் திட்டினாள் வைத்தியின் தாயார்.

மருமகளோ மாமனார், மாமியார் இருவரையுமே குற்றஞ் சாட்டினாள் தன் கணவனைச் சிறைக்கைதி மாதிரி அடக்கி ஒடுக்கி கேவலப் படுத்தியதால்தான் அவன் ஓடிவிட்டான் என்று அடித்துச் சொன்னாள் அவள்.

சண்டை ஓயவில்லை.

ஐயர் தடுத்துப் பார்த்தார். இருவருமே அவரை லட்சியம் செய்யவில்லை. ஐயர் சென்னைக்கு இரண்டாவது யாத்திரையை மேற்கொண்டார்.

மயிலாப்பூர் வக்கீலைப் பார்க்க அவர் வந்தபோது, பையன் ஆயிரம் ரூபாய் வாங்கிச் சென்ற விபரத்தை வக்கீல் சொன்னார் அப்புறம் வைத்தி தம்மிடம் வரவே இல்லை என்று சிறிது ஆச்சரியம் கலந்தும் சொன்னார்.

கிருஷ்ணசாமி ஐயருக்குக் கோபம் சிரசுமுட்டி விட்டது மகனுடைய யோக்கியதையை வெளிப்படையாக வக்கீலிடம் சொல்லி விட்டார். வக்கீலும் அதிர்ச்சிக்குள்ளாகி, "நிஜம்தானா?" என்று கேட்டார்.

"நிஜம்தான். இனி நயமா பேச்சிலே அவன் மயங்கமாட்டான். பயமுறுத்தித் தான் அவனை ஊருக்குக் கொண்டு போகணும்.

இருவரும் தீவிரமாக ஆலோசனை செய்தார்கள். வைத்தியைக் கொண்டு வந்து வைத்துக்கொண்டு ஒரு குறிப்பிட்ட விதமாக நாடகம் போடுவது என்று தீர்மானித்தார்கள். அதன் பிறகு கிருஷ்ணசாமி ஐயர் விடை பெற்றுக் கொண்டு வழக்கம்போல தாம் தங்குகின்ற சொந்தக்காரர் வீட்டுக்குப் போய்விட்டார்.

வைத்தியை நாலைந்து நாட்கள் தேடியும் கண்டு பிடிக்க முடியவில்லை. கடைசியில் அவனாகவே வந்து சிக்கினான். வக்கீலிடம் இரண்டாவது தடவையாகப் பணம் வாங்க வந்தான். உடனே அவர் பிடித்துக் கொண்டார். அவனுடைய அப்பா ஊரிலிருந்து வந்ததைச் சொல்லாமல், "வைத்தி! நீ என்னை ஏமாத்திப்பிடலாம்னு பார்த்தியா? நீ எப்படிப்பட்டவன் என்கிறது எனக்கு அப்புறம்தான் தெரிஞ்சுது. பிஸினஸுன்னு சொல்லி நீயும் உன் அப்பாவும் சேர்ந்து என்னை ஏமாத்திப்பிட்டீங்க. நானும் ஆயிரம் ரூபாயைக் குடுத்திட்டேன். நீ தகாத வழியிலே கத்தறேன்னு அப்புறம்தான் கேள்விப் பட்டேன். உன்னை

ஜெயிலுக்கு அனுப்பிச்சிடறது என்கிற முடிவிலே இருக்கிறேன் இப்போ. தெரிஞ்சதா? நீ என்ன சொல்றே? ஜெயிலுக்குப் போறயா? இல்லே, ஆயிரம் ரூபாய்க்கு வழி பண்ணிப்பிட்டு இத்தோடே தப்பிச்சுப் போயிடறயா?" என்று ஒரு தடவைகூட கண்களை இமைக்காமல் கூர்ந்து பார்த்துக் கொண்டு கேட்டார்.

வைத்திக்கும் கண் இமைக்கவில்லை. பயந்து விழித்தான். அப்படி யெல்லாம் ஒண்ணுமில்லை. பிஸினஸ் தான் பண்ணப்போறேன்" என்று இரண்டொரு வார்த்தைகள் சொல்லிப் பார்த்தான்.

"அனாவசியமாப் பேசாதே. பணத்துக்கு மட்டும் பதில் சொல்லு. இல்லை, போலீஸுக்குப் போன் பண்ணட்டுமா?"

வைத்தி கையைப் பிசைந்தான். தலையையும் குனிந்து கொண்டான்.

"டேய் வைத்தி! இங்கே என்னைப் பாருடா! உனக்கு இப்போ ஒரே ஒரு சான்ஸ் மட்டும் குடுக்கிறேன். உன்னாலே இப்போ குடுக்க முடியல்லே, யாரையாவது வந்து ஜாமீன் குடுக்கச் சொல்லு. உன்னை விட்டுடுறேன்" என்று சொல்லிவிட்டு, "இந்த ஊரிலே உங்க சொந்தக்காரர் ஒருவர் உண்டே- காந்தி நகர்லே. உங்க அப்பா கூட மெட்ராஸுக்கு வர்ரப்போ அங்கே தங்குவாரே?... அவர் உனக்காக ஜாமீன் குடுப்பாரா?"

"தெரியாது" என்றான் வைத்தி.

"சரி, நானே அவரைக் கேட்டுப் பார்க்கிறேன்" என்று சொல்லி விட்டு வக்கீல் உடனே போன் பண்ணினார்.

"வைத்தீஸ்வரன் கோவில் கிருஷ்ணசாமி ஐயருக்குச் சொந்தக் காரர் வீடுதானே?" என்று கேட்டார்.

"ஆமாம், என்ன வேணும்? அவரே வந்திருக்கிறார். இங்கேதான் இருக்கிறார். நீங்க யார்?"

"அவரோட வக்கீல், அவரையே கூப்பிடுங்கோ" என்று சொல்லி விட்டுப் போனைக் கையால் பொத்திக் கொண்டு, "வைத்தி! உங்க அப்பாவே வந்திருக்கிறாராம்" என்று சொல்லி விட்டுப் போனில் தொடர்ந்து பேசினார்.

"நீங்க உடனே பொறப்பட்டு வரணும்" என்று சொல்லிவிட்டு வக்கீல் போனைக் கீழே வைத்தார். "உங்க ரெண்டு பேரையுமே நான் லேசிலே விடப்போறதில்லை" என்று சொல்லி வைத்தியை அதிர்ச்சி நிலையிலேயே வைத்தார். கிருஷ்ணசாமி ஐயர் டாக்ஸியில் ஓடி வந்தார்.

வக்கீல் பயமுறுத்தத் தொடங்கினார்.

ஐயர் பயப்படத் தொடங்கினார்.

மகனைப் பார்த்துத் தலையில் அடித்துக் கொண்டு, "என்னை இவ்வளவு கேவலத்துக்கு ஆளாக்கிட்டாயேடா, பாவி, நீ பிள்ளை தானா?" என்று கூச்சல் போட்டார் தந்தை.

"பணத்துக்கு என்ன வழி? அதைச் சொல்லுங்கோ. அனாவசிய மாக் கூச்சல் போட்டுப் பொழுதைப் போக்க வேண்டாம். எனக்கு வேலை இருக்கு" என்று வக்கீல் சொன்னார்.

கிருஷ்ணசாமி ஐயர் தம் குமாரனைப் பார்த்து "நான் முடிவாச் சொல்றேன். நீ இப்பவே என்னோடே ஊருக்கு வர்றதா இருந்தா இந்த இடத்திலேயே ஆயிரம் ரூபாயைக் குடுத்துடுறேன். இல்லே, நீ ஜெயிலுக்குத் தான் போகணும்னா, போ. எக்கேடு கெட்டும் போ. என் மூஞ்சியிலே முழிக்காதே. நான் பொறப்படுறேன்" என்று சொல்லிவிட்டு வெளியே வாசலைப் பார்த்து நடைபோட்டார். வைத்தி அவரைப் பின் தொடர முயன்றான். வக்கீல் டிரைவரைக் கூப்பிட்டு, "இவனை வெளியே விடாதே. உள்ளே இழுத்துக் கொண்டா" என்று உத்தரவு போட்டார். வைத்திதானாகவே திரும்பி விட்டான். எட்ட நின்று வேடிக்கை பார்த்தார் கிருஷ்ணசாமி ஐயர்.

"நான் ஊருக்கே போயிடுறேன். அப்பா பணம் குடுப்பார்" என்று வைத்தி சொன்னான்.

ஐயரும் உடனே வந்து, "நான் ஊருக்குப் போய்ப் பணம் அனுப்புறேன்" என்று வக்கீலிடம் சொல்லி அவருடைய சம்மதத்தை யும் பெற்றுக்கொண்டு மகனைத் தள்ளிக்கொண்டு வந்தார்.

ஐயரின் இரண்டாவது யாத்திரை இந்த விதமாகப் பூர்த்தியா யிற்று.

ஊர் திரும்பிய வைத்தி அப்புறம் ஒரு வருஷம் வரையில் அங்கேயே தான் இருந்தான் ஐயர் எதிர்பார்த்தபடி அவன் திரும்பி வந்த பிறகு வீட்டில் மாமியார் - மருகள் சண்டை நின்று விட வில்லை, பகைமை ஒரு தடவை முளைத்து விட்டால் அப்புறம் அதை அவ்வளவு எளிதில் கிள்ளிப்போட்டுவிட முடிகிறதா? தொட்டதற்கெல்லாம் வீட்டில் போராட்டமும் கூச்சலுமாக இருந்தது. இது ஊரெல்லாம் பிரசித்தியும் ஆகிவிட்டது. தெருவழி நடமாடுவதே ஐயருக்குக் கஷ்டமாக இருந்தது. அவருக்கு வீடும் பிடிக்கவில்லை. ஊரும் பிடிக்க வில்லை. எங்காவது ஓடிப்போய்க் கவலைகளை யெல்லாம் மறந்து நிம்மதியாக இருக்கமாட்டோமா என்று தவித்தார். அவருக்கே அப்படி யென்றால் வைத்தியின் நிலை எப்படி இருக்கும் என்பதைச் சொல்ல வேண்டியதில்லை.

அடுத்த வருஷமே அவன் முன்போல் ஓடிவிட்டான். அதே சமயத்தில் வீட்டிலிருந்த பதினாயிரம் ரூபாய் நகைகளுமே மறைந்து விட்டன.

சென்னைக்கு வந்த வைத்தி பழைய சகாக்களோடு சேர்ந்து 'பிஸினஸ்' பண்ணிக்கொண்டிருந்தான். அந்தச் சமயத்தில்தான் கோபமாகவும் வைராக்கியமாகவும் சபதம் போட்டுக்கொண்டு, சென்னைக்கு வந்தார் கிருஷ்ணாசாமி ஐயர். வழக்கம்போல் சொந்தக்காரரின் வீட்டில் போய்த் தங்குவதற்கு வெட்கப்பட்டு, முதலாவது யாத்திரையின்

போது மகனைச் சந்தித்த அதே ஹோட்டலில் ஓர் அறை பிடித்துத் தங்கினார். ஹோட்டல் ஜாகை அவருக்குப் புது அனுபவம்; அதுதான் முதல் தடவை.

2

கோடம்பாக்கம் குமாரியின் வீட்டில் மூளைக்குச் சுறுசுறுப்பை உண்டு பண்ணுவதற்காகக் குடிக்கத் தொடங்கிய வைத்தி, அப்புறம் மனச்சிக்கலை மறப்பதற்காக மேலும் மேலும் குடித்தான். அப்பாவின் முதல் யாத்திரையைப் பற்றி முழுக்கச் சிந்தித்து முடியவில்லை. பாதி வரையில்தான் நினைவுபடுத்திப் பார்க்க முடிந்தது. அதற்குள் உலகமே மறந்துவிட்டது. கட்டிய உடையைப் பற்றிய பிரக்ஞைகூட இல்லாமல் போய்விட்டது. குறட்டைவிட ஆரம்பித்து விட்டான்.

மறுநாள் காலையில் குமாரி எழுப்பிய பிறகுதான் எழுந்தான். "பெட்காபி" குடிக்கும் போது மணி பத்து. மூளை கொஞ்சம் தெளிவடைந்தது. உடனே அப்பாவின் சென்னை விஜயமும் ஞாபகத் திற்கு வந்தது.

'என்ன செய்யலாம்?' என்று வைத்தி யோசித்தான். வெகு நேரம் யோசித்த பிறகு, இது என்ன பிரமாதம்! இவ்வளவு தூரம் யோசிப்பானேன்?

அன்று மாலை வழக்கம்போல் அவனுடைய தோழர்கள் வந்தார்கள். மூவரும் குமாரியும் சேர்ந்து குடித்தார்கள். தோழர்கள் கையில் பத்துப் பத்து ரூபாயைத் திணித்துவிட்டு குமாரியோடு கடற்கரைக்கு டாக்ஸியில் கிளம்பிவிட்டான் வைத்தி.

அஞ்ஞாதவாசம் வெற்றிகரமாகவே நடைபெற்றுக்கொண்டு வந்தது. ஒவ்வொரு நாளும் இரவில் அவன் படுக்கும்போது, 'அப்பாவிடம் அகப் பட்டுக் கொள்ளவில்லை. நான்தான் வெற்றி பெற்றேன்" என்று நினைத்துக் கொண்டே படுப்பான்.

ஏறக்குறைய இரண்டு மாதங்கள் கழிந்து விட்டன. பிறகு அஞ் ஞாத வாசம் அனாவசியம் என்று அதைக் கைவிடத் தீர்மானித்தான் வைத்தி.

இவ்வளவு காலமும் அப்பா சென்னையில் தங்கியிருக்க மாட்டார். சீனு சொன்னதுபோலச் சொத்துக்களைத் தர்மத்திற்கு எழுதி வைத்துவிட்டுக் காசிக்குப் போயிருக்கவும் மாட்டார். அவருக்கு இருக்கிற பண ஆசைக்கு அவர் காசிக்குப் போவதாவது! சீனு கயிறு திரித்துப் பார்த்திருக்கிறான்! நானா நம்புகிறவன்! அப்பாவின் குணம் எனக்குத் தெரியுமா? அவனுக்குத் தெரியுமா? அவர் ஊருக்கே திரும்பிப் போயிருப்பார். இனி எதற்கு நான் தலை மறைவாகத் திரிவது– திருடனைப்போல. அனாவசியம்...'

அப்புறம் குமாரியோடு பகிரங்கமாகவே ஊர் சுற்றினான்.

3

மூன்று மாதங்களும் ஆகிவிட்டன. ஒருநாள் சாயங்காலம் ஆறு மணி இருக்கும். வெளியே போவதற்குக் குமாரி தயாராகிக் கொண்டிருந்தாள். வைத்தி அவளுக்காகக் காத்துக்கொண்டு ஒரு நாற்காலியில் உட்கார்ந்திருந்தான். டிரான்சிஸ்டரில் சினிமாப் பாட்டுக் கேட்கத் தொடங்கியது. கையாலும் தலையாலும், உடம்பாலுமே தாளம் போட்டு ரசித்துக் கொண்டிருந்தான் அவன். அப்போது குமாரி பகட்டான உடையுடன் சினிமா- நாகரிகக் கோலத்தில் எதிரே வந்தாள். சினிமாப் பாட்டின் இசையும், அவளுடைய கோலமும் சேர்ந்து வைத்தியை அப்படியே தூக்கி அந்தரத்தில் பறக்கவிட்டன. ஓடிப்போன் அவளைப் பிடித்துக் கொண்டு சினிமாப் பாட்டுக்கு இசைய நாட்டியம் ஆடத் தொடங்கிவிட்டான். முதலில் மறுத்தாலும் பிறகு அவளும் அவனோடு சேர்ந்து ஆடினாள்.

இந்தக் கும்மாளம் ஒரு ஐந்து நிமிஷம்கூட நீடிக்கவில்லை. திடீரென்று அவனுடைய சகாக்கள் இருவரும் எதிர்பாராத விதமாக வந்து வாசற்கதவைத் தட்டினார்கள்.

வைத்தி உள்ளுக்குள் கடிந்துகொண்டே போய்க் கதவைத் திறந்தான்.

குமாரியின் கோலத்தப் பார்த்ததும், "அண்ணா, எங்கே படத்துக்கோ?" என்று கேட்டான் ஒருவன்.

அவன் கேட்டு வாய் மூடுமுன் மற்றொருவன் "அண்ணா சமாச்சாரம் தெரியுமோ?" என்றான்.

"என்ன சமாச்சாரம்?" என்று எரிச்சலோடு கேட்டான் வைத்தி.

"உங்க அப்பா இன்னும் மெட்ராஸிலேதான் இருக்கிறாராம்!"

வைத்திக்கு உள்ளுக்குள் ஒரு சிறு அதிர்ச்சி ஏற்பட்டது. அவன் நம்பவில்லை.

"இத்தனை நாளாயுமா மெட்ராஸிலேயே இருந்துண்டிருக்கிறார்! உம்?"

"அண்ணா! அவர் மெட்ராஸிலேயே இருக்கிறார் என்கிறது பெரிய விஷயமில்லை..." என்று அவன் சொல்லிக் கொண்டிருக்கும் போதே மற்றொருவன். "எவளோ ஒருத்தியைச் சேர்த்துண்டு ஊர் சுத்துறாராம்... நீங்க முன்னே இருந்த ஹோட்டலேதான் ஜாகையாம்... குடிவேறே" என்றான்.

ஒன்றன்பின் ஒன்றாக இப்படிக் குண்டுகள் வெடிக்கவே வைத்திக்குக் கைகால் ஆடியது. அதைக் காட்டிக் கொள்ளாமல், "என்ன கதை இது? யார் கட்டிவிட்டா இப்படி?" என்று எகத்தாள மாகக் கேட்டான்.

"அண்ணா, எல்லாம் நம்ப வெங்குப் பயல் வேலை."

"அவன் போய் வலியச் சிநேகம் பண்ணி அவரை இப்படிக் கெடுத்திருக்கிறான். அவன் எப்பேர்ப்பட்ட எமகாதகன் என்கிறது உங்களுக்குத் தெரியாதா என்ன? இவரை விட்டு வைப்பானா?"

வெங்குவின் பெயரைக் கேட்டதும் வைத்திக்குச் செய்தியை நம்ப முடியவில்லை. அவன்தான் வைத்திக்கு முதன் முதலில் ஒவ்வொரு புதுப் பழக்கத்தையும் உண்டு பண்ணி விட்டவன்.

"அண்ணா! அவன் உங்க தங்கச்சங்கிலியை மோசம் பண்ணினான்; உங்க பணத்தையும் மோசம் பண்ணினான். உங்க அப்பா பணத்தையும் இதுக்குள்ளே எவ்வளவு மோசம் பண்ணி யிருக்கிறானோ...?

"போதும்..." என்று சொல்லிவிட்டு வைத்தி தலை குனிந்தான்; சோபாவில் உட்கார்ந்தான். சிறிது யோசனை செய்துவிட்டு, "உங்களுக்கு யார் சொன்னது?" என்று கேட்டான்.

"கேள்விப்பட்டோம். எங்களுக்குச் சொன்னவன் பேரைச் சொன்னா உங்களுக்குத் தெரியாது. நீங்க அவனைப் பார்த்ததில்லை."

"ஹோட்டலுக்கே போய்ப் பார்த்துட்டு வந்துடுங்களேன்" என்று சொல்லி இருவரையும் அனுப்பினான் வைத்தி.

வைத்திக்கு ஒரே ஓர் சந்தேகம். அப்பா தன்னைச் சிக்க வைப்பதற்கு இப்படி ஒரு வலை வீசுகிறாரோ என்று. அதைக் குமாரியிடமும் சொன்னான். "வலியப்போய் மாட்டிக்கக் கூடாது!" என்று சொல்லிவிட்டு இலேசாகச் சிரித்தாள்.

வைத்தி அனுப்பிய தூதர்கள் வாயுவேக மனோவேகத்தில் போய், அதே வேகத்திலேயே திரும்பியும் வந்தார்கள். வைத்தி எழுந்து நின்று அவர்களை வரவேற்றான்.

"அண்ணா! அவ்வளவும் நிஜம்தான். ஒண்ணுகூடப் பொய் யில்லை. ஹோட்டல் மாடியிலேருந்து அவரும் அவளுமா எறங்கி வந்தததைக் கண்ணாரப் பார்த்தோம்... அது அவர்தான்னு மத்தவா கிட்டே விசாரிச்சும் தெரிஞ்சுண்டோம்."

வைத்திக்கு அத்தனை நாடிகளும் ஒடுங்கி விட்டன. மூச்சுப் பேச்சில்லை.

"உங்க அப்பா உங்களைவிட வாலிபமா இருக்கிறார் அண்ணா!' என்று ஒருவன் தன் ஆச்சரியத்தை வெளியிட்டான்.

"சும்மா இரு; எனக்கு மானம் போறது" என்று சொல்லிவிட்டு வைத்தி எழுந்து மற்றொரு அறைக்குள் போய் உட்கார்ந்தான். தொடர்ந்து வந்த குமாரியையும் அவன் கவனிக்கவில்லை.

அவஸ்தையைச் சிறிது நேரம் அனுபவித்தான்; அப்புறம் அதைத் தாங்கிக் கொள்ளவும் முடிந்தது. ஆனால் அவமானத்தை மட்டும் தாங்கிக் கொள்ளவே முடியவில்லை, அவனுக்கு அம்மாவின் நினைவு வந்தது. அப்போது அவனுக்கு அப்பா அப்பா மாதிரி தோன்றவில்லை. தன் தாயின் கற்பைச் சூறையாடிய ஒரு பாதகனைப் போலவே தோன்றினார். 'அவர் இந்தக் கண்களால்தானே என் மனைவியையுமே பார்த்திருப்பார்? இந்த வயசுக்கு மேல் இப்படி நடந்து கொள்கிற ஒருவர்' ஓர் இளம் பெண்ணை வேறு எப்படிப் பார்த்திருக்க முடியும்?

அவள் மருமகளாகத்தான் இருக்கட்டுமே...?

வைத்திக்கு அவமானத்தோடு வெறியும் சேர்ந்து கொண்டது. எழுந்து வேகமாக வெளியே வந்தான். யாரிடமும் எதுவும் பேசாமல் தெருவுக்கு போய் ஒரு டாக்ஸியைப் பிடித்துக்கொண்டு பறந்து விட்டான்.

"எங்கே போனார்?" என்று கேட்டாள் குமாரி.

"அவருக்கு மானம் போயிட்டதாம்!"

"அப்பா ஏன்? இப்படி ஆயிட்டாரேன்னு! திடீர்னு யோக்கியரா யிட்டார்! இவர் செய்றதைத்தானே அவரும் செய்றார்! இதிலே மானம் எதுக்காகப் போகணும்? மகா யோக்கியர்!"

"அப்பா மனசை எப்படி மாத்துறாருன்னு பார்ப்பமே? என்று ஒருவன் சொன்னான்.

"அப்பா மனசை இவன் மாத்துறதாவது! நடக்கிற காரியமா? இனிமே நடக்கப்போறது என்ன தெரியுமா? அப்பாவையும் பிள்ளை யையும் வெங்குப் பயர்ல ஒரே கயித்திலே கட்டி இழுக்கப் போறான்! அவன் வலையிலே இவன் திரும்பவும் விழப்போயிட்டான்- நம்ப பிழைப்பிலே மண்ணடிச்சுட்டு."

இதைக் கேட்டதும் குமாரி கொதித்து எழுந்தாள். மற்றொருவ னுக்கும் ஆத்திரம் தாங்கவில்லை. அவன் உடனே மார் தட்டிக் கொண்டு, "இந்த வெங்குப் பயலைத் தொலைக்கலேன்னா நான் மனுஷனே இல்லை" என்று கர்ஜித்தான்.

"அந்த ஹோட்டலுக்கு நான் இப்பவே போறேன்" என்று அவசரப் பட்டாள் குமாரி.

"கொஞ்சம் பொறு. ஏன் அவசரப்படுறே?" என்று ஒருவன் தடுத்தான். அவளையும் வெங்கு ஆசை காட்டித் தன் பக்கம் இழுத்துக் கொள்வானோ என்று பயம்.

ஒரு மணி நேரம் பார்ப்போம். போனவன் திரும்பி வரல்லே, பெரிசா ஒரு பிளானைப் போடுவோம். சும்மா ஆத்திரப்பட்டு ஓடி என்ன பிரயோஜனம்? அங்கே போய் ரணகளம் பண்ணினா, வெங்குப் பயல் போலீஸைக் கொண்டு வந்துடுவான்."

4

ஹோட்டல் அறையில் அப்போது கிருஷ்ணசாமி ஐயர் இல்லை. அவருக்காகக் காத்துக்கொண்டு ஒரு நாற்காலியில் உட்கார்ந்திருந்தான் வைத்தி.

"வெட்கக்கேடு! அவர் முகத்தில் எப்படி விழிப்பேன்?"

எங்காவது கல்லில் போய் முட்டிக் கொண்டு அழலாம் போல் இருந்தது.

ஒரு மணி நேரத்திற்குப் பிறகு அபபா வந்து சேர்ந்தார். அவரோடு வேறு யாரும் வரவில்லை. சீமைச் சாராய வாடைதான் வந்தது. மகனைப் பார்த்து அவர் ஒரு வார்த்தை பேசவில்லை. ஒரு தடவை விழித்துக் கூர்ந்து பார்த்தார். அத்தோடு மாடிக்குப் போய் விட்டார்.

பின் தொடர்ந்து சென்ற வைத்தி, அவர் அறைக்குள் நுழைந்ததும் ஒரே பாய்ச்சலாகப் பாய்ந்து காலில் விழுந்தான்.

“யார் நீ?” என்று அவர் காலை நகர்த்தினார்.

“அப்பா! அப்பா! அப்பா!” -ஹோட்டலே அலறும்படியாக வைத்தி கதறினான்.

அவர் ஒரு நாற்காலியில் உட்கார்ந்து கொண்டு, “போடா வெளியே!” என்று சினந்தார்.

“அப்பா!... என்னைக் குத்திக் கொன்னுடுங்கோ...”

அவர் சிரித்தார்.

“உனக்காக நான் ஏண்டா சாகணும்? இது வரைக்கும் செத்தது போதும்டா? உன்னைக் கொல்வானேன். அப்புறம் தூக்கிலே போய்த் தொங்குவானேன்?”

“அப்பா! எனக்குத் தண்டனையா இது? இந்த வயசிலே நீங்க இப்படி...”

“என் வயசுக்கு என்னடா?” என்று சொல்லிவிட்டுப் பலமாகச் சிரித்தார்.” எனக்கும் வயசுதாண்டா!” என்று பெருமிதமாகச் சொன்னார்.

அப்பா நிதானத்தில் இல்லை என்பது தெரிந்தது. அவருடைய மனசை எப்படித் திருப்புவது என்று தெரியவில்லை. திரும்பவும் அவர் கால்களில் விழுந்து ‘கோ’ வென்று அழுதான் வைத்தி.

அவர் எழுந்து அவனை அப்படியே பெயர்த்துத் தூக்கி அறைக்கு வெளியே தள்ளினார்; கதவைத் தாளிட்டுக் கொண்டு குடிக்க ஆரம்பித்து விட்டார்.

62

தன்னையறிந்தவர்

நான் யார்? அதாவது "நான்" என்பது யார்? இந்தச் சாதாரணக் கேள்விக்கு அல்லது சதாரணமாகத் தோன்றும் கேள்விக்கு- வெங்கடாசல முதலித் தெரு ஸ்ரீமுருக பக்தஜன சபையில் மறைதிரு பழனிவேலனார் சுமார் ஒரு மணி நேரம் வரை விளக்கம் சொன்னார். எவ்வளவோ கவனமாக ஒரு வார்த்தைவிடாமல் செவி கொடுத்துக் கேட்டும் சுந்தரத்திற்கு "நான்" என்பது விளங்கிவிடவில்லை. அதற்காக அவன் அவ்வளவாகக் கவலைப்படவுமில்லை. ஏன்? நான் யார் என்பது தெரியாவிட்டால் ஆபீஸ் சம்பளத்தில் சல்லிக்காசு குறையப்போகிறதோ? தெரிந்து விட்டால் அதற்காக எவனும் உத்தியோக உயர்வு கொடுத்துவிடப் போகிறானோ? இரண்டும் இல்லை. எனவே இது ஒரு காரணம். அடுத்த இரண்டாவது காரணம், பெரிய பெரிய முனிவர்களே 'நான் யார்' என்பதை அறிய அரும்பாடுபட்டு, கடைசியில் லட்சத்தில் ஒருவரைத் தவிர மற்றவர்களெல்லாம் தோல்வியே அடைந்தார்கள் என்று மறைத்திரு பழனிவேலனார் ஆதாரபூர்வமாகச் சொன்னதே ஆகும். ராமலிங்க வள்ளலாரே தன்னையறிந்தின்பம் உற ஒரு தந்திரம் சொல்ல வேண்டும் என்று பிரார்த்தித்தாராம்.

'சரிதான்! இது இவ்வளவு பெரிய காரியமா இருக்கும் போது நம்மைப் போல ஆசாமிகள் எந்தக் காலத்தில் தன்னையறிந்து எந்தக் காலத்தில் இன்புறப் போகிறோம்?" என்று சொல்லிக் கொண்டே சுந்தரம், திடீரென்று ஏதோ நினைவுக்கு வந்தது போல்,'என்ன அது? தன்னையறிந்து இன்பமும் உறுவதா? அது எப்படி? தன்னை அறிந்துவிட்டால் இன்பம் உண்டாவது எப்படி?' என்று தனக்குத்தானே ஒரு சந்தேகத்தைக் கிளப்பிக் கொண்டான். மறைதிரு பழனிவேலனாரின் மீதிச் சொற்பொழிவில் தனக்கு விளக்கம் கிடைக்கும் என்று எதிர்பார்த்தான்.

'தன்னை அறிந்தவனே மகாஞானி, அவனே ஆண்டவனையும் அறிந்தவன். அப்புறம்அவனே ஆண்டவன். அவன் அறியாத ஒன்று அப்புறம் இருக்க முடியாது. இதுவே அறிவின் உச்சநிலை; ஆனந்தத்தின் உச்சநிலை; எனவே இன்பத்தின் உச்சநிலை, என்று சொற்பொழிவாளர் சொல்லியும் சுந்தரத்திற்கு அது உண்மையாகத் தான் இருக்க வேண்டும் என்று உறுதியாக நம்பத் தோன்றவில்லை. தன்னை அறிவதற்கும் இன்பத்திற்கும் என்ன சம்பந்தம் என்ற அவனுடைய சந்தேகம் தீரவில்லை. கூட்டம் முடிந்து வீடு திரும்பும்போது இதைப் பற்றிச் சிறிது ஆராய்ந்து பார்த்தான். அலுப்புத் தட்டியது; மூளையும்

அனாவசியமாகக் குழம்பியது. 'இந்த எழவெல்லாம் நமக்கு எதுக்கு? விடிஞ்சா ஆபீசுக்குப் போகணும். தன்னையறியவில்லையேன்னு எவன் கவலைப்பட்டுக் கிட்டிருக்கிறான்?' என்று ஆராய்ச்சியைக் கைவிட்டான். சொற்பொழிவில் கேட்ட அரிய விஷயங்களோ அறவே மறந்து விட்டன. 'இது தெரிந்ததுதானே? மகாமேதாவிகள் பேசும்போது கேட்பதற்கு நன்றாக இருக்கும்; பிரமிப்பாகவும் இருக்கும். கேட்டுவிட்டு வெளியே வந்தால் என்ன பேசினார் என்று யாருக்கும் தெரியாது' என்னவோ, ஒன்றரை மணி நேரம் நன்றாகப் பொழுது போயிற்று என்ற ஒரு திருப்தியும், சொற்பொழிவில் திரும்பத் திரும்பக் கேட்ட "தன்னையறிந்தின்பம் உற வெண்ணிலாவே- ஒரு. தந்திரம் நீ சொல்ல வேண்டும் வெண்ணிலவே" என்று பாடல் வரிகளுமே ஞாபகத்தில் எஞ்சி நின்றன. வாய்க்குள்ளே அந்தப் பாடலை முனகிக் கொண்டு வீடு வந்து சேர்ந்தான். அப்போது மணி ஒன்பதேகால்.

வீட்டின் முன் போர்ஷன் வேதாசல முதலியாரின் குடித்தனப் பகுதி. அவரும் அவர் மனைவியும்; ஊருக்குள்ளேயே வானப்பிரஸ்த வாழ்க்கை. பிள்ளைகள் பெண்களுக்கெல்லாம் கல்யாணமாகி எங்கெங்கோ சௌக்கியமாக வாழ்ந்து கொண்டிருக்கிறார்கள். இந்த வயோதிக்கத் தம்பதிகள் பாங்கில் நிறையப் பணம் போட்டு வைத்திருக்கும், சொந்தத்தில் ஒரு பெரிய வீடு கட்டி வைத்திருந்தும், பென்ஷனை மட்டும் வைத்துக்கொண்டு இந்த வாடகைப் போர்ஷனில் இருபத்தைந்து ஆண்டுகளாக வாழ்ந்து வருகிறார்கள். இது ஆகிவந்த வீடு என்பது புறக்காரணமே ஒழிய, 'இது நமக்குப் போதும்' என்ற சிக்கனம்தான் அகக்காரணம், அதாவது அசல் காரணமாகும்... வாடகை நாற்பது ரூபாய். இப்போது காலிப் பண்ணினால் நூற்றிருபதுக்குக் குறையாமல் வாடகை வரும்.

இந்தப் போர்ஷனைக் கடந்தான் சுந்தரம். இரண்டாவது போர்ஷன்- நடுப் போர்ஷன் சம்பந்தம் பத்தாண்டுகளாக இல்லறம் நடத்தும் பகுதி. அவர் -வயது நாற்பத்து மூன்று; பிள்ளைகள் மூன்று; சம்பளம் இருநூற்றைம்பது; கடன் பாக்கி.... அது அவருக்கே தெரியாது; வாடகை ஐம்பத்தேழு (மின்சாரக் கட்டணம் நீங்கலாக) -பி டபிள்யூ டீ குமாஸ்தா. இக்கால வழக்கில் பொதுப் பணித்துறை எழுத்தர்.

இந்தப் போர்ஷனைக் கடந்து, தான் குடியிருக்கும் பின் கடைசிப் பகுதிக்குச் சுதந்தரம் நடந்து செல்லும் போது, உள்ளே விளக்கு எரிவதைக் கவனித்தான் 'ஐயோ, அம்மா' என்ற முனகல் கேட்டது; பரபரப்பு மிகுந்த ஒரு அமைதி அந்த நான்கு சுவர்களுக்குள்ளே கிடந்து குமைந்து கொண்டிருந்தது. சுந்தரத்தின் உள்ளத்தில் ஒலித்துக் கொண்டிருந்த 'தன்னையறிந்தின்பமுறு' பாட்டு அந்த இடத்திலேயே நின்றுவிட்டது. அவன் சிரித்துக் கொண்டான். இப்படியெல்லாம் வாழ்க்கை நடக்கிறது!

இதிலே எவனுக்குத் தன்னையறிவதைப் பற்றிக் கவலை? இது தெரிந்து தான் இந்தமாதிரி பிரசங்களுக்கெல்லாம் ஒருநாள் கூடச் சம்பந்தம் போகாமல் இருக்கிறார்!

சுந்தரம் தன் போர்ஷனுக்குப் போய் கதவை இலேசாகத் தட்டினான். கதவைத் திறந்த நாமகிரி "ஏன் இவ்வளவு நேரம்?" என்று கேட்டாள்.

பதில் சொல்லாமல் உள்ளே நுழைந்த சுந்தரம் வாய்க்குள்ளேயே ரகசியமாக 'டிராமா ஆரம்பமாயிட்டது போல் இருக்கே!" என்று சொல்லிவிட்டு இலேசாகச் சிரித்தான்.

"என்ன டிராமா?"

பக்கத்து வீட்டுத் திசையை விரலால் கட்டிக்காட்டி, "அம்மா வோட டிராமாதான் எத்தனை மணிக்கு ஆரம்பம்" என்று கேட்டான் அவன்.

"சரியாக மாலை ஆறுமணி, பதினஞ்சு நிமிஷத்துக்கு அவர் ஆறுமணி முப்பத்தஞ்சு நிமிஷத்துக்கு வந்தார். வழக்கம் போல்தான்!

"என்ன ஆச்சரியமா இருக்கு இது! அவர்வர்ற நேரம் இந்த அம்மாளுக்கு ஞானதிருஷ்டயிலே தெரிஞ்சி போயிடுதா? சரியாக் கால்மணி இல்லேன்னா அரைமணி நேரத்துக்கு முன்னாலே தானே இந்தத் தலைவலி ஆரம்பமாகுது! காலையிலேயோ மத்தியானத்தி லேயோ ஆரம்பமாக மாட்டேங்குதே! உம்? இது என்ன அதிசயம்னு கேட்கிறேன். இந்த அம்மாளுக்கு இப்படி ஞானதிருஷ்டி எப்படிக் கெடைச்சது? வெறும் திருஷ்டியே பத்தாமல் சோடாபாட்டில் தூளிலே கண்ணாடி செஞ்சிப் போட்டுண்டு இருக்கிறாளே! இந்த அம்மாள் தன்னையறிஞ்சிட்டாளோ, ஒருவேளை?"

நாமகிரி வாய்விட்டு அழகாகச் சிரித்தாள். "போதும் சாப்பிடுங்கோ" என்று சொல்லி விட்டுத் தட்டை எடுத்து வைத்தாள்.

பேச்சைத் தொடரச் சுந்தரம் முயன்ற போது "பகலிலே பக்கம் பார்த்துப் பேசணும் ராத்திரிலே அதுவும் பேசக்கூடாதுன்னு சொல்வாங்க! நமக்கு வேண்டாம் வம்பு-சாப்பிடுங்கோ' என்று சொல்லி விட்டுச் சப்பாத்தி குருமாவை நாமகிரி எடுத்து வைத்தாள்.

சுந்தரம் சாப்பிட்டுக் கொண்டே, "இன்னிக்கிப் பக்கத்துத் தெருவிலே ஒரு பிரசங்கம். மறைத்திரு பழனி வேலனார் பேசினார்..." என்றான்.

"என்னையும் கூட்டிக்கிட்டுப் போயிருக்கப்படாதோ? ரொம்ப நல்லாப் பேசுவாரே!..."

"ரொம்ப நல்லாத்தான் பேசினார். வழக்கம் போல என்ன பேசினார் என்கிறது இப்போ மறந்து போச்சு! 'நான் யார்' என்கிறதைப் பத்தி மனுஷன் சொன்னார் பாரு, என்னென்னு சொல்றது?"

"நான் யார்?"

"ஆமா. அதாவது நான் என்கிறது யாரு?"

"இது என்ன பிரசங்கம்? இவரு யாருன்னு இவருக்கே ஏன் தெரியாமல் போயிட்டுது- திடுதிப்புன்னு!..."

நாமகிரி உரக்கச் சிரித்தாள்.

"நீ சிரிக்கிறே! உனக்கு என்ன தெரியும்? நான் யாருன்னு தெரிஞ் சிட்டா அப்புறம் அவன் தான் மகாஞானியாம்..."

இந்தச் சமயம் பார்த்து "சார் சார்" என்று சம்பந்தம் கதவைத் தட்டினார்.

"நாமகிரி! கததைத் தொற."

அவள் எழுந்து போய்க் கதவைத் திறந்தாள்.

சம்பந்தத்தின் உடம்பெல்லாம் வேர்த்திருந்தது; உச்சியிலிருந்து உள்ளங்கால் வரை ஒரு படபடப்பு. முகத்திலே ஒரு பீதி; கண்களிலே ஒரு மிரட்சி. வந்ததும் வராததுமாக, "சார், உங்களண்டே ஓ-டி-கொலோன் இருக்குமா?" என்று கேட்டார்.

"இல்லையே சார். ஏன்? எதுக்கு?" என்று கேட்டான் சுந்தரம்.

"அவளுக்கு உடம்பெல்லாம் வலி..."

"தலைவலின்னு சொனனா நாமகிரி..."

"அப்புறம் ஜொரம் வந்து ஒடம்பெல்லாம் முறிச்செடுக்குது. கால் ஜில்லுன்னு குளுந்திருக்கு, ஓடீ- கொலோனை நனைச்சி நெத்தியிலே போட்டுட்டு. காலிலேயும் தேய்க்கணும்."

"அட பாவமே, இங்கே இல்லையே, சார் நாங்க வாங்குறதும் இல்லை."

"பரவாயில்லை... கடைக்குத்தான் போகணும். ஓங்களைச் சாப்பாட்டு வேளையிலே வந்து தொந்தரவு பண்ணிட்டேன்..."

"அதெல்லாம் ஒண்ணுமில்லை."

"எக்ஸ்க்யூஸ்மி" என்று சொல்லிவிட்டுச் சம்பந்தம் திரும்பினார்.

அவர் போனதும் கதவை அடைத்துவிட்டுக் காலைப் பொத்திப் பொத்தி நடந்து வந்த நாமகிரி, "அப்பவே சொன்னேனே, சரியாப் போயிட்டுதா? பகலிலே பக்கம் பார்த்துப் பேசணும்..." என்றாள்?"

"அது சரி. ஆனா நம்ப என்னத்தைப் பேசிப்பிட்டோம்!... மனுஷன் ஒரு பாட்டில் வாங்கி வச்சிட்டால் என்ன?

"எத்தனை பாட்டில் வாங்குறது? வீடெல்லாம் அந்தப் பாட்டில் தான். இப்போ தேதி இருபத்துமூணு. இப்போ ரெண்டேகாலணா குடுத்தே வாங்க முடியாது. அந்தப் பாட்டில் ரெண்டேகால் ரூபாயாமே."

"அதுவும் சரிதான். ரெண்டாம் தேதியே இவராலே வாங்க முடியாது. இருபத்தி மூணாம் தேதி வாங்குறது எங்கே!"

இருவரும் சிரித்தார்கள்.

"மனுஷன் கடைக்குத்தான் போனாரோ? இல்லே, தெருவிலே அத்தனை பேர் வீட்டுக் கதவையும் போய்த் தட்டி எல்லாரையும் கலக்குறாரோ?"

"சாயங்காலம் முன் வீட்டுப் பெரியம்மா சொன்னதை நினைச்சா எனக்குச் சிரிப்பா வருது. அப்போ அங்கே தான் நிண்ணு பேசிக் கிட்டிருந்தேன். லோகநாயகியம்மாளுக்குத் தலைவலி வந்துட்டது. முதல் வேலையாக வெளியே வந்து பிள்ளைகளைக் கூப்பிட்டுக் "கூச்சல் போடாதீங்க. பெரியிலே போய் வெளையாடுங்க, எனக்குத் தலைவலி மண்டையைப் பொளக்குதுன்னு சொல்லிட்டு-எங்களுக்குக் கேட்கும் படியாச் சொல்லிட்டே உள்ளே போய்ப் படுத்தா. பெரியம்மா உடனே சொன்னாள் புருஷன் வர்ற நேரம் இதுதான் தெரிஞ்சுதா! இன்னிக்கு விடிய விடிய மனுஷனுக்குத் தூக்கமில்லை. கண்முழிச்சி வைத்தியம் பார்க்கணும். மாசத்திலே நாலு நாளாவது இப்படி அவரை ஆட்டி வைக்கணும்னே தலைவலி வந்து சேருதே, அதைச் சொல்லு! இந்தத் தலைவலி இன்னிக்கு நேத்திக்கில்லே, பத்து வருஷமா வருது...' பெரியம்மா சொன்னதும் ஏன் இப்படி?'ன்னு கேட்டேன். அதுக்குப் பெரியம்மா சொன்னா: 'அவளுக்கு ஒரு ஆசையம்மா ஆசை! அப்படித்தான் நினைக்கிறேன். புருஷன் தன்கிட்டே பிரியமா இருக்கிறானான்னு பார்க்குறதுக்கு இப்படிப் பரிக்ஷை வைக்கிறா. அத்தோடே, புருஷனை ஆட்டி வச்சி ஊரெல்லாம் அதைப் பார்க்க வச்சு தாம்தான் அதிகாரி; அவர் இல்லைன்னு எல்லார் முன்னாலேயும் அவருக்குக் காட்டுறான்னு சொல்லணும். இது என்ன ஆசையோ?"

"அப்போ உள்ளே இருந்த பெரியவர் ஜன்னல் வழியாகவே பேசினார்: 'இந்த ஆசை இவளுக்கு மட்டுந்தான்னு நினைச்சிக்காதே. ஊரிலே சில பெரிய மனுஷாளுக்கே இந்த ஆசை உண்டு. திடீர்ன்னு ஒரு நாளைக்கு வேணும்னே ஆஸ்பத்திரிலே அட்மிட் ஆய்க்கு வாங்க. எதுக்கு? நோயா? நொடியா? அதெல்லாம் கெடையாது. தன்னை மத்தப் பெரிய மனுஷாளெல்லாம் தினமும் ஒவ்வொருத்தரா வந்து பார்க்கணும் அது தினமும் பேப்பரிலே வரணும். ஆஸ்பத்திரியிலிலேருந்து வெளியே

வந்தப்புறம் மறு நாளே கன்னியாகுமரி வரைக்கும் ஒரு சுற்றுப் பிரயாணம் போய் வரணும். சுற்றுப்பிரயாணத்துக்கு முன்னாலே ஒரு விளம்பரம் வேணும்னு ஆஸ்பத்திரிக்கு அப்பப்போ போய் அட்மிட் ஆய்க்குவாங்களாம்' என்றார். அவர் அத்தோடு நிறுத்தாமல் அவள் தான் வேஷம் போடுறான்னு நினைக்காதே. அவள் போடுறது வேஷம்னு தெரிஞ்சு அவனுமே வேஷந்தான் போடுறான். துடியாத் துடிக்கிறான்; ஓடுற மாதிரியும் ஆடுற மாதிரியும் பாவலா பண்றான் அதுதான் சமாச்சாரம், என்றார். பெரியம்மாளுக்கும் எனக்கும் சிரிப்பு வந்துட்டது கொஞ்ச நேரத்துக்குள்ளே அவர் ஆபீசிலேருந்து வந்துட்டாரு. அவர் உள்ளே போனதும், 'மடப்பயல்! இந்த மாதிரி பொண்டாட்டியைத் தாங்குற பயல் லோகத்திலேயே கிடையாது. உசுரையே விடுகிறான்'னு சொன்னார் பெரியவர். பிறகு நானும் உள்ளே வந்துட்டேன்..."

"மடப் பயலோ, தடிப்பயலோ! மனுஷன் நல்லவரா இருக்கிறார். ஒரு நாளைக்கு ஒரு தடவையாவது என்னைப் பார்த்து ஏதாச்சும் இரண்டு வார்த்தை பேசாமல் இருக்கமாட்டார். மத்த மெட்ராஸ்காரங்க மாதிரி 'நீ யாரோ நான் யாரோ'ன்னு இருக்கிறதில்லே. பெரியவர் வேதாசல முதலியார் இதுவரையிலும் என்னைப் பார்த்து ஒரு வார்த்தை பேசுன தில்லை..." என்றான் சுந்தரம்.

இருவரும் படுத்துவிட்டார்கள்.

இரவு எத்தனை மணி ஆகியிருக்குமோ? சுந்தரம் கடிகாரத்தைப் பார்க்கவில்லை. மணி பன்னிரண்டைத் தாண்டியிருக்கும் என்பது நிச்சயம். திடீரென்று, "ஐயையோ, அம்மம்மா! பொறுக்க முடிய வில்லையே!... பொறுக்க முடியல்லையே!" என்று பக்கத்துப் போர்ஷனி லிருந்து லோகநாயகி பயங்கரக் கூக்கூரல் போட்டாள். குழந்தைகள் மூவரும் பயந்தடித்துக் கொண்டு அலறினார்கள். சம்பந்தம் "சும்மா இருங்க சும்மா இருங்க" என்று சொல்லிக் குழந்தைகளை அமர்த்திவிட்டு, "லோகா! லோகா" என்று தவித்துக் கொண்டிருந்தார். இந்தக் கூக்குரல் கேட்டு விழித்த சுந்தரம் நேரே எழுந்து சம்பந்தம் போர்ஷனுக்குப் போனான். உள்ளே விளக்கு எரிந்தது, வெளியே கதவு பூட்டியிருந்தது; அங்கேயே நின்று கவனித்துக் கேட்டான்.

"லோகா! சும்மா இரு... பயப்படாதே லோகா... காலையிலே டாக்டரை அழைச்சிட்டு வர்றேன். பசங்கபயப்படுது பாரு... ஏன் கூப்பாடு போடுறே? பல்லைக் கடிச்சிக்கிட்டு பொறுத்துக்கோ. இது ஒண்ணுமில்லே. உடம்பு அலுப்பிலே வலி முறிச்செடுக்குது. என்ன செய்யும்?..." என்று தேற்றிக் கொண்டிருந்தார்.

உள்ளே நடப்பது வேஷம் போடாத நாடகம் என்று சுந்தரம் நினைக்க விரும்பினாலும் அப்படி நம்பத் தயக்கமாக இருந்தது.

ஒருவேளை உண்மையிலேயே நெருக்கடியான நிலை தானோ? எப்படி யானாலும் பக்கத்து வீட்டுக்காரன் சம்பிரதாயத்திற்காவது போய் விசாரிக்க வேண்டாமா?

கதவைத் தட்டினான். "சார்!"

சம்பந்தம் கதவைத் திறந்தார்.

"என்ன சார்?" என்று சுந்தரம் கேட்டான்.

"ஒண்ணுமில்லே உடம்பு வலி..."

அப்போது லோகநாயகி பற்களைக் கடித்துக் கொண்டு உடம்பின் ஒவ்வொரு அங்குலத்தையும் வளைத்து நெளிந்து புரண்டு கொண்டிருந்தாள். முகத்திலே பேயறைந்த மாதிரி ஒரு கோரக்களை!

"அவ்வளவுதானே? வேறே..."

"வேறொண்ணுமில்லை. காலையிலே சரியாப் போயிடும், அரை மணி நேரத்திக்கு முன்னாலே பிரக்ஞையில்லாமே கெடந்தா. நானே பயந்துட்டேன். இப்போ இவ கூப்பாடு போட்ட பிறகுதான் எனக்கு உசிரே வந்தது. இனிமே பயப்பட வேண்டியதில்லை..."

"காலையிலே டாக்டரை அழைச்சிட்டு வந்து பாருங்க" என் சொல்லி விட்டுச் சுந்தரம் திரும்பினான். முதலியார் வீட்டிலிருந்து யாரும் வெளிவரவில்லை என்பதையும் பார்த்துத் தெரிந்து கொண்டான்.

"நாமகிரி! ஜெனமாகவே அந்த அம்மாள் ரொம்பக் கஷ்டப் படுறா!"

"அவரு படுற கஷ்டத்தைவிடவா? பேசாம இருங்கோ. வேறே வேலை இல்லை" என்றாள் நாமகிரி.

"நாமகிரி, இந்த வீட்டுக்கு நாம்ப வந்து மூணுமாசம் ஆகல்லே. இது வரையிலும் முப்பது தடவை தலைவலி வந்திருக்கு; ஆனா இப்படி நடு ராத்திரிலே ஒரு நாளும் கூப்பாடு போட்டதில்லே. இதுதான் முதல் தடவை"

"அதெல்லாம் ஒண்ணுமில்லை. எப்பவுமே இப்படி ஜாமத்திலே கூப்பாடு போடுறதும் உண்டாம். ஒண்ணும் புதுசில்லே. ஒரு சமயம் முதலியார் வெளியே வந்து 'இதென்ன, வாரத்திலே ரெண்டு நாள் இந்தக் கூப்பாடு? மனுஷன் தூங்குறது எப்படி? ஆஸ்பத்திரிலே கொண்டு போய்ச் சேர்த்து ஒரேயடியாகக் குணப்படுத்திக்கிட்டு வர்றதுக் கென்ன'ன்னு சத்தம் போட்டாராம். உடனே முதலியா ரோடே இந்த மனுஷன் சண்டைக்குப் போயிட்டாராம். அப்போ இருந்துதான் ரெண்டு பேரும் பேசுறதே இல்லையாம்."

"ஓஹோ! அதனாலேதான் பேசுறதில்லையோ?...

இருவரும் இரண்டாவது தூக்கத்தைத் தொடங்கினார்கள்.

மறுநாள் விடிந்ததும் சுந்தரம் விசாரித்து விட்டு வரப் போனான். லோக நாயகிக்கு இட்டிலியும் சாம்பாரும் பரிமாறிக் கொண்டிருந்தார் சம்பந்தம்.

"இப்போ சரியாயிட்டுதா?" என் கேட்டான்.

"சரியாயிட்டுது, சார்" என்று மகிழ்ச்சியோடு சம்பந்தம் சொல்லவே சுந்தரம் வீடு திரும்பி மனைவியிடம் "அம்மாள் இட்டிலி சாம்பார் சாப்பிடுறா! வயிறு முட்ட!" என்றான்.

"டாக்டரை அழைச்சிக்கிட்டு வரல்லியோ?"

"அவர் வந்தால் பத்தியச் சாப்பாடு சாப்பிடச் சொல்வாரே! கஞ்சியை மட்டும் குடி நாலு நாளைக்குன்னு சொல்லிட்டா என்ன பண்றது? சமயம் பார்த்துத் தலைவலி ஓடிப்போயிடும், தெரியுமோ?"

சுந்தரம் தலையில் அடித்துக்கொண்டு போய்க் குளித்தான். சாப்பிட்டு விட்டு ஆபிசுக்குப் போய்விட்டான்.

'இப்படியும் ஒரு மனிதன் இந்த உலகத்தில் இருப்பான்' என்று சுந்தரம் நினைத்துப் பார்த்தது கூடக் கிடையாது. நமக்கு ஊர் சேலம், மெட்ராஸ்க்காரர்கள் இப்படித்தான் இருப்பார்கள் என்ற நினைக்கலாம் என்றால், முன் போர்ஷன் வேதாசல முதலியார் அப்படி இல்லையே!'-ஆபீஸில் சுந்தரம் இப்படியே சிந்தனையை ஓட்டிக் கொண்டிருந்தான். குடும்ப வாழ்க்கையில் ஆறு மாதங்களுக்கு முன்னால் புகுந்த தானும், நாற்பது வருஷங்களுக்கு முன்னால் புகுந்த வேதாசல முதலியாரும்- வெவ்வேறு ஊர்க்காரர்களாக இருந்தாலும் -ஒரே மாதிரியாக இருக்கும்போது சம்பந்தம் மட்டும் வேறு விதமாக இருப்பானேன் என்று யோசித்துப் பார்த்தும் அவனுக்கு விளங்கவில்லை. எந்த வகையிலுமே சம்பந்தம் அவனுக்கு ஒரு புதிராகவே இருந்தார். சம்பளம் இரு நூற்றைம்பது வாங்கியும் மாதத்தில் பாதி நாட்களைக் கடன் வாங்கியே ஓட்டிக் கொண்டிருக் கிறார். எல்லோரிடத்திலும் கடன். மளிகைக் கடைக் கடன், மற்றக் கடன்களைவிடப் பெரியதாக இருக்குமாதலால் அதை ஒரு தேதியில் தீர்க்க முடியாததில் ஆச்சரியம் ஒன்றும் இல்லை என்று சொல்லலாம். பத்து ரூபாய் பால் கடன், மூன்று ரூபாய் தயிர்க் கடன், ஏன்- இரண்டு ரூபாய் கறிகாய்க் கடனைக் கூடத் தீர்க்காமல், ஒவ்வொருவனிடமும் மானக்கேடான சொற்களை மாதம் தவறாமல் வாங்கிக் கட்டிக் கொள்கிறாரே இது ஏன்? ஒரு நாள் பால்காரன் வந்து பேசிய பேச்சை சுந்தரம் காதாரக் கேட்டான். மாலை நேரம் சம்பந்தம் தெருப்படியில் நின்று கொண்டிருக்கிறார். சுந்தரம் அவரோடு பேசிக்கொண்டு நிற்கிறான். மொழிப்பிரச்னையைத் தீர்ப்பதற்கு ஒரு சுலபமான வழி இருக்கிறது என்று சொல்லி, அது என்ன வழி என்பதைச் சம்பந்தம் விவரிக்கத்

தொடங்கிய சமயம். திடீரென்று பால்காரன் பிரசன்னமாகி, வலது கைவிரல்களால் சம்பந்தத்தின் முகத்தில் இடித்துக் கொண்டு, "நீ ஒரு மனுஷனா நீ ஒரு சம்சாரியான்னு கேட்கிறேன். ஆறு மாசமாப் பாக்கியை வச்சிக்கினு மனுஷனாட்டம் நடமாடறியே ஐயா! ஒடம்பிலே ஒனக்கு சொரனை இருக்கான்னு கேட்கிறேன். கொடுக்கக் கெதி இல்லேன்னு சொல்லிப்பிடேன்; நான் போயிடுறேன். அப்புறம் ஒன்னைக் காசு கேட்டா என்னைச் செருப்பாலே அடி. என்ன சார் நான் சொல்றது?" என்று சுந்தரத்தையும் இழுத்துப் போட்டுக் கொண்டு பேசினான் பால்காரன். சுந்ரமோ- அதைக் கேட்காதவன் போல் உள்ளே வந்து விட்டான். உள்ளே இருந்த முதலியார், இருட்டாக இருந்தாலும் பரவாயில்லை என்று தெருவை நோக்கியிருந்த ஜன்னலின் இரண்டு கதவுகளையும் இழுத்து அடைத்துவிட்டார்.

பால்காரன் ஆத்திரத்தையெல்லாம் கொட்டித் தீர்க்கட்டும் என்று பொறுமையாகக் காத்திருந்தார் சம்பந்தம் 'உனக்குப் பொண்டாட்டி பிள்ளை கேடு! பேமானி! எங்க தெருவிலே ஒரு பொம்மனாட்டி ரெண்டாம் தேதி ஆயிட்டா தேடிக் கொண்டாந்து பால் வாங்கின பணம் இந்தான்னு குடுக்கிறா, ஐயா. நீ சம்பளத்தை வாங்கி ஜோபியிலே போட்டுக்கினு அடுத்த மாசம் அடுத்த மாசம்னு ஆறு மாசமாச் சொல்றியே, ஒனக்கு வெட்கமா இல்லை? மானங்கெட்ட மனுஷன்! ...சீ" -இத்தனை வார்த்தைகளும் கடைசிப் போர்ஷனுக்குக் கேட்டன.

அப்புறம் அதாவது பால்காரனின் ஆத்திரம் அடங்கியதற்கு அப்புறம்- சப்ந்தம் அமைதியாக வாயைத் திறந்தார். என்னென்னவோ பேசினார். அந்த வார்த்தைகள் உள்ளே கேட்கவில்லை. ஒரு மணி நேரம் நின்று சமாதானம் கூறினார். 'பால்காரன் பணம் வராவிட்டாலும் பரவாயில்லை. இந்தப் புராணத்தைக் கேட்டுக் கொண்டு நிற்க வேண்டாம்' என்பதுபோல் தப்பி ஓடப் பார்த்தான். 'இதைக் கொஞ்சம் கேட்டுக்கோ, இதைக் கொஞ்சம் கேட்டுக்கோ, என்று அவனை இழுத்துப் பிடித்துக் கொண்டு பேசினார் சம்பந்தம். அவனால் தாங்க முடியவில்லை. "அடப் போய்யா, ஒன் கதை யாருக்கு வேணும்?" என்று சொல்லிவிட்டு அவன் ஓடிவிட்டான்.

"கடன்காரர்கள் கத்தியை எடுத்துக்கிட்டு வந்தாலும் இங்கே பாச்சா பலிக்குமா? எதையாவது சொல்லி சமாளிச்சி ஆளை அனுப்பிப் போடுறாரே! அன்னிக்கிக் கறிகாய்க்காரன் என்ன பேச்சுப் பேசினான்! அப்படிப் பேசினவனையே சமாதானப்படுத்திப் பிட்டார். கடைசியில் கொஞ்சிக் குலாவவே ஆரம்பிச்சிட்டாரே மனுஷன்!" என்று சுந்தரம் மனைவியிடம் சொல்லிக் கொண்டிருக்கும் போது, சம்பந்தம் அவனைத் தேடி அங்கே வந்து விட்டார்.

“சார்! பார்த்தீங்களா, சார்?” என்று ஆரம்பித்தார் சம்பந்தம்.

‘இன்னும் எதைப் பார்க்கணும்? என்று நினைத்துக் கொண்டு சுந்தரம் அவர் முகத்தை நோக்கினார்.’

“அவன் எவ்வளவு கோபமா வந்தான்? இப்போ எவ்வளவு சாந்தமாகப் போறான் பாருங்க! கடன் குடுத்தவன் நாலும்தான் பேசுவான்! இப்படி ஒவ்வொருத்தர் வீட்டிலேயும் தான் பேசுறான்! அவனுக்குச் சொல்ற விதமாப் பதில் சொல்லத் தெரியணும். அது தெரியாமத்தான் முட்டாப் பசங்க சண்டை போடுக்கிறாங்க. இப்போ நான் சண்டை போட்டனா? அடிச்சனா? பிடிச்சனா? நாலு வார்த்தை பேசினேன். ‘சார், கோபத்திலே என்னென்னவோ பேசிப்பிட்டேன். நீங்க குடுக்கிறப்போ குடுங்கன்னு சொல்லிப்பிட்டுப் போயிட்டான். எப்படிச் சாதுவாயிட்டான். பாருங்க! எதுவும் நாம்ப பேசுறதிலே இருக்கு என்ன நான் சொல்றது? அதுதான்.. ஆமா, நாம்ப பேசிக்கினு இருந்ததை மறந்துட்டமே? அதுதான் ‘லாங்குவேஜ் பிராப்ளம்’...”

சம்பந்தம் மொழிப் பிரச்னைக்குத் தாவவே, “பால்காரங்க மாதிரி, உள்ளவங்ககிட்டே இப்படிக் கடன் வச்சிக்கிடக் கூடாது சார்” என்று சுந்தரம் துணிந்து சொல்லிவிட்டான்.

ஏற்கெனவே தன்னிடம் சம்பந்தம் இருபது ரூபாய் கடன் வாங்கியிருப்பதால் தம்முடைய புத்திமதியைக் கேட்டு அவர் சண்டைக்கு வர மாட்டார் என்ற நம்பிக்கை வேறு அவனுக்கு இருந்தது.

சம்பந்தம் உடனே சொன்னார். “கடன் வாங்கினா என்ன சார்? இந்த ஊரிலே யார் வாங்கல்லே? கவர்மென்ட்டே வாங்குதே சார், அமெரிக்கா கிட்டே, பிரிட்டன்கிட்டேயெல்லாம்...”

“சார், நான் கொஞ்சம் வெளியே அவசரமாப் போகணும்’ என்று சொல்லி விட்டுச் சுந்தரம் வேகமாக வெளியே போய்விட்டான்.

அன்று நடந்த இந்தச் சம்பவமும் சுந்தரத்திற்கு இப்போது ஆபீஸில் ஞாபகத்திற்கு வந்தது. தொடர்ந்து இப்படிப் பல சம்பவங்கள் ஞாபகத்திற்கு வந்துவிட்டன. சம்பந்தம் மாதா மாதம் வாங்கும் சம்பளத்தை அவர் மனைவி ஒரு பைசா குறையாமல் வாங்கிக் கொள்கிறாள் என்றும், அதுதான் சம்பந்தத்தின் கடன் பாக்கிகள் தீராமல் இருப்பதற்கு மூலகாரணம் என்றும் முதலியார் வீட்டு அம்மாள் சொன்னதாக நாமகிரி ஒரு சமயம் கூறியதை சுந்தரம் நினைத்துப் பார்த்தபோது “இந்த ராக்ஷஸி ஏன் இப்படி அவரைக் கொடுமைப்படுத்துகிறாள்? அந்த மனுஷன் எதற்காக இப்படி அவளிடம் அடிமைப்பட்டுக் கிடக்கிறான்?” என் யோசித்தான். இந்தக் கேள்விகளுக்கு அவனால் விடையே கண்டு பிடிக்க முடியவில்லை. சிரிப்புத்தான் வந்தது.

லோகநாயகியின் தோற்றத்தைப் பார்த்தால் பத்து நாளைக்குச் சாப்பாடு இறங்காது. அந்த ரம்பையிடத்தில் இந்த மயக்கமா?"

2

சரியாக ஐந்து நாட்கள் கழிந்தன. தேதி இருபத்தெட்டு, எட்டிலேயே பிச்சை எடுக்கும் சம்பந்தத்திற்கு இருபத்தெட்டில் நிலைமை எப்படி இருக்கும்? ஆபீசுக்குப் போய் ஒரு காபி கூடக் குடிக்காமல், பஸ் ஏறவும் காசில்லாமல் கால்நடையாக வீடு திரும்பிக் கொண்டிருக்கும் காலகட்டம், அந்தச் சந்தர்ப்பத்தில் ஞாயிற்றுக்கிழமை பகல்-சிமாக் காட்சிக்கு எதிர்வீட்டுப் பெண் மணிகள் சிலருடன் லோகநாயகி கிளம்பினாள். எப்போதும் வெளியே கிளம்பும் போது பிள்ளைகளுக்கும் கணவனுக்கும் அவள் உத்தரவுகள் போடுவாள். அப்போது அவள் வெளியே நடைபாதைக்கு வந்து விடுவது வழக்கம். அவளுக்கு அதுதான் தர்பார் மண்டபம் என்று மற்றவர்கள் பேசிக்கொள்வதும் உண்டு. அன்று அவளுடைய தர்பாரைக் கண்டுகளிக்கா விட்டாலும் கேட்டாவது களிப்போம் என்று சுந்தரமும் நாமகிரியும் தங்கள் குடியிருப்பில் அரவமில்லாமல் காதையும் கவனத்தையும் திருப்பி வைத்துக் கொண்டு காத்திருந்தார்கள். காலை பத்து மணி. அப்போது போய் கியூவில் நின்றால் தான் மூன்ரைமணிக் காட்சிக்கு இடம் பிடிக்க முடியும். லோக நாயகி தர்பார் மண்டபத்திற்கு வரும்போது தெரு வாசற்படியில் சகாக்கள் காத்துக்கொண்டு நின்றார்கள்.

மூத்த மகனை அழைத்தாள்: "டேய் துரை, மறந்துடாமே பாலை வாங்கி வை. அப்புறமா மிஷினுக்குப் போய்க் கோதுமையை அரைச்சிக்கிட்டு வா. வெளையாடப் போயிடாதே. கண் முழியைத் தோண்டிப்பிடுவேன்.'

அந்தப் பத்து வயதுப் பையன் கைகட்டி வாய் புதைத்து உத்தரவு களை வாங்கிக் கொண்டு அப்பால் சிறிது நகர்ந்தான்.

"பாபு!..."

இது இரண்டாவது பையனை: அவனுக்கு வயது எட்டு,

"பாபு! பேபியோட வெளையாடு. அடிச்சே சீண்டுனேன்னு தெரிஞ்சுது, முதுகுத்தோலை, உரிச்சிப்பிடுவேன்" என்று சொல்லும் போது, மூன்று வயதுப் பெண் பேபி "நானும் வருவேன்" என்று பக்கத்தில் வந்தது, "தோ பாரு! உனக்கு மிட்டாய் வாங்கி வர்ரேன்னு சொன்னனே, இன்னும் அடம் பிடிக்கிறயே, போ போ பேசாமே" என்று சொன்னாள்.

குழந்தை பிடிவாதமாக வந்து ஒட்டியது. அதை ஒரு தள்ளுத் தள்ளி, "சனியன்!" என்று அவருவருப்போடு சொன்னாள். கோபக் கண்களோடு கணவனை ஏறிட்டுப் பார்த்தாள். "பார்த்துக்கினு நிக்கிறியே கொயந்தையை அந்தப் பக்கம் கொண்டு போயேன். வேடிக்கையா

பார்க்கிறே?" என்று கடிந்து கொண்டாள்.

சம்பந்தமோ அந்த வார்த்தைகளைக் காதில் வாங்கிக் கொள்ளாமல், "லோகா!... நல்ல படம்னு எல்லாரும் சொல்றாங்க நானும் வர்றேனே" என்று பற்களைக் காட்டிக் கொண்டே சொன்னார்.

உடனே வீட்டையே இரண்டாகப் பிளக்கக் கூடியவாறு அவ்வளவு கூர்மையாக 'சீ' என்று கத்தினாள். அது சம்பந்தத்தின் நெஞ்சை மட்டும் பிளக்கவில்ல.

"என்ன லோகா, இப்படிச சொல்றே?"

"உனக்கு புத்தி இருக்கா? புத்தி இருக்கான்னு கேக்றேன். இத்தனூண்டு பசங்களை தனியா வுட்டுட்டுப் படம் பார்க்க வர்ரேன்னு சொல்றியே? அதுங்களுக்கு யார் காபி போட்டுக் கொடுப்பா? மொதல்லே பக்கத்து வீட்டு பொம்மனாட்டிங்க என்கூட வர்றாங்கன்னு தெரிஞ்சும் நீ கூட வரணும்னு சொல்லலாமா? முண்டம்!"

சம்பந்தம் ஒடுங்கி விட்டார்.

"சரி சரி, கோவிச்சுக்காதே, போய் வா' என்று விடைகொடுத்தார்.

கம்பீரமாக லோகநாயகி தெருவைப் பார்த்துத் திரும்பினாள். முகத்திலே சிரிப்பை வரவழைத்துக்கொண்டு மற்றப் பெண்மணி களோடு புறப்பட்டு விட்டாள்.

சம்பந்தம் உள்ளே திரும்பும்போது சுந்தரம் தன் வீட்டு வாசலில் வேண்டும் என்றே வந்து நின்றான். அவனால் தாங்கமுடியவில்லை. உடம்பெல்லாம் தகித்தது. லோகநாயகியைத் தூணில் கட்டிவைத்துச் சவுக்கால் அடிக்க வேண்டும் என்று அவனுக்கு ஆத்திரம் வந்தது. இல்லையென்றால் சம்பந்தத்தையாவது உயிரோடு தீயில் தூக்கிப் போட்டுப் பொசுக்கிவிட வேண்டும் என்று துடித்தான். 'பட பட'வென்ற அவனே அவரைப் பார்த்து வந்தான். அனாவசியத் தலையீடு, அநாகரிகத் தலையீடு என்று மெட்ராஸ்காரர்கள் யாரும் நினைத்தால் நினைக்கட்டும் என்று அவரை நோக்கி வந்து, "சார், இது நல்லாயில்லை சார்" என்று சொன்னான்.

"எது நல்லாயில்லை?" என்று கேட்டார் சம்பந்தம்.

சுந்தரத்திற்குப் பதில் சொல்லத் தெரியவில்லை. உதடுகள் மட்டும் துடித்தன.

"கோவிச்சுக்காதீங்க. எனக்குக் கஷ்டமா இருக்கு. குடும்பத்திலே இப்படி அதிலும் என்னைப்போல நாலுபேரை வச்சிக்கிட்டு... பக்கத்து வீட்டுப் பொண்கள் வேறே வெளியே நிற்கிறாங்க... நீங்க கேப்பீங்க 'நீயாருடா என் குடும்ப விசயத்திலே தலையிடுறதுக்குன்னு. ஆனா, எனக்கே பொறுக்கல்லே..."

"நீங்க என்ன சொல்றீங்க?" என்று புரியாமல் கேட்டார் சம்பந்தம்.

"புருஷனை பார்த்து நீ நான்னு பொண்டாட்டி பேசினா எங்க ஊரிலே ரெண்டா வெட்டிப் போட்டுடுவான் நீங்க என்னடான்னா.."

சம்பந்தம் உடனே, "யாரு, லேகா கோவிச்சுக்கிட்டதைச் சொன்னீங்களா?" என்று கேட்டார்.

"இதைப் பத்தி எனக்கு பேசவே பிடிக்கல்லே. நீங்க ரொம்ப எடம் குடுத்திட்டீங்க... வேண்டாம், நான் வர்றேன்" என்று சிறிது பயத்தோடே சுந்தரம் புறப்பட்டான்.

சம்பந்தம் திடீரென்று கூச்சல் போட்டுச் சண்டைக்கு வந்து விடுவாரோ என்று அவனுக்கு உள் பயம். அவருக்கு அவன் இருபது ரூபாய் கடன் கொடுத்திருப்பது உண்மைதான் என்றாலும், இன்னொரு குடும்ப விவகாரத்திலே, தலையிடும் அளவுக்குத்தானே தலையிட முடியும்?

அவன் திரும்பிப் போய்க் கொண்டிருக்கும் போது, "அதைப் பத்தி அப்புறம் சொல்றேன்" என்று சம்பந்தம் சொல்லிவிட்டு பிள்ளைகளுக்குச் சாப்பாடு போட உள்ளே அழைத்துக் கொண்டு போனார்.

அன்று சாயங்காலம் ஐந்து மணிக்கு சுந்தரம் வீட்டிலிருந்து வெளியே போய்க் கொண்டிருந்தான். சம்பந்தம் அவனைப் பார்த்துக் கொண்டார். "எந்தப் பக்கம் போறீங்க? கொஞ்சம் இருங்களேன். நானும் வர்றேன்" என்று சொல்லிவிட்டு அவர் அவனைப் பின் தொடர்ந்தார். பக்கத்திலே ஒரு சிறு பிள்ளையார் கோவில். இரண்டு பேர் நின்று நிம்மதியாகப் பேச அந்த இடமே போதும் என்று சுந்தரத்தை அவர் அங்கேயே நிறுத்தினார்.

சுந்தரம், "என்ன சார் சமாச்சாரம்? எனக்கு உங்களோடே பேசவே இஷ்டமில்லை' நீங்க சண்டைக்கு வந்தாலும் சரி, நான சொல்றேன். ஒரு ஆம்பிளை இப்படி இருக்கக் கூடாது. நீங்க உசிரையே விடுறீங்க. உங்க வீட்டு அம்மாளோ கொஞ்சம்கூட மரியாதையில்லாமே சீ முண்டம் அப்படி இப்படின்னு பேசுறாங்க. அதைக் கேட்டுட்டுச்சும்மா நிற்கிறீங்களே, சார். கடன்காரன்தான் பேசுறான்; கட்டின பொண்டாட்டியுமா பேசுறது அப்படி!" என்று கோபமாகவே பேசிவிட்டான்.

சம்பந்தம் இமை கொட்டாமல் அவனுடைய கண்களையே பார்த்துக் கொண்டு மௌனமாக நின்றார். பிறகு இலேசாக, பரிகாசமாகவே ஒரு சிரிப்புச் சிரித்தார் 'சார், நீங்க பேசுறீங்க என்கிறதனாலே, எனக்குக் கோபம் வராமே, சிரிப்பு வர்றது. வேறொருத்தன் பேசியிருந்தால் அப்போ நான் என்ன செய்வேன். என்ன சொல்வேன்னு எனக்கே தெரியாது. நீங்க சொந்த பிரதர் மாதிரி. அதிலும் கொஞ்ச வயது ஆமா, உங்களுக்கு கல்யாணமாகி எத்தனை வருஷமாச்சு?"

சுந்தரம் பதில் சொல்லவில்லை.

“சொல்லுங்க சார். எத்தனை வருஷமாச்சு?

“அதை ஏன் இப்போ கேட்கிறீங்க?”

“ஆறு மாசமாச்சு.”

ஆறு மாசமாச்சு... சரி, என்ன சம்பளம் இப்போ உங்களுக்கு?”

“சுமார் இருநூறு.”

“இருநூறு. குழந்தைகள் எத்தனை?

சுந்தரம் சிரித்தான். “என்ன நீங்க போடுற கேள்வி? எத்தனை குழந்தைன்னு உங்களுக்குத் தெரியாதா?”

“இதுவரையிலும் குழந்தைகள் இல்லை.. தெரியும்.. கடன் எவ்வளவு இருக்கு?”

“அந்துப் பெருமை எனக்கு இன்னும் கிட்டல்லே. இங்கே குடி வந்து கொஞ்ச நாள் தானே ஆச்சு. அதுக்குள்ளே என்னை ஒருத்தன் நம்பிக் கடன் குடுப்பானோ? இன்னும் ஒரு வருஷம் இருந்துதான் அந்தப் பெருமையைத் தேட முடியும்...”

“சார்..!” என்று ஒரு பெரிய இழுப்போடு ஆரம்பித்தார் சம்பந்தம்.

“நீங்க ஏன் எனக்கு இப்படியெல்லாம் புத்தி சொல்றீங்க என்கிறதுக்கு உங்க வாயாலேயே பதில் சொல்லிட்டீங்க! புதுக் குடித்தனம்; குழந்தை இல்லை; கடன் இல்லை சம்பளம் இருநூறு. நீங்க அப்படித்தான் பேசுவிங்க. இப்போ நீங்க இருக்கிற கட்டத்திலே நான் பதினஞ்சு வருஷத்துக்கு முன்னாலே இருந்தேன். அப்போ உங்களுக்கு மேலே நான் வீரம் பேசினேன். உங்களுக்குத் தெரியாது. ஆனா அந்த முதலியாருக்குத் தெரியும். என் ஒய்பை உசுர் போறாப்லே அடிச்சிருக்கிறேன், மூணு தடவை அவளைப் பொறந்த வீட்டுக்கே அடிச்சுத் தொரத்தியிருக்கிறேன். நான் இப்படி ஒரு கோயிலேயே வந்து உட்கார்ந்திருந்தாலும், என்னைத் தேடி வேளா வேளைக்குக் காபி டிபன் வந்தாகணும். சாம்பாரிலே உப்பு கொஞ்சம் கூடினாலும் போச்சு, கொறைஞ்சாலும் போச்சு, சாம்பார்ப் பாத்திரத்தை அப்படியே எடுத்துச் சாக்கடையிலே கொண்டு வந்து கொட்டுவேன். அன்னிக்கு அவ வாங்குற அடியை ஆடு மாடுகூட வாங்காது... தெரிஞ்சுதா?... தம்பிடக் காசுகூட என்கிட்டே கேட்டு வாங்கினா, ராத்திரியிலே அதுக்கு என்ன செலவுன்னு கணக்குச் சொல்லணும்... கொரங்கா ஆட்டி வச்சேன். என் தலையைக் கண்டுட்டா நடுங்குவா - இத்தனையும் கதைன்னு நெனைக்காதீங்க உங்க முகத்தைப் பார்த்தா நீங்க நம்பல்லேன்னு தோணுது வேணும்னா முதலியாரைக் கேட்டுப் பாருங்க...”

சுந்தரம் கேட்டான்: "அப்போ அப்படி இருந்துட்டுத் தான் இப்போ இப்படி ஆயிட்டீங்களா?"

"அப்புறம் பொய்யா சொல்றேன். முதலியாரைக் கேட்டுப் பாருங்கன்னு சொல்றனே! அப்புறம் குழந்தை குட்டியாச்சி... நாலு நல்லது கெட்டது நடந்தது... எங்க தம்பி கல்யாணம்; எங்க அப்பா செத்தது; மச்சினனைப் படிக்க வச்சது- இப்படி ஒண்ணுபோக ஒண்ணு பெரிய செலவு; அதனாலே பெரிய கடன். வாங்குற சம்பளம் செலவுக்கே பத்தாதபோது கடனை அடைக்கிற எப்படி? என்னாலே நிர்வாகம் பண்ணவே முடியல்லே. லோகா விடிஞ்சா அதுக்கு இதுக்குன்னு காசு கேட்டுக்கிட்டே இருப்பா, ஒருநாள் பார்த்தேன், 'நீயே பணத்தை வச்சிக்கோ; நீயே செலவு பண்ணு. குடும்பத்தை நீயே நிர்வாகம் பண்ணிக்கோ'ன்னு சம்பளத்தை அவ கையிலே குடுத்தேன். இப்பவும் குடுத்துக்கிட்டிருக்கிறேன். செலவுக்குப் பத்துதோ பத்தல்லையோ அவ பொறுப்பு. இப்படி குடும்ப பாரத்தையே இப்போ அவ தாங்குறா..."

சம்பந்தம் கொஞ்சம் மூச்சுவிட்டார். பிறகு பழையபடியும் தொடர்ந்தார்:

'என்ன சார், அவளுக்கு என்னாலே ஒரு நகை பண்ணிப்போட முடியல்லே, ஒரு பட்டுப் புடவை வாங்கித்தர முடியல்லே..."

"அதுக்காக இந்தச் சொல்லா கேட்கிறது?"

'கொஞ்சம் பொறுங்க- இந்தச் சொல் என்ன, எந்தச் சொல்லும் கேட்பேன். ஏன்? அதைத்தான் சொல்ல வந்தேன்- ஒருநாள் இப்படித் தனியா ஒரு இடத்திலே உட்கார்ந்து யோசனை பண்ணினேன். மனுஷன் எதுக்காக வாழ்றான்? இந்த வாழ்க்கையிலே அவன் எதை அனுபவிக்கிறதிலே சந்தோஷப்படுறான்? இப்படி யோசனை பண்ணினேன்னு வச்சிக் கோங்களேன். ஒலகத்திலே அத்தனை பேரும் வயித்துக்குச் சோறும், கட்டிக்கத் துணியும் குடியிருக்கவூடும், துணைக்குப் பொண்டாட்டியும் வேணும்னுதான் ஆசைப்படுறான். மத்த ஆசைகள் இருக்கும். ஆனா இந்த நாலும்தானே 'எஸ்ஸன்ஸ்! இல்லையா? இந்த நாலும் நமக்குக் கெடைக்குதான்னு பார்த்தேன் கெடைக்குது. கஞ்சியோ கூழோ கெடைக்குது; கொடக்கூலி வூடாவது இருக்கு; பொண்டாட்டி இருக்கிறா. இந்த நாலுக்கும் ஆபத்து வராமே இருக்கணும். மத்த ஆசைகள் நமக்குத் தேவை இல்லை; ஆசைப்பட்டாலும் கெடைக்காதுன்னும் முடிவு பண்ணிட்டேன். பொண்டாட்டி திட்டுனா என்ன அடிச்சா என்ன? நம்மை விட்டுப் போகாமே நம்மோட இருக்கிறா. நமக்குப் பிள்ளைப் பெற்றா, அப்புறம் ஆக்கிப் போடுறா. சோறும் பொம்மனாட்டியும்தானே சார் நாம்ப கண்ட சொகம். வேற செகாம் ஆசைப்பட்டாலும் கிடைக்கப் போகுதா

- இந்த ஜன்மத்திலே? அதுவும் இந்தச் சம்பளத்திலே? பார்த்தேன் அவ என்ன பேசினாலும் சரி, கடன்காரங்க என்ன பேசினாலும் சரி, கவலைப்படுறதும், சண்டைக்குப் போறதும் முட்டாள் தனம்னும் விட்டுட்டேன்..."

"நீங்க சொல்றது சரியில்லே. மனுஷன் கௌரவமாவும் வாழணுமே!"

"முடிஞ்சால் வாழலாம்தான். ஆனா நமக்கு எங்கே முடியும்? எங்கே முடியுது? ஆபீசிலே முட்டாப் பயல்களும் காலிப் பயல்களும் கூட அதிகாரியாக வந்துடுறாங்க. அவங்களுக்கு நாம்ப அடிமையா நடக்கிறோம்; பத்து நிமிஷம் லேட்டுன்னா பயந்து சாகிறோம். ஆயிரம் மன்னிப்புக் கேட்கிறோம். நாய்களையெல்லாம் முகஸ்துதி பண்றோம். அங்கே அப்படியா? இங்கே வூட்டிலே இந்தக் கதை எப்படி? வூட்டுக்காரன் கொடக்கூலியை ஏத்திடப்படாது, காலிப் பண்ணச் சொல்லிடக் கூடாதுன்னு அவன் நாடியைத் தாங்குறோம். காலிலேதான் வுழல்லே. அப்புறம் பொண்ணைப் பெத்திட்டா கட்டிக்கச் சொல்லி கண்ட கண்ட கழுதைகளையெல்லாம் போய்க் காலைப் பிடிக்கிறோம். நமக்கு என்ன சார் கௌரவம்? ஒருத்தன் அடிச்சிட்டா திருப்பி அடிக்கப் பயப்படுறமே, அது ரொம்ப கௌரவமோ? இப்படி எவன் எவன் கிட்டவோ அவமானப்படுறப்போ, அரிசியும் பருப்பும் அவசரத்துக்குக் கடன் குடுக்கிறவன் கிட்டே அவமானப்பட்டா என்ன? கட்டின பொண்டாட்டிக்கிட்டே அவமானப் பட்டா என்னா?"

"சார், நீங்க சொல்றதை இன்னும் நான் ஒப்புக்கொள்ள மாட்டேன். எல்லாரும் உங்களைப் போல்தான் பயப்படுறாங்களான்னு கேட்கிறேன். எந்த வீட்டிலே இப்படி மரியாதைக்குறைவா. 'ஒய்ப்' பேச ஒருத்தன் கேட்டுக்கிட்டு நிக்கிறான்?"

"நீங்க எத்தனை வீட்டைப் பார்த்துட்டீங்க? அங்கங்கே என்ன நடக்குதுன்னு உங்களுக்கு என்ன தெரியும்? அப்படியே எவனாவது 'ஒய்'ப்பை அடக்கினா என்ன நடக்கும்? சண்டைதான் மிச்சம். நாலு நாளைக்குச் சோற்றுக்கு லாட்டரி. அது மட்டுமா? கல்யாணம் பண்ணியும் பிரம்மச்சாரி. பயல் தூக்கம் வராமே அலைமோதுவான். அப்புறம் அவ காலிலே ரகசியமாக வுழுவான். தெரியாத சங்கதியா இது?"

சுந்தரம், முதலியாரைத் திருஷ்டாந்தம் காட்டி "வேதாசல முதலியார் இருக்கிறார் அவர் வீட்டு அம்மாவைப் பாருங்க..." என்று சொல்லும்போதே, சம்பந்தம் இடைமறித்து ஒரு சிரிப்பும் சிரித்துக் கொண்டு, "சார், அவர் அடக்கியாளலாம். பொண்டாட்டி செத்தாலும் கவலையில்லை. வயது அறுபதுக்கு மேலே ஆச்சு. இந்த வயசிலே பொண்டாட்டி இருந்தா என்ன இல்லாட்டா என்ன? நான் சொல்றது

புரிஞ்சதா?

சுந்தரத்தினால் சிரிப்பை அடக்க முடியவில்லை.

சம்பந்தம் அதைக் கவனிக்காமல், "ஆமா சார், நம்ப யாரு? நம்ப நிலைமை என்ன? -இந்த ரெண்டையும் ஒருத்தன் முதலிலே தெரிஞ் சிக்கணும். இதைத் தெரிஞ்சிக் கிட்டா அதைப்போல நிம்மதி, ஒரு இன்பம் உலகத்திலே ஒண்ணு கிடையாது. எவன் திட்டட்டுமே, எவன் வையட்டுமே! நம்ப காரியம் நிறைவேறினாச் சரிதானே? அதை மறந்துட்டு தன்னைப் பத்தி என்னென்னவோ பெரிசா நினைச்சிருக்கிறதாலே தான உலகத்திலே அத்தனை சண்டையும், அத்தனை வம்பும்! நான் சொல்றது புரிஞ்சதா?" என்றார்.

"புரிஞ்சது" என்று சொல்லிவிட்டு கடைத் தெருவைப் பார்த்துப் போனான் சுந்தரம். பக்கத்துத் தெருவையும் ஸ்ரீமுருக பக்த ஜன சபையையும் கடக்கும்போது சுந்தரத்திற்கு மறைதிரு பழனிவேலனார் சொன்ன விஷயம் ஞாபகத்திற்கு வந்தது. மகா முனிவர்களிலேயே தன்னையறிந்த ஞானி லட்சத்திலே ஒருத்தர் என்று அவர் சொன்னார். தன்னையறிந்து விட்டால் அதுவே இன்பநிலை என்றும் சொன்னார். ஏன் அப்படி? என்று அவனுக்கு அப்போது புரியவில்லை. ஆனால் இப்போது புரிந்துவிட்டது. மறைதிரு பழனிவேலனார் சொன்னதை ஒப்புக்கொள்ள வேண்டியதுதான் என்று தோன்றியது. ஆனால் முதலாவது கூற்றை மட்டும் அவனால் ஒப்புக் கொள்ள முடியவில்லை. தன்னையறிவதற்கு ஒருவன் முனிவனாக மாறவேண்டிய அவசியம் என்ன வந்தது- இல்லறத்தில் இருந்துகொண்டே, மனைவியிடமும் கடன்காரனிடமும் மானங்கெட்ட வார்த்தைகளைத் தினமும் கேட்டுக் கொண்டே தன்னையறிவதற்குச் சாத்தியம் இருக்கும் போது?

சுந்தரம் சிரித்துக் கொண்டே நடந்தான்.

இவனை நினைத்துச் சம்பந்தம் எந்தத் தெருவில் சிரித்துக் கொண்டு நடந்தாரோ?

☯

63

சிறுமைக் கதை

நான் பி.ஏ. பாஸ் பண்ணியிருக்கிறேன். இதை நான் பெருமையாகக் கூறவில்லை என்பதை இப்பொழுது நீங்கள் ஒப்புக் கொள்ள மாட்டீர்கள். அதனால் முழுக்கப் படியுங்கள்.

எனக்குக் குமாஸ்தா உத்தியோகம். என்னுடைய காரியாலயம் துறை முகத்தின் அருகே! வீடு சைதாப்பேட்டையில். அன்றாடம் மின்சார ரயில் பிரயாணம். வீட்டிலிருந்து ஸ்டேஷனுக்கு முக்கால் மைல். அதே போல் இறங்கும் ஸ்டேஷனிலிருந்து ஆபீஸ் முக்கால் மைல். தொடர்ந்து பத்து ஆண்டுகளுக்கு மேலேயே இந்த ஜீவயாத்திரை செய்து கொண்டிருக்கிறேன். விரைவில் ஒரு 'பிரமோஷ'னையும் எதிர்பார்த்துக் கொண்டிருக்கிறேன்.

...அப்புறம், எனக்கு ஒரு மனைவியும் இரண்டு பையன்களும் இருக்கிறார்கள்.

எனக்குப் புதிதாக வந்த மேலதிகாரி-அவர் வந்தும் மூன்று வருஷங்களாகிவிட்டன- மிகவும் கண்டிப்பானவர். வேலைகளைக் குறித்த காலத்தில் முடித்துக் கொடுக்க வேண்டும். ஆபீசுக்கு ஒரு நிமிஷம்கூடத் தாமதமாக வரக்கூடாது. கல்யாணம், கருமாதி என்று லீவு போடவும் கூடாது. தலைவலி, காய்ச்சலுக்குங்கூட அவர் லீவு தரமாட்டார். இந்தத் தலைவலியும் காய்ச்சலும் லீவுக்காகவே கண்டுபிடிக்கப்படும் காரணங்கள் என்று சொல்லிச் சாதிப்பார். ஆரம்பத்தில் இதைப்பற்றியெல்லாம் நான் கவலைப்பட வில்லை. அப்போது எனக்கு என்ன ஆத்திரம் என்றால், அவரே எந்த வேலையையும் குறித்த காலத்தில் செய்து முடிப்பதில்லை. ஆபீசுக்கு ஒரு மணி தாமதமாக வந்து ஒரு மணி முன்னதாகவே போய்விடவும் தயங்குவதில்லை. அது மட்டுமல்ல, லீவு போடாமலே அவர் மாதத்திற்குச் சராசரி நான்கு நாட்கள் ஆபீசுக்கு வர மாட்டார். இதை ஒரு நாள் ஆத்திரம் தாங்காமல் என்னுடைய சக குமாஸ்தாவிடம் சொல்லிவிட்டேன். அவரும் அதிகாரியின் அநியாயங்களை என்னைப் போல் ஆத்திரத்துடன் கண்டனம் செய்தார். 'இவன் விளங்க மாட்டான் சார்' என்று பேசினார். ஆனால் அதன் பலன் என்ன? ஒன்றுமில்லை என்றாலும் பரவா யில்லை. நானும் சக குமாஸ்தாவும் ரகசியமாகப் பேசிக் கொண்டது மறுநாளே அதிகாரிக்குத் தெரிந்துவிட்டது. 'எப்படி இது அவருக்குத் தெரிந்திருக்க முடியும்?" என்று சக குமாஸ்தாவைக் கேட்கலாம்

என்றால், அவர் அன்று ஆபீசுக்கு வரவில்லை. மூன்று நாட்கள் லீவு கேட்டு வாங்கிக்கொண்டு மாமல்லபுரத்திற்கு உல்லாசப் பிரயாணம் போய்விட்டார் என்று அறியலானேன். அவருக்கு அதிகாரி லீவு எப்படிக் கொடுத்தார்? அதுவும் உல்லாசப் பிரயாணத் திற்கு? எனக்கு மர்மமாக இருந்தது. கடைசியில், என் ரகசியக் கண்டனங்களை விலையாகக் கொடுத்துத் தான் அவர் மூன்று நாள் லீவு வாங்கியிருக்கிறார் என்று சில நாட்களுக்குப் பிறகு தெரிந்தது. அவரோ கடவுள் சத்தியமாக தாம் சொல்லவே இல்லை என்று சாதித்தார். அப்புறம் அவரை என்ன செய்வது? பேசாமல் விதியை நொந்து கொண்டு, அதிகாரியின் அடக்கு முறைக்கு நான் குனிந்து கொடுக்கும்படி ஆகிவிட்டது.

இரண்டரை வருஷங்களாகவே அவர் அடக்குமுறையைக் கடுமையாக்கிக் கொண்டு வந்தார். நான் சொல்லாததைக்கூடச் சொன்னதாக அதிகாரி குற்றஞ்சாட்டினார்.

"அப்படிச் சொல்லவில்லை" என்று சத்தியம் செய்தேன். அவர் அதை நம்பினாரோ நம்பவில்லையோ, ஏற்றுக் கொள்ளத் தயாராக இல்லை. ஏற்றுக் கொண்டுவிட்டால் எனக்கு உரிய காலத்தில் முறைப்படி 'பிரமோஷன்' கொடுக்க வேண்டும்; எனக்கு ஜூனியராக இருக்கும் அவருடைய சுயஜாதிக்காரனான குமாஸ்தாவுக்குப் பிரமோஷன் கொடுக்க வேறு நியாயம் கிடைக்க முடியாமல் போய் விடும். எனக்கு நெஞ்சு பற்றி எரிந்தது. என் நிலையைக் கண்டு அனுதாபம் காட்டும் சகாக்களிடம் நான் வாயையே திறக்கவில்லை. ஒரு அனுபவம் போதாதா? எல்லோருமே ஐந்தாம் படையாக இருக்க மாட்டார்கள் தான். ஆனால் எந்தப் புற்றில் எந்தப் பாம்பு இருக்கிறது என்று முன்கூட்டியே எப்படித் தெரியும்?

ஒரு சக குமாஸ்தா- அவர் தட்டெழுத்தாளருங்கூட - அதிகாரி யின் அக்கிரம தர்பாரை மனக்கொதிப்போடு விவரித்து, "இந்த ஆபீசில் வேலை பார்த்தாலும் சரி, பார்க்காவிட்டாலும் சரி, நான் ஜெயிலுக்கே போனாலும் சரி, இன்னொரு தடவை என்னைக் கேவலமாகப் பேசினால் எட்டி அறைவதாக இருக்கிறேன்" என்றார். இதைக் கேட்டதும் எனக்கு தூக்கிவாரிப் போட்டது.

"அப்படி எதுவும் செய்துவிடாதீர்கள். ரொம்பத் தப்பு" என்று நான் அடக்கியும் அவர் கோபம் அடங்கவில்லை. எரிமலை ஒரு நாள் வெடித்தே தீரும் என்று எனக்குத் தோன்றிவிட்டது. அந்த நாளை எதிர்பார்த்துக் கொண்டும் இருந்தேன்.

சரியாக நான்கு நாட்கள்தான் கழிந்தன. ஐந்தாம் நாள் அந்தத் தட்டெழுத்தாளர் செய்த காரியம் காட்டுத் தீப்போல் ஆபீஸ்

முழுவதும் பரவிவிட்டது. செய்தியைக் கேள்விப்பட்டதுமே எனக்குத் திரும்பவும் தூக்கிவாரிப் போட்டது. அவர் டைப் அடித்த பிரதிகளில் மூன்றாவது கடைசிப் பிரதியில் பழைய கார்பன் காகிதத்தை உபயோகித்ததன் காரணமாக இரண்டு இடங்களில் இரண்டு எழுத்துக்கள் தெளிவாக விழவில்லை என்பதற்காக அதிகாரி மானக்கேடான வார்த்தைகளால் அவரைத் திட்ட, அவரும் தாம் செய்யத் தகாத பெருங்குற்றம் செய்துவிட்டதாக ஒப்புக்கொண்டு ஒரு பெரிய காகிதம் நிறைய மன்னிப்பு எழுதிக் கொடுத்தாராம். அப்போது அவர் அதிகாரியின் காலில் விழுந்து கெஞ்சியதாகக் கூட இரண்டொருவர் சொன்னார்கள்.

"ஜெயிலுக்கே போகத் துணிந்த ஒரு ஆசாமி செய்கிற காரியமா இது?" என்று அவரைக் கேட்க நினைத்தேன். என்ன பிரயோசனம்? 'என் நிலையில் நீர் இருந்தால் இப்படிக் கேட்க மாட்டீர்,' என்று அவர் என்னை மடக்கியிருப்பார். அது உண்மைதானே என்று நானும் பேசாமல் வந்திருப்பேன்.

எனக்கு நம்பிக்கையே இழந்து விட்டது. இந்தச் சூழ்நிலையில் நான் யாருடைய அனுதாபத்திற்கு அல்லது அன்புக்குப் பாத்திரமாக முடியும்? மனசுக்குள்ளாகக்கூட அதிகாரியைத் திட்டுவது அர்த்த மில்லாத காரியமாய்ப் பட்டது. ஒவ்வொருவனுமே கஷ்டப்படும் போது, தான் மட்டுந்தான் கஷ்டத்துக்கு உள்ளாகியிருப்பதுபோல் திட்டுவதும் ஆத்திரப்படுவதும் பைத்தியக்காரத் தனமல்லவா? ஊருக் கெல்லாம் ஒன்று; எனக்கு மட்டும் வேறொன்றா?

இப்படியாக பி.ஏ. படித்த நான் வேலை செய்து கொண்டு வரும்போது, இந்த இரண்டரை வருஷகாலத்தில் அவர் என் மீது எத்தனையோ குற்றச்சாட்டுகளைச் சுமத்தி, அவற்றைச் சித்திரபுத்திரன் மாதிரிப் பலமாகப் பதிவு செய்துவிட்டார் - நியாயத் தீர்ப்பு நாளில் எடுத்து மேஜை மேல் வைப்பதற்கு.

ஆபீசுக்குப் பத்து நிமிஷம் 'லேட்,' இருபது நிமிஷம் 'லேட்' என்று ஐந்தாறு குற்றச்சாட்டுக்கள். இவை உண்மையாக இருந்தபடியால் நானும் மன்னிப்பு எழுதிக் கொடுத்தேன். வாடகை இருபது ரூபாய் அதிகமாக இருந்தும் வசதிகள் குறைவா இருந்துங்கூட நான் ஆபீசுக்கு மூன்று மைல் தூரத்துக்குள்ளாகவே ஒரு வீட்டை வாடகைக்குப் பிடித்து, சைதாப்பேட்டையிலிருந்து குடிபெயர்ந்து வந்தேன். ஆபீஸ் யாத்திரா மார்க்கத்தைப் பாதியாகக் குறைத்துவிட்டேன்.

நான் வேலையில் சரியாகக் கவனம் செலுத்துவதில்லை என்றும் குறித்த காலத்தில் முடிப்பதில்லை என்றும் அபாண்டமாக அவர் சாட்டிய குற்றச் சாட்டையும் வேறு வழியின்றி ஏற்று 'இனிமேல்

அப்படிச் செய்யவில்லை' என்று வாக்குறுதி கொடுத்து, 'முன் செய்த தவற்றை மன்னிக்க வேண்டும்' என்று கேட்டுக் கொண்டேன்.

"எழுத்துமூலம் கேட்கப்பட்ட விஷயத்திற்கு எழுத்து மூலம் பதில் கொடுக்க வேண்டும்" என்று அவர் உத்தரவிட்டார். நானும் கீழ்ப்படிந்தேன்.

பொறுப்பில்லாமல் நான் அடிக்கடி லீவு போடுவதாகவும் ஒரு குற்றச்சாட்டு. அதற்கு நான் மன்னிப்புக் கேட்கும்படி உத்தரவாக வில்லை. எச்சரிக்கை செய்வதோடு அதிகாரி நிறுத்திக் கொண்டார்.

இத்தனை குற்றச்சாட்டுக்கள் 'பைலி'ல் இருக்கும்போது, நான் பிரமோஷனை எங்கே எதிர்பார்க்க முடியும்? எனக்குப் பிரமோஷன் வேண்டாம். உள்ள வேலைக்கு ஆபத்தில்லாமல் நீடித்து இருந்தால் போதும் என்று ஆண்டவனைப் பிரார்த்திக்கத் தொடங்கிவிட்டேன்.

என் பிரார்த்தனை தானாக நிறைவேறியதா, அல்லது ஆண்டவன் நிறைவேற்றினாரா என்று நாஸ்திக-ஆஸ்திகக் கூட்டங்கள் வாதிட வேண்டிய அவசியமே இல்லை. ஏனென்றால் அதிகாரியே நிறைவேற்றி விட்டார். அவருடைய ஜாதிக்காரனுக்கு, என் ஜூனியருக்கு, பிரமோஷன் கொடுத்துவிட்டார். என் தலைமீது உட்காருவதுபோல் அவன் வந்து உட்கார்ந்தான். அந்த நிமிஷத்தி லிருந்து என் சகாக்கள், அதிகாரிக்குச் சொலுத்தும் மரியாதையை அவனுக்கும் சேர்த்துச் செலுத்தத் தொடங்கி விட்டார்கள். "நமக்குப் பிரமோஷன் கொடுக்காதது இவன் தப்பா? அதிகாரி சொன்னபடி இவன் வந்து உட்கார்ந்திருக்கிறான். கழுதையாக இருந்தாலும் மேலே உள்ளவனுக்குக் கீழே உள்ளவன் மரியாதை செலுத்த வேண்டியது தானே! இவன் இல்லாவிட்டால் இன்னொரு கழுதை! அவ்வளவுதானே? எந்த ராஜா பட்டத்திற்கு வந்தாலும் நமக்குப் பல்லாக்குத் தூக்கும் உத்தியோகம் தானே, சார்" என்று என் சகாக்கள் சொன்னதை எல்லாம் மறுக்க முடியவில்லை.

சுய ஜாதிக்காரனுக்கு வேலை கொடுத்து விட்டதோடு என் மீது அடக்குமுறையைப் பிரயோகிப்பதை அவர் நிறுத்திவிடுவார் என்று நம்பிக்கையோடு எதிர்பார்த்தேன். அதுதான் நடக்கவில்லை. ஒருவனை ஒரு தடவை இம்சை பண்ணி ருசி கண்டுவிட்டால், அப்புறம் அதை நிறுத்த மனம் வருமோ? என்னைக் குற்றஞ் சாட்டுவதில் அதிகாரிக்குள்ள ஆசை, அடங்காத ஒரு வெறி போலவும், ஒரு லாகிரிப் பழக்கம் போலவும், தீர்க்க முடியாத ஒரு மனக்கோளாறு போலவும் ஆகிவிட்டது.

இப்போது என்னுடைய இந்தச் சிறுமைக் கதையின் முடிவுக்கு வருகிறேன். இது என் கதைக்குத்தான் முடிவே ஒழிய, என் சிறுமைக்கு

முடிவல்ல.

நான் ஆபீசுக்கு அருகே - அதாவது மூன்று மைல் தூரத்தில் - புதுவீடு பிடித்துக் குடியேறியது என் நிலைமையை மேலும் மோசமாக்கி விட்டது. எவ்வளவுதான் காலாகாலத்தில் வீட்டை விட்டுக் கிளம்பினாலும், குறித்த காலத்தில் பஸ் வரும் என்றோ, வந்தாலும் இடம் கிடைக்கும் என்றோ சொல்ல முடியாது. முன்பு மின்சார ரயில் வண்டியில் வந்து போகும்போது இந்த பிரச்சனை இல்லாமல் இருந்தது. இப்பொழுது இந்தப் பிரச்னையே பெரிதாகி விட்டது. சாப்பிட்டும் சாப்பிடாமலும் நான் பஸ்ஸுக்கு ஓடி வருவதும், இடம் கிடைக்காமல் மனக்கலவரத்தோடு பிரமை பிடித்தவன்போல் அங்கும்- இங்கும் அல்லாடுவதும், சம்பளம் வாங்கிய புதிதில் டாக்ஸியை அமர்த்திக் கொண்டு ஆபீசுக்கு ஓடுவதும் சகஜமாகிவிட்டன. புது வீட்டினால் இந்தப் பிரச்னை ஏற்பட்டது கூடப் பெரிதில்லை. எதிர்பாராத விதமாக என் மூத்த பையனுக்கு உடல்நலமும் கெட்டது. காற்றும் வெளிச்சமும் இல்லாத அந்த ஒட்டுக் குடித்தனத்தில், ஏகப்பட்ட குடித்தனங்களுக்கு மத்தியில் நாங்கள் நெருக்குண்டு நசுக்குண்டு வாழ்ந்தோம். அதனாலோ, எதனாலோ அவன் படுத் படுக்கையாகிவிட்டான். காலையில் டாக்டரிடம் அழைத்துக்கொண்டு போனால் நேரமாகி விடும் என்று மாலையில் அழைத்துக்கொண்டு போய்ச் சமாளித்து வந்தேன். இந்த நிலையில் என் மனைவியும் ஒருநாள் திடீரென்று ஜுரமாகப் படுத்துவிட்டாள். எடுத்த எடுப்பிலேயே 104 டிகிரி. மாலை வரையில் தள்ளிப்போட முடியாது என்ற காலையிலேயே டாக்டரிடம் கொண்டு வந்தேன். பையனுக்கும் மருந்து ஆகாரம் கொடுத்துவிட்டு, இரண்டாவது பையனைப் பள்ளிக்கூடத்திற்குப்போக வேண்டாம் என்று சொல்லி, "அம்மாவையும் அண்ணனையும் பக்கத்தில் இருந்து கவனித்துக் கொள்ளவேண்டும். எங்கேயும் விளையாடப் போய்விடக் கூடாது சாயங்காலம் வேலைக்காரி வருவாள். பாத்திரங்களை எடுத்துத் தேய்க்கப்போடு. துணிகளையும் துவைத்துக் காயப் போடாவிட்டால் ரொம்பக் கஷ்டம். நாளைக் காலையில் வந்து துவைப்பதாகச் சொல்வாள். அது கூடாது, இன்றைக்கே துவைத்துப் போடவேண்டும் என்று நான் கண்டிப்பாகச் சொன்னதாகச் சொல்," என்றெல்லாம் கூறி விட்டு ஆபீசுக்குப் புறப்பட்டேன். அரை மணி நேரத்திற்கு மேல் லேட். நான் ஓட்டமும் நடையுமாகப் போகும் போது என் குடல் அலைமோதியது எனக்கே தெரிந்தது.

பஸ்ஸுக்கு நின்றேன். ஒரே கூட்டம். கியூ வரிசையெல்லாம் அங்கே கிடையாது. பஸ் உடனே வரவில்லை. அங்கேயே தரையில் கால் பாவாமல் சுற்றுமுற்றும் பார்த்துக் கொண்டு திரிந்தேன்.

என்னைப்போல் பஸ்ஸுக்காக நிற்கும் கூட்டத்துடன், நிழலுக்கு ஒதுங்கியிருந்த சில ஆசாமிகளையும் அங்கே பார்த்தேன். ஒரு ரிக்ஷாக்காரன். அதில் அவனே கால் நீட்டி உட்கார்ந்து எப்பொழுதோ நடந்த ஒரு பஸ் விபத்தைப் பற்றிச் சொல்லிக் கொண்டிருந்தான் தன் சிநேகிதனுக்கு. ஒரு கீரைக்காரி கூடையை இறக்கி வைத்துவிட்டு அமைதியாக வெற்றிலை போட்டுக் கொண்டும், கதையைக் கேட்டுக் கொண்டும் இருந்தாள். மரவேலைத் தொழிலாளிகள் இருவர் பைகளில் தங்கள் கருவிகளைப் போட்டுக்கொண்டு பீடி குடித்துக் கொண்டிருந்தார்கள். "இந்த பஸ்ஸும் கிடைக்கல்லேன்னா, இன்று வேலைக்கு மட்டம் போடவேண்டியது தான். நாளைக்குத்தான் வேலை. இத்தோடு வீட்டுக்குத் திரும்பிவிட வேண்டியதுதான்," என்று ஒருவன் மற்றொருவனுக்கு அலட்சியமாகச் சொல்லிவிட்டு பீடிப் புகையை இழுத்து ஊதினான்.

பத்து நிமிஷங்கள் கழித்துப் பஸ் வந்தது. எல்லோரும் அடித்துப் பிடித்துக் கொண்டு ஏறினார்கள். நானும் எப்படியோ ஏறி இடம் பிடித்து விட்டேன்.

ஆபீஸில் நுழையும்போது, ஒரு மணி நேரத்திற்கு மேலேயே லேட். 'இன்று வேலைக்கே ஆபத்து வரக்கூடும்' என்று மனசில் ஒரே பீதி. திடீரென்று தெய்வாதீனமாக ஒரு யோசனை தோன்றியது. 'இன்று லீவு கேட்டால், லேட் என்ற பிரச்னைக்கு இடமில்லை' என்று நினைத்துக் கொண்டு நேரே ஆபீஸரை நோக்கிச் சென்றேன்.

அவர் அனறு, அதுவும் அந்த நேரத்தில் ஆபீஸில் இருந்தார். என்னை ஏறிட்டுப் பார்த்தார். "என்ன விஷயம்? இனிமேல் எக்ஸ்கியூஸே கிடையாது" என்று கடுமையாகச் சொன்னார். பற்களை இறுகக் கடித்துக்கொண்டு பேசினார்.

'சார், வீட்டிலே என் மனைவிக்கு 104 டிகிரி ஜுரம். பையனும் வேறே பத்து நாட்களாகப் படுத்திருக்கிறான்..."

"இந்த ராமாயணமெல்லாம் தேவையில்லை."

"உண்மையாகத்தான் சொல்கிறேன்" என்று சொல்லி மருந்து வாங்க டாக்டர் எழுதிக் கொடுத்திருந்த சீட்டையும் காட்டினேன். அவர் அதைத் திரும்பியே பார்க்காததால் மேஜை மேல் வைத்தேன். ஏதோ அசிங்கத்தை எடுத்து எறிவதுபோல இரண்டு நுனி விரல் களால் சீட்டை எடுத்து என்னைப் பார்த்து வீசினார். அது பறந்து கீழே விழுந்ததும் எடுத்து வைத்துக் கொண்டேன்.

"மூன்று நாள்லீவு வேண்டும் சார்" என்று கும்பிட்டேன்.

"அந்தப் பேச்சே கிடையாது. எவனோ ஒரு ஒன்றரையணா டாக்டர் எழுதிக் கொடுத்ததை வைத்து லீவு வாங்கி விடலாம்

என்ற துணிச்சலினால் தான் இவ்வளவுநேரம் கழித்து வந்தீரோ? நீர் போகலாம். அரைநாள் 'ஆப்செண்ட்' போட்டிருக்கிறேன். மத்தியானம் வந்து 'எக்ஸ்பிளனேஷன்' எழுதிக் கொடுத்துவிட்டு வேலை செய்யலாம். போம்" என்று சொல்லி ஆள்காட்டி விரலால் வழியையும் காட்டினார்.

அன்று அவருடைய முகத்தில் முஷ்டியால் குத்தவேண்டும், இல்லை யென்றால் அவர் காலில் விழவேண்டும் என்று நினைத்தேன். அவரோ விரட்டிக்கொண்டே இருந்தார். வெளியே வந்து விட்டேன். 'என்ன ஆனாலும் சரி, மத்தியானம் இரண்டு மணிக்கு ஆபீசுக்குப்போய், எழுதிக் கொடுக்க வேண்டியதை எழுதிக் கொடுப்போம். இப்பொழுது வீட்டுக்கு போவோம்' என்று ஒரு பஸ்ஸை பிடித்து வீட்டுக்கு வந்துவிட்டேன். சமையல் வேலையைக் கவனித்தேன். நானும் சாப்பிட்டு, மனைவிக்கும் பையனுக்கும் கஞ்சி கொடுத்தேன். முன் ஜாக்கிரதையாக ஒரு மணிக்கே ஆபீசுக்கு வந்து என் சகாக்கள் சிலரிடம்- அவர்களுடைய அனுதாபமோ, நடிப்போ கால் காசுக்குப் பிரயோஜனமில்லை என்று தெரிந்திருந்துங்கூட- என் நிலையைச் சொன்னேன். "வேறே எங்காவது வேலை கிடைத்தால் போய்விடலாம்" என்று வாய்தவறிக் கூறிவிட்டேன். ஒரு சகா சிரித்தார். "என்ன இருந்தாலும் இது தெரிந்த பிசாசு. தெரியாத பிசாசிடம் வேலைக்குப் போவானேன்? அது எப்படி இருக்குமோ?" என்றார்.

அன்று அதிகாரி சொன்னபடியெல்லாம் மன்னிப்பு எழுதிக் கொடுத்துவிட்டு வேலை செய்ய உட்கார்ந்தேன்.

சாயங்காலம் ஐந்து மணி அடித்ததும் எல்லோருடனும் நாற்காலியை விட்டு எழுந்தேன். ஆபீஸ் வாசலில் 'க்யூ' வரிசை உண்டு. எனவே சிரமமில்லாமல் பஸ் ஏறி வந்தேன். கடைக்குப் போய் மருந்துகளையும் வாங்கிக் கொண்டு வீட்டுக்குள் நுழையும்போது மணி ஐந்தேமுக்கால் ஆகிவிட்டது. மனைவியும் மகனும் படுத்திருந் தார்கள். அவளுக்கு ஜுரம் எவ்வளவோ தணிந்திருந்தது. மருந்து களைக் கலக்கிக் கொடுத்துவிட்டுச் சின்ன பையனைப் பார்த்து, "வேலைக்காரி துணி துவைத்துப் போட்டாளா?" என்று கேட்டேன்.

"அவள் வரவே இலலையப்பா," என்றான் பையன்.

"அடி பாவி!" என்று சொன்னதும் என் உடம்பெல்லாம் தீப்பரவியது போல் கோபத்தால் கொதித்தது. நெருக்கடியான நேரத்தில் இப்படி இரண்டு நாட்களாக அவள் வராமல் இருந்தால், பாத்திரங்களைத் தேய்ப்பது யார்? துணி துவைப்பது யார்? வீட்டைப் பெருக்குவது யார்? அத்தனையையும் நான் செய்துவிட்டு ஆபீசுக்குக் குறித்த காலத்தில் போவது எப்படி?

என் கோபமும் ஆத்திரமும் தணியும்போது என் நிலையை எண்ணி அழுவோமா என்றிருந்தது.

ஏற்கெனவே சில தடவைகள் அவள் இப்படிச் சொல்லாமல் கொள்ளாமல் இரண்டு நாள் மூன்று நாள் வேலைக்கு வராது இருந்திருக்கிறாள். அப்பொழுது கண்டித்ததற்கு என்னென்னவோ சால்ஜாப்புச் சொன்னாள். அதிகமாகக் கண்டித்தால் அவள் வேலையிலிருந்து நின்று விடுவாள், பதிலுக்கு வரும் வேலைக்காரியும் இப்படித்தான் இருப்பாள் என்று அவளை நயமும் பயமுமாகவே என் மனைவியும் நானும் கண்டித்தோம். இப்போது எனக்கு இருந்த கோபத்தில், 'இனி அவள் முகத்தில் விழிக்கவே கூடாது. நாம் என்ன கஷ்டப்பட்டாலும் சரி, சம்பள பாக்கியை விட்டெறிந்து அவளை விரட்டிவிட வேண்டும்' என்று முடிவு செய்து விட்டேன்.

நானே எழுந்து போய் அவசரமான தேவைகளுக்கு வேண்டிய துணிகளைத் துவைத்துக் காயப்போட்டேன். பாத்திரங்களையும் தேய்த்து வைத்தேன். வீட்டுக் காரியங்கள் எல்லாம் முடிந்தன. படுத்தால் தூக்கம் வரவில்லை. கிராமத்தில் நான் அசௌகரியமாக வளர்ந்ததையும், கல்லூரியில் சந்தோஷமாகக் கழித்த நாட்களையும், அப்பொழுது கட்டிய மனக் கோட்டைகளையும், என் கல்விச் செலவுக்காக என் பொற்றோர்கள் பூர்வீக நிலச் சொத்துக்கள் சிலவற்றை விற்ற தியாகத்தையும் ஊரில் நான்தான் முதல் பட்டதாரி என்று என்னை அத்தனை பேரும் அருமை பெருமையோடு நடத்தியதையும் நினைத்துப் பார்த்துக் கொண்டிருந்தேன். இந்த நினைவு மறைந்து, தூக்கம் வரும்வரை என் கண்கள் நீர் கொட்டிக் கொண்டே இருந்தன. நனைந்த தலையணையைப் புரட்டிப் போட்டுப் படுத்தேன்.

மறுநாள் விடிந்தது. மனைவியின் உடல்நிலை எப்படி இருக்கிறது என்று பார்த்துக் கொண்டிருந்தேன். அப்பொழுது வாசலில் வேலைக்காரியின் குரல் கேட்டது. வேறு யாரோ ஒருத்தியுடன் சிரித்துப் பேசிக்கொண்டே வந்தாள். பிறகு வெற்றிலை யைத் துப்பினாள். தன் சிநேகிதியை அனுப்பி விட்டுச் சாவதானமாக உள்ளே வந்தாள். அவள் வந்ததும் வராததுமாக முகத்தில் அறைந்தது போல், "ஏன் நீ இரண்டு நாளாய் வரவில்லை? அதை முதலில் சொல்" என்று இரைந்தேன்.

அவள் என்னை ஒருமாதிரி கூர்ந்து பார்த்தாள். உற்சாகமாக வந்தவள்மீது நான் கோபமாக எரிந்து விழுந்தது, அவளுக்குக் கோபத்தை உண்டு பண்ணி விட்டது என்பது தெளிவாகத் தெரிந்தது.

"ஏன் வரவில்லை?" என்று திரும்பவும் கேட்டேன்.

"என் பிள்ளைக்கு உடம்பு சரியில்லை."

"பிள்ளைக்கு உடம்பு சரி இல்லையா? எப்போது கேட்டாலும் இப்படியே சொல்லியே நினைத்த நேரத்திலே வேலைக்கு மட்டம் போடலாம் என்று நினைத்துக் கொண்டாயா? நீ சம்பளம் வாங்கு கிறாயா, இல்லை; இனாமாய் வேலை செய்கிறாயா?" என்று கேட்டேன்.

"ஐயே, ஏன் இப்படிக் கூச்சல் போடுறே?" என்று மெட்ராஸ் பாஷையில் எகத்தாளமாகக் கேட்டாள்.

"நான் கூச்சல் போடுகிறேன்; நீ மரியாதையாகப் பேசுகிறாய்...! நீ வேலைக்கு வராத நாட்களுக்கெல்லாம் சம்பளம் கொடுத்தேன் பார், அதற்கு நீ இப்படிப் பேச வேண்டியதுதான். வேலை செய்கிறாளாம் வேலை கொஞ்சமாவது பொறுப்பு வேண்டாம்? வாயிலே உண்மை வர வேண்டாம்?" என்று நான் சொல்லி வாய் மூடவில்லை.

"தா, நீ பேசிக்கினே போறியே! இன்னா சம்பளத்தை நீ குடுத்துப்புட்டே! இஷ்டமானா வேலைக்கு வச்சிக்கோ; கஷ்டமானா போகச் சொல்லேன்"

என் மனைவி பயந்துபோய் விழித்துப் பார்த்தாள்.

வேலைக்காரி தொடர்ந்து பேசினாள்: "காலங்கார்த்தாலே மனுஷன் இன்னா கூச்சல் போடுறாரு! வேற ஆளை வச்சிக்கோயேன். நானா வேணாம்னு சொல்றேன்? இப்பவே சம்பளத்தைக் கணக்குப் பார்த்துக் குடுத்துடு. ஒரு நிமிசம் நான் இங்கே நிக்கமாட்டேன்... ஆமா..."

என் மனைவி அந்த ஜுரத்திலும் பலஹீனத்திலும் தன் சக்தியை யெல்லாம் ஒன்று திரட்டி, "துலுக்காணம்! ஏன் இப்படிப் பேசுறே?" என்று அவளைச் சமாதானப் படுத்த முயன்றாள்.

"நீ சும்மா இரும்மா. வேலை பார்த்தது போதும். என் புள்ளை பெரிசா, உன் வேலை பெரிசா?" என்று சொல்லிவிட்டு அங்கே நிற்காமல் போய் விட்டாள். போனவள் திரும்பி வரவில்லை.

"இப்படிப் பேசிட்டீங்களே, ஏன்?" என்று என்னைக் கேட்டாள் மனைவி.

"இப்படிப் பேசாமல் அவள் காலில் விழணும்னு சொல்றியா?" என்று ஆத்திரத்தோடு கேட்டேன். அப்புறம் தொடர்ந்து பேசினால், வேலைக்காரியைக் கோபித்தது என் முட்டாள்தனம் என்று நானே ஒப்புக்கொண்டாக வேண்டிய நிலை வரும் என்று தெரியும். அதனால் அங்கிருந்து எழுந்து விட்டேன்.

சமையல் வேலையும் மற்ற வீட்டுக்காரியங்களும் என் ஞாபகத் திற்கு வந்தன. அத்தனையையும் நான்தான் செய்யவேண்டும், அப்புறம் சாப்பிட்டோ சாப்பிடாமலோ ஆபீசுக்கு ஓடவேண்டும், இன்னும் 'லேட்' என்றால் வேலை நிச்சயம் போய்விடும் என்று தோன்றவே, பதற்றம் அப்பொழுதே - ஏழு மணிக்கே - ஆரம்பமாகிவிட்டது.

சிறிது நேரத்தில் காய்கறி வண்டியை நோக்கித் தெருவுக்கு வந்தேன்.

எதிர்வரிசையில் இரண்டு வீடுகள் தள்ளியிருந்த ஒரு வீட்டின் திண்ணையில் வேலைக்காரி தனியாகக் கால் நீட்டி உட்கார்ந்து வெற்றிலை பாக்குப் போட்டுக் கொண்டிருந்தாள். என்னையும் பார்த்தாள். பார்த்ததும் காலை மடக்கவில்லை. சம்பளம் வாங்கிக் கொண்டு போகாத்தான் அங்கே காத்திருக்கிறாள் என்று நினைத்துக் கொண்டு காய்கறிகளோடு வீட்டுக்கு வந்தேன்.

என் பக்கத்துப் போர்ஷனில் குடியிருப்பவர், அது வரையிலும் என்னோடு பேசியே அறியாதவர், "எல்லா வேலைக்காரிங்களும் இப்படித்தான் இருக்கிறாங்க. திமிர் ஜாஸ்தியாயிட்டது. அவங்களை விட்டா வேறே கதி இல்லேன்னு தெரிஞ்சிக் கிட்டாங்க. அவங் களுக்கு ஏத்தமாதிரி காலமும் இருக்கு," என்றார்.

எனக்கு ஒன்றுமே சொல்லத் தோன்றவில்லை. நமக்கு ஏற்ற மாதிரி ஒரு காலம் என்றாவது வருமா என்றுதான் யோசித்தேன்.

ஒரு வேலைக்காரி, ஒரு கீரைக்காரி, ஒரு மரவேலைக்காரன், ஒரு ரிக்ஷாக்காரன்- இவர்கள் பட்டினியே கிடக்கட்டுமே- இவர்களைப் போல் நானும் மனிதனாக வாழ ஒரு காலம் வருமா?

"ஒரு நாள் நாம்ப வேலைக்குப் போகல்லேன்னா ஆபீஸிலே சும்மா விட்டுடுவாங்களா, சார்?" என்று அவர் கேட்டார்.

'காலிலே விழுந்தாலும் மன்னிக்க மாட்டேன்கிறான் சும்மா விடுறதாவது?" என்றேன்.

"என்ன பண்றது? இந்த வேலைக்குன்னே நாம்ப படிச்சோம். இந்த வேலைக்குன்னே பாஸ் பண்ணினோம். குடுமியைக் கொண்டு போய் இன்னொருத்தன் கிட்டே, குடுத்திட்டப்புறம் யோசிச்சு என்ன பிரயோஜனம்?" என்று சிரித்துக் கொண்டே சொல்லிவிட்டு அவர் உள்ளே போனார்.

உண்மைதான். இந்த நிலைக்கு என்னை ஆளாக்கிக் கொள்ள நான் எத்தனை வருஷங்கள் படிக்கவேண்டியிருந்தது! என் பெற்றோர்கள் நிலத்தை விற்றுச் செலவழித்த பணம்தான் எவ்வளவு!

ஒரு மணி நேரத்திற்குள்ளேயே, சம்பளப் பாக்கியை வாங்கிக் கொண்டு போகக் கெடுபிடியோடு வந்து நின்றாள் வேலைக்காரி. என் மனைவி மறுமுறையும் கெஞ்சிப் பார்த்தாள். நானும் தடுத்துச் சொல்லாமல் இருந்தேன்.

ஒன்றுமே நடக்கவில்லை.

பாக்கியைக் கணக்குப் பார்த்துக் கொடுப்பதைத் தவிர எனக்கு வேறு வழியே இல்லாமல் போய்விட்டது.

64

முகக் களை

பாண்டுரங்கத்திற்கும் தேவகியம்மாளுக்கும் கல்யாணமாகி ஏறக்குறைய இருபது வருஷங்கள் ஆகின்றன.

ஏதோ ஒரு வகையில் தான் அழகாக இருப்பதாய் தேவகியம்மாள் நினைக்கத் தொடங்கியது கல்யாணத்திற்குப் பிறகு தானே ஒழிய முன்னால் அல்ல. கன்னிப்பெண்ணாக இருந்தபோது தன்னை அவள் அழகியாகக் கருதவில்லை என்பதோடு, ஒரு கட்டத்தில் தன் முகம் அவலட்சணமாய் இருப்பதாகவும் கூட நினைத்திருக்கிறாள். அதற்குக் காரணம், அவளுக்குப் பேசிய இரண்டு கல்யாணங்களும் நின்று விட்டது தான். இரண்டு இடங்களிலும் மாப்பிள்ளைகளின் பெற்றோர்கள் முகூர்த்தம் வைக்கத் தயாராகவே இருந்தார்கள்; ஆனால் பெண்ணை நேரில் வந்து பார்த்த மாப்பிள்ளைகள்தான் திரும்பிப் பார்க்காமல் போய்விட்டார்கள்.

இது தெரிந்து அப்போது அக்கம் பக்கத்தார் கைகொட்டிச் சிரித்தார்கள். "அதுதானே பார்த்தேன்? இவளையும் இவ பல்லையும், இவ மூஞ்சியையும் பார்த்துட்டு ஒருத்தன் இவளைக் கட்டிக்கச் சம்மதிப்பானான்னு கேட்டேன். இவளைப் பார்த்துட்டு மாப்பிள்ளைங்க தப்பினேன், பொழைச்சேன்னு ஓடிட்டாங்க!" என்றாள் ஒருத்தி.

"என் பொண்ணுக்கு மாப்பிள்ளை வரப்போறான். என் பொண்ணுக்கு மாப்பிள்ளை வரப்போறான்னு அம்மாக்காரி குதிச்சாளே, இப்போ என்ன ஆச்சு? இவளை ஒருத்தன் எதிர்க்கே ஒக்காத்தி வெச்சிக்கினு சோறு துண்ணவே முடியாதேம்மா, கண்ணாலம் எப்படி பண்ணிக்குவான்?" என்றாள் இன்னொருத்தி. வேறொருத்தியோ, தேவகியின் காதுகள் எலிக்காதுகள் மாதிரி மேலே ஏறிப்போய் உச்சந் தலையில் இருப்பதாகக் குறை சொன்னாள். அவள் இமை கொட்டும்போது, கோழி கண்ணை மூடித் திறப்பது போல் இருப்பதாகச் சொன்னாள் மற்றொருத்தி. தேவகியின் முகத்தில் பல் இருப்பதுதான் தெரிகிறது என்றும், மூக்கு, கண், நெற்றி முதலியவற்றைப் பட்டப் பகலிலே கூட விளக்கைப் பக்கத்தில் கொண்டு போய் வைத்துப் பார்த்தால்தான் தெரியும் என்றும் ஆளுக்கொன்று சொல்ல எல்லோரும் குலுங்கிக் குலுங்கிச் சிரித்தார்கள்.

அக்கம் பக்கத்துப் பெண்கள் இப்படித் தன்னுடைய முகத் தோற்றத்தைப் பற்றிக் கேவலமாகப் பேசிக்கொண்டது தேவகியின் காதுக்கும் எட்டிவிட்டது. ஆனால் அவர்களில் ஒவ்வொருத்தியுமே தனித் தனியாக வந்து மற்றவர்கள் தான் அப்படி அநியாயமாகப் பேசிக் கொண்டார்கள் என்றும், 'இந்தப் பொம்மனாட்டிகளுக்கு வாய் சும்மா இருக்காது, யாரையாவது குத்தம் சொல்லணும். இதே பொழைப்பாப் போச்சு' என்றும் சொன்னார்கள்.

என்றாலும் தேவகிக்கு மனம் உடைந்து விட்டது தான் அவலட்சணமாக இருப்பதாய் அவளே நினைக்கும்படி ஆகி விட்டது. இப்படி எண்ணிவிட்ட ஒரு பெண்ணால் உயிரோடு இருக்கவே முடியாது என்றும், உலகத்தில் ஒவ்வொரு பெண்ணும் உயிரோடு இருக்கவே முடியாது என்றும், உலகத்தில் ஒவ்வொரு பெண்ணும் தன்னிடத்தில் ஏதோ ஒரு கவர்ச்சி இருப்பதாக நினைத்துக் கொண்டிருப்பதால் தான் உயிர் வாழ்கிறாள் என்றும் அவளுக்குத் தோன்றவே, மூன்றாவதாகத் தன்னைப் பார்க்க வரும் ஒருவன் தன்னைத் தட்டிக் கழித்தால் தன் உயிரைத் தானே போக்கிக்கொள்வது என்று முடிவு கட்டிவிட்டாள். மூன்றாவதாக அவளைப் பார்க்கப் போனவர் பாண்டுரங்கன். பார்த்த மாத்திரத்திலேயே அவளைக் கல்யாணம் பண்ணிக் கொள்ள அவர் மனப்பூர்வ மாகச் சம்மதம் அளித்துவிட்டார்.

“எத்தனோ பொண்களை வேண்டாம் வேண்டாம் என்று சொன்னவன், உங்க பொண்ணைப் பார்த்ததுமே சரின்னுட்டான். நான்கூட ஆச்சரியப்பட்டுப் போயிட்டேன். ‘என்னடா சங்கதி?’ன்னும் அவனைக் கேட்டேன். அவன் என்ன சொன்னான் தெரியுமா? ‘இந்தப் பொண்ணோட முகக்களை வேற யாருக்கு இருக்கும்?’னு சொன்னான்”- -பாண்டுரங்கத்தின் தந்தை தேவகியின் பெற்றோரிடம் இவ்வாறு சொன்னார். அவர் சொன்னது நூற்றுக்கு நூறு உண்மையே. தேவகியின் முகக்களையைப் பற்றி பாண்டு ரங்கம் அவ்வாறு போற்றி புகழ்ந்தது வாஸ்தவந்தான். அப்படிப் புகழ வேண்டி ஒரு நிலை பாண்டுரங்கத்திற்கு ஏற்பட்டிருந்ததால், புகழ்ந்தார் ஒரேயடியாகவும் புகழ்ந்தார்.

பாண்டுரங்கம் பெற்றோருடன் வசித்த வீடு, சொந்த வீடாகும். சென்னை நகரில் வாடகைக்கு வீடு கிடைக்காமல் தெருத் தெருவாக எத்தனையோ பேர் அலைவதைப் பார்த்த அவருக்குச் சிறு வயதிலேயே சொந்த வீடு என்பது குபேர சம்பத்து என்று தோன்றிவிட்டது. எனவே, தாம் கஷ்டப்பட்டுப் படிப்பது அனாவசியம் என்று எண்ணி, ஆறாம் வகுப்பில் “பெயில்” ஆகி, அதற்குமேல் பள்ளிக்கூடத்திற்குப் போக முடியாது என்று பிடிவாதமாக மறுத்துவிட்டார். இரண்டொரு வேளை சாப்பிடாமல் இருந்து கூட தம் விரதத்தை நிலை நாட்டினார். ஏக புத்திரனை மிகவும் கஷ்டப்படுத்தி விடக்கூடாது என்று பெற்றோரும் வற்புறுத்தவில்லை. அவ்வாறு ஆறாம் வகுப்பு “பெயில்” என்ற கல்வித் தகுதியோடு வளர்ந்த அவருக்கு இருபது வயது ஆயிற்று. ‘உத்தியோகம் புருஷ லட்சணம்’ என்று, அவருக்கு மிகவும் சிரமத்தின் பேரில் ஒரு மார்வாடியின் அடகுக்கடையில் ரசீது போட்டுக் கொடுத்துக் கணக்கு எழுதும் ஒரு வேலையை வாங்கிக் கொடுத்தார் தந்தை. சம்பளம் மாதம் அறுபது ரூபாய்க்கு உயர மூன்றாண்டுகள் ஆயின. அப்படியும் அவருக்குக் கல்யாணம் செய்ய பெற்றோர் தீர்மானித்தனர்.

சொந்த வீடு இருப்பதால், பங்களாவிலேயே பெண் கட்டலாம் என்று நினைத்துக் கொண்டிருந்தார் பாண்டுரங்கம். ஆனால், பங்களாப் பெண் கிடைக்காமல் போனதோடு, குடிசைப் பெண்ணாவது தனக்குக் கிடைப்பாளா என்றும் ஆகி விட்டது. கால்காசு வேலை யானாலும் கவர்ன்மெண்ட் வேலை பார்ப்பவனுக்குத்தான்- அவன் பியூனாக இருந்தாலும் சரி- பெண்ணைக் கொடுப்போம் என்றும், அறுபது ரூபாய் சம்பாதிக்கும் மார்வாடிக் கடைக் கணக்குப் பிள்ளைக்குக் கொடுக்க முடியாது என்றும் ஒவ்வொன்றாக மூன்று இடங்கிலும் ஒரே மாதிரி சொல்லிவிட்டார்கள். இதனால் பாண்டுரங்கம் இடிந்துபோய் விட்டார். சொந்த வீடு இருந்தும் தமக்குச் சம்சார பாக்கியம் கிட்டவில்லை என்றால் இந்த உலகத்தில் சந்நியாசியாத்தானே வாழவேண்டும் என்று எண்ணி மனம் கலங்கினார். அந்நிலையில்தான் தெய்வாதீனமாக ஒருவர் கொடுத்த தகவலின் பேரில் தேவகியைப் பேசுவதற்குப் போனார்கள். "குரங்காக இருந்தாலும் சரி, பெண்ணாக இருந்தாலும் சரி" என்ற மனப்பக்குவத்துடன் காத்திருந்த பாண்டுரங்கம் உடனே சம்மதித்து, தேவகியின் முகக்களையையும் உயர்த்திப் பேசிவிட்டார்.

கல்யாணம் நடந்தது. தேவகியும் தனக்கு முகக்களையும், ஏதோ ஒரு வகையில் ஒரு அழகும், பார்த்த பார்வையிலேயே ஒருவன் மனத்தைப் பறி கொடுக்கும்படி செய்யக்கூடிய ஒரு கவர்ச்சியும் இருப்பதாகத் திடமாக நம்பி விட்டாள். உயிரை விட்டுவிட நினைத்திருந்தவளுக்குப் பாண்டுரங்கம் உயிர்ப் பிச்சை கொடுத்ததோடு, முகக்களையையுமே கொடுத்துவிட்டார். கணவனே கண்கண்டதெய்வம் என்று அவள் பாணடுரங்கத்திற்குப் பணிவிடை செய்தாள்; அவள் தம்மை மணந்து கொண்டதால்தான் தாமும் ஒரு சம்சாரியாக வாழ முடிகிறது என்றும், இல்லையென்றால் வெள்ளை வேண்டிப் பண்டாரமாக வாழ்நாளைக் கழிக்க நேர்ந்திருக்கும் என்றும் நினைத்த பாண்டரங்கம் மனைவியைத் தலைக்குமேல் தூக்கிச் சுமக்கத் தயாராக இருந்தார்.

தாம்பத்தியத்தில் அன்பு வெள்ளம் கரை புரண்டு ஓடியது. ஆனால் பெற்றோர் உயிரோடு இருக்கும் வரையில் அந்த வெள்ளத்தை அவ்வப்போது அணைப் போட்டுத் தடுப்பது என்பது நெடுங்கால் மரபாக இருந்து வருவதால், சிறிது காலத்திற்குள்ளாகவே, மாமியார்-மருமகள் சண்டைகளுமே மூண்டுவிட்டன. ஒவ்வொரு சண்டைக்கும் மூல காரணமாக இருந்தது, வீட்டு வேலைகளைச் செய்யாமல் தேவகி எப்போது பார்த்தாலும் நிலைக்கண்ணாடியின் முன்னால் நின்று தன்னை விதவிதமாக அலங்கரித்துக் கொள்வதிலேயே நேரத்தைப் போக்குகிறாள் என்ற புகார்தான். 'காலையில் ஒரு அலங்காரம், மாலையில் ஒரு அலங்காரமா? அவள் பூசுகிற சென்ட் நெடி தாங்கவே முடியவில்லை. குமட்டல் எடுக்கிறது. வீட்டு நடுக்கூடத்தின் வழியாகக் குடித்தனக்காரர்கள்- ஆடவர்கள்- நடந்து சென்றால் வெட்கம் தாங்காமல் ஓடி வந்து கண்ணாடி இருக்கும் அறையினுள் புகுந்துகொள்கிறாள்;

அப்புறம் நான் முழுவதும் வெளியே வர மறுக்கிறாள்' இப்படியெல்லாம் பெற்றோர் புகார் செய்தும் பாண்டுரங்கம் அதைப் பற்றிக் கவலைப்படாமல் இருந்தார். அப்புறம் அவர்கள் எத்தனையோ நீதி நியாயங்களை எடுத்துக் கூறியும், ஒவ்வொரு சமயத்தில் கண்ணீர் விட்டு அழுதும் மகனைத் தங்கள் பக்கம் இழுக்க முயன்றார்கள். ஆனால் பாண்டுரங்கமோ ஒவ்வொரு சண்டையிலும் மனைவியின் பக்கமே தோளோடு தோளாக நின்றாரே ஒழிய, கட்சி மாறுவதற்குச் சிறிதும் இசையவில்லை. இதைக் கண்டு பெரிதும் கவலைக்குள்ளான பெற்றோர், இந்தக் கவலையினால்தானோ, அல்லது வேறு காரணங்களினாலோ ஒருவர் பின் ஒருவராக நான்கு மாத இடைவெளி விட்டுப் பரலோகம் போய்ச் சேர்ந்தார்கள். அந்த வருஷத்திலேயே பாண்டுரங்கத்தின் மூத்த மகள் லல்லு (லலிதா) பிறந்தாள்.

2

“கோடிக்கு ஒரு வெள்ளை; குமரிக்கு ஒரு பிள்ளை” என்பார்கள். ஒரு தடவை வெளுக்கப் போட்டுவிட்டால் கோடி வேஷ்டி பழைய வேஷ்டிதான்; குமரிப் பெண்ணின் கதையும் அதுதான். ஒரு குழந்தை பெற்றதோடு குமரிப் பட்டம் போய்விடும். ஆனால் தேவகியம்மாள், லல்லுவைப் பெற்றெடுத்த பிறகும் தன் அலங்காரத்தையோ சங்கோஜத் தையோ நிறுத்திக்கொள்ள - குறைத்துக் கொள்ளக்கூட - தயாராக இல்லை. முகக்களை இருக்கிறது. ஏதோ ஒரு கவர்ச்சி தனக்கு இருக்கிறது என்பது தெரிந்துவிட்டதால், அதைக் கொண்டு தன்னுடைய அழகின்மையை ஈடுகட்டிவிட வேண்டும் என்பதில் விடா முயற்சி யோடு இருந்தாள். இப்படி முயற்சி செய்துவந்த தேவகியின் அபார நம்பிக்கையைச் சோதிக்கக் கூடியவாறு ஒரு சம்பவம் நடந்தது. அப்பொழுது தேவகி மிகுந்த ஆக்ரோஷத்துடன் புலிப்பாய்ச்சல் பாயவே ஆரம்பித்து விட்டாள்.

பாண்டுரங்கம் தம் வீட்டு மொட்டை மாடியில் புதிதாகக் கட்டி முடித்த ஓர் அறையை முதன் முதலாக இரண்டு பிரம்மச்சாரிகளுக்கு வாடகைக்கு விட முடிவு செய்து மூன்று மாத அட்வான்சும் வாங்கி விட்டார். வீட்டின் “பின்போர்ஷ”னில் அப்போது ஒரு குடும்பம் வாடகை கொடுத்துக் குடியிருந்து வந்தது. அந்தக் குடும்பத் தலைவியை யும் தன்னையும் மனத்தில் வைத்துக் கொண்டு தேவகி கணவனைக் கேட்டாள். “குடியும் குடித்தனமுமா இருக்கிற வூட்லே மொட்டைப் பசங்களை வைக்கலாமா!”

பாண்டுரங்கம் சிரித்துக்கொண்டே, “நீ இன்னா சொல்றே தேவு? அந்த ரூம்பிலே மொட்டைப் பசங்கதானே இருக்க முடியும்? அங்கே என்ன சமையக் கட்டா, அம்மியா, ஆட்டுக்கல்லா, இன்னா இருக்குது?” என்று கேட்டார்.

“கடனோட கடனா இன்னு கொஞ்சம் வாங்கிப் போட்டு ஒரு கொட்டா போடுறதுதானே சமையக்கட்டுக்கு?”

“தேவு, தோ பாரு! உனக்கு இன்னா தெரியும்? குடும்பக்காரன் இன்னிக்கெல்லாம் குடுத்தாலும் இருபத்தஞ்சு ரூபாய்க்கு மேலே குடுக்க மாட்டான். இந்தப் பசங்க ஒண்டிக் கட்டைங்களா இருந்தா லும் ஆளுக்கு இருபது ரூபா தரப்போறாங்க! சொளையா நாறப்து ரூபா! கரண்டுக் காசு வேறே! இன்னா சொல்றே நீ?”

தேவகியம்மாளால் பதில் சொல்ல முடியவில்லை. ரூபாய் நாற்பது என்ற சொல், கோடையிலே சாப்பிட்ட ஐஸ்கிரீம் மாதிரி உள்ளுக்குள்ளே ஜிலுஜிலுத்துக் கொண்டே கரைந்து நிறைந்தது. இருந்தாலும் தோல்வியடைந்த மாதிரி காட்டிக்கொள்ள விரும்பாமல், ‘உனக்கு ரொம்பத்தான் துணிச்சல்! உன்னைத் தவுத்து வேறே யாரும் இப்படி மொட்டைப் பசங்களை இட்டாந்து கொடக்கூலிக்கு உடமாட்டாங்க. எனக்கு இதெல்லாம் புடிக்கல்லே. அவ்வளோதான் சொல்லுவேன்” என்று சொல்லிவிட்டுத் திரும்பினாள்.

அப்போது அவளுடைய கவலையைப் போக்க விரும்பிய பாண்டுரங்கம், “தேவு, நீ ஒண்ணுத்துக்கும் பயப்படாதே. உன்னை இவங்க திரும்பிக்கூட பார்க்க மாட்டாங்க. ரொம்ப நல்ல புள்ளையாண்டாங்க...” என்று சொன்னார்.

அவர் அப்படிச் சொன்னாரோ இல்லையோ, நடுத்தெருவில் மானபங்கம் படுத்தப்பட்டவள்போல் பெருங்கூச்சல் போட்டாள் தேவகி. என்னைத் திரும்பிக் கூடப் பார்க்க மாட்டாங்களா? நான் என்ன அப்படியா அவலச்சணமா இருக்கறேன்? இதைக் கேட்டுக்கினு நான் உசுரோடே இருக்கணுமா! நான் அவலச்சணமா இருக்கறேன்னா என்னை எதுக்காக நீ கண்ணாலம் பண்ணிக்கினே?” என்று கேட்டுவிட்டு, இரண்டு தடவை தலையிலும் அடித்துக் கொண்டு, “கடவுளே! நான் இன்னும் உசுரோடே இருக்கிறேனே! கட்டின புருஷனே என்னைக் குருங்குன்னு பேசுறானே! என் அம்மாக்காரி - அந்தச் சண்டாணி - பேச்சைக் கேட்டு இந்த மனுசனுக்கு கயுத்தை சாச்சேனே!...” என்று ஓலமிட்டாள்.

பாண்டுரங்கம் “தேவு! தேவு!” என்று பதற்றத்துடன் அவளைச் சுற்றிச் சுற்றி வந்தார். அவளும் அவரைப் பார்க்க விரும்பாமல் ராட்டின மாகச் சுற்றினாள். அவளுடைய கையைப் பிடித்து அவர் சமாதானப்படுத்த முயன்ற போது, ‘அட சீ!” என்று உதறிவிட்டு, “இன்னிக்கே நான் சமுத்திரத்திலே போய் வுய்லே, என் பேரு தேவகி இல்லை” என்று சொல்லிக் கொண்டே போய்க் கட்டிலில் தொப்பென்று விழுந்தாள். பாண்டுரங்கம் அதிர்ச்சியால் விதிர்விதிர்த்து, விழிகள் பிதுங்க முரண்டு, அந்தக் காலத்து நட்டுவனார்கள் போல் குடுகுடு என்று அவளைப் பின்தொடர்ந்து ஓடினார். “தேவு! தேவு! தேவு!...” -இந்த ஒரு சொல்லைத் தான் அவர் வாய் உச்சரித்துக் கொண்டே இருந்தது. லல்லு- அந்த

மூன்று வயதுப் பெண்- பயந்து போய் அழுததும், அவர் வேஷ்டியை ஆதரவாகப் பிடித்ததும் அவருடைய கவனத்தில் விழவே இல்லை.

"நான் ஒண்ணும் தப்பாச் சொல்லல்லியே, தேவு! ஏன் இப்படிக் கூச்சல் போடுறே? வேணாம். நான் உன்னை இன்னா சொன்னே? ஒண்ணுமே சொல்லல்லியே!" என்றபடியே பாண்டுரங்கம் கட்டிலில் அமர்ந்தார். உடனே அவள் அவரைக் கீழே தள்ளினாள். அவர் தரையில் உட்கார்ந்து கொண்டார். ஆயிரம் சொல்லிக் கெஞ்சினார். அவளோ குப்புறப் படுத்த நிலையிலிருந்து அணுவளவும் புளவில்லை; ஆக்ரோஷமான பெருமூச்சும், அழுகையை அடக்கும்போது பற்களைக் கடிக்கும் நறநறப்பும் நிற்கவில்லை. பாண்டுரங்கம் சோர்ந்ததுபோய் ஆயாசத்தோடு தலையில் கையை வைத்துக் கொண்டு யோசித்தார். திடீரென்று மார்வாடிக் கடைஞாபகம் வந்து விட்டது. "வேலைக்குப் போகவேண்டுமே!" என்று பயத்தில் வெளியே வந்துவிட்டார்; கடைக்கும் போய்விட்டார்.

இரவு அவர் திரும்பி வந்தபோது தேவகியம்மாள் அதே நிலையில் கட்டிலில் கிடந்தாள். ஆனால் உடை மாறியிருந்தது. தலையில் பூவும் பிடரியில் படவுடரும் இருந்தன. அவர் உள்ளே நுழையவும் அவள் பற்களைக் கடிக்கவும் சரியாக இருந்தது. அன்றிரவு அவர் தாமாகவே எடுத்துப் போட்டுக் கொண்டு சாப்பிட்டார். அதைப் பற்றிக்கூட அவர் கவலைப்படவில்லை; அவசியமானால் தாமே சமையல் செய்யவும், அவளுக்கு ஊட்டவும்கூட, அவர் தயாராக இருந்தார். அவளுடைய கவலை வேறு துன்பமும் வேறு. அந்த ஓர் இரவு. அவர் மனைவியைப் பிரிந்திருக்கும்படி நேர்ந்தது. ஓர் இரவு ஒரு யுகமாகக் கழிந்தது. மனம் கலங்கி, புத்தியும் பேதலித்து, "இப்படியேதான் இனி வாழ வேண்டுமா? கல்யாணம் பண்ணியும் பிரம்மச்சாரியா? கடவுளே!" என்று மறுகி, அன்று கடைக்கு லீவு போட்டு விட்டு வந்த தாமே சமையல் பண்ணினார். பிறகு மனைவியைச் சமாதானப்படுத்துவதில் ஈடுபட்டார்.

தேவகியம்மாளோ அன்றே ஒரு முடிவைப் பார்த்து விடுவது, ஒரு தெளிவைக் கண்டு விடுவது என்று வைராக்கியமாக இருந்தாள். மணிக்கணக்கில் முறையிட்ட பாண்டுரங்கம் கடைசியில் அழ மாட்டாத குறையாகச் சொன்னார். "கண்ணு! என் மனசு உனக்குத் தெரியாது. எத்தினியோ பணக்காரப் பொண்ணுங்களை வேணாம்னுட்டு உன்னைக் கண்ணாலம் பண்ணிக்கினேன். எனக்கு சொந்த வூடு இருக்குதுன்னு தெரிஞ்சி எவன் எவனோ பொண்ணைப் பெத்தவன் வந்து காலைப் புடிச்சான். ரெண்டொரு பெண்ணையும் பார்த்தேன். ஒண்ணொன்னும் ரதம் மாதிரி அலங்காரமாத்தான் இருந்திச்சி. ஆனா, நான் ஒப்புத்துக்கல்லே. ஏன்? அழகு இருந்தால் போதுமா? மூஞ்சியிலே லெச்சுமி இருக்க வேணாம்? அப்பாலே, அப்பாலே அதையும் மறைப்பானேன்? அதுவும் உன்கிட்டே மறைப்பானேன்? -காலேஜிலே படிக்கிற ரெண்டு

மொட்டைங்க என்னைச் சுத்திச் சுத்தி வந்துச்சு. நானும் அதுகளோட, அதுகளோட.... சிநேகமாக இருந்தேன்னு வெச்சிக்கோயேன், அது ஒரு ரெண்டு வருசம். கண்ணாலம் கட்டிக்கச் சொல்லி பார்த்திச்சு நான் ஒரே முட்டா முடியாதுன்னுட்டேன்...”

பாண்டுரங்கத்தின் குரலில் துயரம் குறைந்து, உற்சாகம் மேலோங்கியது. அவருடைய கட்டுக்கதைகள் அவருக்குக் கிளுகிளுப்பை ஊட்டியதுபோல், அவளுக்கும் ஊட்டின. அவள் பெருமூச்சு விடுவதை நிறுத்தி கணவனின் ராசக் கிரீடைகளைப் பற்றி விவரங்களை உற்றுக் கேட்டுக்கொண்டிருந்தாள்.

“தேவு! உன்னைப் பார்த்தேன். உன் மூஞ்சியைப் பார்த்தேன். லெச்சுமி தாண்டவமாடினா. அப்படியே காலிலே வுயந்த மாதிரி வுயந்துட்டேன். எனக்கு நீதான் லெச்சுமி. நீ என் வூட்டுக்கு வந்தே...”

“என் அப்பனும் ஆத்தாளும் செத்தாங்க” என்று பாண்டுரங்கம் சொல்லப் போகிறாரோ என்று அப்போது காரணமில்லாமலே பயந்தாள் தேவகியம்மாள்.

“...நீ என் வூட்டுக்கு வந்தே, அன்னியிலேருந்து எனக்கு நல்ல காலம் தான். இப்போ மாடியும் கட்டிட்டேன். மொதல் மாசக் கொடைக்கூலியிலே உனக்குப் பட்டுப் பொடவை வாங்குறதாயும் இருக்கறேன். தேவு, ஏந்திரு. வா, சாப்பிடு. கோவிச்சுக்காதே” என்று சொல்லிக் கையைத் தொட்டார் பாண்டுரங்கம். அப்போது அவள் உதறவில்லை. சாகசமாகச் சிறிது மறுத்தாள்; சற்று திமிறினாள்; கடைசியில் எழுந்துவிட்டாள்.

தேவகியம்மாள் சாப்பிட்டாளே ஒழிய அவளுடைய பிணக்கு முற்றாகத் தீரவில்லை. அவர் மேலும் பல கட்டுக்கதைகளையும், பாராட்டுரைகளையும் சொல்லி, ஒரு தமிழ்ப் படத்துக்கும் அவளை அழைத்துக்கொண்டு போனார்; பத்துக் காசுக்கு மல்லிகைப் பூவும், பத்துக் காசுக்குப் பக்கவடாப் பொட்டலமும், பத்துக் காசுக்குப் பூவன் பழங்களும் வாங்கிக் கொடுத்தார். அதன் பிறகு தான் அவருடைய ஆத்திரம் தணிந்தது. ஆனந்தமும் திரும்பியது. பாண்டுரங்கத்தின் ஒரு நாளையக் கட்டாயப் பிரம்மச்சரியமும் அந்த ஒரு நாளோடு போய்விட்டது. அதன் பின் தம்பதிக்கிடையில் எந்த விதமான தகராறும் ஏற்படவில்லை. அவ்வப்போது கணவனின் உள்ளத்தைச் சோதித்தறிவதற்காக, தன்னை அழகி என்று அவர் தொடர்ந்து கருதுகிறாரா என்பதைத் தெரிந்து கொள்வதற்காக அவள் ஏதேனும் ஒரு சிறு பரீட்சை வைப்பாள். அலங்கரித்துக் கொண்டு அவர் எதிரே போய் நிற்பாள். அவருடைய முகம் மலர்கிறதா என்று பார்ப்பாள். அவர் வாயிலிருந்து பாராட்டும் பரவச மொழிகளும் வெளிவரும் வரையில் அங்கேயே நிற்பாள், முன்னும் பின்னும் நடைபயில்வாள்; கொஞ்சுவாள்; கோபிப்பாள்; கூப்பிட்டால் வர மாட்டாள். கூப்பிடாமலே வருவாள்.

கடைசியில் வெற்றியோடு தான் அன்றிரவில் படுக்கைக்குச் செல்லுவாள்.

இப்படிப் பதினைந்து வருஷங்கள் கழிந்தன. இந்தத் தாம்பத்திய ஐக்கியத்தை, அன்பு வெள்ளத்தை, பின் போர்ஷனில் வாழையடி வாழையாக வசித்து வந்த குடித்தனக்காரர்களும், மாடி அறை ஒண்டிக்கட்டைகளும் நிரந்தரமாகப் பார்த்துப் பார்த்துத் தமக்குள் சிரித்திருக்கிறார்கள்.

3

லல்லுவுக்கு இப்பொழுது வயது பதினெட்டு, எஸ்.எஸ்.எல்.சி. யில் பெயிலாகி வீட்டோடு இருக்கிறாள். அவளுக்கு பதினான்கு வயதிலும் பத்து வயதிலும் இரண்டு தம்பிகள் இருக்கிறார்கள்.

மாடி அறையில் விநாயகம் என்ற இருபத்து நான்கு வயது பிரம்மச்சாரி ஒருவன் தன் இருபத்தொன்றாம் வயதிலிருந்தே வாடகைக்கு இருந்து வருகிறான்; அவனோடு ஒரு வருஷமாக வசிப்பவர் நாற்பது வயது துரை. அவர் குடும்பஸ்தர். குடும்பத்தை இதற்கு முன் அவர் உத்தியோகம் பார்த்த ஊரில் விட்டுவிட்டு வந்திருக்கிறார். திரும்பவும் அங்கேயே போய் விடுவதற்கான முயற்சிகளைச் செய்து கொண்டு மாற்றுதல் உத்தரவை எதிர் பார்த்துக் கொண்டிருப்பவர் அவர்.

விநாயகத்துக்கு எப்போதுமே பிரம்மச்சாரியாக இருந்துவிட வேண்டும் என்ற உத்தேசம் எதுவும் கிடையாது. நேரம் வரும்போது எல்லாம் தானாக நடக்கும் என்று இருப்பவன்தான் அவன்.

வீட்டின் பின் போர்ஷனில் இரண்டு மாத காலமாகக் குடியிருப்பவர்கள் மாணிக்கம் என்ற ஒரு ஆசாமியும், அவருடைய மனைவி விசாலாக்ஷியும். அந்த தம்பதிக்குப் பிள்ளை குட்டிகள் இல்லை. அதனால்தான் பாண்டுரங்கமும் அவர்களுக்கு வீட்டை விட்டார். ஒரு பிள்ளை பிறந்தால் காலி பண்ணச் சொல்லிவிடலாம் என்பது அவர் உத்தேசம். பிள்ளை குட்டிகள் இருந்தால் அதாவது குடித்தனக்காரர் களுக்கு இருந்தால் - வீட்டில் அமைதி நிலவாதே!

மாணிக்கமும் விசாலாக்ஷியும் தங்கள் போர்ஷனை விட்டு வெளியே வரவேண்டும் என்றால், தேவகியம்மாளின் அறையைத் தாண்டித்தான் வர வேண்டும். அப்போது வலதுபுறம் உள்ள அந்த அறையின் வாசலை திரும்பிப் பார்த்தால் எந்நேரமும் உள்ளே ஒரு பெரிய நிலைக்கண்ணாடியின் முன்னால் தேவகியம்மாள் நின்று கொண்டிருப்பதைக் காணலாம். கண்ணாடியில் மாணிக்கத்தின் நிழல் விழுந்துவிட்டால் போதும், அவள் அப்படியே வெட்கத்தினால் ஓடி ஒளிந்துகொள்வாள். அவர் எப்போதாவது எதிரே வந்து விட்டாலோ அவள் உடம்பில் ஐஸ் தண்ணீர் கொட்டி விட்டது போல் நடுங்கி வெட்கத்தினால் முகம் கோணி, கடைக்கண்ணால் பார்த்துக் கொண்டே உள்ளே போய்விடுவாள்.

"இவளுக்கு என் தாயார் வயது இருக்கும் போலிருக்கு! என்னைப் பார்த்து இப்படி ஏன் வெட்கப்படுகிறாள்?" இதுதான் முதன் முதலாக ஆச்சரியத்தோடு மாணிக்கம் தன் மனைவியிடம் சொன்ன வார்த்தைகள்.

"அது வெட்கமோ? பயமோ?" என்றாள் விசாலாட்சி.

"பயமா? என்னைப் பார்த்துப் பயப்படுவானேன்? இவளைப் பார்த்தால் தான் எமனே பயப்படணும்போல இருக்கு. இவளுக்கு எதுக்குப் பயம்? பார்த்தால் அப்படியே தூக்கிட்டுப் போயிடுறமாதிரி அழகு சுந்தரியா இருக்கிறா பாரு, பயப்பட வேண்டியதுதான்!"

"நீங்க அப்படிச் சொல்றீங்க. அவருக்கோ அவ அழகு சுந்தரியா இருக்கிறாளே! ரம்பையாத் தோணுறாளே! அது தெரிஞ்சுதானே அவ இந்த பயம் பயப்படுறா. ஆம்பளைகளைக் கண்டதும்? அந்த அம்மாள் தன்னைவிட அழகி இந்துப் பூலோகத்திலேயே கிடையாதுன்னு நிஜமாவே நினைக்கிறா! தெரியுமா?"

"நிலைக்கண்ணாடியையும் வீட்டிலே வெச்சிக்கிட்டு அவளுக்கு இப்படியும் நினைக்கத் தோணுதே, அதுதான் ஆச்சரியத்திலும் ஆச்சரியம்!"

வரவர தேவகியம்மாளின் தளுக்கும் மினுக்கும், நாணமும் ஓட்டமும் மாணிக்கத்தின் பொறுமையைச் சோதித்துவிட்டன. அவர் பாண்டுரங்கத்தை ஒரு நாள் சந்தித்தபோது தனது எரிச்சலைப் பரிகாசமாக மாற்றி, "சார்..." என்று பேச்சைத் தொடங்கி, ஊரில் தன் தம்பி ஒரு பணக்காரப் பெண்ணை அழகில்லை என்று சொல்லிக் கல்யாணம் பண்ணிக்கொள்ள மறுப்பதாக ஒரு பொய்க் கதையைப் பேச்சின் நடுவிலேயே திரித்து, உள்ளே இருக்கும் தேவகியம்மாளுக்கும் கேட்கும்படியாக, "பாருங்க, சார். அழகில்லை அழகில்லைன்னு அதையே சொல்லிக்கிட்டிருக்கிறானாம். அழகிலே என்ன சார் இருக்கு? முகக்களை தானே சார் முக்கியம்? குரங்கா இருந்தாலும் களையா இருந்தா, எடுத்துக் கொஞ்சத்தோணுமே, சார்! முகத்திலே மகாலக்ஷ்மி மாதிரி ஒரு களை இருந்தா, அப்புறம் அழகை லட்சியம் பண்ணுவானேன்! தெருவுக்கு ஆயிரம் அழகிகளைப் பார்க்கலாம்; ஆனால் முகக்களையோட ஊருக்கு ஒண்ணுகூட பார்க்க முடியதே, சார்" என்றார்.

"வாஸ்தவம்" என்றார் பாண்டுரங்கம்.

"அந்தப் பொண்ணை நானும் ஒரு சமயம் பார்த்திருக்கிறேன். ஏறக்குறைய உங்க மிஸஸ் ஜாடைதான். முகத்திலே இதே லக்ஷ்மீகரம்! இந்தக் களையே தான்" என்று மாணிக்கம் துணிந்து சொல்லிவிட்டார்.

தேவகியம்மாளுக்கு உள்ளே மிஸஸ் ஜாடைதான். முகத்திலே இதே லக்ஷ்மீகரம்! இந்தக் களையே தான்" என்று மாணிக்கம் துணிந்து சொல்லிவிட்டார்.

தேவகியம்மாளுக்கு உள்ளே நிலைகொள்ளவில்லை. இங்கே பாண்டுரங்கமும் சந்தோஷத்தினால் திறந்த வாய் மூட முடியாமல்

நின்றார். மனைவியின் முகத்தில் அபாரக்களை சொட்டுவதாகப் பல வருஷங்களுக்கு முன் உபசாரமாகவும் உபாயமாகவும் சொன்ன பொய்யுரையை அவரே இப்பொழுது மெய்யுரை என்று நம்பத் தொடங்கி விட்டார்.

தேவகியம்மாளுக்குத் தன் முகக்களையில் இருந்த நம்பிக்கை நூறு மடங்கு பெருகிவிட்டது. அதன் பலனாக மாணிக்கத்தையும் மாடி அறை ஆசாமிகளையும் பார்த்து அதிகமாக நாணவும், அதிகமாக ஓடி ஒளியவும் ஆரம்பித்தாள்.

வயது ஏற ஏற, தலை நரைக்க நரைக்க, அந்த அம்மாளுக்கு மேன்மேலும் இளமை திரும்புவதைக் கண்டு விநாயகமும் அதிசயித்தான். அவன் மாடியில் நின்று கீழே முற்றத்தில் நடமாடும் தேவகியம்மாளைச் சந்தர்ப்பம் கிடைக்கும் போதெல்லாம் பார்த்து ரசிப்பதுண்டு. துரையிடம் சொல்லித் தலையில் அடித்துக் கொள்வதும் உண்டு. அவன் தன்னை அடிக்கடி திரும்பிப் பார்க்கிறான் என்பதைத் தேவகியம்மாளுள் கவனித்து விட்டாள். தன்னை யாரும் திரும்பியே பார்க்க மாட்டார்கள் என்று சொன்ன கணவனின் முகத்தில் கரி பூசியாகிவிட்டது என்று எக்களிப்புக் கொண்ட தேவகியம்மாள், விநாயகத்திடம் அலாதியாக வாஸ்ஸல்யமே கொண்டு விட்டாள்.

அவன் வந்த மறுமாதத்திலிருந்தே சிறுவர்கள் அவனுடைய அறைக்குப் போய் மிட்டாய் வாங்கித் தின்பதும், அங்கேயே விளையாடுவதும் சகஜமாகி விட்டது. லல்லுவுக்கும் பரீக்ஷையின் போது அவன் பாடம் சொல்லிக் கொடுத்தும் இருக்கிறான். "அஷோக் எங்கே?" "ரவி எங்கே?" என்று அவன் பாண்டுரங்கத்தின் பிள்ளை களைத் தேடிக்கொண்டு கீழே இறங்கி வந்தால், அவன் தன்னைச் சரசசல்லாபத்துக் அழைப்பதுபோல் தேவகியம்மாள் பார்த்துக் கொண்டு, நாணம் மேலிடத் தலைகுனிந்து, கடைக் கண்ணால் கொஞ்சமும், புன்னகையால் கொஞ்சமும், அப்புறம் வாய்ச் சொற்களால் கொஞ் சமும் பேசிப் பதில் சொல்வாள். இந்தக் காட்சியை எல்லோருமே பல முறை பார்த்திருக்கிறார்கள். மாணிக்கத்துக்குச் சந்தேகம் கூட ஏற்பட்டு, "இவள் வலை வீசுறாளா அவன் வலை வீசுறானா தெரியல்லே. ரொம்ப ரொம்ப இழையறாங்க!" என்று தன் மனைவியிடம் சொல்லி விட்டார். தனக்கும் அந்தச் சந்தேகம் உண்டு என்றும், இன்னும் தெளிவு ஏற்படாமல் தான் தவித்துக் கொண்டிருப்பதாகவும் விசாலாட்சி சொன்னாள்.

"அவன் மூணு வருஷமா மெத்தை மேலே குடியிருக்கிறானாம். அதனாலே ஒரு வேளை நெருங்கிப் பழகலாம். எந்த நேரமும் இந்தப் பையன்களும், ஒவ்வொரு சமயத்திலே பொண்ணும்கூட அங்கே போய் "கேரம்" போர்டு விளையாடுதுகள்" என்றார் மாணிக்கம்.

"பொண்ணு மாடிக்குப் போறா. அவன் கீழே வந்தாலும், பொண் அவனோட நிமிர்ந்து நின்னு பேசுறா. ஆனா அம்மாக்காரிக்கு அவனைக் கண்டால் வெட்கம்! இதைப்போல ஒரு அதிசயம் வேறே எங்கேயும் பார்க்க முடியாது" என்றாள் அவள்.

ஒரு மாதத்திற்குப் பிறகு துரை உத்தியோக மாற்றுதலாகி அறையைக் காலி செய்துவிட்டு, சென்னையை விட்டே போய் விட்டார். அவருக்குப் பதிலாக ஒரு நல்ல ஆசாமி வந்து சேரட்டும் என்று காத்திருந்த பாண்டுரங்கம் வீட்டுப் புரோக்கர்களிடமும் சொல்லி வைத்திருந்தார். மாடியறையில் ஒரு ஆள் குறைந்துவிடவே, அந்த இடம் விளையாடுவதற்கு வசதியாக இருந்தது. நவராத்திரி விடுமுறையில் லல்லு, அஷோக், ரவி ஆகிய மூவரும் அங்கே மாலையிலும் முன்னிரவிலும் விநாயகத்தோடு அமர்க்களமாகக் "கேரம்" ஆடிக் கொண்டிருந்தார்கள். அப்பொழுது ஒரு நாள் விநாயகம் அந்த மூவருடனும் கீழே இறங்கி வந்தபோது, எதிரே நின்ற தேவகியம்மாள் வாரிச் சுருட்டிக்கொண்டு நின்ற பாண்டுரங்கத்தின் மேல் போய் விழுந்து விட்டாள். அவர் அப்படியே கட்டிலில் போய் விழுந்தார். முழங்கை கட்டில் சட்டத்தில் மோதிவிடவே தாங்கமுடியாத வலி ஏற்பட்டு அவருக்கு ஒரு கணம் கண் இருட்டியும் விட்டது. மீண்டும் கண்ணுக்கு வெளிச்சம் தெரிந்த பிறகு முழங்கை வேதனை பொறுக்கமாட்டாமல் மனைவியைப் பார்த்து முதல் முதலாகச் சீறி விழுந்தார்.

"ஏன் இப்படி மாடாட்டம் வந்துவுயறே? கண்ணு தெரியல்லியா?" என்று பாய்ந்தார் பாண்டுரங்கம். அடிப்பதற்குக் கையை ஓங்கியிருப்பார். ஆனால் அடிக்கும் கையில்தான் அடி. தூக்க முடியவில்லை. அதனால் ஆத்திரம் மிகுதியாகிவிட்டது. "நீ ஒரு பொம்மனாட்டி தானா?" என்றும் கேட்டுவிட்டார்.

அவள் தன் குற்றத்தை உணர்ந்து, "நான் பார்க்கல்லே. மெத்தை மேலே இருக்கிறவர் எதிரே வந்துட்டார்..." என்று சமாதானம் சொல்ல முயன்றாள்.

"வந்துட்டா இன்னா? அவருக்கு வயசு இருவது; உனக்கு வயசு நாப்பது. சின்னப் பொண்ணாட்டம் பயந்து சாவுறியே, எதுக்கு? எதுக்கும்மா இந்த வெக்கம்? கேக்கறேன்."

பாண்டுரங்கமா இப்படித் துணிந்து பேசுகிறார் என்று வீட்டில் அத்தனை பேரும்-விநாயகம், மாணிக்கம், விசாலாக்ஷி உட்பட -வியப்பில் ஆழ்ந்தார்கள். அவருடைய குரல் வீடெல்லாம் கேட்டது. அவளை அவர் எவ்வளவு மட்டம் தட்டினாலும் தகும் என்று தத்தம் இடங்களில் இருந்துகொண்டே அவர்கள் மகிழ்ச்சியில் ஆழ்ந்தார்கள். ஆனால் அப்படித் துணிந்து பேசியது அவருடைய முழங்கை வேதனையே ஒழிய அவரல்ல என்பது யாருக்கும் தெரியாது.

“நாப்பது வயசுக்கு மேலே அம்மாளுக்கு இன்னா வெக்கம்டா, இன்னா வெக்கம்! உன் பல்லைப் பார்த்தாலே பத்து நாளைக்குச் சாப்பிட மாட்டாங்கேளடி” என்று பயங்கரமாக ஒரு போடு போட்டு விட்டு, “டேய் அஷோக்! போய் ஒரு ரிக்ஷா இட்டாடா. டாக்டர் கிட்டே போவணும். நோவு பிராணன் போவுது” என்று சொல்லிக் கொண்டே வெளியே வந்தார் பாண்டுரங்கம்.

தன் தப்பை உணர்ந்து பதில் பேச முடியாமல் தேவகியம்மாள் நின்ற பரிதாபம் போதாதென்று, அவளுடைய பற்களைப் பற்றிக் கணவன் சொன்ன வார்த்தைகள் வேறு ஈட்டிபோல் பாய்ந்தன. அவமானம் தாங்காமல் குப்புறப் படுத்து முகத்தை தலையணையில் புதைத்துக் கொண்டாள் அவள். இனி அவள் பிழைத்தால் மறுஜன்மம் தான் என்று உள்ளே விசாலாக்ஷி சொலலிக் கொண்டாள்.

டாக்டர் வீட்டுக்குப் போன பாண்டுரங்கம், எலும்புக்குச் சேதமில்லை என்று அறிந்து, ஒரு களிம்புப் பூச்சோடு மார்வாடி கடைக்குப் போள் விட்டார்.

மாலை வந்தது. அப்புறம் இரவும் வந்தது. இரவு வந்ததுமே, மனைவியைக் கடுஞ்சொற்களால் திட்டியது தவறு என்று பாண்டுரங்கத்துக்குத் தோன்றி விட்டது. அவளைச் சமாதானப் படுத்தவும், அவளுடைய அன்பை மீட்கவும் பத்துக் காசு பூவன் பழம் ஆகிய காணிக்கைகளோடு வீடு திரும்பினார். தன்னுடைய தவறுக்காகவும், தான் அடைந்த அவமானத்திற்காகவும் வெளியே தலைகாட்டப் பயந்து மூலையில் கிடந்த தேவகியம்மாள் கணவர் கொண்டு வந்த காணிக்கைகளைக் கண்டாள்; மாண்டவள் மீண்டாள் என்னும்படி புத்துயிர் பெற்றாள். கணவன் தன் பற்களைப் பற்றிச் சொன்னது கோபத்திலே சொன்ன வார்த்தைகளே ஒழிய பழிப்புரையோ, மெய்யுரையோ அல்ல என்று உணர்ந்தாள். மறுநாள் வழக்கம் போல் அலங்கரித்துக் கொள்ளவும், ஆடவர்களைக் கண்டு அஞ்சிக் கூசவும் தனக்குக் கணவன் சுதந்திரம் கொடுத்துவிட்டார் என்பதையும் உணர்ந்து கொண்டாள். சற்றே அசைவு கண்ட அவளுடைய நம்பிக்கை தன் முகக் களையில் இருந்த நம்பிக்கை பழையபடி உரம் பெற்றுவிட்டது.

4

அப்புறம் சரியாக ஒரு வாரம் கழியவில்லை. ஒரு இளைஞன் புரோக்கருடன் மாடியறையை வந்து பார்த்தான். அவன் ஒரு கம்பெனியில் ஸ்டெனோவாக வேலை பார்ப்பவன் விநாயகத்துடன் அறையைப் பகிர்ந்து வசிக்க முப்பது ரூபாய் வாடகை தர இசைந்து, புதன்கிழமை நல்ல நாள் என்றும், அன்று பெட்டி படுக்கைகளோடு வருவதாகவும் சொல்லி மூன்று மாத வாடகையை அட்வான்சாகவும் கொடுத்தான். பிறகு புரோக்கரோடு வெளியே போனான்.

புதன்கிழமைக்கு நடுவே இரண்டு நாட்கள்தான் இருந்தன- திங்கட்கிழமை; செவ்வாய்க்கிழமை.

திங்கட்கிழமை மாலையில் கேரம் ஆட்டத்தின்போது "அஷோக், உங்கம்மா கிட்டே போய்ச் சொல்லு. இன்னிக்குக் காலையிலே நான் ஆபீசுக்குப் போறப்போ உங்க அம்மா எதிரே வந்தாங்க. அவங்க எப்போ எதிரே வந்தாலும் அன்னிக்குக் கட்டாயம் ஒரு நல்ல காரியம் நடக்கும். இன்னிக்கும் அப்படியே நடந்தது. நான் மூணு வருஷத்துக்கு முன்னாலே ஒரு ஆதாரமும் இல்லாமே ஒருத்தருக்கு முந்நூறு ரூபா கடன் குடுத்தேன். அவரும் வெளியூருக்குப் போயிட்டார். நான் எத்தனையோ லெட்டர் போட்டும் அவர் பதில் எழுதலே. பணத்தை மோசம் பண்ணிப்பிட்டார்; இனிமே அது திரும்பாதுன்னு நான் முடிவு பண்ணிட்டுப் பேசாம இருந்தேன். ஆனால், இன்னிக்கு என்ன நடந்தது தெரியுமா? ரிஜிஸ்டர் தபாலிலே அவர் அசலும் வட்டியுமாச் சேர்த்து ரூபா நானூர்த்தி எட்டுக்கு ஒரு "செக்" அனுப்பிட்டார். என்னாலே நம்பவே முடியல்லே. உங்க அம்மாவைப் பார்க்கறது மகா லக்ஷ்மியைப் பார்க்கறமாதிரி. அவங்க முகத்திலே அஷ்டலக்ஷ்மியும் தாண்டவமாடுது, அஷோக்" என்று சிரிக்காமல் சொன்னான் விநாயகம்.

அவன் அன்றிரவே தன் தந்தையின் முன்னிலையில் தாயாரிடம் சொன்னான். அன்றிரவு அந்த அம்மாளுக்குச் சந்தோஷத்தை எப்படித் தாங்குவது என்றே தெரியவில்லை.

"நான் அப்படி இல்லேன்னா உங்க அப்பா என்னைக் கண்ணாலம் பண்ணியிருப்பாரா, அசோக்கு?" என்றாள் தேவகியம்மாள். உடனே கணவனைப் பார்த்து, "அவருக்கு ஒரு நாள் சாப்பாடு போடணும்" என்றாள்.

"கட்டாயம்" என்றார் அவர்.

தம்முடைய மனைவியின் முகத்தை மற்றொருவன் மெச்சுவதை அறிந்து அவருக்கும் உடம்பு பூரித்தது. அவளை வேறு வழியில்லாமல் கலியாணம் செய்து கொண்டதாக அப்போது நினைத்தது எவ்வளவு பெரிய தவறு என்று சொல்லிக்கொண்டார்.

செவ்வாய்க்கிழமை மாலை. அஷாக்கும் ரவியும் மொட்டை மாடியில் காற்றாடி பறக்கவிட்டுக் கொண்டிருந்தார்கள். அறையில் கிடந்த "கோரம்" போர்டுக்கு இரண்டு பக்கமும் விநாயகமும் லல்லுவும் உட்கார்ந்து விளையாடிக் கொண்டிருந்தார்கள். அப்போது இரண்டு பேருடைய கைகளும் "கேரம்" போர்டில் இல்லை. கண்கள் அடிக்கொரு தடவை வெளியே திரும்பித் திரும்பிப் பார்த்துக் கொண்டிருந்தன.

கீழேயிருந்து தேவகியம்மாள் தன் மக்களைக் குரல் கொடுத்து அழைத்தாள். விளையாட்டு சுவாரஸ்யத்தில் பையன்கள் காதில் அவள் அழைப்பு விழவேயில்லை. ஆனால் அறைக்குள் அவளுடைய குரல் கேட்டது. சிறுவர்கள் கீழே இறங்குவதற்குத் திரும்பும் திரும்பும்

வரையில் தங்கள் விளையாட்டை நிறுத்த வேண்டிய அவசியமில்லை என்று இந்த இருவரும் கருதிவிட்டார்கள்.

தேவகியம்மாள் ஐந்தாறு தடவை கூவியும் பிரயோஜனமில்லாமல் போகவே கோபாவேசத்தோடு மாடிக்கு ஓடிவந்தாள். அறையின் வாசலை அவள் திரும்பிப் பார்த்தாள். விநாயகமும் லல்லுவும் தங்கள் வலது கைகளை உடனே பின்னுக்கு இழுத்து "கேரம்" போர்டில் வைத்ததை அந்த அம்மாள் பார்த்துக் கொண்டாள். இருவர் வாயிலும் ஒவ்வொரு மிட்டாய் இருந்தது. இருவரும் வாயை மூடிக்கொண்டு கண்களை மட்டும் அகலத் திறந்து பேச்சு மூச்சற்று விழித்தார்கள்.

தேவகி அம்மாள் கோபப் படபடப்பில் "ஒருத்தருக்கொருத்தர் சோறு ஊட்டுறீங்களா?" என்று கேட்டாள். பிறகு உடம்பெல்லாம் நடுங்கப் பயங்கரமாகக் கூச்சல் போட்டாள். "திருடா! சோமாறி! பேமானி! கம்மனாட்டி! பொறுக்கி!.." என்று விநாயகத்தைத் திட்டிக் கொண்டே மகளின் கூந்தலைப் பிடித்து இழுத்துக் கீழே கொண்டு வந்தாள்.

"என்ன, ஏது?" என்று விசாலாக்ஷி ஓடி வந்தாள்.

"உங்களுக்குச் சொல்ல வேண்டியதில்லே. நீங்க உள்ளே போங்க" என்று விசாலாக்ஷியை விரட்டிவிட்டு, மகளின் இரண்டு கன்னங்களிலும் "பளார், பளார்" என்று வாங்கிக் கொண்டே இருந்தாள்.

சிறுவர்கள் ஓடிவந்து பயத்தினால் அழுதுகொண்டே அம்மாவைத் தடுத்தார்கள். அவர்களை ஆளுக்கு ஒரு மிதி கொடுத்து அப்பால் தள்ளினாள் தேவகியம்மாள். அப்பொழுதும் அவள் "பாழாப் போறவன்! மோசக்காரன்! பொறுக்கி! திருடன்!..." என்று உரக்கத் திட்டிக் கொண்டிருந்தாள்.

மாணிக்கம் ஆபீசிலிருந்து திரும்பி வீட்டினுள் நுழைந்து கொண்டிருந்தார். ஒன்றும் புரியாமல் அவர் திகைத்து நின்றபோது, உள்ளே நின்ற விசாலாக்ஷி அவரைக் கை ஜாடை செய்து அழைத்தாள். விஷயத்தையும் ரகசியக் குரலில் சொல்லிவிட்டாள்.

"மாடியிலேருந்து மகளை இழுத்துக் கொண்டாந்து உதைக்கிறா. மாடியிலே அவன் இருக்கான் என்ன நடந்ததுன்னு இன்னும் சொல்லணுமா?"

"அப்படியா கதை! விசாலம், கதை எப்படியோ திரும்பிட்ட தேடி!" என்று சொல்லிக்கொண்டே மாணிக்கம் உள்ளே கும்மாளம் போட்டார்.

இதற்குள் மகளுக்குச் சூடு போடுவதற்காக இரும்புக் கரண்டியை எடுத்து அடுப்பில் காய வைத்தாள் தேவகியம்மாள். அஷோக் பயந்து போய் மார்வாடிக் கடைக்கு ஓடி அப்பாவை அழைத்துக்கொண்டு வந்தான். அவர் உள்ளே வந்ததும், மாணிக்கமும் வேண்டுமென்றே

அங்கே வந்து நின்றார்.

தேவகியம்மாள் உடம்பெல்லாம் வாயாகக் கத்தி ஓலமிட்டாள். பாண்டுரங்கம் விஷயத்தை அறிந்து உள்ளே போனார். உடனே மனைவியைக் கீழே இழுத்துப் போட்டு உதைத்தார்.

"இத்தினி நாள் நீ இன்னாடி பண்ணிக்கினு இருந்தே, வூட்டிலே? கதையை இவ்வளவு முத்த விட்டுட்டுக் கூச்சல் வேறே போடுறியா, கூச்சல்! பொண்ணை ஊர் மேலே வுட்டுட்டு நீ வெக்கப்பட்டு ஓடி ஒளிஞ்சியேடி, பெரிய ரம்பை மாதிரி! அத்தோட பலன்டி இது!..." என்று சொல்லிக்கொண்டே ஒவ்வொரு வாக்கியத்தின் முடிவிலும் காலால் உதைத்துக் கொண்டிருந்தார்.

மாணிக்கம் இனியும் சும்மா இருக்கக்கூடாது என்று ஓடிப் போய்த் தடுத்து அவரை இந்தப் பக்கம் இழுத்துக் கொண்டு வந்தார்.

"பாருங்க, சார், கூச்சல் வேறே போடுறா! மானம் கெட்டவ! இவ ஏன் கூச்சல் போடுறா தெரியுமா, சார், அவன் இவ கையைப் புடிச்சு இழுக்காமல், பொண்ணு கையைப் பிடிச்சிட்டானேன்னு இவளுக்கு ஆத்திரம்? சார்!..."

"சார்! என்ன பேச்சுப் பேசறீங்க. சார்? போதும். சும்மா இருங்க" என்று தடுத்தார் மாணிக்கம் இவ்வளவு ரசா பாசத்துக்கும் மூலகாரணம் அவர் மனைவியைத் தூக்கிச் சுமந்ததுதான் என்ற எண்ணிய மாணிக்கம், "யாரோ செஞ்ச தப்புக்கு அம்மாளை ஏன் சார் திட்டுறீங்க? சும்மா இருங்க" என்றார்.

ஆனால் பாண்டுரங்கம் சும்மா இருக்கவில்லை. சொன்னதையே வாய் ஓயுமட்டும் திரும்பத் திரும்பச் சொல்லிக்கொண்டு தான் இருந்தார்.

மேலே மாடியறையில் இருந்த விநாயகமோ, எந்த நிமிஷத்திலும் எதற்கும் தயாராக இருக்க வேண்டும் என்று கையை முஷ்டி பிடித்த வண்ணம் நின்று கொண்டிருந்தான். கடைசி வரையிலும் பாண்டுரங்கம் மாடிக்குப் போகவே இல்லை; மாணிக்கம்தான் போனார்.

5

மாணிக்கத்தின் அபார முயற்சியால் விநாயகத்திற்கும் லல்லுவுக்கும் கல்யாணமே நிச்சயமாகிவிட்டது. அவன் மாதம் முந்நூற்றைம்பதுக்கு மேல் சம்பளம் வாங்குகிறவன், சுய ஜாதி, சொந்த ஊராகிய விழுப்புரத்தில் கொஞ்சம் சொத்து சுகங்களும் உடையவன் என்பது தெரிந்ததாலும், அவனும் லல்லுவும் உயிருக் குயிராகக் காதலித்ததாலும், அவனுடைய பெற்றோரின் ஆட்சேபத்தையும் மீறிக் கலியாணம் நிச்சயமாகிவிட்டது.

தேவகியம்மாள் நூறு ரூபாய் சம்பளத்தில் தன் பெண்ணுக்கு மாப்பிள்ளை கிடைப்பாளா என்று சந்தேகப்பட்டுக் கொண்டிருந்த போது, இவ்வளவு பெரிய இடத்திலிருந்து ஒருவன் கிடைத்தும்கூட அவளால் சந்தோஷப்படவே முடியவில்லை.

மகளுக்குக் கல்யாணம் ஜாம் ஜாம் என்று நடந்தது. ஆனால் தேவகியம்மாளுக்கோ வாழ்க்கையே இருண்டு விட்டது. அவள் அலங்காரத்தையும் கைவிட்டாள்; வெட்கப்பட்டு ஓடி ஒளிவதையும் கைவிட்டாள். உலகத்தையே வெறுத்தவளாக வீட்டுக்கும் வாசலுக்கும் நடமாடிக் கொண்டிருந்தாள்.

☯

65
திரிவேணி

அயோத்தி நகரம். இந்த அயோத்தி கோசல நாட்டின் தலைநகரும் அல்ல; சரயு நதி தீரத்தை மாடகூடங்களுடன் அலங்கரிக்கும் ராஜதானிப் பட்டணமும் அல்ல, இங்கே ராமன் இருக்கிறான்; இந்த இடம் அயோத்தியாக இருக்கிறது.

ராவண வதம் முடிந்து எத்தனையோ நூற்றாண்டுகள் கழிந்து விட்டன. ஆனால், இன்றும் ராமன் கட்டுறுதி கொண்ட வாலிபனாக இங்கே வாழ்கிறான்; அவன் புஜங்களில் கைகளைக் கோத்து, பிரியவசனங்கள் பேசி விளையாடும் ஜானகி, யௌவனம் தளும்பும் இளவயது மங்கையாக இலங்குகிறாள். அன்னத்தின் நடையோடு நடையை ஒப்பிட்டும், மத யானையின் கம்பீரநடையோடு ராமனுடைய நடையை ஒப்பிட்டும் இருவரும் தத்தமக்குள் புன்னகை செய்து கொள்ளும் வாலிபம் இன்றும் சிம்மாசனத்தில் அமர்ந்து அரசு செலுத்துகிறது. பழைய நிகழ்ச்சிகள், யுகக் கணக்கில் கடந்துபோன காலத்துக்கு முன்னே என்றென்றோ நடந்த நிகழ்ச்சிகள், தம்முள் வேற்றுமை தெரியாமல் ஒரு நிகழ்ச்சியாக, ஒரு பிண்டமாகத் திரண்டுவிட்டன போலத் தோன்றுகின்றன. காலம் என்ற பனி மூட்டம் நடுவே கவிந்திருக்கிறது. இதை இருவருடைய கண்களும் ஊடுருவிப் பார்க்கின்றன. மூட்டத்திற்கு அப்பால் தென்படும் அகலிகையின் விமோசனமும், வில்லிறுத்த பேராண்மையும், தாதை சொல்கொண்டு கானக வாழ்க்கையை மேற்கொண்டதும், குகனுடைய வரவேற்பும், பரதன் பாதுகை சுமந்து சென்ற கோலமும், அப்புறம் மரவுரி தரித்து பர்ணசாலை முற்றத்தில் ஆடிய விளையாட்டுகளும், இருவரும் பிரிந்து தனிவாழ்வு வாழ்ந்ததும், ஜடாயுவின் தெய்வ மரணமும், சபரியின் கனி விருந்தும். இலங்கை யுத்தம் கும்பகர்ணனின் மறக்க முடியாத அந்திம காலம், ராணவனின் வெற்பெடுத்த திருமேனி மண்ணில் சாய்ந்ததைப் பார்த்து நின்றது, சிறைமீட்சி முதலியவையும் ஒன்றாகி ஒரு நிகழ்ச்சியாகிவிட்டன. இந்த நிகழ்ச்சியால் மோதுண்ட இருவரின் உள்ளமும் யுகவளர்ச்சி பெற்றுக் கனிந்திருக்கிறது. இந்த உள்ளத்தில், இந்த உள்ளப் பரப்பில், இன்று வர்ண ஜாலங்கள் இல்லை; ஸ்வர பேதங்கள் இல்லை. பழைய நிகழ்ச்சிகள் ஒன்றானதுபோல், இந்த மன உணர்ச்சிகளும் ஒன்றாகிவிட்டன. சகலமும் ஏகமாகி நின்ற இந்த விசித்திரமான பருவத்திலும் கூட

மிதிலையிலும் அயோத்தியிலும் சிறு பிராயத்தில் ஊசலாடியும் கிளி வளர்த்தும், நிலா முற்றத்தில் அமர்ந்து யாழிசையை அனுபவித்தும் வந்த பழைய விளையாட்டுக்களை அவர்கள் நிறுத்தவில்லை. அந்த நாளும் இந்த நாளும் ஒரே ஒரு வேற்றுமையுடன் தானே வேறுபட்டு நின்றன. முன்னாளில் விளையாட்டு இன்ப வேட்கையில் பிறந்தது; விளையாட வேண்டும் என்பது ஆசையாக இல்லாமல் வேறொரு விளையாட்டாகவே இருந்தது. இந்த இரண்டாவது விளையாட்டில் அவர்கள் சுவர்க்கானுபவத்தைக் கண்டார்கள்! விளையாடினார்கள். சீதை யானையின் நடையைக் கண்டு புதியதோர் முறுவல் செய்தாள்; ராமனும் அன்னத்தின் நடையைப் பார்த்துப் புன்னகை பூத்தான்; முன்பு குகனுடைய வாசஸ்தலத்தில் புல்லின் மேல் படுத்திருந்ததுபோல, இன்றும் புல்லின்மேல் படுத்துறங்கினர். முன்போலவே இன்றும் ராமனைப் பார்த்து 'புருஷ ரூபம் கொண்ட பெண்' என்று கேலி செய்தாள் சீதை.

ஆனால்... இப்படிப்பட்ட ஒரு தனி விசேஷம் நிறைந்த பிராயத்திலும் தனி விசேஷம் நிறைந்த மனப்பக்குவத்திலும், அவ்வப் போது சில சலனங்கள் ஏற்படாமல் இல்லை. பழைய நினைவுகள் ஒரு நினைவாகி விட்டாலும், சில விஷயங்கள் அவற்றை இவர்கள் மனக் கண்முன் பாகுபடுத்தத் தனியாக்கிக் காட்டின. 'சபரியின் பாக்கியம் எவ்வளவு என்று நான் வர்ணிப்பேன்' என்று தொடங்கும் ஒரு இசைப்பாட்டு செவியில் விழுந்தால், இருவருக்கும் மேனி புளகிக்கும்; ஊமைகளைப்போல் ஒருவர் முகத்தை ஒருவர் பார்த்த வண்ணம் உட்கார்ந்து விடுவார்கள். பழைய நினைவுகள் யாவும் கைகோத்துக் கொண்டு வலம் வரும். ராமனின் கண்களில் கண்ணீர் பொங்கும்; அதைக் கண்டதும் திடீரென்று சீதை 'கலகல' என்று சிரித்து விடுவாள். ராமனும் சிரிப்பான் இருவரும் அவ்விடத்திலிருந்து எழுந்து வேறிடத்தில் போய் உட்காருவார்கள்.

"சபரியைப் பற்றிச் சொல்லியிருக்கிறேன், ஞாபகம் இருக்கிறதா?" என்று சிரித்துக் கொணடே கேட்பான் ராமன்,

சீதை பதில் சொல்ல மாட்டாள். அப்பொழுது அவளுடைய கண்களில் கண்ணீர் பதில் சொல்லும். ராமன் மௌனத்தில் ஆழ்ந்து விடுவான்.

இந்த அயோத்தியின் பக்கத்திலுள்ள காட்டாறுதான் இப்போது சரயு. இவர்கள் வாசம் செய்யும் மாளிகை, ரகுவம்சத்தின் குலக் கொடி கொழுந்தோடிப் படருகிற அரண்மனையாகி விட்டது. அக்கம் பக்கத்தில் வசிக்கும் வயதில் பெரியவர்களோ தசரதனாகவும், கோசலையாகவும் தென்படுகிறார்கள்; ஓடக்காரர்கள் எல்லோருமே குகனின் திருவுருவங்கள்; குழந்தைகளெல்லாம் லவகுசர்கள்; வாலிபர் களோ உடன் பிறந்த பரத லக்ஷ்மணர்கள். இங்கே இருக்கிறான் ராமன்;

இங்கே வீற்றிருக்கிறாள் ஜானகி.

இரவு நேரம்; நிலாபுறப்பட்டு விட்டது. மாளிகையின் பின்புறத்திலே, ஆம்பல் இதழ் அவிழ்த்த தடாகத்தின் ஓரத்திலே ஒரு பொன்னூசல் மலர் மாலைகளால் சுற்றப்பட்ட பொற் கயிறுகளில் இணைத்த பலகை, நவரத்தினங்கள் இழைத்த ஸ்ர்வண பீடமாகத் திகழ்கிறது. அசைவது தெரியாமல் அசைந்து ஆடும் அந்தப் பொன்னூசலில், இந்த யுகம்கண்ட தம்பதிகள் ஆடிக் களிக்கிறார்கள். எங்கிருந்தோ ஒரு இன்னிசை கேட்கிறது. இரண்டு பேர் பாடுகிறார்கள். ஒன்று ஆண்குரல்; மறறொன்று பெண்குரல். இரண்டும் தம்புராவின் சுருதி ஒலியில் இழைக்கின்றன; மூன்று ஒலிகளும் ஒன்றாகின்றன. மூவிழைகளால் திரித்த மங்கல நாண் போல இருக்கிறது இசை. பாடுகின்ற குரல்கள் மட்டுமா ஒன்று போல் இருக்கின்றன? பாடுகின்றவர்களின் உள்ளங்கள், பாடுகின்றவர்களின் அபிலாஷைகள், பாடுகின்றவர்கள் முன் சகலமுமே ஒன்றுபோதான் இருக்கின்றன.

பொன்னூசல் அசைவின்றி நிற்கிறது; இன்னிசையின் நடுவே மதுரம் ஊறிப் பருத்த சொற்கள் தவழுகின்றன; சுருட்டி ராகம் சொற்களை உச்சி முகர்ந்து தழுவுகிறது.

பதிகி ஹார தீரே - ஸீதா[1]
பதிகி ஹார தீரே - ஸீதா (பதிகி)

பாட்டும் இசையும் பொருந்தியது. இந்தத் தம்பதிகளின் ஐக்கியத்துக்கு ஏற்ற உவமையாக விளங்குகிறது. பாட்டு தொடருகிறது;

"மிகவும் மிருதுவான, உண்மையான மொழிகளைப் பேசுகிற வனுக்கு, (அந்த) சர்வலோக நாயகனுக்கு ஆரத்தி எடுங்கள்."

ஒன்றும் தோன்றாமல் "நன்றாக இருக்கிறது" என்று மட்டும் சொல்லுகிறாள் சீதை.

"எது?" என்று அவசியமில்லாமலே கேட்கிறான் ராமன்.

"எல்லாம்" என்று தன்னை மறந்த பதில் வருகிறது.

பாட்டு தொடர்ந்து கேட்கிறது;

பொன்னிறமான பாம்பணையில் வீற்றிருந்த மின்னலைப் போலப் பிரகாசிக்கும் தன்னுடைய மனையாட்டியாகிய சீதையுடன் பேசிக் கொண்டிருக்கிறான்; உள்ளம் பூரிக்கிறான். அவனுக்கு ஆரத்தி எடுங்கள்."

இசை சிறிது சிறிதாக மோனத்தில் கலக்கிறது; இசை வந்த பாதையில் மௌனம் வருகிறது. பொன்னூசல் சற்றே அசையத் தொடங்கியது.

---

1. ***சீதையின் நாயகனுக்கு ஆரத்தி எடுங்கள்.***

"இப்போது நீங்கள் பாம்பணையில் இல்லை" என்று சொல்லி மகிழ்ச்சியுடன் சிரிக்கிறாள் சீதை. அவளுடைய சொற்களில் ஒலிக்கும் பேதைமை ராமனை ஆட்கொண்டு விட்டது. சீதையால் எதுவும் பேச முடியவில்லை என்பதைக் கண்டான் ராமன். இன்பக் கடலில் ஆழ்ந்து செயலற்றுப் போனஅவர்கள் வேறு ஏதேனும் காரியத்தில் ஈடுபட்டு, நிலைமையைச் சமாளிக்க வேண்டும் என்று துடித்தார்கள். அப்போது அவர்களுக்குக் கைகொடுக்க வந்ததுபோல் வந்தது மற்றொரு இசைப்பாட்டு:

விடமுஸேயவேநன்னு
விட நாடகுவே (விடமு)[2]

பழைய படியும் ஊசல் நின்றுவிட்டது.

கரகரப்பிரியா ராகத்தில் இசைக்கப்பட்ட அந்தக் கிருதியின் பொருள் விசேஷம், இருவருடைய மயக்க நிலையையும் மாற்றி விளையாட்டு உணர்ச்சியை ஊட்டிவிட்டது.

"பூமியின் புதல்வியாகிய ஜானகி, தன் கையால் கொடுத்த புனிதமான வெற்றிலைச் சுருள்கள் என்று எண்ணிக்கொண்டு, தாம்பூலம் தரித்துக் கொள்.

"தேவ தேவா! அரசர்களின் நன்மதிப்பைப் பெற்ற லக்ஷ்மணன், ரத்னங்கள் இழைத்த தாம்பூலப் படிக்கத்தைக் கையில் பிடித்துக் கொண்டு நிற்கிறான். ராஜாதி ராஜனே! ஜாதிக்காய், ஏலம், ஜாதிப்பத்திரி, பாக்கு, வெற்றிலை இத்தனையும் கலந்து, தியாகராஜன் உனக்கு மிகவும் பிரியத்துடன் சமர்ப்பிக்கும் தாம்பூலம் தரித்துக் கொள்."

பாட்டு முடிந்ததும் நிலவொளி பாயும் வெளிப்பகுதி வரையிலும் வந்து பொன்னூசல் ஆடுகிறது. நிலவு ராமனுடைய முகத்தில் படிகிறது; சீதையின் வதனத்தையும் சந்திரிகை நீராட்டுகிறது. இருவரும் ஒருவர் முகத்தை ஒருவர் நன்கு பார்த்துக்கொண்டனர். இரண்டு பேரின் உதடுகளி லும் புதிதாக வெற்றிலைச் சாற்றின் சிவப்பு படிந்திருக்கிறது.

ராமன் சிரிக்கிறான். பிறகு சொல்லுகிறான்: "திருவையாற்றுக்கு நாம் போகவில்லை; போகாமலே எத்தனை உபசாரங்கள்!"

உஷாகாலம். ஒவ்வொரு ஜீவனுக்கும் காவேரி இரண்டாவது தாயாக இருக்கும் சோழவள நாடு. வானப்பரப்பில் முகில் கூட்டங்கள் பிரம்மாண்டமான மத்தகஜங்களைப் போலக் கம்பீரமாக இயங்கு கின்றன. சூரியனின் பொன்னிறக் கதிர்கள், முகில் கூட்டத்தால்

---

2. **தாம்பூலம் தரித்துக்கொள் - என்னைக்**
கைவிட்டு விடாதே (தாம்)

மறைக்கப்பட்டு விட்டதால் கீழ்வானம் மட்டும் வெளுத்திருக்கிறது. வெகு நாட்களாக மழை முகத்தைக் காணாத பயிர் பச்சைகளும், மாந்தர்களும் எல்லையில்லாத பெருமகிழ்ச்சியோடிருக்கின்றனர். பட்ட மரங்களின் மேற்பட்டைகளை, வெளியுலகத்தைக் காணத் துடிக்கும் தளிர்கள் சமிக்ஞையோடு வருகின்றன. பாசி படிந்த அல்லிக் குளங்களில், ஏதோ தெய்வ சங்கேதத்தை எதிர்பார்த்து மலரக் காத்திருப்பதுபோல, தாமரையும் குவளையும் காத்துக் கொண்டிருக்கின்றன. அவ்வப்போது வீசும் ஆரவாரமான ஈரக்காற்று, சகல உயிர் வர்க்கத்துக்கும் பிராணவாயுவாக வீசுகிறது. செடிகளும் மரங்களும் ஆடிக் குலுங்குகின்றன; பறவை இனங்கள் கூண்டுக்குள் இருந்து ஊஞ்சலாடுகின்றன.

சிறிது நேரத்தில் மழை பெய்யத் தொடங்கியது. மக்களின் மகிழ்ச்சி சக்கரவாகங்களின் ஆனந்தத்தை வெற்றி கொண்டது. ஆனால், பெய்த மழை பெருமழை அல்ல; ஒரு சிறு தூற்றலோடு நின்றுவிட்டது. ஆயினும், சில வினாடிகளில் பெருமழை பெய்து உலகம் செழிக்கப் போகிறது என்ற நம்பிக்கை அபாயம் ஏற்பட வில்லை. ஊருக்குள்ளே ஜனங்கள், எந்தக் கலைக்கோட்டு முனிவன் மழையோடு நம்மூரை நோக்கி நடந்து வருகிறனோ என்று பேசிக் கொண்டிருந்தார்கள். ஆனால் வந்தவன் கலைக்கோட்டு முனிவன் அல்ல.

காவேரியின் கரையை ஒட்டி, காட்டு வழியாக நடந்து வருகிறான் ராமன்; அவனைப் பின் தொடர்ந்து ஜானகி நடந்து வருகிறாள். அவள் சிரித்தால் முத்து உதிர்கிறது; நடந்தால் அங்கே செந்நெல் விளைகிறது. இருவரும் நடந்து வரும்போது மண்ணில் விழும் தடம், பூமிதேவியின் உள்ளங்கையில் அதிர்ஷ்ட ரேகை ஓடுவதுபோல் இருக்கிறது.

திருவையாறு க்ஷேத்திரத்தினுள் இருவரும் பிரவேசிக்கின்றனர். வரும் வழியில் தெருக்களில் பற்பல காட்சிகளைத் தானும் கண்ணுற்று, தன் அன்புக் கினியாளுக்கும் ராமன காட்டிக் கொண்டு வருகிறான். ஒரு வீட்டில் தன் குழந்தையை ஒரு தாய்தாலாட்டுகிறாள். தியாகராஜ கீர்த்தனம் ஒன்றே தன் குழந்தையை ஒரு தாய் தாலாட்டுகிறாள். தியாகராஜ கீர்த்தனம் ஒன்றே தாலாட்டாக அமைந்துவிட்டது. தன் அருமைக் குழந்தையை ஆசையுடன் பார்த்து, "எங்கிருந்து புறப்பட்டாயோ? எந்த ஊரோ? இப்பொழுதாவது தெரிவிப்பாய் ஐயனே?"[3] என்னும் பொருள்படும் பாட்டைக் கொஞ்சிக் கொஞ்சிப் பாடுகிறாள். சிறிது தூரம் சென்றதும் ஒரு வீட்டில் ஒரு கிழவர் தம் பேரனுக்கும் பேத்திக்கும் ஒரு கீர்த்தனத்தைக் கற்றுக் கொடுப்பது இந்த வாலிபத் தம்பதிகளின் காதில் விழுகிறது. கிழவர் "யாருக்காக இந்த

---

3. ***எம்துும்டி டெலிதிவோ? ஏயூரோ? தெலிய***
நிப்டைன தெலுப வைய! ***(துர்பார் ராகம்)***

அவதாரம் எடுத்தாயோ? இந்த மண்ணுலகத்துக்கு உன்னை வரவழைத்த மகாராஜன் எவனோ, அவனை நான் வணங்குகிறேன்"[4] என்ற அர்த்தம் தொனிக்கும் பாடலைத் தம் தளர்ந்து போன சாரீரத்தால் உருக்கமாகப் பாடுகிறார். பாடலைக் கேட்டு வாலிபத் தம்பதிகளின் கண்கள் ஆனந்த பாஷ்யம் சொரிகின்றன.

தெருவோடு வரும்போது நிகழ்ந்த சகல சம்பவங்களும் அவனையும் அவன் மனைவியையும், அந்த ஊரிலேயே பிறந்து வளர்ந்த பிரஜைகளாக்கி விட்டன. இந்த மாறுதலை ஞாபகார்த்தமாக வைத்துக் காப்பதற்காகவோ என்னவோ, கல்தடுக்கி ராமனின் கால் விரலில் ரத்தம் வழிந்தது- அதைத் துடைத்துக்கொண்டு நடக்கிறான் ராமன்.

இருவரும் தியாகையர் வீட்டினுள் செல்கின்றனர். அப்போது அவரும் அவர் மனைவியும் ராமனின் பூஜாவிக்கரஹத்தைப் பார்த்து ஆரத்திப் பாடலைப் பாடிக்கொண்டிருக்கின்றனர். ராஜ குடும்பத்தைச் சேர்ந்தவர்களைப் போல் இருக்கும் இந்தத் தம்பதிகள் இந்த வீட்டுக்குள் நுழையும் அதிசயக் காட்சியைப் பார்த்த ஒரு மாட்டுக்காரப் பையன் இந்தச் செய்தியைத் தெரிவிக்கத் தன் வீட்டுக்கு ஓடுகிறான். தியாகையரின் சீடர்களில் ஒருவன் அப்போது அங்கே சந்தர்ப்பவசமாக வந்து இளைஞர்களைப் பார்த்துக் கொண்டான். உடனே தெரிந்தவர்கள் வீடுகளுக்கெல்லாம் போய், "ராமன் வந்துவிட்டான்" என்று பறை சாற்றுகிறான்.

தியாகையரும் மனைவியும் வரவேற்புக் கீதத்தைப் பாடினார்களே ஒழிய, வரவேற்பதற்காக எழுந்திருக்கவில்லை. ஏனென்றால், வாலிபத் தம்பதிகள் வந்ததையே அவர்கள் பாக்கவில்லை. ஆனாலும்,"பிரகாசிக்கும் தங்கப் பீதாம்பரம் உடுத்துக்கொண்டு மெதுவாய் வருவாயடா ராமா! பசும் பொன்னால் செய்த ஆபரணங்கள் அசையும்படி வாடா" என்று பாடுவதன் மூலம் அவர்கள் திரும்பத் திரும்ப ராமனை அழைத்துக் கொண்டு தான் இருந்தார்கள்.

இருவரும் பாடி முடித்ததும் திரும்பிப் பார்த்தபோது, திருமணம் முடிந்து மிதிலையிலிருந்து அயோத்தி வந்திறங்கிய வதூவரர்களைப் போல், இன்னும் மஞ்சள்காப்புக்கூட அவிழ்க்காத மணமக்களைப்போல, ராமனும் சீதையும் காட்சியளித்தார்கள்.

தெய்வத் தம்பதிகளைப் பார்த்த மனிதத் தம்பதிகள் மெய்சிலிர்த்து, பேச்சிழந்து, அருகில் கூடப் போகத்தோன்றாமல், நின்ற நிலையிலேயே கீழே விழுந்து சாஷ்டாங்கமாக வணக்கம் செய்தார்கள்.

---

4. **எவரிகை அவதார மெத்திதிவோ? (தேவமனோஹரி ராகம்)**

ராமன் தான் அவர்கள் அருகில் சென்றான். சென்று தன் கரங்களால் அவர்களைத் தொட்டு எழுப்பினான்.

"ராமா! என் தெய்வமே! என்னைத் தேடியா நீ வந்தாய்? உன் திருப்பாதங்கள் நோவ என்னைத் தேடி நடந்து வந்தாயா? இது தகுமா?... நான்... உன்னைக் கால்கள் நோவ நடக்க வைத்த நான்... நான் மகாபாவி ராமா! சர்வலோக நாயகா..."

தியாகையரின் கண்களிலிருந்து அருவியே கொட்டியது அவருடைய மனைவியின் மூடி விழிகளிலிருந்தும் கண்ணீர்த் தாரைகள் வழிந்தன.

ராமன் புன்னகை செய்துகொண்டே, "நான் சர்வலோக நாயகனாக, உலகளந்த சொரூபத்தில் வரவில்லையே! தசரத குமாரனாக, இந்த மண்ணுலகத்து மாந்தருள் ஒருவனாகத்தானே வந்திருக்கிறேன்?" என்று கூறுகிறான்.

அப்போது "மனிதப் பிறவியும் வேண்டுவதே இந்த மாநிலத்தே" என்று தெருவோடு பாடிக்கொண்டு செல்லும் ஒரு யாசகனின் பாட்டுக்கே இங்கே வேறு தாத்பர்யம் பிறக்கிறது.

"தெய்வங்கள் மனிதர்கள் ஆகவேண்டும்; மனிதப் பிறவிக்கு அவ்வளவு மகத்துவமும் உண்டு" என்று ராமன் தனக்குத் தானே சொல்லிக் கொள்கிறான்.

இதற்குள் ஊர் ஜனங்கள் வந்து கூடிவிட்டார்கள். ஆகவே வீட்டினுள் இருந்தவர்கள் வெளியே வருகிறார்கள். தெருப் பிடிக்காத பெருங்கூட்டம். வயல் வெளிகளில் வேலை செய்பவர்களும் அதற்குள் ஓடி வந்துவிட்டார்கள். கூட்டத்தில் தன் தாயைத் தவறவிட்ட ஒரு சின்னஞ் சிறுகுழந்தை வேகமாக ஓடி வந்து சீதையைக் கட்டிக் கொண்டு 'அம்மா' என்று அழுகிறது, "நான் உன் அம்மா இல்லை, கண்ணு" என்று சொல்வது போலச் சிரித்துக்கொண்டு அவள் அந்தக் குழந்தையை எடுத்து வைத்துக் கொள்கிறாள். குழந்தை அழுகையை நிறுத்திச் சீதையின் கன்னத்தோடு தன் கன்னத்தைக் கொண்டு போய் ஒட்டிக் கொள்ளுகிறது.

திண்ணையின் மேல் ராமனும் சீதையும் நிற்கிறார்கள். வாசல் படியில் பக்கவாட்டில் நின்று தொழுகிறார்கள் தியாகையரும் அவர் மனைவியும், முன் பக்கத்தில் கூப்பிய கரங்களுடன் ஜனத்திரள் நிற்கிறது. மனிதர்களைச் சுற்றிப் பசுக்களும், மற்றும் கன்று காலிகளும் வந்து ஏறிட்டுப் பார்த்துக் கொண்டு நிற்கின்றன. மரங்களில் இலை

5. **மெறுகு சேலமு கட்டுகொநி**
மெல்லராரா ராம
கறகு பங்காரு றூம்முலு
கதலந் ராரா **(ஆனந்த பைரவி ராகம்)**

தவறாமல் பறவைகள். இத்தனை உயிர் ராசிகளும் ராமதரிசனத்திலேயே மெய்ம்மறந்து நிற்கின்றன மனிதர்கள் பேசவில்லை; பறவைகள் பாட வில்லை. மரங்களில் இலைகள் கூட அசையவில்லை. இந்த அமைதிக்கு முன் எல்லை பின் எல்லை எதுவும் இருப்பதாகத் தோன்றவில்லை.

தெய்வாம்சம் மனித நிலைக்கு வந்தது; மனிதாம்சம் தெய்வ நிலையை எட்டியது. இந்த நிலைமாற்றம் இரண்டு அம்சங்களுக்குமே பெருமையை அளித்தது. இரண்டும் சந்தித்துக் கொண்டே மத்திய உலகமும், தெய்வ உலகமும், மனித உலகமும், ஒன்றாகி விட்டன. எப்பேர்பட்ட திரிவேணிசங்கமம்! இந்த சங்கமத்தில் தெய்வமும், மனிதனும் மட்டுமல்ல, விலங்கினங்களும், தாவரங்களும் வந்து கலந்து விட்டன.

அப்போது அமைதியைக் குலைத்துக்கொண்டு, சீதையின் கையிலிருக்கும் சிறு குழந்தை தன் தாயார் தனக்குக் கற்றுக்கொடுத்த 'என்னைக் காப்பாற்ற, நடந்து வந்தாயோ?'"[6] என்ற பாட்டைத் தன் மழலை மொழியால் திக்கித் திக்கிப் பாட ஆரம்பித்துவிட்டது! ராமனின் முகத்தில் புதியதோர் பிரகாசம் சுடர்விட்டது. இதைப் பார்த்த ஒரு வயதான கிழவி அவனிடம் நெருங்கிவந்தாள். எதையோ சொல்லவந்தாள்! ஆனால் நினைத்ததை அந்த ஆனந்த பரவசத்தில் மறந்துவிட்டாள். சிரித்துக்கொண்டே மறந்ததை ஞாபகப்படுத்திப் பார்த்தாள். எல்லோரும் அவளையே பார்த்துக் கொண்டிருந்தனர். யாரும் எதிர்பாராத ஒரு நேரத்தில் அவள் ராமனைப் பார்த்து, மிகமிக வாஞ்சையுடனும், வாத்ஸல்யத்துடனும் "ராமா! நீ எங்கள் ஊரிலேயே இருந்து விடேன்" என்றாள்.

ராமன் சிரித்தான்.

"பாட்டி! இங்கே நீ இருக்கிறாய் அல்லவா? நான் இருந்தாலும் ஒன்றுதான்; நீ இருந்தாலும் ஒன்றுதான் பாட்டி" என்றான் ராமன். அப்போது பூவுலகின் நாற்றிசைகளிலும் பெருமழை காலூன்றிப் பெய்ய ஆரம்பித்தது.

☯ ☯

---

6. ***நந்து பாலிம்ப, நட்சி வச்சிதிவோ?*** ***(மோஹன ராகம்)***